வண்ணக்கடல்

கிழக்கு பதிப்பக வெளியீடுகளாக ஜெயமோகனின் புத்தகங்கள்

நாவல் (கோட்பாடு)

வாழ்விலே ஒரு முறை

உலோகம்

ஏழாம் உலகம்

பேய்க்கதைகளும் தேவதைக்கதைகளும் (நிழல்வெளிக் கதைகள்)

இந்து ஞான மரபில் ஆறு தரிசனங்கள்

விசும்பு (அறிவியல் புனைகதைகள்)

அண்ணா ஹசாரே; ஊழலுக்கு எதிரான காந்திய போராட்டம்

நவீன தமிழ் இலக்கிய அறிமுகம்

The Forest *(காடு நாவலின் ஆங்கில மொழிபெயர்ப்பு)*

வெண்முரசு (மகாபாரதம் நாவல் வடிவில்)

முதற்கனல்

மழைப்பாடல்

வண்ணக்கடல்

நீலம்

பிரயாகை

வெண்முகில் நகரம்

வண்ணக்கடல்

ஜெயமோகன்

கிழக்கு

வண்ணக்கடல்
Vannakadal
by *Jeyamohan* ©

Kizhakku First Edition: July 2015
784 Pages
Printed in India.

ISBN : 978-93-84149-21-5
Kizhakku - 824

Kizhakku Pathippagam
177/103, First Floor,
Ambal's Building, Lloyds Road,
Royapettah, Chennai 600 014.
Ph: +91-44-4200-9603
Email : support@nhm.in
Website : www.nhm.in

Author's Email: jeyamohan.writer@gmail.com
Author's Website: www.jeyamohan.in | venmurasu.in

Kizhakku Pathippagam is an imprint of New Horizon Media Private Limited.

பேராசிரியர் ஜேசுதாஸன் அவர்களின்
தூய நினைவுக்கு...

இளமை வண்ணங்கள்

இளமையில் படிந்த வண்ணங்கள் வஞ்சமாக தனிமையாக ஆழ்நினைவுகளாக மானுடரை ஆட்டுவிப்பதைச் சொல்லும் நாவல் என வண்ணக்கடலைச் சொல்லலாம். மெய்ஞானம் தேடிச்செல்லும் இளநாகன் வழியாக விரிவது மகாபாரதத்தை நிகழ்த்திய சில அடிப்படை வஞ்சங்கள் உருவான விதம். அவ்வகையில் மகாபாரதத்தின் வண்ணக்கலவை நிகழ்ந்த செப்பு இது.

நற்றிணை வெளியீடாக வண்ணக்கடல் செம்பதிப்பு, பொதுப்பதிப்பு என இரு நூல்களாக வெளிவந்தது. நற்றிணை பதிப்பகத்திற்கும் இதன் மறுபதிப்பை வெளியிடும் கிழக்கு நிறுவனத்திற்கும் குறுகிய காலத்திலேயே மறுபதிப்பு வருமளவுக்கு இதை ஆதரித்த வாசகர்களுக்கும் நன்றி.

வண்ணக்கடலின் இப்பதிப்பை பிழைநோக்கி உதவிய ஜெயஸ்ரீ கோவிந்தராஜன் அவர்களுக்கும் செம்மைசெய்து உதவிய நண்பர் ஹரன் பிரசன்னா அவர்களுக்கும் நன்றி.

ஜெயமோகன்
93, சாரதா நகர், பார்வதிபுரம்,
நாகர்கோவில் 629003.

முதல் பதிப்பிற்கான முன்னுரை

வண்ணக்கடல் வண்ணக்கொந்தளிப்புகளின் கதை அல்ல. வண்ணத்திரிபுகளின் கதை. மகாபாரதத்தின் மாபெரும் அவலத்தை நிகழ்த்திய அடிப்படை விசைகளில் வெவ்வேறு காரணங்களால் வெளியே தள்ளப்பட்டவர்கள், அவமதிக்கப்பட்டவர்கள், அடையாள மறுப்புக்கு உள்ளானவர்களின் வன்மம் முக்கியமானது. அவற்றை நோக்கி விரியும் புனைவுலகம் இது.

அந்தக் கதைகளை இணைக்கும் மையச்சரடாக உள்ளது இளநாகனின் மெய்த்தேடல். அது படிப்படியாக வளர்ந்து செல்கிறது. வெவ்வேறு நிலக்காட்சிகள் வழியாக. வெவ்வேறு சிந்தனை மரபுகள் வழியாக.

மகாபாரதம் அனைவருக்குமான கதை. அனைவரும் தங்கள் கதைகளைக் கொண்டு சேர்த்துவைத்த களஞ்சியம். ஆகவே அது அசுரகுலத்தின் வரலாற்றையும் பீடுறவே சொல்கிறது. இந்நாவல் அந்த வரலாற்றைத் தொகுத்து முழுமையாக்கி முன்வைக்கிறது.

காவியத்தை கண்ணீருடன் வாசிக்கவேண்டுமென எனக்குக் காட்டியவர் பேராசிரியர் ஜேசுதாசன். அவரிடமிருந்தே நான் கம்பராமாயணத்தின் உணர்வுநிலையை புரிந்துகொண்டேன். அவரை எனக்கு அறிமுகம்செய்த வேதசகாயகுமார் என் நன்றிக்குரியவர்.

பேராசிரியர் ஜேசுதாசன் அவர்களின் தூயநினைவுக்கு இந்நூலைப் படைக்கிறேன்.

ஜெயமோகன்

சில முக்கிய வார்த்தைகளுக்கான பொருள்
பின்னிணைப்பாக இணைக்கப்பட்டுள்ளது...

பகுதி ஒன்று

மாமதுரை

1

ஏழ்பனைநாட்டு மருதூர் சாத்தன் பெரும்பாணன் மகன் இளநாகன் அவைக்காவலனால் வழங்கப்பட்ட பரிசில்பொருளைப் பார்த்து சற்றே திகைத்தபின் திரும்பி தன் முன்னால் நின்ற வயதான பாணரிடம் "ஐயா, தங்களுக்கு அளிக்கப்பட்டது எவ்வளவு?" என்றான். அவர் புலி சேர்ந்து போகிய கல்அளை போன்ற பல்லில்லாத வாயைத்திறந்து மகிழ்ந்து புன்னகை செய்து "அனைவருக்கும் ஒரே பரிசில்தான் இளம்பாணரே. எங்கள் அரசர் ஏழுதெங்குநாட்டு சேந்தூர்க்கிழான் தோயன்பழையன் என்றுமே இரவலரிடம் வேறுபாடு நோக்குவதில்லை" என்றார்.

இளநாகன் "தாங்கள் பாணரா பாவலரா?" என்றான். அவர் "என்னை என் மைந்தன் அழைத்துவந்தான். அவனிடம்தான் கேட்கவேண்டும்" என்றார். இளநாகன் "சரி, இதை வேறுவிதமாகக் கேட்கிறேன். தாங்கள் ஓலையைப் பார்த்ததுண்டா?" என்றான். அவர் கறங்குபுள் என ஒலியெழுப்பிச் சிரித்து "தம்பி, எங்கள் ஊரெல்லாம் பனைமரம்தான். இளம்பனையோலையால் கூடைகள் செய்வோம். முதுபனையோலையால் வீட்டுக்கூரை அமைப்போம்" என்றார். அருகே நின்ற முதியவரைத் தொட்டு "கண்ணரே, இதோ ஓர் இளம்பாணர் நாம் பனையைப்பார்த்ததுண்டா என்று கேட்கிறார்" என்று சொல்ல அவர் திரும்பி நகைத்தார். அவருக்கு வெண்பற்கள் இருந்தன.

"நான் கேட்கவருவது அதுவல்ல" என்று இளநாகன் மீண்டும் தொடங்கினான். கொஞ்சம் சிந்தனைசெய்துவிட்டு "தங்களுக்கு அகவலில் பயிற்சி உண்டா?" என்றான். அவர் முகம் மலர்ந்து "எப்படித் தெரியும்? எங்கள் தினைப்புனத்தில் நான்தான் மயிலோட்டுவேன். மயில்போலவே நான் அகவும்போது பெண்மயில்கள் எல்லாம் சிதறிஓடும். கூடவே ஆண்மயில்களும் சென்றுவிடும்... என்னை எங்களூரில் அகவன்

என்றே அழைப்பார்கள்” என்றபின் வெண்பல்லரைத் தொட்டு, “தம்பி நம்மைப்பற்றி அறிந்துவைத்திருக்கிறார்” என்றார்.

“ஐயா, தாங்கள் எதன்பொருட்டு இங்கே பரிசில் பெறுகிறீர்கள் என்று நான் அறியலாமா?” என்றான் இளநாகன். “என் மைந்தன் என்னை அழைத்துவந்தான். தலைப்பாகையும் குண்டலமும் அணிந்து இப்படி விசிறியை மடித்து பட்டில்சுற்றி கையில் வைத்துக்கொண்டு வந்து நின்றால் மூன்று செம்புநாணயங்களும் வயிறுமுட்ட குதிரைவாலிச் சோறும் அயிரைமீன் கறியும் கீரைக்கூட்டும் வழுதுணங்காய் வாட்டும் முரமுரவென்றே புளித்த மோரும் அளிக்கிறார்கள் என்று சொன்னான்” என்றார்.

“விசிறியா?” என்றான் இளநாகன். “ஆம்... இதோ அவன்தான் இதைச்செய்து அளித்தான்” என்று சொல்லி அவர் கையிலிருந்த சுவடிக்கட்டுபோன்ற நீள்பட்டுப்பொதியை அவிழ்த்து உள்ளே மடித்து வைக்கப்பட்டிருந்த கிழிந்த பழைய பனையோலை விசிறியைக் காட்டினார். “இதைத்தான் என் ஊரிலுள்ள அனைவருமே கொண்டுவந்திருக்கிறார்கள் இளைஞரே.”

“தங்கள் தலைப்பாகை கூட அழகாக உள்ளது” என்று இளநாகன் சொன்னான். அவர் புள் இமிழ் ஒலி எழுப்பிச் சிரித்து “தம்பி, நாங்களெல்லாம் வேளாண்குடிமக்கள். எங்களுக்கு ஏது தலைப்பாகை? இது என் மகளின் பழைய சேலை. அதை அவள் சுருட்டி தலையணைப்பொதிக்குள் வைத்திருந்தாள். ஒன்றை நான் எடுத்துக்கொண்டேன். என் மகன் ஒன்றை அவன் தலையில் கட்டிக்கொண்டான்” என்றார்.

“தங்கள் குண்டலமும் எழிலுடையது” என்றான் இளநாகன். அவர் மேலும் சிரித்து பல்லரை கையால் தொட்டு “தம்பி நன்றாகவே ஏமாந்துவிட்டார். ஐயா, இது எங்கள் வீட்டுக் கன்றின் கழுத்துமணி. இதை பனைநாரில் கோத்து கடுக்கனைக் கழற்றிவிட்டு அந்தத் துளையில் கட்டி தொங்கவிட்டிருக்கிறேன். ஆகவேதான் நான் எதை ஒப்புக்கொள்ளும்போதும் என் காதில் மணியோசை கேட்கிறது!” என்றார்.

அப்போது கிழவரின் மைந்தன் தலைப்பாகையும் குண்டலமுமாக வந்து “தந்தையே, பரிசில் பெற்றவர்களுக்கெல்லாம் ஊண்கொடை அங்கே பந்தலில் நிகழ்கிறது. விரைவாகச் சென்றால் முதல்பந்தியிலேயே அமரமுடியும். மூன்றாம் பந்திக்குமேல் அக்காரஅடிசிலும் தேன்புட்டும் மிஞ்சாது என எனக்கு நம்பும்படியான செய்தி வந்துள்ளது” என்றான். கிழவர் உடனே தன் கீழாடை நுனியைத் தூக்கி இழுத்துக்கட்டி “உடனே செல்வோம்... நம்மை எவர் முந்திச்செல்வாரென்று பார்த்துவிடுவோம்”

என்றார். திரும்பி இளநாகனைச் சுட்டி “இவ்விளவல் நம்மைப்பற்றி நன்கறிந்திருக்கிறார். இவரையும் அழைத்துச்செல்வோமே” என்றார்.

இளைஞன் ஐயத்துடன் நோக்கி “தங்கள் ஊர் எது?” என்றான். இளநாகன் “அகவன் மகனே! அகவன் மகனே! தலையணை பறித்த நன்னெடும்பாகை அகவன் மகனே! பாடுக பாட்டே! இன்னும் பாடுக பாட்டே! பழையன் நன்னெடுங் குன்றம் பாடிய பாட்டே!” என்று கையைத் தூக்கிப் பாட பலர் திரும்பி நோக்கிச் சிரித்தனர். அவன் தன் தந்தை கையைப்பிடித்து அழைத்துக்கொண்டு விரைந்து விலகிச்சென்றான். கிழவர் “அவர் பாடிய அந்தப்பாடலை நாம் குறித்துக்கொள்ளலாமே. நம் குலத்தைப்பற்றியல்லவா பாடுகிறார்?” என்று சொன்னபடி பின்னால் சென்றார்.

அப்பால் ஊண்பந்தலின் வாயிலை மறித்த மூங்கில் விலக மக்கள் வெள்ளம் உள்ளே பிதுங்கி மிதித்து கூவி ஆர்ப்பரித்துச் செல்லும் ஒலி எழுந்தது. இளநாகன் புன்னகையுடன் அவற்றைப்பார்த்தபடி நின்றிருந்தான். மறுபக்கம் அரண்மனையின் பெருங்கதவம் திறக்க ஏவல்மைந்தர் எழுவர் வெளியே வந்து கொம்புகளையும் பறைகளையும் ஒலித்தனர். நிமித்திகன் உரத்தகுரலில் “ஐந்நிலத்தையும் வெண்குடையால் மூடி ஆளும் அரசன், மூவேந்தரும் அடிபணியும் மூத்தோன், தென்கடல் தொட்டு வடமலை ஈறாக மண்ணளக்கும் தண்கோலேந்திய கொற்றவன், தென்முடி என மணிமுடி சூடிய மன்னன் சேந்தூர் கிழான் தோயன்பழையன் எழுந்தருள்கிறார்!” என அறிவித்தான். கூடி நின்றவர்கள் கைகளைத் தூக்கி “வாழ்க! வாழ்க!” என்றனர்.

மங்கலப்பரத்தையர் எழுவர் அணித்தாலங்கள் ஏந்தி முன்னால் வர தொடர்ந்து சேந்தூர் கிழான் தோயன்பழையன் கனத்து உருண்டு தன்னை ஆரத்தழுவிய துணைபோலத் தெரிந்த பெருவயிற்றின் மீது மார்பிலணிந்த மணியாரம் சுருண்டு அமர்ந்திருக்க கைகூப்பி வணங்கியபடி வெளியே வந்தார். அவர் தலைக்குமேல் ஒருவன் வெண்கொற்றக்குடையைப் பிடித்திருந்தான். பழையனின் தலையில் பொன்னாலான மணிமுடி வைக்கப்பட்டிருந்தது. பழங்காலத்து மணிமுடியாதலால் அது சற்றுப்பெரிதாக இருந்தது. தலையில் சுற்றிய துணிமீது அதை அழுத்தி வைத்திருந்தார்.

அரண்மனை முற்றத்தில் மன்னனுக்காகப் போடப்பட்ட மலரணிப்பந்தலில் பழையன் வந்து நின்றபோது முரசுகளும் சங்குகளும் கிணையும் மணியும் சல்லரியும் முழங்கின. மன்னன் அருகே நின்றிருந்த நிமித்திகன் உரக்க “மாமன்னரின் பரிசிலைப்பெற்ற பாவாணர்கள் ஒவ்வொருவராக முன்னால் வந்து அவரை வாழ்த்திப் பாடலாமென

மன்னர் ஆணையிட்டிருக்கிறார்" என்றான். அதை எதிர்பாராததுபோல அங்கே முற்றத்தில் கூடி நின்றவர்கள் திகைத்து ஒருவரை ஒருவர் பார்த்துக்கொண்டார்கள்.

இளநாகன் கையைத்தூக்கி "நிமித்திகரே, நான் வாழ்த்துப்பா பாட விழைகிறேன்" என்றான். கூடிநின்றவர்களின் உடல்கள் எளிதாவதை உணரமுடிந்தது. பலர் கைநீட்டி இளநாகன் தோளைத்தொட்டு அவனை முன்னால் செலுத்தினர். கையில் தன் கிணைப்பறையும் முதுகில் தோல்மூட்டையுமாக இளநாகன் மணிப்பந்தல் முன் சென்று நின்றபோது அனைவரும் மெல்ல பேசிக்கொள்ளும் ஒலி கலந்து ஒலித்தது. நிமித்திகன் கையைக் காட்டி "அமைதி! இனி எவர் பேசினாலும் அவர்களுக்கு ஊண்பந்தலில் நுழைவு மறுக்கப்படும்" என்று சொன்னதும் அப்பகுதியெங்கும் பேரமைதி நிறைந்தது.

இளநாகன் மேடையேறி தன் முன் கூடியிருந்தவர்களை வணங்கி கிணைப்பறையில் மயில்நடைத் தாளத்தை வாசித்து அகவல் சந்தத்தில் உரத்தகுரலில் பாடத்தொடங்கினான்.

கொற்றக் குடையோய் கொற்றக் குடையோய்
புதுமழை கலித்த வெண்குடை அன்ன
பொல்லா பெருநிழல் கொற்றக்குடையோய்!
இன்சோறு மணப்ப சூழ்ந்தெழு ஞமலியின்
பெருநிரை அன்ன பாணர் குழுமி
தினைப்புனம் புக்க புன்செவிக் காரான்
ஓட்டுதல் எனவே பெருஞ்சொல் ஒலிக்கும்
மாண்புகழ் சிறப்பின் பழையன் முடிமேல்
கவிகை செய்யா கொற்றக்குடையோய்
வாழிய அம்ம நின்திறம் இனிதே.

கூடிநின்றவர்கள் கைகளைத் தூக்கி 'வாழிய! வாழிய!' என வாழ்த்தினர். இளநாகன் திரும்பி மன்னனை வணங்கினான். பழையன் தன் கைகளைத் தூக்கி "பாணரே பரிசில் பெற்றுக்கொண்டீரல்லவா?" என்றார். "ஆம் அரசே, மூன்று செம்புக்காசுகளை முறையே பெற்றுக்கொண்டேன்" என்றான். பழையன் உரக்க நகைத்து "ஆம், இன்னும் ஆயிரம் பாணர் வரினும் என்னால் இதே நாணயங்களை அளிக்க இயலும்... செல்க. உணவுண்டு மகிழ்க!" என்றார். அமைச்சர் பெருஞ்சாத்தனார் "அரசே" என ஏதோ சொல்ல வர பழையன் கையைக் காட்டி "வேறுபாணர்கள் பாடுவதென்றால் பாடச்சொல்லும் அமைச்சரே!" என்றார்.

இளநாகன் தலைவணங்கி தன் கிணைப்பறையுடன் கூட்டத்துக்குள் புகுந்து மறைந்தான். அமைச்சர் பெருஞ்சாத்தனார் "அரசே, நான்

சொல்வதைக் கேளுங்கள்" என்றார். "பொறுங்கள் அமைச்சரே, அரசுசூழ்தலுக்குரிய நேரம் இதுவல்ல" என்று சொன்ன பழையன் "கற்றுச்சொல்லிகள் இந்தப்பாடலை எழுதிக்கொண்டீர்கள் அல்லவா?" என்றார். 'ஆம்' என்று மூன்று கற்றுச்சொல்லிகள் தலையசைத்தனர். "அவற்றில் இரண்டு ஓலைகளை பாணர்களுக்குக் கொடுங்கள். விறலியரும் பாணரும் அவற்றை தமிழ்நிலமெங்கும் பாடட்டும். ஓர் ஓலை நம் அரசு ஓலைநாயகத்திடம் அளிக்கப்படட்டும்" என்றார். "அவ்வண்ணமே ஆகுக" என்று சொல்லி வணங்கினர் கற்றுச்சொல்லிகள்.

மேலாடையை சுழற்றிப் போட்டுக்கொண்டு பழையன் எழுந்து கனத்த ஏப்பம் விட்டு "வைத்தியரே, இரவுணவுக்குமுன் நான் ஒரு மண்டை இஞ்சிமிளகு எரிநீர் அருந்தவேண்டுமென எண்ணுகிறேன். ஆவனசெய்யும்" என்று ஆணையிட்டுவிட்டு மெல்ல நடக்க அமைச்சர் பின்னால் சென்று "அரசே" என்றார். "பொறுங்கள் அமைச்சரே, ஆணைகளை இட்டுவிடுகிறேன்" என்றபின் திரும்பி அணுக்கப்பாங்கனிடம் "ஏழாவது அரசியை இன்று என் மஞ்சத்துக்கு வரும்படி சொல்லும்" என்றார்.

இடைநாழியில் நடக்கும்போது திரும்பி அமைச்சரிடம் "இனி அமைச்சுப்பணியைச் சொல்லும்... சொல்லவந்தது என்ன?" என்றார் பழையன். "அரசே, அந்த இளம்பாணன் பாடியது இசை அல்ல வசை" என்றார் பெருஞ்சாத்தனார். பழையன் நின்று திரும்பி ஒன்றும் துலங்காத விழிகளுடன் நோக்கி "வசையா? யார் மேல்?" என்றார். "அரசே, அவன் தங்களை வசைபாடிவிட்டுச் சென்றிருக்கிறான்." பழையன் உரக்க நகைத்து "என்னையா? என்னை எதற்காக அவன் வசைபாடவேண்டும்? அவனுக்கு நான் மூன்று செம்புக்காசுகளும் வயிறுநிறைய ஊனுணவும் அப்பமும் அளிக்கிறேன்!" என்றார்.

பெருஞ்சாத்தனார் "அரசே, பாணர்களைத் தாங்கள் இன்னும் விளங்கிக்கொள்ளவில்லை. அவர்கள் செருக்கு மிக்கவர்கள். தங்கள் சொல்திறம் எங்கும் மதிக்கப்படவேண்டுமென விழைபவர்கள். இங்கே நீங்கள் அனைவருக்கும் ஒரே பரிசில் அளித்ததை அவர்கள் அவமதிப்பாகவே கொள்வார்கள்" என்றார். பழையன் சில கணங்கள் திகைத்து நோக்கிவிட்டு "அமைச்சரே, குடிகளனைவரையும் நிகரென நோக்குவதல்லவா கொற்றவனின் கடன்?" என்றார்.

"அரசே, செருகளத்தில் யானைமருப்பெறிந்த மறவனையும் வேலேந்தி வெறுமனே நிரைவகுக்கும் வீரனையும் நிகரெனக் கொள்வோமா என்ன?" என்றார் பெருஞ்சாத்தனார். "அதெப்படிக் கொள்ளமுடியும்? களமறம் வணங்கத்தக்கதல்லவா?" என்றார் பழையன். "ஆம், அதற்குநிகரே சொல்திறமும். முதன்மைச்சொல்லாண்மை கொண்ட பாணனை

அரசன் நூறு களம் கண்ட மறவனுக்கு நிகராக வணங்கி அமரச்செய்து சொல்கேட்டுப் பாராட்டி பரிசில் கொடுத்து வணங்குவதே தமிழ்முறைமை. இங்கே நீங்கள் கற்றோரையும் மற்றோரையும் நிகரென நிற்கச்செய்தீர்கள். வரிசையறியாப்பரிசிலை அவர்கள் நஞ்சென்றே எண்ணுவர்.”

“எல்லா பாணரும் சொல்கற்றவர்கள் அல்லவா? அதனாலல்லவா அவர்கள் குண்டலம் அணிந்திருக்கிறார்கள்? அதைக்கொண்டுதானே நாம் அவர்களை அடையாளம் கண்டுகொள்ள முடியும்?” என்றார் பழையன். “அவர்களில் முதன்மைச்சொல் கொண்ட பாணன் வேறுவகைக் குண்டலங்கள் அணிந்திருப்பான் என்றால் அதைச் சொல்லவேண்டியவர் நீர் அல்லவா?” என்றார் பழையன் சினத்துடன். “இந்தச் சிறுவன் சொல்லிவிட்டுப்போனதன் பொருளென்ன, சொல்லும்!” பெருஞ்சாத்தனார் பேசாமல் நின்றார்.

“அவன் என் வெண்குடையை வாழ்த்தினான் என்று சற்றொப்ப நான் விளங்கிக்கொண்டிருக்கிறேன்...” என்றார் பழையன். “ஆம் அரசே, அவன் பாடியது பாணர்நாவில் வாழும் தொல்தமிழ் மொழி. நம் செவிமொழிக்குச் சற்றே அயலானது அது...” என்றார் பெருஞ்சாத்தனார். பழையன் சினத்துடன் “நீர் அதன் உண்மைப்பொருளைச் சொல்லும்” என்று உறுமினார்.

“அரசே, அப்பாடலின் பொருள் இதுதான். ‘கொற்றக்குடை ஏந்தியவனே, புதுமழையில் முளைத்த நாய்க்குடை போன்று சிறிய நிழலை அளிக்கும் கொற்றக்குடையை ஏந்தியவனே. இனிய சோற்றுமணம் அறிந்து வந்து சூழும் நாய்களின் கூட்டம்போல பாணர்கள் குழுமி தினைப்புனத்தில் புகுந்த சிறியசெவியுடைய எருமையை ஓட்டுவது போல பேரொலி எழுப்பும் பெரும் புகழ் கொண்ட பழையனின் மணிமுடிமேல் கவிந்திருக்கும் கொற்றக்குடையை ஏந்தியவனே. உன் சிறப்பு இனிதே வாழ்க’” என்றார் பெருஞ்சாத்தனார். அணிப்பரத்தையர் வாயைமூடிக்கொண்டு சிரிக்க பழையன் அவர்களை சினந்து நோக்கி திரும்பி அமைச்சரை நோக்கினார்.

சிலகணங்கள் திகைத்து வெறித்த விழிகளுடன் நின்ற பழையன் “பிடியுங்கள்... பிடியுங்கள் அந்த பாணச்சிறுவனை... இப்போதே அவன் என் காலடியில் கிடக்கவேண்டும்” என்று உடைந்த குரலில் கூவியபடி திரும்பி வெளிமுற்றம் நோக்கி ஓடினார். அவரைத்தொடர்ந்து அணிப்பரத்தையர் தாலங்களுடன் ஓட, கொம்பும் சங்கும் ஏந்தியவர்கள் தொடர்ந்தனர். மன்னன் தோளிலிருந்து நழுவிய மேலாடையை எடுக்க ஒரு பணியாளன் குனிய அவன் மேல் முட்டிக்கொண்டு பரத்தையர் தாலங்கள் பேரொலி எழுப்பப் புரண்டு விழுந்தனர். வெண்குடையுடன்

ஓடியவன் குடை நுனி வாயில்சட்டத்தில் முட்டிக்கொள்ள திகைத்து பின்னால் சரிந்தான்.

மணிமுடியைக் கையில் எடுத்துக்கொண்டு வெளியே ஓடிவந்த பழையன் உரக்க "இப்போது கவிதை பாடிய அந்தச் சிறுவனைப்பிடியுங்கள்... உடனே..." என்று ஆணையிட்டார். நூற்றுவர் தலைவர்கள் அவ்வாணையை ஏற்று திரும்ப ஒலிக்க படைவீரர்கள் வாள்களும் வேல்களும் ஒலிக்க பாணர்கூட்டம் நடுவே புகுந்தனர். கூச்சல்களும் ஓலங்களும் எழுந்தன. படைவீரர்கள் ஐயத்துக்குரிய பாணர்களை எல்லாம் இழுத்துக்கொண்டு வந்து அரசன் முன் நிறுத்தினர்.

பழையன் அவர்களின் முகங்களை மாறிமாறிப் பார்த்தார். அவரால் எந்த முகத்தையும் அடையாளம் காணமுடியவில்லை. "அமைச்சரே, அந்தப்பதர் இவர்களில் யார்? உடனே சொல்லும். தலையை வெட்டுவதா யானைக்காலில் இடறுவதா என்று முடிவுசெய்வோம்" என்றார். "அரசே, அவர் சிறுவர். இவர்களெல்லாம் அகவை நிறைந்த முதுபாணர்கள்" என்றார் பெருஞ்சாத்தனார். "ஆம். நான் குண்டலங்களையே பார்த்தேன்" என்றார் பழையன்.

"அரசே, அவன் தப்பிச்சென்றுவிட்டிருப்பான். நான் அவன் சொல்லை விளங்கிக்கொண்டுவிட்டேன் என அவன் அப்போதே உணர்ந்தான். ஆகவே உடனே இங்கிருந்து விலகிச்சென்றிருப்பான். அதற்கான நேரமும் அவனுக்கு நம்மால் அளிக்கப்பட்டது" என்றார் பெருஞ்சாத்தனார். "ஆம், ஆனால் அவன் எங்கே சென்றிருக்கமுடியும்? நம் நாட்டை விட்டு அவன் சென்றிருக்கமுடியாது... உடனே நம் ஒற்றர்கள் கிளம்பட்டும். பதினாறு வயதுக்குள் இருக்கும் அத்தனை பாணர்களையும் பிடித்து இங்கே கொண்டுவந்து சேருங்கள்... உடனே செல்லுங்கள்!" என்றார்.

"அரசே, பாணர்களை நாம் பகைக்க முடியாது. அவர்கள் மூவேந்தர்களாலும் புரக்கப்படுபவர்கள்" என்றார் பெருஞ்சாத்தனார். "அதைப்பற்றி நான் எண்ணப்போவதில்லை. உடனே என் முன் அந்தப் பாணன் வந்தாக வேண்டும். என் வெண்குடையை நாய்க்குடை என்றவனை என் கையாலேயே சாட்டையாலடிக்காவிட்டால் நான் மன்னனே அல்ல" என்றார் பழையன். அப்போது பேரொலி எழுந்தது. "என்ன ஒலி அது?" என்றார் பழையன் அதிர்ந்து. "பந்தியில் அக்கார அடிசில் நுழையும் ஒலி அது அரசே" என்றார் பெருஞ்சாத்தனார். பின் குரலைத் தாழ்த்தி "மணிமுடியை அவ்வாறு கையில் வைத்திருக்கலாகாது அரசே... உள்ளே செல்லுங்கள்" என்றார்.

பாடலைப்பாடி இறங்கியதுமே கூட்டத்துக்குள் சென்ற இளநாகன் அவ்வழியே யானைக்கொட்டிலுக்குள் சென்றான். தலைப்பாகையையும்

குண்டலங்களையும் கழற்றி தலைப்பாகை துணியை கச்சையாகக் கட்டிக்கொண்டு கிணைப்பறையை அங்கேயே போட்டுவிட்டு மறுபக்கம் சென்று குறுஞ்சாலையில் இறங்கி விரைந்து விலகிச்சென்றான். ஊரில் எங்கும் மக்களே இருக்கவில்லை. அனைவரும் அரண்மனைக்கு விருந்துண்ணச் சென்றிருந்தனர். புல்வேய்ந்த சிறுவீடுகளின் முன்றில்களில் ஆட்டுப்புழுக்கைகளில் அணில்கள் ஆடிக்கொண்டிருக்க ஓரிரு எருமைகள் போதிய ஆர்வமில்லாமல் திரும்பிப்பார்த்தன. ஓர் எருமை மட்டும் ஏதோ வினவியது.

சேந்தூர் பாண்டியனுக்குக் கப்பம் கட்டிவந்த சிற்றரசு. மொத்தமாக எட்டு வீதிகளும் பன்னிரு தெருக்களும் கொண்டது. ஊர் நடுவே மரத்தாலான பெரிய அரண்மனை. ஊரைச்சுற்றி மண்ணைக்குவித்து சுவர் எழுப்பி மேலே முள்மூங்கிலை அடர்த்தியாக வளர்த்து சேர்த்துக்கட்டி வேலியமைத்திருந்தனர். கோட்டை வாயிலில் ஒரே ஒரு காவலன் ஈட்டியைச் சாய்த்து வைத்துவிட்டு மேலாடையை தரையில் விரித்து கண்மூடிப் படுத்திருந்தான். இளநாகன் கடந்துசென்றதைக் கோட்டைமேல் குந்தியிருந்த இரண்டு சேவல்கள்தான் பார்த்தன. அப்பால் மூன்றுகாலில் நின்று தூங்கிக்கொண்டிருந்த குதிரை அந்த ஒலிக்கு தோல் சிலிர்த்ததென்றாலும் கண்ணைத்திறக்க பொருட்படுத்தவில்லை.

நடுப்பகலின் வெயில் மின்னிக்கிடந்த வயல்வெளியை விரைவாகக் கடந்து அப்பால் இருந்த குறுங்காட்டுக்குள் நுழைந்து புதர்கள் வழியாகச் சென்றபோதுதான் புரவிகளின் குளம்போசையைக் கேட்டான். புதர்களுக்குள் ஒடுங்கியமர்ந்து அவனைக் கடந்துசெல்லும் கனத்த கால்களைப் பார்த்துக்கொண்டிருந்தான். பின்னர் எழுந்து காடுவழியாகவே அடுத்த ஊருக்குச் சென்றபோது அங்கே பழையனின் வீரர்கள் ஊர்மக்களிடம் வினாக்களெழுப்பியபடி நிற்பதைக் கண்டான். இனிமேல் சேந்தூர் அரசின் எந்த சிற்றூருக்குள்ளும் நுழைய முடியாது என்று உணர்ந்துகொண்டான்.

காட்டுக்கிழங்குகளையும் காய்களையும் தின்று ஊற்றுநீரைக் குடித்தபடி, மரக்கிளைக் கவர்களில் துயின்றபடி, இளநாகன் சென்றுகொண்டிருந்தான். நான்காம்நாள் அவன் சேந்தூருக்கு மிக அப்பால் விரிந்த பொட்டல் பாதையில் சென்றுகொண்டிருந்த உமணர்குழு ஒன்றைக் கண்டான். பெரிய வெள்ளெருதுகளால் இழுக்கப்பட்ட பன்னிரு கனத்த சகடங்கள் உப்புச்சுமைகளுடன் சென்றன. அவற்றைச்சூழ்ந்து உமணர்கள் கைகளில் கூர்வேல்களும் விற்களுமாக நடக்க அவர்களின் உடைமைகளுடன் மூன்று சிறியவண்டிகள் பின்னால் சென்றன.

கைகளைத் தூக்கியபடி அவர்களை அணுகிய இளநாகன் தன்னை ஒரு கணியன் என்றும் தன்பெயர் இளநாகன் என்றும் அறிமுகம்

செய்துகொண்டான். அக்குழு மதுரைக்குச் செல்வதை அறிந்து தானும் சேர்ந்துகொள்ளலாமா என்று கேட்டான். அவர்களின் தலைவன் இளநாகனை அருகே அழைத்து அவன் கைகளை விரித்து நோக்கினான். உழுபடையும் கொலைப்படையும் தேராத கைகள் கொண்டவன் அவன் என உணர்ந்ததும் “மதுரைக்குச் சென்று என்ன செய்யப்போகிறீர்?” என்று கேட்டான். “அங்கே பேரவையில் என் திறம் காட்டி பரிசில் பெறப்போகிறேன்” என்றான் இளநாகன். “இங்கே என் திறமறிந்து பரிசிலளிக்கும் மன்னரென எவருமில்லை.”

உரக்க நகைத்து உமணர்தலைவன் சொன்னான் “ஆம், சின்னாட்களுக்கு முன்புகூட இங்கே பழையன் அவையில் ஒரு பாணன் வரிசையறியா பரிசிலளித்தமைக்கு வசைபாடி மறைந்துவிட்டான் என்கிறார்கள்.” அவனைச் சூழ்ந்திருந்த உமணர்கள் நகைத்தனர். “கீரா, அந்தப் பாடலைப் பாடு” என்றான் தலைவன். இளையவனாகிய கீரன் புன்னகையுடன் தன் கையில் இருந்த மரப்பெட்டியில் தட்டியபடி “கொற்றக் குடையோய் கொற்றக் குடையோய்! புதுமழை கலித்த வெண்குடை அன்ன பொல்லா பெருநிழல் கொற்றக்குடையோய்!” என பாடத்தொடங்கினான்.

இளநாகன் புன்னகைசெய்தான். “வாரும்” என்றான் உமணர்தலைவன். “இன்னும் பன்னிருநாட்களில் நாம் பெருநீர் பஃறுளியைக் கடந்து தென்மதுரை மூதூரை அடைவோம். அங்கே உமக்குரிய பரிசில்கள் காத்திருக்கக்கூடும். மதுரை கல்வியின் நகரம். கல்விசேர்த்த செல்வம் ஒளிவிடும் நகரம்” என்றான். கீரன் பாடி முடித்ததும் ஒருவன் சிரித்துக்கொண்டு “பழையன் இந்தப்பாடலை தமிழ்கூறும் நல்லுலகெங்கும் பரப்ப அரும்பாடுபடுகிறான். நூற்றுக்கணக்கான வீரர்கள் வேல்களுடன் ஓடிக்கொண்டிருக்கிறார்கள்” என்றான். அனைவரும் நகைத்தனர்.

“உணவு அருந்தினீரா பாணரே?” என்றான் தலைவன். இளநாகன் இல்லை என தலையசைத்ததும் கீரனை நோக்கி தலைவன் தலையசைத்தான். அவர்கள் அங்கே ஓர் ஆலமரத்தடியில் நுகமிறக்கி கொடுங்கால் ஊன்றினர். அங்கே சிறிய ஊற்று ஒன்று இருந்தது. வண்டியில் இருந்து பானையை இறக்கி வைத்து அதனுள் இருந்து அள்ளிய புளித்த கம்புக்கூழை கமுகுப்பாளை கோட்டிய தாலத்தில் அகப்பையால் அள்ளி வைத்து இளநாகனுக்கு அளித்தான் கீரன்.

இளநாகன் உண்ணும்போது கீரன் புன்னகையுடன் “அழகிய பாடல் பாணரே” என்றான். இளநாகன் கூழ் புரைக்கேறி இருமியபடி நிமிர்ந்தான். “உமது காதுத்துளைகள் நீண்டவை. குண்டலங்களை அணிந்தமையால் உருவான நீளம். நீர் தப்பி மதுரைக்கு ஓடுகிறீர்” என்று கீரன் புன்னகைசெய்தான். இளநாகன் பேசாமல் பார்த்தான். “அஞ்சாதீர்...

எங்கள் குழுவில் இருக்கையில் எவரும் உம்மை ஏதும் செய்யமுடியாது” என்றான் கீரன். இளநாகன் புன்னகைசெய்தான்.

“எங்கு செல்கிறீர் ? மதுரையில் எவரைப் பார்க்கவிருக்கிறீர் ?” என்றான் கீரன். “எங்கு செல்வதென்று இன்னும் எண்ணவில்லை” என்றான் இளநாகன். “நேற்றிரவு துயிலாமல் மரத்தின் மேலிருக்கையில் எண்ணிக்கொண்டேன். வீரன் வாழ்வு சிறிது. மன்னன் வாழ்வு அதைவிடச் சிறிது. அவர்களைப் பாடிவாழும் பாணன் வாழ்வோ கால்களைக்க ஓடியும் காலடி நீளம் கடக்காத எறும்புக்கு நிகர் என...”

கீரனை நோக்கி எழுச்சி ஒளிவிட்ட விழிகளுடன் இளநாகன் சொன்னான் “எங்கும் இல்லை. வெறுமனே சென்றுகொண்டே இருக்கவேண்டுமென எண்ணுகிறேன். இச்சிறு மண்ணில் இன்றிருந்து நாளை மறையும் மக்களைப் பாடி சிறுவாழ்வு வாழலாகாது. மதுரை அல்ல என் இலக்கு. அது என் ஏணியின் முதலடி. நான் ஏறிச்செல்லவிழைகிறேன்.” கீரன் சிரித்து “எங்கே?” என்றான். “வடக்கே... அவ்வளவுதான் இன்று என் எண்ணம்” என்றான் இளநாகன். “அஸ்தினபுரிவரை சென்றுவிடுவீர்கள் போலிருக்கிறதே” என்றான் கீரன்.

அச்சொல் எழுந்த கணம் தலைவன் மணியோசை எழுப்பி “உணவுண்டவர்கள் எழுக! பொழுதடைய இன்னும் நேரமில்லை” என்றான். “நன்னிமித்தம்” என்றான் கீரன். “அவ்வாறே ஆகட்டும் கீரரே” என்றான் இளநாகன்.

2

மருதூர் சாத்தன் பெரும்பாணன் மகன் இளநாகன் “மேலும்” என்று கேட்டபோது எதிரே இருந்த கற்சிலை புன்னகைத்தது. ஈதெய்வம கற்சிலைக்கு வண்ண உடை என கலுழ்ந்து மூக்கைச் சிந்தியபின் அதைத் தொட்டுப்பார்க்க முன்னகர்ந்தபோது தரை பின்னோக்கிச் சென்றது. ஆகவே இன்னொரு தூணைப்பற்றிக்கொண்டு கால்தளர்ந்து அமர்ந்துகொண்டான். அந்தக் கற்தூணிலிருந்த சிலையின் கை நீண்டு அவனைப்பற்றி மெல்ல அமரச்செய்தது. அது வியர்வையும் ஈரமுமாக இருந்த முதிய கை. சிலையின் கையைப்பற்றியபடி இளநாகன் “மேலும் ஒரு குவளை” என்று விண்ணப்பித்தான். யாரோ பீரிட்டுச் சிரித்தார்கள்.

“பாணரே, தெய்வங்கள் ஆளும் தொல்நிலமாம் மதுரையைப் பாடுக!” என்று வேறு யாரோ சொன்னார்கள். “தென்வலசை வந்த பாணர்கள் எவரும் மதுரையைப் பார்த்ததில்லை. மதுக்குடுவையை மட்டுமே பார்த்திருக்கிறார்கள்” என்று ஒருவன் சொன்னான். இளநாகன் தலையைத் தூக்கி “நான் மது அருந்துவதில்லை... யவனர் நன்கலம் தந்த இன்கடுந்தேறல் மட்டுமே சற்று அருந்தியோன்...” என்றான். “எனக்கு ஒரு கிணைப்பறை கொடுங்கள். அதன் நலத்தை நவில்வேன்...”

ஏன் அத்தனைபேரும் நகைத்துக்கொண்டிருக்கிறார்கள் என்று இளநாகனுக்கு விளங்கவில்லை. தென்மதுரையில் அனைவரும் பேசுவதற்குப்பதில் நகைக்கும் வழக்கம் உண்டுபோலும் என எண்ணிக்கொண்டான. “இதோ என் சொல்! மேலும் ஒரு குவளை யவன மது கொடுப்பவர்களுக்கு மருதூர் சாத்தன் பெரும்பாணன் குலம் அடிமை” என்று சொல்லி தரையை கையால் இருமுறை அறைந்தான்.

அப்பால் ஒரு கதவு திறந்து அதன் வழியாக பொற்சிலம்பணிந்த இரு கரும்புநிறக் கால்கள் வெளித்தெரிந்தன. அவை இரு அழகிய மணிப்புறாக்கள் போல தத்தித் தத்தி அருகணைந்தன. இளநாகன் கைகளை நீட்டி அவற்றைத் தொட முயல அவை பின்னகர்ந்து இனிய சிரிப்பொலி எழுந்தது. “பாணரே, எழுக! மருதூர் பெரும்பாணர் இப்படி இரண்டு குவளை யவனமதுவுக்காக மண்ணில் நீந்தலாமா?” என்று பெண்குரல் எழுந்தது. வாயைத் துடைத்து கண்களை இருமுறை கொட்டியபடி இளநாகன் தலைதூக்கினான்.

அவளைக் கண்டதும் அனைத்து மயக்குகளும் விடுபட்டு விலக, கையூன்றி எழுந்து தூணில் சாய்ந்தமர்ந்து “சற்று பயணக்களைப்பு. பிறிதொன்றில்லை” என்றான். மதுரை செழியன் அவைப்பரத்தை நறுங்கோதை தன் சிறுவெண்பற்கள் தெரிய நகைத்து “சற்று புளித்த மோர் அருந்துங்கள் பாணரே, சொல்மகள் தங்கள் நாவில் நிற்கமுடியாது வழுக்குகிறாள்” என்றாள்.

இளநாகன் நகைத்து “ஆம், அது உன் கைகளில் இருந்து என்னிடம் சேர வரும் பொன்மகளைக் கண்டு அவள் கொள்ளும் பிணக்கு” என்றான். கோதை முகம் தூக்கி உரக்க நகைத்துக்கொண்டு “எழுந்து பீடத்தில் அமருங்கள் இளம்பாணரே. இங்கே எவரும் குடுமியால் நடப்பதில்லை” என்றாள்.

இளநாகன் எழுந்து தன் தலையை நான்குமுறை கைகளால் தட்டினான். நறுங்கோதையின் சேடிப்பெண் கொண்டுவந்து தந்த புளித்த மோரை சற்று உண்டபின் பின்னால் அசைந்துசென்று பீடத்தில் அமர்ந்துகொண்டான். “பாணரே, தங்கள் சொல்நலம் இப்போது தேவையாகிறது. வடபுலத்துப் பாணர் குழு ஒன்று சற்று நேரத்தில் இங்கு வரவிருக்கிறது. அவர்களிடம் வடமொழி கேட்டு தென்தமிழ் உரைக்கவே நான் நாத்திறன் மிக்க ஒருவரை தேடியிருந்தேன்...” என்றாள்.

“வடபுலத்துப்பாணர் ஏன் பரத்தையர் இல்லம் தேடிவரவேண்டும்? அரசவைக்குச் செல்ல வழியறியாரோ?” என்றான் இளநாகன். “அரசவைக்கு அவர்களை நானே இன்று மாலை அழைத்துச்செல்வேன். அதுவரை இங்கே அவர்கள் நீராடி உணவுண்டு ஓய்வெடுப்பார்கள்” என்றாள் நறுங்கோதை.

திண்ணையில் இருந்த முதுபாங்கன் “கூடவே மதுரை தென்வீதி தலைக்கோலி மருதி மகள் நறுங்கோதையின் கூந்தல்மணத்தையும் அவர்கள் தங்கள் சொற்களில் கொண்டுசென்று பரப்புவார்கள்” என்றான். பிற இருவரும் பற்களைக் காட்டி நகைத்தனர். இளநாகன் எழுந்து

“எனக்கும் நல்லாடையும் நல்லுணவும் தேவை. என் சொற்களுக்கும் கூந்தல் நறுமணம் கோதும் வல்லமை உண்டு” என்றான். நறுங்கோதை சிரித்து “பதினாறு அகவை நிறையவில்லை எனினும் நீந்தலறிந்த மீன்குஞ்சாக இருக்கிறீர்” என்றபின் “வருக” என்றாள்.

இளநாகன் எழுந்து தன் கச்சையை நன்கு உடுத்து கைகளை விரித்துச் சுழற்றி இயல்பமைத்துக்கொண்டு சுற்றும் நோக்கினான். மதுரைமூதூர் தெற்குவீதியின் முதல்பெருமாளிகை முகப்பு அது. வெண்சுண்ணம் அரைத்துக்கட்டிய சுவர்களும் மலைவேங்கை மரம் செதுக்கிச் செய்த சிற்பத்தூண்களும் கொண்ட மாளிகைக்கு முன் அணியெழினிகளும் வண்ணமாலைகளும் தொங்கி அசைந்துகொண்டிருந்தன. பிறைவடிவ முற்றத்தில் செம்பட்டுத் திரையசைய நான்கு பல்லக்குகள் நின்றன. இல்லங்களுக்குப் பின்னால் எழுந்த தென்மதிலுக்கு அப்பால் குமரிப்பெருங்கடல் அலையடித்து ஓசையிட்டுக்கொண்டிருந்தது.

பன்னிருநாள் பயணத்தில் முந்தையநாள் இரவுதான் இளநாகன் ஏழுதெங்குநாட்டு சேந்தூர் அரசு விட்டு முதுமதுரையின் பஃறுளி ஆற்றுக்கரையில் அமைந்த உமணர்குடியிருப்புக்கு அவர்களின் வண்டியுடன் வந்தடைந்தான். அங்கே ஆற்றின் எழில் கண்டு நீராடி உணவுண்டு ஒருநாள் கழித்தபின் கீரன் அளித்த மூன்று செப்புக்காசுகளை தன்னிடமிருந்த மூன்று செப்புக்காசுகளுடன் சேர்த்து மடியில் முடிந்துகொண்டு நகர் புகுந்தான்.

எட்டு சரடுகளாக இடையளவு நீர் சுழித்துச் சென்ற பஃறுளியின் மீது பெரிய வேங்கைத்தடிகளை ஆழ ஊன்றி அதன்மேல் பாலம் கட்டியிருந்தனர். அதில் எறும்புநிரை போல வண்டிகள் ஏறி மறுபக்கம் சென்றன. அவை வடக்கே நெல்வேலியிலிருந்து நெல்லும் வடகிழக்கே கொற்கையிலிருந்து ஆடைகளும் கொண்டுவந்தவை. தென்மதுரை மூதூரில் சுங்கமில்லை என்பதனால் காவலுமில்லை. சிறுகொடிகள் பறக்க வண்டிகள் அசைந்து அசைந்து உள்ளே சென்றன.

வடக்கே குவிந்தோங்கி நின்ற குமரிக்கோட்டின் உச்சிப்பாறையில் குமரியன்னையின் ஆலயம் எழுந்து வானில் நின்றது. மலையின் காலடியில் கிடந்தது மதுரைப் பெருநகர். சிப்பிகள் கலந்த கடற்பாறைகளை வைத்துக்கட்டப்பட்ட கோட்டைமதில் வளைந்து நகரைத் தழுவி தெற்கே இழிந்து கடலை அணுகி வேலியிட்டிருந்தது. தெற்கே விழியெட்டும் வரை அலையடித்துக்கிடந்த கடலின் அலைகள் பெருமதில்மேல் அறைந்து துமி தெறிக்க அதில் வெயிலொளி மின்னியது. அங்கிருந்த மாளிகைமுகடுகளிலெல்லாம் கடற்காற்று பனித்த ஈரம் கசிந்து ஒளியுடன் வழிந்துகொண்டிருந்தது.

தென்மதில் சென்று இணைந்த பஃறுளி கடல் அணைந்த பொழிப் பெருந்துறையில் நெடுந்தொலைவில் நூறுநாவாய்கள் பாய் தாழ்த்தி கடலலைகளில் எழுந்தாடி நின்றுகொண்டிருந்தன. அந்நாவாய்கள் கரும்பாறைகள் சூழ்ந்த மதுரைத்துறையை அணைய முடியாது. எனவே நாவாய்களிலிருந்து சுமையிறக்கிக் கொண்ட படகுகள் பாய் விரித்து அலைகளில் எழுந்தமைந்து கரைசேர்ந்தன. கரையில் அவற்றை அணைத்துப் பொதியிறக்கும் வினைவலரின் குரல்கள் மெலிதாகக் கேட்டன.

மேற்கு வாயில்தான் நகருக்குள் நுழையும் முகப்பு. கோட்டை முகப்பில் நின்ற காவல்மறவர் எவரையும் எதுவும் கேட்காமல் வேல்களைக் குவித்து ஓரமாகச் சாற்றிவைத்து கல்தரையில் களம்வரைந்து குடுமிதாழக் குந்தியமர்ந்து சூதாடிக்கொண்டிருந்தனர். கோட்டைக்குள் வலப்பக்கத்து ஒழிந்த இடத்தில் எட்டுபேர் கீழாடையை முறுக்கியணிந்து வேறு பத்துபேருடன் கடும் போரில் ஈடுபட்டிருந்தனர். அருகே ஒரு கல்லில் அமர்ந்திருந்த நரை மீசைக்கிழவர் கடற்காக்கை இறகால் காதைக்குடைந்துகொண்டிருந்தார்.

இளநாகன் நின்று அதைப்பார்த்தான். அது ஆடல்போர் எனத் தோன்றவில்லை. எந்த நெறிகளுமில்லாமல் கட்டற்று நிகழ்ந்தது. மாறிமாறி அறைந்தும், உதைத்தும், மண்ணை அள்ளி கண்களில் வீசியும், கற்களையும் கம்புகளையும் எடுத்து அடித்தும் அவர்கள் போரிட்டனர். “இது போர்விளையாடலா?” என்று அவன் கிழவரிடம் கேட்டான். “இல்லை, அவர்கள் சினந்து பூசலிடுகிறார்கள்” என்றார் கிழவர். “அவர்கள் பாண்டியப்படை மறவர் அல்லவா?” என்றான் இளநாகன். “ஆம்” என்றார் கிழவர். “அப்படியென்றால் இது பிழையல்லவா?” என்று இளநாகன் கேட்டான். “ஆம், இது முறைமீறலே” என்றார் கிழவர்.

போரிடுபவர்களில் நால்வர் பிறநால்வருடன் மண்ணை அறைந்து ஒலியுடன் விழ, கிழவர் கால்களைச் சற்றே அகற்றி வைத்தார். “எதற்காகப் போரிடுகிறார்கள்?” என்று இளநாகன் கேட்க “அவர்களில் எட்டுபேர் கொண்டையங்கோட்டையார். பத்துபேர் செம்புநாட்டார். அவர்கள் வழக்கம்போல முன்மதியம் போரிடுவார்கள். பின்மதியம் இன்கள் அருந்துவார்கள்” என்றார் கிழவர். “இங்கே இவர்களின் காவலர்தலைவர் என எவருமில்லையா?” என்றான் இளநாகன். “நான்தான் காவலர் தலைவன்” என்றார் கிழவர். “நீங்கள் ஆணையிடலாமே!” என்று இளநாகன் கேட்டான். “அதெப்படி? நான் ஆப்பநாட்டான் அல்லவா?” என்று கிழவர் ஐயத்துடன் கேட்டார்.

இளநாகன் மதுரை கூலவாணிக வீதியில் ஒரு செப்புக்காசுக்கு புட்டும் தெங்குப்பாலும் கலந்து உண்டான். இன்னொரு செப்புக்காசுக்கு

இன்கடுங்கள் சற்று அருந்தி சிற்றேப்பத்துடன் கொடிகளசைந்த கடைகள் நடுவே அங்கே விற்கப்படும் பொருட்களைப் பார்த்துக்கொண்டு அலைந்தான். நறுஞ்சுண்ணம், சந்தனம், அகில், துகில், உலர்மீன், ஆமையிறைச்சி, மீனெண்ணை, புன்னைக்காய் எண்ணெய், ஆமணக் கெண்ணெய், எள்ளெண்ணெய், நெய், எருமைத்தோல், மரப்பொருட்கள், தந்தச்செதுக்குகள், கொம்புப்பிடியிட்ட குத்துவாட்கள், யவனத்தேறல், பொற்கலங்கள், அணிகள், சீனப்பட்டுகள், கலிங்கங்கள்...

இளைப்பாறும் பொருட்டு மீண்டும் சற்று இன்கடுங்கள் அருந்தி ஓரிரு பேரியேப்பங்கள் விட்டு மீண்டும் சுற்றிக் கொண்டிருந்தபோதுதான் அவ்வழி சென்ற முத்துப்பல்லக்கைக் கண்டான். அதன் செம்பட்டுத்திரைக்கு வெளியே பொற்சிலம்பணிந்த ஒற்றைப்பாதம் மட்டும் வைக்கப்பட்டிருந்தது. இளவெயிலில் அது மின்னிக்கொண்டிருந்தது. வணிகர்களும் கொள்பவர்களும் எழுந்து சொல்லிழந்த வாயுடன் நோக்கினர்.

பல்லக்கின் முன்னால்சென்ற முதுபாங்கன் கையிலிருந்த மணியை ஒலித்தபடி "தென்வீதியை எழிலாக்கும் அணிமகள் நறுங்கோதைக்கு விழிநீக்கி வழிவிடுங்கள்!" என்று கூவிக்கொண்டு சென்றான். பல்லக்கு சென்றபின் வணிகர்கள் நெடுமூச்செறிந்து உடல் தளர்ந்தனர். "ஏன் பாதங்களை மட்டும் காட்டுகிறாள்?" என்று கூலம் கொள்ள நின்ற ஒருவர் கேட்க கடையமர்ந்த முதுவணிகர் "அது ஒரு சோற்றுப்பதம் என்னும் கொள்கை சார்ந்தது" என்றார்.

"ஏன் கைகளைக் காட்டலாமே?" என கொள்பவர் கேட்க முதுவணிகர் சினந்து "நீர் மூதூர்மதுரைக்கு புதிதோ?" என்றார். "ஆம், வணிகரே. நான் நெல்வேலி கொற்றம் சார்ந்தவன்" என்றார். "அங்கே நீங்களெல்லாம் முறைமீறிச்செல்பவர்கள். நாங்கள் நூல்நெறி வழுவாதோர்" என்றார் முதுவணிகர். "யாது நூல்நெறி?" என்றார் நெல்வேலிக் கூலம்கொள்வோர். "...கால்கோள் என்றுதானே நூல்கள் சொல்கின்றன?" என்று முதுவணிகர் கேட்க திகைத்தபின் அவர் தலையசைத்தார்.

இளநாகன் பல்லக்கைத் தொடர்ந்து சென்றான். தென்வீதியில் அணிமாடம் முன்பு அது நின்றதும் உள்ளிருந்து பட்டாடையால் உடல் மறைத்த நறுங்கோதை இறங்கி சிலம்பொலிக்க உள்ளே சென்றதும் முதுபாணனிடம் சென்று வணங்கி தன்னை அறிமுகம் செய்துகொண்டான். "என்ன சொன்னீர்? மருதூர் சாத்தன் பெரும்பாணன் மைந்தரா நீர்? நான் அவரை நன்கறிவேன். நாங்களிருவரும் இணைந்தல்லவா சோழநாட்டுக்குச் சென்றோம்!" என்றவர் ஏங்கி நெடுமூச்செறிந்து "பொழிகடல் புகாரின் பெரும்பரத்தை பரவை இந்நேரம் முதுமைகொண்டிருப்பாள்!" என்றார்.

பாங்கன் அழிசி “வருக, இன்கடுந்தேறல் மாந்துக. எஞ்சியவற்றை பின்னர் சொல்வோம்” என்றான். மதுவை முகர்ந்த இளநாகன் முகம் மலர்ந்து “நாட்பட்ட இறைச்சியென நாறுகிறது!” என்றான். ஒரே மிடறில் அதை அருந்திவிட்டு மேலும் முகம் மலர்ந்து “என் உடலே ஓர் எருக்குழியென ஆகிவிட்டது பாங்கரே” என்றபின் இருமுறை உடலை உலுக்கி நடுநடுங்கி “மேலும்” என்றான். அதன்பின் அவனில் தமிழ் அந்த ஒரு சொல்லாகவே நிகழ்ந்தது.

நீராடி நல்லாடை அணிந்து, கொண்டையில் வெண்முல்லைச் சரம் சூடி இளநாகன் முகப்புக்கூடத்துக்கு வந்தபோது வடபுலத்துப் பாணர்கள் சிறுபாணரும் விறலியரும் சேடியரும் முதுபரத்தையரும் இளங்கணிகையரும் சூழ அமர்ந்திருந்தனர். அவர்கள் எண்மர் இருந்தனர். மூவர் முதியவர்கள். ஒருவர் இளநாகன் அகவையே ஆன இளையவர். அனைவரும் பெரிய பூசணிக்காய் போல தலைப்பாகையை சுற்றிச்சுற்றிக் கட்டியிருந்தனர். காதுகளில் ஒளிவிடும் குண்டலங்கள் அணிந்து நீண்டு தொங்கும் மீசை கொண்டிருந்தனர். முதுபாணர்களின் கண்களைச்சுற்றி தோல் கருகிச்சுருங்கியிருந்தது.

“மருதூர் சாத்தன் பெரும்பாணன் மகன் இளநாகன் வணங்குகிறேன்” என்று இளநாகன் வடமொழியில் சொன்னான். அவர்களில் மூத்தவர் “அஸ்தினபுரத்து பாரஸவ குலத்து முதுசூதர் பில்வகர் வணங்குகிறேன். நீள்வாழ்வும் நற்சொல்லும் அமைவதாக!” என்று வாழ்த்தினார். “அமருங்கள் இளநாகரே. நாங்கள் எங்கள் மொழியறிந்த ஒருவரைத் தேடிக்கொண்டிருந்தோம். இங்கே வடமொழியறிந்தவர்கள் வணிகர்கள் மட்டுமே. அவர்கள் கவிதையைக் காசாகவே மொழிபெயர்க்கிறார்கள்” என இளையவர் சொன்னார். “என் பெயர் கலிகர். நான் லோமச குலத்துதித்த பாணன். அஸ்தினபுரியிலிருந்து வருபவன்.”

“மதுரை தங்கள் வரவால் மகிழ்கிறது” என்றான் இளநாகன். “இந்நகர் பற்றி தங்கள் சொற்களைக் கேட்க விழைகிறேன்.” லோமச கலிகர் தன் யாழை எடுத்து சுட்டுவிரலால் சுண்டி “சிம்மமில்லா காட்டின் பெருங்களிறுபோலிருக்கிறது மதுரை. தலைமுறை தலைமுறையாக எதிரிகளைக் காணாமையால் அதன் தந்தங்களின் கூர் மழுங்கியிருக்கிறது. வீரர்கள் வேல்களை எறிந்து மாங்கனிகளை வீழ்த்துகிறார்கள். கொலைவாளால் அவற்றைப் போழ்ந்து உப்பு கலந்து கேடயங்களில் பரப்பி வைத்து உண்கிறார்கள்” என்றார்.

“வணிகவீதிகளில் விற்கப்படாதது என அன்னையரின் அன்பின்றி வேறேதுமில்லை. செல்வம் வந்தால் மனிதர்கள் தேவையற்றதையே

விரும்புவர் என்பதற்குச் சான்று இங்குள்ள வணிகவீதிகளேயாகும். மீன்முடையை அகிற்புகைகொண்டு நிகர்த்தும் கலையை அங்கே காணலாம்” என்றார் லோமச கலிகர். “திருமகள் தன் ஆடைக்குள் ஒளித்துவைத்திருக்கும் பொற்குடுவை போலிருக்கிறது இந்நகரம்” என்றார் லோமச சைத்ரர்.

“வீதிகளெங்கும் இசையும் களியாட்டமும் நிறைந்திருக்கிறது. வேளாண் தெருக்களில் அக்கார அடிசில் மணக்கிறது. பரத்தையர் வீதிகளில் செங்குழம்பு மணக்கிறது. எங்கும் கண்ணீர் மணக்கவில்லை. குருதி மணக்கவில்லை” என்றார் இன்னொரு சூதரான அக்னிசர குலத்து கிரீஷ்மர். “செழியன் கோலேந்தி ஆட்சி செய்யவில்லை. மக்கள் எதற்காகவும் மன்னனை நோக்கி நிற்கவுமில்லை. மூதூர் மதுரை துயரறியாக் குழந்தைமுகத்தை நிகர்த்துள்ளது.”

அவர்கள் மதுரையை விவரித்துக்கொண்டே சென்றனர். வெண்ணிறமான சுதைக்கூரைகள் கொண்ட மாடங்களாலான மாமதுரை ஒரு வெண்தாமரைக்குளம். அதன் நான்மாட வீதிகளில் தரைகளில் எங்கும் கற்பலகைகள் பதிக்கப்பட்டு முதலை முதுகுபோலிருக்கின்றன. அவற்றில் ஓடும் தேர்ச்சகடங்களும் குதிரைக்குளம்புகளும் தாளமாக ஒலிக்க மக்கள் மகிழ்ந்துபேசும் ஒலி இசையாகக் கேட்டுக்கொண்டே இருக்கிறது.

கரிய கோட்டைக்குள் வெண்ணிற மாளிகைகள் செறிந்த நகரின் வடபுலத்தில் மூங்கில் கூரையிட்ட மாளிகைமுகடுகள் கொண்ட மறவர் தெருக்கள் கொற்றவை அமர்ந்த ஆலயம் எழுந்த பெருவீதியிலிருந்து பிரிந்து செல்கின்றன. மேற்குப்புலத்தில் இந்திரனுக்குரிய வேளாண்வீதிகளில் புல்கூரையிட்ட வீடுகளில் இருந்து நறுஞ்சோற்று மணம் எழுகிறது. தென்புலத்தில் ஆமையோட்டுக் கூரையிட்ட மாளிகைகள் நிறைந்த நகரத்தார் வீதிகள் மையமாக அமைந்துள்ள செந்தழலோன் கோட்டத்திலிருந்து பிரிந்துசெல்கின்றன. அங்கே மாளிகை முற்றங்களில் பல்லக்குகள் நிற்கின்றன. வெண்பல்லக்குகள் அவர்களை அங்காடிக்கும் செம்பல்லக்குகள் பரத்தையர் விடுதிக்கும் கொண்டுசெல்கின்றன.

தென்கோட்டத்து முகப்பிலுள்ள அணிப்பரத்தையர் வீதியோ மதுரையெனும் மங்கை அணிந்துள்ள மணிச்சரம். வெண்கடற்சிப்பியாலான ஓடுகள் வேய்ந்த கூரைக்குவைகளுக்குமேல் அப்பரத்தையர் குலத்து முத்திரை கொண்ட கொடிகள் கையசைத்துக் கையசைத்து விண்ணவரை அழைக்கின்றன. அவ்விண்ணவர் முன்பு வந்து சென்றமைக்குச் சான்றுகளென திகழும் மங்கையர் அம்மாளிகை முகப்புகளில் அமர்ந்திருக்கின்றார்கள். முன்னழகை பின்னழகால் சமன்செய்திருக்கும் அவர்கள் துலாக்கோல் என அசைந்தாட கண்களோ அதன் ஊசிகள் எனத் துள்ளுகின்றன.

கிழக்கு எல்லையில் ஏழடுக்கு மாளிகையாக எழுந்துள்ள செழியனின் அரண்மனை அவள் அணிமகுடம். இந்திரனின் வெள்ளையானை தன் குட்டிகளுடன் நின்றதுபோல சிறுவெண்குடை முகட்டு மாளிகைகள் சூழ அது ஓங்கியிருக்கின்றது. அங்கே பறக்கும் மீன்கொடிகள் வெற்றி வெற்றி என்று மட்டுமே சொல்லிப்பழகிய நாக்குகள் போன்றவை. "ஆம்! மதுரைமூதூர் பாரதவர்ஷமெனும் பெருங்காவியத்தின் நிறைமங்கலச் செய்யுள். அவள் வாழ்க! இமயப்பனிமுடி தாழ்த்தி பாரதவர்ஷமெனும் அன்னை குனிந்துநோக்கும் ஒண்டொடிப் பாதம். அவள் வாழ்க!" என்றார் பாரஸவ பில்வகர்.

அவர்கள் பாடியதை இளநாகன் தென்மொழியில் தன் செய்யுளில் மீண்டும் பாடினான். அவன் சொற்களைக்கேட்டு அங்கிருந்தவர்கள் நகைத்தும் உவந்தும் வாழ்த்தொலி எழுப்பினர். சேடியர் இன்னுணவும் வெய்யநீரும் கொண்டுவந்து வைக்க சூதர்கள் பயணிகளுக்குரிய முறையில் அடுத்தவேளை இல்லையெனும் பாவனையில் அவற்றை அருந்தினர். நறுங்கோதை "சூதர்களே அந்தி இறங்கவிருக்கிறது. நாம் அரண்மனைக்குச் செல்லும் நேரம் நெருங்குகிறது. நீங்கள் உங்கள் மாலைவழிபாடுகளை முடிக்கவேண்டுமென்றால் அவ்வண்ணமே ஆகுக!" என்றாள்.

லோமச கலிகர் "எங்களுக்கு கவிதையும் இசையும் அன்றி நெறிகளென ஏதுமில்லை" என்றார். தன் சிறிய யாழை எடுத்து ஆணியை முறுக்கி கட்டைகள்சேர்த்து சுதி ஒருக்கி விரலால் மீட்டியபின் "எம்பெருமான் விண்ணளந்த பெருமாளின் புகழை அந்தியில் பாடுவது எங்கள் மரபு" என்றார். "பாடுக!" என்றாள் தலைக்கோலி மருதி. அங்கிருந்த அனைவரும் விண்ணவன் புகழ்கேட்க செவிகளைக் குவித்தனர்.

எண்மரும் தங்கள் கருவிகளை எடுத்துக்கொண்டனர். கிணையும் யாழும் துணைசேர்க்க விண்ணளந்த பெருமானின் புகழ்பாடத்தொடங்கினர். தன் கிணையை எடுத்து விரல் சேர்த்து துடிப்பறிந்தபின்னர் இளநாகன் எதிரே அமர்ந்து அவர்களின் ஒரு பாடலை அதே சந்தத்தில் தென்மொழியில் பாடினான்.

முதல்முடிவில்லாத பிரம்மம் தூங்கிக்கொண்டிருக்கும் குழந்தை தன் உமிழ்நீர் தன் உடலில் வழிந்து திடுக்கிட்டெழுவதுபோல விழித்து தன்னை அறிந்தபோது காலம் உருவாகியது. முடிவில்லாத காலம் கருமையாக இருந்தது. அதைக்கண்டு அஞ்சிய பிரம்மம் அதைத்தூக்கிப் புரட்டிப்போட்டு வெண்மையாக்கியது. அதுவே பாற்கடலென்றாயிற்று. அலையில்லாத வெண்கடலில் பிரம்மம் கருவில் நீந்தும் குழந்தையாகத் திளைத்து விளையாடியது.

தன் பாற்கடலை யாரேனும் குடித்துவிடுவார்களோ என்று அஞ்சிய குழந்தை அதற்குள் ஒரு பாம்பைப் பிடித்துப்போட்டது. ஆயிரம் நாக்கிருந்தாலும் பேசமுடியாமையால் அது நல்லபாம்பு என அழைக்கப்பட்டது. அதன்மேல் அவன் பள்ளிகொண்டான். என்ன சொன்னாலும் ஒப்புக்கொண்டு தலையாட்டும் பாம்பு அலுத்துப்போய் மறுத்துரைக்கும் பேச்சுத்துணைக்காக தன் நெஞ்சின் ஒளியைக்கொண்டு ஒரு பெண்ணைப் படைத்தான். அப்பெண்ணை அறிவதற்காக தன்னை ஆணாக்கிக்கொண்டான். பாம்பணையில் பள்ளிகொண்ட பெருமானை வாழ்த்துவோம். பாவம், மனைவி அருகிருப்பதனால் அவன் அறிதுயிலே கொள்ளமுடியும்.

பிள்ளையில்லா மனைவிக்கு நகையாட்டு காட்டும்பொருட்டு அவன் தன் தொப்புளில் இருந்து ஒரு தாமரையை முளைக்கவைத்தான். தாமரைக்குள் நான்குதலை எட்டுகை வண்டு ஒன்று ரீங்கரித்து ஏதோ செய்வது கண்டு 'யாரது?' என்றான். அவ்வடிவம் எழுந்து வணங்கி தன்னை பிரம்மன் என்று சொன்னது. அவன் திடுக்கிட்டு 'அங்கே என்ன செய்கிறாய்?' என்றான் 'இந்தத் தாமரைக்குள் இருந்து மேலும் தாமரைகளை முளைக்கவைக்கிறேன். அவற்றுக்குள் உலகங்களை உருவாக்குகிறேன்' என்றான். 'எதற்கு?' என்று அவன் பதறினான். 'அதெல்லாம் நானறியேன். இது என் தொழில்' என்றான் பிரம்மன்.

'உருவாக்கி என்னசெய்வாய்?' என்றான் அவன் அச்சத்துடன். 'திரும்பிப்பார்க்காமல் போவேன். அவ்வுலகங்களைக் காக்கும் பொறுப்பு உன்னுடையது' என்றான் பிரம்மன். 'நானா? நான் எதற்குக் காக்கவேண்டும்?' என்று அவன் சீறினான். 'நீதானே இவையெல்லாம்?' என்றான் பிரம்மன். 'ஆனால் நான் அவையாக இல்லையே' என்றான் அவன். 'ஆம், அதனால்தானே அவற்றை நீ அறிகிறாய்' என்றான் பிரம்மன். அவன் தன் கதாயுதத்தால் தன் தலையை அறைந்துகொண்டு 'என்னசெய்வேன்? இதற்கு ஓர் எல்லையே இல்லையா?' என்றான். 'எல்லையற்றவனல்லவா நீ?' என்றான் பிரம்மன். 'வாயைமூடு' என்று அவன் கூவ 'எந்த வாயை? நான்கு உள்ளனவே?' என்றான் பிரம்மன்.

அவன் சினமெழுந்து 'அங்கே என்ன சத்தம்?' என்றான். 'அது முனிவர்கள் உங்களை ஏத்தி துதிக்கும் இசை.' 'என்னையா? ஏன் துதிக்கிறார்கள்?' 'அசுரர்களிடமிருந்தும் அரக்கர்களிடமிருந்தும் அவர்களை நீங்கள் காப்பதற்காக' பிரம்மன் சொன்னான். 'அவர்கள் எப்போது உதித்தார்கள்?' என்று அவன் திகைத்தான். 'இதோ சற்று முன்பு... அவர்கள் உருவாகி நூறு மகாயுகங்களாகின்றன' அவன் சொல்லிழந்து பின் அழுகை வர 'எனக்குத்தெரியாமல் எப்படி நிகழ்ந்தது அது?' என்றான். 'உங்கள் ஓர்

இமைப்பு இந்த முதல்தாமரையில் ஒரு யுகம். இரண்டாம்தாமரையில் ஒரு மகாயுகம். அதற்கடுத்த தாமரையில் ஒரு கல்பம். அதற்கடுத்த தாமரையில்...'

'போதும் நிறுத்து' என்று பெருமான் கூவி எழுந்தமர்ந்தான். 'என்ன இது? நீ செய்பவற்றுக்கெல்லாம் நானா பொறுப்பு?' பிரம்மன் கைவணங்கி 'அய்யனே அனைத்தையும் செய்பவன் நீயல்லவா?' என்றான். ஆம் ஆம் ஆம் என பேரொலி எழுந்தது. 'அதென்ன ஒலி?' என்றான் அவன். 'இறைவா அவர்களெல்லாம் பிரம்மன்கள். என்னிடமிருந்து உருவானவர்கள். முப்பத்துமுக்கோடிப்பேர் இப்போது இருக்கிறார்கள்...' பிரம்மன் சொன்னான்.

'எவ்வளவு?' என்றான் அவன் நடுங்கிப்போய். 'முந்நூற்று முப்பத்து மூன்றுகோடி!' என்றான் பிரம்மன். அவன் குழம்பி 'சற்றுமுன் வேறு தொகை சொன்னாயே' என்றான். 'அது சற்றுமுன்பு அல்லவா? அவர்கள் கணம்தோறும் பெருகுகிறார்கள் பெருமானே...' என்றான் பிரம்மன். 'உண்மையில் இந்த மூவாயிரத்து முந்நூற்று முப்பத்து மூன்றுகோடி பிரம்மன்களும்...' அவன் 'போதும் இனி எண்ணிக்கையை மட்டும் சொல்லாதே' என்றான். 'யார் போய் எண்ணுவது? எல்லாம் ஒரு கைக்கணக்குதான்' என்றான் பிரம்மன்.

பெருமான் பீதாம்பரத்தைச் சுருட்டி இடுக்கிக்கொண்டு நடுங்கி அடைத்த குரலில் 'அவர்களெல்லாம் அங்கே என்ன செய்கிறார்கள்?' என்றான். 'வேறென்ன செய்வார்கள்? வேறு பிரம்மன்களைப் படைத்துக்கொண்டிருக்கிறார்கள்.' விண்ணவன் விம்மியழுத கண்ணீர் துளி பாற்கடலில் விழுந்தது. 'இதற்கு நான் வெறுமனே நிர்குண பிரம்மமாகவே இருந்திருப்பேனே! தெரியாமல் சகுண பிரம்மமாக ஆகிவிட்டேன்' என்றான். ஆதிசேடன் ஆயிரம் தலையை ஆட்டினான்.

'இப்போது எதற்காகத் தலையாட்டுகிறாய்? பகடிசெய்கிறாயா?' என்று அவன் சீறினான். 'நாகம் அப்படித்தான் தலையை ஆட்டும். இதுகூடத் தெரியாதா? பிடிக்கவில்லை என்றால் சொல்லுங்கள் நான் திரும்பவும் இருட்டுக்கே சென்றுவிடுகிறேன். எனக்கென்ன தலையெழுத்தா முடிவில்லாகாலம் முழுக்க மூன்றாக மடிந்து பாலில் விழுந்து கிடக்க?' என்றான் சேடன். 'சரி சரி, நமக்குள் என்ன? அதை நாம் பிறகு பார்ப்போம்' என்றான் அவன். திரும்பி பிரம்மனிடம் 'உடனே உன் படைப்புச்செயலை நிறுத்து' என்றான். பிரம்மன் 'நிறுத்தினால் நான் இல்லாமலாவேனே!' என்றான்.

பெருமான் சக்ராயுதத்தை எடுத்து 'உன்னை இதோ அழிக்கிறேன்' என்றான். 'நான் இல்லாமலானால் இல்லாத பிரம்மன் இல்லாத கோடி

உலகங்களை உருவாக்குவான். இல்லாத உலகங்கள் முடிவில்லாமல் பெருகும். அவற்றை இருக்கும் நீ எப்படிப் புரக்கமுடியும்?' என்றான் பிரம்மன். தலையிலறைந்துகொண்டு அவன் தேவியிடம் 'என்னசெய்வது தேவி? இப்படி வந்து உலகியல் பெருஞ்சக்கரத்தில் சிக்கிக்கொண்டேனே?' என்றான். ஆலோசனை கேட்கப்படுகையில் மனைவியர் அடையும் பூரிப்புடன் அம்மை 'இவனைப்போல இவற்றை அழிக்கும் ஒருவனை உருவாக்குக' என்றாள். அவ்வாறு அவன் தன் கடும் சினத்தைக்கொண்டு செவ்வண்ணமேனியனாகிய சிவனைப் படைத்தான்.

சடைமுடிக்கற்றையும் நெருப்பெழும் புலித்தோலாடையும் ஊழித்தீ வாழும் நுதல்விழியுமாக சிவன் பிறந்து அடிபணிந்து 'ஆணையிடுக' என்றான். 'இவன் படைப்பவற்றையெல்லாம் அதே விரைவில் அழித்து என்னை விடுதலைசெய்க' என்றான். 'ஆம், சிரமேற்கொள்கிறேன். ஆனால் எங்களுக்கு நடுவே இப்போதிருக்கும் தொலைவே முடிவிலிப்பெருவெளியாக எஞ்சுமே' என்றான் சிவன். 'சற்று விரைவாகவே அழித்துச்செல்... இதெல்லாம் சொல்லியா தெரியவேண்டும்?' என்றான் பெருமான் எரிச்சலுடன். 'அய்யனே, பிரம்மனின் அதே விரைவில்தான் நான் செயல்பட முடியும் என்று வேதங்கள் சொல்கின்றனவே. நான் அவற்றுக்குக் கட்டுப்பட்டவன் அல்லவா?' என்று சிவன் சொன்னான்.

'எந்த வேதங்கள்?' என்றான் அவன். 'தங்கள் சொற்களெல்லாம் உடனடியாக வேதங்களாக ஆகிக்கொண்டிருக்கின்றன என்று அறியமாட்டீரா என்ன? சற்றுமுன் நீங்கள் சொன்ன வேதம்தான் அவ்வாறு உரைக்கிறது.' அவன் திகைத்து 'அது நான் நாத்தடுமாறிச் சொன்னது. இதோ மாற்றிச்சொல்கிறேன்' என்றான். சிவன் 'பெருமானே, அது இன்னொரு வேதமாகவே அமையும். ஏனெனில் வேதம் அழியாது. வேதங்களுக்கிடையே முரண்பாடு எழுமென்றால் அதற்கடுத்த வேதத்தைக்கொண்டு அதை விளக்கவேண்டும் என்பதே நெறியாகும்' என்றான்.

கொதிப்புடன் 'அப்படியென்றால் இந்த முப்பத்துமூவாயிரத்து முப்பத்து மூன்றுகோடி பிரம்மன்களையும் நான்தான் புரக்கவேண்டுமா?' என்ற பெருமான் மனமுடைந்து கண்ணீர் விட்டான். 'இனி எனக்கு ஓய்வே இல்லையா?' முதல்பிரம்மன் வணங்கி 'பழைய கணக்கைச் சொல்கிறீர்கள் இறைவா... இப்போது முப்பத்துமூன்றுலட்சத்து முப்பத்துமூவாயிரத்து முப்பத்து மூன்றுகோடி...' என்றான்.

பெருமான் சினவெறியுடன் எழுந்து சிவனை நோக்கி 'அங்கே அவர்கள் பெற்றுப் பெருகிக்கொண்டிருக்கிறார்கள். இங்கே நின்று

வேதவிவாதமா செய்கிறாய்? ஓடு, உடனே ஓடிப்போய் தொழிலைத் தொடங்கு' என்று கூவினான். சிவன் 'வெறும் முப்பத்துமூன்றுலட்சத்து முப்பத்துமூவாயிரத்து முப்பத்து மூன்றுகோடிதானே இதோ' என இடக்கையின் ஊழித்தீயைக் காட்டினான். 'அது பழைய கணக்கு. இப்போது மொத்தம் முப்பத்து மூன்றுகோடியே முப்பத்துமூன்றுலட்சத்து முப்பத்துமூவாயிரத்து முப்பத்து மூன்றுகோடி பிரம்மன்கள் உலகங்களை படைத்துக்கொண்டிருக்கிறார்கள்' என்றான் பிரம்மன். 'ஆனால் இது முந்தைய கணத்துக் கணக்கு...'

கௌஸ்துபத்தின் மீது ஓங்கி அறைந்து கண்ணீருடன் 'எப்படியோ போங்கள், எல்லாம் நானே எழுதிக்கொண்ட என் தலையெழுத்து' என்று அழுதபடி சொல்லி மூக்கைப் பிழிந்துகொண்டு திரும்பி 'தேவி அது என்ன வாசனை?' என்றான் உலகாக்கியவன். அறிநகைகொண்டு 'அய்யனே தங்கள் விழிநீர் சொட்டி பாற்கடல் சற்று திரிந்துவிட்டது...' என்றாள் அன்னை. அதன்பின் அனைத்து இல்லாள்களும் சொல்லும் 'நான்தான் அப்போதே சொன்னேனே?' என்ற மந்திரத்தையும் முறைப்படிச் சொல்லலானாள்.

அழகிய தாமரை மூக்கைப்பொத்தியபடி அய்யனும், வாசனை அறியும் நாக்கை உள்ளிழுத்தபடி சேடனும், முந்தானையால் முகம் பொத்தி திருமகளும் திகைத்தமர்ந்திருந்தனர். 'என்னசெய்யலாம் தேவி?' என்றான் அவன். 'இங்கிருந்து நாற்றமேற்பதற்குப்பதில் இந்த முடிவிலா உலகங்களில் ஒவ்வொன்றாகப் பிறப்பெடுத்து லீலை செய்யலாம்' என்றாள் அவள்.

"அவ்வாறாக மண்நிகழ்ந்த ஐந்து அவதாரங்களை வாழ்த்துவோம். மீனாமைபன்றிசிம்மக்குறியோனாக வந்தவனை வணங்குவோம். உலகாகி உலகுபுரந்து உலகழித்து உலகுகடந்து நிற்பவனை ஏத்துவோம். நாராயணா நமோ நாராயணா!" என்று லோமச கலிகர் வணங்கியதும் மற்ற சூதர்கள் "ஓம் ஓம் ஓம்" என்று துதித்தனர். சிரித்துக்கொண்டிருந்தவர்கள் அனைவரும் அக்குரலை எதிரொலித்து வணங்கினர்.

3

"விரிகடல் சூழ்ந்த தென்னிலமாளும் நிகரில் கொற்றத்து நிலைபுகழ் செழியனே கேள்! இமயப்பனிமலை முதல் தென்திசை விரிநீர் வெளிவரை பரந்துள்ள பாரதவர்ஷத்தின் பெரும்புகழ் நகரமான அஸ்தினபுரியின் கதையைச் சொல்கிறேன்" என்று சொல்லி லோமச கலிகர் தலைவணங்கினார். அவருக்குப்பின் அமர்ந்திருந்த பிற சூதர்கள் தங்கள் இசைக்கருவிகளிலிருந்து கை தூக்கி அரசனை வணங்கினர்.

தென்மதுரை மூதூர் நடுவே அமைந்த வெண்மாடமெழுந்த அரண்மனையின் செவ்வெழினி சூழ்ந்த பேரவையில் தன் அரியணையில் பாண்டியன் ஒள்வாள் கருந்தோட் செழியன் வீற்றிருக்க அவன் முன் அவனுடைய பேராயத்து மூத்தோரும், அமைச்சரும், அவைப்புலவர்களும் அமர்ந்திருந்தனர். அனைவருக்கும் நறுவெற்றிலையும் இன்னீரும் அளிக்கும் பணியாளர் ஓசையில்லாமல் ஊடே செல்ல தூண்களில் நெய்யூற்றித் திரியிட்ட வெண்கல விளக்குகள் ஒளிவிட்டன. பாண்டியன் வெண்பட்டாடையும் மணியாரமும் வைரக் குண்டலங்களும் அணிந்து ஒன்பது மணிகளும் ஒளிவிடும் முடியைச் சூடியிருந்தான்.

"ஒருபோதும் ஆண்கள் முன் தாழா ஆணவம் கொண்ட பெண்கள் இவ்வுலகில் உண்டு. அவர்கள் வயிற்றில்தான் அவர்களை சிறுமியரும் பேதையருமாக ஆக்கி விளையாடும் மைந்தர்கள் பிறக்கிறார்கள். நிமிர்ந்து உலகாளும் வல்லமை கொள்கிறார்கள். அதுவே படைப்புநெறியாகும். சிறுமியாக இருக்கையிலேயே ஐந்து மடங்கு ஆணவம் கொண்டவளாக இருந்தவள் யாதவமன்னன் குந்திபோஜனின் மகளாகிய பிருதை என்னும் குந்தி" என்றார் லோமச கலிகர்.

“அந்நாளில் ஒருமுறை அங்கே வந்த துர்வாசமுனிவர் அவள் பணிவிடைகண்டு உளம் மகிழ்ந்து ‘உன் அகம் கொள்ளும் ஆண்மகனை அடைவாய்’ என அவளை வாழ்த்தினார். அவள் கைகூப்பி ‘ஓர் ஆண்மகன் கொள்ளுமளவுக்கு சிறியதா என் அகம்?’ என்று கேட்டாள். சிறுமியின் சொல்கேட்டுத் திகைத்த முனிவர் ‘என்ன சொல்கிறாய் நீ? ஆணுக்காட்பட்டு மைந்தரைப் பெறுவதல்லவா பெண்டிர் முறை?’ என்றார். ‘அடங்கிப்பெறும் மைந்தர் என்னை அடக்குபவரை விடவும் சிறியவராக இருப்பாரல்லவா?’ என்று அவள் கேட்டாள்.

“துர்வாச மாமுனிவர் பெண்ணின் ஆணவத்தை வெல்லும் வழி அவளிடமே பொறுப்புகளை அளிப்பதுதான் என்று அறிந்து முதுமைகொண்டவர். சற்று சிந்தித்தபின் ‘நீ விழையும் எவரையும் உன் மைந்தனின் தந்தையாக்கும் நுண்சொல்லை அளிக்கிறேன்’ என்று அருளிச் சென்றார். குந்திபோஜனின் இளமகள் விண்ணிலும் மண்ணிலும் எவரையும் அழைத்து ஏவல்செய்யவைக்கும் சொல்வல்லமை கொண்டவளானாள்.

“இளம்பெண்ணான பிருதை மண்ணிலுள்ள அத்தனை ஆண்களையும் எண்ணி நோக்கினாள். ஆணெனப்படுபவன் ஆணாக ஆகும்போதே சிறுமைகொண்டுவிடுகிறான் என்று உணர்ந்தாள். கைகால் உடலெடுக்கையிலேயே வடிவின் சிறுமை. நானென எண்ணும்போதே ஆணவத்தின் சிறுமை. படைக்கலமெடுக்கையிலேயே அப்படைக்கலம் எட்டும் தொலைவுக்கப்பால் செல்லாதவனாக அவன் ஆகிவிடுகிறான்.

“ஒவ்வொன்றாய் எண்ணி எண்ணிக் கசந்தும், ஒவ்வொருவராக எண்ணி எண்ணித் துறந்தும் அவள் தன் உப்பரிகையில் நடந்துகொண்டிருந்தபோது கிழக்குவானில் பேரொளியுடன் எழுந்த சூரியனைக் கண்டாள். வெந்தழல் வடிவினனாகிய அவன் மீது பெருங்காமம் கொண்டாள். குன்றாப்பெருமை கொண்டவன் இவன், இவன் வருக என்னுள் என்று அந்த நுண்சொல்லைச் சொன்னாள். கோடிப்பொற்கைகளுடன் சூரியன் மண்மீதிறங்கி அவளை அள்ளிக்கொண்டான். கோடிமுறை அனலில் பொசுங்கி கோடிமுறை ஒளியாக மாறி விரிந்து அவள் அவனுடன் கூடினாள்.

“முதலில் காமத்தை பெண்கள் அஞ்சுகிறார்கள். அதன்பின் காமத்தை கைக்கருவியாக்கிக் கொள்கிறார்கள். இறையருளால் அதில் அவர்கள் தேர்ச்சிபெறும்போது அவர்களுக்கு முதுமை வந்துவிடுகிறது. முதற்காமத்தையும் அது முழுமைகொண்டு அவள் பெற்ற குழந்தையையும் குந்தி அஞ்சினாள். காதுகளில் மணிக்குண்டலங்களும் மார்பில் ஒளிக்கவசமும் கொண்டு பிறந்த அக்கரியமைந்தனை அவள் அன்றே

பொற்தொட்டிலில் வைத்து யமுனையில் ஒழுக்கிவிட்டாள். அவனை சூரியனின் எட்டு துணைத்தேவதைகள் சூழ்ந்து கொண்டுசென்றன. அவனைக் காக்கும் கைகளும் அமுதூட்டும் முலைகளும் அவனுக்குக் கல்வியும் ஞானமும் அளிக்கும் உதடுகளும் எங்கோ அணிகொண்டு காத்து நின்றிருந்தன.

“அவள் அஸ்தினபுரியின் அரசியானாள். பாண்டு அவளைத் தேடிவந்து மாலையிட்டான். ஆணவம் கொண்டவர்களை அடிமைகள் தேடிவரும் விந்தையை பிரம்மனே விளக்கமுடியும். அவன் பெருமாளை தேடிப்போய் அதைக்கேட்டு சொல்லக்கூடும். தன்னுள் எரிந்த ஆணவத்துடன் தன் மைந்தனைத் தேடிக்கொண்டிருந்தாள் பிருதை. ஆகவே மன்னுயிரனைத்தையும் விழுங்கும் பேராற்றலாகிய காலத்தை புணர்ந்து கருத்தரித்தாள். காலனின் மைந்தனைப் பெற்றும் அடங்காமல் எழுந்த அவள் ஆணவம் மலைகளை உலுக்கி மரங்களை அள்ளிவீசி விளையாடும் பெரும்புயல் மேல் மோகம் கொண்டது. காற்றின் மைந்தன் அவள் மடியில் நிறைந்தான். அதன்பின் விண்ணைக்கிழிக்கும் மின்னலைக் காமித்துக் கருக்கொண்டு வெற்றிச்செல்வனைப் பெற்றாள். அவள் இளையவளோ விண்புரவிகளின் குன்றா வீரியத்தைப் புணர்ந்து இரு மைந்தர்களைப் பெற்றாள்.

“தருமன், பீமன், பார்த்தன், நகுலன், சகதேவன் என்னும் ஐந்து மைந்தர்களும் பாண்டுவின் மைந்தர்களென்பதனால் பாண்டவர் என்றழைக்கப்படுகிறார்கள். குந்தியின் குருதி என்பதனால் அவர்கள் கௌந்தேயர்கள். குருகுலத்துத் தோன்றல்களென்பதனால் அவர்கள் கௌரவர்கள். பாரதத்தின் மைந்தர்கள் என்பதனால் அவர்கள் பாரதர்கள். அவர்களின் ஆட்சியில் அஸ்தினபுரி வெற்றியும் புகழும் பொலியும் என்கின்றனர் நிமித்திகர். அஸ்தினபுரியின் பொன்னொளிர்க்காலம் வந்துவிட்டது என்றனர் கணிகர். விண்ணக ஆற்றல்கள் மண்ணாள வரும்பொருட்டு தன்னை படியாக்கிக் கொண்டவள் பேரரசி குந்தி என்கின்றனர் சூதர்கள். அவர்கள் மூவரும் அத்தனை மன்னர்களின் பிறப்பிலும் அதையே சொன்னார்கள் என்றனர் குலமூத்தார்.

“பிருதை விண்ணகப்பேராற்றல்களின் ஐந்து மக்களைப் பெற்றவளானாள். அவர்களை மண்ணில் நிறுத்தும் பெரும்பொறுப்பை தானேற்றுக்கொண்டாள். பிரம்மனின் ஆடலை சிவனும் விஷ்ணுவும் கூட ஆடுவதில்லை. தானென்று தருக்கி நின்றவள் தன் மைந்தர்களுக்காகத் தன்னை அவியாக்குகிறாள். இனி வாழும் கணமெல்லாம் அவர்களையே எண்ணுவாள். பெண்ணெனும் ஆணவத்தின் படிகளில் ஏறி ஏறி வந்துசேர்ந்த இடத்தில் எஞ்சுவது வெறும் அன்னையென்னும் அடையாளம் மட்டுமே என்று அவள் அறியவே போவதில்லை.

“அன்னையை வாழ்த்துங்கள்! முற்றாகத் தோல்வியடையும் கணத்தில் மட்டுமே நிறைவடையும் மாமாயையை வாழ்த்துங்கள்! முழுமையாக உண்ணப்படுவதன்மூலமே அடங்கும் பசிகொண்டவளை வாழ்த்துங்கள்! பேரறிவின் வழியாக பெரும்பேதைமையைச் சென்றடையும் கனிவை வாழ்த்துங்கள்! ஓம் ஓம் ஓம்!” என்று லோமச கலிகர் பாடி முடித்ததும் அவை திகைத்து அமர்ந்திருந்தது. சிலகணங்களுக்குப்பின் செழியன் அடக்கமாட்டாமல் சிரிக்க, சிரிப்பதா வேண்டாமா எனக்குழம்பியிருந்த அவையினரும் அது நகையாடல்தான் என உறுதிகொண்டு சிரிக்கத்தொடங்கினர்.

அக்னிசர கிரீஷ்மர் தன் யாழை மீட்டினார். “பிறிதொருவள் இருந்தாள். காந்தாரத்தில் அவள் பிறந்ததுமே பேரரசி எனப்பட்டாள். ஆகவே அவள் அரண்மனைச் சுவர்களுக்குள் வாழ்ந்தாள். விழிவிரித்து சாளரம் வழியாகப் பார்ப்பதே அவள் வெளியுலகாக இருந்தது. அச்சாளரத்துக்கு வெளியே வெட்டவெளிவரை விரிந்த வெறும் மணலும் மேகமற்ற வானுமே தெரிந்தது. அவற்றுக்கிடையே வேறுபாடு தெரியவுமில்லை. அந்நாளில் ஒருமுறை அவள் கன்னிநோன்பெடுக்கையில் பெருங்கற்புத்தெய்வமாகிய அனசூயை அவள் முன் தோன்றினாள். ‘என்ன வரம்? கேள்’ என்றாள்.

“‘அன்னையே நான் முடிவில்லாது பார்க்கவேண்டும். என் கண்கள் தீராத காட்சிகளால் நிறையவேண்டும்’ என்றாள் காந்தாரி. ‘வெளியே உள்ளவையெல்லாம் பருப்பொருட்கள் அல்லவா? அவை பார்க்கப்பார்க்கத் தீரக்கூடியவை. வெளிநிறைத்துள்ள விண்மீன்களுக்கும் எண் கணக்குண்டு என்று பிரம்மன் அறிவான்’ என்றாள் அனசூயை. ‘முடிவில்லாது விரிவது உன் அகமேயாகும். தன்னுள் தான் காண்பவை தீர்வதில்லை. ஆகவே கண்ணைக்கட்டிக்கொண்டவர்கள் காண்பதற்கு முடிவேயில்லை’ என்றாள். அவ்வாறே அவள் நீலப்பட்டால் கண்களைக் கட்டிக்கொண்டு முடிவில்லாமல் பார்க்கத் தொடங்கினாள்.

“அவளுக்குள் தோன்றிய அன்னையரின் முதல்தெய்வம் சொன்னது ‘அன்னையெனும் நீ எதற்கு தேவையற்றதையெல்லாம் பார்க்கவேண்டும்? உன் மைந்தனை மட்டும் பார்த்தால் போதுமே!’ ‘ஆம்’ என்றாள் அவள். அன்னையரின் இரண்டாம் தெய்வம் சொன்னது ‘எதற்கு மைந்தனை முழுமையாகப் பார்க்கிறாய்? அவன் உன் மடியில் விழுந்த குழவித்தோற்றம் மட்டும் போதாதா என்ன?’ ‘ஆம், ஆம்’ என்றாள் அவள். மூன்றாம் அன்னைத்தெய்வம் சொன்னது. ‘எதற்கு குழவியை முற்றாகப் பார்க்கிறாய்? ஓர் அன்னை வாழ அக்குழவியின் ஒரு கணம் போதாதா என்ன?’ ‘ஆம், ஆம், ஆம்’ என்றாள் அவள். அவள் அக்கணத்தை முடிவில்லாமல் பார்த்துக்கொண்டே இருக்கிறாள்.

“அவள் பெற்ற மைந்தர்கள் ஆடிப்பிம்பத்தை ஆடியில் நோக்கி பெருக்கியவை. அவர்கள் நூற்றுவர் என்றும் ஆயிரத்தவர் என்றும் இல்லை முடிவிலிவரை செல்பவர்கள் என்றும் சொல்லப்படுகிறது. அவர்களை கௌரவர் என்று சொல்கின்றனர் சூதர். முதல்வன் துரியோதனன் என்றும் அண்ணனின் இணைபிரியாத தம்பி துச்சாதனன் என்றும் சொல்லப்படுகின்றனர். அரசே, அங்கே அரண்மனையில் மீதியுள்ள கௌரவர்களின் பெயர்களை அவர்களின் அன்னையரும் செவிலியரும் கூட முறையாகச் சொல்லமுடியாது. ஆடிப்பிம்பங்களுக்கு ஏது தனிப்பெயர்?

“ஆனால் சூதர்கள் அத்தனை பெயர்களையும் குறித்துவைத்திருக்கிறார்கள். அவற்றைப்போட்டு நிரப்புவதன் வழியாகவே அவர்கள் சிறுகவிதைகளை குறுங்காவியங்களாக ஆக்கி பெரிய பரிசில் பெறுகிறார்கள். உடன்பிறந்தார் எண்ணிக்கை கூடுவது நன்று. இரண்டு உடன்பிறந்தார் முரண்படுவர். ஐந்து உடன்பிறந்தார் முரண்படுதல் குறித்து முரண்படுவர். நூறு உடன்பிறந்தார் எதில் முரண்படுவதென்றறிவதற்கே மூத்தவனின் குரல்தேடுபவர்களாக இருப்பர். கௌரவர் நூற்றுவரும் துரியோதனனின் இருநூறு கைகளாக இருந்தனர்.

“இருநூறு கைகள் கொண்டிருந்த அரசமைந்தன் ஒற்றை உள்ளம் கொண்டிருந்தான். அது அவன் உள்ளம். தம்பியர் அனைவராலும் பகிரப்பட்டது அது. அவன் ஒற்றை அறிவும் கொண்டிருந்தான். அதுவும் அவன் அறிவே. அதுவும் நூறால் வகுபட்டது. வகுபடுதலின் வழியில் இறுதிமைந்தனை அது இன்னும் சென்றடையவில்லை என்கின்றனர் நிமித்திகர். அறிதலுக்கறிவை அறியாமலேயே அறிவமர்ந்த அறிவுச்செல்வர்களை வாழ்த்துவோம் நாம்! அறிவின் மதிப்பென்ன என உலகுக்கு அறிவிக்கவே அவர்கள் பிறந்தனர் என்கின்றனர் முனிவர்.”

அக்னிசர கிரீஷ்மர் பாடி முடித்ததும் மீண்டும் பாண்டியன் சிரிக்க சபையும் உடன் சேர்ந்துகொண்டது. கிரீஷ்மர் தலைவணங்கி பின்னகர்ந்தார். பாரஸவ பில்வகர் தன் யாழுடன் முன்னால் வர அவருடைய சந்தத்துக்காக இளநாகன் தன் தாளத்தை சரிபார்த்துக்கொண்டான். முதியவர் பாடத்தொடங்கும் வரை அவையில் மெல்லிய சிரிப்பு நீடித்தது.

“ஐந்து மைந்தர்களால் பொலிவுற்றது சதசிருங்கத்துக் காடு. முதல்மைந்தனை பேரறத்தான் என்றனர் நிமித்திகர். சாவினூடாகவே அறம் வாழமுடியுமென அறிந்த முன்னோர்களை வணங்குவோம். தந்தைக்கு அன்பனான அவன் பெயர் தருமன். பிறந்த மறுகணம் முதல் அவனை அவன் தந்தை பாண்டு தன் தோளிலிருந்து இறக்கவேயில்லை.

தன் காலடியில் எப்போதும் ஒரு மன்னன் தலையிருப்பதைக் கண்டுதான் அவன் வளர்ந்தான். அவ்வுயரத்திலிருந்தே அவன் உலகை நோக்கினான். ஆகவே மானுடரின் உச்சந்தலைகளையே அவன் அதிகம் கண்டிருந்தான். மண்ணென்பது நெடுந்தொலைவிலிருப்பது என்று அறிந்திருந்தான்.

"காய்த்தவையும் கனிந்தவையும் எல்லாம் தன் கைப்படும் தொலைவில் தொங்கி அசைவதையே அவன் கண்டான். கிளைகளில் கூடும் பறவைகளுள் ஒருவனாக எண்ணிக்கொண்டான். செடிகளில் பூக்கும் மலர்களைப்பறித்து விளையாடி அவன் வளரவில்லை. மரங்களில் செறியும் மலர்களை உலுக்கித் தன்மேல் பொழியவைத்து விளையாடினான். அவன் கால்களுக்கு நடைபழக்கமிருக்கவில்லை. விண்ணிலொழுகும் காற்றில் மிதந்து அவனறிந்த காடே அவனுலகமாக இருந்தது.

"அவன் காலடியிலிருந்து எழுந்துகொண்டிருந்தன சொற்கள். அவன் தன் தந்தையிடமிருந்து பெற்ற அனைத்துச் சொற்களையும் சொற்களாகவே கற்றவனாக இருந்தான். சொற்களைப் பொருளாக்கும் பொருள்களை அவன் தொட்டறியவேயில்லை. சொல்லுக்குப் பொருள் கொடுப்பது இன்னொரு சொல்லே என்று அவன் உணர்ந்தான். அச்சொல்லுக்கு இன்னொரு சொல். அந்த முதற்சொல்லுக்குப் பொருள்தரும் ஒரு பொருளை மட்டும் அவன் தொட்டறிந்திருந்தான். தன் நெஞ்சைத்தொட்டு 'நான்' என அவன் சொல்லிக்கொண்டான்.

"அறம் என்ற சொல்லை அவன் தந்தை அவனுக்களித்திருந்தார். அனைத்துச் சொற்களையும் அவன் நான் என்றே புரிந்துகொண்டிருந்தான். அறம் என்பது சொற்களுக்கு நடுவே நிகழும் ஒரு நுண்ணிய சமநிலை என்று உணர்ந்துகொண்டிருந்தான். அச்சமநிலையை அடையும்போது ஆடும் மரக்கிளைமேல் அசையாது நிற்கும் உவகையை அவன் அடைந்தமையால் ஒவ்வொரு கணமும் சொற்களில் சொற்களை அடுக்கி சமநிலைகண்டு அதில் மகிழ்வதையே வாழ்க்கையாகக் கொண்டிருந்தான். சான்றோரே, சொற்களைக்கொண்டு சூதாடுபவன் நல்லூழ் கொண்டவன். அவன் ஆட்டக்காய்கள் முடிவடைவதில்லை. அவனை அவை வெல்ல விடுவதுமில்லை. முடிவிலா ஆட்டத்தில் அவன் தன்னை ஒப்பளிக்கமுடியும்.

"இரண்டாம் மைந்தனை பெருவலியான் என்றனர் சூதர். பெரும்புயல்களின் புதல்வன் என்றனர். புயல்களின் விரைவைக் குறைப்பவை இவ்வுலகத்துப் பொருட்களே. உடல் வல்லமையைக் குறைப்பவை உள்ளமெனப் பொருள்கொண்டு அமைந்திருக்கும் இவையனைத்துமே. பொருளில்லா அகம் கொண்டவனாக இருந்தமையால் தடையில்லா உடல்கொண்டிருந்தான் பீமன். அதை வீரமென்று

கொண்டாடினர் சூதர். வீரமென்று அவர்கள் சொல்வதென்ன? கொன்றும் இறந்தும் அவர்கள் பாடல்களுக்கிரையாதலை அல்லவா? பொருளில்லாச் செய்கைகளின் மேல் பொருள் திகழ்வதற்கே அவர்கள் சொற்களில் பொருளேற்றுகிறார்கள். அதற்குப் பொருளைப் பரிசிலாகப் பெறுகிறார்கள்.

“எங்கும் செல்லாமல் தன்னுள் திரையடிக்கும் பெருந்தடாகம் போன்றவன் பீமன். அதன் ஆற்றலெல்லாம் அதன் கரைகளாலேயே நிறுத்தப்பட்டுவிட்டிருக்கின்றன. அவன் உடலாற்றலால் அவன் முழுமைசெய்யப்பட்டிருந்தான். ஒவ்வொரு தசைக்காகவும் அவன் உண்டான். ஒவ்வொரு அசைவுக்காகவும் அவன் உண்டான். ஒவ்வொரு ஓய்வுக்காகவும் மீண்டும் உண்டான். நஞ்சற்ற மலைப்பாம்புக்குத்தான் தசைவல்லமையை அளித்திருக்கிறது பெருவிளையாடல்.

“மாருதிகளால் முலையூட்டப்பட்டு வளர்ந்தவன் அவன் என்று சூதர்கள் பாடினர். ஆகவே தன்னுடல் தானே ததும்புபவனாகவும் கையையும் வாலையும் கொண்டு என்னசெய்வதென்றறியாதவனாகவும் அவன் இருந்தான். கிளைவிட்டுக் கிளைதாவியபின் ஏன் தாவினோம் என்று எண்ணிக் குழம்பி, அக்குழப்பம் தீர்க்க மேலுமிருமுறை தாவினான். பிடித்தபிடியை விடாதவனாக இருந்தான். பிடுங்கக்கூடிய அனைத்து ஆப்புகளிலும் பேரார்வம் கொண்டிருந்தான். அவன் அஞ்சக்கூடுவதாக இருந்தது நினைத்திருக்காது வந்து தன்னைத் தீண்டும் தன் வாலை மட்டுமே.

“மூன்றாம் மைந்தனை நுண்கூரான் என்றனர் நிமித்திகர். அவன் விழிகள் பெருநிலமளக்கும் மலைக்கழுகுக்குரியவை என்றனர் விண்ணில் பறந்தாலும் விண்ணையறியாமல் மண்ணை நோக்குவதற்கே அதற்கு நுண்விழி அளிக்கப்பட்டுள்ளது என்றனர் அந்நிமித்திகரின் மனையாட்டிகள் இரவில். எக்கோடையிலும் அழியா வேருள்ள புல்லின் பெயர்கொண்டவன் அர்ஜுனன். இந்திரனுக்குரியது விசும்பின் துளிபெறும் பசும்புல். இந்திரவீரியம் புல்லுக்குப் பொசியும் வழியில் நடுவே சிலர் முதுகொடியப் பாடுபட்டால் நெல்லுக்கும் பொசிவதென்பது விண்ணின் விதி.

“பார்த்தனின் தோளின் அம்பறாத்தூணியில் அமர்வதற்காக பாரதவர்ஷத்துக் காடுகளில் சரப்புற்கள் முளைக்கத் தொடங்கிவிட்டிருந்தன. அவற்றை நெஞ்சிலேந்தி அவனுக்குப் புகழ் அளித்து குருதியுடன் மண்ணில் சரிபவர்களும் பிறக்கத்தொடங்கிவிட்டனர். அதற்கான காரணங்களைத்தான் தெய்வங்கள் இன்னும் விவாதித்து முடிக்கவில்லை. சூதர்கள் முடிவுசெய்துவிட்டனர். சூதர்களிடம் தெய்வங்கள் பேசுவதில்லை.

அவர்கள் சுமந்தலையும் வேதாளங்களே பேசிக்கொண்டிருக்கின்றன. அவற்றை அவர்கள் முன்னோர் என்கிறார்கள்.

“கூரியவிழியுள்ளவனை பெண்கள் விரும்புகிறார்கள். அக்கூரிய விழிகள் தங்களை மட்டும் பார்த்தால்போதுமென அவர்கள் எண்ணுவது இயல்பே. விழியினால் விளக்குபவனை எளிதில் அவர்கள் புரிந்துகொள்கிறார்கள். விளக்கப்படுவது மிகமிக எளிமையானது என்றும் அதற்கும் விழிக்கும் பெரிய தொடர்பேதுமில்லை என்றும் அவர்கள் அறியும்போது அவர்களுக்குள் அவ்விழிகள் ஒளியுடன் திறந்துகொள்கின்றன. இந்திரவீரியம் முளைக்கும் இளவயல்கள் எங்கெங்கும் பிறப்பதாக! அஸ்வமேதம் அஸ்வத்தைக்கொண்டே நடத்தப்படமுடியுமென யார் சொன்னது?

“நான்காம் மைந்தனை கரியபேரழகன் என்றனர் அன்னையர். பேரழகு என்பது விரும்பப்படுவது, கொஞ்சப்படுவது. கொஞ்சுபவர்களால் குழந்தையாகவே நீட்டிக்கப்படுவது. பேதைமையை குழந்தைமையாக எண்ணுபவர்களே தாய்மைகொண்டவர்கள் எனப்படுகிறார்கள். அவர்களாலேயே கொஞ்சமுடியும். இவ்வுலகின் பேரழகுப்பொருட்களெல்லாம் பட்டாலும் இரும்பாலும் பொதியப்பட்டு கருவூலங்களின் இருளில் துயில்கின்றன. பேரழகு கொண்டவையை உடனே மானுடக் கண்களிலிருந்து மறைத்துவிட்டு அழகற்றவையை எங்கும்பரப்பிவைத்துப் புழங்குவதே உலக வழக்கம். அழகற்றவை தங்கள் அழகின்மையாலேயே பயனுள்ளவையாகின்றன. மானுடர் அழகின்மையை விரும்புகிறார்கள், அழகை அவை நினைவிலெழுப்புகின்றன. அழகானவற்றை அஞ்சுகிறார்கள். அவை அழகின்மைகளைச் சுட்டிக்காட்டுகின்றன.

“நகுலன் கன்றிலக்கணமும் புரவிக்கணக்கும் அறிந்தவனாக மலர்வான் என்றனர் மூதன்னையர். புரவி ஆற்றல் மிக்க கால்கள் கொண்டது. அழகிய பிடரி கொண்டது. நுண்ணிய விழிகள் கொண்டது. எச்சரிக்கையான காதுகள் கொண்டது. உயிர்நிறைந்த மூக்கு கொண்டது. கடிவாளத்தை ஏந்தும் சிறந்த வாய் கொண்டது. சேணத்துக்கே உரிய பரந்த முதுகு கொண்டது. எவரோ எங்கோ எதற்கோ செல்வதற்குரிய சிறந்த பாய்ச்சலைக் கொண்டது. அது வாழ்க! இங்குள்ள பேரரசுகளெல்லாம் புரவிகளால் உருவானவை. புரவிகள் அதையறியாமல் இன்னும் புல்வெளிகளைக் கனவுகண்டு கண்களை மூடி அசைபோட்டுக்கொண்டிருக்கின்றன. அவை வென்றடக்கிய மண்ணில் அவை மூன்றுகாலில் நின்று நான்காவது காலை விண்ணுக்காகத் தூக்கி வைத்திருக்கின்றன.

“ஐந்தாம் மைந்தன் நாளைய கோளறிஞன் என்றனர் குலமூதாதையர். கோளறிந்ததை நாள்கொண்டு தேர்வதில் அவன் தேர்ச்சிகொண்டிருப்பான்.

மிகச்சிறந்த சொற்களை எப்போதும் சொல்லக்கூடியவனாக அவன் ஆவான் என்று குறியுரை கூறினர். அவன் சொல்லும் அறவுரைகள் எப்போதும் செயலாக விளையப்போவதில்லை என்பதனால் மேலும் மேலும் அறமுரைக்கும் நல்வாய்ப்பை அவன் பெறுவான். என்னென்ன நடந்திருக்கலாகாது என்று சொன்னவனாக அவன் சிறந்த புகழுடன் தலைமுறைகளால் நினைக்கப்படுவான். பேரறிஞர்களே, நல்லறம் என்பது எப்போதும் ஏக்கப்பெருமூச்சுடன் நினைக்கப்படுவதேயாகும்.

"ஐந்து மைந்தர்களையும் ஐந்து படைக்கலங்களாகப் பெற்ற கொற்றவை தானென்றெண்ணி சதசிருங்கத்து மரவுரிப்படுக்கையில் கண்துயிலும் அவள் பெயர் குந்தி. விண்ணைத்தவம்செய்து மண்ணிலிறக்கி தான்பெற்ற ஐந்து படைக்கலங்களால் மண்ணுலகை வென்று மணிமுடிசூடுவதை அவள் எண்ணிக் கனவுகண்டு மெல்லப்புரள்கையில் இன்னொரு கனவுவந்து குறுக்கே நின்றது. ஐந்து படைக்கலங்களைப் போட்டுவைத்திருக்கும் ஒருதோலுறையைக் கண்டு திகைத்துக் கண்விழிக்கிறாள். அப்போது வெளியே சாதகப்பறவை ஒன்று 'ஓம் ஓம் ஓம்' என்று ஒலித்தது. ஓம் அவ்வாறே ஆகுக!"

பாரஸவ பில்வகர் பாடி முடித்து நெடுநேரமாகியும் பாண்டியன் தன் முகத்தை மேலாடையால் மறைத்து உடல் குலுங்கச் சிரித்துக்கொண்டிருந்தான். அவையின் சிரிப்பொலி அலையலையாக ஒலிக்க அமைச்சர் கொடுங்குன்றூர் கிழார் என்னசெய்வதென்றறியாமல் திரும்பித்திரும்பி அவையைப் பார்த்து விட்டு அரசியைப்பார்த்தார். ஒன்றும்புரியாமல் மன்னன் அருகே விழித்து அமர்ந்திருந்த அரசி அவர் விழிகளைக் கண்டு புரிந்துகொண்டு மேலாடைக்குள் கையை நீட்டி பாண்டியனின் தொடையைபபற்றி அழுத்தினாள்.

பாண்டியன் தன்னிலை அடைந்து இருமுறை செருமி மேலாடையால் கண்களைத் துடைத்துக்கொண்டு நிமிர, செங்கோல்தொண்டர் கோலைத் தூக்கினார். அவையோர் மெல்ல அமைதியடைந்தனர். பாண்டியன் இருகைகளையும் கூப்பி பாரஸவ பில்வகரிடம் ஏதோ சொல்ல வாயெடுத்து அதைமீறி உள்ளிருந்து எழுந்த சிரிப்பால் அதிர்ந்து இருமி அடக்கமுயன்று தோற்று குலுங்கத் தொடங்கினான். அவை மீண்டும் சிரிப்பில் நிறைந்தது.

சிரித்த களைப்புடன் அரியணையில் சற்றே சாய்ந்தபின் பாண்டியன் "சூதர்களே, உங்கள் நன்மொழிகளால் எங்களை நிறைத்தீர்கள். நீங்கள் வாழ்க! பஃறுளி ஆறொடு பன்மலையடுக்கத்து குமரிக்கோடும் ஏழ்பனைநாடும் ஏழ்தெங்கநாடும் ஏனையநாடும் குடைநீழல்கொண்டு ஆண்ட என் முன்னோர்களின் பெயரால் உங்களை வாழ்த்துகிறேன்.

சொல்லுக்கு நிகராகா எளிய முத்துக்களால் உங்களை வணங்க விழைகிறேன்" என்றான். சூதர்கள் தங்கள் தலைகளைத் தாழ்த்தி அப்பரிசில்களை ஏற்றுக்கொண்டு "மீன்கொடி வாழ்க! பழையோன் வாழ்க! செழியன் வாழ்க!" என்று வாழ்த்தினர்.

ஒவ்வொருவராகச் சென்று பாண்டியனைப் பணிந்து வணங்கி பரிசில்பெற்றனர். படைத்தலைவர் இரும்பிடர்க்கிழார் முதுசூதர் அவர் அருகே சென்றதும் வணங்கி பெருங்குரலில் நகைத்து "அஸ்வமேதத்துக்கு குதிரை தேவையா என்ன? ஆகா!" என்றார். மீண்டும் சிரித்துக்கொண்டு "அந்த அஸ்வம் இங்கும் வந்துவிடப்போகிறது என்று நினைத்தபோது அடக்கமுடியவில்லை" என்றார். "கன்றை நுகமும் அஸ்வத்தை மேழியும் வழிநடத்துகின்றன படைத்தலைவரே" என்று கிழவர் பணிந்து சொல்லி பாண்டியன் முன் பரிசு பெறச் சென்ற பின்னர்தான் இரும்பிடர்க்கிழார் பேரொலியுடன் வெடித்துச்சிரித்து அவையை நடுக்குறவைத்தார்.

லோமச கலிகரிடம் பாண்டியன் ஏதோ பாராட்டிச்சொல்லிச் சிரித்துக்கொண்டு பரிசிலை அளித்தான். ஒவ்வொரு சூதருக்கும் அவன் பாராட்டி பரிசில் அளித்தான். "அனைவரும் அரண்மனை விருந்துண்டு, கலையில் களித்து மீளவேண்டும் சூதர்களே" என்றான். பாண்டியன் பரிசில்களை அளித்தபின் அவையிலிருந்த அமைச்சர்களும் படைத்தலைவர்களும் குடித்தலைவர்களும் பரிசில்களை அளித்தனர். அதன்பின் அணிப்பரத்தை நறுங்கோதையும் அவள் தோழிகளும் ஆடிய எழுவகைக் கூத்துகள் அங்கே அரங்கேறின.

சூதர்களுடன் மீண்டும் தலைக்கோலி மாளிகைக்குத் திரும்பும்போது இளங்கன்று இழுத்த சிறுவண்டியில் அமர்ந்திருந்த இளநாகன் கலிகரிடம் "நான் அஸ்தினபுரிக்குச் செல்லவிரும்புகிறேன்" என்றான். "ஏன்?" என்று அவர் கேட்டார். "நீங்கள் பாடிய அந்த ஐந்து மைந்தர்களும் இப்போது வளரத்தொடங்கியிருப்பார்கள். அவர்களைச்சென்று பார்க்கவேண்டும். அவர்கள் ஆடப்போகும் களங்களை அறியவேண்டும் என விழைகிறேன்" என்றான் இளநாகன். "நான் மேலே செல்லும் வழியை நீங்கள்தான் விளக்கியருள வேண்டும்."

கலிகர் சிரித்துக்கொண்டு "இளம்பாணரே, இந்த பாரதவர்ஷம் நதிகளாலும் மலைகளாலும் பிரிக்கப்பட்டுள்ளது. மொழிகளாலும் குலங்களாலும் மதங்களாலும் பிரிக்கப்பட்டுள்ளது. இதை இணைக்கும் பாதைகள் இன்றில்லை. இந்தப்பேருடலின் நரம்புப்பின்னலாக இருப்பவை சூதர்பாடல்களே. சூதர்பாடல்களைப் பற்றியபடி மெல்லமெல்ல மேலேறிச்செல்லவேண்டியதுதான்" என்றார்.

“அஸ்தினபுரி நெருங்குவது எனக்கு எப்படித்தெரியும்?” என்றான் இளநாகன். “சூதர்கதைகளில் அஸ்தினபுரியைப்பற்றிய உண்மை கூடிக்கூடி வருவதைக்கொண்டு அதைக் கண்டுபிடிக்கலாம்” என்றார் கலிகர் சிரித்தபடி. “அதைத்தான் பாண்டியனும் என்னிடம் சொன்னான்.” இளநாகன் வியப்புடன் “என்ன சொன்னார்?” என்றான். “அரசன் இரண்டாம் முறை சிரித்தது எதற்குத்தெரியுமா? நாங்கள் அஸ்தினபுரியில் இருந்து கிளம்பும்போது கேட்ட சூதர்பாடல்களில் இங்கிருந்து சென்ற சூதர்கள் அவனைப்பற்றி என்ன பாடியிருப்பார்கள் என்பதை எண்ணித்தான்” என்றபின் கலிகர் அடக்கமுடியாமல் உரக்கச் சிரிக்கத் தொடங்கினார்.

பகுதி இரண்டு

பெருந்துறைப் புகார்

1

சதசிருங்கத்திலிருந்து ஐந்து புத்தம்புதிய பாதைகள் அஸ்தினபுரி நோக்கிக் கிளம்பின. அது மரங்கள் பூத்த பின்வேனிற்காலம். சதசிருங்கத்திலிருந்து குந்தியும் ஐந்து மைந்தர்களும் பணியாளர்களும் சேடியரும் சூழ காட்டுக்குள் நுழைந்தனர். ஹம்ஸகூடத்து மலர்வனத்திலிருந்து அஸ்தினபுரிக்குக் கிளம்பிய மிகமெல்லிய ஒற்றையடிப்பாதையில் வில்லேந்திய வீரர்கள் முன்சென்றபின்னர் பின்வந்த குந்தி தன் முதல்மைந்தனிடம் “தருமா, உன் வலதுபாதத்தை முதலில் எடுத்துவை” என்று ஆணையிட்டாள்.

குடுமிக்கலையில் நீலமலர் சூடியிருந்த தருமன் விழிவிரித்து நிலம்நோக்கி, இலைவெளிக்குள் தெரிந்த ஒளிவானை ஒரு கணம் ஏறிட்டு, குனிந்து அம்மண்ணைத் தொட்டு தன் தலையில் வைத்து வணங்கியபின், தந்தையை எண்ணி தன் வலக்காலை எடுத்துவைத்தான். அவனுக்குப்பின் எதையும் பார்க்காத பீமன் தன் கனத்த பாதத்தை வைத்து நடந்தபோது மண் அதிர்ந்து குழிந்தது.

சேடியர் கைப்பற்றி நடந்த பார்த்தன் தமையன்களிருவர் முன்செல்வதையும் சூழ்ந்திருந்த காட்டையும் ஒரு விழியோட்டலால் பார்த்தபின் தன் வலக்காலெடுத்து வைத்தான். நகுலனையும் சகதேவனையும் சேடியர் மண்ணிலிறக்கி அவர்களின் சிறிய வலக்கால்களை ஒருசேரத் தூக்கி அம்மண்ணில் வைத்தனர். சேடியர் தோள்பற்றி நடத்திய குழந்தைகள் இருமுறை மென்பொதிப்பாதம் தூக்கி வைத்து இளம்கால்களில் தள்ளாடித் திரும்பி சேடியர் ஆடைகளைப் பற்றிக்கொண்டு அண்ணாந்து தூக்கிக்கொள்ளும்படி குதித்து எம்பின.

குந்தி குனிந்து அப்பாதையைப் பார்த்து தன்னுள் சுருளவிழ்ந்து நீண்டுசென்ற பெரும்தொலைவை உணர்ந்து நீள்மூச்செறிந்து சேடியரிடம் போவோமென தலையசைத்து காலடியெடுத்து வைத்தாள். இளங்காலையில் குளிர்ந்திருந்த காட்டுப்பாதையில் பன்றிகள் உழுதுபுரட்டியிருந்த புதுமண்ணின்மேல் சிறு குருவிகள் இரைதேடிச் சிறகசைத்து எழுந்தமர்ந்துகொண்டிருந்தன. காலடிகேட்டு அவை எழுந்து மணிவிழி திருப்பி, கூரலகு திறந்து சில்லொலி எழுப்பின. முதல் குருவியான காமினி தன் துணைவனாகிய குலிகனிடம் 'ஐந்து கண்கள்!' என்றாள். அவன் திரும்பிப்பார்த்து 'ஆம், ஐந்துபாதைகள்!' என்றான்.

ஒளிவிடும் சின்னஞ்சிறு பூச்சிகள் நுண்யாழிசைத்து சிறகதிர சூழப்பறப்பதாக இருந்தது சகதேவனின் பாதை. அவை ஒவ்வொன்றின் பார்வையையும் உணர்ந்தவனாக அவன் மென் தொடைகளால் சேடியின் இடையில் உதைத்து எம்பிஎம்பிக் குதித்தும் வாய்நீர் மார்பில் சொட்டச் சிரித்தும் நாக்கைநீட்டி சிற்றொலி எழுப்பியும் சுட்டுவிரலை வளைத்துச் சுட்டிக்காட்டினான். இசைமேல் ஏறிச்சென்ற கொசுக்கள். நீலமணியுடலை காற்றில் எவ்வி விம்மல் ஒலிக்கப் பறந்து இருந்தெழுந்த ஈக்கள். துடிப்பின் துளியான தெள்ளுக்கள். ஒளிரும் கருவிழி மட்டுமேயான வண்டுகள். கண்ணீரை நூலாக்கி அதிலாடும் சிறு வெண்சிலந்திகள். ஒளியூடுருவும் அஸ்வினிப்பூச்சிகள். பால்துளிகள், பனித்துளிகள், குருதித்துளியென இந்திரகோபம்.

கைகளை வீசி சகதேவன் அவற்றைப் பற்ற முயன்றான். பட்டு நகம் நீண்ட சின்னஞ்சிறு விரல்களை விரித்து அவற்றின் அசைவை அவன் நடித்தான். கால்களை எம்பி அவற்றுடன் பறக்க முனைந்தான். பறக்கும் மலர்கள். இமைக்கும் விழிகள். இசைக்கும் யாழ்கள். சிதறும் வண்ணங்கள். சுழலும் ஒளிப்பொறிகள். அவன் 'அதோ நான் அதோ நான்!' என்றான். அவன் சொல்வதென்ன என்று விளங்காத சேடிப்பெண் "அதோ... அதோபாருங்கள் அரசே... பாறை. பாறைக்கு அப்பால் மலை!" என்றாள். "பாறை... எவ்வளவு பெரிது! எத்தனை அசைவற்றது!"

அவன் சிரித்துக்கொண்டு சொட்டும் வாயால் ஒற்றைப்பால்துளிப் பல்காட்டிச் சிரித்து துள்ளித் துள்ளி எழுந்தான். அவன் கையருகே இரு ஒளிக்கதிர்களை சிறகெனச் சூடி ஒரு தும்பி பறந்துசென்றது. அவன் நீட்டிய கையின் விரல்கள் நடுவே ஓர் ஈ விம்மியபடி சுழன்றது. நிறைதுளித் தேனுடன் பிங்கலன் என்னும் தேனீ அவனைக்கண்டு அருகே வந்து அவன் கண்களை நோக்கியபின் சுழன்று விலகிச் சென்றது. தன் கூடு சென்று தேனைச் சொட்டியபின் தோழர் முன் நின்று தான் கண்ட பேரழகனின் விழிகளை விவரிக்க நடனமொன்றைத் தொடங்கியது.

இலைச்செறிவிலிருந்து நீட்டி நின்ற மலர்க்கொத்திலிருந்து எழுந்தன சிறுபூச்சிகள். வண்ணவிசிறியென விரிந்து காற்றில் படபடத்து எழுந்தமைந்து, அவனை நோக்கி வந்து பொய்விழி விரித்து அவனை நோக்கி பின் திரும்பிச்சென்றது ஒரு வண்ணத்துப்பூச்சி. காற்றிலமைந்து திரும்பியது கணநேரச் சிறுத்தை. தோகை விரித்து மீண்டது மாயமயில். காற்று அதையள்ளி பச்சை இலைகளுக்கப்பால் செலுத்த அவன் எம்பிக்குதித்துக் கைநீட்டி வீரிட்டான். “இந்தா... இதோ பழம்... பழம்வேண்டுமா?” என்று சேடி கேட்டபோது அவன் வாயருகே வந்த அவள் கையை தள்ளிவிட்டு அழுதான்.

கலைந்த காட்டுக்குள்ளிருந்து நூறு வண்ணத்துப்பூச்சிகள் எழுந்தன. கபிலநிறப்புரவியொன்று காற்றில் குஞ்சியுலைத்தது. இளநீல விழியொன்று இரு இமை தவிக்க ஏனென்று வினவியது. செங்கனல் கீற்றுகளிரண்டு காற்றை அறிந்தன. பிங்கலக் குதிரைக்கூட்டம் குளம்பின்றிச் சிதறிப்பரந்து குவிந்து சென்றது. எங்கும் பற்றிக்கொள்ளாமல் நெருப்பு பரிதவித்தது. சொல்லற்ற விழிகள் திகைப்பொன்றையே அறிந்திருந்தன. அவன் தன் வாய்க்கு மேல் கையை மடித்து அழுத்தி அசைத்தபடி உள்ளங்கால்களை வளைத்து சிறுகட்டைவிரலை நெளித்துக்கொண்டிருந்தபின் வாய்நீர் குழாய் சிறுநெஞ்சில் சொட்டி வழிய சேடியின் தோளில் தலைசாய்த்துத் துயின்றான். கனவுக்குள் அவன் சிறகுகளுடன் பறந்தெழுந்தான்.

மலர்களால் ஆனதாக இருந்தது நகுலனின் பாதை. பல்லாயிரம் காலூன்றி பல்லாயிரம் கைநீட்டி வண்ணங்களேந்தி நின்றன மரங்கள். எரிமஞ்சள் கொழுந்துகள். செவ்வெரித் தழல்கள். பொன்னொளிர் மணிகள். நீலக்குலைகள். அவன் சிறுவிழிகளுக்குள் காட்டின் வண்ணங்கள் சிறுதுளியெனச் சுழன்று சுழன்று கடந்துசென்றன. சிறுமேனியில் பூமுள் என புல்லரித்திருந்தது. இடக்கையை மடித்து வாய்க்குள் வைத்து சேடியின் தோளில் தலைசாய்த்து அவன் இல்லாமலிருந்துகொண்டு வந்தான்.

அவள் குனிந்து “என்ன பார்க்கிறீர்கள் அரசே? என் இளவரசர் என்ன பார்க்கிறார் அப்படி?” என அவன் மென்கன்னத்தில் தன் மூக்கை உரசியபோது கலைந்து அசைந்து கையால் கன்னங்களைத் தடவியபின் மீண்டும் வண்ணங்களில் ஆழ்ந்தான். தன் இடைக்குழந்தை நெடுந்தொலைவிலிருப்பதை அஞ்சியவள் போல அவன் கன்னங்களைப்பற்றித் திருப்பி “இதோ யானை வரப்போகிறது! யானை...” என்று அவள் சொன்னாள். அவன் இமைகள் ஒருமுறை தாழ்ந்து எழுந்தன.

ஒளிவெள்ளத்தைக் கிழித்து அசைந்தன இலைநுனிக்கூர்கள். காற்றில் உலையும் அல்லிகளிலிருந்து உதிரும் மலர்ப்பொடிகளையும் கண்டது

குழந்தையின் கண். இதழ்களுக்குள் தேங்கிய ஒளியின் விளிம்புவட்டம். இதழ்க்குடுவைக்குள் விழும் புல்லிவட்டத்தின் நிழல். மலர்நிழல் விழுந்த மலரின் வண்ணத்திரிபு. வண்ணங்கள் ஒளியை அறியும் முடிவிலி. நஞ்சுகுளிர்ந்த நீலம். தழலெரியும் மஞ்சள். குமிழிகள் வெடிக்கும் கொழுங்குருதி...

விண்பனித்து திரண்ட முதல்துளியென சிற்றுடலில் விழித்த சித்தம் உணர்வு குடியேறா வண்ணங்களில் உவமை நிகழா வடிவங்களில் தன்னைக் கண்டு நீ பிரம்மம் என்றது. குழந்தையின் கைகள் குளிர்ந்து வாயிலிருந்தும் தோளிலிருந்தும் நழுவிச்சரிந்தன. அதன் கால்கள் மெல்லிய வலிப்பு போல இருமுறை சொடுக்கி உலுக்கிக்கொள்ள சேடி திரும்பி "என்ன?" என்றாள். ஒளி மயங்கிய விழிகளுடன் குழந்தை பெருமூச்சு விட்டுத் துவண்டு அவள் தோள்களில் தலைசாய்த்து மெல்ல முனகியது.

பறவைகளின் பாதையில் சென்றுகொண்டிருந்தான் பார்த்தன். வெயில் அலையடித்த விசும்புநுனியில் மெல்லச்சுழன்ற செம்பருந்தின் விழிகளை அவன் விழிகள் ஒருகணம் சந்தித்துச்சென்றன. அவன் 'ம்' என முனக அது திகைத்து காற்றில் மூழ்கிக் கீழிறங்கி சிறகசைத்து நீந்தி மீண்டும் மேலே சென்றது. ஏரிக்களிமண் நிறத்தில் காற்றில் பிசிறிய மென்சிறகுகளை அசைத்து எம்பி சிற்றடி எடுத்துவைத்து மண்ணில் குனிந்து கொத்திய பிலுக்கான்குருவிகளில் ஒன்று 'ஆ! ஒருவன்' என்றது. 'ஆம் ஆம் ஆம்!' என ஒலித்து அவையனைத்தும் சிறகுவிரித்து காற்றின் சரடுகளைப்பற்றி மேலேறி ஆடிய மரக்கிளைகளில் அமர்ந்துகொண்டன.

புதர்களுக்கிடையே காற்றசைவு போல ஓடிய செம்போத்து ஒன்று எழுந்து கனல்துளிவிழி உருட்டி நோக்கி 'ஆம்! ஒருவன்!' என்றது. அதன் உறுமல் ஒலிகேட்டு மரக்கிளைகளில் நிழலுக்குள் அமர்ந்திருந்த காடைகள் 'ஆம்!' என்றன. ஒவ்வொரு ஒலியையும் அவன் தனித்துக்கேட்பதை, ஒவ்வொரு விழிகளையும் அக்கணமே அவன் விழிவந்து தொடுவதை அவை உணர்ந்து திகைத்துச் சிறகடித்து எழுந்தன. பறவைவிழிகளைச் சந்திக்கும் முதல்மானுடக் கண்கள் என்றது ஒரு பெண்குயில். இலைப்படர்ப்புக்குள் வெண்கருமை வரியோடிய உடலுடன் அமர்ந்திருந்த அதன் விழிகளை நோக்கி பார்த்தன் புன்னகை செய்ய அது மரப்பட்டைக்குப்பின் சென்றது. அதன் காதலன் உச்சிக்கிளையிலமர்ந்து 'இங்கே இங்கே' என குரலெழுப்பியது.

மரங்கொத்திகளின் தாளத்தில் பறவைக்குரல்கள் சுழன்றிசைக்க தன் இசைக்குள் அமிழ்ந்திருந்த அக்காட்டில் அவன் ஒருவன் மட்டுமே நடந்துகொண்டிருந்தான். இலைத்தழைப்பின் உச்சிவிதானத்திலிருந்து

வெயிலில் ஏறிக்கொண்ட காகங்கள் நிழல்மேல் நிழலென வந்து மண்ணிலமர்ந்து திரும்பி நோக்கிக் கரைந்தன. கண்வரைக்கும் அலகு நீண்ட நாகணவாய்கள் அமர்ந்திருக்கும் நிறத்தை சிறகுவிரித்து மாற்றிக்கொண்டன. நீலச்சிறுமணி மீன்கொத்தியொன்று கூரம்புபோலக் கடந்துசென்றது. அனைத்தும் அவன் விழிகளை அறிந்திருந்தன. அனைத்தும் அவன் விழிகளுடன் விளையாடின.

மிருகங்களாலானது பீமனின் பாதை. அவன் பாதையில் காலெடுத்து வைத்த முதலதிர்விலேயே அப்பால் ஈரப்புதர்க்குழியில் குட்டிகளுடன் படுத்திருந்த தாய்ப்பன்றி பிடரிமுள்மயிர்கள் சிலிர்க்க மெல்ல உறுமி 'அவன்!' என்றது. கரும்பட்டுச்சுருள் குட்டிகள் அன்னையின் அடிவயிற்றில் மேலும் ஒண்டிக்கொள்ள ஒன்றுமட்டும் சிவந்த சிறுமூக்கைத் தூக்கி காதுகளை முன்னால் குவித்து எழுந்து புதருக்குள் நின்று மண்ணை குழித்துச்செல்லும் கனத்தபெரும் பாதங்களைப் பார்த்து வாலைச்சுழித்து சற்று முன்னால் வந்து உடல்முடி சிலிர்க்க பலாப்பிஞ்சு [illegible] மாறி மெல்ல சிறுகாலெடுத்துவைத்து மேலும் நெருங்கி தலையை மண்ணளவுதாழ்த்தி சிறுவிழிகளால் நோக்கி 'நீ' என்றது.

அவன்சென்ற பாதையிலிருந்த அனைத்து மிருகங்களும் அவனை அறிந்தன. தேன்கூடு நோக்கி பாறையொன்றில் தொற்றி ஏறிய பெருங்கரடி நீள்நகப்பிடியை மேலும் இறுக்கி கரிய தலையைத் திருப்பி நோக்கி தன் உடலுக்குள்ளேயே உறுமிக்கொண்டது. மான்கூட்டங்கள் துள்ளி விலகிச்சென்று தலைதிருப்பி நோக்க அவன் காலடி ஒவ்வொன்றும் அவற்றின் உடலில் விதிர்த்தது. மரக்கிளை தழுவிக்கிடந்த மலைப்பாம்பு ஒன்று மெல்ல நழுவிக் கீழிறங்கி உடலற்ற பெரும்புயமெனப் புடைத்து நெளிந்து மீண்டும் வளைந்து தன்னைத் தான் தழுவி இறுகிக்கொண்டது. அப்பால் எழுந்த கரும்பாறை தன் இருள்அளை வாய் திறந்து வேங்கை முழக்கத்தால் அவனை அறிந்தேன் என்றது.

அடர்மரங்களினினூடாகச் சென்ற பாதையின் வலப்பக்கத்திலிருந்து மூச்சு சீறக்கேட்டு திரும்பிய பணியாளர்கள் புதர் விலக்கி எழுந்த இரு வெண்தந்தங்களைக்கண்டு திகைத்து பின்னால் நகர்ந்து வேல்களைத் தூக்கி வில்களை நாணேற்றி கைநீட்டி அசையவேண்டாமென சைகையாற்றினர். மண்மூடிய சிறுகுன்றுபோல சிறுசெடிகள் முளைத்த மத்தகமும் வெடித்தகளிமண் போன்று வரியோடிய துதிக்கையுமாக எழுந்து வந்த பெருங்களிறு நகம் சிரித்த கால்பொதிகளைத் தூக்கி வைத்து அவர்களை நோக்கி வந்து நின்று தன் துதிக்கையை நீட்டி விரல்மூக்கை அசைத்து மணம் தேடியது.

பீமன் தயங்காநடையுடன் அதை நோக்கிச்சென்றான். "அரசே!" என்று கூவியபடி அவனைப் பிடிக்கச்சென்ற அனகையை குந்தி "அவனை

விடு” என்று சொல்லி கைப்பற்றித் தடுத்தாள். அவன் யானையை அணுகியதும் அதன் செவிகள் அசைவிழக்க தலையைக் குலைத்தபடி அது இரண்டடி பின்வாங்கியது. அவன் மேலும் நெருங்க ‘யார்?’ என்ற ஒலியுடன் அது மேலும் ஓர் அடி பின்னகர்ந்து தலையைக் குலுக்கியது. அவன் அணுகி அதன்முன் கை நீட்டி நின்றபோது அதன் செவிகள் முன்கூர்ந்து நுனிக்கிழிசல் தொங்கல்கள் காற்றிலாடின. துதிக்கை நீண்டு வளைந்தெழுந்து அதன் செந்நுனி தவித்து அவன் தோளைத்தொட்டு தலைக்குச் சென்றது. அதன் மூச்சு சீறி அவன் கூந்தல் பறந்தது.

அவன் அதன் இரு தந்தங்களையும் இரு கைகளால் பற்றி துதிக்கைமேல் தன் கைமுட்டியால் அறைந்தான். தொலைதூரக் கருமேகத்துக்குள் இடியோசை என யானை மெல்ல உறுமி மத்தகம் தாழ்த்தி அவன் கால்களைத் துதிக்கையால் வளைக்க முயன்றது. அவன் அதன் தொங்கிய ஈர வாயை கையால் அசைக்க ‘ஆம், நீதான்!’ என்று அது உறுமியது. பீமன் “செல்வோம்” என்றான். அவர்கள் யானையைக் கடந்துசெல்ல யானை நீள்மூச்சொலிக்க பாதையோரமாக செவிகளை ஆட்டி தன்னுடலில் தானே ததும்பி நின்றது. அவர்கள் சென்ற வழியே அதுவும் சிறுதூரம் வந்து, பின் நின்று துதிக்கை தூக்கி மத்தகத்தின் மேல் வைத்து ‘சென்றுவருக’ என ஒலித்தது.

ஒலிகளால் நிறைந்தபாதையில் தருமன் நடந்தான். ஆடும் கிளைகளில் குலைந்துலைந்து சிலிர்த்து நடுங்கியதிரும் இலைத்தழைப்புகளுக்குள் சென்ற காற்று காயத்ரியாக இருந்தது. கிளைகளில் அறையும் கனத்த கொடிகளில் அனுஷ்டுப் ஒலித்தது. உரசிக்கொள்ளும் கிளைகளில் உஷ்ணுக் விம்மியது. கல்அலைத்தொழுகிய கறங்குவெள்ளருவியின் பிருஹதியை, கால்பட்டுத் தவம்கலைந்த பெரும்பாறை மலைச்சரிவிறங்கும் திருஷ்டுப்பை அவன் கேட்டான். மயில்களின் அகவலில், சிம்மக்குரலின் அறைதலில், மான்குளம்புகளின் துள்ளலில், பாம்பிழையும் தூங்கலில் அழியாச்சொல் குடியிருந்த காட்டை அவன் அறிந்தான்.

சதசிருங்கத்துக்கும் அஸ்தினபுரிக்கும் நடுவே இருந்த ஐயங்களின்மேல் குழப்பங்களின் மேல் அச்சங்களின் மேல் கால்வைத்து நடந்து கொண்டிருந்தாள் குந்தி. பாண்டுவின் இறப்புக்குப்பின் பதினொன்றாம் நாள் மாண்டூக்யரும் மூன்று கௌதமர்களும் இந்திரத்யும்னத்தின் கரையில் கூடியபோது அவள் தன் மைந்தர்களுடன் நகர் திரும்புவதாகச் சொன்னாள். அது மறைந்த மன்னனின் விருப்பம்தானா என்றார் ஏகத கௌதமர். தன் விருப்பமென்னவென்று அவன் ஒருபோதும் அறிந்திருக்கவில்லை என்றாள் குந்தி. அவன் அவர்களுக்கு ஒரு பெயர் மட்டுமே என்றாள்.

தான் முடிவெடுத்துவிட்டதாகவும் மறுநாளே கிளம்புவதாகவும் அவள் சொன்னபோது மாண்டூக்யர் “அவ்வாறே ஆகுக” என்றார். ஐந்து குழந்தைகளுக்கும் வாழும் உறவென்பது அவள் மட்டுமே என்பதனால் நூல்நெறிப்படி அவளை மறுக்கவியலாது என்று அவர் சொன்னபோது மூன்று கௌதமர்களும் தலையசைத்தனர். திரிதகௌதமர் புன்னகையுடன் “தானறிந்த உலகில் தானறியா ஆடலுக்கு மைந்தர்களை இறக்கிவிடுவதுதான் அனைத்துப்பெற்றோரும் செய்வது” என்றார். மாண்டூக்யர் அவரைப் பார்த்துவிட்டு திரும்பிக்கொண்டார்.

மறுநாள் பாண்டுவின் சிதைச்சாம்பல் விலக்கி அங்கே வெந்து வெண்சுண்ணவடிவாகக் கிடந்த எலும்புகளை எடுத்தனர். இருவர் எலும்புகளும் ஒன்றுடன் ஒன்று கலந்து கிடந்தன. ஏழு எலும்புகளை எடுத்து அவற்றை பாண்டு என உருவகித்தார் காசியபர். ஐந்து எலும்புகளை எடுத்து அவற்றை மாத்ரி என உருவகித்தார். பச்சைமண்கலங்களில் அவற்றை அடைத்து மண்தட்டால் மூடியிட்டு தேன்மெழுகால் விளிம்புகள் மூடி மஞ்சள்பட்டால் முடிந்து இரு சந்தனப்பெட்டிகளில் எடுத்துக்கொண்டு அவர்கள் கிளம்பினர்.

சதசிருங்கத்திலிருந்து வைத்த முதல் அடியிலேயே அவள் அஸ்தினபுரியை அடைந்து விட்டாள். ஏழாண்டுகளுக்கு முன் விட்டுவந்த கோட்டை முகப்பை, கொடிபறக்கும் காவல்மாடங்களை, திறந்து காத்திருக்கும் பெருவாயில்களை, வண்டிகள் அணிவகுத்து உள்ளே நுழையும் சாலையை, வேல்களின் ஒளியை, வாளுறைகளின் ஒலியை, குதிரைகளின் வாசனையை அறிந்தாள். தன் நெஞ்சுக்குள் நிகழப்போகும் ஒவ்வொன்றையும் மீண்டும் மீண்டும் நிகழ்த்திக்கொண்டாள். ஓர் உச்ச உணர்வில் அவள் விழித்து தன்னிலை அறிந்தபோது மானுடர் வாழ்வது எத்தனைமுறை என்ற எண்ணத்தை அடைந்து புன்னகையுடன் நெடுமூச்செறிந்தாள்.

ஐந்து மைந்தர்களையும் மீளமீள விழிகளால் நோக்கிக்கொண்டிருந்தாள் குந்தி. ஐவரும் செல்லும் இச்சிறிய செம்பாதையின் இருபக்கமும் தெய்வங்கள் வந்து நோக்கி நிற்கின்றனவா என்ன? பின்னாளில் எப்போதோ இதை சூதர்கள் பாடப்போகிறார்கள். காவியங்கள் விவரிக்கவிருக்கின்றன. எண்ணிஎண்ணிச் சலித்த அகம் ஒரு கணம் அனைத்திலிருந்தும் விலகியபோது யார் இவர்கள், என்ன செய்யவிருக்கிறார்கள் என அவளுக்குள் வாழ்ந்த யாதவச்சிறுமி திகைத்தாள். மறுகணமே பின் தங்கிய குட்டி அன்னையை நோக்கி ஓடுவதுபோல தன்னை நோக்கி தானே ஓடியணைந்தாள்.

மூன்றுநாட்களில் கந்தமாதன மலையைக் கடந்து மேலும் நான்குநாட்கள் நடந்து நாகசதத்தை அடைந்து தென்கிழக்காகத் திரும்பி

மலையிறங்கிச்சென்றனர். ஒவ்வொருநாளும் உயர்ந்த மரங்களுக்கு நடுவே கட்டப்பட்ட மரவுரித்தூளிகளில் அவளும் மைந்தர்களும் துயில கீழே எரியும் பந்தங்களுடனும் படைக்கலங்களுடனும் பணியாளர்கள் காவலிருந்தனர். அதற்குள் அவள் அஸ்தினபுரியில் பலகாலம் வாழ்ந்துவிட்டிருந்தாள். அனைத்து இக்கட்டுகளையும் கடந்திருந்தாள். மரவுரித்தூளியில் காலையில் எழுகையில் மணிமுடி சூடிய சக்ரவர்த்தினியாக இருந்தாள்.

பீதகூடத்தின் காட்டில் அவளை முதல்கதிர் எழுந்த காலையில் எழுப்பிய அனகை "இறையருள் துணை நிற்கட்டும் அரசி. இன்று வைகானச மாதம் பன்னிரண்டாம் வளர்நிலவுநாள்" என்றாள். "நல்லவை நிகழட்டும்" என்று சொல்லி எழுந்து தன் கைகளை விரித்து நோக்கியபின் குந்தி நூலேணி வழியாகக் கீழிறங்கினாள். அங்கு வந்த இரவிலேயே அப்பால் நீரோசை கேட்டிருந்தாள். "அது காட்டாறா?" என்றாள். அனகை "ஆம் அரசி. கங்கைக்குச்செல்லும் மனஸ்வினி என்னும் சிற்றாறின் துணையாறுகளில் ஒன்று. தெளிநீர் ஓடுவது" என்றாள். அவள் முன்னால் நடக்க கையில் வேலுடனும் வாளுடனும் அனகை பின்னால் நடந்தாள்.

காட்டாற்றை அணுகியதும் குந்தி அனகையிடமிருந்து வாளை வாங்கிக்கொண்டு புதர்களைக் கடந்து காட்டாற்றின் கரைக்குச் சென்றாள். வழுக்கும் உருளைப்பாறைகளின் சரிவில் மெல்லக் காலெடுத்துவைத்து இறங்கி காட்டாற்றை அடைந்தாள். பாறைகள் நடுவே வெண்ணிறச்சிதர்களாக உடைந்து பெருகி இறங்கி பரவி நுரைத்து மறுபக்கம் இறங்கி ஒலித்து மறைந்துகொண்டிருந்த காட்டாற்றின் விளிம்பில் குனிந்து தெளிநீரை இரு கைகளாலும் அள்ளி முகத்தில் விட்டு கழுவிக்கொண்டாள். மீண்டும் அள்ளக்குனிந்தபோது அப்பால் நீருக்குள் இருந்து கருநிற உடல்கொண்ட ஒரு வேடன் எழுவதைக் கண்டாள்.

சேற்றிலூன்றிய வாளைக் கையிலெடுத்து "யார் நீ?" என்றாள் குந்தி. "படைக்கலமில்லாதவன், எளிய மலைவேடன்" என்றான் அவன். அவள் வாளைத்தாழ்த்தி "நான் நீராடவிருக்கும் இடம் இது... எழுந்து வெளியே வா" என்றாள். அவன் "எழுந்து வர கால்களில்லாதவன் நான்" என்றான். திகைப்புடன் அவள் அவன் கால்களை நோக்கி நீருக்கடியில் அவன் பாம்புடல்கொண்டு நெளிவதைக் கண்டாள். வாளைச் சுழற்றி அவள் எறியப்போவதற்குள் அவன் நீருள் பாய்ந்து சிறிய தண்ணீர்ப்பாம்பாக மாறி மூழ்கி மறைந்தான்.

அவள் நீர்ப்பரப்பை விழிகளால் துழாவியபடி நிற்கையில் இன்னொரு பாறை இடுக்கில் அவன் தலை எழுந்துவந்தது. "அஞ்சவேண்டாம் அஸ்தினபுரிக்கரசி. என் பெயர் கார்க்கோடகன். கஸ்யப பிரஜாபதிக்கு

கத்ருவெனும் முதலன்னையில் பிறந்த பெருநாகம் நான். அழிவற்றவன்” என்றான். வாளைத்தாழ்த்திய குந்தி “என்னவேண்டும் உனக்கு?” என்றாள். அவன் எழுந்து பாறைமேல் அமர்ந்துகொண்டான். இடைக்குக்கீழே அவனுடைய கரிய அரவுடல் நீரலைகளுடன் இணைந்து நெளிந்தது. “அதே வினாவை உங்களிடம் வினவவே இங்குவந்தேன்... அரசி, உங்களுக்கு வேண்டியதென்ன?” என்றான்.

“நான் ஓர் அன்னை” என்று குந்தி சொன்னாள். “அன்னையர் வேண்டுவது மைந்தரின் நலம் அன்றி வேறென்ன? என் மைந்தன் அஸ்தினபுரியை ஆளவேண்டும். அவன் தம்பியர் அவனைச்சூழ்ந்து காக்கவேண்டும். என் குலம் அவர்களின் குருதியில் தழைக்கவேண்டும்.” .

கார்க்கோடகன் முகம் மாறியது. இமையாவிழிகளில் ஒளியுடன் அவன் பேச்சும் மாறியது. “உன் மைந்தன் என்றால் சூரியனின் மகன்தானே? அவனை நீ இன்னமும் கண்டுபிடிக்கவேயில்லையே?” என்றான். குந்தி கால்கள் குழைந்து மெல்லக் கையூன்றி பாறையொன்றில் அமர்ந்துகொண்டாள். மனமயக்கத்தைக் கீறி வெளியே எழுந்து வந்து வீம்புடன் தலை தூக்கி “ஆம், அவன்தான் என் மகன். அவனை ஒருபோதும் நான் மறைக்கப்போவதில்லை” என்றாள்.

“அஸ்தினபுரிக்குச் சென்றதுமே அவனைக் கண்டுபிடிக்க பணியாளர்களை அனுப்புவாய் போலும்” என்றான் கார்க்கோடகன். “அவனையே முதல்பாண்டவனாக அங்கே சொல்வாய். பாண்டுவின் கானீனமைந்தனான இளஞ்சூரியனே வைதிகமுறைப்படி அஸ்தினபுரியின் அரியணைக்குரியவன் என்பதை நீ மன்றுகூட்டிச் சொன்னால் அவர்களால் மறுக்கவா முடியும்?” அவள் அவன் கண்களையே பார்த்தாள். அவன் சொல்லவருவதென்ன என்று அவள் அகம் அறிந்தது.

கார்க்கோடகன் புன்னகையுடன் தன் கரிய நீளுடலை நீருக்குள்ளிருந்து வளைத்து இழுத்தெடுத்து பாறையைச் சுற்றிக்கொண்டு வைரவிழிகளால் அவளை நோக்கினான். “நீ அவனைத் தேடிக் கண்டடையவேண்டியதில்லை. நானே அவன் எங்கிருக்கிறானென்று காட்டுகிறேன்.” அவன் குரல் பாம்பின் சீறலாக மாறிவிட்டிருந்தது. அவன் உடல் முற்றிலும் வெளிவந்து நெளியும் வால்நுனி பாறைமீது விரைத்து நின்று மெல்ல அசைந்தது. “அவனை அதிரதன் என்னும் தேரோட்டி உத்தரமதுராபுரியின் படித்துறையில் கண்டடைந்தான். அவன் மனைவி ராதையின் நெஞ்சு அவனுக்காகத் திறந்துகொண்டது. அவள் முலையுண்டு சூதமைந்தனாக அவன் அங்கநாட்டில் இப்போது வளர்கிறான்.”

குந்தியின் கண்களிலிருந்து கண்ணீர் வழியத்தொடங்கியது. இருகைகளாலும் நெஞ்சைப்பற்றிக்கொண்டு உதடுகளை இறுக்கி அவள் மெல்ல விம்மினாள். "அவனை மன்றில் நிறுத்து. அஸ்தினபுரிக்கு அவனையே அரசனாக்கு. அதையன்றி நீ எதைச்செய்தாலும் சூரியமைந்தனாகிய அவனெதிரே உன் இந்திரமைந்தன் வில்லுடனும் அம்புடனும் நிற்கநேரும். அவர்களில் ஒருவருக்கே இவ்வுலகு இடமளிக்கும்" என்றான் கார்க்கோடகன்.

குந்தி துடித்தெழுந்து கைநீட்டி ஏதோ சொல்லவிழைய அவன் இடைமறித்து "காலம்தோறும் ஆடிப்பாவைகளை எதிரெதிரே நிறுத்தி ஆடுகிறது படைப்புக்களம். அவர்கள் ஒருவிசையின் இரு முகங்கள். ஒருவன் கரியவைரம். இன்னொருவன் கருமுத்து. இருவர் வீரமும் முற்றிலும் நிகரானது. கொலைக்களத்தில் ஒருவர் அம்பினால் ஒருவர் தலையறுந்து இருவரும் விழுவதும் விதியாக இருக்கலாம்" என்றான்.

குந்தி "இல்லை" எனத் தலையசைத்தாள். அவள் குரல் உள்நோக்கிச்சென்று நெஞ்சுக்குள் சுழன்று வந்தது. "இரு, உன் சூரியமைந்தனை இதோ உனக்குக் காட்டுகிறேன்" என கார்க்கோடகன் தன் வால்நுனியால் நீர்ப்பரப்பை மெல்லத்தொட்டான். அதிலெழுந்த அலைகள் விலகி விலகிச்சென்றழிய தெளிந்த நீர்ப்பரப்பின் ஆடியில் அவள் தன் மைந்தனைக் கண்டாள். ஒளிரும் இரு கருவிழிகளை. குடுமிக்கட்டில் இருந்து மீறி தோளிலாடிய சுரிகுழலை. கூர்ந்த நாசியை. வெண்பல் தெரிய சற்றே மலர்ந்த உதடுகளை. ஒளிவிடும் மணிக்குண்டலங்களை. குழந்தைமை விலகா இளமார்பை. நீண்ட கைகளை.

அவனுடைய உள்ளங்கைகள் சிவந்து மென்மையாக இருந்தன. அவள் அந்தக் கைகளை நோக்கியபின் வேறெதையும் நோக்கவில்லை. அணைப்பவை. கண்ணீர் துடைப்பவை. அன்னமளிப்பவை. அஞ்சேலென் பவை. வழிகாட்டுபவை. வருக என்பவை. என்றுமிருப்பேன் என்பவை. எஞ்சுபவன் நானே என்பவை. என்னிலிரு என்பவை. கைகள். அக்கைகள் மலர்ந்த மரமென அவனுடல்.

அவளருகே உடல்புடைத்தெழுந்து உயர்ந்து வந்த கார்க்கோடகன் "ஐயமே வேண்டாம் அன்னையே. இம்மண்ணில் தோன்றியவர்களில் இவனே நிகரிலா வீரன்" என்றான். "ஏனென்றால் வீரத்தையும் உதறிச்செல்ல முடிபவன் அவன். அடைவதற்காகப் போரிடுபவனல்ல, அளிப்பதற்காகப் போரிடுபவன். சினத்தால் படைக்கலமெடுப்பவனல்ல, பெருங்கருணையால் அதை ஏந்துபவன்." சீறிய நாகக்குரல் சொன்னது "ஆமென்று ஒரு சொல் சொல். உன் மைந்தனை நீ அடைவாய். வெல்லப் படுவதற்கு உனக்கு இப்புவியிலேதும் எஞ்சியிராது!"

அவள் நடுங்கும் உடலுடன் விம்மி அழுதபடி தன் மைந்தனையே பார்த்தாள். நீரில் அலைபாய்ந்தபடி நின்ற அப்பிம்பத்தின் கண்களை நோக்கிய அவள் பார்வையை அவன் பார்வை சந்தித்தது. உளப்பே ரெழுச்சியுடன் அவள் ஏதோ சொல்ல உதடசைத்தபோது அவனும் அவளிடம் ஏதோ சொல்ல வாயெடுத்தான். மறுகணம் அவள் அலறிக் கூவியபடி தன் கைவாளை உருவி அந்த நீர்ப்பிம்பத்தை வெட்டினாள். ஒவ்வொரு வெட்டுக்கும் அதிலிருந்து வெங்குருதி எழுந்து தெறித்தது. மாறிமாறி வெட்டும் அவளருகே கரியபேருடல் கொந்தளித்துச் சுழித்தசைய கார்க்கோடகன் கூவினான் “என்ன செய்கிறாய்? நில். என்ன செய்கிறாய்?”

வெறிகொண்டவள் போல அவள் வெட்டிக்கொண்டிருந்தாள். பின் தன்னினைவடைந்து அந்த நீரிலேயே விழுந்தாள். அவளைச்சுற்றி பச்சைக்குருதி நிணத்துண்டுகளுடன் எரிவாசனையுடன் கொழுத்துக் குமிழியிட்டு அலைசுழித்தது. அங்கெல்லாம் அருவியெனக் கொட்டி கற்பாறைகளில் மோதிநுரைத்துக்கொண்டிருந்தது குருதி. பதினான்கு அரவுத்தலைகளுடன் எழுந்து நின்ற கார்க்கோடகன் விழித்த கண்களும் பறக்கும் நாக்கும் ஒளிவிடும் வளைந்த பற்களுமாக மெல்ல அசைந்தான். “வேண்டாம்! வேண்டாம்! வேண்டாம்!” என பித்தியைப்போலச் சொன்னபடி அவள் மூச்சிரைத்தாள். பின்னர் வாளை நீரில் வீசிவிட்டு கதறியழத்தொடங்கினாள்.

பெரியதலைகளை மெல்லத் தாழ்த்தி அவளருகே வந்தான் கார்க்கோடகன். “முடிவெடுத்துவிட்டபின் அழுவதற்கென்ன இருக்கிறது? ஒவ்வொரு தனிமனிதரின் முடிவுகளின் வழியாகவும் காலம் தன் முடிவை நிறைவேற்றுகிறது.” அவள் நிமிர்ந்து அவனுடைய இமையாத கண்களை நோக்கினாள். “நான் ஆழங்களின் அரசன். என் முன் ஓர் எளிய மானுட உயிர் கண்ணீர்விடுவதைக் காண என்னால் முடியாது” என்றான். தன் முதல்தலையை சொடுக்கி நீட்டி அவள் நெற்றியில் தீண்டினான். அவள் நெற்றியைப்பொத்தியபடி பின்னால் சரிந்து குருதிச்சுழிப்பில் விழுந்தாள்.

குருதியின் இனிய அணைப்பில் கருக்குழந்தை போல மிதந்துகிடந்தாள். சுழன்று சுழன்று மென்மையான தசைபோல அதிர்ந்த பாறைகளில் முட்டிக்கொண்டிருந்தாள். “அரசி” என அழைக்கும் குரலை கருவறைக்கு வெளியே கேட்டாள். “அரசி! நான் வரலாமா? அரசி” அவள் காலைத் தூக்கி ஒரு தசையை மிதித்து உந்தி எழுந்து நீரைப்பிளந்து வெளியே வந்தாள். தலைமுடியை நீவிப் பின்னால் தள்ளியபடி எழுந்து ஆடைகள் உடலில் ஒட்டி நீர் வழிய நின்றாள்.

அவள் முன் கரும்பாறையில் ஒட்டி மெல்ல உடல் வளைந்து நின்ற நீர்ப்பாம்பு தலையைத் தூக்கியது. "உன் மறுபக்கத்தைப் புரட்டி வைத்திருக்கிறேன். இனி அழவேண்டியதில்லை" என்றது பெருநாகம். "உன் பாதையில் இனி அறங்கள் தடுக்காது. இனி உனக்கு ஐயங்களும் இருக்காது. தேவையற்ற அனைத்தையும் நீ மறந்துவிட்டிருப்பாய்." அவள் தலையசைத்தாள். "என்றோ ஒருநாள் என்னை நினைப்பாய். அன்று நான் வந்து உன்னை மீண்டும் புரட்டிப்போடுகிறேன். நீ மறந்தவையெல்லாம் மீண்டு வரச்செய்கிறேன்." பின்னர் நீர்ப்பாம்பின் உடல் பின்னால் வழிந்து நீரிலிறங்கி சிறிய அலையெழுப்பி மூழ்கி மறைந்தது.

அனகை ஓடிவந்தாள். "அரசி... என்ன ஆயிற்று?" என்றாள். "கால் வழுக்கி நீரில் விழுந்துவிட்டேன்" என்றாள் குந்தி. "நெற்றியில் என்ன குருதி? புண்பட்டுவிட்டதா?" என அனகை தொட்டு நோக்கி "ஆம் குருதிதான். ஆனால் பெரிய புண்ணல்ல... சிறிய கல் குத்தியிருக்கிறது" என்றாள். குந்தி முகத்தை மீண்டுமொருமுறை கழுவி "ஒன்றுமில்லை" என்றாள்.

அங்கிருந்து கிளம்பும்போது காட்டின் இலைநுனிகளிலெல்லாம் கூர்வாளின் ஒளிவந்திருந்தது. பணியாளர்கள் முன்னால் செல்ல ஐந்து மைந்தர்களுடன் அவள் தொடர்ந்தாள். இளங்காலையின் ஒளியில் அவள் அப்பாதையை முழுமையாகக் கண்டாள். பூக்குலைகளில் தேனுண்ணப் பூசலிட்டன பூச்சிகள். அவற்றைத் துரத்தி வேட்டையாடின பறவைகள். ஒவ்வொரு உயிரும் ஒன்றை ஒன்று வேட்டையாடிக்கொண்டிருந்தது. கொல்வனவற்றின் உறுமலும் இறப்பவற்றின் ஓலங்களும் இணைந்தெழும் ஓங்காரத்தில் அனைத்தும் பிணைக்கப்பட்டிருந்தன.

2

பாறைகள் நிறைந்ததாக இருந்தது துரியோதனனின் உலகம். தன் உடலை அசைவாக அறிந்த அவன் அகம் அக்கணமே அறிந்தது அசைவிலிகள் செறிந்த பெருவெளியைத்தான். அவற்றின் முழுமுதல் அமைதி. அவற்றின் அகாலப்பேரிருப்பு. இங்கே, இதோ, இவ்வாறு, இனியெப்போதும், எந்நிலையிலும் என்ற பற்றுநிலை கனத்துக் கனத்துச் செறிந்த எடைகள். சித்தம் திகைக்கவைக்கும் பேருறுதிகள் எடுத்துக் கொண்ட பிறிதொன்றிலாத பல்லாயிரம்கோடி வடிவங்கள். கருவறை நீங்கி மண்ணில் விழுந்ததுமே அதன் கடுமையை அறிந்து அவன் தன் கனத்த கைகளை அதன்மேல் அறைந்துகொண்டு பெருங்குரலில் கூவியழுதான்.

கைகளால் நிலத்தை அறைந்துகொண்டே இருந்தான் துரியோதனன். எழுந்தமர்ந்ததுமே கைகளை நீட்டி சுவரை அறைந்தான். தவழ்ந்ததும் சென்று கற்படிகளைக் கடித்து உடைக்க முயன்றான். அவற்றின் கனியாத உறுதியைக் கண்டு சினமெழுந்து தன் உடலை ஓங்கி அறைந்து அலறி அழுதான். “என்ன? என்னவேண்டும்? என் இளவரசருக்கு இப்புவியில் என்னவேண்டும்!” என்று சத்யசேனை ஓடிவந்து அவனை அணைத்துக்கொண்டாள்.

கண்கள் கட்டப்பட்டமையால் தெய்வத்தன்மை படிந்த புன்னகையுடன் காந்தாரி “பாரதவர்ஷத்தைச் சுருட்டி அவன் கையில் கொடு. அவன் அழுவது அதற்காகவே” என்றாள். அவன் சத்யசேனையைப் பிடித்துப் பின்னால் தள்ளிவிட்டு அந்தக் கல்லை மீண்டும் கடித்து கைகளால் அறைந்தான். மல்லாந்து விழுந்த சத்யசேனை “மைந்தனுக்குப் பசிக்கிறது போலும். கல்லைத்தின்ன முயல்கிறான்” என்றாள். காந்தாரி “அவனுக்கு இப்புவிமகளே பசிதீர்க்கும் உணவாக இருக்கமுடியும்” என்றாள்.

வடக்குமலைச்சரிவில் ஒருகாலத்தில் இருண்டு திரண்டுநின்ற பெரும்பாறை ஒன்றிலிருந்து சிற்றலகுக் குருவிகள் என ஒலியெழுப்பும் பலநூறு உளிக்கூர்களால் கொத்திக் கொத்தி தறித்து எடுத்து விலக்கப்பட்ட கல் தன் கல்லுடலில் மின்னிய பல்லாயிரம் விழிகளால் திரும்பி துரியோதனனை நோக்கிக்கொண்டிருந்தது. 'இவன் மட்டுமே' என அது சொல்லிக்கொண்டது. 'ஆம், இவன்... இவன் மட்டுமே.'

தன் மூன்றாவது வயதில் துரியோதனன் அந்தப்பாறையை வெறும்கைகளால் ஓங்கி அறைந்தான். சிறிய மணியோசை போன்ற வெடிப்பொலியுடன் அது பிளந்துகொண்டது. அவன் எழுந்து நின்று கைகளை ஓசையுடன் தட்டிக்கொண்டு உறும அவனருகே நின்ற அவன் தம்பி துச்சாதனன் குனிந்து அந்தக் கல்லை நோக்கினான். கைகளால் அந்த வெடிப்பின் கூரை தடவிப்பார்த்தபின் எழுந்து கால்களால் அந்த வெடிப்பை மாறி மாறி மிதித்தான். துரியோதனன் இரு என அவனிடம் கை காட்டியபின் கல்லின் மறுமுனையை உதைத்து விரிசலை எழச்செய்து வெறும் கைகளால் பெயர்த்தெடுத்து அப்பால் வீசினான்.

சுவர்க்கல்லில் மோதி விழுந்து உடைந்த கருங்கல்துண்டு தன் மறுபாதியை நோக்கி நெடுமூச்செறிந்து 'ஆம், மீண்டும் பிரிந்திருக்கிறோம். இனி ஊழிமுடிவு வரை நாம் இணையமுடியாது. பிரிந்து பிரிந்து நாம் இப்புவியை ஆக்கிக்கொண்டிருக்கிறோம். அனலோனின் ஆடலில் உருகி ஒன்றாகி இப்புவனமெல்லாம் ஒற்றைப்பெருங்கனலாகும்போது மீண்டும் வந்து தழுவிக்கொள்கிறேன். ஓம்!' என்றது.

அந்த உலோக ஓசைகேட்டு எட்டிப்பார்த்த சத்யவிரதை "அய்யோ!" என வீரிட்டு மார்பைப் பற்றிக்கொண்டாள். துரியோதனன் புன்னகையுடன் அறையைவிட்டு வெளியே செல்ல துச்சாதனன் இருகைகளையும் தட்டியபடி எம்பிக்குதித்து "மூத்தவர்! மூத்தவர்!" என்றான். மீண்டும் சிரித்தபடி அண்ணனைத் தொடர்ந்து ஓடினான்.

மாமனின் பயிற்சிசாலையில் துரியோதனன் பாறைகளை எடுத்து மேலேவீசிப் பிடிப்பதையே உடற்பயிற்சியாகக் கொண்டிருந்தான். ஒவ்வொரு நாளும் மேலும் எடைகொண்ட பாறைகளை அவன் அசைத்துப் பெயர்த்தெடுத்தான். அவற்றை தன் கனத்த தோள்கள் மேல் வைத்து தசைகளால் அவன் எற்றியபோது நீரலைகளில் மிதக்கும் நெற்றுக்கள் போல அவை ததும்பி அசைந்தன. பாறைகளை ஒன்றுடன் ஒன்று மோதி உடைத்துச் சிதறடித்தான். ஒவ்வொரு உடையும்பாறையும் 'நீ!' என அவனிடம் சொல்லியபடி சில்லுகளாகத் தெறித்தது. 'ஆம், நீ மட்டுமே!' என்னும் விழிகளுடன் அவனைச்சூழ்ந்து எக்களித்தனர் அவன் தம்பியர்.

அவனால் அசைக்கமுடியாத பாறைகளெல்லாம் அவனுக்கு எதிரிகளாக இருந்தன. அவற்றின் மேல் அவன் குரோதம் கூடிக்கூடி வந்தது. ஒவ்வொருநாளும் அவற்றையே அவன் கனவுகண்டான். கனவில் அவை இருண்டு குளிர்ந்த ஆணவத்துடன் அவன் முன் எழுந்து நின்றன. அவன் கனத்த காலடிகள் ஒலிக்க அவற்றின் முன் நின்றபோது அவை கற்கைகளைக் கோத்துக்கொண்டு ஒற்றை உடலாக மாறின. அவன் காலடிகள் ஒவ்வொன்றும் அவற்றை விதிர்க்கச் செய்தது. அவனுடைய பார்வை பட்ட அவற்றின் உடல் சிலிர்த்து அசைந்தது. அவன் அருகே சென்று நின்றபோது அவற்றின் மூச்சை தன் உடலில் உணர்ந்தான். அவற்றின் உள்ளே ஓடும் எண்ணங்களின் அதிர்வை அறிந்தான். தன் இடது தொடைமேல் ஓங்கியறைந்து உரக்க கர்ஜனை செய்தபடி அவன் அவற்றை நோக்கிப்பாய்ந்தான்.

இரவில் அவன் எழுப்பும் ஒலி தம்பியருக்கு நன்கு பழக்கமானது. மேகங்களுக்குள் இடியோசை என அவனுக்குள் எப்போதும் அந்த கர்ஜனை நிறைந்திருக்கிறது என்றனர் சூதர். பயிற்சிக்களங்களில் அவன் கர்ஜனை ஒலித்ததுமே தம்பியரும் பிறரும் விலகிவிடுவது வழக்கமாக இருந்தது. கரும்பாறைகளன்றி அவன் முன் நிற்கும் ஆற்றல்கொண்டவை எவையுமில்லை என்று அவர்கள் அறிந்திருந்தார்கள். வலக்கையால் தன் இடத்தொடையில் ஓங்கி அறைந்தபடி முன்னகர்ந்து இரு கைகளையும் தலைமேல் தூக்கியபடி அவன் ஆர்ப்பரிப்பான். எதிரே நின்றிருக்கும் பாறையை வெறும்கைகளால் அறைந்து பிளக்கச்செய்து தூக்கிப் பின்னால் வீசுவான். பின்னால் வந்து விழுந்த பாறைகள் வழியாகவே அவன் முன்னால் சென்றுகொண்டிருந்தான்.

“நம் முன் அமர்ந்திருக்கும் இப்பாறைகள் அசைவற்றவை அல்ல. விசையற்றவையும் அல்ல. அவை அவையிருக்கும் இடத்தில் முடிவிலி வரை அமர்ந்திருக்கும் விருப்பு கொண்டவை. அவற்றின் மேல் வந்து மோதும் காலப்பெருக்கையும் பெருவெளிக்கொந்தளிப்பையும் அவை தங்கள் முழு ஆற்றலாலும் எதிர்கொள்கின்றன. அந்த மோதலின் உச்சகட்ட நிகரமைவுப் புள்ளியில் அவை இறுகி அசைவிழந்திருக்கின்றன. நிகர் எடை கொண்ட இரு யானைகளின் மோதி உறைந்த மத்தகங்கள் நடுவே இருக்கும் அசைவின்மையையே ஒவ்வொரு பாறையிலும் காண்கிறோம்” சகுனி தன் முன் அமர்ந்திருந்த மருகனின் பெரிய விழிகளை நோக்கிச் சொன்னான்.

மலையுச்சியில் திரண்டிருக்கும் இரு கரும்பாறைகள்போலிருந்தன மருகனின் விழிகள். “ஆற்றல் கொண்ட ஒருவன் கற்பாறையைத் தீண்டும் போது தன் ஆற்றலை நோக்கி அறைகூவலிடும் மறு ஆற்றலொன்றை

அதற்குள் கண்டுகொள்கிறான்" என்றான் சகுனி. "தலைக்குமேல் ஓங்கி நிற்கும் கரும்பாறை மனிதனின் அகத்தில் சொற்களை அணைத்து பணிவை நிறைப்பதும் அதனால்தான்."

வென்று செல்லச்செல்ல மேலும் பெருகிவரும் பாறைகளையே துரியோதனன் கண்டான். "நீரின் கடலை மட்டுமே சாமானியர் அறிவர். இளவரசே, இப்புடவி பலநூறு கடல்களால் ஆனது. காற்றின் கடல். ஒளியின் கடல். மேகக்கடல். அதேபோன்றதே பாறைக்கடல். நாம் பார்க்கும் இவை ஒவ்வொன்றும் ஒளிர்துமிகள், வெண்ணுரைகள், சிறுதுளிகள், கருஞ்சிதர்கள், அலைஎழுச்சிகள், அலைவீழ்ச்சிகள் மட்டுமே. இவற்றாலான ஒற்றைக்கடலாக பாறை பூமியை உள்ளும் புறமும் நிறைத்திருக்கிறது என்கின்றன சிற்பவியல் நூல்கள்" என்றான் சகுனி. "பாறையெனும் யானையின் முதுகில் பசும்புல் முளைத்துப் பரவியிருக்கும் சிறிய மண்பரப்புதான் இப்பூமி என்கின்றன அவை."

"வல்லமை கொண்டவை எப்போதும் மண்ணுடன் பொருதுகின்றன" என்று சகுனி தொடர்ந்தான். "யானை மலைப்பாறைகளில் மத்தகத்தை முட்டுகிறது. எருது மண்ணை கொம்புகளால் கிண்டிப் புரட்டுகிறது. தேற்றை எழுந்த காட்டுப்பன்றி மண்ணை உழுது நீந்துகிறது. இறுதிவெற்றி மண்மீதான வெற்றியே."

துரியோதனன் பெருமூச்சுடன் தன் இரு கைகளையும் இணைத்து தோளின் தசைகளை இறுக்கி அசைத்தான். அவனுடைய உடலசைவு அவனைச்சூழ்ந்து அமர்ந்திருந்த தம்பியர் உடல்களில் நீரலை போலப் பரவிச்சென்றது. அவன் பாறையைப் பார்த்துக்கொண்டிருந்தான். செம்பூ பரவிய மத்தகங்கள். மீன்செதில் மின்னல்கள். அரக்குவழிதல்கள். தேன் சுருள்கள். ஊன்அடுக்குகள்...

அதிகாலை சகுனியின் ஆயுதசாலையில் பயிற்சி செய்து திரும்பும்போது துரியோதனன் திரும்பி துச்சாதனனிடம் சொன்னான் "தம்பி, நான் வெல்லவேண்டிய முடிவிலா பாறைகளாலானது இப்புவி என்ற எண்ணம் போல என்னை எழுச்சியுறச்செய்வது பிறிதில்லை. வடக்கே உயர்ந்திருக்கும் ஒவ்வொரு மலைச்சிகரங்களையும் என் கைகளால் அறைந்து உடைத்துச்சரிப்பதைப்பற்றி கனவு காண்கிறேன்" என்றான்.

துச்சாதனன் "ஆம், மூத்தவரே... உலகமெங்கும் நிறைய பாறைகள் உள்ளன" என்றான். துரியோதனன் அமைதியிழந்த கண்கள் அலைபாய நிமிர்ந்து நோக்கி "பாறைகளின் ஆணவம்போல என்னை அமைதியிழக்கச்செய்வதும் வேறில்லை" என்றான். "ஒவ்வொன்றும் எனக்கான அறைகூவலுடன் நின்றிருக்கின்றன."

“பாறைகளுக்குக் கண்கள் இல்லை” என்றான் துரியோதனன். “அதனால்தான் அவை அத்தனை ஆற்றலுடன் இருக்கின்றன. கண்ணற்றவை எதிரிகளைப் பார்ப்பதில்லை. ஆகவே அச்சம் கொள்வதில்லை. அச்சமில்லாதபோது நம் ஆற்றல் குறைவதில்லை” என்றான். தன்னுள் எழும் சொற்களை அவனே விளங்கிக்கொள்ளவில்லை.

துச்சாதனன் பெரும்பாலும் தமையன் சொற்களைப் புரிந்து கொள்வதில்லை. ஆயினும் “ஆம், மூத்தவரே” என்றான். இரு கைகளையும் கோத்தபடி “பெரும்பாறைகளை அறையும்போது நான் என் கண்களை மூடிக்கொள்கிறேன். அங்கே இருக்கும் பாறையை முழுமையாகவே மறந்துவிடுவேன்” துரியோதனன் சொன்னான். துச்சாதனன் விளங்கிக் கொள்ளாமல் தலையசைத்தான்.

தனக்குள் ஆழ்ந்து தலை நிமிர்ந்து நடந்துகொண்டிருக்கும்போது காலில் கல் இடறி நிலைகுலைவதுபோல ஒரு கணத்தில் துரியோதனன் சித்தம் கலைந்தது. பொருளற்ற அகஎழுச்சி அவன் நெஞ்சை எழுந்து நிறைத்தது. துயரம் என, தனிமை என, ஏக்கம் என ஒன்று. உடல் அதில் அலைபாய நின்று கைகளை விரித்து தூக்கி வானைப்பார்த்ததும் அவனிடமிருந்து மெல்லிய முனகல் ஒலி எழுந்தது.

“மூத்தவரே!” என்று துச்சாதனன் அழைத்ததும் “சீ, விலகிச்செல் மூடா!” என்று கூவினான். துச்சாதனன் தலைவணங்கி மெல்ல விலகிக் கொண்டான். துரியோதனனின் அந்த உணர்ச்சிமாறுபாடுகளை அவன் நன்கறிந்திருந்தான். ஏனென்றறியாத ஒரு தவிப்பில் கைகளும் கால்களும் குழைய துச்சாதனன் மெல்ல விம்மினான். அங்கிருந்து விலகி ஓடி வடக்குவாயில் வழியாக காட்டுக்குள் புகுந்துவிடவேண்டும் என்று தோன்றியது.

தன் இரு கைகளையும் சேர்த்து ஓங்கி அறைந்துகொண்டு துரியோதனன் திரும்பியபோது கற்சுவர்போலச் சூழ்ந்து நின்றிருந்த தம்பியரைக் கண்டான். வெறித்தெழுந்த சினத்துடன் பற்களைக் கடித்தபடி “வீணர்கள்... கோழைகள்!” என்று கூவியபடி அவன் தம்பியரை ஓங்கி அறைந்தான். வெடிப்பொலியுடன் விழுந்த அடிகளை வாங்கி அவர்கள் அலறியபடி சிதறி விழுந்தனர்.

துச்சாதனன் “மூத்தவரே வேண்டாம்... அவர்கள் குழந்தைகள்” என்று குறுக்கே வந்து விழுந்தான். துரியோதனன் தம்பியின் தோள்களிலும் தலையிலும் அடித்தான். பாறைபோல அடிகளைப் பெற்றுக்கொண்டு உடல் இறுக்கி துச்சாதனன் நின்றிருந்தான். உதைபட்டுக் கீழே விழுந்த துச்சாதனனைத் தூக்கிச் சுழற்றி மண்ணில் அறைந்தபின் துரியோதனன்

பற்களை இறுகக் கடித்து கைமுட்டிகளை இறுக்கியபடி அரண்மனை நோக்கிச் சென்றான்.

அன்று பகல் முழுக்க அவன் புண்பட்ட யானைபோல உறுமியபடியும் சுவர்களையும் கதவுகளையும் அறைந்தபடியும் தன் அறைக்குள் சுற்றிவந்தான். அவன் தம்பியர் அவனை நெருங்கவில்லை. அவன் விழிபடும் தொலைவில் துச்சாதனன் மட்டும் எப்போதுமிருந்தான். நிலைகுலையும்போது மும்மடங்கு உணவுண்பது துரியோதனன் வழக்கம். அவனுக்கு உணவு அளித்த சேடியர் கலங்களின் ஓசை எழாமல் மெல்ல பணியாற்றினர். உண்டு முடித்தபின் தன் மஞ்சத்துக்குச் சென்று படுத்துக்கொண்டான். நெடுநேரம் அவன் மூச்செறிந்து புரண்டுகொண்டிருப்பதை அருகே நின்று துச்சாதனன் கேட்டுக் கொண்டிருந்தான்.

ஓசையின்றி தன்னைச்சூழ்ந்து அலையடித்து நுரைத்த பாறையில் சிக்கி மூச்சு செறிந்த கனவில் இருந்து துரியோதனன் உறுமியபடி விழித்துக்கொண்டு தன் மஞ்சத்தில் எழுந்தமர்ந்தபோது இரவுக்குள் அவனைச்சுற்றி தம்பியர் துயின்றுகொண்டிருப்பதைக் கண்டான். மஞ்சத்துக்கு மிக அருகே தரையில் துச்சாதனன் கனத்த கைகளைத் தலைக்குமேல் சுருட்டிவைத்து தொடைகளை விரித்துப் படுத்திருந்தான். அப்பால் இரண்டு வயது முதல் ஐந்துவயது வரையிலான முப்பத்தாறு தம்பியர் அந்தப் பெரிய கூடத்தில் தரையிலிட்ட மரவுரிப்படுக்கைகளில் ஒருவரை ஒருவர் தழுவிக்கொண்டும் கைகால்களை விரித்துக்கொண்டும் துயின்றனர். மூச்சொலிகள் அறைக்கூடமெங்கும் சீறிக்கொண்டிருந்தன.

துரியோதனன் எழுந்து இருளில் மெல்ல காலடி எடுத்துவைத்து குனிந்து துச்சாதனனின் உடலைப் பார்த்தான். அவன் உடலெங்கும் தடிப்புகளும் சிராய்ப்புகளும் நிறைந்திருந்தன. தோளிலும் முழங்கால்களிலும் வீக்கம் கனத்திருந்தது. பெருமூச்சுடன் அவன் கால்களை உடல்கள் நடுவே தூக்கிவைத்து ஒவ்வொரு தம்பியாகப் பார்த்தான். அனைவர் உடலிலும் தடிப்புகளும் காயங்களும் இருந்தன. அவன் தன் இரு கைகளையும் தூக்கி முகத்தருகே கொண்டுவந்து பார்த்தான். பற்களை இறுகக் கடித்தபடி தலையை அசைத்துக்கொண்டான்.

சிலகணங்கள் அங்கேயே நின்றபின் துரியோதனன் திரும்பி கூடத்தை விட்டு வெளியே சென்று படிகளில் இறங்கி இருண்ட அரண்மனை இடைநாழி வழியாக நடந்தான். காவல்வீரர்கள் அவனைக்கண்டு ஓசையில்லாமல் வேல்தாழ்த்தி வணங்கினார்கள். முற்றத்தில் இறங்கி நின்று இடையில் கைவைத்து தலை தூக்கி வானில் விரிந்திருந்த விண்மீன் செறிவை நோக்கி அசையாமல் நின்றான். அவன் ஆடையை அசைத்தபடி

குளிர்காற்று ஒழுகிக்கொண்டிருந்தது. சிலகணங்களுக்குப்பின்னர்தான் 'இல்லை இல்லை' என தான் தலையை அசைப்பதை அறிந்து அவன் திடுக்கிட்டான். எவராவது பார்க்கிறார்களா என்பதுபோல அவன் சுற்றுமுற்றும் பார்த்தான். பெருமூச்சுடன் அரண்மனைக்கோட்டையை நோக்கிச் சென்றான்.

பந்தஒளி காஞ்சனத்தின் வெண்கலவளைவில் செம்புள்ளிபோலத் தெரிந்தது. கிழிந்துபறந்த பந்தச்சுடர்களின் அலையடிப்புக்கு அப்பால் வீரர்களின் வேல்நுனிகள் மின்னிக்கொண்டிருந்தன. செம்மண் பறந்து கொண்டிருந்த சாலைக்கு வந்து சிலகணங்கள் நின்றபின் அவன் திரும்பி மேற்கு நோக்கிச் சென்றான். தன் உடலின் எடை பலமடங்கு கூடிவிட்டிருப்பதைப்போலவும் கால்களால் அதை அசைத்து அசைத்து நகர்த்திச்செல்வதைப்போலவும் உணர்ந்தான். மேற்குத் தேர்ச்சாலையில் இருந்து கிளைச்சாலை பிரிந்து ஏரியை நோக்கிச்சென்றது. மேற்குவாயில் மீது எரிந்த பந்தத்தின் செவ்வொளி அங்கே ஏரிநீரில் விழுந்து நெளிவதைக் கண்டான்.

துரியோதனன் ஏரிக்கரையை அடைந்து கல்லடுக்கிக் கட்டப்பட்டிருந்த மதகின் மேல் அமர்ந்துகொண்டான். வானில் பிறைநிலவு மேகத்தைக் கீறிவெளிவந்தபோது ஏரிநீரின் கரிய அலைகள் ஒளிகொண்டன. ஒளியை அவை கரைநோக்கி தள்ளித்தள்ளிச் செலுத்துவது போலத் தோன்றியது. அவன் காலடியில் ஒளியலைகள் வந்து மெல்லிய ஓசையுடன் கரையை முட்டிச் சிதறின. ஏரிக்கு அப்பாலிருந்து காற்று வந்து கரையில் ஏறி வழிந்து நகரை நோக்கிச் சென்றது.

நினைத்திருக்காத கணத்தில் ஏரி நீரைப்பிளந்து எழுந்த கரிய பணித்தலையைக் கண்டு துரியோதனனின் கண்கள் மட்டும் சற்று விரிந்தன. அவனுடைய இறுகிய தசைகளின் வழியாக ஒரு மெல்லிய அலை கடந்து சென்றது. "யார் நீ?" என்று அவன் கேட்டான். "நீராடுபவன்... ஒரு யோகி" என்றபடி அவன் நீந்தி அருகே வந்தான். அவன்முன் நீருக்குள் வந்து நின்று "அஸ்தினபுரியின் அரசனை வணங்குகிறேன்" என்றபடி மேலெழுந்தான். அவன் மேலெழுவதிலிருந்த விந்தையை சிலகணங்களுக்குப்பின்னரே துரியோதனன் உணர்ந்தான். நீருக்குள் அவன் உடல் சுழன்று நெளியும் பாம்புடலாக இருந்தது.

"நீ நாகன் என எண்ணுகிறேன்" என்றான் துரியோதனன. "ஆம், என் பெயர் கார்க்கோடகன். பிரஜாபதியான கஸ்யபருக்கு முதல்நாகம் கத்ருவில் பிறந்த அரவரசன். அழிவற்ற இருள்வடிவம் கொண்டவன்" என்றான் அவன். "என்னை அச்சமின்றி நோக்கிய முதல் மானுடன் நீ. உன்னை வணங்குகிறேன்..." துரியோதனன் சிலகணங்கள் அவன்

விழித்தமணிக்கண்களை நோக்கிவிட்டு “உனக்கு என்ன வேண்டும்?” என்றான். “நாகம் அளவுக்குத் தனிமையை அறிபவர்கள் எவருமில்லை. தனிமையையே வளையாக்கி தனிமையையே சுருளாக்கி தனிமையையே நெளிதலாக்கி வாழ்பவர்கள் நாங்கள். உன் பெருந்தனிமையை அங்கிருந்து நோக்கினேன்” என்று கார்க்கோடகன் சொன்னான்.

“நான் தனியாக இருப்பதேயில்லை. அது என் அன்னையின் ஆணை” என்று துரியோதனன் சொன்னான். “என்னுடன் எப்போதும் என் தம்பியர் இருக்கிறார்கள்.” கார்க்கோடகன் நகைத்து “அவர்கள் பிறர் அல்ல. உன் நிழலுருக்கள். ஆகவேதான் இன்று நீ அவர்களை அடித்தாய்” என்றான். துரியோதனன் தன் உடலுக்குள்ளேயே மெல்ல அசைந்தான். “நீ அடித்தது உன் உடலைத்தான்” என்றான் கார்க்கோடகன். “நான் தத்துவங்களைக் கேட்க விரும்புபவனல்ல. நீ போகலாம்” என்றபடி துரியோதனன் எழுந்துகொண்டான்.

“நில்... நில்” என்று நீரை அளைந்து உடல் நெளிய கார்க்கோடகன் முன்னால் வந்தான். “நான் சொல்வது வீண்பேச்சென்றால் உன் அகம் ஏன் அமைதியிழக்கிறது? நீ ஏன் என்னை அஞ்சி ஓடுகிறாய்?” துரியோதனன் புன்னகைத்து “அச்சமா? உன் மீதா?” என்றான். “சரி, உன் மீதுள்ள அச்சம் அது. தன்னை அஞ்சுபவனும் கோழையே” என்றான் கார்க்கோடகன். “நான் அஞ்சுவதற்கேதும் இப்புவியில் இல்லை” என்றான் துரியோதனன். “அப்படியென்றால் நில். என் சொற்களைக் கேள்” என்று கார்க்கோடகன் சொன்னான். “சொல்” என்றபடி துரியோதனன் அமர்ந்துகொண்டான்.

“நீ உன்னுள் ஆழ்ந்த நிறைவின்மை ஒன்றை உணர்கிறாய்...” என்று கார்க்கோடகன் சொன்னான். “வீரமென்பது நிறைவின்மையின் இன்னொரு பெயர். அது தேடிச்சென்றுகொண்டே இருக்கிறது. நிறையாமல் நிரப்பிக்கொண்டே இருக்கிறது.” பெரிய கரிய வளையங்களாக உடல் குவிய அவன் தலை மேலெழுந்து துரியோதனன் தலைக்குமேல் ஒரு கருவேங்கை என படமெடுத்து நின்றது. சீறலாக அவன் குரல் ஒலித்தது. “... ஆனால் ஒரு வீரன் தேடுவதென்ன? வீரனின் படைக்கலங்களும் பயின்ற தசைகளும் கூரிய கண்களும் குவிந்த அகமும் எதை வேட்கின்றன?”

பொருளில்லா விழிகளுடன் பார்த்தவாறு துரியோதனன் அமர்ந்திருந்தான். “...இன்னொரு வீரனை அல்லவா? நீ அறிவாய், உன் தோள் வல்லமைக்கு முன் உன் தம்பியரெல்லாம் சிறுவர்கள். உன் மாமன் கூட ஆற்றலற்றவன்தான்.” மெல்ல அசைந்து துரியோதனன் “ஆம்” என்றான். “வீரர்கள் அனைவருமே தங்கள் எதிரியைத்தான் இரவும் பகலும் எண்ணிக்கொண்டிருக்கிறார்கள். சேயை எண்ணும் தாய்

போல. காதலியை எண்ணும் காதலர் போல. இறைவனை எண்ணும் அடியவனைப்போல. அப்படியொரு முழுமுதல் எதிரி அமைந்தவன் வாழ்வில் தனிமை என்பதே இல்லை. அவன் அகம் ஒருகணம்கூட வெறுமையை உணர்வதில்லை. அவன் தசைகளும் படைக்கலங்களும் இலக்கின்மையில் தவிப்பதுமில்லை."

துரியோதனனின் இருகைகளும் தவிப்புடன் வந்து ஒன்றையொன்று கண்டுகொண்டன. அவற்றைப் பின்னி இறுக்கியபடி அவன் "உம்" என்றான். "எதிர்ப்படும் ஒவ்வொருவரிலும் தன் முழுமுதல் எதிரியைத் தேடிக்கொண்டிருக்கிறான் வீரன். வீரர்களை தெய்வங்கள் மிகச்சிறந்த எதிரியை அளித்துத்தான் வாழ்த்துகின்றன" என்றான் கார்க்கோடகன். அவன் தலை குனிந்து துரியோதனனை அணுகியது. அவன் கண்களுக்குள் ஒளிப்புள்ளிகள் சுழன்றன. "...அஸ்தினபுரியின் அரசே, மிகச்சிறந்த எதிரி என்பவன் யார்? எவன் உன்னைக் கொல்லக்கூடுமோ அவன் அல்லவா?"

துரியோதனன் குளிர்ந்த இரும்புத் தொடுகையுடன் வாள் ஒன்று தன் உடலைப்போழ்ந்து கடந்துசென்றதாக உணர்ந்தான். அவன் இரு துண்டுகளும் ஒன்றை ஒன்று திகைத்து நோக்கியபடி முழுமையிழந்து தவித்தன. "...எவன் உன்னைக் கொன்றபின் எஞ்சுவானோ அவன். எவன் உன் விரைத்த சடலம் மீது ஓங்கி எழுந்து நின்று மார்பிலறைந்து எக்களித்துச் சிரிப்பானோ அவன். எவன் உன்னுடைய காதகன் என்பதனாலேயே காலமெல்லாம் பாடல்பெறுவானோ அவன்..."

"யார்?" என்று துரியோதனன் கேட்டான். அக்குரல் வெளிவரவில்லை என்றும் அது ஓர் எண்ணம் மட்டுமே என்றும் அவன உணர்ந்த கணமே அதை கார்க்கோடகன் கேட்டதையும் அறிந்தான். "...அவனை உனக்குக் காட்டவே நான் வந்தேன். உன் மாபெரும்தனிமையை அவன் மட்டுமே நிரப்பமுடியும் என்பதனால்..." துரியோதனன் "யாரவன்? எங்கிருக்கிறான்?" என்றான். அச்சொற்களும் குரலைச் சந்திக்கவில்லை. "அவன் இந்நகர் நோக்கி வந்துகொண்டிருக்கிறான். இன்று காலை நீ நிலைமறந்த அக்கணத்தில் அவன் அஸ்தினபுரியை நோக்கியபாதையில் தன் முதல்காலடியை எடுத்துவைத்தான்."

துரியோதனன் பெருமூச்செறிந்தான். "நீ அவனை அறிவாய். நேற்று காலையில் விதுரர் வந்து சகுனியிடம் பேசுவதை பயிற்சி செய்துகொண்டிருந்த உன் காதுகள் கேட்டன." தன்னையறியாமலேயே துரியோதனன் இல்லை எனத் தலையை அசைத்தான். புன்னகையுடன் கார்க்கோடகன் "ஆம், இப்போது செய்வதைப்போலவே அப்போதும் அச்செய்தியை நீ கேட்க மறுத்துக்கொண்டாய். எண்ணுவதைத் தவிர்த்துக்கொண்டாய்..."

என்றான். சினத்துடன் எழுந்து தன் கைகளை நீட்டி துரியோதனன் கூவினான் "ஏன்? ஏன் நான் தவிர்க்கவேண்டும்?"

"அதை நீதான் கண்டுபிடிக்கவேண்டும். ஆனால் ஒரு கணத்துக்குமேல் அச்செய்திக்கு உன் சிந்தையில் நீ இடமளிக்கவில்லை" என்றான் கார்க்கோடகன். "நான் எதையாவது அஞ்சுபவன் என நினைக்கிறாயா?" என்றான் துரியோதனன் உரக்க. "ஆம்… நீ அஞ்சுவது உன் பெருந்தன்மையை. உன்னுள் நிறைந்துள்ள பேரன்பை. உன் வலிமையையெல்லாம அழிப்பது அதுவே." புறக்கணிப்பதுபோல கைகளை வீசிவிட்டு துரியோதனன் திரும்பினான். "நான் ஏன் உன் பசப்புகளை எல்லாம் கேட்டுக்கொண்டிருக்கிறேன் என்றே தெரியவில்லை."

"குருகுலத்தோன்றலே, சொல். ஒவ்வொரு முறை சினம்கொள்ளும்போதும் ஏன் இடது தொடையை ஓங்கியறைந்து கொள்கிறாய்?" துரியோதனன் "தெரியவில்லை. அது என் பிறவிப்பழக்கம்" என்றான். "ஏனென்றால் உன் தாயின் பேரன்பெல்லாம் திரண்டு நிறைந்திருக்கும் இடம் உன் இடது தொடை. உன் ஆற்றலெல்லாம் ஒழுகிப்போகும் மடையும் அதுவே." துரியோதனன் கண்களைச் சுருக்கி "ஏன்?" என்றான். "உன் அன்னை சென்ற ஏழாண்டுகாலமாக ஒவ்வொரு கணமும் உன் இடதுதொடையை மட்டுமே எண்ணிக்கொண்டிருக்கிறாள். இனி நீயிருக்கும் நாள் முழுக்க அதையே அவள் எண்ணுவாள். அந்தப் பேரன்பின் விளைவான அச்சமே அங்கே திரண்டு கனத்து உன் ஆற்றலை அழிக்கிறது."

"எனக்குப்புரியவில்லை… என் தலை சுழல்கிறது" என்றான் துரியோதனன். "அரசே, நீ அறிய விரும்பினால் அவனை உனக்குக் காட்டுகிறேன்" என்றான் கார்க்கோடகன். "நான் அறியுமளவுக்கு பெரியவன் என எவனும் இப்புடவியில் இல்லை" என்றான் துரியோதனன். "வீண் சொற்கள்… வீண்சொற்கள் வெற்று ஆணவத்திலிருந்து வருபவை. வெற்று ஆணவத்துக்கு அடியில் ஐயமும் அச்சமும் கலங்கிக்கொண்டிருக்கும்" என்றான் கார்க்கோடகன். கடும் சினத்துடன் இரு கைகளையும் விரித்து கர்ஜித்தபடி முன்னால் சென்றான் துரியோதனன். சிறிய நீர்ப்பாம்பாக மாறி முக்குளியிட்டு இன்னொரு பக்கம் எழுந்த கார்க்கோடகன் "தார்த்தராஷ்டிரனே, உன் சினத்தைச் சேமித்துக்கொள். அதற்கான வேளை வருகிறது" என்றான்.

"அவனைக் காட்டு" என்றான் துரியோதனன் தணிந்த குரலில். கார்க்கோடகன் புன்னகையுடன் "ஆணை!" என்றபின் தன் நீண்ட வாலை நீருக்குமேல் எழுப்பி நீட்டி நிலவொளி படர்ந்த ஏரிநீரில் மெல்ல நீவினான். அலைகளை வழித்து நிரப்பி நீர்ப்படலத்தை ஆடிப்பரப்பாக்கியது அந்த வால். ஆடிக்கு அப்பால் மெல்ல அசைந்த பசுங்காட்டை துரியோதனன்

கண்டான். அதன் இலைத்தழைப்புக்கு அப்பால் கூட்டமாக சிலர் வரும் அசைவுகள் தெரிந்தன. நுனிகள் ஒளிவிடும் வேல்களும் உறைகள் ஓசையிடும் வாள்களும் கொண்ட படைவீரர்கள் முன்னால் வந்தார்கள். தொடர்ந்து விரிந்த பெரிய கைகளும் திடமான கனத்த கால்களுமாக மயிரற்ற செம்மஞ்சள்நிற பேருடலுடன் தலை நிமிர்ந்து வந்த சிறுவனை துரியோதனன் கண்டான்.

அவனுக்கு அப்பால் சற்று வளைந்த மெல்லிய உடலும் பெரியவிழிகளுமாக இன்னொருவன். அதற்கு அப்பால் கரிய உடலும் ஒளிவிடும் வைரக்கண்களுமாக இன்னொரு சிறு மைந்தன். சேடியர் இடைகளில் அமர்ந்து வாய்க்குள் கையை திருப்பிச் செலுத்தி அமர்ந்திருக்கும் இரட்டைக்குழந்தைகள். அவர்களுக்கு அப்பால் நிமிர்ந்த தலையுடன் வந்த அவர்களின் அன்னை. துரியோதனன் அந்த மஞ்சள்நிற உடல்கொண்டவனை மட்டுமே நோக்கினான். அவன் மண்படிந்த கால்விரல்களை. இறுகிய வேர்போன்ற தொடைகளை. இறுகிய சிறு வயிற்றை. நீலநரம்போடிய பெரிய கைகளை. பரந்த மூக்கை. சிறிய கண்களை. தோளில் புரண்ட காக்கைச்சிறகுக் குழலை.

“பீமன்” என்றான் துரியோதனன் தனக்குள் ஓடிய மூச்சாக. “விருகோதரன். வல்லபன், ஜயன், மாருதி என்றெல்லாம் அவனை அழைக்கிறார்கள். காடுகளைப் பிடுங்கிவிளையாடும் பெரும்புயல்களின் மைந்தன் அவன்” என்றான் கார்க்கோடகன். “ஆம், அவனைப்பற்றி சூதர்கள் சொல்லிக்கேட்டிருக்கிறேன்.” கார்க்கோடகன் வெள்ளம் வரும் ஓடை போல ஓசையின்றிப் பெருகி அவன் காதருகே வந்து குனிந்து “அவனருகே செல்ல விழைகிறாயா?” என்றான். “இல்லை” என்றான் துரியோதனன். “ஆம். விரும்புகிறாய்... புதர்களை விலக்கிச் செல்” என்றான் கார்க்கோடகன்.

துதிக்கையை மெல்லத் தூக்கி வாசமேற்று செவிகளை மடித்து ஒலிகூர்ந்து சிலகணங்கள் துரியோதனன் அசையாமல் நின்றான். பின்னர் மூச்சு சீறியபடி இலைத்தழைப்புகளில் இருந்து பெருந்தந்தங்கள் மிதந்தெழ மத்தகம் தூக்கி சாலைக்கு வந்தான். அவன் முன் சிறிய மனித உருவங்கள் விற்களை நாணேற்றின. வேல்களைத் தூக்கி பயந்த குரலில் கூவின. அவன் தன் கனத்த காலடிகளைத் தூக்கி வைத்து பீமனை நோக்கிச் சென்றான்.

3

மெல்ல நடந்த யானைக்குள் அதன் எலும்புகளும் தசைகளும் அசைவதை மத்தகத்தின் மீது அமர்ந்திருந்த துரியோதனன் உணர்ந்தான். இருளுக்குள் ஒரு காடு காற்றிலாடுவதைப்போல. கரிய கூடாரத்துக்குள் இரு மாமல்லர்கள் தசைபிணைத்துப் போரிடுவதைப்போல. தன்கீழே அசைந்த அந்த பாறைவரிகளோடிய கரியதோலில் கைகளால் அறைந்துகொண்டான். யானைத்தோலைத் தொடும்போதெல்லாம் எழும் துணுக்குறலை மீண்டும் அடைந்தான். உயிருள்ளது என சித்தமும் உயிரற்றது என கையும் ஒரே சமயம் அறியும் திகைப்பு.

அவனுக்குப் பின்னால் வந்த யானையில் துச்சாதனன் அமர்ந்திருந்தான். அவனுடைய தம்பியர் தேர்களில் வந்தனர். அவர்களைச் சூழ்ந்துவந்த அஸ்தினபுரியின் படைகளின் வேல்நுனிகளும் தலைக்கவசமுனைகளும் காலையிளவெயிலில் மின்னிக்கொண்டிருக்க பாதங்களும் சக்கரங்களும் மண்ணில் பதிந்துசெல்லும் ஒலி எழுந்து சாலையோரத்துக் கட்டடங்களில் எதிரொலித்தது. அங்கே உப்பரிகைகளிலும் திண்ணைமுகப்புகளிலும் புத்தாடைகளும் பொன்னகைகளும் மலர்மாலைகளும் அணிந்து நின்றிருந்த நகர்மக்கள் கைகளைத் தூக்கி வாழ்த்தொலி எழுப்பினர்.

யானைமேல்செல்கையில் யானையின் உடலாக ஆகிவிடுவதன் உவகையை துரியோதனன் அறிவதுண்டு. அகன்ற பெருங்கால்களை எடுத்துவைத்து மண்ணிலிருந்து உயர்ந்தெழுந்து அசைந்து அசைந்து நடப்பதன் பெருமிதம். ஒவ்வொன்றும் சிறிதாகி கால்கீழே சென்றுவிட வானம் மிக அருகே இறங்கிவந்துவிட்டிருப்பதை உணரமுடியும். கைநீட்டி மேகங்களைத் தீண்டிவிடலாமென்று தோன்றும். யானைமீது மனிதன் ஏறிய அன்றுதான் முதல் மன்னன் பிறந்தான்.

கோட்டைவாயில் தெரிந்தது. கரிய மகாமரியாதம் அங்கிருந்த யானைகளை மட்டுமே காண்கிறது என அவன் எண்ணிக்கொண்டான். யானைமருப்பு போன்ற கன்னங்கரிய பாறைமதில்களுக்குமேல் உப்பரிகைகளில் ஆமையோட்டுக் கவச உடையணிந்த வேல்வீரர்கள் அணிவகுத்திருந்தனர். முதல்முறையாக மார்த்திகாவதியின் சிம்மக்கொடி அதன்மேல் எழுந்து படபடப்பதைக் கண்டான்.

கொம்புகளும் முரசுகளும் ஒலித்தன. துரியோதனன் வந்த யானை, மூடியிருந்த கிழக்குவாயில் பெருங்கதவருகே வந்து நின்றது. அவனுக்குப்பின்னால் அந்த அணிவரிசை வந்து மெல்லத் தேங்கி வளைந்து நிரைவகுத்தது. குதிரைவீரர்கள் ஆணைகளுடன் குளம்புதடதடக்க ஓடினர். ஒரு யானை மெல்ல பிளிறி இன்னொன்றை அழைத்தது. துரியோதனன் கைகளை மார்பின் மீது கட்டியபடி நிமிர்ந்து அமர்ந்து கோட்டையின் மீது எழுந்த கதிர் ஒளியை நோக்கி முகம் தூக்கியிருந்தான்.

இரண்டாவது அணிவரிசை அரண்மனைக்குள் இருந்து கொம்புகளும் குழல்களும் முழவுகளும் ஒலிக்க வந்தது. அதன் முகப்பில் வைதிகர்கள் நிறைகலங்களுடன் வந்தனர். தொடர்ந்து அணிப்பரத்தையர் மங்கலத்தாலங்களுடன் வர பின்னே சூதர்கள் தங்கள் வாத்தியங்களுடன் வந்தனர். அரண்மனைச்சேடியரும் பரத்தையரும் வண்ணஉடைகளும் ஒளிர்நகைகளுமாக நடந்து வந்து இரு நிரைகளாக அமைந்தனர்.

அரண்மனையிலிருந்து வந்த பெரிய தேரில் சகுனி கூந்தலும் தாடியும் பறக்க நின்றிருப்பதை துரியோதனன் கண்டான். தேரோட்டி கடிவாளங்களை இழுக்க இருகுதிரைகளும் தலைகளை இருபக்கங்களிலாக வளைத்து, குளம்புகளை காற்றில் தூக்கி அசைத்து, உடல் குறுக்கின. சக்கரங்களில் கட்டை உரசும் ஒலி கேட்டது. சகுனி இறங்கி முகமளாவ கைகளைத் தூக்கி வணங்கியபடி வந்து அணிவரிசையின் முகப்பில் நின்றுகொண்டான். அவனருகே அணுக்கப்பணியாளன் நின்றான்.

கிழக்கிலிருந்து ஒளி கூடிக்கூடி வர மகாமரியாதத்தின் உச்சிவிளிம்பு பெரியதோர் கத்திமுனைபோல ஒளிவிடத்தொடங்கியது சிவந்த வானில் எழுந்து சுழன்ற பறவைகள் காற்றில் சிதறிப்பரவி வந்து கோட்டையைக் கடந்து நகர்மேல் இறங்கின. கோட்டைக்கு அப்பால் நிற்கும் படைகளின் ஓசைகள் கேட்டுக்கொண்டிருந்தன. அரண்மனையிலிருந்து வந்த சிறிய ஒற்றைப்புரவித்தேரில் வந்த விதுரர் இறங்கி சகுனியை அணுகி தலைவணங்கி சில சொற்கள் சொன்னார். சகுனி தலையசைத்தான்.

கோட்டையின் திட்டிவாயில் திறந்து ஒருவீரன் குதிரையுடன் உள்ளே புகுந்தான். குதிரை காலடியில் புழுதி சிதற ஓடிவந்து நிற்க அவன்

பாய்ந்திறங்கி விதுரர் அருகே சென்று வணங்கி சிலசொற்கள் சொல்ல விதுரர் முகம் மலர்ந்து நிமிர்ந்து கையசைத்தார். கோட்டைமேல் பெருமுரசம் ஒலிக்கத்தொடங்கியது. நகரமெங்கும் காவல்மாடங்களில் முரசின் ஒலிகள் எழுந்தன.

துரியோதனன் கோட்டைவாயிலை நோக்கி அசைவில்லா உடலுடன் அமர்ந்திருந்தான். அவன் கூந்தலும் மேலாடையும் காற்றில் பறந்துகொண்டிருந்தன. அவன் அகம் போல யானை ததும்பி அலையடித்துக்கொண்டிருந்தது. பெருமுரசு முழங்கி முத்தாய்ப்புவிட்டு அமைந்தபோது கோட்டைக்கு அப்பால் முழவுகள் ஒலிக்கத்தொடங்கின. யானைபிளிறுவதைப்போல ஒரு கொம்பு ஊதப்பட்டதும் நூற்றுக்கணக்கான நெடுங்குழல்கள் சேர்ந்தொலி எழுப்பின. அந்த ஓசையால் உந்தித் திறக்கப்பட்டதுபோல கோட்டை வாயில்கள் அதிர்ந்து விரிசலிட்டு அப்பால் எழுந்த காலையிளவெயிலை பீரிடச்செய்தபடி திறந்தன. அவற்றை இழுத்த இரும்புச்சங்கிலிகள் உரசும் ஒலி கேட்டது. அப்பால் யானைகள் சுழற்றிய சகடங்களின் அருகே பாகர் அவற்றை அதட்டினர்.

விரிந்த கதவுக்கு அப்பாலிருந்து வந்த மக்கள்திரள் ஒரு வண்ணப் பெருக்காகவே முதலில் தெரிந்தது. முதலில் வந்த படைவீரன் ஒருகையில் வாளும் இன்னொரு கையில் ஒரு மலர்மாலையுமாக கோட்டையைக் கடந்தான். அக்கணம் கூடிநின்றவர்கள் அனைவரிலும் இருந்து வாழ்த்தொலிகள் எழுந்தன. தொடர்ந்து கைகளில் ஏந்திய மலர்த்தாலங்களுடன் ஏழு சேடிகள் உள்ளே வந்தனர். கொம்புகளும் முழவுகளும் இசைத்தபடி ஏழு சூதர்கள் தொடர்ந்து வந்தனர்.

பின்னர் இரு வீரர்கள் உருவிய வாள்களுடன் மெல்ல காலடி எடுத்துவைத்து கோட்டைப்பெருவாயிலைத் தாண்டினர். அவர்களுக்குப் பின்னால் வந்த சிறிய உருவத்தை துரியோதனன் சற்று திகைப்புடன் கண்டான். சற்றே கூன்விழுந்த மெல்லிய வெளுத்த தோள்களில் படர்ந்த கருங்கூந்தல். பெரிய கண்கள். அவனை எங்கு கண்டோம் என எண்ணிய கணமே நினைவுக்கு வந்தது. அவனுள் கார்க்கோடகன் வந்து காட்டிய கனவில்.

அக்கணம் தன்னுள் எழுந்த வெறுப்பை துரியோதனன் வியப்புடன் அறிந்தான். ஏன் அச்சிறுவனை வெறுக்கிறோம் என அவனே கேட்டுக் கொண்டான். மிகமிக வலுவற்றவன். நோயுற்ற பூனைபோல நடப்பவன். இவன் கால்கள் மண்ணையே அறிந்ததில்லையா என இகழ்ச்சியுடன் எண்ணிக்கொண்டான். மூடா, தோள்களை ஏன் பெண்களைப்போல தொங்கவிடுகிறாய்? உன் வாழ்நாளில் என்றாவது நீ படைக்கலம்

ஒன்றை கையால் தொட்டிருக்கிறாயா? அங்கே அவ்வுயரத்தில் இருந்து நோக்கியபோது மண்ணில் நெளியும் சிறு புழு என்றே அவன் தோன்றினான்.

சிற்றுயிர். சில சிற்றுயிர்கள் அருவருப்பை ஊட்டுகின்றன. அவை புவியில் எடுத்துக்கொள்ளும் அந்தச் சின்னஞ்சிறு இடத்துக்கே அவை தகுதியற்றவை போலத் தோன்றுகின்றன. கால்களைத் தூக்கிவைத்து அவற்றை நசுக்குவதே அவற்றைப்பற்றி மேற்கொண்டு எண்ணாமலிருக்கும் வழி என்று எண்ணவைக்கின்றன. ஆனால் இவன் என் தமையன். நூலறிந்தவன் என்கிறார்கள். விவேகி என்கிறார்கள். என் அரியணையை தன் சொற்களால் என்றும் காத்துநிற்கப்போகிறவன் என்கிறார்கள். அவனுடையது நூலறிந்தவர்களுக்குரிய உடலாக இருக்கலாம். ஏடுகளை அறிந்தமையாலேயே படைக்கலங்களைத் தவிர்க்கும் கைகளாக இருக்கலாம். இவன் என் குருதி. ஜேஷ்டகௌரவன் இவனே என் மரியாதைக்குரியவன். என் கனிவுக்கும் உரிமைகொண்டவன்.

ஆனால் இவனை என்னால் வெறுக்காமலிருக்க முடியவில்லை. இயல்பாக, வேறொன்றில்லை என்பதுபோல, இவனை நான் வெறுக்கிறேன். முதல்கணம் முதல். ஏன்? இவனிடம் என்ன இருக்கிறது அப்படி? எளிய உயிர் ஒன்று ஏன் இருக்கக்கூடாது? அதன் இயல்பான சிறுமையை வெறுக்கலாமா? நான் வெறுப்பது எதை? அனைத்தையும்தான். அவனுடைய குடுமியின் மலரை. அவன் கூம்பிய நெஞ்சை. அவன் சிறிய உதடுகளை. அவன் கால்களை, கைகளை, அவன் உடலை. துரியோதனன் தன் உடலை மெல்ல அசைத்தான். இவனை என்னால் வெறுக்காமலிருக்க முடியாது என தனக்குள் சொல்லிக்கொண்டான்.

வைதிகர் அவன் மேல் நிறைகுடத்து நீரை அள்ளித்தெளித்து வேதமொலித்து வாழ்த்துரைக்கிறார்கள். சூதர்கள் அவனைச் சூழ்ந்து வாழ்த்துரைக்க, மங்கலப்பரத்தையர் அவன் பாதங்களை மஞ்சள்நீரால் கழுவி மலரிட்டு சந்தனம்பூசி வரவேற்கிறார்கள். அவன் நெற்றியில் செஞ்சாந்துத் தொடுகுறியிட்டு தலையில் மஞ்சளரிசி தூவி மார்பில் மலர்மாலை அணிவித்து எதிர்கொண்டழைக்கிறார்கள். அவன் சகுனியை அணுகிக் குனிந்து அவன் கால்களைத் தொட்டு வணங்கினான். சகுனி அவன் தலையைத் தொட்டு வாழ்த்தி ஒற்றை மலரை அவன் குழலில் வைத்தான். விதுரரை அவன் வணங்கியபோது தன் இருகைகளையும் விரித்து அவனை மார்புறத்தழுவி இறுக்கிக் கொண்டார்.

மீண்டும் கொம்புகளின் ஒலி எழுந்தபோது துரியோதனன் திகைப்புடன் திரும்பி கோட்டைவாயிலைப் பார்த்தான். இரு வீரர்கள் வேல்களுடன் சீர்நடையில் வந்து வாயிலைத் தாண்ட பின்னால் வந்தவனைக்

கண்டதும் துரியோதனன் அகம் முரசுடன் சேர்ந்து அதிரத்தொடங்கியது. தன் இடதுதொடை துடித்துக்கொண்டிருப்பதை உணர்ந்து அதன் மேல் இடக்கையை இறுக ஊன்றிக்கொண்டான். பேருடலின் அளவால் பீமனின் தலை சற்று சிறிதாகத் தெரிந்தது. விரிந்த தோள்கள் மேல் விழுந்துகிடந்த கூந்தல்சுருள்கள் காற்றிலாடின. சிறு கண்களால் அவன் சுற்றிலும் நோக்கினான்.

அவன் விழிகள் அத்தனை தொலைவைக் கடந்துவந்து துரியோதனன் விழிகளைத் தொட்டன. சிலகணங்கள் திகைத்தபின் அவை விலகிக் கொண்டன. மீண்டும் வந்து தொட்டன. நிலைத்த நோக்குடன் அவ்விழிகளில் தன் நோக்கை நாட்டி அமர்ந்திருந்தான் துரியோதனன். பீமன் புன்னகை செய்தான். துரியோதனன் மெல்லிய மூச்சுடன் உடல் இலகுவாகி புன்னகையைத் திருப்பினான். பீமனுக்குப் பின்னால் அர்ஜுனனும் நகுலசகதேவர்களும் குந்தியும் உள்ளே நுழைந்தனர். இரு வைதிகர்கள் எடுத்துவந்த பாண்டு, மாத்ரி இருவரின் எலும்புகள் உள்ளே வந்தன.

துரியோதனன் அகத்தை அறிந்ததுபோல யானை முன்னால் சென்று பீமனை அணுகியது. அவன் பின் துச்சாதனனின் யானையும் வந்தது. துரியோதனன் மத்தகத்தைத் தட்டி யானையிடம் கால்கோரினான். கழுத்துச்சரடைப்பற்றி இறங்கி பீமனை நோக்கிச் சென்றான். அவனுக்குப்பின்னால் துச்சாதனனும் தம்பியரும் வந்தனர். "சுயோதனா, இவன் உன் தமையன். குருகுலத்திற்கு மூத்தவர். முதல் பாண்டவர்" என்று விதுரர் சொன்னார். துரியோதனன் தருமனுக்கு முறைப்படி தலைவணங்கி "அஸ்தினபுரிக்கு வரும் தமையனை வணங்குகிறேன். தங்கள் வரவால் நகரும் குருவின் குடிகளும் மகிழ்கின்றன" என்றான்.

"நிகரற்றவனாக இரு. நீ விழைவதனைத்தையும் அடைக!" என்று வாழ்த்திய தருமன் புன்னகையுடன் கைகளை நீட்டி "இத்தனை பெரியவனாக இருப்பாய் என நான் எண்ணவில்லை. உன்னை நிமிர்ந்தல்லவா நோக்கவேண்டியிருக்கிறது" என்றபடி துரியோதனனின் தோள்களைப் பற்றினான். அச்சொற்களை, அந்தத் தொடுகையை வெறுத்த அவன் அகம் உடலுக்குள் சுருங்கிக்கொண்டது. அதை முகத்தில் காட்டாமலிருக்க தன் முகத்தசைகளை இறுக்கிக்கொள்ளவேண்டியிருந்தது. "நீ என் தம்பி மந்தன் அளவே இருக்கிறாய்" என்று திரும்பிய தருமன் பீமனிடம் "மந்தா... இதோ உன் தமையன். உன் தசைகளுக்கு நிகரானவன்" என்றான்.

அவனிடம் தன் அகம் வெறுத்தது என்ன என்று துரியோதனன் கண்டு கொண்டான். தருமனின் மெலிந்த, சிறுவனின் உடலுக்குள் இருந்த முதியவனைத்தான் முதற்கணத்திலேயே அவன் அகம் அறிந்திருக்கிறது.

ஒவ்வொரு அசைவிலும் பாவனையிலும் அவன் முதியவனாகவே வெளிப்பட்டான். அது அளித்த ஒவ்வாமையை துரியோதனனால் தாளமுடியவில்லை. பீமன் முன்னால் வந்து வணங்கி “தமையனாரை வணங்குகிறேன்” என்றான். துரியோதனன் நிமிர்ந்து அந்தச் சிறிய விழிகளை நோக்கினான். அங்கிருந்த திகைப்பை அடையாளம் கண்டான். தன்னை எங்கோ கனவுக்குள் அவனும் நோக்கியிருக்கிறான், அதை எண்ணிக் குழம்புகிறான் என்றறிந்தான்.

“முழு ஆயுளுடன் இரு! அனைத்துச்சிறப்புகளுடன் இரு!” என்று துரியோதனன் பீமனை வாழ்த்தினான். தன் உடலின் ஒவ்வொரு தசையும் அவன் உடலையே அறிந்துகொண்டிருப்பதை உணர்ந்தான். தன்னளவே உயரம், தன்னளவே எடை, தன்னளவே பெரிய தோள்கள். எனக்கு நிகராக ஒருவன் இப்புவியில் பிறந்திருக்கிறான். நான் பிறந்தபோதே பிறந்து எனக்காகவே வளர்ந்து என்னருகே வந்து நிற்கிறான். என் ஆடிப்பாவை. “தங்கள் வாழ்த்துச்சொற்களின் பெருஞ்செல்வத்தை அடைந்தவனானேன்” என்றான் பீமன்.

துச்சாதனன் வந்து தருமனையும் பீமனையும் வணங்கினான். கௌரவர்கள் நிரைவகுத்து வந்து வணங்கியதைக் கண்ட தருமன் “நூற்றுவர் பிறக்கவிருப்பதாகச் சொன்னபோது நான் நம்பவில்லை... இப்போது நம்புகிறேன்” என்றான். விதுரர் “இவர்கள் உங்கள் கைகள் இளவரசே” என்றார். தருமன் “ஆம்... இருநூற்றுப்பத்து கைகள்... ஒருபோதும் அஸ்தினபுரி இத்தனை மைந்தர்வல்லமை கொண்டதாக இருந்ததில்லை” என்றான்.

குந்தியை வணங்கி “அன்னையே, தங்கள் பாதங்களால் நகர் முழுமைகொள்கிறது” என்றான் துரியோதனன். “நலம் திகழ்க!” என்ற சுருக்கமான சொல்லால் குந்தி அவனை மலரிட்டு வாழ்த்தினாள். “உன் அன்னையர் நலமென நினைக்கிறேன்” என்றாள். “ஆம் அரசி. அவர்கள் தங்களைக் காணும் விழைவுடன் அரண்மனையில் இருக்கிறார்கள். தாங்கள் இளைப்பாறியபின் சந்திப்பு நிகழும்” என்றான் துரியோதனன். “செல்வோம்” என விதுரரிடம் குந்தி சொன்னாள்.

பாண்டவர்கள் நகருலா செல்ல நான்கு யானைகள் வந்து நின்றன. முதல் யானையில் பாகனுடன் தருமன் ஏறிக்கொள்ள அடுத்த யானைமேல் பீமன் ஏறிக்கொண்டான். அர்ஜுனனுடன் ஒரு வீரன் மூன்றாவது யானையில் ஏறினான். நான்காவது யானையின் அம்பாரிமேல் இரு மைந்தருடன் இரு சேடிகள் ஏறிக்கொண்டனர். அவர்கள் முன்னே செல்ல தன் யானையில் துரியோதனன் பின் தொடர்ந்தான். அவனுக்குப் பின்னால் துச்சாதனனின் யானை வந்தது.

நகரமெங்கும் வாழ்த்தொலிகளே காற்றாக இருந்தன. மஞ் சளரிசியும் மலர்களும் மஞ்சள்நீரும் மழையென அவர்கள்மேல் பெய்துகொண்டிருக்க தருமன் கூப்பிய கைகளுடன் இருபக்கமும் சீராக திரும்பிப்பார்த்துக்கொண்டு அமர்ந்திருந்தான். பீமன் மாளிகை முகடுகளை, அலையடித்த கைகளை, ஆடைகளின் வண்ணக்கொந்தளிப்பை வியப்புடன் நோக்கி யானைமேல் சென்றான். குழல்கற்றைகளில் மலர்களும் மஞ்சளரிசியும் நிறைந்தபோது கைகளால் அவற்றைத் தட்டிவிட்டுக்கொண்டு தலையைச் சிலுப்பினான்.

அரண்மனை வாயிலின் வரவேற்புச்சடங்குகள் முடிந்ததும் இடைநாழியில் ஏறிய துரியோதனனிடம் விதுரர் வந்து “சுயோதனா, உன் உடன்பிறந்தவரை உன் தந்தைக்கு அறிமுகம் செய்து வைக்கவேண்டியது உன் கடமை” என்றார். துரியோதனன் தலை வணங்கினான். விதுரர் சிலகணங்கள் மேலும் சொற்களுக்காகத் தயங்கியபின் “சுயோதனா, தம்பியரைப் பெருக்குவதைப்பற்றி மட்டும் நீ கற்றுக்கொண்டால்போதும். இம்மண்ணில் நீ அடைவதற்கும் அறிவதற்கும் வேறேதுமில்லை” என்றார். நிமிர்ந்து நோக்கிய துரியோதனன் கண்களை நோக்கி “உன் அகத்தை மட்டுமே நீ வெல்லவேண்டும்” என்றார் விதுரர். அவனுக்குள் ஓடிய உணர்ச்சிகளையெல்லாம் அவர் உணர்ந்துகொண்டுவிட்டதை அவன் அறிந்தான்.

தருமனிடம் துரியோதனன் “தமையனாரே, தாங்கள் தங்கள் முதல்தந்தையை காண வரும்படி அழைக்கிறேன்” என்றான். “ஆம், இந்நாளில் எனக்கு தெய்வங்கள் அளித்த பரிசு அத்தருணம்” என்றான் தருமன். பீமன் நிமிர்ந்து அரண்மனையின் உயர்ந்த மாடக்கூரையை, பெருந்தூண்களை நோக்கிக்கொண்டு நின்றிருந்தான். அவன் பார்க்கும் முதல் அரண்மனை அது என துரியோதனன் எண்ணிக்கொண்டான். “வருக” என்று அழைத்து அவன் முன்னால் செல்ல பாண்டவர்களும் அவன் தம்பியரும் பணியாளர்களும் அவனைத் தொடர்ந்துசென்றனர்.

புஷ்பகோஷ்டத்தில் தந்தையின் அணுக்கப்பணியாளனாகிய விப்ரனின் தலைமையில் பணியாளர்கள் வந்து வாயிலில் நின்றிருந்தனர். அவர்களைக் கண்டதும் நிமித்தப்பணியாளன் வலம்புரிச்சங்கை ஊத அனைவரும் வாழ்த்தொலி எழுப்பினர். விப்ரன் வந்து தருமனைப் பணிந்து “இளவரசே, தங்கள் முதல்தந்தை தங்களைக் காணும் பேராவலுடன் இருக்கிறார்” என்றான். தருமன் கண்கள் கலங்கி சொற்களில்லாமல் கைகூப்பினான். பீமன் புஷ்பகோஷ்டத்தின் பெருவாயிலின் கனத்த கதவை தன் கைகளால் மெல்ல அறைந்துநோக்கினான்.

அவர்களை துரியோதனன் உள்ளே அழைத்துச்சென்றான். செல்லச்செல்ல தருமன் கூப்பிய கைகளுடன் நடைதளர்ந்தான். புஷ்பகோஷ்டத்தின்

இசைக்கூடத்தில் திருதராஷ்டிரர் தன் பீடத்தில் அமர்ந்திருந்தார். அவர் அருகே நின்றிருந்த சஞ்சயன் “அரசே, உங்கள் இளையவரின் மைந்தர்கள் வருகிறார்கள்” என்றான். திருதராஷ்டிரர் தன் நடுங்கும் கைகளை பீடத்தில் ஊன்றி எழுந்துகொண்டார். அவர் உதடுகள் இறுக ஒட்டி அதிர்ந்தன. தலையை கோணலாகத் தூக்கியபடி கழுத்துத் தசைகள் அதிர “எங்கே?” என்றார்.

“இதோ வருகிறார்கள்... கூப்பிய கைகளுடன் மெல்லிய உடலுடன் முன்னால் வருபவர் தருமன். பாண்டுவின் முதல் மைந்தர். வெண்ணிறமான உடல் சற்று...” என சஞ்சயன் தொடங்கவும் “ம்” என உறுமி அவனை நிறுத்திவிட்டு நடுங்கும் கைகளை விரித்துக்கொண்டு முன்னால் வந்தார் திருதராஷ்டிரர். விப்ரன் “இளவரசே, முன்னால் சென்று வணங்குங்கள்” என்றான். தருமன் அருகே செல்லச்செல்ல உடல் நடுங்கி தோள்கள் குறுகி அதிரத்தொடங்கினான். திருதராஷ்டிரரின் கைகளருகே சென்றதும் அவரது பேருடலின் அளவைக் கண்ட அச்சத்தில் இரண்டு அடி பின்னடைந்தான். அவர் “எங்கே? எங்கே?” என்றபடி கைகளால் துழாவி அவன் தோளைப்பற்றினார். அவன் அவரது கைகளின் எடையால் இடை வளைந்தான்.

அவரது கைகள் அவனுடைய வெண்ணிற உடலை வருடி அலைந்தன. அவன் மிகமெல்ல விம்மிய ஒலி கேட்டது. ‘ஆஹ்!’ என்ற ஒலியுடன் அவர் அவனை ஒற்றைக்கையால் சுழற்றித்தூக்கி மேலே எடுத்து தன் தோள்களில் வைத்துக்கொண்டார். ‘ஆஹ்! ஆஹ்!’ என்ற ஒலியுடன் சுழன்று நடமிட்டபடி அவனை ஒரு மெல்லிய மேலாடை போலச் சுழற்றி தன் தோளிலும் மார்பிலும் தலையிலுமாகப் போட்டுக்கொண்டார். அவன் உடலை முகர்ந்தும் முத்தமிட்டும் உறுமினார். என்னசெய்வதென்றறியாதவராக தன் இன்னொரு கையால் தன் தொடைகளிலேயே ஓங்கி ஓங்கி அறைந்துகொண்டார்.

பின்னர் தன்னை உணர்ந்து பெருமூச்சுகள் சீற கால்களைப்பரப்பி நின்றார். அவர் உடலில் மயங்கியவன் போல தருமன் கிடந்தான். “எங்கே? பிற மைந்தர் எங்கே?” என்றார் திருதராஷ்டிரர். விப்ரன் “இதோ அரசே” என அர்ஜுனனை முன்னால் தள்ளிக்கொண்டுசென்றான். அவர் இன்னொருகையால் அவனை அள்ளித்தூக்கி தன் தோளில் சூடிக்கொண்டார். அவன் உடலை முகர்ந்து “புதுமழை மணம்! இவன் புதுமழைமணம் வீசுகிறான். நறுமண்ணின் மணம். குளிர் மேகங்களின் மணம். இடியோசையின் மணம்!” என்று வீரிட்டபடி மீண்டும் மீண்டும் முகர்ந்தார்.

பின் அப்படியே சென்று பீடத்தில் அமர்ந்துகொண்டார். தருமனை முகர்ந்து “மூத்தவனுக்கு சேற்றுவயலின் மணம். விதைகள் கண்விழிக்கும்

மணம்” என்றார். “எங்கே? பிறர் எங்கே?” இரு பணியாளர்கள் நகுலனையும் சகதேவனையும் கொண்டுசென்று அவரது விரிந்த தொடைகளில் வைத்தனர். “இளங்குதிரைகளின் வாசனை!” என்று அவர் கூவினார். பரவசத்தில் உடல் பரிதவிக்க “என் மைந்தர்கள்... என் குழந்தைகள்” என்றவர் திகைத்து திறந்த வாயுடன் அசைவிழந்தபின் பெருங்குரலில் “பாண்டு! என் தம்பி! பாண்டு!” என்று கூவியழுதார். தன் கைகளால் மைந்தர்களை வளைத்து அணைத்துக்கொண்டு கண்ணீர்விட்டார். “என் தம்பி... பாண்டு!”

சஞ்சயன் “அரசே, மறைந்த இளையமன்னர் ஒருவராகச் சென்றார். ஐவராகத் திரும்பிவந்திருக்கிறார்!” என்றான். செவிகளை அவன் பக்கம் திருப்பி “ஆம்... அதுவே உண்மை” என்றார் திருதராஷ்டிரர். மீண்டும் முகம் மலர்ந்து “ஐவர்... ஐந்து பாண்டுகள். அழியா அமுதம் குடியிருக்கும் உடல்கள்... டேய்... டேய்” என்று கூவினார். “அரசே!” என்றான் விப்ரன். “இதோ நான் சொல்கிறேன்... இவர்களுக்கான ராகங்களைக் குறித்துக்கொள். மூத்தவன் இனியவன். குளிர்ந்த அமைதியான இரவுபோன்றவன். அவனுக்குரியது கௌசிகம். அர்ஜுனன் இளவெம்மை மிக்க காலை. இவனுக்குரியது பைரவி. இவர்களிருவரும் பறவைகள் அணையும் அந்தி. இவர்களுக்குரியது கல்யாணி.”

“ஆம், அரசே” என்றான் விப்ரன். “எங்கே அழையுங்கள் அனைத்துச் சூதர்களையும். அவர்கள் பாடட்டும்... இன்றிலிருந்து ஒருமாதம் இரவும் பகலும் இங்கே இசை முழங்கவேண்டும். நான் கேட்டுக்கேட்டு சலிக்கும்வரை இம்மூன்று ராகங்களும் இங்கே ஒலிக்கவேண்டும்...” திருதராஷ்டிரர் பித்தனைப்போல உரக்கச் சிரித்தார். “இவர்களை முத்தமிட்டு அறிவதைவிட ஆயிரம் மடங்கு அண்மையாகக் கேட்டு அறிவேன்... என் தம்பி பாண்டு இனிய சியாம ராகத்தைப் போன்றவன். அவன் இத்தனை வண்ணங்களில் முளைத்தெழுந்திருக்கிறான்!”

“அரசே, இன்னும் ஒருமைந்தர் உண்டு... அங்கே நிற்கிறார்” என்றான் விப்ரன். “ஆம்... பீமன் அல்லவா அவன் பெயர்? பேருடல் கொண்டவன் அல்லவா? விருகோதரன்! எங்கே அவன்?” துரியோதனன் திரும்பி பீமனை நோக்கினான். சிறிய கண்கள் சுருங்கியிருக்க ஐயத்துடன் நோக்குபவன் போன்ற முகத்துடன் பீமன் கைகளைக் கட்டியபடி அசையாமல் நின்றிருந்தான். “எங்கே அவன்? எங்கே? என்னிடம் வரச்சொல்லுங்கள்!” என்று திருதராஷ்டிரர் கூவினார். பணியாளர்கள் அவரிடமிருந்த மைந்தர்களை வாங்கிக்கொண்டார்கள். அவர் எழுந்து கைகளை நீட்டியபடி “எங்கே அவன்?” என்றார்.

விப்ரன் “இளவரசே, தங்கள் முதல்தந்தையாரின் அருகே செல்லுங்கள்” என்று மெல்லச் சொன்னான். பீமன் அசையாமல் கைகளைக்

கட்டிக்கொண்டு சுருங்கிய சிறுவிழிகளால் நோக்கியபடி இறுகிய உதடுகளுடன் நின்றிருந்தான். “செல்லுங்கள் அரசே... ஆற்றலின் அனைத்து தெய்வங்களாலும் வாழ்த்தப்பட்ட மனிதர் அவர். அவரது கைகள் உங்கள் மேல் படுவதே நல்லூழ்” என்றான் விப்ரன். பீமன் கழுத்திலும் கன்னத்திலும் புல்லரிப்பின் புள்ளிகள் எழுவதை துரியோதனன் கண்டான். ஆனாலும் பீமன் அசையாமல்தான் நின்றிருந்தான்.

“எங்கே என் மைந்தன்?” என்றார் திருதராஷ்டிரர். “என் தம்பி பாண்டுவுக்குள் வாழ்ந்த நானேதான் அவனாகப் பிறந்திருக்கிறேன் என்றார் சூதர். அவனை என்னருகே வரச்சொல்லுங்கள்.” சஞ்சயன் “அரசே, அவர் அங்கே தங்களைப்பார்த்தபடி நிற்கிறார்” என்றான். திருதராஷ்டிரர் புன்னகையுடன் “ஆம், அவனை நான் கொஞ்சமுடியாது... எங்கே அவன்?” என்றபின் தன் இரு கைகளையும் மற்போருக்குரிய முறையில் விரித்து “வா... வந்து என் தோள்களுடன் போரிடு” என்றார்.

பீமனின் கைகள் சரிந்தன. பின் தயங்கி மேலெழுந்து மீண்டும் பிணைந்தன. “சென்று கைகோருங்கள் இளவரசே...” என்றான் விப்ரன். மெல்லிய குரலில் “அஞ்சவேண்டாம்” என்றான். பீமன் திரும்பி விப்ரனை நோக்கியபின் இருகைகளையும் உரசியபடி முன்னகர்ந்து திருதராஷ்டிரரை அணுகினான். அவனுடைய காலடிகளைக் கேட்டு அவர் முகம் மலர்ந்தது. “எடை மிக்கவன்... என் மைந்தனளவுக்கே பெரியவன்!” என்றார். கைகள் விரிந்து அகன்ற உள்ளங்கைகள் மேலெழுந்தன.

பீமன் அருகே சென்று இரு கைகளையும் முன்னால் நீட்டி தொடைகளை விரித்துவைத்து மற்போருக்குரிய முறையில் நின்றான். அவர் அவன் மூச்சொலியைக் கேட்டு பற்களைக்காட்டிச் சிரித்து “ஆம், மூச்சு சீராக இருக்கிறது. அவன் அஞ்சவில்லை. பதற்றமும் கொள்ளவில்லை... அவன வெல்வதற்கென்றே பிறந்த வீரன்” என்றார். “வருக... வருக” என்றபடி தன் கைகளை அசைத்தபின் வலக்கையால் இடத்தொடையில் ஓங்கி அறைந்தார். அந்த ஒலியில் அங்கிருந்தவர்கள் அனைவருமே அதிர பீமன் அசையாமல் நின்றான். துரியோதனன் அவன் உடல்தசைகளின் நெளிவை மட்டுமே நோக்கிக்கொண்டிருந்தான்.

எப்போதென்றறியாத ஒரு கணத்தில் இருவரும் கைகள் கோத்துக் கொண்டனர். பீமன் திருதராஷ்டிரரின் இடையளவுக்கு உயரமிருந்தான். அவன் கைகள் அவர் கைகளின் பாதியளவுக்கே இருந்தன. ஆனால் அவரது உறுதியான அசைவின்மையெனத் தோன்றும் அசைவுகளை அவனுடைய விசையேறிய விரைவு எதிர்கொண்டது. அவரது பிடிகளில் இருந்து அவன் திமிறி விலகி வெளியேறிய போது அவர் வெண்பற்களைக் காட்டி உரக்க நகைத்தார். மீண்டும் அவன் பாய்ந்து அவர்மேல் மோதியபோது மேலும் உரக்கக் கூவிச்சிரித்தார்.

எட்டுமுறை அவரது பிடிகளிலிருந்து பீமன் விலகிச்சென்றான். முதலில் அவர் விட்டுக்கொடுக்கிறார் என்று தோன்றினாலும் மெல்ல பீமனின் ஆற்றல்தான் அது என்று தெரியத்தொடங்கியதும் அங்கிருந்தவர்கள் வியப்புடன் மேலும் நெருங்கிச்சென்று நோக்கினர். திருதராஷ்டிரர் பீமனைப்பற்றி தன் மார்புடன் அணைத்து அசைவிழக்கச் செய்தார். பேரொலியுடன் நகைத்தபடி அவனை மார்புடன் அழுத்தி இறுக்கிக்கொண்டிருந்தார். அவன் விழிகள் பிதுங்கி வாய்திறந்து நாக்கு வெளியே வந்து எச்சில் மார்பில் வழிந்தது. அச்சத்துடன் கைதூக்கி ஏதோ சொல்லப்போன விப்ரன் அவர் அவனை அப்படியே தூக்கி தன் தோளில் வைத்ததும் பெருமூச்சுடன் பின்னடைந்தான்.

அவனை தன் தோளில் வைத்தபடி சிரித்துக்கொண்டு திருதராஷ்டிரர் இசைக்கூடத்துக்குள் சுற்றி ஓடினார். இடை வளைத்து கைகளை வீசி நடனமிட்டார். பின்னர் சுழற்றி இறக்கிவிட்டு அவனை மீண்டும் அணைத்துக்கொண்டார். “இதோ நிற்கிறான் நான் கனவில் கண்ட பாண்டு... அடேய், சஞ்சயா! சொல் சூதர்களிடம். என் இளமைமுதல் நான் விழைந்த பாண்டு இவன்தான். என் தோளுக்கு நிகரான பாண்டு. என்னை வெல்லும் என் தம்பி. நான் விரும்பும் நான். என் அகத்தின் வேண்டுதலை அவன் அகம் அறிந்திருந்தது. ஆகவேதான் இதோ இப்படி என் முன் வந்து நிற்கிறான் அவன்”. மேலும் சிரித்தபடி அவனை கட்டிக்கொண்டு அவன் குடுமியில் முத்தமிட்டார்.

“இவன் என் மைந்தன்... இந்தச் சொல்லைச் சொல்லும் நல்லூழை எனக்களித்த அனைத்து தெய்வங்களையும் வணங்குகிறேன். இதோ என் மைந்தன்... இன்று நான் உன்னை வென்றேன். ஒருநாள் முதுமையால் என் தசைகள் தொய்ந்து என் கால்கள் வலுவிழக்கையில் உன் தோளைப்பற்றி நான் நடக்கவேண்டும். அப்போதுதான் எனக்குள் வாழும் தந்தை நிறைவுறுவான்...” அவன் தோள்களைப் பற்றி மீண்டும் வெறியுடன் தழுவி, கண்ணீருடன் திருதராஷ்டிரர் சொன்னார் “ஆம், அந்தநாள் வரும்! தெய்வங்களே, மூதாதையரே, இதோ என் குலத்துக்குப் பேரருள் புரிந்தீர்கள்!”

இரு கைகளையும் விரித்து வானை நோக்கி இறைஞ்சிய திருதராஷ்டிரர் அருகே இடையில் கையை வைத்து நின்றிருந்த பீமனை துரியோதனன் கூர்ந்து நோக்கிக்கொண்டிருந்தான். பீமன் கண்களிலிருந்து கண்ணீர் கன்னங்களில் வழிந்துகொண்டிருந்தது. துரியோதனன் பார்வையை அவன் முதுகு உணர்ந்ததுபோல சட்டென்று திரும்பிப்பார்த்தான். தன் கண்களை வந்து சந்தித்துச்சென்ற அவன் பார்வைக்காக மீண்டும் காத்து நின்றான் துரியோதனன்.

4

திசைகளில் குடியிருக்கும் நாகங்களை துரியோதனன் இளமையில் ஒருநாள் கனவுகண்டு திடுக்கிட்டு விழிக்கையில் அறிந்தான். அவனருகே கிடந்த கனத்த கருநாகம் உடல் முறுக்கி நெளிந்து படமெடுத்து முகமருகே வந்தது. மயிர்கூச்செறிய அவன் எழுந்தமர்ந்தபோது அது தன் வலக்கை என்று உணர்ந்தான். இடக்கையின் நாகம் மெல்ல நெளிந்து புரண்டு வயிற்றை நோக்கி வந்தது. இருகால்களாக நீண்டிருந்த நாகங்கள் ஒன்றுடன் ஒன்று பிணைந்து உரசிக்கொண்டன. துடிக்கும் நெஞ்சுடன் மூச்சுவாங்க சிலகணங்கள் அமர்ந்திருந்தான். நாழிகைவிளக்கு அணைந்து இருள் பரவியிருந்த துயில்கூடத்துக்குள் அவனைச்சூழ்ந்து படுத்திருந்த கௌரவர்களின் கைகால்களாக நாகக்கூட்டங்கள் இருளில் பின்னி முயங்கி நெளிந்து கிடந்தன.

சுடரைத் தூண்டி பற்றவைத்து திரும்பி தன் தம்பியரை நோக்கிக்கொண்டு அமர்ந்திருக்கையில் துரியோதனன் அறிந்தான், நாகங்களின் அழிவின்மையை. எழுந்துசென்று நீர் அருந்தி கைகளில் முகம் தாழ்த்தி அமர்ந்திருந்தான். வெளியே சாளரத்துக்கு அப்பால் நாகப்பேருடல் எழுப்பி நின்றிருந்த மரங்கள் காற்றில்படமெடுத்தாடிக்கொண்டிருந்தன. துச்சாதனன் எழுந்து தன் மஞ்சத்திலேயே அமர்ந்துகொண்டு “மூத்தவரே” என்றான். அவனுடைய மெல்லிய ஒளிபரவிய கரிய விழிகளை துரியோதனன் திரும்பிப்பார்த்தான். நாகங்கள் இறுகிய தோள்கள். ஆனால் அவன் விழிகள் பேரன்புகொண்டு பணிந்த நாய்களுக்குரியவை. “மூத்தவரே” என்று துச்சாதனன் மேலும் எழுந்த குரலில் அழைத்தான்.

துரியோதனன் எழுந்து தன் மேலாடையை எடுத்து கச்சையாகக் கட்டிக் கொண்டான். “எங்கு செல்கிறீர்கள் மூத்தவரே?” என்று துச்சாதனன் கேட்டதைப் பொருட்படுத்தாமல் எழுந்து தம்பியரின் படுக்கைகளைக்

கடந்து வெளியே சென்றான். துச்சாதனன் நிழல்போல ஓசையின்றி அவனுக்குப்பின்னால் வந்தான். அவனுடைய காலடியோசைகூட தன் காலடிகளுடன் இணைந்துவிட்டது போலிருந்தது. பெரும்பாலான நேரங்களில் அவன் உடனிருப்பதை துரியோதனன் அறிவதில்லை. எப்போதெல்லாம் அவன் தன் உதடுகளுக்கப்பால் பேசிக் கொள்ளவேண்டும் என்று உணர்ந்தானோ அப்போதெல்லாம் அருகே பணிந்த கூர்விழிகளுடன் துச்சாதனன் நின்றிருப்பதைப் பார்ப்பான்.

வடபுலத்தில் யானைக்கோட்டத்தில் குட்டி ஈன்ற பிடியானைகள் சில மட்டுமே நின்றிருந்தன. யானைகள் நிலையழியலாகாது என்பதற்காக அங்கே பந்தங்களை வைப்பதில்லை. கீற்றுநிலவின் ஒளியில் கரிய நிழலுருவங்கள் அசைந்துகொண்டிருந்தன. மூத்த பிடியானையாகிய காலகீர்த்தி அழுத்தமான உறுமலோசைமூலம் பிற யானைகளுக்கு அறிவிக்க அவை அவனை நோக்கித்திரும்பின. இரண்டு குட்டிகள் சிறிய துதிக்கைகளைத் தூக்கி நுனிநெளித்து வாசனைகொண்டபடி அவனை நோக்கி எட்டு எடுத்து வைக்க, 'வேண்டாம்' என அன்னையர் இருவர் மெல்ல அவர்களை அடக்கினர்.

துரியோதனன் அனுமன் ஆலயத்துக்கு முன் சிலகணங்கள் நின்றபின் திரும்பி மீண்டும் நடந்தான். வடக்குக் கோட்டைவாயில் மூடியிருக்க திட்டிவாயில் திறந்திருந்தது. அதனருகே நான்கு காவல்வீரர்கள் மரவுரிப்போர்வை போர்த்தி வேல்களுடன் அமர்ந்து தரையில் களம் வரைந்து காய்பரப்பி தாயம் விளையாடிக்கொண்டிருந்தனர். காலடியோசை கேட்டு நிமிர்ந்த முதியவன் "இளவரசர்" என மெல்லியகுரலில் சொன்னபடி வேலுடன் எழுந்தான். பிறரும் எழுந்து தலைவணங்கி நின்றனர். துரியோதனன் கோட்டைவாயிலைக் கடந்து சென்றான்.

வெளியே வளைந்துசென்ற புராணகங்கையின் அடர்காட்டுக்குள் சிறிய பாதைகள் கிளைபிரிந்து பரவியிருக்க அவற்றுக்கு இருபக்கமும் காந்தாரப்படைகளின் குடில்கள் மரவீடுகளாகவும் மண்வீடுகளாகவும் மாறி சிற்றூர்களாகப் பெருத்து காட்டை நிறைத்திருந்தன. காட்டு விலங்குகளை எச்சரிக்கும் பொறுப்புள்ள காந்தாரத்து நாய்கள் அவர்களைக் கண்டதும் எம்பிக்குதித்து குரைத்தபடி ஓடிவந்தன. காதுகளை முன்னால் நீட்டி அவர்களின் வாசம் பெற்றபின் குரல்தாழ்த்தி மெல்ல உறுமத்தொடங்கின. குடிகள் தோறும் குரைத்தெழுந்த நாய்களெல்லாம் குரலவித்து உறுமின.

குடிவரிசையைக் கடந்ததுமே பாதை, இலைதழைத்த புதர்களும் கொடிமாலைகள் சூடிய பெருமரங்களும் செறிந்த ஈரக்காட்டுக்குள் சென்று புதைந்து மறைந்தது. காலடிப் பாதையின் இரு மருங்கும்

சுவர்போல எழுந்த புதர்களின் இலைநுனிகள் பனியீரத்துடன் அவனை வருடின. காட்டுக்குள் மரங்களுக்குமேல் இரு பந்தங்களின் ஒளியின் அலைவை துரியோதனன் கண்டான். மிக அப்பால் சற்று உயரத்தில் இன்னொரு பந்தம் அலைந்து அதற்கு பதிலுரைத்தது. துரியோதனன் மேலும் நடந்தபோது நான்காவது பந்தம் ஒன்று வலப்பக்கம் எழுந்து சுழன்றது. ஓர் உரத்த குரல் "யாரது?" என்று வினவியது.

"அஸ்தினபுரியின் இளையமன்னர்!" என்று துச்சாதனன் உரத்தகுரலில் பதிலளித்தான். சிலகணங்கள் அமைதிக்குப்பின் இன்னொரு குரல் "யார்?" என்றது. துச்சாதனன் மீண்டும் பதிலளித்தபோது மரத்தின் மேல் கட்டப்பட்ட காவல்மாடத்திலிருந்து பந்தத்துடன் இறங்கிய ஒருவன் புதர்களுக்கு மீதாக இழுத்துக்கட்டப்பட்ட இரு கனத்த வடங்கள் வழியாக விரைந்து நடந்து அவர்களருகே வந்து இறங்கினான். "அரசே, தாங்களா?" என்றான்.

"ஆம், இங்கே என்ன செய்கிறீர்கள்?" என்றான் துரியோதனன். "அரசே, என் பெயர் கச்சன். அனைத்தையும் பின்னர் விளக்குகிறேன். இங்கே தரையில் நடக்கக்கூடாது. வடத்தில் ஏறிக்கொள்ளுங்கள்" என்றான் கச்சன். அவர்கள் வடத்தில் ஏறி ஒருவடத்தைப்பற்றிக்கொண்டு இன்னொன்றில் கால்வைத்து புதர்களின் இலைத்தழைப்புக்குமேல் நடந்து காவல்மாடம் நோக்கிச் சென்றனர். "நாங்கள் இங்கே மதகளிறு ஒன்றைத் தேடிக்கொண்டிருக்கிறோம் அரசே" என்றான் கச்சன்.

"எங்குசென்றது அது?" என்று துரியோதனன் கேட்டான். "அரசே, இங்கே புராணகங்கையின் நெடுங்காட்டுக்குள்தான் யானைகளை இரவாட விடுவோம். அவை மேயவும் புணரவும் காடு தேவை. காலையில் அவை திரும்பிவிடும். சென்ற பதினைந்து நாட்களாக சியாமன் என்னும் பெருங்களிறு திரும்பிவரவில்லை. அதைத்தான் இரவும் பகலுமாக தேடிக்கொண்டிருக்கிறோம்." அவர்கள் உயர்ந்த மரத்தின் கவை மீது கட்டப்பட்டிருந்த சிறு குருவிக்கூடு போன்ற காவல்மாடத்தை அடைந்தனர். அங்கிருந்த காவலன் வணங்கி "அஸ்தினபுரிக்கரசை வணங்குகிறேன். பாகர்களில் நூற்றுவர்தலைவனாகிய என்பெயர் பாசன்" என்றான்.

"அந்தக் களிறு எங்கு சென்றிருக்கும்?" என்றான் துரியோதனன். "அரசே, யானைகளின் கழுத்தில் வெண்கல மணியைக் கட்டித்தான் காட்டுக்குள் விடுகிறோம். அந்த மணியோசை அவற்றுக்கு நகரையும் அங்குள்ள மக்களையும் குருதிச்சுற்றத்தையும் நினைவூட்டிக்கொண்டே இருக்கும். காடு யானைகளுக்கு இறையளித்துள்ள களம். அங்குள்ள ஒவ்வொன்றும் அவற்றுக்குள் உறையும் முதல்பெரும் மதங்கத்தை மீட்டுக்கொண்டுவரக்கூடியவை. பச்சைஇலைவாசமும் மண்மணமும்

நீரோசையும் காற்றொலியும் கரும்பாறைகளும் வெண்மேகங்களும் அவற்றுக்கு நாமளித்துள்ள மனிதத்தன்மையை அழித்து விலங்குகளாக்கி விடும். அவற்றிலிருந்து காப்பது வெண்கலமணியில் உறையும் மோதினி என்னும் நகர்த்தெய்வம்" என்றான் பாசன்.

"அஸ்தினபுரியின் நகர்த்தெய்வமான ஹஸ்தினியின் ஏழு மகள்களில் அவள் ஆறாமவள். இடக்கையில் மணியும் வலக்கையில் சுடரும் ஏந்தி பீடத்தில் அமர்ந்திருப்பவள். மணிநாவில் வாழும் அவள் ஒவ்வொரு கணமும் அஸ்தினபுரி அஸ்தினபுரி என யானையின் காதில் சொல்லிக்கொண்டே இருப்பாள். அந்த மாபெரும் சரடை அறுத்துச்செல்ல யானைகளால் முடிவதில்லை. ஒற்றை உருத்திராக்கமாலையின் மணிகள் போலத்தான் அவை காட்டுக்குள் ஒன்றுடன் ஒன்று இணைந்துகொண்டு அரைவட்ட வடிவத்தில் பரவி மேயும். மெல்லிய குரலோசையால், காதொலியால், வாசனையால் அவை இணைந்திருக்கும்" என்றான் பாசன்.

"அதிகாலையின் முதல்கதிர் எழுகையில் இங்கே வடக்குவாயிலுக்குமேல் உள்ள ஸ்ரீஹஸ்தம் என்னும் பெரிய கண்டாமணி ஓசையெழுப்பத் தொடங்கியதுமே காட்டுப்புதர்களுக்குள் விரிந்து சென்ற அந்த அரை வட்டக் கருமாலையின் விரிந்த இரு நுனிகளும் ஒன்றையொன்று கண்டுகொண்டு சுருங்கி ஒற்றைத்திரளாக ஆகும். நிரைவகுத்து காட்டுக்குள் இருந்து எழுந்துவரும் கரிய கங்கைப்பெருக்கு போல கோட்டைவாயிலுக்கு அவையே வந்துவிடும். அவற்றின் மணியோசை அலையோசைபோலப் பெருகி வருவதைக் கண்டு நாங்கள் அவற்றை எதிர்கொண்டழைத்து நீராட்டக் கொண்டுசெல்வோம்" பாசன் சொன்னான்.

"ஆனால் மதம் கொண்ட சில களிறுகள் அச்சரடிலிருந்து அறுந்து தெறித்து காட்டுக்குள் சென்றுவிடுவதுண்டு. அவற்றைத் தொடரும் மணியோசையில் இருந்து தப்புவதற்கென்று அவை மேலும் மேலும் அடர்காட்டுக்குள் சென்றுகொண்டிருக்கும். மரங்களில் தந்தம் பூட்டி உரித்தும் கரும்பாறைகளில் மத்தகம் முட்டிப்பெயர்த்தும் கால்களால் மண்ணைக் கிளறிப் புரட்டியும் தடமிட்டபடி அவை செல்லும் வழியை நாங்கள் பின்தொடர்ந்து செல்வோம். கழுத்துமணியின் ஓசை பசும் இருளுக்குள் கேட்டுக்கொண்டிருக்கும்" என்று அவன் தொடர்ந்தான்.

"மதகளிறு மானுடரோடு கண்பார்க்காது. வாசனையை மட்டுமே அதன் துதிக்கையில் குடியிருக்கும் வாயுதேவன் அறிவான். அதைச் சூழ்ந்துகொண்டு மரங்களில் அமர்ந்து மணியோசையை எழுப்புவோம். மணியோசை கேட்டு அது சினந்து மரங்களை முட்டிப்பெயர்த்தும் துதி தூக்கி சின்னம் விளித்தும் வெறிகொண்டாடும். பின்பு மெல்ல மத்தகம் தாழ்த்தி மண்ணில் கொம்புகுத்தும். வடங்களை வீசி அதைக் கண்ணியில் சிக்கவைப்போம். மரங்களுடன் பிணைத்து மதமிறங்கும்

வரை காவலிட்டபின் வேறு களிறுகளைக் கொண்டுவந்து அதைப் பற்றி மீட்டுக்கொண்டுவருவோம். ஏழுநாட்களுக்கு மேல் எந்த மதகளிறும் காட்டுக்குள் சென்றதில்லை. சியாமன் பதினைந்து நாளாகியும் மீளவில்லை."

"ஏன்?" என்றான் துரியோதனன். கச்சன் "அதன் கழுத்துமணியை நேற்று காட்டுக்குள் ஓர் உடைந்த வேங்கை மரத்தடியில் கண்டெடுத்தோம். வேங்கையில் மத்தகம் பூட்டி முறித்து வீழ்த்துகையில் அந்த மணியும் தெறித்திருக்கிறது" என்றான் பாசன். "அப்படியென்றால் அது இப்போது மோதினியிடமிருந்து விடுதலை பெற்றுவிட்டது இல்லையா?" என்றான் துரியோதனன்.

"ஆம், அரசே. காட்டுயானையை ஆள்பவை ஏழு வனதெய்வங்கள். பாறைகளின் தெய்வமான கிருஷ்ணை, மரங்களின் தெய்வமான ஹரிதை, நீரின் தெய்வமான நீலி, மேகங்களின் தெய்வமான சியாமை, குளிர்காற்றின் தெய்வமான மாருதை, புல்லின் தெய்வமான திருஷ்ணை, துதிக்கையில் குடியிருக்கும் பெருநாகமான சக்தை. அவை ஏழையும் வென்று அடக்கி ஆள்பவள் மோதினி. அவள் நீங்கிவிட்டால் யானை முழுமையாகவே அந்த ஏழு அன்னையரின் ஆட்சியில் இருக்கிறது. ஏழு சண்டிகள். ஏழு பிரசண்டிகள். ஏழு கட்டற்ற பேராற்றல்கள்!"

"அவர்கள் ஏறியமர்ந்திருக்கும் யானையின் மத்தகம் பிற யானைகளின் மத்தகங்களை விட உயர்ந்திருக்கும். அதன் விழிகளில் பாலாடை படிந்ததுபோல மதவெறி பரவியிருக்கும் என்கின்றன நூல்கள்..." பாசன் சொன்னான். "மானுட உலகுக்கு அப்பாலிருக்கிறது அது. நம் சொற்கள் எவையும் அதைச் சென்றடைய முடியாது. அதை வென்றடக்கவேண்டும். இல்லை கொன்றழிக்கவேண்டும்... அதற்காகவே நூறு பாகர்கள் கொண்ட படை காட்டுக்குள் வலையாக விரிந்து சென்றுகொண்டிருக்கிறது."

"அந்த யானையை நான் பார்க்க விழைகிறேன்" என்றான் துரியோதனன். "அரசே, அதை நாங்கள் வென்றடக்கி நகருக்குள் கொண்டுவருகிறோம்" என்றான் கச்சன். "நான் காணவிழைவது அந்த யானையை அல்ல. ஏழன்னையர் ஏறியமர்ந்த காட்டரசனை" என்றான் துரியோதனன். பாசன் "... ஆனால்" என சொல்லவந்தபின் தலையசைத்தான். "நான் அந்தத் துதிக்கையில் குடியிருக்கும் சக்தையை காணவிரும்புகிறேன். என் தோள்களை அவள் அறிகிறாளா என்று நான் பார்க்கவேண்டும்." இருபாகர்களும் திகைத்தவர்களாகத் திரும்பிப் பார்த்தனர்.

அன்று இரவும் முழுப்பகலும் அவர்கள் காட்டுக்குள் சென்றுகொண்டே இருந்தனர். புராணகங்கையின் காடு நீண்டு வளைந்து இருபக்கமும் உயர்ந்து ஏறிய மண்மேட்டுக்கு நடுவே வடக்கு நோக்கி எழுந்து

சென்றுகொண்டே இருந்தது. அதன் நிலம் ஈரக்களிமண்ணாலானதாக, இடைவெளியின்றி பச்சைப்புல் செறிந்ததாக இரவின் நுண்ணிய பூச்சிகள் ஆவியென எழுந்து ரீங்கரித்துப் பறப்பதாக இருந்தது. நிலம் சரிந்து சென்று தெளிந்த நீர் தேங்கிய வட்டவடிவமான சதுப்புக்குட்டையாக ஆகியது. அதைச்சுற்றி கோரைகளும் தர்ப்பையும் செறிந்து வளர்ந்திருக்க நீரின் அடியில் விரிந்த மென்சேற்றுக்கதுப்பில் மெல்லிய புள்ளிகளும் கோலங்களுமாக பூச்சிகள் ஊர்ந்த தடம் தெரிந்தது.

“இந்நிலத்தில் யானையும் பன்றியும் எருமையும் அன்றி பிற விலங்குகள் நடக்க முடியாது. எங்கும் சேற்றுக்குழிகள்” என்றான் முதுபாகனான சம்பன். மரங்களில் இருந்து மரங்களுக்குக் கட்டப்பட்ட வடங்கள் வழியாகவே அவர்கள் சென்றனர். கீழே அவர்களின் நிழல்விழுந்த சேற்றுக்குட்டைகளின் தெள்ளிய நீர்ப்படலத்தை நீர்த்தவ்விப்பூச்சிகள் புல்லரிக்கச் செய்தன. சிறிய பச்சைத்தவளைகள் புல்நுனிகளில் ஆடி எம்பி பாய்ந்தோடிய தடம் நீரில் அலையலையாக எழுந்து மிதக்கும் சருகுகளையும் சுள்ளிகளையும் கரையோர புல்பிசிறுகளையும் அலைபாயச் செய்தது.

வடங்களை அவிழ்த்து, சுருட்டி எடுத்து மீண்டும் வீசிக் கட்டியபடி மரங்கள் வழியாகவே அவர்கள் சென்றனர். கீழே அடர்ந்த பேய்க்கரும்புப் படப்பு நடுவே யானை வகுந்துசென்ற பாதை தெரிந்தது. கூர்மன் என்னும் மெல்லிய பாகன் கயிற்றில் தொங்கி இறங்கிச்சென்று ஆடியபடி அந்தப் பாதையை கூர்ந்து நோக்கி மேலே பார்த்து “பிண்டம் கிடக்கிறது... சியாமனின் வாசனை” என்றான். பாசன் தலையசைத்து மேலே வரும்படி சொல்லிக் கையாட்டினான்.

அன்றிரவும் கடந்தபின்னர் மறுநாள் விடிகாலையில் அவர்கள் காட்டுக்கு நடுவே ஒளியுடன் தேங்கிக்கிடந்த ஆழமற்ற சேற்றுக்குட்டையை ஒட்டிய யானைப்புல் செறிவுக்குள் சியாமன் நின்றிருப்பதை அடையாளம் கண்டனர். அவர்கள் அதை அறிவதற்குள்ளாகவே அது அவர்களை அறிந்து துதிக்கை தூக்கி மெல்ல உறுமியது. புல்லுக்குள் அதன் மண்படிந்த மத்தகமும் முதுகும் மட்டும் தெரிந்தது. துதிக்கை படமெடுத்து மேலெழுந்தது. “சியாமன்!” என்றான் பாசன். “அவன் நம்மை நோக்கி வருகிறானா, விலகிச்செல்கிறானா என்பதுதான் முதன்மையானது.”

யானைக்குமேல் பறந்த சிறிய தவிட்டுக்குருவிகளைக்கொண்டே அது இருக்குமிடத்தை உணர முடிந்தது. சேற்றுக்குள் ஓங்கி நின்ற நீர்மருதமரத்தை நோக்கி மெல்லிய கயிற்றை வீசிக் கண்ணியிட்டபின் அதன் வழியாக மறுபக்கம் சென்ற கூர்மன் அதில் தொற்றி ஏறியபின் அந்தச் சரடு வழியாகவே வடங்களை இழுத்து மரத்தில் கட்டினான். வடத்தின் மேல் சென்ற போது யானைசென்ற வழியில் கரியசேறு

நெகிழ்ந்து புரண்டிருப்பதைக் காணமுடிந்தது. அவற்றில் குருவிகள் எழுந்தமர்ந்து கொண்டிருந்தன.

யானைக்குமேலேயே அவர்கள் சென்றனர். அது மேலே துதிக்கை தூக்கியபின் குட்டைக்குள் சென்று இறங்கியது. குட்டையின் ஆழமற்ற நீர் கருமையாகச் சேறு கலங்கி நொதிக்கும் வாசனை எழ அது நீரில் துதிக்கை தூக்கியபடி நீந்தி மறுபக்கம் சென்று அங்கே கோரைப்புல்லுக்குள் புகுந்து ஏறி அங்கு நின்றிருந்த பெரிய வேங்கைமரத்தின் கீழ் நின்றுகொண்டது. நீருக்குள் சுருண்ட பெருநாகத்தின் உடல்போல வேர்கள் மண்ணுக்குள்ளும் வெளியிலுமாக புடைத்தெழுந்திருக்க, கரிய அடிமரத்துடன் தாழ்ந்த கிளைகளுடன் நின்ற வேங்கை காற்றில் அலையடித்துக்கொண்டிருந்தது.

நீர்மருதமரத்தில் அமர்ந்தபடி அவர்கள் அதைப்பார்த்துக்கொண்டிருந்தனர். பாசன் மெல்லிய மூங்கிலை வாயில் வைத்து மும்முறை சீழ்க்கையடித்தான். தொலைவில் மறுசீழ்க்கை கேட்டது. காடு வழியாக பிற பாகர்கள் வருவதைக் காணமுடிந்தது. துரியோதனன் “நான் அதனருகே செல்கிறேன்” என்றான். “அரசே!” என்று பாசன் மூச்சுக்குள் கூவி கைநீட்ட துரியோதனன் ‘ம்ம்’ என அவனை விலக்கிவிட்டு மரத்தில் படர்ந்தேறியிருந்த கொடிவழியாக கீழே இறங்கினான். அவனைத் தொடர்ந்து துச்சாதனனும் இறங்கிக்கொண்டான்.

கீழே அவன் முழங்கால் மூழ்கும் அளவு கருஞ்சேறு படிந்திருந்தது. பாதங்கள் பட்டு புல்தோகைகள் சரிய தவளைகள் எம்பின. அவனைக் கண்டு சியாமன் செவி கோட்டி ஒலிகூர்ந்தபின் மிக மெல்ல உறுமியது. அவன் அதை நோக்கியபடி மெல்ல முன்னால் சென்றான். அதை நோக்கும்தோறும் அதன் மத்தகம் பெரிதாகி அவனை அணுகியதுபோலத் தோன்றியது. அதன் நெற்றிக்குழிக்கு கீழே வழிந்த மதத்தில் ஈக்கள் மொய்த்துச்சுற்றிவருவதை, கண்களின் வெண்ணிறமான பீளை வாய்நோக்கி வழிந்திருப்பதை, மத்தகத்தின் கூரிய மயிரை, துதிக்கையின் சேற்றுவெடிப்பு போன்ற தசையடுக்குகளை அவன் கண்டான்.

அதன் துதிக்கை எழுந்து அவனை நோக்கி நீண்டு மெல்ல அசைந்தது. அதிலெழுந்த சக்தை வல்லமை மிக்க தசைகளை நெளித்தபடி சோம்பல் முறித்தாள். துரியோதனன் திடமான காலடிகளுடன் அதை நோக்கிச் சென்றுகொண்டிருந்தான். யானை தலையைக் குலுக்கி மெல்ல உறுமியபடி ஒரு காலை முன்னால் எடுத்து வைத்தது. சினம் கொண்டெழுந்த சக்தை நெளிந்து சுருண்டு வெண்தந்தத்தைப் பற்றிக்கொண்டு வழுக்கி ஒழுகியிறங்கினாள். அவன் மேலும் நடந்தபோது அலையென எழுந்த சக்தை மேலே சிறுபடம் தூக்கியபடி அவனை நோக்கி வந்தாள். அவளுடைய பிளிறலை அவன் கேட்டான்.

“நீ இங்கே நில்!” என்றான் துரியோதனன். “நான் உடனிருப்பேன்” என்று துச்சாதனன் மெல்லிய குரலில் பதிலிறுத்தான். “இது என் ஆணை!” என்றான் துரியோதனன். “இதில் மட்டும் நான் அன்னையின் ஆணைக்கே கட்டுப்பட்டவன் என அறிவீர் மூத்தவரே” என்று துச்சாதனன் அதே ஒலியில் சொன்னான். துரியோதனன் யானை மேலிருந்து கண்களை விலக்காமல் மேலும் முன்னகர்ந்து சென்றுகொண்டிருந்தான். யானை மீண்டும் மும்முறை கொம்புகுலுக்கியது. சக்தை காற்றில் சுழன்று சாட்டையென அருகே நின்ற இரு மரங்களை அறைந்தது. வெறியுடன் நெளிந்து கொந்தளித்தது.

தன்னை நோக்கி வந்த சக்தையை துரியோதனன் காணும் கணத்திலேயே அதன் அறையை வாங்கி அவன் தெறித்து தரையில் படர்ந்து கிடந்த கோரைப்புல் மெத்தைமேல் சென்று விழுந்தான். அதே கணத்தில் துச்சாதனன் உரக்கக் கூவியபடி பாய்ந்து கீழே கிடந்த மட்கிய மரத்தடியை எடுத்து யானையின் முகத்தில் அடித்தான். சக்தை அதைத் தட்டித் தூள்களாக்கி வீழ்த்திவிட்டு துச்சாதனனை நோக்கிச் சென்ற கணத்துக்குள் துரியோதனன் எழுந்து அதை நோக்கிப் பாய்ந்தான். அவன் தோள்களிலெழுந்த இரு நாகங்கள் சக்தையுடன் பின்னிக்கொண்டன.

திகைத்த சக்தை தசைநெளிய அவற்றைச் சுழற்றிப் பிடித்து இறுக்க முயன்றபடி காற்றில் சுழன்றது. அதை இருநாகங்களும் பிடித்து வளைத்து தந்தங்களை நோக்கிக் கொண்டுசென்றன. சக்தை தன் முழுவல்லமையாலும் இரு நாகங்களையும் விலக்கி அகற்ற முயன்றது. தசைகள் தசைகளை அறிந்தன. ஆற்றல் ஆற்றலை அறிந்த உச்சத்தில் பிளிறியபடி யானை கால்பரப்பித் திகைத்து நின்றது.

யானையின் விழிகளை துரியோதனன் அருகே கண்டான். கம்பிகள் போன்ற இமைமுடிகளால் மூடப்பட்ட சிறிய கருநீர்க்குழிகளுக்குள் ஆழத்தில் ஓர் ஒளி மின்னி அணைந்தது. துதிக்கை தளர்ந்து அவன்மீதான பிடியை விட்டதும் அவன் சரிந்து விழுந்து யானையின் தந்தங்களைப்பற்றிக்கொண்டான். யானை கால்களைப் பின்னால் எடுத்துவைத்து இன்னொரு முறை பிளிறியது. அவன் அந்த தந்தங்களைப் பற்றியபடி “அன்னையரே, அடங்குக. இது என் ஆணை!” என்றான். யானை மீண்டும் சின்னம் விளித்தபின் மேலும் இரண்டு அடிகள் பின்னாலெடுத்துவைத்தது. மரங்களிலிருந்து வடங்களுடன் பாகர்கள் கீழிறங்கினர்.

நான்கு பெருநாகங்கள் ஒன்றையொன்று தழுவிப் பின்னி நழுவி வழிந்து மீண்டும் தழுவிக்கொள்வதை துரியோதனன் பார்த்துக்கொண்டிருந்தான். தழுவலே நாகங்களின் மொழி. உடலே நாக்கானவை அவை. இரு

பெரும் கருநாகங்கள், இரு பொன்னிறநாகங்கள். கவ்விக்கொள்ளும் வேர்கள். உரசிக்கொள்ளும் மரக்கிளைகள். கலக்கும் நீரோடைகள். இருவரும் மீதமொன்றிலாதபடி பேசிவிட்டவர்கள் போலிருந்தனர். திருதராஷ்டிரர் பெருமூச்சு விட்டபோது பீமன் சூழலை அறிந்து சற்று விலகி "வாழ்த்தப்பட்டவனானேன் தந்தையே. இனி இப்புவியில் நான் அடைவதற்கொன்றுமில்லை" என்றான்.

"பாண்டு... பாண்டு!" என்று வேறெங்கோ தன் ஊமைவிழிகளைத் திருப்பிக்கொண்டு திருதராஷ்டிரர் முனகினார். "பாண்டு... என் தம்பி" மீண்டும் பெருமூச்சுடன் பீமனை இழுத்து தன் உடலுடன் அணைத்துக்கொண்டார். "உன் முதற் படைக்கலம் உன் கைமுட்டிகளே. பின்னர் கதை. வேறெதையும் தீண்டாதே" என்றார். "பிற அனைத்துப் படைக்கலங்களிலும் ஏதோ சூது இருக்கிறது. விலங்குகள் அவற்றைப் புரிந்துகொள்வதில்லை. கதை களங்கமற்றது. நேரடியானது. எந்த மிருகமும் அதைப் புரிந்துகொள்ளும். அதுவே உண்மையான ஆற்றல்கொண்டவனின் படைக்கலம்."

"தங்கள் ஆணை தந்தையே" என்றான் பீமன். "டேய் விப்ரா, மூடா" என்று திருதராஷ்டிரர் அழைத்தார். "அரசே" என்றான் விப்ரன். "என்னுடைய கதையை இவனுக்கு அளிக்கச்சொல். இனி இவன் அதில்தான் பயிற்சிபெறவேண்டும்..." விப்ரன் தலைவணங்கி "ஆவன செய்கிறேன் அரசே" என்றான். பீமனின் இரு தோள்களிலும் தன் கைகளை வைத்து தலையை ஆட்டி புன்னகைசெய்த திருதராஷ்டிரர் "டேய் சஞ்சயா" என்றார். "எங்களைப் பார்க்க எப்படி இருக்கிறது?"

"இருவரும் ஒருவருக்குள் ஒருவர் எதையோ தேடிக்கொண்டிருப்பதுபோலத் தோன்றுகிறது அரசே. அணைக்கும் கைகள் உடலை துழாவித் துழாவித் திறந்துபார்க்கத் தவிப்பவை போலிருக்கின்றன." திருதராஷ்டிரர் உரக்க நகைத்து "ஆம், இவன் என் தம்பி பாண்டு எனக்கு விட்டுச்சென்ற பொற்பேழை. இதற்குள் ஏதோ மந்தணச்செய்தி ஒன்றுள்ளது. இவனைத் தொட்டதுமே அதை நான் அறிந்துகொண்டுவிட்டேன். ஆனால் இப்பேழையின் மூடியைத் திறக்கும் வழி தெரியவில்லை" என்றார்.

"அரசே, விதைகளும் பேழைகளே. அவற்றுள் வாழும் மந்தணம் உயிர்பெறுகையில் அவை தாங்களாகவே திறந்துகொள்கின்றன" என்றான் சஞ்சயன். "ஆம்... ஆகா... அற்புதமாகச் சொல்லிவிடுகிறாய் மூடா... சூதர்களில் நீயே வியாசன்." தலையை அசைத்து "ஆம் [illegible] காத்திருக்கிறேன். இந்தச் சிறுபேழைக்குள் என் தம்பி விட்டுச்சென்றது என்ன என்று காண்கிறேன்" என்றார் திருதராஷ்டிரர்.

விப்ரன் மெல்ல "அரசே, மைந்தர்கள் களைத்திருக்கிறார்கள்" என்றான்.

"ஆம், அவர்கள் ஓய்வெடுக்கட்டும். மைந்தா" என்றார் திருதராஷ்டிரர். "தந்தையே" என்று துரியோதனன் வணங்கினான். "உன் சிற்றன்னையிடம் என் அன்பையும் வணக்கத்தையும் தெரிவி. இந்நாடும் அரண்மனையும் அவள் பாதங்களுக்குரியவை என்று நான் சொன்னதாகச் சொல்!" துரியோதனன் "ஆணை" என்றான்.

புஷ்பகோஷ்டத்திலிருந்து துரியோதனன் வெளியே வந்ததும் அரண்மனை முற்றத்தில் முகபடாமணிந்து துதிக்கை சுழற்றி நின்ற சியாமன் மெல்ல உறுமியபடி துதிக்கையை நீட்டியது. அதன் அருகே சென்று நீண்ட பெருந்தந்தங்களைப் பற்றிக்கொண்டு அப்பால் பணியாளர் சூழ வெளியே வந்த பாண்டவர்களை நோக்கியபடி நின்றான். துச்சாதனன் அவனருகே வந்து நின்று "தந்தை அவனுடன் விளையாடியிருக்கக் கூடாது மூத்தவரே. அவன் இனி தந்தையையே எதிர்கொண்டவன் என்று புகழப்பெறுவான்" என்றான். துரியோதனன் அவன் இடையை வளைத்த சியாமனின் துதிக்கையில் அடித்தான்.

"பெருந்தோள்கள் கொண்டவன் என்பதில் ஐயமில்லை. ஆனால் காட்டில் வாழ்ந்தவன். வித்தை அறியாதவன்" என்று துச்சாதனன் மேலும் சொன்னான். "நீ அவனிடம் சென்று வடக்கு அரங்குக்கு வந்து என்னுடன் கைகோர்க்கமுடியுமா என்று கேள்" என்றான் துரியோதனன். துச்சாதனன் முகம் மலர்ந்து "ஆம் மூத்தவரே, நான் இதை எதிர்பார்த்தேன். தாங்கள் அவனுக்கு அவன் இடமென்ன என்று அறிவித்தாகவேண்டும்" என்றான். "இதோ செல்கிறேன்."

அவன் நிமிர்ந்த செருக்குடன் கைவீசிச் செல்வதை துரியோதனன் நோக்கி நின்றான். துச்சாதனன் சொற்களைக்கேட்டு பீமன் தலை திருப்பி அவனைப்பார்த்தான். பின்னர் படியிறங்கி முற்றத்தில் கனத்த கால்களை வைத்து நடந்து அவனை நோக்கி வந்தான். பொன்னிற நாகங்கள் எதையும் வளைக்காமல் நிமிர்ந்திருக்கையில் அவை உணரும் வெறுமையில் சலித்து இறுகி நெளிந்து மெல்ல புரண்டன. அவன் தன் உடலில் இருந்து இரு நாகங்கள் திமிறி எழுவதை அறிந்தான். அவை தலைகோத்து இறுக்கி தசைபுடைத்து அதிர்ந்தன.

பீமன் அருகே வந்து தலைவணங்கினான். "மூத்தவரே, தந்தையிடம் கைகோத்து அவர் அருளைப்பெற்றேன். இனி தங்களுடன் கைகோர்க்கும் நல்லூழ் எனக்களிக்கப்பட்டுள்ளது என்றறிந்தேன். என்னை வாழ்த்துங்கள்" என்று சொல்லி அவன் தலைவணங்கினான். கை தூக்கி அவனை வாழ்த்திவிட்டு "இன்றுமாலை, வடக்கு அரங்குக்கு வா. அங்கே நாம் சந்திப்போம்" என்றபின் அவன் விழிகளைப் பார்க்காமல் திரும்பி தந்தங்களில் எம்பி ஏறி மத்தகத்தில் அமர்ந்துகொண்டான்.

5

விண்ணகப் பேராற்றல்களை அன்னையராகத் தன்பின் அணிவகுக்கச்செய்த கார்த்திகேயன், சூரபதுமனுக்கு எதிராக படைஎழுச்சி கொண்டபோது பதினான்குலகத்து தேவர்களும் நாகங்களும் அவனை வந்து அடிபணிந்து கைக்கொடையாக படைக்கலம் அளித்து மகிழ்ந்தனர். பொற்கவசம் இளஞ்சூரியன் போலச் சுடர, பச்சைநீலப்பேரொளி மயில்தோகையென விரிய கீழைவானில் சுப்ரமணியன் எழுந்தபோது அடியிலிகளின் அரசனாகிய வாசுகி கருமேகச்சுருள் போன்ற பேருருவமாக அவன்முன் விரிந்தான். "தேவ, என் இனிய மைந்தர் இருவரை தங்கள் மெய்க்காவலிணைகளாகக் கொள்க!" என்றான். "இவர்களை ஜயன், மகாஜயன் என்று நான் அழைக்கிறேன். வெற்றியையே மைந்தராக்கிக் கையளிக்கிறேன். அருள்க!"

செம்மஞ்சள் சுடர்விட்ட இரு நாகமைந்தர்களை அவன் கந்தனின் காலடியில் வைத்தான். உருகிவழிந்தோடும் பொன்னோடைகள் என பொலிந்த அவ்விருவரும் தங்கள் நுனிவாலை விண்மேகத்திலூன்றி பொன்னிறப்படமெடுத்து ஒளிரும் செங்கனல் விழிகள் உறுத்து அனல்நா பறக்க பாகுலேயன் முன் நின்றனர். அவன் தன் சிறு குழந்தைக் கைகளால் அவர்களின் படத்தைத் தொட்டு "என்றுமிருப்பீராக!" என்று வாழ்த்தினான். அவன் அவர்களின் நெற்றியில் தொட்ட இடம் வெண்ணீற்று வரியெனத் திகழ்ந்தது. அவன் செவ்வேலும் சேவல்கொடியும் கொண்டு போருக்குச் சென்றபோது பறக்கும் பொற்சாட்டைகளென அவர்கள் அவனுடன் சென்றனர்.

யுகயுகங்களுக்குப்பின் ஜயனும் மகாஜயனும் காலைநேரத்தின் பொன்னொளிக் கீற்றாக விண்ணில் பறந்து செல்லும்போது கீழே ஓர்

இனிய தந்தை தன் கையளவு சிறிய மைந்தனை நீட்டிய முழங்கால்மேல் படுக்கச்செய்து வெயில்காயச்செய்வதைக் கண்டனர். அது அமுதவேளை. தெய்வங்கள் கண்விழிக்கும் பொற்கணம். “தம்பி, இக்கணம் இவனுக்குரியதென்று சொல்கின்றது காலச்சுருள்” என்றான் ஜயன். “ஆம்” என்றான் மகாஜயன். இருவரும் இரு பொன்மேகத்தீற்றலாகக் காட்டின்மேல் இறங்கினார்கள். அருகே பூத்து நின்றிருந்த பொன்னிற வேங்கையின் மலர்க்குவையில் குடியேறினார்கள். இளங்காற்றில் அது அசைந்தபோது பொன்னொளித் துணுக்காகப் பறந்துவந்து விழிசொக்கிக் கிடந்த குழந்தையின் மெல்லிய சிறுதோள்களில் குடியேறினார்கள்.

வைகானச மாதம் பதிநான்காம் நிலவின் அதிகாலையில் துயிலும் பெருவீரனின் உடலில் தசையிறுகி நெளிய மெல்லப்புரண்டெழுந்த மகாஜயன் “இன்று போர் நிகழவிருக்கிறது மூத்தவரே” என்றான். மெல்ல நீண்டு மடிந்து வயிற்றுக்கெழுந்த ஜயன் “ஆம்... நன்று” என்றான். மகாஜயன் தன் விரிந்த பத்தியை நீட்டி தமையனின் முகத்தைத் தொட்டான். “நிகர்ப்போர்... அதைக்காண விண்ணில் தெய்வங்கள் எழுவர்.” மெல்ல தம்பியைத் தழுவி “ஆம்” என்றான் ஜயன். அவர்கள் ஒருவரை ஒருவர் உரசிக்கொண்டு பிணைந்து தழுவிக்கொண்டனர்.

தன் அசைவைத் தானறிந்து எழுந்த பீமன் மரவுரித்தொட்டிலில் எழுந்து அமர்ந்துகொண்டு இருளுக்குள் காற்றோசையாகவும் சீவிடின் ரீங்காரமாகவும் ஓநாய் ஊளையாகவும் தன்னைச்சூழ்ந்திருந்த காட்டை உற்றுநோக்கினான். எழுந்து தன் பெருங்கைகளைத் தூக்கி முதுகை நெளித்தபின் நடந்து காட்டுக்குள் சென்றான். துயிலாது வேலுடன் அமர்ந்திருந்த பணியாளன் தலைவணங்கினான். பீமன் காட்டுச்செடிகள் நடுவே மெல்லிய நிறமாறுதலாகக் கண்ணுக்குத்தெரிந்த சிறுபாதை வழியாக நடந்தான்.

சிலகணங்கள் கைகளைத் தொங்கவிட்டு தென்கிழக்கை நோக்கி நின்றான். தன் கைகள் தன்னிச்சையாகப் பிணைந்து நெளிவதை உணர்ந்தவனாக அவற்றை மார்புடன் கட்டிக்கொண்டான். பின் அங்கே நின்றிருந்த பெரிய தோதகத்தி மரத்தில் தொற்றி மேலேறிச்சென்று உச்சிக்கிளையை அடைந்து அங்கே நின்றபடி இருளுக்குள் கூர்ந்து நோக்கினான். மிகத்தொலைவில் சிறிய மின்மினிக்கூட்டம்போல அஸ்தினபுரியின் கோட்டையின் குழியாடி குவித்தளித்த எரிந்த பந்தங்களின் ஒளியைக் கண்டான்.

அஸ்தினபுரியின் துயில்கூடத்தில் காசியப பிரஜாபதிக்கு தனு என்னும் விண்நாகத்தில் பிறந்த மைந்தனாகிய கேது தன்மேல் பதிந்த விழியூன்றுதலை உணர்ந்து மெல்லச் சிலிர்த்தெழுந்தான். கரிய

தசைப்புடைப்புகள் இறுகி அசைய எழுந்து நீண்டுசென்று தலை எடுத்து மெல்லச் சீறி "தம்பி" என்றான். காசியபருக்கு சிம்ஹிகை என்னும் சடைநாகத்தில் பிறந்தவனாகிய ராகு அதைக்கேட்டு சிலிர்த்துக்கொண்டு மெல்ல அசைந்து எழுந்தான். "மூத்தவரே!" என்றான். "போர் வருகிறது தம்பி!" என்றான் கேது. ராகு படமெடுத்து அவனருகே வந்து "ஆம்... முதல்பெரும்போர்!" என்றான்.

"போரில் நாம் எதிரியை அறிகிறோம். எதிரி நம்மை நமக்கு அறிவிக்கிறான்" என்றான் கேது. "உடலே கைகளாகப் போரிடும் பெருவல்லமை நமக்கு மட்டுமே உண்டு. இன்று நாம் அதன் உச்சங்களை அறிவோம்." அவ்வெண்ணத்தால் புடைத்தெழுந்த ராகு பாய்ந்து வந்து கேதுவின் முகத்தை தன் முகத்தால் முட்டிக்கொண்டான். கேது தம்பியை தன் உடலால் அள்ளிக்கொள்ள இருவரும் உடலுரசும் ஒலிகளுடன் பிணைந்து இறுகி அதிர்ந்து பின் விலகி மீண்டும் பிணைந்தனர்.

அப்பால் கூடத்தின் இருளுக்குள் இருந்து அவர்களின் உடன்பிறப்புகளான விப்ரசித்தி, சம்பரன், நமுசி, பாலோமன், அசிலோமன், கேசி, துர்ஜயன், ஆயசிரஸ், அஸ்வசிரஸ், அஸ்வன், சங்கு, மகாபலன், கர்கன், அமூர்த்தா, வேகவான், மானவான், சுவர்பானு, அஸ்வபதி, விருஷபர்வன், அஜகன், அஸ்வகிரீவன், சூக்ஷ்மன், துகுண்டன், ஏகபாத்து, ஏகசக்ரன், விரூபாக்ஷன், ஹராஹரன், நிகும்பன், கபடன், சரகன், சலபன், சூரியன், சந்திரமஸ் என்னும் முப்பத்துமூன்று நாகங்களும் தங்கள் துணைவர்களுடன் வளைந்தெழுந்தன. அவை ஒன்றுடன் ஒன்று தழுவி பின்னி இணையும் நெளிவுகள் கூடமெங்கும் அலையிளகின.

மறுநாள் அஸ்தினபுரியின் கிழக்கு வாயில் முகப்பில் ஜயனும் மகாஜயனும் தங்களை எதிர்க்கவந்த ராகுவையும் கேதுவையும் கண்டுகொண்டு சீறி நெளிந்தெழுந்தனர். பத்தி விரித்த மகாஜயனின் தலைமேல் தன் தலையை அழுத்திய ஜயன் "தம்பி, வேளை வரவில்லை. பொறு!" என்றான். "இக்கணமே! இங்கேயே!" என்றான் மகாஜயன். "அக்கணம் நம் கையில் இல்லை தம்பி!" என்றான் ஜயன். அப்பால் யானைமேலிருந்த ராகு எழுந்து படம்புடைத்து எழ, கேது அவன் மேல் படிந்து "இப்போதல்ல... இங்கல்ல" என்றான். "ஏன்? ஏன்?" என்றான் ராகு. "நாகங்கள் விதிவகுக்கும் களங்களில் மட்டுமே ஆடவேண்டியவர்கள்" என்றான் கேது.

கீழே யானைமருப்பிலிருந்து தொங்கிய முதுபெண் நாகமான சக்தை நெளிந்தெழுந்து தன் சிறிய தலைதூக்கி செந்நா அசைய ஜயனையும் மகாஜயனையும் நோக்கினாள். பின் படமெடுத்து மருப்பை அடைந்து உரக்கச் சீறினாள். கரிய கேது வந்து தன் நுனிநாவால் அதன் ஈரநாவைத்தொட்டான். "ஆம். அவர்கள்தாம்" என்றான்.

ஊர்கோலம் செல்லும்போதெல்லாம் சக்தை நீண்டு நீண்டு ஜயனையும் மகாஜயனையுமே சுட்டிக்கொண்டிருந்தாள்.

அரண்மனை முகப்பில் நின்றிருந்தபோது சக்தை "இதோ வருகிறான்... இதோ நம்மருகே வந்துகொண்டிருக்கிறான்" என்றபடி மூச்சு சீறி நெளிந்து காற்றில் வளைந்தெழுந்து நீண்டாள். கேது அதை அணைத்து "ஆம், இன்றுதான் அவ்வேளை. பொறு அன்னையே" என்றான். ஜயனும் மகாஜயனும் தலைகள் பிணைத்து அசைவிழந்து ராகுவையும் கேதுவையும் நோக்கிக்கொண்டிருந்தனர். ஒவ்வொரு தசையையும் ஒவ்வொரு தசையும் அறியும் கணங்கள் மெல்ல கடந்துசென்றன.

விலகிச்சென்றபோது மெல்ல தசை நெகிழ இயல்படைந்த பெருமூச்சுடன் ஜயன் "மகத்தான அரவுடல்கள்!" என்றான். "நமக்கிணையானவர்கள். ஒவ்வொரு தசைநாரிலும் ஒவ்வொரு அசைவிலும்." மகாஜயன் "கரியவர்கள்... வெறுப்புக்குரியவர்கள்" என்றான். "ஆம், நாம் அவர்களின் வெறுப்புக்குரியவர்கள். இந்த ஆடலில் எதிரெதிர் களங்களில் நிற்கவைக்கப்பட்டிருக்கிறோம்..." மகாஜயன் பொருமியபடி தன் தசைகளைப் புடைத்து மெல்ல அதிரச்செய்தான்.

"பொன்னிறமானவர்கள்!" என்று ராகு கேதுவிடம் சொன்னான். "இருளின் முடிவின்மையோ ஆற்றலோ அற்ற புழுக்கள்." கேது அமைதியான அசைவுகளுடன் தன் உடலுக்குள் புரண்டபடி "ஆம், ஆனால் ஒளி நெடுந்தூரம் ஊடுருவுவது. அதற்குத் தடைகளே இல்லை" என்றான். "நெரித்து இறுக்கி உண்டுவிடவேண்டும்" என்றான் ராகு. "உனக்குள் நாகமணியாக அவன் ஒளிவிடுவான்" என்று கேது சொன்னான். சீறியெழுந்த ராகு "என்ன சொல்கிறீர்கள் மூத்தவரே? நாம் அவர்களிடம் தோற்கவிருக்கிறோமா?" என்றான். "நானறியேன். ஆனால் இருளும் ஒளியும் ஒருபோதும் போரை முடித்துக்கொள்வதில்லை" என்றான் கேது.

அன்று பகலெல்லாம் அவர்கள் பொறுமையழிந்து அசைந்து முடிச்சிட்டு நிமிர்ந்தும், அணைத்துப்புரண்டும், படம்கோத்து நெளிந்தும் காலத்தை தாண்டிக்கொண்டிருந்தனர். நீரில் திளைத்தபோதும் பொன்னணிகள் பூட்டப்பட்டபோதும் நிலையற்றிருந்தனர். பின்மதியத்தின் இரண்டாம்நாழிகை முதல் அங்கம் முதல் கணிகையில் தொடங்கவிருக்கும் மற்போருக்காக வடக்குக் கோட்டைக் களமுற்றத்தில் அனுமனின் சிற்றாலய முகப்பில் சென்று நின்றபோது அதுவரை இருந்த நிலையின்மை மறைந்து கல்நாகங்களென கனத்து குளிர்ந்து அமைதிகொண்டனர்.

தம்பியர் சூழ துரியோதனன் அனுமன் ஆலயத்தின் முன்னால் வந்து நின்றான். புலித்தோல் அரையாடை மட்டும் அணிந்து கருந்தோள்களில்

தோள்வளைகளும் கணுக்கையில் கங்கணமும் விரிந்த மார்பில் மணியாரமுமாக அவன் வந்தபோது கூடிச்சூழ்ந்திருந்த படைவீரர்கள் வாழ்த்தொலி எழுப்பினர். அரண்மனைப்பாதையில் தருமன் துணைவர யானைத் தோலாடை அணிந்து, அணிகளேதுமில்லாத திறந்த மார்புடன் பீமன் வந்தபோதும் வாழ்த்தொலிகள் எழுந்தன. துரியோதனன் அனுமனை இடை வளைத்து வணங்கி கைகளைக் கூப்பியபடி முன்னால் சென்றான். பீமன் அனுமனை எண்முனையும் நிலம்தொட வணங்கி துளி மண் எடுத்துத் தலையிலணிந்து கைகூப்பியபடி களத்துக்கு வந்தான்.

சூழ்ந்திருந்த கூட்டத்தை நோக்கியபின் துரியோதனன் கையசைத்ததும் முதுசூதரான சமரன் முன்னால் வந்து கைகளில் இருந்த கோலை மேலே தூக்கினார். களம் அமைதிகொண்டது. "வீரர்களே, இங்கே மூத்த இளவரசர் துரியோதனரும் இளையவர் பீமசேனரும் இரட்டையர்போரில் ஈடுபடவிருக்கிறார்கள். இது களிப்போர். எனினும் களப்போரின் நெறிகளனைத்தும் கொண்டது. வீரம் திகழும்போது விண்ணிலெழும் தெய்வங்களை எல்லாம் இக்கணம் இங்கே அழைக்கிறேன். பேராற்றலின் தலைவனாகிய வாயுவை, அவன் மைந்தனாகிய அனுமனை இவ்வரங்கை ஆளும்படி பணிந்து கூறுகிறேன்" என்றார். கூடிநின்றவர்கள் கை தூக்கி "வாழ்க! வாழ்க!" என ஒலித்தனர்.

"இக்களிப்போர் அரங்குக்குக் களநடுவராக அமைந்து நெறியாளும்படி களரிகுருநாதரான சம்பரரை அஸ்தினபுரியின் அரசரின் பெயரால் அழைக்கிறேன்" என்றார் சமரன். சம்பரர் கூட்டத்திலிருந்து முன்னகர்ந்து கைகூப்பி "இளவரசர்களே, வீரர்களே, களமுற்றத்தில் மூத்தோரோ முதற்குருக்களோ இருக்கையில் அவரையே களநடுவராக அழைக்கவேண்டுமென்பது மரபு. இங்கே இன்று கௌதம குலத்தில் பிறந்தவரும் சரத்வானின் மைந்தருமாகிய கிருபர் வந்திருக்கிறார். அஸ்தினபுரி நீங்கி கிருபவனத்தில் தன் குருகுலத்தில் வாழ்ந்திருந்த பேராசான் இத்தருணத்தில் இங்கே வந்தமைந்தது நம் நல்லூழ். மைந்தர்களின் இக்களிப்போரை அவரே முன்னின்று நிகழ்த்தியருளவேண்டுமென விழைகிறேன்" என்றார்.

அங்கிருந்த எவருமே கிருபரைக் கண்டிருக்கவில்லை. அவரைப்பற்றிய பழங்கதைகளையே கேட்டிருந்தனர். சந்தனு மன்னர் காட்டில் கண்டெடுத்த இரட்டைக்குழந்தைகளை அரண்மனையின் அறச்சாலைக்குக் கொண்டுவந்து வளர்த்ததையும் அறச்சாலையில் வளர்ந்தமையால் அவர்கள் கிருபர் என்றும் கிருபி என்றும் அழைக்கப்பட்டதையும் அவர்கள் அறிந்திருந்தனர். அவர்களின் தந்தையான சரத்வான் இளமையிலேயே அவர்கள் இருவரையும் வந்து

அழைத்துச்சென்றுவிட்டார். தந்தையிடம் வில்வித்தையின் எல்லைகளைக் கற்றுத் தேர்ந்தபின் கிருபர் கிருபவனத்திலேயே தனுர்வேதியாக அமர்ந்துவிட்டிருந்தார்.

மெலிந்து இறுகிய சிற்றுடலும் தலைமேல் குவையாகக் கட்டிய கருங்குழலும் சுருண்ட கரிய தாடிக்கற்றைகளுமாக எழுந்து வந்த கிருபர் அனல் சூழ்ந்தது போல செந்நிற கேழைமானின் தோலை அணிந்திருந்தார். நீண்ட மெல்விரல்கள் கொண்ட கைகளைக் கூப்பியபடி “ஆம், ஒரு நன்னிமித்தம்தான் இது. வாழ்க!” என்றார். கூடி நின்றவர்கள் கிருபரை வாழ்த்திக் கூவினர்.

துரியோதனன் முன்னால் சென்று “ஆசிரியரே, இந்தப் போர் தங்கள் மடியில் குழந்தைகள் செய்யும் பூசலென்று காணுங்கள்” என்று சொல்லி அவர் கால்களைத் தொட்டு வணங்கினான். “நலம் திகழ்க” என்று அவர் வாழ்த்தினார். பீமன் அவர் பாதங்களை வணங்கி “தங்களிடம் போர்க்கலை கற்கும் முதற்தருணமாக இது அமையட்டும் ஆசிரியரே” என்றான். அவர் வெண்பற்கள் காட்டி நகைத்து “அவ்வண்ணமே ஆகுக” என்றார்.

கிருபர் கைகளைத் தூக்கி “அஸ்தினபுரியின் மண்ணில் இந்த வைகானச பூர்ணிமைநாளில் குருகுலத்து மைந்தர்கள் இருவரும் செய்யும் முதல் இரட்டையர்போர் இங்கே நிகழவிருக்கிறது. மூதாதையர் மகிழட்டும். தேவர்கள் மகிழட்டும். ஐந்துபேராற்றல்களும் மகிழட்டும். திசையானைகள் மகிழட்டும். ஆம், அவ்வாறே ஆகுக!” என்றார். கூட்டம் கைதூக்கி ‘ஓம் ஓம் ஓம்’ என்றது.

“மைந்தர்கள் களமிறங்கட்டும்” என்றார் கிருபர். துரியோதனனும் பீமனும் தங்கள் கச்சைகளை இறுக்கியபின் குனிந்து களத்தின் மண்ணைத் தொட்டு சென்னியில் அணிந்து வணங்கி கைகளை மண்ணில் உரசிக்கொண்டு கனத்த கால்களைத் தூக்கி வைத்து களத்தின் மையத்துக்குச் சென்றனர். “மைந்தர்களே, அன்னை பிருத்வியின் மடியில் கணந்தோறும் பல்லாயிரம் உடல்கள் மல்லிட்டுக்கொண்டிருக்கின்றன. போரின் வழியாகவே ஆற்றல்கள் தங்களை அறிந்துகொள்கின்றன. ஐம்பெரும்பூதங்களும் ஒவ்வொரு கணமும் மற்போரில் ஈடுபட்டுக்கொண்டிருக்கின்றன. போரே வேள்விகளில் தூயது. பிறிதொன்றிலாத அவி என்பது குருதியேயாகும்” என்றார்.

அவர் கையசைத்ததும் துரியோதனன் மெல்ல குனிந்து தன் இரு கைகளையும் நீட்டிக்கொண்டான். அவன் விரல்கள் குவிந்து நாகபடங்கள் போல நெளிந்தன. அரைமண்டியில் கால்களை வைத்து பீமனின்

கண்களையே நோக்கியபடி களத்தில் வலம்நோக்கி அசைந்து நடந்தான். அவனெதிரே பீமன் இடைதாழ்த்தி நின்று தன் கைகளை நீட்டி மெல்ல வலம்நோக்கி அசைந்தான். வேங்கைகள் பதுங்கும் அசைவு. கனத்த விறகிலேறும் நெருப்பின் அமைதி. பீமனின் கைகள் ஐந்துதலைபுடைத்த நாகங்கள் போலிருந்தன.

“தம்பி, நீ மகாஜயனை நோக்கு. அவன் பேராற்றல் கொண்டவன்” என்றான் கேது. “ஆம், நான் அவனாகவே இருக்கிறேன்” என்றான் ராகு. “வல்லமை கொண்ட கருநாகம் ராகு. அவனை கவ்வுவதெப்படி என்று பார் தம்பி” என்று ஜயன் ஆணையிட்டான். மகாஜயன் “ஆம், மூத்தவரே. அவனுடைய இருளே என் விழிகளாக இருக்கின்றது” என்றான். நாகங்கள் காற்றில் நா நீட்டி தலைநெளித்து உடல் முறுக்கி அசைந்தன. ஒன்றின் அசைவு அக்கணமே பிறிதின் உடலில் நிகழ்ந்தது. ஒன்று சீறியபோது பிறிது சீறி எம்பியது. நடுவே நின்ற காற்று அஞ்சி சிலிர்த்துக்கொண்டது.

விண்ணவர் வகுத்த ஒருகணத்தில் நான்கு நாகங்களும் ஒன்றுடன் ஒன்று பிணைந்துகொண்டன. வெண்ணிறக் கருநிறத் தசைகள் ஒன்றேயென ஆகி இறுகிக் கவ்வி ஒன்றை ஒன்று உடைத்து சிதைக்க முயன்றன. பின் பெரும் சீறலுடன் அவை விடுவித்துக்கொண்டு விலகித்தெறித்து சினம்கொண்டு காற்றில் துடித்துத் தவித்தன. மீண்டும் பாய்ந்து கவ்விக்கொண்டு இறுகி அதிர்ந்தன. ஒன்றையொன்று உருவி விடுவித்து வளைந்து பேரொலியுடன் அறைந்துகொண்டன.

ஜயன் கேதுவை மடித்துத் திருப்பி வளைத்து பின்பக்கமாகக் கொண்டு செல்ல அவன் தசைகள் இறுகி நரம்புகள் புடைக்க வெட்டுண்டதுபோலத் துடித்தான். ஒருகணத்தில் கேது மறுபக்கமாக ஜயனைத் தள்ளி மடித்து ஓங்கியறைந்தான். சீறியெழுந்து வந்த மகாஜயனை கேது கவ்விச் சுருட்டி உதறி வளைக்க ஜயன் எழுந்து அவர்கள் நடுவே புகுந்து விலக்கி கேதுவை ஓங்கியறைந்தான். அறைபடும் அரவுடல்களின் ஒலியை, கூடிநின்ற ஒவ்வொருவரும் காதால் கண்களால் தோலால் உணர்ந்தனர். கூட்டமெங்கும் மூச்சொலிகள் உரத்து ஒலித்தன.

கணந்தோறும் பெரும்பாம்புகளின் சினம் ஏறிக்கொண்டே சென்றது. அவை அறைந்தன, பின்னி நெரித்து இறுகித் தெறித்து உடைந்து விலகி சீறி மீண்டும் கவ்விக்கொண்டன. ஒற்றை அரவுடல்சுருளாக மாறி பேரொலியுடன் மண்ணை அறைந்து விழுந்தன. புழுதியில் புரண்டு, திளைத்து, துடித்து அவை எழுப்பிய மேகத்தில் அவையே மறைந்தன. பின் எழுந்து விலகி தொய்ந்து களைத்து நெளிந்தன. இயலாமையே வெறியாக மாற மீண்டும் பாய்ந்து கவ்விப்புரண்டன. புழுதிபடிந்து வண்ணம்மாறிய நாகப்பேருடல்களில் எழுந்த வியர்வை பனித்து சேறாகி வழிந்து மண்ணில் சொட்டிச் சிதறியது.

சூழ்ந்திருந்த கூட்டம் மூச்சே ஓசையாக ததும்பிக்கொண்டிருந்தது. நூற்றுக்கணக்கான நாகங்கள் சீறி எழுந்து காற்றில் நெளிந்த அலையடிப்புக்கு நடுவே நான்கு பெருநாகங்களும் ஒன்றைப் பிறிதொன்று அறிந்து ஒன்றுள் ஒன்று சுருண்டு புடவியழிந்து காலமழிந்து திளைத்துக் கொண்டிருந்தன. அலையடிக்கும் பாம்புகள். சிறியவை. மெலிந்தவை. எலும்பெழுந்தவை. செதிலரித்தவை. எண்ணெய் மின்னுபவை. அவையனைத்தும் நாவுகளாகி ஒன்றையே ஓசையின்றிக் கூவின 'கொல்! கொல்! கொல்!'

நேரம் செல்லச்செல்ல அரவுடல்கள் களைத்து வலுவிழந்தன. அறைபட்டு வீங்கிய தசைகள் வலியில் விம்மின. தொய்ந்து நீர்ப்பாம்புகள் போலச் சொட்டித் துவண்டன. அசைந்து தலைதூக்கவே அவை முழு உடலையும் நெரித்து வளைந்தெழவேண்டியிருந்தது. பலமுறை தலைதூக்கி, துவண்டு விழுந்து, பின் எழுந்ததுமே சீறிப்பறந்து சென்று மீண்டும் பிணைந்துகொண்டன. விலகி, தலைகளால் அறைந்து, உடல்களால் மோதி துடிதுடித்து மீண்டும் பற்றிக்கொண்டன.

மாலையிறங்கிக்கொண்டிருந்தது. தென்சரிவில் இருண்ட இருமேகங்களாக ராகுவும் கேதுவும் தோன்றி நெடுமூச்சுடன் நோக்கி நின்றனர். மேற்குச்சரிவில் பொன்னொளிர் கவசத்துடன் தேவசேனாபதி தன் காவலர்களின் போரை நோக்கினான். நாற்றிசை தேவர்களும் கைகளைக் கட்டிக்கொண்டு விழியிமைக்காமல் நோக்கினர். குளிர்ந்த அந்திக்காற்று மேற்கிலிருந்து ஏரியலைகள்மேல் தவழ்ந்து பாசிமணத்துடன் வீசிக் கடந்துசென்று வடக்குக்கோட்டையைத் தாண்டி புராணகங்கையின் மரக்கூட்டங்களை உலையச்செய்தது.

இருபக்கமும் மாறிமாறி தூக்கி வீசப்பட்ட நான்கு பெருநாகங்களும் புழுதியில் ஈரத்துடன் நெளிந்து புரண்டன. "என் தசைகள் தளர்ந்து விட்டன மூத்தவரே" என்றான் மகாஜயன். "இக்கணத்தில் அவை சிதைந்தழியுமென்றால் அதுவே இறுதி விடுதலை. எழுக!" என்று சொல்லி ஜயன் ஓங்கி மண்ணை அறைந்து எழுந்தான். "இனி என்னால் முடியாது மூத்தவரே" என்றான் ராகு. "இதோ, விண்ணக மூதாதையருக்கு நாம் கடன்தீர்க்கும் கணம் இது... எழுக!" என்று சொல்லி தலைசொடுக்கி நிலத்தைக் கொத்தி எழுந்தான் கேது.

இடத்தொடையை ஓங்கியறைந்து வளைந்தெழுந்து வாய்திறந்து சீறிப்பாய்ந்தான் ராகு. அவன் உடலைக் கவ்வி வளைத்து இறுக்கிக் கொண்டான் மகாஜயன். கேதுவும் ஜயனும் மாறி மாறி அறைந்து கொண்டனர். உடல்பிணைத்து இறுகி முடிச்சாகி மேலுமிறுகி ஒருடலாகி ஒற்றைத் தசைக்கோளமென புழுதியில் உருண்டனர். கொப்பளிக்கும் புழுதியென துள்ளிச்சுழன்றனர். மெல்லமெல்ல முறுகி முறுகி வந்த

முடிச்சு இறுதிக்கணத்தில் அசைவிழந்தது. கணங்கள் நீடித்தன. அத்தனை நாகங்களும் தொய்ந்து உடலில் தொங்கின. அசைவற்ற குளத்து மீன்கூட்டங்களென விழிகள் நிலைத்தன.

நாகச்சுருளில் குடிகொண்ட அசைவின்மை சென்றுகொண்டே இருந்தது. கிருபர் வானை நோக்கினார். சூரியனின் உருகிய மேல்வட்டம் தொடுவான்வில்லின் கீழிறங்கி மறைந்ததும் கைகளைத் தூக்கி 'ஜயவிஜயீபவ!' என்று கூவினார். நடந்து வந்து கீழே கிடந்த மைந்தர்களின் கைநுனிகளைப்பற்றி எதிர்த்திசையில் வளைத்து கால்களால் அவர்களின் புயங்களை மிதித்து நொடியில் விலக்கி பிரித்து அகற்றி வீசினார். "போர் முடிந்தது!" என்று கூவினார்.

புழுதியில் கால்களையும் கைகளையும் பரப்பி சடலங்களென இருவரும் மல்லாந்து கிடந்தனர். கிருபர் "பேராற்றல்களின் மைந்தனாகிய அனுமனை வாழ்த்துக! இத்தருணத்தில் அவன் அருள் இருமைந்தர்கள் மேலும் பொழிவதாக" என்றார். 'வாழ்க! வாழ்க!' என ஒலித்தது கூட்டம். கைத்திரள்கள் மேலெழுந்து அசைந்தன. துச்சாதனன் ஓடிச்சென்று தன் தமையன் அருகே அமர்ந்து அவன் தோள்களைப் பற்றிக்கொண்டான்.

தம்பியின் கைகளைப்பிடித்து மெல்ல உடலைத் தூக்கி இடதுமுழங்காலை மடித்து மண்ணில் ஊன்றி மறுகையை தரையில் ஊன்றி உடலைத் தாங்கி வியர்வை ஊறிச் சொட்டிய குழல்கற்றைகள் முகம் மறைத்துத் தொங்க துரியோதனன் அமர்ந்திருந்தான். பின்னர் இடக்கையையும் மண்ணில் ஊன்றி வலக்காலையும் மடித்து எழுந்துகொண்டான். சற்று தள்ளாடியபின் கால்களை விலக்கி வைத்து நின்று இடையில் கையூன்றி கீழே கிடந்த பீமனைப் பார்த்தான்.

பீமனுக்கு அருகே தருமன் சென்று "மந்தா... மந்தா" என்று குனிந்து அழைத்தான். பீமனின் உடலில் மெல்லிய அசைவு எழுந்தது. அவனுடைய வலதுகை மண்ணில் துழாவி அசைந்தெழுந்து மார்பின்மேல் படிந்தது. இரு உள்ளங்கால்களும் மெல்ல அசைந்தன. துரியோதனன் தன் குழல்கற்றைகளை பட்டுச்சரடால் கூடடிககட்டியபடி அவனருகே சென்று குனிந்து கைகளை நீட்டி "தம்பி எழுக!" என்றான்.

பீமன் தன் கையை நீட்டியதும் துரியோதனன் கைகள் அதைப்பற்றிக் கொண்டன. 'குருகுலம் வாழ்க! ஹஸ்தியின் நகர் வாழ்க!' என்று கூடிநின்ற வீரர்கள் பேரொலி எழுப்பினர். பீமனை தன் கனத்த கைகளால் தூக்கினான் துரியோதனன். பீமன் சற்று தள்ளாடி இன்னொரு கையால் துரியோதனன் தோள்களைப்பற்றிக்கொண்டு நிலைப்படுத்திக்கொண்டான். ஒரு கணம் அவன் விழிகளை நோக்கிய துரியோதனன் அவனை அப்படியே அள்ளி தன் மார்புடன் அணைத்துக்கொண்டான். "நீ என் முதல் தம்பி.

எவருக்காகவேனும் உயிர்கொடுப்பேனென்றால் அது உனக்காக!" என்றான்.

இருவரும் ஒருவர் இதயத்தை ஒருவர் கேட்டபடி தழுவிக்கொண்டு நின்றனர். துரியோதனன் பெருமூச்சுடன் விலகி பீமனின் இரு தோள்களிலும் கையை வைத்து "என் அகத்தை முழுதும் நிறைப்பவன் நீ மட்டுமே தம்பி. உன்னை நான் பார்த்திருக்கிறேன். கைகோத்திருக்கிறேன்" என்றான். "என் கனவில். ஒரு காட்டுயானையாக வந்து என் துதிக்கையை நீட்டி உன் தோள்களைத் தொட்டேன்." பீமன் திகைப்புடன் "ஆம்... நானும்" என்றான். துரியோதனன் "கனவிலா?" என்றான். பீமன் "ஆம். ஒரு சதுப்பில் வேங்கைமரத்தடியில் நான் நின்றிருந்தேன். நீங்கள் என்னை நோக்கி கைகளை நீட்டியபடி வருவதைக் கண்டேன். அப்போதுதான் நான் ஒரு யானை என்று அறிந்தேன்" என்றான்.

"மைந்தர்களே, இறப்பே நிகழுமென்றாலும் போர் ஒரு விளையாட்டு. ஏனெனில் வாழ்க்கை இன்னொரு விளையாட்டு. இப்புடவியோ பெருவிளையாட்டு" என்றார் கிருபர். "ஆடலுக்கதிபனையும் அறிதுயிலனையும் அன்னையையும் வணங்கி நீராடச்செல்லுங்கள்!" இருவரும் அங்கே சிறுகற்களாக பதிட்டைசெய்யப்பட்டிருந்த இறையுருவங்களை வணங்கி மேற்கே ஏரி நோக்கிச் சென்றனர்.

பிறிதொருவர் புகமுடியாத தனியுலகில் தோள்தழுவி அகம்தழுவி அவர்கள் பேசிக்கொண்டு நடந்தனர். அக்கணம் அனைத்துச் சொற்களையும் கண்டடைந்தவர்கள்போல பேசிக்கொண்டே இருந்தனர். இனியொருபோதுமில்லை என்பதுபோல உரக்கச் சிரித்தனர். ஒவ்வொரு கூற்றுக்கும் நெகிழ்ந்தும் மகிழ்ந்தும் கிளர்ந்தெழுந்து பீமனைத் தழுவிக்கொண்டான் துரியோதனன். பின் கண்ணீருடன் தாழ்ந்த குரலில் "உன்னை ஒரு கலமென உணர்கிறேன் தம்பி. என் ஆன்மாவை முற்றிலும் உன்னில் பெய்துவிட விழைகிறேன்" என்றான்.

நான்கு நாகங்களும் ஐயத்துடன், சினத்துடன் ஒன்றை ஒன்று உணர்ந்தன. மெல்லத் தலைதூக்கி கேதுவை முகர்ந்த ஜயன் "இன்னொரு களம் வரும்..." என்றான். "அந்த இரண்டாவது களமே இறுதியானது..." கேது மெல்ல உடல்முறுக்கி நெளிந்து பதில் சொன்னான். "ஆம், அதுவே உண்மையான களம். இது வெறும் தொடக்கம்தான்." மகாஜயனை மெல்லத் தொட்டான் ராகு. அவன் சீறி எழுந்து நெளிந்து விலகிக்கொண்டான். "இறுதிக்களத்துக்காக ஒவ்வொரு கணமும் காத்திருக்கிறேன்" என்றான் மகாஜயன்.

6

“ஆன்மாவுக்கு மிக அண்மையானது உடல். மிகச்சேய்மையானது சித்தம். நடுவே ஆடுவது மனம். மெய், வாய், கண், மூக்கு, நாக்கு, சித்தம், மனமெனும் ஏழுபுரவி ஏறிவரும் ஒளியனை வணங்குவோம். அவனே முடிவிலி. அவனே காலம். அவனே பிரம்மம். அவன் வாழ்க! ஓம், அவ்வாறே ஆகுக!” என்று சொல்லி முதுசூதர் சைலஜ மித்ரர் வணங்கி தன் குறுயாழை தோளிலிருந்து கழற்றி அருகே நின்றிருந்த இளம்மாணவனிடம் அளித்தார். அவன் அதுவரை வாசித்த குறுமுழவை தோளுக்குப்பின் தள்ளிவிட்டு யாழை வாங்கி அதன் நரம்புகளைத் தளர்த்தி அப்பால் நின்றுகொண்டிருந்த ஒற்றைமாட்டுவண்டிக்குள் கொண்டுவைத்தான்.

நிலவொளியில் காவிரியின் கைவிரலான குடமுருட்டி வளைந்து மின்னிக்கிடந்தது. கிளைபரப்பி கரைமணலில் நிழல் வீழ்த்தி நின்றிருந்த நீர்மருதமரத்தடியில் வடபுலத்துச் சூதர் குழுவினர் வளைந்து அமர்ந்திருக்க அப்பால் மூன்று கல்லடுப்புகளில் உலையில் சோறு கொதித்துக்கொண்டிருந்தது. நிலவொளி விழுந்த வெண்தாடியை நீவியபடி சைலஜ மித்ரர் புன்னகை புரிந்தார். “பெரும்பசி கொண்ட யானைகளைப் போன்றவர்கள் சூதர்கள். நல்லூழாக அவர்களை குன்றாப்பசுமை கொண்ட வாழ்வெனும் பெருங்கானகத்தில் விட்டிருக்கின்றனர் விண்ணகத்தெய்வங்கள்.”

சூழந்திருந்த சூதர்கள் நகைக்கும் ஒலி எழுந்தது. “முடிவிலாது சிரிக்கவும் முடிவிலாது கலுழவும் ஒவ்வொரு கணமும் திகைக்கவும் முடிவில் வியந்த விழிகளுடனேயே சிதையேறவும் ஆசியளிக்கப்பட்டவர்கள் சூதர்கள். அவர்களின் மூதாதையர் வினாக்களை விட்டுச்செல்கிறார்கள்.

வழித்தோன்றல்கள் வினாக்களைப் பெருக்குகிறார்கள். அவர்களின் மதலைகள் வினாக்களில் பிறந்து தவழ்ந்தெழுந்து வினாக்களை உண்டு உயிர்த்து வினாக்களில் மூழ்கி மாய்கிறார்கள். அவர்கள் வாழ்க!

“துரியோதனனும் பீமனும் அக்கணம் முதல் உளம்பகிர்ந்து ஓருடல் கொண்டவர்களானார்கள். மேற்குக்கோட்டை வாயிலில் நிலவு அலையடித்த நீரில் இருவரும் நீந்திவிளையாடினர். அரண்மனை அடுமடையில் எதிரெதிர் மணையிட்டு அமர்ந்து மலைமலையென உண்டு தீர்த்தனர். இளந்தென்றலாடிய முற்றத்திலமர்ந்து தாங்கள் கண்டதையும் கொண்டதையும் சொற்களாகப் பகிர்ந்துகொண்டனர். சூதர்களே, அன்பெனும் நெருப்பில் நெய்யெனப் பெய்பவை சொற்கள்” என்றார் முதுசூதர் சைலஜ மித்ரர்.

“ஒருவர் உடலை ஒருவர் தொடாமல் வாழமுடியாதென்றாயினர் அவர்கள். இரவில் உடல்தழுவி அவர்கள் துயின்றனர். கனவில் பிறன் உடலை தன்னுடல் என்று தொட்டுக்கொண்டனர். காலையிலெழுந்து பிறன் கையை தன் கையென எடுத்து கணிகண்டனர். படைக்கலப் பயிற்சியில் கதைகளைச் சுழற்றி களிப்போரிட்டனர். போர்க்களிறுகள் மீதேறி கடுவனம் புகுந்து வனக்களிறுகளைத் துரத்திச்சென்றனர். மரக்கிளைகள் மேலேறி மலைப்பாம்புகளை எடுத்து கழுத்தில் அணிந்துகொண்டனர். உவகை கொண்டவர்களுக்கு இவ்வுலகமே நகைப்புக்குரியவற்றாலானதாகத் தெரிகிறது” சைலஜர் சொன்னார்.

“அரண்மனை அடுமடையில் பீமன் தன் அகம் புறப்பொருள்வெளியாகி விரிந்திருப்பதைக் கண்டுகொண்டான். அடுப்பிலெரியும் நெருப்பில் அமர்ந்திருக்கும் பேருருளி இப்புடவி என்றறிந்தான். அது சமைத்துவெளித்தள்ளும் அன்னத்தை உண்ணும் அன்னமே உடலென்றறிந்தான். பசி என்பது அன்னத்துக்காக அன்னம் கொள்ளும் வேட்கை. சுவை என்பது அன்னத்தை அன்னம் கண்டுகொள்ளும் உவகை. நிறைவென்பது அன்னம் அன்னமாகும் தருணம். வளர்வதென்பது அன்னம் அன்னத்தில் படர்ந்தேறும் நீட்சி. இறப்பென்பது அன்னத்திடம் அன்னம் தோற்கும் கணம். அன்னமே பிரம்மம். அது வாழ்க!

“யானைக்கொட்டிலில் துரியோதனன் தன் அகம் நிகழ்வதை கண்டடைந்தான். உயிர் நிறைந்து கருமை கொண்ட யானையுடல் ஒரு பெரும் கலம். அதன் அனைத்து மூடிகளையும் தள்ளித்தள்ளி உள்ளிருந்து ததும்புகிறது புடவியை ஆக்கி ஆளும் விசை. யானையருகே அமர்ந்து அதைப்பார்ப்பது புவிநிகழ்வை தரிசிப்பது. யானை தன் கட்டளையை ஏற்பதை அறியும் கணத்தில் பருவெளியுடன் உரையாடும் நிறைவை மானுடன் அறிகிறான். உயிரே பிரம்மம். அது வாழ்க!

“யானைக்கொட்டிலில் பீமன், அவன் முன்னின்று சமைத்த மூலிகைச்சோற்றுக் கவளங்களை ஈச்சைப்பாயில் மலையெனக் குவித்து நின்றிருக்க அருகே அக்கவளங்களை எடுத்து கீழ்நோக்கிப் பிளந்த பெருவாயின் உள்ளே செலுத்தும் பாகர்களை நோக்கியபடி நின்றிருந்தான் துரியோதனன். தமையனின் உலகு தம்பியின் உலகை உண்டது. அன்னம் அன்னத்தை அறிந்தது. அன்னம் அன்னமாகியது. அன்னம் வழியாகவே ஒருவரை ஒருவர் அறிந்துகொண்ட இருவரின் கைகளும் இயல்பாக நீண்டு விரல்கோத்துக்கொண்டன” முதுசூதர் சொல்லிமுடித்தார்.

உணவு ஒருங்கிவிட்டது என்று இளையசூதன் வந்து சொன்னான். மண்ணில் குழியெடுத்து அதில் தீயில் வாட்டிய வாழையிலையை விரித்துக் குழித்து அவர்கள் அமர்ந்தனர். கொதிக்கும் பெருங்கலத்தில் இருந்து சிறுமண்சட்டியில் பனங்கொட்டை ஓட்டால் ஆன அகப்பையால் ஆவியெழுந்த கஞ்சியை அள்ளி விட்டு அருகே கொண்டுவந்து பரிமாறினான் இளையசூதன். செந்நிறச் சம்பா அரிசியுடன் பாசிப்பயறும் கீரையும் இட்டுக் காய்ச்சி உப்பிட்டு இறக்கப்பட்ட கஞ்சி நறுமணம் கொண்டிருந்தது. அதில் பசுநெய் துளிகளை விட்டு பலாயிலைக் கோட்டலால் அள்ளி ஊதிச் சூடாற்றி உண்ணத்தொடங்கினர்.

காவிரிமீனைப்பிடித்து சேற்றில் பொத்தி கனலில் இட்டுச் சுட்டு உரித்தெடுத்த வெள்ளை ஊனும், விளாங்காயுடன் உப்பும் இஞ்சியும் சேர்த்துச் சதைத்த துவையலும் இரு பூவரசம் இலைகளில் தொட்டுக்கொள்வதற்காக வைக்கப்பட்டிருந்தன. முதுசூதர் “அன்னத்தை அறிகையில் அன்னம் கொள்ளும் பேருவகையை சுவை என்கிறார்கள். காமம் என்கிறார்கள். இரண்டுக்கும் அப்பாலுள்ளது இரு மல்லர்களின் தோள்களை அடையும் நட்பு” என்றார்.

இளநாகன் “ஆம், எந்தை என்னிடம் சொல்லியிருக்கிறார். உடல் தன் வழிகள் கொண்டது என. எத்தனை கொடும்பகைமை கொண்டிருந்தாலும் ஆணும்பெண்ணும் தழுவிகொள்ளலாகாது. உடல் பகைமையை மீறி காமத்தை அறியும்” என்றான். சைலஜ மித்ரர் தன் வெண்பற்கள் வெளிப்பட நகைத்து “ஆம், ஆனால் நான் இன்னுமொரு படி முன் செல்வேன். ஒருபோதும் இணைவல்லமை கொண்ட எதிரிகள் உடல்தழுவிக்கொள்ளலாகாது. உடல்கள் தங்கள் தனியுலகில் ஒன்றையொன்று அறியும்” என்றார்.

“அக்கணத்தில் என்ன நிகழ்ந்தது என்று தெய்வங்களும் அறியமுடியாது” என்றார் சைலஜ மித்ரர். “திசைத்தேவர்களும் பாதாளநாகங்களும் தேவசேனாபதியும் யானைமுகனும் விண்ணில் திகைத்து நின்றனர். மண்ணில் அவர்கள் ஆடவிட்ட பாவைகள் கை மீறிச் சென்று விட்டிருப்பதை அவர்கள் அறிந்த தருணம் அது.

"உடல் முற்றிருப்பைப் பேரருளாகப் பெற்றது. பருப்பொருளாகத் திகழ்வதன் மாற்றமுடியாமையை வரமென அடைந்தது. மனமோ, சித்தமோ, ஆன்மாவோ முற்றிருப்பு கொண்டவை அல்ல. அவையனைத்தும் சார்பிருப்பு கொண்டவை. உள எனில் உளவாகி இல எனில் இலவாகி மாயம் கொள்பவை. உடலோ முதல்பேரியற்கையின் துளியென தன்னை அறிவது. முதல்பேரியற்கையோ மூவா முதலா நிலைப்பேரிருப்பு" முதுசூதர் சொன்னார். "ஆகவே தொட்டும் கவ்வியும் மோதியும் உண்டும் பிறந்தும் இறந்தும் உடல் அறிவதே சார்பற்ற முதலுண்மை என்றனர் முனிவர்."

உணவுண்டு குடமுருட்டியில் இறங்கி நீர் அருந்தியபின் வெண்மணல் வெளியில் தாடிநிழல்வலை மார்பில் விழ நின்று நிமிர்ந்து கீற்றுநிலா திகழ்ந்த வானை நோக்கி முதுசூதர் சொன்னார். "வானை மண்ணை கதிரை நிலவை காற்றை கனலை அறியும்போதெல்லாம் அகமுணரும் எழுச்சியை சொல்வதென்றால் 'உள்ளது' எனும் ஒற்றைச் சொல்லேயாகும். ஆம், உள்ளது! அஸ்தி! அஸ்தி! அஸ்தி!" சட்டென்று உரக்கச் சிரித்து "ஆகவேதான் யானைக்கு ஹஸ்தி என்று பெயர்வைத்தான் மானுடன். ஹ! அஸ்தி!" என்றார்.

"அஸ்தி என்பது மாமுனிவர் கபிலரின் முதற்சொல்" என்று முதுசூதர் தொடர்ந்தார். "இமயமலைச்சாரலில் கோதமர்கள் ஆளும் கபிலவாஸ்து என்னும் சிறுநகரில் அவர் பிறந்தார். புராணங்களின்படி பிரம்மனின் மைந்தனாகிய கர்த்தம பிரஜாபதிக்கு சுவாயம்புவமனுவின் மகளாகிய தேவாகுதியில் ஒன்பது பெண்களுக்குப்பின் பிறந்தவர் கபிலர். அவரை சக்ரதனுஸ் என்று பெயரிட்டு வளர்த்தனர். ஆயினும் அவரது ஆசிரியரான புலஹர் அவர் குழலின் நிறத்தால் அவரை கபிலர் என்று அழைத்தார். குருநாவால் சொல்லப்பட்டமையால் அப்பெயரே நிலைத்தது.

"புலஹரிடம் வேதங்களும் வசிட்டரிடம் வேதாந்தமும் விஸ்வாமித்திரரிடம் வேதாங்கங்களும் கற்றறிந்தார் கபிலர். கர்த்தமரிடம் அந்த அறிதல்களையெல்லாம் ஒன்றாக்கும் மந்திரத்தையும் கற்றார். அறிவிலேறி அறிவைக் கடந்து வெறுமையிலமர்ந்திருந்த அவரிடம் கணவனை இழந்து துயருற்றிருந்த அவரது அன்னை முதிய தேவாகுதி வந்து பணிந்தாள். அன்னைவயிற்றுக்கு உகக்கும் மெய்ஞானத்தை அருளும்படி வேண்டினாள். தன் அறிவில் தான் நிறைந்து திளைத்திருந்த கபிலர் திகைப்புடன் கண்டுகொண்டார். அன்னைக்குச் சொல்ல அவரிடம் சொற்களேதும் இருக்கவில்லை.

"'அன்னையே, அருகமர்க. மெய்மை என்னவென்று நீயும் நானும் சேர்ந்து தேடுவோம்' என்றார் கபிலர். அவர் அமர்ந்திருந்த குகைக்குள்

தேவாகுதியும் அவர் காலடியில் அமர்ந்துகொண்டாள். நெடுங்காலத் தவத்துக்குப்பின் விழித்து அன்னையின் அருகே அமர்ந்துகொண்டார் கபிலர். மீண்டும் நெடுங்காலம் தவம்செய்தபின் அவள் மடியில் அமர்ந்துகொண்டார். பின்னும் நெடுங்காலம் கடந்தபின் அவள் காலடியில் அமர்ந்துகொண்டார். பின்னும் நெடுங்காலம் கடந்தபின் அவள் காலடிகளைத் தன் சென்னியில் சூடிக்கொண்ட கணம் சாங்கிய மெய்த்தரிசனத்தை அடைந்தார்.

“கபிலர் இயற்றியது கபிலசாஸ்திரம் என்றழைக்கப்படுகிறது. சாங்கிய சூத்திரம், தத்துவசமாஸம், வியாசப்பிரபாகரம், கபில பஞ்சராத்ரம் என்னும் நான்கு முதல்நூல்களும் நான்கு வழிநூல்களும் சாங்கியத்தின் அடித்தளங்கள். அவரது எட்டு முதல்மாணவர்களிடமிருந்து தோன்றிய குருமரபு மலையிறங்கி நிலம்பரவும் நதியென விரிந்து வளர்ந்து பாரதவர்ஷமெங்கும் செழித்துள்ளது.

“அனைத்தும் உள்ளன என்ற முதற்சொல்லில் தொடங்குகிறது அது. அதை சர்வாஸ்திவாதம் என்கின்றனர் முனிவர். பருப்பொருளே உண்மை. ஞானம் தேடுபவன் தன் கையை நீட்டி தன் முன்னால் இருக்கும் முதல் பருப்பொருளைத் தொடுவானாக. ‘இது’ என்னும் சொல்லை அவன் அடைவான். அக்கணம் அவன் பருவெளியைத் தீண்டுகிறான். அவன் அகம் விரியுமென்றால் அப்போது ‘அது’ என்று அறிவான். இவையே அது என்றும் அதுவே இவை என்றும் அறிபவன் அறியக்கூடுவதை அறிந்துவிட்டான்.”

குனிந்து கீழே கிடந்த ஒற்றைக்கூழாங்கல்லை எடுத்து இளநாகன் முன் காட்டி முதுசூதர் சொன்னார் “இச்சிறு கூழாங்கல் காவிரிப் படுகை. குடமுருட்டியைக் கசியவிட்ட மேற்குமலைச்சிகரம். அச்சிகரத்திலமர்ந் திருக்கும் பெருமேகக் குவை. நீல வானம். வானில் அலையும் கோள்கள். மின்னும் ஆதித்யர்கள். இது அவையனைத்திலும் இருந்துகொண்டிருக்கிறது. இதைத் தொடுபவன் அனைத்தையும் தொடுகிறான். அதை அறிவதை சாங்கியம் சத்காரியவாதம் என்கிறது. இதைத் தொட்டு அதை உணர்வதை சாங்கியம் யோகம் என்கிறது.

“பிற பிறப்பின்றி தானே அனைத்துமாகி நின்றிருக்கும் அதை முதற்பேரியற்கை என்கின்றன சாங்கிய நூல்கள். மூலப்பிரகிருதி என்னும் பேரன்னை வெளிநிறைந்து வீற்றிருப்பவள். தன் வாலைத் தான் விழுங்கி முடிவின்மையில் அமைதிகொண்டிருக்கும் பெருநாகம் அவள் என்கின்றனர் கவிஞர். என்றுமிருக்கும் அவளை அகாலை என்கின்றன நூல்கள். அனைத்துக்கும் முதல்புள்ளியாதலால் அவளை பிரதானை என்கின்றன. அறியமுடியாமையைத் தன் அணியாகச் சூடிய அவளை அவியக்தை என்கின்றன.

“இங்குள்ள அனைத்தும் பிறிதொன்றிலிருந்து எழுந்தவை என்றறிக. கனி மரத்திலிருந்து. மரம் வேரிலிருந்து, வேர் விதையிலிருந்து. அந்த முதல் விதையே மூலப்பிரகிருதி. இங்கெலாம் சூழ்ந்திருக்கும் காரியம் அவளே. அதன் காரணமும் அவளே. எனவே அவளை அகாரணி என்கின்றனர். தன்னுள் தான் நிறைந்திருப்பதனால் அவளை பூரணி என்கின்றனர். என்றுமிருக்கும் அவளை நித்யை என்கின்றனர். அவள் வாழ்க!

“முடிவிலியில் சுழலும் சக்கரமென முழுமைகொண்டிருந்த பெருநாகத்தின் உள்ளில் எழுந்த முதல் எண்ணம் திருஷ்ணை எனப்பட்டது. இங்கிருக்கிறேன் என்று. நான் என்று. இது என்று. இனி என்று. முதல் எண்ணம் சத்வன் என்னும் மைந்தனாக அவள் கருவில் எழுந்தான். இரண்டாம் எண்ணம் ராஜஸன் என்று அவளுள் முளைத்தான். மூன்றாமவன் தாமஸன் எனப்பட்டான். மூன்றுமைந்தரை சூலுற்றுப்பெற்ற அன்னை தன் முன் அவர்கள் மூவரும் பொருதியும் பிணைந்தும் ஆடும் லீலையைக் கண்டு மகிழ்ந்தும் அஞ்சியும் துவண்டும் தன்னை உணர்ந்தாள். தன் முடிவிலிச் சுருளவிழ்ந்து நீண்டாள்.

“இளைஞனே, அன்றுமுதல் பேரன்னை பிரகிருதி தன் வாலை, தான் தேடி தவித்தலைகிறாள். அவள் லீலையே இப்புடவியாகியது. காலமாக, ஆதித்யர்களாக, கோள்களாக, இயற்கையாக, உயிர்க்குலங்களாக, காமகுரோதமோகங்களாக, கனிந்தெழும் ஞானமாக, முக்தியாக ஆகியது. சுருளவிழ்ந்த பேரன்னையை மாமாயை என்றனர் கவிஞர். மைந்தருடன் ஆட அவளுடலில் ஆயிரம் பல்லாயிரம் பலகோடிக் கைகள் எழுந்தன. அக்கைகள் ஆற்றும் அலகிலாச் செயலால் ஆகிவந்தது காலம்.

“மாயாவடிவம் கொண்ட பேரன்னையை வாழ்த்துவோம். எல்லா அழகுகளும் அவளழகே. எல்லா இருள்களும் அவளே. எல்லா நன்மைகளும் தீமைகளும் அவளிலிருந்து எழுபவையே. இன்மையும் இருப்பும் அவளே. அவளுடைய கருணையும் குரூரமும் ஆடும் பெருநடனமே இப்புடவி என்றறிக. அதுவே சாங்கிய மெய்ஞானமாகும்” என்று சைலஜ மித்ரர் சொல்லி வணங்கினார்.

கரைமேட்டின் வழியாகச் சென்றுகொண்டிருந்த செம்மண்ணாலான வண்டிச்சாலையின் வலப்பக்கம் எட்டு நீர்ச்சரடுகளாக பிரிந்தும் பின்னியும் நீர் அலைத்தோடும் குடமுருட்டி வந்தது. வலப்பக்கம் சீறியிறங்கிய மடைநீர் ஒளிரும் வகிடாக வளைந்தோடிச்செல்லும் விரிந்த வயல்வெளிகள் காற்று அலையடிக்க அரையிருளில் விரிந்து கிடந்தன. மணலில் ஓடும் வண்டியின் சக்கர ஒலி மட்டும் இருளுக்குள் கேட்டுக்கொண்டிருந்தது. முதுசூதர் ஒருகணம் நின்று செவிகளில் கைவைத்து “அந்த ஒலி!” என்றார். இளநாகனும் அதைக்கேட்டு “ஆம், பெரும்பூசல் அலைவாய் புகார்” என்றான். சூதர் புன்னகை செய்தார்.

விடியும்போது அவர்கள் மையக்காவிரி நீர்ப்பெருக்கைச் சென்றடைந்தனர். ஆற்றின் கரைமேட்டினூடாக கருமுத்துமாலை நெளிவதுபோல அணிவகுத்துச் சென்றுகொண்டிருந்த சுமைவண்டிக் கூண்டுகளின் தேன்மெழுகுபூசப்பட்ட பாய்வளைவுகளை காலையொளி மெருகேற்றியது. அவர்கள் சென்ற செம்மண்சாலை சிற்றோடை நதியடைவதுபோல வண்டிப்பாதையின் சரளைக்கல் பாதையை அடைந்தது. இரு பெரும்பொதிவண்டிகளுக்கு நடுவே நுழைந்துகொண்ட சூதர்களின் ஒற்றைமாட்டுவண்டி யானைநிரையில் புகுந்த கன்று போலிருந்தது.

காளைகளின் கழுத்துமணிகள் ஒலித்த முழக்கத்துக்கு அப்பால் கரைதழுவிச்சென்ற காவிரியின் மீது நெல்மூட்டைகள் அடுக்கப்பட்ட நீண்ட அம்பிகள் முதலைகள் போல நீரைக்கலைக்காமல் மெல்ல மிதந்துசென்றன. அமரமுகப்பில் வெற்றுக் கரிய உடலுடன் நின்றிருந்த தோணியோட்டி நீண்ட மூங்கிலை நீருக்குள் செலுத்திக் குத்தி உடலால் உந்தி பின் தள்ளி படகை நீரில் செலுத்தினான்.

சைலஜ மித்ரர் திரும்பி இளநாகனிடம் “படகைக் கழிகொண்டு செலுத்துவதை இப்போதுதான் காண்கிறேன்” என்றார். இளநாகன் வியப்புடன் “வேறெப்படி நதியில் படகைச் செலுத்துவது?” என்றான். “கடலில்தான் துடுப்புகளாலும் பாய்களாலும் படகுகளைச் செலுத்துவார்கள்” முதுசூதர் சிரித்து “கங்கையிலும் யமுனையிலும் நர்மதையிலும் கிருஷ்ணையிலும் கோதையிலும் கடலுக்கு நிகராக நீரிருக்கும். நூறுபாய் விரித்துச்செல்லும் பெருநாவாய்களையே மகாநதியின் நீர்வெளியில் கண்டேன்” என்றார். இளநாகன் திகைத்து அவரையே ஏறிட்டு நோக்கினான்.

“இந்த நெல் எங்கிருந்து வருகிறது?” என்றார் முதுசூதர். “காவிரி நடக்கும் வழியெங்கும் கூழாங்கல்லும் முளைத்துக் கதிர் விடும் என்பார்கள் பாணர்கள்” என்று இளநாகன் சொன்னான். “இங்கிருந்து வடமேற்கே திருவிடத்தின் எல்லை வரை அலையலையாக விரிந்துகிடப்பது நெல்வயல்வெளியே. அங்கே விளைபவை எல்லாம் ஓடங்களில் காவிரிக்கரை நகர்களுக்கு வருகின்றன. தஞ்சையும் உறையூரும் நெல் வந்து சேரும் களஞ்சியங்களாலானவை. அங்கிருந்து அம்பிகளில் ஏற்றப்பட்டு பெருந்துறைப் புகாரை அடைகின்றன. புகாரோ நெல்மூட்டைகளாலேயே கோட்டைகட்டப்பட்ட பெருநகர் என்கின்றனர் பாணர்கள்” என்றான் இளநாகன்.

மெல்ல மிதந்துசென்ற நூற்றுக்கணக்கான அம்பிகளின் கழிகளின் அசைவுகளால் ஆனதாக இருந்தது காவிரி. கரையோரமாகச் சென்ற வண்டிகளைத் தொடர்ந்து சென்றுகொண்டிருந்த வணிகர்களெல்லோரும்

அதிகாலையிலேயே குளித்து காலைநிறைவுசெய்துவிட்டிருந்தனர். அவரவர் தெய்வங்களைப் பாடியபடி இளவெயிலில் நடந்தனர். கடற்பூசல் ஒலி ஓங்கியபடியே வந்தது. ஒருகணத்தில் வண்டிகளில் முன்னால்சென்ற வணிகர்கள் அனைவரும் தங்கள் கைகளில் மணிகளை எடுத்து அடித்துக்கொண்டு உரக்க வாழ்த்தொலி எழுப்பினர். சங்குகளும் முழவுகளும் சேர்ந்து ஒலித்தன.

நெடுந்தொலைவில் புகாரின் கோட்டைமுகப்பின் உயர்ந்த கொடிமரமும் அதன்மேல் படபடத்த புலிக்கொடியும் தெரிவதை இளநாகன் கண்டான். “புகார்! கொன்னூர் கோழியன் பெருநகர். கடல்மணல் வற்றினும் செஞ் சோறு வற்றா அறநிலம்!” என்று அவன் கைசுட்டிக் கூவினான். சைலஜ மித்ரர் தன் இரு கைகளையும் தலைக்குமேல் கூப்பி “பாரதமே, ஆயிரம் மணிநகை அணிந்த மாமங்கலையே, உன் அடிகளை வணங்குகிறேன்!” என்றார்.

புகாரின் கோட்டையை அணுகியபோதுதான் அது மரத்தாலான கோட்டை என்பதை இளநாகன் உணர்ந்தான். காவிரியின் சேற்றுப்படுகை இடப்புறமும் பெருமணல் குன்றுகள் வலப்புறமும் பின்புறம் அலைக்கும் கீழைக்கடலுமாக கரைநோக்கி முகப்புகொண்டு நின்றது அது. சதுப்புக்குள் அடிமரத்தூண்களை நட்டு அதன்மேல் பெருமரங்களை அடுக்கி எழுப்பி கனத்த மரப்பலகைகளைக்கொண்டு கட்டப்பட்ட உயர்ந்த கோட்டைக்குமேல் நூற்றுக்கணக்கான காவல்மாடங்களில் ஒளிவிடும் இரும்புக் கவசங்களை அணிந்த யவனவீரர்கள் யவன ஈட்டிகளுடன் நின்றிருப்பதை தொலைவிலேயே காணமுடிந்தது.

சுண்ணமும் களிமண்ணும் கலந்து பூசப்பட்ட மரச்சுவர் கடல்துமிகள் வீசிப்படியவைத்த நீர் பட்டு கருமைகொண்டிருந்தது. “கரை வந்து படிந்த யானைஓங்கில் போலிருக்கிறது இக்கோட்டை” என்றான் இளநாகன். “ஆழியெனும் கொற்றவையின் கரிய பெருங்கழல்” என்றார் சைலஜ மித்ரர். “எறும்புகள் நெல்கொண்டு சேர்க்கும் வளை என்பர் வணிகர்” என்று சொல்லி ஒரு வணிகர் புன்னகை செய்து அவர்களைக் கடந்துசென்றார்.

வண்டிகள் அணுகியபோது கோட்டைக்கும் சாலைக்கும் நடுவே இருந்த ஆழ்ந்த அகழி தெரிந்தது. அம்புநுனி போன்ற நீள்மூக்குள்ள முதலைகள் அங்கே கரைச்சேற்றில் அடுக்கப்பட்டவை போல திறந்து அசைவிழந்த வாயுடன் நீரில் இறங்கிய மரப்பட்டை வால்களுடன் கிடந்தன. அகழியில் கால்நாட்டிக் கட்டப்பட்டிருந்த மரப்பாலத்தில் ஏறிய பொதிவண்டிகளின் சகட ஒலி உரத்து தாளம் மாறுபட்டது. அவை மறுபக்கம் திறந்திருந்த கோட்டை வாயிலுக்குள் புகுந்து மறைந்தன.

கோட்டையின் வலதுபெருங்கதவில் பொன்னென ஒளிவிட்ட வெண்கலத்தால் ஆன புலிச்சின்னம் பொறிக்கப்பட்டிருந்தது. இடது பெருங்கதவில் சோழனின் தார்ச்சின்னமான அத்திமரம். பொதிவண்டிகள் வலப்பக்கமாக திரும்பிய சாலையில் வளைந்து நகரின் கடலோரத்து மறுபக்கமாக விளங்கிய மருவூர்பாக்கத்தை நோக்கிச் சென்றன. அலையாத்திக்காடுகள் நீருக்குள் இறங்கி நின்ற மருவூர்ப்பாக்கம் அக்காடுகளுக்குள்ளேயே உப்புசதுப்பிலும் மணல்மேட்டிலும் கால் நிறுத்தி எழுந்த மரவீடுகளாலும் களஞ்சியங்களாலும் ஆனதாக இருந்தது. அதற்கப்பால் அலைகள் வந்தறைந்த துறைமுகத்தின் முகப்பு கடலுக்குள் நீண்டிருக்க, நீலத்தின் நெடுந்தொலைவில் பாய்சுருக்கிய யவனப்பெருநாவாய்கள் அலையிலாடி நின்றன.

சூதர்களின் வண்டி நேராகச் சென்றபோது அதை எதிர்கொண்ட வேலேந்திய மறவன் "சோழநகர் புகாருக்கு வருக, வடபுலப்பாணர்களே. தாங்கள் எங்கு தங்கவிருக்கிறீர்கள்?" என்றான். "கொடைநாடி வந்தவர்கள். புகார் எங்களை அறியாது. நாங்கள் அதை அறிவோம்" என்றார் சைலஜ மித்ரர். மறவன் நகைத்து "பாரதவர்ஷத்தின் அனைத்துப் புலவர்களையும் சோழனின் செங்கோல் அறியும் பாணர்களே" என்றான். "கோழியன் குடையை கங்கையும் இமயமும் அறியும்" என்றார் சைலஜ மித்ரர்.

"இவ்வழி செல்லுங்கள். இது பட்டினப்பாக்கத்தைச் சென்றடையும். மன்னரின் அரண்மனைகளும் தளபதிகளின் இல்லங்களும் பெருங்குடிவணிகர் மாளிகைகளும் அமைந்த கிழக்குவீதியின் எல்லையில் தேனிருஞ்சோலை, கார்விழுஞ்சோலை, மால்மயல்சோலை என மூன்று சோலைகள் உள்ளன. அங்கே பாணர்களும் புலவர்களும் தங்கும் குடில்கள் உள்ளன. தாங்கள் அங்கே தங்கி இளைப்பாற அனைத்தும் செய்யப்படும். நலம் திகழ்க" என்றான் மறவன்.

புகாரின் அனைத்து மாடமாளிகைகளும் மரத்தாலானவை என்பதை இளநாகன் கண்டான். கனத்த வேங்கைத்தடிக்கால்களின் மேல் அவை அமைந்திருந்தன. மரப்பலகைச்சுவர்களின்மேல் சுண்ணப் பசையும் கூரையில் அரக்கும் பூசப்பட்டிருந்தன. மாளிகையின் பெருந்தூண்கள் செவ்வரக்காலும் நீலத்தாலும் சித்திரமெழுதப்பட்டு அணிசெய்யப்பட்டிருக்க செம்பட்டும் பொன்பட்டும் திரைகளாகத் தொங்கின. அகன்ற மென்மணல் முற்றங்களில் திரைகள் நெளியும் சிவிகைகள் அமர்ந்திருக்க கரிய உடற்தசைகளுடன் போகிகள் அமர்ந்து பேசிக்கொண்டிருந்தனர். ஒளிரும் வேலேந்திய யவனர்கள் மாளிகை உப்பரிகைகளில் நின்று காவல் காத்தனர்.

கரும்பாறைகளை அடுக்கிப் போடப்பட்ட நகர்ச்சாலைகளில் சகடங்கள் ஒலிக்க சிறுதேர்கள் ஓடின. குளம்புத்தாளத்துடன் புரவியேறிய காவல்

வீரர்கள் முன்னும்பின்னும் கடந்துசென்றனர். மையத் தெருவிலிருந்து பிரிந்துசென்ற வணிகர்த்தெருக்களில் காலையிலேயே கடைகள் திரைதூக்கி, கொடிகள் பறக்க ஒருங்கிவிட்டிருந்தன. புலரியின் முதல்பறவை ஒலியுடன் விழித்தெழுவது புகாரின் நாளங்காடி என்று பாணர் சொல்லை இளநாகன் கேட்டிருந்தான்.

நாற்றங்காடியில் அகிலும் சந்தனமும் செம்பஞ்சும் குங்கிலியமும் மிளகும் நறுஞ்சுண்ணமும் மஞ்சளும் களபமும் குங்குமமும் கலந்த மணமெழுந்து மூச்சடைக்கச்செய்தது. அணியங்காடியில் பொன்னாலும் முத்தாலும் சங்காலும் சிப்பியாலும் செய்யப்பட்ட நகைகள் பரப்பப்பட்டிருந்தன. நவமணி விற்கும் நகரத்தாரின் கடைகளுக்கு முன்னால் அவர்களின் குலதெய்வம் கொற்றவையின் கழல் பொறிக்கப்பட்ட பொன்னிறக் கொடிகள் காற்றில் துவண்டசைந்தன. துகிலங்காடியில் கலிங்கப்பட்டும் துளுவப்பட்டும் பாண்டிக் கூறையும் ஏழ்நிறத்து அறுவைகளும் குவிக்கப் பட்டிருந்தன. அவற்றின் கோடிமணமும் கஞ்சிமணமும் வழியெங்கும் தொடர்ந்தன.

நாளங்காடி நால்வழி மையத்தில் எழுந்த பீடத்தின்மேல் தென்னை ஓலைக்கூரையிட்ட உயர்ந்த கொட்டகைக்குள் ஐந்தாள் உயரத்தில் ஒரு கையில் பாசச்சுருளும் மறுகையில் உழலைத்தடியுமாக எழுந்து நின்றது விழியில்லாத சதுக்கப்பூதம். களிமண் குழைத்துச் செய்த அதன் பேருடலில் விதைக்கப்பட்ட அருகின் இளம்புல் முளைத்து பச்சை மயிரடர்வாகக் காற்றிலாடியது. திறந்த வாய்க்குள் வெண்சங்குகள் பல்நிரையாக அமைந்திருந்தன. பெரிய பாதங்களின் நகங்களாக முத்துச்சிப்பிகள்.

பூதத்தின் காலடியில் பெரிய மரமேடையில் வெண்செந்நிறமென வடித்த சோற்றை பெரிய கவளங்களாக ஆக்கி அடுக்கிக் குவித்திருந்தனர். அப்பால் இரு தாலங்களில் மாங்கனித்துண்டுகளும் பலாச்சுளைகளும் வாழைக்கனிகளும் இருந்தன. ஆவியெழுந்த சோற்றுமலைக்கருகே பூசகர்கள் மூவர் நின்று பூதத்தின் கால்களுக்கு மலரணிவித்தனர். பூசகர் எழுவர் பூதத்தின் காலடித்தரையில் கமுகுப்பாளைகளை நீள்பாயென அடுக்கிப்பரப்பி அதன்மேல் சோற்றுருளைகளை அள்ளி நிரைநிரையாக நீட்டி வைத்தனர்.

கைகூப்பி நின்றிருந்த வணிகர்களுடன் சூதர்களும் நின்றனர். சோற்றுருளைகள் இணைந்து கைகால்களாக மார்பும் விலாவுமாக தலையாக முகமாக ஒரு மானுட உடல் எழுவதை இளநாகன் கண்டான். சோற்றாலான உதடுகளும் மூக்கும் வந்தன. மாவின் செங்கனித்துண்டுகளால் ஆன வாய்க்குள் தேங்காய்க் கீறல்களாலான பற்கள் அமைந்தன. வாழைக்கனிகளாலான விரல்கள் நீண்டமைந்தன.

பலாச்சுளைகளாலான பொன்னாராம் திகழ்ந்த மார்பு வந்தது. இறுதியில் வாழைப்பூக்களாலான இமைகள் திறந்து நெய்க்கிண்ணங்களாலான விழிகள் ஒளிகொண்டன.

பூசகர்கள் எழுந்து பூதத்தை வணங்கினர். வலப்பக்கத்தின் கண்டாமணி ஓசையிடத்தொடங்கியதும் மேலும் வணிகர்களும் ஏவலரும் வினைவலரும் வந்து சூழ்ந்துகொண்டு வணங்கினர். இருவர் முழவிசைக்க மூவர் குழலூத ஒருவர் மணியோசை எழுப்பினார். பூசகர்கள் பூதத்தின் பாதங்களுக்கு தூபமும் தீபமும் காட்டினர். மூத்தபூசகர் ஒளிவிடும் வாளால் அன்னபுருஷனின் கழுத்தை வெட்டினார். பின் அவனுடலை ஏழு பிரிவுகளாக ஆக்கினார்.

"அன்னவடிவானவனே. உன் ஊன் இனியது. உன் குருதி இனியது. உன் உயிர் இனியது. அவை எங்களை வளர்க்கட்டும். எங்கள் உடலை அவை ஓம்பட்டும். எங்கள் வழித்தோன்றல்களை அவை வளர்க்கட்டும். எங்கள் எண்ணங்களை அவை ஒளிபெறச்செய்யட்டும்" என்று முதுபூசகர் சொன்னார். அவரது சொற்களை வடமொழியில் சொல்லும்பொருட்டு இளநாகன் திரும்பினான். புன்னகையுடன் முதுசூதர் தொடர்ந்து பூசகர் சொன்ன வரிகளை வடமொழியில் தானும் சொன்னார்.

"ஓம், அன்னமயமானவனே. முதல்பேரியற்கையின் மைந்தனே, நீ வாழ்க! எங்களுக்கு வாழ்வையும் வலிமையையும் கொண்டு வந்தாய். எங்கள் அன்னத்துடன் அன்னமாக இணைவாயாக. அன்னம் அன்னத்தை அறியும் பேருவகையை எங்களுக்கு அளிப்பாயாக. ஆம், அவ்வாறே ஆகுக!" இளநாகன் நிமிர்ந்து நோக்கினான். "சாங்கியத்தின் அன்னமந்திரம்" என்றார் சைலஜ மித்ரர்.

7

பட்டினப்பாக்கத்தின் அனைத்து மாளிகைகளின் பின்முற்றங்களையும் இணைத்தபடி காவேரியின் நீர் ஒழுகும் கால்வாய்கள் வளைந்தோடின. அவை நீர்பெருகிச்சென்று மருவூர்ப்பாக்கத்தை பட்டினப்பாக்கத்திலிருந்து பிரித்த காயலில் சென்றிணைந்தன. அந்தியில் மாளிகைகளின் பின்பக்கத்து சிறுதுறைகளில் இருந்து உரிமைமகளிர் சூழ அரசகுலப்பெண்டிரும் பெருவணிகர் மகளிரும் சிற்றோடங்களில் ஏறி கடல்காற்றில் கூந்தலும் உடைகளும் பறக்க கால்வாய்கள் வழியாகச் சென்று காயலை அடைந்தனர்.

ஆழமில்லாத காயலின் அலையற்ற உப்புநீர் வெளியெங்கும் இளவெயிலை மறைக்க, எழுப்பப்பட்ட துணித்திரைகள் படபடக்கும் நூற்றுக்கணக்கான அணிவள்ளங்கள் மிதந்தசைந்தன. அப்பால் அலையாத்திக்காடுகள் செறிந்த மருவூர்ப்பாக்கத்தின் குருதிக்குழாய்களென நூற்றுக்கணக்கான சிற்றோடைகள் பிரிந்து ஒன்றுடனொன்று பின்னி சதுப்புகளையும் மணல்மேடுகளையும் இணைத்துக்கொண்டு சென்றன. நீருக்குள் வேர்ப்புதர்கள் சரிந்திறங்கிச் செறிந்த சுரபுன்னைகளின் கிளைகளெங்கும் வெண்சங்கு போன்ற கழுத்துடைய கடற்காக்கைகளும் விரிசிறகும் பேரலகும் கொண்ட கூழைக்கடாக்களும் அமர்ந்தும் எழுந்து சிறகடித்துச் சுழன்றும் பூசலிட்டன.

சுரபுன்னைக் கிளைகளை வெட்டியமைத்த இடத்தில் எருமைத்தோலால் கூரையிட்ட சிறிய கடைகளில் உலர்மீனும் வாட்டிய ஊனும் புளித்த மதுவும் யவனத்தேறலும் விற்கும் வணிகர் பறவைகளைப் போலக் கூவி கையசைத்து படகுகளில் செல்பவர்களை அழைத்துக் கொண்டிருந்தனர். கள்ளப்பங்களும் தெங்குப்பாலப்பங்களும் இலையப்பங்களும் சுட்டமீனும்

அவித்த கடலாமையிறைச்சியும் விற்பவர்கள் கைவள்ளங்களில் அவற்றைப் பரப்பி வைத்து சிறுதுடுப்பால் உந்தி கால்வழிகளில் சுற்றியலைந்தனர். விரிந்த கண்களுக்கு அடர்மையெழுதி நீள்கூந்தலில் தாழைமடல்சூடிய பட்டினப்பரத்தையர் வணிகர்கள் தோள்களில் சாய்ந்து சிரித்துக் குலவியபடி படகுகளில் சென்றனர்.

கடலில் இருந்து எழுந்து வந்த உப்புத்துமிக் காற்று தோற்குடில்களை துருத்திகள் போல உப்பி அமையச்செய்தது. மாலையிளவெயில் பொன்னிறம் கொள்ளுந்தோறும் எங்கும் வணிகக்கூச்சலும் களிவெறிக்குரல்களும் கலந்தெழுந்தன. இரு சிறு தோணிகளிலேறி சூதர்கள் கால்வழிகளினூடாக விழிவிரித்துச் சென்றுகொண்டிருந்தனர். “பாரதவர்ஷத்தில் இதற்கிணையென ஒரு துறைநகரில்லை” என்றார் சைலஜ மித்ரர். “மானுடத்தின் பசி ஒருபோதும் அகலக்கூடாதென்று எண்ணச்செய்கிறது இது. பசியகன்றால் நுகர்வை நோக்கியே மனிதமனம் செல்கிறது. இங்கே ஒவ்வொரு அகமும் இன்பம் இன்பமென்றே கூவிக்கொண்டிருக்கின்றன. ஒவ்வொரு முகமும் தணியா விடாயில் சிவந்திருக்கிறது.”

காலையெழுந்ததும் அரண்மனைக்குச் சென்றனர் சூதர். சோழன் இளவேனில் உலாவுக்கென வடபுலக் காடுகளுக்குச் சென்றிருப்பதாகவும் ஏழுநாட்கள் பொறுக்குமாறும் சொன்னார் அரண்மனை அவையாளர். அவர்களுக்குப் புத்தாடையும், பொன்நாணயங்களும் பரிசிலாகக் கொடுத்து சோலையில் தங்கியிருக்கும்படி கோரினார். பொன் நாணயத்துடன் நகரிலிறங்கிய சூதர்குழு நாளங்காடியின் வடமேற்கு மூலையில் நறுந்தேறல் விற்கும் (செங்குழல்) யவனரின் நாகச்சின்னம் பொறிக்கப்பட்ட கொடி பறக்கும் கடையைத்தான் நாடினர்.

“மொட்டு மலராகிறது. மலர் காயாகிறது. காய் கனியாகி கனி சாறாகி சாறு நறுந்தேறலாகிறது. தேறல் கனிந்து கவிதையாகிறது” என்றார் சைலஜ மித்ரர் நீலக்குடுவையில் யவனமதுவை உறிஞ்சியபடி. “நமது மது ஆன்மாவில் குடியிருக்கும் விடநாகங்களை துயிலெழுப்புகிறது. யவனமதுவோ கந்தர்வர்களை விழிப்புறச் செய்கிறது. இளவெயிலில் மின்னும் சிறகுகளுடன் அதோ செல்கிறார்கள் அவர்கள். அவர்களின் ஆயிரம்நரம்புள்ள பேரியாழ்கள் விம்முகின்றன. அவர்களின் பாதம்பட்டு மேகங்கள் பொன்னாகின்றன” களிவெறியில் பாடியபடி நடமிட்டார். “எழுக! மூதாதையரே என்னுள் எழுக! கவிதையாகுக! காமமாகுக!”

மதியம் அங்கேயே அப்பமும் ஊன்கறியும் உண்டு மீண்டும் மது அருந்தினர். இம்முறை பொன்நாணயம் இல்லாமையால் தெங்குக்கள். மூக்கில் வழிந்த கள்ளுடன் விழிநீர் சோர விம்மியழுதபடி முதுசூதர்

“அமராது பறக்கும் பறவைகளுக்குக் கூட்டின் இன்பம் இல்லை! இளம்பாணா, போ. மேழியேந்து. வளைதடியேந்து. வாளேந்து. வண்டிக்கோலேந்து. ஒருபோதும் யாழேந்தாதே. இசையென்னும் சேர்ந்தாரைக்கொல்லி உன்னை அமரவிடாது. எங்கும் எதிலும் நிறைவடையச் செய்யாது. இன்னும் இன்னும் என்று திசைநோக்கிச் செலுத்தும். வரவிருக்கும் இன்பத்தைப்பற்றிய கற்பனையால், வந்த இன்பத்தை இழக்கும். இறையமைத்த உலகை விட்டு உன் சொல்லமைத்த உலகில் வாழச்செய்யும்” என்றார்.

நெஞ்சிலறைந்துகொண்டு சைலஜ மித்ரர் கூவினார் “இந்த முதுநெஞ்சு கடந்து வந்த நிலங்களில் எல்லாம் அகத்தின் ஒரு துளியை விட்டுவிட்டு வந்தது. இது இழந்தகாதல்களின் புதைவெளி. இந்த உடல் ஊனுருகி வழிய, தசைவெந்து பிளக்க, எலும்புகள் உடைந்து வெடிக்க நினைவுகளெரியும் சிதை.” இளநாகன் நோக்கியபோது அத்தனை சூதர்களும் கண்ணீர் வழிய அழுதுகொண்டிருந்தனர்.

அவன் தானும் அழுதுகொண்டிருப்பதை உணர்ந்து தன் கச்சைக்குள் துழாவி எஞ்சிய வெறுமையைக் கண்டடைந்தான். தலையை அசைத்தபோது குண்டலங்கள் கன்னத்தில் தொட்டன. அவற்றைக் கழற்றியபடி “இக்குண்டலங்களுக்கு கள் கொடுப்பீரா கழைநாட்டாரே?” என்றான். கடைக்காரன் சிரித்து “இங்கே என் காசுப்பையில் பாதி பாணரின் குண்டலங்கள்தான். எடும்” என்றான். “அனைவருக்கும்” என்றான் இளநாகன். அழுதுகொண்டிருந்தவர்கள் அனைவரும் எழுந்து வந்து கண்ணீருடன் விசும்பியபடி கையில் இருந்த சுரைக்கோப்பைகளை நீட்டினர்.

அக்குடுவை மதுவை அருந்தியதும் பிறர் திகைத்துத் திரும்பி நோக்க இளநாகன் கழுதையென வீரிட்டு கதறியழுது மார்பில் அறைந்து கொண்டான். “பாணனின் மைந்தன் பூனையின் குட்டி. எந்தை என்னை நெல்வேலியில் விட்டார். குருதிமணம் தேரும் மூக்கால் நான் செலுத்தப்படுகிறேன்” என்றான். “எந்தையரே, மூதாதையரே, சொல்தேரும் பாணனுக்கு அளித்தீர்கள் பிறிதொன்றிலாத பெருந்தனிமையை! கழைநுனியில் நின்றாடும் நெற்றின் நிலையின்மையை! அலைகடலின் அடிவாங்கும் கடல்பாறையின் பெருந்தவத்தை!”

ஆனால் பின்மதியம் அவன் சோலைக்குடிலில் விழித்தெழுந்தபோது வடபுலச் சூதர்கள் குளித்து நல்லுடையும் தலைப்பாகையும் அணிந்து கல்மாலையும் கங்கணமுமாகக் கைகளில் யாழும் முழவும் ஏந்தி நிற்பதைக் கண்டான். அவன் எழுந்தமர்ந்து வாயைத் துடைத்துக்கொண்டான். “நீராடி வரும் பாணரே. தென்தமிழ்ப்பாணரின் விழிநீர்த்திறத்தை

இன்று கண்டேன். சொல்தேர் திறத்தை இனிக் காண்போம்” என்றார் சைலஜ உத்தகர். இளநாகன் எழுந்து “இன்னும் சிலகணங்களில்!” என்றான். “விரைக. நாம் அந்திக்கள்ளுக்கு நெஞ்சிலூறும் கவிதையையே சார்ந்திருக்கிறோம்” என்றார் கனிக மைத்ரேயர்.

சிறுபடகுகளில் ஏறிக்கொண்டதும் காற்றிலெழுந்த மேலாடையை இளநாகன் பற்றி தன் உடலில் சுற்றிக்கொண்டான். “அதை அவிழ்த்துவிடுக பாணரே” என்றார் சைலஜ மித்ரர். “இருவகை மானுடவாழ்க்கை அளிக்கப்பட்டுள்ளது அனைவருக்கும். சுற்றியிறுக்கிக் கட்டப்பட்ட கச்சையும் தலைப்பாகையும்போன்றது வணிகரும் உழவரும் வீரரும் வாழும் வாழ்க்கை. அவர்கள் காற்றையும் ஒளியையும் வெளியையும் விரைவையும் அறிவதேயில்லை. அமைதலென்பதே இருத்தலாகும் அவலம் அது. அவிழும் கணத்தில் முடியும் சிறுவாழ்க்கை.”

தன் மேலாடையைக் காற்றில் எழவிட்டு கைகளை விரித்து சைலஜ மித்ரர் கூவினார் “இது பாணனின் வாழ்க்கை. துறந்து காடேகும் முனிவனின் வாழ்க்கை. அவனைக் கட்டுவதொன்றும் இல்லை. அவன் மண்ணிலிருந்தாலும் வானில் வாழ்பவன். வானம் அவனை அள்ளிக் கொண்டு செல்லலாம். முள்ளில் வீசி நகைக்கலாம். ஆயினும் அவன் வாழ்க்கை முழுமைகொண்டது.” அவனை நோக்கி பற்களைக் காட்டிச் சிரித்து அவர் சொன்னார் “தரைவிலங்குகளின் கால்களுடனும் கொம்புகளுடனும் பாணன் சொல்வதேதுமில்லை. அவன் உள்ளத்தை சிறகுகள் மட்டுமே அறியும்.”

அவரது மேலாடை எழுந்து சுழன்று சிறகடித்தது. “பறக்கும் கந்தர்வன் நான். ஒருபோதும் மடிந்து உடல்சேராச் சிறகுடன் சிலைதயேறப்போகும் பெரும்பாணன். சைலஜ குலத்து ஏகவக்ரன் மைந்தன் மித்ரன் இதோ இருக்கிறேன். அறிக தெய்வங்களே! உங்கள் ஆடலில் நானில்லை. எனது நாவில் நீங்கள்தான் ஆடுகிறீர்கள்!” தன் முழவில் விரைந்து விரலோட்டி முழக்கி அவ்வொலியுடன் இணைந்து நகைத்தார்.

வெயிலின் வெம்மை அகன்றது. காற்றில் கடல்நாடுகளின் வாசமிருந்தது. கரையோரத்து மரங்களை இணைத்து மூங்கிலாலும் கயிற்றாலும் போடப்பட்டிருந்த சிறுபாலங்கள் ஓடைகள் மேல் வளைந்துசென்று கடைகளை இணைத்தன. அவற்றில் வண்ண ஆடைகள் பறக்கும் பெண்கள் வனமயில்கள் என நடந்துசென்றனர். “விண்ணிலூரும் அரம்பையர்” என்றார் சைலஜ உத்தகர். கொடிகள் படபடத்த கடைகளில் மூங்கில்குழாய்களில் மெழுகிட்டு மூடப்பட்ட தேனும், காய்ச்சி மூடிய உலோகச்சிமிழ்களுக்குள் புனுகும் கஸ்தூரியும், வாட்டிய இளங்கமுகுப்பாளையால் பொதியப்பட்ட இலவங்கமும் விற்கும் நறுமணக்கடைகளில் பெண்கள் நின்று விலைபேசினர்.

ஊண்கடை பகுதியில் தேனுடன் சேர்த்துப் பிசைந்த தினைமாவை குருத்தோலையில் சுருட்டி ஆவியில் வேகவைத்த தினையப்பங்கள் வெம்மை வீச அள்ளி வாழையிலைபரப்பிய மூங்கில் கூடையில் கொட்டப்பட்டன. நீரூற்றி அடுப்பிலேற்றிய கலயத்தின் மேல் கட்டிய துணியில் இளந்தெங்கின் துருவலுடன் பிசைந்த பச்சரிசி மாவை வைத்து ஆவியெழுப்பி வேகவைத்த புட்டு எடுத்து கவிழ்க்கப்பட்டது. முதுகிழங்கை வெடிக்கச் சுட்டு அக்காரப்பிசின் தடவி வாழையிலையில் ஆவியெழப் பரப்பினர். பச்சைப்பயறை ஆவியில் வேகவைத்து பிசைந்து உதிர்த்து இன்வெல்லம் சேர்த்து உருட்டி மீண்டும் ஆவியேற்றிய உருளப்பங்கள் கூடைகளில் அடுக்கப்பட்டன.

வெந்தும் பொரிந்தும் சிவந்தும் கருகியும் உணவாகிக்கொண்டிருந்தது கடலூன். வெள்ளைக்கல்லடுக்குகள் என திரச்சிமீனின் ஊன். செம்மலர் இதழ்கள் எனப் போழ்ந்த சூரை. வெண்பளிங்குக் குழாய்கள் என கணவாய். தீட்டிய குறுவாள்கள் என முரல். நடுவிலெழுதிய வெள்ளி ஏட்டுப்பரப்பென அயிலை. ஆலந்தளிர் என நவரை. உருவிய உடைவாளென வாளை. துருவிக் குவிக்கப்பட்ட சுறா. “சுவை சுவை சுவை!” என்றார் சைலஜ உத்தகர். “சொல்லில் சுவையறியாதோருக்கும் நாவில் சுவை வைத்தவனை வாழ்த்துவோம்!”

தோணியிறங்கி மணல்வெளியில் ஏறி கால் புதைய நடந்தனர். மருவூர்ப்பாக்கத்துக்கு அப்பாலிருந்தது யவனர்சேரி. மணலில் கால்நாட்டி எழுப்பப்பட்ட மரவீடுகளுக்குள் பளிங்குக் குடுவைகளுக்குள் மீன்நெய் எரியும் தழல் திகழ்ந்த விளக்குகளின் ஒளி நிறைந்திருந்தது. அலுவல் முடித்துவந்த செங்குழல் யவனர் அமர்ந்து கழற்சியும் சதுரங்கமும் ஆடிக்கொண்டிருந்தனர். கையில் மதுக்குடுவையுடன் நீண்ட மஞ் சங்களில் முற்றத்துக் கடல்காற்றில் படுத்திருந்தனர். வலத்தோளில் முடிச்சிட்ட வெள்ளுடையுடன் தழலெனப் பறக்கும் குழல்கற்றைகளுடன் யவனப்பெண்கள் தங்கள் கொழுநரின் செம்புநிறக் கைகளைப் பற்றிச் சிரித்தபடி சென்றனர்.

அப்பால் கீழைக் கடலின் அலைகளின் மேல் அசையும் நகரமென யவனப் பெருநாவாய்கள் ஆயிரம் செவ்விழிகளென சாளரங்களில் விளக்கொளிகள் மின்ன நிரைவகுத்திருந்தன. அம்பிகள் கொண்டுவந்த பொதிகளை ஏற்றிய திமில்கள் பெரும்பாய்களை விரித்து, அலைகளில் ஏறி இறங்கி அவற்றை அணுகி யானையை மொய்க்கும் காகங்களெனச் சூழ்ந்து சுமை நிரப்பின. வலப்பக்கத்தில் கடலுக்குள் காலூன்றி நீண்டிருந்த புகார்ப்பெருந்துறையில் புலிக்கொடிகளுக்கு நடுவே அங்கே கரைதொட்ட நாவாய்களின் கொடிகளும் கடற்காற்றில் பறந்தன.

கடற்கரை மணல்மேட்டில் வண்ணத்துணிகளால் கூடாரமிட்டு வணிகர்கள் பரத்தையருடன் இரவாட வந்திருந்தனர். மணல் வெளியில் யாழுடனும் மதுக்கிண்ணங்களுடனும் அமர்ந்திருந்த வணிகர் மடியில் மேலாடை நெகிழ்ந்து தாழைமடல் உடல்கள் அந்தி வெளிச்சத்தில் மின்ன பரத்தையர் கிடந்தனர். அவர்கள் அருகே யாழுடனும் முழவுடனும் அமர்ந்த பாணர்கள் இசைமீட்டினர். பாங்கர்கள் வாங்கக் கலம் நிறைத்தும் நறுஞ்சுண்ணமிட்டு வாய்மணம் எடுத்தளித்தும் ஏவல் செய்தனர்.

காவிரி கடல்புகும் அழிமுகத்தில் தங்கள் துணைவியருடன் இளைய வணிகர் பாய்ந்து அலையாடினர். கடல்நீர் அவர்களை உட்செலுத்த காவிரி அவர்களை கடல்செலுத்தியது. ஒட்டிய ஈரப் பட்டுடையுடன் கடலரம்பையர் என எழுந்த பரத்தையர் உப்புப்பற்கள் காட்டிச் சிரித்து இளங்கொங்கைகள் குதிக்க ஓடிச் சென்று கைவீசி நீரில் பாய்ந்து மூழ்கி எழுந்து கூந்தல் அலையடிக்க மேலெழுந்து நீரை உமிழ்ந்தனர்.

இளையபாங்கன் ஒருவன் அவர்களை நோக்கி வந்து பணிந்து "வடபுலத்துச் சூதர்களைப் பணிகிறேன். எங்கள் இறைவர் வடபுலத்துத் துறைகளுக்கெல்லாம் கலம் கொண்டுசென்று மீண்டவர். வடமொழியும் வேசரமொழியும் நன்கறிந்தவர். தங்கள் சொல்லறிந்து இன்புற விழைகிறார். தக்க பரிசில் தந்து நிறைவிக்கும் பண்புடையவர்" என்றான். "ஆம், அத்தகையவரையே நாங்களும் தேடி வந்தோம்" என்றார் சைலஜ மித்ரர்.

பெருவணிகன் சாத்தன் இளங்கண்ணன் தன் கூடாரத்து முகப்பில் மென்மணலில் வண்ணப்பாய் விரித்து மூன்று இளம்பரத்தையர் அருகிருக்க ஏவல்பெண்டிரும் காவல்வீரரும் தொலைவில் சூழ்ந்திருக்க அமர்ந்திருந்தான். அவர்களைக் கண்டதும் எழுந்து கைவணங்கி "வருக சூதர்களே. தங்கள் சொல்லறிய விழைவுடன் இருக்கும் என்பெயர் சாத்தன் இளங்கண்ணன். வலச்சிலம்பு குலத்தின் ஏழாயிரம் கூட்டத்தைச் சேர்ந்தவன்" என்றான். சைலஜ மித்ரர் "செல்வமும் இன்பமும் மைந்தரும் செழிக்கட்டும்" என வாழ்த்தி அமர்ந்துகொண்டார்.

"பெருவணிகரே, சைலஜ குலத்தில் ஏகவக்ரனின் மைந்தனாகப் பிறந்த என் பெயர் மித்ரன். இங்கே சைலஜ குலத்தில் உதித்த கேலரும் கலரும் உத்தகரும் கலிங்க குலத்தில் உதித்த மைத்ரேயரும் பிரபாகரரும் இருக்கிறார்கள். அவர் தென்னிலத்துப் பாணர் இளநாகன்" என்று மித்ரர் அறிமுகம் செய்து கொண்டார். "நான் வடக்கே உத்கலத்தில் பிறந்தவன். பாரதவர்ஷமெங்கும் அலைபவன்."

“முதுசூதரே, நான் அறியவிரும்புவது ஆரியவர்த்தத்தின் செய்திகளை” என்றான் பெருவணிகன் சாத்தன் இளங்கண்ணன். “அஸ்தினபுரிக்கெதிராக ஐம்பத்தைந்து ஷத்ரிய மன்னர்களும் அணிவகுக்கிறார்கள் என்றும் எக்கணமும் பெரும்போரொன்று எழவிருக்கிறதென்றும் நான் சிறுவனாக இருக்கையில் வந்த வடபுலத்துச் சூதர்கள் சொன்னார்கள். நாற்பதாண்டுகாலமாக அச்செய்தி ஒவ்வொருநாளும் பாரதவர்ஷமெங்கும் சொல்லப்படுகிறது. இன்னும் அந்தப்போர்ச்சூழல் இருக்கிறதா என்ன?”

“பெருவணிகரே, இடியும் மின்னலுமாக வானைப்பிளக்கும் கோடைமழை பெய்யும் கணம் கனத்துக் கனத்து நாட்கணக்காக நீடிக்கும். போர் நிகழுமா என்பது நிமித்திகர் சொல்லவேண்டியது. போரின்றி அமையாதென்பதே நாங்களறிந்தது” சைலஜ மித்ரர் சொன்னார். “வானுடைந்து கொட்டி வெளுக்கும் கோடை மழை என ஒரு போர். சூத்திரர்கள் ஷத்ரியர்களை வெல்லாமல் இனி பாரதவர்ஷம் மலர முடியாதென்பதே எங்கள் தெய்வங்கள் சொல்லும் உண்மை.”

கண்கள் மின்ன பெருவணிகன் “அது எப்படி நிகழ முடியும்? ஷத்ரியப் பேரரசுகள் பேராற்றல் மிக்கவை அல்லவா?” என்றான் “ஆம், ஊன்கிழித்து உண்டு குருதி வழியும் வாயுடன் நிற்கும் சிம்மங்கள் போன்றவர்கள் ஐம்பத்தாறு முடியுடை மன்னர்கள். கருவறை வாசம் நீங்கா மெல்லுடலுடன் கண்திறக்காது திசையறியாது தளர்நடைக் காலெடுத்து வைப்பவர்கள் சூத்திரச் சிற்றரசர்கள். ஆயினும் அவர்கள் எண்ணிக்கையில் ஏராளமானவர்கள். வளம் மிக்க புதுநிலத்தில் அறுவடை செய்பவர்கள். கடல்துறைகளை அமைத்து பொன்னீட்டுபவர்கள்.” பெருவணிகன் நகைத்து “ஆம், இனி போரே முடிவுசெய்யும் விதியை” என்றான்.

“அஸ்தினபுரியில் நிகழ்வதென்ன?” என்றான் பெருவணிகன். “குருகுல மன்னர்கள் இருவரின் வழித்தோன்றல்களும் அரண்மனையை நிறைத்தனர். அம்பாலிகை அரசியின் அரண்மனையைச் சீர்செய்து அங்கே குந்தி குடியேறினாள். நெடுநாள் குஞ்சுகள் விட்டுச்சென்ற கூடெனக் கிடந்த சித்திரகோஷ்டத்தில் மைந்தர்களின் குரல்களும் சிரிப்பொலிகளும் நிறைந்தன. நிமித்திகரும் சூதரும் அங்கே வந்து அரசியையும் மைந்தரையும் பாடிப் பரிசில் பெற்றுச் சென்றனர். அஸ்தினபுரியை வாழ்த்த எழுந்த திருமாலின் கையின் ஐந்து விரல்கள் அம்மைந்தர் என்றனர் கவிஞர்கள்” என்றார் சைலஜ மித்ரர்.

“புஷ்பகோஷ்டத்தில் காந்தார அரசிகள் எப்போதும் கருச்சுமந்து கொண்டிருந்தனர். சைத்ரமாதத்து மாங்கிளைபோல மைந்தரால் கனத்துத்

தாழ்ந்தது கௌரவரின் அரண்மனை என்றனர் சூதர். புற்றிலிருந்து ஒன்று பிறிதென எழும் எறும்புகளென வந்துகொண்டிருந்தனர் கௌரவ மைந்தர். அவர்கள் நூற்றுவர் என்று பாரதமெங்கும் இன்று அறியப்படுகின்றனர்" என்றார் சைலஜ கேலர்.

சைலஜ கலர் சொன்னார் "துரியோதனன், துச்சாதனன், துச்சகன், துச்சலன், ஜலகந்தன், சமன், சகன், விந்தன், அனுவிந்தன், துர்தர்ஷன், சுபாகு, துர்பிரதர்ஷணன், துர்மர்ஷணன், துர்முகன், துர்கர்ணன், கர்ணன், விகர்ணன், சலன், சத்வன், சுலோசனன், சித்ரன், உபசித்ரன், சித்ராக்ஷன், சாருசித்ரன், சராசனன், துர்மதன், துர்விகாகன், விவித்சு, விகடானனன், ஊர்ணநாபன், சுநாபன், நந்தன், உபநந்தன், சித்ரபாணன், சித்ரவர்மன், சுவர்மன், துர்விமோசன், அயோபாகு, மகாபாகு, சித்ராங்கன், சித்ரகுண்டலன், பீமவேகன், பீமபலன், வாலகி, பலவர்தனன், உக்ராயுதன், சுஷேணன், குந்ததாரன், மகாதரன், சித்ராயுதன் என்னும் ஐம்பது மைந்தர்களும் மூத்தகணத்தவர் எனப்பட்டனர்."

"நிஷங்கி, பாசி, விருந்தாரகன், திருடவர்மா, திருதக்ஷத்ரன், சோமகீர்த்தி, அனூதரன், திருதசந்தன், ஜராசந்தன், சத்யசந்தன், சதாசுவாக், உக்ரசிரவஸ், உக்ரசேனன், சேனானி, துஷ்பராஜயன், அபராஜிதன், குண்டசாயி, விசாலாக்ஷன், துராதாரன், திருதஹஸ்தன், சுஹஸ்தன், வாதவேகன், சுவர்ச்சஸ், ஆதித்யகேது, பகுயாசி, நாகதத்தன், உக்ரசாயி, கவசீ, கிருதனன், கண்டி, பீமவிக்ரமன், தனுர்த்தரன், வீரபாகு, அலோலுபன், அபயன், திருதகர்மன், திருதரதாசிரயன், அனாதிருஷ்யன், குண்டபேதி, விராவீ, சித்ரகுண்டலன், பிரமதன், அப்ரமாதி, தீர்க்கரோமன், சுவீரியவான், தீர்க்கபாகு, சுவர்மா, காஞ்சனதுவஜன், குண்டாசி, விராஜஸ் என்னும் ஐம்பதுபேரும் இளைய கணத்தவர் எனப்பட்டனர்" என்றார் சைலஜ கலர்.

"பெருவணிகரே, நூறுமைந்தரைப் பெற்ற காந்தாரி தன் கனவிலெழுந்த கொற்றவையிடம் தன் தொல்குலத்து மூதன்னையர் தன் கருவில் தோன்ற வேண்டுமென வேண்டினாள். மரு, இருணை, பூர்ணி, காமலை, கிலை, ஆரண்யை என்னும் அறன்னையரின் கனலையும் தன்னுள் கொண்ட பெண்ணெனப் பிறந்தாள் துச்சளை. இருநூறு உடன்பிறந்த கைகளால் பேணப்பட்டவள் அவள். காந்தாரத்து ஏழு பெரும்பாலை நிலங்களின் வெம்மையையும் அவற்றிலாடும் புயல்களின் ஆற்றலையும் அவளில் கண்டனர் சூதர்."

"இறைவிளையாட்டின் களங்களிலெல்லாம் காய்கள் பரப்பப்பட்டு விட்டன பெருவணிகரே" என்றார் சைலஜ மித்ரர். "அக்காய்கள் எதையும் அறியவில்லை. அவர்கள் தான் என உணர்ந்து எழுந்தமர்ந்தனர்.

தன் பசி தன் வாய் தன் அன்னை என்றறிந்தனர். தன் கை தன் கால் எனக் கண்டுகொண்டனர். தன் தமையர்களை நோக்கித் தவழ்ந்துசென்றனர். வாய்சொட்டச் சிரித்து குறுமொழி மழலைபேசினர். இட்டும் தொட்டும் கவ்வியும் துழந்தும் அமுதுண்டனர். முலைப்பால் மணத்துடன் அன்னையர் மடிநீங்கி உடன்பிறந்தாரோடு சென்று சேர்ந்துகொண்டனர்.”

“எழுந்தனர். சிறுகால் வைத்து நடந்தனர். துள்ளி விழுந்தனர். கைவிரித்தாடினர். அரண்மனை முற்றத்தில் ஓடியும், சோலைமரங்களில் ஏறியும் விளையாடினர். யானை வழியாக மண்ணையும் காகங்கள் வழியாக விண்ணையும் கண்டனர். கலுழ்ந்து கண்ணீரையும் புண்பட்டு குருதியையும் அறிந்தனர். இருநூறுவிழிகளுக்கு முன் தன்னை மீண்டும் மீண்டும் புதிதெனப் பிறப்பித்துக்கொண்டது புடவி” என்று சைலஜ மித்ரர் தொடர்ந்தார்.

“அவர்களனைவருக்கும் முதலன்னையின் ஆணை ஒன்றேயாக இருந்தது. அவர்கள் தங்கள் முதல்தமையனின் நிழலன்றி பிறிதிலாதவர்களாக இருந்தனர். அவன் தன்னையே ஆடிப்பெருக்கி கண்டதுபோலிருந்தனர். ஆனால் அவனோ தன் ஆடிப்பாவையென அறிந்தது இளையபாண்டவனை மட்டுமே. வெண்ணிற துரியோதனன் என்றனர் பீமனை. கரிய பீமன் என்றனர் துரியோதனனை. சொல்லிச் சொல்லி அவர்கள் அகம்பரிமாறிக்கொண்டனர். பின் சொல்லின்மையில் அகமறிந்தனர். பின் அவர்கள் ஒற்றை அகம் கொண்ட ஈருடலாக ஆயினர்.

“நிலைகொள்ளாத யானை துரியோதனன். நிலைபெற்ற பாறை பீமன். அலையடிக்கும் கடலே துரியோதனன். அசைவற்ற வானமே பீமன். ஒருவரை ஒருவர் வியக்கும்பொருட்டே அவர்களை பிரம்மன் படைத்தான் என்றனர் சூதர். ஒற்றையுடலில் இரு கைகளென ஆகும் உடன்பிறந்தாருண்டு, ஒற்றை மனதில் இருவிழிகளென்றாகும் மைந்தர் இவரே என்றனர் கவிஞர்” என்றார் கனிக மைத்ரேயர்.

“இளநகை பொலிந்த முகமெனத் துலங்குகிறது அஸ்தினபுரி. கதிர்பொலிந்த வயலென, கிளிக்குலம் பூத்த கிளையென, அணிதுலங்கும் மார்பென, சுடர் மின்னும் மணியெனப் பொலிகிறது பாரதவர்ஷத்தின் மாநகர். அது வாழ்க!” என்று வாழ்த்திப் பாடிமுடித்தார் சைலஜ மித்ரர். சூழ்ந்த கடலை ஒளிசுடர்ந்த நகரை விண்மீனெழுந்த வானை மறந்து அஸ்தினபுரியில் இருந்தான் இளநாகன்.

பகுதி மூன்று

கலைதிகழ் காஞ்சி

1

புகாரிலிருந்து கிளம்பிய உமணர்களின் அம்பியிலேறி திருவரங்கம் வந்து அங்கே விண்ணளந்தோன் புகழ்பாடி ஊர்கள் தோறும் அலையும் வரிப்பாணருடன் இணைந்து முந்நீர் காவிரி நெடுநிலம் கடந்தான் இளநாகன். எரியாடிய முக்கண்ணன் ஆலயம் தொழச்சென்றவர்களுடன் இணைந்து சிற்றம்பலநகரி சென்று அங்கே கூத்துக்குழுவினருடன் இணைந்துகொண்டான். பிண்டியும், பிணையலும், எழிற்கையும், தொழிற்கையும், குடையும், விடையும் காட்டி பாண்டரங்கமும் கொடுகொட்டியும் ஆடும் கூத்தருக்கு பண்ணோடியைந்த பாவமைத்துக்கொடுத்தான். எரிக்கூத்தாடிச் சுழலும் கலைக்கூத்தனின் உடலில் ஊழியில் எஞ்சும் நிலைக்கூத்தன் தோன்றுவதைக் கண்டு இறைநூல்கள் சொல்லா மெய்யறிவையெல்லாம் அறிந்தான்.

சிற்றம்பலம் வந்து தொழுது மீண்ட விரிசடைப் படிவருடன் இணைந்து எரிதழல் இலங்கிய செம்மலைச் சிகரம் சென்றான். அண்ணாமலையடியில் வாளிலை செறிந்த தாழம்பூக்காட்டில் சிறுபீடத்திலமர்ந்திருந்த குளிர்ந்த கரிய சிவக்குறியைக் கண்டு வணங்கி அங்கே சிலகாலம் இருந்தான். பட்டுத்துணி விற்று கூலமும் பொன்னும் கொண்டு திரும்பும் கலிங்க வணிகருடன் இணைந்துகொண்டு அவர்களின் ஒழிந்த சுமைவண்டியிலேறி மாநகர் காஞ்சிக்குச் சென்றான்.

கோட்டையில்லாத நகரம் காஞ்சி. திருவிட நாட்டின் தெனதிசை எல்லையான காஞ்சி வாளென வளைந்தோடிய வேகவதியின் கரையில் அதே வளைவை தான்கொண்டு பிறைநிலவு வடிவில் அமைந்திருந்தது. வட எல்லையாக நீர் சுழித்து விரையும் வேகவதி அமைய பிற எல்லைகளாக வேகவதியின் நீர் பெருகி நிறைந்த இரு பெருங்கால்வாய்கள்

அகழிகளைப் போலச் சூழ்ந்திருந்தன. அவற்றின் கரைகளில் கனத்த வெண்ணிற அடிமரம் கொண்ட நீர்மருதுகளும் வேர்கள் புடைத்தெழுந்த கருவேங்கைகளும் செறிந்த அடர்காடே கோட்டையாகியிருந்தது. மரங்களுக்கு நடுவே முள்மூங்கிலை வளர்த்து, பிணைத்துக்கட்டி ஊடுபுக முடியாத வேலியாக்கியிருந்தனர். நகரைச்சூழ்ந்து பச்சைக்கடலென வயல்விரிவு அலையடிக்க நடுவே செம்மண் துலங்கிய வண்டிப்பாதை நீண்டு சென்றடைந்தது.

பசுங்கோட்டையின் நுழைவாயில் மரத்தாலானது. வண்ணத்தூண்களுக்கு மேலே அமைந்த காவல்மாடங்களில் இரு படைவீரர்கள் வேலை மடிமேல் வைத்து தாயமாடிக்கொண்டிருக்கும் அந்நகர் போல பாதுகாப்பற்ற பிறிதொன்றை இளநாகன் கண்டதில்லை. “இந்நகர் மதயானையின் காலருகே கிடக்கும் பொன்நாணயம் போன்றது. வடக்கே கோதைவரை விரிந்திருக்கும் திருவிடப் பெருநாட்டின் படைவல்லமையை இங்குள்ளோர் அனைவரும் அறிவர்” என்றார் பட்டுவணிகரான பொன்னர். “தமிழ்நிலத்திலிருந்து திருவிடத்துக்குள் நுழையும் வாயில் இந்நகர். ஒவ்வொருநாளும் செல்வம் உள்ளே சென்றுகொண்டிருக்கிறது. கலையும் கல்வியும் வெளியே வந்துகொண்டிருக்கின்றன.”

காஞ்சிக்குள் நுழைந்த இளநாகன் அந்நகரின் சிறிய தெருக்களினூடாக வணிகர் வண்டியில் அமர்ந்தபடி சென்றான். புகாரையும் மதுரையையும் போலன்றி காஞ்சி அகலமற்று ஒடுங்கிய சிறிய இடம் கொண்டிருந்தது. எனவே மரத்தாலான மாளிகைகள் செங்குத்தாக மேலெழுந்து ஒன்றின்நிழல் இன்னொன்றின்மேல் விழ தோள்தொட்டு நின்றிருந்தன. கற்தளமிட்ட இடுங்கிய சாலைகளில் அவ்வப்போது வந்த படிகள் ஏறியும் இறங்கியும் சென்று அப்படியே பெரிய கட்டிடங்களுக்குள் புகுந்து அப்பால் சென்றன. நகரெங்கும் வேகவதியின் நீர் கல்லால் ஆன ஓடைகள் வழியாக ஒலித்துச் சுழித்தோடியது.

“இதை சகஸ்ரபீட நிலையம் என்கின்றனர் வைதிகர். ஆயிரம் ஆலயங்கள் இங்குள்ளன” என்றார் பொன்னர். “பாரதவர்ஷத்தின் அத்தனை தெய்வங்களும் இங்கே கோயில் கொண்டுள்ளன. தென்னிலத்துடன் வணிகமாட வரும் வடபுலத்தார் தங்கும் நிலை இது என்பதனால் தங்கள் தெய்வங்களையெல்லாம் அவர்கள் இங்கே அமைத்தனர். மாநாகர்கள், முண்டர்கள், சந்தாலர்கள், கானிகர்கள் என அத்தனைத் தொல்குடியினரும் இங்கே தெய்வங்களை நிறுவியிருக்கின்றனர். கடல்மல்லையில் கலமிறக்கி இங்குவரும் பீதர்களும் யவனர்களும் காப்பிரிகளும் சோனகர்களும்கூட தங்கள் தேவர்களை நிலைநாட்டியிருக்கின்றனர்.”

செங்கற்றளி மீது குடமுகட்டுக் கோபுரமெழுந்த திருவிடபாணி கோயில்களில் கொற்றவையும் திருமகளும் கலைமகளும் கரிய

சுவரோவியங்களாக விழிதுலங்க விளக்கொளியில் அமர்ந்திருந்தார்கள். விண்ணவர்கோன் கோட்டம் ஏழடுக்கு முகடுடன் எட்டுதிசைக்காவலரின் சிற்றாலயங்கள் சூழ்ந்த மையக்கட்டடத்துடன் அமைந்திருந்தது. அதனுள் வெண்சுண்ணத்தில் செய்து பொன்னிறம்பூசப்பட்ட இந்திரன் நெருப்பொளிவிடும் வஜ்ராயுதத்துடன் அமர்ந்திருந்தான்.

மணிவண்ணனுக்கும் அனல்வண்ணனுக்கும் கந்தனுக்கும் சூரியனுக்கும் உயரமற்ற மண்கோட்டை சூழ்ந்த கோட்டங்கள் இருந்தன. செங்கல் சுவரும் சிற்பங்கள் செறிந்த சுதைவிமானமும் கொண்ட மையக்கோயிலைச் சுற்றி உபதேவர்களின் சிற்றாலயங்கள் தீபச்சுடர் அசையும் சிறுகருவறைகளுடன் இருந்தன. ஏழடுக்கு விளக்கில் கொன்றைப்பூங்கொத்தென மஞ்சள்சுடர்கள் அசைய அமர்ந்திருந்த மணிவண்ணனின் விழிகளுக்கு நீலவைரங்கள் பதிக்கப்பட்டிருந்தன. அவனுக்கு காலைப்பூசனையில் சூட்டப்பட்ட வெண்தாமரையும் நீலத்தாமரையும் செந்தாமரையும் இடையிட்ட தாரை முழவும் குழலும் முழங்க பல்லக்கிலேற்றி அரண்மனைக்குக் கொண்டுசென்றுகொண்டிருந்தனர் வைதிகர்.

ஆலயவடிவங்களை ஒவ்வொரு முறையும் வியந்து அடுத்ததைக் கண்டதும் மறந்து சென்றுகொண்டிருக்கும் அப்பயணம் கனவில் நிகழ்வதென எண்ணிக்கொண்டான் இளநாகன். வண்டிக்கூரைவடிவில், கவிழ்ந்த கலத்தின் வடிவில், விளிம்புகள் எழுந்த கூடைவடிவில், இருபக்கமும் வளைந்த காவடிவடிவில், காவடிகள் மேல் காவடி அமைந்தவடிவில், சதுரப்பட்டைக் கூம்பு வடிவில், அறுபட்டைக் கூம்புவடிவில், எண்பட்டைக் கூம்பு வடிவில், தாமரை மொட்டுவடிவில். மூன்றுகலசம் கொண்டவை. ஏழு கலசம் கொண்டவை ஒற்றைக்கலசம் சூடிவிடுபவை. விமானக்கோட்டங்களில் நடனமிட்டு நின்ற தெய்வத்திருமேனிகள் காலையொளியில் மின்னத்தொடங்கியிருந்தன.

“செண்டுவடிவிலான அந்த விமானத்தை வேசரபாணி கோபுரம் என்கிறார்கள்” என்றார் பொன்னர். இடைவெளியின்றி சிற்பங்கள் செதுக்கப்பட்ட மரத்தாலான அந்த ஆலயம் ஒரு பெரிய பொன்னகை போலிருந்தது. அடியொடுங்கி மேலெழுந்து சரிந்து குவிந்து மேலே சென்று ஒற்றைக்குடத்தில் முடிந்த அதன் உடலில் அரக்குபூசப்பட்டு மெருகேற்றப்பட்டிருந்த சிற்பங்களனைத்தும் நடனநிலையில் அசைவின் அக்கணத்தில் தெரிந்தன. அடித்தளத்தில் நாகங்களும் ஆமைகளும் அரக்கர்களும் உடலோடு உடல்பின்னி சிற்பவெளியை நிரப்பியிருந்தனர்.

மேலே மதனிகைகள் சுமந்து பறந்த விமானத்தை தூண்கள் சந்தித்த இடங்களில் இளித்த வாயில் சங்குபோன்ற பற்களும் விழித்த

உருளைவிழிகளும் சுருண்ட பிடரிமயிர்கற்றைகளுமாக பீதர்களின் ஆளிகள் இடை வளைத்து எழுந்து கூருகிர் கைகளைக் காட்டி நின்றன. விமானத்தின் அடுக்குகளில் யாழேந்திய கின்னரர்களும் மலர்க்கிளை பற்றிய யட்சர்களும் படைக்கலங்களுடன் தேவர்களும் செறிந்திருந்தனர். “இலையிலாது பூத்த மலர்மல்லிக் கிளைபோலிருக்கிறது” என்றான் இளநாகன் பேருவகையுடன்.

தாமரைமொட்டுக்களை அடுக்கிக் குவித்தது போன்ற நாகர விமானங்களில் சிற்பங்கள் இல்லை. நுண்ணிய பூச்செதுக்குகள் அடிமுதல் உச்சிக்கலம் வரை நிறைந்திருந்தன. சந்தாலர்களின் சிற்றாலயங்களுக்கு கூரையற்ற வெறும் பீடங்களே இருந்தன. அவற்றில் விசிறிவடிவக் கூந்தல்கொண்ட பொய்முகங்களை தெய்வங்களாக அமரச்செய்திருந்தனர். முண்டர்களின் தெய்வங்கள் கோழிமுட்டை போன்ற பெரிய உருளைக்கற்களின் வடிவில் வரையப்பட்ட விழிகளுடன் கோயில்கொண்டிருந்தன. குருதிச்செந்நிறம் பூசப்பட்ட அனுமன் ஆலயங்களும் கருநிறப் பண்டிமீது துதிக்கை மடித்த கணபதியின் ஆலயங்களும் ஒவ்வொரு தெருச்சந்திப்பிலும் இருந்தன.

குருதிச் செந்நிறம் பூசப்பட்ட மரச்சுவர்களும் உத்தர வளைவுகளும் பொன்மூங்கிலடுக்கி வேய்ந்த வளைகூரையும் கொண்ட ஐந்தடுக்கு ஏழடுக்கு விமானங்கள் எழுந்த பீதர்களின் ஆலயங்கள். அவற்றில் விழித்த துறுகண்களும், பிளந்த வாய்க்குள் அனலாகப் பறந்த செந்நாக்கும், சுருண்டுச் சுருண்டு மடிந்து சென்ற அரவுடலும், உகிர் துறித்த சிம்மக்கால்களும் கொண்ட நாகயாளிகள் ஒளிரும் வண்ணங்களால் செதுக்கப்பட்டிருந்தன. அங்கே எரிந்த குங்கிலியத்தின் புகை திறந்த வாயிலினூடாக நீலப்பட்டுத்திரை போல மெல்ல எழுந்து பறந்தது.

அரக்கனின் பல்வரிசையென தரைமுதல் கூரை வரை எழுந்த பெரிய வெண்ணிறச் சுதைத்தூண்கள் நிரைவகுத்த யவனர்களின் கோபுரமில்லாத ஆலயங்கள், அரைநிலவு வடிவில் வளைந்திருந்தன. அவற்றின் உயர்ந்த விதானம் கொண்ட தாழ்வாரங்களில் நறுமணப்பொருட்களையும் சிறுநகைகளையும் விற்கும் முதிய யவனர்கள் அமர்ந்திருந்தனர். கவிழ்த்த வெண்மொட்டுகளைப்போன்ற குவைமுகடுகள் கொண்ட சோனகர்களின் ஆலய முற்றத்தில் மலர்ப்பாதையென மணிக்கம்பளம் விரிக்கப்பட்டிருந்தது. விழித்த கரிய கண்களும் தொங்கும் குருதிநாக்கும் கொண்ட முகங்களாக மட்டும் நிறுவப்பட்டிருந்த காப்பிரிகளின் தெய்வங்கள் திறந்த பெரிய வாயில்களுக்கு அப்பால் சாலையை நோக்கி அமர்ந்திருந்தன. அங்கே குறுமுழவுகள் ஒலித்தன.

ஒவ்வொரு ஆலயத்தை ஒட்டியும் வணிகர்கள் தங்கும் சத்திரங்கள் அமைந்திருந்தன. கலிங்கவணிகர்கள் நுதல்விழியன்னை ஆலயத்தின்

அருகே இருந்த பெரிய மரக்கட்டடத்தில் தங்கினர். அங்கே பகலில் ஓய்வெடுத்த இளநாகன் மாலையில் கிளம்பி நகரைக் காணச் சென்றான். திருவிடத்து மக்களின் மூவகை மொழிகள் கலந்து ஒலித்துக்கொண்டிருந்த கடைவீதிகளையும் பீதர்நாட்டு கழைக்கூத்தாடிகளும் யவனநாட்டு வாள்தேர்ச்சியாளரும் வேசரத்து மாயக்காரர்களும் தங்கள் கலைகளைக் காட்டிக்கொண்டிருந்த முற்றங்களையும் நீலநீர் நிறைந்து அலையடித்த சிறுதடாகங்களையும் நகர் நடுவே எட்டுமாடங்களுடன் எழுந்த மன்னனின் அரண்மனை வளாகத்தையும் கண்டான்.

ஒளிவிடும் பல்லாயிரம் விளக்குகளை அணிந்த அடுக்கு மாடங்கள் விண்மீன்களுடன் கலந்ததுபோல் நின்ற நகரில் காட்சிகளாலேயே களிவெறியூட்டப்பட்டு இடமும் காலமும் கரைந்தழிந்து அவன் சென்றுகொண்டிருந்தான். ஒரு சிற்றாலயத்தில் ஊன்சோறுப் படையலிட்டு வழிபடப்பட்ட நகர்ப்பூதத்தின் முன் கூடிநின்ற கூட்டத்துடன் கலந்து சோறுபெற்று உண்டான். அதற்கருகே இருந்த சதுக்கத்தில் சிரிப்பொலி கேட்டு செவிகூர்ந்தபோது அஸ்தினபுரம் என்ற சொல்லைக் கேட்டான். அனைத்து புலன்களும் தூண்டப்பட்டவனாக அங்கே சென்றான்.

சதுக்கத்தில் வணிகர்களும் நகர்க்குடிகளும் சிறுவர்களும் கூடி நின்றிருக்க, நடுவே வடபுலத்து ஆரியக் கூத்தர் ஒருவர் பாட்டிடையிட்ட கதை சொல்லி ஆடிக்கொண்டிருந்தார். இளநாகன் சிறுவர்களுக்குப்பின்னால் சத்திரத் திண்ணையின் தூண்பற்றி அரையிருளில் நின்று அதைக் கண்டான். எண்ணெய் விளக்கின் ஒளியில் மின்னும் குண்டலங்களும் ஆரமும் அணிந்து பெரிய செந்நிறத் தலைப்பாகை சுற்றியிருந்த கூத்தர் இளநாகன் அதற்குள் அறிந்துகொண்டிருந்த திருவிடத்துத் தொல்மொழியில் பேசி முகக்குறி காட்டி கைநடம் செய்துகொண்டிருந்தார். அருகே அவரது தோழர் நீலத்தலைப்பாகையுடன் நின்றிருந்தார்.

“தலைகள் ஒன்றாகலாம், ஆனால் உடன்பிறந்தாரின் வால்கள் ஒருபோதும் ஒன்றுபடுவதில்லை.” சிறுவர்கள் உரக்கச் சிரித்தனர். “இந்திரன் மைந்தன் வாலி. தம்பியோ சூரியனின் மைந்தன். மேகங்களைத் திரட்டுபவன் விண்ணவர்கோன். மேகங்களை எரிப்பவன் அவன் தோழன் வெங்கதிரோன். அவர்களின் மைந்தர்களோ கிட்கிந்தை அடர்காட்டில் தமையனும் தம்பியுமானார்கள். ஞானம் பொலிந்த இரு தலைகள். அன்பில் கனிந்த இரு விழியிணைகள். வீரமெழுந்த இரு தோளிணைகள். அந்தோ, தெய்வங்களுக்கும் அடங்காத இரு நீள்வால்கள்!” என்றார் கூத்தர்.

இருவரும் இரு கயிறுகளை வால்களாகக் கட்டியிருந்தனர். வாலி தன் வாலை தானே பார்த்துத் திடுக்கிட்டு, அதை யாராவது பார்த்துவிட்டார்களா

என்று சுற்றுமுற்றும் உற்று நோக்கியபின் பிடித்து இழுத்தான். இழுக்க இழுக்க வந்துகொண்டே இருக்க எரிச்சலடைந்து வேகமாகப் பிடித்திழுக்க தெறித்து கையில் வந்த வாலின் சுருளில் மரங்களும் மலைகளும் இருந்தன. ஒவ்வொன்றாக எடுத்துப்போட்டுப் பார்க்கையில் அதன் நுனியில் திருட்டுவிழியுடன் சுக்ரீவன் அமர்ந்திருந்தான். திகைத்து, பின் நகைத்து 'நீ என் தம்பி, என் வால் உனக்குரியது' என்று சொல்லி 'செல்க!' என்றான் வாலி. 'ஆணை!' என்று தமையனை வணங்கி சுக்ரீவன் செல்ல அவன் வால்நுனி வாலியின் காலை வளைத்திருந்தமையால் அவன் நிலையழிந்து மண்ணில் சரிந்தான்.

உடல்தேர்ச்சிகொண்டிருந்த இரு ஆரியக் கூத்தர்களும் ஒருவர் வாலில் ஒருவர் சிக்கியிருந்ததை எம்பியும் மறிந்தும் காற்றில் துள்ளியும் புரண்டும் நடிக்க சிறுவர்கள் கூவிச்சிரித்தனர். வால்கள் தன்னிச்சையாகச் சுழல ஒருகட்டத்தில் அவர்கள் இருவரையுமே வால்களே ஆட்டிவைத்தன. வால்களை அவர்கள் அஞ்சி அவற்றிலிருந்து தப்ப முயல வால்கள் சுழன்று வந்து வழிமறித்தன. வால்களை தாவித்தாவிக் கடந்து மூச்சிரைக்க அமர்ந்து தப்பிவிட்டோமென எண்ணி மூச்செறிந்து வாலைத்தூக்கி நெற்றி வியர்வையை வழித்தனர்.

திகைத்தெழுந்து வால்களைத் தூக்கி வீசமுயல அவை அவர்களைச் சுழற்றி கட்டிப்போட்டன. ஒரு வாலின் நுனி இன்னொருவரின் மூக்கைச் சீண்டி தும்மச்செய்தது. தும்மிய அதிர்வில் திகைத்து அவை அவர்களின் ஆடைக்குள் புகுந்துகொள்ள கூச்சம் தாளாமல் அவர்கள் துள்ளிக்குதித்தனர். வால்நுனி காதுக்குள் நுழைய முயன்றது. வாலியின் வால் சுக்ரீவனின் வாய்க்குள் செல்ல அவன் திரும்பி தன் வாலைத் தொட்டு அதன் மறுமுனைதான் பின்பக்கம் வந்துவிட்டதோ என்றெண்ணி அலறி அழுதான்.

சிரித்து உலைந்து கண்ணீர் மல்கினர் சிறுவர். வாலியும் சுக்ரீவனும் ஒருவரை ஒருவர் தழுவிக்கொண்டனர். 'தம்பி, உடன்பிறந்தோர் பூசலிடுவதை மூதாதையர் விழைவதில்லை. ஏனென்றால் தெய்வங்கள் அதையே விதியாக்கியுள்ளன' என்றான் வாலி. 'ஆம் அண்ணா. பூசலிடுவதற்கான காரணங்களில்லாத அயலாரை அறைகூவுவதையே மூதாதையர் வகுத்த நெறிநூல்கள் முறை என்று வகுக்கின்றன' என்றான் சுக்ரீவன். 'ஆகவே நாம் ஒன்றுபடுவோம். நமது தோள்கள் தழுவிக்கொள்வதாகுக. நமது நெஞ்சம் இணைவதாகுக' என்றான் வாலி.

"'அவ்வண்ணமே ஆகுக அண்ணா. அவ்வாறென்றால் தங்கள் நாடு என்னுடையதாகும். தங்கள் துணைவியும் என்னவளாவாள் அல்லவா?' என்றான் சுக்ரீவன். வாலியின் வால் எழுந்து வந்து அவனை அறைந்து

தள்ள சுக்ரீவனின் வால் தலைமேல் எழுந்து ஆட இருவரும் வால்களினால் சண்டையிட்டார்கள். இருவர் வால்களும் பின்னிப்பிணைந்து சிடுக்காகி ஒருவரோடொருவர் சிக்கிக்கொண்டு திகைத்து நிற்கையில் இடியோசை போன்ற குரல் ஒன்று எழுந்தது. 'பூசலை நிறுத்துங்கள். விதியின் குரலைக் கேளுங்கள்!'

"'அதை எப்படி நாங்கள் கேட்க முடியும்?' என்றான் வாலி. 'மூடா, நீ இப்போது கேட்டுக்கொண்டிருப்பது அதைத்தான்' என்றது குரல். 'ஆமாம். ஆமாம்' என்று இன்னொரு குரல் கேட்டது. 'அது யார்?' என்றான் சுக்ரீவன் ஐயத்துடன். 'நான் சூதன்... விதியை ஆமோதிப்பது என் தொழில்' என்று அருகிருந்த ஒருவன் கிணைப்பறையுடன் எழுந்து சொன்னான். 'விதியை நீ முன்னாலறிவாயோ?' என்றான் வாலி குழப்பமாக. 'காரணங்களுடன் தீர்வுகளுடன் தெள்ளிதின் அறிவேன் ஐயா' என்றான் சூதன். சற்றுத் தயங்கி 'ஆனால் நிகழ்ந்தபின்னர்தான்' என்றான். வாலி அவனை உதைக்க அவன் தலைகீழாகக் கரணமடித்து ஓரம்சென்று விழுந்தான்.

'விதியின் வழியென்ன?' என்றான் வாலி. 'இந்திரன் மைந்தனே, நீ உன் தம்பியால் தோற்கடிக்கப்படுவாய். உன் நாட்டையும் துணைவியையும் இழப்பாய்' என்றது குரல். 'வேறு வழியே இல்லையா?' என்று வாலி பரிதாபமாகக் கேட்டான். 'இல்லை. விதி அனைவருக்கும் உரியது.' வாலி 'நான்கு கடலையும் தொட்டுத் தாவும் மாவீரன் நான். இந்திர மைந்தன். எனக்குமா விதியின் வழி?' என்றான். 'ஆம், அவ்விந்திரனே அதற்குரியவன்தான்.'

வாலி 'எளிய குரங்கல்லவா நான்? என்னை விடலாகாதா?' என்றான். 'பார்த்தாயா அதற்குள் கிளைதாவி விட்டாய். விதி ஒருமுறை எழுதப்பட்டுவிட்டால் மும்மூர்த்திகளையும் ஆள்வது' என்றது குரல். 'தேவ, அப்படியென்றால் எனக்கு ஒரு வரம் வேண்டும்' என்றான் வாலி. 'சொல்' என்றது விதி. 'மண்ணுளோர் கண்ட மாபெரும் அறத்தோனால் நான் அறம் மீறிக் கொல்லப்படவேண்டும்.' விதி குழம்பிப்போய் 'புரியவில்லை. அதாவது பேரறச்செல்வனால் நீ கொல்லப்படவேண்டும் இல்லையா?' என்றது. 'ஆம், ஆனால் அவன் என்னை அறம் மீறி வஞ்சக்கொலை செய்யவேண்டும்.'

திகைப்புடன் தன் இயல்பை மீறி விதி அரங்குக்கே வந்தது. அதற்கும் வால் இருந்தது. அந்த வாலால் காதைக்குடைந்தபடி 'இன்னொரு முறை சொல். இதுபோல எவரும் கேட்டதில்லை' எனறது. 'பேரறத்தானால் நான் கீழறத்தால் கொல்லப்படவேண்டும்' என்றான் வாலி. 'நன்று. அச்செயலால் அவன் அறமிழக்கவேண்டும் இல்லையா?' வாலி 'இல்லை, அவன் அதற்குமேல் மேலும் பேரறத்தான் ஆகவேண்டும்.'

‘அய்யோ’ என்று விதி வாலைச்சுழற்றித் தத்தளித்தது. தலையையும் வயிற்றையும் சொறிந்துகொண்டு நாலைந்து முறை தாவியபின் ‘ஏன்?’ என்றது. ‘பேரறத்தானையல்லவா அனைவரும் வெறுப்பார்கள்? அவனை வெறுப்பவர்களெல்லாம் என்னை விரும்புவார்கள்தானே?’ என்றான் வாலி. ‘அளித்தேன்’ என்றது விதி. ‘அப்பேரறத்தானின் பெயர் ராமன். அயோத்திமன்னன் தசரதனின் முதல் மைந்தன். தன் துணைவியும் தம்பியும் தொடர இப்போதுதான் அவன் கங்கையைக் கடந்து வந்துகொண்டிருக்கிறான்.’

‘நீலமேக வண்ணா! மானுடர்க்கிறங்கி வந்த பரம்பொருளே. எவ்வண்ணமென்றாலும் எதிரியைக் கொல்லலாமென்று அறம் காட்டி நின்றருளும் அண்ணலே!’ என்று வாலி கைகூப்பி கண்ணீர் மல்கிப் பாட சுக்ரீவன் அவன் கைகளைத் தொட்டு ‘அண்ணா சற்றுப்பொறுங்கள், இன்னும் வாலிவதம் நிகழவில்லை’ என்றான். ‘விதியின் நெறிகண்டதும் வாழ்வின் முடிச்சுகள் அவிழவேண்டுமல்லவா?’ என்றான் வாலி. ‘ஆம். அவ்வாறே ஆகுக!’ என்றதும் இருவர் வால்களும் அவிழ்ந்தன. இருகுரங்குகளும் அரங்கில் தலைகீழாகக் குதித்து கரணமிட்டு விலகிச் சென்றன. சிறுவர்கள் துள்ளிக்குதித்து கைகொட்டிச் சிரித்தனர்.

விதி கைதூக்கி ‘அவ்வாறே இங்கு கண்டீர், கிட்கிந்தையில் நிகழ்ந்த விதியின் ஆடலொன்றை. இதைக் கண்டவர் கேட்டவர் பிறருக்குச் சொன்னவர் சொன்னதைக் கேட்டவர் மனம்போனபடி மாற்றியவர் மாற்றியதை விளக்கியவர் விளக்கியதைச் சுருக்கியவர் அனைவருக்கும் மேலாக இந்தக் களத்தில் செம்பு வெள்ளி பொன் நாணயங்களை வீசியவர் அனைவருக்கும் வெண்கலை அன்னை அருள் புரிவாளாக!’ என்று கைகாட்டியது. திரும்பிச்செல்லமுயன்றபோதுதான் அதன் வால் அதன் காலை முடிச்சிட்டிருப்பதை உணர்ந்து குப்புற விழுந்தது.

துள்ளித்திமிறி எழுந்தும் விழுந்தும் காலை விடுவித்து வாலைத்தூக்கி அதன் முடிச்சுகளை நோக்கி ‘அய்யோ என்னசெய்வேன்? இம்முடிச்சுகளை எவ்வண்ணம் அவிழ்ப்பேன்?’ என்று விதி ஓலமிட்டது. ‘இவற்றுடன் நான் சென்றால் என்னை என் தந்தை காலதேவன் முட்டாளே என்று வசைபாடி மண்டையிலேயே குட்டுவாரே’ என அழுதது. அதைக்கேட்டு ஒருவன் பையுடன் அரங்குக்கு வந்து ‘இதை நாங்கள் வரலாறென்கிறோம். இதன் முடிச்சுகளை அவிழ்க்கும் என்னை முதுசூதன் முடிநாகன் என்பார்கள்’ என்றான். ‘அவிழ்த்தருள்க சூதரே. பதிலுக்கு நீர் பாடிவைத்த பாட்டுக்கள் சிலவற்றை உண்மையாக்கி மக்களை அதிர்ச்சியுறச்செய்கிறேன்’ என்றது விதி.

சூதன் தன் தோல்பையிலிருந்து ஒரு மகுடியை எடுத்து வாசிக்கத் தொடங்கினான். அவனுடைய மகுடிகேட்டு விதியின் வால்நுனி

நெளிந்தாடியது. அதை பீதியுடன் பார்த்தபடி விதி சுருண்டுகொண்டது. வால் பத்தி தூக்கி எழுந்தாடியது. எழுந்து எழுந்து மேலே சென்று தலைக்குமேல் நின்றது. 'இவ்வளவு நீளமா?' என்றது விதி. 'சூதர் நினைத்தால் அதை நீட்டவும் குறுக்கவும் வளைக்கவும் ஒடிக்கவும் முடியும்' என்றான் சூதன். 'கடிக்குமா?' என்று விதி உடல்நடுங்கியது. 'பத்திவிரிக்கும், சீறும். பல்லுமில்லை நஞ்சும் இல்லை' என்றான் சூதன்.

அப்பாலிருந்து வாலி குட்டிக்கரணமடித்து வந்து வாலைப்பற்றி மேலேறிச்சென்றான். 'எங்கே செல்கிறான்?' என்றது விதி. 'வாலிவதை முடிந்துவிட்டது. மேலுலகு செல்கிறான்' என்றான் சூதன். 'அதற்கு என் வால்தான் கிடைத்ததா?' 'நீ என்ன மூடனா? வரலாற்றின் வழியாக அல்லவா வீரசொர்க்கம்?' என்றான் மேலே சென்றுகொண்டிருந்த வாலி.

மறுபக்கமிருந்து துள்ளிக் குட்டிக்கரணமடித்து வந்த சுக்ரீவனும் அதைப்பற்றி மேலேறத் தொடங்கினான். 'நீ எங்கே செல்கிறாய்?' என்றான் சூதன். 'தமையனின் வாலுடன் என் வால் முடிச்சிட்டிருக்கிறதே' என்றபடி சுக்ரீவன் மேலே சென்றான். இருவரும் மேலே கழிநாட்டி இழுத்துக்கட்டப்பட்டிருந்த கயிற்றில் அமர்ந்து சொறிந்து பேனெடுத்து பல்லில் வைத்து கடித்துக்கொண்டும் இளித்துக்கொண்டும் கண்களைச் சிமிட்டிக்கொண்டும் கீழே நோக்கினர்.

'முடிச்சுகள் அவிழ்ந்தாயிற்றே? சற்று வாலை இறக்கமுடியுமா?' என்றது விதி. 'வீரசொர்க்கத்துக்கான வழியை மூடுகிறாயா? பாவி!' என ஒரு குரல் கேட்டது. விதி திகைத்து சுற்றுமுற்றும் நோக்கி 'யார்?' என்றது. 'நாங்கள் வாலிவதை நடந்த இடத்தில் உலவி மிதிபட்டு மடிந்த எறும்புகள். வரிசையாக மேலே சென்றுகொண்டிருக்கிறோம்' என்றது இன்னொரு குரல். 'எங்கே? எனக்குத் தெரியவில்லையே' என்றது விதி. 'நீ எப்போது எங்களை அறிந்தாய்? உன் வாலில் மெல்லிய அரிப்புமட்டும்தானே நாங்கள்?' என்றது குரல்.

சூதன் மகுடியை திரும்ப தன் பைக்குள் வைத்தான். 'அடப்பாவி, அப்படியே விட்டுவிட்டா போகிறாய்? நான் என்ன செய்வேன்?' என விதி கூவியது. 'வரலாறு சுருண்டிருக்கிறது என்றுதான் எங்கள் நூல்கள் சொல்கின்றன' என்றான் சூதன். 'இதோ நீண்டு செங்குத்தாக இருப்பதை நீயே பார்க்கிறாயே' என்றது விதி. 'அப்படியென்றால் அது வரலாறே அல்ல. காவியம்' என்று சூதன் சொன்னான். விதி 'அய்யகோ! சுருண்டிருப்பவள் மூன்று நீட்டினால் மூன்று என்றால் நான் என்ன செய்வேன்' என விம்மியழுதது.

அப்போது அதன்மேலிருந்து வாலியாக நடித்த கூத்தன் வாலில்லாமல் தலைகீழாக இறங்கி வந்தான். "'யார் நீ? எங்கிருந்து வருகிறாய்?" என்று

சூதன் கூவினான். "கலியின் மைந்தனாகிய என்பெயர் துரியோதனன். அஸ்தினபுரிக்கு அரசன். நிகரற்ற வல்லமையுடன் என்னை மண்ணுக்குக்கனுப்பியிருக்கிறான் எந்தை!" என்றான் அவன்.

தொடர்ந்து சுக்ரீவனாக நடித்த கூத்தனும் இறங்கி வந்தான். "யார்? யார் நீ?" என அஞ்சி விதி கூவியது. "நிகரற்றவனுக்கு நிகரானவன். வாயுவின் மைந்தனாகிய என்பெயர் பீமன்" என்றான் அவன். "அவ்வகையில் நானே நிகரற்றவன்" என்று அவன் தோள்தட்ட துரியோதனன் தொடைதட்ட இருவரும் கைநீட்டி மற்போரிடுவதுபோல சுற்றிவந்தனர்.

"வீரசொர்க்கத்தின் கோட்டைவாசலில்தான் காவலே இல்லை" என்றான் சூதன். விதி தன் வாலைச்சுருட்டி எடுத்துக்கொண்டு அவர்களை அச்சத்துடன் நோக்கியது. அவர்களிருவரும் அரங்கை நிறைத்து மற்போரிட அவர்களின் கைகால்களின் இடைவெளிகள் வழியாக பாய்ந்தும் கரந்தும் விதியும் சூதனும் தப்பி அரங்கில் குட்டிக்கரணமடித்தனர்.

மூச்சுவாங்க அமர்ந்தபின் "அடாடா! இன்னொரு இணைபிரியா உடன்பிறந்தவர்கள். ஒருவருடன் ஒருவர் பின்னியவர்கள்!" என்றான் சூதன். விதி விம்மியழுதபடி "அப்படியென்றால் இன்னுமொரு தர்மயுத்தம் நிகழ்ந்தாகவேண்டுமே" என்றது. அவர்களை அறியாமல் தம்பியும் தமையனும் கட்டிப்பிடித்துக் குலவிக்கொண்டிருந்தனர்.

சூதன் "ஆம்! தர்மயுத்தம்" என்றான். விதி "அதை நிகழ்த்தவிருக்கும் அறச்செல்வன் யார்? யார்?" என்றது. பின்னணியில் கேட்ட முழவோசையில் அஞ்சி நடுங்கி ஒடுங்கி "யார்?" என முனகியது. "அறம்பிழைத்து மறம் தழைக்கும்நேரம் மானுடனாக நான் பிறப்பெடுப்பேன்!" எனப் பேரொலி எழுந்தது.

விதியும் சூதனும் நடுங்கி அத்திசையைப் பார்க்க "ஓம், அவ்வாறே ஆகுக! ஓம் அவ்வாறே ஆகுக! ஓம் அவ்வாறே ஆகுக!" என்று சொன்னபடி மூவர் கையில் நிறைகுடத்து நீரும் மாவிலையுமாக அரங்குக்கு வந்தனர். "நீங்களெல்லாம் யார்?" என்றான் சூதன். "நாங்கள் வைதிகர்கள். புதிய அவதாரத்துக்காக வேள்விசெய்யவிருக்கிறோம். தட்டில் காணிக்கை வையடா மானுடப்பதரே" என்றார்கள் அவர்கள்.

கூட்டம் சிரித்துக் கூச்சலிட்டது. சூதனும் விதியும் அவர்களைப் பணிய அவர்கள் ஆசியளித்தனர். சூதன் திரும்பி "ஆகவே அவையினரே, மகதநாட்டு கௌசிக குலத்து கூத்தன் காரகனும் குழுவினரும் நிகழ்த்திய "புச்ச கலகம்" என்னும் பிரஹசன நாடகம் இங்கு முடிவுற்றது. அரிய காணிக்கைகளை கூத்தரைத் தேடிவந்து அளிக்கும்படி கோருகிறேன். காணிக்கையளிப்பவர்களுக்கு ஆசிகளும் அளிக்காதவர்களுக்கு இனிய

சொற்களும் வழங்கப்படும்." கூட்டத்தில் பலர் கைதூக்கிக் கூச்சலிட்டனர். "கலைதிகழ் காஞ்சி வாழ்க. திருவாழும் திருவிடம் வாழ்க! மன்னன் கோல் வாழ்க! வீரர் வாள் வாழ்க! அவற்றை ஆளும் வேளிர் மேழி வாழ்க!"

அவர்களனைவரும் கூடி நின்று வாழ்த்திப்பாடி தலைவணங்கி பின்னால் சென்றனர். அப்போதும் அரங்கில் துரியோதனனும் பீமனும் போரிட்டுக்கொண்டிருந்தனர். ஒரு குரல் "கூத்தர்களே, வாருங்கள். ஆட்டம் முடிந்துவிட்டது!" என்றது. "யார் சொன்னது? இப்போதுதான் தொடங்கியிருக்கிறது!" என்றான் துரியோதனன். கூட்டம் கூவிச் சிரித்தது. பெருவணிகர்கள் கைகளில் நாணயங்களுடன் முதுகூத்தனை அணுகி அவனை வணங்கி அவற்றை அளிக்கத்தொடங்கினர்.

2

காஞ்சி நகர்ப்புறத்தின் கூத்தர் குடில்களுக்கு முன்னால் தரையில் விரிக்கப்பட்ட புல்பாயில் மல்லாந்து கிடந்து வானிலூர்ந்த நிலவை நோக்கிக்கொண்டிருந்த இளநாகனின் அருகே மென்மண்ணில் உடல்பதித்துப் படுத்து கூத்தன் கௌசிக குலத்துக் காரகன் சொன்னான் "கடலில் மீன்கள் போன்றவை இவ்வுலகத்து உண்மைகள் இளம்பாணரே. முடிவற்றவை என்பதனாலேயே அறிதலுக்கப்பாற்பட்டவை. தர்க்கமென்பது நாம் வீசும் வலை. அதில் சிக்கி நம் கைக்கு வரும் மீன்களை நாம் வகைப்படுத்தி அறியமுடியும். உண்டுமகிழமுடியும். அறிந்துவிட்டோமென்னும் அகநிறைவு வேண்டுமென்றால் அந்த வலைமீன்களே கடலென்று எண்ணிக்கொள்ளலுமாகும்."

"வேதாந்திகள் கையில் கிடைத்த கிளிஞ்சலும் கடலும் ஒன்றெனக்கூவுகிறார்கள். அக்கிளிஞ்சலை கோயில்சிலையாக்கி மீன்களைப் படைத்து மேலும் மீன்கள் தரவேண்டுமென வேண்டுகிறார்கள் வைதிகர்கள். மீன்களை அறியவேண்டியதில்லை, மீன்சுவையை அறிக என்கின்றனர் சார்வாகர்கள். கரையில் நின்று முப்பருவக் கடற்கோலம் கண்டு எல்லையின்மையை அறியமுயல்கிறார்கள் சாங்கியர்கள். என் நல்லாசிரியர் எனக்குச் சொன்னது ஒன்றே. நான் முற்றறியக்கூடியது ஒன்றே. என் கையை. என் கையை விரித்து நான் செய்த வலையை. அவ்வலை எனக்களிக்கும் மீன் மட்டுமே நான் அறியக்கூடும் உண்மை.

"தர்க்கம் அன்றி இவ்வுலகில் மாறாதது ஏதுமில்லை" என்றான் கௌசிக காரகன். "இங்கு நாம் காணும் வானும் நீரும் நிலமும் மாறிக்கொண்டிருக்கின்றன. மலைகள் கூட மாறுகின்றன. அவற்றை அறியும் மானுட அகமோ காலம்தோறும் மாறிக்கொண்டிருக்கிறது. ஆனால்

அறிதலை நிகழ்த்தும் தர்க்கம் அன்றுமின்றும் ஒன்றே. உனக்கும் எனக்கும் அது உரு மாறுவதில்லை. ஒன்று இன்னொன்றுடன் இணைந்தால் இரண்டே. கோடைமுடிந்தால் மழையே. சவுக்கடி பட்டால் வலியே.” உரக்க நகைத்து “வேதாந்தியும் வைதிகனும் சாங்கியனும் சார்வாகனும் மறுக்கமுடியாத தர்க்கம் ஒன்றுண்டு. பசியைத் தணிப்பது உணவே” என்றான்.

“தார்க்கிக மதத்தைக் கற்ற பாணர்கள் சிலரை நானுமறிவேன்” என்றான் இளநாகன். கௌசிக காரகன் “இருமுனை கொண்ட வாள்போன்றது தர்க்கம். அனைத்தையும் தொட்டு தர்க்கமாக ஆக்கவேண்டும் அது. பின்னர் தன்னை அழித்து வெறுமை கொள்ளவேண்டும். தர்க்கம் நமக்களிக்கும் இவ்வுலகம் தர்க்கம் உருவாக்கும் மாயை மட்டுமே என்றறிபவன் தர்க்கத்தில் இருந்தும் விடுதலைபெறுகிறான். காதல் மாயை என்றறிந்தவனே காதலில் திளைக்கமுடியும் இளம்பாணரே. மாயையை அறிந்தவன் மாயையை அடிநுனி சுவைப்பவனாகிறான்” என்றான்.

நிலவின் கீற்று மேகத்தில் மறைந்தபோது கண்கள் இருண்டன. அருகே இருந்த கௌசிக காரகனின் முகமிருண்டு கண்களின் மின்வெளிச்சம் மட்டும் தெரிந்தது. “தர்க்கபூர்வமாக வகுக்கமுடியாதது ஒன்றுண்டு. அதை மானுட ஆணவம் என்றுரைத்தனர் மூதாதையர். அது கணந்தோறும் உருமாறும். தன் விதிகளைத் தானே உருவாக்கும். சென்றபின் வழி வகுக்கும். நிகழ்ந்தபின் நெறியமைக்கும். ஒருபோதும் நிறையாது. எவ்விளக்கத்தையும் ஏற்காது.”

“அஸ்தினபுரியின் மண்மறைந்த பேரமைச்சர் யக்ஞசர்மரின் மைந்தரும் அரண்மனை அலுவல் அமைச்சருமான சௌனகருக்கு எந்தையே தர்க்கமதத்தைக் கற்றுத்தந்தார். நானும் அவரும் ஒருசாலை மாணாக்கரென்பேன். பாண்டுவின் மைந்தர் நகர்புகுந்த பின் ஒருநாள் அஸ்தினபுரி நகரில் எட்டு இடங்களில் ஆடல் முடிந்து அரண்மனைக்குச் சென்று சௌனகரைப் பார்த்தேன். என் பெயரை பணியாளன் சொன்னதும் அமைச்சறையில் இருந்து இருகைகளையும் விரித்தபடி வெளியே ஓடிவந்து இடைநாழியைக் காத்து நின்ற பணியாளர் திகைத்து நோக்க என்னை ஆரத்தழுவி மார்போடணைத்துக்கொண்டார்.” கௌசிக காரகன் சொன்னான்.

“காரகரே, என்ன இது? உடலெங்கும் மண்? குடுமியில் சருகு? எங்கிருந்து வருகிறீர்?” என்றார் சௌனகர். நான் “மண்ணிலிருந்து” என்றேன். “எந்தை என்னை மண்ணிலிறக்கி விட்டார். மண்ணிலேயே வாழ்க மைந்தா என்றார். உங்கள் தந்தையோ சொல்லில் இறக்கி விட்டிருக்கிறார். மண் நிலையானது. சொல்லோ ஒவ்வொரு மறுசொல்லாலும் மாற்றப்படுவது”

என்றேன். சிரித்தபடி "அப்படியே இருக்கிறீர் காரகரே. கௌசிக குலத்துக் கூத்தருக்கு நுனிநாக்கில் நஞ்சு என்று சொல்வார் என் தந்தை" என நகைத்து என்னை உள்ளே அழைத்துச் சென்றார்.

ஆசனம் அளித்து அமரச்சொன்னார் அமைச்சர். "இல்லை. வாழ்நாள் முழுக்க எந்த இருக்கையிலும் இருப்பதில்லை, எவ்வூரிலும் நிலைப்பதில்லை என்பது கூத்த நெறி" என்று நிலத்தில் அமர்ந்துகொண்டேன். "ஆம், அதை நானும் அறிவேன்" என்றார் சௌனகர். "கூத்தரே, என் தந்தை வேதநூல்களை எனக்குப் பயிற்றுவித்தார். வேதாந்தமும் தரிசனங்களும் சொல்லிவைத்தார். மொழிநூலும் நெறிநூலும் கற்பித்தார். ஆனால் இறுதியில் உங்கள் தந்தையிடம் நான் கற்ற தர்க்கநூல் மட்டுமே இன்று என்னை இங்கே வாழச்செய்கிறது."

நான் புன்னகை செய்து "தர்க்கம் நல்ல வேலி. அதைக் கடந்து வரும் மிருகங்களை மட்டும் நாம் வேட்டையாடினால் போதும்" என்றேன். ஒருகணம் சிந்தித்தபின் சௌனகர் உரக்க நகைத்தார். "என்ன நிகழ்கிறது அஸ்தினபுரியில்?" என்றேன். "இன்று அஸ்தினபுரி மூவர் ஆடும் சதுரங்கக் களம் போன்றிருக்கிறது கூத்தரே. காந்தாரத்து இளவரசர் சகுனி ஒருதிசையில் காய்களை நகர்த்துகிறார். யாதவநாட்டு அரசி மறுமுனையில் களமாடுகிறாள். இருவர் காய்களையும் நோக்கி சமன் செய்து ஆடிக்கொண்டிருக்கிறார் விதுரர்."

"இதில் நீங்கள் எங்கே ஆடுகிறீர்கள்?" என்றேன். "நான் ஆடவில்லை. ஆடும் கலையை அவர்களிடமிருந்து கற்கிறேன்" என்றார் சௌனகர். "கௌரவர்கள் அவர்களின் மாமனிடம்தான் படைக்கலப்பயிற்சி எடுத்துக்கொண்டிருந்தார்கள். பாண்டவர்கள் நகர்புகுந்ததும் விதுரர் அவர்களும் சகுனியிடமே படைக்கலம் பயிலட்டும் என்று ஆணையிட்டார். காந்தாரத்து இளவரசருக்கும் பாண்டவர்களுக்கும் நட்பு உருவாகவேண்டுமென்றும் உடன்பிறந்தார் ஓரிடத்தில் கற்று ஒருகுழுவாக இருக்கவேண்டுமென்றும் அவர் விழைகிறார் என்றறிந்தேன்."

"ஆனால் குந்தி தேவி அஸ்தினபுரியின் தெற்குச்சோலையில் குருகுலம் அமைத்து பேராசான் கிருபரை அங்கே தங்கவைத்து பாண்டவர்களை அங்கே கல்விக்கு அனுப்பச்செய்தார். பீமனைப் பிரியாத துரியோதனனும் அங்கேயே கல்விக்குச் சென்றார். அண்ணனைப்பிரியாத தம்பியரும் அங்கேயே சென்றார்கள்" என்ற சௌனகர் நகைத்தபடி "சௌபாலராகிய சகுனியை அறிவது எளிதல்ல கூத்தரே. மறுநாளே அவரும் சென்று கிருபரிடமே மாணவராகச் சேர்ந்துகொண்டார்" என்றார். நான் நகைத்து "ஆம், நண்டுக்கால் நகரும் திசையை அதனாலேயே சொல்லிவிடமுடியாதென்பார்கள்" என்றேன்.

“தார்க்கிகன் மனம் திகைக்கும் ஒரு தருணம் உண்டு கூத்தரே” என்றார் சௌனகர். “ஒவ்வொன்றும் பிசிறின்றி பிறிதுடன் இணைந்து ஒன்றாகி முழுமைகொள்வதைக் காணும்போது அவன் அஞ்சுகிறான். ஏனென்றால் முழுமை இப்புடவியின் இயல்பல்ல. அது முழுமைக்கு சற்று முன்னரே தன்னை குலைத்துக்கொள்ளும். அது நிகழும் புள்ளியைத் தேடி அவன் அகம் பதைக்கிறது. அவனை தர்க்கத்தின் கருவிகள் துழாவுகின்றன. ஆனால் ஒவ்வொருமுறையும் அவன் தோற்கடிக்கப்படுகிறான். முழுமையாக. மீதமின்றி. அப்போது அவன் தர்க்கத்தின் எல்லையை அறிகிறான். நம்பிய தெய்வத்தால் கைவிடப்பட்டவனின் வெறுமையைச் சென்றுசேர்கிறான்.”

“கைவிடும் தெய்வங்கள் கைவிடப்படுவதும் குரூரமானது” என்று நகைத்தேன். “கூத்தரே, இங்கு ஒவ்வொன்றும் சிறப்பாக நிகழ்ந்துகொண்டிருந்தது. அண்ணனின் அகமன்றி தனக்கென அகமில்லாத கௌரவர்களுக்கு பீமனே துரியோதனனாக இருந்தான். கௌரவர்களும் பாண்டவர்களும் ஒருவயிற்றோர் போல உடலும் உள்ளமும் இணைந்து இவ்வரண்மனை முற்றத்தில் கூவிச்சிரித்து ஓடிப்பிடித்து விழுந்தும் எழுந்தும் ஏறியும் குதித்தும் விளையாடினர். அவர்களின் கூச்சலை அரண்மனை உப்பரிகையில் அமர்ந்து வெண்பற்கள் ஒளிவிட தலையாட்டியபடி கேட்டு மகிழ்ந்திருந்தார் திருதராஷ்டிர மாமன்னர்” என்றார் சௌனகர்.

பெருந்தடியிலேயே பூத்துக் காய்த்து கனி நிறையும் அத்திமரம் போலிருந்தார் அவர் என்று எண்ணிக்கொண்டேன். அமைச்சுமாளிகை முற்றத்தில் நின்று அவரைப் பார்த்தபோது என் நெஞ்சு ஏனோ துயர்கொண்டு கனத்தது. இம்மனிதரின் வாழ்வில் அவர் அடையும் இறுதிப்பேரின்பம் இதுதானா என்று எண்ணிக்கொண்டேன். இக்கணத்தில் இவர் தொடும் உச்சத்தை இனித் தொடப்போவதில்லை என்றறிவாரா? மாயையான வாழ்க்கையை மறைக்கும் பெருவிளையாட்டே உனக்கு வணக்கம் என்று கூறிக்கொண்டேன்.

மறுகணம் ஏன் இந்தக் கசப்பு என்று என்னையே கடிந்துகொண்டேன். தெருவிலாடும் கூத்தரிடம் நான் கற்ற தர்க்கமல்லவா என்னைத் தரையில் வீழ்த்துகிறது. மானுட மகத்துவங்கள் எதையும் நம்பாதவனாக என்னை ஆக்குகிறது. இன்பங்கள் கண்முன் வருகையில் அவை கனிந்த மரத்தின் வேர்களை நோக்கி சிந்தையைத் திருப்புகிறது. என்னையே கடிந்துகொண்டேன். மீண்டும் மீண்டும் எழுந்தாடிய அந்த அரவுப்பத்திமேல் அடித்தடித்து அமரச்செய்தேன். இது குருகுலத்தின் முழுமலர்வின் தருணமாக ஏனிருக்கலாகாது? நூற்றைந்து மைந்தர் பொலிந்த இவ்வரண்மனைப் பெருமுற்றத்திலிருந்து பாரதவர்ஷத்தை

ஆளும் மாமன்னன் ஏன் இருநூற்றுப்பத்து தடக்கைகளுடன் எழுந்து வரலாகாது? என் மூதாதையருக்கெல்லாம் உணவிட்டுப்புரந்த இவ்வரசகுலத்தின் முழுமையைக் காணும் கண்களைப் பெற்ற நல்லூழ் என்னைத்தேடி வந்திருக்கலாகாதா என்ன?

ஆனால் சூத்தரே, நீர் அறிவீர். தர்க்கமென்பது கனல்துளி. அதன்மேல் அள்ளிப்போடப்படுவதனைத்தையும் உணவாக்கி எரித்து எழுந்து நின்றாடிக்கொண்டே இருக்கும். தர்க்கம் கற்றவன் தன்னுள் அறிந்து கொண்டே இருக்கும் அந்த இளநகையை ஒருபோதும் வெல்ல முடியாது. அக்கணத்தில் உங்கள் தந்தை எனக்களித்த தார்க்கிகமதத்தை வெறுத்தேன். அதைக் கற்றமைக்காக என் தலையில் நானே அறைந்துகொண்டேன். மூடா பார். இதோ இந்த இளங்கால்களையும் குருத்துக்கைகளையும் பிள்ளைச்சிரிப்புகளையும் மழலைக்கூச்சல்களையும் பார். தெய்வங்கள் விண்ணில் வந்து நின்று அவ்விளையாடலை புன்னகையுடன் நோக்கி மகிழும் தருணம் இது.

அங்கே நிற்கமுடியாமல் சென்று உள்ளே அமர்ந்து கொண்டேன். சூத்தரே, அஸ்தினபுரியிலேயே நானொருவன் மட்டுமே துயருற்றுக்கொண்டிருந்தேன் என்று தோன்றியது. நூற்றுவருடன் பாண்டவரை அமரச்செய்து குந்தி அன்னமிடுவதைக் கண்டேன். நகுல சகதேவர்களை இருமுலைகளில் அணைத்து காந்தாரி அமுதூட்டுவதைக் கண்டேன். அம்பெடுத்து வில்லில் அமைப்பதெப்படி என்று தருமனுக்குக் கற்பிக்கும் சகுனியைக் கண்டேன். பத்து காந்தாரிகளும் கரியபேரழகனாகிய அர்ஜுனனைக் கொஞ்ச தங்களுக்குள் பூசலிட்டு அரண்மனை இடைநாழியில் சிரித்தோடுவதைக் கண்டேன்.

பீமனே குருகுலத்தோன்றல்களுக்கெல்லாம் அன்புக்குரியவனாக இருந்தான். இளங்களிறென ஒருகணமும் கிளைதாவும் குரங்கென மறுகணமும் அவன் மாறும் விந்தையைக் கண்டுகண்டு நகைத்தனர் மைந்தர். மலைப்பாம்பின் பிடியை அறியும் மற்போர்கள். முதலையின் ஆற்றலை அறியும் நீர்விளையாட்டுக்கள். நூற்றுவரும் அவனை நினைத்து சிரித்துக்கொண்டு துயின்றனர். அவனை நினைத்து காலையில் துள்ளி எழுந்தனர். அவன் தொடுகையில் உவகைகொண்டனர். அவன் குரலை எப்போதும் கேட்டனர்.

அளவிறந்தது அவன் ஆடல் என்றனர் பணியாளர். இரு கௌரவ மைந்தர்களைத் தூக்கிக் கொண்டுசென்று அரண்மனை மாடக்குவையின் உச்சியில் அமர்த்திவிட்டு அவன் மறைந்த அன்று அஸ்தினபுரியே அங்கே கூடிக் கூச்சலிட்டது. எட்டு மைந்தருடன் புராணகங்கையின் காட்டில் அவன் மறைந்து பன்னிருநாட்களுக்குப்பின் திரும்பியபோது

அரண்மனையே அழுதுகொண்டிருந்தது. அரசநாகச்சுருளை கழுத்திலணிந்து அவன் அந்தப்புரத்துக்குள் நுழைந்தபோது அரசியர் அலறிக்கொண்டு ஓடினர். பீமனும் துரியோதனனும் ஒரே தேரில் செல்லக்கண்டு முதுசூதர் ஒருவர் கூவிச்சொன்னார். "அரசன் காட்டுமனிதனை நடிக்கிறான். காட்டுமனிதனோ அரசனாக இருக்கிறான். ஒரு கிளி பழம் தின்கிறது. இன்னொன்று பார்த்திருக்கிறது. மரமோ அனைத்துமறிந்தது!"

பூமட்டுமேயான காடு போன்றிருந்தது அஸ்தினபுரி. நகரிலெங்கும் களிவெறியின் உச்சகணம் தணியாது தளராது நாட்கள் மாதங்களென நீடித்தது. தேரேறி நகரில் செல்லும்போது ஒவ்வொருவரும் கனவிலென நடப்பதைக் கண்டேன். காதல்கொண்டவர்கள் போலிருந்தனர் இளையோர். இளமை மீண்டதைப் போலிருந்தனர் முதியோர். களவாகைக்குப்பின் உண்டாட்டில் இருப்பது போலிருந்தனர் வீரர். நாளை அரங்கேறவிருப்பவர் போலிருந்தனர் கூத்தர். கந்தர்வர்களாக மாறியிருந்தனர் சூதர். கூத்தரே, இந்நகரம் விண்ணிலிருப்பதுபோலிருந்தது.

நிலையற்றழிந்த துலாமுள்ளென ஆடிய அகத்துடன் ஒவ்வொருநாளும் கண்விழித்தேன். துழாவிச் சலிக்கும் விழிகளுடன் நகரில் அலைந்தேன். நடந்தவற்றை ஒவ்வொன்றாக எண்ணிக்கொண்டு இரவில் துயிலாழ்ந்தேன். ஒவ்வொரு முகத்தசையையும் ஒவ்வொரு விழிமின்னலையும் ஒவ்வொரு சொல்லையும் ஒவ்வொரு ஒலியையும் நினைவிலோட்டினேன். எங்கிருக்கிறது அந்த முதல் விதை? இருக்கிறது எங்கோ. நிகழ்ந்துவிட்டது அது. நான் அதை எக்கணம் தவறவிட்டேன்?"

கட்டற்ற சொற்களால் பேசிக்கொண்டிருந்த சௌனகர் உடல்கொள்ளா அகவிரைவுடன் எழுந்து கைநீட்டிச் சொன்னார். "அதை நான் கண்டடைந்த அக்கணத்தில் நீங்கள் வந்து நின்றிருக்கும் சொல் வந்தது. நல்தருணம் எனக் கூவியபடி எழுந்தோடி வந்தேன்." மூச்சிரைக்க கைகள் சுழல சௌனகர் சொன்னார் "ஆம், இப்போது உறுதியாக உணர்கிறேன். அந்தத் தருணம்தான். அதுதான்." பின்பு மெல்ல தணிந்து "என்ன பார்க்கிறீர் கூத்தரே?" என்றார்.

நான் புன்னகைத்து "அதைக் கண்டடைந்தபோது உங்கள் அகம் அறியும் இந்த உவகையை எண்ணிக்கொண்டிருக்கிறேன்" என்றேன். குளிர்நீர் கொட்டப்பட்டவராக சிலைத்து, பின் சிலிர்த்து அவர் அமர்ந்து கொண்டார். "ஆம், ஆம்" என்றார். "உண்மை கூத்தரே. மானுட மனம் எனும் விந்தையை எத்தனை எண்ணினாலும் வகுத்துவிடமுடிவதில்லை. நான் கண்டடைந்தது பேரழிவின் விதையை. துயரத்தின் நஞ்சுத்துளியை. ஆனால் என் அகம் உவகை கொள்கிறது. கண்டேன் கண்டேன் என்று துள்ளுகிறது."

நான் “அமைச்சரே, ஒவ்வொரு ஞானமும் அதற்கான மாயத்தைக் கொண்டுள்ளது. தர்க்கஞானத்தின் மாயை என்பது அறிதலின் கணத்தில் அது அடையும் உவகையே. தன்னைக் கொல்லும் விதியின் வழியை, தான் கண்டுகொள்ளும்போதும் அது துள்ளிக்குதித்துக் கொண்டாடும். ஏனெனில் அறிவது நீங்களல்ல, உங்கள் அகங்காரம்” என்றேன். “ஆம், உண்மை” என்று சௌனகர் பெருமூச்செறிந்தார். “அறிதலை நிகழ்த்துவது ஞானம். அவ்வறிவை வாங்கி தன் களஞ்சியத்தில் சேர்த்துக்கொள்கிறது ஆணவம்” என்றேன். “அறிவை என் அறிவென்பவன் அறிதலுக்குமேல் ஆணவத்தை ஏற்றியவனாவான் என்பதே தார்க்கிக மதத்தின் முதல்பெருவிதியாகும். ஆணவமழிக்கும் அறிவே மெய்யறிவென்பார்கள் தார்க்கிகஞானிகள்.”

“அதை நானும் கற்றிருக்கிறேன். பல்லாயிரம் முறை எனக்குள் சொல்லியிருக்கிறேன். ஆனால் அதைக் கடந்துசெல்ல என்னால் முடியவில்லை கூத்தரே” என்றார் சௌனகர். “அறிதலென்பது அறிதலின் விளைவுகளுக்காகவே என்றறிதலே தர்க்கமாயையைக் கடக்கும் வழி” என்றேன். அவர் தலையசைத்து மீண்டும் நெடுமூச்செறிந்தார். “சொல்லும்... அத்தருணத்தை எப்படி நீர் அறிந்தீர்?” என்றுகேட்டேன். அகவிரைவு குறைந்து அமைதிகொண்ட சொற்களில் அவர் சொன்னார்.

பாண்டவர் வந்துசேர்ந்த செய்தியறிந்து காட்டிலிருந்து பீஷ்மபிதாமகர் வருவதை நான் எதிர்நோக்கியிருந்தேன். இந்நகரின் சதுரங்கத்தில் நான்காவது முனையில் அவர் அமர்வாரென எதிர்பார்த்தேன். கிழக்குவாயிலில் அவரது வருகையை எதிர்கொள்ள விதுரருடன் நானும் சென்றிருந்தேன். நான் பீஷ்மபிதாமகரை அணுகியறிந்ததில்லை. என் தந்தையுடன் சென்று அவரைக் கண்டு அவர் மடியிலமர்ந்திருக்கிறேன். என் தலையில் அவர் தாடியின் நுனி தொடும் குறுகுறுப்பை நினைவுகூர்கிறேன். நான் வளர்ந்தபோது அவர் கானகம் சென்றுவிட்டிருந்தார்.

வாழும்போதே புராணமானவர் அவர் என்றனர் சூதர். அவர் எங்கிருக்கிறார் என ஒவ்வொருநாளும் ஒரு சூதன் கதை சொன்னான். அவர் நிஷாதநாட்டில் காட்டுக்குதிரைகளை பழக்குகிறார் என்றனர். திருவிடத்தில் ஒரு யானைக்கூட்டத்தின் தலைவன் அவரே என்றனர். பீதர் நாடு சென்று அவர்களின் வாட்கலையைக் கற்றுக்கொண்டிருக்கிறார் என்றனர். யவனர்கலமேறிச் சென்றதைக் கண்டதாகச் சொன்னார்கள். கதைகளினூடாக அவர் நூறுமனிதராக ஆனார். நூற்றுவரையும் ஒன்றாகத் தொகுத்து என்னுடையவராக நான் ஆக்கிக் கொண்டேன்.

தேரில் வந்து இறங்கிய பிதாமகர் வேறேதோ ஆகியிருப்பார் என எண்ணினேன். அவர் நான் குழந்தைவிழிகளால் கண்டறிந்த

அதே மனிதராக அப்படியே இருந்தார். கண்களைச்சுற்றிலும் சற்று சுருக்கங்கள் கூடியிருந்தன அவ்வளவுதான். உயரமான மனிதர் அவர் என்று அறிந்திருந்தேன் என்றாலும் ஓங்கிய அவரது உடலைக் கண்டு என்னை மிகச்சிறுவனாக உணர்ந்து சொல்லிழந்தேன். விதுரர் அவரை எதிர்கொண்டு வணங்கி வாழ்த்தியதும் நான் சென்று வணங்கினேன். என்னை முதல்நோக்கிலேயே அவர் கண்டுகொண்டார். தந்தையர் மைந்தர் முகங்களை ஒருபோதும் மறப்பதில்லை.

அமைதியான குரலில் பிதாமகர் “சௌனகனே, உன் தந்தை மண்மறைந்த செய்தியை அறிந்தேன். என் தோள்தழுவும் தோழராக இருந்தார். கலிங்கத்து மகாநதியில் அவருக்கு ஒருகைப்பிடி நீரள்ளி விடுத்தேன் “ என்றார். “எந்தை நிறைவடைவார்” என்று நான் சொன்னேன். விதுரரிடம் திரும்பி “விதுரா, பாண்டுவின் அஸ்திபூரணச் சடங்குகள் சிறப்புற நிகழ்ந்தன அல்லவா?” என்றார். “ஆம் பிதாமகரே. வைதிகரும் கணிகரும் சூதரும் நிறைவுற நூல்நெறிகளுக்கிணங்க நிகழ்ந்தன” என்று விதுரர் சொன்னார்.

அன்று முழுக்க அவருடன் நானுமிருந்தேன். முதிர்ந்த மாமரம் மிகச்சில கனிகளையே காய்ப்பதுபோன்று அவர் பேசினார். அடிமரத்தின் மணமும் இனிமையும் தேனாக நிறைந்த சொற்கள். நீராடுவதற்குள்ளேயே அவர் நேராக தன் ஆயுதசாலைக்குத்தான் சென்றார். அவர் விட்டுச்சென்றதுபோலவே இருந்தது அது. ஆயுதக்களரியின் அதிபரான பீஷ்மபிதாமகரின் முதல்மாணவர் ஹரிசேனர் அவரை வணங்கி எதிர்கொண்டார். நிலம்பணிந்த அவர் தலையைத் தொட்டுவிட்டு நேராக உள்ளே சென்று தன் படைக்கலங்களை நோக்கிக்கொண்டு மெல்ல நடந்தார். குனிந்து ஏதேனுமொரு ஆயுதத்தை எடுப்பாரென நான் எண்ணினேன். ஆனால் அவர் விழிகளால்தான் தொட்டுக்கொண்டிருந்தார்.

அப்போது அரண்மனையிலிருந்து விதுரருடன் மைந்தர்கள் அவரைக் காணவந்தனர். தேர்கள் நின்ற ஒலிகேட்டு நான் சாளரம் வழியாக நோக்கியபோது பாண்டவரும் கௌரவ முதல்வர்களும் வந்து இறங்குவதைக் கண்டேன். ஒலிகேட்டு பிதாமகரும் தலைதிருப்பி விழி[illegible] நோக்கினார். ஹரிசேனர் “மைந்தர்கள் குருநாதரே” என்றார். அவர் முகத்தில் ஒன்றும் நிகழவில்லை என்பதைக் கண்டு என் அகம் அதிர்ந்தது. கூத்தரே, புகைச்சுருளென நாம் எண்ணியது கரும்பாறையென்றறியும் கணம் போன்றது அது. அவரது கண்களையே நான் உற்று நோக்கினேன். அவற்றிலும் ஏதும் நிகழவில்லை.

ஆம், தந்தையரும் மைந்தர்களால் சலிப்படைந்துவிடக்கூடும். மைந்தராக நின்று அவ்வுண்மையை எதிர்கொள்வதென்பது கடினமானது. ஆனால்

அதை அக்கணமே நம் உலகியல் உள்ளம் புரிந்துகொள்ளவும் செய்கிறது. எத்தனை பிறப்புகள். எத்தனை இறப்புகள். மானுடநாடகமென்பது சலிப்பூட்டும் ஓரிரு நிகழ்வுகளாலானது மட்டும்தானே? அதை உணர்ந்தபின்னும் என் அகம் ஏமாற்றத்தால் எரிந்துகொண்டிருந்தது. என் முன் நீண்ட தாடியும் தோளில்தவழ்ந்த குடுமியும் முழங்கால்தொடும் கைகளுமாக நின்றிருந்த முதியவரை அக்கணம் வெறுத்தேன்.

மைந்தர்களை ஒவ்வொருவராக உள்ளே அனுப்பினார் விதுரர். முதலில் தருமன் முறைப்படி காலெடுத்து வைத்து உள்ளே வந்து பிதாமகரை அணுகி மிகையோசையோ குறையோசையோ இல்லா குரலில் உணர்வெழுச்சியேதும் இல்லா முறைச்சொற்களில் முகமன் சொல்லி முகமும் மார்பும் நிலம் தொட விழுந்து வணங்கினான். "குருகுலத்து மூத்தாரை இளையோன் அடிபணிகிறேன்" என்று அவன் சொன்னபோது "நீளாயுள் கொள்க!" என்று சொல்லி வலக்கை தூக்கி அவர் வாழ்த்தினார். குனிந்து அவன் தோள்களைத் தொடவில்லை. அள்ளி மார்புடன் சேர்க்கவில்லை.

தருமன் இரண்டடி பின்னால் எடுத்து வைத்து உணர்ச்சியற்ற குலமுறைச் சொற்களால் மீண்டும் வாழ்த்தி "தங்கள் அருட்சொற்களால் வாழ்த்தப்பட்டவனானேன் பிதாமகரே" என்றான். அப்போது அவரது விழிகளின் ஓரத்தில் மிகமெல்லிய சுருக்கமொன்று நிகழ்ந்தது என்று பன்னிருநாட்கள் கழித்து இப்போது அறிகிறேன். அவருக்குள் வாழ்ந்த மலைமகன் கங்கன் அப்போது அச்சிறுவனை வெறுத்தான். அவ்வெறுப்பை மறுகணமே கவ்வி தன்னுள் மிகமிக ஆழத்தில் புதைத்துக்கொண்டான். கூத்தரே அது எப்போதும் அங்கேயே இருந்துகொண்டிருக்கும் என இன்று நான் அறிகிறேன்.

அதன்பின்னர் இரட்டையர் போல துரியோதனனும் பீமனும் உள்ளே வந்தனர். அவர்களுக்குப்பின்னால் துச்சாதனன் அண்ணனின் நிழலென வந்தான். அவரது கருவிழிகளுக்குள் ஆடிய துளிநிழலாகவே நான் அவர்களின் வருகையைக் கண்டேன். பீமனும் துரியோதனனும் நிலம் படிந்து வணங்கி "பிதாமகரே வணங்குகிறேன்" என்றபோது பீமனின் இடைக்கச்சை மடியவிழ்ந்து ஒரு சிறிய நாகப்பாம்பின் குட்டி நிலத்தில் விழுந்து நெளிந்தோடியது. துச்சாதனன் அஞ்சி பின்னால் பாய, ஹரிசேனன் அது தன்னைக் கடந்துசெல்லும்பொருட்டு கால்தூக்கித் துள்ளி விலகி "நஞ்சுள்ளது" என்றார். ஹரிசேனரின் மாணவர்கள் இருவர் அதை மாறிமாறி வேல்நுனிகளால் குத்த அவற்றினூடாக உடல்நெளித்தோடி ஆயுதக்குவியலுக்குள் அது மறைந்தது.

கண்கள் சற்றே விரிய "அது என்ன?" என்றார் பிதாமகர். நான் அஞ்சி அவனுக்காக சொல்தேர்ந்து வாயெடுக்க, விதுரரும் அதே போல

கையெடுக்க, பீமன் அந்த அவமதிப்பை சற்றுமுணராமல் “நாகம். புராணகங்கையில் ஒரு மரப்பொந்திலிருந்து பிடித்தேன். தம்பியரை அச்சுறுத்த வைத்திருந்தேன்” என்றான். துரியோதனன் இளநகையை வாய்க்குள் அடக்கி நின்றிருந்தான். அது சென்ற திசையைக் குனிந்து நோக்கி “அஞ்சவேண்டாம். அதன் மணத்தைக்கொண்டே அதை மீண்டும் பிடித்துவிடலாம்” என்றான்.

பிதாமகரின் உதடுகளில் மெல்லிய நகை ஒன்று எழுந்ததைக் கண்டேன். அது மைந்தரில் மகிழ்ந்த பிதாமகரின் புன்னகை என்று விதுரரும் ஹரிசேனரும் எண்ணினர். அவருள் அழியாது வாழும் மலைக்கங்கனின் உவகை அது என நான் உள்ளூர அறிந்தேன். ஒவ்வொன்றாகக் கழற்றி வீசி அவர் மலைக்கங்கையின் காட்டுக்குச் சென்றுகொண்டிருக்கும் பருவம் அது எனத் தோன்றியது. அவர் கேட்ட மறுவினாவிலேயே அதை உறுதியும் செய்தேன். “அது எப்படி உன் மடியில் சுருண்டு அமர்ந்திருந்தது?” என்றார் பிதாமகர். “மிக எளிது. என் கச்சையை எப்போதும் நனைத்துவைத்திருப்பேன். உள்ளே ஒரு தாழம்பூமடலையும் வைத்துக்கொள்வேன்” என்றான்.

பிதாமகர் தலையசைத்து “பேருருவுடன் இருக்கிறாய். பெருவீரனாக ஆவாய்” என்றார். “இல்லை தாதையே. நான் சிறந்த சமையற்காரனாகவே எண்ணியிருக்கிறேன். மடைப்பள்ளி மூத்தார் கனக கச்சரிடம் அதைப்பற்றி சொல்லிவிட்டேன். அவரும் என்னை மாணவனாக ஏற்கவிருப்பதாக ஒப்புக்கொண்டுவிட்டார்” என்றான். பிதாமகர் முகம் மலரச் சிரித்து “ஆம், நீ சமைத்து உணவூட்ட ஓர் உடன்பிறந்தார் துணையே உள்ளது” என்றார். “இவர் என் தமையன். இவருக்காக மட்டுமே நான் நிறைய சமைக்கப்போகிறேன்” என்று பீமன் சொன்னான். அரைக்கணம் பிதாமகரின் நோக்கு வந்து துரியோதனனைத் தொட்டு மீண்டது.

கூத்தரே, ஏன் விதுரர் அரசியல்ஞானி என்று அக்கணம் அறிந்தேன். அங்கே நிகழ்ந்ததன் அரசியலாழத்தை அக்கணமே உணர்ந்த அவர் துரியோதனனைக் காட்டி “பிதாமகரே, உங்கள் மடியிலிட்டு பெயர் சூட்டப்பட்ட அஸ்தினபுரியின் அரசனை வாழ்த்துங்கள்” என்றார். ஆனால் பீஷ்ம பிதாமகரின் முதிய உள்ளம் அவர் சொன்னதன் குறிப்பை உள்வாங்கிக்கொள்ளவில்லை. “நலம் திகழ்க!” என்று பொதுவாகச் சொல்லி உடனே திரும்பி “மற்ற மைந்தரும் வருக” என்றார்.

அர்ஜுனனும் நகுலனும் சகதேவனும் வந்தனர். கௌரவ மைந்தர்கள் நிரைநிரையென வந்தனர். மைந்தர் பெருக்கம் கண்டு பீஷ்மரின் அகம் சலிப்பையே அடைந்துகொண்டிருந்ததென நான் அறிந்தேன். அனைவரும்

வந்ததும் "அனைவரும் நீளாயுள்கொண்டு வாழட்டும். குருகுலம் பொலியட்டும்!" என உணர்ச்சியின்றிச் சொல்லி திரும்பி ஹரிசேனரிடம் "நான் நீராடி ஓய்வெடுக்கவேண்டும்" என்றார் பிதாமகர்.

"கூத்தரே அக்கணத்தைச் சுற்றியே இத்தனை நாளும் என் எண்ணம் சுழன்றுகொண்டிருந்தது என இன்று அறிந்தேன். அதை எப்படி நாம் உணர்கிறோம் என்பதை எண்ணினால் நம் மனம் என்னும் புலனின் எல்லையற்ற ஆற்றலை எண்ணி நாமே அஞ்சிவிடுவோம். நான் அதை அறிந்தது என் முதுகுத்தோலால். நான் துரியோதனன் முகத்தைப் பார்க்கவில்லை. அவன் மூச்சொலியைக்கூடக் கேட்கவுமில்லை. ஆனால் அவனுள் எழுந்த ஒன்றை அறிந்துகொண்டேன். அவ்வாறு என் அகம் அறிந்ததை என் தர்க்கம் இப்போது அறிந்தது."

பெருமூச்சுடன் தலையை ஆட்டியபடி செளனகர் சொன்னார். "இதுதான் தொடக்கம்." உடனே அச்சொற்களை அகத்தே வியந்து "எத்தனை எளியது!" என்றார். நான் "ஆம்" என்றேன். "மிகச்சிறிதாக இருக்கையிலேயே அது பேராற்றல் கொள்கிறது. ஏனென்றால் வானளாவ வளர அதற்கு இடமிருக்கிறது." இருவரும் அந்தத் தருணத்தின் எடையை அறிந்தவர்களாக சற்றுநேரம் பேசாமலிருந்தோம். பின்பு செளனகர் இன்னொரு நீள்மூச்சுடன் கலைந்து "திருதராஷ்டிரரும் பீமனும் சந்தித்த தருணத்தை பணியாளர் சொல்லக்கேட்டேன். அன்று இளவரசர் துரியோதனன் எப்படி இருந்திருப்பார் என என்னால் உணரமுடியவில்லை" என்றார்.

"அமைச்சரே ஆணவம் மிக்கவர்களே பெருந்தன்மையானவர்கள், பெருங்கொடையாளர்கள். அவர்களால் உலகையே கொடுக்க முடியும். ஆனால் கொடுக்குமிடத்தில் மட்டுமே அவர்களால் இருக்க முடியும்" என்றேன். பின்னர் உரக்கச் சிரித்துக்கொண்டு எழுந்தேன். "அரண்மனையில் தங்குங்கள் கூத்தரே" என்றார் அமைச்சர். "அரண்மனைக்குள் மண்ணை விரிக்கமுடியாதே" என்றேன். உரக்க நகைத்து "என் பரிசிலையாவது பெறுவீரா?" என்றார். "ஆம், இங்கே ஓர் ஆடலை நிகழ்த்துவேனென்றால்" என்றேன். சிரித்துக்கொண்டு கைகளைத் தூக்கினார்.

விடைபெற்றுக் கிளம்புகையில் என்னை வாசல் வந்து வழியனுப்பிய அமைச்சர் சொன்னார் "அக்கணத்தை ஓர் ஆடலாக ஆக்கமுடியுமா உம்மால்?" நான் சிரித்துக்கொண்டு "இல்லை. ஆனால் அச்சிறுநாகத்தின் நெளிவை நடிக்கமுடியும்" என்றேன். அவரது திகைத்த கண்களை நோக்கியபடி படியிறங்கினேன். காஞ்சியின் புறக்கோட்டத்து குடில்முற்றத்தில் சிரித்துக்கொண்டு மண்ணில் புரண்டு கௌசிக காரகன்

சொன்னார். "நான் அதை ஒருநாள் காண்பேன். அப்போது சொல்வதற்கு சில சொற்கள் என்னிடமுள்ளன."

"என்ன ?" என்றான் இளநாகன் மெல்லிய குரலில் மேகமிழைந்த வானை நோக்கியபடி. "தார்க்கிகர்களின் தர்க்க முட்களுக்கு நடுவே நெளிந்து வளைந்தோடும் அச்சின்னஞ்சிறு பாம்பின் பெயரென்ன என்று" என மீண்டும் நகைத்தார் கூத்தர்.

3

சஞ்சயன் கைப்பற்றி திருதராஷ்டிரர் புஷ்பகோஷ்டத்து வாயிலில் தோன்றியதும் வீரர்கள் வாழ்த்தொலி எழுப்பி வேல்தாழ்த்தி விலகினர். சௌனகர் அருகே சென்று "வணங்குகிறேன் அரசே" என்றார். திருதராஷ்டிரர் அவரை நோக்கி வலக்காதை அனிச்சையாகத் திருப்பி "தேர்கள் ஒருங்கிவிட்டனவா?" என்றார். "ஆம் அரசே" என்றார் சௌனகர். "விதுரனும் என்னுடன் வருகிறானல்லவா?" சௌனகர் "இல்லை, அவர் முன்னரே சென்று பிதாமகருடன் அங்கே வருவார்" என்றார். "செல்வோம்" என்றார் திருதராஷ்டிரர்.

அரண்மனை முற்றத்தில் தேர் ஒருங்கி நின்றது. திருதராஷ்டிரர் "புரவிகள் சிஸ்னிகையும் சதானிகையும்தானே? அவற்றின் வாசனையை அறிவேன்" என்று மலர்ந்த முகத்துடன் சொல்லி "சஞ்சயா, மூடா, அவற்றைத் தொடவிழைகிறேன்" என்றார். சஞ்சயன் "அவையும் உங்களைத் தொட விழைகின்றன அரசே. சதானிகை வண்டியையே திருப்பிவிட்டது" என்றான். வெண்புரவி செருக்கடித்து, தலையைக் குனித்து பிடரி சிலிர்த்தது. விழிகளை உருட்டியபடி சிஸ்னிகை பெருமூச்செறிந்தது.

திருதராஷ்டிரர் அருகே சென்று அவற்றின் பிடரியையும் கழுத்தையும் வருடினார். சிஸ்னிகையின் விரிந்த மூக்குத்துளையைக் கையால் பற்றி மூட அது தலையைத் திருப்பி மூச்சொலிக்க தன் கனத்த நாக்கை நீட்டி அவர் கையை நக்கியது. "குட்டிகளாக இவை என் அரண்மனை முற்றத்துக்கு வந்ததை நினைவுறுகிறேன். நேற்று போலிருக்கிறது. இன்று படைக்குதிரைகளாகிவிட்டன" என்றார். "நேரமாகிறது அரசே" என்றார் சௌனகர்.

தேரில் திருதராஷ்டிரர் ஏறிக்கொண்டதும் அவர் அருகே சஞ்சயன் நின்றுகொண்டான். ஒவ்வொரு காட்சியையும் அக்கணமே சொற்களாக ஆக்கிக்கொண்டிருக்கும் சஞ்சயனின் திறனை சௌனகர் எப்போதும் வியந்துகொள்வதுண்டு. நாவால் பார்ப்பவன் என்று அவனை அழைத்தனர் சூதர். சௌனகர் கையசைத்ததும் அரசத்தேர் அசைந்து வாழ்த்தொலிகள் எழ முன்னால் சென்றது. அரசர் எழுந்தருள்வதை அறிவிக்க காஞ்சனத்தின் நா ஒலித்தது. கோட்டைமேலிருந்த வீரர்கள் கொம்புகளைத் தூக்கி பிளிறலோசை எழுப்பினர். அதைத்தொடர்ந்து சௌனகர் தன் ஒற்றைக்குதிரைத்தேரில் சென்றார்.

ரிஷபசாயா என்றழைக்கப்பட்ட சோலைக்குள் இருந்தது கிருபரின் குருகுடீரம். ஆலும் அரசும் கோங்கும் வேங்கையும் கொன்றையும் மகிழமும் மண்டிய காட்டுக்குள் பலகைகளாலும் ஈச்சைத்தட்டிகளாலும் கட்டப்பட்ட பன்னிரு குடில்கள் இருந்தன. அப்பால் ஆயுதப்பயிற்சிக்கான பதினாறு களங்கள். கிருபர் தன் இருபத்தொரு மாணவர்களுடன் அங்கேதான் தங்கியிருந்தார். அரசத்தேர் வரவேற்க கிருபரின் முதல்மாணவர் தசகர்ணரும் ஏழு மாணவர்களும் வாயிலில் மங்கலத்தாலங்களுடன் நின்றிருந்தனர். சோலையின் முகப்புவாயிலில் கொடிகளும் தோரணங்களுமாக அணிசெய்யப்பட்டிருந்தது. நிலத்தில் வண்ணக்கோலமிடப்பட்டு நிறைகுடமும் கதிர்குலையும் பசுந்தழையும் மலர்க்குவையுமாக மங்கலம் ஒருக்கியிருந்தனர்.

வணங்கி வரவேற்ற தசகர்ணரை வாழ்த்தி மங்கலத்தைப் பெற்றுக்கொண்டு திருதராஷ்டிரர் உள்ளே செல்ல, சௌனகர் பின்தொடர்ந்தார். குருகுடீர முகப்பில் மலர்த்தோரணங்கள் தொங்கியாடின. அப்பால் மையக் களமுற்றத்தில் அரசமைந்தர்கள் வலப்புறம் நிரைவகுத்து நிற்க இடப்பக்கம் கிருபரின் மாணவர்கள் நின்றனர். பணியாளர்கள் ஓசையெழுப்பாமல் பேசியபடி விரைந்தனர். திருதராஷ்டிரர் சோலைக்குள் நுழைந்ததும் முரசும் கொம்புகளும் முழங்கின. மாணவர்களும் பணியாளர்களும் வாழ்த்தொலி எழுப்பினர். தசகர்ணர் அவரை அழைத்துக்கொண்டுசென்று ஈச்சைத்தட்டியால் கூரையிடப்பட்ட பந்தலில் இருந்த ஆசனத்தில் அமரச்செய்தார்.

"குருகுலத்து மைந்தர்கள் அனைவரும் இங்கே அணிவகுத்துள்ளனர் அரசே. முதன்மையாக நிற்பவர் பட்டத்து இளவரசர் துரியோதனர். அவர் அருகே இணைத்தோள்களுடன் இளைய பாண்டவராகிய பீமர். இருவருக்கும் அருகே குருகுலமூத்தவராகிய தருமர். அவருக்கு வலப்பக்கம் பார்த்தர். நகுல சகதேவர்கள் கைகளைப் பற்றிக்கொண்டு நின்றிருக்கிறார்கள். அண்ணனின் நிழலென துச்சாதனர் நிற்க அவருக்குப்பின்னால் ஆலமரத்தின் நிழலென கௌரவர் நிறைந்துள்ளார்கள்" என்றான்

சஞ்சயன். “ஆம், அவர்கள் ஒவ்வொருவரின் வாசனையையும் சுமந்து வருகிறது இளங்காற்று” என்றார் திருதராஷ்டிரர்.

“அவர்களனைவரும் புத்தாடை அணிந்து, கூந்தலைக் கொண்டையாக்கி மலர்சூடி நின்றிருக்கிறார்கள். தருமர் எதையும் பாராதவர் போல நின்றிருக்க அனைத்தையும் பார்ப்பவர் போல நின்றிருக்கிறார் பார்த்தர். துரியோதனரின் தோளைத்தொட்டு ஏதோ சொல்லி பீமசேனர் நகைக்கிறார். துரியோதனரும் நகைக்கிறார். காற்றிலாடும் தன் மேலாடையை மீண்டும் மீண்டும் சீர்செய்துகொண்டே இருக்கிறது துரியோதனரின் கை. அவருக்கும் காற்றுக்குமிடையே ஏதோ ஆடல் நிகழ்வதுபோல. காற்று அவரிடம் சொல்லிக்கொண்டிருப்பது எதையோ அவர் மறுத்து வாதிடுவது போல...” சஞ்சயன் சொன்னான்.

களத்தின் தென்மேற்கு மூலையில் பச்சையான ஈச்சையோலைகளாலும் தளிர்களாலும் மூன்று ஆலயக்குடில்கள் எழுப்பப்பட்டிருந்தன. நடுவிலிருந்த குடிலின் உள்ளே களிமண்ணால் கட்டப்பட்டு கன்னிப்பசுஞ்சாணி பூசிய பீடத்தின் மேல் செம்பட்டு விரிக்கப்பட்டு அதன் நடுவில் செவ்வரளி மாலையிட்ட நிறைபொற்குடமாக கொற்றவை பதிட்டை செய்யப்பட்டிருந்தாள். வலப்பக்கக் குடிலில் நீள்வட்ட வால்கண்ணாடியாக திருமகள் வீற்றிருந்தாள். இடப்பக்கக் குடிலில் செம்பட்டுச்சரடு சுற்றிய ஏடும் எழுத்தாணியுமாக கலைமகள். ஆலயக்குடிலுக்குள் அன்னையருக்கு இருபக்கமும் தென்னம்பாளையில் பசுநெய்விட்டு கூம்புநுனியில் திரியிட்டு சுடரேற்றப்பட்டிருந்தது. ஆலயக் குடிலுக்குள் எழுந்த குங்கிலியப்புகை பந்தலின் கூரைக்குமேல் தயங்கிப்பிரிந்து காற்றில்கலந்து மணத்தது.

வெளியே வாழ்த்தொலிகள் எழுந்தன. “பிதாமகர்” என்றபடி கைகளைக் கூப்பிக்கொண்டு திருதராஷ்டிரர் எழுந்து நின்றார். பீஷ்மபிதாமகர் தசகர்ணரால் வரவேற்கப்பட்டு மங்கலத்தை ஏற்றுக்கொண்டு விதுரர் பின்தொடர நடந்து வந்தார். சஞ்சயன் “பிதாமகர் வருகிறார் அரசே. இச்சோலையின் கிளைகளில் முட்டும் தலையை உடைய முதல் மனிதர் அவரென்று கண்டு கிளைகளில் பறவைகள் எழுந்து ஒலியெழுப்புகின்றன. மெல்லிய காற்றில் அவர் அணிந்திருக்கும் எளிய மரவுரியாடையின் பிசிறுகள் அசைகின்றன. நீண்ட வெண்கூந்தலில் ஈரமுலராத சடைக்கற்றைகளும் கலந்துள்ளன. தாடியிலும் கயிறு எரிந்த சாம்பல்திரிகள் போல நரைகலந்த சடைகள் உள்ளன. தாடியின் நுனியை சேர்த்து முடிச்சிட்டு மார்பிலிட்டிருக்கிறார். அரசே, அவர் முனிவரல்ல அரசகுலத்தவரென்பதைக் காட்டுபவை ஒளிசிந்தும் மணிக்குண்டலங்கள் மட்டுமே” என்றான்.

திருதராஷ்டிரர் கைகூப்பியபடி நான்கடி வைத்து முன்னால் சென்று பீஷ்மரை எதிர்கொண்டார். பீஷ்மர் அவர் தலைமேல் கைவைத்து வாழ்த்துக்களை முணுமுணுத்தபின், வந்து அவருக்காகப் போடப்படிருந்த இருக்கையில் அமர்ந்துகொண்டார். வலக்காலை இடக்கால்மேல் போட்டு அவர் அமர்ந்துகொண்ட முறை முன்பு எப்போதும் அவரில் காணாத ஒன்றாகையால் அங்கிருந்த அனைவரும் திரும்பி வியப்புடன் அவரை நோக்கினர். அவரது உடல் நன்றாக மெலிந்து கால்களின் தசைகள் வற்றியிருப்பதனால்தான் அவ்வாறு அமரத்தோன்றுகிறது என சௌனகர் எண்ணிக்கொண்டார். அது அவருடைய உடலை பெரிய இருக்கையின் ஒரு மூலையில் ஒதுங்கச்செய்து அவரை ஒரு முனிவர் என்று என்ணவைத்தது.

விதுரர் வந்து பீஷ்மரிடம் குனிந்து சிலசொற்கள் சொல்ல, அவர் தாடியை நீவியபடி தலையை அசைத்தார். குருகுடீரத்தின் முன்னால் மங்கலவாத்தியம் முழங்கியது. சீடர்கள் வாழ்த்தொலி எழுப்ப மலர்மாலையணிந்து கைகூப்பியபடி கிருபர் நடந்துவந்தார். அவர் களத்தில் நுழைந்தபோது பீஷ்மருடன் அவையினர் அனைவரும் எழுந்து நின்று கைகூப்பி மஞ்சள் அரிசியும் மலரும் சொரிந்து வாழ்த்தினர். கிருபர் குனிந்து களமண்ணைத் தொட்டு வணங்கி உள்ளே நுழைந்தார். அவருக்காகக் களத்தின் வடகிழக்கு மூலையில் அமைக்கப்பட்டிருந்த இருக்கையில் அவர் சென்று அமர்வது வரை வாழ்த்தொலிகள் நீடித்தன.

தசகர்ணர் எழுந்து அரங்கை வணங்கினார். “அஸ்தினபுரியாளும் குருகுலத்து அரசரையும் மைந்தரையும் அழியாத களரிகுருநாதர்கள் வாழ்த்துக! படைக்கலங்களில் வாழும் போர்த்தெய்வங்கள் வாழ்த்துக! விண்ணுலகாளும் தேவர்களும் மண்ணுலகாளும் மூதாதையரும் கீழுலகாளும் பெருநாகங்களும் வாழ்த்துக! மும்மூர்த்திகளும் அவர்களை ஆளும் மூவன்னையரும் வாழ்த்துக! ஓம் அவ்வாறே ஆகுக!” என்றார். அனைவரும் ‘ஓம் ஓம் ஓம்’ என வாழ்த்தினர்.

“அவையோரே, இன்று சிராவண மாதம முழுநிலவு. விணணேகிய பெருங்குருநாதர்கள் மண்ணை நோக்கி இளையோரை வாழ்த்தும் நாள் இது. இன்று குருகுலத்து இளையோரனைவருக்கும் கச்சையும் குண்டலமும் அணிவித்து படைக்கலம் தொட்டுக்கொடுக்கும் சடங்கு இங்கே நிகழவிருக்கிறது. இன்று படைக்கலம் தொடும் அத்தனை மைந்தர்களுக்கும் வெற்றியும் புகழும் மண்ணுலகும் விண்ணுலகும் அமைவதாகுக!” “ஓம் ஓம் ஓம்” என கூட்டம் அதை ஏற்று ஒலித்தது.

முழவும் கொம்பும் சங்கும் மணியும் ஒலிக்க செம்பட்டு அணிந்த வைராகர் கொற்றவை ஆலயத்துக்குள் நுழைந்து பாளைவிளக்கில்

மூன்றுமுறை நெய்விட்டு வணங்கினார். பச்சைப்பட்டணிந்த உபாசகர் திருமகளின் குடிலுக்குள் நுழைந்து விளக்கேற்றினார். வெண்பட்டணிந்த சூதர் கலைமகளின் குடில்நுழைந்தார். செங்களபக் குழம்பும் செந்தூரமும் அணிவித்து கொற்றவையை வைராகர் எழில் செய்ய மஞ்சள் பசையும் சந்தனமையும் கொண்டு உபாசகர் திருமகளையும் நறுநீறால் சூதர் கலைமகளையும் அணி செய்தனர். மலரும் நீரும் தூபமும் தீபமும் காட்டி மந்திரமும் மங்கல இசையும் ஒலிக்க பூசையிட்டனர்.

பூசை முடிந்து தூபத்தட்டுகளை ஏந்திய வைராகரும் உபாசகரும் சூதரும் வடகிழக்கு மூலையில் வித்யாபீடத்தில் அமர்ந்திருந்த கிருபரை அணுகி அவரிடம் தட்டுகளை நீட்டினர். அவர் தூபத்தைத் தொட்டு வணங்கியதும் அவற்றை அவருக்கு வலப்பக்கம் போடப்பட்டிருந்த நீளமான மரமேடையில் விரிக்கப்பட்ட செம்பட்டுமீது பரப்பப்பட்டிருந்த படைக்கலங்களின் அருகே கொண்டுசென்றனர். களபசெந்தூரத்தையும், மஞ்சளையும், நீறையும் தொட்டு அங்கிருந்த வாள்களின் பிடிகளிலும் கதைகளின் குமிழ்களிலும் விற்களின் கால்களிலும் வைத்தனர்.

கிருபர் கையசைத்ததும் பெருமுரசம் முழங்க கொம்புகள் ஆர்த்தன. இளவரசர்களை தசகர்ணர் வழிநடத்த களமேற்புச் சடங்குகள் ஒவ்வொன்றாகத் தொடங்கின. முதலில் மைந்தர்கள் அனைவரும் அவர்களின் ஐம்படைத்தாலிகளையும் பிற அணிகள் அனைத்தையும் கழற்றி சீடர்கள் கொண்டுவந்த தாலங்களில் வைத்தனர். மூவன்னையர் பாதங்களில் வைத்து பூசனைசெய்யப்பட்ட பொற்குண்டலங்கள் நிறைந்த தாலத்தை கிருபரின் காலடியில் கொண்டுசென்று வைத்தார் தசகர்ணர். கிருபர் அவற்றை எடுத்து தருமனுக்கும் துரியோதனனுக்கும் பீமனுக்கும் துச்சாதனனுக்கும் பிறருக்கும் முறைப்படி அளிக்க அவர்கள் சீடர்கள் உதவியுடன் அவற்றைக் காதுகளில் அணிந்துகொண்டனர்.

அதன்பின் கொற்றவைமுன் வைத்து பூசனைசெய்யப்பட்ட கச்சைகளை கிருபர் தொட்டளிக்க வாங்கி அவர்கள் களமுறைப்படி முறுகக் கட்டிக்கொண்டனர். கச்சைகளைச் சுற்றிக்கட்ட பணியாளர்கள் உதவினர். கச்சையும் குண்டலமும் அணிந்து நின்றபோது அவர்களின் முகங்கள் குழந்தைமையை இழந்து விட்டதாகத் தோன்றியது. கிருபர் அவர்களை கைதூக்கி ஆசியளித்தார். அவர்கள் தங்கள் நெற்றிகளில் அணிந்திருந்த நீளமான செந்தூரத் தொடுகுறிகளை நீர்தொட்டு அழித்துவிட்டு கச்சையும் குண்டலமும் அணிந்தவர்களாக வரிசையாகச் சென்று கொற்றவையையும் திருமகளையும் கலைமகளையும் வணங்கி செந்தூரத்தால் பிறைவடிவத் தொடுகுறியிட்டுக்கொண்டனர்.

தசகர்ணர் மைந்தரை அணுகி சடங்குகளைச் செய்யும் விதத்தை அவர்களுக்கு மெதுவாகச் சொன்னார். தருமன் மெல்லத்

தலையசைத்தான். முரசின் ஒலி அவிந்ததும் முறைச்சங்கு மும்முறை ஒலித்து அடங்கியது. தருமன் தசகர்ணரால் வழிகாட்டப்பட்டு வந்து களத்தை அடைந்து மூவன்னையரையும் மும்முறை வணங்கி கிருபரின் முன்னால் வந்து நின்றான். அவனுடன் வந்த அரண்மனைப்பணியாளன் கொடுத்த பொன்நாணயத்தை வாங்கி கிருபரின் பாதங்களின் அருகே வைக்கப்பட்டிருந்த மரத்தாலத்தில் பரப்பப்பட்டிருந்த அரிசிமலர்ப்பரப்பில் வைத்தான்.

தசகர்ணர் சொன்ன சொற்களை மெல்லிய குரலில் திருப்பிச் சொன்னான். “எனக்கும் என் மூதாதையருக்கும் எங்கள் குலதெய்வங்களுக்கும் அருள்புரியுங்கள் ஆசிரியரே. எங்கள் செல்வங்களையும் கண்ணீரையும் குருதியையும் காணிக்கையாகப் பெற்றுக்கொள்ளுங்கள். கல்வியை பிச்சையிடுங்கள். கல்வியை பிச்சையிடுங்கள். கல்வியைப் பிச்சையிடுங்கள்.” கிருபர் அவனை வாழ்த்தி கைகாட்டி “அவ்வாறே ஆகுக!” என்றதும் அவரது பாதங்களை வணங்கி படைக்கலமேடை முன்னால் சென்று நின்றான்.

கிருபர் “அவனுக்குரியது உபதனுஸ்” என்றதும் தசகர்ணர் உயரமற்ற வில்லை எடுத்து அவனிடம் நீட்டி அதன் மையத்தைப்பற்றிக்கொள்ளும்படி சொன்னார். அவன் அதைப்பிடிக்கையிலேயே அது மறுபக்கம் சரிந்தது. சீடர்கள் சிலர் சிரிப்பதை சௌனகர் கண்டார். தசகர்ணர் வில்நுனியைப்பற்றி அதை நிலைநிறுத்தி சிறிய அம்பு ஒன்றை எடுத்து தருமனிடம் நீட்டினார். அவன் அதை வாங்கி அவர் சொன்னதை கண்கள் சுருக்கிக் கேட்டு அதன்படி நாணில் பொருத்தினான். ஆனால் நாணிழுத்து சரயேற்ற அவனால் முடியவில்லை. கிருபர் “உன் படைக்கலம் உனது மூன்றாவது கரமும் இரண்டாவது மனமும் முதல்தெய்வமும் ஆகட்டும். நீளாயுள் கொண்டிரு” என்று வாழ்த்தினார்.

அதன்பின் துரியோதனன் வந்து நின்று “கல்வியைப் பிச்சையிடுங்கள் குருநாதரே” என இறைஞ்சியபோது கிருபர் புன்னகையுடன் “உனக்குரியது கதாயுதமே” என்றார். துரியோதனன் பணிந்து படைக்கலமேடையில் இருந்து தசகர்ணர் எடுத்துக்கொடுத்த கனத்த பெரிய கதாயுதத்தைத் தூக்கி இருகைகளாலும் மும்முறை சுழற்றி விட்டு வணங்கி தருமனின் அருகே சென்று நின்றான். பீமன் வந்தபோது கிருபர் “உன் பெரியதந்தையின் கதாயுதம் உனக்கானது” என்றார். திருதராஷ்டிரரின் கதாயுதத்தை முன்னரே பழகியிருந்த பீமன் அதைக் கையிலெடுத்தான். மும்முறை சுழற்றியபின் துரியோதனன் அருகே சென்று நின்றுகொண்டான். கதாயுதத்துடன் துச்சாதனன் சென்று தன் தமையனின் பின்னால் நின்றான்.

அர்ஜுனன் சிறிய கால்களை எடுத்துவைத்து வந்து அன்னையர் முன் நின்று கைகூப்பி வணங்கி கிருபரை நோக்கிச் சென்றபோது அங்கிருந்த அனைவர் உடலிலும் பரவிச்சென்ற மெல்லிய அசைவொன்றை சௌனகர் கண்டார். அவ்வசைவு தன் அகத்திலும் அக்கணம் நிகழ்ந்தது என்பதை உணர்ந்தார். கிருபரின் தலைக்குமேல் எழுந்து நின்றிருந்த அரசமரத்தின் தொங்கும் இலைகள் காற்றில் அதிர்ந்தன. அர்ஜுனன் அவர் முன் சென்று நின்று வணங்கியபோது கிருபர் வாழ்த்துச் சொல்லுடன் திரும்பிய கணத்தில் மரத்திலிருந்து அம்புபோலத் துடித்திறங்கிய சிறிய செந்நிறமான குருவி ஆயுதபீடத்திலிருந்த வில்மேல் சென்றமர்ந்து வெண்ணிறக் குறுவால் அதிர சிக்கிமுக்கிக் கல் உரசுவதுபோல ஒலியெழுப்பியது.

அங்கிருந்த மாணவர்களில் யாரோ ஒருவன் "ஜயவிஜயீபவ!" என்று உரக்கக் குரலெழுப்பினான். உடனே பிற அனைவரும் சேர்ந்து "ஜய விஜய! ஜய விஜய!" என்று கைகளைத் தூக்கிக் கூவத்தொடங்கினர். கொற்றவை ஆலயத்துமுன்னால் நின்றிருந்த வைராகர் முன்னால் வந்து, தன் தட்டிலிருந்த செவ்வரளி மலர்களை அள்ளி அவன் மேல் தூவ, பிற பூசகரும் அவன் மேல் மலர்சொரிந்தனர். சஞ்சயன் சொல் வழியாக அதைக்கண்ட திருதராஷ்டிரர் கைகூப்பி கண்ணீர் வழிய எழுந்து நின்றுவிட்டார்.

கிருபர் "உன் ஆயுதம் வில் என்பதை தெய்வங்களே சொல்லிவிட்டன மைந்தா" என்றார். பார்த்தனை தசகர்ணர் கைப்பிடித்துக் கொண்டுசென்று ஆயுதபீடத்திலிருந்த சிறிய களிவில்லைக் காட்டி "இதை எடுத்துக்கொள்க இளவரசே" என்றார். அர்ஜுனன் குனிந்து கைநீட்டி அங்கிருந்த கனத்த பெரிய நிலைவில்லை கையிலெடுத்தான். "இல்லை, அவ்வில்..." என ஏதோ சொல்லி தசகர்ணர் கை நீட்டுவதற்குள் அவன் அதை எடுத்துவிட்டான். அதைத் தூக்க அவனால் முடியவில்லை. இருகைகளாலும் அதன் தண்டைப்பிடித்து அசைத்தான். தசகர்ணர் அவனுக்கு உதவக் கைநீட்டியபோது வேண்டாம் என்று கிருபர் கை காட்டினார்.

அர்ஜுனனால் தூக்கமுடியாதபடி பெரிதாக இருந்தது வில். அதன் தண்டின் மையத்தைப்பற்றி மும்முறை தூக்க முயன்ற அவன் நின்று அதை ஒரு கணம் பார்த்தபின் தண்டின் நாண் கோர்க்கப்பட்ட கீழ் நிலைநுனியில் காலை வைத்து ஓங்கி மிதித்தான். துலாவின் கோல் என வில்லின் மறுநுனி மேலெழுந்து அவன் கைப்பிடியில் நின்றது.. அதன் கீழ் நிலைநுனியை காலால் மிதித்து தரையில் அழுத்தமாக நிலைநாட்டி அவன் திரும்பிக்கொண்டான். அவனைவிட ஐந்து மடங்கு உயரத்துடன் கனத்த இரும்புவில் அவன் பிடியில் உயர்ந்து நின்று கடிவாளமில்லா

குட்டிக்குதிரை போல எம்பித் துடித்தது. அவன் அதன் நிலைநுனியிலிருந்து காலை எடுக்காமலேயே தண்டின் பிடியை மேலும் மேலும் ஏற்றி தன் தலைக்குமேல் அமைத்தபோது மெல்ல வில் அமைதிகொண்டது.

அவனைச்சுற்றி “ஜய! ஜய விஜய!” என்று பெருகிக்கொண்டிருந்த வாழ்த்தொலிகளை அவன் சற்றும் கேட்கவில்லை என்றும் அவனுலகில் அவனும் அவ்வில்லும் மட்டும் இருப்பதாகவும் தோன்றியது. “போதும்” என சொன்ன தசகர்ணரின் சொற்களையும் அவன் கேட்கவில்லை. அவன் தலைக்குமேல் வளைந்து தொங்கிய நாணை இடக்கையால் பற்றிக்கொண்டு அந்தத் தண்டை வலக்காலால் மிதித்து தன் உடலின் எடையை அதன்மேலேற்றி சற்று வளைத்து அதன் ஏழு வளையங்களில் முதலில் இருந்ததில் நாணின் கொக்கியை மாட்டிவிட்டான்.

சௌனகர் தன் வியப்பு திகைப்பாக மாறுவதை உணர்ந்தார். மைந்தன் ஆயுதசாலையிலேயே விளையாடுபவன் என்பதனால் வில்லை அவன் முன்னரே எடுத்துப்பார்த்திருக்கக் கூடுமென்று அவர் எண்ணியிருந்தார். ஆனால் பயிற்சியற்ற கைகளால் ஒரு சிறுவன் பெரும்நிலைவில்லை நாணேற்றிவிடமுடியுமென எண்ணியிருக்கவில்லை. சூதர்களின் ஒரு பெரும் புராணக்கதைக்குள் தானுமிருப்பதை அவர் உணர்ந்தார். அவ்வெண்ணம் அவருக்கு ஏமாற்றத்தையே அளித்தது. புராணங்கள் நிகழக்கூடுவன என்றால் நிகழும் உலகிலிருந்து விடுதலைபெற்று வாழும் மாற்றுலகமென ஏதுமில்லை என்றா பொருள்?

தசகர்ணர் அளித்த அம்பை தண்டில் பொருத்தி நாணிழுத்து ஏற்றிய பார்த்தன் அவர் சுட்டிக்காட்டிய நாகமரத்தடி இலக்கைக் கூர்ந்து நோக்கினான். சிலை என அசைவிழந்து அவன் நின்றபோது அந்த வில் அவனாக மாறியதுபோலத் தோன்றியது. நாண் விம்மும் ஒலி கேட்ட கணம் அம்பு நாகமரத்தின் அடியைத் தைத்து நின்றாடியது. மாணவர்களும் பணியாளர்களும் எம்பிக்குதித்து கைவீசி பெருங்கூச்சலெழுப்பினர். தருமன் புன்னகையுடன் நோக்கி நிற்க பீமன் கைகளைத் தூக்கி ஆர்ப்பரித்தான். சிரித்தபடி கைவிரித்து அதைப்பார்த்து நின்றான் துரியோதனன். வில்லின் மேல் நுனியை ஆயுதபீடத்தின்மேல் சரித்து வைத்த பார்த்தன் கீழ்நுனியை இடக்கையால் தூக்கி கிடைமட்டமாக்கிய அதே விசையால் அதை மீண்டும் பீடத்திலேற்றிவிட்டான்.

கிருபர் “வாழ்க!” என்றார். அதற்குமேல் அவரால் ஏதும் சொல்லமுடியவில்லை. தன்னுள் மின்னிய எண்ணத்தால் திடுக்கிட்டுத் திரும்பி பீஷ்மரை நோக்கிய சௌனகர் அவரிடம் எந்த எழுச்சியும் தென்படவில்லை என்பதைக் கண்டார். பழுத்த முதியவிழிகளால் அங்கு நிகழ்வனவற்றை ஈடுபாடில்லாமல் பார்த்துக்கொண்டிருந்தார். அவரது

கைகள் தாடியை நீவிய விதத்தில் இருந்து அவர் உள்ளம் அங்கில்லை என்றும் அவ்வப்போது வேறெங்கோ சென்று ஒலிகளைக் கேட்டு மீண்டு வருகிறதென்றும் அவர் உணர்ந்தார். திருதராஷ்டிரர் கைகளைக் கூப்பியபடி மார்பில் கண்ணீர்த்துளிகள் சொட்ட அழுதுகொண்டிருந்தார்.

அர்ஜுனன் தமையர் நிரையை நோக்கிச்சென்றான். அவன் அருகே வந்ததும் துரியோதனன் பாய்ந்து சென்று அவனை அப்படியே அள்ளி எடுத்து தூக்கிச் சுழற்றி தன் தோள்மேல் வைத்துக்கொண்டான். அவன் சிரித்துக்கொண்டு கீழிறங்க முயல துரியோதனன் அவனைச் சுமந்தபடி கொற்றவை ஆலயத்திற்குச் சென்று வைராகரிடம் அவனைச் சுழற்றி இறக்கி அவனுக்குக் கண்ணேறு கழித்து செந்தூரமிடும்படிச் சொன்னான். அவர் கொற்றறவையின் பாதம்சூடிய மலர்களில் மூன்றை எடுத்து அவன் மேல் அடித்து நீர்தெளித்து செந்தூரப் பொட்டிட்டார். துரியோதனன் அவனை மீண்டும் மார்புடன் அணைத்து மேலே தூக்கினான்.

திருதராஷ்டிரர் சஞ்சயனிடம் "நான் செய்யவேண்டியதை அவன் செய்கிறான்... என் மகன். அவன் மார்பு அணியும் புளகமெல்லாம் என் உடலில் பரவுகிறது" என்றார். "சஞ்சயா, மூடா, இன்றிரவு என் கருமுத்தை என் கூடத்துக்குக் கொண்டுவா. அவன் அன்னையர் எவரும் அவனை இன்று தொடக்கூடாது. இன்றிரவெல்லாம் அவனை நான் மட்டுமே தழுவுவேன். வேறு யார் தொட்டாலும் அவர்கள் தலையை அறைந்து உடைத்துவிடுவேன். இது என் ஆணை" என்றார்.

நகுலனும் சகதேவனும் வாள்பெற்றுச்செல்ல இளங்கௌரவர்கள் நிரைநிரையாக வந்து படைக்கலம் பெற்றுச் சென்று அணிவகுத்து நின்றனர். இறுதி கௌரவனும் படைக்கலம் பெற்றதும் மீண்டும் பெருமுரசம் முழங்கத் தொடங்கியது. கொம்புகளும் மணிகளும் சேர்ந்துகொண்டன. அவை அமைந்ததும் கிருபரின் மாணவர் களச்சங்கத்தை மும்முறை ஊதினார்.

கிருபர் வித்யாபீடத்தில் இருந்து எழுந்து கைதூக்க, ஓசைகள் அடங்கின. "குருகுலத்து இளமைந்தர்களே! இன்று முதல் நீங்கள் நால்வருணத்துள் நுழைகிறீர்கள். இனி ஷத்ரியனுக்கு நூல்நெறிகள் விதித்த கடமைகளும் உரிமைகளும் உங்களுக்குரியவை. ஷத்ரியனை ஏழு தெய்வங்கள் விழிப்பிலும் துயிலிலும் சூழ்ந்துள்ளன. படைக்கலத் தேர்ச்சியின் தெய்வமான சுஹஸ்தை, வீரத்தின் தெய்வமான ஸௌர்யை, கட்டுப்பாட்டின் தெய்வமான வினயை, ஒழுங்கின் தெய்வமான நியுக்தை ஆகிய நால்வரும் அவனுக்கு முன்னால் சென்று அவனை இட்டுச்செல்கிறார்கள். நெறியின் தெய்வமான சுநீதி, கருணையின் தெய்வமான தயை, மன்னிப்பின் தெய்வமான க்ஷமை ஆகியோர்

அவனுக்குப் பின்னால் வந்து அவனைக் கண்காணிக்கிறார்கள். அந்த ஏழு தெய்வங்களும் உங்களால் நிறைவுசெய்யப்படுவார்களாக. அவர்கள் உங்களால் மகிழ்ந்து உங்களைக் காத்தருள்வார்களாக!”

அரங்கிலிருந்த அனைவரும் “ஓம்! ஓம்! ஓம்!” எனக் கூவி அவர்களை வாழ்த்தினர். கிருபர் தசகர்ணரிடம் கைகாட்டியதும் அவர் சிரித்துக்கொண்டு பீமனை நெருங்கி அவனிடம் கதையை எடுக்கும்படி சொன்னார். திரும்பி துச்சாதனனிடம் கைகாட்ட அவனும் தன் கதையை எடுத்துக்கொண்டான். இருவரும் களநடுவே வந்து நின்றனர். தசகர்ணர் ஆணையிட்டதும் இருவரும் கதாயுதங்களுடன் விழி சூழ்ந்து நின்றபின் மெல்ல சுற்றிவரத் தொடங்கினர். இருவர் கண்களும் பின்னியிருந்தன. இரு கதைகளும் ஒன்றை ஒன்று நோக்கி எம்பின.

பின் இரு கதைகளும் வெடிப்பொலியுடன் மோதிக்கொண்டன. கதாயுதங்கள் முட்டும் உலோக ஒலியும் மூச்சொலியும் கால்கள் மண்ணை மிதிக்கும் ஒலியும் மட்டும் கேட்டன. துச்சாதனனின் கதை ஒருமுறை பீமனின் தோளில் பட அவன் பின்னால் சரிந்து, சற்று விலகி ஓடி, காலை ஊன்றி நிலையை மீட்டெடுத்தான். துச்சாதனன் நகைத்தபடி மீண்டும் மீண்டும் தாக்க பீமன் திருப்பி அடித்த மூன்றாவது அடியில் துச்சாதனன் கையிலிருந்த கதை சிதறி மண்ணில் விழுந்தது. தசகர்ணர் கைதூக்க இருவரும் தலை தாழ்த்தி அவரை வணங்கியபின் கிருபரை வணங்கிப் பின்னகர்ந்தனர்.

“துச்சாதனா, நீ உன் கைவிரைவையே நம்புகிறாய். ஆகவே என்றும் உன் போர்முறை அதுவே. எனவே உன் உளவிரைவு கைவிரைவுக்கு எதிர்திசையில் செல்லவேண்டும். அதுவே நீ பெறவேண்டிய பயிற்சி. எப்போது உன் அகம் முழுமையாக அசைவற்று நீ போர்செய்கிறாயோ அன்றே உன் கை முழுவல்லமையைப் பெறும்” என்றார் கிருபர். துச்சாதனன் வணங்கினான்.

“பீமா, உன் உள்ளம் அலையற்றிருக்கிறது. போரின் இன்பத்தை அறிந்து மகிழ்வுறுகிறது. ஆனால் உனக்கு பின்வாங்கத் தெரியவில்லை. பின்வாங்கக் கற்றுக்கொள்ளாதவன் முழுவெற்றியை அடையமுடியாது. முன்கால் வைக்கும் அதே முழுமையுடன் பின்கால் வைக்க நீ கற்றாகவேண்டும்” என்றார் கிருபர். பீமன் புன்னகையுடன் தலைதாழ்த்தினான்.

தசகர்ணர் துரியோதனனிடம் ஆணையிட அவன் தன் கதாயுதத்துடன் களம்புகுந்தான். கிருபர் பீமனிடம் அவனுடன் போரிடும்படி கைகாட்டினார். புன்னகையுடன் ஏதோ சொன்னபடி பீமன் களத்தில் வந்து நிற்க துரியோதனன் அவன் சொன்னதற்கு புன்னகையுடன் ஏதோ

பதில் சொன்னான். கிருபர் கைகாட்ட இருவரும் இடக்கை நீட்டி வலக்கையில் கதையைச் சுழற்றி மெல்லச் சுற்றிவந்தனர். துரியோதனன் தன் இடத்தொடையை ஓங்கியறைந்து வெடிப்பொலி எழுப்பி பாய்ந்து அடிக்க பீமனின் கதை அதைக் காற்றிலேயே எதிர்கொண்டது.

வானில் பறந்து மத்தகம் முட்டிப்போரிடும் இரு யானைக்குட்டிகளைப்போல கதைகள் சுழன்று வந்து அறைந்து தெறித்தன. தெறித்தவேகத்தையே விசையாக்கி மீண்டும் வந்து மோதின. ஆறாப்பகைகொண்டவை போலவும் தீராக்காதல் கொண்டவைபோலவும் அவை ஒரேசமயம் தோன்றின. ஒருகணத்தில் நான்கு கனத்த நாகங்கள் சீறி நெளிந்து காற்றில் பறந்து அக்கதைகளை கவ்விச்சுழற்றிச் சண்டையிடுவதை சௌனகர் கண்டார். திகைப்புடன் திரும்பி அங்கிருப்பவர்களை நோக்கினார். அனைத்துவிழிகளுக்குள்ளும் போர் நிகழ்ந்துகொண்டிருந்தது.

எதற்காகப் போரிடுகிறார்கள் என்று அவர் வியந்துகொண்டார். இந்தத் தசைத்திமிரை, குருதிவிரைவைக் காண்பதில் உள்ள இன்பம்தான் என்ன? அவர்கள் சுவைப்பது இறப்பையா என்ன? கொடுநாக நஞ்சு ஒன்றை ஊசிநுனியால் தொட்டு ஒரு துளி எடுத்து நீரில் கலக்கி அருந்தினால் ஆயிரம் மடங்கு மதுவின் போதையுண்டு என்று அவர் ஒரு நூலில் கற்றிருக்கிறார். இறப்பெனும் நஞ்சை அருந்தும் போதை. அல்ல. அது இருப்பின் பேரின்பம். இருப்பை அறிய, இறப்பைக் கொண்டுவந்து அருகே நிறுத்தவேண்டியிருக்கிறது.

அத்தனைபேரின் தொண்டைகளில் இருந்தும் ஒரேசமயம் எழுந்த ஒலியைக் கேட்டு அவர் போரைப் பார்த்தார். பீமனின் கதைபட்டு துரியோதனனின் வலக்கை விரல் நசுங்கியதென்றும் ஆனால் அதேகணத்தில் கதை நழுவாமல் அவன் அதை இடக்கைக்கு மாற்றிக்கொண்டுவிட்டான் என்றும் அறிந்துகொண்டார். வலக்கையை துரியோதனன் சுழற்றியபோது ஒருதுளி குருதி சிறுசெம்மணி என தெறிப்பதை அவர் கண்டார். துரியோதனன் சிரித்து பீமனைப் பாராட்டியபடி திருப்பி அடித்தான். பின்வாங்கிச்சென்ற பீமன் தடுமாறி கீழே விழப்போய் கதையை ஊன்றி சுழன்று எழுந்தான். கதையை ஊன்றுதல் போரில் பெரும்பிழை என சௌனகர் அறிந்திருந்தார். துரியோதனன் சிரித்துக்கொண்டே அதைச் சொல்லி தன் கதையை வீச பீமன் அதைத் தடுத்தான்.

முன்னிலும் விரைவுடன் போர் நிகழ்ந்துகொண்டிருந்தது. சலிப்புடன் திரும்பியபோது சௌனகர் விதுரரின் விழிகளைப் பார்த்தார். அதிலிருந்த பதைப்பைக் கண்டு வியந்து திரும்பியபின் மீண்டும் நோக்கினார். ஏன் அது என எண்ணிக்கொண்டு போரைப்பார்த்தபோது ஒருகணத்தில் அது புரிந்தது. அவை பீமனிடம் மன்றாடிக்கொண்டிருந்தன. விட்டுவிடும்படி,

சற்றேனும் தணிந்துவிடும்படி. உண்மையிலேயா என்று திகைத்து மீண்டும் விதுரரின் விழிகளை நோக்கினார் சௌனகர். அதை உறுதிசெய்தபின் போரை நோக்கினார்.

சிரித்த முகமும் கூர்ந்த விழிகளுமாக கதைசுழற்றிய துரியோதனனுக்குள் ஓடுவதை அவரால் பார்க்கமுடியுமென்று தோன்றியது. அங்கே நிகழவேண்டியது அது ஒன்றே என்று அவரறிந்தார். நிகர்நிலையில் சென்றுகொண்டிருந்தது போர். கணம் தோறும் இருவர் விரைவும் கூடிவந்தது. ஒருகணம் பீமன் பின்னடைந்தான் என்றால், ஓர் அடியை மட்டும் பெற்றுக்கொண்டான் என்றால்... ஆனால் அந்த மன்றாட்டை நிகழ்த்தவேண்டியது எவரிடம்? களமிறங்கும் மல்லனின் உடலில் கூடும் ஏழுதெய்வங்களிடமா? அத்தெய்வங்களை மண்ணிலிறக்கி ஆடும் முழுமுதல் தெய்வத்திடமா?

சொற்கள் பெருகிவழிந்து வெறுமைகொண்ட உள்ளத்துடன் நின்றுகொண்டிருந்தபோது சௌனகர் உணர்ந்தார், களத்தில் இறங்கிய வீரனிடம் எதற்காகவும் அரசியல் மதிசூழ்கையை எதிர்பார்க்கமுடியாதென்று. களத்தில் அவன் தான் ஏந்தியிருக்கும் படைக்கலத்தின் மறுநுனி மட்டுமே. அங்கே போரிடுவது அப்படைக்கலம்தான். அதன் வடிவமாக அதில் உறையும் வரலாறு. அதில் வாழும் தொல்தெய்வம். அது மானுட மொழியை அறியாது. அது அறிந்த மானுடமென்பது குருதி மட்டுமே. மானுடக் கைகளின் வழியாக அது காலத்தில் ஏறிச்சென்றுகொண்டிருக்கிறது.

கிருபர் கை தூக்கியதும் இருவரும் கதைகளை மண்ணுக்குத் தாழ்த்தி மூச்சிரைக்க, வியர்வை சொட்ட தோள்தொய்ந்து நின்றனர். சதகர்ணர் இருவரையும் தோள்களைத் தொட்டுத் தழுவிக்கொள்ளும்படிச் சொன்னார். துரியோதனன் இருகைகளையும் விரித்து பீமனைத் தழுவிக்கொண்டான். இருவரும் கனத்த தோள்களைப் பிணைத்துக்கொண்டு தம்பியர் நிரை நோக்கிச் சென்றனர். பணியாளர் இருவர் வந்து துரியோதனனின் விரலைப் பற்றி அந்தப் புண்ணைப் பார்த்தனர். பீமனை நோக்கி ஏதோ சொல்லி துரியோதனன் நகைக்க பீமன் பதில் சொல்லி துரியோதனனின் தோளில் தட்டினான். பணியாளர் மென்பஞ்சால் புண்ணைத் துடைத்து ஆதுரம் செய்யத் தொடங்கினர்.

விழாமங்கலம் முடிந்தது என அறிவிக்கும் சங்கு மும்முறை முழங்கியது. பீஷ்மர் கனவிலிருந்து எழுந்தவர் போல மீண்டு தன் இருக்கையை விட்டு எழுந்த கணம் துரியோதனனின் விழிகள் வந்து அவரைத் தொட்டு மீள்வதை சௌனகர் கண்டார். அத்தனைநேரம் அவன் அகவிழிகள் நோக்கிக்கொண்டிருந்தது அவரைத்தானா என்று எண்ணிக்கொண்டார். பீஷ்மர் கிருபரை வணங்கி மைந்தரை வாழ்த்திவிட்டு வெளியே சென்றார்.

திருதராஷ்டிரர் சஞ்சயன் கைப்பற்றி மைந்தர் நிரையை அணுகி பீமனையும் துரியோதனனையும் இரு பெரிய கைகளாலும் ஒரே சமயம் வளைத்து மார்புடன் தழுவிக்கொண்டார். பார்த்தனைத் தூக்கி தன் தோள்கள் மேல் வைத்துக்கொண்டு கைகளை விரித்துச் சிரித்தார்.

ஒவ்வொருவரும் மகிழ்ந்த முகத்துடன் சிரித்த சொற்களுடன் பேசிக்கொண்டிருக்கும்போது அந்தக் களமுற்றத்தில் விழுந்த ஒற்றைத்துளிக் குருதியை தேடமுடியுமா என்றுதான் சௌனகர் எண்ணினார். அது உலரவேயில்லை, காலகாலமாக அங்கே ஈரமும் மணமுமாக அப்படியே கிடந்தது என்றுதான் சூதர்கள் கதைபுனைவார்கள் என்று எண்ணிக்கொண்டார்.

4

எட்டு தேர்களிலும் பன்னிரு கூண்டுவண்டிகளிலுமாக அஸ்தினபுரியில் இருந்து கிளம்பி கங்கைப்படித்துறையில் நான்கு படகுகளில் ஏறிக்கொண்டு வடக்காகச் சென்ற கானாடல்குழுவினர் பெரிய ஆலமரமொன்று வேர்களையும் விழுதுகளையும் நீரில் இறக்கி நின்றிருந்த வடமூலஸ்தலி என்னும் காட்டுத்துறையில் படகணையச் செய்தனர். படகுகள் வேர்வளைவுகளைச் சென்று தொடுவதற்குள்ளேயே பீமன் நீர் வரை தொங்கி ஆடிய வேர்களைப்பற்றிக்கொண்டு மேலேறிவிட்டான். அவனைக்கண்டு இளம்கௌரவர்களும் வேர்களைப்பற்றிக்கொண்டு ஆடினர். தருமன் மேலே நோக்கி “மந்தா வேண்டாம் விளையாட்டு. உன்னைக்கண்டு தம்பியரும் வருகிறார்கள்” என்று கூவ துரியோதனன் சிரித்துக்கொண்டு பார்த்திருந்தான். அர்ஜுனன் புன்னகையுடன் பார்த்துக்கொண்டு அமர்ந்திருக்க நகுலனும் சகதேவனும் கைகளைக் கொட்டியபடி “நானும் நானும்” என்று குதித்தனர்.

காவலர்தலைவனான நிஷதன் மரத்தில் நின்று கைகாட்ட படகுகள் மரத்தடியை நெருங்கியதும் பணியாளர்கள் விழுதுகளைப்பற்றிக்கொண்டு இறங்கி வேர்களில் முதல் மூன்று படகுகளைக் கட்டி மற்ற படகுகளை ஒன்றுடன் ஒன்று சேர்த்துக்கட்டினர். பலகைகளைப் போட்டு உருவாக்கப்பட்ட பாதைகள் வழியாக தருமனும் துரியோதனனும் துச்சாதனனும இறங்கினர். இளைய கௌரவர்கள் அனைவருமே விழுதுகளில் கூச்சலிட்டபடி ஆடிக்கொண்டிருந்தனர். இருவர் பிடிநழுவி நீரில் விழுந்து கைகால்களை அடித்துக்கொண்டு கரைநோக்கி நீந்தி வேர்களிலும் விழுதுநுனிகளிலும் பற்றிக்கொள்ள, மேலே ஆடியவர்கள் உரக்கக் கூவிச்சிரித்தனர்.

பெரிய சமையற்பாத்திரங்களையும் உணவுப்பொருட்கள் அடங்கிய மூட்டைகளையும் கூடாரத்தோல்களையும் துணிகளையும் சுமந்தபடி சேவர்கள் பலகைகள் வழியாகச் சென்று காட்டுக்குள் இறங்கினர். "நிற்கவேண்டியதில்லை. அப்படியே காட்டுக்குள் செல்லுங்கள்" என்றான் நிஷதன். சௌனகர் இறங்கி தன்னுடைய ஆடையைச் சரிசெய்துகொண்டார். திருதராஷ்டிரர் சஞ்சயன் கையைப்பற்றி மெல்ல இறங்கி காட்டுக்குள் வந்து தலையைச் சரித்து புருவத்தைச் சுளித்து மேலே ஓடிக்கொண்டிருந்த காற்றின் ஓசையையும் பறவைக்குரல்களையும் கூர்ந்து கேட்டார். பின்னர் "கிரௌஞ்சங்கள்!" என்றார்.

"அடர்ந்த காடு அரசே. இவ்விடம் வடவிருக்ஷபதம் என்று அழைக்கப்படுகிறது. இங்கிருந்து செல்லும் காட்டுப்பாதை இனிய ஊற்றுக்களால் ஆன தசதாரை என்னும் ஏரிக்கரைக்குச் சென்று சேரும். அங்குதான் கானாடுதலுக்கான இடத்தை கண்டிருக்கிறார்கள்" என்றான் சஞ்சயன். "ஆம், என் இளமையில் நான் ஒருமுறை அங்கே சென்றிருக்கிறேன். பாறைகளுக்குள் ஒளிந்து ஒளிந்து ஓடும் சிற்றோடைகளினாலானது அவ்விடம் என்றனர் அன்று. நான் நீரோடையில் என் கால்களை நனையவிட்டு நீரின் ஓசையைக் கேட்டுக்கொண்டு அமர்ந்திருந்தேன். அங்கே நீர் விரைவுநடை கொண்ட பாடல்களைப் பாடிக்கொண்டிருந்தது" என்றார் திருதராஷ்டிரர்.

பின்பு பெருமூச்சுடன் "அன்று என் தம்பியும் உடனிருந்தான். அந்த ஓடைகளை வரைந்துகொண்டிருப்பதாகச் சொன்னான். நீரை வரையமுடியாது மூத்தவரே, நீரின் சில வண்ணங்களை வரையலாம். அதைவிட நீரில்லாத இடங்களை வரைந்து நீரைக் கண்ணுக்குக் காட்டலாம்... மகத்தானவை அனைத்தும் மீண்டும் மீண்டும் வரையப்படுகின்றன. நீர் தீ மேகம் வானம் கடல்... அவை இன்றுவரை வரையப்பட்டதுமில்லை என்று சொன்னான். இனியவன், மிகமிக மெல்லியவன். குருவியிறகு போல. கேதாரத்தின் ஒரு மெல்லிய கீழிறங்கல் போல" என்றார். "செல்வோம் அரசே... நாம் நடுப்பகலுக்குள் அங்கே சென்று சேர்ந்துவிடவேண்டுமென்று சொன்னார்கள்" என்றார் சௌனகர்.

அவர்கள் இருபக்கமும் பச்சைத்தழைகள் செறிந்த பாதை வழியாக வரிசையாகச் சென்றனர். முகப்பில் அம்பும் வில்லுமேந்திய இரு காவலர் செல்ல பின்னால் சுமை தூக்கிய பணியாளர்கள் வந்தனர். பீமன் அவர்கள் அருகே கனத்த அடிமரங்களை ஊன்றி தலைக்குமேலெழுந்து பந்தலிட்டிருந்த மரங்களின் கிளைகள் வழியாகவே அவர்களுடன் வந்தான். கீழே சென்றவர்களின் மேலே வந்து கிளைகளை உலுக்கி மலர்களை உதிரச்செய்தபின் அந்தரத்தில் பாய்ந்து மறுகிளையை பற்றிக்கொண்டு முன்னால் சென்று மறைந்தான். தருமன் சிரித்து "அவன்

இளமையில் வானரப்பால் குடித்தவன்” என்றான். “அவனுக்கு வால் உண்டா என்று தம்பி கேட்கிறான்” என்று இளையகௌரவனாகிய துச்சகன் சொன்னான்.

சித்ரனும் உபசித்ரனும் சித்ராக்ஷனும் பீமனைப் போலவே கிளைகள் தோறும் பற்றிக்கொண்டு சென்றார்கள். சோமகீர்த்தியும், அனூதரனும், திருதசந்தனும் கூச்சலிட்டபடி கீழே ஓடினார்கள். பிற கௌரவர்கள் சிரித்துக்கொண்டும் கூச்சலிட்டுக்கொண்டும் அவர்களைத் துரத்தினர். தருமன் “காட்டுவிலங்குகள் வரப்போகின்றன” என்றான். “இவர்களின் கூச்சலில் சிம்மங்களே ஓடிவிலகிவிடும்” என்றான் துச்சலன். அர்ஜுனன் கையைத் தூக்கி துச்சாதனனிடம் “அண்ணா என்னையும் கொண்டுசெல்... என்னையும் அங்கே கொண்டுசெல்” என்றான். துச்சாதனன் தன் தம்பி அரவிந்தனிடம் “தம்பி இளையவனைக் கொண்டுசெல்” என்றான். அரவிந்தன் அர்ஜுனனைத் தோளிலேற்றிக்கொண்டு அவர்களுக்குப் பின்னால் ஓட, அர்ஜுனன் கைகளை வீசி “விரைக... குதிரையே விரைக... இன்னும் விரைக!” என்று கூவினான்.

“மைந்தரின் குரல்கள் பறவையொலி போல ஒலிக்கின்றன” என்றார் திருதராஷ்டிரர். “மூதன்னை சத்யவதி இருந்திருந்தால் இதைக்கேட்டு முலைகளும் வயிறும் சிலிர்த்திருப்பாள்.” அந்த உரையாடலை நீட்டிக்க சௌனகர் விரும்பவில்லை. ஆனால் திருதராஷ்டிரர் மீண்டும் “அன்னையரைப்பற்றிய செய்திகள் ஏதேனும் உள்ளனவா சௌனகரே?” என்றார். “அரசே, கான்மறையும் நோன்பை அவர்கள் மேற்கொண்டபின்னர் நாம் அவர்களை மறந்துவிடவேண்டுமென்பதே நெறி. அவர்களுக்குப் பின்னால் ஒற்றர்களை அனுப்பலாகாது” என்றார். “ஆம், அது ஓர் இறப்புதான்” என்றார் திருதராஷ்டிரர்.

மதியவெயில் மாபெரும் சிலந்திவலைச் சரடுகள் போல காட்டுக்குள் விரிந்து ஊன்றியிருந்தது. ஒளிபட்ட சருகுகள் பொன்னிறம் கொள்ள, இலைகள் தளிரொளி கொண்டன. நெடுந்தொலைவுக்கு அப்பால் கௌரவர்கள் கூவிச்சிரிக்கும் ஒலி கேட்டது. “குரங்கை அவர்கள் பிடித்துவிட்டார்கள். சரடுகொண்டு கட்டிக்கொண்டிருக்கிறார்கள்” என்று கூவியபடி சித்ரகுண்டலனும், பிரமதனும் ஓடிவந்தனர். “என்ன ஆயிற்று?” என்றான் துச்சாதனன். “மேலே செல்லும்போது ஒரு மரக்கிளை முறிந்துவிட்டது. மூத்தவர் மண்ணில் விழுந்ததுமே முன்னால் ஓடிச்சென்ற அபயரும் திருதகர்மரும் அவர்மேல் பாய்ந்து அப்படியே பிடித்துக்கொண்டார்கள்” என்று மூச்சிரைக்க சித்ரகுண்டலன் சொன்னான். “குரங்கைக் கொற்றவைக்கு பலிகொடுக்கலாமா என்று சிந்திக்கிறார்கள்” என்றபின் திரும்பி ஓடினான்.

சற்று நேரத்தில் கைகளைத் தூக்கியபடி தனுர்த்தரனும் வீரபாகுவும் ஓடிவந்தனர். "குரங்கு தப்பிவிட்டது. தன்னைப் பிடித்திருந்த எண்மரையும் தூக்கி வீசிவிட்டு சுவீரியவானையும் அப்ரமாதியையும் தூக்கிக்கொண்டு ஒரு கொடியைப் பிடித்துக்கொண்டு மேலே சென்றுவிட்டது. அப்ரமாதி அதன் தோளில் பற்றிக்கொண்டு அழுதுகொண்டிருக்கிறான்." சற்று நேரத்தில் அபயன் ஓடிவந்து "அப்ரமாதி கீழே விழுந்துவிட்டான். அவனுடைய உடலில் சுள்ளி குத்தி குருதி வடிகிறது" என்றான். சஞ்சயன் "வனம், கற்றறிந்தவரை ஞானிகளாக்குகிறது, குழந்தைகளை குரங்குகளாக்குகிறது அரசே" என்றான். திருதராஷ்டிரர் உரக்க நகைத்து "முன்பொருமுறை அது குரங்குகளை ஞானிகளாக்கியது கிட்கிந்தையில்" என்றார்.

தசதாரைக்குச் செல்வதற்கு முன்னரே நீரோசை கேட்கத்தொடங்கியது. குழந்தைகளின் கூச்சலும் சிரிப்பும் காட்டுக்குள் கேட்டுக்கொண்டிருந்தன. பணியாளர்கள் தங்கள் சுமைகளை அங்கே இறக்கிவைத்து இளைப்பாறினர். சிலர் ஓடைகளில் இறங்கி நீரள்ளிக் குடித்து உடலெங்கும் அள்ளிவிட்டுக்கொண்டனர். சஞ்சயன் கைப்பற்றி வந்து நின்ற திருதராஷ்டிரர் அண்ணாந்து தலையைச் சுழற்றி முகம் விரியப் புன்னகைத்து "ஆம், அதே இடம். அதே ஒலிகள்... வியப்புதான். இருபதாண்டுகாலமாக அதே ஒலியுடன் இருந்துகொண்டிருக்கிறது இவ்விடம்" என்றான். "அதே தெய்வங்கள்தான் இன்னும் இங்கே வாழ்கின்றன அரசே" என்றான் சஞ்சயன். சௌனகர் "அரசே தாங்கள் இளைப்பாறுங்கள். இரவுக்குள் மரமாடங்கள் ஒருங்கிவிடும்" என்றார்.

பணியாளர்கள் மூங்கில்களையும் மரக்கிளைகளையும் வெட்டிவந்து உயர்ந்த மரங்களின் கிளைக்கவைகளை இணைத்து அவற்றைக் கட்டி மேலே கூரையெழுப்பி மாடங்களைக் கட்டினார்கள். மாடத்தரைகளில் மரப்பட்டைகளைப் பரப்பி மேலே பச்சைத்தழைகளை விரித்தனர். காட்டுக்கொடிகளை வெட்டி நூலேணிகள் அமைத்ததும் திருதராஷ்டிரரும் சஞ்சயனும் பிறரும் அதன் வழியாக மேலேறிச்சென்றனர். துரியோதனன் காட்டுக்கொடிகளையும் புதர்களையும் பிரித்து பசுமைக்குள் மூழ்கிச் சென்றான். துச்சாதனன் அவனுடன் சென்றான்.

பணியாளர்கள் கற்களை அடுக்கி அடுப்புகூட்டி அதன்மேல் பெரிய செம்புக்கலங்களைத் தூக்கி வைத்தனர். காட்டுவிறகுகளை அள்ளி வந்து வெட்டிக் குவித்தனர் நால்வர். சிக்கிக்கற்களை உரசி நெருப்பைப்பற்றவைத்ததும் புகை எழுந்து மேலே பரவியிருந்த பசுமையில் பரவியது. அங்கிருந்த பறவைகள் ஓசையிட்டபடி எழுந்து பறந்தன. சற்று நேரத்தில் சிரிப்பும் கூச்சலுமாக கௌரவர்கள் கீழே

ஓடிவர மரக்கிளைகள் வழியாக பீமன் வந்து அங்கே குதித்தான். “அனுமனைப் பிடித்துவிட்டோம்! அனுமன் பிடிபட்டான்” என்று கூவியபடி கௌரவர்கள் ஒவ்வொருவராக வந்து பீமன் மேல் பாய்ந்து விழுந்து பற்றிக்கொண்டனர். பீமன் உடலெங்கும் கௌரவர்கள் கவ்விப்பிடித்திருக்க அனைவரையும் தூக்கிக்கொண்டு எழுந்து நின்றான். அவர்களின் சிரிக்கும் முகங்கள் அவன் உடலை மூடியிருந்தன.

“அனுமன் மனிதனாகிவிட்டான். இனி அவன் சமையல் செய்யப்போகிறான்!” என்று பீமன் சொன்னான். “ஆம் சமையல்!” என்று கௌரவர்கள் கூச்சலிட்டனர். “இப்போது நீங்கள் சிறிய குழுக்களாக பிரிந்துசென்று காய்கறிகளைக் கொண்டுவரப்போகிறீர்கள்” என்று பீமன் அவர்களுக்கு ஆணையிட்டான். “ஆம், காய்கறிகள்! கிழங்குகள்!” என்று சித்ரவர்மனும் தனுர்த்தரனும் கூவினர். பீமன் அவர்களை குழுக்களாக்கினான். “ஒருசெடியின் காய்களில் மூன்றில் ஒன்றை மட்டும் பறியுங்கள். ஒரு வேர்க்கிழங்கில் பாதியை மட்டும் அகழ்ந்தெடுங்கள்” என்றான்.

பீமன் காய்கறிகளை வெட்டிக்கொண்டிருந்தபோது காட்டுக்குள் இருந்து உரத்தகுரல்கள் கேட்டன. விசாலாட்ச கௌரவன் பறவைக்குரலில் கூவியபடி ஓடிவந்தான். “மூத்தவர்! மூத்தவர் ஒரு கரடிக்குட்டியை பிடித்திருக்கிறார்! நான் பார்த்தேன்... நானேதான் முதலில் பார்த்தேன்!” மூச்சிரைக்க ஓடிவந்த அவன் பதற்றமடைந்த எலிபோல எத்திசை செல்வதென்று தெரியாமல் தடுமாறினான். சௌனகர் “எங்கே?” என்றதும் திக்கித்திக்கி கைகளைத் தூக்கி “அங்கே” என்றான். “நான் பார்த்தேன்... கரிய கரிய கரிய கரடிக்குட்டி!” அதற்குள் அவன் பீமனைப் பார்த்து ஓடிப்போய் அப்படியே எம்பி அவன் தோளைத்தழுவி “பீமன் அண்ணா, நான் கரடிக்குட்டி! மூத்தவர்! பெரிய கரடி!” என்றான்.

திருதஹஸ்தனும் வாயுவேகனும் ஓடிவந்து “கரடிக்குட்டி! நாங்களே பார்த்தோம்! மூத்தவர் கொண்டுவருகிறார்!” என்று சொல்லி வெவ்வேறு திசையைக் கைகாட்டி எம்பி எம்பி குதிக்க விசாலாட்சன் ஓடிப்போய் அவர்களிடம் கைநீட்டி “போடா, நான்தான் முதலில் பார்த்தேன்” என்றான். திருதஹஸ்தன் திகைத்து “போடா போடா போடா” என்று கூச்சலிட்டபடி பாய்ந்து விசாலாட்சனை அடிக்க ஆரம்பிக்க இருவரும் மல்லாந்து நிலத்தில் விழுந்து உருண்டனர். அதற்குள், சித்ராட்சனும் வாதவேகனும் சித்ரனும் சுவர்ச்சனும் உபசித்ரனும் கூட்டமாக ஓடிவந்து “கரடிக்குட்டி வருகிறது! கரிய கரடி!” என்று கூவினார்கள்.

ஓடிவந்த வேகத்தில் வேர்தடுக்கி விழுந்த சாருசித்ரன் கதறி அழ எவரும் அவனைப் பார்க்கவில்லை. அவன் பிடிவாதமாக அங்கேயே

நின்று அழுதுகொண்டிருக்க மற்றவர்கள் அடுப்பைச்சுற்றி வந்து கூச்சலிட்டனர். “பீமன் அண்ணா அவ்வளவு பெரிய கரடிக்குட்டி!” என்றான் திருதஹஸ்தன். “கரிய குட்டி! நீளமான நகங்கள் கொண்ட குட்டி!” பீமன் எழுந்து கரடிக்குட்டியைத் தோளில் ஏந்தி துரியோதனன் வருவதைப் பார்த்தான். அவனுடைய தோளில் ஒரு கரிய மயிர்ச்சுருளாக அது அமர்ந்திருந்தது. அருகே வந்தபின்னர்தான் அதன் திறந்தவாயின் வெண்பற்களும் ஈரமான கரிய மூக்குக்குமேல் வெண்ணிறமான பட்டையும் தெரிந்தன. பீமன் அருகே சென்று அதை வாங்கிக்கொண்டான்.

துரியோதனனுக்குப் பின்னால் பாளைகளையும் ஈச்சையோலையையும் கொண்டு கட்டிய கூடைப்பின்னலில் மிகப்பெரிய ஈரத்தேனடைகளை அடுக்கிக் கட்டி தலைமேல் கொண்டுவந்த துச்சாதனன் உடலெங்கும் தேன் சொட்ட அதை இறக்கிவைத்தான். அவனைச் சூழ்ந்து வந்து கொண்டிருந்த தேனீக்கள் ரீங்கரித்தன. அவன் உடலெங்கும் ஈக்களும் சிறுபூச்சிகளும் ஒட்டியிருந்தன. அவன் அங்கே கிடந்த பெரிய பித்தளைச் சருவம் ஒன்றை எடுத்து வைத்தான்.

“கீழே விடுங்கள்... கீழே விடுங்கள் மூத்தவரே” என்று இளம்கௌரவர்கள் கூவினர். பீமன் அதை முற்றத்தில் விட்டபோது என்ன செய்வது என்று அறியாமல் அது பின்னங்கால்களில் குந்தி அமர்ந்து நகம் நீண்ட கைகளைக் கூப்புவதுபோல வைத்துக்கொண்டு, கண்களை சிமிட்டுவதுபோல இமைத்து, தலையை மெல்லத் திருப்பி அவர்களை மாறி மாறிப்பார்த்தது. விசாலாக்ஷன் “பார்க்கிறது! நம்மை நம்மை நம்மை நம்மை பார்க்கிறது! என்று கைசுட்டிக் கூவி எம்பி எம்பி குதித்தான்.

துரியோதனன் திரும்பி அழுதுகொண்டிருந்த சாருசித்ரனை நோக்கி “அவன் ஏன் அழுகிறான்?” என்றான். அவனை அதுவரை திரும்பியே பார்க்காத சித்ராட்சன் துரியோதனன் அருகே வந்து “கீழே விழுந்துவிட்டான். ஓடும்போது கால்தடுக்கி...” என்றான். சுவர்ச்சன் இடைமறித்து “வேர் காலில் பட்டு... நான் பார்த்தேன். ரத்தம் வருகிறது” என்றான். உபசித்ரன் “மிகவும் வலிக்கிறதாம்... அழுதுகொண்டே இருக்கிறான்” என்றான். துரியோதனன் சாருசித்ரனிடம் “வாடா” என்றதும் அவன் அழுகையை நிறுத்திவிட்டு அருகே வந்தான். துரியோதனன் அவன் கன்னங்களைத் துடைத்து தன் கச்சையில் இருந்து ஓர் அத்திப்பழத்தை எடுத்து அவனுக்குக் கொடுத்து “அழாதே” என்றான்.

சாருசித்ரன் முகம் பெருமிதத்தில் மலர்ந்தது. துரியோதனன் கைகள் அவன் தலைமேல் இருந்தமையால் மெல்லிய தோள்களை வளைத்து அவன் அந்தக் கனியை வாங்கினான். பிற கௌரவர்கள் அவனைப் பொறாமையுடன் பார்க்க, அவன் கண்கள் சற்று தயங்கி அனைவரையும்

தொட்டுச்சென்றன. “நான் எல்லோருக்கும் தருவேன்” என்றான் அவன். சொன்னதுமே உபசித்ரனும் சித்ராட்சனும் அந்தக் கனியை வாங்கிப் பங்குபோட்டார்கள். வேறு இரு கௌரவர்களும் கரடிக்குட்டியை விட்டுத் திரும்பி அதை வாங்கினர். சாருசித்ரன் “எனக்குத்தான் மூத்தவர் தந்தார்” என்று திரும்பத் திரும்பச் சொல்லிக்கொண்டிருந்தான்.

பீமன் கரடிக்குட்டியைத் தூக்கி அதன் மயிரை முகர்ந்து “தேனடை!” என்றான். “இதற்கு ஓர் உடன்பிறந்தான் இருக்கிறான்.” கரடிக்குட்டி அவனுடைய கையை நகத்தால் பிராண்டுவதற்காக வீசியது. இடைவளைத்து திமிறி மீண்டும் மண்ணில் இறங்கி எழுந்து நின்று விழுந்து கையூன்றியபின் துரியோதனனை நோக்கிச் சென்று அவன் கால்களைப் பற்றிக்கொண்டு மேலேற முயன்றது. “மூத்தவரிடம் வருகிறது! மூத்தவரிடம் வருகிறது!” என்று கௌரவர்கள் கூச்சலிட்டுக் குதித்தனர்.

“குகையில் தேனடைகளைப் பார்க்கலாமென்று சென்றேன்... அங்கே ஓர் ஆழமான குழிக்குள் தனியாக விழுந்துகிடந்தது” என்றான் துரியோதனன். “அதன் அன்னையைத் தேடினேன். எங்கும் காணவில்லை.” “நெடுந்தொலைவில் இருந்து அது வந்திருக்கலாம்...” என்ற பீமன் அதைத் தூக்கி மீண்டும் முகர்ந்து “அதன் உடலில் இலுப்பை மணம் அடிக்கிறது. பெரிய இலுப்பை மரத்தின் குகைக்குள் வாழ்கிறது” என்றான். “அன்னை இதற்கு தேன்கூட்டை ஊட்டியிருக்கிறது. அந்த மணத்தைத் தேடி அதுவே காட்டில் பயணம் செய்து வந்திருக்கிறது.”

நிலத்தில் விட்டபோது கரடிக்குட்டி மல்லாந்து அடிவயிற்றின் சாம்பல்நிறமயிர் தெரிய புரண்டு எழுந்து மீண்டும் ஓடிச்சென்று துரியோதனன் கால்களைப்பற்றிக்கொண்டது. “அது உங்களை, தான் இருந்த மரமாக எண்ணிக்கொள்கிறது மூத்தவரே” என்றான் பீமன். “மண்ணிலிருக்கையில் அது அஞ்சுகிறது. உங்கள் மேலிருக்கையில் மரத்தில் ஏறிவிட்ட நிறைவை அடைகிறது.” கரடிக்குட்டி சட்டென்று உடலை உலுக்கி சிறுநீர் கழிக்க கடுமையான நெடி எழுந்தது. கௌரவர்கள் மூக்கைப்பொத்தியபடி கூச்சலிட்டுச் சிரித்தனர்.

துரியோதனன் அந்தக் கரடிக்குட்டியை அவனுக்கான மாடக்குடில்மேல் கொண்டுசென்றான். அதை மரத்தில் விட்டபோது அது கிளைகளைப் பற்றிக்கொண்டு கண்களைச் சிமிட்டியபடி மெல்ல அவனை நோக்கி வந்தது. “அது உங்களை நம்பிவிட்டது மூத்தவரே, இனி நீங்களில்லாமல் இருக்காது” என்றான் பீமன். துரியோதனன் சிரித்தபடி அதைத் தூக்கி தன் மேல் வைத்துக்கொண்டான். “அதற்கு என்ன கொடுப்பது?” என்றான்

துரியோதனன். “பாலும் தேனும் கொடுக்கலாம். கிழங்குகள் உண்ணும் வயதாகிவிட்டது என்று தோன்றுகிறது.”

துச்சாதனன் “தேன் அருந்த வாருங்கள்” என்றதும் கௌரவர்கள் கூச்சலிட்டபடி சென்று சூழ்ந்து அமர்ந்துகொண்டார்கள். “நான்கு தட்டுகள் முழுக்க புழுவந்துவிட்டது” என்றான் துச்சாதனன். “நல்லது, புழு வந்த தட்டுக்களை இதற்குக் கொடுங்கள்… கரடி இனத்தில் உதித்த கௌரவன் அல்லவா?” என்றான் பீமன். கௌரவர்கள் கூச்சலிட்டுச் சிரித்தனர். மூத்தவனாகிய துச்சலன் “தம்பி ஃபால்லுக கௌரவா, கௌரவர் படைக்கு நல்வரவு” என்றான். துச்சகன் “இவனுக்கு என்னபெயர் மூத்தவரே?” என்றான். பீமன் சிரித்துக்கொண்டு “துஷ்கரன்… பிடித்தபிடியை விடாதவன்” என்றான்.

“தேன்… தம்பி துர்ஷகரனுக்குத் தேன்” என்று ஜலகந்தன் கூச்சலிட்டான். ஏராளமான குரல்கள் “தேன் தேன்” என்றன. துஷ்கரன் தேனடைகளைக் கண்டதுமே மேலும் அமைதி அடைந்து மிகமெல்ல கைநீட்டி பெற்றுக்கொண்டு சுவைத்து உண்டது. கடைவாயில் ஒதுக்கியபடி துச்சலனை நோக்கி ‘ர்ர்ர்’ என்றபடி அமர்ந்து நகர்ந்து தேனடைக்கு அருகே சென்று நீண்ட நகம் கொண்ட கைகளை நீட்டியது. துச்சலன் “கேட்டு வாங்குகிறது… அதற்குத் தெரிந்துவிட்டது அதுவும் கௌரவன் என்று” என்று சிரித்தான்.

அவர்கள் மூங்கில்குழாய்களில் தேனருந்தினர். தேனருந்திய மிதப்பில் மண்ணிலேயே விழுந்து கிடந்தனர். கரடிக்குட்டி, கிடந்தவர்கள் மேல் ஏறி அவர்களின் வயிறுகள் வழியாகச் சென்று கைநீட்டிக்கொண்டு படுத்திருந்த துச்சாதனனை அணுகியது. அவன் சிரித்துக்கொண்டு எழுந்து சென்று அதை அடுப்புகளுக்கு அப்பால் விட்டுவிட்டு வந்தான். கௌரவர்கள் சிரித்துக்கொண்டே அதைப் பார்த்தனர். அங்கிருந்து அது கைநீட்டியபடி துச்சாதனனை அணுகியது. அதைத் தூக்கிச் சுழற்றி திசைமாற்றி விட்டாலும் மீண்டும் நீண்ட கைகளுடன் நகர்ந்து வந்தது.

மாலை உணவுண்டு நீர் அருந்தி அவர்கள் மாடக்குடில்களுக்குள் சென்று படுத்துக்கொண்டார்கள். மிக இளையவனாகிய சுஜாதன் மெல்ல நடந்து துரியோதனன் அருகே சென்று நின்றான். துரியோதனன் அவனிடம் “என்னடா?” என்றான். அவன் ஒன்றுமில்லை என்று திரும்பப்போனான். “சொல் தம்பி” என்றான் துரியோதனன். “அண்ணா, எனக்கு இன்னொரு கரடிக்குட்டி வேண்டும்” என்றான் சுஜாதன். “எதற்கு?” என்றான் துரியோதனன் சிரித்தபடி. “நானே வைத்து விளையாடுவதற்கு” என்றான் சுஜாதன். அப்பால் படுத்திருந்த பீமன் “இன்னும் பதினேழு வருடம் போனால் உனக்கே உனக்காக ஒரு நல்ல கரடிக்குட்டியை பீஷ்மபிதாமகரே

கொண்டுவந்து தருவார். நீயே வைத்து விளையாடலாம்” என்றான். வெடித்துச் சிரித்தபடி துரியோதனன் எழுந்து அமர்ந்துவிட்டான். சிரிப்பில் அவனுக்குப் புரைக்கேறியது.

இரவு மிக விரைவிலேயே கனத்து குளிர்ந்து ஓசைகளுடன் வந்து சூழ்ந்துகொண்டது. மாடங்களுக்குக் கீழே பூச்சிகளும் நாகங்களும் விலங்குகளும் அணுகாமலிருக்க தைலப்புல் அடுக்கி புகைபோட்டிருந்தனர். குடிலுக்கு வெளியே மரத்தில் விடப்பட்டிருந்த துஷ்கரன் ஒவ்வொருவர் மீதாக ஏறி துரியோதனன் அருகே படுக்க வந்தது. “இதை என்ன செய்வது?” என்றான் துரியோதனன். பீமன் “அதன் அன்னை நீங்கள்தான் என முடிவெடுத்துவிட்டது. இனி அதை அதன் அன்னை வந்தால்தான் மாற்றமுடியும்” என்றான். துச்சாதனன் “கிளையுடன் சேர்த்துக் கட்டினால் என்ன?” என்றான். “கட்டவேண்டாம்... அது காட்டுக்குழந்தை... இங்கேயே படுத்துக்கொள்ளட்டும்” என்றான் துரியோதனன்.

குடில்களின் உள்ளிருந்து புகையால் மூச்சுத்திணறும் ஒலிகளும் இருமல் ஓசைகளும் எழுந்தன. கௌரவர்கள் மனக்கிளர்ச்சி தாளாமல் சிரித்துப்பேசிக்கொண்டே இருந்தனர். துச்சாதனன் எழுந்து இருட்டுக்குள் நின்றபடி “என்ன அங்கே பேச்சு? உறங்குங்கள்... நாளைக் காலை வேட்டைக்குச் செல்கிறோம்” என்றான். இருட்டுக்குள் அடக்கப்பட்ட சிரிப்பொலிகள் கேட்டன. துச்சாதனன் “சித்ராக்ஷா நீதானா அது? வந்தேன் என்றால் உதைப்பேன்” என்றான். சித்ராக்ஷன் “இவன் என்னை சிரிப்பு மூட்டுகிறான்... போடா” என்றான்.

துரியோதனன் சிரித்துக்கொண்டு “பேசிக்கொள்ளட்டும்... புதிய இடத்தின் கிளர்ச்சி இருக்குமல்லவா?” என்றான். “நாளைக் காலை எழுப்புவது பெரும்பாடு... வேட்டைநடுவிலும் தூங்கிவழிவார்கள்” என்றான் துச்சாதனன். “குழந்தைகள் அல்லவா?” என்றான் துரியோதனன். “அவர்கள் அதிக நேரம் விழித்திருக்க மாட்டார்கள். பகலெல்லாம் ஓடியிருக்கிறார்கள்.” பீமனின் குறட்டை ஒலி கேட்டது. “போகப்போகக் கூடிவரும் ஒலி... இது இல்லாமல் என்னால் துயிலமுடியவில்லை இப்போதெல்லாம்” என்றான் துரியோதனன் சிரித்தபடி. “அந்தக் கரடியின் வாசனை குடில் முழுக்க இருக்கிறது” என்றபடி துச்சாதனன் விரிக்கப்பட்ட மான்தோல்மேல் படுத்துக்கொண்டான்.

மிகவிரைவிலேயே அனைவரும் தூங்கிவிட்டார்கள். நீள்குடிலின் ஓரத்தில் படுத்து சௌனகர் மட்டும் காட்டில் எழும் ஒலிகளைக் கேட்டுக்கொண்டிருந்தார். காடு பகலைவிட இரவில் அதிக ஒலியெழுப்புவதாகத் தோன்றியது. தொலைதூரத்து ஓடைகளின்

ஒலிகள்கூட அருகே கேட்டன. சருகுகளையும் சுள்ளிகளையும் மிதித்து ஒடித்துச்செல்வது யானைக்கூட்டமா? பன்றிக்கூட்டத்தின் உறுமல் கேட்டது. யாரோ ஒருவர் தூக்கத்தில் 'அம்மா அம்மா அம்மா' என்றார்கள். அது மிக இளையவனாகிய குண்டாசி, பக்கத்துக் குடிலில் எழும்பும் ஒலி. தூக்கத்திலேயே துரியோதனன் புரண்டுபடுத்து "டேய் தூங்கு" என்றான். குண்டாசி "ம்ம்" என்றபின் வாயைச் சப்புக்கொட்டி மீண்டும் தூங்கினான்.

துரியோதனன் ஏதோ சொல்லி கூச்சலிடுவதைக் கேட்டு சௌனகர் திடுக்கிட்டு எழுந்தார். துரியோதனன் மேல் கரியநிழல் ஒன்று நிற்பதுபோலத் தோன்றியது. அதற்குள் துரியோதனனும் அதுவும் இணைந்து உருண்டு மாடத்தில் இருந்து கீழே விழுந்தனர். கீழே காவலுக்கு நின்றிருந்த வீரர்கள் கூச்சலிட்டபோது அனைவரும் எழுந்துகொண்டனர். சௌனகர் ஓடிப்போய் கீழே பார்த்தபோது மிகப்பெரிய கரடி ஒன்று துரியோதனனை கட்டியணைத்திருக்க இருவரும் மண்ணில்புரள்வது தெரிந்தது. சௌனகர் சென்று துயின்றுகொண்டிருந்த பீமனை உலுக்கினார்.

கரடியின் பிடியை விடுவிக்க முடியாமல் துரியோதனன் மண்ணில் புரண்டான். அவனுடைய வல்லமைமிக்க தோள்களை கரடி ஒட்டுமொத்தமாகப் பிடித்திருந்தமையால் அவை பயனற்றவையாக இருந்தன. பீமன் எழுந்து வாயைத் துடைத்து "என்ன" என்றான். அதன்பின் ஓசைகளைக் கேட்டு எழுந்து நூலேணி வழியாக இறங்குவதற்குள் மரக்குடிலில் இருந்து குதித்த துச்சாதனன் "மூத்தவரே" என்று கூவியபடி ஓடிச்சென்று அந்தக் கரடியைப் பிடித்தான். அது தன் காலால் அவனை எட்டி உதைக்க உடலில் அதன் நகங்கள் கிழித்த மூன்று உதிரப்பட்டைகளுடன் அவன் பின்னால் சரிந்தான். வெறியுடன் அருகே நின்றிருந்த வீரனின் வேலைப்பிடுங்கி அதைக் குத்தப்போனான். சஞ்சயன் கீழே நடப்பதைச் சொல்லிக்கொண்டே இருக்க குடில் முகப்பிற்கு ஓடிவந்த திருதராஷ்டிரர் உரக்க "மூடா, அது அன்னைக்கரடி. அதைக்கொன்று என் குலத்துக்கு பழிசேர்க்கிறாயா?" என்று கூவினார்.

துச்சாதனன் கையிலிருந்த வேல் விலகியது. விற்களில் நாணேற்றிய வீரர்களும் கை தாழ்த்தினர். திருதராஷ்டிரர் திரும்பி "விருகோதரா, அதைப்பிடித்து விலக்கு" என்றார். பீமன் "இதோ தந்தையே" என்றபடி கரடியுடன் புரளும் துரியோதனனை அருகே வந்து பார்த்தான். அவன் துயிலில் இருந்து அப்போதுதான் முற்றிலும் மீண்டான் என்று தோன்றியது. அவன் நாலைந்துமுறை பதுங்கியபின் கரடியின் தலைப்பக்கமாகப் பாய்ந்து அதன் கழுத்தைப்பிடித்துக்கொண்டான். வேறு எப்படி அதைநோக்கிப் பாய்ந்திருந்தாலும் கரடி தன் கால்களை

வளைத்துத் தூக்கி கூர்நகங்களால் கிழித்துவிட்டிருக்கும் என சௌனகர் உணர்ந்தார்.

கரடியின் கழுத்தை ஒருகையால் பற்றியபடி அதன் கையிடுக்கில் தன் மறுகையைக் கொடுத்து அழுத்திப்பிடித்தபடி பீமனும் சேர்ந்து மண்ணில்புரண்டான். கரடி உறுமியபடி திரும்ப முயன்றதருணத்தில் அதன்பிடியை விலக்கி, அதை தான்பற்றிக்கொண்டு, மண்ணில் புரண்டு பீமன் விலக, அரையாடையிழந்து உள்ளே அணிந்த தோலால் ஆன விருக்ஷணக்கச்சுடன் உடம்பெங்கும் மண் படிந்திருக்க துரியோதனன் விலகி விழுந்தான். மூச்சிரைக்க எழுந்து இருகைகளையும் மண்ணில் ஊன்றி அமர்ந்து நோக்கினான். அதற்குள் கரடியை பீமன் தன் தலைக்குமேல் தூக்கி மண்ணில் அறைந்தான்.

நிலையழிந்த கரடி உறுமியபடி இரு கைகளின் நகங்களை முன்னால் நீட்டி, மயிரடர்ந்த கால்களை பின்னால் தூக்கிவைத்துச் சென்று குந்தி அமர்ந்தது. பின்னர் பதுங்கி அமர்ந்துகொண்டு வாய் திறந்து வெண்ணிறப் பற்களைக் காட்டி உறுமியது. எடையிலும் உயரத்திலும் பீமன் அளவுக்கே இருந்த அத்தனை பெரிய கரடியை சௌனகர் பார்த்ததில்லை. அவர் திரும்பி குடிலுக்குள் சென்று துரியோதனன் படுத்திருந்த மான்தோல் மேல் நன்றாக ஒண்டிச்சுருண்டு துயின்றுகொண்டிருந்த கரடிக்குட்டியைத் தூக்கி கீழே அன்னையை நோக்கி வீசினார். உடலை வளைத்து நான்கு கால்களில் விழுந்த துஷ்கரன் திரும்பி கூட்டத்தைப் பார்த்தபின் குழம்பி மீண்டும் குடிலை நோக்கி செல்லத் தொடங்கியது.

அன்னைக்கரடி முன்னால் சென்று அதை ஒரு கையால் தூக்கியபின் உறுமியபடி பின்வாங்கி, பின்னர் திரும்பி மூன்றுகால்களில் பாய்ந்து காட்டின் இருளுக்குள் சென்று மறைந்தது. பீமன் கைகளின் மண்ணைத் துடைத்துக்கொண்டு “கரடிப்பாலின் நெடி என்று சொன்னபடி திரும்புவதற்குள் துரியோதனன் அருகே நின்ற வீரனின் வேலைப்பிடுங்கி அவனை ஓங்கிக் குத்தினான். கூட்டமே திகைத்துக் கூச்சலிட்டது. வேலின் நிழலைக் கண்டு அனிச்சையாகத் திரும்பிய பீமன் அதிலிருந்து தப்பி திரும்புவதற்குள் துரியோதனன் பலமுறை குத்திவிட்டான். அத்தனைக் குத்துக்களுக்கும் உடல் நெளித்துத் தப்பிய பீமன் “மூத்தவரே என்ன இது... மூத்தவரே” என்று கூவியபடி மண்ணில் விழுந்து புரண்டான்.

மண்ணில் ஆழக்குத்தி நின்று நடுங்கிய வேலை விட்டுவிட்டு அவன் மேல் பாய்ந்த துரியோதனன் அவனை ஓங்கி அறைந்தான். அந்த ஓசை சௌனகர் உடலை விதிர்க்கச்செய்தது. தொடைகள் நடுங்க அவர் மாடக்குடிலிலேயே அமர்ந்துவிட்டார். துரியோதனன் வெறிகொண்டவனாக பீமனை மாறி மாறி அறைந்தான். பீமன்மேல்

விழுந்து அவன் வயிற்றில் ஏறிக்கொண்டு அவன் கழுத்தை தன் கைகளால் பற்றிக்கொண்டு கால்களால் அவன் கைகளைப் பற்றி இறுக்கினான். பீமன் கழுத்து நெரிய கைகள் செயலிழக்க அப்பிடிக்குள் அடங்கித் திணறியபடி கால்களை உதைத்துக்கொண்டான்.

நூலேணிவழியாக இறங்கி ஓடிவந்த திருதராஷ்டிரர் தன் வலக்கையால் துரியோதனனைப் பிடித்துத் தூக்கி அப்பால் வீசினார். அதே விரைவுடன் இடக்கையால் பீமனைத் தூக்கி தன் தோளுடன் அணைத்துக்கொண்டார். பீமன் வாய் திறந்து மூச்சிழுத்து இருமினான். கழுத்தைப் பற்றிக்கொண்டு தலையைச் சுழற்றி சுளுக்கு நீக்க முயன்றான். கீழே மண்ணில் விழுந்து எழுந்து திரும்பி கையூன்றி அமர்ந்திருந்த துரியோதனனின் மூச்சொலி கேட்டு அவனை நோக்கித் திரும்பி தன் பெரும்புயத்தை மடித்துக்காட்டி யானை போல மெல்ல உறுமினார் திருதராஷ்டிரர். பந்த ஒளி மின்னும் கண்களுடன் துரியோதனன் அப்படியே அமர்ந்திருந்தான்.

திருதராஷ்டிரர் பீமனை விட்டுவிட்டு சௌனகரிடம் பீமனை தள்ளி "இவனை இளைப்பாறச் சொல்லுங்கள்" என்றார். பின்னர் திரும்பி துரியோதனன் கிடந்த இடத்தை மூக்கால் நோக்கினார். நீண்ட பெருமூச்சில் அவரது அகன்ற நெஞ்சு எழுந்தமைந்தது. "சஞ்சயா என்னை என் குடிலுக்குக் கொண்டுசெல்... நாளைக்காலையே நாம் அஸ்தினபுரிக்குக் கிளம்புகிறோம். கானாடல் நிகழ்வு முடிந்துவிட்டது" என்றார்.

5

காலகம் என்னும் அடர்வனத்தின் நடுவே இருந்த ஸ்தூனகர்ணனின் பதிட்டையின் மேல் இளமழையும் அருவிச்சிதர்களும் சேர்ந்து பெய்துகொண்டிருந்தன. அங்கே செறிந்திருந்த காட்டுமரங்களெல்லாம் பசுந்தழைசெறிந்து, காலடியில் இருளைத் தேக்கிவைத்திருந்தன. மழைக்காலத்தில் ஓங்கியெழுந்த புதர்ச்செடிகள் இளவேனிற்காற்றில் தங்கள் எடையாலேயே சாய்ந்து நீர்பரவிச்சென்ற பின் எஞ்சியவை போல கிடந்தன. மூன்று பக்கமும் கரியபாறைகள் சூழ்ந்த அந்த அடர்வனப்பசுமைக்குள் எப்போதும் மழைத்தூறலிருந்தமையால் இலைகள் சொட்டிச் சேர்ந்த மண்ணில் ஊறி தெளிந்த சிற்றோடைகளாக மாறி சரிந்து இறங்கிச்சென்றுகொண்டிருந்தது.

அங்கே வந்துசேர ஓடைகள் வழியாக மட்டுமே வழியிருந்தது. கிளைவிரிந்த மரம்போல கிடந்த சதவாஹி என்ற ஓடை வழியாக வந்த துரியோதனன் அடிமரம் தொற்றி ஏறுபவன் போல அவ்வப்போது தோன்றிய கிளை ஓடைகள் வழியாகத் திரும்பி செம்படலமாகப் பாசி படிந்த வழுக்கும் பாறைகளில் கால்வைத்து ஏறிக்கொண்டிருந்தான். சற்று கால்வழுக்கினாலும் நுரைத்துக்கொட்டும் சிற்றருவிகளின் பாறைகளில் விழநேருமென்பதை உணர்ந்த அவனுடைய கெண்டைக்கால்தசையும் முதுகெலும்பும் கொண்ட எச்சரிக்கை உணர்வுதான் அவனை எண்ணங்களிலிருந்து மீட்டு புறவுலகில் ஒன்றச்செய்துகொண்டிருந்தது. எனவே ஒவ்வொருமுறையும் ஏறுவதற்குக் கடினமான பாறைகளையே அவன் தேர்வுசெய்தான். ஒவ்வொருமுறை கால்வழுக்கும்போதும் அவனுடைய உடலைத் தாங்கியிருந்த தன்னுணர்வு உலுக்கப்படுவதை அவன் விரும்பினான்.

ஸ்தூனகர்ணனின் ஆலயத்துக்கு முன்னாலிருந்த மலைச்சுனையை அடைந்ததும் அவன் நின்றான். தன்னுள் விடாயை அப்போதுதான் உணர்ந்தவனாக நடந்து வந்து சுனையை அடைந்தான். மலைப்பாறையில் விழுந்த அருவியால் சீரான நீள்வட்டமாக வெட்டப்பட்டிருந்த சுனையின் விளிம்பில் நின்றபோதுதான் அது எத்தனை ஆழமானதென்று உணர்ந்தான். அடித்தட்டில் பிளந்து மேலும் ஆழத்துக்குச் சென்ற பாறையை மிக அருகே எனக் காணமுடியுமளவுக்கு நீர் தெளிந்திருந்தது. அவன் அதில் நீராலானவை போன்ற இறகுகளுடன் நீண்ட மீசைகளுடன் எட்டு பொய்விழிகளுடன் நீந்தும் தீட்டப்பட்ட இரும்பு நிறமுள்ள மீன்களைப் பார்த்து அது குடிநீர் என்பதை உறுதிசெய்தபின் குந்தி அமர்ந்து அள்ளிக் குடித்தான். நீர் சற்று கனமாகவும் குளிராகவும் இருந்தது. இரும்பை நக்கிப்பார்த்ததுபோல நாவில் அதன் சுவை தெரிந்தது.

நீரை அள்ளிவீசி தன் உடலில் படிந்திருந்த மகரந்தங்களையும் தேன்துளிகளையும் புல்விதைகளையும் களைந்தபின் கச்சைத்துணியைக் கழற்றித் துடைத்துக்கொண்டு அவன் எழுந்தபோது நீருக்கு அப்பால் ஒருவன் நின்றிருப்பதைக் கண்டான். அவன் எப்போது அங்கே வந்தான் என்று அவன் அகம் வியந்த கணமே அவன் நீருக்குள் இருந்து எழுந்தான் என்றும் தோன்றியது. ஆனால் அவன் உடைகள் சொட்டவில்லை. "அஸ்தினபுரியின் இளவரசனை வணங்குகிறேன்" என்று அவன் சொன்னான். தோளில் விழுந்த நீண்ட சுரிகுழலும் காதுகளில் ஒளிவிடும் குண்டலங்களும் இடையின் பட்டுக்கச்சையுமாக அழகிய அரசகுமாரனைப்போலத் தோன்றினான்.

"நீ யார்?" என்றான் துரியோதனன். அவன் சிரித்து "இச்சுனையருகே வாழ்பவன்" என்றான். ஒருகணம் அவன் விழிகள் திரும்பியதைத் தொடர்ந்த துரியோதனனின் விழிகள் நீருக்குள் தெரிந்த அவனுடைய தோற்றத்தைப் பார்த்தன. அங்கே அவனுடைய படிமம் ஆரம்படிந்த முலைக்கச்சையும் மேகலை மூடிய அந்தரீயமும் குழைகளும் புரிவளைகளும் அணிந்த பெண்ணாகத் தெரிந்தது. அவன் விழிகள் ஒளிவிட்டன "என் பெயர் ஸ்தூனகர்ணன்" என்று அவன் சொன்னான். "ஸ்தூனகர்ணை என்றும் என்னைச் சொல்வார்கள். மண்ணில்வாழும் கந்தர்வன் நான்" என்றான்.

துரியோதனன் அப்பால் நீர்க்களிம்பும் பாசியும் படிந்து நின்றிருந்த ஸ்தூனகர்ணனின் சிலையைப் பார்த்தான். அதன் ஒருபக்கம் பெண்ணாகவும் மறுபக்கம் ஆணாகவும் இருந்ததைக் கண்டு கண்ணைத் திருப்பியபோது கரையில் நின்றிருந்தது பெண்ணாகவும் நீருள் தெரிந்த படிமம் ஆணாகவும் தெரிந்தது. "தேவ, உங்களை வணங்குகிறேன்.

இத்தருணத்தில் உங்களைக் காணும் நல்லூழ் எனக்கு அமைந்தது இறைநெறி என்றே எண்ணுகிறேன். உங்கள் கனிவையும் வாழ்த்துகளையும் நாடுகிறேன்" என்று தலைவணங்கிக் கைகூப்பினான். "நலம் திகழ்க" என்று வாழ்த்திய ஆண்குரலைக் கேட்டு அவன் நிமிர்ந்தபோது அங்கே ஆண்வடிவம் நின்றுகொண்டிருந்தது.

"நீ துயருற்றிருக்கிறாய் மைந்தா" என்றான் ஸ்தூனகர்ணன். "ஆம், தேவா. நான் எரிந்துகொண்டிருக்கிறேன்" என்றான் துரியோதனன், "ஏன்?" என்று ஸ்தூனகர்ணன் கேட்டான். "எனக்கு சொல்லத் தெரியவில்லை. எங்கும் என்னால் காலூன்றி நிற்க முடியவில்லை. உணவும் நீரும் வெறுத்து இந்தக் காட்டில் மூன்று நாட்களாக அலைந்துகொண்டிருக்கிறேன். இனி உயிர்வாழலாகாது என்று என் அகம் மீளமீளக் கூவிக்கொண்டிருக்கிறது. நான் வாழ விரும்பவில்லை. இனி நான் வாழ்வதில் பொருளும் இல்லை" என்றான் துரியோதனன். "ஆனால் இறப்பால் இவ்வழல் அணையாதென்ற உணர்வாலேயே வாழ்ந்துகொண்டிருக்கிறேன்."

"உன் உள்ளம் அமைதிகொள்ள என்னவேண்டுமென்று சொல்!" துரியோதனன் நிமிர்ந்து அவனை நோக்கி "நான் விழைவது ஒன்றே, நிறைவான இறப்பு. அதைத்தான் உங்களிடம் நான் கோரமுடியும்" என்றான். "நில், நீ இன்னும் இளைஞன். உன் ஊழ்வினையோ மூதாதையர் தேடிவைத்த பெருங்கடன் போலத் திரண்டிருக்கிறது. நீ இறக்கமுடியாது." "நான் வாழவும் முடியாது" என்று துரியோதனன் உரக்கக் கூவினான். "என் வாழ்க்கை முடிந்துவிட்டது. மூன்றுநாட்களுக்கு முன் என் ஆன்மா இறந்துவிட்டது."

ஸ்தூனகர்ணன் புன்னகைத்து "இறக்கவில்லை, புண்பட்டது. உன் ஆன்மா அல்ல, உன் ஆணவம்" என்றான். "ஆம், என் ஆணவம்தான் நான். அதுவே என் ஆன்மா. நான் பிறந்த கணம் முதல் அப்படித்தான் இருக்கிறேன். சிறுமைகொண்டவனாக நான் இனி வாழமுடியாது" என்று துரியோதனன் கண்ணீருடன் சொன்னான். "வணங்கும் கண்களை மட்டுமே கண்டு வளர்ந்தவன் நான். அப்படித்தான் என்னால் வாழமுடியும்... வேறெப்படியும் வாழமுடியாது. அது எனக்கு என்னைப் படைத்த விண்ணகத் தெய்வங்களிட்ட ஆணை."

"நீ வாழவேண்டுமென்றால் நான் என்ன செய்யவேண்டும்?" என்று ஸ்தூனகர்ணன் கண்கள் ஒளிரக் கேட்டபடி அருகே வந்தான். அவ்வாறு ஒருவன் மிக அருகே நிற்கும்போது தன் அகவுணர்வு அங்கே ஓர் இருப்பை உணராமலிருப்பதன் விந்தையை அறிந்தபடி துரியோதனன் "நீங்கள் விண்ணவர். நீங்களறியாததேதும் இல்லை" என்றான். ஸ்தூனகர்ணன் "நீ அவனைக் கொல்லவேண்டும். உன் தம்பியர் கண்முன், உன் தந்தையின் சொல்முன். இல்லையா?" என்றான்.

அச்சொற்களைக் கேட்டு துரியோதனன் உடல் சிலிர்த்தான். தன்னுள் இருந்து வாய்வழியாக ஒரு நாகம் இறங்கி வெளியே வந்து படமெடுத்து சீறி நிற்பதுபோல் தோன்றியது. அவன் அசையாத விழிகளுடன் ஸ்தூனகர்ணனை நோக்கி நின்றான். ஸ்தூனகர்ணன் மிகமெல்ல உதடுகள் வளைய புன்னகைசெய்து "அச்செய்தியை பீஷ்மர் அறியவும் வேண்டும். அவரது விழியிலிருந்து கண்ணீர் சொட்ட வேண்டும் இல்லையா?" என்றான். "அவர் எனக்கொரு பொருட்டே அல்ல" என்று துரியோதனன் உரக்கச் சொன்னான். "இளவரசே, பாரதவர்ஷத்தின் அத்தனை இளவரசர்களும் உண்மையில் அவர் ஒருவரை மட்டுமே பொருட்படுத்துகிறார்கள்" என்றான் ஸ்தூனகர்ணன்.

"ஏன்?" என்றான் துரியோதனன். அவனுக்கு மூச்சிரைக்கத் தொடங்கியது. "அவரை நான் அறிந்ததேயில்லை." ஸ்தூனகர்ணன் சிரித்து "நீ அறியவில்லை, உன் தோள்கள் அறியும்." என்றான். மீண்டும் உரக்கச் சிரித்து "அவரைக் கண்டதுமே நீ அறிந்தது ஒன்றுதான். உன் பெரும்தோளாற்றல். நாளை எத்தனை வளர்ந்தாலும்சரி, உன் வாழ்நாளெல்லாம் நீ படைக்கலம் பயின்றாலும் சரி, விண்ணாளும் மும்மூர்த்திகளையே ஆசிரியர்களாகப் பெற்றாலும் சரி, நீ பிதாமகரை போரில் வெல்லமுடியாது. மண்ணில் நீ வெல்லமுடியாதவர் அவர் ஒருவர் மட்டுமே."

துரியோதனன் திகைத்து நின்று கையை மட்டும் ஏதோ சொல்லவிருப்பவனைப்போல அசைத்தான். ஸ்தூனகர்ணன் "இளவரசே, இம்மண்ணில் உயிருடனிருப்பவர்களில் எவரும் அவரை வெல்லமுடியாது. பீமனும் நீயும் உங்களை இருகைகளால் குழந்தைபோலத் தூக்கிவீசும் உன் தந்தையும் எல்லாம் அவருக்கு மழலைகள் போலத்தான். ஒருவராலும் வெல்லப்படாதவராக வாழ்ந்து முதிர்ந்து மறையும் பேறுபெற்றுவந்த மானுடர் சிலரே. அவர் அவர்களில் தலையானவர். அதை அறிந்த கணம் உன் தந்தையின் ஆணவம் அழிந்து அவர் விடுதலைபெற்றார். உன் ஆணவம் பலநூறு கொடிவிட்டு வளர்ந்து உன்னைச் சுற்றிக்கட்டி வரிந்துவிட்டது" என்றான்.

"நான் அவரைப்பற்றி பேசவரவில்லை" என்றான் துரியோதனன். "சரி, நீ விழைவது எதுவோ அதை உனக்களிக்கிறேன். நீ அவனைக் கொல்லவேண்டும் அல்லவா?" துரியோதனன் இமைக்காமல் நோக்கி நின்றான். "அச்சுனைநீருக்குள் நோக்கு. அங்கே ஒரு கதாயுதம் கிடக்கிறது. அதை எடுத்துக்கொள்." துரியோதனன் தன் உடலின் தசைகள் அனைத்தும் செயலிழந்துபோனதுபோல உணர்ந்தவனாக அசையாமல் நின்றான். "அதுதான் அவனைக்கொல்லும் படைக்கலன். அதை எடுத்துக்கொள்" என்றான் ஸ்தூனகர்ணன். "அது சொல்லற்ற துணை போல உன்னுடன்

எப்போதும் இருக்கும். நீ வளரும்போது அதுவும் வளரும். உன் வஞ்சம் பெருகும்போது அதுவும் வீங்கும்.”

துரியோதனன் அவன் விழிகளை நோக்கினான். மெல்லக் காலெடுத்துவைத்து நீருக்குள் பார்த்தபோது நீரின் ஒளிரும் அலைநிழல்கள் அடிப்பாறையில் அலைபாய்வதைத்தான் கண்டான். சற்று பார்வை துலங்கிய பின்னரே அவ்வலைகளுடன் கலந்ததுபோல தன் உடலின் சித்திரச்செதுக்குகள் ஒளிவிட வெள்ளியென மின்னும் பெரிய கதாயுதத்தைப் பார்த்தான். “இளவரசே அந்தக் கதாயுதம் இமயமலையடிவாரத்தில் ஓடும் ஒரு நதி. அதன்பெயர் ரௌப்யை” என்றான் ஸ்தூனகர்ணன்.

ஸ்தூனகர்ணன் சொன்னான் “ரௌப்யையின் கரையில் இருக்கும் பிரசர்ப்பணம் என்னும் சோலையில் முன்பு அனலின் அதிபரான ஜமதக்னி முனிவர் வந்து தவம் செய்தார். அவர் தவம் செய்த பன்னீராண்டுகாலமும் ரௌப்யை ஒரு சிற்றோடையாக அவருக்குப் பணி செய்தாள். காலையில் அவர் நீராடுவதற்கு குளிர்நீரளித்தாள். அவர் குடிக்கும் நன்னீரானாள். மதியம் இளந்தென்றலாக அவரைச் சூழ்ந்தாள். இரவில் குளிரோசையாக அவரைத் தாலாட்டினாள். அவர் தவம் முடிந்து கிளம்பும்போது ரௌப்யை தன் அலைவிரல்களால் அவர் பாதங்களை வணங்கியபோது அவர் ‘உனக்கு என்ன வரம் தேவை, சொல்!’ என்றார்.

“ரௌப்யை ‘என் விழைவுக்கேற்ப அக்கணமே நான் விரிந்து பெரிதாகவேண்டும்’ என்று கோரினாள். ‘அவ்வண்ணமே ஆகுக!’ என்று வரமளித்தார் முனிவர். வெள்ளிவடிவானவளை இதோ உனக்காக ஒரு படைக்கலமாக்கியிருக்கிறேன். உன் அகந்தைக்கு நிகராக வளரும் வல்லமைகொண்டது இது” என்றான் ஸ்தூனகர்ணன். குனிந்து நீருக்குள் கையை விட்டு அந்தக் கதாயுதத்தைத் தொட்டான் துரியோதனன். அதைத் தொடும் வரை அது ஒரு வெளிச்சம் மட்டுமே என்ற எண்ணம் அவனுக்கிருந்தது. அதன் குளிர்ந்த உலோகப்பரப்பைத் தொட்டபோது அதன் எடையையும் உணரமுடிந்தது.

அவன் அதைப்பற்றி மேலெடுக்க முயன்றபோதுதான் அது பாறையுடன் இணைந்ததுபோல முற்றிலும் அசைவற்றிருப்பதை உணர்ந்தான். இரு கைகளாலும் அதைத்தூக்கி இழுத்தபோது அவனுடைய கழுத்துத் தசைகள் இறுகித் தெறிக்க, நரம்புகள் புடைத்துத் துடித்தன. தோளிலும் புயங்களிலும் குருதிக்குழாய்கள் வேர்முண்டுகள் போல எழுந்தன. பின்பு மூச்சை விட்டு அவன் தளர்ந்தான். ஒருகையை மண்ணில் ஊன்றி, மறுகையைக்கொண்டு அதைத் தூக்க முயன்றான். அவன் கண்களுக்குள் குருதி தேங்கி அனல்வெம்மை பரவியது. அதை அசைக்கக்கூட அவனால் முடியவில்லை.

அவனுக்கு மிக அருகே ஸ்தூனகர்ணனின் காலடிகள் வந்து நின்றன. நிமிர்ந்தபோது இடைக்குமேல் ஸ்தூனகர்ணன் பெண்ணுருவில் இருப்பதைக் கண்டான். "நீ இன்னும் உன் முழுஆற்றலை அடையவில்லை இளவரசே" என்றாள் ஸ்தூனகர்ணை. "உன் தசைகளும் எலும்புகளும் மட்டுமே ஆண்மை கொண்டுள்ளன. உன் நெஞ்சில் ஆண்மை முழுமையாக நிறையவில்லை." துரியோதனன் சினத்துடன் நிமிர்ந்து நோக்கி ஏதோ சொல்ல வாயெடுப்பதற்குள் "அந்நீர்ப்படிமத்தில் உன் உடற்தசைகளைப்பார்" என்றாள்.

அவன் குனிந்து நோக்கியபோது அவளுடைய குரலை மிக அண்மையில் காதில் கேட்டான். "அத்தசைகளை உன்னுள் இருந்து விரும்புவது யார்?" துரியோதனன் அப்பிம்பத்தை நோக்கி விழிகள் விரிந்து அமர்ந்திருக்க, அவனுடைய பிடரியில் புல்லரிப்பெழுந்தது. "அவள் பெயர் சுயோதனை. அல்லது துரியோதனை. மண்ணுக்குக் குழந்தைகளை அனுப்புகையில் படைப்புத்தெய்வம் இருகைகளாலும் மண்ணெடுத்து வனைகிறது. வலக்கையால் பெண்ணை, இடக்கையால் ஆணை. கருவறைக்குள் அதைச்சேர்க்கும் அக்கணத்தில் அதிலொன்றை தேர்வுசெய்கிறது. அதன் விதிகளென்ன என்று பிரம்மம் மட்டுமே அறியும்" என்றாள் ஸ்தூனகர்ணை.

"பிறக்காத அந்தப் பெண்வடிவம் உடல் அளிக்கப்படாத ஆன்மாவாக பிறந்தவனுக்குள் என்றும் வாழ்கிறது. அவன் பெயரின், அனுபவங்களின், எண்ணங்களின், உணர்வுகளின், ஞானத்தின் பாதியை அதுவும் பெற்றுக்கொள்கிறது." துரியோதனன் நீருக்குள் தெரிந்த தன் படிமம் ஒரு சிறு பெண்ணாக இருப்பதைப்பார்த்தான். காமம் நிறைந்த விழிகளால் அவள் அவனை நோக்கிக்கொண்டிருந்தாள். "நீ எப்போதும் அவளை அறிந்துகொண்டுதான் இருந்தாய். இவ்வடிவில் இப்போது பார்க்கிறாய்" என்றாள் ஸ்தூனகர்ணை.

துரியோதனன் ஊன்றிய கைகள் தளர்ந்து நீருக்குள் முகம் தாழப்போய், பின்பு திடம்கொண்டு விழாமல் மீண்டான். நீள்மூச்சுடன் அங்கே நின்றிருந்த ஸ்தூனகர்ணனைப்பார்த்தான். "அவளிருக்கும் வரை நீ அவனைக் கொல்லமுடியாது" என்று சொன்னபோது ஸ்தூனகர்ணன் கண்கள் மின்னி அணைந்தன. அதிர்ந்த நெஞ்சுடன் கைவிரல்கள் நடுங்க துரியோதனன் அந்தப் படிமத்தை மீண்டும் பார்த்தபின் எழுந்து திரும்பாமல் ஓடி வழுக்குப்பாறைகளில் குதித்துக் குதித்து கீழிறங்கி மூச்சிரைக்க ஓடைநீரில் நின்றான். அவனைச்சூழ்ந்திருந்த அகன்ற இலைகொண்ட காட்டுசேம்புகள் அருவித்துமி பனித்து ஒளிகொண்ட முத்துக்களாக நிற்க காற்றிலாடின. அவற்றிலமர்ந்திருந்த சிறிய பச்சைத்தவளைகள் சொற்களை விழித்தபடி எழுந்தமர்ந்தன.

மூச்சு அடங்கியதும் அவன் மீண்டும் இறங்குவதற்காக பாறைகளைப் பற்றியபடி காலெடுத்துவைத்தான். காலை வைக்காமல் சிலகணங்கள் அசைவிழந்து நின்றுவிட்டு மேலே பார்த்தான். எட்டு படிகளாக வெண்ணிற ஓடையின் அருவிகள் எழுந்துசெல்ல மேலே இலைத்தழைக்கு அப்பால் ஒளியாக வானம் தெரிந்தது. அவன் மீண்டும் மீண்டும் பெருமூச்சு விட்டான். பின்னர் பாறைகளில் கைவைத்து தொற்றி மேலேறினான். மேலேறும்தோறும் அவன் விரைவு கூடிக்கூடி வந்தது.

மீண்டும் சுனைக்கரைக்கு வந்தபோது அங்கே எவரும் இருக்கவில்லை. மறுபக்கம் மேலிருந்து வழிந்த நீரின் துமிமூடிய ஸ்தூனகர்ணன் சிலை தெரிந்தது. சற்றுநேரம் வெளிவிட்டிருந்த வானம் மீண்டும் மூடி சிதர்களாகத் தூறல் விழத்தொடங்கியது. அவன் குனிந்து சுனைக்குள் அந்தக் கதை கிடக்கிறதா என்று பார்த்தான். அது அங்கிருக்காதென்றும் நிகழ்ந்தவையெல்லாம் வெறும் கனவே என்றும் அவன் அகம் எண்ணியது. ஆனால் உள்ளே வெள்ளிநீரலைகள் சூழ அது அப்படியே கிடந்தது.

துரியோதனன் ஸ்தூனகர்ணன் சிலையையே நோக்கிக் கொண்டிருந்தான். பின்னர் சுனைக் கரையில் பத்மாசனமிட்டு அமர்ந்து நீர்ப்பரப்பைப் பார்த்தான். அவன்மேல் விழுந்த துமிகள் முடிகளில் பளிங்குத்துருவல்களாக ஒளிவிட்டு நின்றன. பின்னர் அவனுடலில் நீர் வழியத்தொடங்கியது. அவன் தன் படிமத்தின் முகத்தை நீராடியில் பார்த்துக்கொண்டிருந்தான். அலைகளில் கலைந்து கலைந்து வண்ணங்களாக மாறி அழிந்து மீண்டுகொண்டிருந்தது அது. சற்றுநேரத்திலேயே அவன் அகம் சலித்து சினம் கொண்டது. அச்சினத்தின் மேல் தன் சித்தத்தைவைத்து அழுத்தி தன்னை மீட்டுக்கொண்டான். மீண்டும் அதையே நோக்கிக்கொண்டிருந்தான்.

மூன்றாவது நாள் அவன் தன் படிமம் அசையும் அலைநீரில் அசைவில்லாது நிற்பதைக் கண்டான். அவன் விழிகளை அதன் விழிகள் சந்தித்தன. அவன் அசைந்தபோதும் அது அசையவில்லை. அவன் விழிகள் இமைத்து உதடுகள் பிரிந்தபோது அவ்வசைவுகள் அதில் கூடவில்லை. மெல்ல அந்தப் படிமம் அவனைப் பார்க்கத் தொடங்கியது. மேலும் மூன்று நாட்களுக்குப்பின் அவன் அப்படிமத்தின் விழிகள் உருமாறியிருப்பதைக் கண்டான். அவை பெண்விழிகள்.

அதன் ஒவ்வொரு உறுப்பும் மெதுவாகப் பெண்ணாயின. மூக்கும் உதடுகளும் காதுகளும் எல்லாம் அவனுடையதுபோலவே இருக்கையில் பெண்மையை மட்டும் சேர்த்துக்கொண்டன. பின் அவன் தன்னைப்போலவே இருக்கும் தன் வயதுள்ள பெரிய சிறுமியைக் கண்டான். அவளுடைய காமம் கனிந்த பார்வையை அவன் விழிநட்டு

நோக்கினான். அவளுடைய மெல்லிய உதடுகள் ஓசையில்லாமல் ஏதோ சொல்லிக்கொண்டிருந்தன. அவன் அச்சொற்களைக் கேட்கச் செவிகூர்ந்தான். உடலே செவியானபோதிலும் கூட அது அழிந்து அழிந்து சென்றதல்லாமல் ஒலியாகவில்லை.

பின் அவன் அச்சொல்லைப் பார்த்தான். அக்கணமே ஓசையுடன் சீறியபடி தன் கையை விரித்து அந்நீர்ப்படிமத்தை அறைந்தான். அது கிழிபடும் ஓவியத்திரைச்சீலைபோலக் கிழிந்தது. கிழிசல்களிலிருந்து எழுந்த குருதி, நீரில் கரைந்து வண்ணம்பிரிந்து நெளிந்தது. அங்கே அவன் இன்னும் இளமையான தோற்றத்தில் அச்சிறுமியைக் கண்டான். மீண்டும் தன் கையைத் தூக்கி அறைந்து அதைக் கலைத்தான். மீண்டும் தெளிந்த நீர்ப்படிமம் திகைப்புடன் விழியில் துளித்த நீருடன் அவனை நோக்கி ஓசையின்றி இறைஞ்சியது. அவன் அதன் முகத்தை தன் கையால் ஓங்கி அறைந்தான். குருதிகலைந்து கொப்பளித்து அது மறைந்தது.

மீண்டும் அப்படிமம் தெளிவடைந்தபோது அவன் கருவறைவிட்டிறங்கியது போன்ற குழந்தையைக் கண்டான். குருதியில் தன் தொப்புள்கொடியை ஒருகையால் பற்றியபடி அது நீந்திக்கொண்டிருந்தது. அதன் செங்குருத்துகால்களின் விரல்கள் வயிற்றுடன் ஒட்டியிருந்தன. அவன் கையைத் தூக்கி அதை அடித்தபோது நீருக்குப்பதில் வெம்மையான மென்சதையில் அந்த அறைவிழுவதைக் கண்டான். ஒரே அறையில் புழுவைப்போலச் சிதைந்து குருதியுடன் நிணமாகக் கலந்து மறைந்தது அது. வெம்மையின் வீச்சத்துடன் குருதிச்சுனை நெடுநேரம் கொப்பளித்துக்கொண்டிருந்தது.

அவன் விழிப்புற்றுத் தன்னை அறிந்தபோது உடல் களைப்பில் நடுங்கிக்கொண்டிருந்தது. கைகளை ஊன்றி எழுந்து நின்றான். அவன் முன் அந்தச் சுனை தெள்ளிய நீருடன் அலையடித்திருக்க அதன் வடக்குமூலையில் இலைத்தழைப்பை மீறிவந்த ஒளிச்சட்டகம் ஒன்று விழுந்து அடித்தட்டை ஒளிபெறச்செய்திருந்தது. வலக்கையை மண்ணில் ஊன்றி அவன் எழுந்தான். கால்கள் உயிரற்றவை போல அவனை ஏந்த வலுவிழந்து அசைந்தன. கண்களை மூடி உள்ளே சுழன்ற ஒளியை சிலகணங்கள் பார்த்தபோது சமநிலை மீண்டது.

அவன் திரும்பியபோது பின்னால் ஸ்தூனகர்ணன் அழைத்த குரலைக் கேட்டான். “நீ வென்றுவிட்டாய். ரௌப்யையை எடுத்துக்கொள்” என்றான் ஸ்தூனகர்ணன். துரியோதனன் தளர்ந்த மெல்லிய குரலில் உறுதியுடன் “தேவையில்லை. இனி எனக்கு தெய்வங்கள் இல்லை” என்றபின் நடந்து புதர்களுக்குள் சென்றான்.

பகுதி நான்கு

வெற்றித்திருநகர்

1

இருள்வேழங்கள் என எழுந்து நின்ற மூன்று மலைப்பாறைகள் சூழ்ந்த காட்டுக்கு காளஹஸ்தி என்று பெயர். அங்கே சுவர்ணமுகி நதிக்கரையில் மலைக்குகைக்குள் நிறுவப்பட்ட சின்னஞ்சிறிய சிவக்குறியை வழிபட சித்தம் பாதமாகி அலைந்துதிரியும் இடநெறிச் சிவப்படிவர்கள் மட்டுமே வந்துகொண்டிருந்தனர். ஒருவேளை இரந்துண்டு, மயானங்களில் தங்கி, இல்லறத்தோர் மெய்தீண்டாது, சிவமன்றி சொல்லறியாது சென்றுகொண்டிருக்கும் அவர்களுக்கு பாரதவர்ஷம் முழுக்க நூற்றெட்டு மறைத்தலங்கள் இருந்தன. தென்னகத்தில் அண்ணாமலைக்குச் சென்றபின் அவர்கள் காஞ்சிக்குள் நுழையாமல் காளஹஸ்திக்குச் சென்றார்கள்.

இளநாகன் அவர்களை காஞ்சியிலிருந்து கிளம்பும் பெருவணிகப்பாதையில் நள்ளிரவுப்பயணத்தில் இளநிலவொளியில் தொலைவிலேயே கண்டுவிட்டான். எட்டு சிவப்படிவர்கள் சடைமுடிக்கற்றைகள் உடலெங்கும் ஆட, கரிய தோலாடையும் கருஞ்சாம்பல் பூசப்பட்ட உடலுமாக, கைகளில் மழுவும் முப்பிரி வேலும் ஏந்தி சிவப்பேரொலியுடன் சென்றுகொண்டிருந்தனர். அவர்களிடம் பேசவோ அவர்களுக்கு நிகராக நடக்கவோ கூடாதென்று இளநாகன் அறிந்திருந்தான். காளாமுகர்கள் கடுஞ்சினமும் கொலைத்திறனும் கொண்டவர்கள், பிற சொல் காதில் விழுவதையே தவம்கலைதலாக எண்ணுபவர்கள்.

ஆயினும் அவன் அருகே சென்றான். செல்கையிலேயே இரு கைகளையும் தலைக்குமேல் தூக்கி உரக்கப் பாடினான்.

> எரிமருள் காந்தள் செம்மலர் சூடி
> எரிசிதைச் சாரம் மேனியிற் பொலிய

கரியுரி இருட்தோல் கைக்கோள் ஆக
விரிசடை அண்ணல் ஆடிய கொட்டி...

என அவன் பாடியதைக்கேட்டு அவர்கள் திரும்பிப் பார்த்தனர். அவர்களில் ஒருவர் தன் கையிலிருந்த முப்பிரி வேலை ஓங்கி உறுமியபடி அவனைநோக்கி வர, முதியவராகிய இன்னொருவர் கைகாட்டித் தடுத்தார். அவன் பாடியபடியே அருகே சென்று அவர்கள் கேட்பதற்குள் உரக்க "நான் ஏழ்பனைநாட்டு மருதூர் சாத்தன் பெரும்பாணன் மகன் இளநாகன். காஞ்சிநகர் நீங்கி வடதிசை ஏகுபவன். சிவச்சிந்தைகொள் அடியார் சொல்கேட்டு சிவப்பெருமை அறியும் விழைவுகொண்டவன். என் நாவில் சிவச்சொல்லை நாட்டுவது உலர்ந்த காட்டின் தருப்பையில் எரித்துளியை வைப்பதற்கு நிகர்" என்றான்.

இருளுக்குள் கரிய வடிவமாக நின்ற முதியவரின் புன்னகையை இருளில் கண்டான். "ஆம், உனது குரலும் நீ எம்மை அணுகும் முறையும் அதைக் காட்டுகிறது" என்றார் அவர். "அடியேன் தங்களுக்கு அணுக்கத்தொண்டு செய்து உடன்வர ஒப்பவேண்டும்" என்று இளநாகன் கைகூப்பிச் சொன்னான். "மானுடரை வணங்காதொழிக. சிவச்சொல் கேட்டு மட்டும் உன் கைகள் குவிவதாக" என்றார் உக்கிரர். அவனை வாழ்த்தி கைகாட்டி "எஞ்சியதைப் பாடுக!" என ஆணயிட்டார்.

"நிலைபிறழ் வடவை நிமிர்ந்தெழு சூலொடு
கலைஇய வேங்கை கடுந்துடி உடுக்கை..."

என அவன் பாடியபடி அவர்களுடன் நடந்தான். இரவெல்லாம் நடந்த அவர்கள் பகலில் ஊர்களுக்கு வெளியே புதர்களுக்குள் சென்று உறங்கினர். இரவெழுந்தபின் விழித்துக்கொண்டு காட்டிலேயே வேட்டையாடி அவ்வூனை கற்களை மூட்டி நெருப்பெடுத்து சருகுகள் சேர்த்துச் சுட்டு உண்டபின் விடியும்வரை நடந்தனர். "கருமைக்கு முகம் கொடுத்தலே காளாமுகம். மானுடர் உறங்கும் நேரம் விழித்திருப்பவனே யோகி. இரவெனும் பெருந்தவத்தில் முற்றுறைதலே காளாமுகத்தின் நெறி" என்றார் உக்கிரர். அவரது மாணவர்களான ருத்ரரும் பிறரும் ஒருசொல் கூட பேசாமல் அவரது சொற்களைக் கேட்டுக்கொண்டிருந்தனர்.

"முடிவிலி என்றுணரும் காலம் அறியும் இரவு. இருத்தலை நோக்கும் யோகி அறியும் இரவு. புடவியை உரித்து இருளெனும் தோலைப் போர்த்தி நின்றாடும் அண்ணல் எங்கள் இறைவன். அவன் அங்கையில் தழலும் அதை இயக்கும் துடியும் ஏந்திய கூத்தன். தாவும் மானும் தறிக்கும் மழுவும் கொண்டவன். யோகப்பிறையை அணிந்து ஞானப்பெருக்கைச் சடையில் கரந்தவன்."

“காளாமுகச் சிவயோகம் என்பது விடுதல். புறத்தை, அகத்தை, அகத்தெழுந்து அகமாகி நின்றருளும் அவனையும் விடுதலே முழுமை. அறியவிழைபவற்றில் திளைத்தபடி அவற்றை அறியமுடியாதென்பதையே சிவயோகம் தன் முதல்நெறியாகக் கொண்டுள்ளது. ஒன்றொன்றாய் தொட்டெண்ணி இக்கணம் இக்கணம் என விட்டுவிட்டு முன்சென்று வெறுமையின் பெருங்களி ஏந்தி நிற்றலே அதன் செயல்முறை. இன்பங்களை, இன்பநாட்டத்தை, இன்பத்தைத் துறந்தோமெனும் எண்ணத்தை விட்டவனுக்குத் துயரில்லை. இன்பத்தை நாடுபவன் எதிர்கொள்ளும் மாற்றமில்லா புறஉண்மையின் பெயரே துன்பம்” என்றார் உக்ரர்.

பன்னிருநாட்கள் நடந்து அவர்கள் காளஹஸ்தியைச் சென்றடைந்தனர். அங்கிருந்த குன்றின் உச்சியில் தெரிந்த செஞ்சுடரைச் சுட்டிக்காட்டி உக்கிரர் சொன்னார் “இன்று ஆவணிமாதம் அமாவாசை நன்னாள். யோக வெள்ளத்தில் எழுந்த இருட்குமிழி என அமைந்திருக்கும் சிவக்குறி முன்பு மாபெரும் பலிபூசை இன்று நிகழவிருக்கிறது. அதை நீ பார். என்றாவது உன் சொல்லில் அது காவியமாகட்டும். வருக!”

சடைவிழுதுகள் தொங்கிய மரங்கள் கிளைபின்னிச் செறிந்த காட்டுக்குள் நீர்பெருகியோடி வறண்டு உருவான வழியினூடாக அவர்கள் சென்றார்கள். அவர்களின் வருகையை அறிந்து அப்பால் மரங்களின் உச்சியில் இருந்து ஒரு மானுடக்குரல் ஏதோ கூவியது. ருத்ரர் அதற்கு பதில் கூவியதும் அதுவும் பதில் சொன்னது. “அது மானுடர் பேசாதொழிந்த நூற்றெட்டு தொல்மொழிகளில் ஒன்று. குமரிக்கோடுசூழ்ந்த தொல்மதுரைக்கும் பஃறுளிகடல்தொடும் தென்குமரி முனைக்கும் அப்பால் கடல்கொண்ட மகேந்திரமலையில் வாழ்ந்த குடிகள் பேசியது அது. அதன் முதல்மகவே தென்மொழியாகிய தமிழ்” என்றார் உக்கிரர்.

வைரவம், வாமனம், காளாமுகம், மாவிரதம், பாசுபதம், பிங்கலம் என்னும் ஆறு சிவயோகநெறியைச் சேர்ந்த அறுவகைப் படிவர்களும் வந்து சூழ்ந்திருந்த காளஹஸ்தியின் மலைக்குகைக்கு அவர்கள் நள்ளிரவில் சென்று சேர்ந்தனர். மரங்களில் கட்டப்பட்டிருந்த சுளுந்துப்பந்தங்கள் எரிந்துகொண்டிருக்க முப்பிரி வேலுடன் தோலாடையும் நீறுமணிந்திருந்த சிவப்படிவர்கள் காவல்காத்து நின்ற சின்னஞ்சிறிய குகைக்குள் கல்லடுக்கி எழுப்பப்பட்ட பீடத்தில் ஒருமுழம் உயரம் கொண்ட சிவக்குறி அமைந்திருந்தது.

ஏதோ தொல்மூதாதை சிவ என்னும் சொல்லை காற்றுவெளியில் இருந்து கண்டெடுத்த அக்கணத்தில் தட்டைக்கல் ஒன்றில்மேல் குத்துக்கல் ஒன்றை எடுத்துவைத்துச் செய்த சீரற்றவடிவம். அதன்முன் விரிக்கப்பட்ட

தோலிருக்கைகளில் ஆறுவகையினரும் ஆறு பிரிவாக அமர்ந்திருந்தனர். விரிசடையை தோளில் பரப்பி நீறணிந்து செந்நிறப்பட்டு சுற்றி புலித்தோலாடை அணிந்த வைரவர்கள், ஆடையணியாத உடலில் நீறிட்டு கையில் மண்டையோட்டுக் கப்பரை ஏந்திய வாமனர்கள் என்னும் காபாலிகர்கள், கரிய ஆடை அணிந்து உடம்பெங்கும் கரிபூசிய காளாமுகர்கள், புலித்தோலாடை அணிந்து நெற்றியில் முக்கண்வரைந்து பிறையென பன்றிப்பல் சூடிய மாவிரதர்கள் என்னும் அகோரிகள், தலையில் காளைக்கொம்பணிந்த பாசுபதர்கள், செந்நிறமண்ணை உடம்பெங்கும் பூசிய பிங்கலர்கள்.

உக்கிரரும் மாணவர்களும் சென்று காளாமுகர்களுடன் அமர்ந்துகொண்டனர். அங்கிருந்த ஒவ்வொருவர் கையிலும் தாளக்கருவிகள் இருந்தன. உடுக்கைகள், முழவுகள், இடைக்காக்கள், கிணைகள், பெரும்பறைகள். நூற்றுக்கணக்கான கைகள் அவற்றை இசைக்க அவை ஒற்றைநாவெனத் திரண்டு ஒலியெழுப்பிக்கொண்டிருந்தன. சிவ—ஓம்! சிவ—ஓம்! சிவ—ஓம்! என்று பொங்கி எழுந்த தாளம் சிவாய நமஹா! என்று கூவி சிலகணங்கள் ஓசையின்மையின் வெறும்வெளியில் திளைத்து பின்னர் மீண்டும் சிவ சிவ சிவ சிவ—ஓம்! எனப் பொங்கியது. அந்தத் தாளம் தன்னுள் ஓடிய எண்ணங்களைக் கவ்வி தன்னுடைய ஒழுக்கில் உருட்டிச்செல்வதை இளநாகன் அறிந்தான். பின்னர் அந்தத் தாளத்தையன்றி வேறெதையும் அறியாதவனாக விழிகள் விரித்து நோக்கி நின்றான்.

சிவசிவசிவ என்று தாளம் துடித்துக்கொண்டே இருந்தது. ஊடே சிவ—ஓம்! சிவ—ஓம்! என பெருந்தாளம். அங்கிருந்தவர்கள் அனைவரும் ஒற்றை உளமாக ஒற்றை உடலாக ஆகிவிட்டதுபோல. யுகப்பிறவி முதல் அங்கே அந்தத் தாளமன்றி வேறெதுவும் நிகழவில்லை என்பதுபோல. சிவமூலிகையை தூபக்கலங்களில் போட்டு அவர்கள் நடுவே வைத்திருந்தனர். அதன் நறும்புகை நெஞ்சுள் குடியேறி குருதியில் கலந்து நரம்புகள் வழியாக ஓடி உடலெங்கும் பரவியது. உடலை மண்ணுடன் கட்டியிருந்த அனைத்து விசைகளும் வலுவிழக்க இளநாகன் அந்தத் தாளத்தின் அலைகளின் மேல் மிதந்தும் விழுந்தும் எழுந்தும் அலையடித்துக்கொண்டிருந்தான்.

தாளம் உச்சம் நோக்கி எழுந்து மேலே சென்று வெடித்தகணத்தில் ஒரு பாசுபதர் 'சிவாய நம!' என்று கூவியபடி ஓடிவந்து தன் சூலாயுதத்தை நிலத்திலூன்றி எம்பி அதன்மேல் விழுந்து தன் உடலை அதில்கோத்துக்கொண்டு மண்ணில் சரிந்து துடிதுடித்தார். அவரது செங்குருதியின் வீச்சம் எழுந்தபோது அங்கிருந்தவர்களின் களிவெறி

ஏறியது. பேரொலியுடன் இன்னொருவர் ஓடிவந்து தன் சூலத்தை நிலத்தில் ஊன்றி உடலை அதில் ஏற்றிவிழுந்தார். பின்னர் இன்னொருவர். அப்பால் பீடத்தின் மீது கரிய வழவழப்புடன் சிவக்குறி செங்குருதிமலர்களால் மாலைசூடி அமர்ந்திருந்தது. பந்தங்கள் மின்ன அது அங்கு நிகழும் லீலையை நோக்கியிருப்பதாகத் தோன்றியது.

நேரம்செல்லச்செல்ல ஒவ்வொரு மூலையிலிருந்தும் வெறிகொண்ட சிவப்படிவர்கள் பொங்கி வந்து சூலமேறிக்கொண்டே இருந்தனர். துடிக்கும் சடலங்கள் மேல் மேலும் மேலும் சடலங்கள் குருதியும் நிணமும் கொட்டச் சரிந்தன. மண்ணில் இழுபட்டு அதிர்ந்து ஓய்ந்த கைகால்களுடன் விழித்து, திறந்த கண்களும் கரியபற்கள் தெரியும் பிளந்த வாய்களும் கொண்ட சடலங்கள் குவிந்துகொண்டே இருந்தன. அவனருகே அமர்ந்திருந்த ருத்ரரின் உடல் துடிக்கத் தொடங்கியதை அவன் கண்டான். ஓநாய்போன்ற ஓலியுடன் அவர் எழுந்து ஓடிச்சென்று தன் சூலத்தில் ஏறி அமர்ந்து தொழுதகையுடன் விழித்த கண்களுடன் அதிரும் தொண்டைநரம்புகளுடன் குருதிபீரிட சூலத்தண்டில் மெல்லச்சுழன்று இறங்கி பக்கவாட்டில் சரிந்தார். மானுடகுலமே முடிவில்லாது வந்து சூலமேறிக்கொண்டிருப்பதாக இளநாகன் நினைத்தான். நாட்கள் மாதங்கள் வருடங்கள் என காலம் சென்றுகொண்டே இருந்தது.

இளநாகன் விழித்தெழுந்தபோது இளங்காலையின் மெல்லிய ஒளியில் அங்கே சடலங்களைச் சூழ்ந்து சிவப்படிவர்கள் சிதறிக்கிடந்து துயில்வதைக் கண்டான். எழுந்து நிற்க முயன்று கால்கள் வலுவிழந்து ஆடவே மீண்டும் மண்ணில் அமர்ந்துகொண்டான். அச்சடலக்குவைகளை நோக்கலாகாது என்று எண்ணினாலும் மீண்டும் மீண்டும் கண்கள் அதையே நோக்கிக் கொண்டிருந்தன. பார்வை பனிமூட்டத்தை ஊடுருவுவதுபோல மங்கலாகி மீள, தலைக்குள் ஒரு வண்டின் ஓசை அறுபடாது நீடித்தது.

அவன் வயிறு எழுந்து தொண்டைக்கு வந்தது. இருமுறை குடல்அதிர உலுக்கிவிட்டு அவன் வாயுமிழ்ந்தான். கோழை ஒழுகும் மூக்கையும் கண்ணீர் வழிந்த கண்களையும் கைகளால் துடைத்தபடி சிலகணங்கள் செயலற்று அமர்ந்திருந்த பின்னர் அவன் எழுந்து மரங்களில் முட்டி விழுந்தும் கொடிகளில் கால்சிக்கிச் சரிந்தும் முட்களில் உடல் கீறிக் குருதிவழிய காட்டுக்குள் ஓடினான். அந்த அச்சமே அவனுக்கு வழியைக் காட்டியது. காட்டிலிருந்து வெளியேறி ஒற்றையடிப்பாதையைக் கண்டடைந்து அதில் விழுந்து மயக்கமானான். பின்னர் வெயில் தாக்க, தன்னினைவடைந்து மீண்டும் எழுந்து ஓடினான்.

காட்டுக்கனிகளைத் தின்று, ஓடைநீரை அருந்தியபடி, பகலும் இரவும் நடந்து அவன் வண்டிப்பாதையைச் சென்றடைந்தான். காலையில்

காஞ்சியிலிருந்து செல்லும் வணிகர்குழுவின் வண்டிவரிசையைக் கண்டான். அவர்களைக் கண்டதுமே கைகளை நீட்டிக்கொண்டு எழுந்து ஓடி அருகே நெருங்குவதற்குள்ளாகவே விழுந்துவிட்டான். அவர்கள் அவனைத் தூக்கி வண்டியில் படுக்கவைத்து நீர் தெளித்து எழுப்பினர். விழித்தெழுந்த அவனுக்குக் குளிர்நீரும் உணவும் கொடுத்தனர். கடும் காய்ச்சலுடன் நான்குநாள் வண்டியிலேயே படுத்திருந்த அவன் பொருளில்லாமல் புலம்பிக்கொண்டிருந்தான். "சூலம்! திரிசூலம்!" என்று கூவியபடி எழுந்தோட முயன்ற அவனைப் பிடித்து வண்டியில் படுக்கச்செய்தனர்.

கிருஷ்ணை ஆற்றங்கரையில் இருந்த சித்தபதம் என்னும் வேளிர்களின் ஊரில் அவனை ஒப்படைத்துவிட்டு வணிகர்களின் குழு சென்றது. பதின்மூன்று நாட்கள் நினைவழிந்து அவ்வூரில் வேளிர்தலைவன் ரன்னன் மாராயன் என்பவனின் இல்லத்தில் படுத்திருந்த இளநாகன் கண்விழித்தெழுந்தபோது அதுவரை அறிந்தவை அடைந்தவை அனைத்தையும் இழந்து புதியதாகப் பிறந்தவன்போலிருந்தான். மெலிந்து ஒடுங்கி எலும்புத்தொகை போலான உடலும் ஒட்டிய கன்னங்களும் குழிவிழுந்த கண்களும் உலர்ந்த உதடுகளுமாக நடுங்கிக்கொண்டு திண்ணையில் அமர்ந்து தன் முன் சென்றுகொண்டிருப்பவர்களை பொருளிழந்து நோக்கிக் கொண்டிருந்தான்.

வேளிர்களிட்ட அன்னத்தால் உடல்தேறி மீண்டும் தோல்பொலிவும் கண்ணொளியும் அடைந்தபின்னர் அவன் காஞ்சிவரை வந்ததை, காஞ்சியிலிருந்து கிளம்பியதை நினைவுகூர்ந்தான். பிறகேதும் அவனுள் திரளவில்லை. ஒருமாதம் கழித்து ரன்னன் மாராயனிடமும் தனக்கு அன்னமிட்டு உயிரளித்த அவன் துணைவி பொன்னை மாராயத்தியிடமும் பணிந்து விடைபெற்றுக் கிளம்பினான். தோளில் ஒரு மான்தோல் மூட்டையில் மாற்று ஆடையும் எட்டுநாட்கள் உண்ணுவதற்குரிய மாவுருண்டைகளுமாக விஜயபுரம் செல்லும் சாலையில் நடந்தான்.

கிருஷ்ணை நதியின் கரையிலிருந்த விஜயபுரி வேசரநாட்டுக் குந்தலர்களின் தலைநகர் என்று வணிகர்களும் பயணிகளும் சொல்லி அறிந்திருந்தான். கோதாவரி முதல் நர்மதை வரை விரிந்துகிடந்த குந்தலநாடு பன்னிரண்டாயிரம் கிராமங்களையும் ஆறாயிரம் மலைகளையும் ஆயிரம் காடுகளையும் கொண்டது என்று சோழநாட்டில் கண்ட சூதன் சொன்னான். அதன் தலைநகரமான விஜயபுரி கிருஷ்ணையின் கரையில் நான்கு சிறு குன்றுகளை உள்ளடக்கிய பெருங்கோட்டையால் சூழப்பட்டது. கிருஷ்ணை வழியாகப் படகுகளும் எட்டு பெருஞ் சாலைகள் வழியாக வண்டிகளும் வந்து கூடும் விஜயபுரியை ஆந்திரேசன் கிருஷ்ணய்ய வீரகுந்தலன் ஆண்டுவந்தான்.

விஜயபுரிக்கான வழியில் சாலையோரத்துச் சத்திரம் ஒன்றில் மாலையிருளும் நேரத்தில் அமர்ந்திருக்கையில் இளநாகன் அங்கே வணிகர்கள் வழிபடும் சிவாலயம் ஒன்றின் முன் மூன்று வடபுலத்துச் சூதர்கள் நின்றிருப்பதைக் கண்டான். அவர்களை ஊக்கமில்லாத விழிகளுடன் பார்த்துக்கொண்டு அவன் அமர்ந்திருந்தான். பூசனைமுடிந்து சிவவைராகர் தூபம் காட்டி விலகியதும் அவர்களில் ஒருவர் அருணநிறத்து ஆடவல்லானை ஏத்திப்பாடத் தொடங்கினார். அச்சொற்கள் எதுவும் இளநாகன் சித்தத்தில் ஏறவில்லை.

ஆனால் ஒருசொல் எரித்துளி போல வந்து அவனுள் விழுந்து சுட, தானறியாது எழுந்து நின்றுவிட்டான். சூதரின் தொடர்ந்த வரிகளனைத்தும் அச்சொல்லின் வேறுவேறு ஒலிகளாகவே அவனுக்குக் கேட்டன. அவர் தூபத்தை வணங்கி வணிகர்கள் அளித்த நாணயங்களைப் பெற்று தன் குறுமுழவுடன் வந்து சத்திரத்தில் அமர்ந்தபோது அவன் கூப்பிய கைகள் நடுங்க அவரையே நோக்கி நின்றான். அவன் கண்களைக் கண்ட சூதர் புன்னகையுடன் “தாங்கள் பாணரென எண்ணுகிறேன்” என்றார்.

அதற்கான பதிலைச் சொல்லாமல் “உத்தமரே, தங்கள் நாவிலெழுந்த அப்பாடலின் ஒருசொல் என்னுள் எரிகிறது” என்றான். “சொல்க” என்றார் அவர். “மகாக் குரோத ரூபாய என்று இறைவனை வணங்கினீர்கள்” என்றான் இளநாகன். “ஆம். அனைத்தும் அவன் என்றால் காமகுரோதமோகமும் அவனே அல்லவா? அகிலவடிவமான அவனுடைய குரோதமும் அளவற்றதல்லவா?” என்றார் சூதர். உடல்நடுங்க இளநாகன் மீண்டும் அமர்ந்துகொண்டான். குளிர்ந்த கைகளால் முகத்தை மூடிக்கொண்டான்.

அவன் தோளைத்தொட்ட சூதரான கீகடர் “இளம்பாணாரே, நாங்கள் விஜயபுரிக்குச் செல்பவர்கள். எங்களுடன் சேர்ந்துகொள்ளுங்கள்” என்றார். இளநாகன் பாவை போலத் தலையசைத்து உடலை ஒடுக்கி தூணில் சாய்ந்து அமர்ந்துகொண்டான். சத்திரத்தில் உணவருந்திவிட்டு நிலவெழுந்தபின்னர் அவர்கள் நடக்கத்தொடங்கினர். அவ்வப்போது பெருஞ்சுமை இழுத்து சகடமொலிக்கச் செல்லும் வணிகர்களின் வண்டிகளன்றி சாலையில் எவருமிருக்கவில்லை. சூதர்கள் தங்களுக்குள் பேசிச்சிரித்தபடி நடக்க இளநாகன் தலைகுனிந்து மீளமீள ஒலித்த ஒற்றைச் சொல்லைக் கேட்டுக்கொண்டு உடன்சென்றான்.

கீகடர் “இளம்பாணரே, நீங்கள் காளத்தியில் சிவதாண்டவம் கண்டீர் என எண்ணுகிறேன்” என்று எதிர்பாராது சொன்னபோது கால்கள் தளர்ந்து இளநாகன் நின்றுவிட்டான். “வருக” என்று அவன் தோளில் தொட்டு கீகடர் முன்னால் அழைத்துச்சென்றார். “நான் பாடிய சிவத்துதியில்

உங்கள் உடல் துடிப்புகொள்வதை பார்த்தேன். அச்சொல் மட்டும் ஏன் உங்களை எரியச்செய்தது என்றும் சிந்தித்தேன்... முன்னரும் இதேபோன்ற ஒருவரை நான் கண்டிருக்கிறேன்" என்றார். விழப்போகிறவனைப்போல ஆடிநின்ற இளநாகன் முன்னால் ஓடிவந்து அவரைப் பிடித்துக்கொண்டு "அந்த விண்ணளாவும் குரோதத்தை நான் கண்டேன் சூதரே" என்றான்.

அவர் புன்னகையுடன் பார்க்க பிறர் திரும்பிநோக்கினர். அவர்களிடம் கீகடர் செல்க என்று சைகை காட்டினார். அவர்கள் சென்றபின் திரும்பி "ஆமெனில் அது ஒரு நல்லூழே" என்றார். "காளஹஸ்தியில் அந்தச் சிவக்குறியில் அக்குரோதம் விழிகளாகத் திறந்ததைக் கண்டேன் சூதரே. தன் முன் துடித்துச் சாகும் மானுடர்களுக்குமேல் அது புன்னகையுடன் திறந்திருந்தது!" அவன் சொல்லி முடித்ததும் அவர் தலையசைத்து "அது வழிபடப்படும் வடிவில் வெளிப்படுவது" என்றார்.

"அவர்கள் வழிபடுவது எதை?" என்றான் இளநாகன். கீகடர் சொன்னார், "சைவத்தை இடநெறி என்றும் வலநெறி என்றும் பிரிப்பது வழக்கம். வலநெறியினர் பெருமானின் ஒளிவடிவை உருவகித்துக்கொள்கிறார்கள். இடநெறியினர் இருளே முடிவற்றதும், அழிவற்றதும் என்று எண்ணுகிறார்கள். மானுட அகத்தில் அவ்விருளே காமகுரோதமோகம் என நிறைந்திருக்கிறது. ஒளியை மானுடன் உருவாக்கி நிலைநிறுத்திக் கொள்ளவேண்டியிருக்கிறது. இருளோ இயல்பாக அங்குள்ளது. ஒளியை வழிபடுபவன் இருளுடன் போரிடுகிறான். இருளை அறிபவனுக்கு ஒளி துணைநிற்கிறது. இருளாகவும் ஒளியாகவும் இருப்பவனை எவ்வழியில் அறிந்தாலும் விடுதலையே என்கிறார்கள் இடநெறியினர்."

"இளைஞரே, காமம் குரோதம் மோகம் என்னும் இம்மூன்று இருள்களில் காமம் இன்னொரு ஆன்மாவைச் சார்ந்தது. மோகமோ புறவுலகைச் சார்ந்தது. எதையும் சாராமல் தன்னுள் தானென நிறைந்திருப்பது குரோதமேயாகும். எனவே குரோதத்தை அறிபவன் சிவத்தை அறிகிறான். குரோதம் அனைத்தையும் அவியாக்கி எரிந்தெழும் நெருப்பு. எரிதலின் பேரின்பம் அது. எரிதலின் உச்சம் அணைதலே. குரோதம் தன்னைத் தானழித்துக்கொள்கையிலேயே முழுமை கொள்கிறது."

அச்சொற்களை தன்னுள் நிறைத்து ஒவ்வொன்றாக எடுத்துப் பொருள்கொண்டு துலக்கியபடி அவருடன் ஏழுநாட்கள் இளநாகன் நடந்தான். கிருஷ்ணை ஆற்றின் பெருங்கரை ஓரம் எழுந்து நின்ற பேராலமரத்தின் அடியில் வெயில்பொழியும் மதியத்தில் உணவுண்டபின் இலைப்படுக்கை விரித்துப் படுத்திருக்கையில் கீகடர் அவனிடம் சொன்னார் "அஸ்தினபுரி நோக்கிச் செல்லவேண்டுமென்று உம்முள்

தோன்றிய எண்ணம் தனக்கான இலக்கைக் கொண்டதென்று எண்ணுகிறேன் இளைஞரே. அவ்விச்சையைப் பின் தொடர்ந்துசெல்க!” இளநாகன் ஒளிவிட்டு விரிந்துகிடந்த நீலநீர்வெளியை நோக்கியபடி தலையசைத்தான்.

“அஸ்தினபுரியை அழிக்கும் பெருங்குரோதம் அங்கே குடியேறிவிட்டது” என்றார் கீகடர். “அதை நான் என் இருவிழிகளால் கண்டேன்.” இளநாகன் அவரை நோக்கித் திரும்பி அவருடைய முகத்தையே பார்த்தான். “கானாடலுக்குச் சென்றிருந்த திருதராஷ்டிரமன்னரும் மைந்தர்களும் மறுநாள் காலை மாடக்குடிலில் துரியோதனனைக் காணாது திகைத்தனர். தமையனின் காலடியில் படுத்திருந்த துச்சாதனன்தான் முதலில் அவனைக் காணவில்லை என்பதை அதிகாலையில் கண்டுகொண்டான். நூலேணி வழியாக இறங்கிக் காட்டுக்குள் சென்று அவன் தன் தமையனைத் தேடினான். பின்னர் திரும்பிவந்து தன் தம்பியரை அழைத்து தமையன் தனியாகக் காட்டுக்குள் சென்றிருப்பதைச் சொன்னான்.”

மூன்று இரவுகளும் மூன்று பகல்களும் அவர்கள் துரியோதனனை அக்காடு முழுக்கத் தேடினார்கள். காலடித்தடங்களைக்கொண்டு அவன் நீரோடைவரை சென்றிருப்பதை அறிந்தனர். நீர்பெருகிச்சென்ற ஓடையில் அதற்கப்பால் தடமேதுமிருக்கவில்லை. மரங்கள் வழியாகச் சென்ற பீமன் நாற்புறமும் நூறுநாழிகைதூரம் சென்று தேடிவிட்டு எங்கும் தன் தமையன் தென்படவில்லை என்று வந்து சொன்னான். பன்னிருநாட்கள் அவர்கள் அங்கே காத்திருந்தார்கள். அதற்குள் மூத்த இளவரசர் காணாமல்போன செய்தி அஸ்தினபுரிக்கு சென்றுசேர்ந்தது.

அமைச்சர் சௌனகர் திருதராஷ்டிரரிடம் “அரசே, அரசகுலத்து ஆண்கள் அனைவருமே இப்போது காட்டிலிருக்கிறார்கள். அவர்களை இங்கே இன்னும் தங்கச்செய்வது முறையல்ல. இனி இக்காட்டில் நாம் மூத்தவரைத் தேடுவதிலும் பொருளில்லை. நாம் இளவரசர்களுடன் அஸ்தினபுரிக்கு மீள்வதே முறையாகும். அங்குசென்று ஆயிரம் ஒற்றர்களையும் ஆயிரம் மலைவேடர்களையும் தெரிவுசெய்து காட்டுக்குள் அனுப்பி மூத்தவரை தேடச்சொல்வோம். அவரை தேவர்களோ கந்தர்வர்களோ வென்றிருக்கக் கூடுமோ என நிமித்திகரை அழைத்துக் கேட்போம்” என்றார்.

திருதராஷ்டிரர் அதை ஏற்று தன் மைந்தர்களிடம் நாடு திரும்பும்படி ஆணையிட்டார். ஆனால் துச்சாதனன் பணிந்து “தந்தையே, என் தாயின் ஆணை மூத்தவரின் நிழலென வாழ்வதென்பதேயாகும். அவரின்றி நான் காடுநீங்கமாட்டேன்” என்றான். அவனுடைய தம்பியரும் அவ்வண்ணமே சொல்லிவிட்டனர். ஆகவே அவர்களனைவரும் காட்டிலேயே தங்கினர். தன் அண்ணனின் பாதத்தடம் இறுதியாகத் தெரிந்த இடத்திலேயே துச்சாதனன் இரவும் பகலும் நின்றிருந்தான்.

பதினெட்டாவது நாள் நீர் கொட்டிய ஓடைவழியாக மெலிந்த உடலும் ஈரம்சொட்டும் சடைத்த குழலுமாக துரியோதனன் வந்தான். அவனுடைய மெல்லிய காலடியோசையிலேயே அடையாளம் கண்டுகொண்ட துச்சாதனன் பாய்ந்தெழுந்து கைகளைக் கூப்பியபடி "மூத்தவரே!" என்றான். அதற்குமேல் சொல்ல அவனிடம் சொற்களிருக்கவில்லை. துரியோதனன் தம்பியை அணுகி ஒரு சொல்கூட பேசாமல் கடந்து நடந்தான். குனிந்து அவன் பாதம்பட்ட மண்ணை எடுத்து கண்ணீருடன் தன் சென்னிமேல் வைத்துக்கொண்டு துச்சாதனன் பின்னால் விரைந்தான். அவன் வருவதைக் கண்ட துச்சலன் முன்னால் ஓடிச்சென்று "மூத்தவர்! மூத்தவர் திரும்பிவிட்டார்!" என்று கூவினான். கௌரவர்கள் வாழ்த்தொலியும் சிரிப்பொலியும் எழுப்பி தங்கள் தமையனைச் சூழ்ந்து குதித்தாடினர்.

மீண்டுவந்த துரியோதனன் முற்றிலும் மாறிவிட்டிருந்தான். அதை இலைத்தழைப்புக்குள் அவனைக் கண்டதுமே துச்சாதனன் உணர்ந்தான். ஆகவே சில கணங்கள் திகைத்து நின்றபிறகே அவன் குரலெழுப்பினான். துரியோதனன் அருகே வந்தபோது எப்போதும் அவன் அண்மை அவனுக்களிக்கும் எழுச்சியை அகம் அடையவில்லை. அவன் நடந்துமுன்சென்றபோது நடை வேறுபட்டிருந்தது. குனிந்து ஈரநிலத்தை நோக்கியபோது அவன் மிகநன்கறிந்த பாதத்தடங்கள் அல்ல அவை என்பதைக் கண்டு அவன் திகைத்தான்.

மெல்ல அனைவருமே அவ்வேறுபாட்டைக் கண்டுகொண்டனர். துரியோதனன் மிகவும் சொற்கள் குறைந்தவனாக, தனித்திருக்க விழைபவனாக இருந்தான். அவன் எவரைப் பார்த்தாலும் அது மிக உயரத்திலிருந்துகொண்டு குனிந்துநோக்குவதாக இருந்தது. அவனை எவரும் தொடுவதை விரும்பவில்லை. எவர் கைகளாவது அவனைத் தொடுமென்றால் மெய் துள்ளி, விதிர்த்து, சீறிச் சினந்து நோக்கினான். இருகைகளையும் இறுக ஒட்டியபடி நிலைத்த விழிகளுடன் நெடுநேரம் அமர்ந்திருந்தான். இளையகௌரவர்கள் எவரையும் அவன் விழிகள் தனித்தறியவில்லை.

இறுதிக் கௌரவனாகிய விரஜஸ் தமையனின் அருகே சென்று சிறுதூணைப் பற்றி பெரிய விழிகளை விரித்து நோக்கியபடி வலதுகாலை தரையில் தேய்த்துக்கொண்டிருந்தான். தமையன் தன்னை தலைதூக்கி நோக்கவோ வழக்கம்போல இளம்புன்னகையுடன் கைநீட்டவோ செய்யாமல் நிமிர்ந்த தலையுடன் தொலைவில் விழிநட்டு அமர்ந்திருப்பதைக் கண்டு மேலும் முன்னகர்ந்து உடல் நெளித்தான். பின்னர் மேலும் அருகே சென்று அவன் தொடைகள் மேல் தன் மெல்வயிற்றுத்தசை

தொட நின்றான். தலைதிருப்பிய துரியோதனன் அவனைக் கண்டு 'ம்?' என உறும அவன் அஞ்சிய எலிபோலத் திகைத்துப் பின்னகர்ந்தபின் திரும்பி ஓடி துச்சாதனனின் மடியில் பாய்ந்து அவன் தோளைப்பற்றிச் சுருண்டுகொண்டான். "என்ன? என்ன?" என்று துச்சாதனன் கேட்டபோது "மூத்தவர் இல்லை... அது வேறு வாசனை" என்று அவன் சுட்டுவிரல்நீட்டிச் சொன்னான். அவன் சொல்வதென்ன என்று கௌரவர்கள் அனைவருக்குமே தெரிந்திருந்தது. அவர்கள் விழிகளால் ஒருவரை ஒருவர் நோக்கிக்கொண்டனர்.

கௌரவர்களில் பதினைந்துபேர் ஒருவயதே தாண்டிய நடைதிருந்தா மழலைகள் என்றாலும் அந்த மாறுதலுக்கான காரணம் என்ன என்று அனைவருக்குமே தெரிந்திருந்தது. ஆகவே அவர்களனைவரும் அவ்விரவுக்குப்பின் பீமனை வெறுத்து விலகிச்சென்றார்கள். அவர்களிடம் ஏற்பட்ட மாறுதலை அறியாத பீமன் அவர்களிடம் பேசவந்தபோது வெறுப்பில் முகம் கனத்து விழிகளைத் திருப்பிக்கொண்டு விலகிச்சென்றார்கள். பீமன் அவர்கள் அனைவரையும் தனித்தனியாகச் சந்தித்து மீண்டும் நட்புகொள்ள முயன்றான். ஒவ்வொருவரும் அவனைப் புறக்கணித்துத் திரும்பிக்கொண்டனர்.

அவர்களுக்கு என்ன நிகழ்ந்தது என்று பீமனுக்குப் புரியவில்லை. அவன் இளையகௌரவர்களாகிய காஞ்சனதுவஜனுக்கும் குண்டாசிக்கும் அரிய மலர்களைக் கொண்டுவந்து கொடுத்தான். பீமவிக்ரமனுக்கும் தனுர்த்தரனுக்கும் பழங்கள் பறித்துக்கொடுத்தான். அவர்கள் அதற்காகக் கைநீட்டவில்லை. அவன் அவர்களைப் பற்றி தன்னை நோக்கித்திருப்பி அவற்றைக்கொடுத்தபோது கண்களில் திரண்ட கண்ணீருடன் பின்னகர்ந்து அவனை வெறித்து நோக்கியபின் விலகி ஓடினர்.

இளையகௌரவனாகிய விராவீயைப் பற்றித் தோளிலேற்றி அவன் மரத்தின் மேலே தொற்றி ஏறியபோது அவன் உடல்நடுங்க கைகளை முட்டிபிடித்து இறுக்கியபடி சிறிய தொண்டையில் குழாய்கள் புடைக்க கூவியழுதான். அவனுடைய அழுகைக்குரல் கேட்டு கௌரவர்களனைவரும் கையில் கம்புகளும் கற்களும் வேல்களுமாக மரத்துக்குக் கீழே கூடினர். மேலிருந்து விராவீ "என்னைக் கொல்கிறான்! என்னைக் கொல்லப் போகிறான்!" என்று கூவி அழுதான். திகைத்துப்போன பீமன் கொடிகள் வழியாக இறங்கி வந்து குழந்தையை மண்ணில் விட்டான். கையில் வேலுடன் நின்ற துச்சலனை நோக்கி "நான்... இவனை..." என அவன் சொல்லத் தொடங்கியதும் அவன் "உம்!" என ஒற்றைச் சொல்லை உறுமிவிட்டு தம்பியைப் பிடித்து மற்ற கௌரவர்களிடம் வீசிவிட்டு திரும்பிச்சென்றான்.

இரவும் பகலும் காடுகள் தோறும் அலைந்து துரியோதனன் சென்ற இடத்தைத் தேடிய பீமன் அவன் திரும்பிய செய்தியை கௌரவர்களின் குரல்கள் வழியாகவே அறிந்து காட்டுக்குள் இருந்து ஓடிவந்தான். உடலெங்கும் ஈரமும் சேறுமாக சருகு படிந்த குழலுடன் குடில்முற்றத்தில் நின்றிருந்த துரியோதனனை நோக்கி ஓடிவந்து இருகைகளையும் விரித்து நகைத்தபடி "கானுலா சென்று மீண்டாயா?" என்று கேட்ட அவனை நோக்கி துரியோதனனின் விழிகள் ஏறிட்டன. நீட்டிய கைகளுடன் பீமன் அசைவிழந்து நின்றான். அத்தகைய குரோதத்தை அவன் எப்போதுமே கண்டதில்லை. பாண்டுவின் மைந்தனாகிய விருகோதரன் முதல்முறையாக அச்சமென்பதை அறிந்தான்.

துரியோதனனை விட்டு, தலைகுனிந்து விலகிச்சென்ற பீமனை அப்பால் முற்றத்தில் அவன் திரும்பி வந்ததைப் பாடும்பொருட்டு கிணைகளுடன் வந்துநின்றிருந்த சூதர்கள் கண்டு ஒருவரை ஒருவர் நோக்கிக் கொண்டனர். அவர்களில் இளையவனாகிய பிரீதன் தலைதூக்கி தந்தையான கீகடரிடம் "நான் ஒன்றை ஒன்று நோக்கிச் சினந்தெழும் நான்கு பெருநாகங்களைச் சற்றுமுன் பார்த்தேன் தந்தையே" என மெல்லிய குரலில் சொன்னான். அவனுடைய குடுமிமேல் கைவைத்து பேசாதே என விழியசைவால் விலக்கினார் கீகடர்.

2

துச்சாதனன் நன்கறிந்தவை அண்ணனின் பாதங்கள். அவனுக்கு மொழி அறியவந்த இளமையில் அவன் அன்னை அவற்றைச் சுட்டிக்காட்டிச் சொன்னாள், “தமையன்.” அவன் தான் என்ற சொல்லுக்கு முன்னரே அதைக் கற்றுக்கொண்டான். தந்தையை அடையாளம் காண்பதற்கு முன்னரே தமையனை அறிந்துகொண்டான். தமையனின் பாதங்களைப் பின்தொடர்ந்து சென்று அவன் நடைபழகினான். துரியோதனனின் பேச்சும் பாவனைகளும் அவனில் நிழலுரு என பிரதிபலித்தன.

துரியோதனனின் இரண்டு கனத்த புயங்களையும் துச்சாதனன் விரும்பினான். மலைப்பாம்புகள் என பேராற்றலுக்கே உரிய இறுகிய அமைதியுடன் நெளியும் தசைகள் கொண்டவை. துரியோதனன் அவனைத் தொடுவது மிகவும் குறைவு. எப்போதாவது மிக இயல்பாக அவன் இடக்கை வந்து துச்சாதனன் தோளில்படிந்து சிலகணங்களிலேயே விலகிவிடும். மென்மையான வெம்மை கொண்ட கனத்த கை தொட்டதுமே துச்சாதனனின் தோள்கள் குறுகி அவன் உடல்மொழி சிறுவனைப்போல மாறிவிடும். அத்தொடுகை அங்கிருக்கும் வரை அவன் சித்தமும் அங்குதான் இருக்கும். தமையன் சொல்வது எதையும் அவன் கேட்கவோ பதிலிறுக்கவோ முடியாது. அது விலகியதும் கைவிடு பசுங்கழை போல எழும் உள்ளம் மேலும் கீழும் ஆடி நிலைகொள்ள நெடுநேரமாகும். அதன்பின் அவன் உள்ளில் எழும் நெடுமூச்சை துண்டுகளாகச் சிதறடித்து வெளிவிட்டு தன் நிலைகுலைவை எவருமறியாமலிருக்க முயல்வான்.

துரியோதனன் தொட்ட ஒவ்வொரு தொடுகையையும் துச்சாதனன் தன் நினைவில் அடுக்கிச் சேமித்திருந்தான். அந்த ஒவ்வொரு நாளையும் அவனால் தன் எண்ணங்களிலிருந்து மீட்டு எடுக்கமுடியும்,

சற்று விழிமூடினான் என்றால் அத்தருணங்களில் முழுமையாகவே வாழவும் முடியும். ஆயினும் அவனுள்ளத்தில் ஆழப்பதிந்திருந்தது தமையனின் வலக்கைதான். அடிக்கும்போது மட்டுமே அவனுடலில் அது பட்டது. இரும்பின் எடைகொண்டிருந்தாலும் அவன் அதில் அறிந்தது உயிர்வெம்மையை மட்டுமே. அடிபட்ட தசைகள் வீங்கி வலியில் தெறிக்கையில் ஒருநாள் அவன் எண்ணிக்கொண்டான், அந்தத் தொடுகையே இன்னும் இனியது என. அந்த வீக்கமும் வலியும் நீடிக்கும்வரை தமையனின் கை தன்மேலிருப்பதாகவே அவன் உணர்ந்தான்.

திரும்பிவந்த பின்னர் அவன் அகம் ஒவ்வொரு கணமும் தமையனை கண்காணித்துக்கொண்டே இருந்தது. எப்போதும் யானைபோல நிலையற்ற உடலுடன் அலையும் கைகால்களுடன் இருப்பவன் கற்சிலைபோல அசைவிழந்து நெடுநேரம் அமர்ந்திருக்கக்கூடியவனாக ஆகியிருந்தான். அவனிடம் பேசும்போது அவன் விழிகள் திரும்பப் பார்க்கவில்லை என்ற உணர்வை துச்சாதனன் அடைந்தான். ஆலயக் கருவறையின் தெய்வத்திடம் பேசுவதுபோலிருக்கிறது என்று அவன் துச்சலனிடம் சொன்னான். மற்றவர்களும் அதைத்தான் உணர்ந்துகொண்டிருந்தனர்.

அவர்கள் திரும்பிவந்த அன்றே சகுனி அவர்களை வரச்சொல்லி சந்தித்தான். தான் கண்டதென்ன என்பதை துச்சாதனன் சொல்ல சகுனி தாடியை நீவியபடி கேட்டிருந்தான். “அவர் முன்பிருந்தவர் அல்ல. ஏதோ கானகத்தெய்வம் அவர்மேல் கூடியிருக்கிறது” என்றான் துச்சாதனன். “அவரது அகம் மட்டும் மாறவில்லை மாதுலரே. அவரது உடலும் மாறிவிட்டது. அவர் நடந்துசெல்லும்போது பிறிதொருவரின் அசைவுகளைக் காண்கிறேன். ஒருமுறை அவரது நிழலைக் கண்டபோது அது பிறிதொருவர் என்றே ஒருகணம் எண்ணினேன்” என்றான் துச்சலன்.

“அவரது நடையில் வந்த மாற்றமென்ன என்று நேற்றுதான் அறிந்தேன்” என்றான் துச்சாதனன். “படகில் கங்கைக் கரையில் இறங்கி சேற்றில் நடந்து தேர்வரை சென்றோம். தமையனின் பாதங்கள் படிந்துசென்ற தடத்தைக் கண்டேன். முன்பு அவரது நடைத்தடத்தில் இடதுபாதம் சற்று வெளியே திரும்பியிருக்கும். வலப்பாதம் ஆழமாகப் பதிந்திருக்கையில் இடப்பாதம் சற்று மென்மையாகவே பதிந்திருக்கும். இப்போது அவரது இரு பாதங்களும் ஒன்றைப் போல ஒன்று பதிந்திருந்தன. ஒரே திசை கொண்டவையாகவும் முற்றிலும் நிகரான அழுத்தம் கொண்டவையாகவும் இருந்தன.”

சகுனி தன்னை அறியாமல் எழுந்துகொண்டான், ஆனால் ஏதும் கேட்கவில்லை. துச்சாதனன் “மாதுலரே, அதன் பின் இன்று முழுக்க

அவரை நான் கூர்ந்து பார்த்துக்கொண்டிருந்தேன். அவரில் வந்துள்ள மாற்றமென்ன என்று நான் அறிந்துகொண்டேன். அவரது இடக்கை வலக்கையை விட சற்றே சிறியது. சற்று மென்மையானது அது. அவருடலின் இடப்பாதியே வலப்பாதியைவிட மென்மையானது. இப்போது அவர் துலாத்தட்டில் வைத்துப் பகுத்துச் செய்ததுபோன்ற இருபுறங்களுடன் இருக்கிறார். அவரது இருபக்கங்களும் முற்றிலும் ஒன்றே என்று தோன்றுகின்றன. வெங்கதிரோன் ஆலயத்தில் இருக்கும் கருவறைச் சிலை போல முற்றிலும் சமன் கொண்ட உருவமாக இருக்கிறது அவருடல்" என்று சொல்லிக்கொண்டே சென்றான்.

அவனால் தன் சொற்களை நிறுத்த முடியவில்லை. "ஆம், நான் நூறுமுறை இதைச் சரிபார்த்துவிட்டேன். எப்போதும் நான் தமையனின் வலப்பக்கம்தான் நிற்பேன். என் துணையும் தந்தையும் இறையும் ஆன முகம் அங்கே தெரியும். அவர் களமிறங்கும்போது மட்டும் இடப்பக்கம் செல்வேன். அவரது இடப்பக்கத்தைப் பேணும்படி அன்னை எனக்கு ஆணையிட்டிருக்கிறாள். இடப்பக்கத்தில் அவரிடம் தெரிவது என் அன்னையின் முகம். ஆனால் இப்போது இருபக்கமும் வலதுமுகமே தெரிகிறது..." சகுனியை நோக்கி கைகள் நீட்டி துச்சாதனன் சொன்னான் "நான் அஞ்சுகிறேன் மாதுலரே. என் தமையன் மேல் ஏறியிருக்கும் அந்தத் தெய்வம் எது? அது அவரை எங்கு கொண்டுசெல்கிறது?"

சகுனி அதற்கு பதிலிறுக்கவில்லை. துச்சாதனன் சொன்னான் "இதெல்லாம் என் எண்ணமயக்கு மட்டுமல்ல மாதுலரே. நாங்களெல்லோருமே அவர் மாறிவிட்டதை உணர்கிறோம். எங்களில் இளையவனாகிய விரஜஸ் கூட அதைச் சொன்னான். இன்று காலை அரண்மனைக்கு வந்ததும் தமையனைப் பார்க்க ஓடிவந்த துச்சளையும் அதையே உணர்ந்தாள்." சகுனியின் கண்களில் ஒரு மெல்லிய சுருக்கம் நிகழ்ந்தது. "அவள் என்ன சொன்னாள்?" என்றான்.

"எப்போதும் தமையனுக்கு மிக அண்மையானவள் அவள். எங்களில் அவளே தமையனை தானாகத் தொட்டுப்பேசுபவள். உடன்பிறந்தாரில் அவளால் மட்டுமே தமையனைக் கண்டிக்கவும் மறுக்கவும் முடியும். அவளிடம் மட்டுமே தமையன் விழிகளில் நகையுடன் நெடுநேரம் உரையாடுவார்" என்றான் துச்சலன். "ஆனால் இன்று காலை தமையனைக் கண்டதுமே அவள் திகைத்து நின்றுவிட்டாள். அயலவனைக் கண்டதுபோல ஆடைதிருத்தி..." என்றதும் சகுனி இடைமறித்து "ஓடிவந்ததனால் ஆடைகலைந்திருக்கலாமே?" என்றான். "அவள் தன் கூந்தலை மூடிக்கொண்டாள். அவள் கண்களை நான் அப்போது கண்டேன்." துச்சலன் விழிகளை விலக்கிக்கொண்டு சொன்னான். "உம்" என்றான் சகுனி.

“அவள் அருகிலேயே செல்லவில்லை மாதுலரே” என்றான் துச்சாதனன். “மிகமிக முறைமைசார்ந்த சொற்களில் அவரை நலம் உசாவினாள். அவரும் அத்தகைய சொற்களையே பேசினார். திரும்பிச் செல்கையில் நான் அவளுடன் சென்றேன். தமையனிடம் அவர் எங்கே சென்றிருந்தார் என்று கேட்கும்படி சொன்னேன். அவள் தமையன் தனக்கு அயலவனைப்போலத் தோன்றுகிறார் என்றாள். அவரது விழிகளில் நகை இல்லை என்றாள். அத்துடன் அவர் மிக அழகானவராக மாறிவிட்டிருப்பதாகச் சொன்னாள்.” சகுனி தலையசைத்தான். “என் விழிகளிலிருந்து பார்வையை விலக்கி இப்போது அவரைக் கண்டால் பெண்களெல்லாம் காமுறுவார்கள் என்று சொல்லிவிட்டுச் சென்றாள்.”

சகுனி பெருமூச்சுடன் உடலை இருக்கையில் சாய்த்துக்கொண்டான். துச்சாதனன் “அவரது அழகு மறைந்துவிட்டதென்றே நானும் தம்பியர் அனைவரும் எண்ணுகிறோம். ஆனால் அந்தப்புரத்தில் அனைவருமே அவர் பேரழகராக ஆகிவிட்டிருப்பதாகச் சொல்கிறார்கள். அன்னையர் மாறி மாறி அவரைப் பார்த்து மகிழ்கிறார்கள். அரண்மனைச் செவிலியரும் சேடியரும் அவரை மறைந்திருந்து நோக்கிச் செல்கிறார்கள். அவரது அழகைப்பற்றித்தான் வடக்குமுகத்துக் கொட்டிலிலும் மடைநிலையிலும் சூதர்மனைகளிலும் அனைவரும் பேசிக்கொள்கிறார்கள் என்று சித்ரகன் சொன்னான்” என்றான்.

சகுனி ஒரு சொல்லும் பேசாமல் அவர்களைத் திருப்பியனுப்பினான். தேரில் திரும்பும்போது துச்சகன் சொன்னான் “நீங்கள் தேவையின்றி அஞ்சுகிறீர்கள் அண்ணா. மூத்தவர் மேலும் ஆற்றலும் உறுதியும் கொண்டிருப்பதாகவே எண்ணுகிறேன். முன்பு அவரைப் பார்க்கையில் பாரதவர்ஷம் மீது உருண்டிறங்கப்போகும் பெரும் மலைப்பாறை என எண்ணுவேன். இன்று அவர் பாரதவர்ஷத்தின் அச்சாணியாகத் திகழும் மாமலை போலத் தெரிகிறார். ஊழி எழுந்தாலும் நிலைபெயராத மேரு போல.” துச்சாதனன் “உன் சொற்கள் பலிக்கட்டும் தம்பி. அது ஒன்றையே நான் விழைகிறேன்” என்றான்.

அன்றுமாலை தன் படைக்கலநிலையத்துக்கு வந்த துரியோதனனை சகுனியின் விழிகள் அளவெடுத்துக்கொண்டிருந்தன. முறைப்படி வணங்கி முகமன் சொல்லி அவன் கதாயுதம் பயில கூடத்துக்கு நடந்துசென்ற அசைவுகளிலேயே துச்சாதனன் சொன்ன அந்த வேறுபாட்டை சகுனி அறிந்துகொண்டான். மேலாடையை அவிழ்த்து பணியாளனிடம் அளித்துவிட்டு குறைக்கச்சையை இறுக்கிக் கட்டி கதாயுதத்துடன் அவன் திரும்பியபோது சகுனி அந்த வேறுபாடு என்ன என்பதைத் தெளிவாகக் கண்டுகொண்டான்.

கச்சைமுடிக்கும் இடமருகே வைக்கப்பட்டிருந்த தீட்டப்பட்ட வெள்ளியாலான பெரிய நிலையாடியில் துரியோதனன் ஒவ்வொரு முறையும் தன் தசைகளைப் பார்த்துக்கொள்வதுண்டு. கைகளை இறுக்கி மார்பை விரித்தும் புயங்களை மடித்தும் தன்னில் நெளியும் கனத்த தசைகளை நோக்கி நிற்கையில் அவன் இடம்காலமற்றவனாக ஆகிவிடுவான். எதிர்முனையில் சகுனி கதையுடன் காத்து நின்றிருப்பான். கதையை தலைக்குமேல் சுழற்றிப் பயிற்சி எடுக்கும்போது ஆடிமுன் நின்று அதைச் செய்வதை துரியோதனன் விரும்பினான். ஆனால் அன்று ஒருகணம் ஆடிநோக்கித் திரும்பி தன்னை நோக்கியவன் மிக இயல்பாகத் திரும்பி கதையைக் கையிலெடுத்தபடி திடமான கால்களுடன் வந்து நின்றான்.

சகுனி தன் கதையுடன் சுழன்று வந்தபடி மருமகனை நோக்கினான். அவனுடைய அசைவுகளெல்லாம் குற்றமற்றவையாக இருந்தன. கதைப்போர் என்பது எதிரியின் உடலின் வலுக்குறைவுகளையும் சமன்குலைவுகளையும் கண்டறிவதன் மூலமே ஆடப்படும் ஒரு நுண்விளையாட்டு. தன் கதையுடன் மோதும் எதிரியின் கதையின் அடிகளின் வழியாக அதை உணர்ந்துகொள்வதே அதிலடையக்கூடும் தேர்ச்சி. எதிரியின் கதைச் சுழல்வின் தர்க்கத்தை அறிந்துகொண்டதுமே அவனுடைய கோட்டைகள் கரைந்துவிடுகின்றன. அவனுடைய எந்த அடி வலுவானது, எது வலுவற்றது, எத்திசையில் ஒருபோதும் வரமுடியாது என்று அறிந்ததும் ஒருவகையில் போர் முடிவுக்கு வந்துவிடுகிறது.

துரியோதனனின் வலிமையும் வலுக்குறைவும் சகுனி நன்கறிந்தவை. அவனுடைய வலதுதோளும் கையும் பெருவல்மை கொண்டவை. வலதுகால் உறுதியாக மண்ணில் ஊன்றுவது. வலப்பக்கமாக அவன் இடை வளைவதுமில்லை. அவனுடைய வலப்பக்கமே அவனுடலில் பெரும்பகுதி என சகுனி மதிப்பிட்டிருந்தான். அவனுடைய இடப்பக்கம் மென்மையானது. எப்போதும் இடதுகால் மண்ணில் மிக மேலோட்டமாகவே ஊன்றியிருக்கும். வலக்காலின் குதிநுனியை ஊன்றித்தான் அவன் உடல் சுழன்று திரும்பும். இடதுதொடை பெரும்பாலும் தளர்ந்து, இடது இடை வளைந்து, இடத்தோள் சற்றே சரிந்துதான் துரியோதனன் நிற்பதும் போரிடுவதும்.

இடதுகையில் அவன் கதையை பெரும்பாலும் வைத்துக்கொள்வதில்லை. எப்போதாவது இடது கையால் அவன் கதையை வீசினால் அந்த அடி சரியாக இலக்கில் விழுவதில்லை. அவனுடைய வலக்கண்ணை விட இடதுகண் மிகக்கூரியது என சகுனி கணித்திருந்தான். எனவே சமரின்போது அவன் முகத்தை வலப்பக்கமாகச் சற்று திருப்பியிருப்பான்.

ஆகவே களத்தில் அவனுடைய இடப்பக்கமாக நிற்பது பிழை. அவனுடைய கதை, திரும்பமுடியாத வலத்தோளின் பின்புறமாகச் செல்லும்போது அவனால் உடல்திருப்பாமல் தாக்கமுடியாதாகும். அந்தத் திரும்பலில் அவனுடைய குதிநிலை சற்று பிறழும்போது மட்டுமே அவனை நோக்கி கதையைச் செலுத்தமுடியும்.

தன் கதையைத் தாக்கிய துரியோதனனின் கதையின் அதிர்விலேயே சகுனி வேறுபாட்டைக் கண்டுகொண்டான். இருமுறை துரியோதனன் தாக்கியதும் அவன் உடலில் இடதுபக்கம் வலப்பக்கத்துக்கு முற்றிலும் இணையானதாக இருப்பதை அறிந்தான். அவன் துரியோதனனின் வலப்பக்கத்துக்குச் சென்று தோளுக்குப்பின் மறைவதற்குள் இடதுகுதிகாலால் சற்றேதிரும்பி கதையால் ஓங்கி அறைந்து அவன் கதையைத் தெறிக்கச் செய்தான் துரியோதனன். பின் தன் கதையைத் தாழ்த்தி “ஏழு அடிகள் மட்டுமே மாதுலரே” என்றான். புன்னகையுடன் சகுனி “ஆம்” என்றான்.

அப்பால் நின்றிருந்த துச்சாதனனும் துச்சகனும் துச்சலனும் சிரித்தபடி ஓடிவந்தனர். துச்சாதனன் கீழே கிடந்த சகுனியின் கதையை எடுத்துக்கொண்டான். துரியோதனன் கச்சையை அவிழ்த்துக்கொண்டு இறுக்கமான கால்களுடன் நடந்து பீடத்தில் அமர்ந்துகொண்டான். பணியாளன் கொண்டுவந்த பன்றியூன் துண்டுகள் போட்டு கொதிக்கச்செய்த சூடான பாலைக் குடித்தான். சகுனி அவனைக் கூர்ந்து நோக்கியபடி “இங்கே என்னிடம் இனி தாங்கள் கற்க ஏதுமில்லை மருகரே” என்றான். துரியோதனன் உதடுகளைப் பணியாளன் மென்பட்டால் துடைத்தான். அதைக் கையால் விலக்கிவிட்டு “ஆம்” என்றான் துரியோதனன். “கிருபரிடமும் மேலும் இருப்பதாகத் தோன்றவில்லை.”

சகுனி பார்வையை விலக்கி இளவெயில் சாய்ந்துகிடந்த வெளிமுற்றத்தை நோக்கியபடி “தாங்கள் இப்போது சென்று இளையபாண்டவனை போருக்கழைத்தால் அவன் தலையைச் சிதறடிக்கமுடியும்” என்றான். துரியோதனன் இல்லை என்பதைப்போலத் தலையை அசைத்தான். “நான் அவனை பயிற்சிக் களத்தில் எதிர்கொள்ள நினைக்கவில்லை மாதுலரே. அவனை அஸ்தினபுரியின் மக்கள் அனைவரும் நோக்க மண்ணில் வீழ்த்தி தலையைப் பிளக்கப்போகிறேன்.” சகுனி பேசாமல் உற்றுநோக்கினான். “இன்று நகரமெங்கும் சூதர்கள் பாடியலையும் பாடல்களுக்கான பதிலாக அது அமையும்.”

“ஆம், பயிற்சிக்களத்தில் ஒருவன் கொல்லப்பட்டால் அதை கைப்பிழை என்றே மக்கள் எண்ணுவார்கள். வீரமென்றல்ல. பயிற்சியின்போது ஏதேனும் சதி நடந்தது என்று சூதர்கள் பாடுவதுமாகும். மக்கள்முன்

நிகழும் போர்அரங்கின் விதிகளே வேறு. அங்கே அவனை நீங்கள் ஒரே ஒருமுறை விதிமீறி உங்கள் தலைநோக்கி கதையை தூக்கவைத்தீர்கள் என்றால் அதன்பின் நீங்கள் அவனைக்கொல்வது முற்றிலும் நெறிநூல்கள் ஒப்புவதேயாகும்." பதிலேதும் சொல்லாமல் துரியோதனன் எழுந்துகொண்டான். துச்சலனை நோக்கி "உன் கதையை எடு" என்றான். துச்சலன் கதையுடன் களத்தின் நடுவே இறங்க அவர்கள் இருவரும் பயிற்சிப்போரில் ஈடுபடத் தொடங்கினர்.

துச்சாதனன் "அவரது உயிரை பீமன் காப்பாற்றியதில் ஏதும் சதி இருக்குமோ மாதுலரே?" என்றான். சகுனி "இல்லை. ஆனால் அதை யாதவ அரசி மிகச் சிறப்பாகப் பயன்படுத்திக்கொள்வாள். இன்றுமுதல் நகரமெங்கும் நூறு கௌரவருக்கும் பீமனே உயிர்க்காவலன் என்ற கதைகள் பரவத் தொடங்கும்" என்றான். துச்சாதனன் சீற்றத்துடன் "அது ஒரு தருணம்... அந்தக் காடி..." எனத் தொடங்கினான். சகுனி "சூதர்களின் வல்லமையை நாம் அறிந்ததுபோல பிறர் அறிந்ததில்லை மருகரே. நாம் சூதர்களால் பழிக்கப்பட்டவர்கள்" என்றான். துச்சாதனன் அவன் சொல்வதை முழுக்க உள்வாங்காமல் விழித்து நோக்கினான்.

"இங்கே உலவும் கதைகளென்ன என்றறிவீரா? இதோ என் முன் கௌமோதகியை ஏந்திய விண்ணளந்தோனைப்போல நின்று களமாடும் பேரழகனை கலியின் பிறப்பு என இந்நகர்மக்களில் பலர் நினைக்கின்றனர். பாரதவர்ஷமெங்கும் சூதர்கள் அதைப்பாடிப் பரப்புகின்றனர். ஏன்? அவன் பேருருவாகப் பிறந்தான் என்பதனால். அதே பேருருவைக் கொண்டிருக்கும் பாண்டுவின் மைந்தனையும் அவர்கள் அழிவின் அடையாளமாக எண்ணலாமல்லவா? ஆகவேதான் மிகநுட்பமாக அவனை இவனிடமிருந்து காப்பதற்காக தெய்வங்களால் உருவாக்கப்பட்ட நிகராற்றல் என்று சித்தரிக்கிறாள் அவள்..." என்றான் சகுனி.

சகுனியின் முகம் சிவந்தது. "அவளை முதல் பார்வையிலேயே நான் மதிப்பிட்டேன். என் வாழ்நாளெல்லாம் அவளுடன்தான் மதிப்போர் செய்யப் போகிறேன் என அறிந்தேன். ஆனால் அவளுடைய படைக்கலன்களை என்னால் இதுவரை எதிர்கொள்ளமுடியவில்லை. ராணித்தேனீ போல எங்கோ கூட்டின் ஆழத்துக்குள் அவள் இருக்கிறாள். அவள் பிறப்பிக்கும் நச்சுக்கொடுக்குகள்தான் என்னைச் சூழ்ந்திருக்கின்றன." அப்பால் துச்சலனின் கதை தெறித்ததும் சகுனி எழுந்து ஜலகந்தன், ரமன், துர்முகன், துர்கர்ணன் நால்வரிடமும் நான்கு கதைகளுடன் துரியோதனனை எதிர்கொள்ளும்படி ஆணையிட்டான்

துச்சாதனன் எழுந்து சகுனியிடம் "என் தமையனைப் போன்ற நிகரற்ற வீரன் எதற்காக அந்த இளையபாண்டவனை அஞ்சவேண்டும்?"

என்றான். "இன்று திரும்பி வந்திருப்பவன் பாற்கடல்மேவியவனுக்கு நிகரானவன் என்று நீங்களே சொன்னீர்கள் மாதுலரே." சகுனி சினத்துடன் திரும்பி "மூடனைப் போல் பேசாதே. என்றாவது உன் தமையனை எவரேனும் கொல்லமுடியும் என்றால் அது அவன்தான்" என்றான். துச்சாதனன் திகைத்தவனாக இரு கைகளையும் மேலே தூக்கி ஏதோ சொல்லப் போனான். அவனால் சொற்களை எடுக்க முடியவில்லை. ஒரு தருணத்திலும் அவன் தான் சொல்லவேண்டிய சொற்களைக் கண்டடைந்ததில்லை. திணறலுடன் அவன் கைகளைத் தாழ்த்தி "மாதுலரே" என்றான். "அது நிகழலாகாது என்பதே என் விருப்பம். என்று இளையபாண்டவன் கொல்லப்படுகிறானோ அன்றுதான் உன் தமையன் நீளாயுள் எனும் வரத்தைப் பெறுவான்" என்றபடி சகுனி படைக்கலமேடை நோக்கிச் சென்றான்.

நிலையழிந்த உடலுடன் துச்சாதனன் நின்றிருப்பதைக் கண்ட துச்சகன் அருகே வந்து "அண்ணா, என்ன ஆயிற்று?" என்றான். துச்சாதனன் "இல்லை" என்று தலையசைத்தான். "உன் கைகள் பதைத்துக்கொண்டிருக்கின்றன. எதையாவது அஞ்சுகிறாயா?" என்றான் துச்சகன். "இல்லை..." என்றான் துச்சாதனன் அவன் விழிகளைத் தவிர்த்தபடி. களமாடல் முடிந்து துரியோதனன் சென்று தேரில் ஏறிக்கொண்டதும் அவனும் ஏறிக்கொண்டான். தன் உடலசைவுகளைக் கட்டுப்படுத்திக்கொள்ளவேண்டுமென அவன் எண்ணினாலும் மிகச் சில கணங்களுக்கே அந்தத் தன்னுணர்வை அவனால் நீட்டித்துக்கொள்ள முடிந்தது.

இரவெல்லாம் துயிலாமல் தமையனையே நோக்கி அமர்ந்திருந்தான் துச்சாதனன். சுவடிகளைப் பார்த்துக்கொண்டிருக்கும் துரியோதனன் முகம் ஒவ்வொரு சொல்லிலும் முற்றிலும் ஆழ்ந்திருப்பதைக் கண்டான். முன்பெல்லாம் அவன் மூச்சுத் திணறி நீருக்குமேலெழுபவனைப்போல அடிக்கடி வெளியே வருவான். உடலை அசைத்தும் விழிகளை ஓட்டியும் ஏதேனும் வரிகளை முனகியும் தன்னை எளிதாக்கிக்கொண்டபின் மீண்டும் நினைவுகூர்ந்து சுவடிக்குள் நுழைவான். அவ்வப்போது ஏதேனும் சிலவற்றை அவன் துச்சாதனனிடம் சொல்வதும் உண்டு.

துரியோதனன் சுவடிகளை வைத்துவிட்டு படுக்கையில் படுத்துக்கொண்டான். வழக்கமாக வலப்பக்கமாகச் சரிந்துபடுப்பவன் மல்லாந்து கைகால்களை சற்றே விரித்துப் படுத்தான். கனத்த கற்சிலை நீரில் மூழ்குவதுபோல அசைவில்லாமல் அப்படியே துயிலில் மூழ்கினான். சீரான மூச்சொலி எழத்தொடங்கியது. துச்சாதனன் அவனை நோக்கியபடி சுவர்சாய்ந்து அசையாமல் நின்றுகொண்டிருந்தான். துச்சலன் அவனருகே

வந்து “அண்ணா நாளை கிருபர் நம்மை கங்கைக்கரைக் காட்டுக்குள் வனப்பயிற்சிக்குக் கொண்டுசெல்கிறார். பிரம்மமுகூர்த்தத்திலேயே தேர்கள் ஒருங்கியிருக்கவேண்டும் என்று தசகர்ணரின் செய்தி வந்துள்ளது” என்றான். துச்சாதனன் தலையசைத்தான்.

துச்சலன் மேலும் சிலகணங்கள் தயங்கி “உன் நெஞ்சில் ஓடுவதென்ன அண்ணா?” என்றான். துச்சாதனன் இல்லை எனத் தலையசைத்தான். “நான் அறியலாகாதா?” என்று சொன்ன துச்சலனை ஏறிட்டு நோக்கி “ஒன்றும் இல்லை தம்பி” என்று அடைத்த குரலில் துச்சாதனன் சொன்னான். துச்சலன் படுத்துக்கொண்டான். விரிந்த கூடத்தில் தோல்படுக்கைகளில் துயின்றுகொண்டிருந்த கௌரவர்களின் மூச்சொலிகள் எழுந்து அரையிருளை நிறைத்தன. சற்றுநேரத்தில் அந்தக் கூடமே சுவர்கள் சுருங்கிவிரிய மூச்சுவிடுவதுபோலத் தோன்றியது.

துச்சாதனன் திரும்பி தன் தம்பியரை நோக்கினான். பத்து அன்னையரின் நூறுமைந்தர்கள். நூறுடலும் ஓரகமும் ஆனவர்கள். அந்த அகம் இருப்பது அங்கே கட்டிலில் படுத்திருக்கும் மூத்தவரிடம். அவன் இல்லையேல்... அச்சிந்தை எழுந்ததுமே அவன் உடல் அதிர அதை அழுத்தி வெளியே தள்ளினான். பின்னர் நெடுமூச்சுடன் மீண்டும் தம்பியரை நோக்கினான். அங்கே கிடக்கும் எவருமே மூத்தவரின் இறப்பைப்பற்றி எண்ணியிருக்கமாட்டார்கள். சொன்னாலும் சிரிக்கத்தான் செய்வார்கள். அவரைப் போன்ற ஒருவர் எப்படி சாகமுடியும் என்றே எண்ணுவார்கள். அவனுடைய உள்ளமும் அதைத்தான் எண்ணுகிறது. அசையாத சிந்தனையாக அதுதான் இருக்கிறது. அதன்மேல்தான் அலைபோல ஐயங்கள் ஓடிக்கொண்டிருக்கின்றன.

ஒருகணத்தில் காரணமின்றி துச்சாதனன் திடுக்கிட்டான். அதன்பின் எதற்காகத் திடுக்கிட்டோம் என எண்ணிப் பரபரத்துத் தேடி தன் அகத்தில் அவ்வெண்ணத்தைக் கண்டுகொண்டான். அக்கணமே அஞ்சி பின்வாங்கியபின் மீண்டும் மிகுந்த கவனத்துடன் மெல்ல மெல்ல திரும்பிச்சென்று அதை நோக்கினான். அப்போது அறிந்தான், அவ்வெண்ணத்தை துச்சலன் கங்கைக்கரை காட்டுக்குச் செல்வதைப்பற்றி சொன்னதுமே அடைந்துவிட்டான். அதை உடனே பிற எண்ணங்களால் தாண்டிச்சென்றான். அதன்பின் நிகழ்ந்தவை எல்லாம் அவன் அவ்வெண்ணத்தை தன்னுள்ளேயே புதைத்துக்கொள்ள முயன்ற அகநாடகங்கள் மட்டுமே.

துணிந்து அதை எடுத்து தன் முன் நிறுத்தி நேருக்குநேர் நோக்கினான். அந்த எழுச்சியை தாளமுடியாமல் கூடத்தில் நிலைகொள்ளா உடலுடன், அலையும் கைகளுடன் நடந்தான். மீண்டும் அதை நோக்கினான்.

அக்கிளர்ச்சி அளிக்கும் உவகையினாலேயே இனி அவனால் அதைச் செய்யாமலிருக்க இயலாது என்று உணர்ந்தான். துச்சாதனன் சென்று படுத்துக்கொண்டிருந்த துச்சகனைக் காலால் தட்டி எழுப்பினான். அவன் எழுந்து வாயைத் துடைத்துக்கொண்டு “என்ன அண்ணா?” என்றான்.

“ஓசையிடாதே... வா என்னுடன்” என்று துச்சாதனன் கிசுகிசுத்தான். அவனை வெளியே அழைத்துச் சென்று தாழ்ந்த குரலில் “இப்போதே உன் அணுக்கப்பணியாளனுடன் கிளம்பி கோட்டைக்கு வெளியே தெற்கு மண்டலத்துக்குச் செல். அங்கே சூதர்களின் இடுகாட்டுக்கு அப்பால் நந்தகன் என்னும் நாகசூதன் வசிக்கிறான். அவனிடம் நான் சொன்னேன் என்று சொல்லி மிகச்சிறந்த நாகநச்சு வாங்கிவா...” என்றான். அவன் மேற்கொண்டு சொல்வதற்குள்ளாகவே அனைத்தையும் புரிந்துகொண்ட துச்சகன் “இப்போதே செல்கிறேன். நாம் வனப்பயிற்சிக்குக் கிளம்புவதற்குள் வந்துவிடுவேன்” என்றான்.

அவன் அப்படி எளிதாக ஏற்றுக்கொண்டதைக் கண்டதுமே துச்சாதனன் தன் அகக்கிளர்ச்சியை இழந்தான். அக்கணமே அது அவன் ஆற்றியாகவேண்டிய விருப்பில்லா கடமையாக ஆகியது. சொற்களாக மாறிவிட்டமையால், பிறிதொருவன் கேட்டுவிட்டமையால் மட்டுமே இனி அவன் அதிலிருந்து பின்வாங்க முடியாது. “நீ அவனுக்கு என்ன கொடுப்பாய்?” என்றான். “தற்போது ஏதுமில்லை. அவன் தனக்குத் தேவையானது எதுவோ அதை அரண்மனைக்கு வந்து தங்களிடமிருந்து பெற்றுக்கொள்ளலாமென்று சொல்வேன்” என்ற தலைவணங்கிய துச்சகன் திரும்பிச்சென்று தன் தலையணை அருகே சுருட்டி வைக்கப்பட்டிருந்த தலைப்பாகையை எடுத்துக்கொண்டு மெல்ல வெளியே சென்றான்.

3

பெருநீர்கங்கையில் பயஸ்வினி, மிதவாஹினி, யாமினி என்னும் மூன்று காட்டாறுகள் கலக்குமிடத்தில் இருந்தது பிரமாணகோடி என்னும் முனம்பு. காட்டாறுகளில் மழைக்கால வெள்ளம் வந்தபோது எழுந்துபடிந்த சேற்றுக்குவைகள் காலப்போக்கில் இறுகி நிலமாகி உருவான அதன் பெரும்பகுதியில் மென்சதுப்புப் பரப்புகள்மேல் நீலப்பச்சைநிறமான கோரையும் வெண்ணிறப்பூக்குச்சங்கள் எழுந்து காற்றிலாடும் நாணலும் நிறைந்திருந்தன. மையத்தில் நீர்மருதுகளும் ஆயாமரங்களும் ஒதியமரங்களும் செறிந்த சோலை அகன்ற இலைகளினாலான ஒளிபுகாத தழைக்கூரையுடன் நின்றது. அரசகுலத்தவரின் வேட்டைப்பயிற்சிக்கும் நீர்விளையாடலுக்குரியதாக ஒதுக்கப்பட்டிருந்த அந்தச் சோலையில் பிறர் புகுவது தடைசெய்யப்பட்டிருந்தது. கங்கையின் கரையிலும் மூன்று காட்டாறுகளுக்கு அருகிலும் காவல்மாடங்களில் எப்போதும் வேலேந்திய வீரர்கள் இருந்தனர்.

கங்கைவழியாக மூன்று படகுகளில் கிருபரும் அவரது மாணவர்களும் மதியவெயில் நீரலைகளை ஒளிபெறச் செய்திருந்த உச்சிநோக்தில் வந்துசேர்ந்தனர். படகுகள் பாய் சுருக்கி வேகமிழந்ததும் குகர்கள் அவற்றை பிரமாணகோடியின் முதலைமுகம் நோக்கித் திருப்பினர். நெருங்கியதும் இரும்புக்கொக்கியை பட்டுநூலில் கட்டி வீசி, கரைமரங்களில் ஒன்றில் சிக்கவைத்து இழுத்து, படகுகளைக் கரைசேர்த்தனர். படகுகள் முகம் திருப்பி அன்னையின் முகம்தேடும் முதலைக்குட்டிகள் போல மெல்ல அணுகிச்சென்றன. படகுகள் நின்றதும் கிளைகளில் தொற்றி ஏறிய பணியாளர்கள் படகுகளை வடங்களால் வேர்களுடன் சேர்த்துக் கட்டி அசைவழியச்செய்ய கிருபரும் தசகர்ணரும் இறங்கி மரங்களின் வேர்களுக்குமேல் கால்வைத்து உள்ளே சென்றனர்.

பீமன் அந்நிலத்தைப் பார்த்தபடி படகின் பாய்மரத்தருகே நின்றிருந்தான். அந்த முனம்பின் நிலம் முழுக்கவே காட்டாற்றின் சதுப்பாலானது என்பதனாலும் வருடத்தில் பாதிநாள் கங்கைநீர் பொங்கி நிலத்தை மூடியிருக்கும் என்பதனாலும் அங்குள்ள மரங்களெல்லாமே மூச்சுக்காக தங்கள் வேர்களை மண்ணுக்குமேல் கொண்டுவந்து படரவிட்டிருந்தன. தரையில் எங்கும் செடிகளோ புதர்களோ காணப்படவில்லை. மரங்களின் வெண்ணிற, செந்நிற வேர்கள் பாம்புக்குவைபோல ஒன்றுடன் ஒன்று பின்னி அடர்ந்து வலைபோல ஆகி விரிந்து நிலமாகத் தெரிந்தன. தடித்தெழுந்த வேர்கள்மேல் கால்வைத்துத்தான் செல்லவேண்டியிருந்தது. கிருபரும் தசகர்ணரும் உறுதியான மண்ணில் நடப்பவர்கள் போன்றே அதில் நடந்து சென்றனர். சுமைகளை ஏந்திய பணியாளர்கள் விழுதுகளையும் மரத்தடிகளையும் பற்றிக்கொண்டு தள்ளாடி நடந்தனர். முதல்பணியாளன் அடிதவறி விழுந்தபோது கௌரவர்கள் உரக்க நகைத்தனர். பின்னர் அவர்கள் ஒவ்வொருவராக விழுந்துகொண்டிருந்தனர்.

பீமன் வேர்களில் நடப்பதெப்படி என அவர்கள் விழுவதைவைத்தே கண்டுகொண்டான். இறங்கி வேர்களின் முடிச்சுகளிலும் கவைகளிலும் மட்டும் கால்வைத்து நடந்தான். அப்போதும் அவன் தடுமாறிக்கொண்டிருந்தான். தருமன் “மந்தா, என்னைப் பற்றிக்கொள்” என்று சொன்னதுமே விழுந்துவிட்டான். அவன் நிலத்தை அடைவதற்குள் பீமன் அவன் தோள்களைப் பற்றி நிறுத்தினான். “மூடா, நான் விழுவேன் என அறியமாட்டாயா நீ?” என்றான் தருமன். சிறுவனாகிய பார்த்தன் ஓரிரு முறை அடிவைத்ததுமே வேர்களின் பின்னலைப் புரிந்துகொண்டு மிக விரைவாக வேர்ப்புடைப்புகள் மேல் கால் வைத்து முன்னால் சென்றான். தருமன் புன்னகையுடன் அவனை நோக்கியபின் “விட்டில் போலத் தாவுகிறான்” என்றான்.

பீமன் துரியோதனனைத்தான் பார்த்துக்கொண்டிருந்தான். அவன் ஒருகணம் கூட தயங்காமல் வேர்களில் கால்வைத்து இறங்கி அமைதியாக நடந்து சென்றான். பீமன் உட்பட பாண்டவர்கள் கௌரவர்கள் அனைவருமே சமநிலைக்காக கைகளை விரித்துக்கொண்டு நடந்தபோது அவன் மட்டும்தான் இயல்பான கைகளுடன் சென்றான். “அவனுக்கு அங்கே காட்டுக்குள் ஒரு வனதெய்வத்தின் அருள் கிடைத்திருப்பதாகச் சொல்கிறார்கள் மந்தா. அவனால் இப்போது குறுவாட்களை தன் பார்வையாலேயே வளைக்கமுடிகிறது” என்றான் தருமன். “அவன் நடப்பதைப் பார். அத்தகைய நடையை நீ எப்போதாவது மானுடர்களில் பார்த்திருக்கிறாயா?” தருமன் இரவும்பகலும் துரியோதனனையே எண்ணிக்கொண்டிருந்தான். பீமனிடம் அவனைப்பற்றி மட்டுமே

பேசினான். "அவன் நம் குலத்தை அழிப்பவன் என்று நிமித்திகர் சொல்கிறார்கள். நான் மூன்று வெவ்வேறு நிமித்திகர்களை வரவழைத்துக் கேட்டுவிட்டேன். அவன் கலியின் பிறப்பு. இந்த பாரதவர்ஷத்தை அவன் அழிப்பான். அதற்குமுன் நம் குலத்தை வேரறுப்பான்."

தமையனின் சொற்களை முற்றிலும் சிந்தையை விட்டு விலக்க பீமன் பயின்றிருந்தான். ஆனால் அச்சொற்களின் பொருளைத்தான் சித்தத்தில் ஒட்டாமல் உதிர்க்கமுடிந்தது என்றும் அவ்வுணர்வு தன்னுள் நிறைந்துகொண்டுதான் இருக்கிறது என்றும் அவன் அறிந்தான். அவன் கூடுமானவரை தருமனைத் தவிர்த்தான். தன் உலகில் எப்போதும் தனித்தலைந்த அர்ஜுனனை நெருங்கவில்லை. தங்களுக்குள்ளேயே விளையாடி பிறரில்லாமல் வாழ்ந்த நகுலனும் சகதேவனும் அவனை ஏற்கவில்லை. அவன் அரண்மனையை விட்டு வெளியேறி யானைக்கொட்டிலிலும் குதிரைநிரைகளிலும் அலைந்தான். கோட்டைவழியாக நகரைச் சுற்றிவந்தான். தெற்குவாயில் வழியாக மயானங்களிலும் வடக்குவாயில் வழியாக புராணகங்கையின் சதுப்புக்காடுகளிலும் திரிந்தான்.

மானுடர் தங்களுக்கான சின்னஞ்சிறு உலகங்களை உருவாக்கிவைத்துக் கொண்டு விளையாடுகிறார்கள் என்று பீமன் எண்ணிக்கொண்டான். அதனுள் செல்லுபடியாகும் எளிய விதிகள், அவ்விதிகளைப் பின்பற்றி அடையும் எளிய வெற்றிகள். அதனுள் நுழையும் ஓர் அயலான் அவ்விதிகளைக் கலைத்து வெற்றிகளைத் தடுத்துவிடுவான் என்பதுபோல கைகளால் தடுத்து வேலியிட்டுக்கொண்டு பகைநிறைந்த விழிகளால் நோக்குகிறார்கள். அவன் நுழையும் எந்த ஆட்டக்களத்திலும் உடனடியாக அங்கிருந்த அனைவராலும் வெறுக்கப்பட்டான். அவனால் இயல்பாக நுழையக்கூடியதாக இருந்தது சிறுவர்களின் களியுலகம் மட்டுமே. அங்கே அவன் தன்னை ஓர் எளிய குரங்காக மாற்றிக்கொண்டு உள்ளே நுழையமுடிந்தது. பேருடல் கொண்டவற்றை சிறுவர்கள் விரும்பினார்கள். அதை அவர்களால் வெல்லவும் முடிந்ததென்றால் அவர்கள் களிவெறிகொண்டார்கள். அவன் அவர்கள் முன் அறிவில்லாத பெருவானரமாகச் சென்றான். அவர்களிடம் பிடிபட்டு அடிவாங்கினான். அவர்களால் கட்டப்பட்டு நின்று முகத்தைக் கோணலாக்கிக் கெஞ்சினான். அவர்களைச் சிரிக்கவைத்து தானும் சேர்ந்து சிரித்தான்.

ஆனால் மிக விரைவிலேயே அவனுள் இருந்த யானை அவ்விளையாட்டில் சலிப்புற்றது. சற்றுநேரம் கழிந்ததும் அவன் அவர்களைச் சிறுவர்களாக்கி உதறிவிட்டு தனித்து விலகி தன்னுடைய பேருடலுக்குள் ஒடுங்கிக்கொண்டு தனித்திருந்தான். அவன் யானையென நுழைய முடிந்தது துரியோதனனின்

உலகில் மட்டுமே. அவனை எதிர்கொள்ளும் நிகர்வல்லமைகொண்ட யானை. யானை என்பது அப்பேருடலே என யானை நன்கறியும். இன்னொரு யானையைப் பார்க்கையில் அது முதலில் மத்தகத்தோடு மத்தகம் சேர்த்து அதன் உடலையே அறிகிறது. அதனூடாக தன் உடலையும் அறிகிறது. இன்னொரு யானையுடன் உடல்முட்டி கொம்புகள் பிணைத்து துதிக்கைதழுவி விளையாடும் யானை தன் பேருடலைத்தான் கொஞ்சிக் கொள்கிறது, தான் யானையாக இருப்பதைத்தான் அது கொண்டாடுகிறது.

தன் தோள்களை துரியோதனன் அறிந்த அளவுக்கு வேறெவராவது அறிவார்களா என்று பீமன் எண்ணிக்கொண்டான். பிற அனைவருக்குமே அவை அச்சத்தையே முதலில் எழுப்புகின்றன. பின் திகைப்பை. அச்சமும் திகைப்பும் அவர்களை விலக்குகின்றன. அதன்பின் அவர்களின் விழிகள் அவற்றை வியந்து நோக்குகையில் அவனை ஒரு விலங்காக அல்லது கற்சிற்பமாக அல்லது புராணத்திலிருந்து எழுந்துவந்த ஒரு தேவனாக மட்டுமே காண்கின்றன. அவனை ஈன்ற குந்தியின் விழிகள் கூட அவனை நெருங்கிவரவில்லை. அனகையின் விழிகள் அவனை இன்னும் வளர்ந்த மைந்தனாக எண்ணத்தொடங்கவில்லை. அவனுடைய பேருடலை எதிர்கொள்ள அவள் கண்டடைந்த வழியாக இருக்கும் அது. அவளுடன் இருக்கையில் முதற்சிலகணங்கள் குழந்தையாக ஆனதன் விடுதலையை அடைவான். பின்னர் அந்த விடுதலையை அவன் அடைவதை அவனே பார்க்கத் தொடங்கும்போது அது நடிப்பாகத் தெரியத் தொடங்கும். அதை வெல்ல அவனை கொஞ்சும் அனகையை நோக்கி சினத்தைக் கொட்டுவதுதான் அவன் கண்டடைந்த வழி. ஒவ்வொருமுறை அவன் அருகணையும்போதும் “நீ என்னை இப்போதெல்லாம் வெறுக்கிறாய்... என்னைக் கண்டாலே சினம்கொள்கிறாய்” என்பாள் அனகை.

துரியோதனன் விழிகள் மட்டுமே தடையற்ற பேரன்புடன் அவன் உடலை தொட்டுத் தழுவின. அவனுடைய மெல்லிய இடக்கரம் தன் தோளைத் தொடும்போது பீமன் தன் உடல் வளர்ந்து இரண்டாக ஆகிவிட்டதுபோல் உணர்வான். அவை எப்போதும் மிக அனிச்சையாகவே வந்து தொட்டுத் தழுவி விலகின. ஆனால் அவற்றில் ஒரு முறைமை இருந்ததை அவன் உணர்ந்திருந்தான். ஒரு பயிற்சியில் அவனுடைய தசைகளில் எது அதிகக் களைப்பை அடைந்திருக்கிறதோ அதைத்தான் எப்போதும் துரியோதனனின் கைகள் தீண்டின. அதற்கு முன் அப்பயிற்சி முழுக்க அவன் விழிகள் அங்கே தீண்டியிருந்தன என்று காட்டுவது அந்தத் தொடுகை என அவன் அறிவான். துரியோதனன் உடலின் தசைகளை தன் கனவுகளில் காணும்போது அவற்றை அத்தனை நுட்பமாக அவன் பார்த்திருப்பதை அவனும் அறிவான்.

“தசைகளை எளிய மானுடர் வெறுக்கிறார்கள்” என்று துரியோதனன் ஒருமுறை சொன்னான். “நான் பிறந்தபோது பெருந்தசைகளுடன் இருந்தமையாலேயே நான் ஓர் அழிவாற்றல் என சூதர்கள் பாடத் தொடங்கினர். ஏனென்றால் தசை என்பது ஆன்மாவுக்கு எதிரானது என்று அவர்களுக்கு சொல்லப்பட்டிருக்கிறது. தசை மண்ணைச் சார்ந்தது என்றும் ஆன்மா விண்ணிலிருந்து வருவது என்றும் ஒரு சூதர் பாடியதை நான் கேட்டேன். ஆனால் என் உடலை நான் ஊரும் சியாமன் என்னும் பெருங்களிறைப் போலத்தான் பார்க்கிறேன். யானைமேலிருப்பவன் தானும் யானையாக ஆகிவிடுவதை உணர்வான். யானையில் செல்லும்போது யானையுடலுடன் நடந்துசெல்லும் அசைவை நான் அறிகிறேன்.”

திரும்பிவந்த துரியோதனனின் முதல்பார்வையே தன்னை முற்றிலும் விலக்கிவிட்டதை பீமன் உணர்ந்தான். மீண்டும் மீண்டும் அவன் துரியோதனனை நெருங்கமுயன்றான். தன்பிழை என்ன என்று அவனால் அறிய முடியவில்லை. “மூடா, நீ மந்தன் என்று அன்னை சொன்னது உண்மை என காட்டுகிறாய். அவனுடைய தம்பியர் முன்னிலையில் நீ அவன் உயிரைக் காத்தாய். உன் பாதுகாப்பில் அவன் இருப்பதாக நீ காட்டிக்கொண்டாய் என அவன் நினைக்கிறான். உன்னைக் கொன்றாலொழிய தம்பியர் முன் அவன் நிமிர முடியாது. எண்ணிக்கொள், அவன் நெஞ்சுக்குள் இப்போதிருப்பது உன் தலையை கதாயுதத்தால் உடைத்து வீசும் பெரும் வஞ்சம் மட்டுமே” என்றான் தருமன். பீமனால் அதை நம்ப முடியவில்லை. தன்னிச்சையாக அவன் செய்தது துரியோதனன் உள்ளத்தை அத்தனைதூரம் தாக்குமென எத்தனை எண்ணியும் எண்ணக்கூடவில்லை. அந்த வஞ்சம்தான் உண்மை என்றால் துரியோதனன் முன்னால் நூறுமுறை விழுந்து தோற்க சித்தமாக இருப்பேன் என்று எண்ணிக்கொண்டான்.

துரியோதனன் தனித்திருக்கும் கணம் அவன் முன் சென்று அவனுடைய விழிகளை நோக்கி அவனுக்கு தன் மேலிருக்கும் சினம் எதற்காக என்று வினவவேண்டுமென அவன் விழைந்தான். ஆனால் ஒவ்வொருமுறை அவ்வாறு சென்று நிற்கையிலும் அவ்விழிகளுக்கு அப்பால் இருக்கும் ஆன்மா மாறிவிட்டிருப்பதையே கண்டு துணுக்குற்றான். தன்னுடைய எந்தச் சொல்லும் அந்த வாயிலினூடாக உள்ளே நுழையமுடியாது என்று உணர்ந்தான். நெடுமூச்சுடன் திரும்புகையில் இன்னொரு தருணம் விளையும் என்று நம்ப தன் சொற்கள் அனைத்தையும் குவித்துக்கொண்டான்.

கானகப்பயிற்சி என்பது வேர்களிலும் கிளைகளிலும் சமன்குலையாது நின்று படைக்கலங்களைக் கையாள்வதாக இருந்தது. உடற்சமன் என்பது

என்ன என்பதை கிருபர் விளக்கினார். "உடல் உள்ளமெனும் நுண் சரடில் கட்டப்பட்டு காற்றில் தொங்கும் பருப்பொருள். உடலுக்கும் உள்ளத்துக்குமான சமநிலையே மானுடர்க்கு முதன்மையானது. சமநிலை குலைகிறது என்னும் முதல் எண்ணம் வந்ததுமே உடல் சமநிலையை இழப்பதைக் காணலாம். உடலின் ஒவ்வொரு அசைவும் உள்ளத்தின் அசைவே. உடலின் நிலையழிவும் கொந்தளிப்பும் உள்ளத்தில் நிகழ்பவை. உள்ளம் நிலைபெறும்போது உடல் நிலைபெறுகிறது. ஆனால் உள்ளத்தைப் பற்ற நம்மால் முடியாது. இருந்த இடத்தில் இருந்தே புடவியை அறியும் அகல்சுடர் போன்றது உள்ளம்.

"ஆனால் ஒரு களத்தில், நாம் விழையும் நேரத்துக்கு மட்டும் நம்மால் உள்ளத்தை நிலைபெறச்செய்ய முடியும். உடலே உள்ளமென்பதனால் உடல் நிலைபெறும்போது உள்ளமும் நிலைபெறுகிறதென்பதைக் காணலாம். உடலை கைவசப்படுத்துபவன் உள்ளத்தை வென்றவனாவான்" கிருபர் சொன்னார். "முதலில் கண்கள். உடலில் ஒவ்வொரு கணமும் நிலையிழந்து அசைபவை அவை. விழிகளை நாட்டக் கற்றுக்கொள்ளுங்கள். அசையாத விழிகள் அகத்தை நிலைகொள்ளச்செய்வதை அறிவீர்கள்." பீமன் அனிச்சையாகத் திரும்பி துரியோதனனின் விழிகளைத்தான் நோக்கினான். அவை இரு ஒளித்துளிகள் என அசைவிழந்திருந்தன.

பகலெல்லாம் பயிற்சி நடந்தது. பயிற்சிக்கு அப்பாற்பட்டவனாக இருந்தான் துரியோதனன். பயிற்சியை உள்வாங்க முடியாமல் பீமனின் அகம் அலைந்துகொண்டிருந்தது. "பீமா, உன் அகத்தில் எழுந்தமரும் அலைகளை உன் கை விரல்களே காட்டுகின்றன" என்றார் கிருபர். "உள்ளத்தை வெல்லாதவன் ஒருபோதும் தன் படைக்கலத்தை ஆளமுடியாது. வீரனின் படைக்கலமென்பது பருவடிவம் கொண்டுவந்த அவன் உள்ளமன்றி வேறல்ல." அனைத்தும் வெறும் சொற்கள் என பீமன் எண்ணிக்கொண்டான். உடலை வென்று, உள்ளத்தை வென்று, படைக்கலத்தை வென்று, உலகை வென்று வெற்றியின் உச்சத்தில் ஏறி தனிமைகொண்டு நிற்கவேண்டும். வெற்றி என்பது ஆணவத்துக்கு மானுடனிட்ட பொன்பட்டுத்திரை. எதன் மேல் வெற்றி? அவனுடைய ஆணவத்தை எதிர்க்கும் அனைத்தின்மீதும். பெண்மீது, மண்மீது, பொன்மீது, தெய்வங்கள் மீது. எழுந்து சென்று அப்பால் வேர்ப்புடைப்பில் அமர்ந்திருந்த துரியோதனனின் காலடிகளில் உடல்மண்ணில்படிய விழுந்து பணியவேண்டுமென அவன் அகம் பொங்கியது.

மாலையில் பயிற்சிகள் முடிந்து உணவருந்துவதற்காக அவன் கங்கையில் கை கழுவச்சென்றான். கங்கையின் அடிப்பகுதியெங்கும் காட்டாறு கொண்டு குவித்த மென்சேறு படிந்திருந்தமையால் நீர்நாணல்களும் சேற்றுக்கொடிகளும் நீருக்குள் காடுபோல அடர்ந்து அலைகளில்

ஆடிக்கொண்டிருந்தன. வெள்ளிநாணயங்கள் போலவும் அம்புநுனிகள் போலவும் மாந்தளிர்கள் போலவும் கோதுமைக்கதிர்கள் போலவும் மீன்கள் ஒளிவிட்டபடி அலையடிக்கும் காட்டுக்குள் ஊடுருவி நீந்திக்கொண்டிருந்தன. கைகளைக் கழுவியபின் அவன் அங்கே நின்று மீன்களையே நோக்கிக்கொண்டிருந்தான். முதுகில் சிறிய முள்வரியுடன் நீர்ப்பாம்பொன்று நெளிந்து மேலெழுந்து முகத்தை மேலேழுப்பி அவனை நோக்கியபின் நெளியும் உடலுடன் விலகிச் சென்றது.

தனக்குப்பின்னால் சருகோசை எழுவதைக் கேட்டுத் திரும்பினான் பீமன். அங்கே நின்றிருந்த சுஜாதன் வெட்கத்துடன் பார்வையைப் பக்கவாட்டில் திருப்பிக்கொண்டு கால்களை அசைத்து "தமையனார் உங்களை அழைத்துவரச்சொன்னார்" என்றான். பீமன் நெஞ்சு படபடக்க "யார்?" என்றான். "தமையனார்..." என்று சொல்லி அவன் காட்டுக்குள் சுட்டிக்காட்டினான். அங்கே நோக்கியபின் பீமன் "மூத்தவரா?" என்றான். "இல்லை, சிறியவர்" என்றான் சுஜாதன். பீமனின் அகம் சற்று கீழிறங்கினாலும் அவன் நெஞ்சின் விரைவு அப்படியேதான் இருந்தது. "எதற்கு?" என்றான். "உணவு உண்பதற்கு... அப்பங்களும் அன்னமும் அதன்பின்..." என அவன் கைதூக்கி சிறுவர்களுக்கே உரிய முறையில் சற்று திக்கி உத்வேகத்துடன் "ஊன்சோறு!" என்றான்.

பீமன் புன்னகையுடன் எழுந்து அவன் தலையைத் தொட்டு "உனக்கு ஊன்சோறு பிடிக்குமா?" என்றான். "ஆம்" என்ற சுஜாதன் "அண்ணா, நாம் மறுபடியும் குரங்குவிளையாட்டு விளையாடலாமா?" என்றான். "ஆம்... நாளைக் காலை பயிற்சி தொடங்குவதற்கு முன்பு ஆடலாம்" என்றான் பீமன். "நான் குண்டாசியைச் சேர்க்கமாட்டேன். அவன் கெட்டவன்போல இருக்கிறான். என்னை அவன் கேலிசெய்தான்" என்று சுஜாதன் பீமனின் சுட்டுவிரலைப் பிடித்துக்கொண்டு நடந்தபடி சொன்னான். "அவன் என்னைப்பற்றி தமையனாரிடம் கோள் சொன்னான். நான் அவனுடைய காதுக்குள் கட்டெறும்பைப் போட்டுவிடுவேன் என்று சொன்னேன்" அவன் மேவர்களில் தடுக்கிவிழுந்து கைதூக்கி "என்னை தூக்கிக்கொள்ளுங்கள் மூத்தவரே" என்றான்.

பீமன் அவனை ஒற்றைக்கையால் சுருட்டி "யானை... யானை துதிக்கையால் தூக்குகிறது" என்றான். அவன் உரக்க நகைத்தபடி "யானை மத்தகம்! யானை மத்தகம்!" என்று கூவினான். தோளில் அமர்ந்துகொண்டு பீமனின் தலையை கைகளால் அடித்து "விரைவு! விரைவாகச் செல் யானையே" என்றான். அவர்கள் நெருங்கும்போதே அங்கே ஆலமரத்தடியில் கூடி அமர்ந்திருந்த கௌரவர்கள் ஓசைகேட்டு திரும்பிப் பார்த்தனர். சுஜாதனை மேலே பார்த்ததும் குண்டாசி மட்டும் எழுந்து நின்று கையை

நீட்டிக் கூச்சலிட்டான். மற்றவர்கள் நடுவே அமர்ந்திருந்த துச்சாதனனை நோக்கிவிட்டு பீமனை நோக்கினர்.

துச்சாதனன் “வருக மூத்தவரே” எனப் புன்னகையுடன் சொன்னதும் அனைத்து கௌரவர்களும் முகம் மலர்ந்தனர். பிரமதன், அப்ரமாதி, தீர்க்கரோமன், சுவீரியவான், தீர்க்கபாகு அனைவரும் எழுந்து சிரித்துக்கொண்டே பீமனை நோக்கி ஓடிவந்தனர். பீமன் அவர்களை அள்ளித் தன் தோள்களிலும் முதுகிலும் ஏற்றிக்கொண்டான். இருவரை இடையில் வைத்தபடி கால்களை அகற்றிவைத்து நடந்துவந்தான். துச்சலன் “அன்னைச் சிலந்தி குஞ்சுகளுடன் வருவது போல வருகிறீர்கள் மூத்தவரே” என்றான். பீமன் நகைத்தபடி “சிலந்தி பசித்தால் குட்டிகளை உண்டுவிடும்... இதோ எனக்குப் பசிக்கிறது” என்றபடி குண்டாசியைத் தூக்கி அவன் வயிற்றை தன் உதடுகளால் கடித்தான். குண்டாசி கைகளை விரித்து கூவிச் சிரித்தான்.

“உணவருந்தவே அழைத்தேன் மூத்தவரே” என்றான் துச்சாதனன். “உங்கள் உடன்பிறந்தார் அங்கே குருநாதர்களுடன் உணவருந்துகிறார்கள். தாங்கள் தனியாக அமர்ந்திருந்தீர்கள்.” பீமன் புன்னகையுடன் “நான் எப்போதுமே அவர்களுடன் உணவருந்துவதில்லை. நான் உணவுண்பதைக் காண்பதை மூத்தவர் விரும்புவதில்லை” என்றான். துச்சாதனன் நகைத்தபடி “ஆம், எனக்குக்கூட தங்களுடன் உணவுண்ணும்போது எறும்பாக மாறிவிட்ட உணர்வு ஏற்படுகிறது” என்றான். பீமன் சிரித்தபடி அமர்ந்துகொண்டான். “மூத்தவர் எங்கே?” எனக் கேட்டதுமே அதை கேட்டிருக்கலாமா என ஐயுற்றான்.

“அவர் இப்போதெல்லாம் தனிமையை நாடுகிறார் மூத்தவரே. ஆகவேதான் தங்களை அழைத்தோம்” என்றான் துச்சாதனன். அதற்குமேல் அவன் பேசவிழையவில்லை என்பதைக் கண்டு பீமனும் அதைத் தவிர்த்துவிட்டான். “பணியாளர்களிடம் உணவை இங்கேயே கொண்டுவரச்சொல்லியிருக்கிறேன்” என்றான் துச்சலன். பீமன் “கொண்டுவந்தபடியே இருக்கவேண்டும்... எனக்குக் கடுமையான பசி” என்றான். பணியாளர்கள் பெரிய பெட்டிகளில் அப்பங்களையும் நிலவாய்களில் அன்னத்தையும் கொண்டுவந்தனர். பீமன் உண்ணுவதை இளம் கௌரவர்கள் சூழ்ந்து நின்று உடலெங்கும் பொங்கிய அகவிரைவால் குதித்தபடியும் கூச்சலிட்டபடியும் பார்த்தனர். குண்டாசி பீமனைப் போலவே அமர்ந்து அவனைப் போலவே கைகளை வைத்துக்கொண்டு அப்பத்தை உண்டான். “ஓர் அப்பம்தான் இவன் உண்பான்” என்றான் சுஜாதன். “போடா போடா” என்று கூவியபடி அவனை அடிப்பதற்காக குண்டாசி மெல்லிய கையை நீட்டியபடி எழுந்தான்.

பீமன் உண்டு முடித்ததும் எழப்போனபோது துச்சாதனன் “மூத்தவரே, இனிமேல் பயிற்சிகள் இல்லை அல்லவா? புதியவகை மது ஒன்று உள்ளது, அருந்துகிறீர்களா?” என்றான். “மதுவா?” என்றான் பீமன். “பயிற்சிநாட்களில் மதுவருந்தலாகாது என்று மூத்தவர் ஆணையிட்டிருக்கிறார்.” “இனிமேல் இரவு அல்லவா? நாம் கூடாரங்களில் துயிலவிருக்கிறோம். இங்கே நல்ல குளிரும் உண்டு” என்றான் துச்சலன். “அருந்துவோம் மூத்தவரே. நாம் நம்முடைய பழைய வாழ்க்கையை நோக்கிச் செல்வதற்கு இது வழிகோலட்டும்.” பீமன் கைகளை அறைந்துகொண்டு “எடு...” என்றான்.

துச்சலன் இளம்கௌரவர்களிடம் “அனைவரும் சென்று துயிலுங்கள்... இரவு வரப்போகிறது... செல்லுங்கள்” என அதட்டி அனுப்பினான். துச்சகனும் துச்சாதனனும் சென்று அங்கிருந்த மரத்தின் பெரிய பொந்துக்குள் வைக்கப்பட்டிருந்த வெண்கலத்தாலான நான்கு மதுக்குடங்களை எடுத்து வந்தனர். “இருப்பதில் பெரியது தங்களுக்கு மூத்தவரே” என துச்சாதனன் ஒன்றை பீமனிடம் நீட்டியபின் அமர்ந்துகொண்டான். பீமன் அதை முகர்ந்து “ஊன்நெடி!” என்றான். “ஆம், வழக்கமான வடிநறவம் இது. ஆனால் இதில் ஊனைப்புளிக்கச்செய்து ஒரு ரசம்செய்து கலந்திருக்கிறார் முதுநுளவர்” என்றான் துச்சாதனன். துச்சலன் நகைத்தபடி தன் குடத்தை வாங்கிக்கொண்டு “நெஞ்சின் அனைத்துக் கண்ணிகளையும் இம்மது அவிழ்த்துவிடும் என்று சொன்னார்” என்றான். பீமன் “அங்கே கட்டப்பட்டிருக்கும் குரங்குகளெல்லாம் விடுதலை ஆகிவிடுமே” என்று நகைத்தபடி ஒரே மூச்சில் அதைக் குடித்தான். “ஆம், அழுகிய ஊனின் நெடி” என்று முகம் சுளித்து உடலை உலுக்கியபடி சொன்னான்.

அவர்கள் மதுவருந்துகையில் பேசும் பேச்சுக்களைப் பேசினர். பொருளற்ற எளிய சொற்களை மீளமீளச் சொன்னபடி துச்சாதனன் சிரித்துக்கொண்டிருந்தான். பீமனின் நாக்கு தடித்தது. வாயிலிருந்து கனத்த கோழை ஒழுகுவதை அவன் அறிந்தான். தலைக்குமேல் கனமான இரும்புக்குண்டு ஒன்று அழுத்துவது போலிருந்தது. “இது மிகவும்... மிகவும்” என அவன் சொல்லத் தொடங்கி அச்சொல்லிலேயே சித்தம் தேங்கி நின்றான். “என்னால் அமர்ந்திருக்க முடியவில்லை” என்று சொல்ல எண்ணி “படுக்கை” என்றபடி கையை ஊன்றி எழமுயன்றபோது தரையை முன்னாலிழுத்ததுபோல அவன் உடல் பின்னுக்குச் சரிந்து வேரில் தலை அறைபட்டது. அடியிலாத ஆழத்தில் விழுவதைப் போலவும் தலைக்குமேல் எழுந்த மரக்கிளைகளின் இலைகள் திரவமாக மாறிச் சுழிப்பது போலவும் தோன்றியது. மீண்டும் எழமுயன்றபோது உடலின் அனைத்துத் தசைகளும் எலும்புகளில் இருந்து அவிழ்ந்து பரவிக் கிடப்பதை உணர்ந்தான்.

அவர்கள் குனிந்து அவனைப் பார்த்தனர். நீர்ப்படிமம் போல முகங்கள் அலையடித்தன. துச்சாதனன் “நஞ்சு ஏறிவிட்டது... நரம்புகளைப் பார்” என்றான். நஞ்சா? ஒருகணத்தில் நிகழ்ந்தவை எல்லாம் அவனுக்குத் தெளிவாகத் தெரிந்தன. இனிய நகையுடன் வந்து நின்ற சுஜாதனின் வெட்கிய விழிகள். “சுஜாதன்... சுஜாதன்” என்று சொன்னபடி பீமன் புரண்டு படுத்தான். அவன் புரண்டாலும் அவன் உடல் அசைவில்லாமலிருந்தது. “சுஜாதன் நல்ல குழந்தை” என்று அவன் சொன்னதை அவன் உதடுகள் சொல்லவில்லை. அவர்கள் எழுந்து நிற்பதைக் கண்டான். அவர்களுடைய கால்கள் அடிமரம்போல ஓங்கியிருக்க தலைகள் மிகத் தொலைவில் மரங்களின் மண்டைகளுடன் கலந்து தெரிந்தன.

அவர்கள் மாறிமாறிப் பேசிக்கொண்டார்கள். மிகத் தொலைவில் எவரோ தன் பெயரைச் சொல்வதை பீமன் கேட்டான். அது தருமனின் குரல் என்றும் பாண்டுவின் குரல் என்றும் தோன்றியது. மீண்டும் அதே குரல். இம்முறை அதை மிகத் தெளிவாகவே பாண்டுவின் குரல் என அறிந்தான். ‘மந்தா!’ பதிலெழுப்ப நாவோ உடலோ அசையவில்லை. பாண்டு மிக அருகே சருகுகளில் காலடிகள் ஒலிக்க நடந்துசென்றார். ‘மந்தா! எங்கிருக்கிறாய்?’ அவருக்கு எப்படித்தெரியும் என பீமன் வியந்துகொண்டான். நாட்கணக்கில் அவன் காடுகளில் இருந்திருக்கிறான். அப்போதெல்லாம் இத்தனை அச்சத்துடன் பாண்டு அவனைத் தேடியதில்லை. அவருக்குத் தெரிந்திருக்கிறது. அவர் அத்தனை நுட்பமாக அவனைத் தொடர்ந்து வந்துகொண்டிருக்கிறார்.

துச்சாதனன் அருகே நின்ற காட்டுக்கொடியை தன் வாளால் வெட்டி உருவினான். அவர்கள் ஓசையே இல்லாமல் மீன்கள் வாயசைப்பதுபோல பேசியபடி காட்டுக்கொடிகளால் அவனைக் கட்டினார்கள். கைகளையும் கால்களையும் தனித்தனியாகக் கட்டியபின் உடலோடு சேர்த்தும் கட்டினர். பின்னர் அவனை புதர்கள் வழியாக இழுத்துக்கொண்டு சென்றனர். கங்கையின் நீர் மரக்கிளைகளையும் நாணல்களையும் அரித்துக்கொண்டுசெல்லும் ஓசையை அவன் கேட்டான். அவர்கள் தன்னை இழுத்து நீரில் சரித்தபோது குளிர்ந்த நீர் தன் உடலில் பட்டு அணைத்து இழுத்துக்கொண்டதையும் அறிந்தான்.

4

மண்ணுலகிலுள்ள அனைத்தும் ஒளியால் உருவம் கொண்டிருக்கின்றன. ஒளியால் அவை பார்க்கப்படுகின்றன. மண்ணுக்குக் கீழே அடியிலா உலகாக விரிந்திருக்கும் ஏழுலகங்களும் இருள் உருவம் கொண்டவற்றால் ஆனவை. அங்கே இருளே பார்வையை அளிக்கிறது. மண்ணுக்கடியிலிருக்கும் முதல் உலகம் அதலம். அங்கே வானமென மண்ணும் காலடியில் விண்ணும் உள்ளன. இருண்ட சிறகுகளுடன் பறந்தலையும் பாதாளமூர்த்திகளின் உலகம் அது. கோடானுகோடி நோய்களாக அவையே உயிர்க்குலங்கள் மேல் படர்ந்தேறுகின்றன.

இருளேயாகி விரிந்த வானுக்கு அப்பால் இருப்பது விதலம். மண்ணுலகில் வாழும் உயிர்களின் உள்ளங்களில் கணம்தோறும் உருவாகி உருவிலாது வாழும் எண்ணங்கள் தங்கள் கட்டுகளை எல்லாம் உதறிவிட்டு வாழும் இருளுலகம் அது. அங்கே அவை பேரருவிகளாகக் கொட்டிக்கொண்டிருக்கின்றன. நதிகளாகக் கிளைவிரித்துப் பரந்து கடல்களாகி அலையடிக்கின்றன. மேருமுகடுகளாக அமைதிகொண்டு நின்றிருக்கின்றன. புயல்காற்றுகளாக அவற்றைத் தழுவி ஓலமிடுகின்றன. அதற்கு அப்பால் நிறைவடையா மூதாதையர்கள் நினைவுகளாக வாழும் சுதலம். அவர்கள் இடியோசையை விட வலுத்த ஒலியின்மைகளால் இடைவிடாது பேசிக்கொண்டிருக்கின்றனர்.

மண்ணிலறியப்படும் ஞானங்கள் அனைத்தும் ஒளியாலானவை. அவற்றின் நிழல்கள் சென்றுசேரும் இடமே தலாதலம். அங்கே அவை தங்களுக்குள் புணர்ந்து முடிவிலாது பெருகுகின்றன. எல்லைகளை நிறைத்தபின் இடமில்லாமலாகி, தங்களைத்தாங்களே உண்ணத்தொடங்கி, உண்ண ஏதுமின்றி தாமுமழிந்து வெறுமைகொள்கின்றன. மீண்டும் மெய்மையின்

முதல்நிழல் விழுந்து உயிர்கொள்கின்றன. முடிவிலாது சுருங்கிவிரிவதே தலாதலத்தின் இயல்பாகும்.

மண்ணில் உயிர்க்குலங்களில் வடிவங்களாகவும் அவ்வடிவங்களுக்குள் நிறைந்த காமகுரோதமோகங்களாகவும் வெளிப்பாடு கொள்ளும் அனைத்தும் தங்கள் சாரம் மட்டுமேயாகி சுருங்கி அணுவடிவமாக வாழும் ரசாதலம் அதற்கும் அடியில் உள்ளது. அங்கே கோடானுகோடி நுண்கோள்கள் இருளில் தங்களைத் தாங்கள் மட்டுமே அறிந்தபடி சுழன்றுவருகின்றன. அவை ஒவ்வொன்றும் தங்கள் வழியிலும் வடிவிலும் முழுமைகொண்டிருக்கின்றன.

ரசாதலத்தில் அணுவடிவம் கொண்டவை அனைத்தும் ஆகாயவடிவம் கொள்ளும் மகாதலம் அதற்கு அப்பால் விரிந்துள்ளது. எல்லையின்மையே அதன் வடிவம். இருண்ட ஆகாயங்களை அடுக்கிச் செய்யப்பட்ட ஆகாயம் அது. அந்த ஒவ்வொரு ஆகாயத்தின் மையச்சுழியிலும் இருள் வடிவான பிரம்மன்கள் அமர்ந்து அவற்றை முடிவிலாது படைத்துக்கொண்டிருக்கின்றனர். அந்தப் பிரம்மன்கள் அமரும் முடிவிலாது விரியும் கரியதாமரை அதனடியில் உள்ளது. அந்தத் தாமரையை ஏந்துவது கரிய பாற்கடலில் துயிலும் கருக்குழந்தை ஒன்றின் உந்தி.

மகாதலத்துக்கு அடியில் உள்ளது நாகர்கள் வாழும் பாதாளம். அங்கே பெருநதிகள் போல முடிவிலாது ஓடும் உடல்கள் கொண்ட கோடானுகோடி நாகங்கள் இருளுக்குள் படைப்புக்காலம் முதல் இன்றுவரை தங்கள் மறுநுனியை தாங்களே தேடிக்கொண்டிருக்கின்றன. தங்கள் நுனியைக் கண்டுகொண்டவை அதைக் கவ்வி தம்மைத்தாம் விழுங்கி இருள்சுழியாக ஆகி, இருள்மணியாக இறுகி, ஒற்றை அணுவாக மாறி, இருளுக்குள் மறைகின்றன. அவற்றின் இன்மையிலிருந்து மீண்டும் மகத் என்னும் வெண்முட்டை உருவாகிறது. அது உடைந்து வெளிவந்த சிறுநாகம் படமெடுத்து அகங்காரமாகிறது. தன் உடலை அது திரும்பிப் பார்க்கையில் அதன் விழிநீளும் தொலைவுவரை உடல்நீண்டு தத்துவமாகிறது. தத்துவம் தன்னைப் பதினாறாகப் பிரித்துக்கொண்டு ஒன்றையொன்று கொத்தி வளர்க்கிறது.

நாகஉலகமான பாதாளத்தின் அதிபனாகிய வாசுகி இருளெனும் நீரில் நீந்தித் திளைத்துக் கொண்டிருக்கையில் இருளசைவாக அவனை அணுகிய நாகங்கள் சூழ்ந்துகொண்டு வால்கள் முடிவிலியில் திளைக்க செந்நிற நாநீட்டி முறையிட்டன. “அரசே, பிரமாணகோடியில் பயஸ்வினி, மிதவாஹினி, யாமினி என்னும் மூன்று காட்டாறுகளும் மழைக்காலத்தில் மிரண்ட குதிரைக்குட்டிகள் போல வந்து விழும் பள்ளம் மகாபிலம்.

பாதாள நாகங்கள் மண்ணுக்கெழும் வழி அது. நாங்கள் அவ்வழியைக் காவல்காக்கும் சிறுநாகங்கள்.

“அதனூடாக இன்று உள்ளே வந்து விழுந்த ஒருவனை நாங்கள் கோரைப்புற்களைப்போலக் கொத்தாகச் சூழ்ந்துகொண்டோம். அவனுடைய ஆயிரம் நாடிநரம்புகளிலும் முத்தமிட்டோம். அவன் உடலில் இருந்த நாகநஞ்சு எங்கள் நாகநஞ்சுகளால் முறிக்கப்பட்டது. விழித்தெழுந்த அவன் நீருக்குள் தன் ஆற்றல்மிக்க கைகளை வீசி எங்களில் நூற்றுவரைப் பிடித்திருக்கிறான். அவன் அவர்களுடன் கரைக்குச் செல்வானென்றால் விதிக்கப்படாத பொழுதில் மண்ணுக்கெழுந்தமைக்காக அவர்கள் தண்டிக்கப்படுவார்கள். மானுடரில் இப்படியொரு மாவீரனைக் கண்டதில்லை. வல்லமையில் உங்களுக்கே வியப்பளிக்கக்கூடியவன்” என்றன.

வாசுகி தன் அறிவிழிகளைத் திருப்பி நீருக்குள் பாம்புகளுடன் போரிடும் பீமனைக் கண்டான். “பேருடல் கொண்டிருப்பினும் இவன் இன்னமும் சிறுவன்” என்றான். “அவனை நான் சந்திக்க விழைகிறேன்.” கணமெனஇமைப்பென பிரிவுபடாத பெருங்காலத்தைப் பார்க்கும் தன் விழிகளால் அவன் நூறு மலைச்சிகரங்கள் சூழ்ந்த வனத்தில் ஏரிக்கரையில் அமர்ந்திருக்கும் ஒரு மன்னனையும் அவன் மடியிலும் தோளிலுமாக அமர்ந்திருக்கும் இரு மைந்தர்களையும் கண்டான். அம்மன்னன் மைந்தருக்கு சொல்லிக்கொண்டிருந்த நாகலோகத்துக் கதையைக்கேட்டு புன்னகை புரிந்தான்.

பீமன் தன் விழிகள் முன் எழுந்த நீலமணிமாளிகையையும் அதன் திறந்த பெருவாயிலுக்கு இட்டுச்சென்ற செம்பட்டுப் பாதையையும் கண்டான். அவன் விழிதொடும் தொலைவுக்குள் அவை உருவாகி வந்துகொண்டே இருந்தன. சுவர்களாக அடுக்கிக் கட்டப்பட்டிருந்த நீலமணிகளின் உள்ளொளியாலேயே அவ்வரண்மனையின் இடைநாழிகளும் கூடங்களும் செம்பட்டுத்தரையும் செந்நிறத்திரைச்சீலைகளும் மின்னிக்கொண்டிருந்தன. அங்கே நாகர்கள் நீலநிற மணிமுடிகள் அணிந்து, செவ்விழிகளும் சிவந்த வாயும் தழல்போல சுடர காவல் நின்றனர். பீமன் குளிர்ந்த நீலமணித் தரையை நீரெனக் கண்டு தயங்கி பின் மெல்ல காலெடுத்து வைத்து நடந்தான்.

அவனை வரவேற்ற காமன் என்னும் பெருநாகம் திரண்ட பெரும் புயங்களைத் தாழ்த்தி வணங்கி “மண்ணுக்கடியில் திகழும் நாக உலகத்துக்கு வந்துள்ளீர் இளையபாண்டவரே. தங்களை எங்கள் பேரரசர் வாசுகி பார்க்க எண்ணுகிறார்” என்றான். பீமன் “நான் இங்கே வர விரும்பவில்லை. என்னை மண்ணுலகுக்கே அனுப்பிவிடுங்கள்” என்றான்.

“அதை பேரரசரே முடிவு செய்வார்” என்றான் காமன். பீமன் அந்த நீலநிற மாளிகையை அண்ணாந்து நோக்கியபடி நடந்தான்.

அரண்மனையின் அரசகூடத்தில் நீலமணியாலான அரியாசனத்தில் வாசுகி அமர்ந்திருந்தான். பீமனை அழைத்துவந்த நாகவீரர்கள் வணங்கி வழிவிட அவன் அரசனின் முன் சென்று நின்றான். “நாகர்களின் அரசனை வணங்குகிறேன்” என்று பீமன் தலைவணங்கியபோது வாசுகி முகம் மலர்ந்து எழுந்து வந்து அவன் தோளைத் தொட்டான். “அச்சமின்றி இங்கு வந்து என்னை நோக்கும் முதல் மானுடன் நீ. உன்னை என் மைந்தனைப்போல எண்ணி மார்புடன் தழுவிக்கொள்ள என் உள்ளம் எழுகிறது” என்றான். பீமன் வாசுகியின் கால்களைத் தொட்டு வணங்கி “தங்கள் வாழ்த்துகளை நாடுகிறேன் பேரரசே” என்றான். அவன் தலையைத் தொட்டு வாழ்த்துக்கூறி அப்படியே அள்ளி தன் விரிந்த மார்புடன் அணைத்துக் கொண்டான் நாகப்பேரரசன்.

அப்போது அரியணைக்கு அருகே நின்றிருந்த முதியநாகம் பீமனை நோக்கி “உன் முகத்தை நானறிவேன்... எங்கோ ஏதோ காலத்தில் உன்னை நான் பார்த்திருக்கிறேன்” என்றான். விழிகளின்மேல் நடுங்கும் கைகளை வைத்து நோக்கியபடி அருகே வந்தான். “என் பெயர் ஆரியகன். மண்ணுலாவும் வரம் பெற்ற முதுநாகம்” என்றான். பீமனின் முகத்தை அண்மையில் நோக்கியபின் நினைவுகள் எழுந்த கண்களுடன் “நான் மண்ணுலாவும் நாளில் யமுனைக்கரையில் சிலகாலம் இருந்திருக்கிறேன். யாதவகுலத்தைச்சேர்ந்த அஸ்திகை என்னும் கன்னியை மானுடவடிவெடுத்து அடைந்திருக்கிறேன். அவளை யாதவகுலத்தின் தேவமீடன் சித்ரரதன் என்னும் இரு அரசர்கள் மணந்தனர். உன்னிடம் அவளுடைய தோற்றத்தைக் காண்கிறேன். நீ யாதவனா?” என்றான்.

பீமன் “ஆம். நான் தாய்வழியில் யாதவன். என் தாயின் தந்தை சூரசேனர். அவரது தந்தை ஹ்ருதீகரின் தந்தையர் தேவமீடன் சித்ரரதன் என்னும் இருவர்” என்றான் பீமன். ஒருகணம் திகைத்தபின் ஆரியகன் பீமனை அள்ளித் தன் மார்புடன் அணைத்துக்கொண்டான். மகிழ்வினால் உரக்க நகைத்தபடி மீண்டும் மீண்டும் பீமனை அணைத்தான். “என்ன வியப்பு. என் வழிமைந்தன் ஒருவனைப் பார்க்கும் பேறு பெற்றேன்... அரிதிலும் அரிது” என்றான். மீண்டும் அணைத்துக்கொண்டு “வல்லமை மிக்கவனாக இருக்கிறாய்... நாகங்களின் குருதி உன் உடலில் ஓடுகிறது” என்றான்.

வாசுகி “நீ அந்த மகாபிலத்தில் எவ்வாறு விழுந்தாய்?” என்றான். “நான் சொல்கிறேன்” என்று ஆரியகன் சொன்னான். அவன் முகம் வெறுப்பால் சுருங்கியது. “அவர்கள் உன் உடன்பிறந்தவர்கள். உனக்கு

நிலநாகங்களின் கடும்நஞ்சை அளித்து உன்னை இந்த நீர்ச்சுழியில் தூக்கி வீசியிருக்கிறார்கள்” என்றான். பீமன் “ஆம்” என்றான். “அவர்கள் இன்னும் மிக இளையவர்கள். செய்வதென்ன என்றறியாதவர்கள். தங்கள் தமையன்மேல் கட்டற்ற பெரும் பற்றுகொண்டவர்கள். தமையனை மகிழ்விக்குமென எண்ணி இதைச் செய்திருக்கிறார்கள்” என்றான்.

“மைந்தனே, உன்னைத் தழுவியதில் என் தோள்கள் நிறைவுற்றன. நீ விரும்புவது எதை? இங்கிருந்து உன்னை நீ விரும்பும் விண்ணகங்களுக்கு என்னால் அனுப்பமுடியும்” என்றான் வாசுகி. “அரசே, மண்ணில் என் கடன் முடியவில்லை. என் தமையனுக்குக் காவலாகவே என் அன்னை என்னைப் பெற்றாள். நான் அப்பணியை முழுமைசெய்யவில்லை” என்றான் பீமன். வாசுகி “ஆம், அப்படியென்றால் நீ திரும்பிச்செல்... இது நாகங்களின் அளவற்ற செல்வம் தேங்கியிருக்கும் கருவூலம். உனக்கு விருப்பமான எதையும் இங்கே சுட்டு. அவையனைத்தும் உனக்கு அங்கே கிடைக்கும்” என்றான். “வீரத்தால் ஈட்டாது கொடையால் ஈட்டும் செல்வம் ஷத்ரியனுக்கு மாசு என்று நூல்கள் சொல்கின்றன அரசே” என்றான் பீமன்.

ஆரியகன் முகம் மலர்ந்து சிரித்தபடி “ஆம், சந்திரகுலத்துக்குரிய சொற்களைச் சொல்கிறாய். நீ திரும்பிச்செல். அங்கே நீ தீர்க்கவேண்டிய வஞ்சங்கள் நிறைந்துள்ளன. உன்னை கொல்லமுயன்ற கௌரவர்களைக் கொன்றழிக்கும் வல்லமைகொண்ட நாகபாசத்தை உனக்களிக்கிறேன். அது உன்னிடமிருக்கும்வரை உன்னை வெல்ல கௌரவர்களால் முடியாது” என்றான். பீமன் “பிதாமகரே, அவர்கள் என் குருதி. என் தம்பியர். அவர்கள் மேல் வஞ்சம் கொண்டால் நான் என் தந்தைக்கு விண்ணுலகில் விளக்கம் சொல்லவேண்டியிருக்கும்... மண்ணுலகேறிச் சென்று என் தம்பியரைக் கண்டால் மார்போடணைக்கவே என் கைகள் விரியும்” என்றான்.

“வஞ்சம் ஷத்ரியனின் நெறி என்கின்றன நூல்கள்” என்று ஆரியகன் கூச்சலிட்டான். “நீ கோழைகளுக்குரிய வெற்றுச்சொற்களைப் பேசுகிறாய்” என்றான். பீமன் சிரித்து “பிதாமகரே, நான் கடமையால் மட்டுமே ஷத்ரியனாக இருக்கவிரும்புகிறேன். ஷத்ரியனுக்குரிய உரிமைகளைப் புறக்கணிக்கிறேன். ஷத்ரியனுக்குரிய மனநிலைகளைத் துறக்கிறேன்” என்றான். “காலுலாவியான அரைக்குரங்காக இருக்கையில் மட்டுமே என் நிறைவையும் மகிழ்வையும் நான் அடைகிறேன்.”

வாசுகி “நன்றாக சிந்தித்துச் சொல். வருங்காலத்தையும் பார்ப்பவர்கள் நாங்கள். இவர்களை நீ போரில் எதிர்கொள்ள நேரலாம். உன் உடன்பிறந்தார் இவர்களால் அழிக்கப்படலாம்” என்றான். “அவ்வண்ணம்

நிகழாமலிருக்க செய்யவேண்டியவற்றை எல்லாம் செய்வதே என்கடனாக இருக்கும் அரசே. அதற்குப் படைக்கலமில்லாத விரித்த கைகளுடன் நான் அவர்கள் முன் நிற்பதே உகந்தது. ஆயுதம் குரோதத்தை உண்டு வளரும் நச்சுநாகம் போன்றது" என்றான் பீமன்.

வாசுகி பீமனின் தோளைத் தொட்டு "மைந்தா, ஒருவன் பிறர்க்களிக்கும் கொடைகளில் முதன்மையானது அன்னம். முழுமுதலானது ஞானம். ஏனென்றால் அவற்றை ஏற்பதனால் எவரும் இகழ்ச்சியடைவதில்லை, இட்டதனால் பெருமையடைவதுமில்லை. இங்கே என்னுடன் தங்கி எங்கள் இனிய உணவை உண்டு செல்!" என்றான். பீமன் மீண்டும் "என் தாயும் உடன்பிறந்தாரும் அங்கே எனக்காகத் தேடிக்கொண்டிருப்பார்கள்" என்றான். "கவலைவேண்டாம். இங்குள்ள காலத்தை விரிக்கவும் சுருக்கவும் எங்களால் முடியும். நீ இங்கிருக்கும் காலத்தை அணுவளவாகச் சுருக்கி அளிக்கிறேன். நீ அங்கே ஒருகணத்தைக்கூடக் கடந்திருக்கமாட்டாய்" என்ற வாசுகி "வருக" என அழைத்துச் சென்றான்.

"இங்கே நாங்கள் உண்பதும் எங்கள் நஞ்சையே" என்றான் வாசுகி. "நாகங்கள் இருளையே வாய்திறந்து அருந்துகின்றன. பலகாலம் அவ்வாறு இருளை உண்டு குளிரச்செய்து நஞ்சாக்கி தங்களுக்குள் தேக்கிக்கொள்கின்றன. அன்னையர் உருவாக்கும் நஞ்சை மைந்தர்கள் உண்கிறார்கள்" என்றபடி வாசுகி அவனை நீல இருள் நிறைந்த அறைகளினூடாக அழைத்துச் சென்றான்.

ஓர் அறையில் கன்னங்கரிய பெருங்குடம் ஒன்று இருந்தது. "மைந்தா, மண் உள்ளிட்ட மூவுலகங்களை ஆளும் பெருநாகமான தட்சகனின் திதி, அதிதி, தனு, காளிகை, தாம்ரை, குரோதவசை, மனு, அனகை என்னும் எட்டு மகள்களையும் முதல்பிரஜாபதியாகிய காசியபர் மணம்புரிந்தார். குரோதவசை கடும்சினத்தால் எரியும் உடலும் அனல்விழிகளும் கொண்ட கருநிறப்பெருநாகம். அவளுடைய நஞ்சு இந்தக் கலத்தில் உள்ளது" என்று வாசுகி சுட்டிக்காட்டினான்.

"மண்ணுலகில் உன்னைச்சூழ்ந்து குரோதங்கள் ஊறித்தேங்கிக் கொண்டிருக்கின்றன. வாழ்க்கை முழுக்க குரோதத்தையே நீ எதிர்கொள்ள வேண்டியிருக்கும். குரோதத்தை எதிர்கொள்ளும் வழி வல்லமை கொள்வது மட்டுமே. இந்த நஞ்சு உன்னை ஆயிரம் யானைகளுக்கு நிகரான தோள்வல்லமை கொண்டவனாக ஆக்கும். எதிரிகளின் குரோதங்களெல்லாம் வந்து தாக்கி மத்தகம் சிதைந்து மடியச்செய்யும் இரும்புக்கோட்டையாக உன்னை ஆக்கும்" என்றான் வாசுகி. பீமன் அந்த நஞ்சையே நோக்கி நின்றான். பின்பு "அரசே, பெரும்சினம்கொண்டவள் எப்படி சினத்தை வெல்லும் அமுதை உருவாக்கினாள்?" என்றான்.

வாசுகி புன்னகைசெய்து “ஆற்றலை ஒருமுனைப்படுத்துவதற்காக அளிக்கப்பட்டுள்ள வல்லமையே சினம். குரோதவஸையின் அகமெங்கும் கொதித்துக்கொண்டிருந்த சினத்தை ஒருபோதும் அவள் வெளிக்காட்டவில்லை. அவள் எவரையும் தீண்டவுமில்லை. அவளுடைய சினம் திரண்டு நஞ்சாகித் தேங்கிக்கொண்டிருந்தது” என்றான். பீமன் தன் நெஞ்சில் கையை வைத்து “இதை நான் உண்ணலாமா என்று தெரியவில்லை. என்னால் எம்முடிவையும் எடுக்கமுடியவில்லை” என்றான். வாசுகி “இதோ, உன் அன்னையிடம் கேள்” என்றதும் எதிரே நீலமணிச்சுவரில் குந்தியின் முகம் தெரிந்தது. “அவள் கனவில் நீ சென்று கேட்க முடியும்” என்றான் வாசுகி.

பீமன் குந்தியின் விழிகளை நோக்கினான். “அன்னையே” என்றான். குந்தி மகிழ்ந்த புன்னகையுடன் “மந்தா, நீயா?” என்றாள். “ஆம் அன்னையே. என் தோள்கள் பெருவலிமை கொள்ளும் இந்த நஞ்சை நான் அருந்தலாமா?” குந்தியின் கண்கள் விரிந்தன. அவளுடைய அகம் பொங்குவதைக் கண்டு அவன் சற்று அஞ்சினான். “நீ அதை அருந்து... இப்போதே. நிகரற்ற வல்லமையுடன் நீ வரவேண்டுமென்றுதான் நான் விழைகிறேன்... தயங்காதே” என்றாள். “அன்னையே...” என்று பீமன் ஏதோ சொல்லவந்தான். “இது என் ஆணை!” என்றாள் குந்தி.

பீமன் முன்னால் சென்று ஒரே மூச்சில் அக்குடத்தை எடுத்துக் குடித்தான். அதன் கடும்கசப்பு அவன் நாவிலிருந்து அனைத்து நரம்புகளுக்கும் சென்றது. அவன் உடலே ஒரு நாவாக மாறி கசப்பில் துடித்தது. உலோகஒலியுடன் குடத்தை வீசிவிட்டு அப்படியே குப்புற விழுந்து உடலைச் சுருட்டிக்கொண்டான். நாகநஞ்சேறி அவனுடைய உடற்தசைகள் அனைத்துமே துடித்துத் துடித்து இறுகிக்கொண்டன. சிலகணங்களுக்குப்பின் அவன் மெல்ல தளர்ந்து உடல்நீட்டியபோது அவனுடைய தோல் முற்றிலும் நீலநிறமாகிவிட்டிருந்தது.

பன்னிருநாட்கள் பீமன் நாகர்களின் உலகிலிருந்தான். அங்கே அவனுடைய தோல் முற்றிலுமாக உரிந்து புதியதோல் முளைத்தது. ரோமங்களும் பற்களும் நகங்களும் உதிர்ந்து புதியதாக முளைத்துவந்தன. புதிய பிறப்பெடுத்து வந்த அவனுக்கு வாசுகி நாகப்படமெழுதிய சிறு மோதிரம் ஒன்றைப் பரிசளித்தான். “இது நீ நாகருலகை வென்றதற்கான பரிசு. உன்னுடன் என்றுமிருக்கட்டும்” என்றான். காலகன் என்னும் கரியபெருநாகத்திடம் “இவனை கரைசேர்த்துவா!” என்று வாசுகி ஆணையிட்டான்.

காலகன் மாலைநிழலென பேருருக்கொண்டு பீமனை தன்னுடைய மூக்குநுனியில் ஏந்தி தள்ளி மேலேற்றி நீருக்குள்

கொண்டுவந்து கங்கைப்படலத்தைக் கிழித்து மேலெழுந்தான். பீமன் தன்னுணர்வுகொண்டபோது கங்கையின் சேற்றுக்கரையில் ஆடையின்றி கிடந்தான். அஞ்சி அவன் எழுந்தபோது மென்மையான சேற்றுப்படுகையில் நெளிந்து சென்ற சின்னஞ்சிறு நாகத்தைக் கண்டான்.

விஜயபுரிக்கான பாதையில் கீகடரின் சொற்களில் பீமன் நஞ்சுண்ட காதையைக் கேட்டுக்கொண்டு நடந்தான் இளநாகன். "கைகழுவச்சென்ற பீமன் உணவுண்ண வரவில்லை என்பதைக் கண்டதுமே தருமன் ஐயம் கொண்டுவிட்டான். உணவுக்கு ஒருபோதும் பிந்துபவனல்ல அவன் என்று அறிந்திருந்தான் அண்ணன். காடெங்கும் பீமனைத் தேடியலைந்த தருமன் அவன் கௌரவர்களுடன் சேர்ந்து உணவுண்டதை பணியாளர்கள் சொல்லி அறிந்தான். "ஆம், உணவுண்டபின்னர் கங்கைநீராடச் சென்றார். நாங்கள் குடில்களுக்குத் திரும்பிவிட்டோம்" என்றான் துச்சாதனன். அவர்கள் சொன்னதை தருமன் நம்பினான். ஏனென்றால் அவனுடைய அறநெஞ்சு அதற்கப்பால் சிந்திக்கத் துணியவில்லை."

பீமன் அஸ்தினபுரிக்கு வந்திருப்பான் என்று எண்ணி தருமன் நகர்நுழைந்தான். மைந்தனைக் காணவில்லை என்றறிந்த குந்தி சினம் கொண்டெழுந்த அன்னைப்புலியானாள். அஸ்தினபுரியின் அத்தனை படைகளையும் மைந்தனைத் தேட அனுப்பினாள். அமைச்சுமாளிகையில் ஆணைகளிட்டுக்கொண்டிருந்த விதுரருக்கு முன்னால் அவிழ்ந்த கூந்தலும் வெறிகொண்ட கண்களுமாக வந்து நின்று "விதுரரே, மைந்தனுடன் படைகள் மீளுமென்றால் இந்நகர் வாழும். என் மைந்தன் மீளவில்லை என்றால் நானும் என் மைந்தர்களும் இவ்வரண்மனை முற்றத்தில் கழுத்தை அறுத்து குருதியுடன் செத்து வீழ்வோம். இது என் குலதெய்வங்கள்மேல் ஆணை" என்றாள்.

விதுரர் திகைத்தெழுந்து "அரசி, இது என்ன பேச்சு? தாங்கள் சொல்லவேண்டிய சொற்களா இவை? பீமன் பெரும்புயல்களின் மைந்தன். அவனைக் கொல்லும் ஆற்றல் நீருக்கும் நெருப்புக்கும் இல்லை. அவன் மீள்வது உறுதி. நான் நிமித்திகரை அழைத்துக் கேட்டு விட்டேன். அவன் உயிருடன் இருக்கிறான். இன்றே அவனை நம் படைகள் கண்டுவிடும்" என்றார். குந்தி அவரை நோக்கி "அவன் இறந்த மன்னனின் கனவு முளைத்த மைந்தன். அவன் அழிந்தால் அதன்பின் குருகுலம் வாழாது. மூதாதையர் தீச்சொல்லால் அது அழியும்" என்றபின் திரும்பிச்சென்றாள்.

அன்று மாலையிலேயே பீமனை காட்டுக்குள் அஸ்தினபுரியின் படைகள் கண்டடைந்தன. புறாவின் வழியாகச் செய்தி வந்துசேர்ந்தபோது விதுரர் புன்னகையுடன் ஓடி குந்தியிடம் சென்று அனைத்து முறைமைகளையும்

இழந்தவராகக் கூவினார். "அரசி, நமது மைந்தர் உயிருடன் மீண்டுவிட்டார். அஸ்தினபுரியின் படைகளுடன் வந்துகொண்டிருக்கிறார்." குந்தி எழுந்து அவரை நோக்கி வந்து ஏதோ சொல்ல எண்ணி பின் தயங்கி நின்றாள். அக்கணமே இருவர் விழிகளிலும் விழிநீர் எழுந்தது. குந்தி திரும்பி அந்தப்புரத்துக்குள் செல்ல இடைநாழி வழியாக தன் சால்வையை இழுத்துச் சுற்றியபடி விதுரர் விரைந்தோடினார்.

பீமன் நகர் நுழைந்தது அஸ்தினபுரியில் மிகப்பெரிய கொண்டாட்டமாக இருந்தது. அவனுடைய தேரின்மேல் நகர்மக்கள் மலரும் அரிசியும் தூவி வாழ்த்தொலி எழுப்பினர். களிவெறிகொண்ட இளைஞர்கள் தெருக்களில் துள்ளிக்குதித்துக் கூச்சலிட்டனர். இற்செறிப்பை மறந்த பெண்கள் தெருக்களில் இறங்கி நடனமிட்டனர். படைவீரர்களின் நெறியும் ஒழுங்கும் குலைந்தது. முரசறைவோனும் முறைமறந்தான். சூதர்கூட்டம் வாழ்த்தொலியுடன் அவன் தேரின் பின்னால் ஓடியது.

தன் காலடிகளை வணங்கிய தம்பியை தருமன் அள்ளி மார்போடணைத்துக் கண்ணீர் சிந்தினான். அந்தப்புரத்திற்கு தம்பியை அழைத்துச்சென்ற தருமன் "இதோ முன்னிலும் பேரழகனாகிவிட்டிருக்கிறான் என் தம்பி" என்றான். குந்தி மைந்தனை உற்றுநோக்கினாள். அவள் விழிகளில் எழுந்த ஐயத்தை பீமன் கண்டான். "நீ எப்படி கங்கையில் விழுந்தாய்? உன்னை யார் அங்கே போட்டது?" என்றாள். "அன்னையே நான் கைகழுவச் சென்றபோது ஒருநாகத்தால் கடிக்கப்பட்டேன். நிலைதடுமாறி நீரில் விழுந்தேன். அரையுணர்வுடன் ஆழத்தில் மூழ்கினேன் என்றாலும் என் ஆற்றலால் நீந்திக் கரைசேர்ந்தேன். கங்கையின் நீரோட்டமும் எனக்கு உதவியது" என்றான் பீமன்.

குந்தி "உன்னை நான் என் கனவில் கண்டேன். நீ நாகருலகில் இருந்தாய். அவர்கள் அளித்த நஞ்சை அருந்தினாய்" என்றாள். பீமன் நகைத்து "அது தங்கள் அச்சத்தால் எழுந்த அகமயக்குதான் அன்னையே" என்றான். குந்தி பெருமூச்செறிந்து "உன் வல்லமையை நம்பித்தான் நாங்களிருக்கிறோம். அதை எப்போதும் மறவாதே" என்றாள். அவன் அவள் கால்களைப் பணிந்தபோது "முழுஆயுளுடன் இரு!" என வாழ்த்தினாள். பீமன் தன் தம்பியரை அணைத்துக்கொண்டான். குந்தி "மைந்தர்களே நீங்கள் பகையால் சூழப்பட்டிருக்கிறீர்கள். ஒவ்வொரு கணமும் விழிப்புடனிருங்கள்" என்றாள்.

அன்றிரவு தன் மஞ்சத்தில் படுத்து விழிதுயின்ற பீமனின் கனவில் துயர்மிக்க கண்களுடன் பாண்டு வந்தான். "மைந்தா நீ என்னிடமல்லவா கேட்டிருக்கவேண்டும்?" என்றான். பீமன் திகைத்து "தந்தையே" என்றான். "குரோதத்தை வல்லமை எதிர்கொள்ளும் மைந்தா. ஆனால் மேலும்

குரோதத்தையே அது எழுப்பும்” என்றான் பாண்டு. “உருவாக்கப்பட்ட படைக்கலமேதும் பலிகொள்ளாது அமைவதில்லை.” பீமன் திடுக்கிட்டு விழித்து இருளை நோக்கியபின் எழுந்து சாளரத் திரைச்சீலையை ஆடவைத்த காற்றில் கூந்தல்பறக்க இருள் சூழ்ந்த தனிமையில் நின்றான்.

5

தானிட்ட முட்டைகளை அணைத்துச்சுருண்டிருக்கும் நீலநாகம் போல கிருஷ்ணை நான்கு குன்றுகளைச் சுற்றிக்கொண்டு சென்றதை மலைமேலிருந்து பார்க்க முடிந்தது. அந்தக் குன்றுகளுக்கு மேல் காவல்மாடங்களில் கொடிகள் பறந்தன. “இந்த நான்கு மலைகளால்தான் இந்நிலம் நால்கொண்டா என்று அழைக்கப்படுகிறது” என்றார் கீகடர். மலைச்சரிவில் இறங்குவதற்கு முன்பு அங்கே பாறையிடுக்கிலிருந்து ஊறிவழிந்த குளிர்ந்த நீரை அருந்தியபின் பாறைமேல் அமர்ந்து மலைகளில் பறித்துவந்த காய்களை உண்டுகொண்டிருந்தார்கள். “இந்நிலம் மிகமிகத் தொன்மையானது. முற்காலத்தில் இங்கே மனிதக்குரங்குகள் வாழ்ந்தமையால் இதை கிஷ்கிந்தை என்பவரும் உண்டு. கோட்டைகட்ட அகழ்வுசெய்யும்போதெல்லாம் குரங்குமனிதர்களின் எலும்புக்கூடுகள் இங்கே கிடைக்கின்றன.”

இளநாகன் கீழே தெரிந்த நகரத்தை நோக்கினான். அவன் அதுவரை கண்ட நகரங்களிலேயே அதுதான் அளவில் மிகப்பெரியது. நான்கு குன்றுகளுக்கு நடுவே உள்ள இடைவெளிகளை உயரமற்ற மண்கோட்டையாலும் கோட்டைக்கு வெளியே வெட்டப்பட்டிருந்த ஆழமான அகழிகளாலும் அகழிக்கு வெளியே உருவாக்கப்பட்டிருந்த செயற்கைக் காட்டினாலும் இணைத்து நகரத்தைப் பாதுகாத்திருந்தனர். அங்கிருந்து பார்க்கையில் சிறியதாகத் தெரிந்த விஜயபுரியின் அடுக்குமாளிகைகள் மீது பலவணணக் கொடிகள் பறந்துகொண்டிருப்பது தெரிந்தது. குந்தல மன்னர்களின் தலைநகரமான விஜயபுரி பெரும்பாலும் கிருஷ்ணை வழியாகவே தென்புலத்துடன் இணைக்கப்பட்டிருந்தது. பெரிய அரசபாதை வடக்குவாயில் வழியாகக் கிளம்பி மேலே சென்றது.

காளஹஸ்தியிலிருந்து வந்த வண்டிப்பாதை எத்திப்பொத்தலா என்னும் சிற்றூரில் நின்றுவிட்டது. அங்கிருந்து கழுதைகளில் பொதிகளை ஏற்றி கிருஷ்ணையின் மேட்டின் மேலே கொண்டுசென்று அதற்குமேல் படகுகளில் பயணம்செய்துதான் விஜயபுரியை அடையமுடியும். எடுத்து ஊற்றியது என்னும் பொருள் கொண்ட எத்திப்பொத்தலா பேரருவியின் ஓசையும் வானிலெழுந்த நீர்ப்புகையும் நெடுந்தொலைவுக்கு அப்பால் தெரிந்தன. "கடுமையான பாதை" என்றான் இளநாகன். "ஆம், அதனால்தான் விஜயபுரியை ஆயிரமாண்டுகளாக எதிரிகள் எவரும் அணுகியதே இல்லை. வணிகர்கள் எப்படியானாலும் வந்துசேர்வார்கள்" என்றார் கீகடர்.

வெண்ணிற நுரைக்கொந்தளிப்பாகக் கீழே பொழிந்துகொண்டிருந்த கிருஷ்ணையின் சீற்றத்தை நோக்கியபடி மறுமுனையில் நின்றிருந்தபோது கீகடர் "இவ்வழியாகச் செல்வது செலவேறியது. சூதரும் பாணரும் துறவியரும் செல்லும் மலைப்பாதை ஒன்றுண்டு" என்று சொல்லி காட்டுக்குள் கொண்டுசென்றார். அவரும் அவரது தோழர்களான அஸ்வரும் அஜரும் முழவும் கிணையும் யாழுமாகத் தொடர்ந்து சென்றனர். ஒரு கணம் தயங்கியபின் இளநாகன் ஓடிச்சென்று சேர்ந்துகொண்டான். "அடர்ந்த காடு போலிருக்கிறதே" என்றான். "ஆம்..." என்றார் அஸ்வர். "காட்டுவிலங்குகள் உள்ளனவா?" என்றான் இளநாகன். "ஆம், அவை பொதுவாக சூதர்களை உண்பதில்லை" என்றார் அஜர். "வயதான சிம்மங்கள் ஆண்மை விருத்திக்காக மட்டுமே சூதர்களை உண்கின்றன. அவை மிகக் குறைவே." இளநாகன் சிரித்தான்.

அங்கிருந்த மலைகளை வியப்புடன் இளநாகன் முகம் தூக்கி நோக்கினான். காளஹஸ்தி முதல் பாறைகள் மாறிக்கொண்டிருந்த விதத்தைத்தான் அவன் பார்த்துக்கொண்டிருந்தான். கருமேகங்கள் கல்லானது போலத் தெரிந்தன தமிழ்நிலத்துப் பாறைகள். திருவிடத்துப் பாறைகள் பேருருவக் கூழாங்கற்களின் சிதறல்களாகவும் குவைகளாகவும் தோன்றின. ஏட்டுச்சுவடிக் கட்டுகளை அடுக்குகளாகக் குவித்தது போலத் தெரிந்தன நால்கொண்டாவின் பாறைக்கட்டுகள். ஒன்றை அடியிலிருந்து உருவிஎடுத்தால் அவை சரசரவென தலைமேல் சரிந்துவிடுமென்பதுபோல. சற்று முயன்றால் அவற்றில் ஒன்றை உருவி எடுக்கவும் முடியும் என்பதைப்போல. மலைச்சரிவுகளில் உடைந்து சரிந்த பாறைகள் கற்பலகை உடைசல்கள் போலக் குவிந்துகிடந்தன. ஏதோ கட்டடம் இடிந்ததுபோல.

மலைமேல் ஏறத்தொடங்கி, அடர்ந்த காட்டுக்குள் நுழைந்து, பின் உயரமற்ற முள்மரங்கள் பரவிய மலைச்சரிவை அடைந்ததும்

அப்பால் கிருஷ்ணையின் தோற்றம் தெரிந்தது. “இந்த மலைகளில் ஆயிரம் வருடம் முன்பு குந்தலர்கள் வேடர்களாக வாழ்ந்திருந்தனர். அவர்களின் குலத்தலைவனாகிய கொண்டையன் என்பவரது கனவில் பன்னிருகைகளுடன் எழுந்து வந்த கன்னங்கரிய தெய்வமான நல்லம்மை இங்கே ஆற்றின்கரையில் ஒரு நகரை அமைக்கும்படி சொன்னாள். அவன் தன்னுடைய நூறு குடிகளுடன் மலையிறங்கி வந்து கிருஷ்ணையின் நீரை வெட்டி மலைகளைச் சூழ வலம் வரச்செய்து நடுவே எழுந்த நிலத்தில் ஒரு சிற்றூரை அமைத்தான். நல்லம்மைகொண்டா என்ற அந்த ஊர்தான் பின்னர் நலகொண்டா என்றழைக்கப்படுகிறது என்று சொல்பவர்கள் உண்டு. நகர்நடுவே நல்லம்மையின் ஆலயம் இன்றுள்ளது. அதை கொற்றவை என்றும் சாக்தர் வழிபடுகின்றனர்” என்றார் கீகடர்.

அவர்கள் மாலையில் கீழிறங்கிவந்தனர். அங்கே விரிந்துகிடந்த புதர்க்காடு முழுக்க பல்லாயிரம் பந்தங்களும் விளக்குகளும் தெரிந்தன. “படைகளா?” என்றான் இளநாகன். “இல்லை, அனைவருமே மலைவணிகர்கள்” என்றார் கீகடர். “விஜயபுரியின் வாயில் மாலையில் மூடப்பட்டுவிடும்”. காலையில் எழுந்து இருளிலேயே அங்கே ஓடிய சிற்றாற்றின் கைவழியில் நீராடி எழுந்தபோது பல்லாயிரம் பேர் சுமைகளுடன் கோட்டையின் தெற்குவாயிலில் கூடி நிற்பதைக் காணமுடிந்தது. மூங்கில்குழாய்களில் மூடப்பட்ட மலைத்தேன், பாளங்களாக்கப்பட்ட அரக்கும் தேன்மெழுகும், உலரவைக்கப்பட்ட மலையிறைச்சி, அகில் போன்ற நறுமணப்பொருட்கள்... “மலைப்பொருட்களுக்கான வணிகமே இங்கு முக்கியம் என நினைக்கிறேன்” என்றான் இளநாகன்.

“ஆம். ஆனால் விஜயபுரியின் பெருவணிகம் என்பது சந்தனம்தான். கிருஷ்ணையின் கைகள் வழியாக உருட்டிக்கொண்டுவரப்படும் சந்தனத்தடிகள் அங்கே கரையேற்றப்பட்டு சிறு துண்டுகளாக்கப்பட்டு கடலுக்குச் செல்கின்றன” என்றார் கீகடர். “தெற்கே விரிந்துள்ள காடுகளில் வாழும் வேடர்களுக்கும் வடக்கே நீண்டுசெல்லும் வறண்டநிலத்து ஆயர்களுக்கும் இந்நகரே சந்தை மையம். நூற்றாண்டுகளாகவே ஒருவராலும் வெல்லப்படாமையால் இந்நகரை விஜயபுரி என்றழைக்கின்றனர் புலவர்” கூடி நின்றவர்களுடன் சுமைகளேற்றிய எருதுகளும் கழுதைகளும் செருக்கடித்து கால்மாற்றி காதுகளை அடித்துக்கொண்டு நின்றன. “மீன்பிடிக்கும் வலைகளைச் செய்யும் நல்லீஞ்சை என்னும் முட்செடியின் பட்டைதான் இங்கிருந்து மிகுந்த விலைகொடுத்து வாங்கப்படுகிறது. உப்புநீரில் மட்காத அந்த நார் பத்துவருடம் வரை அழியாதிருக்கும் என்கிறார்கள்.”

கோட்டைக்குமேல் பெருமுரசு ஒலியெழுப்பியதும் கூடிநின்றவர்களிடம் கூட்டுஓசை எழுந்தது. பல்லாயிரம் கால்கள் அனிச்சையாகச் சற்று

அசைந்தபோது எழுந்த அசைவு அலையாகக் கடந்துசென்றது. சங்கு ஒலித்ததும் தெற்குவாயில் கோட்டைக்கதவு கனத்த சங்கிலியில் மெல்லச்சரிந்துவந்து அகழிமேல் பாலமாக அமைந்தது. அதனுள் நுழைந்தவர்கள் பலர் தங்கள் புயங்களைக் காட்டிவிட்டுச் சென்றதை இளநாகன் கண்டான். “விஜயபுரியின் சுங்கமுறை மிக விரிவானது” என்றார் கீகடர். “புதியவர்கள் பொருட்களுக்கேற்ப சுங்கம் அளிக்கவேண்டும். மலைமக்களின் குலங்களிடம் வருடத்துக்கொருமுறை கூட்டாக சுங்கம் கொள்ளப்படும். அவர்கள் தங்கள் குலமுத்திரை பச்சைகுத்தப்பட்ட தோள்களைக் காட்டிவிட்டுச் செல்லலாம். சில வேடர்கள் வாழ்நாளுக்கொரு தொகையாக கப்பம் கட்டியிருப்பார்கள். சுங்கமுத்திரை அவர்கள் தோளில் தீயால் சுட்டுப் பதிக்கப்பட்டிருக்கும். அரசருக்கு நேரடியாக சுங்கமளிப்பவர்கள் பொன்னாலான முத்திரை மோதிரத்தை வைத்திருப்பார்கள்.”

உரக்கச் சிரித்து கீகடர் சொன்னார் “எங்கும் சுங்கமின்றிச் செல்லும் செல்வம் கவிதை மட்டுமே. சொல்லை மறுக்கும் குலமெதையும் நான் பாரதத்தில் கண்டதில்லை.” இளநாகன் “ஆம், சொற்களை வாங்கி அவர்கள் தங்கள் முற்றத்தில் நட்டு முளைக்கவைக்கிறார்கள்” என்றான். “உண்மைதான் இளைஞனே. இங்குள்ள வேடர்குடிகள் வரை அனைவரிடமும் குமரிமுதல் இமயம் ஈறாக விரிந்திருக்கும் இப்பெருநிலம்பற்றிய ஓர் அகச்சித்திரம் உள்ளது. அவ்வரியை அறியாத எந்த மானுடனையும் இங்கே நான் கண்டதில்லை. அவர்களனைவருமே இந்நிலத்தை அறியும் பேராவலுடன் உள்ளனர். இங்கே தென்னகத்திலுள்ள ஒவ்வொருவரும் வடபுலத்தை அறியத் துடிக்கின்றனர். இமயமும் கங்கையும் அவர்களுக்குள் வாழ்கின்றன. வடக்கே உள்ளவர்கள் தென்குமரியையும் மதுரையையும் கனவுகாண்கிறார்கள். அந்தக் கனவே பாணர்களுக்கு உணவும் உறைவிடமும் ஆகிறது.”

அவர்கள் நகருக்குள் நுழைந்தனர். “முதல் வினாவையே பார்” என கீகடர் மெல்லச் சொன்னார். அவர்களை வரவேற்ற முதல் வீரன் “விஜயபுரிக்கு வருக வடபுலச்சூதர்களே. அஸ்தினபுரியில் இளையோர் எவரிடம் கற்கின்றனர் இப்போது?” என்றான். கீகடர் சிரித்து “அவர்கள் போரிடக் கற்றுக்கொள்கின்றனர் வீரரே. போரிடக் கற்றுக்கொள்வதன் முதல் பாடமே சிறந்தமுறையில் எதிரிகளை உருவாக்கிக்கொள்வது அல்லவா?” என்றார். இன்னொரு வீரன் “பீமன் யானையையே தோளில் தூக்குபவன் என்றார்களே உண்மையா?” என்றான். “ஆம், மீண்டும் அந்தப் பாணன் அஸ்தினபுரி செல்லும்போது யானை பீமனைத் தூக்கத் தொடங்கிவிடும்” என்றார் கீகடர். அவர்கள் நகைத்தபடி “காலையிலேயே கள்ளருந்த விழைவீர் அல்லவா பாணரே?” என்றபின் ஒரு செம்புநாணயத்தை

அளித்து “கம்ம குலத்து சீராயன் மைந்தன் நல்லமன் பெயரைச்சொல்லி அருந்துக கள்ளே” என்றான். அவனை வாழ்த்தி அதை பெற்றுக் கொண்டார் கீகடர்.

“சீராயன் என்னும் சிறப்புள்ள மாவீரன் பேராலே அருந்துக பெருங்கள் மாகதரே! ஊரான ஊரெல்லாம் உண்டிங்கு வீரர்கள் சீராயனைப் போலவே சிந்திப்போன் எவருண்டு?” என மேலும் இரு வரிகளைப்பாடி இன்னொரு செம்புக்காசைப் பெற்றுக்கொண்டு அஸ்வர் அவர்களுக்குப் பின்னால் ஓடிவந்தார். சிரித்தபடி “சொல்லறியாதவர்களிடம் சொல்லுக்கிருக்கும் மதிப்பு வியப்பூட்டுவது” என்றார். “நாமறியாதவற்றை அல்லவா அவர்களும் விற்கிறார்கள்?” என்றார் அஜர். “அறியாதவற்றுக்குத்தான் இவ்வுலகில் மதிப்பு அதிகம். அறியவே முடியாததை அல்லவா மிக அதிகமாக விற்றுக்கொண்டிருக்கிறார்கள் வைதிகர்கள்?” என்றபின் எதிரே சென்றுகொண்டிருந்த வைதிகரை நோக்கி “ஓம் அதுவும் தட்சிணை இதுவும் தட்சிணை. தட்சிணையிலிருந்து தட்சிணை போனபின்பும் தட்சிணையே எஞ்சியிருக்கிறது” என்றார். “மூடா, உன்னைச் சபிப்பேன்” என்றார் முதியவைதிகர் கிண்டியிலிருந்து நீரை எடுத்து தர்ப்பையைப் பிடித்தபடி. “சூதர்களை எவரும் சபிக்கமுடியாது வைதிகரே. அவர்கள் தங்களைத் தாங்களே சபித்துக்கொள்ளக்கூடியவர்கள்” என்றார் கீகடர். வைதிகர் திகைக்க பிற இருவரும் கூகூகூ என ஓசையிட்டபடி ஓடினார்கள்.

அவர்கள் நேராக மலிவான கள்விற்கும் ஊனங்காடிக்குத்தான் சென்றனர். “இங்கே உயர்ந்த பனங்கள் விற்கப்படுகிறது” என்றார் கீகடர் மீசையில் சிக்கியிருந்த சிறு பூச்சிகளைக் கைகளால் நீவியபடி. “இங்கிருந்து தண்டகாரண்யம் வரை வறண்டநிலமெங்கும் ஓங்கி நின்றிருக்கும் மரம் பனைதான். வறண்டபனை தனிமையில் நிற்கிறது. அதன் காதலி நெடுந்தொலைவில் எங்கோ நிற்கும். அதைச் சென்றடையவேண்டுமென்று தன் வேர்முதல் கருந்தடியெங்கும் அது காதலை நிறைத்துக்கொள்கிறது. அந்தக் காதலே அதன் பாளைகளில் கனிந்து திரண்டு கள்ளாகி நிற்கிறது.” உரக்க நகைத்தபடி கீகடர் சொன்னார். “சிலபனைகள் அப்படித் தேடித் தம்மை இழப்பதில்லை. பெண்ணும் ஆணுமாக தாமே மாறிக்கொள்கின்றன. உமையொருபாகனாக பொட்டலில் எழுந்தருளியிருக்கின்றன. அவற்றின் கள் நம்மை ஆழ்ந்த சொல்லின்மையை நோக்கிக் கொண்டுசெல்கிறது. நம்முள் உள்ள ஆண் பெண்ணைக்கண்டும் பெண் ஆணைக்கண்டும் திகைப்புறும்போது நம்முள் ஆழ்ந்து நம்மைக் கண்டடைகிறோம். அப்படிக் கண்டடைவதற்கு நம்முள் பெரிதாக ஒன்றுமில்லை என்று அறியும்போது மெய்ஞானம் கிடைக்கிறது.”

கள்ளருந்திவிட்டு அவர்கள் நகர்காணக் கிளம்பினர். தென்னாட்டில் இளநாகன் பார்க்காத வெயில் இல்லை. ஆனால் விஜயபுரி வெண்ணிற நெருப்புக்குள் வைக்கப்பட்டது போலிருந்தது. ஓடும் தேர்களின் சக்கரங்கள் உரசுவதிலேயே அது தீப்பற்றி சாம்பலாகிவிடுமென எண்ணினான். அதன்பின்னர்தான் அங்கிருந்த வீடுகளனைத்துமே கல்லடுக்கிக் கட்டப்பட்டவை என்பதைக் கண்டான். களிமண் நிறத்திலும் கருஞ் சாம்பல் நிறத்திலும் செம்பு நிறத்திலும் இருந்த பாறைப்பலகைகளை நெருக்கமாக அடுக்கி சுவர்களை எழுப்பியிருந்தனர். சுவர்கள் அனைத்துமே ஏட்டுச்சுவடிக் கட்டுகளால் ஆனவை போலிருந்தன. கூரையாகக் கூட பாறைகளைப் பெயர்த்து எடுத்த கனத்த பலகைகளைப் போட்டிருந்தனர். கோட்டைகள் கடைகள் அனைத்துமே அடுக்குக்கற்களால் ஆனவை. இளநாகன் சிரித்துக்கொண்டு “ஏட்டுச்சுவடி அறைக்குள் புகுந்த ராமபாணப்புழு போலிருக்கிறேன் சூதரே” என்றான்.

கீகடர் நகைத்து “ஆம், இந்த வேசரநாட்டு நகரங்களனைத்துமே எழுதப்படாத ஓலையடுக்குகள்தான்” என்றார். “ஆனால் இந்தக் கட்டடங்கள் உள்ளே வெயிலை விடுவதில்லை. குகைக்குள் இருப்பதுபோல அறைகள் குளிர்ந்திருக்கும்.” இளநாகன் “இப்போது நாம் மட்டுமே இந்த வெயிலில் நடந்துகொண்டிருக்கிறோம்” என்றான். “ஆம், மலைவேடர்களுக்கு வெயில் பழக்கமில்லை. நாம் கொதிக்கும் சொற்குவைகளைக் கள்ளூற்றி குளிர்விக்கக் கற்ற சூதர்கள்” என்றபடி அவர்கள் நடந்தனர். எதிரே வந்த படைவீரன் “நீங்கள் சூதர்கள் அல்லவா? அரண்மனைக்குச் செல்லலாமே” என்றான். கீகடர் “மூடா, நான் யாரென்று இன்னுமா உனக்குத் தெரியவில்லை?” என்றார். அவன் திகைத்து “தாங்கள்...?” என்றான். “தர்மம் அழிந்து அதர்மம் மேலோங்கி நிற்கும்போது நான் வருவேன் என்று தெரியாதா உனக்கு?” என்றார் கீகடர் சினத்துடன். “தெரியவில்லை, நான் சாதாரண காவல்வீரன். என் நூற்றுவர்தலைவன் அந்தக் கல்மேடையில் இருக்கிறார்” என்றபின் அவன் திரும்பிப்பார்க்காமல் விரைந்தான்.

கட்டடங்களுக்குமேல் கூரைப்பரப்பில் மண்ணைக்கொட்டி புல் வளர்க்கப்பட்டிருப்பதை இளநாகன் அங்குதான் கண்டான். கட்டடங்களின் குடுமித்தலை போலவே அவை தெரிந்தன. வழியில் ஒரு கட்டடத்தைக் கட்டிக்கொண்டிருந்தனர். எருதுவண்டியில் கொண்டுவரப்பட்ட இரண்டு பெரிய கற்பலகைகளைக் கயிறுகட்டித் தூக்கி வைத்துக்கொண்டிருந்தனர். “மலைப்பாறையின் அடுக்குக்குள் மரத்தாலான உலர்ந்த ஆப்புகளை இறுக்கிவைத்தபின் நீரூற்றி ஊறவைப்பார்கள். ஊறி உப்பிய ஆப்புகள் பாறையை மென்மையாகப் பிரித்துவிடும். சிரித்துக்கொண்டே தாயையும் மைந்தனையும் பிரிக்கும்

கற்றறிந்த மருமகள்களைப்போல” என்றார் அஸ்வர். அஜர் “நாம் உணவுண்ணும் நேரமாகிவிட்டதென எண்ணுகிறேன்” என்றார். “ஆனால் நம்மிடம் பணம் ஏதும் இல்லை” என்றார் அஸ்வர். “சொல்லை வாங்கி சோறை அளிக்கும் எவராவது இருப்பார்களா என்று பார்ப்போம்” என்றார் கீகடர்.

அவர்கள் நகருக்குள்ளேயே சுற்றிவந்தனர். அந்நகரம் ஒரு பெரிய அடுக்குவிளக்கு போலிருப்பதாக இளநாகன் எண்ணினான். அது ஒரு குன்றை உள்ளே வைத்து வட்டமாக வளைத்துக் கட்டப்பட்டிருந்தது. ஒவ்வொரு தெருவும் ஒன்றுக்குள் ஒன்றாகவும் ஒன்றை விட ஒன்று உயரமாகவும் இருந்தன. சுற்றிச்சுற்றி ஏறிச்செல்லச்செல்ல கிருஷ்ணை கீழே தெரியத் தொடங்கியது. நகருக்குள் உள்ள மாளிகைகள் அனைத்துமே உட்பக்கம் இருட்டாக இருந்தன. “இங்கே சாளரங்கள் வைக்கும் வழக்கம் இல்லை. ஏழு மாதம் வெயிலடிக்கையில் கதவைத் திறந்தால் அனல் உள்ளே வரும். இரண்டுமாதம் மழைக்காலம். சாரல் உள்ளே வரும். ஒரு மாதம் வசந்தகாலம், வீட்டிலிருக்கும் இளம்பெண்கள் வெளியே போய்விடுவார்கள்” என்றார் அஸ்வர்.

கற்பலகைகளை அடுக்கி வைத்துக் கட்டப்பட்ட சிறிய வீடொன்றைக் கண்டதும் கீகடர் நின்றார். “அழகிய சிறு வீடு. தூய்மையாகவும் உள்ளது. உள்ளே இருக்கும் நரைசூடிய கூனிக்கிழவியின் முகத்தில் இனிய தாய்மையும் தெரிகிறது. அவள் மைந்தர்களைப் புகழ்ந்து நான்கு வரிகளைப் பாடினால் அடிவயிறுகுளிர அன்னமிடாமலிருக்கமாட்டாள்” என்றார். இளநாகன் ஏதோ சொல்ல வாயெடுப்பதற்குள் “வாழ்க வாழ்க வாழ்க! நலம் சூழ்க!” என்று கூவியபடி சென்று கலத்திண்ணையில் அமர்ந்து கால்களை நீட்டிக்கொண்டார் கீகடர். பிற சூதர்களும் சென்று அமர்ந்துகொள்ள இளநாகன் திகைத்தபடி நின்றான். கிழவி வெளியே வந்து வணங்கி “சூதர்களை வணங்குகிறேன். என் இல்லம் பெருமைகொண்டது” என்றாள். “வாழ்க!” என்றார் கீகடர். “இந்நேரம் தம் பிள்ளைகள் நிறைவாய் அகம் நிறைந்திருக்கும் ஓர் அன்னையின் கைகளால் உணவுண்ணவேண்டுமென எங்கள் குலதெய்வம் சொல்லன்னையின் சொல்வந்தது. ஆகவே வந்தோம்.”

கிழவி கைகளை மீண்டும் கூப்பி “நான் எளியவள். தெருக்களைத் தூய்மைசெய்து வாழ்பவள். என் இல்லத்தில் தாங்கள் மனமுவந்து உண்ணும் உணவேதும் இல்லை சூதர்களே” என்றாள். “உங்கள் கலத்திலுள்ள எதுவும் அமுதே” என்றார் கீகடர். “பழைய சோறும் மோரும் மட்டுமே உள்ளது” என அவள் குரலைத் தாழ்த்தி சொன்னாள். “இந்த வெப்பத்துக்கு அதுவே இன்னமுது... எடுங்கள்” என்றார் கீகடர். கிழவி

உள்ளே சென்றதும் இளநாகனை அமரும்படி கீகடர் கைகாட்டினார். அவன் அமர்ந்துகொண்டான் கல்திண்ணை குளிர்ச்சியாக இருந்தது. அந்தக் கட்டடங்களின் அமைப்பு அப்போது புரிந்தது. குன்றின் மேல் மோதும் காற்று அனைத்துவீடுகளின் பின்வாயில்கள் வழியாக நுழைந்து முகவாயில் வழியாக வெளியே சென்றுகொண்டிருந்தது. கட்டடங்களின் உட்பக்கம் சுனைநீர் போல இருண்ட குளிர் சூழ்ந்திருந்தது.

பெரிய கலத்தைத் தூக்கியபடி கிழவி வந்தாள். அதைக்கொண்டுவந்து அவர்கள் நடுவே வைத்தாள். "சற்றுப்பொறுங்கள் சூதர்களே. நான் சென்று தையல் இலைகளையாவது வாங்கிவருகிறேன்" என்றாள். "கையில் அள்ளிக்கொடுங்கள் அன்னையே. தங்கள் கைச்சுவைக்காக அல்லவா வந்தோம்?" என்றார் கீகடர். கிழவி புன்னகையுடன் இருங்கள் என உள்ளே சென்று சுண்டக்காய்ச்சிய குழம்பையும் ஊறுகாய் சம்புடத்தையும் கொண்டுவந்து வைத்தபின் அமர்ந்துகொண்டாள். பழையசோற்றுப்பானையைத் திறந்ததுமே இனிய புளிப்பு வாசனை எழுந்தது. மோர்ச்சட்டியைத் திறந்ததும் அப்புளிப்புவாசனையின் இன்னொரு வகை எழுந்தது. கோடையில் புளித்த மோர் இருக்கும் சட்டியின் விளிம்பில் படிந்த வெண்ணை உருகி நெய்வாசனையும் சற்று கலந்திருந்தது.

கிழவி சோற்றில் மோரைவிட்டு கையாலேயே கலக்கி கையால் அளவிட்டு உப்பள்ளிப் போட்டாள். பழையசோறு செவ்வரியோடிய வெண்மையுடன் மல்லிகைப்பூக்குவியல் என இருந்தது. அதை அள்ளி அழுத்தாமல் உருட்டி அதன்மேல் சுண்டிய குழம்பை விட்டு நீர் சொட்டச்சொட்ட அவள் கீகடரின் நீட்டிய கைகளில் வைத்தாள். அவர் அதை வாயால் அள்ளி மார்மேல் சாறு வழிய உண்டு "சொற்சுவைக்கு நிகரானது சோற்றின்சுவை ஒன்றே" என்றார். சுருங்கிய கண்களை இடுக்கியபடி கிழவி நகைத்தாள். "கோடைக்குரிய சுவை புளிப்பு. பனிக்குரிய சுவை காரம். மழைக்குரியது இனிப்பு" என்றார் அஸ்வர். சுண்டியகுழம்பு கரிவாசனையுடன் கருமையாக இருந்தது.

இளநாகன் அந்த பழையசோற்றுணவுக்கு நிகரான ஒன்றை உண்டதேயில்லை என்று உணர்ந்தான். ஒவ்வொரு நிலப்பகுதியிலும் அங்குள்ள பருவநிலைக்கும் நீர்ச்சுவைக்கும் மண்சுவைக்கும் ஏற்ப பல்லாயிரமாண்டுகள் முயன்றுதேர்ந்து தகுந்த உணவுகளைக் கண்டுகொண்டிருக்கிறார்கள். அதையே அவர்களில் பெரும்பாலானவர்கள் அன்றாடம் உண்கிறார்கள். அதுவே மிகச்சிறந்த உணவு. செல்வந்தர்கள் ஏழைகளின் உணவை உண்ணலாகாது என்பதற்காக அயலான உணவை உண்பார்கள். அரசர்கள் ஆடம்பரத்துக்காக உண்பார்கள். அவன்

நெஞ்சை அறிந்ததுபோல "நல்ல சூதன் விருந்துணவைக் வேட்க மாட்டான்" என்று கீகடர் சொன்னார். "விருந்துணவில் மண்ணும் நீரும் இல்லை. ஆணவமும் அறிவின்மையுமே உள்ளது." அஸ்வர் பழையசோற்றை மென்றபடி "மேலும் அன்றாடம் உணவுண்ணும் சூதன் ஆறுகாதம்கூட நடக்கமுடியாதே" என்றார்.

அவர்கள் உண்ட விதம் கிழவியை மகிழ்வித்தது. "நான் நேற்றுவரை கருவாடு வைத்திருந்தேன். இன்றுகாலைதான் பக்கத்துவீட்டுக்காரி கேட்டாள் என்று அதைக்கொடுத்தேன்" என்றாள். "நல்லது, அதை நான் உண்டேன் என்றிருக்கட்டும்" என்றார் கீகடர். "மீண்டும் வாருங்கள் சூதர்களே, கருவாடும் குளிர்ந்த அன்னமும் அளிக்கிறேன்" என்றாள் கிழவி. "மீண்டும் வருதல் சூதர்களின் இயல்பல்ல அன்னையே. என் மைந்தன் ஒருநாள் இங்கு வரட்டும். உங்கள் மைந்தர்களில் எவரோ அவனுக்கு அன்னமிடட்டும். அதைக் கலைமகள் காலடியில் அமர்ந்து நான் சுவைக்கிறேன். ஆம் அவ்வாறே ஆகுக" என்றார் கீகடர்.

"கைகழுவ நீர்கொண்டுவருகிறேன் சூதரே" என்று கிழவி எழுந்தாள். "கைகளைக் கழுவுவதா? என் நாவிலிருக்கும் சொல்மணம்போல கையில் திகழட்டும் அன்னத்தின் மணம்" என்றபின் கீகடர் அப்படியே திண்ணையில் படுத்துவிட்டார். "இத்தகைய உணவுக்குப்பின் ஒருகணம் விழித்திருப்பதையும் நித்திரையன்னை விரும்பமாட்டாள். தேவியின் தீச்சொல்லுக்கு இரையாகக்கூடாதல்லவா?" அப்படியே அவர் குரட்டைவிடத்தொடங்க அதைப்பார்த்துக் கொண்டிருந்தபோது இளநாகனின் கண்களும் சொக்கிவந்தன. சற்று நேரத்தில் அவனும் படுத்துத் தூங்கிவிட்டான்

மாலையில் விழித்தெழுந்து குருதிபடிந்த கண்களுடன் எங்கிருக்கிறோம் என்று தெரியாமல் நால்வரும் அமர்ந்திருந்தனர். அஸ்வர் மீண்டும் தூங்கிவிட்டார். கீகடர் அடைத்தகுரலில் "இந்த யாழ் வழியாக என்னென்ன பண்கள் ஓடிச்சென்றன தெரியுமா? பகல்தூக்கத்தின் கனவுகளுக்கு இணையில்லை" என்றார். கிழவி வெளியே வந்து வணங்கி "சற்று மோர் அருந்திவிட்டுச்செல்லுங்கள் சூதர்களே" என்றாள். அஸ்வர் தூக்கத்துக்குள் "படைபலம் இருப்பவன் வஞ்சம் கொள்ளலாகாது" என்று ஏதோ சொன்னார்.

கிளம்பும்போது தன் யாழைத்தொட்டு கிழவியை வாழ்த்தினார் கீகடர். "அன்னையே தங்கள் பெயரென்ன?" என்றார். கிழவி சுருங்கிய கண்களுடன் "சென்னம்மை" என்றாள். "மைந்தரும் குலமும் பெருகி நலம்பெறட்டும். விண்ணவர் வந்து வாழ்த்தி தேரொருக்கட்டும். முழுமைநிலையில் நிறைந்திருக்கும் நிலை வரட்டும்" என கீகடர் வாழ்த்தியபோது கிழவி கண்ணீர் மல்கி முகத்தை மறைத்துக்கொண்டாள்.

அந்தி எழுந்துவிட்டிருந்த நகர் வழியாக நடந்தார்கள். நகரத்தெருக்களெல்லாம் மக்களால் நிறைந்திருந்தன. வண்ணத்தலைப்பாகை அணிந்த வணிகர்களும் பலவகையான பறவைச் சிறகுகளைச் சூடிய வேடர்களும் தெருக்களைப் பூக்கச்செய்தனர். "எங்கும் அந்தி இனியது!" என்றார் கீகடர். அப்பால் குன்றுகளின் உச்சிகளில் காவல்மாடப் பந்தங்கள் எழுந்து விண்மீன்கள் எனத் தெரிந்தன. அரண்மனைக்குச் செல்லும் பாதை கனத்தகற்கள் பரப்பப்பட்டு படிகளாக ஏறிச் சென்றது. மேலே கற்பாளங்களால் ஆன கட்டடங்களின் தொகையாக அரண்மனை எழுந்து நிற்க சுற்றி சுவடிக்கட்டுபோன்ற சிறுகோட்டை. கோட்டைமுகப்பில் பந்தத்தை வீரர்கள் பற்றவைத்துக்கொண்டிருந்தனர்.

கோட்டைக்கு அப்பால் முரசொலி எழுந்தது. பந்தம் எரிய பற்றவைத்த படைவீரர்கள் ஓடிச்சென்று தங்கள் முரசுகளையும் கொம்புகளையும் எடுத்துக்கொண்டு ஓசையெழுப்பத் தொடங்கினர். உள்ளிருந்து மாந்தளிர்நிறக் குதிரைகள் கற்களில் குளம்புகள் ஒலிக்கப் பாய்ந்து வந்தன. கொம்புகளை ஊதியபடி மேலும் சில குதிரை வீரர்கள் வந்தனர். "அரசர் வருகை என எண்ணுகிறேன்" என்றார் கீகடர். "ஆம், கீழே ஆற்றின்கரையிலிருக்கும் நல்லம்மையின் ஆலயத்துக்கு ஒவ்வொரு அந்தியிலும் மன்னர் வந்து வணங்குவதுண்டு என்று சொல்லிக் கேட்டேன்" என்றார் அஸ்வர்.

மேலும் குதிரைவீரர்கள் மின்னும் வேல்களுடன் வந்தனர். தொடர்ந்து உருவியவாட்களுடன் செந்நிறத் தலைப்பாகை அணிந்த படைவீரர்கள் வந்தனர். பட்டுப்பாவட்டாக்களை ஏந்திய அணிப்பணியாளர்கள் தொடர்ந்தனர். மங்கலவாத்திய வரிசை இசையெழுப்பிச் செல்ல உடலெங்கும் பொன்னகைகளும் மணிநகைகளும் மின்ன அணிப் பரத்தையரின் நிரை சென்றது. அதற்குப் பின்னால் யானைமேல் அம்பாரியில் அமர்ந்தவனாக குந்தலகுலத்து அரசன் ஆந்திரேசன் கிருஷ்ணய்ய வீரகுந்தலன் வானில் தவழ்வது போல அசைந்து வந்தான். அந்தியில் மஞ்சள் ஒளியில் அவனுடைய மணிமுடியின் கற்கள் ஒவ்வொரு அசைவிலும் சுடர்விட்டன, அவன் மார்பின் மணியாரங்களும் பொற்கச்சையும் புயவளைகளும் கங்கணங்களும் எல்லாம் மின்னும் கற்கள் கொண்டிருக்க அவன் ஒரு பெரிய பொன்வண்டுபோலத் தெரிந்தான்.

யானையின் உடலில் அணிவிக்கப்பட்டிருந்த செம்பட்டின் பொன்னூல் பின்னல்களும் அதன் பொன்முகப்படாமும் மின்ன அது தீப்பற்றிய குன்றுபோலத் தெரிந்தது. பொற்பூணிட்ட நீள் வெண் தந்தங்களைப்பற்றியபடி மஞ்சள்பட்டுத் தலைப்பாகை அணிந்த பாகர்கள்

நடந்துவர இருபக்கமும் வாளேந்திய வேளக்காரப்படையினர் சூழ்ந்து வந்தனர். யானைக்குப் பின்னால் அரசனின் அகம்படிப்படை வந்தது. அரசனைக் கண்டதும் வீடுகளின் உப்பரிகைகளில் எல்லாம் மக்கள் எழுந்து மலர்தூவி வாழ்த்தொலி எழுப்பினர். விளக்குகள் ஏற்றப்பட்ட முற்றங்களில் நின்றவர்கள் தலைகுனிந்து வணங்கினர்.

"விஜயபுரியின் அரசனை ஆந்திரமண்ணின் அதிபன் என்கின்றன நூல்கள்" என்றார் கீகடர். "தெற்கே கோதாவரி முதல் வடக்கே நர்மதை வரை அவனுடைய ஆட்சியில்தான் உள்ளது." அரசன் அவர்களைச் சுட்டிக்காட்டி ஏதோ சொல்வதை இளநாகன் கண்டான். "நம்மையா?" என்றார் அஸ்வர். "ஆம், நம்மைத்தான்" என்றார் அஜர். அதற்குள் ஒரு சிற்றமைச்சரும் நாலைந்து வீரர்களும் அவர்களை நோக்கி ஓடிவந்தனர். சிற்றமைச்சர் கனத்த உடலுக்குள் சிக்கிய மூச்சு வெடித்து வெடித்து வெளியேற வியர்வை வழிய "வடபுலத்துச் சூதர்களை விஜயபுரியின் அரசர் ஆந்திரேசர் கிருஷ்ணய்ய வீரகுந்தலர் சார்பில் வணங்குகிறேன். இன்று அரசரின் பிறந்தநட்சத்திரம். விழிதுயின்று எழுந்து அன்னையின் ஆலயத்துக்குச் செல்லும் வழியில் தங்களைக் கண்டிருக்கிறார். நல்தருணம் என அதை எண்ணுகிறார்... தாங்கள் வந்து அரசரை வாழ்த்தி பரிசில் பெற்றுச் செல்லவேண்டும்" என்றார்.

கீகடர் "அது சூதர் தொழில் அல்லவா?" என்றார். யாழுடனும் முழவுடனும் அவர்கள் அமைச்சரைத் தொடர்ந்து சென்றார்கள். பட்டத்து யானை நின்றிருந்தது. அதன்மேல் சாய்க்கப்பட்ட ஏணி வழியாக வீரகுந்தலன் இறங்கி வந்து மண்ணில் விரிக்கப்பட்டிருந்த செம்பட்டு நடைபாவாடைமேல் நின்றிருந்தான். அவர்களைக் கண்டதும் முகம் மலர்ந்து வணங்கி "வருக வருக சூதர்களே. இன்று என் நாட்டில் கலைமகள் வந்துள்ளாள் என்று உணர்கிறேன். தங்கள் சொல்லில் அவள் வந்து அமர்ந்து என் மேல் கருணை கூரவேண்டும்" என்றான். கீகடர் "திருமாலைக் கண்டதுபோல செல்வமும் அழகும் வீரமும் ஒருருக்கொண்டு தாங்கள் வருவதைக் காணும் பேறு எங்களுக்கும் வாய்த்தது" என்றார்.

"பாடுக!" என்றான் வீரகுந்தலன். "அதன்பின் என் பரிசில்கொண்டு என கருவூலத்தையும் நிறைவடையச் செய்யுங்கள்." "ஆணை அரசே" என்றபடி கீகடர் யாழுக்காகக் கைநீட்டினார். அதை வாங்கி ஆணியையும் புரியையும் இறுக்கி நரம்புகளில் விரலோட்டியதும் அவருக்கு கனத்த ஏப்பம் ஒன்று வந்தது. அவர் அடக்குவதற்குள் ஏப்பம் ஓசையுடன் வெளியேற வீரர்களும் அமைச்சரும் ஒருவரை ஒருவர் பார்த்தனர். அதை உணராத கீகடர் யாழில் சுதியெழுந்ததும் தன்னையறியாமல் உரத்தகுரலில் பாடத் தொடங்கினார்.

திருமலைக் காடுகளில் ஊறிய குளிர்நீர்
தேங்கிய சுனைபோன்றது இனியமண்கலம்
அதில் நிறைந்துள்ள வெண்ணிறப் பழைய சோற்றை
விண்ணளந்தோன் கண்டால் தன் அரவுப்படுக்கையுடன்
இடம் மாறி வந்து படுத்துக்கொள்வான்
அவன் பாற்கடல் துளியைப்போன்ற இனியமோரை
அதிலிட்டுக் கடைந்த முதிய கைகள்
முதலில் அகழ்ந்தெடுத்தன செல்வத்திருமகளை
பின்னர் வந்தது கருணையின் காமதேனு
அதைத்தொடர்ந்தது செழித்தெழும் கல்பதரு
இறுதியில் எழுந்தது அமுதம்
ஒருதுளியும் நஞ்சில்லாதது என்பதனால்
விண்ணவரும் விரும்புவது
அமுதத்தை உண்டவர்களுக்கு
அரசர்கள் வெறும் குழந்தைகள்
தேவர்கள் விளையாட்டுப்பாவைகள்
தெய்வங்கள் வெறும் சொற்கள்
இங்கிருக்கிறோம் நாங்கள்,
அழிவற்ற சூதர்கள்!
விஜயபுரியை ஆளும்
மூதரசி சென்னம்மையின்
எளியமைந்தன் வீரகுந்தலனின் முன்னால்.
அவன் வாழ்க!
அவன் அணிந்திருக்கும் மணிமுடியும் வாழ்க!
ஆம், அவ்வாறே ஆகுக!

சிலகணங்கள் திகைத்த விழிகளுடன் வீரகுந்தலன் நோக்கி நின்றான். தான் பாடியதென்ன என்பதுபோல கீகடரும் திகைத்து நோக்கினார். தன் இரு கைகளையும் எடுத்துக்கூப்பியபடி மணிமுடிசூடிய தலையை வணங்கி வீரகுந்தலன் கண்ணீருடன் சொன்னான் “விஜயபுரியை ஆளும் பேரன்னை நல்லம்மையை கண்டுவிட்டீர்கள் சூதர்களே. பேரருள் கொண்டவர்கள் நீங்கள். உங்கள் பாதங்களில் என் மணிமுடியை வைக்கிறேன். அருள்செய்க!”

பகுதி ஐந்து

நெற்குவைநகர்

1

முற்காலத்தில் யமுனைநதிக்கரையில் இரண்டு குலங்கள் இருந்தன. ஆதிபிரஜாபதி பிருகுவின் மரபில் வந்த பிருகர் என்று பெயருள்ள மூதாதை ஒருவர் காலத்தின் முதற்சரிவில் என்றோ இந்திரன் மண்மீது சுழற்றிவீசிய வஜ்ராயுதத்தைத் தன் கைகளால் பற்றிக்கொண்டார். மின்னலைக் கைப்பற்றி விழிகளை இழந்த பிருகர் தன் மைந்தர்களுக்கு அதைப் பகிர்ந்தளித்தார். ஒளிமிக்க நெருப்பின் குழந்தையை அவர்கள் தங்கள் இல்லங்களில் பேணி வளர்த்தனர். அதன் பசியையும் துயிலையும் உவகையையும் சினத்தையும் எழுச்சியையும் அணைதலையும் நன்கு கற்றுப்பயின்றனர்.

காட்டுநெருப்பைக் கட்டும் கலை பயின்ற பிருகு குலம் பெருகியது. கட்டுக்கயிற்றில் கொம்புதாழ்த்திச் செல்லும் செந்நிறப்பசு போல அவர்கள் ஆணையை நெருப்பு கேட்டதென்றனர் சூதர். மலரிதழ் போலவும் விழிச்சுடர் போலவும் மண்பூதத்தின் நாக்குபோலவும் விண்பூதத்தின் சிறகுபோலவும் அவர்களிடமிருந்தது நெருப்பு. வெலலுதற்கரிய படைவீரனாக அவர்களுக்குப் பணிசெய்தது அது. எரிந்த காடுகளின் பெருமரங்களில் இருந்து எழுந்து விண்ணில்தவித்த தெய்வங்களை குகைச்சித்திரங்களில் நிறுவி அவற்றுக்கு உணவும் நீரும் படைத்து அமைதிசெய்தனர் அவர்கள். எரிமைந்தர் என அவர்கள் அழைக்கப்பட்டனர்.

காட்டின் கீழே வசித்துவந்த பெருங்குலத்தை ஹேகயர் என்றனர் சூதர். யதுகுலத்திலிருந்து பிரிந்து வனம்புகுந்த அவர்கள் இந்திரவில்லை வழிபட்டு கன்றுமேய்த்து வாழ்ந்துவந்தவர்கள். குலம் வளர்ந்து கன்றுகள் பெருகியபோது புல்வெளிதேடி குன்றுகளேறி. காடுகளில் நுழைந்து

அலைந்து கொண்டிருந்தனர். பல்லாயிரம்கோடிப் பெருங்கைகளாக மரங்களை எழுப்பி கிளைவிரல்களை விரித்து அவர்களுடன் போரிட்டது மண். அவர்கள் கால்கள் கொடிகளிலும் பாம்புகளிலும் சிக்கிக் கொண்டன. உணவின்றி அவர்களின் கன்றுகள் அழுதுமடிந்தன. புலிகளும் சிம்மங்களும் பாம்புகளும் அவற்றை காட்டுத்தழைப்பின் பச்சை இருளுக்குள் ஊடுருவி வந்து கொன்றன. ஒவ்வொரு மழைக்காலம் முடியும்போதும் அவர்களின் ஆநிரைகள் பாதியாயின. அவர்களின் இளைத்த குழவிகள் அழுது மடிந்தன.

அந்நாட்களில் ஹேகயர் குலத்து மூதாதை ஒருவன் பெருமழை கொட்டும் மாலை ஒன்றில் தன் கன்றுகளுடன் திசைமாறி, காட்டின் ஆழத்துக்குள் சென்றான். நீரின் இருளுக்குள் நெருப்பின் ஒளி தெரிவதைக்கண்டு அந்த மலைக்குகையைச் சென்றடைந்தான். அங்கே செந்நிறச் சடையும் தாடியும் நீட்டிய எட்டு பிருகு குலத்தவர் அமர்ந்து அனலோனுக்கு அவியிடுவதைக் கண்டான். அவர்களருகே சென்று நெருப்பின் வெம்மையைப் பகிர்ந்துகொள்ளலாமா என்றான். அவர்கள் அவனை அமரச்செய்து உணவும் நீருமளித்தனர். அவர்களின் அவியேற்று மகிழ்ந்து குகைச்சுவர்களில் கண்விழித்து அமர்ந்திருந்த தெய்வங்களை அவன் கண்டான். விண்நெருப்பைக் கைப்பற்றிய பிருகுவின் கதையை அவர்கள் அவனுக்குச் சொன்னார்கள். அவ்விரவில் தெய்வங்களைச் சான்றாக்கி ஹேகயர்களும் பார்கவர்களும் ஓர் உடன்பாட்டுக்கு வந்தனர்.

பிருகுக்கள் ஹேகயர்களுக்காக நெருப்பைப் படையாக்க ஒப்புக்கொண்டனர். காட்டின் கைகளை அழித்து வெய்யோனொளியை ஊடுபாவெனப் பரப்பி பசும்புல்வெளி நெய்வது அவர்கள் தொழில். மரங்களின் ஆன்மாக்களை குகைக்குள் குடிவைத்து நிறைவுசெய்வதற்குரிய செல்வத்தை அவர்களுக்குக் கன்றுமேய்த்து நெய்யெடுத்து ஈட்டியளிப்பது ஹேகயர்களின் கடன். ஆயிரமாண்டுகாலம் அந்த உடன்படிக்கை நடைமுறையில் இருந்தது. நூறாண்டுகாலம் வருடத்திற்கு நான்கு முறை ஹேகயர் குலம் பிருகு குலத்துக்கு எட்டுபசுவுக்கு ஒரு பொன் என காணிக்கை கொடுத்தது.

பார்கவர்கள் எரியை ஏவி காடுகளை உண்ணச்செய்தனர். வெந்துதணிந்த சாம்பல்மீதிருந்து தெய்வங்களை வண்ணம் மாறிய கற்களில் ஏற்றிக்கொண்டுசென்று அவற்றைக்கொண்டு குகைகளுக்குள் அத்தெய்வங்களை வரையச்செய்தனர். அவற்றுக்கு நெய்யும் அன்னமும் சமித்துக்களும் அவியாக்கி வேள்விசெய்தனர்.

ஹேகயர் குலத்துக்கு பிருகுக்களே குலவைதிகர் என்று ஆயிற்று. புல்வெளி பெருக கன்றுநிரை பெருகியது. பெருகிய கன்றுகளெல்லாம் பிருகுக்களின்

குகைகளுக்குள் பொன்னாகச்சென்று மண்ணுக்குள் புதைக்கப்பட்டன. குகைகளுக்குள் சினந்த விழிகளும் முனிந்த விழிகளும் கனிந்த விழிகளுமாக தெய்வங்கள் ஒன்றுடன் ஒன்று பின்னி ஊடுருவி நெய்த வண்ணவலை விரிந்து சென்று இருளுக்குள் மறைந்தது.

பிருகுவின் நூறாவது தலைமுறை மைந்தன் சியவனன் ஹேகயர்களின் நூறாவது மன்னன் கிருதவீரியனுக்கு குலவைதிகனாக இருந்தான். காடுகள் குறையும்தோறும் குகைக்குள் தெய்வங்கள் பெருகின. அவற்றுக்கு பிருகுகுலத்தோர் செய்யும் வேள்விகள் போதாமலாயின. புதியதெய்வங்கள் எழுந்தமையால் பழையதெய்வங்கள் குகையிருளுக்குள் மறக்கப்பட்டன. பசித்த தனித்த விழிகளுடன் அவை இருளுக்குள் காலடிகளுக்காகக் காத்திருந்தன. பார்கவர்களின் பன்னிரண்டாவது குகையின் ஏழாவது கிளையின் இறுதியில் காளகேது என்னும் பெண்தெய்வம் நூறாண்டுகாலமாக பலியின்றி அவியின்றி மலரும் மந்திரமும் இன்றிக் காத்திருந்தது.

ஆயிரமாண்டுகளுக்கு முன் அஸ்வபதம் என்னும் காட்டில் நின்றிருந்த மாபெரும் காஞ்சிரமரத்தின் அடிவேரில் குடியிருந்தவள் காளகேது. நீண்டு வளைந்த எருமைக்கொம்புகளும் பன்றிமுகமும் எரியும் தீக்கங்குக் கண்களும் சிலந்திபோன்ற எட்டுக் கைகளும் தவளையின் நீள்நாக்கும் கொண்டவள். அக்காஞ்சிரத்தை அணுகி அதன் பட்டையிலிருந்து குருதியென வழியும் கசப்புநீரை நக்கும் மிருகங்களை மட்டும் உண்டு அம்மரத்தின் வழிவழி விதைகளினூடாக பன்னிரண்டாயிரம் வருடம் அங்கே அவள் வாழ்ந்திருந்தாள். அம்மரம் எரிந்தணைந்தபோது அங்கே கிடந்த ஒரு சிறுகூழாங்கல்லில் நீலநிறச் சிலந்திவடிவமாகப் படிந்தாள். அதை எடுத்து அவ்வடிவைக் கண்ட இளம் பார்கவர் ஒருவர் அவளை அக்குகைக்குள் கொண்டுவந்தார். அவள் அங்கே தன்னைத்தானே கருநீலநிறத்தில் வரைந்துகொண்டு குடியேறினாள்.

மூன்று இளம் பார்கவர்கள் ஒருவரை ஒருவர் துரத்தி விளையாடியபோது ஒருவன் இன்னொருவனைப் பிடித்து சேற்றில் தள்ளிவிட்டு அக்குகைக்குள் ஓடினான். இருட்டில் பதுங்கிச்சென்ற அவன் விழிதிறந்து நோக்கிய தெய்வங்களைக் கண்டு வியந்து விழிமலர்ந்து சென்றபடியே இருந்தான். பின்னர் அவன் தன்னை உணர்ந்து திரும்ப முயன்றபோது வழிதவறினான். அன்னையை விளித்து அழுதபடி அவன் அக்குகையின் கிளைகளில் ஒன்றிலிருந்து ஒன்றுக்கு ஓடினான். பசித்து இளித்த செவ்வுதடுகளும், குருதிநாவுகளும், வளைந்த கொம்புகளும், ஒடுக்கப்பட்ட சிறகுகளும், கூரிய அலகுகளும், பதினாறுதிசைக்கும் விரிந்த எண்ணற்ற கால்களும் கைகளுமாக தெய்வங்கள் அவனைக் குனிந்து நோக்கி குளிர் மூச்சுவிட்டன.

அவன் கால்தளர்ந்து மனம் ஓய்ந்து விசும்பியபடி குகைக்கிளையின் எல்லையை அடைந்து அங்கே ஒரு சிறுகல்லில் அமர்ந்தான். தரையில் பரவியிருந்த ஈரம் வழியாக எங்கிருந்தோ வந்த மெல்லிய ஒளியில் அவனை மேலிருந்து காளகேது நோக்கினாள். அவள்மேல் அடர்ந்து பரவியிருந்த சிலந்தி வலை காற்றிலாடியது. அதிலிருந்த சிறிய கருஞ் சிலந்தியில் கூடி அவள் மெல்ல மென்சரடில் ஊசலாடி இறங்கி அவனை அணுகி கால்கைகளை நீட்டி அவனை கவ்விக்கொண்டாள். அவன் தன் தோளில் கடித்த சிலந்தியைத் தட்டி விட்டுவிட்டு எழுந்து நின்று மேலே நோக்கியபோது காளகேதுவின் விழிகள் ஒளிகொண்டு திறந்து அவள் வாய் ஒரு புன்னகையிலென விரிவதைக் கண்டான்.

அஞ்சிய பார்கவன் கீழே விழுந்தும் எழுந்தும் குகைச்சுவர்களில் முட்டிச் சரிந்தும் ஓடினான். அவன் அகமறியாத வழியை கால்கள் அறிந்திருந்தமையால் அவன் வெளியே சென்று விழுந்தான். அவன் வாய் உடைபட்டு பற்கள் குருதியுடன் தெறித்திருந்தன. அவன் கைகால் இழுத்துக்கொண்டிருந்தன. மேலும் எழுந்து புதர்களுக்குள் ஓடிய பார்கவச்சிறுவன் கடும் விடாய்கொண்டு சிறுநீரோடை ஒன்றை அடைந்தான். குனிந்து நீரள்ளப் பார்த்தவன் நீலப்பச்சை பரவி வீங்கி வெடிக்கப்போவதுபோன்ற முகத்துடன் ஓர் உருவை அங்கே கண்டான். அலறியபடி தன் கைகளைத் தூக்கிப்பார்த்தான். அவையும் நீலம் கொண்டிருந்தன. அவன் ஓடமுயன்று புதரில் கால்தடுக்கி நீரோடையிலேயே விழுந்தான்.

ஏழுநாட்கள் அவனுக்காகத் தேடிய பிருகு குலத்தவர்கள் அவனுடைய பாதிமட்கிய உடலைக் கண்டடைந்தனர். காட்டுமிருகமேதும் அவனைத் தின்றிருக்கவில்லை. புழுக்களும் உண்டிருக்கவில்லை. அவன் ஒரு பழைய மரவுரி என மண்ணில் மட்கிக் கலந்திருந்தான். அங்கேயே அவனுடல்மீது விறகுகளையும் அரக்கையும் தேன்மெழுகையும் குங்கிலியத்தையும் போட்டு எரியூட்டினர். அவன் நீலச்சுவாலையாக மாறி காற்றில் அலைந்ததைக் கண்ட அவன் தந்தை நெஞ்சுடைய ஓலமிட்டு நினைவழிந்து விழுந்தார்.

பன்னிரண்டுநாட்களுக்குள் ஹேகய குலத்துப் பசுக்களின் நாக்குகள் நீலநிறம்கொண்டு வெளியே நீண்டு நீர்சொட்ட, ஒலியெழுப்பவும் முடியாமல் நோவெடுத்த ஈரக்கண்களுடன் அவை குளம்புகளை அசைத்து வால்சுழல நெடுமூச்செறிந்து விழுந்து இறந்தன. முதல்பசுவின் இறப்பை நாகம் தீண்டியதென்று எண்ணி அதை அவ்விடத்திலேயே புதைத்தபின் நாகச்சினம் தீர்க்கும் நோன்பும் பூசையும் மேற்கொண்டனர் ஹேகயர். மறுநாள் மீண்டும் இரு பசுக்கள் இறந்தன. பின்னர் பசுக்கள் இறந்துகொண்டே இருந்தன.

கிருதவீரியன் சியவனனை அணுகி கானகத் தெய்வங்கள் முனிந்தனவா என்று கேட்டான். ஆம், காணிக்கை கொடு, அவற்றை நிறைவு செய்கிறேன் என்றான் சியவனன். பன்னிருநாட்கள் முந்நெருப்பு மூட்டப்பட்ட எரிகுளங்களில் ஊனும் நெய்யும் அன்னமும் விறகுமிட்டு அவியளிக்கப்பட்டு நாகநஞ்சு அகலச்செய்யும் சுபர்ணஸ்துவா என்னும் பூதவேள்வி நிகழ்த்தப்பட்டது. அதனால் தெய்வங்கள் நிறைவடையவில்லை என்பதனால் ஆயுளை நிறைவாக்கும் முஞ்சாவித்வமெனும் வேள்வி செய்யப்பட்டது. இறுதியாக எதிரிகளை அழிக்கும் சபத்வஹன வேள்வி செய்யப்பட்டது. கிருதவீரியனின் கருவூலச்செல்வமெல்லாம் வேள்விக்காணிக்கையாகச் சென்று சேர்ந்தது. அவன் களஞ்சியங்களில் கூலமும் நெய்யும் ஒழிந்தன.

ஹேகயர்களின் கன்றுகளனைத்தும் முற்றழிந்தன. காடுகளெங்கும் சிதறிக்கிடந்த அவற்றின் சடலங்களிலிருந்து எழுந்த நுண்புழுக்கள் புல்நுனிகளிலெங்கும் நின்று துடித்தன. சியவனரும் பிருகுக்களும் கூடி நூலாய்ந்து காட்டை முழுதும் கொளுத்தியழிப்பதே உகந்ததென்றனர். கோடை எழுந்த முதல்நாளில் சியவனன் காற்றுத்திசை நோக்கி, காட்டுச்செடிகளின் இலைவாசம் நோக்கி, காட்டுமண்ணின் வண்ணம் நோக்கி, காட்டு ஓடைகளின் நீர்த்திசை நோக்கி நெருப்பிட்டான். தீயெழுந்து பரவிச்சென்று காட்டை வழித்துண்டு வெடித்துச் சிரித்துக் கூத்தாடியது.

வெந்த மரங்கள் புகைந்து நிற்க கருகியமண்ணுக்குள் புற்களின் வேர்கள் ஈரத்தை இறுகப் பற்றிக்கொள்ள சாம்பல்வெளியென கிடந்த காட்டுக்குள் சென்ற பார்கவர் அங்கே ஒரு கல்லின் மேல் சிலந்தி வடிவில் ஒட்டிக்கிடந்த காளகேதுவைக் கண்டார். அதை எடுத்துக்கொண்டு சென்று குகையில் மீண்டும் வரைந்து நிறுவி பலியளித்து தணிவித்து அமரச்செய்தார்.

மண்வெந்து எழுந்தபுகை விண்ணை எட்டி முலைகுடிக்கும் கன்றென மேகங்களை முட்டியபோது மழையெழுந்து மண்ணை நிறைத்தது. சாம்பல்கலைந்த மண்ணுக்கடியில் கவ்வி ஒளிந்திருந்த வேர்களிலிருந்து முளைகள் மண்கீறி எழுந்தன. மீண்டும் புத்தம்புதிய புல்வெளி எழுந்து வந்தது. ஆனால் ஹேகயர்களிடம் புதிய பசுக்கன்றுகளேதும் இருக்கவில்லை. அவர்களின் கிளையான விருஷ்ணிகளிடம் சென்று கன்றுகளுக்காகக் கோரியபோது ஒரு பொன்னுக்குப் பத்து கன்றுகள் வீதம் அளிப்பதாகச் சொன்னார்கள். ஹேகயர்களிடமோ பொன்னென்று ஏதுமிருக்கவில்லை.

கிருதவீரியன் தன் குலமூத்தாருடன் சென்று சியவனனைச் சந்தித்து ஆயிரம்பொன் அளிக்கும்படி கோரினான். கன்றுகள் பெருகும்போது

அவற்றைத் திருப்பியளிப்பதாகச் சொன்னான். ஆனால் தங்களிடம் ஒரு பொன்கூட இல்லை என்று பிருகுக்கள் சொன்னார்கள். இறுதியாகச் செய்த எரிச்செயலுக்காக ஹேகயர்கள் அளிக்கவேண்டிய பொன்னே கடனாக நிற்பதாக சியவனன் சொன்னான். மும்முறை நிலம்தொட்டு தண்டனிட்டபோதும்கூட பார்கவர்கள் தங்களிடம் பொன்னில்லையென்றே சொன்னார்கள். சினம்கொண்ட கிருதவீரியன் தன் வாளை உருவி அவர்களைக் கொல்லப்போவதாக மிரட்டினான். தங்கள் குருதியையும் நிணத்தையுமே அவனால் கொண்டுசெல்லமுடியும் என்று சியவனன் சொன்னான்.

கண்ணீருடன் மண்ணில் விழுந்து அவன் கால்களைப்பற்றிக்கொண்ட கிருதவீரியன் என் குலமே பசித்தழியும் வைதிகர்களே! நூறு பொன்னைக் கொடுங்கள் என்றான். சியவனன் நான் சொன்ன சொல்லே உண்மை, என்னிடம் பொன்னேயில்லை என்றான். கிருதவீரியன் பத்து பொன்னைக் கொடுங்கள் என்றான். சியவனன் இல்லாதவற்றிலிருந்து எப்படி பத்தை எடுக்கமுடியும் என்றான். விழிநீர் மார்பில் வழிய கிருதவீரியன் தன் இல்லத்துக்குத் திரும்பினான். கன்றுகளில்லாக் கொட்டிலில் குவிந்துகிடந்த கட்டுத்தறிகளையும் கயிறுகளையும் கழுத்துமணிகளையும் நெற்றிச்சங்குகளையும் கண்டு கண்ணீர் விட்டு அழுதபடி அவன் அங்கேயே விழுந்துகிடந்தான்.

நாள்தோறும் ஹேகயர்குடிகள் நலிந்தன. ஊணின்றி முதியோர் வற்றி ஒடுங்கினர். முலைப்பாலின்றி குழவிகள் சுருங்கி இறந்தன. ஒவ்வொரு நாளும் ஹேகயர் கிராமங்களிலிருந்து சிதைகள் செல்வதை கிருதவீரியன் கண்டான். முதலில் அழுகுரலெழச் சென்ற சிதைகள் பின்னர் அமைதியாக வெறித்த விழிகளுடன் சென்ற மெலிந்துவற்றிய உறவினர்களுடன் சென்றன. பின்னர் அவை தனித்து இருவர் தோளிலேற்றப்பட்ட ஒற்றை மூங்கிலில் தொங்கிச்சென்றன. பசியில் பழுத்த குழந்தைவிழிகளைக் கண்டபின் மீண்டுமொருமுறை மலையேறிச்சென்று பிருகு குலத்து சியவனனின் முன் நின்று “ஒரு பொன்னேனும் அளிக்காவிட்டால் இன்றே இங்கு கழுத்தறுத்துவிழுவேன்” என்றான் கிருதவீரியன். “இல்லாத பொன்னுக்காக இறந்தவனாவாய்” என்று அவன் பதில் சொன்னான்.

பிறிதொருநாள் முதல்குழந்தை பெற்ற விருஷ்ணி குலத்துப்பெண் ஒருத்தி அங்கே வந்தாள். தன் மகனுடன் மலையேறிச்சென்று பிருகுக்களை அணுகி அவள் எவருமறியாமல் மறைத்துவைத்திருந்த ஒற்றைத்துளிப் பொன்னை காணிக்கையாக அளித்து அவனுக்கு எரியால் தீங்கு நிகழாவண்ணம் அவர்கள் வாழ்த்தவேண்டுமென கோரினாள். எரித்துளியை மைந்தன் நெற்றியில் வைத்து பார்கவ குல வைதிகன் ஒருவன் அம்மைந்தனை

வாழ்த்தினான். பொன் கொடுத்து மலர்பெற்று அவள் குழந்தையுடன் திரும்பி வந்தாள். மலைமீதேற வழிகாட்டும்பொருட்டு அவள் கூட்டிச்சென்ற அவள் தமக்கையின் மைந்தனாகிய சிறுவன் மீண்டு வரவில்லை.

சிறுவனைத்தேடி மலைக்குமேல் சென்ற ஹேகயர்கள் அவனை குகைகளுக்கு வெளியே மயங்கிக்கிடப்பவனாகக் கண்டுகொண்டனர். தடாகத்து நீரில் பட்டு எதிரொளித்த வெளிச்சத்தில் குகையொன்றுக்குள் விழிதிறந்த தெய்வத்தைக் காண உள்ளே சென்ற அவன் உள்ளேயே நினைவழிந்து நனவழிந்து சுற்றிக்கொண்டிருந்தபின் அஞ்சி வெளியே ஓடிவந்ததாகச் சொன்னான். அவனை அவன் அன்னை கூந்தலுக்கு நெய்யிட்டு குளிர்நீராட்டுகையில் அவன் அங்கே குகைக்குள் பார்கவ வைதிகன் அச்சிறுதுளிப்பொன்னைக் கொண்டுவந்து புதைத்ததைக் கண்டதாகச் சொன்னான்.

செய்தியறிந்ததும் சினந்தெழுந்த கிருதவீரியன் ‘எழுக ஹேகயர்படை!’ என ஆணையிட்டான். மின்னும் படைக்கலங்களுடன் கூச்சலிட்டபடி மலையேறிவந்த ஹேகயர்ளைக் கண்டு பார்கவர்கள் குகைக்குள் ஓடி ஒளிந்துகொண்டனர். அரக்கில் கொளுத்திய பந்தங்களுடன் குகைக்குள் புகுந்த ஹேகயர்கள் கைகூப்பி அழுது கூவிய பார்கவர்களனைவரையும் வெட்டிக்கொன்றனர். முதியவர்களும் மூத்தவர்களும் அன்னையரும் கன்னியரும் துண்டுகளாக்கப்பட்டனர். சிறுவர்களும் குழந்தைகளும் கொல்லப்பட்டனர். கருக்குழவிகளையும் எடுத்து வெட்டிவீசினர்.

குகைகளிலிருந்து தப்பியோடிய பார்கவர்கள் சிறுகுழுக்களாகக் காடுகளுக்குள் சென்று புதர்களுக்குள் ஒடுங்கிக்கொண்டனர். ஆனால் புள்தேரும் கலையறிந்த இடையர்களான ஹேகயர் அவர்களைத் தேடிக் கண்டடைந்து கொன்றுவீழ்த்தினர். வெந்நெருப்பும் கொடுநஞ்சும் ஒருதுளியும் எஞ்சலாகாது என்று கிருதவீரியன் ஆணையிட்டான். பார்கவகுலத்தில் ஒருவரும் மிஞ்சாமல் தேடித்தேடிக் கொன்றனர் ஹேகயர். ஆனால் எரியும் நஞ்சும் எப்போதும் ஒருதுளி எஞ்சிவிடுமென அவர்கள் அறிந்திருக்கவில்லை. பார்கவகுலத்து சியவனனின் மனைவி ஆருஷி புதர்களுக்கு அடியில் பன்றி தோண்டியிட்ட குழிக்குள் புகுந்து ஒடுங்கித் தப்பினாள்.

ஆருஷி அன்றிரவு தன் கணவனின் குருதி படிந்த உடலுடன் காட்டுக்குள் சென்று அங்கே புதருக்குள் விழுந்து ஒரு மைந்தனைப் பெற்றாள். ஆறுமாதமே வளர்ச்சியடைந்து அவள் உள்ளங்கையளவே இருந்த அந்த மைந்தனை அவளே மூங்கிலிலைநுனியின் அரத்தால் தொப்புள்கொடியறுத்து, பச்சிலை பறித்து சலம் துடைத்து, கையிலெடுத்துக்கொண்டாள்.

தேன்கூட்டை எறிந்து வீழ்த்தி அம்மெழுகைத் தேய்த்த மென்பாளையால் அக்குழவியை தன் இடத்தொடையுடன் வைத்து கட்டிக்கொண்டாள்.

தொடையில் ஒரு குருதிக்கட்டியென ஒட்டியிருந்த குழந்தையுடன் பன்னிரண்டு நாட்கள் அவள் காட்டுக்குள் நடந்து மலையடிவாரத்து வேடர்குடியொன்றை அடைந்தாள். அங்கே தன்னை ஓர் ஏதிலியெனச் சொல்லி அடைக்கலம்புகுந்து முதுவேட்டுவச்சி ஒருத்தியின் குடிலுக்குள் வாழ்ந்தாள். வேட்டுவச்சி மட்டுமே அவளிடம் மகனிருக்கும் செய்தியை அறிந்திருந்தாள். வெளியே செல்லும்போதெல்லாம் அவள் அவனை தொடையுடன் சேர்த்துக்கட்டியிருந்தாள். நான்கு மாதம் கழித்து அவன் தொடையிலிருந்து வெளிவந்தான். தொடையிலிருந்து பிறந்த அவனுக்கு ஊருவன் என்று அவள் பெயரிட்டாள்.

சியவனனின் கருவுற்றிருந்த மனைவி தப்பிவிட்டதை மூன்றுநாட்கள் கழித்து அறிந்த கிருதவீரியன் தன் ஒற்றர்களைக் காடெங்கும் அனுப்பி அவளை தேடச்சொன்னான். கருவுற்ற பெண்ணை எவரும் கண்டதாகச் சொல்லவில்லை என்றாலும் மலைக்காட்டுக்கு மூலிகை தேரவந்திருந்த பிராமணப்பெண் ஒருத்தி பெருந்தொடைகொண்ட பெண்ணொருத்தியை கண்டதாகச் சொன்னாள். அக்கணமே என்ன நடந்ததென அறிந்துகொண்ட கிருதவீரியன் தன் படைகளை விரித்தனுப்பி அம்மைந்தனைத் தேடச்சொன்னான்.

மேற்குமலை வேடர்குடியில் ஒரு பெண் தொடைபிளந்து மைந்தனைப் பெற்றாள் என்று அறிந்ததும் கிருதவீரியனும் அவன் படைகளும் சென்று அக்குடியிருந்த மலையைச் சூழ்ந்துகொண்டனர். மலைவேடர் மூங்கில்வில்லும் புல்லம்புமேந்தி வந்து மலைப்பாறைமேல் நின்றனர். பிருகுகுலத்து மைந்தனையும் அன்னையையும் எங்களிடம் அளிக்கா விட்டால் வேடர்குலத்தையும் வேரறுப்பேன் என்று கிருதவீரியன் கூவினான். அடைக்கலம் கோரியவர்களுக்காக இறப்பதே வேடர்குலத்து நெறி என்று அக்குலத்தலைவன் விடைகூவினான்.

அப்போது செந்தழல்கூந்தலும் செங்கனல் உடலும் கொண்ட சிறுவ னொருவன் அவர்கள் நடுவே வந்து நின்றான். "தொடையிலிருந்து பிறந்த என் பெயர் ஊருவன்" என்று அவன் கூவியதும் அவனைக்கொல்ல ஆணையிட்டு கிருதவீரியன் கூச்சலிட்டான். ஆனால் ஊருவனின் கையிலிருந்து எழுந்த அனல் அலையென எழுந்து அங்கே சூழ்ந்திருந்த பசும்புல் மேல் படர்ந்து கணம்தோறும் பெருகிப் பேரலையாக எழுந்து வந்து அவர்களை அடைந்தது. வீரர்கள் உடை பற்றிக்கொள்ள, உடல் கருகிக் கூவியபடி விழுந்து துடித்தனர். நெருப்பலைக்குச் சிக்காமல் கிருதவீரியன் திரும்பி ஓடி மலைப்பாறைமேல் ஏறிக்கொண்டான். அவன் முகத்தை அறைந்து சென்ற எரியலையில் பார்வையை இழந்து இருளில் விழுந்தான்.

பெருஞ்சினம் கொண்ட சிறுவனாகிய ஊருவன் தழலென குழல் பறக்க மலையிறங்கி வந்தான். அவன் பின்னால் செந்நிற நாயென நெருப்பும் வந்தது. அவன் கால்பட்ட இடங்களிலெல்லாம் நெருப்பின் ஊற்றுகள் வெடித்தெழுந்தன. அவன் கைதொட்ட மரங்களெல்லாம் பந்தங்களென நின்றெரிந்தன. ஹேகயர் கிராமங்கள் இரவில் தீப்பற்றி எரியெழ எரியும் குழந்தைகளை நோக்கி வயிற்றிலும் முகத்திலும் அறைந்தழுத அன்னையர் அக்கணமே பித்திகளாயினர். கொட்டிலில் எரியும் கன்றுகளைக் காக்கப்போன ஆயர்கள் அவற்றுடன் சேர்ந்தெரிந்து கரியாயினர்.

நூறு ஆயர்குடிகள் எரிந்தழிந்தன. ஒவ்வொரு செய்தியையும் அறிந்து விழியிழந்த கிருதவீரியன் தலையிலும் நெஞ்சிலும் ஓங்கி ஓங்கி அறைந்து கொண்டான். தன் மைந்தர்களை அழைத்துவரச்சொல்லி அவர்கள் முன் தரையில் ஓங்கி அறைந்து வஞ்சினமுரைத்தான். ஐம்படைத்தாலி அணிந்திருந்த தன் பெயரன் கிருதவீரியனிடம் "செல்... நீ ஆணென்றால் சென்று அவன் குலத்தின் ஆணிவேரை அகழ்ந்துகொண்டுவந்து என் சிதைக்குழியில் வை. அவன் குலத்தின் குருதியால் எனக்கு நீர்க்கடன் அளி..." என்று கூவினான். புண்களென விழித்த கண்களிலிருந்து நீர்வார "பிருகுகுலத்தில் ஒருவன் எஞ்சும் வரை விண்ணகத்தில் நான் அமைதிகொள்ள மாட்டேன். இது ஆணை!" என்றான்.

பிருகுகுலத்து ஊருவனுக்கு ஆயுஷ்மதியில் ருசீகன் பிறந்தான். ருசீகனை வசிஷ்ட குருகுலத்தில் கொண்டுசென்று சேர்த்தபின் தணியாச்சினத்துடன் மீண்டும் ஹேகயர்குலத்தை அழிக்கவந்தான் ஊருவன். நூறு ஊர்களை நெருப்புக்கிரையாக்கியபின் பன்னிரண்டாம்நாள் மைந்தனுக்கு நாமகரணம் செய்ய வசிட்டகுருகுலத்துக்கு மீண்டான். அன்று விடியற்காலையில் அஸ்வினி நதிக்கரையில் தன் மூதாதையருக்கு அவன் அள்ளிவிட்ட நீர் வெறுமனே திரும்பிவழிந்தது. நீருக்குமேல் ஒரு நிழலென மேகம் கடந்து சென்றது. மும்முறை விட்ட நீரும் ஏற்றுக்கொள்ளப்படாமையால் குனிந்து அவன் தன் முகமெனத் தெரிந்த மூதாதை முகம் நோக்கி "ஏன்?" என்றான்.

"நீ கொன்ற குழந்தைகளின் கண்ணீர் இங்கே அனல்துளிகளாக ஊறிச் சூழ்ந்திருக்கிறது" என்றனர் மூதாதையர். "அவர்களின் அன்னையரின் கண்ணீரோ அனல்மழையாகப் பெய்துகொண்டிருக்கிறது. நீ எரித்த தந்தையரின் சொற்கள் நாற்புறமும் வெம்மையெனச் சூழ்கின்றன. ஐங்கனல் நடுவே இங்கே நாங்கள் வாழ்கிறோம்." ஊருவன் கண்ணீருடன் கேட்டான் "என் மூதாதையரே, நான் என்ன செய்யவேண்டும்?" குளிர்நீரில் அலையடித்த மூதாதைமுகம் சொன்னது "உன் அனல் அவியவேண்டும்."

“எப்படி அது அவியும் மூதாதையரே? இது நீங்கள் மூட்டிய தீயல்லவா? என் அன்னையின் கருவிலிருக்கையில் நான் நீங்கள் எழுப்பிய அச்சக்குரல்களைக் கேட்டேன். நம் குலத்துக்குழந்தைகள் குருதியில் தசைத்துண்டங்களாகத் துடித்ததைக் கண்டு அன்னையர் நெஞ்சுடைந்து அலறியதைக் கேட்டேன். மூத்தார் கைதூக்கி விடுத்த தீச்சொல்லின் முழக்கத்தைக் கேட்டேன். என் அன்னையின் தொடையில் ஒட்டியிருக்கையில் அவள் கண்ணீரும் குருதியும் வழிந்து என்னை மூட அவ்வெம்மையில் நான் வளர்ந்தேன். அணையமுடியாத எரிகல் நான்... என்னைப் பொறுத்தருளுங்கள்.”

“அணையாத் தீயென ஆன்மாவில் ஏதும் இருக்கவியலாது மைந்தா. ஏனென்றால் ஆன்மா பிரம்மம். ஆகவே அது ஆனந்தத்தையன்றி எதையும் தன்மேல் சூடிக்கொள்ள விரும்பாது. அந்நெருப்பின் வெம்மையைச் சற்றே விலக்கு. அடியில் தனித்திருக்கும் குளிர்ச்சுனையை நீ காண்பாய்!” தலையை அசைத்து ஊருவன் கண்ணீர்விட்டான். “என்னால் இயலாது. என்னால் இயலாது தந்தையரே. என்னை விட்டுவிடுங்கள். என்னுள் எழும் நெருப்பால் இன்னும் ஏழு ஊழிக்காலம் எரிவதே என் விதி.”

“நீ அணையாமல் நாங்கள் குளிரமுடியாது குழந்தை” என்றனர் மூதாதையர். “மண்ணிலுள்ள அனைத்து இன்பங்களும் பனித்துளிச் சூரியன்களே. எனவே மண்ணிலுள்ள துயர்நிறைந்த இரவுகளனைத்தும் கூழாங்கல்நிழல்களே. விண்ணிலிருந்து பார்க்கையில் அவையனைத்தும் விளக்கவொண்ணா வீண்செயல்கள்.” ஊருவன் தன் தலையைப்பற்றியபடி படிகளாக அமைந்த பாறையில் அமர்ந்தான். “என்னால் காணமுடிகிறது தந்தையரே. ஆனால் நான் இதை உதறமுடியாது... எரியும் மரம் எப்படி தீயை உதறமுடியும்?”

“அது அனலல்ல. அனலின் பிரதிபலிப்புதான். ஆம், மைந்தா! ஆன்மா தன்னில் எதையும் படியவிடாத வைரம். விலகு. விட்டுவிடு. ஒருகணம்தான். அடைவதற்கே ஆயிரம் தருணங்கள். உதறுவதற்கு ஓர் எண்ணம் போதும். இக்கணமே குனிந்து நீரை அள்ளு. என் நெருப்பை இதோ விடுகிறேன் என்று சொல்லி இந்நதியில் விடு!” மறுசிந்தனை இன்றி ஊருவன் குனிந்து நீரை அள்ளி “விட்டேன்” என்றான். அவனுடைய நிழலென செந்நெருப்பொன்று நீரில் விழுந்து அக்கணமே குளிர்நீல நதிவெள்ளம் தீப்பற்றி எரியத்தொடங்கியது.

தன் உடல் குளிர்ந்து நடுங்க ஊருவன் அந்நெருப்பைப் பார்த்து நின்றான். அந்தத் தழல் செம்பிடரி பறக்கும் கபிலநிறக் குதிரைத்தலையென ஆகி நீரிலமிழ்ந்து மறைவதைக் கண்டான். அதன் மூக்குத்துளைகளிலும்

செவிகளிலுமிருந்து நீலத்தழல்கள் சீறின. “என்றுமணையாத அந்நெருப்பு தென்கடலுக்குள் வாழும் மைந்தனே. வடவைத்தீ என அதை முனிவர் வழிபடுவர். ஊழிமுடிவில் முக்கண்ணன் கைந்நெருப்பு ஏழுவானங்களையும் மூடும்போது அதுவும் எழுந்துவரும்” என்றனர் மூதாதையர். “ஆம், தங்கள் அருள்” என்றான் ஊருவன்.

திரும்பி நடந்தபோது தன் உடல் எடையற்றிருப்பதை ஊருவன் உணர்ந்தான். அவன் விரல்நுனி தொட்டால் எரியும் அக்னிப்புற்கள் தளிர்வாசத்துடன் கசங்கின. அவன் உடல்நெருங்கினால் வாடும் மலரிதழ்கள் பனியுதிர்த்தன. அவன் காலடியில் பதறிப்பறந்தெழும் காட்டுப்பறவைகள் இன்னிசை முழக்கின. விரிந்த புன்னகையுடன் வசிட்ட குருகுலம் சென்று தன் மைந்தனை மடியிலமர்த்தி முன்னோருக்குப் பிடித்த பெயரை அவனுக்கிட்டான். ‘ருசீகன் ருசீகன் ருசீகன்’ என்று மும்முறை அவன் காதில் சொன்னான். “என்றும் அழியா மெய்மையை நீ அறிக” என வாழ்த்தி தான் கொய்து வந்திருந்த சிறிய வெண்மலரை அவன் கையில் கொடுத்தான்.

குழந்தை தன் வலக்கையை முறுக்கி முட்டிபிடித்திருந்தது. அச்சிறுவிரல்களைப் பிரிக்க ஊருவன் முயன்றான். வசிட்டமாணவரான ஊர்ணாயு புன்னகைத்து “இடக்கையிலேயே வையுங்கள் வைதிகரே. எந்தக்கை என்பதை குழந்தை முடிவெடுத்துவிட்டது” என்றார். “இவனை இங்கே வளர்த்தெடுங்கள் முனிவர்களே. நான் என் மூதாதையருக்குச் செய்யவேண்டிய தவம் எஞ்சியிருக்கிறது” என்றபின் மைந்தனின் இடக்கையில் அம்மலரை வைத்து அதன் மென்மயிர் உச்சியை முகர்ந்து திரும்பக்கொடுத்துவிட்டு எழுந்து திரும்பிப்பாராமல் நடந்து ஊருவன் கானகம் புகுந்தான்.

மைந்தனின் அன்னை அவனை அள்ளி எடுத்துத் தன் குடிலுக்குக் கொண்டுசெல்லும்போது குழந்தை தன் வலக்கையை விரித்தது. அவள் அம்மலரை அக்கையில் வைத்ததும் அது பொசுங்கி எரியத்தொடங்குவது கண்டு திகைத்தெழுந்தாள்.

2

பிருகுகுலத்து ஊருவரின் மைந்தனான ருசீகன் வசிட்டரிடமிருந்து விண்ணளந்தோனை வெல்லும் மந்திரத்தைப் பெற்றபின் தன் ஏழுவயதில் திரிகந்தகம் என்னும் மலைமேல் ஏறிச்சென்றான். வெண்மேகமாக வானில் எழுந்த ஐந்து தேவதைகளாலும் எரிவடிவான ஏழு நாகங்களாலும் காக்கப்படும் திரிகந்தகம் மானுடர் பாதங்களே படாததாக இருந்தது. முன்பு திரிபுரத்தை எரிக்க வில்லெடுத்த நுதல்விழி அண்ணல் தன் சிவதனுசை தென்திசையில் எமபுரியில் ஊன்றி கிழக்கிலிருந்து மேற்குவரை சூரியன் செல்லும் பாதையை ஒளிரும் நாணாக அதில்பூட்டி எரியம்புகளை எய்தபோது அதில் ஒன்று அங்கே வந்து தைத்து அடியிலா உலகம் வரை சென்று நின்றது என்றன புராணக்கதைகள்.

அன்றுமுதல் மானுடர் தீண்டாத மலையாகத் திகழ்ந்த அதன் சரிவில் ருசீகனின் பாதங்கள் பட்டன. மலை சினந்து பேரொலி எழுப்பியது. வெண்ணிற மேகச்சிறகுகளுடன் ஐந்து தேவதைகளும் வானிலெழுந்தன. அவன் காலடிவைத்த இடங்களிலெல்லாம் அனல் மழையைப் பெய்யவைத்தன. விண்ணளந்தோனின் சொல் நாவில் ஒலிக்க ருசீகன் மலைமேல் ஏறிச்சென்றான். ஏழு நாகங்களும் சிவந்து கொழுத்துருண்ட அனல்ஓடைகளாக அவனை வந்து சூழ்ந்துகொண்டன. அவன் ஏழுநாட்கள் ஏறி திரிகந்தகத்தின் உச்சியை அடைந்தான். அங்கே அனல்பீடத்தில் ஏறி நின்று தவம் செய்தான்.

அவன் முன் உருகிய மஞ்சள்நிறப்பெருக்காக எழுந்த விண்ணளந்த பெருமான் “மைந்த, உன் அகம் கோரும் வரமென்ன?” என்றார். “எந்தை கடலில் இட்ட அந்த குதிரைமுகத்துப் பெருநெருப்பை நாடுகிறேன். அதை எனக்கு மீட்டளிக்கவேண்டும்” என்றான் ருசீகன். “அது நிகழாது.

உன் தந்தை தன் அகத்தைக் குளிர்வித்து அவ்வனலை கடலுக்குள் விட்டார். அதை நீ அடையமாட்டாய்” என்றார் பெருமாள். “நான் என்றுமணையாத நெருப்பை விழைகிறேன். மூவுலகை எரித்துண்ட பின்னும் பசி குன்றாது அது என் கையில் எஞ்சவேண்டும்” என்றான் ருசீகன்.

“மைந்தனே, உன் வஞ்சம் எவர் மீது? உன் குலத்தை அழித்தவர்களை உன் தந்தை எரித்தழித்து தன் வஞ்சம் குளிர்ந்து விண்ணகம் மேவிவிட்டார். உன்னிடம் எஞ்சுவது எது?” என்றார் பெருமாள். “இறைவா, மூதாதையர் கண்ணீரைக் கண்ட என் தந்தை என் தாயின் விழிநீரைக் காணவில்லை. அவளும் பார்கவ குலத்தவளே. அவளுடைய குருதிச்சுற்றம் முழுவதும் ஹேகயர்களால் கொல்லப்பட்டது” என்றான் ருசீகன். “மைந்த, தவத்தை வெல்லும் தெய்வமொன்றில்லை. உன் விருப்பத்திற்கு ஏற்ப அணையாத நெருப்புள்ள படைக்கலம் ஒன்றை அளிக்கிறேன்” என்றார் நாராயணன்.

“ஊழிமுதற்காலத்தில் புடவிச்சிற்பியான விஸ்வகர்மன் மண்ணைச் சூழ்ந்திருக்கும் தொடுவானின் வடிவில் இரு மாபெரும் விற்களை சமைத்தார். ஒன்றை தழல்விழியோனுக்கும் இன்னொன்றை எனக்கும் அளித்தார். முப்புரமெரித்த சிவதனுஸை விதேகமன்னன் தேவராதனுக்குக் கொடுத்தார். நான் என் வில்லை உனக்களிக்கிறேன். உன் வழித்தோன்றல்கள் வழியாக அது சிவகணங்களிடம் சென்று சேரட்டும்” என்று சொல்லி மலைமுகடென வளைந்த மாபெரும் வில்லை அளித்து மறைந்தார்.

கையில் எரியுமிழும் நாராயணவில்லுடன் வந்த ருசீகன் ஹேகயர்களின் நூற்றியிருபது ஆயர்குடிகளை எரித்தழித்தான். அவர்களின் ஆநிரைகள் தழலெழுந்தகாட்டுக்குள் பொசுங்கி மறைந்தன. மைந்தர்கள் வெந்துரிந்த நிணமும் கருகிய கைகால்களுமாக எரிந்தழிந்த இல்லங்களின் சாம்பலுக்குள் விரைத்துக்கிடந்தனர். ருசீகனை அஞ்சிய ஹேகயர்கள் கண்ணீருடன் வானை நோக்கி மூதாதயரை அழைத்துக் கதறியபடி தங்கள் அரசனான கணியின் அரண்மனை முற்றத்தில் வந்து குழுமினர். அவன் சினம்கொண்டெழுந்து தன் படைகளுடன் ருசீகனை தேடிச்சென்றான்.

கணியின் படைகள் காடுகள் தோறும் ருசீகனைத் தேடிச்சென்றன. அவன் தங்கிய அனைத்து தவக்குடீரங்களையும் அங்கிருந்த பிரம்மசாரிகள் தவமுனிவர்களுடன் சேர்த்து கொன்றழித்தான். ருசீகனுக்கு உணவளித்த பழங்குடிகள் அவனுக்கு நிழல்கொடுத்த மரங்கள் அனைத்தையும் கணி அழித்தான். நூறாவது நாள் கிரௌஞ்சவனம் என்னும் காட்டில்

கணியின் படைகளை ருசீகன் தன் அனல்வில்லுடன் எதிர்கொண்டான். அவனது அம்புகள் வந்து தொட்ட கணியின் படையின் தேர்கள் தீப்பற்றின. குஞ்சிரோமமாகத் தழல் பற்றி எரிய புரவிகள் அலறியபடி மலைச்சரிவுகளில் பாய்ந்திறங்கி ஆழத்தில் உதிர்ந்தன. ஹேகயர்களின் தலைமுடிகளும் ஆடைகளும் பற்றிக்கொண்டன.

தன் முழுப்படையையும் இழந்த கணி திரும்பி குடிகளிடம் ஓடிவந்தான். "நெருப்பை ஏவலாகக் கொண்டவனை நாம் வெல்லமுடியாது. உயிர்தப்பி ஓடுவதே வழி" என்று அவனுடைய அமைச்சர்கள் சொன்னார்கள். ஹேகயர்கள் யமுனைக்கரையில் இருந்து கூட்டம் கூட்டமாக தங்கள் உடைமைகளையும் ஆநிரைகளையும் மைந்தர்களையும் கொண்டு வெளியேறினர். தங்கள் மூதாதையர் வாழ்ந்த மண்ணை திரும்பித்திரும்பி நோக்கியபடி விழிநீர் சொரிந்துகொண்டு விந்தியனைக் கடந்து நர்மதையை நோக்கிக் குடிபெயர்ந்தனர்.

புதிய நிலத்தில் புலிகளுடனும் பாம்புகளுடனும் கோடையின் காட்டுத்தீயுடனும் மழைக்காலத்து தொற்றுநோயுடனும் பொருதி நிரைநிரையென மாண்டனர். எஞ்சியவர்கள் அங்கே சிறிய குடியிருப்புகளை அமைத்தனர். கிருதவீரியனின் தந்தை தனகனின் ஆட்சியில் அங்கே சிறு ஜனபதம் ஒன்று முளைத்தெழுந்தது. அதற்கு மாகிஷ்மதி என்று பெயர்வந்தது. கிருதவீரியனின் ஆட்சிக்காலத்தில் அந்த ஜனபதத்தின் செல்வம் திரண்டு ஓர் அரசாகியது. ஆயர்குடிகளில் ஆநிரைகள் தழைத்தன. மாகிஷ்மதியைச் சுற்றி மரத்தாலான சிறு கோட்டை எழுந்தது. அதன் நடுவே சிறிய தாமரைமுகடுடன் ஹேகயனின் அரண்மனை அமைந்தது.

ஹேகயர்களை முற்றாக அழித்தொழித்ததாக எண்ணிய ருசீகன் சந்திரகுலத்து மன்னனாகிய காதியை அடைந்து அவன் மகளைப் பெண்கேட்டான். கொலைப்பழி கொண்ட பிருகுபிராமணனுக்கு பெண் தர விரும்பாத காதி கரிய காதுகள் கொண்ட ஆயிரம் வெண்புரவிகளை கன்யாசுல்கமாகக் கொண்டுவரும்படி கேட்டான். ருசீகன் கங்கைக்கரையில் இருந்த சுவனம் என்னும் சோலைக்குச் சென்று தவமிருந்தான். தவத்தில் ஒருமை கூடாதபோது அவன் களம் வரைந்து தன் மூதாதையரை வரவழைத்து தன் தவம் கனியாதது ஏன் என்றான். அவன் உள்ளங்கையிலிருக்கும் அனலையும் அவ்வனலை அம்புகளாக்கும் நாராயண வில்லையும் துறந்து எளிய வைதிகனாக ஊழ்கத்தில் அமரும்படி மூதாதையர் கூறினர்.

நாராயணவில்லையும் அனல்நிறைந்த அம்பறாத்தூணியையும் கங்கைக்கரையில் ஒரு மரப்பொந்தில் வைத்துவிட்டு ருசீகன்

தவம்செய்தான். அவனது தவம் கனிந்து பெருமழைவடிவில் வருணன் அவன் முன் இறங்கி நின்றான். கரிய செவிகள் கொண்ட ஆயிரம் வெண்புரவிகள் வேண்டுமென்று ருசீகன் கேட்டான். வருணன் புன்னகைத்து "என் அலைகளையே மன்னன் கேட்டிருக்கிறான். அவ்வாறே ஆகுக!" என்றான். பெருமழை மூத்து வெள்ளப்பெருக்காயிற்று. கரிய சேற்றுத்திவலைகள் சிதறியெழ ஆயிரம் வெண்ணிற நீரலைகள் காதியின் அரண்மனை முற்றத்தில் சென்று முட்டின. உப்பரிகை திறந்து வந்த காதி அவற்றைக் கண்டு முகம் மலர்ந்தான்.

காதியின் மகள் சத்யவதியை ருசீகன் மணந்தான். அப்போது சால்வமன்னனாகிய குசாம்பனின் மைந்தன் தியூதிமானின் நாட்டில் பெருங்காட்டுத்தீ எழுந்து குளிர்ச் சோலைகளையும் அடர்காடுகளையும் புல்வெளிகளையும் பல்லாயிரம் நாக்குகளால் நக்கியுண்டு பேரோசையுடன் மலையிறங்கி ஊர்களுக்குள் வந்துகொண்டிருந்தது. பன்னிரு ஆயர்கிராமங்களை அது உண்டது. ஆயர்கள் தியூதிமானின் அரண்மனை வாயிலில் வந்து நின்று கதறினார்கள். பெரும்படைபலம் இருந்தும் எரியின் படையை எதிர்கொள்ள சால்வநாட்டரசன் தியூதிமான் அஞ்சினான்.

அச்செய்தி அறிந்து ருசீகன் வந்து அவனைப் பார்த்தான். நெருப்பை அடக்கும் வல்லமை தனக்குண்டு என்றும் அவனுடைய நாட்டில் காட்டுத்தீ எழுமென்றால் அதை ஊருண்ணாமல் தடுக்க தன்னால் முடியும் என்றும் சொல்லி அவனைத் தேற்றிவிட்டு தன்னந்தனியாகக் காட்டுக்குள் சென்றான். கங்கைக்கரையில் சுவனத்தில் பலாசமரத்தின் அடியில் இருநத தன நாராயணவில்லை எடுத்து அதில் அனலம்புகளைத் தொடுத்து அனலை என்னும் நெருப்பை உருவாக்கினான். பாம்புகளை உண்டு வாழும் ராஜநாகம் போல தீயை மட்டுமே உண்டு வாழும் அனலை அந்தக் காட்டுநெருப்புகளை வளைத்து உண்டு அழித்தபின் சுருண்டு ருசீகனின் அம்பறாத்தூணிக்குத் திரும்பியது.

சால்வமன்னன் தியூதிமான் அந்தக் காடு முழுவதையும் ருசீகனுக்குக் கொடையளித்தான். அங்கே ருசீகன் தன் மனைவி சத்யவதியுடனும அவளுடைய உடன்பிறந்த தங்கையர் பதின்மருடனும் குடியேறினான். அவனுடைய குருதி அங்கே நூறு மைந்தர்களாக முளைத்து எழுந்து மீண்டும் பிருகுகுலம் உருவானது. சத்யவதி நான்கு மைந்தர்களைப் பெறறாள். சூனபுச்சனில் இருந்து ஜாதவேத கோத்திரமும் சூனஸேபனில் இருந்து ஜ்வலன கோத்ரமும் சூனசேனாங்குலனில் இருந்து ஃபுஜ்யு கோத்ரமும் உருவாயின. அவர்கள் அனலோன் அருள் பெற்ற வைதிகர்களாக அறியப்பட்டார்கள்.

சத்யவதி பெற்ற முதல்மைந்தர் ஜமதக்னி, முனிவராகிக் காடேகினார். தன் இறப்பின் தருணத்தில் மைந்தனை அழைத்த ருசீகர் பிருகு குலத்திற்கு நேர்ந்த பேரழிவை விளக்கினார். ஹேகயகுலத்தில் ஒருவரேனும் எஞ்சுவது வரை பிருகுக்களுக்கு மண்ணில் முழுமையான வாழ்க்கையும் விண்ணில் நிறைவும் கைகூடுவதில்லை என்றார். "மண்ணிலிருந்து அவர்களை முற்றிலுமாக எரித்தழித்தேன். அவர்கள் எவ்வகையிலேனும் எவ்வண்ணமேனும் எஞ்சுவார்களென்றால் அவர்களை அழிக்கும் கடமை உனக்குண்டு" என்று சொல்லி நாராயணவில்லையும் எரிமந்திரத்தையும் மைந்தனுக்குக் கற்பித்துவிட்டு உயிர்துறந்தார். அவர் சிதைக்கு அனலூட்டி நீர்க்கடன்களை முடித்தபின் ஜமதக்னி தன் அன்னையிடம் விடைபெற்று கானகம் சென்றார்.

வசிட்டர் உட்பட்ட ஏழு மாமுனிவர்களிடம் வேதவேதாந்தங்களையும் ஆறுமதங்களையும் கற்றுத்தேர்ந்த ஜமதக்னி கங்கையின் படித்துறையில் அனைத்து மூதாதையருக்கும் முழுப்பலி கொடுத்து முழுநீர்க்கடன் முடித்து துவராடை பெற்று துறவுபூணும் பொருட்டு இறங்கி அர்க்கியமிட அள்ளிய நீர் கைக்குவையில் இருந்து வெம்மைகொண்டு கொதித்தது. அவர் நீரிலோடிய நிமித்தங்களைக் கண்டு எங்கோ ஹேகயர்கள் இன்னும் இருப்பதை அறிந்துகொண்டார். நீரை மீண்டும் நதியிலேயே விட்டுவிட்டு திரும்பிவந்து நாராயணவில்லைக் கையிலெடுத்துக்கொண்டார்.

கிருதவீரியனின் மாகிஷ்மதியை நெய்வணிகர்கள் அறிந்தபோது சூதர்களும் அறிந்தனர். சூதர்கள் அறிந்தபோது அனைவரும் அறிந்தனர். ருசீகரின் மைந்தர் ஜமதக்னி தன் இரு கைகளிலும் நெருப்புடன் பிருகுகுலத்து அக்னேயர்கள் ஆயிரம்பேர் சூழ விந்தியனைக் கடந்து அவர்களைத் தேடிவந்தார். அவரது பெருஞ்சினத்தால் மீண்டும் ஆயர்குடிகள் எரியத்தொடங்கின. கானகச்சரிவுகளில் நெருப்பு பொழிந்து வழியத்தொடங்கியது. ஆயர்குடிகளின் எல்லைகளை ஒவ்வொன்றாகத் தாக்கி எரியவைத்தார் ஜமதக்னி. அவரது சொல்லுக்கு கட்டுப்பட்ட நெருப்பு சிறுகுருவியாக, செம்பருந்தாக, துள்ளும் மானாக, பாயும் புரவியாக அவருடன் வருவதாக ஆயர்கள் சொன்னார்கள்.

மேய்ச்சல்நிலங்கள் கருகியணைந்தன. ஆநிரைகளைக் காட்டுத்தீ நக்கியுண்டது. ஆயர்குடிகளின் ஊர்கள் எரிந்தவிந்தன. மாகிஷ்மதியின் மாளிகைமுற்றத்திற்கு பணியாளர்களால் கொண்டுவரப்பட்ட கிருதவீரியன் தன்னைச்சூழ்ந்திருந்த எட்டுமலைச்சரிவுகளிலும் நெருப்பு சிவந்து வழிந்திறங்கும் காட்சியைக் கண்டு கண்ணீர் விட்டான். தன் படைகளனைத்தையும் திரட்டி ஜமதக்னி தலைமையில் திரண்டு எதிர்த்த பார்கவகுலத்தவரை வெல்லும்பொருட்டு வடக்குநோக்கி

அனுப்பினான். நர்மதையின் ஆற்றின் கரையில் பார்கவர்களை ஹேகயர்கள் எதிர்கொண்டனர்.

பன்னிரண்டு நாட்கள் நடந்தது அப்பெரும்போர். விற்களும் வேல்களுமேந்தி போரிடச்சென்ற ஹேகயர்களை வெறும் கைகளுடன் வந்து எதிர்த்து நின்றனர் பார்கவர்கள். ஜமதக்னியின் மந்திரச் சொல்லால் எரித்துளிகளாக மாற்றப்பட்ட தட்டாரப்பூச்சிகளும் கருவண்டுக்கூட்டங்களும் கருமேகம்போல எழுந்து அவர்களை நோக்கி வந்தன. அவை வருகையிலேயே காற்றிலுரசி தீப்பற்றி எரிந்தபடி வந்து விழுந்த இடங்களிலெல்லாம் எரிமுளைத்தது. ஹேகயர்கள் தங்கள் குலக்கதைகளில் மட்டுமே கேட்டிருந்த நெருப்பின் படையெடுப்பை அறிந்தனர். கூட்டம்கூட்டமாக அவர்கள் வெந்தழிந்தனர்.

ஹேகயகுலம் ஆநிரைகளையும் மாகிஷ்மதியையும் கைவிட்டுவிட்டு காடுகளுக்குள் குடியேறியது. அடர்ந்தகாடுகளுக்குள் அவர்கள் மலைவேடர்களைப்போல வாழ்ந்தனர். கானக வாழ்க்கையில் அவர்கள் தங்கள் உடைகளை இழந்தனர். அவர்களின் விழிகள் காட்டுமிருகங்களுடையதாக ஆயின. ஓநாய்களைப்போல உறுமியபடி மிருகங்களை வேட்டையாடினர். பன்றிகளாக அமரியபடி கிழங்குகளை அகழ்ந்தனர். குரங்களைப்போல மரங்களின் மேல் துயின்றனர். ஆயினும் அவர்கள் குலத்தின் முதுபெண்டிர் குலப்பேரழிவின் கதைகளை சொல்லிச்சொல்லி மைந்தரை வளர்த்தனர். ஒவ்வொரு இளைஞனிடமும் மாகிஷ்மதி என்னும் நகரம் வாழ்ந்தது.

கிருதவீரியன் மைந்தன் கிருதசோமன் தன் வீரர்களுடன் மலையிறங்கி வந்து பெருவெள்ளம் சென்று அடங்கிய நர்மதை நதியின் கரையில் உயர்ந்திருந்த மணல் மேட்டில் நூறு நாணல்குடில்களை அமைத்துத் தங்கினான். அந்தச் சிற்றூரை அவன் மாகிஷ்மதி என்றழைத்தான். ஹேகயகுலம் அங்கே பெருகியது. அவர்கள் யமுனையில் படகோட்டக் கற்றுக்கொண்டனர். மலையடிவாரத்து இடையர்களிடமிருந்து நெய்யைப் பெற்று நர்மதை வழியாக கடலுக்குச் செல்லும் பெரும்படகுகளுக்கு விற்கத்தொடங்கினர். கிருதசோமனின் மைந்தன் கிருதவீரியனின் காலத்தில் மாகிஷ்மதி மரத்தாலான கூரையும் வலுவான தூண்களும் கொண்ட ஐநூறு மாளிகைகளும் நூறுபடகுகள் வந்தணையும் துறையும் கொண்ட கரைநகரமாக வளர்ந்தது.

மாகிஷ்மதியை ஆண்ட ஹேகய குலத்து கிருதவீரியன் நிமித்திகரை அழைத்து அந்நகரின் எதிர்காலம் குறித்து கணித்துக்கொடுக்கும்படி கோரினான். அவர்கள் அந்நகர் மும்முறை எரியாடும் என்றனர். அச்செய்தியைக் கேட்டு நடுங்கி கிருதவீரியன் துயிலிழந்தான். தன்

குருதிச்சுற்றத்தில் ஒவ்வொரு முகத்தை நோக்குகையிலும் கண்ணீர் விட்டான். நகரின் ஒவ்வொரு கட்டடத்தையும் எரிக்குவையாகக் கண்டு நடுங்கினான். தன்குலத்தைக் காக்கும் பெருவீரன் ஒருவனைப் பெறவேண்டுமென்றெண்ணி முனிவரையும் கணிகரையும் அழைத்து வழிதேடினான். அவர்களனைவருமே நாராயணவில்லை எதிர்கொள்ளும் வல்லமை மானுடர்க்கு அளிக்கப்படுவதில்லை என்றனர்.

இனி உயிர்வாழ்வதில் பொருளில்லை என்று எண்ணிய கிருதவீரியன் ஒருநள்ளிரவில் தன் அமைச்சர்களுக்கு ஆணைகளை ஏட்டில் பொறித்து வைத்துவிட்டு நர்மதைப்பெருக்கில் இருந்த அவர்த்தகர்த்தம் என்னும் மிகப்பெரிய நீர்ச்சுழியில் பாய்ந்து உயிர்துறக்க முயன்றான். அந்தச்சுழி பாதாளநாகமான திரிகூடன் தன் துணைவி கீர்த்தியுடன் நீர்விளையாட வரும் வழி. இருபெரும் நாகங்களும் ஒன்றையொன்று தழுவிச் சுழன்றுகொண்டிருந்தபோது அதன் நடுவே சென்று விழுந்த கிருதவீரியன் ஒரு கணத்தில் பல்லாயிரம் யோசனைதூரம் சுழற்றப்பட்டான். அச்சுழற்சியில் அவன் உடல் சுருங்கி ஓர் அணுவளவாக ஆனான்.

அந்த அணுவை தன் நீண்ட செந்நிற நாக்குநுனியால் தொட்டெடுத்த திரிகூடன் கைகூப்பி நின்று அழுத மன்னனைக் கண்டு அகம் கரைந்தான். “அரசனே,என் மனைவியின் வயிற்றுக்குள் ஆயிரம் நாகங்கள் கருக்கொண்ட புனிதமான தருணத்தில் நீ இங்கு வந்திருக்கிறாய். அக்காரணத்தால் உன்மேல் நான் அருள்கொண்டிருக்கிறேன். உன் கோரிக்கை என்ன?” என்றான். “நச்சுக்கரசே, நாராயணதனுஸில் இருந்து என் குலத்தையும் நகரையும் காக்கும் பெருவீரன் எனக்கு மைந்தனாக வேண்டும்” என்றான் கிருதவீரியன். “எல்லையற்ற ஆற்றலுள்ளது நாராயணதனுஸ். ஆயினும் அதை எதிர்க்கும் இருளுலகம் ஆற்றல் கொண்டதே. உனக்கு என் நஞ்சை அளிக்கிறேன். அதை உன் மனைவிக்குக் கொடு. அவள் கருத்தரித்து மாவீரனைப் பெறுவாள்” என்றான் திரிகூடன்.

திரிகூட நஞ்சை ஒரு சிறிய பொற்செப்பில் வாங்கிக்கொண்டுவந்த கிருதவீரியன், அதைத் தன் மனைவிக்கு அளித்தான். அவள் அதைப் பருகிய ஏழாம் நாளே கருவுற்றாள். அவளுடைய கரு ஒவ்வொருநாளும் பெருகியது. பத்துமாதமாகியும் அவள் கருவழி திறக்கவில்லை. அதை மதங்ககர்ப்பம் என்றனர் மருத்துவர். இருபதுமாதங்களுக்குப் பின்னர் பெருந்தொடைகளுடனும் நீண்டகைகளுடனும் கூர்விழிகளுடனும் வாய்நிறைந்த பற்களுடனும் பிறந்தான் கார்த்தவீரியன்.

அவன் பிறந்த அக்கணத்தில் ஹேகயர்களின் ஆநிரைகளனைத்தும் மேய்ச்சலை நிறுத்திவிட்டு தலைதூக்கி உரக்கக் கூவின. அப்பேரொலி எழுந்த அக்கணத்தில் தன் மைந்தர்களுடன் மெல்லக் காலடி

எடுத்துவைத்து அடிவயிறு மண்ணிலிழைய புதர்களினூடாகப் பதுங்கிவந்து பசுக்கூட்டமொன்றின்மேல் தாவும் பொருட்டு செவி மடித்த சிம்மம் ஒன்று, திகைத்து அஞ்சி பின்னால் காலடி வைத்துத் திரும்பி, வால்சுழல பாய்ந்தோடி காட்டுக்குள் மறைந்தது. அது முதுவேனிற்காலமாக இருந்தபோதிலும் விண்ணில் கருமேகங்கள் கூடி இடியோசை எழுந்தது. அளைகளுக்குள் துயின்ற நாகங்கள் வெருண்டு தலைதூக்கிச் சீறி வால்சொடுக்கின.

மைந்தன் பிறந்ததை கிருதவீரியனுக்குச் சொன்ன சேடிப்பெண் மேலும் தயங்கி "அரசே!" என்றாள். ஹேகயன் அக்கண்களில் எழுந்த அச்சத்தைக் கண்டு "என்ன?" என்றான். அவள் சொற்களைக் கோத்துக் கொண்டு "மைந்தர் நலமாக இருக்கிறார். ஆனால் அரசி விண்ணுலகம் சென்றுவிட்டார்" என்றாள். தனக்கு அச்செய்தி ஏன் வியப்பளிக்கவில்லை என்று கிருதவீரியன் எண்ணிக்கொண்டான். இருபதுமாதங்களாகக் கருவில் வளர்ந்த பேருடல் மைந்தன் அவ்வண்ணமே மண்ணிலிறங்குவான் என அவன் எதிர்பார்த்திருந்தான். நிறைவயிறு கனத்து பின் நிலம்தொட இறங்கி அரசி சீர்ஷை நடக்கமுடியாதவளாக படுக்கையில் விழுந்தே ஏழுமாதங்களாகிவிட்டிருந்தன. அவள் சித்தம் முற்றும்கலங்கி மண்ணைவிட்டு விலகி நெடுநாட்களாகியிருந்தன.

ஆனால் ஈற்றறையை நெருங்கியதும் கிருதவீரியனின் கால்கள் அச்சத்தில் நடுங்கின. வெளியே வந்து அவனைப்பணிந்த மருத்துவர் "மைந்தன் நலம்" என்று மட்டும் சொன்னார். அவரது விழிகளைச் சந்திக்க கிருதவீரியன் அஞ்சி தலையை திருப்பிக்கொண்டான். "ஈற்றறைப் பணிகள் இப்போதுதான் முடிந்தன" என்று இன்னொரு மருத்துவர் வந்து மெல்ல முணுமுணுத்துவிட்டு திரும்பிச்சென்றார். அவரைத் தொடர்ந்து ஈற்றறைக்குள் ஒருகணம் எட்டிநோக்கிய கிருதவீரியன் உடல்விதிர்த்துப் பின்னகர்ந்துவிட்டான். அன்னையை முழுதாகக் கிழித்து குழந்தை வெளிவந்திருந்தது. அறையெங்கும் சீர்ஷையின் குருதியும் நிணமும் சிதறியிருந்தன. யானைத்தோல் தொட்டிலில் கிடத்துக்கிடந்த குழந்தை அவனைநோக்கித் திரும்பி தன் கூரிய விழிகளால் நோக்கியதைக் கண்டு கிருதவீரியன் திரும்பி தன் அவைக்கு விரைந்தோடி ஆசனத்தில் தலையைக் கையால்தாங்கியபடி அமர்ந்துவிட்டான்.

அவைசூழ்ந்த அமைச்சர்கள் அம்மைந்தன் கருவுற்ற நாள் முதல் நிகழ்ந்த நிமித்தக்குறிகள் ஒவ்வொன்றையும் சொன்னார்கள். "இது மானுடப் பிறப்பல்ல அரசே. அசுரரும் அரக்கரும் பிறப்பதற்கு மட்டுமே உரிய வேளை இது" என்றார் தலைமையமைச்சர் பிருஹதர். "இப்பிறப்பால் ஒருபோதும் நன்மை விளையப்போவதில்லை. பேரழிவை உருவாக்குவதற்கென்றே

சில மானுடர் மண்ணிலெழுகிறார்கள். அவர்களுக்குள் புகுந்து வந்து ஆடிச்செல்பவை அடியிலியின் பேராற்றல்களே” என்றார் சம்புக நிமித்திகர்.

அவன் தன் தலையைப்பற்றிக்கொண்டு மீளமீள ஒரு சில சொற்றொடர்களையே எண்ணத்தில் ஓடவிட்டு அமர்ந்திருந்தான். மாலைவரை அங்கேயே இருந்தும் எந்த எண்ணமும் எஞ்சி நிற்காத அகத்துடன் எழுந்து, எழுந்த் அசைவிலேயே தன்னிச்சையாக முடிவை அடைந்து, ஒற்றர்படைத் தலைவனை அழைத்து குழந்தையைக் கொண்டுசென்று அடர்காட்டில் விட்டுவிட்டு வர ஆணையிட்டான். அதன்பின் அம்முடிவை அவனே மாற்றிக்கொள்ளலாகாதென்று எண்ணி மகளிரறைக்குள் நுழைந்து நினைவழிய மதுவருந்தி கண்மூடித் துயின்றுவிட்டான்.

மறுநாள் காலை எழுந்ததும் காத்து நின்றது போல கைநீட்டி வந்த மைந்தன் நினைவு அவனைப் பற்றிக்கொள்ள எழுந்தோடி இடைநாழிவழியாக விரைந்து பணியாளனை அழைத்து படைத்தலைவனிடம் மைந்தனை என்னசெய்தான் என்று கேட்கச்சொன்னான். காட்டில் அவனை விட்டுவிட்டேன் என்று பணியாளன் பதிலிறுத்தான். “இக்கணமே சென்று என் மைந்தனை எடுத்து வாருங்கள்!” என்று கிருதவீரியன் ஆணையிட்டான். பின்னும் மனம்பொறாமல் தானே ஓடிச்சென்று புரவியிலேறி பணியாளரும் படையினரும் பின்தொடர காட்டுக்குள் சென்றான். குழந்தையை விட்டுவந்த இருள்காட்டின் சுனைக்கரையைப் படைத்தலைவன் சுட்டிக்காட்டினான். அங்கே குழந்தை இல்லை. அப்பகுதியெங்கும் சிம்மங்களின் காலடிகள் நிறைந்திருந்தன. நிகழ்ந்ததென்ன என உய்த்து கதறியபடி கிருதவீரியன் அங்கே சேற்றில் அமர்ந்துவிட்டான்.

தளர்ந்து குதிரைமேலேயே படுத்துவிட்ட கிருதவீரியனை அவன் குடிகள் நகருக்குக் கொண்டுவந்தனர். அவன் பின் எழுந்தமரவில்லை. அவன் கைகளும் கால்களும் நடுங்கிக்கொண்டிருந்தன. குழறாமல் சொல்லெடுக்கவும் சிந்தாமல் உணவெடுக்கவும் முடியாதவனானான். ஒவ்வொருநாளும் நடுங்கும் தலையை குளிர்ந்த விரல்களால் பற்றியபடி வெளுத்து நடுங்கிய உதடுகளால் தன்னுள்ளோடிய குரலில் ‘என் மகன், என் மகன்’ என்று சொல்லிக்கொண்டிருந்தான். கண்ணீர் வழிந்து சிவந்த விழிகளுடன் யாரோ என தன் அமைச்சரையும் படைத்தலைவர்களையும் நோக்கினான். அவன் துயில்கையிலும் உதடுகளில் அச்சொல் நின்று அதிர்ந்துகொண்டிருந்தது என்றனர் சேடிகள்.

மாகிஷ்மதியின் புகழ் பரவியபோது கோதாவரிக்கரையில் தவம்செய்துகொண்டிருந்த ஜமதக்னி அதை அறிந்தார். நாராயண

வில்லுடன் அவர் மீண்டும் அவர்களின் ஆயர்குடிகள் மீது போர் தொடுத்தார். நெருப்பில் வெந்தெரிந்தது ஹேகயர்களின் ஐந்தாம் தலைமுறை. ஒவ்வொருநாளும் வெந்துரிந்த உடல்களுடன் ஹேகயர்கள் வந்து மாகிஷ்மதியின் முற்றங்களில் தங்கி ஓலமிட்டனர். அவர்களின் இரவுபகலென்னாத அழுகையால் மாகிஷ்மதியில் துயிலரசி அணுகாமலானாள். நகரையாண்ட திருமகள்கள் அனைவரும் கண்ணீருடன் மேற்குவாயில் வழியாக வெளியேற இருள்மகள்கள் கிழக்குவாயில் வழியாக உள்ளே நுழைந்தனர்.

நகரில் கணமும் கண்ணுறங்கமுடியாத கிருதவீரியனை நர்மதைக்கு அப்பால் விரிந்த அடர்காட்டுக்குள் குடிலமைத்துத் தங்கவைத்தனர் மருத்துவர். அகச்சொற்கள் அனைத்தும் அழிந்து 'என் மகன்' என்ற ஒற்றைச்சொல்லாக சித்தம் மாறிவிட்டிருந்த கிருதவீரியன் அங்கும் கண்ணீர் சோர உடல் நடுங்க இரவும் பகலும் மரவுரிமெத்தையில் விழித்திருந்தான். தன் படைகளையும் குடிகளையும் மனைவியரையும் பணியாளரையும் அவன் அறியவில்லை. காலையையும் மாலையையும் உணரவில்லை.

ஏழாம்நாள் வேட்டைக்குச் சென்ற கிருதவீரியனின் படைகள் மலைக்குகை ஒன்றுக்குள் சிம்மக்குரல் கேட்டு அதை யானைப்படையால் வளைத்துக்கொண்டனர். குகையைச் சூழ்ந்தபின் அம்புகள் தெறித்த விற்களும் ஒளிரும் வேல்களுமாக அவர்கள் குகைக்குள் சென்றபோது இரு சிம்மங்களின் பிடரிமயிர்க்கற்றையைப் பற்றி இரண்டின் முதுகிலும் கால்வைத்து நின்று ஓட்டி விளையாடிக்கொண்டிருந்த மைந்தனைக் கண்டனர். ஓங்கியபேருடல் கொண்டிருந்தாலும் அவன் ஏழுவயதான குழந்தை என்று அறிந்ததுமே அவன் யாரென்று உணர்ந்து அங்கேயே அவன் அடிபணிந்து வணங்கினர்.

அந்த மைந்தனை அவர்கள் அரசனுக்கு முன்னால் கொண்டுவந்தனர். அவனைத் தொடர்ந்து ஏழுசிம்மங்களும் இடியொலி எழுப்பியபடி வந்து குடிலைச் சூழ்ந்துகொண்டன. மைந்தனைக் கண்டதும் கைகளைக் கூப்பியபடி எழுந்த கிருதவீரியன் "நிகரற்ற ஆற்றல் கொண்டவனே, இனி என் குலம் வாழ நீயே காப்பு" என்று கூவியபடி மண்ணில் விழுந்து அவன் கால்களைப் பற்றியபடி அங்கேயே உயிர்துறந்தான். நிகரற்ற வீரம் கொண்டவன் என்று தந்தை அழைத்த பெயரிலேயே சிம்மங்களால் வளர்க்கப்பட்ட அம்மைந்தன் கார்த்தவீரியன் என்று அழைக்கப்பட்டான். ஹேகயகுலத்தின் மீட்பன் அவன் என்றனர் குலமூத்தோர்.

3

ஹேகயர்குலத்து கார்த்தவீரியன் தன் சிம்மங்களுடன் தேரிலேறி மாகிஷ்மதிக்கு வந்தான். அவனுடைய தேர் கோட்டையைக் கடந்து நகர்புகுந்தபோது யாதவர்கள் தங்கள் இல்லங்களில் இருந்து மழைக்கால ஈசல்கள் போலக் கிளம்பி தெருக்களில் கூடி ஆரவாரமிட்டனர். 'எழுந்தது ஹேகய குலம்' என்று குலமூதாதையர் கண்ணீருடன் சொன்னார்கள். அவனுடைய வரவைக் கொண்டாட அன்று வானம் வெயிலுடன் மென்மழை பொழிந்து நகரம் நனைந்து ஒளிவிட்டது. கார்த்தவீரியனை அரண்மனைக்குள் அழைத்துச்செல்ல வந்த அமைச்சர்கள் அக்கணம் வீசிய காற்றில் ஹேகயர்களின் கருடக்கொடி படபடத்து ஒலியெழுப்புவதைக் கண்டு தலைதூக்கிக் கைகூப்பினர்.

கார்த்தவீரியன் பன்னிரு மனைவிகளை மணந்து அவர்களில் நூறு மைந்தர்களைப் பெற்றான். நிர்மதன், ரோசனன், சங்கு, உக்ரதன், துந்துபி, துருவன், சுபார்சி, சத்ருஜித், கிரௌஞ்சன், சாந்தன், நிர்த்தயன், அந்தகன், ஆகிருதி, விமலன், தீரன், நீரோகன், பாகுதி, தமன், அதரி, விடூரன், சௌம்யன், மனஸ்வி, புஷ்கலன், புசன், தருணன், ரிஷபன், ருக்ஷன், சத்யகன், சுபலன், பலி, உக்ரேஷ்டன், உக்ரகர்மன், சத்யசேனன், துராசதன், வீரதன்வா, தீர்க்கபாகு, அகம்பனன், சுபாகு, தீர்க்காக்ஷன், வர்த்துளாக்ஷன், சாருதம்ஷ்டிரன், கோத்ரவான், மகோஜவன், ஊர்த்துவபாகு, குரோதன், சத்யகீர்த்தி, துஷ்பிரதர்ஷணன், சத்யசந்தன், மகாசேனன், சுலோசனன் என்னும் முதல் கணத்தவர் வாமஹேகயர்கள் எனப்பட்டனர்.

ரக்தநேத்ரன், வக்ர தம்ஷ்டிரன், சுதம்ஷ்டிரன், க்ஷத்ரவர்மன், மனோஅனுகன், தூம்ரகேசன், பிங்கலோசனன், அவியங்கன், ஜடிலன், வேணுமான், சானு, பாசபாணி, அனுத்ததன், துரந்தன், கபிலன், சம்பு, அனந்தன்,

விஸ்வகன், உதாரன், கிருதி, ஷத்ரஜித், தர்மி, வியாஹ்ரன், ஹோஷன், அத்புதன், புரஞ்சயன், சாரணன், வாக்மி, வீரன், ரதி, கோவிஹ்வலன், சங்கிராமஜித், சுபர்வா, நாரதன், சத்யகேது, சதானீகன், திருதாயுதன், சித்ரதன்வா, ஜயத்சேனன், விரூபாக்ஷன், பீமகர்மன், சத்ருதாபனன், சித்ரசேனன், துராதர்ஷன், விடூரதன், சூரன், சூரசேனன், தீஷணன், மது, ஜயதுவஜன் என்னும் இரண்டாம் கணத்தவர் தட்சிணஹேகயர் எனப்பட்டனர்.

உத்தரர்களும் தட்சிணர்களும் இருபக்கமும் அணிவகுக்க ஹேகயர்களின் சிம்மாசனத்தில் அமர்ந்த கார்த்தவீரியன் யாதவர்களின் பன்னிரண்டு குலங்களையும் தன் தலைமையில் ஒருங்கிணைத்தான். ஒவ்வொரு நாளும் தன் படைகளுக்குத் தானே பயிற்சி அளித்தான். வளைதடி ஏந்திய யாதவர்கள் அனைவரையும் வாளேந்தச் செய்தான். கன்று ஓட்டியவர்களை புரவியோட்டப் பயிற்றுவித்தான். அவன் தலைமையில் ஹேகயகுலத்து யாதவர்கள் நர்மதையில் செல்லும் பத்தாயிரம் படகுகளைக் கட்டிக்கொண்டார்கள். அறுவடைக்காலத்தில் மலையிலிருந்து இறங்கிவரும் கிளிக்கூட்டங்கள்போல அவர்கள் அருகில் இருந்த நாடுகள் மேல் படையெடுத்துச் சென்றார்கள். நர்மதையின் இரு கரைகளும் ஹேகயநாட்டுக்குரியவை ஆயின.

கார்த்தவீரியன் மகாத்துவஜம் என்னும் பேருள்ள செந்நிறமான குதிரையை நர்மதைக்கரையில் ஓடச்செய்து அதன் காலடிபட்ட மண்ணை முழுக்க தன் வசப்படுத்திக்கொண்டான். அஸ்வமேதவேள்வியால் அடைந்த பெருஞ் செல்வத்தைக்கொண்டு ஏழு மாகேந்திர பெருவேள்விகளைச் செய்தான். ஏழு வேள்விகளையும் முழுமைசெய்பவன இந்திரனின் சிம்மாசனத்தில் இந்திராணியுடன் அமரவேண்டும் என்றும் அதை தெய்வங்கள் விரும்புவதில்லை என்றும் வேள்விசெய்த வைதிகர் சொன்னபோது தன் சிம்மாசனத்தில் அறைந்து நகைத்து “இக்கணமே அவ்வேள்விகளை முழுமைசெய்யுங்கள். இந்திராணியை என் மடியில் அமரச்செய்கிறேன்” என்றான். வேள்விகளால் ஆற்றல்பெற்ற கார்த்தவீரியன் விண்ணிலேறி மேகங்களில் ஊர்ந்துசென்று தேவருலகை அடைந்து அங்கே தேஜஸ்வினி என்னும் பொன்னிற நதியில் நீராடிக்கொண்டிருந்த இந்திரனுடன் நீர்விளையாடிக்கொண்டிருந்த இந்திராணியை ஆடையின்றி தூக்கி தன் செம்பொன் தேரில் ஏற்றிக்கொண்டுசென்று இந்திரனின் சிம்மாசனத்தில் அமர்ந்தான்.

ஹேகயகுலத்து கார்த்தவீரியன் இந்திரனை வென்ற கதையை பாடிப்பரப்பினர் சூதர். தன் பல்லாயிரம் படகுகளுடன் நர்மதை வழியாகக் கடலுக்குச் சென்ற அவனைக்கண்டு கடலரசன் அஞ்சி

சுருண்டுகொண்டான். நீலநிறப்பட்டைச் சுருட்டிக் கையிலெடுப்பதுபோல கடலை அள்ளித் தன் இடைக்கச்சையாக ஆக்குவேன் என்று அவன் அறைகூவினான். கடலரசனின் தந்தை வருணன் முதியவனாக வந்து அவனைப் பணிந்து கடல் கார்த்தவீரியனுக்கு அடிமைசெய்யும் என்று வாக்களித்தான்.

மண்ணையும் விண்ணையும் கடலையும் வென்ற கார்த்தவீரியன் காற்றையும் நெருப்பையும் வெல்ல எண்ணினான். அவனுடைய வேள்விச்சாலையில் வீசிய காற்று மாகிஷ்மதிக்கு சாமரம் வீசுவதாக ஒப்புக்கொண்டது. வேள்விக்குளத்தில் எழுந்த அனல் அவனுக்கு என்றும் பணிசெய்வதாகச் சொன்னது. தன் பசிக்கு உணவிடும்படி கோரிய அனலோனிடம் தன் நாட்டிலுள்ள எந்தக் காட்டைவேண்டுமென்றாலும் உண்டு பசியாறுக என கார்த்தவீரியன் ஆணையிட்டான். எழுந்து பரந்த எரி ஏழுமலைகளையும் ஏழு காடுகளையும் உண்டது. நெருப்பெழுந்து பரக்கையில் ஆபவனம் என்னும் காட்டிலிருந்த ஆபவர் என்னும் முனிவரின் குருகுலத்தை அது நாநீட்டி உண்டது. குருகுலத்துப் பசுக்களையும் குருபத்னியையும் மாணவர்களையும் அது உண்டழித்தது.

எரிந்த சடைமுடியும் கருகிய உடலுமாக மாகிஷ்மதிக்கு வந்து அரண்மனை வாயிலில் நின்று நீதிகோரினார் ஆபவர். “ஆநிரையும் அறிவர்களும் கலைஞர்களும் கவிஞர்களும் அரசனின் காவலுக்குரியவர்கள். எப்படி அக்கடனை நீ மறக்கலாகும்?” என்றார். “முனிவரே, அறத்தை முடிவுசெய்வது வெற்றியே. இதுவரை தோற்றுக்கிடந்த யாதவர்களுக்கு எந்த அறமும் துணைவரவில்லை. இனி அறத்தைக் கடந்து சென்று வெற்றியை அடைவோம். அறம் எங்கள் துணையாக வரும்” என்றான் கார்த்தவீரியன். ஆபவர் நகைத்து “வெற்றியும் தோல்வியும் அறத்தால் நிகழ்வன அல்ல. அவை விதியால் நிகழ்பவை. ஆனால் நீதியற்றவன் வாழமாட்டான் என்பதும் விதியே. அறம் உன் வாயிலை வந்து முட்டும். அப்போது இச்சொற்களை நினைவுகூர்வாய்” என்றார். அத்தீச்சொல் அரண்மனை முற்றத்தில் விழுந்த அன்று யாதவர்களின் ஆநிரைகள் உரக்கக் கூவியழுதன.

தன் வெற்றியை உறுதிசெய்வதற்காக கார்த்தவீரியன் மகாருத்ர வேள்வி ஒன்றை நர்மதையின் கரையில் நிகழ்த்தினான். விண்ணாளும் தேவர்கள் அனைவரும் மண்ணாளும் தேவதைகளும் பாதாளத்தை ஆளும் நாகங்களும் வந்து அந்த யாகத்தை முழுமைசெய்யவேண்டுமென ஆணையிட்டான். நூற்றெட்டுநாள் நிகழ்ந்தது அந்த மாபெரும் வேள்வி. அவ்வேள்வி முழுமைபெற்றால் மண்ணை ஆண்ட மன்னர்களிலேயே

கார்த்தவீரியனே முதன்மையானவன் என தெய்வங்கள் ஏற்றாகவேண்டும். ஆனால் வேள்வியில் அவியாக்கிய இறுதிக்கவளத்தை தென்னெரி ஏற்றுக்கொள்ளவில்லை. நெருப்பில் விழுந்த அன்னம் வேகாமல் கருகாமல் அப்படியே கிடந்தது.

எரிதேவனை சிற்றகலில் வரவழைத்து ஏன் என்று கேட்டான் கார்த்தவீரியன். "நிகரற்ற வீரன் என உன்னை ஏற்றுக்கொள்ள தெய்வங்கள் ஒருப்படவில்லை. அவர்கள் அதற்கு இன்னமும் காலமிருக்கிறது என்றனர்" என்றான். "எனக்கு நிகரான வீரனா? யாரவன்?" என்றான் கார்த்தவீரியன். "உன் குலத்தின் முதல் எதிரிகளான பிருகுலத்தில் பிறந்திருக்கிறான் அவன். அவன் பெயர் பார்கவ ராமன். உன்னைக் கொல்லும் ஆற்றல் அவன் மழுவுக்கு உண்டு" என்றான் எரிதேவன். திகைத்த கார்த்தவீரியன் யாகத்தைக் கைவிட்டான்.

பெருஞ்சினத்துடன் தன் அரண்மனையில் அனைத்து வைதிகரையும் கூட்டினான். "மண்ணில் எவரும் வெல்லமுடியாத வல்லமையைப் பெறுவது எப்படி?" என்றான். "விண்ணுலாவியான நாரதரே அதற்கு பதிலுரைக்க முடியும்" என்றனர் வைதிகர். வேள்விசெய்து நாரதரை வரச்செய்தான். அவன் அரண்மனையின் வீணை தானாகவே இசைத்து நாரதரின் குரலை எழுப்பியது. "நாதப்பிரதிஷ்டை செய்து வேதங்களை வழிபடு. பத்ரதீபப் பிரதிஷ்டை செய்து மும்மூர்த்திகளையும் வழிபடு" என்றார் நாரதர். "மூவரும் வேதங்களுடன் ஒரே கணத்தில் தோன்றி அருளினால் நீ வெல்லமுடியாதவனாக ஆவாய்" என்றார்.

நர்மதை நதிக்கரையில் தவக்குடில் அமைத்துத் தங்கிய கார்த்தவீரியன் மும்மூர்த்திகளையும் வேதங்களுடன் வரவழைப்பதெப்படி என்று தன் மனைவியிடம் கேட்டான். அவள் "மும்மூர்த்திகளுமானவர் தத்தாத்ரேயர். நான்குவேதங்களும் நாய்களாக அவரைத் தொடர்கின்றன. அவரை வழிபடுவோம்" என்றாள். அவனும் அவளும் பன்னிருவருடம் தத்தாத்ரேயரை வழிபட்டார்கள். மூன்றுதெய்வங்களும் மூன்று முகமாக, நான்குநாய்கள் சூழ, ஓங்காரம் வெண்பசுவாகப் பின்னிற்க தத்தாத்ரேயர் தோன்றி அவன் தவத்துக்கு அருளி என்ன வரம் தேவை என்று கேட்டார்.

"நிகரற்ற வல்லமை. எவராலும் வெல்லப்படாத முழுமை" என்றான் கார்த்தவீரியன். "முதல் அருட்கொடையை கோரும் உரிமை மானுடர்க்குண்டு. இரண்டாவது கொடையை மும்மூர்த்திகளோ மூவர்க்கும் முதலான பிரம்மமோ கூட அருள முடியாது" என்றார் தத்தாத்ரேயர். "நீ நிகரற்றவனாவாய். உன் மைந்தரின் கைகளும் அவர்கள் மைந்தரின் கைகளுமாக ஆயிரம் கைகள் உன்னில் எழும். அவை உன்னை

மண்ணில் நிகரே இல்லா வீரனாக ஆக்கும். ஆனால் வெல்வதும் வீழ்வதும் உன் கையிலேயே” என்றார்.

கார்த்தவீரியன் எழுந்து நர்மதையின் நீரலைகளில் தன் உருவை நோக்கினான். “சஹஸ்ரபாகு” என்று சொல்லிக்கொண்டான். அலைகள் நெளிந்து நெளிந்து எழுந்த படிமத்தில் தன் தோளிலிருந்து எழுந்த ஆயிரம் கைகளைக் கண்டான். வில்லும் வேலும் கதையும் கோலும் பாசமும் மழுவுமென படைக்கலங்களை ஏந்தியவை. ஏடும் எழுத்தாணியும் ஏந்தியவை. யாழும் முழவும் துடியும் பறையுமென இசைக்கருவிகள் சூடியவை. மலைகளைப் பெயர்ப்பவை. மேகங்களை அளாவுபவை. மரங்களைப் பிடுங்குபவை. மென்மலர் கொய்பவை. பெருங்களிற்றின் துதிக்கைகள், வண்ணத்துப்பூச்சியின் உறிஞ்சுகொம்புகள். சினம்கொண்டு எழுந்தவை, அருள்கொண்டு குவிந்தவை...

திகைத்தவிழிகளுடன் அவன் நோக்கி நின்றான். “அரசே, நீ செய்ய முடியாதது என இனி இவ்வுலகில் ஏதுமில்லை. எனவே செய்யக்கூடாதவையும் பலவே. வல்லமை என்பது பொறுப்பே என்றறிக. எந்த உயிரும் தன் எல்லைகளை மீறுவதில்லை. மானுடன் மீறமுடியாத எல்லைகளும் சில உண்டு. அவற்றை மீறாதிருப்பது வரை உன்னை வெல்ல எவராலுமியலாது” என்று சொல்லி தத்தாத்ரேயர் மறைந்தார்.

ஆயிரம் கைகளுடன் விண்ணிலெழுந்த கார்த்தவீரியன் ஒற்றைமரமே காடானதுபோலத் தோன்றினான். அவன் கைகள் திசைகளை எல்லாம் நிறைத்து அலையடித்தன. அவனுடைய பெருவல்லமையைக் காண விண்ணவர் வானிலெழுந்தனர். பேருருவம் கொண்டெழுந்த பெருமாள் அவன் என்றனர் முனிவர்கள். சீறும் பாதாள நாகங்களை உடலெங்கும் சுற்றிப் படமெடுத்த வாசுகி என்றனர் அசுரர்.

பார்கவ குலத்தவர் எங்கிருந்தாலும் தேடி அழிப்பேன் என வஞ்சினம் உரைத்து கார்த்தவீரியன் கிளம்பினான். ஆயிரம் கைகளால் அவன் திசைகளின் மூலைகளெங்கும் தேடினான். மலைக்குகைகளிலும் காட்டூர்களிலும் பதுங்கியிருந்த பிருகுக்களைத் தேடித்தேடிக் கொன்றான். அந்நாளில் ஒருமுறை அவன் நர்மதை நதிக்கரைவழியாகச் செல்லும்போது அழகிய தவக்குடில் ஒன்றைக் கண்டான். தன் வீரர்களுடன் அங்கே நுழைந்து அங்கு தவம் செய்துகொண்டிருந்த ஜமதக்னியைக் கண்டான். முனிவர் அவனை அடையாளம் காணவில்லை. அவனும் அவரை அறியவில்லை.

ஆயிரம் கைகள் கொண்டவனுக்கு ஜமதக்னி விருந்தளித்தார். ஒருநாளில் அத்தனை பாலை அவர் எங்கிருந்து கறந்தார் என்று கார்த்தவீரியன்

வியந்தான். தன் தவவல்லமையால் காமதேனுவின் தங்கையான சுசீலையை தன் தொழுவில் வளர்ப்பதாக ஜமதக்னி சொன்னார். அருங்கொலைசெய்த பாவங்களைப்போக்க பசுவுக்குப் பணிவிடை செய்துகொண்டிருந்தார் அவர். உடனே அப்பசுவைக் கவர்ந்து வரும்படி கார்த்தவீரியன் தன் பணியாளனாகிய சந்திரகுப்தனுக்கு ஆணையிட்டான். அவனை ஜமதக்னி கைநீட்டித் தடுத்தபடி "உண்டவீட்டில் பொருள்கொள்வது பெரும் பிழை... நில்" என்று கூவினார். "நான் பிருகுகுலத்து ருசீகரின் மைந்தனாகிய ஜமதக்னி. ஆற்றல்களை எல்லாம் தவத்தில் ஒடுக்கி அமர்ந்திருப்பவன்..." என்றார்.

பெருநகைப்புடன் திரும்பிய கார்த்தவீரியன் "நான் தேடிய இறுதித்துளி நஞ்சு நீரே. உம்மைக் கொன்று என் பகையை மீதமின்றி அழிப்பேன்" என்று அவரது சடைமுடிக்கொண்டையைப் பிடித்து கழுத்தைவெட்ட தன் வாளை எடுத்தான். "அரசே, இது போரல்ல. நான் போரை நிறுத்தி தவம்புரிய வந்திருக்கிறேன். நெருப்பை ஆளும் என் வல்லமையையும் போருக்கு எழும் என் களமறத்தையும் எல்லாம் தவத்தின் பொருட்டு மறந்திருக்கிறேன். முதுமையை தவத்தால் நிறைத்து என் மூதாதையர் அடிசேர விழைகிறேன். நாம் நம் குலப்பகையை இங்கேயே களைவோம்..." என்று கூவினார்.

"நான்கு தலைமுறைகளாக யாதவர்கள் சிந்திய விழிநீர் இன்றோடு நிலைக்கட்டும். பகையை எஞ்சவிடும் மூடனல்ல நான்" என்று சொல்லி வாளை ஓங்கிய கார்த்தவீரியன் வானில் அதைப் பற்றும் ஒரு கையைக் கண்டான். அது அவன் குலதெய்வமான தத்தாத்ரேயரின் கை. விடுக என அவன் மீண்டும் ஓங்க அந்த வாளை அவன் குலச்சின்னமாகிய கருடன் தன் உகிர்களால் பற்றியிருப்பதைக் கண்டான். மூன்றாம் முறை ஓங்கியபோது அவனுடைய தந்தையான கிருதவீரியனின் கைகள் அதைப்பற்றித் தடுப்பதைக் கண்டான். "நான் மீளா இருளுலகுக்குச் சென்றாலும் சரி, இந்தப் பெரும்பகை இனி எஞ்சக்கூடாது" என்று கூவியபடி அவன் ஜமதக்னியின் தலையை வெட்டினான்.

வெற்றிச்சின்னமாக சுசீலையை இழுத்தபடி அவன் மாகிஷ்மதிக்கு வந்தான். அந்தப் பசுவை தன் கொடிமரத்தில் கட்டிவைத்தான். ஹேகயகுலத்தவரை எல்லாம் வரவழைத்து அந்தப் பசுவை பார்க்கும்படி செய்தான். சுசீலை அதற்கு அளிக்கப்பட்ட எவ்வுணவையும் உண்ண மறுத்துவிட்டது. ஏழுநாட்கள் மாகிஷ்மதியில் வெற்றிக்களியாட்டம் நிகழ்ந்தது. பகையின் வேரறுத்து வந்த அரசனை வாழ்த்தி சூதர்கள் பாடினர். யாதவமூத்தோர் அவனை வாழ்த்தினர். படைகள் மதுவருந்தி களியாட்டமிட்டனர். பெண்கள் புதுமலர் சூடி காதலர்களுடன் இரவாடினர்.

ஏழாம்நாள் கொடிக்கம்பத்தில் சுசீலை இறந்துகிடந்தது. அதன் சடலத்தைப் புதைத்த அன்று மாகிஷ்மதியில் செங்குருதித் துளிகளாலான மழை பெய்தது. மக்கள் அஞ்சி தங்கள் இல்லங்களுக்குள் ஒடுங்கிக்கொண்டார்கள். நடுப்பகலிலும் இருள் வந்ததைக் கண்டு அஞ்சி ஒடுங்கி அமர்ந்திருந்த கோட்டைக்காவலர், பற்றி எரியும் பசுமரம்போல ஒரு தனி பிராமணன் கையில் மழுவுடன் வந்து தங்கள் கோட்டைவாயிலில் நிற்பதைக் கண்டனர். கோட்டையின் கதவில் தன் மழுவால் ஓங்கி வெட்டிய மழுவேந்தி "மாகிஷ்மதியின் மன்னன் என் தந்தையைக் கொன்றான். அவன் இதயம்பிளந்து குருதியை அள்ளிக் குளிக்க வந்திருக்கும் பார்கவ ராமன் நான். அவனை வெளியே வரச்சொல்" என அறைகூவினான்.

"ஒற்றைப் பிருகுவா என்னை எதிர்க்கவந்திருக்கிறான்?" என்று நகைத்தபடி எழுந்த கார்த்தவீரியன் தன் அரண்மனையின் பேராடியில் தன்னைப் பார்த்தான். அதிலெழுந்தன அவன் ஆயிரம் கைகள். ஆயிரம் படைக்கலங்களை வீசி ஆர்ப்பரித்து நகைத்தபடி கார்த்தவீரியன் மாகிஷ்மதியின் கோட்டையைத் திறந்து வெளிவந்தான். தன்னெதிரே ஒற்றைச்சிறு மழுவேந்தி நின்ற வெண்ணிறமான சிறுவனை நோக்கி "வெற்றியின் களிப்பைக்கூட எனக்களிக்க முடியாத சிறுவன் நீ. உயிர்வேண்டுமென்றால் தப்பி ஓடு" என்று எச்சரித்தான். "படைக்கலங்களுக்கு வல்லமையை அளிப்பது அறம். என் தந்தையை அரசஅறமும் போரறமும் விலங்கறமும் மீறி நீ கொன்றாய். உன் நெஞ்சைப்பிளக்காமல் என் மழு திரும்பாது" என்றான் பார்கவ ராமன்.

காட்டில் புயல் நுழைந்ததுபோல ஆயிரம் கைகளைச் சுழற்றியபடி கார்த்தவீரியன் பரசுராமன் மீது பாய்ந்து ஆயிரம் படைக்கலங்களை அவனை நோக்கி வீசினான். ஆனால் அவனுடைய ஆயிரம் கைகளும் ஒன்றுடன் ஒன்று முரண்பட்டுப் போரிட்டன. ஒரு படைக்கலத்தை இன்னொரு படைக்கலம் தடுப்பதை அவன் அறிந்தான். வில்லை கதை தடுத்தது. வேலை வாள் தடுத்தது. தங்களுக்குள் போரிடும் படை போல அவன் அங்கே திகைத்து நின்றான். பரசுராமனின் மழுவை அவனால் எதிர்கொள்ள முடியவில்லை. விண்ணெழுந்து சுழன்ற அவன் கைகளை ஒற்றைக்கோடரியால் பரசுராமன் வெட்டிக் குவித்தான்.

வெட்டுண்டு குவிந்து துடித்துக்கொண்டிருந்த தன் கைகளைத் திகைப்புடன் கார்த்தவீரியன் பார்த்தான். இறைஞ்சும் கைகள், விரித்த கைகள், தொழுத கைகள், இழந்து வெறுமையைக் காட்டிய கைகள், ஒன்றெனச் சுட்டிய கைகள், ஏன் என்று திகைத்த கைகள். மேலும் மேலும் குருதிகொட்டும் கைகள் வந்து குவிந்தன. இறுதியில் கைகளை இழந்து மண்ணில் சரிந்த கார்த்தவீரியன் தன்தலையை மண்ணை நோக்கிச் சரித்துக் குப்புற விழுந்தான். அவன் மார்பில் காலால் உதைத்துச்

சரித்து அவன் தலையை வெட்டி வீசினான் பார்கவராமன். அவன் பாறைநெஞ்சைப் பிளந்து அங்கே துடித்த இதயத்தைப் பறித்தெடுத்து அதை தன் தலையில் செந்தாமரை மொட்டு எனச் சூடிக்கொண்டான். அக்குருதியில் தன் உடல்நனைந்து குளித்தான்.

கங்கையின் துணைநதியான ரௌப்யையின் கரையில் பிரசர்ப்பணம் என்னும் ஆற்றிடைக்குறைச் சோலையில் முன்பு அனலின் அதிபரான ஜமதக்னி தவம்செய்த இடத்தில் ஈச்சைஓலைகளைப்பின்னிக் கட்டப்பட்ட வேள்விப்பந்தலின் அருகே போடப்பட்டிருந்த மரபீடத்தில் அமர்ந்து தன் யாழைமீட்டியபடி சூதரான ஜாங்கலர் கார்த்தவீரியனின் கதையைச் சொல்லி முடித்தார். "மாவீரனாகிய கார்த்தவீரியன் கொல்லப்பட்டதைக் கண்டு விண்ணிலெழுந்த தேவர்கள் அழுதனர். அது அக்குருதிநிலத்தின்மேல் இள மழையாகப் பொழிந்தது. நாகங்கள் துயர்கொண்டு சீறின. அக்காற்று அங்கே மரங்களை உலைத்தபடி கடந்துசென்றது. சூரியனின் துயரம் செந்நிறமாக வானில் விரிய அதன் மேல் இந்திரவில் எழுந்தது."

மாகிஷ்மதியின் மக்கள் கண்ணீருடன் வந்து தங்கள் அரசனின் உடல்தொகையைச் சூழ்ந்துகொண்டனர். பெரும்படையொன்று சிதறியதுபோல ஊன்வெளியாகக் கிடந்த அவன் உடலை அள்ளி சந்தனச்சிதையில் ஏற்றி எரியூட்டினர். அவ்வெரியில் தோன்றி மறைந்த பல்லாயிரம் முகங்களில் நான்கு தலைமுறைக்காலமாக எரியில் வெந்தழிந்த தங்கள் முன்னோர்கள் அனைவரும் தெரிவதைக் கண்டு அவர்கள் நெஞ்சில் அறைந்துகொண்டு கதறி அழுதனர். வெண்புகையாக அவன் விண்ணேறிச் சென்றதைக்கண்டு அவர்கள் ஓலமிட்டனர்.

"மாகிஷ்மதியை அன்றே ஹேகயகுலம் கைவிட்டது" என்றார் ஜாங்கலர். "கூட்டம்கூட்டமாக யாதவர்கள் அங்கிருந்து கிளம்பி வடதிசைக்கும் தென்திசைக்கும் செல்லத்தொடங்கினர். சிலர் தண்டகாரண்யம் கடந்து வேசரநாட்டுக்குச் சென்றனர். அங்கே வறண்டநிலத்தில் கன்றுகளை மேய்த்து வாழ்ந்தனர். சிலர் யமுனைக்கரையின் மழைக்காடுகளுக்குள் தங்கள் பசுக்களுடன் ஒளிந்து வாழத்தொடங்கினர். அவ்வாறாக யாதவகுலத்தவர் தங்கள் அரசையும் நகர்களையும் இழந்து மீண்டும் வெறும் ஆயர்களாக மாறினர்" என்றார் ஜாங்கலர்.

ஆனால் அவர்கள் ஒவ்வொருவரின் நினைவிலும் கார்த்தவீரியன் வாழ்ந்தான். அவனைப்பற்றிய கதைகளை அவர்கள் தங்கள் மைந்தர்களுக்குச் சொன்னார்கள். ஒருநாள் யாதவர்கள் தங்கள் இழந்த அரசை மீட்டெடுப்பார்கள் என்றும் மறைந்த பெருமைகளெல்லாம் மீண்டுவருமென்றும் சொன்னார்கள். யாதவகுலத்தை மீட்க மீண்டும்

ஆயிரம் பெருங்கைகளுடன் கார்த்தவீரியன் பிறந்துவருவான் என்று மூதாதையர் மைந்தர்களுக்குச் சொல்லிச்சென்றனர். எங்கோ மலைக்குகை ஒன்றில் சிறுமைந்தனாக அவன் சிம்மங்களுடன் விளையாடிக்கொண்டிருக்கிறான் என அன்னையர் குழந்தைகளுக்குக் கதைசொன்னார்கள்.

ஜாங்கலர் தொடர்ந்தார் "பார்கவராமன் நடந்துசென்ற ஒவ்வொரு பாதச்சுவடிலும் கார்த்தவீரியனின் குருதியும் நிணமும் சொட்டிவிழுந்தது. அவை விதைகளாகி செடியாகி எழுந்து மரமாயின. செந்நிறமான மலர்கள் பூக்கும் அசோகமரமாக ஆயின. அசோகமரத்தடியில் அவர்கள் ஆயிரம் கைகள் கொண்டவனை நெடுங்கல்லாக நிறுவி செந்நிறக் குங்குமமும் செந்தூரமும் பூசி வழிபட்டனர். அவன் கொல்லப்பட்ட ஃபால்குன மாத பஞ்சமி நாளில் அவனுக்கு வெண்கன்றை பலிகொடுத்து ஊன்சமைத்துப் படையலிட்டு வணங்கினர். யாதவகுலத்து மைந்தருக்கு ஒரு வயதாகும்போது அசோகமரத்தடியில் அமர்ந்த ஆயிரம்கரத்தோன் முன் அமர்த்தி வேலால் தோளில் குலச்சின்னம் எழுதி முடிகளைந்து பூசையிட்டு அவனை போர்வீரனாக்கினர்."

"அழியாத புகழ்கொண்ட கார்த்தவீரியனை வணங்குக. அவன் ஆயிரம் தடக்கைகளை வணங்குக. அவனுடைய ஒளிமிக்க விழிகளை வணங்குக. அவன் சொற்கள் நம் நெஞ்சில் அச்சமின்மையை அளிப்பதாக. ஓம் அவ்வாறே ஆகுக" என்று ஜாங்கலர் வணங்கி யாழை விலக்கினார். அவர் எதிரே அமர்ந்திருந்த துரியோதனன் பெருமூச்சுடன் சற்று அசைந்து அமர்ந்தான். துச்சாதனன் தமையனையே நோக்கி அமர்ந்திருந்தான்.

"அரசே, இந்த பத்ரதீபப் பதிட்டை, அன்று மாமன்னனாகிய கார்த்தவீரியன் செய்தது. அவனை ஆயிரம் கைகள் கொண்டவனாக ஆக்கியது இதுவே. உங்களையும் இது நிகரற்ற ஆற்றல்கொண்டவனாக ஆக்கும்" என்றார் வைதிகரான திரிகங்கர். "இவ்வேள்வியை முழுமைசெய்யும்போது நீங்கள் ஒன்றை மட்டும் நெஞ்சில்கொள்ளுங்கள். எது கார்த்தவீரியனை வீழ்த்தியதோ அப்பெரும்பிழையை நீங்கள் செய்யலாகாது. போரறமும் குலஅறமும் விலங்கறமும் மாறக்கூடியவை. மாறாதது மானுட அறம். அதன் எல்லைக்கோட்டை ஒருபோதும் மீறாதிருங்கள்" என்றார்.

துரியோதனன் தலையசைத்தான். "மூன்று நெருப்புகளும் முழுமையடைந்துவிட்டன இளவரசே. வந்து அவியளியுங்கள்" என வைதிகரான நந்தகர் அழைத்தார். துரியோதனன் எழுந்து கங்கையில் மூழ்கி எழுந்து ஈரம் சொட்டும் உடைகளும் குழலுமாகச் சென்று தர்ப்பைப்பீடத்தில் அமர்ந்துகொண்டான். திரிகங்கர் அவனுக்கு வலப்பக்கம் அமர இடப்பக்கம் நந்தகர் அமர்ந்தார். "எரியை மட்டும்

நோக்குங்கள் இளவரசே. இது பூதயாகம். இங்கே உங்கள் நெறி சற்று வழுவினாலும் சொல் சற்று பிழைத்தாலும் அகம் சற்று விலகினாலும் எரி எழுந்து உங்களையே சுட்டுவிடும் என உணருங்கள்" என்றார் திரிகங்கர்.

அதர்வவேதத்தின் நாதம் காளையின் குரல்போலவும் கழுகின் குரல்போலவும் குகையின் எதிரொலிகள் போலவும் எழுந்து சூழ்ந்துகொண்டிருக்க அழல்நடனத்திலிருந்து விழிகளை எடுக்காமல் துரியோதனன் அவியை அளித்தான். சுவையை அறிந்த நெருப்பின் நாக்கு மேலும்மேலும் என எழுந்தது. அவன் தலைக்குமேல் அதன் நாளங்கள் நெளிந்து படபடத்தன. நெய்யும் அன்னமும் ஊனும் கலந்து எரிந்த வாசனையை அள்ளிச்சுழற்றிய கங்கையின் காற்று நெடுந்தொலைவில் இருந்த மிருகங்களைக்கூட வெருண்டு ஓசையிடச்செய்தது.

அவியூட்டல் முடிந்ததும் "எழுந்து மூதாதையரை மும்முறை வணங்கி நீர்கொண்டு கங்கையை அடைந்து நீரோட்டத்தில் விடுங்கள்" என்றார் திரிகங்கர். துரியோதனன் வணங்கி செம்புக்குடுவையில் இருந்த நீரை எடுத்துக்கொண்டு சென்று கங்கையில் விட்டு மூன்றுமுறை தொட்டுக் கும்பிட்டான். புகை நுழைந்த நெஞ்சு கனத்து கண்கள் சிவந்து வழிந்தன. தலை கழுத்தை ஒடிப்பதுபோலக் கனத்தது. கங்கையை மும்முறை வணங்கி எழுந்தபோது ஒருகணம் அவன் கால்கள் தடுமாறி கண்கள் இருட்டின. சித்தத்தை நிலைபெறச்செய்து கால்களை அழுந்த ஊன்றி நீரை நோக்கியபோது அதில் நூறு இணைப்பெருங்கைகளுடன் தன்னுருவைக் கண்டு திகைத்து நின்றான்.

4

இரு மனிதர்கள் பகை கொள்ளும்போது தெய்வங்கள் மகிழ்ச்சி கொள்கின்றன. தமது ஆற்றலின் எல்லைகளை அறிந்துகொள்வதற்காகவே அவை மானுடரைக் கருவாக்குகின்றன. உள்ளங்களையும் சித்தங்களையும் தோள்களையும் படைக்கலன்களையும் சூழலையும் அவை எடுத்துக்கொள்கின்றன. ஆடி முடித்து குருதியையும் கண்ணீரையும் நினைவுகளையும் விட்டுவிட்டு மறைகின்றன. பகைகொண்ட இருமனிதர், பூசனையிட்டு பலிகுறிக்கப்பட்ட விலங்குகளைப்போல தெய்வங்களுக்கு விருப்பமானவர்கள்.

பகைகொண்ட மானுடரில் ஒன்பது தெய்வங்கள் குடியேறுகின்றன. முதலில் ஐந்து பாதாளநாகங்கள் ஓசையில்லாமல் வழிந்து அவர்களில் சேர்ந்து இருளுக்குள் சுருண்டுகொள்கின்றன. ஒன்றை ஒன்று நோக்கும் இருதலைகள் கொண்ட ஐயத்தின் நாகமான விப்ரமன், மூன்றாகப்பிரிந்த நாக்குள்ள தர்க்கத்தின் நாகமான ஹேதுமான், எப்போதும் நடுங்கிக் கொண்டிருக்கும் அச்சத்தின் நாகமான பரிதப்தன், ஒன்றின் மீது ஒன்றாக மூன்று படங்கள் கொண்ட ஆணவத்தின் நாகமான அஸ்மிதன், வாலும் தலையும் ஒன்றேபோலிருக்கும் தனிமையின் நாகமான ஏகாந்தன்.

அந்நாகங்களின் வாய்க்குள் உறையும் ஒளிமணி வடிவில் நான்கு வானகதெய்வங்கள் வந்தமைகின்றன. வீரத்தின் தெய்வமான சௌர்யன் எட்டுகைகளிலும் படைக்கலங்கள் கொண்டவன்; கூர்மதியின் தெய்வமான தீவ்ரன் ஒளிவிடும் வைரவிழிகள் கொண்டவன்; நினைவுத்திறனின் தெய்வமான ஸ்மாரன் முடிவிலாது ஓடும் மணிகள் கொண்ட ஜெபமாலையை வலக்கையிலும் இடக்கையில் விளக்குச்சுடரையும் ஏந்தியவன்; ஒருமையுள்ள சித்தத்தின் தெய்வமான யோகன் தாமரைபோல் கால்குவித்து தன்னுள் தானாழ்ந்து அமர்ந்தவன்.

பகைகொண்டவர்களை ஒருவருக்கொவர் முற்றிலும் நிகரானவர்களாக ஆக்குகின்றன தெய்வங்கள். ஒருவரை ஒருவர் தவம்செய்கிறார்கள். அந்தத் தவம் மூலம் ஒருவரை ஒருவர் நிரப்பிக்கொள்கிறார்கள். ஒருவர் பிறராக ஆகிறார்கள். அவர்களின் சூழலால் சுற்றத்தால் பிறிதொன்றிலாத ஆன்மாவின் தனித்தன்மையால் ஓர் அணுவிடை அவர்கள் நிகர் இழந்தால்கூட தெய்வங்கள் அதை நிரப்ப முட்டி மோதுகின்றன. அவர்களை நிகராக்கிக்கொண்டே சென்று முற்றிலும் சமன் நிகழ்ந்த கணத்தில் விலகிக்கொண்டு ஆட்டத்தைக் குனிந்து நோக்குகின்றன. தெய்வங்களுக்காக மனிதர்கள் ஆடும் ஆட்டத்தில் மனிதர்களுக்காக தெய்வங்கள் ஆடத்தொடங்கிவிடுவதைக் கண்டு அவர்கள் இருவரையும் படைத்த பிரம்மன் புன்னகை செய்துகொள்கிறான்.

துரியோதனனின் பேச்சுக்களையும் கையசைவுகளையும் பார்த்த தம்பியர் அவன் பீமனைப்போல ஆகிவிட்டிருப்பதாக உணர்ந்தனர். ஐயத்துடன் துச்சாதனன் துச்சலனிடம் அதைச் சொன்னான். "இளையபாண்டவனுக்கு நாகங்களின் அருளிருக்கிறது. அதனால்தான் அவன் கங்கையின் ஆழத்திலிருந்து மீண்டு வந்தான். அவனுடைய ஏவல் நாகங்கள் ஒவ்வொருநாளும் அவனுடைய உள்ளை அள்ளி வந்து நம் தமையனுக்குள் நுழைத்துக்கொண்டிருக்கின்றன" என்றான். துச்சலன் திகைத்த விழிகளுடன் வெறுமனே நோக்கினான்.

பேசிக்கொண்டிருக்கும் பீமனில் துரியோதனன் வந்து செல்வதைக் கண்டு தருமன் அஞ்சினான். "தம்பி, அவனை ஆட்கொண்டிருக்கும் தெய்வங்களே உன்னிலும் நுழைந்துகொண்டிருக்கின்றன" என்றான். பீமன் நகைத்தபடி "எனக்குள் எதுவும் அன்னமாக மட்டுமே நுழையமுடியும் மூத்தவரே" என்றான். திரும்பி வந்த பீமன் வேறு ஒருவன் என்பதை தருமன் உணர்ந்திருந்தான். என்ன நடந்தது என மீளமீளக்கேட்டும் பீமன் கங்கையில் கால்கள் கொடிகளில் சிக்கி மூழ்கிவிட்டதாகவே சொன்னான். ஆனால் அதில் எப்படியோ கௌரவர்களின் பங்கு ஒன்று உண்டு என தருமன் உய்த்தறிந்திருந்தான்.

தான்யகடகத்திற்குச் சென்றுகொண்டிருந்த திமிலில் சூதரின் நண்பரான விஸ்வகர் அஸ்தினபுரியின் கதையைச் சொல்லிக்கொண்டிருந்தார். பொதிசுமந்த திமில்கள் ஆற்றின் பெருக்கில் இறங்கிக்கொண்டிருந்தன. பிரம்புகளை அடர்த்தியாகப் பின்னி செய்யப்பட்ட அவற்றின் உடலுக்குள் நீர் நுழையாத கனத்த தோலுறை இருந்தது. விஜயபுரியில் இருந்து வண்டியில் வந்து எத்திபொத்தலாவில் அப்படகுகளில் ஏறிக்கொண்டபோது அவற்றின் வடிவம் இளநாகனைத் திகைக்கச்செய்தது. பிரம்புச்சுருள்களால் ஆன தீபவடிவத் திமில்கள் நீரில் நிலைகொள்ளாது எழுந்தமைந்துகொண்டிருக்க பெரிய கழிகளை ஊன்றி அவற்றைச் செலுத்தும் திமிலோட்டிகள் அவற்றை நீரில் மிதக்கவிட்டு அமரத்தில்

அமர்ந்திருந்தனர். பொதிகள் ஏற்றப்பட்டு அவை கனத்து அமிழ்ந்ததும் அவற்றின் உடல்கள் அமைதிகொண்டன.

கிருஷ்ணையின் விரைந்த நீர் அவற்றை அள்ளி சுழற்றிக்கொண்டு செல்லும்போதுதான் அந்த வடிவின் நோக்கத்தை இளநாகன் உணர்ந்தான். கரையோரத்தில் எழுந்து நின்ற பாறைவிளிம்புகளிலும் ஆற்றுக்குள் அவ்வப்போது செங்குத்தாக எழுந்த கரிய அடுக்குப்பாறைகளிலும் முட்டிக்கொண்டாலும் திமில்கள் உடையவோ கவிழவோ இல்லை. மோதலின் விசையை அவற்றின் மூங்கில்பின்னல் உடலே எடுத்துப் பகிர்ந்துகொண்டது. அவற்றின் திசையை திமிலோட்டிகள் கழிகளால் கட்டுப்படுத்திக் கொண்டுசென்றார்கள். அவை ஒன்றை ஒன்று முட்டியும் விலகியும் முன்பின்னாகச் சுழன்றும் சென்றன.

படகில் ஏறிக்கொண்டு காத்திருந்தபோது கீகடர் "தான்யகடகம் நெற்குவை நகரம். ஆந்திரப்பெருநிலத்தில் உள்ள நெல்லெல்லாம் கிருஷ்ணை வழியாக அங்குதான் வந்துசேர்கின்றன. நெல்மூட்டைகள் நகரைவிடப் பெரிய அடுக்குகளாக அமைந்திருக்கும்" என்றார். "பெருநாவாய்கள் கிருஷ்ணை வழியாக தான்யகடகத்தின் பெருந்துறை வரை வரும். பொன்னையும் மணிகளையும் மதுவையும் பட்டுகளையும் கொடுத்து நெல்கொண்டுசெல்வார்கள். யவனர்களும் காப்பிரிகளும் சோனகர்களும் பீதர்களும் அங்கே நகரமெங்கும் நிறைந்து தங்கள் மொழியில் பேசிக்கொண்டிருப்பார்கள்."

அஸ்வர் "நூறாண்டுகளுக்கு முன்பு என் முதுமூதாதை பஞ்சகர் இங்கே வந்தபோது இது ஒரு சிற்றூர். கிருஷ்ணை நதி வளைந்து விரைவழிந்து செல்வதாலும் பாறைகள் இல்லாமலிருந்ததனாலும் இங்கே திமில்கள் ஒன்றுகூடும் சந்தை ஒன்று உருவாகத் தொடங்கியிருந்தது. கடலுக்குள் இருந்து பெருநாவாய்கள் வரத்தொடங்கவில்லை. முற்காலப்பெயர் சாலவனம். இங்கிருந்த காட்டை ஆண்ட குலத்தலைவன் கிருஷ்ணையின் கரையில் ஓர் அன்னசாலையை அமைத்து வணிகர்களிடம் தீர்வை பெற்றுக்கொண்டிருந்தான்..." என்றார்.

"அவனை அன்னவாகனன் என்றும் சாலவாகனன் என்றும் வணிகர்கள் சொன்னார்கள். பஞ்சகர் அவனுடைய அன்னசாலையில் ஒருநாளில் பத்தாயிரம் இலைகள் விழுந்தன என்று வியந்து எழுதியிருக்கிறார்" என்றார் அஸ்வர். "இன்று சாலவாகனர்கள் அரசர்களாக ஆகிவிட்டனர். கொடியும் குடையும் படையும் கோட்டையும் கொண்டவர்கள். தங்கள் நாணயங்களிலும் முத்திரைகளிலும் தங்களை சாதவாகனர் என்றும் சதகர்ணி என்றும் பொறித்துக்கொள்கிறார்கள். கிழக்கே கலிங்கமும் வடக்கே விதர்பமும் மேற்கே மாளவமும் அவர்களைக் கட்டுப்படுத்தும் எல்லைகள்."

படகு கிளம்பி நீரொழுக்கில் சென்றபோது அருகே வந்த படகில் இருந்த ஒரு சூதரைக்கண்டு கீகடர் “விஸ்வகரே நீரா? நீரும் உமது குழுவினரும் கலிங்கத்தில் நோய் கண்டு மாண்டுவிட்டீர்கள் என்றல்லவா அறிந்தேன்?” என்றார். அவர் உரக்க நகைத்து “நீர் திருவிடத்தில் போரில் மாண்டதை கண்ணால் கண்டதாக சரபனும் கிரீஷ்மனும் என்னிடம் பத்துமுறை உறுதி சொன்னார்கள்” என்றார்.

“சூதர்களுக்கு நூறு இறப்பு.நூறு பிறப்பு” என்றார் கீகடர் சிரித்துக்கொண்டு. “அங்கே என்ன செய்கிறீர்? எங்கள் படகில் ஏறிக்கொள்ளும். நாட்பட்ட வியாதிபோல விடாது கூடவரும் முற்றிய பழங்கள் குடம் நிறைய இருக்கிறது.” விஸ்வகர் நகைத்துக்கொண்டு “ஆம், சொல்மகளும் கள்மகளும் ஒருகுலம். மூப்படையும்தோறும் அழகுகொள்பவர்கள்” என்றார். படகுகள் நடுவே போடப்பட்ட பலகை வழியாக இப்பால் வந்து “என் துணைவர்கள் இருவரும் கலிங்கத்தில் வயிற்றுநோயால் இறந்தனர். அது முதல் நானும் என் யாழுமே இருக்கிறோம்” என்றார். “இனிய யாழ். தனிமைக்கு அது சிறந்த துணையே” என்றார் கீகடர்.

அனலில் சுட்டமீனையும் இலையில் பொத்தி ஆவியில் வேகவைத்த அரிசி அப்பத்தையும் தின்று மீசையை நீவிவிட்டபடி விஸ்வகர் மரப்பலகையில் நன்றாகச் சாய்ந்து கிருஷ்ணையை நோக்கினார். “பாரதவர்ஷத்தின் கரிய நீள் குழல் என இந்நதியைச் சொல்கிறார்கள். கிருஷ்ணவேணி என்றுதான் பழைய பாடல்கள் சொல்கின்றன” என்றார். “இந்நீருக்குச் சற்று இரும்புச்சுவை உள்ளது. இதன் ஆழ்நீலநிறம் அவ்வாறு வருவதே” என்றார் கீகடர். விஸ்வகர் பெருமூச்சுவிட்டு “நான் தான்யகடகம் சென்று அங்கிருந்து நாவாய் வழியாக தாம்ரலிப்தி செல்கிறேன். கங்கையில் நுழைந்து ஆரியவர்த்தத்தைக் கோடைகாலத்தில் சென்றடைவேன் என நினைக்கிறேன்” என்றார். தன்னுள் சற்றுநேரம் ஆழ்ந்து அமர்ந்துவிட்டு “அங்கே நான் விட்டுவிட்டு வந்தவை எவையும் இருக்காது. புதிய குழந்தைபோல புது ஒளியில் விழிமலர்ந்து புதிய நிலத்தில் கால்வைத்து மீண்டும் வாழத்தொடங்கவேண்டும்” என்றார்.

கீகடர் “காசிக்கு மீள்கிறீரோ?” என்றார். “இல்லை. நான் அஸ்தினபுரிக்குச் செல்கிறேன்” என்றார் விஸ்வகர். “காந்தமலை போல சூதர்களை எல்லாம் அந்நகர் இழுத்துக்கொண்டிருக்கிறது. நேற்று முன்தினம் ஒரு முதுசூதரைக் கண்டேன். அஸ்தினபுரியில் என்ன நிகழ்கிறது என்று சொன்னார். காவியமொன்று சிலந்திவலை போல விரிந்துகொண்டிருக்கிறது என்றார். மானுடர் அதில் சிறுபூச்சிகள் போல சிறகு அதிரப் பறந்து வந்து விழுந்துகொண்டிருக்கிறார்கள். சூதர்கள் அங்கே சென்றுசேர்வதென்பது தேன் குடத்தில் விழுந்து உயிர்துறக்கத் துடிக்கும் ஈயின் இச்சையால்தான்.”

கீகடர் “என்ன நிகழ்கிறது அங்கே?” என்றார். “அஸ்தினபுரியின் இளவரசர்கள் நடுவே மின்னும் கொலைவாள் வைக்கப்பட்டுவிட்டது” என்றார் விஸ்வகர். அந்தச் சொல்லாட்சியால் அகம் நிலைத்து அவர்கள் ஒருவரை ஒருவர் நோக்கிக்கொண்டு அமர்ந்திருந்தனர். பின்னர் கீகடர் சிரித்தபடி “காட்டில் வேட்டையும் நாட்டில் போரும் நிகழாமல் படைப்புநெறி செயல்படுவதில்லை விஸ்வகரே” என்றார்.

விஸ்வகர் “மதம்பொழியும் யானைமுகத்தில் ஈக்கள்போல சூதர்கள் அவர்களிருவரையும் மொய்த்துக்கொண்டு ரீங்கரிக்கிறார்கள். எங்கு சென்றாலும் அஸ்தினபுரியிலிருந்து வருகிறேன் என்று சொல்லி ஒரு சூதன் பாடத் தொடங்கிவிடுகிறான், அனைத்தையும் அருகிருந்து கண்டவன்போல. நடக்கப்போவது அனைத்தையும் முன்னறிந்தவன் போல. அவற்றில் எது மண்ணின் உண்மை எது சூதனின் உண்மை என்று சூதர்களாலேயே இனிமேல் சொல்லமுடியாது” என்றார். “இரு இளவரசர்களும் சந்தித்துக்கொண்டதைப்பற்றி பாகுவிஜயம் என்னும் ஒரு காவியத்தை நேற்று கேட்டேன். இருவரையும் உள்ளங்கையில் வைத்துப் பார்த்தது போலப் பாடுகிறான் சூதன்.”

அவர்கள் தான்யகடகத்துக்குச் செல்லும் வழியில் விஸ்வகர் அதை யாழிசைத்துப் பாடினார். இருமருங்கும் செங்குத்தாக உயர்ந்து நின்ற அடுக்குப்பாறைகளுக்குமேல் எழுந்து வேர்களால் பாறைகளைக் கவ்வி நின்ற மரங்களை அண்ணாந்து நோக்கியபடி இளநாகன் அதைக் கேட்டுக்கொண்டிருந்தான். வேர்கள் பாறைகளின் இடுக்குகள் வழியாக உறைந்த ஓடை போல வழிந்து கீழே பாறைவிளிம்பை அலைத்து ஓடிய கிருஷ்ணையின் ஆழ்நீல அலைகளில் மிதந்து கொண்டிருந்தன. பெரிய மீன்கள் காலம் நிலைத்த பார்வையுடன் மேலெழுந்து வந்து சிறகுகள் அலைபாய அசையாமல் நின்றன.

கங்கையில் நீராடி மேலாடையைப் பிழிந்துகொண்டு மேலேறிவந்த பீமன் வேர்ப்படிகள் வழியாக இறங்கிவரும் துரியோதனனைக் கண்டு சித்தம் உறைந்து அங்கேயே நின்றுவிட்டான். ஒருகணம் திகைத்தான் என்றாலும் துரியோதனன் தன்னை மறுகணமே நிலைப்படுத்திக்கொண்டான். பார்வையை விலக்கிக்கொண்டு திடமான சீரான காலடிகளுடன் அவன் இறங்கி வந்தான். இருவருமே அடைந்த முதல் எண்ணம் ‘இவன் என்னைப்போலவே இருக்கிறான்’ என்பதுதான். அருகணைந்து ஒருவரை ஒருவர் நோக்கியபோது ஆடிப்பாவையை கண்ணோடு கண்நோக்கும் திகைப்பை அவர்கள் அறிந்தனர். கடந்து செல்லும்போது ஒருவர் இன்னொருவரை முழு உடலாலும் உணர்ந்துகொண்டிருந்தனர்.

பீமன் அசையாமல் நின்றுகொண்டிருந்தான். துரியோதனனின் கால்கள் தயங்கின. பீமனின் உடலில் ஓர் அசைவு நிகழ்ந்ததும் துரியோதனன்

நின்றுவிட்டான். இருவரும் மீண்டும் விழிகளால் சந்தித்துக்கொண்டனர். அத்தருணத்தில் சொல்வதற்கு ஒன்றுமே இல்லாமலிருக்கும் என்பதை உணர்ந்து பீமன் திகைப்படைந்தான். பீமனின் விழிகள் அத்தனை ஒழிந்தவையாக இருக்குமென அறிந்து துரியோதனனும் வியந்துகொண்டான். அந்தத் தருணத்தின் எடையாலேயே அதை உடனே தவிர்த்துவிடவேண்டும் என்ற விருப்பமே அவர்கள் இருவரிடமும் இருந்தது.

அவர்களைச் சுற்றி மலர்களில் வண்ணத்துப்பூச்சிகளாகவும் மரக்கிளைகளில் சிட்டுக்குருவிகளாகவும் காலடியில் நகரும் சிற்றுயிர்களாகவும் தெய்வங்கள் சூழ்ந்து அவர்களைப் பார்த்துக்கொண்டிருந்தனர். பதைப்புடன் அவர்கள் வண்ணச்சிறகுகளை அடித்துக்கொண்டனர். பரபரப்புடன் ஏறி இறங்கி தங்களுக்குள் கூரிய சொற்களால் பேசிக்கொண்டனர், ஒற்றைச்சொல்லை சுமந்தபடி நெளிந்தனர்.

குழந்தைமையின் தெய்வமான சலபை வண்ணத்துப்பூச்சியாக சிறகுகளில் பெரிய நீலவிழிகள் மலர்ந்து அசைய பீமனின் அருகே வந்து காற்றில் எழுந்தமைந்தாள். தாய்மையின் தெய்வமான ஜனன்யை கனத்த இல்லத்தை முதுகில் சுமந்தபடி ஏழுவண்ணத் தடமொன்றை இழுத்தபடி நத்தை வடிவில் துரியோதனின் கால்களைத் தொடவந்தாள். முதிரா இளமையின் தெய்வமான கிசோரகன் செம்பட்டுச் சிட்டுக்குருவியாக விருட் என சிறகுகளை அடித்தபடி காற்றில் தாவி ஏறிச் சுழன்று வந்து அவர்களைச் சுற்றிப் பறந்தான். விண்ணவர்களின் வாழ்த்து மெல்லிய குளிர்காற்றாக கங்கையின் அலைகளில் பரவி எழுந்து வந்தது. வானில் அவர்களுக்குமேல் கந்தர்வர்கள் விரித்த வெள்ளிச்சாமரம் ஒளியுடன் விரியத்தொடங்கியது.

அக்கணத்தில் பீமனின் இடத்தோளில் வாழ்ந்த பெருநாகமான மகாஜயன் தன் வன்தசைகள் புடைக்க மெல்ல அசைந்து எழுந்தான். அதைக்கண்டதுமே துரியோதனனின் தோள்களில் ராகு இறுகிப்புடைத்து எழுந்தான். பீமனின் வலத்தோளில் வாழ்ந்த ஜயன் மகாஜயனின் தலையை அழுத்திப்பற்றிக்கொள்ள பீமனின் உடலில் தசைகள் எழுந்தன. துரியோதனனின் வலத்தோளில் வாழ்ந்த கேது எழுந்துநெளிந்து அமைந்தான். நான்கு நாகங்களும் ஒன்றையொன்று பார்த்தபடி இறுகி நெளிந்தபோது விண்ணில் தேவசாமரத்தின் ஒளி இருண்டது. கங்கை தன் இனிய மூச்சை அடக்கிக்கொண்டு நோக்கினாள். ஜனன்யை தன் உடலைக் கூட்டுக்குள் இழுத்து சுருண்டுகொண்டாள். கிசோரகன் உச்சிமரக்கிளைமேல் சென்று அமர்ந்து விழிகளை விண் நோக்கித் திருப்பிக்கொண்டான். சலபை தன் சிறகுகளை ஒன்றுடன் ஒன்று சேர்த்து விழிகளை மூடி ஓர் இலைமேல் அமர்ந்தாள்.

ஒரு சொல்லும் பேசாமல் அவர்கள் விலகிச்சென்றனர். அந்தக் கணத்துக்கு முன்புவரை அவர்கள் மற்றவரைப்பற்றியே எண்ணிக்கொண்டிருந்தனர். அதன்பின் அவர்கள் இருவருமே தங்களைப்பற்றி எண்ணிக்கொண்டு சென்றனர். பீமனின் பெருந்தசைகளில் துரியோதனன் தன் உடலைக் கண்டான். துரியோதனனின் உடலில் பீமன் தன்னைக் கண்டான். ஆடிமுன் நின்று தன் ஒவ்வொரு தசையையும் நோக்கிக்கொண்டிருந்தனர். கனத்த காலடிகளில் ஒன்று இறங்கிச்செல்ல ஒன்று ஏறிச்செல்ல மெல்ல நெடுமூச்செறிந்து மரங்கள் அசைந்தன. கங்கையின் காற்று அங்கே எஞ்சியிருந்த எண்ணங்களை அள்ளி வீசி அவ்வெட்டவெளியைத் தூய்மையாக்கியது.

மரக்கிளைமேல் இருந்த கிசோரகன் வானில் சுழன்றுகொண்டிருந்த செம்பருந்து ஒன்றின் விழிகளைச் சந்தித்தான். “அரசே, நான் இக்கணங்களில் துடித்துப் பறப்பவன். நீங்கள் முக்காலங்களிலும் வட்டமிடுபவர்” என்றான். “சொல்லுங்கள் தேவ, இனி எப்போது? அடுத்த தருணம் எது?” மெல்ல காற்றிலிறங்கி அருகே வந்து வளைந்து செம்பருந்து சொல்லிச் சென்றது. “இனி இறுதிப்போர். தெய்வங்கள் ஆடும் களம். காலம் விளைந்து முழுத்த கணம்.”

தன் கூட்டுக்குள் இருந்த ஜனன்யை நடுங்கினாள். அதிர்ந்த விழிகளுடன் எழுந்த சலபை இலைகளின் அதிரும் விளிம்புகளுக்கு வளைந்து வளைந்து காட்டுக்குள் சென்று மறைந்தாள். தேவர்களும் விண்ணவரும் ஒருவர் விழியை ஒருவர் நோக்காது தலைகுனிந்து நடந்து விலகினர். அவர்களுக்கு முடிவின்மை எனும் தீயூழ் விதிக்கப்பட்டுள்ளது. அவர்கள் காண்பதேதும் புதியவை அல்ல. ஆகவே ஒவ்வொன்றிலும் பொறிக்கப்பட்டுள்ள இனி என்னும் முடிவிலியை அவர்கள் அறிவதில்லை. எனவே அவர்கள் நம்ப ஏதுமில்லை. எதிர்பார்க்கவும் கனவுகாணவும் ஏதுமில்லை. தோழர்களே முள்மீதமர்ந்து சிறகடிக்கும் வண்ணத்துப்பூச்சியின் பேதமைதான் எத்தனை மகத்தானது! எத்தனை வகையான அறியாமைகளால் வாழ்த்தி மண்ணுக்கனுப்பப்பட்டவன் மானுடன்!

திமில், முதலை போல நீரை அமைதியாகக் கிழித்துச்செல்ல இளநாகன் சொல் விம்மும் நெஞ்சுடன் அமர்ந்திருந்தான். விஸ்வகர் தன் யாழை எடுத்து தோலுறையால் மூடும் ஒலி மட்டும் கேட்டது. அனைத்தும் ஒரு பெருங்காவியம் என்று இளநாகன் நினைத்தான். நிகழ்வனவெல்லாம் காவியமாகிக்கொண்டிருக்கின்றன. காவியம் நிகழ்வுகளின் பின்னால் வந்து நின்று பொறுமையிழந்து தன் மத்தகத்தால் முட்டிக்கொண்டிருக்கிறது. ‘விரைக... இன்னும் விரைக!’

தான்யகடகத்தை அடைந்த திமில்கள் விரைவழிந்து ஒன்றை ஒன்று முட்டி நின்றன. கிருஷ்ணை வழியாக வந்த பெருநாவாய்கள் ஒன்றுடன் ஒன்று

தோள்முட்டி அசைந்துகொண்டிருந்த துறைக்குமேல் உருளைப்பாறைகளை அள்ளிவைத்துக் கட்டியதுபோன்ற கோட்டைச்சுவர் நெல்மூட்டைகளால் ஆனதுபோலத் தோன்றியது. அதன் உச்சியில் சதகர்ணிகளின் அமர்ந்த மாகாளைச் சிலை செருக்குடன் தலைசரித்து அமர்ந்திருந்தது.

கரையில் இருந்து யானைகள் வடங்களால் இயக்கிய கனத்த மரத்தடிகளால் ஆன நெம்புகோல் விற்கள் அரக்கர்களின் கைகள் போல இறங்கி நதிக்குள் நின்ற திமில்களை நோக்கி வந்தன. கயிற்றுவலைகளில் நெல்மூட்டைகளைப் போட்டு அவ்விற்களின் இரும்புக்கொக்கிகளில் வினைவலர் மாட்டினர். விற்கள் அவற்றைத் தூக்கி வானில் சுழற்றி கரையில் கொண்டுசென்று அங்கே இருந்த அடுக்குகள் மேல் வைத்துக்கொண்டிருந்தன. துறைமுகம் நூற்றுக்கணக்கான கைகள் கொண்ட சிலந்தி போலிருப்பதாக இளநாகன் எண்ணிக்கொண்டான்.

அவர்கள் கரையிறங்கி சுமைதூக்கிகளும் யானைப்பாகர்களும் வண்டியோட்டிகளும் வேலேந்திய காவல்வீரர்களும் வெயிலில் வியர்வை வழிய கூச்சலிட்டுக்கொண்டிருந்த தான்யகடகத்தின் துறைப்பரப்பில் இறங்கி நடந்தனர். நெல்மூட்டைகளால் ஆன கோட்டைகள் என வளைந்து வளைந்து சென்றன கிட்டங்கிகள். உயரமற்ற கோட்டைவாயிலுக்குக் காவலாக நின்றிருந்த வீரர்கள் நடந்துசெல்பவர்களை எவ்வகையிலும் கருத்தில்கொள்ளவில்லை.

தான்யகடகத்தின் நகர்மையம் நோக்கிச்செல்லும் பாதையின் இருபக்கமும் நூற்றுக்கணக்கான வணிகர்கள் மரத்தட்டிமேல் வைக்கோல்அடுக்கிக் கூரையிடப்பட்ட கடைகளில் அமர்ந்திருந்தனர். அக்கடைகளில் பலவண்ணத் தலைப்பாகைகளுடன் வெவ்வேறு இனங்களைச் சேர்ந்த வணிகர்கள் கூச்சலிட்டபடி கூடியிருந்தனர். அவர்கள் உண்ணுவதற்காக இஞ்சியுடன் வெல்லமும் புளிக்காயும் போட்டுக் காய்ச்சிக் குளிர்வித்தவையும் தேனில் மிளகிட்டு நீரூற்றிச்செய்யப்பட்டவையுமான பானகங்கள் மண்குடுவைகளில் சென்றுகொண்டிருந்தன. அந்த அங்காடியெங்கும் பலநூறு கடைகள் இருந்தாலும் ஒரு கடையிலும் விற்பனைச்சரக்கு என ஏதுமிருக்கவில்லை.

“இவர்கள் விற்பது எதை? அல்லது எதை வாங்குகிறார்கள்?” என்றான் இளநாகன். அப்போதுதான் அதைக் கண்டவராக கீகடர் “ஆம், இங்கே பொருட்களென ஏதுமில்லையே?” என்றார். விஸ்வகரும் சற்று வியப்புடன் “ஆம், அவர்கள் பேசுவதைக் கண்டால் தங்கள் கைகால்களைத்தான் விற்கிறார்கள் என்று தோன்றுகிறது” என்றார். “பார்ப்போமே” என கீகடர் ஒரு கடைநோக்கிச் சென்றார். தயங்கியபின் இளநாகனும் தொடர்ந்துசென்றான்.

வணிகர்கள் தனித்த சொற்களால் பேசிக்கொண்டார்கள். ஏடம், பிடகம், தலம், கடம், அக்கடம், இக்கடம், சிலகம், பலம், பனகம் என்னும் சொற்களை இணைத்து அவர்கள் சொல்வது எண்களை என இளநாகன் உணர்ந்ததும் அவன் அகமே கிளர்ச்சியுற்றது. “இது என்ன மொழி?” என்றார் கீகடர். பெருவணிகரான எல்லர் “பாணரே, இது இங்கு வணிகத்துக்குரிய குறிமொழி. ஒவ்வொரு எண்ணுக்கும் ஊருக்கும் பொருளுக்கும் வேறுசொற்கள் உள்ளன” என்றார். கீகடர் “கலைமகள் வற்றாத முலைச்சுரப்புடையவள்” என்றபின் “ஏடம் என்றால் என்ன?” என்றார். “ஒன்று” என்ற வணிகர் நகைத்தபடி “அதற்குமேல் சொல்பயிலவேண்டுமென்றால் நீங்கள் எங்களுடன் வணிகம்செய்யவேண்டும்” என்றார்.

விஸ்வகர் “இங்கே நீங்கள் செய்யும் வணிகம் என்ன?” என்றார். “நெல்மூட்டைகள்தான்” என்றார் எல்லர். “ஆனால் நாங்கள் இங்கே எதையும் காணவில்லையே?” “நெல்மூட்டைகள் நகருக்கு வெளியே கிருஷ்ணையைச் சுற்றி அடுக்கப்பட்டுள்ளன. எப்போதும் இந்நகரில் பலலட்சம் நெல்மூட்டைகள் இருக்கும்” என்றார் எல்லர். “ஆந்திரத்தின் விரிநிலம் முழுக்கச் சென்று வாங்கிக்கொண்ட நெல்லை வணிகர்கள் இங்கே கொண்டுவருவார்கள். பெருந்திமில்களிலும் மஞ்சல்களிலும் தோணிகளிலும் நெல்வந்துசேரச்சேர நாங்கள் அவற்றை வாங்கிக்கொள்வோம். அவற்றை நதிக்கரையில் அடுக்கிக் காவலிட்டுக்கொள்வோம்” என்றார் எல்லர்.

“நெல் கொண்டுவரும் உள்நாட்டு வணிகர்களால் பீதர்களிடமோ யவனர்களிடமோ நேரிடையாக வணிகம் செய்ய முடியாது. மொழியும் வணிகமுறைமையும் அவர்களுக்குத்தெரியாது. மேலும் பீதர்களின் நாவாய்களோ யவனக்கலங்களோ வருவது வரை இங்கேயே தங்கள் நெல்மூட்டைகளுடனும் கலன்களுடனும் காத்திருப்பதும் அவர்களுக்காகாது. நாங்கள் வாங்கி சேர்த்துவைத்து நல்லவிலை கிடைத்ததும் விற்றுவிடுவோம்” என்று சொன்னார் எல்லர். “எங்களுக்குள்ளேயே நெல்லை விற்போம். அடகு வைப்போம். புதியதிமில்கள் வரும்போது கையிருப்பை விற்றுவிட்டு குறைந்த விலைக்கு வாங்குவது மேலும் பொருளீட்ட உதவுவது...”

“ஆகவே இங்கே வந்து கிருஷ்ணைக்கரையில் அடுக்கப்படும் நெல்மூட்டைகள் இருந்த இடத்திலிருந்து அசையாமலேயே பலமுறை விற்கப்பட்டு பலர் கைகளுக்கு மாறிச்சென்றுகொண்டிருக்கும். அவற்றின்மேல் பல்லாயிரம் பணம் ஓடிக்கொண்டிருக்கும். சாலிவாகன நாணயங்கள் கலிங்க நாணயங்களாகும். அவை பீதர்மணிகளாகவும்

யவனப்பொன்னாகவும் ஆகி மீண்டும் சுழன்றுவரும்... வந்திறங்கியபின் ஒரே முறைதான் அவை அடுக்கிலிருந்து எடுக்கப்படும். பெருநாவாய்களுக்குச் செல்லும்போது.”

“நெல்லை விற்பவர் இங்கே எதைக் கொண்டுவருவார்?” என்று இளநாகன் கேட்டான். “தன்னிடம் இருக்கும் நெல்லின் அளவைப்பற்றிய சொல்லை மட்டும்தான். பெருவணிகனின் சொல்லையே பொருளாகக்கொண்டு பொன்கொண்டு வாங்கிக்கொள்வோம். வணிகர் சொல்பிழைத்ததென்பது தான்யகடகம் இதுவரை அறியாதது” என்றார் எல்லர். “நான் வாங்கிய சொல்லை பிறிதொருவருக்கு விற்பேன். அவர் மீண்டும் விற்பார்...”

இளநாகன் வியந்து நோக்கினான். பெரிய செந்நிறத் தலைப்பாகையுடன் வந்த வணிகர் ஒருவர் “எல்லரே, வணங்குகிறேன்” என்றார். எல்லர் அவரை வரவேற்று அமரச்செய்வதை அவர்கள் நோக்கினர். முற்றிலுமாகவே மந்தணச்சொற்களில் நிகழ்ந்த விலைபேசலுக்குப்பின் இருவரும் விரல்களை மாறிமாறித் தொட்டுக்கொண்டு விலையை உறுதிசெய்தனர். வணிகர் சென்றதும் “நான் இப்போது இவரிடம் நாலாயிரம் மூட்டை நெல்லை வாங்கிக்கொண்டேன்” என்றார்.

“பணம் கொடுத்தீர்களா?” என்றார் கீகடர். “இல்லை பணம் அளிப்பதாக வாக்களித்தேன். இதை நாங்கள் சொல்பணம் என்கிறோம். வாங்கிய நெல்லை நான் இதேபோன்றே விற்பேன். நெல்மூட்டைகள் இறுதியாக பெருங்கலத்தில் ஏறும்போது பொருட்பணம் கொடுத்தால் போதும். அதைக்கூட சொல்லாகவே பெற்றுக்கொள்ளும் வணிகர்கள் உண்டு. சொல்லும் பொருளுமாக இருவகை பணம் இங்கே புழங்குகிறது. சொல்லை பொருள், பீடமாக அடியில் தாங்கி நிற்கிறது, பொருளின் நூறு படிமங்களாக சொல் பின்னிப்பின்னி வளர்ந்துகொண்டே செல்கிறது.”

“எங்கும் மானுட சிந்தனை ஒரே ஆட்டத்தையே சலிப்பின்றி ஆடுகிறது” என்றார் கீகடர் அவரிடம் பரிசில்பெற்றுத் திரும்பும்போது. “சாரமென ஒன்றை எங்கோ ஆழத்தில் நிறுத்திக்கொள்கிறது. அதன் மாயையைக்கொண்டு உலகு சமைக்கிறது.” விஸ்வகர் உரக்கநகைத்தபடி “சொல்லும்பொருளுமாக அமர்ந்தவர்கள் சிவனும்உமையும் என்கின்றனர் மெய்ஞானிகள். வணிகர்களும் அதையே சொல்வதனால் அது உண்மையென்றாகிறது” என்றார்.

5

தான்யகடகத்தின் அறச்சாலைக்கு இளநாகனும் கீகடரும் விஸ்வகரும் அஸ்வரும் இரவில் வந்துசேர்ந்தனர். பகல்முழுக்க நகரத்தில் அலைந்து மக்கள் கூடுமிடங்களில் பாடிப்பெற்ற நாணயங்களுக்கு உடனடியாகக் குடித்து உண்டு கண்சோர்ந்து ஒரு நெல்கொட்டகையில் படுத்துத் துயின்று மாலைகவிந்தபின் விழித்துக்கொண்டு அந்தி கனக்கும்வரை மீண்டும் அங்காடியில் சுற்றியலைந்து களைத்தபின் அங்காடியிலேயே ஒரு வணிகரிடம் கேட்டு அறச்சாலையை அறிந்து அங்கே வந்து சேர்ந்தனர்.

அவர்கள் வரும்போது நள்ளிரவாகி நகர் அடங்கியிருந்தபோதிலும் அறச்சாலையின் பொறுப்பாளர்களாக இருந்த நல்லமரும் அவர் துணைவி சிக்கம்மையும் அவர்களின் முதற்குரல் கேட்டபோதே எழுந்து “வருக விருந்தினரே” என எதிர்க்குரல் கொடுத்தனர். கையில் அகல்விளக்குடன் வந்த நல்லமர் “ஏழூர் வணிகர்குழுவின் அறச்சாலை தங்கள் வருகையால் மகிழ்கிறது உத்தமர்களே” என்று முகமன் சொன்னார். சிக்கம்மை உள்ளே சென்று அடுப்பைப் பற்றவைத்த எரிமணம் எழுந்தது. “எளியவன் பெயர் நல்லமன். என் கிருஷ்ணையால் பேணப்படும் வணிகர் குலத்தவன்” என்றார்.

கீகடர் “நாங்கள் இரவுணவில்லாமல் துயில்வதைப் பொருட்படுத்தாதவர்கள் நல்லமரே. தாங்களும் துணைவியும் எங்களுக்காகத் துயில்களைய வேண்டியதில்லை. நாங்கள் தேடுவது யாழை பாதுகாப்பாக வைத்து தலைசாய்க்கும் இடத்தை மட்டுமே” என்றார். “இரவுணவில்லாமல் ஒருவர் இவ்வறச்சாலையில் துயின்றால் நாங்கள் எங்கள் தெய்வங்களுக்கு எப்படிப் பொறுப்புசொல்வோம் சூதர்களே? சற்று அமருங்கள்.

அரைநாழிகைக்குள் இனிய உணவு ஒருக்கமாகியிருக்கும்” என்றார் நல்லமர். அவர்கள் குளிர்ந்த கல்திண்ணையில் கால்களை நீட்டி அமர்ந்துகொண்டார்கள்.

அரைநாழிகைக்குள்ளாகவே சூடான அவல்பிட்டும் அக்காரவிழுதிட்டுப் புரட்டிய அரிசியுருண்டைகளும் ஆவியெழும் சுக்குநீரும் கமுகுப்பாளைத் தட்டில் அவர்களுக்குப் பரிமாறப்பட்டன. “உணவை அமுதென அறிந்தவன் முதல் ஞானி” என்றார் கீகடர். “காலத்துடன் போரிட்டுக்கொண்டிருக்கிறது உணவு. உணவை காலம் வெல்லும் கணமே இறப்பு.” இளநாகன் அக்காரஉருண்டையைப் பிட்டுத்தின்றபடி “இவர்கள் இரவில் ஊனுணவு விலக்கும் நெறிகொண்டவர்களோ?” என்றான். கீகடர் நகைத்து “தமிழகத்தின் நாவிழைவைக் காட்டிவிட்டீர் பாணரே” என்றார்.

விஸ்வகர் திரும்பி அறச்சாலைக்குள் தென்மேற்கு மூலையில் கல்பீடத்தில் இரண்டு அகல்விளக்குகள் நடுவே அமர்ந்த கோலத்தில் இருந்த ஐந்து தெய்வச்சிலைகளைச் சுட்டிக்காட்டி “அவ்வுருக்களை முன்பு கண்டிருக்கிறீரா?” என்றார். இளநாகன் அவற்றை நோக்கியபடி எழுந்து “ஆம், மூதூர்மதுரையிலும் நெல்வேலியிலும் திருச்சீரலைவாயிலும் வணிகர்கள் இவ்வுருக்களை வழிபடக் கண்டிருக்கிறேன். அவர்களின் ஊழ்கப்படிவர்கள்” என்றான்.

மண்ணால் செய்யப்பட்டு கருவண்ணம் பூசப்பட்டிருந்த அச்சிலைகள் ஆடைகளும் அணிகளும் ஏதுமின்றி கால்களைத் தாமரையிதழென மடித்து அதன்மேல் கைகளை தாமரை அல்லியென வைத்து விழிமூடி தம்முள் தாம் நோக்கி ஊழ்கத்தில் அமர்ந்திருந்தன. நடுவே இருந்த சிலையின் பீடத்தில் நின்றவடிவில் புள்ளிருக்கை பெருத்த மாகாளை முத்திரை இருந்தது. இடப்பக்கத்துப் படிவரின் தலைக்குப் பின்னால் ஐந்துதலை நாகம் பத்திவிரித்து நின்றது. “மையத்தில் இருப்பவர் ரிஷபர். ஐந்துதலைநாகம் குடைபிடித்திருப்பவர் பார்ஸ்வர். அவருக்கு அப்பாலிருப்பவர் மல்லிநாதர். வலப்பக்கம் பிறைமுத்திரையுடன் இருப்பவர் சந்திரப்பிரபர். அவருக்கப்பால் ஆழிமுத்திரையுடன் இருப்பவர் நேமிநாதர். அவர்கள் ஐவரையும் வணங்கும் தொல்நெறி ஒன்று வடக்கே காந்தாரம் முதல் தெற்கே குமரிமுனை ஈறாக வணிகரிடம் வாழ்கிறது, அதை அவர்கள் அருகநெறி என்கிறார்கள்” என்றார் விஸ்வகர்.

“அவர்களின் புராணங்களின்படி இப்பூமியை ஆளும் காலம் இருபத்துநான்காயிரம் வருடங்கள் கொண்ட யுகங்களாகப் பிரிக்கப்பட்டிருக்கிறது. இந்த யுகத்தின் முதல் மனிதர் காளையர். அவரே மானுடரில் முதல்வர். ஆநிரை பேணுதல், வேளாண்மை, இல்லம்

அமைத்தல் என்னும் முத்தொழிலையும் அவரே மானுடகுலத்துக்குக் கற்பித்தார். கொல்லாமை, வாய்மை, கள்ளுண்ணாமை, புலனடக்கம், துறவு என்னும் ஐந்து நெறிகளை அவர் மானுடர்க்களித்தார். அந்நெறிகளை வலியுறுத்தி மானுடரை நெறிப்படுத்த பெரும்படிவர்கள் மண்ணுக்கு வந்துகொண்டிருக்கிறார்கள். அவர்களில் ஐவரை இதுவரை மானுடர் அறிந்திருக்கிறார்கள். அவர்களே இவர்கள்" விஸ்வகர் சொன்னார். "இப்பெருநெறி இன்று பாரதவர்ஷம் முழுதுமுள்ள அனைத்து வணிகர்களையும் குலமோ நாடோ விலக்காமல் ஒன்றாக்குகிறது."

கீகடர் நகைத்தபடி "கையில் படைக்கலமேந்தா சூள் கொண்டிருப்பதனால் எங்கும் எக்குடியும் அவர்களை எதிர்ப்பதில்லை. ஆகவே அனைத்து வணிகர்களும் இன்று இந்நெறியை நோக்கி சென்றுகொண்டிருக்கிறார்கள். பொருள்நலன் உள்ள நெறிபோல வணிகர்களைக் கவர்வது வேறேது?" என்றார். "தங்கள் செல்வத்தில் சிறுபகுதியை அளித்து வணிகவழிகள் தோறும் அன்னசாலையும் அறச்சாலையும் அமைக்கிறார்கள். அறம் இனிது. அவ்வறம் வழிகளை எளிதாக்கி பொருளீட்ட உதவுவது அதனினும் இனிது." விஸ்வகர் கைகளைத் தூக்கிக் கொட்டாவி விட்டபடி "நான் விவாதிக்க விரும்பவில்லை கீகடரே. வேள்விநெருப்பில் கொட்டும் உணவை விட பசிநெருப்பில் கொட்டும் உணவு நேராக விண்ணவரை அடைகிறதென்று எண்ணுபவன் நான்" என்றார்.

அவர்கள் திண்ணைகளிலேயே நல்லமர் அளித்த பனம்பாய்களை விரித்து படுத்துக்கொண்டனர். மென்மரத்தாலான தலையணையில் முகம் சேர்த்துப் படுத்துக்கொண்டு அகல்சுடரில் அமர்ந்திருந்த படிவர்களை நோக்கிக்கொண்டு விழிமயங்கினான் இளநாகன். ஐந்து வெண்ணிற யானைகள் கிருஷ்ணையின் நீல நீரில் இருந்து அலைபிளந்து எழுவதைக் கண்டான். அவை கைகளில் வெண்தாமரை மலரை ஏந்தி தான்யகடகத்தின் புழுதித்தெருவில் நீர்சொட்டித் தடம் நீள வந்தன. அறச்சாலைக்குள் நுழைந்து ஐந்து படிவர்கள் முன் நின்று மலர்களை அவர்களின் பாதங்களில் வைத்து துதிக்கை தூக்கி வணங்கின. மணியோசையுடன் யானைகளின் பெருவயிறுகள் முரசுத்தோல்பரப்புகள் என அதிரும் குரலோசையும் எழுந்தன. அவை கனத்த மானுடக்குரல்போல சொற்களால் ஆனவையாக இருந்தன.

இளநாகன் விழித்து எழுந்து திண்ணையில் அமர்ந்துகொண்டு உள்ளே நோக்கியபோது வெண்ணிற ஆடை அணிந்த எழுவர் படிவர்களுக்கு மலரணிபூசனை செய்துகொண்டிருந்தனர். மணியோசையும் ஏழுகுரல்கள் தங்கள் நெஞ்சுக்குள் முழங்கிய மந்திரஓசையும் இணைந்து அந்த நீண்ட கூடத்தை நிறைத்திருந்தன. இளநாகன் எழுந்து அறச்சாலைக்குப்

பின்னால் சென்று அங்கே இருந்த கிணற்றில் நீர் இறைத்து நீராடினான். கையெட்டும் தொலைவில் நிறைந்து கிடந்த கிணறு கிருஷ்ணையின் விழி என அவனுக்குத் தோன்றியது. கிருஷ்ணையின் நீருக்குரிய எடையும் சுண்ணப்பாறைகளின் சுவையும் கொண்டிருந்தது.

ஈர உடையுடன் அவன் மீண்டும் கூடத்தில் நுழைந்தபோது பூசை முடிந்துவிட்டிருந்தது. மேலும் ஐந்து வணிகர்கள் வந்து அமர்ந்திருந்தனர். மலரணிதல் முடிந்ததும் அவர்கள் ஒவ்வொருவராக வந்து சிலைகள் முன் முழந்தாளிட்டமர்ந்து மரப்பலகையில் விரிக்கப்பட்ட வெண்ணிற அரிசியில் சுவஸ்திகை குறியைச் சுட்டுவிரலால் வரைந்து வணங்கினர். பீடங்களுக்கு கீழே வைக்கப்பட்டிருந்த மண்கலயங்களில் இருந்து குங்கிலியப்புகை இளநீலச் சுருள்களாக எழுந்துகொண்டிருந்தது. வெண்கலப்பானைபோல முற்றிலும் முண்டனம்செய்யப்பட்ட செந்நிறத்தலை கொண்ட முதியவர் அனைவருக்கும் வெல்லமும் பொரியும் தேங்காய்த்துருவலும் கலந்த படையலுணவை கைநிறைய மும்முறை அள்ளி அளிக்க அனைவரும் பணிந்து இரு கைநீட்டிப் பெற்று விலகினர்.

இளநாகன் கைகளை நீட்டியதும் அவர் “இளம்பாணரே, உம் அன்னை குடியிருக்கும் வீட்டில் ஐந்துவகைக் குப்பைகள் சேரவிடுவீரா என்ன?” என்றார். இளநாகன் அவர் சொல்லவருவதை உணர்ந்து புன்னகைசெய்து “அன்னைக்கு உகந்த ஐந்துவகை உணவுகள் அவை முனிவரே. அவள் உண்டாடிச் செல்லும்போது சிந்திய மிச்சில்களே குப்பைகளாகின்றன” என்றான். அவர் சிரித்து “நீர் சொல் தேர்ந்தவர் பாணரே. உம்முடன் சொல்லாடுவது எவருக்கும் அரிது” என்றார். “ஆனால் அழியாத அருகஞானத்தைச் சொல்லவேண்டியது என் பணி. ஆகவே சொல்கிறேன். தன் திறனால் வாழ்வதே மெய்வாழ்வு. பிறர் வாழ்வையும் திறனையும் கொண்டும் அழித்தும் வாழ்வது வீண்வாழ்வு. ஐவகை நெறிகளும் ஒன்றையே இலக்காக்குகின்றன. பிற உயிர்களின் நலன்களை எவ்வகையிலும் கொள்ளாமல் அழிக்காமல் வாழும் முறைமையை” என்றார்.

“என்னை நாகநந்தி என்பர்” என்றார் படிவர். “வடக்கே விதர்பநாட்டைச் சேர்ந்த நான் அவ்வாழ்வில் ஒரு வணிகன். வாழ்வை வாழ்ந்து வாழ்வை அறிந்தபின் அதைச் சொல்லும்பொருட்டு இவ்வண்ணமானேன். வாழ்வுடன் என்னைப் பிணைக்கும் ஒவ்வொன்றையும் பிழுது அகற்றினேன். என் முடிகளை, என் தேவைகளை, என் விழைவுகளை, உணர்வுகளை. அவற்றினூடாக என் ஆணவத்தை. இறுதியாக எஞ் சியிருப்பது, நான் இங்கிருக்கிறேன் இவ்வண்ணமிருக்கிறேன் என்னும்

உணர்வு. அதையும் வெல்லும்போது நான் முழுமையடைவேன். அதுவரை அறிந்தவற்றைச் சொல்லி அருகரடியில் வாழ்கிறேன்” என்றார்.

“இளம்பாணரே, பிற உயிரைக்கொல்பவன் தனக்காக பிறிதை அழிக்கிறான். பொய்யுரைப்பவன் பிறர் அடைந்தவற்றை தான் கவரும்பொருட்டே அதைச் செய்கிறான். புலன்விழைவுகளை நாடுபவன் அவ்விரண்டையும் செய்யாமலிருக்க முடியாது. கள்ளுண்பவன் புலன்கள் மேல் அறிவின் ஆட்சியை முற்றிலும் இழக்கிறான்” என்றார் நாகநந்தி. “பிறக்கும் ஒவ்வொரு குழந்தையும் வெல்லும் விருப்புடனேயே காலூன்றி எழுகிறது. உலகை வெல்லவே ஒவ்வொரு புல்லும் இதழ் விரிக்கிறது. ஆனால் மானுடன் வெல்வதற்குரியது ஒன்றே, அது அவன் அகம். தன்னை வென்றவனே மாவீரன் எனப்படுகிறான். மாவீரனுக்குரிய அரிய பரிசிலை ஒவ்வொரு ஆன்மாவிலும் ஒளித்துவைத்து அனுப்பியிருக்கிறது மானுடனைப் படைத்த இயற்கை.”

இளநாகனுக்குள் மெல்லிய நகை ஒன்று விரிந்தது. “ஆம் உத்தமரே, நானும் தாங்கள் சொல்வதைப்போல ஐந்நெறிகொண்ட பலரைக் கண்டிருக்கிறேன். அவர்கள் வாய்மை பேணி தூய்மை பேணாதவர்கள். கொலைவாள்முன் நின்றாலும் ஊனும் கள்ளும் தீண்டாதவர்கள். ஆகவே அவர்கள் மிக எளிதாக வீடுபேறடைகிறார்கள்.” அவன் கண்களை நோக்கியபடி நாகநந்தி அமைதியாக இருந்தார். “அவர்களைக் கூட்டம் கூட்டமாக நகரச்சாலை வழியாக வீடுபேறுநிலையத்துக்குக் கொண்டுசெல்கிறார்கள். அங்கே அவர்களை படிவரடி சேர்க்கும் பலிபீடம் உள்ளது. உத்தமரே, அவர்கள் தங்கள் என்பும் தோலும் பிறர்க்கு என்னும் அன்புகொண்டவர்கள். அவர்களின் குரல் செவிக்கினியது. ஊன் நாவுக்கினியது.”

நாகநந்தி மாறாத புன்னகையுடன் “நீர் இளம்பாணர் என்பதை நிறுவுகிறீர். இத்தனைநாள் இவ்வறநெறியைச் சொல்லும் நான் இதே கூற்றை இதற்கு முன் கேட்டிருக்கமாட்டேன் என எண்ணுமளவுக்கு இன்னும் தன்முனைப்பு கொண்டிருக்கிறீர்... வாழ்க” என்றார். “இளைஞரே, கொலைத்தொழில் செய்து வாழும் சிம்மங்கள் கூட மகிழ்வுடனிருக்கையில் வெள்ளாட்டுச்செச்சை போல மைந்தருடனும் உறவுடனும் கூடி கருணையும் அன்பும் கொண்டுதான் இலங்குகின்றன. சிறுமகிழ்வுக்கே கொலைமறுப்பும் அன்பும் தேவை எனில் பெருமகிழ்வுக்கு அவை எத்துணை பெரியதாக வேண்டுமென்று மட்டும் சிந்தியுங்கள்.”

“ஊனுணவை உண்ணும் விலங்குகள் இயற்கையால் அல்லவா படைக்கப்பட்டுள்ளன?” என்றான் இளநாகன். “ஆம், மலம் தின்னும் விலங்குகளும் உண்டு. நாம் எது நம்மை வாழவைக்குமோ அதை

மட்டும் கற்றுக்கொண்டால் போதுமல்லவா?" என்றார் நாகநந்தி. இளநாகன் அவரது அடங்கிய குரலுக்குள் இருப்பது வாதிட்டுத்தேர்ந்த அறிஞன் என்பதைக் கண்டுகொண்டு அடுத்த சொல் எழாது தற்காத்துக்கொண்டான். நாகநந்தி புன்னகையுடன் "நாம் விவாதிப்பதை முடித்துக்கொண்டு முற்றறத்தின் நெறிகளைப்பற்றி பேசுவோமா?" என்றார்.

"ஆம்" என்றான் இளநாகன். "சிறியவரே, இப்புடவி மூவாமுதலா முழுமை கொண்டது. இது எதனாலும் ஆக்கப்பட்டதில்லை. எதனாலும் அழிக்கப்படுவதும் அல்ல. இங்கு அழிந்தபின் எஞ்சுவதும் புடவியே என்பதனால் புடவி அழிவற்றதென்றாகிறது. அழிவற்றது இல்லாமலிருக்கும் நிலை இருக்கவியலாது. ஆகவே அது தோன்றியிருக்கவும் முடியாது" என்றார் நாகநந்தி. "என்றுமிருக்கும் இது இயங்குவதை நாம் காண்கிறோம். இயங்குவதனால்தான் நாம் அதை அறிகிறோம். இதில் இயக்கமென ஒன்று உள்ளதென்பதனாலேயே அவ்வியக்கத்திற்குள் செயல்படும் முறைமை என ஒன்றும் உண்டு என உய்த்துணரலாம்.

"ஏனென்றால் முறைமையின்றி ஏதும் எங்கும் இயங்கமுடியாது. முறைமையற்ற இயக்கமென நாம் எண்ணுவதெல்லாம் நாமறியாத முறைமைகளைப்பற்றி மட்டுமே. நாம் அறிபவை எல்லாம் அம்முறைமையின் சில கூறுகளைத்தான். நம் இருப்பாலேயே அம்முறைமையை தனித்தனியாக அறிகிறோம். நெருப்பு சுடுமென்பதும் நீர் குளிர்வதென்பதும் நம் அறிதல்நெறிகள். நமக்கு அப்பால் அந்நெறிகளனைத்துமாக உள்ள அது ஒன்றே. அதை முதல்முடிவில்லா, அதுவிதுவிலப்பா முழுமுறைமை என்று சொல்லலாம். அதையே நாங்கள் ஊழ் என்கிறோம். சிற்றெறும்பையும் விண்கோள்களையும் இயக்குவது ஊழ். பிறப்பையும் இறப்பையும் நிகழ்த்துவது அது.

"நீர்க்குமிழியின் வடிவமும் திசையும் அதிர்வும் ஒளியும் செலவும் அழிவும் முற்றிலும் பேராற்றின் இயல்புகளால் ஆனவை. நீர்க்குமிழியென்று ஒன்றில்லை. ஆறே உள்ளது. ஆனால் நீர்க்குமிழியை மட்டும் காண்போமென்றால் அதற்கொரு இருப்புப் பொருளும் உள்ளது. நீர்வழிப்படும் குமிழி இவ்வாழ்க்கை. நீர்ப்பெருக்கே ஊழ்" என்றார் நாகநந்தி. "கருக்குழிக்குள் எழும் ஒரு குழந்தை ஊழ்ப்பெருவெள்ளத்தில் ஒரு குமிழி என்றறிந்தவன் அறியாமையை கடக்கிறான். அறியாமையின் விளைவான ஐயம் அச்சம் தனிமை ஆகியவற்றை வெல்கிறான். அவற்றை வென்றவனே வீரன். அவனே அறிவன். தன்னை நதியென்றுணர்ந்த குமிழியை நாங்கள் வாலறிவன் என்கிறோம். பெரும்படிவராக சிலையமைத்து வழிபடுகிறோம்.

“பசி என்பது இன்மை, அதை உணவே அழிக்கமுடியும். துயரம் என்பது அறியாமை, அதை மெய்யறிவு மட்டுமே நீக்கமுடியும். ஆம், அவ்வாறே ஆகுக!” என்று நாகநந்தி கூறிமுடித்தார். இளநாகன் “தங்கள் சொற்கள் என்னுள் விதைகளாகுக அடிகளே” என்று சொல்லி அவரை வணங்கினான். அவர் “நலம் திகழ்க! இனிய பயணங்கள் அமைக! அறிதலுக்கப்பாலுள்ளவற்றை உணரும் அறிவும் அமைக!” என வாழ்த்தினார்.

இளநாகன் திரும்பி வந்து முற்றத்துக் காலைவெயிலில் ஒளிரும் சிறகுகளுடன் எழுந்து சுழன்றுகொண்டிருந்த நூற்றுக்கணக்கான தும்பிகளை நோக்கிக்கொண்டிருந்தான். ஊழின் துளிகள். காலக்கொப்புளங்கள். அப்பாலெழுந்த அசைவில்லா மாடங்களும் அவ்வண்ணமே. ஒரு கணம் எழுந்த கட்டற்ற பெருந்திகைப்பு அவன் உடலை சிலிர்க்கச்செய்தது. தான் அறியாமலேயே எழுந்து நின்றுவிட்டான். பின்பு மீண்டும் அமர்ந்துகொண்டான். அந்தப் பெருந்திகைப்பை நீட்டி நீட்டி வெட்டவெளியாக்கி அந்தப் பீடத்தில் அமர்ந்திருக்கிறார்கள் அறிந்தவிந்த படிவர்கள். திரும்பி மடியில் கை மலர விழிகுவிய அமர்ந்திருக்கும் ஐவரையும் நோக்கிக்கொண்டு அமர்ந்திருந்தான்.

நன்றாக வெயில் ஒளிவிடத்தொடங்கிய பின்னர்தான் கீகடர் எழுந்தார். அவருக்கு முன்னரே எழுந்து குளித்துக்கொண்டிருந்த மற்ற சூதர்களுடன் அவரும் சென்று சேர்ந்துகொண்டார். அஸ்வர் வந்து “பாணரே, இங்கு காலையில் இனிய உணவு அளிக்கிறார்கள். வறுத்த அரிசியைப் பொடித்து கடுகும் கறிவேப்பிலையும் எள்ளெண்ணையில் தாளித்துக் கிண்டி இறக்கும் மாவுணவு. அதன் வாசனை நெஞ்சை அடைக்கச்செய்கிறது” என்றார். “திருவிடத்தின் உணவு அது. வேசரத்தைக் கடந்தால் அதை எண்ணிப்பார்க்க மட்டுமே முடியும். வருக!” இளநாகன் புன்னகைத்துக்கொண்டு எழுந்தான். “குயிலின் ஆன்மா குரலில் உணவின் ஆன்மா வாசனையில் என்பார்கள் இளம்பாணரே” என்றார் அஸ்வர்.

அடுமனையில் நீண்டவரிசையாக உணவுக்காக அயல்நாட்டு வணிகர்கள் அமர்ந்திருந்தனர். பெரும்பாலானவர்கள் முண்டனம்செய்த தலையும் நீட்டப்பட்ட தொள்ளைக்காதும் வெண்ணிற ஆடைகளும் கொண்டிருந்தனர். காதுகளில் குழைகளும் மார்பில் மகரகண்டியும் அணிந்த பெருவணிகர்கள் ஐயம் திகழ்ந்த கண்களால் பிறரை நோக்கிக்கொண்டிருந்தனர். அவர்களுடன் வந்த இளம் வணிகர்கள் ஒவ்வொன்றையும் பேரார்வத்துடன் நோக்கினர். பந்தியில் அவர்கள் அமர்ந்துகொண்டதும் கமுகுப்பாளைத் தட்டுகளை வைத்துக்கொண்டே சென்ற பணியாள் “புண்ணியம்! புண்ணியம்!” என்று முணுமுணுத்தான்.

“இந்த உணவை உண்பதன் வழியாக ஏதேனும் நன்மை உண்டென்றால் அது இவ்வறச்சாலை அடையும் புண்ணியம் மட்டுமே” என்றார் கீகடர். “ஊனுணவு என் உடலின் ஊன்வெளியைக் கண்டு நதியில் இணையும் சிற்றாறென உவகை கொள்கிறது… இவ்வுணவைக் கண்டு தன்னிடம் பால்குடிக்க வரும் மான்குட்டியைக் கண்ட அன்னைப்புலிபோல என் உடல் திகைக்கிறது.”

விஸ்வகர் “பரிசாரகரே, அந்த மாவுணவு அண்டாவின் அடியில் எஞ்சியிருக்கும் செந்நிறமான காந்தலை மட்டும் சட்டுவத்தால் சுரண்டி எனக்களியுங்கள்” என்றார். “ஏன்?” என்றான் அவன். “ஏனென்றால் எனக்குக் காவியத்தில் ஆர்வமில்லை. நான் தத்துவத்தையே விரும்புகிறேன்” என்றார். அவன் திகைத்து “தத்துவம் என ஏதும் இங்கில்லையே” என்றான். “சற்றுக் கருகியிருந்தாலும் குற்றமில்லை. தத்துவம் புகைவது இயல்பே” என்றார் விஸ்வகர். “அது உலருமேயன்றி அழுகாது. அதில் உயிர்கள் வாழாது.”

கீகடர் உரக்க நகைத்தபோதுதான் அவர்கள் தன்னை நகையாடுகிறார்கள் என்பது பணியாளனுக்குத் தெரிந்தது. “சமையலறையில் ஊழ் நின்றிருக்கிறது” என்றார் அஸ்வர். “அது அரிசியையும் வெல்லத்தையும் கலக்கிறது. நீரை கொதிக்கச் செய்கிறது. ஊழ்வினை உருத்துவந்து நம்மை ஊட்டுகிறது.” கீகடர் உரக்கநகைத்து பணியாளிடம் “அங்குள்ள ஊழை நான் உப்பக்கம் கண்டுவிட்டேன் என்று சொல்லும்” என்றார். “ஆகட்டும்” என்றான் அவன்.

அவர்கள் உண்டு எழுந்து நடந்தபோது பணியாளர்கள் நால்வர் வந்து பின்னால் நோக்கி நின்றனர். ஒருவன் மெல்ல “வடபுலத்துச் சூதர்கள். அஸ்தினபுரிக்காரர்கள்” என்றது இளநாகன் காதில் விழுந்தது. கீகடர் “நமக்காக உயிர்துறந்த உயிர்களின் ஆன்மாக்களை நிறைவடையச் செய்யும் பொறுப்பு நமக்குள்ளது விஸ்வகரே. நாம் வணிகர்சாலைக்குச் செல்வோம்” என்றார்.

சாலை வழியாக நடக்கையில் விஸ்வகர் நின்று “பீமனையும் துரியோதனனையும் சுற்றிவரிந்து கட்டியிருக்கும் அந்த ஊழை நான் காண்கிறேன். ஒருவனுக்கு வீரசொர்க்கம். இன்னொருவனுக்குக் கீர்த்தி. ஆகா! இருவருமே வாழ்த்தப்பட்டவர்கள்” என்றார். “ஷத்ரியர்கள் அனைவருமே வாழ்த்தப்பட்டவர்கள். அவர்களுக்கு இரண்டில் ஒன்று இருக்கிறது” என்றார் கீகடர். “ஆனால் நல்ல ஷத்ரியன் என்பவன் காய்கறியைப்போல. நறுக்கப்படும்போதே அவன் முழுமை அடைகிறான்.”

அவர்கள் சிரித்துக்கொண்டே சென்றனர். விஸ்வகர் “எனக்கென்ன தோன்றுகிறதென்றால் ஊழுக்குச் சிறந்த உவமை புல்தான்” என்றார். “புல் இவ்வுலகை நிறைத்திருக்கிறது. நெல்லாகி உணவூட்டுகிறது. கரும்பாகி இனிக்கிறது. பசுக்களின் பாலாகி அமுதூட்டுகிறது. குழலாகி இசைக்கிறது. அம்பும் வில்லுமாகிக் கொல்கிறது. விறகாகி எரிக்கிறது. மண்ணை மூடிப்பொதிந்திருக்கும் உயிராற்றல் என்றால் அது புல் அல்லவா?” “ஊழ்விசை என்பது உமக்கு புல்லுக்கு நிகர் என்கிறீர்?” என்றார் கீகடர். இருகைகளையும் விரித்து உரக்க “ஊழே, முடிவிலியின் கணையாழியே, பிரம்மத்தின் முடிச்சுருளே, நீ எனக்குப் புல்! இதோ சொல்கிறேன், நீ எனக்குப் புழுதி” என்றார்.

அக்கணமே திகைத்து நின்று கைகளை இறக்கி இளநாகனிடம் “நாக்கு பல்லில் கடிபடுவது போல என் அகத்தில் இக்கணம் ஒன்றை அறிந்தேன்” என்றார். “என்ன?” என்றான் இளநாகன். “நான் இன்னும் சிலகணங்களில் இறக்கவிருக்கிறேன். என்னைக் கொல்பவன் பல்லாண்டுகளுக்கு முன்னரே பிறந்து இந்த அங்காடியில் காத்திருக்கிறான்” என்றார் கீகடர். விஸ்வகர் “மூடத்தனம்” என்றார்.

“ஆம்… முழுமூடத்தனம்… அவனுக்குக் காவிய இலக்கணமே தெரியாது. நாமெல்லாம் எத்தனை தர்க்க ஒழுங்கும் அழகொழுங்கும் கொண்ட ஆக்கங்களைப் படைக்கிறோம்!” என்று கீகடர் சிரித்தார். “மூடன்! மூடன்! தன் அறிவின்மையை மறைக்கவே ஊழ் என்னும் பொருளிலா விளக்கத்தை வைத்திருக்கிறான்.” நிலைகொள்ளாது திரும்பிய இளநாகன் அந்த வெண்ணிற எருதைப் பார்த்தான்.

பகுதி ஆறு

அரசப்பெருநகர்

1

“முழுமைவெளியில் முடிவிலிக்காலத்தில் பள்ளிகொண்டவன் தன்னைத் தான் என அறிந்தபோது அவனுடைய அலகிலா உடல் உருவாகியது. அவனுள் எழுந்த முதல் இச்சை அதில் மயிர்க்கால்களாக முளைத்தெழுந்தது. பின்னர் அவன் உடலை மென்மயிர்ப்படலமாகப் பரவி நிறைத்தது. தன்னுள் மகத் எழுந்து அகங்காரமாக ஆன கணம் அவன் மெய்சிலிர்த்தபோது ஒவ்வொரு மயிர்க்காலும் எழுந்து அவற்றின் நுனியில் மகாபுடவிகள் உருவாயின. அம்மகாப்புடவிகள் தன்னுள் தான் விரியும் முடிவிலா தாமரைபோல கோடானுகோடிப் புடவிகளாயின. ஒவ்வொரு புடவியிலும் ஒவ்வொரு காலம் நிகழ்ந்தது. அக்காலங்கள் துளிகளாகப் பெருகி மகாகாலத்தில் சென்றணைய, குன்றாக்குறையா கடலாக அது அலையின்றி விரிந்துகிடந்தது. அவன் அகம் அணைந்து சிலிர்ப்படங்கும் மறுகணம் மயிர்க்கால்கள் சுருங்க அனைத்து மகாப்புடவிகளும் அவனிலேயே சென்றணைந்தன.

“புடவித்தாமரை என்னும் அனல்குவை வெடித்துக்கிளம்பும் தீப்பொறிகளே விண்ணகங்கள். அவற்றில் புனிதமானது பூமி. அது பிறந்து நெடுங்காலம் உயிரற்ற வெறும் பாறைவெளியாக விண்ணுக்குக்கீழே விரிந்திருந்தது. எவராலும் கேட்கப்படாமையால் பொருளேறாத சொல் என. வணங்கப்படாமையால் தெய்வமாக ஆகாத கல் என. தன்னசைவற்ற அந்தப் பருப்பொருள்மேல் முழுமுதலோனின் விழிபட்டதும் அதற்குள் மகத் விரிந்து அகங்காரமாகியது. தன்னை அது ஐந்தாகப் பிரித்து அறியத்தொடங்கியது. நிலம் நீர் காற்று ஒளி வானம் என்னும் ஐந்தும் ஒன்றின்மேல் ஒன்று கவிந்தன. ஒன்றை ஒன்று நிறைத்தன. ஒன்றை பிறிது வளர்த்தன. ஒளி வானை நிறைத்தது. வானம் மண்ணில் மழையெனப் பெய்தது. மண்ணைக் காற்று விண்ணிலேற்றியது.

“அவ்விளையாடலின் ஒருகணத்தில் விண்ணில்பரவிய ஒளி மழையினூடாக மண்ணை அடைந்து முளைத்தெழுந்து காற்றிலாடியது. இளம்பச்சைநிறமான அந்த உயிர்த்துளியை புல் என்றனர் கவிஞர். நான் என்றது புல்துளியின் சித்தம். இங்கிருக்கிறேன் என்றறிந்தது அதன் மகத். இப்பூமியை நான் ஆள்வேன் என்றது அதன் அகங்காரம். மண் பசும்புல்லெனும் மென்மயிர்ப்பரப்பால் மூடப்பட்டது. அதில் ஒளியும் காற்றும் பட்டபோது பூமி புல்லரித்தது. ஒவ்வொரு புல்லும் ஒவ்வொரு வடிவைக் கண்டுகொண்டது. நான் அருகு என்றது ஒரு புல். நான் தர்ப்பை என்றது இன்னொன்று. பாலூறிய ஒன்று தன்னை நெல் என்றது. நெய்யூறிய ஒன்று தன்னை கோதுமை என்றது. இன்னொன்று தன்னுள் இனித்து கரும்பானது. பிறிதொன்று தன்னுள் இசைத்து மூங்கிலானது. தன்குளிரை கனியச்செய்து ஒன்று வாழையாகியது. தாய்மை முலைகளாக கனக்க ஒன்று பலாவானது. கருணைகொண்ட ஒன்று கைவிரித்து ஆலாயிற்று. வானம் வானமென உச்சரித்து ஒன்று அரசாயிற்று. மண்வெளி பசுங்காடுகளால் மூடப்பட்டது.

“மண்ணை பசுமைகொண்டு இருண்டு பின்னிக் கனத்து மூடியிருக்கும் இவையனைத்தும் புல்லே என்றறிக. புல்லால் புரக்கப்படுகின்றன பூமியின் உயிர்கள். வெண்புழுக்கள், பச்சைப்பேன்கள், தெள்ளுகள், தவ்விகள், கால்கள் துருத்திய வெட்டுக்கிளிகள், விழித்த தவளைகள், செங்கண் உருட்டிக் குறுகும் செம்போத்துக்கள், கரிய சிறகடித்து காற்றில் எழுந்தமரும் காக்கைகள், வானில் வட்டமிடும் கழுகுகள். புல்லை உண்டு வாழ்கின்றன மான்கள், பசுக்கள், சிம்மங்கள், குரங்குகள், மானுடகுலங்கள். புல் சிலிர்த்தெழுகையில் பிறக்கின்றறன உயிர்க்குலங்கள். புல்லடங்குகையில் அவையும் மண்ணில் மறைகின்றன. புல்லில் எழுந்தருளிய அன்னத்தை வாழ்த்துவோம்! புல்லுக்கு வேரான மண்ணை வணங்குக! புல்லில் ரசமாகிய நீரை வணங்குக! புல்லில் ஆடும் காற்றை வணங்குக! புல்லில் ஒளிரும் வானை வணங்குக! புல்லாகி வந்த ஒளியை வணங்குக!”

கங்கையின் கரையில் தன் குருகுலத்தில் இருள் விலகாத காலைநேரத்தில் பரத்வாஜ முனிவர் தன் முன் செவியும் கண்ணும் சித்தமும் ஒன்றாக அமர்ந்திருந்த மாணவர்களுக்குக் கற்பித்துக்கொண்டிருந்தார். “புல்லை அறிக. புல்லை அறிந்தவன் இப்புவியை அறிந்தவனாகிறான். ஐம்பெரும்பருக்களையும் அறிந்தவனாகிறான். ஆக்கமும் அழிவும் நிகழும் நெறியை அறிந்தவனாகிறான். புல்லைக்கொண்டு அவன் பிரம்மத்தையும் அறியலாகும்” தன்னருகே இருந்த ஒரு கைப்பிடி தர்ப்பைப்புல்லை எடுத்து முன்வைத்து பரத்வாஜர் சொன்னார். “புற்களில் புனிதமானது என தர்ப்பை கருதப்படுகிறது. ஏனென்றால் நீரும் நெருப்பும் அதில் ஒருங்கே உறைகின்றன. வேதங்களை ஜடங்களில் நதிகளும் மலர்களில்

தாமரையும் தாவரங்களில் தர்ப்பையும் ஊர்வனவற்றில் நாகங்களும் நடப்பனவற்றில் பசுவும் பறப்பனவற்றில் கருடனும் கேட்டறின்றன என்று நூல்கள் சொல்கின்றன.

"குசை, காசம், தூர்வை, விரிகி, மஞ்சம்புல், விஸ்வாமித்திரம், யவை என தர்ப்பை ஏழுவகை. குசை காசம் ஆகிய முதலிரண்டும் வேள்விக்கு உகந்தவை. தூர்வையும் விரிகியும் அமர்வதற்கு உகந்தவை. மஞ்சம்புல் தவச்சாலையின் கூரையாகும். விஸ்வாமித்திரம் போர்க்கலை பயில்வதற்குரியது. யவை நீத்தார் கடன்களுக்குரியது என்பார்கள். நுனிப்பகுதி விரிந்த தர்ப்பை பெண்மைகொண்டது. எனவே மங்கலவேள்விகளுக்கு உகந்தது. அடிமுதல் நுனிவரை சீராக இருப்பது ஆண்மை திரண்டது. அக்னிஹோத்ரம் முதலிய பெருவேள்விகளுக்குரியது அது. அடிபெருத்து நுனிசிறுத்தது நபும்சகத் தன்மைகொண்டது. அது வேள்விக்குரியதல்ல.

"புனிதமானது இந்த சிராவண மாத அவிட்ட நன்னாள். இதை தர்ப்பைக்குரியது என முன்னோர் வகுத்தனர். இந்நாளில் வேதவடிவமான தர்ப்பையை வழிபட்டு குருநாதர்களை வணங்கி புதியகல்வியைத் தொடங்குவது மரபு. அதன்பொருட்டே இங்கு நாம் கூடியிருக்கிறோம்" என்று பரத்வாஜர் சொன்னதும் அங்கிருந்த மாணவர்கள் அனைவரும் கைகூப்பி "ஓம்! ஓம்! ஓம்!" என்றனர். பரத்வாஜர் எழுந்து கைகூப்பியபடி குருகுலமுற்றத்தில் அமைக்கப்பட்டிருந்த வேள்விமேடைக்குச் சென்றமர்ந்தார். அவரைச்சுற்றி அவரது மாணவர்கள் அமர்ந்துகொண்டார்கள். அரணி கடைந்து நெருப்பை எழுப்பி எரிகுளத்தில் நெருப்பை மூட்டினர். வேதமுழக்கம் எழுந்து பனிமூடிய காடுகளுக்குள்ளும் நீராவி எழுந்த கங்கைப்பரப்பிலும் பரவியது.

வேள்விமுடிந்து எழுந்ததும் பரத்வாஜர் பல்வேறு குலங்களில் இருந்து அங்கே பயில வந்திருந்த இளையமாணவர்களிடம் "இனியவர்களே, இன்று உபாகர்ம நாள். உங்கள் ஒவ்வொருவரையும் தர்ப்பை தேர்ந்தெடுக்கவேண்டும். உங்கள் வாழ்வின் வழிகளை அதுவே வகுக்கவேண்டும். அதன் பின் உங்கள் வாழ்க்கை முழுக்க தர்ப்பை உங்களைத் தொடரும்" என்றார். வேள்விக்களத்தின் முன்னால் அமைக்கப்பட்டிருந்த பெரிய மண்பீடத்தில் அனைத்துவகை தர்ப்பைகளும் கலந்து விரிக்கப்பட்டிருந்தன. பரத்வாஜர் பீடம் நிறைந்த தர்ப்பைக்கு முன் நின்று வேதமந்திரங்களைச் சொல்லி அதை வணங்கினார். அவரது மாணவர்கள் ஒவ்வொருவராக வந்து தர்ப்பையை வணங்கினார்கள்.

பரத்வாஜரின் இளையமாணவர்கள் பன்னிருவர் முற்றத்தில் நிரைவகுத்து நிற்க மூத்தமாணவர்கள் அவர்களின் விழிகளை மரவுரிநாரால் இறுகக்

கட்டினார்கள். “இளையவர்களே, நேராகச்சென்று தர்ப்பைபீடத்தில் இருந்து கை தொடும் முதல் தர்ப்பையை எடுங்கள். அது உங்களிடம் எதைச் சொல்கிறதோ அதைச்செய்யுங்கள். அதுவே உங்களுக்கு தர்ப்பையை ஆளும் வேதமூர்த்திகள் அருளும் ஆணை” என்றார் பரத்வாஜர்.

முதல் மாணவன் கைகளை நீட்டியபடி கால்கள் பின்ன நடந்துசென்று குனிந்து தன் விரல்கள் தொட்ட முதல் தர்ப்பையைக் கையில் எடுத்தான். அது ஆண் குசை. கூடி நின்ற மாணவர்கள் ஓங்காரம் எழுப்பினர். அவன் அதைத் தன் மணிக்கட்டில் சுற்றிக்கொண்டான். அவனை ஒரு மூத்தமாணவன் கைப்பிடித்து அழைத்துச்சென்று பரத்வாஜரின் அருகே நிறுத்த அவர் அவன் தலையைத் தொட்டு “மகாவைதிகனாக வருவாய். மூவேதங்களும் உனக்கு வசப்படும். விண்ணை எட்டும் பெருவேள்விகளுக்கு அதிபனாக அமர்வாய். ஆம், அவ்வாறே ஆகுக!” என வாழ்த்த அவன் அவர் பாதங்களைத் தொட்டு வணங்கி அவர் அருகே நின்றான்.

அடுத்த இளம் மாணவன் மிகச் சிறியவன். சிறிய கைகளை நீட்டிச்சென்று பெண் காச தர்ப்பையை எடுத்தான். அதை தன் விரல் மோதிரமாக அணிந்துகொண்டான். “உன்னிடம் என்றும் அன்னை காயத்ரி கனிவுடன் இருப்பாள். உன் வேதம் வானைக் கனியவைக்கும். மண்ணை செழிக்கவைக்கும். மைந்தராகவும் செல்வங்களாகவும் வெற்றிகளாகவும் பொலியும். ஆம், அவ்வாறே ஆகுக!” என்று பரத்வாஜர் வாழ்த்தினார்.

பன்னிரண்டு இளையமாணவர்களும் தர்ப்பை தொட்டு எடுத்து வாழ்த்துப்பெற்று நின்றபின் பரத்வாஜர் எழப்போனபோது பரத்வாஜரின் முதிய சமையற்காரரான விடூகர் முன்னால் வந்து வணங்கி “குருபாதங்களை வணங்குகிறேன். என் சொற்களில் தவறிருப்பின் என்னை முனிந்து தீச்சொல்லிடுக. இந்த நன்னாளில் தங்கள் குருதியில் பிறந்த இம்மைந்தனுக்கும் காயத்ரியை அருளவேண்டும்” என்று சொல்லி தன் வலக்கையில் பிடித்திருந்த நான்கு வயதான சிறுவனை மெல்ல முன்னால் தள்ளி முற்றத்தில் நிறுத்தினார்.

பரத்வாஜரின் முகம் சற்று சுருங்கியதை மாணவர்கள் கண்டனர். மாணவர்கள் சிலர் விடூகரை வெறித்துநோக்கினர். அவர் எந்தப் பார்வையையும் சந்திக்காமல் தலைகுனிந்து நிற்க அவர் முன் அந்த மெலிந்த கரிய சிறுவன் விரிந்த இளம் விழிகளில் திகைப்புடன் அவர்களை மாறிமாறி நோக்கி நின்றிருந்தான். அவர்கள் அனைவருமே அச்சிறுவனை அறிந்திருந்தனர் எனினும் அவன் அங்கிருப்பதையே அறியாதவர்களாக வாழப் பழகியிருந்தனர். நான்கு வருடங்களாக அவன் அவர்கள் எவர் விழிகளாலும் பார்க்கப்படாமல் சமையற்கட்டிலும் புறஞ் சோலையிலுமாக விடூகரின் கைகளில் வளர்ந்துவந்தான்.

நான்குவருடங்களுக்கு முன் கங்கைக்கரை குகர்கள் எழுவர் ஒரு பெரிய மரக்குடத்தைத் தலையிலேந்தி பரத்வாஜரின் குருகுலத்தைத் தேடிவந்தனர். அந்தக் குடத்துக்குள் ஆறுமாதமான சிறுகுழந்தை இருந்தது. குடத்தை, குருபீடத்தில் அமர்ந்து மாணவர்களுக்கு வேதாங்கப் பாடம் சொல்லிக்கொண்டிருந்த பரத்வாஜரின் முன்னால் வைத்து வணங்கி "முனிவரை வணங்குகிறோம். எங்கள் குடியைச்சேர்ந்த ஹ்ருதாஜி என்ற சிறுமகள் கருவுற்று இம்மகவைப் பெற்றாள். பேற்றுப்படுக்கையில் இருந்து எழாமலேயே வெம்மை நோய் கண்டு அவள் உயிர்துறக்கும்போது உங்கள் பெயரைச் சொல்லி இம்மகவு உங்களுடையது, இது இங்கேயே வளரவேண்டும் என்று ஆணையிட்டாள். அதன் பொருட்டு ஆறாம்மாதத்துச் சடங்குகள் முடிந்ததும் இதை இங்கே கொண்டுவந்தோம். ஏற்றருள்க" என்றார்கள்.

பரத்வாஜர் இறுகிய முகத்துடன் கூப்பிய கைகளுடன் கண்மூடி அமர்ந்திருந்தார். மாணவர்கள் கழுத்தைத் திருப்பாமலேயே குழந்தையை நோக்கினார்கள். சிறிய கரிய குழந்தை குடத்துக்குள் கைகால்களை அசைத்தபடி கூட்டுப்புழு போல நெளிந்தது. பரத்வாஜர் கண்களைத் திறந்து அடைத்த குரலில் "ஆம், அவன் என் மைந்தன். இங்கேயே வளரட்டும்" என்று சொன்னபின் எழுந்து ஒருமுறைகூட குடத்தை நோக்காமல் நடந்து கங்கைக்கரைக் காட்டின் அடர்வுக்குள் நுழைந்து மறைந்தார். அவர்களிடமிருந்து குழந்தையை விடூகர் பெற்றுக்கொண்டார்.

அவன் அதன்பின் ஒருபோதும் சபை முன் தோன்றவில்லை. அவனுக்கு பெயர் சூட்டப்படவில்லை. துரோணம் என்னும் மரக்குடத்தில் வந்தமையால் அவனை சீடர்கள் சிலர் துரோணன் என அழைக்க அப்பெயரே நிலைத்தது. சமையலறையில் விடூகரின் தனிமையைப் போக்கி, மாணவர் உண்டு எஞ்சிய உணவை உண்டு, புறஞ்சோலைகளில் புற்களைப் பிடுங்கி பறவைகளைத் துரத்தி, மண்ணிலாடி அவன் வளர்ந்தான். மெலிந்த கைகால்களைக் கொண்டவனாகவும் ஒடுங்கிய முகம் கொண்டவனாகவும் இருந்த அவனை காட்டில் கண்டவர்கள் ஒரு வேடர்குலத்துச் சிறுவன் என்றே எண்ணினார்கள்.

எப்போதாவது அவன் வேள்விமுற்றத்துக்கு வந்தால் முதியமாணவர்கள் அவனை நிஷாதனைத் துரத்துவதுபோல கைகளைத் தூக்கி ஓசையிட்டு விலகிச்செல்ல ஆணையிட்டனர். அவன் பரத்வாஜரின் மாணவர்கள் அனைவரையும் அஞ்சினான். அவர்கள் செல்லும்பாதைகளில் இருந்து எப்போதும் விலகியிருந்தான். நீர்மொள்ளவோ தர்ப்பைவெட்டவோ அவர்கள் காட்டுக்குள் செல்லும்போது எதிரே அவன் வந்தால் அக்கணமே எலிபோலப் புதர்களுக்குள் பாய்ந்து மறைந்தபின் ஒளிரும்

சிறுவிழிகளால் இலைகளுக்குள் இருந்து அவர்களை நோக்கினான். அவர்கள் மண்ணிலூன்றிச்சென்ற வலுவான கால்களையே அவன் அதிகமும் அறிந்திருந்தான்.

அவனுக்கு பேச்சுவருவதற்கு முன்னரே விடூகர் பரத்வாஜரைச் சுட்டிக்காட்டி அவனுடைய தந்தை அவர்தான் என்று சொல்லியிருந்தார். அவன் கைக்குழந்தையாக இருக்கையில் மும்முறை அவனை பரத்வாஜரின் முன்னால் விடூகர் கொண்டுசென்றார். மும்முறையும் சினத்தால் சிவந்த விழிகளைத் தூக்கி 'உம்' என உறுமினார் பரத்வாஜர். அவர் நடுங்கும் கைகளுடன் அவனை திரும்ப எடுத்துக்கொண்டு சமையலறைக்குள் ஓடிவிட்டார். அதன்பின் அவர் அவனை தந்தைக்குக் காட்டவேயில்லை. அவன் உடல்மேல் தந்தையின் விழிகூட படவில்லை.

ஆனால் அவன் அவரைப் பார்த்துக்கொண்டே இருந்தான். அவர் காலையில் கங்கையில் நீராடும்போது அவன் கரைமேட்டில் தர்ப்பைப்புல் அடர்வுக்குள் ஒளிந்து அமர்ந்து நோக்கியிருப்பான். மார்பில் படர்ந்த வெண்தாடியுடன் மரவுரி அற்ற உடலுடன் நீரில் நின்று அவர் தன் மூதாதையருக்கும் ஆசிரியர்களுக்கும் நீரள்ளி விடும்போது அவன் சிறிய நெஞ்சு எழுச்சியால் எழுந்தமரும். அவருக்கு விடூகர் உணவைக் கொண்டுசெல்லும்போது அவரது ஆடையைப்பற்றியபடி அவனும் செல்வான். குடிலின் கதவுக்கு அப்பால் ஒளிந்து நின்றபடி விரிந்த விழிகளால் அவர் உண்ணுவதைப் பார்த்திருப்பான்.

அவர் உண்டு எழுந்து சென்றதும் விடூகர் திரும்பி அவனை நோக்கிப் புன்னகைசெய்து அருகே அழைத்து தந்தை உண்ட இலையில் எஞ்சிய ஓர் அப்பத்தையோ கனியையோ எடுத்து அவனுக்குக் கொடுப்பார். அணில்பிள்ளைபோல இருகைகளாலும் அதை வாங்கிக்கொண்டு விரைந்தோடி வெளியே தவிடுசேர்க்கும் குழிக்கும் தானியக்குதிருக்கும் நடுவே உள்ள சிறிய இடைவெளிக்குள் புகுந்துகொண்டு அதை அவன் உண்பான். மெல்ல ஓசைகேட்காது வந்து அப்பால் நின்று அவன் உண்பதை விடூகர் நோக்குவார். அப்பத்தை மீண்டும் மீண்டும் நோக்கி கைகளால் வருடி அவன் உண்பதைக் கண்டு கண்கள் கலங்கப் பெருமூச்சுவிடுவார்.

கங்கைக்கரையில் இருந்த குசவனம் என்னும் தர்ப்பைக்காட்டில் தனிமைத்தவம் செய்யப்போன பரத்வாஜரின் தவம் ஹ்ருதாஜி என்னும் குகர்குலத்துப் பெண்ணால் கலைந்த கதையை சீடர்கள் சிலகாலம் பேசிக்கொண்டனர். ஆழ்தவம் என்பது பாற்கடலைக் கடைதல். அமுதம் தோன்றுமுன்னர் நஞ்செழும். காமம் பல்லாயிரம் தலைகள் கொண்ட நாகமாக சீறிஎழுகையில் எதிர்ப்படும் பெண் பேரழகு கொள்கிறாள்

என்றார் பரத்வாஜரின் முதல்மாணவரான சமீகர். எளிய மானுடரால் தாளமுடியாத அப்பெருங்காமத்தைக் கடப்பது யோகிகளாலும் சிலசமயம் இயல்வதல்ல. அத்தருணத்தில் தவம் சிதறிய யோகிகளே மண்ணில் அதிகம்.

அக்கணத்தில் தன்னை இழக்கும் துறவி மீண்டும் பிரம்மசரிய நெறிகொண்டு குருவிடமிருந்து முதல் தர்ப்பையைப் பெற்று உபவீதம் அணிந்த நாளுக்கே திரும்பிவிடுகிறார். அனைத்து வழிகளையும் தொடக்கத்திலிருந்து மீண்டும் ஏறிவருகிறார். தன் தவம் கலைத்த பெண்ணை வெறுத்துத் தீச்சொல்லிட்ட முனிவர்கள் உண்டு. தன்னை அறிந்தவரோ தன்னைத்தானே வெறுப்பார். பரத்வாஜர் தன் வடிவமான மைந்தனை வெறுக்கிறார் என்றார் சமீகர். “அது தன் காமத்தை வெறுக்கும் யோகியின் கசப்பு” ஹ்ருதாசியின் மைந்தன் அவளைப் போன்றே கரிய சிற்றுருவம் கொண்டிருந்தான்.

தன் முன் நின்றிருந்த துரோணனை பரத்வாஜர் பொருளற்ற விழிகளால் சிலகணங்கள் நோக்கினார். அவரது இதழ்கள் அசைந்தால் அவனைத் தூக்கி விலக்க மாணவர்கள் ஒருங்கினர். பரத்வாஜர் நெடுமூச்செறிந்து “ஆம், அவன் தந்தைவழியில் அந்தணனே. காயத்ரி சொல்லும் உரிமை அவனுக்குண்டு” என்றார். மாணவர்களின் உடல்கள் மெல்லத் தளர்ந்த அசைவு பரவியது.

துரோணனை காலையிலேயே குளிக்கச்செய்து புதிய மரவுரி ஆடை அணிவித்து மென்குழலை குடுமியாகக் கட்டி வெண்மலர் சூட்டி அழைத்துவந்திருந்தார் விடுகர். “மைந்தா உன் தந்தையை வணங்கு” என்றார். துரோணன் அவரைத் திரும்பி நோக்கியபின் அசையாமல் நின்றான். அவனுடைய சிறிய கரிய உடல் நடுங்கிக்கொண்டிருந்தது. “செல்க மைந்தா” என்று விடுகர் மீண்டும் சொன்னார்.

அவன் நடுங்கும் கால்களுடன் முன்னால் செல்லச்செல்ல அவன் உடல் குறுகியபடியே வந்தது. குருபீடத்தருகே சென்று பரத்வாஜரின் கால்களைத் தொட அவன் குனிந்தபோது அவர் அவனுடைய அழகற்ற சிறிய உடலை வெறுப்பில் கோணலாகிய உதடுகளுடன நோக்கி தன்னையறியாமலேயே கால்களை பின்னுக்கிழுத்துக்கொண்டார். அவர் தொடக்கூடுமென்ற எதிர்பார்ப்பில் சிலிர்த்த தோலும் குறுகிய தோளுமாக நின்ற துரோணன் நிமிர்ந்து அவரை நோக்கி சிறிய உதடுகளை அசைத்தான். “தந்தையே” என அவன் அழைத்த அகச்சொல் உதடுகளை அடையவில்லை. பல்லாயிரம் முறை அவனுள் ஒலித்தழிந்த அழைப்புகளில் ஒனறாகவே அதுவும் ஆகியது. அவர் செருமியபோது அவன் திடுக்கிட்டு உடலதிர பின்னுக்கு நகர்ந்துகொண்டான்.

பரத்வாஜர் கண்களைக் காட்ட அவரது மாணவன் ஒருவன் வந்து அவனுக்கு வேள்விச்சாம்பலால் தொடுகுறியிட்டான். மரவுரியால் துரோணன் கண்களைக் கட்டி அவனிடம் தர்ப்பைபீடத்திலிருந்து ஒரு தர்ப்பையை எடுக்கும்படி சொன்னான். அவனை கொண்டுசென்று முற்றத்தில் நிறுத்தினான். அதுவரை இருந்த பதற்றம் விலகி துரோணனின் உடல் எளிதாகியது. அதுவரை பிற மாணவர்கள் தடுமாறியதை அவன் கண்டிருந்தான். திசையுறுதிகொண்ட காலடிகளுடன் அவன் நடந்தான்.

துரோணன் கங்கைக்கரையின் தர்ப்பைக் காட்டிலேயே வளர்ந்தவன். அவன் அறிந்த ஒரே விளையாட்டுப்பொருள் அதுவே. இயல்பாக அவன் தர்ப்பைபீடத்தை அடைந்து கையை நீட்டி எடுத்தது ஓர் ஆண் விஸ்வாமித்திரப்புல்லை. அவன் எடுத்ததுமே மாணவர்கள் பெருமூச்சுவிட்ட மெல்லிய ஓசை எழுந்தது. அதை எடுத்து நிமிர்ந்த அவன் அக்கணம் தலைக்குமேல் நின்ற மரக்கிளையில் இருந்து சிறகடித்தெழுந்த சிறிய குருவியின் ஓசையை நோக்கி அந்த தர்ப்பைப்புல்லை வீசினான். தர்ப்பை பாய்ந்த குருவி கீழே விழுந்து சிறகடிக்க, குனிந்து சென்று தர்ப்பைப்புல்லைப் பற்றி அதைத் தூக்கிக்கொண்டான்.

சுற்றிலும் எழுந்த கலைந்த மென்குரல் முழக்கத்தை தனக்கான பாராட்டாக துரோணன் எண்ணினான். முதல்மாணவன் வந்து தன் கண்கட்டை அவிழ்த்ததும் தந்தையிடமிருந்து வாழ்த்துச் சொல்லை எதிர்நோக்கி துரோணன் தலையைத் தூக்கினான். பரத்வாஜர் பெருமூச்சுடன் உடல்நெகிழ்வதைக் கண்டு மேலும் இரு அடிகள் எடுத்துவைத்தான். அவர் அவனை நோக்காமல் "சமீகரே, இவன் பிராமணனல்ல என்று தர்ப்பை சொல்லிவிட்டது. இவன் ஷத்ரிய தர்மத்தைக் கடைப்பிடிக்கட்டும். வில்வித்தை கற்க இவனை அக்னிவேசரிடம் அனுப்புங்கள்" என்று ஆணையிட்டார். சமீகர் புன்னகையுடன் "ஆணை" என்றார்.

பரத்வாஜர் திரும்பி தன் கமண்டலத்தை எடுத்துக்கொண்டு நடக்க மாணவர்கள் அவரைத் தொடர்ந்தனர். அவரும் மாணவர்களும் காட்டுப்பாதை வழியாக கங்கையை நோக்கிச் சென்றனர். திகைத்தபடி முற்றத்தில் நின்ற துரோணனின் அருகே வந்து அவன் மெல்லிய தலைமயிர்மேல் கைவைத்து விடூகர் கேட்டார் "ஏன் குழந்தை அப்படிச்செய்தாய்? ஒரு பிராமணன் செய்யும் செயலா அது?" தலையைத் தூக்கி அவரை நோக்கிய துரோணன் "ஏன் உத்தமரே, நான் அப்படி செய்யக்கூடாதா?" என்றான். "நீ பிராமணன் அல்லவா குழந்தை?" என்றார் விடூகர்.

"நான் காட்டில் நாணலாலும் தர்ப்பையாலும் அப்படித்தானே விளையாடுகிறேன்? அவர் நான் நாணலை வீசும் திறனைப் பார்த்ததே

இல்லையே. அதனால்தான்...” என்றான் துரோணன். மனநெகிழ்வுடன் அவனை இழுத்து அணைத்துக்கொண்டு “சரி, உன் தலைவிதி அவ்வண்ணமென்றால் அதுவே நிகழட்டும்” என்றார் விடூகர். “உத்தமரே, தந்தை என்னை ஏற்றுக்கொள்ளமாட்டாரா? பிறரைப் போல என்னையும் அருகே அமரச்செய்து உபவீதம் அணிவித்துக் வேதம் கற்பிக்க மாட்டாரா?” என்று துரோணன் கேட்டான். விடூகர் பதில் சொல்லாமல் பெருமூச்சுவிட்டார்.

துரோணன் ஒரு கணத்தில் அதைப் புரிந்துகொண்டு அவரது கைகளை உதறிவிட்டு பரத்வாஜரும் மாணவர்களும் சென்ற வழியில் ஓடினான். விடூகர் “குழந்தை... நில்” என்று கூவியபடி பின்னால் ஓடினார். துரோணன் ஓடும்போதே மனமுடைந்து அழத்தொடங்கினான். அவனுடைய கண்ணீர்த்துளிகள் சிறிய கரியமார்பில் விழுந்து சிதறின. விடூகர் அவனை தடுத்துப்பிடித்தபோது விம்மலும் தேம்பலுமாக அவன் சிறிய மார்பு அதிர்ந்தது. “என்ன செய்கிறாய் குழந்தை? அவரது ஆணையை நீ மீறலாமா?”

“நான் அவரது காலில் போய் விழுகிறேன் உத்தமரே. என்னை ஏற்றுக்கொள்ளும்படி மன்றாடுகிறேன். அவர் சொல்வதை எல்லாம் செய்வேன். அவர் விரும்பும்படியே வாழ்நாளெல்லாம் இருப்பேன்... என்னை அவரது பாதங்களில் அமரச்செய்யுங்கள் உத்தமரே” என்றான் துரோணன். “இல்லை குழந்தை. அவரது ஆணை முடிவானது. இனி உனக்கு அந்த வாய்ப்பு இல்லை” என்றார் விடூகர். துரோணன் அலறியபடி விடூகரின் கால்களைப் பற்றிக்கொண்டு அவர் தொடையில் முகம் புதைத்துக் கதறி அழுதான்.

விடூகர் அவன் தலையை வருடியபடி தானும் கண்ணீர் விட்டார். அவன் தேம்பலும் விம்மலுமாக அழுதடங்கியதும் கண்ணீரைத் துடைத்துக்கொண்டு மீண்டும் திரும்பி நடந்தான். “குழந்தை!” என விடூகர் பதறினார். “நான் வெறுமனே அவரைப் பார்க்கத்தான் போகிறேன்” என்றான் துரோணன். மெல்ல நாணற்காட்டுக்குள் நுழைந்து கங்கைக்கரையை அடைந்தான். அங்கே ஆழத்தில் மணல்கரையில் பரத்வாஜர் தன் மாணவர்களுடன் அமர்ந்திருப்பதைக் கண்டான்.

பரத்வாஜர் கங்கையின் மணலில் தன் இளம் மாணவர்களை அருகே வட்டமாக அமரச்செய்து அவர்கள் நடுவே அமர்ந்துகொண்டார். அவர்கள் ஒவ்வொருவரும் எழுந்து அவரை வணங்கி குருகாணிக்கை அளித்து அருள்பெற்றதும் அவர்களை நீராடிவரச் சொன்னார். அவர்கள் தங்களுக்குத் தாய்தந்தையர் முன்னிலையில் உபநயனத்தின்போது அணிவிக்கப்பட்ட நூலால் ஆன உபவீதங்களை தலைவழியாகக் கழற்றி

கங்கைநீரில் விட்டுவிட்டு எழுந்து ஈர உடையுடன் வந்து அவர் முன் அமர்ந்தனர். அவர் தர்ப்பையால் ஆன உபவீதங்களை அவர்களுக்கு அணிவித்தார். அவர்களின் காதில் காயத்ரி மந்திரத்தை உச்சரித்தார்.

இளம் மாணவர்கள் அனைவரும் மந்திர உபதேசம் பெற்றபின் மூத்தவர்கள் நீரில் தங்கள் பழைய உபவீதங்களைக் களைந்து புதிய உபவீதங்களை அணிந்துகொண்டனர். அவர்கள் பரத்வாஜரைச் சுற்றி அமர்ந்துகொண்டு ரிக்வேத அதிபதியான பிரஹஸ்பதியை வணங்கி காயத்ரி மந்திரத்தை உதடுகளில் இருந்து வெளியே வராமல் உச்சரித்தனர். சுட்டு விரலின் கீழே இருந்து விரல்களின் கணுக்களை இன்னொருவிரலால் தொட்டு கணுவுக்கொன்றாக பதினொரு சொற்களைச் சொல்லிக்கொண்டனர்.

துரோணன் அவ்வுதடுகளையே நோக்கிக்கொண்டிருந்தான். ஓர் உதட்டிலிருந்து இன்னொன்றுக்கு என அவன் பார்வை தேடிச்சென்றது. மெல்ல அசைந்து பரத்வாஜரின் உதடுகள் நன்கு தெரியும்படி அமர்ந்துகொண்டான். அவரது உதடுகள்தான் தெளிவான அசைவுகளுடன் அம்மந்திரத்தை சொல்லிக்கொண்டிருந்தன. மிக மிக அருகே அந்த ஒலி நிகழ்ந்தது. அவன் ஓர் அணுவிடை முன்னகர்ந்தால் அதை தன் அகத்தால் கேட்டுவிடமுடியும். ஆனால் அந்த எல்லைக்கு ஒரு மாத்திரை இப்பால் நின்று அவன் ஆன்மா முட்டிமுட்டித் தவித்தது.

கங்கையின் நீர்ப்பரப்பில் எழுந்த ஆவி ஒளிகொண்டது. இலைநுனிகள் கூர்மை பெற்றன. துள்ளும் மீன்கள் வெள்ளியென மின்னி நீரில் விழுந்தன. நீரலைகள் மேலும் மேலும் ஒளிகொண்டு வந்தன. பரத்வாஜரின் தாடியும் தலைமயிர்ப்பிசிர்களும் வெண்ணிற ஒளியில் மின்னத் தொடங்கின. அவர்களைச் சூழ்ந்திருந்த வெண்மணல் பரப்பு ஆழ்ந்த காலடித் தடங்களுடன் தெளிவடைந்தபடியே வந்தது. காட்டுக்குள் பறவைக்குரல்கள் கலந்த ஒலி உரத்தபடியே இருந்தது. ஒளியைச் சிதறடித்த சின்னஞ்சிறு சிறகுகளுடன் குருவிக்கூட்டம் ஒன்று காற்றில் சுழன்று பரத்வாஜருக்கு அப்பால் மணலில் இறங்கியது. குருவிகள் சிறிய முல்லைமொட்டுக் கால்களைத் தூக்கி வைத்து கோதுமை மணிபோன்ற அலகுகளால் தரையைக் கொத்தியபடி வால்கள் துடிக்க நடந்தன. அவற்றின் செம்மணிக்கண்களைக்கூட அவனால் பார்க்கமுடிந்தது.

பரத்வாஜரும் மாணவர்களும் நூற்றெட்டு முறை காயத்ரியை உச்சரித்துமுடித்தனர். கைகளை வானுக்குத் தூக்கி வணங்கிவிட்டு பரத்வாஜர் எழுந்தார். மாணவர்கள் ஒவ்வொருவராக எழுந்து அவர் கால்களைத் தொட்டு வணங்கியபின் விலகி நின்றனர். அவர் உதடுகளில் இருந்து தன் பார்வையை விலக்கிக்கொண்டு எழுந்தபோது துரோணன் மீண்டும் மனமுடைந்து அழத்தொடங்கினான். தன் விம்மல் ஒலியை

தானே கேட்டதும் உதட்டை இறுக்கியபடி அழுகையை விழுங்கி கண்ணீரை உள்ளங்கைகளால் மாறிமாறித் துடைத்தான். பெருமூச்சுகள் அவன் சிறிய உடலை உலுக்கின.

பின்னர் அவன் அங்கே நின்ற ஒரு தர்ப்பையைப் பறித்து கையில் வைத்துச் சுருட்டிக் குழலாக்கினான். அதை வாயில் வைத்து வழக்கம்போல ஊதியபோது எழுந்த ஒலியைக் கேட்டு திகைத்து மீண்டும் ஊதினான். 'ஓம், பூர்புவ, சுவஹ!' அவன் மீண்டும் ஊதியபோது உள்ளம் சிலிர்த்து அதைக் கேட்கக் காத்து நின்றது. 'ஓம் தத், ஸவிதுர் வரேண்யம்!' அந்த வரிகள் சற்றுமுன் பரத்வாஜரின் உதடுகளில் அசைந்தவை என அவன் அறிந்தான். 'பர்கோ தேவஸ்ய தீமஹி! தியோ யோ ந ப்ரசோதயாத்!'

அவன் மீண்டும் அதை ஊதினான். பின் குழாயை வீசிவிட்டு நாணல்புதர்களை தாவிக்கடந்து ஓடத்தொடங்கினான். காட்டுக்குள் அவன் அறியாத ஊடுபாதைகளில் மூச்சிரைக்க ஓடிக்கொண்டிருந்தான். கங்கையின் கரையில் பல்லாயிரம் நாக்குகள் மந்திர உச்சரிப்பால் நடுநடுங்க நின்றிருந்த அரசமரத்தடியில் நின்று அந்த மந்திரத்தை தன் நாக்கால் சொன்னான்.

வரந்தருபவனாகிய சூரியனே
இருளை அகற்றுக!
உன் ஒளியால்
என் புலன்களை நிரப்புக!
மகத்தான சிந்தனைகள்
என்னில் எழுவதாக!

மீண்டும் மீண்டும் அதை அவன் சொல்லிக்கொண்டான். ஒவ்வொரு சொல்லையும் சொல்லுக்கப்பால் உள்ளவற்றையும். பின் அதை நிறுத்த அவனால் இயலவில்லை. அவன் அகச்சொல்லோட்டமே அதுவாக இருந்தது.

மூன்றுநாட்களுக்குப்பின் துரோணன் விதுரரின் கையைப்பற்றிக்கொண்டு அக்னிவேசரின் குருகுலத்துக்குக் கிளம்பும்போது ஆழ்ந்த அமைதிகொண்டவனாக இருந்தான். திடமான கால்களை எடுத்து வைத்து நிமிர்ந்த தலையுடன் திரும்பிப் பாராமல் சென்றான். குருகுலத்து வாயிலில் இருந்து ஒரு தர்ப்பைத் தாளை மட்டும் பிடுங்கி கையில் வைத்துக்கொண்டான். "அது எதற்கு?" என்றார் விதுரர். "இருக்கட்டும்" என்றான் துரோணன்.

2

அக்னிவேசரின் குருகுலத்திற்கு துரோணன் சென்றுசேர்ந்தபோது அங்கே நூற்றுக்கும் மேற்பட்ட மாணவர்கள் இருந்தனர். அக்னிவேசர் அப்போது இமயமலைப் பயணம் சென்றிருந்தார். அவரது முதல் மாணவரான வியாஹ்ரசேனர்தான் குருகுலத்தை நடத்திவந்தார். அவரிடம் மைந்தனை ஒப்படைத்துவிட்டு விடைபெறும்போது விதுரர் அவன் கையைப்பற்றிக்கொண்டு “குழந்தை, நீ இங்கே உன் தந்தை உனக்குக் குறித்த கல்வியை பெற்றுக்கொள்ள முடியும். இங்கே உனக்கு உவப்பாக இல்லை என்றால் நான் மீண்டும் வந்து அழைத்துச்செல்கிறேன். இங்குள்ள எந்த ஒரு பணியாளரிடம் நீ செய்தி சொல்லி அனுப்பினாலும் போதும்” என்றார்.

துரோணன் திடமான குரலில் அவர் கண்களை நோக்கி “தேவையில்லை” என்றான். அவன் முற்றிலும் இன்னொருவனாக இருப்பதை உணர்ந்த விதுரர் “நான் மூன்று மாதத்துக்கு ஒருமுறை அமாவாசையன்று உன்னைப் பார்க்க வருகிறேன்” என்றார். “உத்தமரே, எனக்கு நீங்கள் அளித்த உணவுக்காகவும் உங்கள் நெஞ்சுக்குள் நீங்கள் என்னை மகனே என அழைத்துக்கொண்டமைக்காகவும் வாழ்நாள் முழுக்க நன்றியுடன் இருப்பேன். எப்போது இவ்வெளிய கைகளில் நீரள்ளி ஒளிநோக்கி விட்டாலும் உங்கள் பெயரை உச்சரிக்காமலிருக்கமாட்டேன்” என்றான் துரோணன். விம்மியபடி விதுரர் அமர்ந்து அவனை இழுத்துத் தன்னுடன் அணைத்துக்கொண்டார்.

“இறுதிமூச்சின்போது தாங்களும் என் பெயரை உச்சரியுங்கள் உத்தமரே” என்றான் துரோணன். விதுரர் கண்ணீர் வழிய உடைந்த குரலில் “என் மைந்தா… நீ என்னுடன் வந்துவிடு. நான் இருக்கும் வரை நீ தனியனல்ல.

நீ என்னுடன் இரு...” என்றார். துரோணன் புன்னகையுடன் “நான் என்னுள் வைத்திருக்கும் காயத்ரியுடன் சமையற்கட்டில் வாழ முடியாது உத்தமரே” என்றான். அவர் அவன் விழிகளை ஏறிட்டு நோக்கினார். “ஆம்...” என்றார். “நான் எளிய சமையற்கார பிராமணன். தர்ப்பையைத் தீண்டவும் தகுதியற்றவன்.”

துரோணன் அவர் கண்களைத் துடைத்து “செல்லுங்கள். என்னை இனிமேல் நீங்கள் வந்து பார்க்கவேண்டியதில்லை. எனக்கான உங்கள் கடன்களை முடித்துவிட்டீர்கள்” என்றான். விடூகர் பெருமூச்சு விட்டு சால்வையால் முகத்தைத் துடைத்துக்கொண்டு எழுந்து நின்றார். “வருகிறேன். நீ அனைத்து நலன்களையும் பெற்று நிறைவுடன் வாழவேண்டும்” என்றார். அவர் புல்மண்டிய பாதையில் சற்று நடந்ததும் துரோணன் அவருக்குப்பின்னால் ஓடி “சென்றுவருக தந்தையே” என்றான். அவர் உடல் அதிரத் திரும்பி நோக்குவதற்குள் திரும்பி குருகுலத்தின் குடில்களுக்குள் ஓடி மறைந்தான்.

மூன்று வருடங்கள் துரோணன் அக்னிவேசரின் குருகுலத்தில் வளர்ந்தான். அங்கிருந்த ஷத்ரிய மாணவர்கள் அவனை மடைப்பள்ளியில் பணிக்கு வந்த விடூகரின் மைந்தன் என்றே எண்ணினார்கள். அவனும் மடைப்பள்ளிக் குடிலில்தான் உண்டு உறங்கினான். அரசகுலத்து இளைஞர்களுக்கு விற்பயிற்சியில் அம்புகள் தேர்ந்துகொடுத்தான். அவர்களின் ஆடைகளை துவைத்தும் குடில்களைத் தூய்மைசெய்தும் பூசைக்குரிய மலர்களையும் கனிகளையும் கொண்டுசென்று அளித்தும் பணிசெய்தான். அவர்களுக்கு உணவு பரிமாறினான். ஏவலர்களை இழிவுசெய்து பழகிய அரசகுலத்தவர்களான அவர்கள் சிறிய தவறுக்கும் அவன தலையை அறைந்தனர். அவன் குடுமியைப்பிடித்துச் சுழற்றி வீசினர். அவனை எட்டி உதைத்து முகத்தில் உமிழ்ந்து இழிசொல்லுரைத்தனர்.

அவனுடைய பெயர் அனைவருக்குமே நகைப்பூட்டுவதாக இருந்தது. அவனுடைய கரிய சிறு உருவம் வெறுப்பை ஊட்டியது. ஆயுதப்பயிற்சியின்போது அவனை ஓடச்சொல்லி போட்டி வைத்து அவன் குடுமியை அம்பெய்து வெட்டினார்கள். அவன் கொண்டுசெல்லும் கலத்தை கவணால் கல்லெறிந்து உடைத்து அவன்மேல் நெய்யும் தயிரும் கஞ்சியும் வழியச்செய்து கூவி நகைத்தார்கள். ஒருமுறை நான்கு மாணவர்கள் அவனை ஒரு பெரிய மண்குடத்துக்குள் போட்டு கயிற்றில் கட்டி வில்பயிலும் முற்றத்தில் மரத்தில கட்டித் தொங்கவிட்டனர். குடத்தில் எழுந்து நின்று கீழே தன்னைநோக்கி நகைக்கும் முகங்களை அவன் நோக்கிக்கொண்டிருந்தான்.

அக்னிவேசர் திரும்பிவந்தபோது அங்கிருந்த அனைவரும் அவனை சமையற்காரனாகவே எண்ணியிருந்தனர். அவரிடம் அவனைப்பற்றி

எவரும் சொல்லவில்லை. பலமுறை அவனை அவர் கண்டபோதும் அவரும் எதுவும் கேட்கவில்லை. ஆனால் சமையற்காரச் சிறுவனாகிய அவனை ஷத்ரிய இளைஞர்கள் அவமதிப்பதையும் அடிப்பதையும் அவர் கண்டு அதற்காக அவர்களைக் கண்டித்தார். ஆனால் ஷத்ரியர்கள் தங்கள் ஆணவத்தாலேயே ஆற்றலை அடைகிறார்கள் என்றும் அவர் அறிந்திருந்தார். வியாஹ்ரசேனரிடம் அவர்களைக் கட்டுப்படுத்தும்படி ஆணையிட்டார்.

அதன்பின்னரும் ஒருமுறை அவன் குடிநீரை தாமதமாகக் கொண்டுவந்தமையால் சினமுற்ற மாளவ இளவரசன் மித்ரத்வஜன் அவன் கன்னத்தில் அறைவதை தன் குடிலுக்குள் நின்றபடி கண்டார். அவர் மாளவனை கண்டிப்பதற்காக வெளியே வந்தபோது அவரெதிரே வந்த துரோணனின் முகம் சற்றுமுன் அவமதிக்கப்பட்டதன் சாயலே இல்லாமலிருந்ததைக் கண்டு திகைத்தார். அவரை வணங்கிக் கடந்துசென்ற சிறுவனை சிந்தனையுடன் நோக்கி நின்றார்.

பின்னர் ஒருநாள் அதிகாலையில் கங்கைக்கு நீராடச்சென்றிருந்தபோது தனக்கு முன்னால் அவன் நின்று தர்ப்பைகளைப் பிய்த்து நீரில் வீசிக்கொண்டிருப்பதை அக்னிவேசர் கண்டார். இவ்வேளையில் சிறுவன் ஏன் விளையாடுகிறான் என்று எண்ணி அவனறியாமல் நின்று அவனை நோக்கினார். அவன் அவரது அசைவைக் காணவில்லை. அவனைச் சூழ்ந்து நிகழ்வன எதையும் உணரவில்லை. தன் இடக்கையில் தர்ப்பைத்தாள்களை வைத்திருந்தான். வலக்கையால் அவற்றை எடுத்து நீர்ப்பரப்பைக் கூர்ந்து நோக்கிக்கொண்டிருந்தான்.

காலைநீரில் கங்கையில் செல்லும் நீர்க்குமிழிகளை அவன் தர்ப்பைகளை வீசி உடைத்துக்கொண்டிருந்தான். நீர்நுரையில் கொத்துக்கொத்தாகச் செல்லும் குமிழிகளில் ஒன்றை உடைக்கும்போது பிறகுமிழிகள் ஏதும் உடையவில்லை என்று கண்டு அவர் திகைத்து அவனருகே சென்றார். அவன் அவரைக்கண்டு வணங்கியபோது “உன் தந்தை பெயரென்ன?” என்றார். “நான் பரத்வாஜரின் மைந்தன். தங்களிடம் தனுர்வித்தை கற்க அனுப்பப்பட்டவன்” என்றான் துரோணன். அவனை இரு கைகளாலும் அள்ளி தன்னுடன் சேர்த்துக்கொண்டு உவகை எழுந்த குரலில் “பாரதத்தின் மகத்தான வில்லாளி ஒருவன் தன்னை என் மாணவன் என்று பின்னாளில் சொல்லும் பேறுபெற்றேன்” என்றார் அக்னிவேசர்.

அக்னிவேசர் அவனை கைத்தலம் பற்றி அழைத்துவந்ததைக் கண்ட ஷத்ரிய இளைஞர்கள் திகைத்தனர். அன்றைய தனுர்வேத வகுப்பில் அவனை அவர் முன் நிரையில் அமரச்செய்தபோது ஷத்ரியர்கள்

ஒருவரை ஒருவர் நோக்கிக்கொண்டனர். அக்னிவேசர் கேட்டார் “வில் என்பது என்ன?” வில் என்பது வானத்தின் வளைவு என்றான் ஒருவன். மலைச்சிகரங்களின் வடிவம் என்றான் இன்னொருவன். நாகம் என்றான் பிறிதொருவன். அறம் என்றும் வீரம் என்றும் வெற்றி என்றும் சொன்னார்கள் பலர். அக்னிவேசர் துரோணனிடம் கேட்டார் “பரத்வாஜரின் மைந்தனே, நீ சொல்.”

துரோணன் எழுந்து “வில் என்பது ஒரு மூங்கில்” என்றான். மாணவர்கள் நகைக்கும் ஒலிக்கு நடுவே தொடர்ந்து “மூங்கில் என்பது ஒரு புல்” என்றான். அக்னிவேசர் புன்னகையுடன் “அம்புகள்?” என்றார். “அம்புகள் நாணல்கள். நாணலும் புல்லே” என்றான் துரோணன். “அப்படியென்றால் தனுர்வேதம் என்பது என்ன?” என்றார் அக்னிவேசர். “வில்வித்தை என்பது புல்லும் புல்லும் கொண்டுள்ள உறவை மானுடன் அறிந்துகொள்வது.” அக்னிவேசர் தலையசைத்தார். “புல்லை ஏன் அறியவேண்டும் மானுடர்?” என்றார். துரோணன் “ஏனென்றால் இந்த பூமியென்பது புல்லால் ஆனது” என்றான் .

அக்னிவேசர் திரும்பி தன் மூத்தமாணவனாகிய மாளவ இளவரசன் மித்ரத்வஜனிடம் “இவனை என்ன செய்யலாம்?” என்றார். “பிரம்மனில் இருந்து தோன்றியதும் ஐந்தாவது வேதமுமான தனுர்வேதத்தைப் பழித்தவனை அம்புகளால் கொல்லவேண்டும்” என்று அவன் சொன்னான். “அவ்வண்ணமே செய்” என்றபின் துரோணனிடம் “உன் புல் உன்னைக் காக்கட்டும்” என்றார் அக்னிவேசர். மாளவன் தன் வில்லை எடுத்து அம்பைத் தொடுப்பதற்குள் துரோணன் தன் முதுகுக்குப்பின் கச்சையில் இருந்த தர்ப்பைக்கட்டில் இருந்து இரு கூரிய தர்ப்பைகளை ஒரே சமயம் எடுத்து வீசினான். மாளவனின் கண்ணுக்கு கீழே கன்னச்சதைகளில் அவை குத்தி நிற்க அவன் அலறியபடி வில்லை விட்டுவிட்டு முகத்தைப் பொத்திக்கொண்டான். அவன் விரலிடுக்கு வழியாக குருதி வழிந்தது.

அனைவரும் திகைத்த விழிகளுடன் பார்த்து நிற்க அக்னிவேசர் புன்னகையுடன் சொன்னார் “இதையும் கற்றுக்கொள்ளுங்கள் ஷத்ரியர்களே. கணநேரத்தில் மாளவனின் கண்களைக் குத்தும் ஆற்றலும் அவ்வாறு செய்யலாகாது என்னும் கருணையும் இணைந்தது அந்த வித்தை. கருணையே வித்தையை முழுமைசெய்கிறது.” மாளவனை நோக்கித் திரும்பி “உன் இரண்டாம ஆசிரியனின் காலடிகளைத் தொட்டு வணங்கி உன்னை அர்ப்பணம் செய்துகொள். அவன் அருளால் உனக்கு தனுர்வேதம் கைவரட்டும்” என்றார் அக்னிவேசர்.

மாளவன் குருதி வழிந்த முகத்துடன் வந்து துரோணன் அருகே தயங்கி நின்றான். துரோணன் நின்றிருந்த தோரணையைக் கண்டு அக்னிவேசர்

புன்னகையுடன் வேறுபக்கம் திரும்பிக்கொண்டார். மாளவன் அவன் பாதங்களைப் பணிய துரோணன் “வெற்றியுடன் இருப்பாயாக” என்று பிராமணர்களுக்குரிய முறையில் இடக்கைவிரல்களைக் குவித்து வாழ்த்தினான். வியாஹ்ரசேனர் தவிர அக்னிவேசரின் அனைத்து மாணவர்களும் வந்து அவனை வணங்கியபோது தயக்கமேதுமின்றி நிமிர்ந்த தலையுடன் சற்றே மூடிய இமைகளுடன் அவன் வாழ்த்துரைத்தான்.

அன்றுமுதல் அக்னிவேசரின் முதன்மை மாணவனாக துரோணன் மாறினான். பகலெல்லாம் அவருடன் அனைத்துச்செயல்களிலும் உடனிருந்து பணிவிடை செய்தான். இரவில் அவரது படுக்கைக்கு அருகே நிலத்தில் தர்ப்பைப்பாய் விரித்துத் துயின்றான். அவர் அவனுக்கு வில்வித்தை கற்றுக்கொடுப்பதை மாணவர்கள் எவரும் காணவில்லை. அவர் மெல்லியகுரலில் அவனுக்கு மட்டும் கேட்கும்படி சொல்லும் சொற்களை விழிகள் ஒளியுடன் நிலைத்திருக்க கூப்பி நெஞ்சோடு சேர்க்கப்பட்ட கைகளுடன் கேட்டுக்கொண்டிருந்தான். அவர் சொல்லும் மந்திரங்களை அவரது உதடுகளை நோக்கி அதேபோல உதடுகளை அசைத்து சொல்லிக்கொண்டான். அவரிடமன்றி எவரிடமும் உரையாடாமலானான்.

வெள்ளிமுளைப்பதற்கு முன்னர் அவன் எழுந்து மெல்லியகாலடிகளுடன் கங்கைக்கரைக்குச் சென்று தன் வில்லில் தர்ப்பைப்புல்லை அம்புகளாக்கிப் பயிற்சி செய்வதை நெடுநாட்களுக்குப் பின்னர்தான் அங்கநாட்டு இளவரசன் பீமரதன் கண்டு பிறருக்குச் சொன்னான். அவர்கள் இருளுக்குள் சென்று அவனை தொலைவிலிருந்து நோக்கினர். மரங்கள் கூட நிழல்கூட்டங்களாக அசைந்துகொண்டிருந்த இருளுக்குள் துரோணன் கனிகளை அம்பெய்து வீழ்த்தி அவை நிலத்தை அடைவதற்குள்ளேயே மீண்டும் மேலெழுப்பிக் கொண்டுசென்று விண்ணில் நிறுத்தி விளையாடுவதைக் கண்டு திகைத்தனர்.

“அவனுக்கு குருநாதர் அருளியிருப்பது தனுர்வேதமே அல்ல. தனுவையும் சரங்களையும் கட்டுப்படுத்தும் தீயதேவதைகளை உபாசனைசெய்யும் மந்திரங்களையே அவனுக்களித்திருக்கிறார். ஆகவேதான் அவன் பின்னிரவில் வந்து வில்பயில்கிறான். இப்போது விண்ணில் அக்கனிகளை நிறுத்தி விளையாடுபவை இருளைச் சிறகுகளாகக்கொண்டு வானில் உலவும் அக்கரிய தெய்வங்களே” என்றான் உக்ரசேனன் என்னும் இளவரசன். இருளுக்குள் மரங்களை குலைத்தபடி வந்த காற்று அவர்களின் முதுகுகளைத் தீண்டிச் சிலிர்க்கச்செய்தது.

அதன்பின் அவர்கள் எவரும் துரோணன் விழிகளை ஏறிட்டு நோக்கும் துணிவுபெறவில்லை. அவன் எதிரே வருகையில் அவர்கள் தலைகுனிந்து

விலகி கைகூப்பி நின்றனர். அவர்களுக்கு அவனே வில்வித்தையின் பாடங்களைக் கற்பித்தான். வகுப்புகளில் அவன் மிகச்சில சொற்களில் அவர்களிடம் பேசினான். சொற்கள் குறையக் குறைய அவன் சொல்வது மேலும் தெளிவுடன் விளங்கியது. அவனை முன்பு அவமதித்தவர்கள், அடித்தவர்கள் அவன் பழிவாங்கக்கூடுமென அஞ்சினர். ஆனால் சிலநாட்களிலேயே அவன் அவர்கள் எவரையுமே ஏறிட்டும் நோக்குவதில்லை என்பதைக் கண்டு அமைதிகொண்டனர்.

முற்றிலும் தனியனாக இருந்தான் துரோணன். நான்குவயதில் அங்கே வந்தபின் அக்னிவேசரின் தவக்குடிலைவிட்டு அவன் வெளியே செல்லவேயில்லை நீராடுகையில் கங்கையைக் கடக்க ஒருகை கூட எடுத்து வைக்கவில்லை. குருகுலத்து முகப்பிலிருந்து தொடங்கி செந்நிற நதிபோல வளைந்தோடி அப்பால் கிராமங்களுக்கும் நகரங்களுக்கும் சென்ற பாதையில் ஒரு கால்கூட எடுத்து வைக்கவில்லை. பிரம்மமுகூர்த்தத்தில் எழுந்து முதற்சாமத்தில் துயிலும் தன் நாள்நெறியில் அவன் ஒருமுறை கூட வழுவவில்லை. அந்த மாறாநெறியாலேயே அவன் முற்றிலும் அங்கிருந்த பிறர் பார்வையிலிருந்து மறைந்துபோனான். அவர்களறிந்த துரோணன் நாளென இரவென நிகழும் இயற்கையின் ஒரு முகம்.

அவனும் எவரையும் அறியவில்லை. அவனுடன் பயின்ற மாணவர்கள் ஒவ்வொருவராக கல்விமுதிர்ந்து குருகாணிக்கை வைத்து வாழ்த்துபெற்று இடத்தோளில் எழுந்த வில்லும் வலத்தோளில் அம்பறாத்தூணியுமாக விடைபெற்றுச் சென்றனர். அவர்களை அழைத்துச்செல்ல வந்திருந்த அரசத்தேர்கள் குருகுல முற்றத்தில் செருக்கடித்து, கால்மாற்றும் பொறுமையிழந்த புரவிகளுடன் நின்றன. அணிப்படகுகள் கொடிமரத்தில் கட்டப்பட்ட பாய்கள் துடிக்க அலைகளில் எழுந்தமைந்து நிலையழிந்து காத்திருந்தன. அவர்களுக்காக வந்திருந்த அரசதூதர்களும் அமைச்சர்களும் அக்னிவேசரை வணங்கி அவர் காலடியில் விரிக்கப்பட்ட புலித்தோலில் பொன்னும் மணியுமாகக் காணிக்கையிட்டு வணங்கி விடைகொண்டனர்.

விடைபெற்று விலகும் இளவரசர்கள் துரோணனைக் கண்டு நெடுநாட்களுக்குப்பின் அவனை அகத்தில் உணர்ந்து திடுக்கிட்டனர். பின்னர் அவனருகே வந்து பணிந்து “குருபாதங்களைப் பணிகிறேன் துரோணரே. தாங்கள் விழையும் காணிக்கையை அடியேன் தர சித்தமாக உள்ளேன்” என்றனர். துரோணன் புன்னகையுடன் “உனது வாளும் வில்லும் அந்தணரையும் அறவோரையும் ஆவினங்களையும் என்றும் காத்து நிற்கட்டும். அதுவே எனக்கான காணிக்கை. வெற்றியும் செல்வமும் புகழும் திகழ்வதாக!” என வாழ்த்தினான். அவனுடைய

சொற்களால் அத்தனை ஷத்ரியர்களும் உள்ளூர சினம்கொண்டனர். தலைவணங்கி சென்னிமேல் அவனுடைய மஞ்சளரிசியையும் மலரையும் பெற்றுக்கொண்டு நடக்கையில் அவர்களுடைய உடலெங்கும் அந்தச் சினமே எரிந்துகொண்டிருந்தது.

அவர்கள் சென்றவழியிலேயே புதிய தேர்களிலும் புதிய படகுகளிலும் இளம்மாணவர்கள் வந்திறங்கினர். விழித்த பெரிய கண்களும் தலைகுடுமியில் சூடிய மலருமாக அமைச்சராலோ தளபதியாலோ கை பிடித்து வழிநடத்தப்பட்டு அவர்கள் குருகுலத்துக்குள் வலது காலடியை எடுத்து வைத்தனர். "நிலம்தொட்டு வணங்குங்கள் இளவரசே, இது உங்கள் ஞானபூமி" என்று சொல்லப்படுகையில் அவர்கள் திகைத்து சுற்றுமுற்றும் நோக்கியபின் கையிலிருந்த பொருட்கள் கீழே விழாமல் நெஞ்சோடு பிடித்துக்கொண்டு குனிந்து நிலம்தொட்டு சென்னியிலணிந்தனர்.

அக்னிவேசர் முன் வந்து நிற்கும் அத்தனை இளவரசர்களும் அவரது மெலிந்த முதிய உடலைக் கண்டு அவநம்பிக்கைகொண்டு திரும்பி தலைதூக்கி தங்களுடன் வந்தவர்களை நோக்கினர். அவர்கள் மெல்லியகுரலில் "குருபாதங்களை வணங்குங்கள் இளவரசே" என்று சொன்னதும் அக்னிவேசரின் முகத்தை நோக்கியபடி குனிந்து பாதங்களைச் சிறுகைகளால் தொட்டு வணங்கினர். அக்னிவேசருக்கு காணிக்கைகள் வைத்து வாழ்த்து பெற்றதும் அவர்கள் வியாஹ்ரசேனரை வணங்கியபின் அக்னிவேசரின் இடப்பக்கம் நின்றிருக்கும் துரோணரை நோக்கி ஒருகணம் தயங்கினர். அக்னிவேசர் "பரத்வாஜரின் மைந்தரும் என் மாணவருமான துரோணரை வணங்குங்கள்" என்று சொன்னதும் விழிகளுக்குள் ஒருகணம் வியப்பு ஒளிர்ந்து அடங்கும்.

அந்தக் கணத்தை துரோணன் வெறுத்தான். அதைக் கடந்துசெல்ல ஒவ்வொருமுறையும் ஒவ்வொரு வகையில் முயன்றான். பார்வையை வேறெங்கோ திருப்பிக்கொண்டு அக்கறையின்மை தெரியும் உடலுடன் நின்று அவர்கள் அருகே நெருங்கியதும் கலைந்து திரும்பினான். கனிந்த புன்னகையுடன் அவர்களை நோக்கி நின்று அவர்களின் பார்வை பட்டதும் புன்னகையுடன் கைநீட்டி அழைத்தான். எதுவும் வெளித்தெரியாத சிலைமுகத்துடன் நின்று உணர்வேயின்றி அவர்களை எதிர்கொண்டான். ஆனால் ஒவ்வொருமுறையும் அவர்களின் விழிகளில் மின்னிச்செல்லும் வியப்பு அவனில் நஞ்சூட்டப்பட்ட அம்புபோலத் தைத்தது. நாட்கணக்கில் அவனுக்குள் இருந்து உளைந்து சீழ்கட்டியது.

அந்த வியப்பை ஒவ்வொருவரும் கடக்கும் முறையை அவன் மிகநுட்பமாகக் கண்டிருப்பதை அத்தருணம் தன்னுள் மீளமீள காட்சியாக ஓடும்போது உணர்வான். சிலர் ஏற்கெனவே அதை உய்த்தறிந்திருந்தவர்களாக

நடிப்பார்கள். சிலர் செயற்கையான இயல்புத்தன்மையை உடலிலும் கண்களிலும் கொணர்வார்கள். சிலர் நிமிர்வை, சிலர் பணிவை முன்வைப்பார்கள். ஒவ்வொருவருள்ளும் ஓடும் சொற்களை மட்டுமே அவன் பருப்பொருள் என பார்த்துக்கொண்டிருப்பான். "பரத்வாஜரின் மைந்தனா?" வணங்கி மீண்டபின் அவன் பார்வை அவர்களிடமிருந்து விலகியதும் வளைக்கப்பட்ட மூங்கில் நிமிர்வதுபோல அவர்களுக்குள் எழும் எண்ணத்தை தன் உடலால் அவன் உணர்வான். அவனுடைய பிறப்பு நிகழ்ந்த விதம். தன் முதுகுக்குப்பின் உடைகள் உரசிக்கொள்ளும் ஒலியில் மூச்சொலியில் கேட்கும் அந்தப் புன்னகை அவனை கூசி உடல்குன்றச்செய்யும்.

பின்னர் அவன் கண்டுகொண்டான், அத்தருணத்தை வெல்லும் முறையை. அவர்கள் அவனை அவமதிப்பதற்குள்ளாகவே அவன் அவர்களை அவமதித்தான். நிமிர்ந்த தலையும் இளக்காரம் நிறைந்த நோக்குமாக அவன் அவர்களை நோக்குவான். தன் பாதங்களைப் பணியும் இளவரசர்களை குனிந்தே நோக்காமல் இடக்கையால் வாழ்த்தி அவர்கள் அளிக்கும் காணிக்கைகளை கண்முனையால் நோக்கி, மிக மெல்லிய ஒரு நகைப்பை உதடுகளில் பரவவிடுவான். அந்நகைப்பு அவர்களைத் திகைக்கச் செய்யும். அதன் காரணமென்ன என்று அவர்களின் அகம் பதறித் துழாவுவதை உடலசைவுகள் காட்டும். அங்கிருந்து செல்லும் வரை அவர்களால் அதிலிருந்து வெளிவரமுடியாது. அவர்களின் பார்வைகள் அவனை வந்து தொட்டுத்தொட்டுச் செல்லும். அவன் அவர்களை மீண்டுமொருமுறை விழியால் சந்திக்கவே மாட்டான்.

ஐந்து வயதுமுதல் ஏழுவயதுக்குள் உள்ள ஷத்ரியகுலத்துச் சிறுவர்களே குருகுலத்துக்கு வந்துகொண்டிருந்தனர். வில்பயிற்சிக்கு அவர்கள் நுழைவதற்கு முன்பாக இளம்கைகள் வேறெந்தத் தொழிலுக்கும் பயின்றிருக்கலாகாது என்று சொல்லப்பட்டது. குறிப்பாக அவர்கள் ஏடெழுதவும் இசைக்கருவிகளை இசைக்கவும் பயிலக்கூடாதென்று நெறி இருந்தது. இளம்மாணவர்களின் பயிலாத மென்கைகளை வியாக்ரசேனர் தன் கனத்த கைகளால் பற்றி வளைத்துப்பார்த்த பின்னரே அங்கே அவர்களை சேர்த்துக்கொள்வார். மாணவர்கள் குருகுலத்துக்கு வந்தபின்னர் இரண்டுவருடகாலம் ஒவ்வொருநாளும் காலைமுதல் இரவு வரை விழித்திருக்கும் நேரமெல்லாம் கைவிரல்களுக்குத்தான் முதற்பயிற்சி அளிக்கப்பட்டது.

"அம்பைத் தொட்டதுமே அதை உணர்பவன் அதமன். அவன் உடல் பயிற்சியை பெற்றிருக்கிறது. அம்பருகே கைசென்றதுமே அதை உணர்ந்துகொள்பவன் மத்திமன். பயிற்சியை அவன் அகமும்

பெற்றிருக்கிறது. அம்பென எண்ணியதுமே அம்பை அறிபவன் உத்தமன். அவன் ஆன்மாவில் தனுர்வேதம் குடியேறியிருக்கிறது" என்று அக்னிவேசர் சொன்னார். "எந்த ஞானமும் உபாசனையால் அடையப்படுவதே. அதன் நிலைகள் மூன்று. ஞானதேவியிடம் இறைஞ்சி அவளை தோன்றச்செய்தல் உபாசனை. அவளை கனியச்செய்து தோழியாகவும் தாயாகவும் தெய்வமாகவும் தன்னுடன் இருக்கச்செய்தல் ஆவாகம். முழுமை என்பது தான் அவளேயாதல். அதை தன்மயம் என்றனர் மூதாதையர்."

ஆகவே அக்னிவேசரின் குருகுலத்தில் ஏழுவயது கடந்தவர்களையும் பிறகுருகுலங்களில் பயின்றவர்களையும் ஏற்பதில்லை. அது அனைவருமறிந்தது என்பதனால் எவரும் அவ்வாறு வருவதுமில்லை. எனவே வில்பயிற்சி முடிந்து கங்கையில் நீராடிக்கொண்டிருந்த துரோணன், பெரிய பாய்களை மெல்லக் குவித்துச் சுருக்கியபடி அரசஇலக்கணங்கள் கொண்ட படகு ஒன்று குருகுலத்தின் படகுத்துறையை அணைவதைக் கண்டு எழுந்து நோக்கியபோது அதிலிருந்து பதினைந்து வயதான ஓர் இளைஞனும் அவனுடன் அவனுடைய தளபதியும் மட்டும் இறங்கிச்செல்வதைக் கண்டு வியப்புடன் கரையேறி உடலைத் துவட்டி ஆடையணிந்து குருகுலமுகப்பை நோக்கிச் சென்றான்.

அக்னிவேசர் ஓய்வெடுக்கும் நேரம் அது. அவர் நீண்ட மஞ்சப்பலகையில் கால்நீட்டி ஒருக்களித்துப் படுத்திருக்க ஒரு மாணவன் பிரஹஸ்பதியின் வித்யாசாரம் நூலை வாசித்துக்காட்டிக் கொண்டிருந்தான். கண்களை மூடி தாடியை நீவியபடி மெல்லத் தலையசைத்து அக்னிவேசர் அதைக் கேட்டுக்கொண்டிருந்தார். முற்றத்தில் கேட்ட ஓசைகளில் கலைந்து எழுந்து சைகையால் 'சென்று பார்' என்று மாணவனிடம் சொன்னார். அவன் வெளியே சென்று அவர்களிடம் பேசுவது கேட்டுக்கொண்டிருந்தது. தட்சிண பாஞ்சாலத்து சிருஞ்சயகுலத்து அரசன் பிருஷதனின் மைந்தன் யக்ஞசேனன் என்பது அவ்விளைஞனின் பெயர் என்றும் உடன்வந்திருப்பவர் அவனுடைய அமைச்சர் பார்ஸ்வர் என்றும் அக்னிவேசர் அறிந்துகொண்டார்.

மாணவன் உள்ளே வந்து சொல்வதற்குள்ளாகவே "அவர்களை சபையில் அமரச்செய்க" என்றபடி அக்னிவேசர் எழுந்தார். முகம்கழுவி சால்வை அணிந்து அவர் சபைக்குச் சென்றபோது மரப்பீடத்தில் அமர்ந்திருந்த அமைச்சரும் இளைஞனும் எழுந்து அவரை வணங்கினர். அவர் அமர்ந்ததும் பார்க்ஸ்வர் "தனுர்வேதஞானியாகிய அக்னிவேசரை வணங்குகிறேன். நாங்கள் உத்தர பாஞ்சாலத்தைச் சேர்ந்தவர்கள்" என்றார். அக்னிவேசர் "தெரியும்... கேட்டேன்" என்று சொல்லி "உங்கள் நோக்கம் இங்கே இவ்விளைஞரைச் சேர்ப்பதாக அமையாது என

எண்ணுகிறேன். நான் இங்கே விரலும் மனமும் முதிர்ந்த மாணவர்களை சேர்த்துக்கொள்வதில்லை" என்றார்.

பார்ஸ்வர் முகம் குனிந்து "அதை முன்னரே அறிந்திருந்தோம். எனினும் எங்களுக்கு வேறுவழியில்லை. தாங்களறியாதது அல்ல, எங்கள் நாடு இன்று இரு குலங்களால் ஆளப்படும் இரு நாடுகளாகப் பிரிந்து வலுவிழந்து கிடக்கிறது. இருபக்கமும் மகதமும் அஸ்தினபுரியும் எங்களை விழுங்க எண்ணி காத்திருக்கின்றன. இத்தருணத்தில் இளவரசரின் கையில் தங்கள் ஆசிகொண்ட வில் இருப்பதுமட்டுமே எங்களுக்குக் காவலாக அமையும்" என்றார். அக்னிவேசர் "பார்ஸ்வரே, பாரதவர்ஷத்தில் இக்கட்டில் இல்லாத அரசு என்பது எதுவும் இல்லை. காட்டில் ஒவ்வொரு ஓநாயும் வேட்டைமிருகம். எனவே ஒவ்வொன்றும் இரையும்கூட. நான் என் நெறிகளை மீறமுடியாது. நெறிகளை ஒருமுறை மீறினால் பிறகு அவை நெறிகளாக இராது" என்றபின் எழுந்தார்.

கைகூப்பி நின்றிருந்த யக்ஞசேனன் "என் நலனுக்காக நான் எதையும் கோரவில்லை தவசீலரே. என் குடிமக்களுக்காக அருளுங்கள்" என்று சொல்லி அவர் கால்களை தொடப்போனான். "வேண்டாம். மாணவனாக நான் உன்னை ஏற்காதபோது அந்நிலையில் என் கால்களை நீ தொடலாகாது. உன் கைவிரல்களைப் பார்த்தேன். அவை கணுக்கள் கொண்டுவிட்டன. அவற்றை இனி இங்குள்ள பயிற்சிகளுக்காக வளைக்க முடியாது. நீ போகலாம்" என்றபின் திரும்பி வியாஹ்ரசேனரிடம் "இவர்கள் தங்கி இளைப்பாறி திரும்பிச்செல்ல ஆவன செய்யும்" என்று கூறி சால்வையை சுழற்றிப்போட்டபடி உள்ளே சென்றார் அக்னிவேசர். வாசலில் நின்று திரும்பி "துரோணன் வந்ததும் என்னருகே வரச்சொல்லுங்கள்" என்றார்.

அமைச்சர் திரும்பி யக்ஞசேனனை நோக்கி மெல்லியகுரலில் "முனிவர் சினம் கொள்ளலாகாது இளவரசே" என்றார். வியாஹ்ரசேனர் பார்ஸ்வரிடம் "குருநாதர் இப்போது சொன்ன இச்சொற்களே இறுதியானவை என்று உணருங்கள் அமைச்சரே. இங்கு இதுவரைக்கும் ஏழுவயதுக்கு மேற்பட்ட எவரும் சேர்த்துக்கொள்ளப்பட்டதில்லை" என்றார். யக்ஞசேனன் கண்ணீருடன் உதடுகளை அழுத்திக்கொண்டு பெருமூச்சுவிட்டான். பார்ஸ்வர் "பாஞ்சால மக்களின் ஊழ் அவ்விதமென்றால் அவ்வாறே ஆகுக. பாதம்பணிந்து கேட்போம், எங்கள் குலதெய்வம் கனிந்தால் குருவின் கருணை அமையும் என்றெண்ணி வந்தோம்" என்றார். துயரம் நிறைந்த புன்னகையுடன் "நாங்கள் இப்போதே திரும்பிச்செல்கிறோம். குருபாதங்களை மீண்டும் பணிந்து விடைகொள்கிறோம்" என்றார்.

அவர்கள் திரும்பி வெயில் பரவிக்கிடந்த வெளிமுற்றத்துக்கு வந்து கங்கைக்கரைப் பாதை நோக்கிச் சென்றனர். குளியல் முடிந்த ஷத்ரிய மாணவர்கள் ஈர ஆடைகளுடன் கங்கையிலிருந்து திரும்பிக் கொண்டிருந்தார்கள். பாஞ்சாலத்தின் கொடியை படகில் பார்த்துவிட்டிருந்த இளவரசர்கள் சூதர்களின் மொழிவழியாக அறிந்திருந்த யக்ஞசேனனைக் காண விரும்பி, அதன்பொருட்டு வந்ததுபோல தோற்றமளிக்காமலிருக்க இயல்பாகப் பேசியபடி அவ்வழியாக வந்தனர். அவர்களின் விழிகளை சந்திக்காமல் இருக்க யக்ஞசேனன் தன் தலையைத் தூக்கி பார்வையை நேராக எதிரே மரங்களின் இலைத்தழைப்புக்கு அப்பால் தெரிந்த கங்கையின் ஒளியலையில் நாட்டியபடி நடந்தான். பார்ஸ்வர் ஒவ்வொரு இளவரசருக்கும் முகமன் சொல்லி வணங்கியபடி அவன் பின்னால் வந்தார்.

எதிரே கையில் தர்ப்பையும் ஈர மரவுரியாடையுமாக வந்த துரோணனைக் கண்டதும் யக்ஞசேனன் விலகி வழிவிட்டு சில அடிகள் எடுத்துவைத்து கடந்து சென்றான். பின்னர் திரும்பி கைகளைக் கூப்பியபடி “பிராமணோத்தமரே” என்று உரக்கக் கூவினான். அந்தப் பாதையில் சென்றுகொண்டிருந்த அத்தனைபேரும் திரும்பிநோக்கினர். திகைத்து நின்ற துரோணனை நோக்கி ஓடிவந்த யக்ஞசேனன் “பிராமணோத்தமரே, நான் உங்கள் அடைக்கலம். உங்கள் நாவிலோடும் காயத்ரிமேல் ஆணையாகக் கேட்கிறேன். என்னை உங்கள் மாணவனாக ஏற்றுக்கொள்ளுங்கள். இங்கே என்னை மாணவனாக்குங்கள்” என்றபடி அப்படியே முழங்கால் மடிந்து மண்ணில் அமர்ந்து துரோணனின் பாதங்களைப் பற்றிக்கொண்டான்.

ஷத்ரிய இளைஞர்கள் திகைப்புடன் ஒருவரை ஒருவர் நோக்கிக்கொண்டனர். கலிங்கநாட்டு இளவரசன் ருதாயு சினத்துடன் பற்களைக் கடித்து கைமுட்டிகளை இறுக்கியபடி மெல்ல முனகினான். அந்தச் சிறு ஓசையைக் கேட்டதும் துரோணனின் அகத்துள் ஒரு மென்முறுவல் விரிந்தது. இடதுகையை மான்செவி போலக் குவித்து யக்ஞசேனனின் தலைமேல் வைத்து “எழுக இளவரசே. உங்களுக்கு நான் அடைக்கலம் அளிக்கிறேன். வெற்றியும் செல்வமும் புகழும் திகழ்க” என்று வாழ்த்தினான். யக்ஞசேனன் எழுந்து “என் நாட்டுக்கும் இனி தாங்களே காவல் பிராமணோத்தமரே” என்றான். “அவ்வண்ணமே ஆகுக” என்றான் துரோணன். புன்னகையுடன் “இங்கு நீங்கள் மாணவராக சேர்ந்துகொள்ளலாம்” என்றான்.

3

துரோணனுடன் அக்னிவேசரின் குருகுலத்தை நோக்கி மீண்டும் நடக்கும்போது யக்ஞசேனனின் கால்கள் நடுங்கிக்கொண்டிருந்தன. நிமிர்ந்த தலையுடன் அக்னிவேசரின் குடிலுக்குள் நுழைந்த துரோணன் தன்னைத் தொடரும்படி யக்ஞசேனனுக்குக் கைகாட்டிவிட்டு உள்ளே சென்றான். படுக்கைப்பலகையில் படுத்து மீண்டும் நூல் கேட்டுக்கொண்டிருந்த அக்னிவேசர் முன் பணிந்து "குருநாதர் என்னை பொறுத்தருள வேண்டும். இவனை இக்குருகுலத்தில் மாணவனாகச் சேர்ப்பதென்று நான் எண்ணியிருக்கிறேன்" என்றான். வெளிக்கதவருகே யக்ஞசேனன் பாதி உடல் மறைத்து நின்றான்.

அக்னிவேசரின் கண்கள் மட்டும் சற்று சுருங்கின. ஆனால் குரலில் எந்த உணர்ச்சியும் இல்லாமல் "துரோணா, எதன் பொருட்டும் என் சொற்களை நான் மீறமுடியாது" என்றார். "ஆம், தங்கள் சொற்கள் அவ்வண்ணமே திகழட்டும். ஆனால் அவனை நான் என் மாணவனாக இங்கே சேர்த்துக்கொள்கிறேன்" என்றான் துரோணன். "அவனுடைய கைவிரல்கள் கனுக்கொண்டுவிட்டன. அவற்றை நம் வில்வித்தைமுறைகளுக்குப் பழக்கமுடியாது" என்றார் அக்னிவேசர். "அதற்கு நான் பொறுப்பேற்றுக்கொள்கிறேன்" என்றான் துரோணன்.

அவனைச் சிலகணங்கள் கூர்ந்து நோக்கிய அக்னிவேசர் "துரோணா, இந்த முடிவை நீ எடுப்பதற்கான காரணமென்ன?" என்றார். "அகந்தையாலோ ஆசையாலோ அச்சத்தாலோ எடுக்கும் முடிவுகள் தீங்கையே கொண்டுவரும் என்பதை உணர்ந்துகொள்." துரோணன் அவர் விழிகளை சந்திக்காமல் தலைகுனிந்து மெல்லிய குரலில் "நான் அவனை என் மாணவனாக எண்ணுகிறேன் குருநாதரே" என்றான்.

அக்னிவேசர் சிலகணங்கள் அவன் முகத்தை நோக்கிவிட்டு “அவ்வாறே ஆகுக!” என்றார்.

குருகுலத்தில் யக்ஞசேனனின் வயதுடைய அனைத்து ஷத்ரிய இளைஞர்களும் அங்கே ஐந்துவயதுமுதல் இருப்பவர்கள் என்பதனால் அவர்களுக்குள் இயல்பான உறவுகள் இருந்தன. இளவரசர்களில் நிகரானவர்கள் தங்களுக்குள் நட்புடன் இருந்தனர். பிற ஷத்ரியர் நாடுகளின் அடிப்படையிலும் குலங்களின் அடிப்படையிலும் சிறிய குழுக்களாக நட்புகொண்டிருந்தனர். எவரும் யக்ஞசேனனைத் தங்களில் ஒருவனாக ஏற்கவில்லை. தன்னைவிட ஒருவயது குறைந்தவனும் கரிய குறுகிய உடல்கொண்டவனும் வேதஅதிகாரமில்லாத பிராமணனுமாகிய துரோணனின் காலில் அனைவரும் பார்த்திருக்க விழுந்து இரந்த யக்ஞசேனனின் செயலை மன்னிக்க அவர்கள் எவராலும் இயலவில்லை.

யக்ஞசேனனைப் பார்த்ததுமே அவர்களின் முகங்களில் சுளிப்பு வந்தது. கண்களை விலக்கி இறுகிய உதடுகளுடன் ஒருசொல்லும் பேசாமல் கடந்துசென்றனர். புல்லில் முகம் தொட விழுந்து துரோணனை வணங்கியவன் என்பதனால் அவனுக்கு திருணசேனன் என்று ஒருவன் கேலிப்பெயர் சூட்டினான். பின்னர் அதுவே அனைவர் நாவிலும் நீடித்தது. திருணன் என்பது அவர்கள் நடுவே ஒரு வசையாகவே மாறியது.

அதை யக்ஞசேனன் அறிந்திருந்தான். முதல்நாளிலேயே அறியும் வாய்ப்பு அவனுக்கு அமைந்தது. அவனை அக்னிவேசர் ஏற்றுக்கொண்டதும் இளைய மாணவன் ஒருவன் அவனருகே வந்து முறைப்படி வணங்கி முகமன் சொல்லி தன்னை குசாவதியை ஆளும் ரிஷபரின் மைந்தன் குசாவர்த்தன் என்று அறிமுகம்செய்துகொண்டு “தங்களை என் குடிலில் தங்க வைக்கும்படி வியாஹ்ரசேனரின் ஆணை இளவரசே” என்றான். அவனுடன் செல்லும்போது யக்ஞசேனன் கேட்ட வினாக்களுக்கெல்லாம் ஒற்றைச் சொல்லில் அவன் விடையிறுத்தான்.

ஈச்சையோலைக் கூரையிடப்பட்டு மரப்பட்டைச் சுவர் கொண்ட சிறியகுடிலில் இருவர் தங்குவதற்கான மஞ்சங்கள் இருந்தன. “இந்தக் குடிலில் தாங்கள் தங்கும்படி சொல்லப்பட்டிருக்கிறது” என்று சொல்லி வணங்கிய குசாவர்த்தன், யக்ஞசேனன் தன் தோல்மூட்டையை பீடத்தில் வைத்தபடி அமர்ந்ததும் தன்னுடைய பொருட்களை எடுக்கத் தொடங்கினான். “நாமிருவரும் இங்கே தங்குவதாகத்தானே ஆணை?” என்றான் யக்ஞசேனன்.

“ஆம். குடிலுக்கு இருவர் என்பதே நெறி” என்ற குசாவர்த்தன் “ஆனால் நான் விதேக இளவரசர் ஹயக்ரீவருடன் தங்கிக்கொள்கிறேன்” என்றான். “ஏன்?” என இயல்பாகக் கேட்டதுமே யக்ஞசேனன் அனைத்தையும் உய்த்துணர்ந்துகொண்டான். அடுத்த வினாவை கேட்காமல் நாவுக்குள் நிறுத்திக்கொள்ள தன்னால் முடிந்ததைப்பற்றி யக்ஞசேனன் ஆறுதல்கொண்டான். குசாவர்த்தன் பதில் சொல்லாமல், விடையும் பெறாமல் தன் தோல்மூட்டையுடன் கிளம்பிச்சென்றான்.

முதலில் சிலநாள் அவர்களுடன் இணைய யக்ஞசேனன் முயன்றான். அவர்கள் கோருவதென்ன என்பதை அறிந்து தன்னை அதற்கு அளிக்க அவன் சித்தமாகவே இருந்தான். ஆனால் நீரென நினைத்தது கரும்பாறை என்றறியும் கனவைப்போல அவர்கள் அவனை மூர்க்கமாக நிராகரித்தனர். ஒருமுறை கங்கையில் நீந்தும்போது அவனுடைய கை கலிங்க இளவரசன் ருதாயுவின் தோளைத் தொட்டபோது அவன் சீறித் திரும்பி “சீ, பாஞ்சாலநாயே, விலகிச்செல்” என்றான். நீராடிக்கொண்டிருந்த அனைவரும் திகைத்து அசைவிழந்து திரும்பி நோக்கினர். யக்ஞசேனன் மெல்லியகுரலில் “மன்னிக்கவேண்டும் கலிங்கரே” என்றான்.

“நீ என்னை இளவரசே என்று அழைக்கவேண்டும்” என்றான் ருதாயு. “நீ ஷத்ரியனோ இளவரசனோ அல்ல. ஷத்ரியன் தன் குலத்தையும் மூதாதையரையும் ஒருபோதும் விட்டுக்கொடுப்பதில்லை.” ஏளனமும் சினமும் தெரிய நகைத்து “உன் அன்னையின் கருவில்புகுந்தது ஏதோ சமையற்காரப்பிராமணனின் விந்து. உன் உடலில் ஓடுவது அவனுடைய இழிந்த குருதி” என்றான்.

காதுமடல்களை வெங்குருதி நிறைக்க யக்ஞசேனன் தன்னைச் சூழ்ந்திருந்த விழிகளை நோக்கி திகைத்து நின்றான். “கலிங்கரே” என்று அவன் சொல்லத் தொடங்குவதற்குள் இடைக்கச்சைக்குள் இருந்த பூநாகம் போன்ற குறுவாளை எடுத்து நீட்டி கலிங்கன் சொன்னான் “மறுசொல் எழுந்தால் உன் கழுத்து நரம்பைக் கிழிப்பேன்.” யக்ஞசேனன் கண்களில் எழுந்த நீருடன் உதடுகளை இறுக்கியபடி அசையாமல் நின்றான்.

அவர்கள் கங்கையை விட்டுக் கரையேறி தங்கள் ஆடைகளை அணிந்துகொண்டார்கள். அத்தனை ஷத்ரிய முகங்களிலும் இளநகை எழுந்திருப்பதை யக்ஞசேனன் கண்டான். நீருக்குள் அவன் கால்கள் பொருளின்றி நடுநடுங்கிக்கொண்டிருந்தன. தோள்சதையும் கழுத்துச்சதையும் ஒன்றுடன் ஒன்று சிக்கிக்கொண்டு இறுக, வாய் இழுபட்டு இடதுகை அதிர்ந்தது.

மேலே நின்ற கலிங்கன் உரக்க “நீ ஷத்ரியன் அல்ல என்பதற்கான சான்று இதைவிட வேறென்ன? உன் தந்தை பிருஷதனின் குருதி உன்னில் இருந்ததென்றால் இக்கணமே என்னை எதிர்த்து வந்திருப்பாய்.

என் குறுவாளால் கொல்லப்பட்டு நீ விழுந்திருந்தால் உன்னருகே மண்டியிட்டு உன்னிடம் நீ ஷத்ரியன் என்று சொல்லி நான் மன்னிப்பு கோரியிருப்பேன்" என்றான்.

வெறுப்பால் விரிந்த உதடுகளுக்குள் வெண்பற்கள் தெரிய கலிங்கன் சொன்னான் "நீ இழிபிறவி. அஞ்சி உடல்நடுங்கி கண்ணீருடன் நின்றிருக்கிறாய். உனக்கெதற்குக் கச்சையும் கங்கணமும்? நீ உன் கைகளில் வில்லை ஏந்தி அடையப்போவது என்ன? ஆண்மையற்றவன் எடுக்கும் ஆயுதம் அவன் தலையையே வெட்டும். போ, போய் சமையல்கரண்டியை கையிலெடுத்துக்கொள். அல்லது குதிரைச்சவுக்கை ஏந்து." ஷத்ரியர்கள் சிரித்துக்கொண்டே அவனை திரும்பித்திரும்பி நோக்கியபடி சென்றனர். இறந்து குளிர்ந்தவை போலிருந்த தன் கால்களை இழுத்து வைத்து நீரை கையால் துழாவி படிகளை அடைந்து ஏறி அமர்ந்துகொண்டான் யக்ஞசேனன்.

நெடுநேரம் அவனுள் சொற்களே நிகழவில்லை. என்ன நடந்தது என்றே விளங்காதவன் போல குமிழிகளும் இலைகளும் மலர்களுமாகச் சுழித்துச்சென்ற கங்கையையே நோக்கிக்கொண்டிருந்தான். நெடுமூச்சுடன் எழுந்து தன் மரவுரியாடையை எடுத்துக்கொண்டபோதுதான் அவன் அகம் உடைந்தது. தளர்ந்து ஆடிய கையை ஊன்றி படிமீது விழுவதுபோல அமர்ந்துகொண்டான். நீரில் விரிந்து கண்கூச வைத்த காலையொளியை நோக்கி இருக்கையில் தன்னுள் உருகிய இரும்பு உறைவதுபோல இறுகிவரும் வன்மத்தை உணர்ந்தான்.

அவர்களின் கசப்புக்கான முதற் காரணம் தானல்ல என்பதை பின்னர் யக்ஞசேனன் அறிந்துகொண்டான். குருகுலத்தின் அத்தனை ஷத்ரிய இளைஞர்களும் துரோணனை வெறுத்தனர். அவர்கள் பேசிக்கொண்டிருக்கையில் அங்கே துரோணன் சென்றால் அவர்களனைவர் விழிகளிலும் ஒருகணம் மின்னிச்செல்லும் வெறுப்பை தொலைவிலிருந்தே யக்ஞசேனன் கண்டான். ஆனால் அனைவருமே துரோணனை அஞ்சினர், அவனிடம் ஆசிரியனுக்குரிய மரியாதையைக் காட்டினர். அவன்முன் கைகட்டி வாய்பொத்தி நின்று மட்டுமே உரையாடினர். அவனைவிட மூத்தவர்கள் கூட அவனை 'உத்தமரே' என்றுமட்டும்தான் அழைத்தனர். அவனுடைய ஆணைகளை உடனடியாக நிறைவேற்றினர். அவன் அளிக்கும் தண்டனைகளை பணிவுடன் பெற்றுக்கொண்டனர்.

அந்த வெறுப்பை துரோணன் நன்கறிந்திருந்தான் என்று யக்ஞசேனன் புரிந்துகொண்டான். அதனால்தான் எப்போதும் துரோணன் செருக்கி நிமிர்ந்த தலையும், பாதிமூடிய விழிகளும், செவிகூர்ந்தாலொழிய கேட்காத பேச்சும், எள்ளல் கலந்த இளநகையும் கொண்டிருந்தான்.

வில்லோ சொல்லோ விழியோ சரமோ பிழைத்து திகைத்து தன்னை நோக்கும் மாணவனை ஏறிட்டு நோக்காமல் இதழ்களில் இளநகையுடன் அடுத்தவனை வரச்சொல்லிக் கையசைப்பான் துரோணன். அவன் வில்லேந்தியதும் முந்தையவனின் பிழை என்ன என்று சொல்லி அதைச் செய்யலாகாது என்று அறிவுறுத்துவான்.

“வில் என்பது நா. அம்புகள் சொற்கள். இலக்குகளோ பொருள். ஆகவேதான் வில்வித்தை வேதமோதுதல் எனப்படுகிறது” என்று துரோணன் ஸ்வாத்யாயத்தில் பாடம் சொல்லும்போது விழிகளில் எச்சொல்லுமில்லாமல் ஷத்ரியர் கேட்டு அமர்ந்திருப்பார்கள். “வேதங்களில் முதல் மூன்றும் விடுதலை அளிக்கும் ஞானத்தை முன்வைப்பவை. ஆகவே அவை தூயவை, முற்றிலும் பிராமணர்களுக்குரியவை. உலகியலுக்கான அதர்வத்தை அதமவேதம் என்கின்றனர் சான்றோர். பிராமணன் கையின் வில் மூன்று முதல்வேதங்கள் போன்றது. ஷத்ரியர்களின் வில்வித்தையோ அதர்வமாகும். மணிமுடியும் வெற்றியும் புகழும் மட்டுமே அதன் இலக்கு. அவர்கள் எந்நிலையிலும் தனுர்வேதத்தில் எழுந்தருளும் பிரம்மத்தை அறியமுடியாது.”

தன்னை முற்றிலும் வைதிகப்பிராமணனாக துரோணன் மாற்றிக்கொண்டிருந்தான் என்று யக்ஞசேனன் கண்டான். ஒவ்வொருநாளும் புதியநெறிகளை துரோணன் தனக்கென விதித்துக் கொண்டான். குருகுலத்தில் எவரும் தீண்டிய உணவையும் நீரையும் அவன் அருந்துவதில்லை. தன் ஒருவேளை உணவை அவனே சமைத்துக் கொண்டான். ஓடும் கங்கையில் இருந்து மட்டுமே நீரருந்தினான். மூன்றுவேளையும் கங்கையில் சந்தியா வந்தனம் செய்து காயத்ரியை உச்சரித்தான். தன் உடலை பிராமணரன்றி பிறர் தொடுவதை விலக்கினான். “உத்தம பிராமணர்கள் புன்னகைப்பதில்லை. வாய்வழியாக ஏழு தேவதைகள் வெளியேறிவிடுவார்கள்” என்று ஒருமுறை குசாவர்த்தன் சொன்னபோது மாணவர்களனைவரும் நகைப்பதை யக்ஞசேனன் கேட்டான்.

யக்ஞசேனன் துரோணனின் தனிமையைக் கண்டான். அக்னிவேசரிடமிருந்து முழுக்கக் கற்கும் தகுதிகொண்டவன் அவனே என்றும் தான் கற்றவற்றை அவன் எந்த ஷத்ரிய இளைஞனுக்கும் கற்பிக்கவில்லை என்றும் உணர்ந்துகொண்டான். துரோணனிடம் நெருங்கும் வழியை அவன் உண்மையில் மிகத்தற்செயலாகத்தான் உணர்ந்துகொண்டான். கங்கைக்கான பாதையில் அவன் திரும்பிச்செல்கையில் எதிரே வந்த துரோணனைக் கண்டதுமே பிறரிலிருந்து வேறுபட்டவன் என்பதை அவன் அகம் உணர்ந்தது. அது ஏன் என மீண்டும் மீண்டும் யக்ஞசேனன் தனக்குள் வினவிக்கொண்டான். கரிய குறுகிய உடலும் ஒளிவிடும் சிறுகண்களும்

கொண்ட அவன் கையில் தர்ப்பையை மட்டுமே வைத்திருந்தான். பிராமணர்களுக்குரியமுறையில் முப்புரியாக உபவீதமணிந்திருந்தான். அவனுடைய உதடுகள் குளிரில் என நடுங்கிக்கொண்டிருந்தன.

ஆனால் அதுவல்ல காரணம். அக்கணத்தில் அவனுடைய விழி தொட்டு எடுத்த ஏதோ ஒன்றை சித்தமறியாமலேயே ஆன்மா அறிந்துகொண்டது. அது என்ன? தன் அகத்தின் அறைகளை துழாவிக்கொண்டிருந்த யக்ஞசேனன் ஒருநாள் கனவில் அதை மீண்டும் கண்டு எழுந்தமர்ந்தான். அன்று கங்கைக்கரைப் பாதையில் வந்துகொண்டிருந்த துரோணன் தன் சுரிகுழலில் இருந்து சொட்டிய நீர்த்துளி ஒன்றை அனிச்சையாக தன் வலதுகையின் சுட்டுவிரலால் சுண்டி உடைத்து அதன் நுண்சிதறல்களில் ஒன்றை மறுகணமே மீண்டும் சுண்டி தெறிக்கச்செய்தான். அதையுணர்ந்த கணத்திலேயே யக்ஞசேனனின் ஆழம் துரோணனின் உதடுகளில் அதிர்ந்துகொண்டிருந்தது காயத்ரி என்றும் அறிந்தது.

யக்ஞசேனன் எப்போதும் மகாவைதிகனிடம் பேசுவதுபோல துரோணனிடம் பேசினான். 'பிராமணோத்தமரே' என்றே அவனை அழைத்தான். எந்நேரமும் அவன் துரோணனுடன் இருந்தான். துரோணன் அவனை தன் மாணவனாக ஏற்றுக்கொண்டு வில்வித்தையின் ஆழத்திற்கும் சுழலுக்கும் இட்டுச்சென்றான். யக்ஞசேனனின் வெற்றியை தனக்கிடப்பட்ட அறைகூவலாகவே அவன் எடுத்துக்கொண்டான். "உன்னுடைய பயிற்சியை இங்கு அனைவரும் கணித்துக்கொண்டிருக்கிறார்கள். அக்னிவேசரும்கூட" என்றான் துரோணன். "நீ களத்தில் தோற்கும்போது எவர் உள்ளங்களிலெல்லாம் புன்னகை மலருமென இப்போதே என்னால் காணமுடிகிறது. அது நிகழப்போவதில்லை."

யக்ஞசேனனின் விரல்களை மரவுரிச்சுருளால் கட்டி இழுத்தும் வளைத்தும் பயிற்சிகொடுத்தான். மாலையில் விரல்கள் நடுவே மூங்கில்துண்டுகளை வைத்து மரவுரியால் இறுகக் கட்டி வைத்தான். இரவெல்லாம் விரல்கள் உடைந்துதெறித்துவிடுபவை போல வலிக்க யக்ஞசேனன் அழுகையை அடக்கியபடி இருளுக்குள் துயிலாது புரண்டுகொண்டிருந்தான். அக்கணமே அனைத்தையும் உதறி எழுந்தோடிவிட வேண்டும் என எழுந்த உள்ளத்தை அவனறிந்த அனைத்துச் சொற்களாலும் அடக்கிக்கொண்டிருந்தான். வலி சீராக அதிர்ந்து துடிக்கும் மந்திரம் போலிருந்தது. கூடவே அமர்ந்து பேசிக்கொண்டிருந்தது. துயிலவிடாமல் தொட்டு உலுக்கியது. வலியை வெல்ல அவன் தன்னுள் உயிர்ப்பித்துக்கொண்ட இனியநினைவுகளில் கூட வலியே அதிர்ந்தது.

காலையில் கட்டை அவிழ்க்கையில் விரல்கள் வீங்கி வெளுத்து நீரில் மட்கிய சடலத்தின் கை போலிருக்கும். ஏழுவகை மூலிகைகளை நவச் சாரத்துடன் கலந்து மயிலிறகிட்டுக் காய்ச்சி எடுத்த எண்ணெயை அவ்விரல் களுக்குப் பூசி இழுத்து நீவும்போது நிமிரும் மூட்டுகளில் இருந்து உடலெங்கும் கதிர்களைப்போல வலிபரவி நரம்புகளெல்லாம் தீப்பட்ட மண்புழுக்கள் போல துடித்துச் சுருளும். கங்கையின் வெம்மணலில் விரல்களை குத்திக்குத்தி ஆயிரத்தெட்டுமுறை அள்ளவேண்டும். பின்னர் நீருக்குள் ஆயிரத்தெட்டுமுறை அளாவுதல். மாட்டுக்குளம்பைக் காய்ச்சி எடுத்த பசையை கைவிரல்களில் பூசி உலரவிட்டு பகலெல்லாம் வைத்திருப்பான். மாலையில் உறைந்து கொம்பு போல ஆகிவிட்ட அப் பூச்சுக்குள் இருந்து கைவிரல்களை உடைத்து எடுத்து மீண்டும் நாண் பயிற்சி.

எட்டுமாதங்களில் யக்ஞசேனனின் கைவிரல்கள் நெகிழ்ந்தன. நாணுக்கு நிகராக வளைந்து எங்கும் செல்பவையாக மாறின. தன் கைவிரல்கள் நாகபடம்போல கணநேரத்தில் சொடுக்கித்திரும்பி அம்பைக் கவ்வி எடுத்து அக்கணத்திலேயே நாணேற்றுவதைக் கண்டு அவனே வியந்தான். மேலுமிரு மாதங்களுக்குப்பின் அவனையும் பிற இளவரசர்களுடன் களம் நிற்கச்செய்தான் துரோணன். தன் அம்புகள் மீன்கொத்திகள் போல எழுந்து பாய்ந்து இலக்கில் பதிந்து சிறகசைத்து நின்றாடுவதைக் கண்டபோது யக்ஞசேனன் கண்ணீர் மல்கி வில்லை தாழ்த்திவிட்டான். பயிற்சியளித்துக்கொண்டிருந்த துரோணன் "ஏன்?" என்றான். வில்லுடன் துரோணன் அருகே சென்று அதை அவன் கால்களில் வைத்து கண்ணீர் வழிய இடறிய குரலில் "என்னை என்னிடமிருந்து மீட்டுவிட்டீர்கள் உத்தமரே" என்றான் யக்ஞசேனன். புன்னகையுடன் "நலம் திகழ்க!" என்று துரோணன் அவனை வாழ்த்தினான்.

பயிற்சிக்களத்தில் இலக்குகளை மிக எளிதில் வெல்லத்தொடங்கினான் யக்ஞசேனன். மாதமொருமுறை முழுநிலவு நாள் காலையில் நிகழும் பூர்ணாப்யாச நிகழ்ச்சியில் வங்க இளவரசன் சுதனுஸ் விட்ட அம்புகளை தன் அம்புகளால் தடுத்து முறித்து வீசினான். குசுமவதியின் ஜயசேனனின் குடுமியை வெட்டிக் காற்றில் பறக்கவிட்டான். விதேகமன்னன் ஹயக்ரீவன் தன் வில்லை எடுப்பதற்குள்ளாகவே அதை வெட்டி வீழ்த்தினான். பின்னர் வில்லைத் தாழ்த்தியபடி நடுக்களத்தில் அசையாமல் நின்றான். அவன் நிற்பது எதற்காக என்று உணர்ந்த துரோணன் புன்னகையுடன் எவரையும் நோக்காமல் அமர்ந்திருந்தான். அனைத்து ஷத்ரிய இளைஞர்களும் கலிங்கனை நோக்கினர்.

அவர்கள் தன்னை நோக்குவதை கலிங்கன் சிலகணங்கள் கழித்துதான் கண்டான். அவன் உடல் நீர்த்துளி போலத் ததும்பத் தொடங்கியதை யக்ஞசேனன் கண்டான். அத்தருணத்தின் எடை பெருகிப்பெருகி வந்து

ஒரு கணத்தில் கலிங்கனின் கை தோளிலிருந்து வில்லை அவனறியாமல் எடுத்துக்கொண்டது. ஷத்ரிய மாணவர்களிடமிருந்து அவர்களை அறியாமல் எழுந்த ஒலி விராடரூபம் கொண்ட மிருகமொன்றின் முனகல் போல கேட்டது. என்ன செய்கிறேன் என திகைத்தவன் போல அவன் அவர்களை நோக்கினான். ஆனால் அவனையறியாமலேயே கால்களால் செலுத்தப்பட்டு களமுற்றத்துக்கு வில்லுடன் வந்து நின்றான்.

அவன் எதிரே நின்ற யக்ஞசேனன் தன் தாழ்த்திய வில்லைத் தூக்காமல் அசையாமல் நின்றான். யக்ஞசேனன் போரிடவிரும்பவில்லை என்று ஒருகணம் எண்ணிய கலிங்கன் மறுகணம்தான் அது ஓர் அவமதிப்பு என அறிந்து குருதிமுழுக்க தலையிலேற தலையை தூக்கினான். வெறியுடன் கூச்சலிட்டபடி அம்புகளைத் தொடுத்து தன் முன் நிற்பவனைச் சிதைத்து மண்ணில் உருட்டி காலால் அவன் தலையை ஓங்கி உதைக்கவேண்டுமென பொங்கிய அகத்தை வென்று மெல்ல காலெடுத்து வைத்து வில்லைத் தூக்கியபடி முன்னகர்ந்தான்.

முதல் அம்பை தான் விடுவதுவரை யக்ஞசேனன் தன் வில்லை மேலேற்றப்போவதில்லை என்று உணர்ந்ததும் கலிங்கனின் அகமெங்கும் கொதித்தெழுந்த சினம் அக்கணம் வரை அவன் கொண்டிருந்த அனைத்து எச்சரிக்கைகளையும் சிதறடித்தது. தன்னையறியாமலேயே எழுந்த உறுமலுடன் அம்பறாத்தூணியிலிருந்து அம்பை உருவி நாணில்தொடுத்து யக்ஞசேனன் மீது தொடுப்பதற்குள் அவன் வில்தண்டு அதிர்ந்து தோளை பின்னுக்குத்தள்ளியது. அவன் எடுத்த அம்பு கையிலிருந்து களமுற்றத்தில் உதிர்ந்து கிடக்க ஒடிந்த வில்லின் இரு துண்டுகளும் நாணில் கட்டப்பட்டவை போல அவன் கையில் தொங்கின.

பல்தெரிய உதடுகளைக் கோணி ஆங்காரமாகக் கூவித் துப்பியபடி ருதாயு களத்தை விட்டு விலகுவதற்காகத் திரும்பியபோது அவனுடைய தலைப்பாகையை சிறியகை ஒன்று பிடுங்கிச்செல்வதுபோல உணர்ந்து கைதூக்கினான். அதை எடுத்துச்சென்ற அம்பு தரையில் அதை வீழ்த்தி அதன் மேல் தைத்து நின்றாடியது. "உத்தமரே!" என்று அவன் கூவியபடி திரும்புவதற்குள் இன்னொரு அம்பு அவனுடைய மேலாடையை தோளில் கட்டியிருந்த முடிச்சைத் தாக்கி அறுத்தது. அவன் பின்னால் நகர்வதற்குள் இன்னொரு அம்பு அதை அவனுடலில் இருந்து கிழித்து அம்பறாத்தூணியுடன் சேர்த்து கொண்டுசென்றது.

என்னசெய்கிறோமென்றறியாமல் அவன் கீழே கிடந்த உடைந்த வில்லை எடுத்துக்கொண்டு உரக்கக் கூச்சலிட்டபடி யக்ஞசேனனை நோக்கி ஓடினான். அவனுடைய இடைக்கச்சையை தாக்கிய அம்பு அதை அறுக்க அவன் அதைப்பிடிப்பதற்குள் இன்னொரு அம்பு இடையிலணிந்திருந்த புலித்தோலாடையைக் கிழித்துத் தூக்கிக்கொண்டு சென்றது. உள்ளே

அணிந்திருந்த தோல் கோவணத்துடன் அவன் திகைத்து நின்றான். பின்பு அப்படியே புழுதியில் அமர்ந்து சுருண்டுகொண்டான். ஷத்ரியர்கள் விழித்த கண்களும் திறந்த வாய்களுமாக ஓசையழிந்து நின்றனர்.

துரோணன் எழுந்து "நில் யக்ஞசேனா!" என்றான். யக்ஞசேனன் தன் வில்லைத் தாழ்த்திச் சென்று அவன் கால்களைத் தொட்டு வணங்கினான். துரோணன் "ருதாயு, நீ அவனிடம் என்ன சொன்னாய் என்று எனக்குத்தெரியும். அவன் ஷத்ரியன் என்பதில் நீ இப்போது ஐயம் கொள்ளமாட்டாயென எண்ணுகிறேன்" என்றான். குனிந்து ஒடுங்கியிருந்த ருதாயுவின் உடல் மெல்லிய அசைவாக மேலும் குறுகியது. "தன்னை விட எளியவனை அறைகூவுபவன் அதம ஷத்ரியன். எந்த அறைகூவலானாலும் அதை ஏற்பவன் மத்திம ஷத்ரியன். தன்னை தகுதிப்படுத்திக்கொண்டு தருணமறிந்து அவ்வறைகூவலுக்கு எதிர்செய்பவனே உத்தம ஷத்ரியன்." களம் கலையலாம் என்று கைகாட்டியபின் துரோணன் எழுந்து செல்ல, வில்லுடன் அவனுக்குப்பின்னால் யக்ஞசேனன் நடந்தான்.

அன்றுமாலையே கலிங்கன் தன் மூட்டையை எடுத்துக்கொண்டு எவரிடமும் சொல்லாமல் குருகுலத்தில் இருந்து மறைந்தான். அதன் பின் யக்ஞசேனன் பேச்சும் பாவனையும் முற்றாக மாறின. எந்த ஷத்ரிய மாணவனையும் சுட்டுவிரலை அசைத்து அருகழைத்து ஆணையிட அவனால் முடிந்தது. அவனுடைய ஆணைகள் மீற முடியாதவை என்றாயின. அவனுடைய விழிகளை எதிர்கொள்ள அவர்களால் இயலவில்லை. கங்கையின் படித்துறையில் அவன் இறங்கி வரும்போது, குளித்துக்கொண்டிருந்த ஷத்ரியர்கள் பேச்சை அடக்கி விலகி நின்றனர். மாளவனின் ஆடை விலகியபோது அவன அதை அள்ளிப்பற்றினான். அவ்வசைவில் யக்ஞசேனன் மேல் நீர் தெறிக்க அவன் தன்னையறியாமலேயே எழுந்த சினத்துடன் கையை ஓங்கியபடி திரும்பி அவனை நோக்கினான். நடுங்கி கைகளைக் கூப்பி நின்ற அந்த இளவரசனின் கண்களைக் கண்டதும் யக்ஞசேனன் உள்ளூர புன்னகை செய்தான்.

அன்று மாலை தர்ப்பைக்காட்டில் துரோணனுடன் அமர்ந்திருக்கையில் யக்ஞசேனன் இரு கைகளையும் கூப்பி "பிராமணோத்தமரே, வைதிகனின் அருள் பெற்ற ஷத்ரியன் நிகரற்றவன் என இன்று உணர்ந்தேன். தங்களை வணங்கி அடைக்கலம் கோரும்படி என்னைப் பணித்த என் மூதாதையரை வணங்குகிறேன்" என்றான். துரோணன் "என் அருள் உனக்கு உள்ளது யக்ஞசேனா" என்றான். "அவ்வருள் என்னுடன் என்றுமிருக்க வேண்டும் உத்தமரே" என்று கையை நீட்டி துரோணனின் பாதங்களைத் தொட்டான் யக்ஞசேனன். "அவ்வாறே ஆகுக!" என அவன் தலையில் தன் இடதுகையை வைத்தான் துரோணன்.

“உத்தமரே, தாங்களறியாதது அல்ல. எங்கள் பாஞ்சாலநாடு தொன்மையானது. வேதங்களை வகுத்தமைத்த சௌனக குருகுலமும் தைத்திரிய குருகுலமும் அமைந்திருந்த புனிதமான மண் அது. கங்கையின் வளமான மண்ணை கிருவிகுலம், துர்வாசகுலம், கேசினிகுலம், சிருஞ் சயகுலம், சோமககுலம் என்னும் ஐம்பெரும் குலங்கள் ஆண்டன. என் மூதாதை பாஞ்சால முல்கலரின் காலத்தில் ஐங்குலங்களும் இணைந்து பாஞ்சாலமெனும் ஒற்றைநாடாயிற்று. எதிரிகள் அஞ்சும் ஆற்றல்கொண்ட படை உருவாயிற்று. காம்பில்யம் அதன் வெல்லமுடியாத தலைநகரமாக எழுந்து வந்தது. எங்கள் நாட்டின் வெற்றியும் சிறப்பும் அன்று உச்சத்திலிருந்தன.

“உத்தமரே, பின்னர் என் மூதாதை சகதேவரின் காலத்தில் சோமககுலமும் சிருஞ்சயகுலமும் முரண்பட்டுப் பிரிந்தன. போரைத் தடுக்கும்பொருட்டு குலமூதாதையர் கூடி நாட்டை இரண்டாகப் பிரித்தனர். உத்தரபாஞ் சாலத்தின் தலைநகரமாக சத்ராவதி அமைக்கப்பட்டது. காம்பில்யத்தைத் தலைநகராகக்கொண்டு தட்சிணபாஞ்சாலம் அமைந்தது. எந்தை பிருஷதர் இன்று தட்சிணபாஞ்சாலத்தின் மாமன்னராக விளங்கிவருகிறார். உத்தரபாஞ்சாலம் நோயுற்றிருக்கும் சோமகசேனரால் ஆளப்படுகிறது” யக்ஞசேனன் சொன்னான்.

“இன்றைய பாஞ்சாலம் மூன்றுபக்கமும் குருநாட்டு வேளாண் குடிகளாலும் சூரசேனத்தின் ஆயர்குடிகளாலும் மச்சர்நாட்டு மீனவர்களாலும் நெருக்கப்படுகிறது. எங்கள் எல்லைகள் ஒவ்வொரு நாளும் சுருங்கிவருகின்றன. எங்கள் வளங்கள் கண்ணெதிரே கொள்ளைசெல்கின்றன. என் தந்தை தன் வாழ்நாளெல்லாம் பாஞ் சாலநாடு ஒருங்கிணையவேண்டுமென்றும் வலிமையான படைகளும் காவல்மிக்க எல்லைகளும் அமையவேண்டும் என்றும் விரும்பியிருந்தார். ஆனால் சோமகசேனரின் படைகளை எதிர்கொள்ள அவருக்கு ஆற்றலிருக்கவில்லை” என்றான் யக்ஞசேனன்.

யக்ஞசேனன் “உத்தமரே, நோயுற்றிருக்கும் சோமகசேனர் எக்கணமும் இறக்கக் கூடும். அவர் இறந்ததுமே அஸ்தினபுரி எங்கள்மேல் படை கொண்டு எழும் என்று எந்தை அஞ்சுகிறார். ஏனென்றால் எங்களுக்கும் அஸ்தினபுரியின் குருகுலத்துக்கும் பன்னிரு தலைமுறைக்கால பகை நிலவுகிறது. எந்தை என்னை இங்கே படைக்கலப் பயிற்சிக்கென அனுப்பியது அவ்வச்சத்தால்தான். நான் இங்கு வந்ததுமே எந்தை நம்பிக்கை கொண்டார். நான் தங்கள் அருள் என் மேல் விழுந்ததுமே அந்நம்பிக்கையை உறுதிசெய்துகொண்டேன்” என்றான். “தங்கள் பாதங்களைப் பற்றிக் கோருகிறேன் பிராமணோத்தமரே. நான் என்

நாட்டை முழுதடைய உங்கள் தனுர்வேதம் எனக்குத் துணைவரவேண்டும்.” துரோணன் “அவ்வாறே ஆகுக!” என்றான்.

மறுநாள் இரவில் தன் குடிலில் தரையில் விரிக்கப்பட்ட தர்ப்பைமேல் துயின்றுகொண்டிருந்த யக்ஞசேனனை காலால் தீண்டி எழுப்பினான் துரோணன். யக்ஞசேனன் எழுந்து “உத்தமரே” என்று சொன்னபோது “என்னுடன் வா” என்றழைத்தபின் துரோணன் வெளியே இறங்கி நடந்தான். உடலை ஒடுக்கியபடி அவனைப் பின்தொடர்ந்தான் யக்ஞசேனன். இருளுக்குள் பாம்புபோல ஊடுருவிச்சென்றுகொண்டிருந்த துரோணனை புற்களிலும் வேர்களிலும் கால்கள் தடுக்கியும் புதர்க்கிளைகளில் முட்டிக்கொண்டும் யக்ஞசேனன் தொடர்ந்துசென்றான்.

இருளில் ஒரு மரத்தடியில் சென்று நின்ற துரோணன் “யக்ஞசேனா, அருகே வா. நீ என்னிடம் கோரியதை உனக்களிக்கிறேன்” என்றான். யக்ஞசேனன் அருகே சென்று வணங்கி நின்றான். “வில்வித்தையின் கடைசி படி என்பது காற்றையும் நெருப்பையும் அம்புகளால் கையாள்வது. காற்றைக் கையாளும் மந்திரத்தை உனக்கு இப்போது கூறுகிறேன். அதை மனனம்செய்து நெஞ்சிலேற்றிக்கொள். அந்த சூத்திரத்தின்படி அம்புகளை செய்துகொள். உன் எதிரிகளை களத்தில் தன்னினைவழிந்து மயக்கமுறச்செய்யும் ஆற்றல் அந்த அம்புகளில் அமையும். நீ உன் குலத்தை முழுதும் வெல்ல அதுவே போதுமானது.”

“தங்கள் அருள்!” என்ற யக்ஞசேனன் துரோணனின் காலடியில் மண்டியிட்டு அமர்ந்தான். குனிந்து அவன் காதில் அந்த மந்திரத்தை மும்முறை சொன்ன துரோணன் “நான் நின்றிருக்கும் இந்த மரமே அந்த மருந்தை அளிக்கும் வேர்களைக் கொண்டது” என்றான். யக்ஞசேனன் கைகூப்பினான். துரோணன் “உனக்கு வெற்றி கிடைக்கட்டும்!” என்று வாழ்த்தினான்.

அக்கணத்தில் யக்ஞசேனன் தான் வெற்றிபெற்றுவிட்டதை, ஒருங்கிணைந்த பாஞ்சாலம் என்ற நான்குதலைமுறைக் கனவு நனவாகப்போவதை உணர்ந்தான். அப்போதெழுந்த மனஎழுச்சியால் நடுங்கிய கைகளுடன் துரோணனை வணங்கி “உத்தமரே, என் மூதாதையர் அறிக. என் குலதெய்வங்கள் அறிக. இங்கே சூழ்ந்திருக்கும் ஐம்பெரும்பூதங்களும் அறிக. தாங்கள் எனக்களித்த ஞானத்திற்கான குருகாணிக்கையாக என் நாட்டில் பாதியை தங்களுக்கு அளிக்கிறேன்” என்றான்.

துரோணன் சிரித்து “மூடா, நான் பிராமணன். நாடாள்வது எனக்கு இழிவானது” என்றபின் “வருக” என்று சொல்லி முன்னால் நடந்தான். கூப்பிய கைகளைப் பிரிக்காமலேயே யக்ஞசேனன் பின்னால் சென்றான்.

4

சித்திரை மாதம் முழுநிலவு நாள் காலையில் அக்னிவேசரின் குருகுலத்தில் மாணவர்களுக்கான பயிற்சிமுதிர்வு நிகழ்ந்துகொண்டிருந்தது. களத்தில் வில்லுடன் நின்ற வியாஹ்ரசேனரும் துரோணனும் மாணவர்களை வழிநடத்த, கிழக்குமூலையில் புலித்தோலிட்ட பீடத்தில் அமர்ந்து அக்னிவேசர் அதை நோக்கிக்கொண்டிருந்தார். இளவரசர்கள் ஒவ்வொருவராக வந்து வில்லேந்தி குறிபார்த்து அப்பால் கயிற்றில் கட்டப்பட்டு ஆடிக்கொண்டிருந்த நெற்றுகளை நோக்கி அம்பெய்தனர். சுற்றிலும் நின்றிருந்த பிறமாணவர்கள் அம்புகள் குறிஎய்தபோது வாழ்த்தியும், பிழைத்தபோது நகைத்தும் அந்நாளை கொண்டாடிக்கொண்டிருந்தனர். சேதிநாட்டு இளவரசன் தமகோஷன் அனைத்து இலக்குகளையும் வென்று முதல்வனாக வந்தான்.

வியாஹ்ரசேனரின் பாதங்களைப் பணிந்தபின் துரோணனின் அருகே வந்து “தங்கள் அருள் உத்தமரே” என்று சொல்லி பணிந்தான் தமகோஷன். “வெற்றி திகழ்க” என வாழ்த்திய துரோணன் “வருக” என தமகோஷனை அழைத்துச்சென்று அக்னிவேசரின் பீடத்தின் முன் நிறுத்தினான். “குருநாதரே, இக்குருகுலத்து மாணவர்களில் முதல்வனாக வந்த சேதிநாட்டு இளவரசனை வாழ்த்துங்கள்” என்றான். தமகோஷன் அக்னிவேசரின் பாதங்களைப் பணிந்தான். அக்னிவேசர் எழுந்து புன்னகைத்தபடி “விழியை அம்பு முந்துவதை அடைந்துவிட்டாய். எண்ணத்தை அது முந்துவதை இனி இலக்காகக் கொள்” என்று வாழ்த்தினார்.

தொலைவில் அதுவரை எழுந்த எந்த அம்புகளாலும் வீழ்த்தப்படாத நெற்று ஒன்று மட்டும் கயிற்றிலாடிக்கொண்டிருந்தது. வியாஹ்ரசேனர் புன்னகையுடன் “நாங்கள் தங்கள் வில்வண்ணம் கண்டு

நெடுநாட்களாகின்றன குருநாதரே” என்றார். அக்னிவேசர் நகைத்தபடி வேண்டாம் என்று கையசைத்தார். மாணவர்கள் உரத்தகுரலில் “குருநாதரே! வில்லேந்துங்கள்!” என்று கூவினர். அக்னிவேசர் துரோணனை நோக்க அவன் “தனு தழலாகவும் அம்புகள் ஒளியாகவும் ஆகும் தருணத்தை அவர்கள் இன்னும் கண்டதில்லை குருநாதரே” என்றான். அக்னிவேசர் உரக்க நகைத்தபடி தாடியைக் கையால் சுழற்றி நுனி முடிச்சிட்டுக்கொண்டு சிட்டுக்குருவி போல பீடத்திலிருந்து கீழே குதித்தார்.

துரோணன் அருகே பீடத்தில் மலர் சூட்டப்பட்டு பூசனைசெய்யப்பட்டிருந்த அவரது பழமையான வில்லை எடுத்து அவரிடம் நீட்டினான். இயல்பாக விழிதிருப்பிய அவர் திகைத்தவர் போலப் பின்னகர்ந்தார். அதை முன்பு கண்டிராதவர் போல விழிகள் ஊசலாடப் பார்த்தார். மூச்சில் அவரது மெலிந்த மார்பு ஏறியிறங்கியது. பின்பு மெல்லிய குரலில் “அதை அங்கே வை” என்றார். துரோணன் வில்லை மீண்டும் பீடத்தில் வைத்தபின் “குருநாதரே” என்றான். அக்னிவேசர் திரும்பி தன் குருகுலம் நோக்கி நடக்க துரோணன் பின்தொடர்ந்தான். பின்பக்கம் வியாஹ்ரசேனர் மாணவர்களைக் கலைந்துசெல்லும்படி சொல்வது கேட்டது.

“இன்று சித்திரை மாத முழுநிலவு அல்லவா?” என்றார் அக்னிவேசர். “ஆம்...” என்றான் துரோணன். “இன்றைய நிலவை நான் காண்பேன்” என்றார் அக்னிவேசர். நின்று ஒளிப்பரப்பாக இருந்த வானத்தை ஏறிட்டுநோக்கி “...அது கனிகள் பழுப்பதுபோல நிகழும் என எண்ணியிருந்தேன். மின்னல்போல வருகிறது” என்றார். துரோணன் அவர் சொல்வதைப் புரிந்துகொள்ளத்தொடங்கினான். “அந்த வில் என ஆசிரியர் பரத்வாஜர் கைதொட்டு வாழ்த்தி எனக்களித்தது, அறுபத்தாறாண்டுகளுக்கு முன்பு” என்றார் அக்னிவேசர். “இன்று சற்று முன்பு அதை நான் முற்றிலும் அயலாக உணர்ந்தேன். அதை நான் தொட்டதே இல்லை என்பதுபோல.”

துரோணன் நெஞ்சு அதிர “அதெப்படி குருநாதரே?” என்றான். “ஆம், அது அவ்வாறுதான் நிகழும். ஐந்து வயது முதல் நேற்றுவரை நான் கற்ற தனுர்வேதத்தின் முதற்சொல்லும் என் நெஞ்சிலிருந்து அகன்றுவிட்டிருக்கிறது” என்றார் அக்னிவேசர். துரோணன் மேலும் ஏதோ சொல்ல உதடசைத்தபின் அதை மூச்சாக ஆக்கிக்கொண்டான். அக்னிவேசர் “கங்கையில் நீராடிவர விரும்புகிறேன். என் மஞ்சத்தில் புதிய மரவுரியை விரித்துவைக்கச்சொல். இனி எனக்கு உணவும் நீருமென எதுவும் தேவையில்லை” என்றார்.

கங்கையில் நீராடி வந்து புத்தாடை அணிந்து மரவுரியிட்ட மஞ்சத்தில் வடக்குநோக்கி படுத்துக்கொண்டு கண்களை மூடிக்கொண்டார். சற்று

நேரத்திலேயே குருகுலமெங்கும் செய்தி பரவிவிட்டது. வியாஹ்ரசேனர் வந்து துரோணனிடம் "நாம் எவருக்கேனும் செய்தி அறிவிக்கவேண்டுமா?" என்றார். அவன் "குருநாதர் இன்னும் நல்லுணர்வுடன்தான் இருக்கிறார். தேவையென்றால் அவரே சொல்வார்" என்றான்.

துரோணன் அக்னிவேசரின் அருகிலேயே அமர்ந்திருந்தான். மாலை மயங்குவது வரை அக்னிவேசர் கண்களை மூடி அசையாமல் கிடந்தார். கோடைவெயிலேற்று வெந்த மண் மீது புழுதியை அள்ளிச்சுழற்றிச் சென்ற காற்றின் ஓசையை நாணல்காட்டுக்குள் கேட்கமுடிந்தது. வறுபட்ட கூழாங்கற்கள் காற்றில் வாசனையை விட்டு மெல்ல ஆறிக்கொண்டிருந்தன. கங்கைக்குமேலிருந்து கரைநோக்கி வந்து மரங்களின் மேல் கூடணையவிழையும் பறவைகளின் பூசல் ஒலித்தது. காட்டிலிருந்து வந்த காற்றில் வாடிய தழைகளின் வாசம் இருந்தது.

அந்தியின் குளிர்காற்று சேற்று மணத்துடன் கங்கையிலிருந்து எழுந்து சாளரம் வழியாக உள்ளே வந்ததும், விழிதிறந்து "மாணவர்களை வரச்சொல்" என்றார். வியாஹ்ரசேனர் மாணவர்கள் ஒவ்வொருவரையாக உள்ளே அனுப்ப அவர்கள் கூப்பிய கைகளுடன் வந்து அக்னிவேசரின் கால்களைத் தொட்டு வணங்கி வெளியேறினர். இறுதியாக வியாஹ்ரசேனர் வணங்கியதும் அக்னிவேசர் "வியாஹ்ரரே இனி நீர் இரண்டாம் அக்னிவேசர் என்றழைக்கப்படுவீர். இக்குருகுலம் உம்முடையது. உமது சொல்வழியாக எழும் மூன்றாம் அக்னிவேசருக்கு இதை அளித்துவிட்டு வாரும். உமக்காகக் காத்திருக்கிறேன்" என்றார்.

வியாஹ்ரசேனரின் உதடுகள் இறுக, கழுத்துத்தசைகள் தாடியுடன் சேர்ந்து அசைந்தன. கனத்த புருவங்கள் ஒன்றையொன்று தொட, தலைகுனிந்து கைகூப்பி நின்றார். "வியாஹ்ரரே, இனிமேல் ஒவ்வொருமுறை வில்லெடுக்கையிலும் நீரே அக்னிவேசன் என எண்ணிக்கொள்ளுங்கள். இன்றுவரை நீங்கள் பிழைத்த அம்புகளெல்லாம் என் மீதான அச்சத்தினாலேயே. என்னை உங்களுக்குமேல் நிறுத்தவேண்டுமென விரும்பும் தேவன் உங்கள் ஆன்மாவில் குடியிருந்தான். இனி உங்களை அவன் நிகரற்றவனாக ஆக்குவான். ஆம், அவ்வாறே ஆகுக!" என்று கைகளைத் தூக்கி அவரை வாழ்த்தினார்.

அவர் கையை அசைத்ததும் வியாஹ்ரசேனர் வெளியே சென்றார். துரோணன் அவர் தன்னிடம் பேசப்போவதை எதிர்நோக்கிக் காத்திருந்தான். ஆனால் அக்னிவேசர் விழிகளைமூடிக்கொண்டு தன்னுள் மீண்டும் அமிழ்ந்துகொண்டார். இரவு கனத்து வந்தது. வெளியே பறவைகளின் ஒலியடங்கி சில்வண்டு நாதம் எழுந்தது. காற்றில் கங்கையின் நீர்வாசனை நிறைந்திருந்தது. வெக்கையில் உடல்

வியர்த்து வழிய துரோணன் மயிலிறகு விசிறியால் அக்னிவேசருக்கு விசிறிக்கொண்டிருந்தான். அவரது உதடுகள் அசைந்தபோது நெஞ்சு திடுக்கிட்டுத் துடிக்க எழுந்து செவிகூர்ந்தான். அவர் கண்களைத் திறக்காமலேயே "நிலவெழுந்துவிட்டதா?" என்றார்.

"ஆம் குருநாதரே" என்றான் துரோணன். "எழுந்து அதை மேகம் மறைக்கிறதா என்று பார்" என்றார் அக்னிவேசர். துரோணன் எழுந்துசென்று பார்த்தான். முற்றத்து மரங்களின் இலைகளுக்கு நடுவே தெரிந்த வானம் மேகமற்ற துல்லியத்துடன் நிலவொளிபெருகி ததும்பிக்கொண்டிருக்க கிழக்கே எழுந்த செந்நிறமான முழுநிலவு வட்டத்தின் மேல்பாதியை மேகக்கீற்று ஒன்று மறைத்திருந்தது. நிலவு தன்மேல் ஒரு மெல்லிய வெண்மேலாடையை அணிந்திருப்பதுபோலத் தோன்றியது. திரும்பிவந்து குனிந்து "ஆம் குருநாதரே, மெல்லியமேகம்" என்றான். அவர் புன்னகைசெய்து அமரும்படி கைகளைக் காட்டினார்.

துரோணன் அருகே அமர்ந்துகொண்டான். "தனுர்வேதமென்றால் என்ன என்று நீ என்னிடம் பதின்மூன்று வருடம் முன்பு சொன்னதை நினைவுகூர்கிறாயா?" என்றார் அக்னிவேசர். "ஆம்" என்றான் துரோணன். அக்னிவேசர் "அதை நான் இப்போதுதான் முற்றிலும் புரிந்துகொண்டேன். வில் என்பது ஒரு புல் மட்டுமே என்றும் தனுர்வேதமென்பது புல்லை அறிந்துகொள்ளும் ஞானம் என்றும்..." பெருமூச்சுடன் "ஆம்" என்றபின் அக்னிவேசர் புன்னகைசெய்தார். அத்தனை அழகிய புன்னகையை அதுவரை கண்டதில்லை என துரோணன் உணர்ந்தான்.

"வியப்பாக இருக்கிறது. நான் வந்துசேர்ந்த சொல்லில் இருந்து நீ தொடங்கியிருக்கிறாய். எங்குசென்று சேர்வாய்?" என்றார் அக்னிவேசர். "உன்னை ஷத்ரியனாக ஆகும்படி சொல்லி உன் தந்தை இங்கனுப்பினார். ஆனால் உன்னுள் இருப்பவன் ஷத்ரியனல்ல. ஷத்ரியனுக்கு வில் என்பது ஒருபோதும் வெறும்புல்லாக முடியாது." துரோணன் திடமாக "ஆம் குருநாதரே, நான் ஷத்ரியனல்ல. நான் பிராமணனே" என்றான்.

"ஆனால் உன்னை பிராமணனாக ஆக்கவேண்டியவர் உன் தந்தை அல்லவா?" என்றார் அக்னிவேசர். "தன் மடிமீது உன்னை வைத்து அவர் ஜாதகர்மம் செய்திருக்கவேண்டும். உனக்குத் தன் குலமூதாதையர் பெயரைச் சூட்டியிருக்கவேண்டும். ஏழு தலைமுறையினருக்கும் நீரளித்து சொல்லளித்து நிறைவுசெய்து அவர்கள் சூழ உனக்கு உபவீதம் அணிவித்திருக்கவேண்டும். அதன்பின்னரே உன்னை பிராமணன் என்று இவ்வுலகம் ஏற்கும்." துரோணன் அவரையே நோக்கி அமர்ந்திருந்தான்.

“உன் தந்தையிடம் செல்” என்றார் அக்னிவேசர். “அவரிடம் சொல், நீ ஆன்மாவால் அந்தணன் என்று. உன்னை அவரால் தன் குலத்துக்குள் சேர்க்கமுடியும்.” துரோணன் மெல்லிய திடமான குரலில் “குருநாதரே, அவரிடம் நான் செல்லப்போவதில்லை” என்றான். அக்னிவேசர் “ஆம் நான் அதை எண்ணினேன்” என்றார். “மேகம் விலகிவிட்டதா என்று பார்” என்றார். அறைக்குள் வந்த நிலவொளியாலான சாளரச்சதுரம் மங்கலடைந்திருப்பதைக் கண்டு நிலவை மேகம் மூடியிருப்பதை உணர்ந்து “இல்லை குருநாதரே” என்றான் துரோணன் .

அக்னிவேசர் தன் கையை நீட்டி அவன் கையைப்பற்றினார். அவரது கை தாமரைக்கொடி போலக் குளிர்ந்து ஈரமாக இருந்தது. “இனி உன்னை ஒருவர் மட்டிலுமே பிராமணனாக்க முடியும். நீ பரசுராமரைத் தேடிச்செல். உன்னைப்போலவே வில்லெடுக்க நேர்ந்த பிராமணன் அவர். தன் வில் இழைத்த பாவத்தை சமந்தபஞ்சகத்தில் முற்றிலும் கழுவி மீண்டும் பிராமணராக ஆனார். அவர் உன்னைத் தன் மைந்தனாக ஏற்றுக்கொண்டாரென்றால் நீ பிருகுகுலத்து பிராமணனாக ஆகமுடியும்.”

துரோணன் “புராணங்களில் வாழும் பார்க்கவராமனையா சொல்கிறீர்கள் குருநாதரே?” என்றான். “துரோணா, பெருங்குருநாதர்கள் இறப்பதில்லை” என்றார் அக்னிவேசர். சட்டென்று அவருக்கு மூச்சு வாங்கியது. தன் கைகளை மார்பின் மேல் வைத்து கோத்துக்கொண்டார். விரல்நுனிகள் நடுங்கிக்கொண்டிருப்பதை துரோணன் பார்த்துக்கொண்டிருந்தான். தன் கண்ணொளி தெளிந்து வருவதை உணர்ந்தான். அக்னிவேசரின் வெண்ணிறத் தாடியின் முடியிழைகள் ஒளிகொண்டன. மெல்லிய பிசிறுகள் வெண்தாமரைப் புல்லிகள் போல மின்னின. அவன் எழுந்து வெளியே நோக்கினான். வானில் முழுநிலவு பிசிறற்ற விளிம்புவட்டம் சுடர்விட நின்றிருந்தது.

நாற்பத்தொன்றாம் நாள் அக்னிவேசரின் நீர்க்கடன்கள் முடிந்தபின் துரோணன் மான்தோல் மூட்டையில் ஒரே ஒரு மரவுரியாடையை மட்டும் எடுத்துக்கொண்டு குருகுலத்திலிருந்து விடைகொண்டு கிளம்பினான். செம்மண்ணும் கூழாங்கற்களும் பரவிய புல்காய்ந்து கிடந்த பாதையில் காலடி எடுத்து வைக்கும்போதுதான் அவன் பதினைந்து வருடங்களுக்குப்பின் அக்குருகுலத்தை விட்டு வெளியே செல்வதை உணர்ந்தான். திரும்பி குருகுலத்தின் ஓங்கிய அசோகமரங்களையும் தேவதாருக்களையும் நடுவே அக்னிவேசரின் குடிலுக்குப்பின்னால் நின்ற அரசமரத்தையும் சிலகணங்கள் நோக்கியபின் குனிந்து தன் காலடியில் நின்றிருந்த தர்ப்பையின் ஒரு தாளைப் பிய்த்து கையில் எடுத்துக்கொண்டு நடக்கத்தொடங்கினான்.

பரசுராமரின் குருகுலத்தைத் தேடி அவன் பதினெட்டுமாதம் பயணம் செய்தான். வழிவழியாக சொல்லில் இருந்து சொல்லுக்குச் சென்றுகொண்டிருக்கும் புராணங்களாக மட்டுமே அவர் இருந்தார். அக்கதைகளைப் பற்றிக்கொண்டு கங்கைக்கரை கிராமங்கள் வழியாக வேளாண்மக்களும் ஆயர்குடியினரும் அளித்த உணவை உண்டும் காடுகளில் காய்கனிகள் தேர்ந்தும் நடந்து மூன்று மாதங்களுக்குப்பின் அவன் குருஷேத்ரத்தின் சமந்தபஞ்சகத்தை வந்தடைந்தான். வர்ததமானநகரியில் அவன் சந்தித்த இளம்சூதன் சீருகன் அவனும் சமந்தபஞ்சகத்துக்குச் சென்றுகொண்டிருப்பதாகச் சொன்னான். செல்லும்வழியில் மேலும் இருவர் சேர்ந்துகொண்டனர்.

வழியெங்கும் சீருகன் பரசுராமனின் கதையைச் சொன்னபடியே வந்தான். அத்தனை புராணங்களிலும் பார்க்கவராமனின் கதை ஊடுகலந்து கிடப்பதை துரோணன் அறிந்தான். “அவர் அழிவற்றவர். இமயமலை முகடுகளைப்போல மானுடத்துக்கு மேல் குளிர்ந்த வெண்முடியுடன் எப்போதும் இருந்துகொண்டிருக்கிறார்” என்றான் சீருகன். “பிருகு குலத்து பிராமணர்கள் இல்லங்களில் நிகழும் எரிசூழ்கையில் எப்போதும் அவருக்கென ஒரு கை அன்னம் அவியாக்கப்படுகிறது. எங்கு தன்னிச்சையாக நெருப்பெழுகிறதோ அங்கே அவர் பெயர் சொல்லப்படவேண்டுமென்கிறார்கள்” என்றார் முதுசூதரான சம்புகர்.

குருஷேத்ரத்துக்கு அவர்கள் பின்மதியத்தில் வந்துசேர்ந்தனர். கங்கைக்கு மிக அருகே அத்தகைய பெரும்பொட்டல்வெளி இருப்பதைக்கண்டு துரோணன் வியந்தான். அவர்கள் வந்த பாதையின் இருபக்கமும் விரிந்துகிடந்த குறுங்காடும் ஊடே வெயில்பரவிய பசும்புல்வெளிகளும் மெல்ல தேய்ந்து மறைய குருதியாலான ஏரி அலையின்றிக் கிடப்பதுபோல செக்கச்சிவந்த மண் விழியெட்டும் தொலைவு வரை தெரிந்தது. ஆனி மாதத்தில் விட்டுவிட்டுப்பெய்துகொண்டிருந்த மழையில்கூட அதன்மேல் புல் முளைத்திருக்கவில்லை.

“முன்னாளில் இந்திரன் விருத்திராசுரனின் ஆயிரம் தலைகளையும லட்சம் கைகளையும் வெட்டிக்குவித்திட்ட இடம் என்று புராணங்கள் சொல்கின்றன. இங்கே விழுந்த குருதியால் இம்மண் இப்படி செந்நிறம் கொண்டிருக்கிறது. விருத்திரனின் தீச்சொல்லால் இந்நிலத்தில் புல்லும் முளைப்பதில்லை” என்றார் சம்புகர். “விருத்திராசுரனின் ஆயிரம் தலைகளும் குருதிவிடாய்கொண்ட ஆயிரம் தெய்வங்களாக இந்நிலத்தில் வாழ்கின்றன. அவனுடைய லட்சம் கைகளும் ஊன் தேடும் கழுகுகளாக இந்நிலத்துக்குமேல் சுற்றிக்கொண்டிருக்கின்றன.”

“இங்கே சூதர்களின் பூசனையொன்றின்போது சன்னதம் கொண்டெழுந்த முதுசூதர் குருஷேத்ரம் மீண்டும் குருதியிலாடவிருக்கிறது என்று வருகுறி சொன்னார் என்கிறார்கள். அச்சொல் நாவிலிருக்கவே அவர் குருதி உமிழ்ந்து விழுந்து இறந்தாராம்” என்றான் சீருகன். “அச்செய்தி ஒவ்வொருநாளும் பாரதவர்ஷமெங்கும் பரவிக்கொண்டிருக்கிறது. குருஷேத்ரம் அன்னை காளியின் மாபெரும் பலிபீடம் என்று சூதர்கள் பாடுகிறார்கள். அன்னைக்கு உகந்த உயர்ந்த பலிஉயிர்கள் நாடுகள் தோறும் பிறந்து வளர்ந்துகொண்டிருக்கின்றன.”

துரோணன் குனிந்து அந்த மண்ணை அள்ளி நாவிலிட்டு “உவர்மண்” என்றான். “இத்தனை உவர்க்கும் மண்ணில் புல் முளைக்க வாய்ப்பில்லை.” சம்புகர் “அது விருத்திராசுரனின் குருதியில் இருந்த உப்பு” என்றார். துரோணன் புன்னகையுடன் “அவ்வாறெனில் அதுவே” என்றான். அவர்கள் முந்தையநாள் மழையில் செம்மண் ஊறிக்கிடந்த குருஷேத்ரத்தின் வழியாக நடந்தனர். அவர்களுடைய பாதங்கள் குருதிபடிந்தவையாக ஆயின. சுவடுகள் தசைக்குழிகளாக நிணம் ஊறின. அங்கே எழுந்திருந்த சிதல்புற்றுகள் குருதிக்கட்டிகள் போலவும் வெட்டிக்குவித்த ஊன்போலவும் தோன்றின. புற்றுக்குள் இருந்து எழுந்த நாகம் ஒன்று அவர்களை நோக்கித் திரும்பி நா பறக்க நோக்கிவிட்டு வழிந்திறங்கி நெளிந்தோடியது.

குருஷேத்ரத்தின் வடக்குமூலையில் இருந்தது சமந்தபஞ்சகம் என்னும் ஐந்து தடாகங்கள் கொண்ட தாழ்நிலம். வழுக்கும் ஈரச்செம்மண் வழியாக அவர்கள் இறங்கிச்சென்றனர். நீர் வழிந்தோடிய செம்மண்தடங்கள் குருதி ஆறாத வாள்புண்கள் எனத் தோன்றின. ஆனால் அவற்றில் ஊறிவழிந்தோடிய நீர் தெளிந்திருந்தது. அவை முதல்குளத்தில் ஓசையுடன் கொட்டிக்கொண்டிருந்தன. அரைவட்டவடிவில் அமைந்த வட்டவடிவமான குளங்கள்.

அந்த ஐந்து குளங்களைச் சுற்றியும் மரங்களோ செடிகளோ நாணல்களோகூட இருக்கவில்லை. வெட்டவெளியில் வானப்படிமம் காற்றில் நெளிய அவை கிடந்தன. நீர்ப்பரப்பின்மீதும் கரைகளிலும் பறவைகளும் இல்லை. அருகே செல்லும்தோறும் அவை நினைத்ததைவிட பெரிய குளங்கள் என்பதை துரோணன் அறிந்தான். இயல்பாக மண்ணில் உருவான ஐந்துபெரும் பள்ளங்கள் அவை என்று தோன்றியது. மண்ணுக்குள் ஓடிய பிலங்கள் மீது மேல்மண் இடிந்து அமிழ்ந்திருக்கலாமென துரோணன் எண்ணிக்கொண்டான். அரைவட்டத்தின் நடுவே சென்று நின்றபோது ஐந்து குளங்களையும் ஒரேசமயம் காணமுடிந்தது.

அருகே சென்று குனிந்தபோது நீர் மிகத்தெளிந்திருப்பதைக் கண்டான். அடியாழத்து செம்மண் படுகை தொட்டுவிடலாமென்பதுபோல மிக

அருகே அலைகள் நெளிய தெரிந்தது. மென்சதைக்கதுப்பில் மேலண்ணத் தசை போல செந்நிறமான அலைகள் படிந்திருந்தன. கைநிறைய நீரை அள்ளியபோது சம்புகர் “குடிக்கமுடியாது. உப்பு நிறைந்த பரசுராமரின் கண்ணீர் அது” என்றார். அப்போதுதான் அந்தக் குளத்தில் மீன்களே இல்லை என்பதை துரோணன் கண்டான். ஒரு சிறு உயிரசைவுகூட நீரில் இல்லை.

சூதர்கள் அங்கே அமர்ந்து பாடத்தொடங்கினார்கள். சமந்தபஞ்சகத்துக்கு வந்து ஷத்ரியவீரர்களின் கொழுத்த குருதியால் ஐந்து குளங்களை அமைத்த பரசுராமரின் கதையை. நூறாண்டுகாலம் அங்கே தவம்செய்து தன் மூதாதையரிடம் பரசுராமர் மன்னிப்பு கோரினார். அவருடைய கண்ணீரால் ஐந்து குளங்களும் நிறைந்து தெளிந்தன. அவனால் அக்குளங்களைக் குருதித்தேக்கங்களாகப் பார்க்கமுடிந்தது. ஒரு பெருவெள்ளம் வருமென்றால் அவை அப்படி ஆகக்கூடும்.

சூதர்கள் சமந்தபஞ்சகத்தில் செய்யும் சடங்குகள் பல இருந்தன. தங்கள் யாழ்களுக்கு புதிய கம்பிகளை மாற்றிக்கொண்டார்கள். முழவுகளுக்குத் தோல்மாற்றினார்கள். “சமந்த பஞ்சகத்தின் கரையில் உண்ணாநோன்பிருந்து வந்து அமர்ந்து வாத்தியங்களை புதுப்பித்தபின் இந்த ஐந்து தடாகங்களிலும் நீராடி எழுந்தால் சூதர்கள் மறுபிறப்படைகிறார்கள். பன்னிரண்டாண்டுகளுக்கு ஒருமுறை அவர்கள் அவ்வாறு தங்கள் பழைய சொற்களை உதறி புதிதாக எழுவார்கள்” என்றார் சம்புகர். சீருகன் “சூதர்கள் நீராடுவதற்கு கண்ணீரன்றி உகந்தது எது?” என்றான்.

நான் ஏன் வந்தேன் என துரோணன் எண்ணிக்கொண்டான். பரசுராமரைப் பற்றிய நூற்றுக்கணக்கான புராணக்கதைகளுக்கு அப்பால் தொட்டறியும் உண்மையாக அறியவந்தது சமந்தபஞ்சகம் ஒன்றே. அங்கே வருவதைத் தவிர வேறுவழியில்லை. சூதர்கள் சடங்குகளை முடித்துவிட்டு வந்தனர். தங்கள் மரவுரியாடைகளைக் களைந்து வெற்றுடலுடன் நீரில் இறங்கினர். “இறங்குங்கள் உத்தமரே. தோல்வியறியா மாவீரரின் கண்ணீரில் நீராடுங்கள்” என்றான் சீருகன்.

கரையில் நின்றிருந்த துரோணன் மரக்கிளையில் வந்தமரும் பறவைபோல அவ்வெண்ணத்தை அடைந்தான். “சம்புகரே, இதேபோன்ற ஐந்து குளங்கள் வேறெங்காவது உள்ளனவா?” என்றான். “இல்லை, நானறிய ஏதுமில்லை” என்றார் சம்புகர். “இருக்கின்றன. நான் அறிவேன். எங்கோ. வடக்கே இமயத்தில். அல்லது தெற்கே விரிநிலவெளியில். அங்கிருக்கிறார் பரசுராமர்” என்றான் துரோணன். சம்புகர் “ஐந்து குளங்கள் கொண்ட பிறிதொரு இடத்தை நானறிந்ததே இல்லை உத்தமரே. தாங்கள் அதைத் தேடி நாட்களை இழக்கவேண்டாம்” என்றார்.

அவர்கள் ஈரம் வழியும் உடலுடன் முதற்குளத்திலிருந்து எழுந்து மந்திரங்களைச் சொன்னபடி இரண்டாவது குளத்துக்குச் சென்றனர். கரையில் அவர்களையே நோக்கி நின்ற துரோணன் மூன்றாவது குளத்திலிருந்து எழுந்த சம்புகர் சொன்ன ஒற்றைச் சொல்லைக் கேட்டு "சம்புகரே, நீர் இப்போது சொன்னதென்ன?" என்றான். "என்ன?" என்று அவர் திரும்பக்கேட்டார். "அந்த மந்திரத்தைச் சொல்லுங்கள். முழுமையாகச் சொல்லுங்கள்" என்றான் துரோணன். சம்புகர் தயங்கியபடி "கடலை உண்டவனும் பஞ்சாப்சரஸில் தவம் செய்தவனும் பெருநதியை கமண்டலத்தில் அடக்கியவனுமாகிய அகத்தியனே இச்சொற்களைக் கேளுங்கள்" என்றார்.

"சம்புகரே, அந்த பஞ்சாப்சரஸ் எங்குள்ளது?" என்றான் துரோணன். "பஞ்சசரஸ் என்றும் அழைக்கப்படும் அது ஒரு குளம். அயோத்திராமன் வனம்புகுந்தபோது தெற்கே அகத்தியரைச் சென்றுகண்டார். அகத்தியர் ராமனையும் சீதையையும் தம்பியையும் பஞ்சாப்சரஸ் என்னும் நீலத்தடாகத்துக்குக் கொண்டுசென்று காட்டினார். அது சூதர்களின் ராமகதைப்பாடலில் வருகிறது" என்றார் சம்புகர். "அந்த இடம் தெற்கே தண்டகாரண்யத்தின் நடுவில் ஏழு மலைகளால் சூழப்பட்ட சப்தசிருங்கம் என்னும் காட்டுக்குள் உள்ளது."

"அந்தத் தடாகத்தின் கதையை பராசரரின் புராணசம்ஹிதை சொல்கிறது" என்றான் சீருகன். "அத்தடாகத்தின் நீரின் மீதமர்ந்து மாண்டகர்ணி என்னும் முனிவர் தவம்செய்துவந்தார். ஆயிரம் வருடம் அவர் தவம்செய்து தன் முழுமையை நெருங்கியபோது ஆயிரம் வருடம் அவர் மிதந்த அந்த ஆழத்திலிருந்து ஐந்து அழகிய குமிழிகள் மிதந்து மேலே வந்தன. அவை ஐந்து பேரழகான அப்சரஸ்களாக மாறின. ஒன்றில் இன்னொன்று பிரதிபலித்து பேரழகின் முடிவின்மையாகி அவரைச் சூழ்ந்தன. தவம் கலைந்த முனிவர் சினந்து அவர்களைத் தாமரை மலர்களாக ஆக்கினார்."

"நீலம், சிவப்பு, மஞ்சள், வெண்மை, இளம்பசுமை என்னும் ஐந்து வண்ணங்களில் அந்தத் தடாகத்தை அவர்கள் நிறைத்தனர். அவர்களின் அழகால் வெல்லப்பட்ட மாண்டகர்ணி தன்னை பெரிய விழிகள் கொண்ட ஒரு பச்சைமணித் தவளையாக ஆக்கிக்கொண்டார். அவர்களின் பேரழகை பார்த்துப்பார்த்து அகம் நிறையாமல் தன்னிலிருந்து லட்சோபலட்சம் முட்டைகளை இட்டு தவளைகளை உருவாக்கினார். அவை ஒவ்வொரு இதழிலும் அமர்ந்துகொண்டு அவர்களின் அழகை வியந்து பாடின. தாமரை வண்ணங்களும் தவளைநாதமும் நிறைந்த அந்தத் தடாகமே மண்ணிலிருப்பவற்றில் அழகானது என்று பராசர சம்ஹிதை சொல்கிறது."

“அந்த இடம்தான்” என்றான் துரோணன். “நான் இப்போதே கிளம்புகிறேன்” என்று தன் மான்தோல் மூட்டையை எடுத்துக்கொண்டான். “உத்தமரே, அது நெடுந்தொலைவு. தண்டகாரண்யம் விந்தியனுக்கு அப்பாலுள்ளது” என்றார் சம்புகர். “நான் அங்குசெல்வதற்காகக் கிளம்பி மூன்றுமாதங்களாகின்றன சூதரே” என்றபின் துரோணன் நடந்தான். மறுநாள் காலை கங்கைக்கரையைச் சென்றடைந்தான். வணிகர்படகில் ஏறி அங்கநாட்டுக்குச் சென்று அங்கிருந்து காட்டுப்பாதையில் பயணம்செய்து விந்தியமலையை ஏறிக்கடந்து விதர்ப நாட்டினூடாகச் சென்று கோதாவரியைத் தாண்டி தண்டகாரண்யத்தை அடைந்தான்.

தண்டகாரண்யத்தில் எவருக்கும் பஞ்சாப்சரஸ் என்னும் தடாகத்துக்குச் செல்லும் வழி தெரிந்திருக்கவில்லை. அப்பெயரை அறிந்திருந்த சூதர்கள் சிலர் அது புராணங்களில் சொல்லப்படும் தடாகமென்றே எண்ணியிருந்தனர். தண்டகாரண்யத்தின் ஆயர்குடிகளிலும் வேடர்கிராமங்களிலும் அவன் எட்டுமாதம் அலைந்து திரிந்தான். அடர்காட்டிலிருந்த வேடர்கிராமம் ஒன்றில் அவனை அங்கே மலைமீதிருந்த அஷ்டவடி என்னும் குருகுலத்துக்கு ஆற்றுப்படுத்தினர். அஷ்டவடி குருகுலத்தில் இருந்த பாரிஜாதர் என்னும் முனிவர் பஞ் சாப்ஸரஸ் செல்லும் வழியை அறிந்திருந்தார். முந்நூறாண்டுகாலமாக அங்கே பரசுராமனின் குருகுலம் இருப்பதையும் அவரே சொன்னார்.

பாரிஜாதரின் வழிகாட்டுதலின்படி மலைச்சரிவினூடாக நடந்துசென்று அஷ்டமுடி என்னும் மலைக்காட்டை அடைந்தான் துரோணன். அங்கிருக்கும் மலைச்சுனைகளிலிருந்து பிறந்து மலையிறங்கிச்செல்லும் லலிதகாமினி என்னும் சிற்றாறின் கரைவழியாகச் சென்று தண்டகாரண்யத்தின் ஆழத்திற்குள் புகுந்தான். நாணலும் தர்ப்பையும் கோரையும் அடர்ந்த சேற்றுக்கரை வழியாக பகலெல்லாம் நடந்தும் இரவில் மரக்கிளைகளின் கவரில் துயின்றும் இருபத்தெட்டு நாட்கள் நடந்து சென்று லலிதகாமினி இரு பெரும்பாறைகளின் நடுவே புகுந்து மறுபக்கம் அருவியாகக் கொட்டும் முனையை அடைந்தான். அங்கிருந்து வலப்பக்கமாகப் பிரிந்துசெல்லும் ஓடை பஞ்சாப்சரஸை அடையும் என்று பாரிஜாதர் சொல்லியிருந்தார்.

ஓடையை ஒட்டி துரோணன் நடந்துசெல்லும்போது புதர்களின் இலைகளுக்குள் இருந்து மூன்று இளைஞர்கள் கைகளில் குறிபார்த்த அம்புகள் தொடுக்கப்பட்ட வில்லுடன் எழுந்தார்கள். முதல் இளைஞன் “நில், நீ யாரென்று சொல்” என்றான். துரோணன் தன் உபவீதத்தை வலக்கையால் பற்றியபடி “பரத்வாஜமுனிவரின் மைந்தனும் அக்னிவேசரின் மாணவனுமாகிய என் பெயர் துரோணன். பரசுராமரைப்

பார்க்கும்பொருட்டு கங்கைக்கரையில் இருந்து வருகிறேன்” என்றான். அவனிடம் வினவிய புவனன் என்னும் இளம்மாணவன் தன் வில்லைத் தாழ்த்தித் தலைவணங்கி “பரசுராம குருகுலத்துக்கு தங்களை வரவேற்கிறோம் உத்தமரே” என்றான். பிற இருவரும் வில் தாழ்த்தி வந்து பணிந்தனர். துரோணன் அவர்களை வாழ்த்தி “இத்தருணத்தில் நான் பரசுராமரைச் சந்திக்கலாகுமா?” என்றான்.

“பரசுராம குருமரபின் பதின்மூன்றாவது பரசுராமர் இப்போது வித்யாபீடத்தில் அமர்ந்திருக்கிறார். இப்போது நூறாண்டுகளுக்கு ஒருமுறை நிகழும் மகாபூதானயாகம் பன்னிருநாட்களாக நிகழ்ந்துகொண்டிருக்கிறது. வேள்வித்தடைசெய்ய மன்னர்களோ வேடர்களோ வரக்கூடுமென்பதனால் பஞ்சாப்சரஸைச் சுற்றி காடுமுழுவதும் பரசுராமகுருகுலத்து மாணவர்களாகிய நாங்கள் காவல்காத்துக்கொண்டிருக்கிறோம். இன்று வேள்வியின் இறுதிநாள். மாலைச்சூரியன் அணைவதற்குள் வேள்விமுடிந்து எரி அணையவேண்டும் என்பது நெறி” என்றான் புவனன்.

துரோணன் “பூதான யாகம் என்பது பரசுராமரால் நிகழ்த்தப்பட்டதல்லவா?” என்றான். “ஆம் உத்தமரே. பாரதவர்ஷத்தை இருபத்தொருமுறை சுற்றிவந்த முதல்குருநாதர், தான் வென்ற நிலத்தை பகிர்ந்தளித்தார் என்கின்றன புராணங்கள். சமந்தபஞ்சகத்தில் மகாகாசியபர் தலைமையில் நிகழ்ந்த முதல்பூதானவேள்வியில் கிழக்குத் திசையை அத்துவரிய குலத்துக்கும், வடக்கை உதகாத குலத்துக்கும், மத்திய தேசத்தை ஆசியப குலத்துக்கும், ஆரிய வர்த்தத்தை உபதிரஷ்ட குலத்துக்கும் அதற்கு அப்பால் உள்ள நிலத்தை சதசிய குலத்துக்கும் அவர் அளித்தார் என்று பரசுராமரின் கதையைச் சொல்லும் சூர்ப்பவிஜயம் என்னும் புராணம் சொல்கிறது.

“இக்குலங்களெல்லாம் அந்தந்தப் பகுதிகளில் வாழ்ந்திருந்த தொன்மையான குடிகளே. அவர்களை அடக்கியாண்ட ஷத்ரியகுலங்களை அழித்தபின் அக்குடிகளைத் தன் வேள்விச்சுடர்முன் அமரச்செய்து உபவீதம் அணிவித்து காயத்ரியையும் வேதங்களையும் அளித்து பிராமணர்களாக்கி தன்னுடைய பிருகுகுலத்தில் இணைத்துக்கொண்டு அவர்களுக்கு அந்நிலங்களை முதல்குருநாதர் அளித்தார். நூறாண்டுகளுக்கு ஒருமுறை அச்சடங்கு தொடர்ந்து நடைபெறவேண்டுமென அவர் விதித்தார். அவரது ஆணைப்படி பாரதவர்ஷத்தில் உருவாகிவரும் புதிய ஜனபதங்களைச்சேர்ந்த பதினெட்டு குலங்கள் தேர்வுசெய்யப்பட்டு இங்கே பஞ்சாப்சரஸின் கரையில் நிகழும் மகாபூதான வேள்வியில் எரிமுன் அமரவைக்கப்படுவார்கள்.” புவனன் சொன்னான்.

“உத்தமரே, அதர்வ நெறிப்படி இங்கு நிகழும் இவ்வேள்வியின் முடிவில் அவர்கள் பிருகு குலத்துக்குள் எடுத்துக்கொள்ளப்படுவார்கள்.

ஹிரண்யகர்ப்பம் என்னும் இச்சடங்கில் அவர்களின் உடலில் இருந்து பதினெட்டு குருதிச்சொட்டுகள் வேள்விநெருப்பில் விடப்பட்டு அவர்களுடைய இறப்பு நிகழ்த்தப்படும் அதன்பின் மகாகுருநாதரின் பதினெட்டு துளி குருதியால் பஞ்சாப்சரஸ் என்னும் தடாகம் பசுவின் கருவறையாக ஆக்கப்படும். அதில் மூழ்கி அவர்கள் மறுபிறப்பெடுத்து வரும்போது அவர்களுக்கு வேள்வியன்னம் பகிர்ந்தளிக்கப்படும். அதே விகிதத்தில் அவர்களின் நிலங்கள் அவர்களுக்கே அளிக்கப்படும். அதை எதிர்க்கும் ஷத்ரியர்கள்மீது பிருகுகுலத்தவர் அனைவரும் இணைந்து போர்தொடுக்கவேண்டும் என்பது பரசுராமரின் கட்டளை. பாரதவர்ஷத்தையே பிருகுகுலம் ஆளவேண்டுமென்பது பார்க்கவராமரின் ஆணை. அதை நிகழ்த்துவதே எங்கள் குருகுலத்தின் கடமை" என்றான் புவனன்.

திகைத்துக் கைகூப்பி துரோணன் நின்றுவிட்டான். "புவனரே, இங்கே இச்சடங்குக்காகவே என்னை என் ஆசிரியர் வரச்சொன்னார் என இப்போது உணர்கிறேன். என் வாழ்க்கை முழுமைபெறும் கணம் இங்கு நிகழவிருக்கிறது. என்னை வேள்விமுடிவதற்குள் பரசுராமரின் வேள்விச்சாலைக்குக் கொண்டுசெல்லுங்கள்" என்றான். புவனன் ஓர் இளம்மாணவனிடம் "சுஷமரே, இவரை அழைத்துச்செல்க. குறுகிய வழியில் விரைவாக" என்றான்.

சுஷமன் மிக இளம்வயதுடையவனாக இருந்தான். ஓடைக்கரையில் அடர்ந்திருந்த முள்மூங்கில் காடுகளின் வழியாக அவன் விரைந்து சென்றான். அந்தப்பாதை பழக்கமில்லாததனால் துரோணன் கால்கள் தடுமாறியும் முட்களில் உரசிக்கொண்டும் அவனைத் தொடர்ந்து சென்றான். "இங்கு மிக விரைவாகவே அந்தி எழுந்துவிடும் உத்தமரே" என்றான் சுஷமன். "இல்லை, என் தவம் வீணாகாது. தெய்வங்கள் என்னைக் கைவிடா" என்றான் துரோணன். "கைவிடுமென்றால் அர்ப்பணத்துக்கும் உபாசனைக்கும் பொருளே இல்லை. கண்ணீர் வெறும் நீரென்றே ஆகும்."

அவர்கள் வைத்த ஒவ்வொரு காலடிக்கும் காட்டுக்குள் ஒளியடங்கியபடியே வந்தது. இலைகள்மேல் விழுந்துகிடந்த ஒளிவட்டங்கள் ஒவ்வொன்றாக விழிமூடின. தலைக்குமேல் பறவைகளின் ஒலி வலுத்துச்சென்றது. காட்டுச்சுனைகளின் நீரின் கருமை அடர்ந்தது. "அதோ வேள்விப்புகை எழுகிறது. அதுதான் பஞ்சாப்சரஸின் வேள்விச்சாலை" என்றான் சுஷமன். அதைக்கேட்டதுமே துரோணன் ஓடத்தொடங்கினான். "ஓடவேண்டாம் உத்தமரே. இந்த முள்மூங்கில்வெளியில் ஓடமுடியாது!" என்று கூவியபடி சுஷமன் பின்னால் வந்தான். துரோணன் விரையும்தோறும் முள்மூங்கில்கூட்டங்களின் கைகள் பெருகி வந்து அவனைப்

பற்றிக்கொண்டன. கூர் உகிர்களால் அவன் தசையைக் கவ்விக்கிழித்து குருதி சொட்டி ஆடின.

எதையும் உணராதவனாக துரோணன் ஓடிக்கொண்டிருந்தான். வழுக்கும்பாறைகளில் சறுக்கி இறங்கியும், சிற்றோடைகளைத் தாவிக்கடந்தும், மூச்சு சீற, கண்ணீர் மார்பில் சொட்டிச்சிதற, வாய் 'குருநாதரே! குருநாதரே!' என்று அரற்றிக்கொண்டிருக்க. அவன் உடலை தூக்கிச்சென்ற அகம் உடலென்னும் எடையைப்பற்றி, அதன் சமநிலையின்மையைப்பற்றி ஒவ்வொரு கணமும் உணர்ந்து பரிதவித்தது. அவன் உடைகள் முட்களால் கிழிபட்டு விலகின. ஆடையற்ற உடலெங்கும் குருதி வழிய அவன் கருவறை கிழித்து மண்ணுக்கு வந்த குழவி போலிருந்தான்.

சிற்றோடை ஒன்றுக்கு அப்பால் தாமரையிலைகளாலும் மலர்களாலும் மூடப்பட்ட பஞ்சாப்சரஸையும் அதன் கரையில் ஈச்சையோலைகளால் கட்டப்பட்ட சிறிய வேள்விச்சாலையையும் அவன் கண்டான். அங்கே எரிகுளத்தைச் சுற்றி மரவுரி அணிந்து உபவீதமிட்டு அமர்ந்திருந்த பன்னிரு வேடர்குலத்தலைவர்களுக்கு முன் வெண்குழலை தலைக்குமேல் குடுமியாகக் கட்டி நீண்ட வெண்தாடி மார்பில் ஆட புலித்தோல் அணிந்து அமர்ந்து வேள்விச்செயலில் ஈடுபட்டிருக்கும் பரசுராமரின் தோற்றம் காற்றில் அள்ளி விலக்கப்பட்ட வேள்விப்புகைக்கு நடுவே திரைச்சீலைப்பாவை போல நெளிந்தபடி தெரிந்தது. இரு கைகளையும் விரித்து அசைத்து "குருநாதரே!" என்று அவன் கூவுவதற்குள் இறுதி அவியை எரியிலிட்டு வேள்வியை முடிக்கும் கையசைவுகளுடன் பரசுராமர் தர்ப்பைப்பீடத்தில் இருந்து எழுந்துவிட்டார்.

5

இமயத்தின் அடிவாரத்தில் திருஷ்டாவதி நதிக்கரையில் பிலக்ஷவனம் என்னும் காட்டுக்குள் இருந்த சரத்வானின் தவச்சாலைக்கு, ஆஷாடமாதத்து இளமழை பெய்துகொண்டிருந்த ஒரு காலைநேரத்தில் துரோணன் சென்று சேர்ந்தான். கீழே திருஷ்டாவதி அருவியாகப் பெய்திறங்கி மலைப்பாறைகளில் சிதறி நுரைத்து நாணல்கூட்டங்களுக்கு நடுவே வழிந்தோடும் தடத்தில் மூன்று வேடர்கிராமங்கள் இருந்தன. மலைக்குமேல் சரத்வானின் தவக்குடில் இருப்பதை அங்கே கேட்டறிந்துகொண்டு அருவியை ஒட்டியிருந்த வழுக்கும் பாறையடுக்குகளில் வேர்செலுத்தி எழுந்திருந்த மரங்களில் தொற்றி அவன் மேலேறிச் சென்றான்.

இலைகள் சொட்டி அசைந்துகொண்டிருந்த சோலைக்குள் ஈச்சையோலைகளாலும் அரக்கும் மண்ணும் குழைத்துப் பூசப்பட்ட மரப்பட்டைகளாலும் கட்டப்பட்டிருந்த பன்னிரு குடில்களாலான சரத்வானின் தவச்சாலைக்குச் சுற்றும் அசோகமரங்களை நெருக்கமாக நட்டு அவற்றை மூங்கிலால் இணைத்து வேலியிட்டிருந்தனர். அவன் மூங்கில்தண்டு தடுத்திருந்த வாயில் முன் வந்து நின்றபோது காவல் மாடத்தில் நீர்வழியும் கூரைக்குக் கீழே இருந்த மாணவன் அவனை ஒரு மலைவேடனென்றே எண்ணினான். தொடுத்த அம்புடன் வந்து "யார்? என்ன வேண்டும்? ஆயுதங்களைக் கீழே போட்டு விட்டு நில்" என்றான்.

தோளில் புரண்ட குழலில் இருந்தும் ஒடுங்கிய முகத்தில் தேன்கூடு போலத் தொங்கிய சிறியதாடியில் இருந்தும் அடர்ந்த புருவங்களில் இருந்தும் நீர்த்துளிகள் சொட்ட, சேறுபடிந்த மரவுரி ஆடையுடன்

நின்றிருந்த துரோணன் "என்னிடம் படைக்கலமேதும் இல்லை. பரத்வாஜமுனிவரின் மைந்தனும் அக்னிவேசரின் மாணவனுமான என் பெயர் துரோணன். வில்வித்தை பயின்ற அந்தணன் நான். தனுர்வேத ஞானியான சரத்வானைப் பார்ப்பதற்காக வந்தேன்" என்றான். மாணவன் சிலகணங்கள் தயங்கிவிட்டு "சற்றுப் பொறுங்கள் உத்தமரே" என்றபின் மழைக்குள் இறங்கி ஓடினான்.

சற்றுநேரத்தில் பனையோலையாலான குடைமறையை தலையில் போட்டபடி உயரமற்ற வெண்ணிறமான இளைஞன் உடலைக் குறுக்கியபடி வாயிலுக்கு வந்தான். "உத்தமரே, சரத்வானின் மைந்தனாகிய என்பெயர் கிருபன். தாங்கள் பரத்வாஜரின் மைந்தர் என்று அறிந்தேன். அதை உறுதிசெய்யும் முத்திரை ஏதும் உள்ளதா?" என்று கேட்டான். "ஆம்" என்று சொன்ன துரோணன் தன் இடைக்கச்சையில் இருந்த தர்ப்பையின் தாள் ஒன்றை அரைக்கணத்தில் உருவி வீசி அங்கே பறந்துகொண்டிருந்த சிறு வண்டு ஒன்றை வீழ்த்தினான்.

கிருபன் அந்த தர்ப்பைத்தாளைநோக்கிவிட்டு துரோணனை நோக்கி "வருக துரோணரே" என்று தலைவணங்கி அவனை உள்ளே அழைத்துச் சென்றான். மழைத்தாரைகள் வழிந்துகொண்டிருந்த குடில்முற்றம் வழியாக நடக்கும்போது கிருபன் "அக்னிவேசரின் குருகுலத்தைப்பற்றிய செய்திகளை சூதர் சொல்வழியாக அறிந்திருக்கிறேன். தங்களைப்பற்றி கேட்டதில்லை" என்றான். துரோணன் அதற்கு பதில் சொல்லாமல் தன் குழல்களை கைகளால் அடித்து விசிறி நீர்த்துளிகளைத் தெறித்தான்.

"விருந்தினருக்கான குடில் இது. நீங்கள் இங்கே தங்கி இளைப்பாறலாம். உங்களுக்கு புதிய மரவுரியாடை கொண்டுவரும்படி சொல்கிறேன். நீராடியபின் உணவு அருந்தலாம்" என்றான் கிருபன். "நான் பிராமணரல்லாத பிறர் சமைத்த உணவை உண்பதில்லை" என்று துரோணன் சொன்னான். "அவ்வண்ணமே ஆகுக!" என்று புன்னகைசெய்த கிருபன் தலைவணங்கி விடைபெற்றான். நீராடி மாற்றாடை அணிந்து கொண்டிருக்கையில் இளம் மாணவன் ஒருவன் பெரிய மண்தாலத்தில் கிண்ணங்களில் சூடான இனிப்புக்கிழங்குக் கூழும், தினையப்பங்களும், கீரைக்கூட்டும், சுக்கு போட்டுக் காய்ச்சப்பட்ட பாலும் கொண்டுவந்து வைத்தான்.

உணவுக்குப்பின் அவன் ஓய்வெடுத்துக்கொண்டிருக்கையில் கிருபன் வந்தான். "வணங்குகிறேன் உத்தமரே. தங்களை இன்று மாலை எரிகடன் முடிந்தபின் ஸ்வாத்யாயத்தின்போது சந்திப்பதாக எந்தை சொல்லியிருக்கிறார்" என்றான். துரோணன் தலையசைத்தான். கிருபன் அமர்ந்துகொண்டு "தங்களைப்பற்றி விசாரித்தார். தாங்கள்

எதுவுமே சொல்லவில்லை என்று சொன்னேன்” என்றான். துரோணன் நிமிர்ந்து அவனை நோக்கி உதடுகளை மெல்ல அசைத்து ஏதோ சொல்லப்போனபின் தலைகுனிந்தான்.

“எந்தை சரத்வான் கௌதமகுலத்தில் சத்யதிருதி என்னும் வைதிக முனிவருக்கு மைந்தனாகப் பிறந்தார். அவர் பிறந்தபோது அவருடன் குருதிவடிவமான ஓர் அம்பும் வெளிவந்தது என்கிறார்கள். வைதிகராக இருந்தாலும் எழுந்தமர்ந்தபோதே எந்தை தவழ்ந்துசென்று வில்லைத்தான் கையில் எடுத்தார். நான்குவேதங்களும் அவரது நாவில் நிகழவில்லை. கைவிரல்களோ அம்புகளைத் தொட்டதுமே அறிந்துகொண்டன. அவரது தந்தை அவருக்கு உபவீதமிட்டு காயத்ரியை அளிக்கவில்லை. கௌதமகுலம் அவரை வெளியேற்றியது” என்றான் கிருபன்.

“தன் ஏழுவயதில் எந்தை தன்னந்தனியராக தன் தந்தையின் இல்லத்தையும் குலத்தையும் ஊரையும் உதறிவிட்டுக் கிளம்பினார். மூன்று வருடம் தேடிப்பயணம்செய்து விஸ்வாமித்ர குருகுலத்தைக் கண்டடைந்தார். பதினேழாவது விஸ்வாமித்திரரிடமிருந்து தனுர்வேதத்தை முழுமையாகக் கற்றபின் தவளகிரி அருகே கின்னர நாட்டில் கிருபவனம் என்னுமிடத்தில் தவக்குடில் அமைத்துத் தங்கியிருந்தார். அங்கே அவர் ஜானபதி என்னும் கின்னர குலத்துப்பெண்ணைக் கண்டு அவளை மணந்தார். ஜானபதியில் நானும் என் தங்கை கிருபியும் பிறந்தோம்” கிருபன் சொன்னான்.

“ஒருவயதுவரை நாங்கள் தந்தையின் குருகுலத்திலேயே வளர்ந்தோம். எந்தையிடம் விற்தொழில் கற்கவந்த அஸ்தினபுரியின் சந்தனு மன்னர் எங்களை எடுத்துச்சென்று அரண்மனையிலேயே வளர்த்தார். எங்களுக்கு ஏழுவயதிருக்கையில் எந்தை தேடிவந்து எங்களை அழைத்துக்கொண்டு இங்கே வந்தார். நான் எந்தையிடம் வில்வேதம் கற்று இங்கே இருக்கிறேன். என் தங்கை கிருபி தந்தைக்குப் பணிவிடை செய்கிறாள்” என்றான் கிருபன். “தங்களைப்பற்றி சொல்லுங்கள் துரோணரே. தாங்கள் பரத்வாஜரின் குலமா? அப்படியென்றால் ரிக்வேதத்தின் தைத்ரிய மரபைச்சேர்ந்தவர் அல்லவா?” என்றான்.

துரோணன் சற்றுநேரம் தலைகுனிந்து அமர்ந்திருந்துவிட்டு “நீங்கள் கௌதமகுலத்தவரா?” என்றான். கிருபன் “இல்லை துரோணரே. என் தந்தை முறைப்படி மந்திரோபதேசம் பெற்று மறுபிறப்பெடுத்து கௌதமகுலத்திற்குள் எடுத்துக்கொள்ளப்படவில்லை. அவர் விஸ்வாமித்திர குருமரபை மட்டும் சேர்ந்தவர்” என்றான். துரோணன் அவனை நோக்காமல் “நான் அக்னிவேச குருமரபைச் சேர்ந்தவன்” என்றான். கிருபன் புரிந்துகொண்டு சற்றுநேரம் பேசாமலிருந்தபின் எழுந்து “மாலை ஸ்வாத்யாயத்துக்கு வருக” என்று சொல்லிவிட்டு இலைகள் சொட்டிக்கொண்டிருந்த முற்றத்தில் இறங்கி நடந்து சென்றான்.

மாலை குருகுலத்தின் நடுவே இருந்த வேள்விச்சாலையில் முதியவைதிகர் வேள்விக்குளத்தில் எரியெழுப்பி அவியிட்டு அதர்வ வேதத்தை ஓதினார். சரத்வானின் மாணவர்கள் சூழ்ந்து அமர்ந்திருந்தனர். அவியூட்டல் முடிந்து வைதிகர் வேள்விமீதத்தைப் பகிர்ந்து அனைவருக்கும் அளித்ததும் வித்யாசாலைக்குள் செங்கனல் சுடர்ந்த கணப்பைச் சுற்றி அவர்கள் அமர்ந்துகொண்டனர். சரத்வான் மரவுரி அணிந்து புலித்தோல் மேலாடை அணிந்திருந்தார். கருமணிப்பயிறு போல ஒளிவிடும் கரிய உடலும் வைரங்களென சுடர்ந்த விழிகளும் தோளில் சரிந்த கரிய சுரிகுழலும் சுருண்ட கரிய தாடியும் கொண்ட சரத்வான் கிருபனுக்கு தமையனைப்போலத் தோன்றினார்.

“அக்னிவேசரை நான் இருபதாண்டுகளுக்கு முன்பு தண்டகாரண்யத்தில் சந்தித்திருக்கிறேன்” என்றார் சரத்வான். “அவரும் நானும் மூன்றுமுறை வில்லேந்திப் போட்டியிட்டோம். பரசுராமருக்கும் விஸ்வாமித்திரருக்கும் நிகரானவர்.” அதற்குப்பதிலாக முகமன் ஏதும் சொல்லாமல் துரோணன் தலைகுனிந்து அமர்ந்திருந்தான். “சொல்க மைந்தா, என்னைத் தேடிவந்த காரணம் என்ன? என்னிடமிருந்து தனுர்வித்தை ஏதும் கற்கும் நிலையில் நீ இல்லை என நானறிவேன். அக்னிவேசர் அறியாத எதையும் நானுமறியமாட்டேன்” என்றார் சரத்வான். துரோணன் தலைநிமிரவில்லை. அவன் உதடுகள் மட்டும் மெல்ல அசைந்தன. ஒரு சொல் துளித்து அங்கேயே உலர்ந்து மறைவதுபோல.

சரத்வான் தன் மாணவர்களை நோக்கித் தலையசைக்க அவர்கள் அவரை வணங்கி அகன்றனர். வித்யாசாலைக்குள் கிருபனும் சரத்வானும் அவனும் மட்டும் எஞ்சினர். “நீ விரும்புவதென்ன?” என்று சரத்வான் மீண்டும் கேட்டார். இருமுறை பெருமூச்சுவிட்டபின் துரோணன் தலைதூக்கி “உங்களிடம் குலத்தை இரந்து பெறுவதற்காக வந்தேன் உத்தமரே” என்றான். அச்சொற்களைச் சொன்னதுமே அவன் நெஞ்சு விம்மி குரல் அடைத்தது. “என்னை உங்கள் மைந்தனாக ஏற்றுக்கொள்ளமுடியுமா என்று கேட்பதற்காக வந்தேன். நான் விழைவது தந்தையால் அளிக்கப்படும் ஓர் உபவீதத்தையும் குலப்பெயரையும் மட்டுமே.”

சரத்வான் தாடியை வருடியபடி “கிருபன் என்னைப்பற்றி சொல்லியிருப்பான்” என்றார். ஆம் என்று துரோணன் தலையசைத்தான். “உன்னை பிராமணனாக ஏற்றுக்கொள்ளும் உரிமைகொண்டவர் பரசுராமர் மட்டுமே. தண்டகாரண்யத்தில் அவரது குருகுலம் இருக்கிறது. அங்கே செல்” என்று சரத்வான் சொன்னதும் துயருடன் தலையை அசைத்த துரோணன் “நான் அங்கிருந்துதான் வருகிறேன் உத்தமரே” என்றான். சரத்வான் வியப்புடன் “மறுத்துவிட்டாரா?” என்றார்.

“இல்லை. என் விதி என்னை சிலகணங்கள் பிந்தச்செய்துவிட்டது. நான் செல்லும்போது அவர் பூதானமும் குலதானமும் முடிந்து விரல்களை குறுக்காக வைத்து நமோவாகம் சொல்லி எழுந்துவிட்டார்” என்றான் துரோணன்.

சற்று நேரம் மூவரும் ஒரே மௌனத்தின் மூன்றுமுனைகளில் திகைத்து நின்றிருந்தார்கள். கண்ணீருடன் எழுந்த துரோணன் “பரசுராமர் கருணைகொண்ட கண்களுடன் இனிய குரலில் இனி இத்தலைமுறையில் குலதானம் நிகழமுடியாது என்று சொன்னார் உத்தமரே. அங்கேயே அக்கணமே அவரது காலடியில் என் கழுத்தைத் தர்ப்பையால் கிழித்துக்கொண்டு நான் இறந்து விழுந்திருக்கவேண்டும். அவர் சொன்ன அடுத்த சொல்தான் என்னை உயிர்தரிக்கச்செய்தது. கௌதம குலத்தவரான உங்களை நாடிவரச்சொன்னார். நீங்கள் என்னை கௌதமபிராமணனாக ஆக்கமுடியும் என்றார்.”

“ஏன் நீ பிராமணனாக வேண்டுமென விரும்புகிறாய்? வில்வித்தையின் உச்சங்களை உன்னால் தொடமுடியுமல்லவா?” என்றார் சரத்வான். நெஞ்சில் கையை வைத்து துரோணன் சொன்னான் “ஏனென்றால் நான் பிராமணன். என் ஆன்மா அன்னையை குழந்தை நாடுவதுபோல வேதங்களை நோக்கித் தாவுகிறது. ஷத்ரியனாக என்னால் வாழமுடியாது உத்தமரே. அது பறவையை இருகால்களில் வாழச்சொல்வது போன்றது.” சரத்வான் புன்னகையுடன் “ஆனால் இருகால்களில் வாழும் பறவைகள் பல உண்டு. நானும் அவர்களில் ஒருவனே” என்றார்.

“பறக்காதது பறவை அல்ல. காற்றில் எழ உதவாதது சிறகே அல்ல. தன் மூதாதையர் பறந்தார்கள் என்பதற்கான சான்றாக சிறகைக்கொண்டிருக்கும் பறவையைப்போல அளியது எது? அது தன் சிறகை அடித்து எம்பி எம்பி குதிப்பதைப்போல அருவருப்பான வேறேது உள்ளது?” என்று கைகளை வீசி துரோணன் கூவினான். “நான் பிராமணன். நினைப்பாலும் செயலாலும் தவத்தாலும் நான் பிராமணன். காயத்ரி வாழும் நாவுடன் நான் ஷத்ரியனாக வாழமுடியாது உத்தமரே.”

“ஆனால் வேறுவழியில்லை. நீ அவ்வண்ணமே வாழ்ந்தாகவேண்டும். உனக்கு இயற்கை வகுத்த பாதை அது. உன் தந்தை உனக்கிட்ட ஆணை” என்றார் சரத்வான். தளர்ந்து நிலத்தில் மீண்டும் அமர்ந்த துரோணன் தலைகுனிந்தபோது கண்ணீர்த் துளிகள் மண்ணில் உதிர்ந்தன. “ஒரு தர்ப்பையின் நுனியால் என் நாவை நான் அரிந்து வீச முடியும். ஆனால் என்னுள் வாழும் காயத்ரியை என்ன செய்வேன்? என் விரல்கணுக்களில் துடிக்கும் அந்த பதினொரு சொற்களை எப்படி அழிப்பேன்? உத்தமரே, நான் எங்கு சென்று இச்சுமையை இறக்கி வைக்கமுடியும்? எந்த தீர்த்தத்தில் இதை கழுவிக் களையமுடியும்? எனக்கு ஒரு வழிசொல்லுங்கள்.”

“பரசுராமர் எனக்கு பாரதவர்ஷத்தை வென்ற அவரது வாளிகளின் மந்திரங்களை அளித்தார். ஆயிரம் வருடம் தவம்செய்து அடையவேண்டிய பிரம்மாஸ்திரத்தையும் கொடுத்தார். ஷத்ரியனாக வாழமுடியாத எனக்கு அவையெல்லாம் எதற்கு என்று கேட்டேன். தானும் பிராமணனாகப் பிறந்து ஷத்ரியனாக வாழ்ந்தவன் அல்லவா என்று அவர் சொன்னார். அவரால் எப்படி காயத்ரியை உதற முடிந்தது என்று கேட்டேன். பிராமணனை ஷத்ரியனாக ஆக்குவது அவனுள் வாழும் பெருங்குரோதமே என்று அவர் சொன்னார். ஒருகணமும் அணையாத பெருஞ்சினம் உள்ளில் குடியேறும்போது நெருப்பெழுந்த காட்டின் பறவைகள் என வேதங்கள் விலகிச்செல்கின்றன என்றார்.” துரோணன் சொன்னான்.

“உத்தமரே, நான் அஞ்சுவது அதையே. ஷத்ரியகுலத்தின்மேல் பெருஞ் சினம் கொண்டெழுந்த பரசுராமர் இருபத்தொருமுறை பாரதவர்ஷத்தைச் சுற்றிவந்து அரசகுலங்களை அழித்தார். நகரங்களைச் சுட்டெரித்தார். கருவில் வாழ்ந்த குழந்தைகளையும் சிதைத்தார். அவரது ஆன்மாவில் நிறைந்த குருதி தேங்கிய அந்த ஐந்து பெருங்குளங்களை குருஷேத்ரத்தில் கண்டேன். அவற்றை தன் கண்ணீரால் நிரப்பி அவர் மீண்டும் பிராமணரானார்.” கண்ணீர் வழியும் முகத்தைத் தூக்கி துரோணன் கேட்டான் “என்னுள்ளும் அத்தகைய வஞ்சம் குடியேறுமா என்ன? அனலை கருக்கொண்ட கந்தகமலையாக நானும் ஆவேனா? என் காயத்ரி எனக்குள்ளேயே கருகிப்போவதுதான் அதைவெல்லும் ஒரே வழியா?”

சரத்வான் அவன் முகத்தின் மெல்லிய தாடியில் படர்ந்திருந்த கண்ணீரை நோக்கிக்கொண்டிருந்தார். “சொல்லுங்கள் உத்தமரே, அப்படியென்றால் என் வாழ்வுக்கு என்னபொருள்? நான் கற்ற தனுர்வேதம் அந்த வஞ் சத்துக்குத்தான் கருவியாகுமென்றால் இக்கணமே வில்பயின்ற என் தோள்களை அரிந்து வீழ்த்துவதல்லவா நான் செய்யவேண்டியது?” தலையை அசைத்தபடி “இல்லை, நான் ஷத்ரியனாக வாழப்போவதில்லை. வைதிகனாக வாழமுடியவில்லை என்றால் மலையேறிச்செல்கிறேன். கைலாயம் சென்று அங்கே பனியடுக்குகளில் உறைந்து மாய்கிறேன். என்னுள் எரியும் அழலை ஆதிசிவன் சூடிய பனிமலைகளாவது குளிர்விக்குமா என்று பார்க்கிறேன்.”

பெருமூச்சுடன் சரத்வான் சொன்னார் “நான் உன்னிடம் சொல்வதற் கேதுமில்லை மைந்தா. நான் வேதமோ வேதாந்தமோ நெறிநூல்களோ கற்றவனல்ல. உவகையிலும் துயரத்திலும் வில்லை நாணேற்றி அம்புகளுடன் காட்டுக்குள் செல்வதே நானறிந்தது. மேலும் மேலும் நுண்ணிய இலக்குகளை வெல்வது வழியாக கடந்துசெல்லும் படிகளாகவே இதுநாள்

வரை வாழ்க்கையை அறிந்திருக்கிறேன். நானறிந்த தனுர்ஞானத்தை என் மைந்தனுக்கும் அளித்தேன்.” எழுந்து புலித்தோலாடையை தோளில் சுற்றிக்கொண்டு “உன் கண்ணீரை அகத்தில் தேக்கிக்கொள். அகத்துக்குள் நுழையும் கண்ணீரே ஒளிகொண்டு ஞானமாகிறது என்பார்கள்” என்றார்.

துரோணன் எழுந்து “வணங்குகிறேன் உத்தமரே. தங்கள் சொற்களின் கருணையை என்றும் எண்ணிக்கொள்வேன்” என்றபடி கிளம்பினான். சரத்வான் சிலகணங்கள் அசையாமல் நின்றபின் “துரோணா நில்” என்றார். “உன் கையிலிருக்கும் அந்த தர்ப்பைத்தாளை எனக்குக் கொடு” என வலக்கையை நீட்டினார். புரியாமல் கிருபனை நோக்கியபின் துரோணன் முன்னால் வந்து தர்ப்பைத்தாளை சரத்வானின் வலக்கையில் வைத்தான். அதைப் பெற்றுக்கொண்டு அவர் “இந்த தர்ப்பையை கன்யாசுல்கமாகப் பெற்றுக்கொண்டு என் மகள் கிருபியை உன் அறத்துணைவியாக அளிக்கிறேன்” என்றார்.

துரோணன் திகைத்து “உத்தமரே” என ஏதோ சொல்ல வாயெடுக்க, சரத்வான் “என் மகளுடன் நீ மலையிறங்கிச் செல். அங்கே உனக்கான குருகுலம் ஒன்றைக் கண்டுகொள். இல்லறத்தில் அமைந்து நல்ல மைந்தனைப் பெற்றுக்கொள். இனிய குடும்பம் உன் அனலை அவிக்கும். உன் இகவாழ்க்கையை இனியதாக்கும்” என்றார். துரோணன் தலைவணங்கி “தங்கள் ஆணை உத்தமரே” என்றான்.

“இளையவனே, காட்டிலுள்ள மரங்களைப் பார். அவற்றின் கிளைகளின் திசையும் வேர்களின் ஆழமும் அவை முளைக்க நேர்ந்த இடத்துக்கு ஏற்ப உருவெடுத்து வருபவை. எனவே ஒவ்வொரு மரமும் ஒரு நடனநிலையில் உள்ளது. அந்த வேர்களால் உறிஞ்சி கிளைகளில் நிறையும் பூக்களும் கனிகளும் விதைகளும் அவற்றின் ஆன்மாவிலிருந்து பிறப்பவை. உயிர்களுக்கு இயற்கை வகுத்தளிக்கும் நெறி அது. உன்னைச் சூழ்ந்துள்ளவை அனைத்தும் ஊழே என்றுணர்க. அவற்றுடன் உன் ஆன்மா ஆடும் இணைநடனமே உன் வாழ்க்கை. பூத்துக் காய்த்துக் கனிதல் என்பது ஒருவன் தன் மூதாதையருக்குச் செய்யும் கடனாகும்” என்றார் சரத்வான்.

மறுநாள் அதிகாலை உதயத்தின் முதல்கதிர் எழும்வேளையில் திருஷ்டாவதியின் கரையில் பூத்த கடம்பமரமொன்றின் அடியில் எரிகுளம் அமைத்து, தென்னெருப்பை எழுப்பி, சமித்தும் நெய்யும் அன்னமும் அவியிட்டு, வேதம் ஓதி, முதுமறையவர் வழிகாட்ட சரத்வான் கிருபியின் கைகளை துரோணனின் கைகளுக்கு அளித்து மணவினையை நிகழ்த்தினார். மண்ணிலெரிந்த நெருப்பையும் விண்ணிலெழுந்த

மூதாதையரையும் சான்றாக்கி துரோணன் தர்ப்பையாலான மங்கலநாணை கிருபியின் கழுத்தில் கட்டினான். சூழ்ந்திருந்த மாணவர்கள் வாழ்த்தொலி எழுப்ப கிருபியின் கைகளைப்பற்றியபடி ஏழு அடி எடுத்துவைத்து, வானை நோக்கி வணங்கி, சரத்வானின் பாதம்பணிந்து வாழ்த்து பெற்றான். அப்போது மாணவர்கள் இருவர் மரக்கிளைகளை உலுக்கி அவர்கள் மேல் மலர்பொழியச்செய்தனர்.

அன்று காலையிலேயே கிருபியுடன் துரோணன் கங்கைத்தடம் நோக்கிக் கிளம்பினான். தந்தையையும் முதுமறையவர்களையும் தமையனையும் பிற மூத்த மாணவர்களையும் வணங்கிய கிருபி கண்ணீர் நிறைந்த கண்களுடன் தலைகுனிந்து தவச்சாலையை விட்டு வலக்காலெடுத்து வைத்து பாதையை அடைந்தாள். அவளிடம் ஏழு மான்தோலாடைகளும் ஐந்து நறுமணப்பொருட்களும் அடங்கிய மூட்டையை அளித்த கிருபன் “தங்கையே, தந்தை உனக்களித்துள்ள இந்தப் பெண்செல்வத்தைக் கொள்க. இவை உன் கைகளில் பெருகி வளரட்டும். தந்தை உனக்களித்த சொற்களே மெய்யான செல்வம். அவை உன் தலைமுறைகள்தோறும் வளர்ந்துசெல்லட்டும்” என்று வாழ்த்தினான்.

மலைப்பாதையில் இறங்கும்போது துரோணன் ஒருமுறைகூட கிருபியை திரும்பிப்பார்க்கவில்லை. கைத்தலம் பற்றும்போது அவள் கைகளைப் பார்த்திருந்தான். மங்கலநாண் அணிவிக்கையில் நெற்றிவகிடையும் கண்டிருந்தான். அதன்பின் அவளைநோக்கி அவன் திரும்பவில்லை. உருளைக்கற்கள் புரண்டுகிடந்த மலைப்பாதையில் ஒருபக்கம் பாறைக்கூட்டங்கள் ஒன்றின்மேல் ஒன்று ஏறிய யானைகள் போல எழுந்து மேகங்களை நோக்கிச் சென்றன. மறுபக்கம் உருண்டு சென்ற பெரும்பாறைகள் தங்கி நின்ற மண்சரிவு நெடுந்தொலைவில் நத்தை சென்ற கோடு போல மின்னிச்சென்ற ஆற்றை அடைந்தது.

அவர்களின் கால்கள் பட்ட கற்கள் பன்றிக்கூட்டங்கள் என ஓசையுடன் உருண்டு சென்று ஆழத்தில் மறைந்துகொண்டிருந்தன. ஒருமுறை பெரிய மலைப்பாறை ஒன்று அவர்கள் காலடிபட்டு உயிர்கொண்டு எழுந்து ஆழத்தை நோக்கிப் பாய்ந்து எம்பி விழுந்த ஓசைகேட்டும்கூட அவன் திரும்பி அவளைப் பார்க்கவில்லை. அவள் வெண்மை கலந்த ஈரமண்ணில் பதிந்து சென்ற அவனுடைய பாதத்தடங்களை மட்டுமே நோக்கி நடந்துகொண்டிருந்தாள். ஆஷாடம் இமயமலைமேல் மேகங்கள் குடைவிரிக்கும் பருவம். பின்காலை ஒளியில் அவற்றின் கிழக்குமுகம் ஒளிவிட மேற்குமுகம் பறக்கும் கோட்டைகள் போலத் தெரிந்தது.

மதியம் அவர்கள் ஒரு சிற்றோடையின் கரையை அடைந்தனர். அவள் அங்கே ஒரு பாறைமேல் அமர்ந்ததும் துரோணன் ஓடையின்

இருகரைகளையும் நோக்கியபடி பாசிபடிந்த பாறைகள் மேல் மெல்லிய கால்களைத் தூக்கி வைத்து வெட்டுக்கிளிபோல தாவிச்சென்றான். உயர்ந்து நின்றிருந்த அத்திமரமொன்றைக் கண்டதும் அவன் குனிந்து கீழே அடர்ந்திருந்த நாணல்களைப் பிடுங்கி மேல்நோக்கி வீசினான். பறக்கும் சர்ப்பக்குஞ்சுகள் போல பூக்குலை வாலுடன் எழுந்த நாணல்கள் அத்திக் குலைகளைத் தொட்டு உதிர்த்து தாங்களும் விழுந்தன.

கனிந்த பெரிய அத்திப்பழங்களை நாணலில் கோத்து எடுத்துக்கொண்டு அவளருகே வைத்துவிட்டு துரோணன் விலகி அமர்ந்து தன் கையிலிருந்த அத்திப்பழங்களை உண்ணத்தொடங்கினான். உண்டு முடித்து அவன் எழுவது வரை அவள் உண்ணாமல் காத்திருந்தாள். ஓடைநீரை அள்ளி அவன் குடித்து முடித்தபின்னரே உண்ணத்தொடங்கினாள். அவர்கள் கிளம்பும்போதே கூரைவேயப்படும் குடில்போல மேகக்கீற்றுகள் ஒன்றுடன் ஒன்று இணைந்து ஒளியை மறைக்கத் தொடங்கின. கண்ணெதிரே பாதை இருட்டி வந்தது. நீரின் ஓசையும் காற்றோடும் இரைச்சலும் மேலும் வலுத்ததுபோலத் தோன்றியது.

ஆஷாடத்தில் இமயமலைமுடிகள் இடியோசையால் உரையாடிக் கொள்ளும் என துரோணன் சூதர்கள் பாடிக்கேட்டிருந்தான். முதல் இடியோசை கிழக்கே எழுந்தபோது அவன் முன் எழுந்து நின்ற மலையும் அதைச் சூழ்ந்திருந்த காற்றுவெளியும் அதிர்வதுபோலத் தோன்றியது. அவ்வொலிக்கு நிரைநிரையாக பதிலிறுத்துக்கொண்டே சென்றன சிகரங்கள். அடுத்த இடியோசையில் ஒளியும் அதிர்ந்தது என எண்ணிக்கொண்டான். பனிச்சிகரங்களின் மாபெரும் உரையாடலுக்கு நடுவே யானைப்போர் நடுவே ஊரும் எறும்புகள் போல அவர்கள் சென்றனர்.

பாதையோரம் குறிய கிளைகளை விரித்து நின்றிருந்த முதிய தேவதாரு மரத்தில் பெரிய குகை ஒன்றிருப்பதை துரோணன் கண்டான். அவளிடம் ஏதும் சொல்லாமல் அவன் அதை நோக்கிச்சென்று உள்ளே நோக்கினான். மேலே மரப்பட்டையில் ஒரு சிறிய துளை இருந்தது. அதன் வழியாக வந்த மெல்லிய ஒளியில் அந்தக்குகை இருவர் நன்றாக அமருமளவுக்கு இடம் கொண்டிருப்பது தெரிந்தது. அவள் தன்னருகே வந்து நின்றதை நோக்காமல் அவன் அங்கே வளர்ந்துகிடந்த தர்ப்பையையும் நாணலையும் பிடுங்கி அந்தக் குகையின் தரையில் நிரப்பி இருக்கை செய்தான். பின்பு அவளிடம் உள்ளே செல்லும்படி கைகாட்டினான்.

மெல்லிய நாணப்புன்னகையுடன் கிருபி உள்ளே சென்று தர்ப்பைமேல் கால் மடித்து அமர்ந்தாள். துரோணன் அண்ணாந்து இருண்டு செறிந்திருந்த வானை நோக்கி விட்டு தானும் உள்ளே வந்தான். அவள் உடலைத் தொடாமல் மறு எல்லையில் விலகி காலைக்குவித்து

அமர்ந்துகொண்டான். மின்னல்கள் அதிர்ந்து கொண்டே இருந்தன. அப்பாலிறங்கிச்சென்ற மலையோடையின் கரைகளில் இருந்து தவளைகள் பெருங்குரல் எழுப்பின. மரக்கிளைகளில் பறவைகள் கூடணையும் பொருட்டு கூவிக்கொண்டிருந்தன. குளிர்ந்த காற்று தெற்கின் ஆழத்திலிருந்து எழுந்து வந்து அனைத்து இலைகளையும் மேலே தூக்கியது.

இருவரும் ஒரேசமயம் மேலே மரப்பட்டையின் பொருக்குகளில் வேர்போல ஒட்டியிருந்த நாகத்தைப் பார்த்தனர். அது செங்கதிர் நாக்கு படபடக்க, விழித்த மணிக்கண்களுடன் தலையை மரப்பட்டைமேல் ஒட்டிவைத்து மெல்ல வாலை வளைத்துக்கொண்டிருந்தது. அதன் வால்நுனி தனி உயிர் என விரைத்து நெளிந்தாடியது. துரோணன் உடலை அசைக்காமல் கண்களைப் பாம்பின்மேல் வைத்தபடி கைநீட்டி ஒரு தர்ப்பைத்தாளை எடுத்தான். அக்கணம் விழியை முந்தி தலைதூக்கி எழுந்த நாகம் இருபக்கமும் முத்து அடுக்கியதுபோலப் படம் விரிந்தெழ அனலில் நீர்பட்டதுபோன்ற ஒலியுடன் சீறியது.

தர்ப்பையுடன் துரோணனின் தோள் எழுவதற்குள் கிருபி இரண்டு விரல்களில் எடுத்த சிறிய நாணல்துண்டை வளைந்த வெண்பல் தெரிய வாய்திறந்து கொத்தவந்த நாகத்தின் வாய்க்குள் இரு தாடைகளுக்கும் நடுவே நட்டுவிட்டாள். திகைத்து தலையை பின்னிழுத்த நாகம் வாயை மூடமுடியாமல் தலையை இருபக்கத்திலும் அறைந்துகொண்டது. கனத்த உடல் தர்ப்பைஅடுக்கை அறைய மரப்பொந்துக்குள் கீழே விழுந்து தலையைத்தூக்கியபடி வளைந்து வெளியே ஓடியது. அடிப்பக்க வெண்மை தெரிய உடலைச் சுழித்து, வால் விடைத்துத் துடிக்க, செதில்தோல் உரசி ஒலிக்க நெளிந்தது. தலையை இருபக்கமும் அறைந்தபடி ஓடி எதிரில் இருந்த மரத்தை அணுகி தலையை முட்டிக்கொண்டதும் நாணல் துண்டு உதிர்ந்தது.

நாகம் அங்கேயே தலையைத் தாழ்த்தி தரையோடு ஒட்டவைத்துக்கொண்டு கனத்த உடலை அதைச்சுற்றி சுழற்றி இழுத்துக்கொண்டது. அதன் வால்நுனி சுருள்களின் அடியில் சிக்கிக்கொண்ட பாம்புக்குஞ்சு போலத் துடித்தது. துரோணன் தான் இருந்த மரத்தின் பட்டையை ஓங்கி அடித்தான். திடுக்கிட்டுத் தலையெழுப்பிய பாம்பு ஒலிவந்த திசையை நோக்கி நாக்குபறக்க அசையாமல் நின்றது. பின் சட்டென்று திரும்பி நாணல்கள் அசைந்து வழிவிட புதருக்குள் பாய்ந்துசென்றது. நாணல்களின் அசைவாக அது செல்லும் வழி தெரிந்தது.

துரோணன் சற்று நேரம் தலைகுனிந்து அமர்ந்திருந்தபின் கண்களைத் தூக்காமலேயே “நீ வில்வித்தை பயின்றவளா?” என்றான். “இல்லை”

என்று கிருபி சொன்னாள். "எந்தை மாணவர்களைப் பயிற்றுவிப்பதைக் கண்டிருக்கிறேன். கைக்கும் விழிக்குமான உறவைப்பற்றி அவர் சொன்னவை எனக்குப் பிடித்திருந்தன. அவற்றை நானும் செய்து பார்த்திருக்கிறேன்". துரோணன் நிமிர்ந்து அவளை நோக்கி "நீ வில்லெடுப்பாயென்றால் நானோ உன் தந்தையோ பரசுராமரோ கூட உன் முன் நிற்க முடியாது" என்றான். அவள் புன்னகையுடன் "பெண்கள் வில்லேந்துவதற்கு மகிஷாசுரன் பிறந்துவிட்டிருக்கிறானா என்ன?" என்றாள்.

அவள் சொல்வது என்ன என்று அவனுக்கு முதலில் புரியவில்லை. "ஏன்?" என்று கேட்டதும்தான் அதை விளங்கிக்கொண்டான். உரக்கச்சிரித்தபடி "ஆம், நீங்கள் களமிறங்கும் அளவுக்கு ஏதும் நிகழ்ந்துவிடவில்லை. மைந்தர்களே விளையாடிக்கொள்கிறோம்" என்றான். அவள் சிரித்தபோது மாதுளைமுத்துக்களின் நிறமுடைய ஈறுகள் தெரிவதன் அழகை அவன் அறிந்தான். அவள் கையை அவன் கை பற்றியதும் அவள் சிரிப்பை நிறுத்தித் தலைகுனிந்தாள். அவளுடைய இமைகள் சரிந்து உதடுகள் ஒன்றன்மேல் ஒன்று அழுந்தின.

"நான் இமயமேறிச்செல்வதாகச் சொன்னது உண்மை என உன் தந்தை அறிந்துவிட்டார். ஆகவேதான் உன்னை எனக்கு அளித்தார்" என்றான். "என்னை அங்கே நிகழ்ந்துகொண்டிருக்கும் கீழ்மைமிக்க வாழ்வுக்கு அனுப்பவே உன்னை மணம்புரியவைத்தார் என்று எண்ணினேன். ஆகவேதான்..." என்றான். அவள் விழிதூக்கி "வேரும் விதையும் மண்ணில்தான் இருக்கும். அந்த வாழ்க்கையிலிருந்துதான் மாமனிதர்கள் எழுந்து இந்த மலைக்குமேல் வந்துகொண்டிருக்கிறார்கள்" என்றாள்.

துரோணன் தலையை அசைத்து "நீ சொல்தேர்ந்தவள் என்றும் உணர்கிறேன். உன் அனைத்து எண்ணங்களுக்கும் என்னைப் பாவையாக்க முடியும். உன்னை மறுக்கும் திறனுடையவனல்ல நான் என்று உணர்கிறேன்" என்றான். அவள் இருகைகளையும் தன் கைகளில் எடுத்துக்கொண்டு நெகிழ்ந்த குரலில் "என்னை உன்னிடம் அளிக்கிறேன். என் மகிழ்வும் மாண்பும் இனி உன்னைச் சார்ந்தவை" என்றான். அவள் அக்கைகளை தன் கண்களில் ஒற்றிக்கொண்டு "ஆம். உங்கள் மகிழ்வும் மாண்புமே என்னுடையவை" என்றாள்.

நாணல்கள் மேல் மழைத்துளிகள் விழத்தொடங்கியபோது துரோணன் திரும்பி நோக்கி "கற்களைப் போல விழுகின்றன" என்றான். "இங்கே மலைமேல் நீர்த்துளிகள் அப்படித்தான் இருக்கும்" என அவள் அவன் காதில் சொன்னாள். "நாம் கீழே ஏதேனும் ஒரு சிற்றூருக்குச் செல்வோம். தங்கள் கையில் வில்வித்தை உள்ளது. நமக்கு அன்னமும் கூரையுமாக அதுவே ஆகும்" என்றாள் கிருபி.

6

நூறு குடும்பங்கள் மட்டும் வாழ்ந்த பிரமதம் என்னும் சிற்றூருக்கு துரோணன் கிருபியுடன் கங்கை வழியாக ஓர் உமணர்படகில் வந்து இறங்கினான். மலையில் வெட்டி எடுக்கப்படும் கல்லுப்பை ஏற்றிக்கொண்டுவந்து கிராமங்கள் தோறும் விற்கும் கலிகன், அவன் கிருபியுடன் மலைச்சரிவில் தனித்து நடந்திறங்குவதைக் கண்டு தன்னுடன் சேர்த்துக்கொண்டான். தேன்மெழுகு பூசிய ஈச்சம்பாய்களால் பொதியப்பட்ட உப்புக்குவை மீது அமர்ந்து கங்கையின் பெருக்கை நோக்கியபடி ஒழுகி வந்தபோது கரையோரமாக விலகிச்சென்ற ஒவ்வொரு ஊரிலும் அவன் சற்றுநேரம் வாழ்ந்து வாழ்ந்து மீண்டான்.

“என்ன சிந்தனை?” என்றாள் கிருபி. துரோணன் “மானுடனுக்கு ஒருவாழ்க்கை மட்டும்தானே அளிக்கப்பட்டுள்ளது?” என்றான். கிருபி நகைத்துக்கொண்டே அவன் கைகளைப்பற்றி “ஒரு வாழ்க்கையை நிறைப்பதற்கே முடியாமலாகிறது. கையை விட்டு அளாவி நுரையை எழுப்பி நிறைக்கவேண்டியிருக்கிறது” என்றாள். “அதில் சிரிப்பதற்கு என்ன இருக்கிறது?” என்றான் துரோணன். “வாழ்க்கையைப்பற்றி எதைச் சொன்னாலும் சிரிக்கலாமே” என்று சொல்லி அவள் மீண்டும் சிரித்தாள்.

மலையிறங்கி வந்த பன்னிரண்டு நாட்களும் அவள் பெரும்பாலும் சிரித்துக்கொண்டேதான் இருந்தாள். எதையும் சிரிப்புக்குரியதாக ஆக்கும் வல்லமை அவளுக்கிருந்தது. “நாம் ஏன் ஊர்களுக்குச் செல்லவேண்டும்? இந்தக் காட்டில் உணவும் நீரும் இருக்கிறது. இங்கேயே தங்கிவிடுவோமே” என்று அவன் ஒருமுறை சொன்னபோது “காட்டில் வாழ்வதற்கு ஞானமோ வாலோ இருந்தாகவேண்டுமே” என்றாள். அவளுடைய

சிரிப்பின் ஒளி அவனையும் சிரிக்கச்செய்தது என்றாலும் அதன் பொருளென்ன என்று அவனுக்கு உடனே புரியவில்லை. பின்னர் அச்சொற்கள் நினைவிலெழும்போது அவள் அதை முன்னரே சிந்தித்து சொற்கோத்து வைத்திருந்தாளா என்ற வியப்பை அடைந்தான்.

தேன்கூடுகள் கனிந்து தொங்கிய பெரிய குகை ஒன்றுக்குள் அவன் அவளுடன் இரவில் தங்கினான். “தேனின் இசை” என்று அவள் மேலே தொங்கிய கூடுகளை நோக்கியபடி சொன்னாள். “தேன் வேண்டுமா?” என்று கேட்ட துரோணன் ஒரு தர்ப்பையை எடுத்து மேலே தொங்கிய பெரிய கூட்டை நோக்கி வீசினான். தேன் துளிகள் கனிந்து சொட்டத் தொடங்கின. “இரு” என அவன் வெளியே சென்று பெரிய இலை ஒன்றைப்பறித்து கோட்டி கொண்டுவரும்போது துளிகள் நின்றுவிட்டன. தேனீக்கள் தர்ப்பையை முற்றிலும் பொதிந்து அசைந்துகொண்டிருந்தன.

கிருபி புன்னகையுடன் வெளியே சென்று ஒரு நாணல்குழாயைப் பறித்துக்கொண்டு வந்தாள். துரோணன் “ஆம், அது நல்ல வழி. கொடு” என்று கையை நீட்டினான். அவள் “பொறுங்கள் என்று சொல்லி தன் மரவுரியில் இருந்து மெல்லிய நூலை பிரித்தெடுத்து அதை ஒன்றுடனொன்று சேர்த்து முடிந்து நீளமாக்கி நாணலின் நுனியில் கட்டி அவனிடம் நீட்டினாள். “இது எதற்கு?” என அவன் கேட்டதுமே புரிந்துகொண்டான். சொட்டத்தொடங்கிய தேன் இலைக்குழியை நிறைத்ததும் நூலைப்பற்றி இழுத்து அந்த நாணலைப் பிடுங்கி எடுத்தான். தேனீக்கள் சற்று நேரத்திலேயே துளையை மூடிவிட்டன.

தேனும் காமமும் அளித்த மயக்கத்தில் அவளுடனிருக்கையில் அவள் செவிகளில் அவன் சொன்னான். “முற்றிலும் நான் அறியாதவற்றால் ஆனவளாக இருக்கிறாய்.” அவள் சிரித்துக்கொண்டு “ஆமாம், ஆகவேதான் நான் பெண்” என்றாள். “நான் யார் உனக்கு? நீ அறியாதவற்றால் ஆனவனா?” என்றான். அவள் “இல்லை” என்றபோது அவன் சிறிய ஏமாற்றத்துடன் விலகிக்கொண்டான். அவள் அவன் தோளைத் தழுவியபடி “நான் ஆகமுடியாதவற்றால் ஆனவர்” என்றாள்.

சிற்றூர்கள் தோறும் இறங்கி நீராடி உணவுண்டு மீண்டும் படகிலேறிப் பயணம் செய்தார்கள். தொலைவில் தெரிந்த பிரமதத்தின் சிறிய துறை நோக்கி படகு சென்றபோது கிருபி கரையில் அடர்ந்திருந்த புதர்க்காட்டின் உள்ளிருந்து ஒரு வெண்புரவி பிடரிகுலைய இறங்கி கங்கையின் நீர் விளிம்பை அடைவதைக் கண்டாள். “புரவி! புரவி!” என்று அவள் கைசுட்டிக் கூவினாள். துரோணன் “ஊரில் ஷத்ரியர்கள் இருக்கிறார்கள்” என்றான். “இல்லை, அது காட்டுப்புரவி. சேணமிடப்படாத

உடல்கொண்டது... அதன் பிடரியைப் பாருங்கள்" என்றாள் கிருபி. "இமயமலைச்சாரலில் நான் அவற்றைப் பார்த்திருக்கிறேன்."

கால்களைப் பரப்பி வைத்து, நீண்ட கழுத்தைக் குனித்து புரவி நீர் அருந்தியது. படகு நெருங்கி வருவதைக் கண்டு தலைதூக்கி நோக்கி நின்றபின் சீராகக் காலெடுத்து வைத்து மேலேறி புதர்களுக்குள் மறைந்தது. கிருபி "வெண்புரவியை இந்திரனின் மைந்தன் என்கின்றன நூல்கள்" என்றாள். துரோணன் "ஆம், அழகிய மிருகம்" என்றான்.

படகு கரையணைந்தபோது இந்திரனின் ஆலயத்தின் சுதையாலான முகடை நோக்கிய கிருபி "நாம் இறங்கி இந்திரனை வழிபட்டு வரலாம். இன்று இந்திரனின் இளையமைந்தனைப் பார்த்துவிட்டோம்" என்றாள். படகை நோக்கிக் கரையில் இருந்த சிறுவணிகர்கள் இருவர் ஓடிவந்தனர். படிக்கட்டில் இறங்கி கை கால்களை கழுவிக்கொண்டு இந்திரனின் ஆலயத்தை நோக்கிச் சென்றபோது ஆலய முகப்பில் சிறிய களமுற்றத்தில் முதிய ஷத்ரியர் ஒருவர் சிறுவர்களுக்கு வேல்சுழற்றக் கற்றுக் கொடுப்பதை துரோணன் கண்டான். கிருபி ஆலயத்துக்குள் செல்ல அவன் அருகே சென்று முதியவரின் வேல்வரிசையை நோக்கி நின்றான்.

முதியவருக்கு வேல்சுழற்றும் கலை நெடுங்காலம் முந்தைய நினைவு என்று தெரிந்தது. எதிரே நின்றிருந்த சிறுவன் வேலைச்சுழற்றி அவரை அணுகியபோது கால்வரிசை வைத்து பின்னகர்ந்தவர் பாதக்கணக்கு பிழைத்து தடுமாறிச்சரிய வேலின் கூர்நுனி அவர் கழுத்தைநோக்கி வந்தது. அவருக்குப் பின்னால் நின்றிருந்த துரோணன் விழிதொடமுடியாத கணத்தில் ஒருகையால் வேலையும் மறுகையால் அவரையும் பிடித்துக்கொண்டான். சிறுவர்களும் அப்பால் உப்புச்சுமை இறக்கிய வணிகர்களும் வியப்பொலி எழுப்பினர்.

முதியவர் "வணங்குகிறேன் இளைஞரே. தாங்கள் ஷத்ரியரா?" என்று கேட்டபோது துரோணன் "ஆம்" என்றான். "உத்தரகங்காபதத்தைச் சேர்ந்த பிரமதமென்னும் இவ்வூரின் தலைவன் நான், ஷத்ரிய குலத்தவன். என்பெயர் ஊர்ணநாபன்" என்றார் முதியவர். "தாங்கள் போர்க்கலை பயின்றவர் என உய்த்தறிகிறேன். தாங்கள் யாரென நான் அறியலாமா?"

"பாஞ்சால நாட்டைச் சேர்ந்த என்பெயர் துரோணன். கூர்ம குலத்து விடூகரின் மைந்தனாகப் பிறந்த ஷத்ரியன். அக்னிவேச முனிவரின் குருகுலத்தில் போர்க்கலை பயின்றவன். இமயப்பயணம் சென்றபின் என் துணைவியுடன் இமயத்திலிருந்து கங்கைவழியாக சென்றுகொண்டிருக்கிறேன்" துரோணன் சொன்னான். அக்னிவேசரின்

பெயரை ஊர்ணநாபர் கேள்விப்பட்டிருக்கவில்லை. பாஞ்சாலம் என்பதே அவருக்கு வெறும் ஒலியாகத்தான் இருந்தது.

ஊர்ணநாபர் “இந்தச் சிற்றூரில் ஆயுதக்கலை பயிற்றுவிக்க எவருமில்லை. கங்கையின் வடக்குக்கரையைச்சேர்ந்த இந்த மலைநாட்டில் ஜனபதங்களே இப்போதுதான் உருவாகிவருகின்றன. வணிகம் தழைக்கும்தோறும் கள்வர்கூட்டங்களும் மலைவேடர்குலங்களும் ஊர்களைக் கொள்ளையிடுகின்றன. ஆகவே நானே எனக்குத் தெரிந்த படைக்கலப்பயிற்சியை எங்கள் மைந்தர்களுக்கு அளிக்கிறேன்” என்றார்.

அவர் சொல்லவருவதை உணர்ந்த துரோணன் “தாங்கள் விழைந்தால் நான் இவ்வூரில் ஒரு படைக்கல குருகுலத்தை அமைக்கிறேன்” என்றான். “நன்று. இவ்வூரில் தாங்களும் துணைவியும் தங்கலாம். தங்களுக்கு உகந்த அனைத்தையும் செய்கிறோம்” என்றார் ஊர்ணநாபர். “இவ்வூரை அணுகியதுமே ஒரு நற்குறியைக் கண்டேன். காட்டுக்குள் இருந்து ஒரு வெண்குதிரை இறங்கி வந்து கங்கையில் நீர் அருந்தியது” என்று துரோணன் சொன்னான். “அவை காட்டில் வாழ்பவை. மானுடர் அணுகமுடியாதவை. பன்னிரு தலைமுறைகளுக்கு முன்னால் ஹேகயகுலத்து கார்த்தவீரியன் இத்திசைக்கு படைகொண்டுவந்தபோது கால்கள் உடைந்த புரவிகளை காட்டிலேயே விட்டுவிட்டுச்சென்றான். அவற்றின் வழித்தோன்றல்கள் அவை என்கிறார்கள்” என்றார் ஊர்ணநாபர்.

பிரமதம் சிலந்திவலை வடிவமான ஊர். நடுவே இருந்த இந்திரனின் ஆலயத்தின் இடப்பக்கம் இருபது ஷத்ரியர் வீடுகளும் வலப்பக்கம் மூன்று வைதிகர் வீடுகளும் இருந்தன. அந்த மையத்தெருவிலிருந்து பிரிந்துசென்ற எட்டு வைசியர் தெருக்களில் தானியங்களை வாங்கி விற்கும் வணிகர்களும் பெருவேளாளர்களும் குடியிருந்தனர். ஊரைச்சூழ்ந்திருந்த விரிந்த வயல்வெளிக்கு அப்பால் வராஹியும், ஜேஷ்டையும், கலியும் குடிகொண்ட ஆலயவளாகத்தைச் சுற்றி சூத்திரர்களின் சேரி. அதற்கும் அப்பால் கங்கையின் கரையோரச்சதுப்பில் சாமுண்டி கோயில்கொண்ட இடுகாடும் அவர்ணர்கள் வாழும் சேரியும் இருந்தன.

கொற்றவை ஆலயத்துக்கு முன்னாலிருந்த விரிந்த புல்வெளி பயிற்சிக்கு உகந்தது என்று துரோணன் முடிவுசெய்தான். அங்கேயே குருகுலத்தின் குடிலை அமைத்தான். புல்வெளிக்கு மறுபக்கம் குறுங்காட்டின் அருகே தனக்கான குடிலை அமைத்துக்கொண்டான். பிரமதத்தின் ஷத்ரியர்களும் வைசியர்களும் முறைவைத்து அவனுக்கான ஊதியத்தை அளிக்கவேண்டுமென்றும் அவ்விரு வகுப்பினருக்கும் அவன் படைக்கலப்பயிற்சி அளிக்கவேண்டுமென்றும் முடிவாயிற்று. “சிறகுகளை

உதிர்த்து முட்டைக்குள் திரும்பிச்செல்வதைப்போல உணர்கிறேன்” என்று கிருபியிடம் துரோணன் சொன்னான். “அல்லது மண்ணுக்குள் ஆழத்தில் புதைந்துவிட்டதைப்போல. இனி எவரும் என் பெயரை கேட்கப்போவதில்லை. எந்த சூதர்பாடலிலும் நான் எஞ்சப்போவதில்லை. எந்த வஞ்சத்தையும் நான் சுமக்க வேண்டியதுமில்லை.”

உண்மையில் அந்த வாழ்க்கையில் மெல்லமெல்ல மூழ்கி தன் அடையாளங்களனைத்தையும் இழக்கத் தொடங்கினான். மாறாத ஒரே தடத்தில் செல்லும் எளிய வாழ்க்கை. அவனது குருகுலத்தில் ஒருபோதும் பதினைந்துக்குமேல் மாணவர்கள் வந்ததில்லை. அவர்களில் எவரும் அரசகுலத்தவருக்குரிய வீரமோ வேகமோ கொண்டவர்களாகவும் இருக்கவில்லை. அந்த மலையடிவாரத்துச் சிற்றூரில் பிராமணர்களும் ஷத்ரியர்களும் வணிக வைசியர்களுமெல்லாம் உழவர்களாகவே இருந்தனர். அனைவருக்கும் வயல்களும் தோட்டங்களும் இருந்தன. அவற்றைத்தவிர வேறு ஆர்வங்களும் இலக்குகளும் இருக்கவில்லை. திருடர்களை எதிர்கொள்ளும் தைரியத்துக்காகவே அவர்கள் வில்லும் வேலும் கற்கவந்தனர். திருடர்களைப்பற்றிய தொலைதூரத்துச் செய்திகள் அளித்த அச்சமே அவர்களை அங்கே கொண்டுவந்தது. துரோணன் அவ்வூருக்கு வந்தபின் ஒருமுறைகூட திருடர்கள் வரவில்லை.

மாணவர்களுக்கு அதிகாலையில் சற்று ஆயுதப்பயிற்சி அளித்துவிட்டு வெயிலேறத்தொடங்கும்போது திரும்பிவருவான். அருகே காட்டுக்குள் சென்று விறகும் கிழங்குகளும் சேர்த்துக்கொண்டுவந்த பின் மதிய உணவு. மாலையில் துயிலெழுந்து கொற்றவை ஆலயத்துக்குச் சென்று மாணவர்களுக்கு அந்திவரை ஸ்வாத்யாயம் செய்விப்பான். மாறாத வாழ்க்கை மெல்லமெல்ல உள்ளத்தை அமைதியுறச்செய்கிறது என்பதை அறிந்தான். அங்குவந்த தொடக்கநாட்களில் எண்ணங்கள் அலையடித்துக்கொண்டுதான் இருந்தன. எப்போதாவது ஒருமுறை இரவின் தனிமையில் கொதிக்கும் நீர் மூடியைத் தூக்கி ஆவியுமிழ்வதுபோல அகம் பொங்கி எழும். இரவெல்லாம் முற்றத்திலும் புல்வெளியிலும் உலவுவான். மறுநாள் ஒளிவிடியும்போது அகமும் அடங்கியிருக்கும். பின்னர் அதெல்லாமே பழைய நினைவுகளாக மாறின. என்றாவது பழைய துரோணனை நினைத்துக்கொண்டால் அத்தனை தொலைவுக்கு விலகிவந்திருப்பதை எண்ணி வியந்து புன்னகைபுரிந்துகொள்வான்.

அவர்கள் அங்கு வந்து பத்தாண்டுகள் கழித்துத்தான் கிருபி கருவுற்றாள். தொடக்க வருடங்களில் ஒவ்வொரு மாதமும் உள்ளம் துள்ள எதிர்பார்த்து பின்பு கலைந்து கண்ணீருடன் அமர்ந்துகொள்வாள். “என் அகவிழைவை மூதாதையர் அறிந்திருக்கின்றனர். பிராமணனும்

அல்லாத ஷத்ரியனும் அல்லாத ஒரு குலம் தோன்றுவதை அவர்கள் விரும்பவில்லை” என்று துரோணன் சொன்னான். கசப்புடன் நகைத்து “கோவேறுக் கழுதைகளுக்குக் குட்டிகள் பிறப்பதில்லை” என்றான். கிருபி தன் முழங்காலில் தலைபுதைத்து உடல்குலுங்கி அழுதாள். “புத் எனும் நரகத்தில் விழாமலிருப்பது மிக எளிது. நம் முதியவயதில் இளையசீடன் ஒருவனை மைந்தனாகத் தத்தெடுப்போம். ஒருகைப்பிடி நீரை இறைக்க அவன் போதும் நமக்கு” என்றான்.

காத்திருந்த காலங்கள் மெல்ல பின்வாங்கியபோது கிருபி அந்தத் துயரிலிருந்து விடுபட்டாள். எப்போதாவது முறைதவறி வரும் சூதகத்தை அவளே வியப்புடன் நோக்கத் தொடங்கினாள். மைந்தனைப்பற்றிய பேச்சை அவள் முற்றிலும் விட்டுவிட்டதை துரோணன் நெடுநாட்கள் கழித்தே கண்டுகொண்டான். ஆனால் அதன் பின் அவள் மாறத்தொடங்கினாள். அவள் முகத்தின் புன்னகை முழுமையாகவே மறைந்தது. அவள் உடல் கொன்றைநெற்று போல வற்றி உலர்ந்தது. அவள் கன்னங்கள் ஒட்டி குழிவிழுந்து கண்கள் ஒளியிழந்தன. சொற்கள் அடங்கி அவள் ஒவ்வொரு கதவையாக மூடி தனக்குள்ளேயே சென்று ஒடுங்கிக்கொண்டாள்.

அவள் தனித்திருக்கையில் தொலைவில் நின்று நோக்கிய துரோணன் கந்தகம் பூசப்பட்ட அம்புதைத்த வலியை நெஞ்சில் அறிந்தான். எப்போதாவது கனவில் இளஞ்சிவப்பு ஈறுகள் தெரிய, கண்கள் ஒளிர, அவள் நகைப்பதைக் கண்டால் எழுந்தமர்ந்து விடியும்வரை இருளை நோக்கிக்கொண்டிருந்தான். அவளுக்கு மாபெரும் அநீதியொன்றை அவன் இழைத்துவிட்டதாக உணர்ந்தான். அவளை அவன் கடிந்துகொண்டதில்லை. அவளுடைய விருப்பங்களை மீறியதில்லை. அவளுக்கு முன் தன் அன்பை முழுமையாகவே திறந்து வைத்திருந்தான். ஆனால் மணம்புரிந்துகொண்டதனாலேயே கணவர்கள் மனைவியருக்கு ஏதோ ஓர் அநீதியை இழைத்துவிடுகிறார்களா என்ன?

ஆனால் அவள் விழிகளைப் பார்த்துப் பேசமுடியாமலாயிற்று. எப்போதோ ஒருமுறை அவள் விழிகளை அவன் விழிகள் சந்தித்தபோது ஏற்பட்ட திடுக்கிடலுக்குப்பின்புதான் அவள் விழிகளைச் சந்திப்பது நெடுங்காலம் முன்னரே நின்றுவிட்டதை உணர்ந்தான். மாறாத வாழ்வொழுங்குதான் அனைத்தையும் சீரமைத்து கங்கைபோல இழுத்துச்சென்றுகொண்டிருந்தது. அதே கங்கைப்பாதை, அதே கொற்றவை ஆலயம், அதே புல்வெளி, அதே பயிற்சிக்களம். ஒவ்வொன்றும் மாறாமலிருந்தது. மறுநாள் காலையில் எழுந்துகொள்ளும்போது அவை அங்கே அப்படியே இருக்குமென்பதே வாழ்க்கையின் ஒரே பிடிமானம் என்று தோன்றியது.

சித்திரை பன்னிரண்டாம் நிலவுநாளில் நூல்கல்வி முடித்து மாணவர்கள் சென்றபின்னர் அவன் கொற்றவை ஆலயத்தின் முன்னாலிருந்த கல்பீடத்தில் அமர்ந்து சற்றே தேய்ந்திருந்த நிலவு ஒளிவிட்ட மேகமற்ற வானை நோக்கிக்கொண்டிருந்தான். வலப்பக்கம் செவ்வரளி மாலை அணிவிக்கப்பட்ட கொற்றவை சிலை சிறிய கோயிலுக்குள் அகல்சுடர் ஒளியில் விழித்த வெள்ளிக்கண்களுடன் அமர்ந்திருந்தது. அருகே எவருமில்லாதபோது சிலைகளுக்கு இருப்பை உணர்த்தும் ஆற்றல் வந்துவிடுகின்றது. காற்று வீசவீச உள்ளம் எடையிழந்தபடியே வருவதாகத் தோன்றியது. தன்னுள் இனிமையான இருப்புணர்வு ஒன்று எழுந்து பரவுவதை உணர்ந்தான். அதற்குக் காரணம் காற்றில் பரவிவந்த கொன்றை மலர்களின் மணமா என்று எண்ணிக்கொண்டான்.

பரத்வாஜ குருகுலத்துக்குப் பின்னால் கங்கைக்கரை மேட்டில் மாபெரும் கொன்றை ஒன்று கிளை தழைத்துப் படர்ந்து நின்றிருந்தது. அணில் ஒன்றைத் தொடர்ந்து நாணல்காட்டுக்குள் நுழைந்து ஓடிய துரோணன் அப்பால் பொன்னாலான கூரையிட்ட வீடு போல நின்றிருந்த முழுக்கப்பூத்த கொன்றையைக் கண்டு விழிமலர்ந்து அகமிழந்தான். அவனை அறியாமலேயே கொன்றையை நோக்கிச் சென்றான். பொன்னிறமான கம்பளம்போல கீழே மலர்கள் உதிர்ந்து பரவிக்கிடந்தன. மலர்போல, அரக்குபோல, ஊன் போன்ற வாசனை எழுந்து மூக்கை நிறைத்து, தலையை கனக்கச்செய்தது. அப்போது தொலைவில் எங்கோ அவன் பெயரைச் சொல்லி விடூகர் அழைப்பதைக் கேட்டான். “துரோணரே, இளையவரே!”

அக்குரல் அவனைச்சூழ்ந்து சென்றபோதும்கூட அது தன்னை அழைக்கிறது என அவன் அறியவில்லை. பொற்கம்பளத்திலிருந்து அவன் காலடியதிர்வில் ரீங்கரிக்கும் மலர்கள் எழுந்து பறந்தன. காற்றிலாடிய கிளைகளில் இருந்து பொன்னிற மலர்கள் மெல்ல உதிர்ந்து ஓசையின்றி மண்ணைத் தொட்டன. நாணல்கள் அவனை மறைத்திருந்தமையால் விடூகர் அவனைக் காணவில்லை. திடீரென்று எழுந்த நினைப்பில் அவர் “துரோணா, மைந்தா!” என வீரிட்டு மார்பில் அறைந்தபடி கங்கையை நோக்கி ஓடினார்.

கங்கைக்கரைச் சதுப்பை நோக்கியபடி கதறிக்கொண்டே ஓடித் திரும்பிய போதுதான் அவனைக் கண்டார். இரு கைகளையும் நீட்டியபடி ஓடிவந்து அவனை அள்ளி எடுத்து தன்னுடன் இறுக அணைத்துக்கொண்டார். வியர்த்த தேமலில் இருந்து எழும் பாசிமணம் அவனைச் சூழ்ந்தது. கலங்கி வரும் கங்கையின் நீர்போல. அவன் முகம் தூக்கி நோக்கியபோது கண்ட நீர் நிறைந்த அவரது விழிகளை மீண்டும் மீண்டும் வாழ்நாளெல்லாம் கண்டான்.

எழுந்து நடந்தபோது விடூகரின் நினைவு துரோணனுக்குள் நிறைந்திருந்தது. பரத்வாஜ தவச்சாலையில் அதிகாலையில் அவர் உயிர்துறந்த செய்தி அக்னிவேசரின் குருகுலத்தில் இருந்த துரோணனை வந்தடைந்த அன்று கங்கையில் இறங்கி அவருக்காக நீர் இறைத்து தர்ப்பணம் செய்தான். அன்றிரவு அவரை நினைத்துக்கொண்டு தன் குடிலில் படுத்திருக்கையில் சூழ்ந்திருந்த இருளுக்குள் மனம் விம்மி ஒரு துளிக் கண்ணீர் சிந்தினான். அன்று முதல் ஒவ்வொருநாளும் காலையில் விடூகரை நினைத்துக்கொண்டு ஒரு கைப்பிடி நீர் இறைப்பது அவன் வழக்கம்.

புல்வெளிக்கு அப்பால் ஒரு வெண்ணிற அசைவைக் கண்டு துரோணன் நின்றான். வெண்ணிறக்குதிரை ஒன்று குறுங்காட்டின் புதர்க்கூட்டத்தின் உள்ளிருந்து மெல்ல கால்களை எடுத்து வைத்து புல்வெளி நோக்கி வந்தது. பலமுறை குதிரைகளைக் காட்டில் கண்டிருந்தாலும் வெண்ணிறமான குதிரையை மீண்டும் பார்க்கவே முடிந்ததில்லை. தன்னைக் கண்டு அது அஞ்சிவிடக்கூடாதென்பதற்காக அசையாமல் நின்றான். மறு எல்லையில் நின்ற குதிரையும் தலைதூக்கி அவனை நோக்கியது. பின்னர் குனிந்து புல்வெளியை முகர்ந்தது. காலடி எடுத்துவைத்து புல்வெளியின் மேல் நடந்து வந்தது.

துரோணன் புல்வெளியில் நடந்து சென்றபோது குதிரை தாமிரத்தகடு அதிர்வதுபோல கனைத்தது. அவனை நோக்கித்தான் அது கனைக்கிறது என்று இரண்டாம்முறை அது கனைத்தபோது உணர்ந்தான். திரும்பிநோக்கியபோது அது சாட்டைபோலச் சுழலும் வாலுடன், முரசுக்கோலின் முழைகள் போல புற்பரப்பை அறையும் குளம்புகளுடன், வெண் கொக்குபோலக் கழுத்தை நீட்டி அவனை நோக்கி வந்தது. காற்றில மிதந்து வரும் வெண்ணிற இறகுபோல அத்தனை எடையில்லாமல். நிலவொளியின் ஒரு கொப்புளம்போல. பிரமித்த விழிகளுடன் அவன் நோக்கி நின்றான். அது சுழல்காற்று போல அவன் அருகே வந்து வளைந்து திரும்பிச் சென்றது.

ஆண்குதிரைக்குட்டி. ஒருவயதுகூட ஆகியிருக்காது. அதன் பிடரிமயிர் கனக்கத் தொடங்கவில்லை. அங்கே வந்த முதல்நாளில் கண்ட வெண்குதிரையின் மைந்தனாக இருக்கலாம். அல்லது அதுவே தானோ? வெவ்வேறு உடல்கள் வழியாகக் கடந்துசெல்லும் அஸ்வதேவன். தொலைவில் நீரில் எழுந்தமிழும் வெள்ளிமீன் என அது துள்ளிக்குதித்துக்கொண்டிருப்பதை பார்த்தபின் தன் இல்லத்துக்குச் சென்றான். கையில் அகல் விளக்குடன் கதவுப்படலைத் திறந்த கிருபி அவன் உள்ளே வருவதற்காக விலகி வழிவிட்டு நின்றாள். தொட்டிநீரில் கைகால்களைக் கழுவி உள்ளே நுழையும்போது சுடர் பிரதிபலித்த

அவளுடைய விழிகளை அவன் சந்தித்தான். “நான் இன்று அந்த வெண்குதிரையைக் கண்டேன்” என்றான்.

அஸ்வத்தாமனை கருவுற்றிருக்கும் செய்தியை கிருபி அவனிடம் சொன்ன அன்றுதான் வாழ்க்கையில் முதல்முறையாக உவகை என்னும் சொல்லின் பொருளை அறிந்தான். இதுதான் மகிழ்ச்சியா, இதைத் தேடியா மானுடர் இத்தனைநாள் ஓடுகிறார்கள் என்று வியந்துகொண்டான். ஆம், இதற்காக எதையும் செய்யலாம். இதற்காக பொறாமை கொள்ளலாம். வஞ்சகமும் செய்யலாம். மானுடனாக வாழ்வதில் இத்தனை இனிமை இருக்கையில் ஏன் நினைவறிந்த நாள்முதல் மனம் சுளித்தபடியே வாழ்ந்தேன்? காற்றுக்கு எதிர்த்து நின்று முறுக்கிக்கொண்ட மரம்போன்றவன் நான். என்னை தொலைவில் காண்பவர்கள் கூட என்னிலிருக்கும் அந்த முறுக்கத்தைக் கண்டுகொள்வார்கள். இதோ என் அகம் புரியவிழ்கிறது. இதோ கூட்டின் விளிம்புக்கு வந்த பூங்குஞ்சு தயங்கி, சிறகடித்துக் காற்றிலெழுகிறது.

மீண்டும் வாழ்க்கை தொடங்கியது. புதிய கிருபி பழைய உடலின் மட்கிய சுள்ளிகளில் இருந்து பசுந்தளிரென முளைத்தெழுந்தாள். குலத்தாலும் தன்னறிவாலும் கல்வியாலும் பெற்றவை அனைத்தையும் உதறிவிட்டு அச்சமும் பேதைமையும் கொண்டவளாக ஆனாள். பேதைச் சிறுமியாக ஒருகணமும் நூறுபெற்ற மூதன்னையாக மறுகணமும் தோன்றினாள். அவளுடைய நாக்கு நூறுமடங்கு சுவைத்தேட்டம் கொண்டது. அனைத்தையும் உண்டுவிட விரும்புபவள் போல நாக்கைச் சுழற்றிக்கொண்டாள். முலைகுடிக்கும் குழந்தையின் முகம் பெற்றாள். அவளுடைய சின்னஞ்சிறு அச்சங்கள், நீர்ப்பாசிப்படலமென படர்ந்து அலையடிக்கும் ஐயங்கள் அவனை ஆண்மகனாக்கின. தன் புயங்களால் அவளை அணைத்துக்கொள்கையில் அவை இரும்பாலான வேலிச்சுற்றுகளாக ஆவதைக் கண்டான்.

கிருபி குதிரைகளையே கனவுகண்டாள். “இங்கே என் மைந்தன் பிறப்பான் என்பதை என் அகம் அறிந்திருந்தது. ஆகவேதான் இவ்வூரில் இறங்கச் சொன்னேன்” என்று அவன் தோளில் சாய்ந்தபடி சொன்னாள். “நான் பிறந்ததும் உங்களைக் கைப்பிடித்ததும் எல்லாம் அவன் வருகைக்காகத்தான் என்று உணர்கிறேன்.” ஆனால் அவ்வெண்ணங்களின் எழுச்சியிலிருந்து விரைவிலேயே சரிந்திறங்குவாள். “அப்படியென்றால் என்னை ஏன் இத்தனை நாள் காக்கவைத்தான்? ஏன் என்னை இவ்வெல்லை வரை கொண்டுவந்தான்? அத்தனை குரூரமானவனா அவன்? அவனையா நான் சுமந்துகொண்டிருக்கிறேன்?” என தன் வயிற்றை ஓங்கி அறையத் தொடங்குவாள். அவள் கைகளைப்பிடித்து முறுக்கி சுவரோடு சேர்த்து அழுத்திப்பற்றியபடி “நில்... நில்... என்ன

செய்கிறாய்?” என்று அவன் கூவுவான். அவள் உடைந்து அவன் மேல் சரிந்து கதறி அழத்தொடங்குவாள்.

அஸ்வத்தாமன் பிறந்தபோது குடிலுக்கு அப்பால் குறுங்காட்டுக்குள் குதிரை ஒன்று கனைத்தபடி கனத்தகுளம்புகள் அறைய ஓடிய ஒலி எழுந்தது. குடிலுக்குள் இருந்து எழுந்த குழந்தையின் அழுகையும் குதிரைக்கனைப்பு போலிருப்பதாக அவனுக்குத் தோன்றியது. தூணருகே நின்றிருந்தவன் கால்கள் தளர திண்ணையில் அமர்ந்துகொண்டான். குழந்தை வீரிட்டுக்கொண்டே இருந்தது. தொலைவில் விலகிச்செல்லும் குதிரையின் கனைப்பு ஒலித்தது. அந்த வெண்குதிரைதான் அது என அவன் நினைத்துக்கொண்டான். ஒவ்வொரு நாளும் அதை விழிகள் தேடிக்கொண்டே இருந்தபோதிலும் கூட பிறகு அதை அவன் காணவேயில்லை. அதனாலேயே அந்த இரவில் அவன் கண்ட காட்சி ஒரு கனவென அவனுள் நிலைத்துவிட்டது.

வயற்றாட்டிகளில் முதியவள் துடைத்த குழந்தையை மரவுரியில் சுற்றி எடுத்துவந்து அவனிடம் காட்டினாள். அகழ்ந்தெடுத்த இன்கிழங்கு போல சிவந்த சிற்றுடல். “அவன் தன் அன்னையின் சாயல்கொண்டிருக்கிறான்” என்றாள் வயற்றாட்டி. குனிந்து மைந்தனைப்பார்த்தபோது அவன் தன் அகத்தை அறிந்த கணம் முதல் தன்னுள் ஓடிய சொற்பெருக்கு முற்றிலும் நின்றுவிட்ட பேரனுபவத்தை அடைந்தான். “தொடலாமா?” என்று அடைத்த குரலில் கேட்டான். “தங்கள் மைந்தன் வீரரே. இவன் நீங்களேதான். கள்ளிச்செடியில் கிளை எழுவதுபோல உங்களில் எழுந்தவன்” என்றாள் வயற்றாட்டி நகைத்தபடி.

அச்சொற்கள் அவனை மெய்சிலிர்க்கச் செய்தன. இது நான் சின்னஞ்சிறியவனாக. புத்தம்புதியவனாக. அனைத்தையும் மீண்டும் தொடங்கமுடியும். விட்டுச்சென்றவற்றை எல்லாம் அள்ளிவிடமுடியும். “பெற்றுக்கொள்ளுங்கள் வீரரே” என்று அவள் மீண்டும் நீட்டினாள். கைகளால் அவனைத் தொடமுடியுமென்றே அவனால் எண்ண முடியவில்லை. கைகள் நடுநடுங்கின. “பெற்றுக்கொள்ளுங்கள்” என்றாள் வயற்றாட்டி. “வேண்டாம், கீழே போட்டுவிடுவேன்” என்றான். “போட மாட்டீர்கள். அத்தனை தந்தையரும் கைநடுங்குகிறார்கள். எந்தத் தந்தையும் கீழே போட்டதில்லை” என்று அவள் சிரித்தாள்.

மைந்தனைக் கையில் வாங்கிக்கொண்டு “நடுங்குகிறான்” என்றான். “கருவறையின் வெம்மையை விட்டு வந்த குழந்தை நடுங்கும்” என்றாள். குழந்தை விரிந்த இரு சிறு கைகளும் வளைந்த கால்களும் அதிர திடுக்கிட்டபடியே இருந்தது. மென்மையாகச் சுருட்டப்பட்ட கைமுட்டிகள். சிவந்த இதழ்கள் போன்ற அடிப்பாதங்கள். அல்லிகள் போன்ற விரல்கள். ஒரு மென்குருத்து. மைந்தனின் உடல்மேல் தன்

கண்ணீர்த்துளிகள் சொட்டுவதைக் கண்டான். உதடுகளை மடித்து அழுத்தி விம்மலை அடக்கியபடி கழுத்து அதிர குழந்தையைத் தன் முகத்துடன் சேர்த்துக்கொண்டு "அஸ்வத்தாமா... அஸ்வத்தாமா" என்றான்.

வயற்றாட்டி நகைத்தபடி "அஸ்வத்தாமனா மைந்தனின் பெயர்? என்ன பொருள் அதற்கு?" என்றாள். "குதிரைக்குரல்கொண்டவன்... குதிரைகளை ஆள்பவன்" என்றான் துரோணன். அவள் அவனிடமிருந்து குழந்தையை வாங்கி உள்ளே கொண்டுசென்றாள். அவன் தன் கைகளை முகர்ந்தான். அவற்றில் மைந்தனின் வாசம் எஞ்சியிருந்தது. கருமணம், விதைகளின் மணம். அஸ்வத்தாமன் அஸ்வத்தாமன் என்று தன் அகம் ஓடிக்கொண்டிருப்பதை உணர்ந்து புன்னகைத்துக்கொண்டான். இனி தன் வாழ்க்கையில் பிறிதொரு அணுக்கமந்திரம் இல்லை என்று அப்போது அறிந்தான்.

மைந்தன் பிறந்த செய்தியைச் சொல்ல துரோணன் ஊருக்குள் சென்றபோது இந்திரனின் ஆலயமுகப்பில் நரைத்த சிறுகுடுமியும் பொற்குண்டலங்களும் பொன்னூல் பின்னிய பட்டுச்சால்வையுமாக அமர்ந்திருந்த முதிய கணிகரைக் கண்டான். அவர் வந்த உப்புப்படகிலிருந்து மூட்டைகள் இறங்கிக்கொண்டிருந்தன. அவர் தன் கையிலிருந்த சுவடிகளை நோக்கி இந்திரன் ஆலயத்து முகமண்டபத் தரையில் பன்னிரு திகிரிக்களம் வரைந்து கூழாங்கற்களைப் பரப்பி ஏதோ கணித்துக்கொண்டிருந்தார்.

துரோணன் அவர் அருகே சென்று வணங்கி "கணிகரே, விடூகரின் மைந்தனும் ஷத்ரியனுமாகிய எனக்கு மைந்தன் பிறந்திருக்கிறான். தாங்கள் அவன் பிறவிநூலை கணித்தருளவேண்டும். என் மைந்தனின் பிறவியைக் கணிப்பதற்காகவே தாங்கள் வந்தீர்கள் என்றே நினைக்கிறேன்" என்றான். அவர் மெல்லிய திகைப்புடன் "இன்றா?" என்றார். "ஆம், இன்று காலை முதற்சாமத்தில்" என்றான் துரோணன். கணிகர் எழுந்து "ஆம், இத்தருணம் அதையே சொல்கிறது" என்றார்.

அஸ்வத்தாமனின் பிறவிநேரத்தையும் அத்தருணத்தின் குறிகளையும் விரிவாக ஏட்டில் பொறித்தபின் ஒவ்வொன்றுக்கும் ஒரு முத்திரையிட்டு அவற்றை பன்னிரு களத் திகிரியில் அமைத்து கூழாங்கற்களை மாற்றி மாற்றி உருட்டி தருணமும் நெறியும் நோக்கிய கணிகர் நிமிர்ந்து "வீரரே, நீர் எவரென அறியேன். ஆனால் பெரும்புகழ்பெறப்போகும் மாவீரனை மைந்தனாகப் பெற்றிருக்கிறீர்" என்றார். துரோணன் கைகூப்பி "தங்கள் சொற்களுக்கு விண்ணகம் சான்றுரைக்கட்டும்" என்றான்.

மீண்டும் களங்களில் கூழாங்கற்களை உருட்டியபின் கணிகர் தலையை அசைத்தார். துரோணன் அவர் சொற்களுக்காகக் காத்துநின்றான்.

“நாடாள்பவன். பெரும்போர்க்களத்தில் செருக்கெழுந்த யானை என குருதியணிந்து உலவுபவன். மாகாவியங்களில் பாடல்பெறுபவன். ஆனால்…” என்றார். “சொல்லுங்கள் கணிகரே” என்று நெஞ்சின் ஓசையைக் கேட்டபடி துரோணன் சொன்னான். “அதற்கப்பால் எனக்குத் தெரிபவை எல்லாம் காட்டுக்கொடிகள் என ஒன்றுடன் ஒன்று மயங்கிக் கிடக்கின்றன. எட்டுமுறை களமாடிவிட்டேன். மைந்தனின் களத்தில் பிறவிமுழுமையின் கட்டத்தில் கல்நிற்கவே இல்லை. அவன் அழிவற்றவன் என்கின்றன கற்கள்.”

துரோணன் தன் பிடரியில் ஒரு சிலிர்ப்பை உணர்ந்தான். “அழிவற்றவன் என்றால்?” என்று கேட்டான். “அழிவை கோள்கள் அறிவுறுத்தவில்லை. அதற்கப்பால் தெய்வங்களே அறியும்” என்றார் கணிகர். “…அத்துடன் அனைத்துக் களங்களிலும் அனல் திகழ்கிறது. வாழும்நாளெல்லாம் எரிந்துகொண்டிருப்பான். பெருஞ்சினத்தால். வஞ்சத்தால். ஏன்? எவரிடம்? எதையும் களங்கள் சொல்வதில்லை.” அவர் கூழாங்கற்களைச் சேர்த்து தன் மான்தோல் பைக்குள் போட்டுக்கொண்டார்.

“வீரரே, உண்மையில் நான் திகிரிக்களம் நோக்குவதை விட்டு இரண்டு வருடங்களாகின்றன. அவை விடைகளை அல்ல வினாக்களையே அளிக்கின்றன. வாழ்க்கையைக்கொண்டு அவ்வினாக்களின் விடைகளை அறிந்துகொண்டிருக்கிறோம். அறிந்து முடிக்கையில் வாழ்வும் முடிந்துவிடுகிறது. ஆகவே இத்திகிரிக்களத்தை நோக்குவதனால் பயனொன்றுமில்லை. இது மானுட ஆணவத்தை நிறைவுசெய்யும் எளிய விளையாட்டு மட்டும்தான்… இன்று என்னை நீர் வந்து சந்தித்த தற்செயலில் இருந்த ஒருமைதான் என்னை இங்கே கொண்டுவந்தது. வந்திருக்கலாகாதென்றே இப்போது உணர்கிறேன்.”

சுவடிகளை அடுக்கி மஞ்சள்நூலால் கட்டி அவனிடம் நீட்டியபடி கணிகர் எழுந்தார். “அஸ்தினபுரியைச் சேர்ந்த கணிகனாகிய என் பெயர் அஸ்வபாகன். எந்தை அஜபாலர் பெரும்புகழ்பெற்ற கணிகர். கணிகஞானம் அவரைப் பித்தரும் ஞானியுமாக ஆக்கியது. இன்று கணிகர்வீதியின் முச்சந்தியில் விதியை நோக்கித் திகைத்து விரிந்த கண்களுடன் தெய்வமாக அமர்ந்திருக்கிறார். பித்தனோ ஞானியோ தெய்வமோ ஆகிவிடாமலிருக்கும்பொருட்டு அனைத்தையும் உதறிவிட்டு நான் இமயம் நோக்கிச் செல்கிறேன்.”

“அஸ்தினபுரியில் மைந்தர்கள் பிறந்திருக்கிறார்கள் என்று அறிந்தேன்” என்றான் துரோணன். “ஆம், அவர்களின் பிறவிநூல்களையே நான் இறுதியாக நோக்கினேன். எந்தையின் விழிகளில் தெரியும் பெருந்திகைப்பு எதற்காக என்று அறிந்தேன்” என்ற கணிகர் “நலம் திகழ்க!” என்று

வாழ்த்தினார். துரோணன் அவருக்குக் கனிகள் நிறைந்த தாலத்தைக் காணிக்கையாக அளித்து வணங்கினான். அவர் அதைப்பெற்றுக்கொண்டு தன் தோல்மூட்டைக்குள் நிறைத்து தோளில் ஏற்றிக்கொண்டார். துரோணன் அவரை மீண்டும் படித்துறைக்குக் கொண்டுசென்றான்.

படகில் ஏறிக்கொண்டபின் கணிகர் சொன்னார் “நீர் என்னைத் தேடிவரும்போது நான் அஸ்தினபுரியின் நிகழ்வுகளை கணித்துக் கொண்டிருந்தேன். அரசஇலக்கணங்கள் கொண்ட ஆண்யானை ஒன்று பிறந்திருக்கிறது அங்கே. இன்றுகாலை உங்கள் மைந்தன் பிறந்த அதேகணத்தில், அதே விண்குறிகளுடன். இருவரும் ஒருவரோடொருவர் பிணைக்கப்பட்டிருக்கிறார்கள். எவ்வகையிலோ...” புன்னகையுடன் கணிகர் சொன்னார் “நாம் இதைப்பேசும்போது மேலே தேவர்கள் சிரித்துக்கொள்கிறார்கள்.” படகு மெல்ல நீரில் விலகிச்செல்ல படகோட்டி பாய்மரக்கட்டை அவிழ்த்தான். மாபெரும் நீர்க்குமிழிகள் போல பாய்கள் விரிந்து புடைத்தெழுந்தன.

7

அஸ்வத்தாமனுடன் காலையில் கங்கைக்குச் செல்லும்போது ஒவ்வொரு காலடியிலும் தன் அகம்பெருகி முழுமையடைவதுபோல துரோணர் உணர்வதுண்டு. கருக்கிருட்டு இருக்கையிலேயே எழுந்துகொள்வது அவரது வழக்கம். அவர் எழுவதற்குச் சற்றுமுன்னரே கிருபி எழுந்துவிட்டிருப்பாள். குடிலின் வடக்குப்பக்கமாகக் கூரையிறக்கி எழுப்பிய சாய்ப்பறையில் முக்கல் அடுப்பில் சுள்ளிவிறகில் நெருப்பு எழுந்துவிட்டிருக்கும். அதன் செவ்வொளியில் சாணிமெழுகப்பட்ட மரப்பட்டைச்சுவர்களும் கொடிகளில் தொங்கிய மரவுரியாடைகளும் நெளிந்துகொண்டிருக்கும். வேள்விசாலையொன்றுக்குள் விழித்தெழுவதுபோல உணர்வார்.

இருகைகளையும் விரித்து நோக்கி புலரியின் மந்திரத்தை முணுமுணுத்தபின் எழுந்து ஈச்சம்பாயைச் சுருட்டி குடிலின் மூலையில் வைத்துவிட்டு முற்றத்தில் இறங்கி தொட்டி நீரில் முகத்தையும் கைகால்களையும் கழுவிவிட்டு வானைப்பார்த்து நின்று தனுர்வேத்தின் இறைவனாகிய சுப்ரமணியனை துதிக்கும் ஆறு மந்திரங்களைச் சொன்னபின்னர் உள்ளே வந்து, துயின்றுகொண்டிருக்கும் மைந்தனை அவனுடைய மெலிந்த காலில் மெல்லத்தொட்டு குரலில்லாமல் எழுப்புவார். அவர் தொட்டதுமே அவன் நாண்விலகிய வில் எனத் துள்ளி எழுந்து "விடிந்துவிட்டதா தந்தையே?" என்பான்.

சிறுவர்களைப் போல புத்துணர்ச்சியுடன் எவரும் புதியநாளை எதிர்கொள்வதில்லை என்று துரோணர் ஒவ்வொரு நாளும் நினைப்பதுண்டு. கங்கையைப் போல முந்தையநாள் முற்றிலும் வழிந்தோடிச் சென்றிருக்க புத்தம்புதியதாக இருப்பான் அஸ்வத்தாமன். பாயிலிருந்தே எழுந்தோடி உரத்த பறவைக்குரலில் "விடிந்துவிட்டது!

நான் கங்கைக்குச் செல்லவேண்டும்…!” என்று கூச்சலிடுவான். அவன் அன்னை குடுவையிலிருந்து எள்ளெண்ணையை எடுத்து வருவதற்குள் “விரைவாக! விரைவாக!” என்று குதிப்பான். அவனுடைய குடுமியை விரித்து எண்ணெயை நீவியபடி “நேரமாகவில்லை. இன்னும் கரிச்சான் கூவவில்லை” என்று கிருபி சொல்வாள். “கரிச்சான் கூவுகிறது… இதோ நான் கேட்டேன்” என்று சொல்லி ‘கூ கூ’ என ஒலியெழுப்பி வெண்பறகள் காட்டி நகைத்தபடி அவன் கைதட்டித் துள்ளுவான்.

இரண்டுநாழிகை தொலைவிலிருக்கும் கங்கைக்கு இருளில் நடந்து செல்லும்போது அவன் இன்னொருவனாக ஆகிவிடுவான். பத்து அங்கங்களும் நான்கு பாதங்களும் கொண்ட தனுர்வேதத்தின் அனைத்து மந்திரங்களையும் அவர் ஒவ்வொருநாளும் முழுமையாகவே ஒருமுறை சொல்லிக்கொள்வார். மூச்சொலி மட்டுமே ஒலிக்க அவன் அதைக்கேட்டபடி தன் மெல்லிய விரல்களால் அவர் கைவிரலைப் பிடித்துக்கொண்டு உடன் வருவான். செல்லும்போதே பல்துலக்க ஆலவிழுதும் உடல்தேய்க்க வேம்பின் தளிரும் பறித்துச்செல்வார்.

இளவெம்மையுடன் கரையலைத்து ஓடிக்கொண்டிருக்கும் கங்கையில் அவனை நீரில் இறக்கி தனுர்வேதத்தைச் சொன்னபடியே வேம்பின் தளிரை கல்லில் அரைத்தெடுத்த விழுதால் அவனுடைய இளந்தோள்களையும் மெல்லிய கைகளையும் தேய்த்து, நீரள்ளி விட்டுக் கழுவுவார். அவன் உடல் குளிரில் சிலிர்க்கையில் மயிர்க்கால்களைக் கைகளில் மென்மணல் போல உணரமுடியும். நூற்றெட்டு முறை மூழ்கி எழும்போது ஒவ்வொரு முழுக்குக்கும் தான் கற்ற ஒரு மூலமந்திரத்தைச் சொல்வார். அதை திரும்பச்சொன்னபடி கரையோரத்தில் இடையளவு நீரில் அவனும் மூழ்குவான்.

மீண்டும் குடிலைக்வந்தடையும்போது தனுர்வேதம் முழுமைபெற்று விட்டிருக்கும். ‘ஓம் தத் சத்’ என்று மும்முறை சொல்லி முடிப்பார். திண்ணையில் மரவுரிவிரித்து அமர்ந்து இந்திரனையும் வருணனையும் எண்ணி ஊழ்கத்திலமர்ந்து தன் குருநாதரை எண்ணி அதை முழுமைசெய்து விழிதிறந்து எழுவார். அப்போது கிருபி சூடான கஞ் சியை மண்கலத்தில் வைத்து அவர்களுக்காகக் காத்திருப்பாள்.

அஸ்வத்தாமாவை அவர் தன்னுடன் அழைத்துக்கொண்டு குருகுலத்துக்குச் செல்வார். சிறுகுழந்தையாக அவன் இருக்கையிலே அவனை கைகளில் எடுத்தபடி அவன் விழிகள் வழியாக உலகை நோக்கிக்கொண்டு செல்வதில் தொடங்கிய வழக்கம். ஈச்சையோலை ஆடும்போது அவன் காணும் குதிரைப்பிடரியை அவரும் காண்பார். புல்வெளியில் காலையொளியில் பறந்து சுழலும் தட்டாரப்பூச்சிகளைச்

சுட்டிக்காட்டி 'தீ!' என்று அவன் சொல்லும்போது கையருகே பறந்த தட்டாரப்பூச்சியிடமிருந்து கைகளை விலக்கிக்கொண்டு 'ஆ சுடுகிறது! சுடுகிறது!' என்று அவர் கூவுவார். தொலைவில் காற்றிலாடும் வேங்கைமரம் யானையாகும். மேகங்கள் ஆவியெழும் அப்பங்களாகும்.

குழந்தையை பீடத்தில் அமரச்செய்துவிட்டு அவர் படைக்கலப் பயிற்சியளிப்பார். அஸ்வத்தாமன் விழிதிறந்த நாள்முதல் வில்லையும் வேலையும்தான் பார்த்து வளர்ந்தான். முழந்தாளிட்டு எழுந்தமர்ந்ததுமே தவழ்ந்துசென்று அவன் வில்லைத்தான் கையிலெடுத்தான். சிரித்தபடி அவனை அள்ளியெடுத்த துரோணர் "அவன் ஷத்ரியன். வஞ்சமும் சினமும்தான் ஷத்ரியனை ஆக்கும் முதல்விசைகள். காட்டுநெருப்பென அவன் பாரதவர்ஷம் மீது படர்ந்தெழுவான்" என்றார்.

விடிகாலையில் நீராடிவந்த துரோணர் வஜ்ரதானியத்துடன் கிழங்குகளையும் கீரையையும் கலந்து காய்ச்சப்பட்ட கஞ்சியை கோட்டிய மாவிலைக் கரண்டியால் அள்ளிக்குடித்துக்கொண்டிருந்தபோது கிருபி மெல்ல ஒருமுறை அசைந்தமர்ந்தாள். கஞ்சியைக் குடித்து முடித்த அஸ்வத்தாமன் பாளைக்கலத்தைக் கொண்டுசென்று வெளியே வீசிவிட்டு அங்கே மரத்தில் வந்து அமர்ந்து குரலெழுப்பிய காகத்தைப் பார்த்து மறுகுரலெழுப்பிக்கொண்டிருந்தான்.

துரோணர் விழிகளைத் தூக்காமலேயே அவள் சொல்லப்போவதற்காக செவிகூர்ந்தார். மைந்தன் பிறந்தபின்னர் கிருபி மூன்றாவது பிறப்பெடுத்தாள். குருதிவாசம் மாறாத குழந்தையுடன் அவள் படுத்திருக்கையில் அருகே சென்று குனிந்தபோது அவருள் அவ்வெண்ணம் எழுந்தது. அவள் இளமையின் சிரிப்பையும் பின்னெழுந்த கண்ணீரையும் முற்றிலும் உதறி வெறும் அன்னை விலங்காக அங்கே கிடந்தாள். கனத்த முலைகள் மரவுரியாடைக்குள் கசிந்துகொண்டிருந்தன. அவள் அக்குளில் கழுத்தில் வாயில் எல்லாம் விலங்கின் மணமே நிறைந்திருந்தது. அவள் கண்களைச் சந்தித்தபோது அவை நெடுந்தொலைவில் எங்கோ இருப்பதைக் கண்டார்.

"நாம் ஒரு பசுவை வாங்கினாலென்ன?" என்று அவள் கேட்டபோது திடுக்கிட்டவர் போல நிமிர்ந்து ஒன்றையொன்று தொட்ட புருவங்களுடன் நோக்கினார். கிருபி அந்தப் பார்வையைச் சந்தித்து "சிறிய பசு போதும். சிறிதளவுக்கே பால்கிடைத்தால் போதும். ஆயர்குடிகளில் வளர்ச்சியற்ற பசுக்களை குறைந்த விலைக்கு அளிப்பார்கள்" என்றாள்.

அவள் சொல்லும்போதே அதன் வாய்ப்புகளை தொட்டுத் தொட்டுச்சென்றது அவரது உள்ளம். சுவரில் முட்டிய பாம்பு சீறித்

திரும்புவதுபோல சட்டென்று சினம்கொண்டு எழுந்தது. "உனக்கு எதற்கு பசு? இங்கே இதுவரை நாம் பசுக்களை வளர்த்ததில்லை" என்றார். கிருபி "அஸ்வத்தாமாவுக்கு நாம் இதுவரை பசும்பால் கொடுத்ததும் இல்லை" என்றாள். துரோணர் "ஆம், அவன் ஏழை ஷத்ரியனின் எளிய மைந்தன். அவனுக்கு அன்னப்பாலே போதும்" என்றார். கிருபி "குருகுலப் பயிற்சியில் பிற மாணவர்கள் ஓடுவதுபோல தன்னால் ஓடமுடியவில்லை என்று சொன்னான். போர்ப்பயிற்சி பெறும் குழந்தைக்கு ஊனுணவு இல்லையென்றாலும் சிறிதளவு பாலேனும் வேண்டுமல்லவா?" என்றாள்.

துரோணர் தலைகுனிந்து சொல்லின்றி கஞ்சியைக் குடித்துமுடித்து எழுந்து பின்பக்கம் சென்று கையையும் வாயையும் கழுவிக்கொண்டார். அவளில் வெல்லமுடியாத வல்லமையுடன் வளர்ந்து நின்ற அந்த அன்னைவிலங்கை எதிர்கொள்ள ஒரே வழி சினம்தான். அது அவளை ஒன்றும் செய்வதில்லை, ஆனால் அவள்முன் இருந்து விரைவாக விலகிச்செல்ல உதவுகிறது. துரோணர் அவள் தன்னை நோக்கிக்கொண்டிருப்பதை உணர்ந்தார்.

உள்ளே வந்து சால்வையை எடுத்து அணியும்போது பதினெட்டு வருடங்களில் கிருபி தன்னிடம் வைத்த முதல்கோரிக்கை அது என்று எண்ணிக்கொண்டார். திரும்பியபோது சாய்ப்பறை வாயிலில் நின்றிருந்த கிருபியைக் கண்டு தலைகுனிந்து "என்னிடம் ஏது பணம்? நீ ஏதாவது சேர்த்து வைத்திருக்கிறாயா?" என்றார். அவள் "இங்கே எதை பணமாக ஆக்கிக்கொள்ள முடியும்?" என்றாள். அவருக்கு மாதம்தோறும் ஊரிலிருந்து தானியங்கள் மட்டும்தான் ஊதியமாகக் கொடுக்கப்பட்டது. காய்கறிகளை கிருபி குடிலுக்குப் பின்னால் பயிரிட்டுக்கொண்டாள்.

"பணமிருப்பது வணிகர்களிடமும் ஷத்ரியர்களிடமும் மட்டும்தான்" என்று கிருபி சொன்னாள். "அவர்களிடம் கேட்டுப்பாருங்கள். பதினெட்டுவருடங்களாக இந்த ஊரில் தனுர்வேதம் கற்பிக்கிறீர்கள். உங்களிடம் கற்று வளர்ந்த சிலரும் இங்கிருக்கிறார்கள்." ஒவ்வொரு முகமாக துரோணரின் சிந்தையில் ஓடியது. கிருபி மீண்டும் எதையோ சொல்லத்தொடங்குவதற்குள் அவர் இறங்கி இருளில் நடந்தார். அஸ்வத்தாமன் ஓடி அவருடன் வந்து சேர்ந்துகொண்டான்.

அஸ்வத்தாமன் "தந்தையே, எனக்கு கதாயுதப் பயிற்சியை எப்போது தொடங்குவீர்கள்?" என்றான். துரோணர் "உன்னால் கதாயுதத்தைத் தூக்கமுடியாதே..." என்றார். "பெரிய மாணவர்கள் அனைவருமே வீட்டில் பால் குடிக்கிறார்கள். ஆகவேதான் அவர்களின் தசைகள் விரைவாக வளர்கின்றன. என்னிடம் ஜெயசேனன் அவன் நாளும் மும்முறை பால்

அருந்துவதாகச் சொன்னான்" என்றபடி அஸ்வத்தாமன் அவருடன் ஓடி வந்தான். "நான் கேட்டேன், பசு இரண்டுமுறைதானே பால் கறக்கும் என்று. அவன் அதற்கு போடா என் வீட்டில் ஐந்து பசுக்கள் இருக்கின்றன என்றான்."

அஸ்வத்தாமனின் அகம் முழுக்க பால் பற்றிய எண்ணங்களே இருந்தன. துரோணர் பேச்சை வேறுதிசைநோக்கிக் கொண்டுசென்றார். "கதை தோளுக்குரிய படைக்கலம். வாள் கைக்குரியது. வில்லோ கண்ணுக்குரியது. தோளைவிட கையை விட விரைவானது கண். ஆகவேதான் வில்லேந்தியவனே வெல்லற்கரியவன் எனப்படுகின்றான்." அஸ்வத்தாமா அவரது கைகளைப் பற்றிக்கொண்டான். "படைக்கலநூல்களில் தனுர்வேதம் மட்டுமே வேதங்களுக்கு நிகரானது. ஏனென்றால், விராடபுருஷனின் விழிகளாக விளங்குபவை வேதங்கள். தனுர்வேதம் மானுடவிழிகளில் தொடங்கி பரமனின் விழிகளைப் பேசும் நூல்."

குருகுலத்தில் காலைப்பயிற்சிகள் முடிந்தபின் சிறுவர்கள் துரோணரை வணங்கி விற்களை ஆயுதசாலைக்குள் அடுக்கிவிட்டு விடைபெற்றனர். தன் சால்வையை உதறி சீர்ப்படுத்தி அணிந்துகொண்டு அவரும் அவர்களைத் தொடர்ந்து ஊருக்குள் நுழைந்தார். அவர் ஊருக்குள் செல்வது குறைவாதலால் எதிரே வந்தவர்கள் விழிகளில் அரைக்கணம் தெரிந்து மறைந்த வியப்புடன் வணங்கினர். அவர் அங்கே வந்தபோது இருந்தபடியே இருந்தது பிரமதம். ஆனால் தெருக்களில் நடமாடுபவர்களில் பலர் புதியமுகங்களாகத் தெரிந்தனர். அவரிடம் சிறுவர்களாக வித்தை கற்றவர்கள் மீசைகனத்த இளைஞர்களாகியிருந்தனர்.

ஊர்ணநாபர் மறைந்தபின் அவரது முதல்மைந்தன் சுதர்மன் ஊர்த்தலைவனாக இருந்தான். அவரிடம் ஏழுவருடம் படைக்கலப்பயிற்சி பெற்றுச்சென்றபின் அவனை கொற்றவை ஆலயத்துக்கு வழிபடவருகையில் மட்டுமே துரோணர் பார்த்திருந்தார். தேன்மெழுகிட்டு நீவிய கரிய மீசையை சுருட்டிவிட்டு, கனத்தகுழலை உச்சியில் குடுமியாகக் கட்டி நிறுத்தி கையில் கங்கணங்களும் காலில் கழல்களுமாக தோளுக்குமேல் உயர்ந்தவேலுடன் வந்த சுதர்மன் "துரோணரே, இந்த ஆலயத்தைச் சுற்றி இப்படி புல்மண்டியிருக்கிறதே. ஆயுதப்பயிற்சி முடிந்தபின் தாங்களும் மாணவர்களுமாக இதைத் தூய்மைசெய்தாலென்ன?" என்று கேட்டான்.

துரோணர் தணிந்த குரலில் "படைக்கலப்பயிற்சிக்கு புல்பரப்புதான் தேவை" என்றார். "ஏதாவது குறையிருந்தால் வந்து என்னிடம் சொல்லுங்கள்" என்றபின் மீசையை நீவியபடி "கொற்றவை ஆலயத்துக்கு பூசகர் தினமும் வருகிறாரல்லவா?" என்றான். "ஆம்" என்றார் துரோணர்.

“வரவில்லை என்றால் என்னிடம் வந்து சொல்லும்... பூசனைகள் ஒருபோதும் முடங்கக்கூடாது. கொற்றவையே இவ்வூருக்குக் காப்பு. என் முதுமூதாதை பிரகல்பர் கார்த்தவீரியனின் படைகளுடன் போரிடச்சென்றபோது நிறுவி வழிபட்ட தெய்வம் இது. தெரியுமல்லவா?” என்றான் சுதர்மன்.

ஊர்த்தலைவரின் இல்லத்துக்கு முன்பு போடப்பட்டிருந்த ஈச்சைப்பந்தலில் பிரமதத்தின் ஷத்ரியர்களும் வணிகர்களும் கூடி அமர்ந்திருந்தனர். நடுவே பீடத்தில் சுதர்மன் மீசையை நீவியபடி உரத்தகுரலில் பேசிக்கொண்டிருந்தான். துரோணர் சென்று பந்தல் முன் நின்றபோது அனைவரும் திரும்பிப் பார்த்தனர். அவர் வணங்கியதும் தலையசைத்து வணக்கத்தை ஏற்றுக்கொண்டபின் திரும்பிக்கொண்டனர். சுதர்மன் உரக்க “துரோணரே, ஆபத்து என ஏதுமில்லையே?” என்றான். “இல்லை” என துரோணர் சொன்னதும் திரும்பிக்கொண்டு உரையாடலைத் தொடர்ந்தான்.

துரோணர் கைகளைக் கட்டிக்கொண்டு பந்தலின் தூணருகே காத்து நின்றார். அவர்கள் வரவிருக்கும் இந்திரவிழாவுக்கான நிதிசேகரிப்புபற்றி பேசிக்கொண்டிருந்தனர். பிரமதத்தில் கரையிறங்கும் ஒவ்வொரு வணிகரிடமும் சுங்கம் கொள்ளலாம் என்றார் ஷத்ரியரான சுதனுஸ். “இப்போதே இங்கு வணிகர்கள் பலர் வருவதில்லை. சுங்கம் கொள்ளத் தொடங்கினால் நமது பொருட்களுடன் நாம் அவர்களைத் தேடிச்செல்லவேண்டியிருக்கும்” என்றார் வணிகரான ஆரியவான். ஊரில் அனைவருக்கும் வரிபோடுவதன்றி வேறுவழியில்லை என்று ஷத்ரியரான காகத்துவஜர் சொல்ல வணிகரான சித்ரகர் “அனைவருக்கும் ஒரே வரியை எப்படிப்போடுவது? பொருள்நிலை நோக்கிப் போடவேண்டும். ஏழைகளிடம் குறைவான வரியே கொள்ளப்படவேண்டும்” என்றார். சுதனுஸ் “தாங்கள் ஏழை எனச் சொல்லவருகிறீர்களா வணிகரே?” என்றார்.

எங்கும் நில்லாமல் பேச்சு சென்றபடியே இருந்தது. அது ஒருவரை ஒருவர் இழுத்து கீழே தள்ளமுயலும் சிறுவர்களின் விளையாட்டு போலத் தோன்றியது துரோணருக்கு. அவர் பொறுமையின்றி சற்று அசைந்தபோது அவ்வசைவால் கலைந்து அனைவரும் திரும்பிப்பார்த்த பின் மீண்டும் பேசிக்கொள்ளத் தொடங்கினர். சற்றுநேரம் கழித்து துரோணர் மெல்லக் கனைத்தார். சுதர்மன் சுருங்கிய முகத்துடன் திரும்பி அவரை நோக்கியபின் பிறரிடம் பேச்சை நிறுத்தும்படி கைகாட்டி “என்ன துரோணரே? ஏதாவது சொல்ல விழைகிறீரா?” என்றான். “ஆம்” என்றார் துரோணர். தணிந்த குரலில் “எனக்கு ஒரு பசு வேண்டும்” என்றார்.

அதைச் சரியாக செவிமடுக்காதவன் போல சுதர்மன் “பசுவா?” என்றான். “உமக்கா? உமக்கெதற்குப் பசு?” பிறரை நோக்கியபின் உரக்க நகைத்தபடி “பசுவை வைத்து மாணவர்களுக்கு ஏதேனும் வித்தை கற்பிக்கவிருக்கிறீரா என்ன?” என்றான். வணிகர்கள் சிரித்தனர். துரோணர் “என் மைந்தன் அஸ்வத்தாமா போர்க்கலை பயில்கிறான். என் குருகுலநெறி காரணமாக நான் ஊனுணவு உண்பதில்லை. ஆகவே அவனுக்கு பால் தேவைப்படுகிறது” என்றார். “நீர் ஷத்ரியர்தானே? ஏன் ஊனுணவு உண்பதில்லை? அருகே பெரிய குறுங்காடு உண்டல்லவா? அங்கே முயல்களுக்கும் மானுக்கும் பஞ்சமில்லை” என்றார் சுதனுஸ். “ஊன் விலக்குவது அக்னிவேசகுருகுலத்தின் நெறி” என்றார் துரோணர்.

“யாரது அக்னிவேசர்? ஊன்விலக்குபவர் போரில் மட்டும் கொலை செய்வாரா என்ன?” என்றார் காகத்துவஜர். துரோணர் ஒன்றும் சொல்லவில்லை. “பசுவை வாங்க விரும்பினால் வேளாண்குடிகளில் எங்காவது சென்று கேட்டுப்பார்க்கவேண்டியதுதானே?” என்றார் சித்ரகர். துரோணர் “என்னிடம் பணமில்லை. இங்கே எனக்குப் பணம் ஊதியமாக அளிக்கப்படுவதில்லை” என்றார். அதை தன் மீதான குற்றச்சாட்டாக சுதர்மன் எடுத்துக்கொண்டான். உரக்க “ஆம், அது நீர் என் தந்தையிடம் ஒப்புக்கொண்ட முறை. அன்று இங்கே உணவு மலிந்திருந்தது. கோதுமையும் வஜ்ரதானியமும் தினையும் களஞ் சியங்களை நிறைத்திருந்தன. இப்போது மழைபொய்த்து வேளாண்குடிகள் இல்லங்களிலேயே காலையுணவுக்குக் கிழங்கும் கீரையும் உண்கிறார்கள். ஆயினும் நாங்கள் உமக்கு தானியமளிப்பதை நிறுத்தவில்லை” என்றான்.

துரோணர் அதற்கு பதில் சொல்ல விரும்பவில்லை. சுதர்மன் “நீர் இங்கே வந்தபோது முப்பது மாணவர்கள் இருந்தார்கள். இப்போது எட்டு மாணவர்கள்தான். அதற்கேற்ப உமது ஊதியத்தையும் குறைத்துக் கொள்ளலாம் என்று வணிகர்கள் சிலர் சொன்னார்கள். உமது இல்லத்துக்குப் பின்புறம் உம் மனைவி காய்கறிகள் பயிரிடுகிறாள். அது ஊருக்கு உரிமையான நிலம். அதையும் உமது ஊதியமாகவே கணித்துக்கொள்ளவேண்டும் என்றார்கள். நான் அதை செவிகொள்ள மறுத்துவிட்டேன். என் தந்தை அளித்த வாக்கை மீற நான் விரும்பவில்லை” என்றான். சித்ரகர் “ஊர்க்கணியாருக்கே போகத்துக்கு ஒருமுறைதான் தானியம் வழங்குகிறோம். அவர் இல்லையேல் இங்கே விதைப்பும் அறுவடையும் நிகழமுடியாது” என்றார்.

துரோணர் தலைவணங்கி திரும்பப்போனபோது சுதர்மன் “அதோ வேப்பமரத்தில் கட்டப்பட்டிருக்கிறதே அந்தப் பசுவை கொள்கிறீரா

துரோணரே?” என்றான். துரோணர் கணநேரத்தில் எழுந்த நம்பிக்கையுடன் “ஆம்” என்றார். “ஆனால் அதற்கு நீர் பிராமணனாக மாற வேண்டுமே” என்று சுதர்மன் தொடையில் அடித்தபடி நகைத்தான். வணிகர்களும் ஷத்ரியர்களும் சேர்ந்துகொண்டனர். “என் தந்தையின் திதிநாளில் தானம் கொடுப்பதற்குரிய பசு அது...” என்றான் சுதர்மன். “இவர் தன்னை பிராமணர் என்றே எண்ணியிருக்கிறார். ஊனுணவும் விலக்குகிறார். இவரையே பிராமணனாக எண்ணிக்கொள்ள நெறியிருக்கிறதா என்று பார்க்கவேண்டும்” என்றார் வணிகரான பிரபுத்தர். “இவரா, இவரை ஷத்ரியர் என்று ஒருமுறை சொன்னபோது உத்கலத்திலிருந்து வந்த ஒரு வணிகன் இவர் ஷத்ரியரே அல்ல. ஏதோ மலைவேடன் வேடமிட்டு வந்து நம்மை ஏமாற்றுகிறான் என்றான்” என்று சுதர்மன் சொன்னான்.

துரோணர் திரும்பி தலைகுனிந்து நடந்தார். “துரோணரே” என்றபடி வணிகரான பரிக்ரமர் தன் கனத்த பண்டி குலுங்க பின்னால் வந்தார். “தங்களுக்கு நான் ஒரு பசுவைத் தரமுடியும்... அதற்கான விலையை நான் சிறுகச்சிறுக பெற்றுக்கொள்கிறேன்.” துரோணர் “என்னிடம் பணமே வருவதில்லை வணிகரே” என்றார். “நான் தருகிறேன். என் படகுக்குக் காவலாக வில்லேந்தி வாருங்கள்.” துரோணர் சினத்தை விழிகளில் மட்டும் நிறுத்தி “இங்கு நான் குருகுலம் நடத்துகிறேனே” என்றார். “இந்தச் சிற்றூரில் எட்டு சிறுவர்கள் எதைக் கற்கப்போகிறார்கள்?” என்றார் பரிக்ரமர். துரோணர் பெருமூச்சு விட்டபின் திரும்பி நடந்தார். “என்ன சொல்கிறீர்?” என்று பரிக்ரமர் கேட்டதைப் பொருட்படுத்தவில்லை.

அவர் திரும்பிவந்தபோது படி ஏறும்போதே புரிந்துகொண்ட கிருபி ஒன்றுமே கேட்கவில்லை. அவள் ஏதாவது கேட்டால் நன்றாக இருக்குமே என்று அவர் எண்ணிக்கொண்டார். ஒவ்வொரு கணமும் அவளுடைய குரலுக்காக அவரது முதுகு காத்திருந்தது. பின்னர் ஆழ்ந்த தன்னிரக்கம் அவருள் நிறைந்தது. அதை கிருபி மீதான சினமாக மாற்றிக்கொண்டார். விழித்திருக்கும் நேரமெல்லாம் அவளுடன் அவர் அகம் சொல்லாடிக்கொண்டே இருந்தது. ‘நீ என்னைத் துரத்துகிறாய். புழுவைக் குத்தி விளையாடும் குழந்தைபோல என்னை வதைக்கிறாய். சொற்கள் வழியாக நான் என்னை நியாயப்படுத்திக்கொள்வேன் என்பதனால் சொல்லின்மையால் என்னைச் சூழ்ந்திருக்கிறாய்.’ சொற்கள் கசந்து நிலைத்து உருவாகும் வெறுமையில் ஒருகணம் திகைத்தபின் மீண்டும் திரும்ப சொற்களுக்குள் புகுந்துகொண்டார்.

விற்களத்தில் பயிற்சி எடுக்கும்படி மாணவர்களிடம் சொல்லிவிட்டு துரோணர் கொற்றவை ஆலயத்தின் முன் பீடத்தில் அமர்ந்து நாணல்களைச் செதுக்கி அம்புகளாக ஆக்கிக்கொண்டிருக்கையில்

களத்தில் உரத்த சிரிப்பொலிகளும் கூச்சல்களும் கேட்டன. அஸ்வத்தாமன் அவனைவிடப்பெரிய உடல்கொண்ட ஜெயசேனன் மேல் பாய்ந்து அவனை தலையால் முட்டித் தள்ளிவிட்டு பாய்ந்து அவரை நோக்கி ஓடி வந்தான். மல்லாந்து விழுந்த ஜெயசேனன் புரண்டு அருகே கிடந்த அம்பு ஒன்றை எடுத்தபடி துரத்தி வந்தான். அஸ்வத்தாமன் அழுதபடி ஓடிவந்து அவர் மடிமேல் விழுந்து தொடைகளைத் தழுவியபடி உடல்குலுங்கினான். பின்னால் ஓடிவந்த ஜெயசேனன் மூச்சிரைக்க "குருநாதரே, இவனை தண்டியுங்கள்... இவன் களநெறிகளை மீறி என்னைத் தாக்கினான்" என்று கூவினான்.

"ஏன்?" என்று துரோணர் கேட்டார். "இவன் எங்களிடம் பொய் சொன்னான். தானும் ஒவ்வொருநாளும் பாலருந்துவதாகச் சொன்னான். பசுவில்லாமல் எப்படி பாலருந்துவாய் என்றுகேட்டபோது அவன் அன்னை ஒவ்வொரு நாளும் காட்டுக்குள் சென்று குதிரைகளின் பாலை கறந்துகொண்டுவருவதாகச் சொன்னான்" என்றான் ஜெயசேனன். அவனுக்குப் பின்னால் வந்த பிருஹத்கரன் "அவனிடம் அந்தப் பாலைக் கொண்டுவரும்படி சொன்னோம். இன்று குடுவையில் அன்னப்பாலைக் கொண்டுவந்து அதுதான் பால் என்று சொல்கிறான். நாங்கள் சிரித்தபோது ஜெயசேனனை முட்டித்தள்ளினான்" என்றான்.

அவனுக்குப்பின்னால் வந்து நின்றிருந்த சுபாலன் "அன்னப்பாலை பசும்பால் என்கிறான்... இனி நெல்லை பசு என்று சொல்லப்போகிறான்" என்று சொல்ல பிற மாணவர்கள் நகைத்தனர். அவர்களின் ஒவ்வொரு சொல்லுக்கும் அஸ்வத்தாமாவின் உடல் அதிர்ந்து குறுகுவதை, தன் இடையில் அவன் கைகள் இறுகுவதை துரோணர் உணர்ந்தார். "ஆம், அவன் பொய் சொன்னது பிழையே. களநெறியை மீறியது அதைவிடப் பெரிய பிழை. எந்நிலையிலும் எவரும் நெறிகளை மீற ஒப்பமாட்டேன்" என்ற துரோணர் "அஸ்வத்தாமா, எழுந்து நில்" என்றார். அஸ்வத்தாமன் அவரது இடையை இறுகப்பற்றிக்கொண்டான். அவர் அவனைப்பிடித்து விலக்கி தூக்கி நிறுத்தினார்.

தோள்களைக் குறுக்கி தலைகுனிந்து நின்ற அஸ்வத்தாமனின் முகத்திலிருந்து விழிநீர் சொட்டிக்கொண்டிருந்தது. "ஜெயசேனா, இவனுக்கு பன்னிரு தண்டங்களை அளி" என்றார் துரோணர். மாணவர்கள் பலர் உரக்க "பன்னிரு தண்டங்கள்... பன்னிருதண்டங்கள்" என்று கூவினர். பிருஹத்கரன் ஓடிச்சென்று குருகுலக்குடிலில் இருந்து தண்டம் அளிப்பதற்கான பிரம்பை எடுத்துவந்தான். ஜெயசேனன் ஓடிச்சென்று அதை வாங்கிக்கொண்டான். சுபாலனும் இரு மாணவர்களும் அஸ்வத்தாமனைப் பிடித்து விலக்கி நிற்கச்செய்தார்கள். இளையவனாகிய

சித்ரரதன் "அழுகிறான்" என்றான். சுபாலன் அவனைப்பிடித்துத் தள்ளி "விலகி நில் மூடா" என்றான்.

ஜெயசேனன் பிரம்பை ஓங்கி வீசி அஸ்வத்தாமனின் தொடைகளில் அடிப்பதை துரோணர் ஒருமுறைதான் பார்த்தார். சிவந்த மெல்லிய காலில் அடிவிழுந்ததும் அஸ்வத்தாமன் 'அன்னையே' என்று முனகினான். அந்தச் சொல் துரோணரை நடுங்கச்செய்தது. அவர் பார்வையைத் திருப்பிக்கொண்டு செதுக்கியெடுத்த அம்புகளை அள்ளிக்கொண்டு குருகுடிலைநோக்கிச் சென்றார். அதன்பின் அஸ்வத்தாமன் ஓசையின்றி அடிகளை வாங்கினான். ஒவ்வொரு அடிவிழும் ஒலிக்கும் துரோணரின் உடல் அதிர்ந்தது. அடித்து முடித்த ஜெயசேனன் வந்து பிரம்பை திரும்ப வைத்துவிட்டு "குருநாதரே, அவனை என்ன செய்வது?" என்றான். "இன்று அவன் வீடுதிரும்பட்டும்" என்று சொன்னபோது துரோணர் குரல் உடைந்திருந்தது.

மீண்டும் வந்து பீடத்தில் அமர்ந்துகொண்டபோதுதான் தன் உடல் வியர்த்து வழிவதை துரோணர் அறிந்தார். காற்று வீசியபோது குளிர்ந்து முதுகு சிலிர்த்தது. தொண்டைக்குள் இருந்து குரலை எடுக்கமுடியவில்லை. ஜெயசேனன் "குருநாதரே, இன்றைய பயிற்சிகள் என்ன?" என்றான். "இன்று பயிற்சி முடிந்தது. நீங்கள் செல்லலாம்" என்று மெல்லிய குரலில் சொன்னபடி துரோணர் எழுந்துகொண்டார். அவர் நடந்தபோது ஜெயசேனன் "தங்கள் சால்வையை மறந்துவிட்டீர்கள் குருநாதரே" என்று எடுத்துத் தந்தான்.

காலைவெயிலில் கண்களைக் கூசிய புல்வெளி முடிவில்லாமல் விரிந்துகிடப்பது போலிருந்தது. ஒவ்வொரு அடியையும் நீருக்குள் தூக்கி வைப்பது போல வைத்து நடந்து சென்றார். குடம்நிறைய குளிர்நீரை எடுத்து அருந்தவேண்டும். காற்றுவீசும் ஏதேனும் ஒரு மரநிழலில் அப்படியே படுத்துவிடவேண்டும். இல்லை, நெஞ்சில் மாறி மாறி அறைந்தபடி வானம் வரை கேட்கும்படி கூச்சலிடவேண்டும்.

புல்வெளிக்கு அப்பால் கிருபி கூந்தல் கலைந்து பறக்க, நெகிழ்ந்து சரிந்த ஆடையை கைகளால் பற்றிக்கொண்டு ஓடிவருவதைக் கண்டு கால்கள் அசைவிழக்க நின்றுவிட்டார். அவள் நெடுநேரம் வந்தபடியே இருந்தாள். அது ஒரு கனவு என்ற எண்ணம் அவருள் வந்து சென்றது. தொலைவிலேயே அவளுடைய கடும்வெறுப்பில் வலிப்புகொண்ட முகமும் ஈரமான விழிகளும் நெரித்த பற்களும் தெளிவாகத் தெரிந்தன. திரைச்சீலையில் வரைந்திட்ட ஓவியம் போல அவள் முகம் அவர் முன் நெளிந்தபடி நின்றிருந்தது.

அவள் அருகே வந்ததை திடீரென்றுதான் உணர்ந்தார். “கிருபி, நான்...” என அவர் சொல்லத்தொடங்குவதற்குள் அவள் கையை நீட்டி சீறும் மூச்சு இடைகலந்த சொற்களில் சொன்னாள். “நீங்கள் பிராமணன் என்றால் சென்று தானம் வாங்குங்கள். ஷத்ரியன் என்றால் வில்லேந்திச்சென்று கவர்ந்து வாருங்கள். சூத்திரன்தான் என்றால் உழைத்து கூலிபெற்றுவாருங்கள். இல்லை வெறும் மலைவேடன் என்றால் இரவில்சென்று திருடிக்கொண்டுவாருங்கள்” ஆங்காரமாக அவள் குரல் எழுந்தது. “மனிதன் என்றால் வெறும்கையுடன் இனி என் இல்லத்துக்கு வரவேண்டாம்.”

துரோணர் கைகளைக்கூப்பி “ஆம்... அவ்வாறே” என்று சொல்லிவிட்டு அக்கைகளில் கண்ணீர் வழியும் கண்களை வைத்து விம்மினார். பின்னர் அங்கிருந்தே திரும்பி நடந்தார்.

8

ஏழுநாட்கள் கங்கை வழியாக வணிகர்களின் படகில் பயணித்து துரோணர் பாஞ்சாலத்தின் தலைநகரமான காம்பில்யத்தை வந்தடைந்தார். உத்தரபதத்தில் இருந்து பெருகி அகன்று விரியத்தொடங்கிய கங்கை அங்கே மறுஎல்லை தெரியாத நீர்விரிவாக மாறியிருந்தது. அவர் ஏறிவந்த உமணர் படகு கங்கையில் சென்றுகொண்டிருந்த பெருங்கலங்களின் அருகே சென்றபோது அவற்றின் விலாக்கள் மலைப்பாறைகள் போல செங்குத்தாகத் தலைக்கும் மேல் எழுந்து முற்றிலும் திசையை மறைத்தன.

நூறு பாய்கள் எழுந்து புடைத்த கலங்கள் சினம்கொண்டு சிறகு சிலிர்த்தெழுந்த வெண்சேவல்கள் போலிருந்தன. அவற்றின் நீண்ட அமரத்தில் சேவலின் கொண்டைப்பூ போல செந்நிறக்கொடிகள் பறந்தன. அருகே சென்ற பெருங்கலம் ஒன்றின் கொம்பொலி நூறுயானைகள் சேர்ந்து பிளிறியதுபோல ஒலித்தது. அவரைத் திகைக்கச்செய்த ஒவ்வொரு பெருங்கலமும் அதைச் சிறியதாக்கிய இன்னொன்றை நெருங்கிச்சென்றது.

“அவையனைத்தும் வணிகப்பொருட்களால் நிறைந்தவை” என்றான் படகோட்டியான மகிஷகன். “இமயமலையடுக்குகளில் இருந்து சிற்றோடைகளனைத்தும் ஒன்றாகச் சேர்ந்து கங்கையாகி வருவது போல கங்கைத்தடமெங்கும் விளையும் அனைத்தும் ஆறுகள் வழியாகவும் சாலைகள் வழியாகவும் கங்கைக்கு வருகின்றன. உணவும், நெய்யும், துணியும், தோலும் என மானுடருக்குத் தேவையான அனைத்தும். அங்கே கடலோரப்பெருந்துறைகளில் இப்படகுகளை சிப்பியோடுகளாக ஆக்கும் அளவுக்கு பெரிய மரக்கலங்கள் நின்றிருக்கின்றன. ஆயிரக்கணக்கான

பாய்கள் கொண்டவை அவை.” துரோணர் திகைத்த விழிகளுடன் அவன் சொற்களைக் கேட்டுக்கொண்டிருந்தார்.

“அனைத்துப்பொருட்களும் துறைமுகங்களில் தங்களை பொன்னாக மாற்றிக்கொள்கின்றன” என்றார் அவருடன் வந்த சூதரான கூஷ்மாண்டர். “மானுடரின் அனைத்து உணர்வுகளும் மெய்ஞானமாக ஆவதைப்போல. அந்தப்பொன்னை மீண்டும் இம்மண்ணிலுள்ள அனைத்துமாக ஆக்கிக்கொள்ள முடியும். ஆகவே பொன்னை தன் களஞ்சியத்தில் சேர்ப்பவன் இவ்வுலகிலுள்ள அனைத்தையும் சேர்த்துக்கொள்கிறான் என்கிறார்கள்.” பாய்மரத்தைப்பிடித்துக்கொண்டிருந்த மகிஷகன் “சூதரே, அந்தப் பொன் யவனநாட்டில் மண்ணுக்குள் இருந்து தோண்டி எடுக்கப்படுகிறது. கலமேறி இத்தனை தொலைவு வந்து தன்னை பொருட்களாக மாற்றிக்கொண்ட பின்னரே அது மதிக்கப்படுகிறது” என்றான்.

“அன்றொருநாள் பீதவணிகன் ஒருவன் சொன்னான். யவனத்துக்கு அப்பால் ஏதோ ஒருநாட்டில் பொன்னை உருக்கி ஊற்றி கருங்கற்களை இணைத்து வீடுகட்டுகிறார்கள் என்று” என்றான் படகைத் துழாவிக்கொண்டிருந்த ஒரு குகன். கூஷ்மாண்டர் நகைத்து “ஆம், பொன் என்பது பேரறம். அது எங்கோ கருவறையிலோ கருவூலத்திலோ வாழ்கிறது. அன்றாடநியாயங்கள் நம்மிடம் புழங்கும்பொருட்கள். அவை பொன்னால் மதிப்பிடப்படுகின்றன. பொன் அவற்றுக்கு மதிப்பை அளிக்கிறது” என்றார். மகிஷகன் “இறுதியில் ஒரு கவிதையை கொண்டுவந்து சேர்த்துவிட்டீர். வாழ்க! இச்சொற்களுக்காக உங்களுக்கு கவிஞருக்குரிய நாணயத்தை விட்டெறிவர் வணிகர்” என்று சிரித்தான். “வணிகருக்கென்ன, ஓங்கிச் சொல்லப்படும் எதுவும் அவர்களுக்கு கவிதையே” என்றார் கூஷ்மாண்டர் சிரித்தபடி.

“எங்கு செல்கிறீர்?” என்று கூஷ்மாண்டர் துரோணரிடம் கேட்டார். “காம்பில்யத்துக்கு” என அவரை நோக்காமல் துரோணர் பதில் சொன்னார். “முன்பு சென்றிருக்கிறீரா?” என்று கூஷ்மாண்டர் கேட்க “இல்லை” என்றார் துரோணர். “காம்பில்யம் மிகப்பெரிய நகரம். அதைக்கண்டு அஞ்சிவிடாதீர். நீர் அதில் பாதிகொடுங்கள் என்று கேட்பதற்காகச் செல்லவில்லை. ஏதோ வாழும் வழிதேடித்தான் செல்கிறீர்” என்றார் கூஷ்மாண்டர். “ஷத்ரியனுக்கு வாளேந்தி பணிபுரியும் உரிமை உண்டு. ஆகவே நிமிர்ந்து செல்லும்.” துரோணர் தலையசைத்தார். “உமது தோற்றம் ஷத்ரியர்களுக்குரியதாக இல்லை. உம்மைப்பார்த்தால் வேடர் போலிருக்கிறீர். உமது சொற்களைத்தான் அவர்கள் நம்பவேண்டும்” என்றார் கூஷ்மாண்டர்.

“ஷத்ரியர்களுக்கு அங்கே கோட்டைக்காவலிலும் துறைமுகக் காவலிலும் பணிகொடுக்கிறார்கள். நல்ல ஊதியம் என்பதனால் சிற்றூர்களில் இருந்து ஒவ்வொருநாளும் ஷத்ரியர்களும் வினைவலர்களும் காம்பில்யத்தை நோக்கிச் சென்றுகொண்டிருக்கிறார்கள்...” என்றான் மகிஷகன். “இரண்டு தலைமுறைகாலமாக இரண்டாகப் பிரிந்திருந்த பாஞ்சாலம் இன்று ஒன்றாகிவிட்டிருக்கிறது. ஐந்து நதிகள் பாயும் அதன் நிலம் அன்னைப்பன்றியின் வயிறுபோன்று வளம் மிக்கது” என்றார் கூஷ்மாண்டர். “எப்போது பாஞ்சாலம் ஒன்றாயிற்று?” என்று துரோணர் நீரைப்பார்த்துக்கொண்டு கேட்டார்.

“பாஞ்சாலத்து மன்னர்கள் பாஞ்சாலத்தின் ஐந்து பெருங்குலங்களில் இருந்தும் மனைவியரை ஏற்கவேண்டுமென்பது ஐந்துகுலங்களையும் இணைத்து பாஞ்சலத்தை அமைத்த மூதாதையான பாஞ்சாலமுல்கலரின் காலம் முதல் வகுக்கப்பட்ட குலமரபு. பாஞ்சாலத்தை ஆண்ட சகதேவருக்கு இரு மைந்தர்கள். அவரது முதல்மைந்தர் பிருஷதர் சிருஞ்சய குலத்து அரசியான பூஷையின் மைந்தர். இரண்டாவது மைந்தர் சோமகசேனன் சோமககுலத்தைச் சேர்ந்த அரசி கோமளையின் மைந்தர். சகதேவர் நோயுற்றிருக்கையிலேயே இரு உடன்பிறந்தாரும் பூசலிட்டுப் பிரிந்தனர். சிருஞ்சயர்களுடன் கிருவிகுலத்தவர் சேர்ந்துகொண்டனர். துர்வாசகுலமும் கேசினிகுலமும் சோமககுலத்துடன் இணைந்தன” கூஷ்மாண்டர் சொன்னார்.

“இருதரப்பினரும் இளவரசர்களின் தலைமையில் கங்கைக்கரையில் போரிட்டனர். ஆயிரம் பாஞ்சாலர்கள் களத்தில் இறந்தனர். அவர்களின் விதவைகளும் அன்னையரும் விரித்த கூந்தலுடன் காம்பில்யத்தின் அரண்மனை வாயிலில் வந்து நின்று கண்ணீர்விட்டழுதனர். மாளிகைமீது சாவுப்படுக்கையில் கிடந்த சகதேவர் தன்னை உப்பரிகைக்குக் கொண்டுசெல்லச்சொல்லி அங்கே படுத்தபடியே தன் குலத்துப் பெண்களின் அழுகையைக் கேட்டார். பெண்கள் மண்ணை அள்ளி அவரை நோக்கி வீசி தீச்சொல்லிட்டனர். ‘என்னை முனியுங்கள் அன்னையரே. உடன்படாத இரு மைந்தரைப் பெற்ற பழிக்காக ஆயிரம்கோடி ஆண்டுகள் நரகத்தில் வாழ்கிறேன். என் குலத்தை முனியாதீர்’ என்று அவர் கைகூப்பினார். ‘இனி உங்கள் மைந்தரின் குருதி இம்மண்ணில் விழாதிருக்க நான் முறைசெய்கிறேன்’ என்று வாக்களித்தார்” என்றார் கூஷ்மாண்டர்.

“சகதேவரின் கோரிக்கைப்படி ஐந்துகுலங்களின் மூதாதையரும் காம்பில்யத்தில் அகத்தியகூட மலையுச்சியில் இருந்த அகத்தியலிங்க ஆலயத்தருகே கூடினர். அதன்படி பாஞ்சாலம் இருநாடுகளாகப்

பிரிக்கப்பட்டது. சத்ராவதியை தலைநகரமாகக் கொண்ட உத்தரபாஞ்சாலம் சோமகசேனனுக்கும் காம்பில்யத்தை தலைநகராகக் கொண்ட தட்சிணபாஞ்சாலம் பிருஷதனுக்கும் பகிர்ந்தளிக்கப்பட்டு எல்லைகள் வகுக்கப்பட்டன. இரு நாட்டு எல்லைகளை ஏற்றுக்கொள்வதாக ஐங்குலங்களும் அகத்தியலிங்கத்தின் மீது ஆணையிட்டு உறுதி கொண்டனர். அன்றுமுதல் இருநாடுகளும் தனித்தனியாகவே ஆளப்பட்டன" கூஷ்மாண்டர் சொன்னார்.

மகிஷகன் "ஆனால் அதன்மூலம் இருநாடுகளுமே சிறியவையாக ஆயின. காம்பில்யத்துக்குச் செல்லும் கடல்வணிகர்கள் சத்ராவதியை விலக்கினர். சத்ராவதிக்குச் செல்லும் கூலவணிகர்கள் காம்பில்யத்தை விட்டகன்றனர். இருதுறைகளையும் நாடாமல் பெருநாவாய்கள் மேலும் தெற்கே எழுந்த மகதத்தின் துறைகளை நோக்கிச் செல்லத்தொடங்கின. சோமகசேனன் நோயுற்றுப் படுக்கையில் விழுந்தபின்னர் சத்ராவதி விதவைக்கோலம் பூண்டது" என்றான். "பதினெட்டாண்டுகாலம் நானும்கூட காம்பில்யத்திலும் சத்ராவதியிலும் [illegible] கணைத்ததில்லை."

"ஆனால் சத்ராவதியை வெல்லும் விருப்பிருந்தாலும் அதற்கான ஆற்றல் பிருஷதனுக்கு இருக்கவில்லை. ஐங்குலங்களில் மூன்று சத்ராவதியுடன் இருந்தமையால் அவர் அஞ்சினார். சோமகசேனருக்கு மைந்தர்கள் இல்லை. ஆகவே அவரது இறப்புக்குப்பின் இரு பாஞ்சாலங்களும் ஒன்றாகி தன் மைந்தனின் குடைக்கீழ் வரும் என்று பிருஷதர் எண்ணினார்" என்றார் கூஷ்மாண்டர். "ஆனால் பிருஷதனின் மைந்தனான யக்ஞசேனன் இளமையிலேயே அகத்திலும் புறத்திலும் ஆற்றலற்றவன் என்று அறியப்பட்டான். ஐந்துகுலத்தவருமே அவனை இழிவாக எண்ணினர். அவனைப்பற்றிய இளிவரல்பாடல்களைப் பாடும் சூதர்களுக்கு உத்தர பாஞ்சாலர்கள் மட்டுமின்றி தட்சிணபாஞ்சாலர்களும் உரக்க நகைத்தபடி நாணயங்களை வீசுவதைக் கண்டிருக்கிறேன்.

"அகத்தியகூட மலையடிவாரத்தில் மூன்றாண்டுகளுக்கொருமுறை நிகழும் ஐங்குல உண்டாட்டு நிகழ்வில் அனைத்துப் போர்விளையாட்டுகளிலும் யக்ஞசேனன் ஏளனத்துக்குரிய முறையில் தோற்றான். அவனுக்குப் பதினைந்து வயதிருந்தபோது நடந்த உண்டாட்டுக் களியாட்டத்தில் விற்போரில் அவன் வில்லுடன் களமிறங்கினான். அவன் களம்நடுவே வந்தபோதே பெண்கள் வாய்பொத்திச் சிரிக்க இளைஞர்கள் கூச்சலிட்டு குதிக்கத் தொடங்கிவிட்டனர். அவன் ஐம்பது அம்புகளை விட்டான். கயிற்றிலாடிய எந்த நெற்றையும் அவை சென்று தொடவில்லை. பாதி அம்புகள் முன்னதாகவே மண்ணைத் துளைத்தன. 'மகாபாஞ்சாலன் மாமன்னன் பிருதுவைப்போல பூமாதேவியுடன் போரிடுகிறான்!' என்று

சூதர்கள் பாடிச்சிரித்தனர். வில்லைத் தாழ்த்தி அவன் பின்னகர்ந்தபோது சோமககுலத்தைச் சேர்ந்த சிறுமியொருத்தி பருத்திப்பஞ்சில் விதையை நீக்கும் வில் ஒன்றைக் கொண்டுவந்து அவனிடம் கொடுத்தாள். அன்று நானிருந்தேன். பல்லாயிரம்பேர் சிரித்து மண்ணில்புரள்வதை அன்று கண்டேன்.

"அவள் சோமககுலத்தைச் சேர்ந்த குலத்தலைவர் புருஜனரின் மகள் அகல்யை. அவளுடைய சிரிப்பைக் கண்டு தன்னையறியாமலேயே யக்ஞசேனன் அந்த வில்லை வாங்கிவிட்டான். தன்னைச்சூழ்ந்தெழுந்த சிரிப்பின் ஓசையை அதன்பின்னர்தான் கேட்டான். வில்லை வீசிவிட்டு அழுதபடியே ஓடி தன் தேரில் ஏறிக்கொண்டான். அன்றிரவு அவன் கத்தியால் தன் கழுத்தை அறுத்துக்கொள்ள முயன்றபோது அவன் பணியாளன் தக்கதருணத்தில் வந்து தடுத்ததனால் உயிர்தப்பினான். அமைச்சர் பார்ஸ்வர் மறுநாள் விடிவதற்குள்ளாகவே அவனை அழைத்துச்சென்று அக்னிவேசரின் குருகுலத்தில் கொண்டுசேர்த்தார் என்று சொன்னார்கள்." கூஷ்மாண்டர் சொன்னார்.

கூஷ்மாண்டர் தொடர்ந்தார். "எட்டு வருடங்களுக்குப்பின் திரும்பிவந்த போது யக்ஞசேனனின் கண்ணும் கையும் வில்லும் ஒன்றாகிவிட்டிருந்தன. ஐங்குல உண்டாட்டில் கையில் வில்லுடன் அவன் இறங்கி நின்ற போது அனைவரும் அமைதிகொண்டு நோக்கி நின்றனர். அவன் அக்னிவேசரிடம் சென்றதை அனைவரும் அறிந்திருந்தனர். ஐம்பது இலக்குகளை வளைந்துசெல்லும் இருபத்தைந்து அம்புகளால் அவன் வீழ்த்தினான். ஒரு நெற்றை விண்ணிலேற்றி பறவையென சுழன்று சுழன்று நிற்கச்செய்தான். அவன் வில்லைத் தாழ்த்தியபோது ஐந்து குலங்களும் ஆர்ப்பரித்து வாழ்த்தொலி எழுப்பின.

"சத்ராவதியின் சோமகசேனன் இறந்தபோது உத்தரபாஞ்சாலத்தின் இளவரசனாக யக்ஞசேனனையே ஐந்துகுலங்களும் தேர்வுசெய்தன. பிருஷதனின் மரணத்துக்குப்பின் அவன் இரு பாஞ்சலங்களையும் இணைத்து துருபதன் என்னும் பேரில் அரியணை அமர்ந்தான். களத்தில் தன்னை அவமதித்த சோமககுலத்தலைவர் புருஜனரின் மகள் அகல்யையை மணந்து அரசியாக்கினான். இன்று காம்பில்யத்தின் அரசனாக வீற்றிருக்கிறான். அவன் அரசு சர்மாவதிக்கும் கங்கைக்கும் நடுவே விரிந்திருக்கிறது. அவனை அஸ்தினபுரியும் இன்று அஞ்சுகிறது.

"பாஞ்சாலத்தின் அரியணையில் துருபதனை அமர்த்தியது அக்னிவேசரின் தனுர்வேதமே என்று சூதர்கள் இன்று பாடுகிறார்கள். காம்பில்யத்தில் நடந்த துருபதனின் முடிசூட்டுவிழாவிற்கு அக்னிவேச குருகுலத்தின் தலைவர் இரண்டாம் அக்னிவேசரும் அவரது மாணவர்களும்

வந்திருந்தனர். அவர்கள் கங்கையில் படகிறங்கியபோது துருபதனே நேரில் வந்து அக்னிவேசரின் பாதங்களைத் தன் சென்னியில் சூடினான். அவரை பொன்னாலான தேரில் அமரச்செய்து நகரத்துத் தெருக்கள் வழியாக அணிக்கோலத்தில் அழைத்துச்சென்றான். காம்பில்யத்து மக்கள் மலரும் அரிசியும் தூவி அவரை வாழ்த்தினர். அக்னிவேசரை கை பற்றி அழைத்துச்சென்று பாஞ்சாலத்தின் சிம்மாசனத்தில் அமரச்செய்து அவர் காலடியில் தன் மணிமுடியையும் செங்கோலையும் வைத்து வணங்கினான். அன்று அச்சபையில் நானுமிருந்தேன்" கூஷ்மாண்டர் சொல்லி முடித்தார்.

துரோணர் பெருமூச்சுடன் அசைந்து அமர்ந்தார். "நாம் மாலைக்குள் காம்பில்யத்தின் பெருந்துறையை சென்றடைவோம் வீரரே. தாங்கள் அங்கே எவரைப் பார்க்கவேண்டும்?" என்று கூஷ்மாண்டர் கேட்டார். துரோணர் "எனக்கு அங்கு ஒருவரை மட்டுமே தெரியும்..." என்றார். "பெயரைச் சொல்லும். எனக்குத் தெரியாத ஷத்ரியர் எவரும் காம்பில்யத்தில் இல்லை. நான் வருடத்திற்கொருமுறை அங்கே சென்றுகொண்டிருக்கிறேன்" என்றார் கூஷ்மாண்டர். "நான் துருபத மன்னரைத்தான் பார்க்கச்செல்கிறேன்" என்றார் துரோணர். கூஷ்மாண்டர் உரக்க நகைத்து "அதாவது அவரை உமக்குத்தெரியும்... சரிதான். நான்தான் தவறாகப்புரிந்துகொண்டேன்" என்றார். மகிஷகன் "துருபத மன்னரை பாரதவர்ஷத்தில் அனைவரும் அறிவர் வீரரே. ஆனால் அவருக்கு அந்தப்புரத்தைத்தான் நன்றாகத் தெரியும்" என்றான்.

காம்பில்யத்தின் படித்துறையில் துரோணர் இறங்கியபோது நகரின் நூற்றுக்கணக்கான கற்தூண்களில் நெய்ப்பந்தங்கள் எரியத தொடங்கிவிட்டிருந்தன. நகரமெங்கும் உயர்ந்த காவல்மாடங்களிலும் மாடச்சிகரங்களிலும் பொருத்தப்பட்ட விளக்குகள் செஞ்சுடர் விரித்தன. மீன்நெய்விளக்குகள் எரியும் படகுகளும் பெருங்கலங்களும் நீர்ப்பிம்பங்களுடன் சேர்ந்து அலைகளில் ஆட நகரமே தீப்பற்றி எரிவதாகத் தெரிந்து துரோணர் திகைத்து நின்றார். கூஷ்மாண்டர் தன் முழவுடன் இறங்கி "அந்தி எழுந்துவிட்டது வீரரே. இனி கள்ளின்றி கணமும் வாழமுடியாது..." என்றபடி நடந்து சென்றார். அவரது தோள்களை முட்டிக்கொண்டு வணிகர்களும் வினைவலர்களும் நடந்துகொண்டிருந்தனர். ஒருவன் "வீரரே, வழிவிடுங்கள்" என்றபோது திடுக்கிட்டு நு க்கத் தொ ங்கினார்.

காம்பில்யத்தின் சிறிய கோட்டைவாயிலில் கதவுகளோ காவலோ இருக்கவில்லை. எறும்புக்கூட்டம்போல சென்றுகொண்டிருந்த மக்களால் தள்ளப்பட்டு துரோணர் உள்ளே நுழைந்தபோதுதான் அதுவரை

காட்டுக்குள் விழும் அருவியோசை என ஒலித்துக்கொண்டிருந்தது மக்களின் ஒலி என்று அறிந்தார். ஒன்றுடன் ஒன்று முட்டி நின்றிருந்த எருதுவண்டிகளில் வண்டிக்காரர்கள் எழுந்து நின்று முன்னால் நோக்கி கூச்சலிட்டுக்கொண்டிருந்தனர். புரவிகளில் தோள்களில் வில்லுடன் சென்றுகொண்டிருந்த வீரர்கள் வழிகளில் நெரித்துநின்றவர்களை அதட்டி விலக்கிச் சென்றனர். அந்தி இருளும்தோறும் நகரின் ஓசை கூடிக்கூடி வருவதாகத் தோன்றியது.

சாலையின் இருபக்கமும் சிறுவணிகர்கள் நான்குகால்களில் நிறுத்தப்பட்ட பலகைகளில் பரப்பிய பொருட்களை கூவி விற்றுக்கொண்டிருந்தனர். உள்ளே கங்கைமீனை வைத்து சுட்டு எடுத்த கிழங்குகள், தேனில் ஊறவைத்த கனிகள், உரித்தெடுத்து பாடம்செய்யப்பட்ட பாம்புத் தோல்கள், உடும்புத்தோல்கள், புலித்தோலாடைகள், மான்தோலாடைகள், செந்நிறமும் நீலநிறமும் ஏற்றப்பட்ட மரவுரிநார்கள், ஈச்சைநார்ப் பெட்டிகள், செம்பாலும் பித்தளையாலுமான சிறிய கருவிகள், குத்துவாட்கள், குதிரைவாலால் செய்யப்பட்ட பொய்முடிகள், மரப்பாவைகள்... துரோணர் ஒவ்வொன்றையும் பார்த்து அந்தப் பார்வையாலேயே நடைதேங்கி பின்னால் வந்தவர்களால் உந்தப்பட்டு முன்னேறிச் சென்றார்.

முதல்காவல்மாடத்தைக் கண்டதும்தான் தன்னினைவடைந்தார். பாஞ்சாலத்தின் தாமரைமுத்திரை கொண்ட தலைப்பாகையுடன் நின்றிருந்தவன் நூற்றுவர் தலைவன் என்று கண்டுகொண்டு அவனை அணுகி, “வீரரே, நான் அரண்மனைக்குச் செல்லவேண்டும். எவ்வழி செல்வதென்று சொல்லுங்கள்” என்றார். அவரை ஏறிட்டு நோக்கிய பூமன் “அரண்மனைக்கா ? நீரா ?” என்றான். அவரது பழைய மரவுரியாடையையும் பயணத்தால் புழுதிபடிந்த குறிய கரிய உடலையும் நோக்கி “இன்று இனிமேல் அரண்மனையில் கொடைநிகழ்வுகள் ஏதுமில்லை” என்றான். துரோணர் “நான் உங்கள் அரசன் யக்ஞசேனனைப் பார்க்கவேண்டும்” என்றார். அவன் முகத்தில் சினம் சிவந்தேறியது. “மன்னரின் பெயரைச் சொல்வது இங்கே தண்டனைக்குரிய குற்றம்” என்றான்.

“நான் யக்ஞசேனனுடன் அக்னிவேசகுருகுலத்தில் பயின்றவன். பரத்வாஜரின் மைந்தனாகிய என்பெயர் துரோணன்” என்று அவர் சொன்னபோது பூமனின் விழிகள் மாறின. “வீரரே நீர் அரசரின் சாலைத்தோழராக இருக்கலாம். ஆனால் அவர் இன்று சாலைமாணாக்கர் அல்ல. பாஞ்சாலத்தின் பேரரசர். கங்கைக்கரை உருளைக்கற்களில் ஒன்று சிவலிங்கமாகக் கருவறையில் அமர்ந்தபின் அதன் இடமும் பொருளும் வேறு. அக்னிவேசரின் மாணவர் என்கிறீர். இந்த எளிய உலகியல்

உண்மையை அறியாமலிருக்கிறீர்” என்றான். துரோணர் “என்னை உங்கள் அரசர் நன்கறிவார். என்னை அவரிடம் அழைத்துச்செல்க” என்றார்.

“வருக வீரரே” என்றபடி பூமன் கையசைத்து ஒரு புரவி வீரனை அழைத்தான். “அந்தப் புரவியில் நீங்கள் வாருங்கள்” என்றபடி தன் புரவியில் ஏறிக்கொண்டான். இருவரும் மக்கள் நெரித்துக்கொண்டிருந்த வணிகவீதியைக் கடந்து உள்கோட்டையின் வாயிலை அடைந்தனர். அங்கே காவலர்களிடம் துரோணரைப்பற்றி பூமன் சொன்னபோது அவர்கள் ஐயத்துடன் அவரைத் திரும்பி நோக்கினர். ஒருவன் “அக்னிவேசரின் மாணவர் என்று தோன்றவில்லை. மலைவேடன் போலிருக்கிறார்” என்று மெல்லியகுரலில் சொல்வதை துரோணர் கேட்டார். பூமன் “ஆம், நானும் அவ்வண்ணமே எண்ணினேன். ஆனால் அவரது இடத்தோளிலுள்ள வடு கனத்த அம்பறாத்தூணி தொங்குவதனால் உருவாவது. அவர் விரல்கள் பெரும் வில்லாளிக்குரியவை” என்றான்.

உள்கோட்டைக்குள் பெருவணிகர்களும் ஷத்ரியர்களும் வாழும் அடுக்கு மாடங்கள் வாயில்தூண்களில் தழலாடும் பந்தங்களின் ஒளியில் திரைச்சீலை ஓவியங்கள் போலத் தெரிந்தன. அகன்ற சாலையில் அரிதாகவே தேர்களும் புரவிகளும் சென்றன. மாளிகைமுற்றங்களில் வேல்களும் விற்களுமாக காவல் நின்றவர்கள் அவர்களை வியப்புடன் நோக்கினர். கிளைகள் பிரிந்து சென்ற மையச்சாலையின் மறுமுனையில் அரண்மனைக்கோட்டையின் வாயில் இருந்தது. அதன் மேல் இருந்த முரசுமாடத்தின் இரு பெருமுரசுகள் பந்தங்களின் செவ்வொளியை எதிரொளித்து குளிர்கால நிலவுகள் போலத் தெரிந்தன. செவ்வொளி மின்னிய பெரிய கண்டாமணி மரத்தாலான மாடத்துக்குள் தொங்கியது.

அரண்மனைக்கோட்டைக்கு மறுபக்கம் செங்கல் பரப்பப்பட்ட விரிந்த முற்றத்துக்கு அப்பால் அரண்மனை வளாகம் தெரிந்தது .பாஞ்சாலத்தின் தாமரைக்கொடியுடன் பறந்துகொண்டிருந்த வெண்ணிறச்சுதையாலான ஏழடுக்கு மாளிகைக்கு இருபக்கமும் மூன்றடுக்கு மாளிகைகள் நிரைவகுத்திருந்தன. பூமன் புரவியிலிருந்து இறங்கி “வீரரே, நீங்கள் அரசரைப் பார்க்க வந்த சாலைத்தோழர் என்பதனால் இப்போது அழைத்துவந்தேன். அரசர் அந்திக்குப்பின் எவரையும் பார்க்க ஒப்புவதில்லை” என்றான். “நான் தங்கள் வருகையை அரசரின் காவல்நாயகத்திடம் அறிவிக்கச் சொல்கிறேன். அவர் விழைந்தால் இப்போது தாங்கள் அரசரைச் சந்திக்கலாம். இல்லையேல் இங்கே விருந்தினர் தங்கும் குடில்கள் உள்ளன. அங்கே தங்கி இளைப்பாறி நாளை அவைகூடுகையில் அரசரைக் காணலாம்.”

துரோணர் புரவியிலிருந்து இறங்கி தரையில் நின்றார். பூமன் சென்று காவல்நாயகத்திடம் துரோணரைப்பற்றி சொன்னான். பெரிய தலைப்பாகையும் மார்பில் மணியாரமும் அணிந்திருந்த காவல்நாயகம் எழுந்து வர, அவருக்குப் பின்னால் ஒருவீரன் ஆடிபதிக்கப்பட்ட கைவிளக்குடன் வந்தான். விளக்கொளியை அவன் துரோணர் மீது வீச காவல்நாயகம் துரோணரைக் கூர்ந்து நோக்கினார். “வீரரே, தாங்கள் அக்னிவேசரின் குருகுலத்தில் பயின்றமைக்கான சான்று என ஏதேனும் வைத்திருக்கிறீரா?” என்றார். துரோணர் தன் இடையிலிருந்த தர்ப்பைத் தாளை எடுத்துக்காட்டி “இதைக்கொண்டு என்னால் எவரையும் கணப்போதில் கொல்லமுடியும். வில்லேந்தியவனைக்கூட” என்றார். “பரசுராமரும் பீஷ்மரும் சரத்வானுமன்றி என்முன் வில்லுடன் நிற்கும் மானுடர் எவரும் இன்றில்லை.”

காவல்நாயகம் அவரது முகத்தையும் தர்ப்பையையும் மாறிமாறி அச்சத்துடன் நோக்கிவிட்டு தலைவணங்கினார். “இச்சொற்களன்றி ஏதும் தேவையில்லை உத்தமரே. அடியேன் சொற்பிழை இழைத்திருந்தால் பொறுத்தருள்க” என்றார். “நான் அரசரிடம் தெரிவித்து மீள்வது வரை இந்தக் காவல்மாடத்திலேயே அமர்ந்திருங்கள்.” துரோணர் “இல்லை, நான் இங்கேயே நிற்கிறேன். சென்று வருக” என்றார். காவல்நாயகம் தன் சால்வையை அணிந்துகொண்டு அரண்மனையை நோக்கி விரைந்து சென்றார். கைகளைக் கட்டியபடி துரோணர் நிலம் நோக்கி அசையாமல் நின்றார்.

சற்றுநேரத்திலேயே காவல்நாயகம் திரும்பி வந்தார். அருகே வரும்தோறும் அவரது கால்கள் தயங்கின. அவர் முன் வந்து நின்றபோது துரோணர் நிமிர்ந்து அவரை நோக்கினார். “உத்தமரே, அரசர் தங்களை அறியார்” என்றார். துரோணர் ‘ம்?’ என்று முனகினார்.

காவல்நாயகம் குரலைத் தாழ்த்தி “தங்கள் பெயரையும் குலத்தையும் சொன்னேன். தங்கள் தோற்றத்தையும் விவரித்தேன். துரோணர் என்று எவரும் தன்னுடன் சாலைமாணாக்கராக இருக்கவில்லை என்றார்” என்று சொல்லி “அவர் மறந்திருக்கலாம். நெடுங்காலமாகிறது. நாட்களை நிறைக்கும் அரசுப்பணிகள். நீங்கள் நாளை அவரை சபையில்...” என்று சொல்ல துரோணர் இடைமறித்து “வீரரே, அவர் இங்கு வந்து இந்த தர்ப்பையைத் தொட்டுச் சொல்லட்டும், என்னை அறியமாட்டாரென்று. அதுவரை நான் இவ்விடத்திலிருந்து அசையப்போவதில்லை” என்றார்.

“உத்தமரே, தாங்கள் இங்கே...” என்று காவல்நாயகம் தயங்க “என்னை இவ்விடத்திலிருந்து அகற்ற உங்கள் நால்வகைப்படைகளாலும் முடியாது. தேவையற்ற குருதியை நான் விரும்பவில்லை” என்றார் துரோணர்.

“உள்ளே சென்று உமது அரசரிடம் சொல்லுங்கள். இம்மண்ணிலேயே ஆற்றல்மிகுந்த தாவரம் போல ஒருவன் இங்கே நிற்கிறான் என்று.” தர்ப்பையை கையிலேந்தி துரோணர் சொன்னார். “இது ஆயிரம் ஆலமரங்களுக்கு நிகரானது. இலையாலோ கிளையாலோ ஆனதல்ல, வேரானலானது. தன் உயிர்ச்சாரமாக நெருப்பைக் கொண்டிருப்பது.”

காவல்நாயகம் சிலகணங்கள் சொல்லற்றுத் ததும்பியபின் திரும்பி மீண்டும் அரண்மனை நோக்கி ஓடினார். சற்று நேரத்தில் அங்கிருந்து எட்டுகுதிரைகள் செங்கல்தளத்தில் குளம்போசை தடதடக்க விரைந்தோடி வந்தன. முழுகவசமணிந்த ஒருவன் அதில் பந்தங்களின் ஒளி தெரிய எரிந்துகொண்டிருப்பவன் போல குதிரைவிட்டிறங்கி “வீரரே இக்கணமே இங்கிருந்து விலகிச்செல்லவேண்டுமென உமக்கு ஆணையிடுகிறேன். இல்லையேல் அது எங்கள் மீதான போர் அறைகூவலாகவே பொருள்படும்” என்றான்.

தாழ்ந்த திடமான குரலில் “உங்கள் அரசன் வந்து என் கையிலிருக்கும் தர்ப்பைக்கு பதிலளிப்பது வரை நான் இங்கிருந்து விலகப்போவதில்லை. போரே உங்கள் அரசர் அளிக்கும் விடை எனில் அவ்வாறே ஆகட்டும்” என்றார் துரோணர். “சென்று அவனிடம் சொல், இம்மண்ணில் தன்னைத்தானே எரித்துக்கொள்ளும் ஆற்றல்கொண்ட ஒரே உயிர் தர்ப்பை என்று.”

கவசவீரன் திரும்பி குதிரைமேல் ஏறிக்கொண்டு அதே விரைவால் அதைத் திருப்பி வேலைச்சுழற்றிக்கொண்டு அவர் மேல் பாய்ந்தான். அவனுடன் வந்த எட்டுகுதிரைவீரர்களும் அசையாமல் பார்த்து நின்றனர். எவரும் பார்க்காத ஒரு கணத்தில் குதிரை கண்ணுக்குத்தெரியாத அரக்கக் கையால் அறைபட்டது போல எம்பித்தெறித்து அந்த முற்றத்தில் கிடந்து கால்களை உதைத்துக்கொண்டது. அதிலிருந்து வீசப்பட்ட கவசவீரன் கவசங்கள் தெறிக்க மண்ணில் கிடந்து புரண்டு கையூன்றி எழப்பார்த்தான்.

துரோணர் தன் கையிலிருந்த தர்ப்பைத்தாள்களுடன் உரக்க “மூடர்களே, என்னை வெல்பவர் உங்களில் எவரும் இல்லை. வீணே உயிர்துறக்கவேண்டியதில்லை” என்றார். குதிரைவீரர்கள் அவர்களை அறியாமலேயே சில எட்டு பின்னால் சென்றனர் சூழ்ந்து நின்றவர்களிடமிருந்து வியப்பொலிகள் எழுந்தன.

கவசவீரன் முழங்காலை ஊன்றி எழுந்து மற்ற குதிரைவீரர்களை நோக்கிக் கைகாட்டி “கொல்லுங்கள்” என்றான். அவர்கள் தங்கள் குதிரைகளை ஐயத்துடன் ஓரிரு அடி முன்னால் கொண்டுவர காவல்நாயகம் உரத்த

குரலில் "என்ன நெறி இது? ஒருவரைத் தாக்க ஒருபடையா?" என்று கூவி கையைத் தூக்கினார். "படைதிரண்டு வந்து ஒரு தனிமனிதரை வீழ்த்தினோம் என்று சூதர்கள் பாடுவார்களென்றால் பாஞ்சாலத்து ஐங்குலத்து வீரர்கள் அனைவரும் உடைவாளால் கழுத்தறுத்துச் சாகவேண்டியதுதான்."

அவருக்குப் பின்னால் நின்றிருந்த காவல் வீரர்கள் "ஆம், உண்மை" என்று ஒரே குரலில் கூவினர். எண்மர் விற்களில் தொடுத்த அம்புடன் முன்னால் வர அதில் ஒருவன் "அது இங்கே நடக்காது நூற்றுவர்தலைவரே. அறத்துக்காக நாங்கள் எங்கள் குலதெய்வத்துடனும் போரிடுவோம்" என்றான்.

கவசவீரன் எழுந்து ஒற்றைக்காலை நொண்டியபடி நின்றான். அவன் குதிரை எழுந்து அப்பால் விலகி நின்று தன் காலை தரையில் தட்டிக்கொண்டிருந்தது. அதன் கழுத்தில் தைத்திருந்த தர்ப்பைத்தாளில் இருந்து வழிந்த குருதி பந்தங்களின் செவ்வொளியில் நிறமற்றதுபோல தரையில் சொட்டியது. மூச்சுசீற அது கனைத்துக்கொண்டு கழுத்தைத் திருப்பி தன் விலாவை அறைந்தது. அவன் தன் வீரனிடம் அதைப்பிடித்துக்கொள்ளச் சொல்லிவிட்டு அவனுடைய குதிரைமேலேறி திரும்பிச்சென்றான். பிற குதிரைவீரர்களும் அவனைத் தொடர்ந்தனர்.

கையிலிருந்த தர்ப்பையை நெஞ்சோடு சேர்த்து அணைத்துக்கொண்டு துரோணர் கால்களைப் பரப்பிவைத்து தலைகுனிந்து அசைவற்று நின்றார். அவரது உதடுகளில் காயத்ரி துடித்துக்கொண்டிருந்தது. 'துரோணர்' 'பரத்வாஜரின் மைந்தர்' 'தனுர்வேதி' என்ற மெல்லியகுரல்களும் பந்தங்கள் ஒளிரும் விழிகளும் அவரைச்சூழ்ந்துகொண்டிருந்தன.

9

இரவு பந்தங்களின் படபடப்புடன், காலடிகளுடன், மெல்லிய பேச்சொலிகளுடன், துயில்கலைந்த பறவைகளின் சிறகோசையுடன் சூழ்ந்து கனத்துக்கொண்டிருந்தது. பாஞ்சாலத்தின் படைவீரர்கள் ஒருவர் பலராக வந்து துரோணரைச்சுற்றிக் கூடிக்கொண்டிருந்தார்கள். ஒன்றிலிருந்து ஒன்றாகக் கொளுத்தப்பட்ட பந்தங்கள் தூண்கள் தோறும் பரவி அரண்மனை முற்றம் ஒளிகொண்டது. அடிக்குரல்பேச்சுகள் ஒன்றோடொன்று கலந்து கூரைக்குவைகளில் ஒலிக்கும் பொருளற்ற குரல்முழக்கமாக மாறின.

இரவேறியபோது பனி விழத்தொடங்கியது. நின்றுகளைத்த வீரர்கள் பலர் ஆங்காங்கே வேல்களையும் விற்களையும் மடியில் வைத்து அமர்ந்து கொண்டனர். நடுவே துரோணர் அதேபோன்று தர்ப்பையை அணைத்து கைகளைக் கட்டிக்கொண்டு நின்றிருந்தார். காவல்நாயகம் அவர் அருகே சென்று "உத்தமரே, அடியேன் அளிக்கும் நீரை அருந்தி அருள் புரியவேண்டும்" என்றார். அவர் மிகமெல்ல தலையை மட்டும் அசைத்து மறுத்தார். காவல்நாயகம் தலைவணங்கி பின்னகர்ந்தார்.

"இன்னொரு முறை அரசரிடம் சென்று சொன்னாலென்ன?" என்றார் ஒரு முதிய வீரர். "அதற்கான அதிகாரம் நமக்கில்லை" என்று காவல்நாயகம் விடையிறுத்தார். "பேரமைச்சருக்கே நான் சென்று செய்தி சொன்னேன். அரசர் ஆணையிட்டபின் மஞ்சத்துக்குச் சென்றுவிட்டார்." ஒருவன் இருளில் இருந்து "மதுவருந்தியிருப்பார். கூடவே தாசியும் இருப்பாள். அவரை இங்கே சுமந்துதான் கொண்டுவரவேண்டும்" என்றான். காவல்நாயகம் உரக்க இருளை நோக்கி "அரசநிந்தை இங்கே தேவையில்லை. அதற்கு வாளால் விடைசொல்லப்படும்" என்றார். இருளுக்குள் இருந்த வீரர்களின் உடல்களின் அசைவு அதற்கு எதிர்வினையளித்தது.

விடியும்போது அரண்மனை முற்றமெங்கும் வீரர்களும் அரண்மனைப் பணியாளரும் கூடியிருந்தனர். பிரம்மமுகூர்த்தத்தில் அரண்மனையின் உச்சியில் தர்மகண்டம் என்னும் மணி ஒலித்தது. நகரமெங்கும் பெருமுரசுகள் ஒலிக்கத் தொடங்கின. அரண்மனையின் முகப்பில் மங்கலபூசைக்காக வந்த தாசியர் கூட்டத்தைக் கண்டு திரும்பிச்சென்றனர். உள்ளிருந்து பணியாளர்களும் அடைப்பக்காரனும் தொடர விரைந்து வந்த பேரமைச்சர் பத்மசன்மர் தன் சால்வையைப் போர்த்தியபடி “என்ன நிகழ்கிறது இங்கே?” என்றார்.

கூட்டத்தில் எவரோ “நேற்று சொல்லப்பட்டதை மறந்திருப்பார். யவன மது வல்லமை மிக்கது” என்று சொல்ல சிலர் சிரித்தனர். பத்மசன்மர் சினத்துடன் திரும்பிப்பார்த்துவிட்டு “இது மன்னர் துயிலெழும் நேரம். இச்செய்தியை அறிந்தால் அவர் கடும் சினம்கொள்வார். வீரர்களே, இந்த ஒற்றை ஷத்ரியனை விலக்க உங்களால் முடியவில்லையா?” என்றார். “ஆம், முடியவில்லை. அதுதான் உண்மை” என்றார் காவல்நாயகம். சூழ்ந்திருந்த பாஞ்சாலவீரர்கள் நகைத்த ஒலி அலைபோல எழுந்து பரவியது.

“அவனைப் பிடித்து சிறையிலடைக்க ஆணையிடுகிறேன்” என்று பத்மசன்மர் கூவினார். “அந்த ஆணையைக் கொள்கையளவில் முழுதேற்றுக்கொள்கிறது பாஞ்சாலத்தின் படை. அது வாழ்க!” என்று யாரோ ஒருவன் சொல்ல அனைத்துவீரர்களும் வெடித்துச்சிரித்தனர். பத்மசன்மர் சினத்துடன் சுற்றும் பார்த்துவிட்டு கையைத் தூக்கி துடிக்கும் உதடுகளுடன் ஏதோ சொல்லப்போனார். காவல்நாயகம் “அமைச்சரே, களநெறிப்படி தனியாக வந்து நிற்கும் ஒருவரை தன்னந்தனியாகவே எதிர்கொள்ளவேண்டும். படைகளைக்கொண்டு எதிர்கொள்வதை பாஞ்சாலத்தின் ஐந்துகுலங்களும் ஏற்காது. தன்னந்தனியாக இவரை எதிர்கொள்ளும் ஆற்றலுள்ளவர்கள் பரசுராமரும் பீஷ்மரும் சரத்வானும் மட்டுமே. அவர்களில் எவரையாவது கொண்டுவர முடிந்தால் நன்று” என்றார். சூழநின்றவர்கள் நகைக்க பத்மசன்மர் சினத்தால் ததும்பிய உடலுடன் நாற்புறமும் செல்லமுனைபவர் போல தவித்தபின் திரும்பி விரைந்தார்.

துரோணர் அங்கே இல்லை என்றே தோன்றியது. தர்மகண்டத்தின் ஒளியிலேயே அவரது பார்வை நிலைத்திருந்தது. அந்த மணியின் வளைவில் முதல்செவ்வொளி எழுந்தது. கீழ்வான் முழுக்க செங்கீற்றுகள் நீண்டு பரந்தன. அரண்மனை முகடுகளிலிருந்து வெண்புறாக்கள் துயிலெழுந்து குறுகியபடி குட்டைச்சிறகு படபடக்க காற்றில் எழுந்து முற்றத்தை அடைந்து சிற்றடி வைத்து கொத்திப்பொறுக்கத் தொடங்கின.

காகங்களும் கொக்குகளும் அரண்மனைமுற்றத்தைக் கடந்து சென்றன. அரண்மனை முகப்பின் பெரிய வேப்பமரத்தின்மேல் வந்தமர்ந்த காகங்கள் குரலெழுப்பின. அரண்மனையின் வெண்மாடக்குவை பட்டுபோல ஒளியுடன் துலங்கி வந்தது. அதன் கொடி காலையின் காற்றில் துவண்டு அசைந்தது.

முற்றத்தின் செங்கல்பரப்பின் செம்மையும் சுதைச்சுவர்களின் வெண்மையும் கூடிநின்றவர்களின் ஆடைகளின் சிவப்பு, மஞ்சள், நீல, பச்சை வண்ணங்களும் காலையின் மணிவெளிச்சத்தில் கண்கூசாமல் துலங்கிவந்தன. காலையில் அரண்மனையைச் சுற்றியிருந்த தெருக்களெங்கும் செய்தி பரவ ஷத்ரியர்களும் வைசியர்களும் வேளாண்குடிமக்களும் வந்தனர். பின்னர் அங்காடிவீதிகளிலும் படித்துறைகளிலும் இருந்து எளியமக்கள் வந்து கூடினர். வியர்வை வாசமும் தாம்பூலவாசமும் கலந்து இளவெயிலில் எழுந்தன.

முதலில் சிருஞ்சயகுலத்தலைவர் கரவீரர் தன் இருமைந்தர்களுடன் எருது வண்டியில் வந்திறங்கினார். சிருஞ்சயர்கள் அவருக்கு வாழ்த்துரை கூவினர். அவர் பாஞ்சாலத்தின் கொடியைத் தலைதூக்கிக் கைகூப்பி வணங்கியபின் திரும்பி நெற்றிமேல் கையை வைத்து பழுத்தவிழிகளால் அங்கே கூடிநின்றவர்களைப் பார்த்துவிட்டு துரோணரின் அருகே வந்து அவரை வணங்கினார். "உத்தமரே, பாஞ்சாலம் தங்களை வணங்குகிறது. எதற்காகவென்றாலும் இந்த மண்ணில் பரத்வாஜரின் மைந்தர் கால்வைத்தது எங்கள் நல்லூழே. தங்கள் விருப்பப்படி இப்போதே அரசரை இங்கே வரச்சொல்கிறேன்" என்றார்.

துரோணர் கைகூப்பித் தலைவணங்கினார். கரவீரர் மெல்லிய குரலில் தன் மைந்தன் கருஷனுக்கு ஆணையிட அவன் குதிரையில் ஏறி அரண்மனை நோக்கிச் சென்றான். ஒருவன் மரத்தாலான சிறிய பீடத்தைக் கொண்டுவந்து கரவீரர் அமர்வதற்காகப் போட்டான். அவர் அமர்ந்துகொண்டு தன் நரைத்த பெரிய மீசையை நீவியபடி தலைகுனிந்திருந்தார்.

கருஷனின் வருகைக்காகக் கூட்டமே காத்து நின்றிருந்தது. அரண்மனை முற்றத்தைக் கடந்து அவன் வந்தபோது முண்டியடித்து நெருங்கியது. கருஷன் இறங்கி "தந்தையே, அரசர் என்னைப் பார்க்க மறுத்துவிட்டார். அவர் நீராடிக்கொண்டிருப்பதாகவும் அதன்பின் அமைச்சர்களுடன் அவர் புதிய தீர்வைமுறை பற்றிப் பேசவிருப்பதாகவும் செயல்நாயகம் சொன்னார்" என்றான். கூடிநின்றவர்கள் சேர்ந்து ஒலியெழுப்ப பின்னால் நின்ற ஒருவர் உரக்க "வர மறுக்கிறார்!" என்றார். பின்வரிசைக்கூட்டம் பெருவிலங்கு உறுமுவதுபோல ஒலியெழுப்பியது.

கரவீரர் “பாஞ்சாலர்களே, அரசநெறிகளில் முதன்மையானது ஒன்றுண்டு. தர்மத்தின் முன் ஒரு தனிமனிதனுக்கு அரசு நிகரானது என்பதே அது. அரசை எதிர்த்து நிற்கும் ஒருவன் எவனாக இருந்தாலும் அரசு அவன் முன் வந்து நின்று விடை சொல்லியாகவேண்டும். அந்தத் தொல்நெறியை அரசர் இங்கே மதிக்கவில்லை. ஆவன செய்வோம்” என்றார். கூட்டம் கைகள் தூக்கி “ஆம்... ஆம், அதைச் செய்யுங்கள்” என்றது.

கரவீரர் தன் மைந்தர்களிடம் ஆணையனுப்ப, சற்றுநேரத்திலேயே கிருவிகுலத்தலைவர் சக்ரபானு தன் மைந்தர் குதிரையில் தொடர பல்லக்கில் வந்து இறங்கினார். சோமககுலத்தலைவர் புருஜனர் இருவர் தூக்கி வந்த துணி மஞ்சலில் வந்து மெல்ல அவர்களால் தூக்கி இறக்கப்பட்டார். துர்வாசகுலத்தலைவர் சத்ருஞ்சயரும் அவரது எட்டு மைந்தர்களும் குதிரையில் வந்தார்கள். ஒவ்வொருவருக்கும் அவர்களின் குலத்தவர் வாழ்த்துரை எழுப்பினர். அவர்கள் கேசினிகுலத்தலைவர் அஸ்வதத்தருக்காகக் காத்திருந்தனர். சற்றுநேரத்தில் அவரது எருதுவண்டி, கூட்டத்தின் மேல் படகு போல அலைக்கழிந்தபடி வந்தது.

ஐந்து குலத்தலைவர்களும் அவர்களின் மைந்தர்களால் சுவர்போலச் சூழப்பட்டு தனித்து நின்று மெல்லிய குரலில் பேசிக்கொண்டனர். கூட்டம் மெல்ல அமைதியடைந்து மூச்சுகளும் தும்மல்களும் மட்டும் கேட்டுக்கொண்டிருந்தன. அவர்கள் பேசிமுடித்ததும் கரவீரர் ஒரு வெற்றிலையை எடுத்து ஐந்தாகக் கிழித்தார். அதன் நான்கு துண்டுகளை புருஜனருக்குக் கொடுக்க அவர் அதில் மூன்றை சக்ரபானுவிடம் அளித்தார். சக்ரபானு இரு துண்டுகளை சத்ருஞ்சயருக்குக் கொடுக்க அவர் ஒருதுண்டை அஸ்வதத்தருக்குக் கொடுத்தார்.

மிக அமைதியாக நிகழ்ந்த அந்தச் சடங்கு முடிந்ததும் புருஜனர் உரக்க “பாஞ்சாலர்களே, ஐங்குலத்தலைமையின் ஆணை இது. இக்கணமே பாஞ்சாலநாட்டு அரசர் துருபதன் இங்கே வந்தாகவேண்டும். தன் மணிமுடியுடனும் செங்கோலுடனும் உடைவாளுடனும் அரசியுடனும் வந்து எங்கள் முன் நிற்கவேண்டும். வரமறுப்பாரென்றால் அவரது தலையை வெட்டி ஒரு தாலத்தில் வைத்து அதை வெற்றிலையால் மூடி இங்கே கொண்டுவரும்படி ஐந்துகுலத்துப் பாஞ்சாலர்களுக்கும் இதனால் ஆணையிடப்படுகிறது” என்றார். கூட்டம் முழுக்க ஒரு மெல்லிய உறுமல் பரவிச்சென்றது.

கருஷன் தலைமையில் பாஞ்சாலவீரர்கள் ஏழுபேர் உடைவாட்களை உருவி காலையொளியில் அவை ஒளிவிட்டு கதிர் எழுப்பத் தூக்கியபடி அரண்மனை நோக்கிச் சென்றார்கள். அவர்கள் செல்வதை நோக்கியபடி கூட்டம் அமைதியாக நின்றது. கால்மாற்றிக்கொண்டவர்களின்

படைக்கலங்கள் உடலில் உரசி ஒலித்தன. சில குதிரைகள் செருக்கடித்தன. ஓர் எருது காலெடுத்து வைக்க வண்டி முனகியது. அதை வண்டியோட்டி தார்க்குச்சியால் மெல்லத் தட்டி அமைதிப்படுத்தினான். நடுவே கற்சிலை என துரோணர் நின்றார்.

கூட்டத்திலிருந்து ஒற்றை ஒலி எழுந்தது. அரண்மனை முகப்பில் துருபதன் செங்கோலும் மணிமுடியும் உடைவாளுமாகத் தோன்றினான். அவனுக்குப் பின்னால் அவனது பட்டமகிஷியும் அமைச்சர்களும் வர இருபக்கமும் உடைவாட்களை ஏந்தியபடி பாஞ்சாலத்து வீரர்கள் வந்தனர். “இதுவரை ஒளிந்திருந்தார்!” என யாரோ சொல்ல பிறர் அவரை அடக்கினர். சாய்ந்து விழுந்த காலைவெயிலில் துருபதனும் அவன் அரசியும் அணிந்திருந்த அணிகளும் ஆடைகளும் பொன்னிறச் சுடர்விட்டன.

அருகே வரும் துருபதனை துரோணர் திரும்பி நோக்கினார். அது வேறு யாரோ என்ற துணுக்குறலை ஒருகணம் அவர் அடைந்தார். கனத்த பண்டியும், சூம்பிய கைகளும், தசைவளையங்களால் ஆன இடுங்கிய கழுத்தும், தொங்கிய கன்னங்களும், கீழிமை தளர்ந்த பழுத்த விழிகளுமாக ஆடியாடி நடந்து வந்த துருபதனில் அவர் நன்கறிந்த ஏதோ ஒன்றுதான் எஞ்சியிருந்து அது அவன் எனக் காட்டியது.

அவன் அருகே வந்தபோது அது என்ன என்று அவர் அறிந்தார். அவனிடம் எப்போதுமே இருக்கும் சூழ்ச்சி தெரியும் உடலசைவு அது. முதன்மையான எதையோ சொல்லவந்து தயங்குபவன் போன்ற பாவனை. அது தன் கோழைத்தனத்தை மறைக்கவிரும்பும் கோழையின் அசைவு. முதல்முறையாக அவனைப்பார்த்த நாளில் அவன் ஓடிவந்து தன் காலில் விழுந்து எழுந்தபோதே தன் அகம் அதை கண்டுகொண்டிருந்தது என அப்போது அறிந்தார். ஒவ்வொருமுறையும் அதைத் தள்ளி அகற்றியபின்னர்தான் அவனுடன் அவர் நெருங்கினார். அப்போது அது மட்டுமாகவே அவன் தெரிந்தான்.

துருபதன் இரு கைகளையும் கூப்பியபடி, வாய் திறந்து தாம்பூலத்தால் சிவந்த பற்கள் தெரிய நகைத்தபடி, இருபக்கமும் உடலைச் சமன்செய்பவன்போல ஆடிக்கொண்டு நடந்து வந்தான். அவனது அமைச்சர்கள் திகைப்பும் அச்சமும் கலந்த காலடிகளுடன் இருபக்கமும் உருவிய வாளுடன் வரும் வீரர்களை திரும்பித்திரும்பி பார்த்துக்கொண்டு வந்தனர். கருஷன் மெல்ல குனிந்து துருபதனிடம் துரோணரைக் காட்டி ஏதோ சொல்ல அவன் தலையசைத்தான்.

துரோணர் துருபதனையே பார்த்துக்கொண்டிருந்தார். அக்னிவேச குருகுலத்தில் கற்ற அனைத்தையும் முழுமையாகவே உதறிவிட்டு அவன்

யாரோ அதற்குத் திரும்பிச்சென்றுவிட்டதை அவனுடைய ஒவ்வொரு அசைவிலும் காணமுடிந்தது. அவன் வில்லைத்தொட்டே பலவருடங்கள் கடந்திருக்கும். நாளெல்லாம் மதுவிலும் போகத்திலும் மூழ்கியிருக்கிறான் என்றும் சூழ்ச்சிகளில் மட்டுமே அவனுக்கு ஈடுபாடிருக்கிறது என்றும் தெரிந்தது. அவனைச்சூழ்ந்து வந்த அவன் அமைச்சர்கள் அனைவருமே உடலசைவுகளிலும் முகபாவனைகளிலும் அவனைப்போலவே இருந்தனர். அவனை அவன் மக்கள் வெறுக்கிறார்கள் என்பதை அவன் வந்தபோது எழுந்த வலுவற்ற உதிரி வாழ்த்தொலிகள் காட்டின.

அருகே வந்தபோது ஒருகணம் துருபதன் பார்வை துரோணரை வந்து தொட்டு அதிர்ந்து விலகிக்கொண்டது. மிகையான இயல்பு பாவனையுடன் அவன் ஐந்து குலத்தலைவர்களையும் கைகூப்பித் தலைவணங்கி "ஐங்குலத்தலைவர்களும் ஆணையிடும்படி என்ன ஆயிற்று என்று அடியேன் அறியேன். தாங்கள் அரண்மனைக்கு வராமல் முற்றத்தில் நிற்பது என் உள்ளத்தை வருத்துகிறது" என்றான்.

அந்த செயற்கைத்தன்மையைக் கண்டு தன்னை அறியாமலேயே முகம் சுளித்த புருஜனர் சத்ருஞ்சயரை நோக்கி முகம் திருப்பியபடி "அரசே, பரத்வாஜரின் மைந்தரும் அக்னிவேசகுருகுலத்து மாணவருமான இவரைத் தாங்கள் அறிவீர்களா?" என்றார். துருபதன் அப்போதுதான் துரோணரைப் பார்ப்பதுபோல திரும்பி நோக்கி கண்களைச் சுருக்கிக் கூர்ந்தபின் செயற்கையான வியப்புடன் "இவரா?" என்றான். பின்னர் "ஆம், இவரை நான் அறிவேன். மிகவும் மாறியிருக்கிறார்" என்றான்.

"இவர் அக்னிவேச குருகுலத்தில் உங்கள் சாலைமாணாக்கர் என்கிறார். இவரை தாங்கள் அறியமாட்டீர்கள் என்று சொன்னதாக பணியாளர்கள் சொல்கிறார்கள்" என்றார் சக்ரபானு. "குலத்தலைவர்களே, அக்னிவேச குருகுலம் பெரியது. பலநிலைகளில் பல பருவங்களில் அங்கே மாணாக்கர்கள் பயின்றார்கள். இவர் அங்கே என்னுடன் இருந்ததை இப்போது இவரது கண்களை நோக்கும்போது நினைவுகூர்கிறேன். ஆனால் பெயரையும் குலத்தையும் என்னால் நினைவுகூர இயலவில்லை. ஆகவேதான் பணியாளர்களிடம் இவரை நான் அறியேன் என்றேன்" என்றான் துருபதன். புன்னகையுடன் "அரியணையிலமர்ந்தவனை அறிவோம் என்று சொல்லி ஒவ்வொருநாளும் பலர் வந்துகொண்டிருப்பது இயல்பு. அத்தனைபேரையும் நான் சந்திப்பதும் நடவாதது. பணியாளர்களிடம் அதை நீங்களே கேட்டறியலாம்" என்றான்.

"தங்கள் விருப்பப்படி இதோ பாஞ்சாலமன்னரைக் கொண்டுவந்து நிறுத்தியிருக்கிறோம் உத்தமரே" என்றார் புருஜனர். "தாங்கள் தங்கள் வினாக்களை எழுப்பலாம்" என்று சத்ருஞ்சயர் சொன்னார். துரோணர்

தன் முன் நின்றிருந்த துருபதனை நோக்கியபோது அவரை அறியாமலேயே முகம் அருவருப்பால் சுளித்தது. “உங்கள் மன்னரிடம் நான் கேட்பது ஒன்றே” என்றபடி தன் கையிலிருந்த தர்ப்பையை எடுத்து நீட்டினார். “இது புல். இம்மண்ணிலேயே மிகமிக எளியது. ஆனால் இதுவே இம்மண்ணின் உயிர். என்றும் அழியாத இதன் வேரை எண்ணி, இதனுள் ஓடும் அனலை எண்ணி இதைத்தொட்டு உங்கள் மன்னர் ஆணையிடவேண்டும். அவர் எனக்கு அவரது நாட்டின் பாதியை அளிப்பதாக வாக்களித்தாரா இல்லையா என்று.”

அச்சொற்களைக் கேட்டு ஐந்துகுலத்தலைவர்களும் திகைத்து சொல்லிழந்து நின்றனர். கூட்டமெங்கும் மூச்சலை ஒன்று எழுந்தது. சத்ருஞ்சயர் கைகளை நீட்டி ஏதோ சொல்ல முயல புருஜனர் அவரைத் தொட்டுத் தடுத்து “அரசரே விடைசொல்லட்டும்” என்றார். துருபதன் “ஆம், நான் வாக்களித்தது உண்மை” என்றார். துரோணர் “யக்ஞசேனா, நான் இங்கே வந்தது என் மைந்தனுக்குப் பாலூட்ட ஒரே ஒரு நற்பசுவை மட்டும் உன்னிடம் கொடையாகக் கேட்பதற்காகத்தான். ஆனால் இனி என் கோரிக்கை அதுவல்ல. நீ வாக்களித்த நாட்டை எனக்கு அளித்தாகவேண்டும். இங்கேயே இந்த தர்ப்பையைத் தொட்டு நீரூற்றி எனக்குரிய மண்ணைக் கொடுத்துவிடு” என்றார்.

துருபதன் தத்தளிக்கும் உடலும் அலைபாயும் விழிகளுமாக கூட்டத்தினரை நோக்கினான். அமைச்சர் பத்மசன்மர் கையை வீசி முன்னால் வந்து, “வீரரே, என்றோ எப்போதோ இளமையில் கொடுத்த சொல்லுக்காக இப்போது பாதிநாட்டைக் கேட்கிறீரே. நிலையறிந்துதான் பேசுகிறீரா? ஒரு நாடென்றால் என்னவென்று அறிவீரா?” என்றார். துரோணர் “அன்று எனக்கு அளிக்கப்பட்டது ஒரு மன்னனின் சொல் என நான் எண்ணினேன். இல்லை அது அறிவுமுதிரா இளையோனின் சொல்லே என்று உங்கள் மன்னர் இச்சபை நடுவே சொல்வாரென்றால் நான் இந்தத் தர்ப்பையை இங்கேயே விட்டுவிட்டு விலகிச்செல்கிறேன்” என்றார்.

சத்ருஞ்சயர் “ஒருவன் மன்னன் என்றால் அவன் தன் அன்னையின் கருவிலிருக்கும்போதே சொல்லுக்கும் முறைமைக்கும் கட்டுப்பட்டவன்தான். தன் ஒரு சொல்லை மன்னன் மீறுவானென்றால் அவனுடைய அனைத்துச் சொற்களும் அக்கணமே பொருளிழக்கின்றன. இதோ இங்குள்ள ஒவ்வொருவர் கையிலும் உள்ள செம்புநாணயங்கள் பொருள்கொள்வது அவற்றை பாஞ்சாலமன்னனின் சொல் பொன்னாக ஆக்குகிறது என்பதனால்தான். சொல்வீழ்ந்தால் அக்கணமே கோல்வீழும்” என்றார்.

துருபதன் பெருமூச்சுடன் நிமிர்ந்து “என் சொல்லை நான் காக்கிறேன் குலத்தலைவர்களே. இவருக்கு நான் பாதிநாட்டை

கொடையாக அளிப்பதாகச் சொன்னது உண்மை. சத்ராவதியைத் தலைநகராகக்கொண்டு என் பாதிநாட்டை இவருக்கு அளிக்கிறேன்" என்றான். உரத்த குரலில் "ஆனால் அதற்கு முன் இவர் யாரென நான்..." என்றான். துரோணரின் முன்னால் வந்து கைநீட்டி "கொடைபெறுவது பிராமணனின் அறம். நீர் பிராமணரா? பிராமணர் என்றால் எந்தக் குலம்? எந்தக் கோத்திரம்? எந்த வேதம்?" என்றான்.

துரோணர் உடலில் சிறுநடுக்கம் பரவியது. அவரது கன்னத்தசைகளும் தாடியும் அதிர்ந்தன. ஏதோ சொல்லவருவதுபோல அவர் முகம் கூர்ந்து உதடுகள் குவிந்தன. சற்றே தலையை முன்னால் நீட்டி துருபதன் அவரைக் கூர்ந்து நோக்கினான். அந்த நடுக்கத்தால் அவன் ஊக்கம் பெற்று இளக்காரநகையுடன் "சொல்லுங்கள் உத்தமரே, கொடைபெற வந்து நிற்கும் நீங்கள் யார்? பிராமணரா?" என்றான்.

துரோணரின் நடுக்கத்தை மேலும் கீழும் நோக்கியபின் மேலும் ஓர் எட்டு முன்னகர்ந்து "இல்லை, ஷத்ரியரா? ஷத்ரியர் என்றால் எந்த அரச குலம்? எந்தக் கொடி? எந்த முத்திரை? சொல்லுங்கள்!" என்றான். துரோணரின் உடல் அனிச்சையாக அசைய அவர் தலையைத் திருப்பி தன்னைச்சுற்றிக் கூடியிருந்தவர்களின் விழிகளை நோக்கினார். அவரை அறியாமலேயே அவர் தோள்கள் ஒடுங்க உடல் குறுகியது. அங்கிருந்து விலகிவிட விழைபவர் போல அவரது கால்கள் சற்று நிலத்திலிருந்து எழ முற்பட்டன.

"உத்தமரே, அரசகுலத்தான் அல்லாத ஷத்ரியனுக்கு நாட்டைப்பெறும் உரிமை இல்லை. அறிந்திருக்கிறீரா?" என்றான் துருபதன். திரும்பி பத்மசன்மரிடம் "சொல்லும் அமைச்சரே. வெறும் ஷத்ரியன் எப்படி நாட்டை அடையமுடியும்?" என்றான். பத்மசன்மர் "அவன் படைகொண்டு மன்னர்களைக் களத்தில் வென்று நாட்டை அடையலாம். ராஜசூயம் செய்து தன்னை அரசகுலத்தவனாக ஆக்கிக்கொள்ளலாம்" என்றார். துருபதன் உரத்த குரலில் "ஆம், அதுவே வழி. நீர் குலமில்லாத ஷத்ரியர் என்றால் சென்று படைதிரட்டி வாரும். என்னைக் களத்தில் வெல்லும். பாதிநாட்டை என்ன, மொத்தப் பாஞ்சாலத்தையும் அடையும். தடையில்லை" என்றான்.

துரோணர் இரு கைகளையும் தன்னையறியாமலேயே நெஞ்சின்மேல் சேர்த்துக்கொண்டார். அவரது தலை குனிந்து முகம் அந்தக் கைகளின் மேல் படிந்தது. அவரது தோளிலிருந்து கழுத்துநோக்கிச்சென்ற தசை ஒன்று இழுபட்டு அதிர்ந்துகொண்டிருக்க இடதுகால் தன்னிச்சையாகத் துடித்தது. துருபதன் "இல்லை நீங்கள் வைசியரோ சூத்திரரோ என்றால் என் முன் நின்று நாட்டைக்கேட்ட குற்றத்துக்காக நான் உங்களைக்

கழுவிலேற்றவேண்டும்...” என்றபின் ஒருமுறை ஐங்குலத்தலைவர்களையும் ஆணவத்துடன் முகவாய் தூக்கி உதட்டைச்சுழித்து நோக்கினான். “முதலில் இவரை தன் வர்ணமென்ன, குலமென்ன என்று முடிவுசெய்தபின் என் அரண்மனைக்கு வரச்சொல்லுங்கள் மூத்தாரே” என்றபின் அருகே நின்ற பணியாளனிடம் செங்கோலைக் கொடுத்துவிட்டு சால்வையைச் சுழற்றிப்போட்டுக்கொண்டு திரும்பி நடந்தான். அவனுடைய அமைச்சர்கள் அவனைத் தொடர்ந்தனர்.

பத்மசன்மர் “இவ்வழக்கை முடிக்கலாமல்லவா?” என்று குலத்தலைவர்களிடம் கேட்க அவர்கள் தலைகுனிந்து நின்றனர். துரோணரை நோக்கி வாய்சுழித்து இளநகை செய்துவிட்டு பத்மசன்மர் திரும்பிச் சென்றார். அவரைச்சூழ்ந்திருந்த கூட்டத்தில் கலைசலான பேச்சொலிகள் எழுந்து வலுக்கத் தொடங்கின. துரோணர் தன் கையிலிருந்த தர்ப்பையைத் தூக்கி முகத்தின் முன் கொண்டுவந்து கூர்ந்து நோக்கினார். அவரது உதடுகளும் ஒரு கண்ணும் துடித்தன. ‘ஹூம்’ என்ற ஒலியுடன் அவர் திரும்பியபோது கூட்டம் பதறி வழிவிட்டது. துரத்தப்பட்டவர் போல அவர் அந்த விழிகள் நடுவே நடைவிரைந்து விலகிச்சென்றார்.

10

தங்கள் பன்னிரு குழந்தைகளுடன் மாலையொளியில் விண்ணில் உலா சென்ற சுதாமன் என்னும் மேகதேவதையும் அவன் மனைவி அம்புதையும் கீழே விரிந்துகிடந்த பூமாதேவியைப் பார்த்தனர். உயிரற்று செம்பாறையின் அலைகளாகத் தெரிந்த பூமியைக் கண்டு அம்புதை "உயிரற்றவள், தனித்தவள்" என்றாள். "இல்லை அவள் ஆன்மாவில் சேதனை கண்விழித்துவிட்டது. உயிர் எழுவதற்கான பீஜத்துக்காக தவம்செய்கிறாள்" என்று சுதாமன் சொன்னான். "தேவா, அந்தத் தவம் கனியும் காலம் எது?" என்று அம்புதை கேட்டாள். "அதை முடிவிலா வான்வெளியைத் தன் உள்ளங்கையாகக் கொண்ட முழுமுதலே அறியும்" என்று சுதாமன் விடையிறுத்தான்.

அப்போது ஒருவரை ஒருவர் பிடித்துத் தள்ளியும் துரத்தியும் ஓடிவிளையாடிக்கொண்டிருந்த அவர்களின் குழந்தைகளில் இளையவளான குசையை மூத்தவர்களான ஜலதனும் முதிரனும் பிடித்துத்தள்ள அவள் தன் சிறகுகளின் சமநிலையை இழந்து கீழே விழுந்தாள். பிற குழந்தைகள் கூச்சலிட்டதைக் கண்டு சுதாமனும் அம்புதையும் திரும்பிப்பார்க்கையில் வெண்ணிற இறகுபோல மிக ஆழத்திற்குச் சென்றுகொண்டிருக்கும் குசையைக் கண்டனர். அம்புதை கீழே சென்று குழந்தையை மீட்டுவர எண்ணியபோது சுதாமன் அவள் கையைப்பிடித்து "நிலத்தை அடைந்ததுமே அவள் நீர்த்துளியாகப் பரவி மறைந்திருப்பாள். இனி அவளை மேகமாக மீட்க முடியாது" என்றான்.

கண்ணீர்த்துளிகள் சிந்த தாயும் உடன்பிறந்தாரும் விண்ணில் நின்று கீழே நோக்கினர். மண்ணில் விழுந்த குசை பல்லாயிரம் நுண்ணிய நீர்த்துளிகளாக மாறி அந்தியின் செவ்வொளியின் தங்கத்துருவல்களாக

மிதந்து மண்ணைநோக்கி இறங்கினாள். அத்திவலைகள் வந்து தொட்டபோது பூமியின் உடல் சிலிர்த்துக்கொண்டது. கீழைவான் சரிவில் எழுந்த பிரம்மத்தின் இடிக்குரல் 'த— தாம்யத — தத்த — தயத்வ!' என்று முழங்கியது. அந்தக் கணம் நிகழ்ந்ததை அறிந்து விண்ணிலெழுந்த தேவர்கள் வாழ்த்தொலி எழுப்பினர்.

தன் மகளைப் பார்ப்பதற்காக மீண்டும் வானுக்கு வந்த அம்புதை பல்லாயிரம் பசுமுளைகள் மண்ணைக்கீறி வெளியே எழுந்திருப்பதைக் கண்டாள். அவளைத்தொடர்ந்து வந்த சுதாமன் அவள் தோளைப்பற்றியபடி "அவள் உன் கருவில் உதித்தவள். பூமாதேவியின் அறப்புதல்வி. மண்ணில் அவள் முடிவிலாது பெருகுவாள்" என்றான். அம்புதை தன் இரு வெண்சிறகுகளையும் விரித்து கடலை நோக்கிச் சென்றாள். அங்கே கருமைகொண்டு அலையடித்த நீர்வெளியில் இருந்து தன் சிறகுகளால் நீரை மொண்டு வானிலெழுந்து தன் மகள்மீது பொழிந்தாள். அவளுடைய துணைவனும் பதினொரு மைந்தர்களும் தங்களுக்கு இனியவளான குசைக்கு இரவும் பகலும் முறைவைத்து நீரூற்றினர்.

குசை மண்ணில் புல்லிதழ்களாக எழுந்தாள். பச்சைக்கைகளை வான் நோக்கி விரித்து வெய்யோன் விடுத்த அமுதை வாங்கி உண்டாள். அவள்மேல் அன்னையும் சோதரர்களும் பெய்த பேரன்பு நீர்த்துளிகளாகத் தங்கி ஒளிவிட்டது. வேர்களில் ஊறி உடலெங்கும் ரசமாயிற்று. தன் முழு உயிராற்றலாலும் அவள் விண்ணுக்கு ஏறிவிட முயன்றாள். மேலும் மேலுமென கைநீட்டித் தவித்தாள். இரவின் இருள்வெளிக்குள் கீழை வான்வெளியில் எழுந்த இடியோசை அவள் செவியில் முதல் மந்திரத்தை அருளியது.

'தாம்யத' என்னும் சொல்லை அவள் கற்றுக்கொண்டாள். 'அமைக! அமைக! அமைக!' என்று தன்னுள் சொன்னபடி அவள் ஊழ்கத்திலாழ்ந்தாள். வானோக்கி எழும் அவள் விருப்பு அங்கே நின்றது. அந்த ஊழ்கத்தின் இன்பம் அவளில் வெண்மலர்க்கொத்துகளாக பூக்கெழுந்து காற்றில் குலைந்தாடியது. அப்போது நடுவானில் எழுந்த இடியோசை இரண்டாவது அகச்சொல்லை அவளுக்கு அளித்தது. 'தத்த!'. அவள் அச்சொல்லையும் தன்னுள் நிறைத்துக்கொண்டாள். 'அளி! அளி அளி!' என்று சொல்லச்சொல்ல அவள் அகம் கனிந்து ஊறிய கருணை அந்த மலர்க்கொத்துகளின் மணிகளில் பாலாகியது.

பின்னர் மேலைவானில் எழுந்த மூன்றாவது இடியோசை அவளுக்கு இறுதி அகச்சொல்லை வழங்கி முழுமைசெய்தது. 'தயத்வ!'. அவள் தன் பல்லாயிரம் கதிர்மணிகளால் தலைதாழ்த்தி அச்சொற்களை

ஏற்றுக்கொண்டாள். ‘கருணை! கருணை! கருணை’ என நீண்ட அந்தத் தவம் அவற்றை விதைகளாக்கி மண்ணில் பரப்பியது. பச்சைப்பெருங்கம்பளமாக மாறி குசை பூமியை உரிமைகொண்டாள். விண்ணிலெழுந்த தேவர்கள் கீழே பூமாதேவி பச்சைநிறமாக விரிந்திருப்பதைக் கண்டு மகிழ்ந்து புன்னகைசெய்தனர்.

குசையின் நூறாயிரம்கோடிக் குழந்தைகள் பூமிப்பெருவெளியை நிறைத்தனர். அவர்களனைவரிலும் சேதனையாக நிறைந்து அவள் வானைநோக்கி விரிந்திருந்தாள். விரிந்து விரிந்து பூமியை முழுமையாக நிறைத்து அவள் அசைவிழந்தவளானாள். தன் உடலால் தானே கட்டுண்டவளாக கோடிவருடகாலம் அப்படியே கிடந்தாள். விண்ணில் உலாவந்த சுதாமனும் அம்புதையும் பதினொரு மைந்தர்களும் அவளைக் கண்டு “ஏன் துயருற்றிருக்கிறாய் குழந்தை?” என்று வினவினர். “அன்னையே, கணந்தோறும் உருமாறும் மேகங்களின் புதல்வி நான். இங்கே கரும்பாறைகள் போல் அசைவிழந்திருக்கிறேன்” என்றாள் குசை.

“மண்ணை அடைந்து குளிர்ந்ததுமே நீ உன்னை மறந்துவிட்டாய் மகளே” என்று சுதாமன் சொன்னான். “ஆன்மாவில் அனலும் சிறகுகளில் நீரும் கொண்ட விண்மேகம்தான் நீயும். உன்னுள் உறங்கும் எரியை நீயே காண்பாய்.” குசை தன் வேர்களைச் சுருக்கிக்கொண்டு இலைகளை ஒடுக்கிக்கொண்டு நீரைத் தவிர்த்து தவம்செய்தாள். அவளுடைய பசிய உடல் வற்றிப் பொன்னிறமாகியது. காற்றில் அவள் அசைந்தபோது வாள்கள் போல தாள்கள் உரசிக்கொண்டன. பின் அந்தியில் சுடரும் மேகம்போல அவள் அனல்வண்ணம் கொண்டாள். ‘நானே எரி’ என அவள் உணர்ந்த கணத்தில் பற்றிக்கொண்டாள். விண்ணிலெழுந்த வானவர்கள் மண்ணில் விரிந்த எரிவெளியைக் கண்டு அந்தி வானம் சரிந்துவிட்டதென்ற எண்ணத்தை அடைந்தனர்.

எரிந்தழிந்த சாம்பல்வெளியில் குசை வேர்களாக மண்ணுக்குள் இருந்தாள். ‘நான் நீர்’ என அவள் உணர்ந்தபோது வேர்களில் வாழ்ந்த உயிர் தளிர்களாக மேலெழுந்தது. மீண்டும் நீரை உண்டு வானைப் பருகி அவள் பசுமைவெளியானாள். எரி என உணர்கையில் எரிந்தும் நீர் என உணர்கையில் முளைத்தும் அவளுடைய லீலை தொடங்கியது. அவள் இளந்தளிர்களில் வெயில்படுகையில் நீரும் நெருப்பும் ஒன்றென ஆகி அவை ஒளிவிட்டன.

கங்கைக்கரைச் சதுப்பில் தன் சிறகுகளை விரித்து மாலைக் காற்றிலாடி நின்றிருந்த குசை தன் வழியாக ஊடுருவிச்செல்லும் துரோணரைக் கண்டாள். அவர் கையிலிருந்த தர்ப்பையை தன் மெல்லிதழ்களால்

தொட்டாள். அவர் நடந்த காலடிகளில் புல்லிதழ்கள் அழுந்தி எழுந்தன. அன்புடன் கைநீட்டி அவர் உடலை வருடி வருடி வளைந்தன. தன்னுள் எழுந்த விசையால் ஒருகணம்கூட நிற்க முடியாதவராக அவர் இருந்தார். ஒரு சொல்லில்கூட தங்கமுடியாத அகம் கொண்டிருந்தார். கூந்தல் அவிழ்ந்து தோள்களில் கிடந்தது. தாடி காற்றில் பறந்தது. சுருங்கிய கண்களில் ஈரம்பழுத்து வெண்விழிகள் சிவந்து கருவிழிகள் அலைபாய்ந்தன. உதடுகளை வெண்பற்கள் குருதிவழிய இறுகக் கடித்திருந்தன. சீறும் மூச்சில் ஒடுங்கிய நெஞ்சு எழுந்தமிழ்ந்துகொண்டிருந்தது.

துரோணருக்குப் பின்னால் இருந்த மாலைவெயிலில் முன்னால் நீண்டு விழுந்த செந்நிழல் மடிந்து எழுந்து ஒரு மனிதராயிற்று. செந்நிறப்பிடரிமயிர் பறக்க செந்நிறத்தாடி மார்பில் அலையடிக்க ஊருவர் எரிவிழிகளுடன் கையில் தர்ப்பையுடன் நின்றார். “நான் பிருகுகுலத்து ஊருவன். புல்நுனியைத் தழலாக்கியவன்” என்று அவர் சொன்னார். துரோணர் அடுத்த அடிவைக்க ருசீகர் தீச்சுடர் ஆடும் நீர்மணிகள் போன்ற விழிகளுடன் எழுந்து “நான் பார்க்கவ ருசீகன். அணையமுடியாத அழலை ஏந்தியவன்” என்றார். அந்நிழலின் நிழலென ஜமதக்னி எழுந்து வந்தார். “அனலைச் சொல்லாக்கி ஊழ்கத்திலமர்ந்தவன். என்பெயர் பார்கவ ஜமதக்னி” என்றார். அவருக்குப்பின்னால் குருதிபடிந்த மழுவுடன் எழுந்தவர் “எரியெனும் புலித்தோலில் அமர்ந்த யோகி நான். என்பெயர் பரசுராமன்” என்றார்.

புல்லசையாமல் பின் தொடரும் நிழல்களுடன் துரோணர் நிற்காமல் சென்றுகொண்டிருந்தார். தன் விரித்த உள்ளங்கையில் ஊர்ந்துசெல்லும் அச்சிற்றெறும்பை திகைத்த விழிகளுடன் குசை குனிந்து நோக்கிக்கொண்டிருந்தாள். ‘மகனே மகனே’ என அவள் கூவியதை அவர் மானுடச்செவிகள் கேட்கவில்லை. ஆனால் எங்கோ எவரோ தன்னை நோக்கி கூவுவதை அவர் ஆன்மா உணர்ந்துகொண்டிருந்தது. இறுகப்பற்றிய உள்ளங்கைத் தசையில் நகங்கள் குத்தியிறங்க எரிகல் வான்வளைவில் சரிவதுபோல அவர் சென்றார்.

அவர் முன் விழுந்த நிழல் சிதைந்த உருக்கொண்ட கரியமுனிவராக எழுந்து நின்றது. துயர்படிந்த விழிகளுடன் “என்னை ததீசி என்கின்றன புராணங்கள். முன்பு விருத்திராசுரனைக்கொல்ல படைகொண்டெழுந்த இந்திரனுக்கு நான் என் முதுகெலும்பை அளித்தேன். ஆயிரம் வருடம் என் முன்னோர் காயும் கனியும் தின்று மண்ணிலெவருக்கும் குடிமைசெய்யாது காட்டில் வாழ்ந்து வைரமாக்கிக்கொண்ட முதுகெலும்பு அது. தேவர்கள் அசுரரை வென்றதும் அதை மண்ணில் வீசினர். வைரம்பாய்ந்தவை ஒருபோதும் மட்குவதில்லை” என்றது.

உடலில் பாய்ந்த இரும்புத்தண்டுடன் இன்னொரு நிழல்வடிவம் எழுந்து நின்று "ஆணிமாண்டவ்யர் என்று என்னைச் சொல்கிறார்கள். என் தவத்தால் நான் கழுவிலேற்றப்பட்டேன். முறியாத கழுவுடன் உயிர்த்தெழுந்தேன். என் உடலில் இருந்து இக்கழு விலகாதவரை எனக்கு வீடுபேறில்லை என்றனர் விண்ணவர்" என்றது. "இதயத்தில் பாய்ந்த இந்தக் கழுவை நான் செரித்துக் கரைத்து உடலாக்கிக் கொள்ளவேண்டும். குருதியின் உப்பாலும் கண்ணீரின் உப்பாலும் இதை அரித்துக்கொண்டிருக்கிறேன்."

ஆட்டுத்தலையுடன் எழுந்துவந்த ஒருநிழல் பெருமூச்சுவிட்டது. "நான் தத்யங்கன். பேரின்ப ஞானத்தைப் பெற்றமையாலேயே சிரமறுக்கப் பட்டேன். காடுமுழுமையும் தேர்ந்து கதிர் உண்ட நான் அனைத்தையும் உண்ணும் வெள்ளாட்டின் தலைபெற்றேன்."

நிழல்களிலிருந்து எழுந்து வந்தபடியே இருந்தனர் மண் மறைந்தவர்கள், அனலடங்காதவர்கள், தனியர்கள். பத்து நூறு பல்லாயிரமெனப் பெருகிச்சென்றனர் காலகாலங்களாக வஞ்சமிழைக்கப்பட்டு புதைக்கப் பட்டவர்கள். அநீதியின் சிதைமேல் எரிந்தவர்கள். துரோகத்தின் கழுவில் அமரவைக்கப்பட்டவர்கள். மறதியால் மூடப்பட்டவர்கள். சூதர்களால் மாறுவேடமிடப்பட்டவர்கள். இருண்டுவந்த அந்தியில் அவர்களின் நிழல்கள் இணைந்தும் பிரிந்தும் நடனமிட்டன.

இருளுக்குள் நடந்துகொண்டிருந்த அவர்முன் அலையடிக்கும் பசுந்தளிர் ஆடையும் விரிந்துகாற்றிலாடும் வெண்மலர்க்கொத்து போன்று கூந்தலு மாக குசை வந்து நின்றாள். "நில், மகனே!" என்றாள். அவள் முகத்தையும் தோற்றத்தையும் துரோணர் முன்பு கண்டிருக்கவில்லை என்றாலும் அவள் மணத்தை அறிந்து அவரது அகம் சிலிர்த்து அசைவிழந்தது. "யார்?" என்று நடுங்கும் குரலில் கேட்டார். "உன் அன்னை. கருவுற்ற மடியை நீ அறிந்ததில்லை. நீ விழுந்து எழுந்து வளர்ந்தது என் மடியில். நீ முகம் மறைத்து விளையாடியது என்கூந்தல்கற்றைகளில். மார்புடன் அணைத்துத் துயின்றது என் ஆடைநுனியை. என்றும் உன் கையில் இருக்கும் அந்த தர்ப்பை என் சுட்டுவிரல். விண்மேகங்களான சுதாமனுக்கும் அம்புதைக்கும் மகளான என்னை குசை என்பார்கள்" என்றாள்.

தன்னையறியாமலேயே இருகைகளையும் கூப்பிய துரோணர் கால்கள் தளர்ந்து அமர்ந்து கூப்பிய கைகளுடன் முன்னால்சரிந்து அவள் மடியில் விழுந்து முகம்புதைத்தார். நாணலில் அருவி விழுந்ததுபோல அவர்மேல் அழுகை நிகழ்ந்தது. உடைந்து உடைந்து பொழிந்துகொண்டிருந்தன சொற்குவைகளனைத்தும். அவருடைய தலைமேல் அன்னையின்

மெல்லிய கைகள் வருடிச்சென்றன. "அன்னையே! அன்னையே! அன்னையே!" என்று துரோணர் அழுதார். "எனக்கு எவருமில்லை. எனக்கு எவருமில்லை அன்னையே" அவர் கன்னங்களைத் தன் விரல்களால் வருடி குசை கனிந்த குரலில் சொன்னாள். "நான் இருக்கிறேன் மகனே. நீ பிறந்த கணம் முதல் உன்னுடன் நான் இருந்துகொண்டிருக்கிறேன்."

"நான் இனி என்னசெய்யவேண்டும்? அன்னையே, இக்கணமே என்னை உன்னுள் அணைத்துப் புதைத்துக்கொள். இனி மானுடர் விழிகள் என்மேல் படலாகாது. இனி ஒரேயொரு மனிதனின் இளிநகையைக்கூட நான் காணலாகாது. இனி தாங்கமாட்டேன் அன்னையே. என்னைக் காத்தருள்!" கருக்குழந்தை என தன் உடலைக்குறுக்கி அவள் மென்மடியில் சுருண்டு கொண்டார். அவரது கைகால்கள் வலிப்பு வந்தவை போல அதிர்ந்துகொண்டிருந்தன. "இந்த அவமதிப்பை உன் மைந்தனுக்கு ஏன் வைத்தாய் அன்னையே? ஒவ்வொரு அவமதிப்பிலும் என் ஆன்மா எரிந்தழிகிறது. நூறுநூறாயிரம் முறை இறந்தெழுந்துவிட்டேன். போதும் தாயே."

அவரது தலையை தன் மார்போடணைத்து, கன்னத்தில் தன் மென்கூந்தலிழைகள் படும்படி குனிந்து குசை அவர் காதில் சொன்னாள் "நானறிந்ததையே உனக்கும் சொல்கிறேன் மகனே." புல்நுனிகளை வருடிச்செல்லும் மென்காற்று என அவள் ஒலித்தாள். 'த — தாம்யத — தத்த — தயத்வ'. கடும்வலிகொண்டவர் போல துரோணர் மெல்லப்புரண்டு அவளை நோக்கினார். 'தாம்யத' என்று அவள் உதடுகள் உச்சரித்தன. கோல்பட்ட நாகமெனச் சினந்து தலைதூக்கி துரோணர் கூவினார். "பொறுமையா? இன்னும் பொறுக்க என்னால் இயலாது. அச்சொல் என்னை எரிக்கிறது. ஒருபோதும் முடியாது."

அவள் அவரது குழலை வருடி இனிய துயருடன் சொன்னாள் 'தத்த'. துரோணர் இல்லை இல்லை என தலையை அசைத்தார். "இல்லை அன்னையே. என்னிடமிருப்பவற்றை எல்லாம் கொடுத்துவிட்டேன். இனி நான் கொடுப்பதற்கேதுமில்லை. இவ்வுலகம் எனக்கு எதையும் அளிக்கவுமில்லை. என்னிடம் அச்சொல்லை மறுமுறை சொல்ல வேண்டாம்." பெருமூச்சுடன் குசை சற்றுநேரம் பேசாமலிருந்தாள். காற்று அவர்களைச் சூழ்ந்து கடந்துசென்றபோது அவளுடைய ஆடை அவர்மேல் பறந்தாடியது. கண்களை மூடியபடி படுத்திருந்த துரோணரின் இமைக்குள் விழிகள் துடித்தாடிக்கொண்டிருக்கும் அசைவை அவள் பார்த்திருந்தாள்.

பின்பு அவரது கொதிக்கும் நெற்றியில் கைவைத்து குசை சொன்னாள் 'தயை'. துடித்து எழுந்து நின்ற துரோணர் கை நீட்டி உரக்கக் கூவினார்

“யார் மீது? யார் மீது நான் கருணை காட்டவேண்டும்? என்னைப் புழுவாக்கிக் குனிந்து நோக்கிச் சிரிக்கும் கண்களிடமா? என் மேல் நடந்துசெல்லும் கால்களிடமா? அதையா நீ எனக்குச் சொல்கிறாய்?” வெறுப்பும் குரோதமுமாக சுளித்த முகத்துடன் மூச்சுவாங்க அவர் சொன்னார் “ஆம், நீ அதைத்தான் சொல்லமுடியும். நீ தெய்வம். தெய்வங்கள் உனக்களித்த சொற்களையே நீ சொல்வாய். தெய்வங்களால் கைவிடப்பட்டவனுக்குச் சொல்ல உன்னிடம் சொற்களில்லை. இம்மண்ணில் எவரிடமும் ஏதுமில்லை.”

கைகளைத் திரும்பத்திரும்ப உதறியபடி துரோணர் “போதும் போதும்” என்றார். திரும்பி நடந்த அவரை பின்னால் ஓடிச்சென்று கைகளைப்பற்றி அவள் தடுத்தாள். “மகனே, நில்! நான் சொல்வதைக் கேள்!” அவள் கையை உதறி துரோணர் சொன்னார் “விடு என்னை. இனி எனக்கு நீயும் இல்லை. இப்புடவியில் அனைத்தும் என்னைக் கைவிட்டுவிட்டன. இனி நான் தனியன். முடிவிலாக்காலம் வரை பாதாள இருளில் கிடக்கிறேன். என்னுள் எரியும் நெருப்பில் வேகிறேன். என் ஊனையும் நிணத்தையுமே தின்று வாழ்கிறேன்... போ!” தன் கையிலிருந்த தர்ப்பையை ஓங்கியபடி அவர் கூச்சலிட்டார் “இதோ என்னை ஒருபோதும் பிரியாத உன்னையும் உதறுகிறேன்...”

எதிரே பேருருக்கொண்டு நின்றிருந்த அன்னையின் விழிகளில் ஒரு நெருப்புத்துளி எழுந்தது. “மகனே, இப்புவியில் அன்னைக்கு மைந்தர்களன்றி தெய்வமில்லை. உன் ஒருவனின் சொல்லுக்காக மும்மூர்த்திகளையும் எரிப்பேன். சொல். நான் செய்யவேண்டியதென்ன?” அஞ்சி சற்றுப் பின்னடைந்து துரோணர் அவளைப் பார்த்தார். இடியோசையாக எழுந்து அன்னை கேட்டாள் “ஒரு வார்த்தை சொல். உனக்காக இப்புவியை அழிக்கிறேன். இந்நகரங்களும் ஜனபதங்களும் அரசுகளுமெல்லாம் என் உள்ளங்கைக் குமிழிகள்.” அவள் கூந்தல் நெருப்பலைகளாக எழுந்து பின்னால் பறந்தது. விழிகள் எரிவிண்மீன்களாகச் சுடர்விட்டன. வாய் வேள்விக்குளமென எரிந்தது.

“வேண்டாம்” என அஞ்சியபடிச் சொல்லி துரோணர் மேலும் பின்னடைந்தார். அவள் ஒளியில் அவரது நிழல்கள் பின்னால் விரிந்தெழுந்தன. ஒவ்வொருவராக தோற்றம் பெற்றெழுந்த நிழல் வடிவர்கள் மின்னும் கண்களுடன் பெருகிவிரிந்தனர். அவர்களின் ஒற்றைப்பெருங்குரல் எழுந்தது. ‘தீ! எங்களுக்குத் தீ வேண்டும்!’ துரோணர் “இல்லை... அதை நான் கோரவில்லை” என்று தடுமாறும் குரலில் சொல்ல அவரைச்சூழ்ந்து அக்குரல் மேலும் எழுந்தது. “இவனுள் ஓடும் காயத்ரிக்கு அனல்சிறகுகள் முளைக்கட்டும். அவள் தொட்ட இடங்கள் எரியட்டும்!” அன்னை “அவ்வாறே ஆகுக!” என்றாள்.

நெடுநேரம் கழித்து அந்த தர்ப்பைவயலில் இருந்து எழுந்து பெருமூச்சுடன் கங்கையை நோக்கிச் சென்றார் துரோணர். இருண்ட கங்கையின் நீர்ப்பெருக்கு அன்று அலைகளின்றி பளிங்குப்பரப்பாக இருந்தது. வானிலெழுந்த விண்மீன்களை அதில் பார்க்கமுடிந்தது. தன்னுள் எரிந்த விடாயை உணர்ந்து கரையில் மண்டிய உலர்ந்த தர்ப்பைகள் வழியாக இறங்கி வெடித்த சேற்றுப்பரப்பை அடைந்து நீரள்ளுவதற்காகக் குனிந்தார். அப்பால் ஒரு சிறு மின்மினி போல நெருப்பெழுவதைக் கண்டார். மின்னல் தரையில் நிகழ்ந்தது போல தர்ப்பைவெளி அனலாகியது. கையில் அவர் அள்ளிய நீரை நோக்கி கங்கையின் ஆழத்திலிருந்து குதிரைமுகம் கொண்ட செந்தழல் பொங்கி எழுந்தது.

11

கோதையின் கரையிலிருந்த ராஜமகேந்திரபுரியின் பெருந்துறை முனையில் உதர்க்கர் என்னும் சூதருடன் நின்று கடலில் இருந்து பீதர்களின் பெருங்கலமொன்று எழுந்து வருவதைப் பார்த்து நின்றான் இளநாகன். கோதாவரி கடல்முகம்கொண்ட ஆழ்ந்த காயலின் ஓரத்திலிருந்தது ராஜமகேந்திரபுரி. அதன் துறைமேடையில் நின்று பார்த்தபோது கிழக்கே தொடுவானத்தில் கோதையின் இளநீல நீர்ப்பரப்பு கடலின் கருநீலவெளியை முட்டும் கோடு தெரிந்தது. அந்தக் கோட்டில் கொடியில் அமர்ந்த சிறுபறவைகள் போல நாவாய்கள் நின்றாடிக்கொண்டிருந்தன.

கிருஷ்ணவேணியின் கரையிலிருந்த தான்யகடகத்தில் இருந்து கடல்முகப் பெருந்துறைகொண்ட இந்திரகிலத்துக்கு வந்து அங்கே சிலநாட்கள் தங்கியபின் கோதாவரியைப் பார்ப்பதற்காகவே வடமேற்கே சென்ற பொதிவண்டிகளுடன் இணைந்துகொண்டான். அவை யவனர்கலங்கள் கொண்டுவந்த பொருட்களுடன் சிற்றூர்கள் செறிந்த பெருஞ்சாலை வழியாகச் சென்றன.

எழுபது நாட்கள் பொதிவண்டிகளுடன் சென்று அஸ்மாகநாட்டை அடைந்தான். கோதையின் கரையில் எழுந்த சிறிய படகுத்துறை நகர்களில் ஒன்றாகிய வெங்கடபுரியிலும் நரசபுரியிலும் சிலமாதங்கள் இருந்தான். வெயில் எரிந்து நிற்கும் விரிந்த வயல்வெளிகளால் சூழப்பட்ட சின்னஞ் சிறு கிராமங்கள் வழியாக அலைந்தான். பேராலமரங்கள் எழுந்து நின்ற ஊர்மன்றுகளில் அமர்ந்து தென்னகத்தில் கண்டவற்றையும் வடபுலம்பற்றிக் கேட்டவற்றையும் சொல்லி பரிசில்பெற்று மீண்டான்.

பின்னர் பாமனூரிலிருந்து படகிலேறி ராஜமகேந்திரபுரியை நோக்கிப் பயணமானான்.

பகல் முழுக்க கோதையின் நீர்ப்பெருக்கு வழியாக மேற்கே அஸ்மாக நாட்டிலிருந்து வந்த படகிலமர்ந்து இருபக்கமும் செறிந்திருந்த நூற்றுக் கணக்கான படகுத்துறைகளையும் அவற்றுக்கு அப்பால் எழுந்த சுங்க மாளிகைகளையும் கற்கூரையிட்ட வீடுகள் குழுமிய சிற்றூர்களையும் பார்த்துக்கொண்டிருந்தான். "ஒவ்வொரு சிற்றுயிருக்கும் அதற்கான தெய்வம் உண்டு இளம்பாணரே. அவ்வுயிர் தன் உணர்ச்சிகளின் உச்சத்தை அடையும்போது அத்தெய்வம் மகிழ்கிறது" என்றார் பிரதிஷ்டான புரியிலிருந்து கிளம்பி கிருஷ்ணபுரியில் அவனுடன் இணைந்துகொண்ட வடபுலத்துச் சூதரான உதர்க்கர்.

"தெய்வங்கள் பருவுடல் இன்மை என்னும் துயர்கொண்டவை. அவற்றின் அகம் வெளிப்பட உயிர்களும் உடல்களும் தேவையாகின்றன. ஆயிரம் பல்லாயிரம் உயிர்களில் ஒன்று தனக்கு விதியும் சூழலும் வகுத்த எல்லையை மீறி மேலெழுந்து தெய்வங்களை நெருங்குகிறது. தங்கள் தவம்விட்டெழுந்த தெய்வங்கள் கீழிறங்கி அவற்றின் ஆன்மாவில் குடியேறி உடலை ஊர்தியாக்கிக் கொள்கின்றன. மதகளிற்றின் மத்தகத்திலும் சினங்கொண்ட சிம்மத்தின் உகிர்களிலும் பருந்தின் அலகுகளிலும் நச்சரவத்தின் பல்லிலும் தேளின் கொடுக்கிலும் தெய்வங்கள் எழுகின்றன."

"துரோணரில் எழுந்தவள் குசை. தர்ப்பையில் வாழும் தெய்வம் அவள். அனலை தன்னுடலின் ரசமாகக் கொண்டது தர்ப்பை என்கின்றன நூல்கள்" உதர்க்கர் சொன்னார். "தனிமையின் உச்சத்தில் துயரின் இறுதி முனையில் வாழ்வும் இறப்பும் ஒன்றையொன்று அறியும் அருங்கணத்தில் ஆன்மா தன் தெய்வத்தைக் கண்டடைகிறது. அதன்பின் அதற்குக் கண்ணீரில்லை. அலைபாய்தல்கள் இல்லை. தொடுக்கப்பட்ட அம்பின் விரைவு மட்டுமே அதில் கூடுகிறது" தன் யாழை விலக்கி நாணைத் தளர்த்தியபடி மெல்ல நகைத்து உதர்க்கர் சொன்னார். "அக்கணமே உரிமையாளன் பின்னால் வாயூற வாலாட்டித் தொடரும் நாய் போல அவனை காவியம் பின்தொடரத் தொடங்கிவிடுகிறது."

ராஜமகேந்திரபுரி சதகர்ணிகளின் வடக்கு எல்லையில் இருந்தது. கலிங்கமும் சாலிவாகனமும் ஒன்றுடன் ஒன்று மருப்பு தொடுக்கும் எல்லை அது என்றனர் வணிகர். கலிங்கத்தில் முடிசூடும் ஒவ்வொரு அரசனும் அதன்மேல் படைகொண்டுவந்தான். வென்றவன் அந்நகரை ஆள தோற்றவர்களிடம் ஒப்பம்செய்துகொண்டான். தோற்றவர்கள் வெல்வதற்காகக் காத்திருந்தனர். சாலிவாகனமும் கலிங்கமும் ஆடும்

பந்து அது என்றனர் படகில் வந்த வணிகர்கள். அதன் துறைமுகப்பில் எழுந்து நின்றிருந்த சதகர்ணிகளின் மாகாளை வடிவத்தைக் கண்டு இளநாகன் கேட்டான் "இப்போது இதை ஆள்பவர்கள் சதகர்ணிகளா?" சிரித்தபடி வணிகன் சொன்னான் "ஆம், நாம் சென்றுசேர்வது வரை காளை அங்கிருக்கும் என நம்புவோம்."

படகிலிருந்து கரையிறங்கும்போது மாலைவெயில் பழுக்கத் தொடங்கி யிருந்தது. உப்பு ஊறிவழிந்த உடலுடன் இளநாகன் "இங்கே நல்ல நீரோடை ஒன்றைக் கண்டடையவேண்டும்" என்றான். "ஆம், அதற்குமுன் சிறந்த பனங்கள்ளை" என்ற உதர்க்கர் "பொறு" என்றார். கைசுட்டி "அந்தப் பெருங்கலங்கள் துறைநுழையும் காட்சி சிறப்புடையது என்று கேட்டிருக்கிறேன். பார்ப்போம்" என்றார். இளநாகன் கண்மீது கைவைத்து "அத்தனை தொலைவிலும் தெரிகின்றன என்றால் அவை பீதர்களின் மாபெரும் கலங்கள். அவை கடலாழம் விட்டு வரமுடியாது. இங்கு கோதையின் ஆழம் அவற்றுக்குப் போதாது" என்றான். "பீதர்கலங்கள் தரைதட்டுமென்றால் அவற்றை அப்படியே நிறுத்தி மெல்ல உடைத்துப் பிரிப்பதன்றி வேறு வழியே இல்லை என்று கேட்டிருக்கிறேன்."

"ஆனால் ராஜமகேந்திரபுரியின் துறை இங்குதான் உள்ளது. நூற்றெட்டு முகநீட்சிகள் கொண்ட இந்தப் பெருந்துறை அவற்றுக்காகவே அமைக்கப் பட்டது" என்றார் உதர்க்கர். அவர்கள் கரையில் காத்துநின்றனர். அங்கே நின்றிருந்த பல்லாயிரம் பேரும் காத்துநிற்கிறார்கள் என்பதை இளநாகன் உணர்ந்தான். கோதைக்குள் நின்றிருந்த சிறியபடகில் இருந்தவர்கள் செந்நிறக்கொடியை காற்றில் வீச கரையில் நின்ற பல்லாயிரம் வணிகர்களும் ஏவலரும் வினைவலரும் எழுப்பிய குரல்கள் இணைந்து பேரோசையாகச் சூழ்ந்தன. துறையில் நின்றிருந்த நூற்றுக்கணக்கான காவல் மாடங்களின் நூலேணிகளில் பாய்ந்தேறிய வீரர்கள் செந்நிறக்கொடிகளை மேலெழுப்ப துறைக்குப் பின்பக்கம் எழுந்த கோட்டையிலும் அப்பாலும் ஓசை வெடித்தெழுந்தது.

கோட்டையின் இருபக்கமும் விரிந்துசென்ற கருங்கல்பாதைகளில் நின்றிருந்த வெள்ளெருதுக்களால் இழுத்துவரப்பட்ட பொதிவண்டிகள் ஒன்றுடனொன்று முட்டி நிரைவகுத்தன. துறைமேடையில் நின்று பார்க்கையில் முடிவற்ற மணிமாலை போலத் தெரிந்தது வண்டிநிரை. தெற்கே போடப்பட்ட கனத்த மரப்பாலம் வழியாக இருபது களிறுகள் இருள்வழிந்திறங்குவதுபோல செவியாட்டி உடல்ததும்ப துதிக்கையால் பாலத்தைத் தொட்டு ஆராய்ந்தபின் மெல்லக் காலடி எடுத்துவைத்து வந்து வரிசை கொண்டன.

வணிகர்களும் கைகளில் வண்ணக்கொடிகளுடன் துறைமுகத்தின் பொறிச்சிற்பிகளும் காத்திருந்தனர். கடலில் இருந்து எழுந்து நதிவழியாகச்

சுழன்று நகர்நோக்கிச் சென்ற காற்றில் உப்புவீச்சம் இருந்தது. அது உடலைத்தொட்டதும் வியர்வை குளிர்ந்து விலகி உப்பு தோலைக் கடித்தது. இளநாகன் மாலைவெயிலில் கண்கூசும் ஆடிப்பரப்பாகக் கிடந்த கோதையைப் பார்த்துக்கொண்டு நின்றான்.

அருகில் சென்ற பொறிச்சிற்பி ஒருவர் கோதைக்குள் நின்றிருந்த மரத்தூண் ஒன்றில் சிறிய ஆப்புகளாக பொறிக்கப்பட்டிருந்த அளவுகளை குறிக்கத்தொடங்கியபோதுதான் கோதை வீங்கிப் பெருத்திருப்பதை இளநாகன் கண்டான். அருகே சென்று நோக்கியபோது அது கடலில் இருந்து கரைக்குள் பெருகிச் சுழித்துச் சென்றுகொண்டிருப்பதை உணரமுடிந்தது. கடல்பாசிகளும் கொடிகளும் நீரில் மிதந்து அலைபாய்ந்து விரிந்து பின் குவிந்து சென்றுகொண்டிருந்தன. வெண்ணிற நாய்க்குடை போன்று நீரில் மிதந்த ஒன்று தன் குடைவட்ட விளிம்புகளை நீரில் அலைத்துக்கொண்டு நீந்திச்சென்றபோதுதான் அது ஒரு மீன் என இளநாகன் அறிந்தான்.

நீரின் அளவு ஏறி ஏறிவந்து படிகளை விழுங்கியது. விரைவிலேயே இளநாகன் நின்றிருந்த படியை நீர் அடைந்து அவன் முழங்காலுக்கு எழுந்தபோது அவன் பின்பக்கம் படிகளில் ஏறி விலகினான். வலப்பக்கம் மீன்பிடித்துறைகளில் இருந்து சிறிய படகுகளில் மீனவர்கள் கூச்சலிட்டபடி நீரில் பாய்ந்து பெருக்கின் நடுவே சென்றனர். படகுகளில் இருந்து தட்டாரப்பூச்சியின் சிறகுகள் போல வலைகள் எழுந்து வட்டமாக நீரில் விழுந்து வளையங்களைக் கிளப்பின. நூற்றுக்கணக்கான வளையங்கள் ஒன்றுடனொன்று முட்டி வடிவிழந்து அலைகளாயின.

இளநாகன் கடலுக்குள் மிகச்சிறியதாகத் தெரிந்த பீதர்கலம் ஒன்று சற்றுப் பெரிதாகிவிட்டிருப்பதைக் கண்டான். நீர்விளிம்புவரை சென்று நோக்கி நின்றான். பீதர்கலத்தின் பாய்களில் சில மட்டும் விரிந்து முன்னால் புடைத்து நின்றன. அதன் தீபமுகத்தில் இருந்த பெரிய கொம்பு, பலர் சேர்ந்து அழுத்திய துருத்தியால் ஊதப்பட்டு யானைபோலப் பிளிறியது. அணுக அணுக அதன் செந்நிறவண்ணம் பூசப்பட்ட பனனிரு அடுக்குகளும் நூறு பாய்மரக் கண்டுகளும் முகப்பில் வெண்ணிறப் பற்கள் தெரிய விழிஉருட்டி இளித்த யாளிமுகமும் தெளிவடைந்தபடியே வந்தன. அதன் மேல்தட்டில் நின்ற கடலோடிகளின் செந்நிறத் தலையணிகளும் வெள்ளை ஆடைகளும் துலங்கின.

அருகே வரும்தோறும் அது எத்தனைபெரிய கலம் என்று தெரிந்து இளநாகன் வியந்து நின்றான். மாபெரும் மாளிகை எனத் தெரிந்த அது அணுகும் தோறும் குன்றில் பரவிய பெருநகர் போல மாறியது. நகரம் ஒன்று கனவிலென மிதந்து அணுகியது. அதன் மேல் பறந்த

யாளிமுகம் பொறிக்கப்பட்ட நூற்றுக்கணக்கான கொடிகள் வண்ணப் பறவைக்கூட்டங்கள் போலச் சிறகடித்தன. மீன்நெய்யும் அரக்கும் சுண்ணமும் சேர்த்துப்பூசப்பட்ட அதன் விலாவிரிவு இருள்போல பார்வையை மறைத்தது. அருகே வந்தபின்னர்தான் அது அலைகளில் ஆடுவதைக் காணமுடிந்தது.

மேலும்மேலுமென நெருங்கிவந்த பீதர்கலம் பாய்களைச் சுருக்கிக்கொண்டு மீண்டும் கொம்பொலி எழுப்பியது. அதன் விலா மலைப்பாறை என தலைக்குமேல் எழுந்து திசையை மூடியது. மிகமெதுவாக அது அணுகி வந்தபடியே இருந்தது. துறைமேடையை முட்டி உடைத்துவிடுமென்ற அச்சத்தை இளநாகன் அடைந்த கணம் அதன் மறுபக்கம் நான்கு பெரிய பாய்கள் விரிந்தெழுந்து அதை அசைவிழக்கச்செய்தன. கலத்திலிருந்த நூற்றுக்கணக்கான பீதர்கள் கூச்சலிட்டபடி பாதாளநாகம்போல தடித்திருந்த பெரிய வடங்களை இழுத்து நீரிலிட்டனர். அவற்றுடன் இணைக்கப்பட்ட சிறிய வடங்களை படகில் சென்றவர்கள் பற்றிக்கொண்டு கரைக்குக் கொண்டுவர அவற்றை கரையிலிருந்த சக்கரங்களில் பிணைத்தனர் பொறிச்சிற்பிகள்.

அச்சக்கரங்களை யானைகள் இழுத்துச் சுழற்ற வடங்கள் மேலேறி இறுகின. வடங்கள் இறுகி முனகியபோது கலம் மெல்ல அசைந்து அணுவணுவாக நெருங்கி வந்து அலைகளில் ஆடி நின்றது. அது ஆடுகிறதென்று எண்ணும்போது மட்டுமே அதன் ஆட்டம் கருத்தை அடைகிறது என்பதை இளநாகன் கண்டான். சிற்பிகள் ஆணைகளைக் கூவ யானைக்கூட்டங்கள் வேறு சில இரும்புச்சக்கரங்களைச் சுழற்றத்தொடங்கின. கனத்த தடிகளாலான துறைமுகப்பு இரு பாலங்களாக மெல்ல நீண்டு பீதர்கலத்தின் அடித்தளத்தைத் தொட்டு இணைந்துகொண்டது. பீதர்கலத்தின் வாயில் திறந்ததும் காவல்மாடங்களில் முரசுகள் ஒலிக்க கொடிகள் சுழன்றன. பாலங்களில் ஒன்றின் வழியாக எறும்புகள் போல எருதுகள் இழுத்த வண்டிகள் பீதர்கலத்துக்குள் நுழையத்தொடங்கின.

உதர்க்கர் "அங்கே அடுத்த கலம் கிளம்பிவிட்டது" என்றார் "தெற்கே இத்துறையில்தான் பீதர்கலங்கள் அதிகமாக வருகின்றன என்கிறார்கள். அவர்கள் விரும்பும் நெல் இங்குதான் குவிந்துள்ளது." இளநாகன் மீண்டும் அந்தப் பீதர்களின் கலத்தைப் பார்த்தான். நூற்றுக்கணக்கான மூங்கிலேணிகள் கீழிறங்க அவற்றிலிருந்து பீதர்கள் சிரித்துக்கொண்டும் கூச்சலிட்டுக்கொண்டும் சிலந்திக்கூட்டங்கள் போல இறங்கி துறைமேடையில் குதித்து தங்கள் தளர்வான உடைகளை உதறிக்கொண்டு கைகால்களை விரித்தும் சுருக்கியும் துள்ளிக்குதித்தும் மகிழ்ந்தனர்.

“இரவாகிவிட்டது. இன்னும் வெம்மை அணையவில்லை” என்றான் இளநாகன். “சாலிவாகனநாடு கொடுவெயிலுக்குப் புகழ்பெற்றது” உதர்க்கர் சொன்னார். “இங்கே வருடத்தில் நான்கு மழைதான். ஆகவேதான் நெல்லை அச்சமில்லாமல் வெறும் வானுக்குக் கீழே அடுக்கி வைக்கிறார்கள்.” வெயில் பொழிந்த மேகமில்லாத வானத்தை ஏறிட்டுநோக்கி “உயர்ந்த கள்ளால் கொண்டாடப்படவேண்டிய இனிய வெம்மை” என்றார். இளநாகன் நகைத்து “ஆம் ஐயமே இல்லை” என்றான்.

அவர்கள் நகருக்குள் நுழைந்தனர். ராஜமகேந்திரபுரி பெருவணிகர்களின் நகரம். அவர்களின் மாளிகைகள் ஒன்றுடன் ஒன்று தோள்முட்டி வெள்ளையானைநிரை போன்று நின்றுகொண்டிருந்தன. மாளிகைகளின் மேல் வேயப்பட்டிருந்த கூரை வளைந்து வளைந்து வெயிலில் ஒளிவிட்டது. “அரக்காலான கூரைகளா?” என்றான் இளநாகன். “இந்நகரில் பாரதவர்ஷத்தின் பொருட்களைவிட பீதர்களின் பொருட்களே மிகை. அது பீதர்நாட்டு வெண்களிமண்ணாலான ஓடு. அவற்றை இல்லங்களில் பதிப்பதே ஒருவனை பெருவணிகனெனக் காட்டும்” என்றார் உதர்க்கர். “அவை வெண்கலத்துக்கும் செம்புக்கும் நிகரான விலைகொண்டவை.”

வணிகர்களின் இல்லங்களின் முகப்பில் பீதர்நாட்டுக் களிமண் சிலைகள் வளைந்துவளைந்து பரவிய வண்ண உடைகளில் பொன்னிற அணிப்பின்னல்களும் உருண்டுதெறித்த விழிகளும் திறந்த வாய்க்குள் பெரிய பற்களுமாக நின்றிருந்தன. “பீதர்களின் பூதங்கள் வல்லமை மிக்கவை என்கிறார்கள். ராஜமகேந்திரத்தின் வணிகர்களின் கருவூலத்தை அவைகளே காக்கின்றன.” வணிகர்களின் வீட்டு முகப்பில் பீதர்களின் யாளிகள் வாய்திறந்து வளைந்து வெருண்டு நோக்கின.

பீதர் இனத்துப் பணியாளர்கள் பெரிய ஆடைகளுடன் ஆடியாடிச் சென்றுகொண்டிருந்தனர். “இவர்கள் பீதர்நாட்டவரல்ல. கிழக்கே கடாரத்திலும் சாவகத்திலும் மணிபல்லவத்திலும் இருந்து பீதர்களால் பிடிக்கப்பட்டு அடிமைகளாகக் கொண்டுவந்து விற்கப்பட்டவர்கள். எத்தனை வருடமிருந்தாலும் நம் மொழிகளை இவர்கள் கற்றுக் கொள்வதில்லை என்பதனால் மந்தணம் காக்க முடியும்” என்றார் உதர்க்கர். “ஆனால் அவர்களின் பெண்டிர் காக்கும் மந்தணங்கள் பத்துமாதங்களிலேயே வெளிப்பட்டுவிடுகின்றன.”

ராஜமகேந்திரபுரியின் வணிகவீதி பீதநாட்டின் வீதிபோலவே தோன்றியது. பீதர்களின் குதிரைவண்டிகள். அவர்களின் அகலமான படைக்கலங்கள். அவர்கள் மட்டுமே பூசிக்கொள்ளும் குருதிநிறமான சுவர் வண்ணங்கள்.

பெருவீதியில் இருந்து பிரிந்துசென்ற சிறிய வினைவலர் வீதிகளில் மக்கள் நெருக்கியடித்துக்கொண்டிருந்தனர். “பீதர்கலங்கள் வரும்நாள் இங்கே மக்கள் கள்ளைத்தவிர எதையும் அருந்துவதில்லை” என்றார் உதர்க்கர். “சாலிவாகன நாடெங்குமிருந்து பரத்தையர் இங்கே வந்து கூடிவிடுவார்கள். திரும்பிச்செல்லும்போது உடலெங்கும் பொன் சுமந்திருப்பார்கள்.”

இளநாகன் நகைத்து “பீதர் குழந்தைகளும் பொன்போன்றிருக்குமே” என்றான். உதர்க்கர் அவனிடம் குரல் தாழ்த்தி “அதற்கு தேனைப் பயன்படுத்தலாமென இப்பரத்தையர் கற்றிருக்கிறார்கள். இங்கே கள்ளுக்கு நிகராக தேனும் விற்கப்படுவது அதனாலேயே” என்றார். “நல்லவேளை அதற்கு கவிதையைப் பயன்படுத்தலாமென எவரும் கண்டறியவில்லை” என்று இளநாகன் உரக்க நகைத்தான்.

அவர்கள் மையச்சாலையில் இருந்து பக்கவாட்டில் திரும்பி சிறிய சாலைக்குள் சென்றனர். அதிலிருந்தும் வழிகள் பிரிந்துசென்றுகொண்டே இருந்தன. பல நிற மக்கள் தோளோடு தோள் நெருக்கிச் சென்றுகொண்டிருந்த ஊடுவழிகளில் வெயிலுக்காக தலைக்குமேல் பெரிய பனைமரத்தட்டிகளைக் கட்டியிருந்தனர். தரை அவ்வப்போது நீர் தெளிக்கபப்ட்டு ஈரமாக்கப்பட்டமையால் குளிர்ந்திருந்தது. வணிகர்கள் இருபக்கமும் சின்னஞ்சிறு கடைகளுக்குள் பலவகையான பொருட்களுடன் அமர்ந்துகொண்டிருந்தனர்.

அங்கிருந்த அனைத்துக் கட்டடங்களும் பனையால் ஆனவை என்பதை இளநாகன் கண்டான். பனைமரத்தடிகளை நட்டு பனைநாரையும் ஓலைகளையும் கொண்டு முடையப்பட்ட தட்டிகளால் சுவர் எழுப்பியிருந்தனர். பனைமரத்தடியைப் பிளந்து அடுக்கி பனையோலை வேயப்பட்ட கூரைகள். பனைமட்டையாலான இருக்கைகள். கதவுகள் கூட இரண்டு அடுக்குப் பனையோலையால் ஆனவை. கூடைகள், பீடங்கள், கலங்கள் என கண்ணுக்குப்பட்ட அனைத்துப்பொருட்களும் பனையால் ஆனவையாக இருந்தன.

பீதவணிகர்களின் சிறுகுழு ஒன்று காற்றில் எழுந்து படபடக்கும் பெரிய அங்கிகள் அணிந்து உரக்கப்பேசிக்கொண்டு சென்றது. எப்போதும் முதுகில் எடைசுமந்து செல்பவர்கள் போன்ற நடை. பீதர்களைக் கடந்து சென்றபோது அவர்களில் முதியவர் தோல்சுருங்கி அடர்ந்த இடுங்கிய கண்களுடன் சிரித்து செம்மொழியில் “நலமான நாள் சூதர்களே” என்றார். “ஆம் பீதர்கள் இன்று நிலம் தொட்டிருக்கிறார்கள். சூதர்களுக்கு மது வழங்கிக் கொண்டாடவிருக்கிறார்கள்” என்றார் உதர்க்கர். “ஆம், ஆம்” என்று முதியபீதர் உடம்பை வளைத்துச் சிரித்தபடி சொன்னார்.

பெரிய மண்குடங்கள் ஈரமணல் குவைகளின் மேல் உடல் குளிர்ந்து கசிய வாய் நுரைத்து வழிய அமர்ந்திருந்த பெருங்கள்சாலை கரிய பனைத்தடித்தூண்களின் மேல் அமர்ந்த பனையோலைக்கூரையால் கவிழ்க்கப்பட்டிருந்தது. மணல்தரையில் பனைமரத்தடிகளை மூங்கில்களால் இணைத்துப் போடப்பட்ட இருக்கைகளை நிறைத்தபடி அந்நேரத்திலும் மகிழ்நர்கள் கூடியிருந்தனர். அனைவரும் உரக்கப் பேசிக்கொண்டிருந்தனர். அவர்கள் உள்ளே நுழைந்ததும் "பீதர்கள்!" என ஒரு மகிழ்நன் எழுந்து கை தூக்கிக் கூவ பிறர் திரும்பி நோக்கி 'ஓ!' எனக் குரலெழுப்பி வரவேற்றனர். பீதர்களும் கைகளைத்தூக்கி அவர்களை வாழ்த்திச் சிரித்தனர்.

குளிர்ந்த மண்மொந்தைகளில் நுரைத்து எழுந்த பனங்கள்ளை தங்கள் கைகளாலேயே வாங்கி முதலில் சூதர்களுக்கு அளித்தனர் பீதர். "இனியது... மிக இனியது" என்றார் முதுபீதர். "பனை ஒரு பாதாள நாகம். நாம் அருந்துவது அந்தக் கருநாகத்தின் இனிய நஞ்சு" என்றார் உதர்க்கர். முதுபீதர் "அந்த மரத்தை நான் பார்த்திருக்கிறேன்" என்றார்.

"கேளுங்கள் வணிகரே, முன்பொருகாலத்தில் தென்திருவிடத்தில் வான்பொய்த்து பெரும் பஞ்சம் வந்தது. உயிர் வறளும் தாகத்தால் தவித்த குரங்குகள் பாம்பின் உடல் ஈரமானது என்று எண்ணி நாவால் நக்கிப்பார்த்தன என்று அப்பஞ்சத்தைப்பற்றி கவிஞர்கள் பாடுகிறார்கள். அன்று அடிமைக் குலத்தைச் சேர்ந்த விரூபை என்னும் கணவனை இழந்த தாய், தன் பன்னிரு குழந்தைகளுடன் பசியால் வாடினாள். அவளுடைய முலைகள் சுருங்கி உடலுக்குள் மறைந்தன. பெற்றவயிறு வற்றி முதுகெலும்பில் ஒட்டியது.

"பசியால் துடித்து இறந்துகொண்டிருந்த குழந்தைகளைத் தூக்கிக்கொண்டு அவள் காட்டுக்குள் சென்று அங்கே இருந்த ஒரு பாழும்கிணற்றில் அக்குழந்தைகளைத் தள்ளினாள். அந்தக் கிணறு காளராத்ரி என்று அழைக்கப்பட்ட பாதாள வாயில் என அவள் அறிந்திருக்கவில்லை. அவள் ஒவ்வொரு குழந்தையாகத் தூக்கி கிணற்றிலிட்டபோது அவை நீராக நிறைந்திருந்த அகால இருளில் விழுந்து கணநேரத்தில் கோடானுகோடி காதங்களைக் கடந்து அரவரசனாகிய வாசுகியின் கோட்டை வாயிலில் சென்று விழுந்தன. திகைத்தபடி நாகங்கள் சென்று செய்தி சொல்ல வாசுகி பெருஞ்சுருள்களாக எழுந்து அக்குழந்தைகளைப் பற்றிக்கொண்டான். அப்போது அவ்வன்னையும் வந்து அவன் மேல் விழுந்தாள்.

"வாசுகி, அன்னையிடம் அவள் வந்திருக்குமிடம் இருளுக்கு முடிவில்லாமையென்னும் பொருள் அளிக்கப்பட்டிருக்கும் பாதாள

உலகம் என்று சொன்னான். 'திரும்பிச்செல் அன்னையே. இங்கு நீ வாழமுடியாது' என்றான். 'நான் திரும்பிச்செல்லமுடியாது. மண்ணுலகில் நான் வாழ ஏதுமில்லை. இந்த இருள்வெளியிலேயே வாழ்கிறேன். நீங்கள் என்னை திருப்பி அனுப்பினாலும் மீண்டும் இங்கேதான் வருவேன்' என்று அன்னை கண்ணீர்விட்டாள். 'அன்னைவிழிமுன் மைந்தர் இறப்பதை விட பெரிய இருள் ஏதும் பாதாளத்தில் இல்லை அரவரசே' என்றாள்.

"தலைகீழ்விண்ணகங்களின் பேரரசன் கனிந்தான். 'அடைக்கலமென என் முன் விழுந்த உன்னைக் கைவிட நான் ஒப்பமாட்டேன். உன் மைந்தர் பசியகற்ற ஆவன செய்கிறேன்' என்றான். 'என் முன் பசியோடிருக்கும் அனைத்துக் குழந்தைகளுக்கும் அமுதளித்தபின்னர் இறுதியாகவே நான் என் மைந்தருக்கு ஊட்டுவேன். பசித்துப்பார்த்திருக்கும் குழந்தைகளுக்கு முன் வைத்து என் மைந்தருக்கு உணவூட்டுவது தாய்மைக்கு அறமல்ல' என்றாள் அன்னை. '...ஆனால் நீ உன் குழந்தைகளை மட்டுமே என் காலடிக்கு அனுப்பினாய்' என்றான் வாசுகி. 'ஆம், அன்னையென எனக்குக் கொல்லும் உரிமை என் குழந்தைகளிடம் மட்டுமே. ஊட்டும் பொறுப்போ அனைத்துக்குழந்தைகளிடமும். என் கண்ணெதிரே இன்னொரு மகவு பசியால் இறக்கக் கண்டால் என் முலைகளில் அனலூறுகிறது' என்றாள் அன்னை.

"தன் நீலமணிச் சிம்மாசனம் விட்டு எழுந்து அவளை வணங்கினான் வாசுகி. 'அறவடிவமாக வந்து நிற்கும் அன்னையரால் வாழ்த்தப்பட்டு மன்னர்களின் மணிமுடி ஒளிகொள்கிறது தாயே. இதோ என் நாகங்களில் இரண்டை உனக்காக மண்ணுக்கு அனுப்புகிறேன். அவர்கள் உன் குலத்தை ஒருபோதும் பசிக்க விடமாட்டார்கள். வான் பொய்த்தாலும் மண் பொய்த்தாலும் தான் பொய்க்காமல் உங்களைக் காப்பார்கள். குருதி வற்றினும் கருணை வற்றா உன் முலைகள் போல என்றும் சுரப்பார்கள்' என்றான்.

"வாசுகியின் ஆணைப்படி இருளுக்குள் பல்லாயிரம் யோசனைத் தொலைவுக்கு கரிய பேராறுபோல நீண்டு நெளிந்து கிடந்த தாலை, மகிஷை என்னும் இரு நாகங்களும் மண்ணைப் பிளந்து வெளியே தலைநீட்டின. பாற்கடலில் அமுதுடன் எழுந்து வந்தவை வற்றா அமுதூட்டும் காமதேனு எனும் பசுவும் கல்பகம் என்னும் மரமும். மண்ணில் தவம்செய்த மாமுனிவர்கள் அவற்றின் நிழல்வடிவமாக இங்கிருந்த விலங்குகளிலும் மரங்களிலும் இருந்து உருவாக்கிக்கொண்டவை பசுவும் தென்னைமரமும். அவை மானுடர்க்கு அழிவில்லாமையை உணவாக அளித்துக்கொண்டிருந்தன.

“மகிஷையும் தாலையும் விண்ணிலிருந்த அவ்விரு அமுதநிலைகளின் மாற்றுவடிவிலேயே தங்களை உருவாக்கிக் கொண்டன. கன்னங்கரிய காமதேனுவாக மகிஷை தன்னை உருவாக்கிக்கொண்டாள். அவளே எருமை என வடிவெடுத்து மண்ணை நிறைத்தவள். இருண்ட கல்பக மரமாக தாலை தன்னை முளைக்கச்செய்தாள். அவளே பனையெனும் மரமானாள்.

“விண்ணில் தேவர்களுக்கு ஆயிரம் தெய்வங்கள் இருக்கலாம். நதிகள் பாயும் மண்ணில் கொடியும் முடியும் குடியும் கொண்ட மானுடருக்கும் ஆயிரம் தெய்வங்கள் இருக்கலாம். ஆனால் மண்ணை விண்ணும் விண்ணை சொல்லும் கைவிட்ட நாடுகளில் வாழும் கோடானுகோடி எளிய மக்களுக்கு கண்கண்ட தெய்வம் எருமையும் பனையும்தான். அவர்களைப்போலவே கரியவை. கரும்பாறையென உறுதியானவை. ஒருபோதும் வற்றாதவை” என்றார் உதர்க்கர். “பேணினால் பசு. பேணாவிட்டாலும் எருமை. நீரூற்றினால் தென்னை. அனலூற்றினாலும் பனை. அன்னையும் வழித்துணையும் ஏவலும் காவலுமாகும் எருமை. வீடும் விறகும் பாயும் பையும் அன்னமும் பாலுமாகும் பனை.

“மண்ணுக்கு வந்த மாநாகங்களை வாழ்த்துவோம்! தெய்வங்கள் கண்மூடியபோதும் மூடாத கண்கள் கொண்ட அரவங்களை வாழ்த்துவோம்! உலகோரே, கேளுங்கள்! பீதர்களே, இந்த மண் வெண்ணிறத்தெய்வங்களால் ஆளப்படவில்லை. கரிய தெய்வங்களால் வாழவைக்கப்படுகிறது. ஒவ்வொரு துயருற்ற மனிதனுக்கருகிலும் கன்னங்கரிய தெய்வமொன்று பேரருளுடன் வந்தமர்கிறது. அநீதியிழைக்கப் பட்டவன் கண்ணீரை அது துடைக்கிறது. வஞ்சத்தில் எரிபவனை அது ஆரத்தழுவிக்கொள்கிறது.

“கரியதெய்வங்களே, நீங்கள் மானுடரைக் கைவிடுவதில்லை. நீங்கள் என்றென்றும் வாழ்க!” உதர்க்கர் சொன்னபோது அந்தக் கள்சாலையில் இருந்த அனைவரும் எழுந்து கைகூப்பினர். “கருநாக நஞ்சு கனிந்த கள்ளை வாழ்த்துவோம். ஆன்மாவில் ஊறி நெளிந்தோடும் ஆயிரம் கனவுகளை வாழ்த்துவோம்” என்றார் உதர்க்கர். பீதர்கள் கைகளைத்தூக்கி ஆர்ப்பரிக்க அந்தக் கள்சாலைக்கு வெளியே சாலைப்போக்கர்கள் அனைவரும் திரும்பி நோக்கி புன்னகைத்தபடி கடந்து சென்றனர்.

கள்மயக்கில் ஒருவரை ஒருவர் தழுவியபடி கால்கள் தளர நடந்து ஊர்ச்சத்திரத்துக்குச் செல்லும்போது இளநாகன் கேட்டான் “சூதரே, ஒவ்வொருவரையும் காத்து நிற்கும் அந்தக் கரிய தெய்வத்தை நீர் என்றேனும் பார்த்திருக்கிறீரா!” மூடிமூடிவந்த கண்களை உந்தித்திறந்து ஏப்பத்துடன் சற்று கள்ளையும் துப்பி உதர்க்கர் சொன்னார் “காணாத எவருமில்லை இப்புவியில். அதை நாம் அன்னை என்றழைக்கிறோம்.”

பகுதி ஏழு

கலிங்கபுரி

1

சித்திரை மாதம் முழுநிலவுக்கு ஏழுநாட்களுக்கு முன்னர் அஸ்தினபுரியின் கிழக்கு வாயிலுக்கு வலப்புறம் இருந்த இந்திரனின் ஆலயத்துக்கு முன் விரிந்த இந்திரவிலாசம் என்னும் பெருங்களமுற்றத்தின் நடுவில் கணுவெழுந்த பொன்மூங்கில்தண்டு நடப்பட்டு இந்திரவிழவுக்கான கால்கோள் நிகழ்த்தப்படும். ஏழுநாட்களுக்கு வைதிகர் வேதமோதி நன்னீரூற்றி அதைப் பேணுவார்கள். அதில் எழும் முதல் செந்நிறத் தளிரிலை இந்திரத்துவஜம் எனப்படும். இந்திரன் எழுந்தநாள் முதல் மூன்றுநாட்கள் இந்திரவிழா நடைபெறும். அது இளையோரும் வளையோரும் கூடும் காமன்விழா என்று தொன்றுதொட்டு வகுக்கப்பட்டிருந்தது.

ஆயிரமாண்டுகளுக்கு முன்பு சந்திரகுலத்து மன்னர் உபரிசிரவசு சேதிநாட்டை ஆண்டபோது அவர் அரசில் மழலைப் பிறப்பு குறையத் தொடங்கியது. படைக்கலமேந்தும் மைந்தர் இல்லாமலாயினர். பயிர்செழிக்கும் கைகளும் பானைநிறைக்கும் கைகளும் அருகின. வயல்கள் வெளிறிச் சத்திழந்தன. பறவைகளும் மிருகங்களும் காதல் மறந்தன. செடிகளும் மரங்களும் பூப்பதை விடுத்தன. வான்பொய்யாத வசுவின நாட்டில் வளம்பொய்த்தது.

அமைச்சர்கள் அரசனிடம் சென்று முறையிட்டனர். நிமித்திகர் நூல்தேர்ந்து, வானின் குறிதேர்ந்து, வருநெறியுரைத்தனர். கார்வந்து வான் நிறைந்தபோதும் மின்னல்கள் எழவில்லை என்பதை அவர்கள் சுட்டிக்காட்டினர். வசுவின் வானத்தில் ஊர்ந்த மேகங்களெல்லாம் நீர்கொண்டவையாக இருந்தனவே ஒழிய சூல் கொண்டவையாக இருக்கவில்லை. இந்திரன் நுகராத மேகங்களில் நீர் நிறைந்திருக்கும், அனல் உறைந்திருக்காது என்றனர். இந்திரனை எழச்செய்யும்படி அவர்கள் வசுவுக்கு வழிசொன்னார்கள்.

உபரிசிரவசு இந்திரனை எண்ணிச் செய்த கடுந்தவம் கனிந்தபோது அவருடைய தவச்சாலை முகப்பில் ஒரு பொன்னிற மூங்கில்செடியாக இந்திரன் தோன்றினான். வானில் அவன் ஏழ்நிறத்து வில்லெழுந்தது. அவன் வஜ்ராயுதம் மின்னி மின்னி மேகங்களில் அனல் நிறைத்தது. இந்திரவீரியம் பொழிந்த இடங்களில் கல்லும் கருவுற்றது. மீண்டும் சேதிநாடு மகரந்தம் செழித்த மலராயிற்று என்றனர் சூதர்.

உபரிசிரவசு அந்தப் பொன்வேணுவை நட்டு அதில் இந்திரனின் தளிர் மின்னல் கொடியை எழுப்பி முதல் இந்திரவிழாவைத் தொடங்கினார். அந்தப் பொன்மூங்கிலில் இருந்து முளையெடுத்து நட்ட மூங்கில்காடுகள் பாரதவர்ஷத்தின் அனைத்து நகரங்களிலும் கிழக்குக்கோட்டை வாயிலருகே இருந்தன. அவையனைத்துமே நந்தனம் என்றழைக்கப்பட்டன. அங்கெல்லாம் இளவேனிற்காலத்தில் இந்திரவிழா எழுந்தது.

அஸ்தினபுரியின் நந்தன வனத்தில் இந்திரன் சிறிய கருங்கல் கோயிலுக்குள் செந்நிறக்கல்லில் செதுக்கப்பட்ட சிற்பமாக வெண்பளிங்காலான ஐராவதத்தின் மீது வலக்கையில் வஜ்ராயுதமும், இடக்கையில் பாரிஜாதமும், மார்பில் ஹரிசந்தனமாலையுமாக அமர்ந்திருந்தான். அவனுக்கு இடப்பக்கம் இந்திராணியின் சிறிய செந்நிறச்சிலையும் வலப்பக்கம் உச்சைசிரவஸின் வெண்சிலையும் அமைந்திருந்தன. யானையின் காலடிப்பீடத்தில் தன்வந்திரியும் அஸ்வினிதேவர்களும் வீற்றிருந்தனர்.

விரும்பிய துணைக்காக வேண்டி மலர்வைத்தலும், மணநிகழ்வுக்குப்பின் காமநிறைவுக்கு காப்புகட்டுதலும், மைந்தர் பிறக்கும்பொருட்டு நோன்பிருத்தலும், மைந்தர்களின் வில்லுக்கும் வாளுக்கும் நாள்குறித்தலும் அங்குதான் நிகழவேண்டுமென நிமித்திகர் குறித்தனர். இந்திரனுக்கு புதுக்கரும்பும், மஞ்சளும், கோலமிடப்பட்ட புதுப்பானையின் பசும்பாலிட்ட பொங்கலும் படைத்து வணங்கினர். உழுதுபுரட்டிய புதுமண்சேற்றிலும், விதை வீசும் நாற்றடியிலும், முதல்கதிரெழுந்த வயலிலும், முதலூற்று எழும் கிணற்றிலும் இந்திரனை நிறுவி வழிபட்டனர் வேளாண்குடியினர்.

இந்திரவிழவை காளையர் நெடுநாட்களுக்கு முன்னரே நோக்கியிருந்தனர். நீராடுமிடங்களிலும் வாளாடுமிடங்களிலும் அதைப்பற்றியே கிளர்ச்சியுடன் பேசிக்கொண்டனர். இந்திரவிழா நெருங்கும்தோறும் அவர்களின் விழிகளில் ஒளியும் இதழ்களில் நகையும் ஏறின. கால்களுக்குக் கீழே மென்மேகப்பரப்பு பரந்ததுபோல் நடந்தனர். கன்னியரோ அவ்வாறு ஒரு விழவு இருப்பதையே அறியாதவர்போல நடந்துகொண்டனர். மறந்தும் ஒரு சொல்லை சொல்லிக்கொள்ளவில்லை. உயிர்த்தோழியரிடம்கூட சொல்பகிரவில்லை. ஆனால் அவர்களின்

கன்னங்கள் எண்ணிஎண்ணிச் சிவந்துகொண்டிருந்தன. இதழ்கள் தடித்து வெண்விழிகள் செவ்வரியோடின. இளம்தோள்களில் மழைக்கால இலைகள் போல மெருகேறியது.

சித்திரை ஏழாம் வளர்நிலவுநாளின் அதிகாலையில் கதிர் எழுவதற்கு முந்தைய இந்திரவேளையில் அஸ்தினபுரியின் பேரமைச்சர் சௌனகர் முன்னிலையில் பன்னிரு வைதிகர் வேணுவனத்துக்குச் சென்று கணுதேர்ந்து மூங்கிலை வெட்டி பனந்தாலத்தில் வைத்து கொம்பும் குழலும் முழவும் முரசும் முழங்க ஊர்வலமாகக் கொண்டுவந்து இந்திரனின் ஆலயத்துக்குமுன் வைத்தனர். இந்திரன் ஆலயத்துப் பூசகர் அதன்மேல் பொற்குடத்தில் கரைத்து முந்தையநாளே ஆலயத்தில் வைக்கப்பட்டு இந்திரவீரியமாக ஆக்கப்பட்டிருந்த மஞ்சள்நீரைத் தெளித்து மலரிட்டு வாழ்த்தினர்.

கூடிநின்ற பெண்கள் குரவையிட ஆண்கள் வாட்களை உருவி மேலேதூக்கி அசைத்து வாழ்த்தொலி எழுப்ப அம்மூங்கில் இந்திரவிலாசத்தின் மையத்தில் நடப்பட்டது. ஒவ்வொருநாளும் ஏழுமுறைவீதம் இந்திரனை முழுக்காட்டி மலர்சூட்டி தூபமும் தீபமும் காட்டி பூசனைசெய்தபின் வைதிகர் அந்த மூங்கிலுக்கு வேதமோதி நீரூற்றினர். ஆறாம்நாள் மாலை அதன் கணுவில் மெல்லிய பசுந்துளி எழுந்ததைக் கண்டதும் வைதிகர் கைகாட்ட சூழ்ந்து நின்ற நகர்மக்களனைவரும் இந்திரனை வாழ்த்திக் குரலெழுப்பினர். மங்கல வாத்தியங்கள் முழங்க வைதிகர் நகரத்துத்தெருவழியாக இந்திரனுக்குரிய பொன்னிறக்கொடியை ஏந்தி நடந்து அரண்மனைக்குச் சென்று அரசனைப் பணிந்து இந்திரன் எழுந்துவிட்டதை அறிவித்தனர்.

இந்திரன் எழுந்தான் என்ற செய்தியை காஞ்சனமும் அரண்மனைப் பெருமுரசமும் இணைந்து முழங்கி அறிவித்தன. நகரமெங்கும் காவல்மாடங்களில் அமைந்த பெருமுரசுகள் தொட்டுத்தொட்டு ஒலியெழுப்பி நகரையே ஒரு பெருமுரசாக மாற்றின. அக்கணம் வரை சிறைகட்டப்பட்டிருந்த களிவெறி கடற்பறவைக்குலம் கலைந்தெழுந்தது போல பேரொலியுடன் நகரை நிறைத்தது. பொங்கி விளிம்புகவியும் பாற்கலம் போலிருக்கிறது நகரம் என்றான் சதுக்கத்தில் பாடிய சூதன். "காமதேவனுக்குப் பல்லாயிரம் கைகள் முளைக்கும் நேரம். கரும்புவிற்களின் காட்டில் ரதி வழிதவறி அலையும் பொழுது. வியர்வைகள் மதமணம் கொள்ளும் புனித வேளை" என்று அவன் பாடியபோது கூடிநின்றவர்கள் நகைத்து வெள்ளி நாணயங்களை அவனுக்களித்தனர்.

அந்தி நெருங்கியபோது நகரின் ஒலி வலுத்துவலுத்து வந்தது. மீன்நெய்ப் பந்தங்கள் காட்டுத்தீ போல எரிந்த நகரத்தெருக்களில் நறுஞ்சுண்ணமும் செம்பஞ்சுக்குழம்பும் சந்தனமும் குங்கிலியமும் குங்குமமும் செந்தூரமும்

களபமும் விற்கும் சிறுவணிகர் சிறுசக்கரங்களில் உருண்ட வண்டிகளில் பொருட்களைப்பரப்பி, கூவியபடி முட்டி மோதினர். இற்செறிப்பை மீறிய நகரப்பெண்கள் இரவெல்லாம் வளைகுலுங்க நகைகள் ஒளிர ஆடைகள் அலைய தெருக்களில் நிறைந்து நகைத்தும் கூவியும் கைவீசி ஓடியும் துரத்தியும் அவற்றை வாங்கிக்கொண்டிருந்தனர்.

நகரத்தின் அனைத்து இல்லங்களும் விளக்கொளியில் சுடர்விட்டுக் கொண்டிருந்தன. இந்திரன் எழுந்த முரசொலி கேட்டதும் நெஞ்சு அதிரத்தொடங்கிய இளம்பெண்கள் ஒருவர் விழிகளை ஒருவர் தவிர்த்து நிலைகொள்ளாமல் சாளரங்களுக்கும் உள்ளறைகளுக்குமாக ஊசலாடினர். கைநகங்களையும் கழுத்துநகைகளையும் கடித்துக்கொண்டும் ஆடைநுனியை கசக்கிக்கொண்டும் இல்லத்துக்குள் கூண்டுக்கிளிகள் என சுற்றிவந்தனர். அவர்களின் அன்னையர் வந்து குளிக்கும்படியும் ஆடையணியும்படியும் சொன்னபோது பொய்ச்சினம் காட்டிச் சீறினர். அன்னையர் மீண்டும் சொன்னபோது ஏனென்றறியாமல் கண்ணீர் மல்கினர்.

சூழ்ந்துவந்த இருள் அவர்களை அமைதிகொள்ளச்செய்தது. அதன் கரிய திரைக்குள் ஒவ்வொருவரும் தனித்திருப்பதாக உணர்ந்தனர். செவ்வொளியும் காரிருளுமாக நகரம் அவர்கள் அதுவரை அறியாத பிறிதொன்றாக மாறியபோது மெல்லமெல்ல அச்சமும் தயக்கமும் மறைந்து களிகொண்டனர். அவர்களின் குரல்களும் சிரிப்பும் ஒலி பெற்றன. ஆடைகளும் அணிகளும் சூடி நகரத்தில் இறங்கியபோது அவர்கள் தாங்கள் மட்டுமே உலவும் தனியுலகொன்றை அறிந்தனர். நகரத்தெருக்கள் வழியாக அவர்கள் சென்றபோது அவர்களைத் தொட்ட ஒவ்வொரு பார்வையும் அவர்களை சிலிர்க்கச்செய்தது. ஒவ்வொரு பெண்ணும் பலநூறு பார்வைகளால் ஏந்தப்பட்டு தென்றல் சுமந்துசெல்லும் வண்ணத்துப்பூச்சி போல பறந்துகொண்டிருந்தாள்.

அஸ்தினபுரியின் அரண்மனை இரவெனும் யானைமேல் அசைந்த பொன்னம்பாரி போன்றிருந்தது. அதன் சுவர்களெல்லாம் முரசுத்தோற் பரப்புகள் என அதிர்ந்தன. உள்ளறைகளில் ஓசையின்றி நடந்து கொண்டிருக்கும் சூதப்பெண்களும் சேடிகளும் பேசும் சிரிக்கும் சிணுங்கும் ஒலிகள் வலுத்துவலுத்து வந்தன. அவற்றை அவர்கள் கேட்கும்தோறும் தங்கள் பொறைகளை இழந்து விடுதலை கொண்டனர். பின்னர் அரண் மனையே பொங்கிச்சிரித்துக் குலுங்கிக்கொண்டிருப்பதாகத் தோன்றியது. மழைக்கால ஈசல்கள் போல ஒளிரும் சிறகுகளுடன் அரண்மனையின் இருளறைகளில் இருந்து பெண்கள் கிளம்பிக்கொண்டே இருந்தனர். அத்தனை பெண்கள் அங்கிருப்பதை ஒவ்வொருவரும் அப்போதுதான் அறிந்தனர்.

திகைப்பும் விலக்கமும் இளநகையும் நாணமுமாக இளையோரைப்பார்த்த முதியவர்கள், முதலில் கூரிய சொற்களைக்கொண்டு அவர்களை அடக்க முயன்றனர். அடக்க அடக்க எழும் களிவெறியைக் கண்டு அவர்களின் குரல்கள் தளர்ந்தன. பின் அவர்களின் குரலே களியாட்டத்தைக் கொண்டுவந்தது. அவர்களை நகையாடிச் சூழ்ந்தனர் இளையோர். அந்நகையாடலில் கலந்துகொள்ளாமல் அதைக் கடந்துசெல்லமுடியாதென்றான போது அவர்களும் நாணமிழந்து புன்னகை செய்தனர். பின் சிரித்தாடத்தொடங்கினர்.

அந்தப்புரத்தில் சேடிகளான சித்ரிகையும் பத்மினியும் பார்த்தனை நீராட்டி இரவுடை அணிவித்து மஞ்சத்துக்குக் கொண்டுசென்று படுக்கவைத்தனர். பட்டுப்போர்வையை அவன் இடைவரை போர்த்திய சித்ரிகை "விழிவளருங்கள் இளவரசே. நாளை நாம் இந்திரவிழவுக்குச் செல்கிறோம்" என்றாள். அர்ஜுனன் "நீங்கள் இப்போது என்ன செய்யப்போகிறீர்கள்?" என்று ஐயத்துடன் கேட்டான். "இப்போதா? நாங்களும் துயிலப்போகிறோம்" என்றாள் சித்ரிகை. "இல்லை... நீங்கள் துயிலமாட்டீர்கள்" என்று அர்ஜுனன் சொன்னான். "யார் சொன்னது? இதோ நான் என் கொண்டையை அவிழ்த்து கூந்தலைப் பரப்பிவிட்டேன். இவளும் கொண்டையை அவிழ்த்துவிட்டாள். நீராடிவிட்டு நாங்கள் துயில்வோம்" என்றாள் சித்ரிகை. "இல்லை. நீங்கள் துயிலப்போவதில்லை" என்றான் அர்ஜுனன்.

"இல்லை இளவரசே, நாங்கள் துயிலவில்லை என்றால் நாளை காலை எப்படி எழுவோம்?" என்றாள் பத்மினி. அர்ஜுனன் "எனக்குத் தெரியும் நீங்கள் இருவரும் துயிலமாட்டீர்கள்" என்றான். "ஏன்?" என்றாள் பத்மினி. "இந்த அரண்மனையில் எந்தப் பெண்ணும் இன்று துயிலமாட்டாள். எல்லாரும் சிரித்துக்கொண்டிருக்கிறீர்கள்" என்று சொன்னபடி பார்த்தன் கை நீட்டினான். "நீங்கள் இருவரும் வெட்கப்படுகிறீர்கள்." பத்மினி நகைத்து "வெட்கமா? நாங்களா? எதற்கு?" என்றாள். "ஆம், இப்போதுகூட வெட்கப்படுகிறீர்கள். எனக்குத் தெரியும்" என்றான் அர்ஜுனன்.

சித்ரிகை "இனிமேலும் பேசக்கூடாது இளவரசே. இரவாகிவிட்டது. நாகங்கள் எழத்தொடங்கிவிட்டன. கண்வளருங்கள்" என்று சொல்லி அவன் விலக்கிய போர்வையை மீண்டும் போர்த்திவிட்டு "வாடி" என மெல்ல பத்மினியின் கையைத் தட்டி சொல்லிவிட்டு எழுந்தாள். அவர்கள் இருவரும் கதவை மெல்லச் சாத்தும்போது சித்ரிகை "எப்படியடி கண்டுபிடிக்கிறார்?" என்றாள். "அவர் இந்திரனின் மைந்தன் அல்லவா? இன்னும் ஒருவருடம் போனால் நாம் நினைப்பதையும் சொல்லிவிடுவார்" என்று சொன்ன சித்ரிகை மெல்லியகுரலில் ஏதோ சொல்ல பத்மினி "சீ!" என்று சொல்லி கிளுகிளுத்துச் சிரித்தாள்.

அர்ஜுனன் தன் பட்டுமஞ்சத்தில் அறைமுகடை நோக்கியபடி படுத்துக்கிடந்தான். வெளியே பெண்களின் சிரிப்புகள் வெடித்துக் கொண்டே இருந்தன. சிலம்புகள் ஒலிக்க சிலர் சிரித்துக்கொண்டே அறையைக் கடந்து ஓடினார்கள். அர்ஜுனன் மெல்ல எழுந்து கதவைத் திறந்து வெளியே வந்தான். இடைநாழி முழுக்க நெய்விளக்குகளின் ஒளி ததும்பிக்கிடந்தது. அவன் மரத்தரையில் சிறு காலடிகள் ஒலிக்க ஓடினான். எதிரே விளக்குடன் இரு சேடிகள் சிரித்தபடியே வந்தனர். அவர்கள் புத்தாடையும் பொன்னணிகளும் மலரும் அணிந்து இளவரசிகள் போலிருந்தனர். அவன் கதவருகே ஒளிந்து கொள்ள அவர்கள் கடந்துசென்றனர். அவர்களின் நீள்விழிகள் உதிரம் படிந்த குறுவாள்கள் போலிருந்தன.

அர்ஜுனன் படிகளில் தயங்கி நின்றபின் இறங்கி கீழ்க்கட்டின் இடைநாழியை அடைந்து திரைச்சீலைகள் அசைந்த பெரிய மரத்தூண் களில் ஒளிந்து ஒளிந்து மறுபக்கம் சென்றான். எங்கும் சிரித்துக்கொண்டே சேடிகள் சென்றுகொண்டிருந்தனர். புத்தாடைகளின் பசைமணம், தாழம்பூ மணம், செம்பஞ்சுக்குழம்பின், நறுஞ்சுண்ணத்தின், கஸ்தூரியின், புனுகின், கோரோசனையின் மணம். பெண்மணம்.

குந்தியின் அறைக்கதவருகே சென்றதும் அவன் நான்குபக்கமும் பார்த்து திரைச்சீலைக்குப்பின்னால் ஒளிந்தான். கடந்துசென்ற முதியசேடி இளம்சேடிகள் இருவரிடம் “இப்போது தெரியாது. இரையை விழுங்கும்போது மலைப்பாம்புக்கு மகிழ்ச்சிதான். இரை நுழைந்து உடல் வீங்கி சுருண்டு கிடக்கும்போது தெரியும்” என்று சொல்லிக்கொண்டே சென்றாள். ஓர் இளஞ்சேடி அவளைப் பார்த்து உதட்டைச்சுழித்து “நாங்கள் சிறிய பாம்புகளைத்தான் பார்த்திருக்கிறோம். மலைப்பாம்பைப்பற்றி உங்களுக்குத்தானே தெரியும்?” என்றாள். அவளுடன் இருந்த பெண்கள் வெடித்துச்சிரித்து கைகளைத் தட்டியபடி விலகிச்சென்றனர்.

அர்ஜுனன் கதவை மெல்லத்திறந்து உள்ளே பார்த்தான். குந்தி வெண்ணிற ஆடையணிந்தவளாக மரவுரி விரிக்கப்பட்ட பீடத்தில் அமர்ந்து ஓலைகளைப் பார்த்துக்கொண்டிருந்தாள். எழுதுபலகைமேல் ஏடும் எழுத்தாணியும் காத்திருந்தன. ஏழகல்விளக்கின் ஒளியில் அவள் முகம் செம்பட்டாலானதுபோலத் தெரிந்தது. அணிகளோ தொடுகுறியோ இல்லாத வெண்ணிறமான வட்டமுகம். கூரியமூக்கு. குருவிச்சிறகுகள் போலச் சரிந்து பாதிவிழிமூடிய பெரிய இமைகள். குங்குமச்செப்பு போன்ற சிறிய உதடுகள் அவள் சித்தம்போலக் குவிந்து இறுகியிருந்தன. கன்னங்களில் கருங்குழல்சுரிகள் ஆடிச்சரிந்திருந்தன. அவளுடைய வெண்மேலாடை காற்றிலாடியது.

அப்பால் அவளுடைய மஞ்சத்திலேயே நகுலனும் சகதேவனும் குந்தியின் புடவை ஒன்றின் இருமுனைகளைத் தழுவி உடலில்

சுற்றிக்கொண்டு துயின்றுகொண்டிருந்தனர். நகுலன் புடவையின் நுனியை விரலில் சுற்றி தன் வாய்க்குள் வைத்திருந்தான். சகதேவன் எங்கோ ஓடிச்செல்லும் நிலையில் உறைந்தவன் போலிருந்தான். அவர்கள் விளையாடிக்கொண்டிருந்த இரு மரப்பாவைகள் குந்தியின் பீடத்தருகே இருந்தன. இருவரும் எப்போதுமே குதிரைகளைத்தான் விரும்பினார்கள். அவர்கள் இருவரும் ஆடிப்பாவைகள் போலிருந்தனர். நகுலன் கரிய படிமம். சகதேவன் வெண்படிமம். யார் ஆடிப்படிமம்?

அவன் கைபட்டு கதவு அசைந்தபோது குந்தி உடல் கலைந்து கூந்தலை ஒதுக்கியபடி திரும்பி அர்ஜுனனைப் பார்த்தாள். அவள் விழிகளில் ஒருகணம் வியப்பு எழுந்து மறுகணம் முகம் இயல்பாகியது. "பார்த்தா, நீ துயிலவேண்டிய நேரம் இது" என்றாள். "அன்னையே நீங்கள் அணிசெய்து கொள்ளவில்லையா?" என்றான் அர்ஜுனன். குந்தி கண்களில் சினம் எழ "என்ன கேட்கிறாய்? நான் அணிசெய்துகொள்வதில்லை என்று தெரியாதா உனக்கு?" என்றாள். "எல்லா பெண்களும் அணிசெய்துகொள்கிறார்கள்... நாளை இந்திரவிழா என்று" என்று அர்ஜுனன் சொல்லத் தொடங்கினான். என்ன சொல்வதென்று அவனுக்குத் தெரியவில்லை.

குந்தி வெளியே சென்ற சேடியை கைநீட்டி அழைத்து "மாலினி... சித்ரிகையும் பத்மினியும் எங்கே? இளவரசனை துயிலறைக்குக் கொண்டுசெல்லாமல் என்னசெய்கிறார்கள்?" என்று சினத்துடன் கேட்டாள். "அன்னையே, அவர்கள் என்னைத் துயிலவைத்தார்கள். நானே எழுந்துவந்தேன்" என்றான் அர்ஜுனன். "குழந்தைகள் இரவில் விழித்திருக்கலாகாது. சென்று படுத்துக்கொள்" என்று சொல்லி குந்தி மாலினியிடம் "இளவரசன் துயில்வது வரை நீ அருகிலேயே இரு" என்றாள். அவள் "ஆணை அரசி" என்று சொல்லி அர்ஜுனனைத் தூக்கிக் கொண்டாள்.

"இரவில் எழுந்து இங்கே வரக்கூடாது இளவரசே. அன்னை சினந்து கொள்வார்கள்" என்று மாலினி அவனிடம் சொன்னாள். "நான் பகலில் வந்தாலும் அன்னை சினம்தான் கொள்கிறார்கள்" என்று அர்ஜுனன் சொன்னான். "அன்னை அவர்கள் எப்போதுமே கண்களைச் சுருக்கித்தான பார்க்கிறார்கள். ஏட்டில் எழுதியதைப் பார்ப்பதுபோல."

மாலினி அவனுடைய அவ்வரியின் நுட்பத்தை வியந்து ஒருகணம் விழிவிரித்துப்பார்த்தாள். "ஏன் இங்கே வந்தீர்கள்? துயிலவேண்டியதுதானே?" என்றாள். "நான் தனியாகத் துயிலமாட்டேன். எல்லாரும் சிரிக்கும்போது நான மட்டும் ஏன் துயிலவேண்டும்?" மாலினி "நாளை நீங்களும் சிரிக்கலாம்" என்றாள். "பீமன் அண்ணா எங்கே?" என்றான் அர்ஜுனன். "அவர் இந்திரனுக்கு கால்கோள் நடந்த அன்றைக்கு அரண்மனைவிட்டுக் கிளம்பியிருக்கிறார். மீண்டுவரவேயில்லை.

யானைக்கொட்டடியிலோ சமையற்கட்டிலோ புராணகங்கையிலோ இருப்பார்" என்று மாலினி சொன்னாள்.

"நானும் யானைக்கொட்டகைக்குச் செல்கிறேன்." மாலினி "நாளைக்குச் செல்லலாம். இன்று நீங்கள் துயிலவேண்டும்" என்றபடி அறைக்குள் சென்றாள். அர்ஜுனன் "நானும் அன்னையுடன் அந்த மஞ்சத்தில் துயில்கிறேனே?" என்று கேட்டான். "இளவரசர் ஆண்மகன் அல்லவா? அன்னையுடன் துயிலலாமா?" என்றாள் மாலினி. "அவர்களிருவரும் துயில்கிறார்களே?" என்றான் அர்ஜுனன். "அவர்கள் இன்னமும் சிறுகுழந்தைகள்தானே?"

"இல்லை" என்று அர்ஜுனன் அவள் முகத்தில் தன் சிறியகைகளால் மெல்ல அடித்தான். "இல்லை, நான் அறிவேன். அவர்கள் பெரிய குழந்தைகள். பெரியகுழந்தைகளாக ஆனபிறகும் அன்னையுடன் துயில்கிறார்கள் என்று சேடிகள் கேலிசெய்து பேசிக்கொண்டதை நான் கேட்டேன்." மாலினி புன்னகைத்து "பெண்கள் அப்படிப் பேசிக்கொள்வார்கள் இளவரசே. அவர்கள் இருவரும் சிறியவர்கள். கனவு கண்டு எழுகையில் அருகே அன்னை இல்லையேல் அழுகிறார்கள். ஆகவேதான் அவர்களை அங்கே படுக்கவைத்திருக்கிறார்கள் அரசி" என்றாள்.

அர்ஜுனன் தன் மார்பின்மேல் கைவைத்து "நானும்கூடத்தான் இரவில் கனவு கண்டு எழுந்து அழுகிறேன். என்னை இதுவரை படுக்கவைத்ததே இல்லையே?" என்றான். கையைக் குவித்து சிறிய அளவு காட்டி "நான் இவ்வளவு சிறியவனாக இருக்கையிலும் கூட என்னை படுக்கவைத்ததே இல்லை" என்றான்.

அவனுக்குள் சொற்கள் நெருக்கியடித்தன. "அவர்களை அன்னை முத்தமிடுகிறார்கள். அவர்களிடம் அன்னை சிரித்துப்பேசிக்கொண்டே இருக்கிறார்கள். என்னிடம் ஒருபோதும் சிரித்துப்பேசுவதில்லை. என்னை முத்தமிட்டதே இல்லை. அவர்களுக்கு அன்னை சோறூட்டுவதைக்கூட நான் பார்த்திருக்கிறேன். எனக்கும் சோறூட்டவேண்டுமென்று கேட்டேன். சேடியைக் கூப்பிட்டு எனக்கு உணவு அளிக்கும்படி சொன்னார்கள்."

அர்ஜுனன் அகவிரைவால் சற்று திக்கும் நாவுடன் சொன்னான் "நான் மூத்தவரிடம் கேட்டேன். அவர்களிருவரும் இளைய அன்னை மாத்ரியின் மைந்தர்கள். அவர்களை அன்னையிடம் ஒப்படைத்து விட்டுப்போனதனால் அன்னை அவர்களை மடியிலேயே வைத்திருக்கிறார்கள் என்று சொன்னார். நானும் மாத்ரியன்னையின் மைந்தனாக ஆகிறேனே என்று நான் கேட்டபோது 'மூடா' என்று சொல்லி என் தலையைத் தட்டி சிரித்தார்."

மாலினி பேச்சை மாற்றும்பொருட்டு “நான் உங்களுக்கு ஒரு கதை சொல்கிறேன்” என்றாள். அர்ஜுனன் கண்களை விழித்து நோக்கியபின் கைகளை அசைத்து “என்ன கதை?” என்றான். “வில்வித்தையின் கதை” என்றாள் மாலினி. “சரத்வானின் கதையா?” என்றான் அர்ஜுனன். “இல்லை பரசுராமரின் விஷ்ணுதனுஸை ராமன் நாணேற்றிய கதை” மாலினி சொன்னாள்.

அவன் விழிகள் மாறிவிட்டிருப்பதை அவள் கண்டு உதட்டுக்குள் புன்னகைத்துக்கொண்டாள். அவனைப் படுக்கையில் படுக்கச்செய்து தலையை நீவியபடி கதைசொல்லத்தொடங்கினாள். “முற்காலத்தில் விஸ்வகர்மாவான மயன் பராசக்தியின் புருவத்தைப் பார்த்து அதே அழகுள்ள இரண்டு மாபெரும் விற்களைச் செய்தான். ஒன்றை சிவனுக்கும் இன்னொன்றை விஷ்ணுவுக்கும் அளித்தான். சிவதனுஸ் இறுதியாக மிதிலையை ஆண்ட ஜனகரிடம் வந்துசேர்ந்தது. விஷ்ணுதனுஸ் பரசுராமரின் கையில் இருந்தது. சிவதனுஸ் ஷத்ரிய ஆற்றலாகவும் விஷ்ணுதனுஸ் நூற்றெட்டு ஷத்ரியகுலங்களை அழித்த பிராமண ஆற்றலாகவும் இருந்தது.”

விழிகளில் கனவுடன் அர்ஜுனன் “உம்” என்றான். “தன் மகளை ஷத்ரியர்களில் முதன்மையானவன் எவனோ அவனே அடையவேண்டும் என்று எண்ணிய ஜனகர் சிவதனுஸை வளைப்பவனுக்கே தன் மகள் ஜானகியை அளிப்பதாக அறிவித்தார். அந்த சுயம்வர அறிவிப்பைக் கேட்ட விஸ்வாமித்திர முனிவர் ராமனையும் தம்பி லட்சுமணனையும் அழைத்துக்கொண்டு மிதிலைக்குச் சென்றார். அங்கே ஒரு பெரிய பீடத்தில் சிவதனுஸ் வைக்கப்பட்டிருந்தது. முன்பு தேவர்களும் அசுரர்களும் பாற்கடலைக் கடைந்தபோது வாசுகி என்ற பாதாள நாகத்தைத்தானே மந்தரமலையைச்சுற்றி வடமாகக் கட்டினார்கள்? அந்த வாசுகியைப்போல கன்னங்கரியதாக மிகப்பெரிதாக இருந்தது அந்த வில்.”

அர்ஜுனன் தன் பெரிய இமைகளை மூடித்திறந்தான். “அந்த வில்லைக் கண்டதுமே அத்தனை ஷத்ரியர்களும் திகைத்து அஞ்சி இருக்கைகளிலேயே அமர்ந்துவிட்டனர். அதைக்கண்டு ஜனகர் வருந்தினார். தன் மகளுக்கு மணமகனே அமையமாட்டானோ என எண்ணினார். அப்போது ராமன் கரிய மழைமேகம் மின்னலுடன் வருவதுபோல புன்னகைசெய்தபடி வில்மேடைக்கு வந்தான். அவன் அந்த வில்லை நோக்கிக் குனிந்ததைத்தான் அங்கிருந்தவர்கள் கண்டார்கள். அதை எடுத்து நாணேற்ற முயன்றபோது அவன் ஆற்றல் தாளாமல் அது இடியோசை போல ஒடிந்தது. அங்கிருந்த ஷத்ரியர்களெல்லாம் பதறி எழுந்தபின்னர் நடந்தது என்ன என்று அறிந்து வாழ்த்தொலி எழுப்பினர்.”

உளஎழுச்சியால் உடலைக்குறுக்கிக்கொண்டு மூச்சடக்கி “பிறகு?” என்றான் அர்ஜுனன். “பிறகு ஜானகியை ராமனுக்குப் பரிசாக அளித்தார்கள்” என்றாள் மாலினி. சிந்தனையுடன் தலையைச் சரித்து ஒருவிரலை நீட்டிக்காட்டி “ஒரே ஜானகியையா?” என்றான் அர்ஜுனன். “ஏன் ஜானகி ஒருத்திதானே?” என்றாள் மாலினி. “அத்தனை பெரிய வில்லை உடைத்தாலும் ஒரே மனைவியைத்தானா கொடுப்பார்கள்?” என்று அர்ஜுனன் கேட்டான்.

வெடித்தெழுந்த சிரிப்புடன் குனிந்து அவனை முத்தமிட்டு “இந்தக் கேள்வியிலேயே தெரிகிறதே இளவரசே, நீங்கள் இந்திரனின் மைந்தர் என்று” என்றாள். “ஆனால் ராமன் விஷ்ணு அம்சம். அவன் இந்திரன் மைந்தன் என்றால் மிதிலையிலுள்ள அத்தனை பெண்களையும் மணம்செய்து பெரிய தேர்களில் ஏற்றி கொண்டுவந்திருப்பான்.” அவளுடைய முத்தத்தில் அவன் உடல்கூச தோள்களைக் குறுக்கிக்கொண்டு சிரித்தான். “எங்கள் கருமுத்தே... எத்தனை பெண்களை பித்திகளாக்கப் போகிறீர்களோ?” என்றாள் மாலினி. “போ” என்றான் அர்ஜுனன்.

அர்ஜுனன் அவள் முகத்தைப் பிடித்துத் திருப்பி “பரசுராமர் என்ன செய்தார்?” என்று கேட்டான். “தசரத ராமன் என்ற ஷத்ரியன் சிவதனுஸை ஒடித்த செய்தியைக் கேட்டதும் பரசுராமர் கடும் கோபம் கொண்டார். பிராமண வீரியத்தை நிலைநாட்டுவதற்கு உறுதிகொண்டார். தன் விஷ்ணுதனுஸை எடுத்துக்கொண்டு வேகமாக நடந்து ராமனைப் பார்க்கவந்தார். அவர் நடந்து வந்த ஓசையில் மலைப்பாறைகள் எல்லாம் அதிர்ந்து உருண்டன. காட்டுமரங்களில் இருந்த குரங்குகளும் கரடிகளும் பிடிவிட்டு உதிர்ந்தன” என்றாள் மாலினி. “பிறகு?” என்று கேட்டபடி அர்ஜுனன் எழுந்து அமர்ந்துவிட்டான். அவன் முகமும் உடலும் அக்கேள்வியில் கூர்மைகொண்டிருந்தன.

மாலினி சொன்னாள். “காட்டில் ராமன் தன் தந்தை தசரதனுடனும் தம்பியுடனும் நடந்துசென்றுகொண்டிருக்கும்போது பரசுராமர் ‘நில்! நில்!’ என்று பெருங்குரல் கொடுத்தபடி வந்து அவனை நிறுத்தினார். ‘நீ சிவதனுஸை ஒடித்தாய் என்று அறிந்தேன். என்னுடன் இக்கணமே போருக்கு வா’ என்றார். ‘நான் எதிரிகளுடனேயே போரிடுவேன். தாங்கள் என் குருநாதர். பிராமணர். தங்களுக்கெதிராக என் வில் நாணேறாது’ என்றான் ராமன்.

“பரசுராமர் சினத்துடன் ‘ஆற்றலிருந்தால் இதோ என் விஷ்ணுதனுஸ். இதை வளைத்து நாணேற்று. இதில் நீ தோற்றால் உன்னைக்கொல்ல இதுவே எனக்குப் போதுமான காரணமாகும்’ என்றார். தசரதன் ‘பிராமணோத்தமரே, என் மைந்தன் சிறுவன். அவன் தெரியாமல் செய்தபிழையை பெரியவராகிய நீங்கள் பொறுத்தருளவேண்டும்’ என்று

கூறி பரசுராமனை வணங்க ‘இது வீரர்களின் போர், விலகு மூடா’ என்று பரசுராமர் முழங்கினார். ராமன் வணங்கி குருநாதர்களுக்கு நிகராகிய அவருடன் போட்டியிடுவதை விரும்பவில்லை என்றான். ‘அப்படியென்றால் நீ கோழை என்று ஒப்புக்கொள்’ என்றார் பரசுராமர்.”

“ராமர் என்ன செய்தார்?” என்றான் அர்ஜுனன். “ராமன் ‘பிராமணோத்தமரே, என்குலம் தோற்றதென்றாவதை விட நான் மரணத்தையே விழைவேன். வில்லைக் கொடுங்கள்’ என்று அந்த வில்லைக் கையில் வாங்கினான். அந்தவில் ஆதிசேடனைப்போல் பெருந்தோற்றம் கொண்டிருந்தது. ராமன் அதைக் கையில் வாங்கியதும் அது பச்சைப் பாம்பு போல ஆகியது. அவன் கையில் அது வெண்ணைபோல உருகி வளைந்தது” என்றாள் மாலினி.

அர்ஜுனன் கைகளை ஆட்டியபடி மெத்தைமேல் எம்பிக்குதித்தான். “பரசுராமர் தோற்றார்... பரசுராமர் தோற்றார்” என்று கூவினான். மெத்தையை கைகளால் அடித்தும் காலால் உதைத்தும் “ராமர் வென்றார். ஷத்ரியர் வென்றார்!” என்று எக்களித்தான்.

மாலினி சிரித்தபடி சொன்னாள் “அன்றோடு பூமியில் பிராமணவீரம் முடிந்தது. ஷத்ரிய யுகம் மீண்டும் தொடங்கியது. ராமன் வில்லை பரசுராமரிடம் திருப்பிக்கொடுத்து ‘பிராமண ராமனே, உங்கள் பிறவிநோக்கம் முடிந்தது, தென்னிலத்தில் மகேந்திரமலைக்குச் சென்று தவம்செய்து விண்ணுக்குச்செல்லும் வழிதேருங்கள்’ என்றான்.

“பரசுராமர் ‘ஷத்ரியராமனே, இவ்வில்லை இத்தனை பெரிதாக என் கையில் வைத்திருந்தது என் ஆணவம். என் ஆணவத்தை அழித்தாய். நீ விஷ்ணுஅம்சம் என இன்றறிந்தேன். என் யுகம் முடிந்து உன் யுகம் பிறந்துவிட்டிருக்கிறது. அது வளர்க!’ என்றார். அந்தவில்லை அவர் திரும்பி வாங்கியபோது அது சிறிய பாம்புக்குஞ்சாக ஆகியது. அதை தன் கையில் பவித்ரமாக கட்டிக்கொண்டு அவர் திரும்பிநடந்தார்.”

மாலினி சொல்லிமுடித்ததும் “ராமர் அதன்பின் என்ன சொன்னார்?” என்று அர்ஜுனன் கேட்டான். “அதை நாளைக்குச் சொல்கிறேன். இன்று நீங்கள் இதையே எண்ணிக்கொண்டு துயில்க” என்று மாலினி சொல்லி அவனை படுக்கவைத்து போர்வையால் மீண்டும் போர்த்திவிட்டாள்.

மாலினி கதவை நோக்கிச் சென்றபோது பார்த்தன் “நான் மீண்டும் பிறந்தால் அன்னையிடம் சென்று படுக்க முடியுமா?” என்றான். அவள் திரும்பிப்பார்த்து “துயிலுங்கள் இளவரசே” என்றபின் கதவை மூடினாள்.

2

பிரம்மமுகூர்த்தத்தில் காஞ்சனம் முழங்கியபோது அதைக்கேட்டுத் துயிலெழ எவருமே இருக்கவில்லை. முதிர்ந்தவர் அனைவரும் இரவெல்லாம் விழித்திருந்து ஆடையணிகளுடன் அகக்கிளர்ச்சியுடன் ஒருங்கியிருந்தனர். காஞ்சனத்தின் ஒலி நாள்தொடங்கிவிட்டது என்பதற்கான அடையாளமாகவே இருந்தது. பேரொலியுடன் ஆயிரக்கணக்கான மடைகள் திறந்து நதிக்குள் நீர்பொழிந்தது போல மக்கள் வீதிகளில் பெருகிநிறைந்தனர். சிரிப்பும் கூச்சலுமாக பந்தங்களின் வெளிச்சத்தில் மின்னியபடி திரண்டு கிழக்குவாயில்நோக்கிச் சென்றனர்.

அரண்மனையில் இருந்து கிளம்பிய தேரில் திருதராஷ்டிரரும் காந்தாரியும் முதலில் இந்திரனின் ஆலயமுகப்புக்கு சென்றுசேர்ந்தனர். அவர்களைத் தொடர்ந்து காந்தாரிகளின் தேர்கள் வந்தன. சகுனியின் அரண்மனையில் துயின்ற துரியோதனனும் துச்சாதனனும் அவரது தேரில் ஏறி பின்பக்கச் சோலைவழியாக இந்திரனின் நந்தனத்தை நோக்கிச் சென்றனர். முப்பது தேர்களிலாக கௌரவர் நூற்றுவரும் தொடர்ந்துசென்றனர். விதுரனுடன் தர்மன் தேரில் சென்று இறங்கினான். சௌனகர் முன்னரே இந்திரசன்னிதியில்தான் இருந்தார். அவரது தலைமையில்தான் அங்கே அனைத்துப் பணிகளும் நடந்துகொண்டிருந்தன. நூறு ஏவலர்கள் இரவெல்லாம் அணிசெய்தும் முறைசெய்தும் பணியாற்றிக் கொண்டிருந்தனர். விடிவதற்குள் கூட்டத்தை முறைப்படுத்தும் குதிரைப்படையின் மூவாயிரம்பேர் கவச உடைகளும் இடைகளில் கொடிகளும் சங்குகளுமாக வந்து இந்திரவிலாசத்தையும் நந்தனத்தையும் சூழ்ந்துகொண்டனர்.

இந்திரவிலாசத்தருகே கோட்டைமேல் இருந்த காவல்மாடத்தில் கோட்டையின் தலைமைக் காவலரும் மறைந்த அமைச்சர் விப்ரரின் மைந்தருமான கைடபர் அமர்ந்து கீழே நோக்கி ஆணைகளைக் கொடியசைவுகளாக வெளியிட்டுக்கொண்டிருந்தார். இரவில் கோட்டையின் கிழக்குவாயில் மூடப்படவில்லை. தேவையென்றால் மூடுவதற்காக யானைகள் சக்கரப்பொறியருகே காத்து நின்று இருளில் அசைந்துகொண்டிருந்தன. வெள்ளம் உள்நுழைவதுபோல பல்லாயிரம் வணிகர்வண்டிகள் வந்து கைவழிகளாகப் பிரிந்து இந்திரவிலாசத்தை நிறைத்துக்கொண்டிருந்தன. உணவுப்பொருட்களை விற்பவர்கள், அணிவணிகர்கள், துணிவணிகர்கள், நறுமணவணிகர்கள், படைக்கலவணிகர்கள். அவர்களின் கூச்சலால் இந்திரவிலாசம் ஏற்கெனவே விழாக்கோலம் கொண்டிருந்தது.

குந்தியும் அவள் சேடிகளும் சற்று தாமதமாக நான்கு குதிரைகள் இழுத்த மூடுவண்டியில் கிளம்பி மக்கள் நெரிசலிட்ட நகரினூடாக தேங்கியும் ததளித்தும் சென்றனர். குந்தி தன்னுடன் நகுலனையும் சகதேவனையும் அழைத்துக்கொண்டாள். இருவரும் காலையிலேயே எழுப்பப்பட்டு நீராட்டப்பட்டு ஆடையணிகள் அணிவிக்கப்பட்டிருந்தனர். அரண் மனையில் என்ன நிகழ்ந்துகொண்டிருக்கிறதென்றே தெரியாமல் பெரிய கண்களால் விழித்து நோக்கியபடி திகைத்து அமர்ந்திருந்தனர். வண்டியில் ஏறி குதிரைகள் கிளம்பியதும் வீசிய குளிர்ந்த காற்றில் குந்தியைப் பாய்ந்து அணைத்துக்கொண்டு மீண்டும் தூங்கிவிழத்தொடங்கினர்.

குந்தி "இளையவனை எழுப்பிவிட்டீர்களா?" என்றாள். "ஆம் அரசி. மாலினியே இளவரசரைக் கொண்டுவருவதாகச் சொன்னாள். நீராட்டிக்கொண்டிருக்கிறாள்" என்றாள் குந்தியின் அணுக்கச்சேடியான பத்மை. "மந்தன் எங்கே?" என்றாள் குந்தி. "அவர் எங்கிருக்கிறார் என்றே தெரியவில்லை. யானைக்கொட்டிலில் இருக்கக்கூடுமென நினைத்து இரவிலேயே அனகைநாச்சியார் கிளம்பிச்சென்றிருக்கிறார்" என்றாள் பத்மை. குந்தி புன்னகையுடன் "குரங்கு நாகத்தை விடமுடியாது" என்றபின் "பெரும்பாலும் குரங்குகள் என்ன என்றறியாமலேயே ஆர்வத்தால் நாகத்தைப் பற்றிக்கொள்கின்றன" என்றாள். பத்மை நகைத்து "நாகத்தை விட்டுவிட்டால் அவற்றின் வாழ்க்கைக்குப் பொருளே இல்லை அரசி... உறவு என்றும் பாசம் என்றும் வேறெதைச் சொல்கிறோம்?" என்றாள்.

இந்திரவிலாசத்தை அடைந்ததும் குந்தி இறங்கிக்கொண்டு "இளையவனைக் கொண்டுசென்று மூத்தவன் அருகே அமரச்செய்யுங்கள். இன்று அவனுடைய நாள்" என்றாள். வண்டி நின்றதும் இருசேடிகள் நகுலனையும் சகதேவனையும் தூக்கிக் கொண்டனர். குந்தி வெள்ளாடையால்

தன் தலையையும் பாதிமுகத்தையும் மறைத்துக்கொண்டு சேடிகள் நடுவே நடந்தாள். அவளைச்சூழ்ந்து சேடிகள் ஓலைக்குடையுடன் சென்றனர். மங்கலவாத்தியங்களோ அணித்தாலங்களோ அவளைச் சூழவில்லை. அவள் செல்வதை அங்கிருந்த எவரும் அறியவுமில்லை. அவள் இந்திரனின் ஆலயத்துக்கு இடப்பக்கமாக போடப்பட்டிருந்த ஈச்சையோலைப்பந்தலுக்குள் நுழைந்து தனக்கான பீடத்தில் அமர்ந்துகொண்டாள்.

அவள் வந்ததை அறிந்து அரண்மனைச் செயலமைச்சரும் மறைந்த களஞ்சியக்காப்பு அமைச்சர் லிகிதரின் மைந்தருமான மனோதரர் வந்து வணங்கி "தங்கள் வரவால் இவ்விடம் நிறைவுற்றது அரசி" என்றார். "மந்தன் எங்கிருக்கிறான் என்று தெரியுமா?" என்றாள் குந்தி. "இல்லை அரசி. புராணகங்கைக்குள் ஒரு யானையுடன் சென்றதாகச் சொன்னார்கள். தேடுவதற்கு ஆட்களை அனுப்பியிருக்கிறேன்" என்றார் மனோதரர். குந்தி "விழாமுடிவதற்குள் தேடிக்கண்டடைவீர்கள் அல்லவா?" என்றாள். மனோதரர் தலைவணங்கி "ஆம்" என்றார். அவளுடைய சொல்லின் முள் அவரைத் தைத்தது முகத்தில் தெரிந்தது. அவர் செல்லலாம் என்று குந்தி கையசைத்தாள். அவர் பணிந்து பின்பக்கம் காட்டாமல் விலகினார்.

இந்திரவேளை தொடங்குவதற்காக இந்திரனின் ஆலயமுகப்பில் இருந்த பிரபாகரம் என்னும் கண்டாமணி முழங்கியது. நகரெங்குமிருந்து கூடியிருந்த மக்கள்திரளில் எழுந்துகொண்டிருந்த ஓசை அலையடங்கி இறுதியில் பிரபாகரத்தின் இன்னொலி மட்டும் முழங்கிக் கொண்டிருந்தது. இந்திரனின் ஆலயமுகப்பில் திருதராஷ்டிரரும் காந்தாரியும் கைகூப்பி நடுவே நின்றனர். திருதராஷ்டிரர் பொன்னூல் பின்னிய வெண்பட்டுச் சால்வை சுற்றி கரிய உடலில் இரவிலெழுந்த விண்மீன்கள் போல மின்னும் மணிகள் கொண்ட நகைகள் அணிந்து கருங்குழலை தோளில் பரவவிட்டு நின்றார். அவர் வணங்கியதும் நகர்மக்களின் வாழ்த்தொலிகள் பொங்கி எழுந்தன.

நீலப்பட்டால் கண்களைச் சுற்றியிருந்த காந்தாரி செம்பட்டாடையும் மணியாரங்களும் தலையில் வைரங்கள் சுடர்ந்த சிறிய மணிமுடியும் அணிந்திருந்தாள். அவளைச்சுற்றி அவளைப்போலவே உடையணிந்த காந்தார அரசியர் ஒன்பதுபேரும் நின்றிருந்தனர். இளைய அரசி சம்படையை அணங்கு கொண்டிருப்பதாகவும் எங்கிருக்கிறோமென்பதையே அவளறி வதில்லை என்றும் அனைவரும் அறிந்திருந்தனர்.

சௌனகர் சென்று வணங்கி சகுனியிடம் சில சொற்கள் சொல்ல சகுனி வந்து திருதராஷ்டிரர் அருகே வலப்பக்கம் நின்றார். அவர் அருகே துரியோதனனும் துச்சாதனனும் நிற்க பின்னால் கௌரவர்

அணிவகுத்தனர். துரியோதனனைக் கண்டதும் மீண்டும் நகர்மக்கள் பேரொலி எழுப்பி வாழ்த்தினர். சௌனகர் சென்று வணங்கி தருமனை அழைத்துவந்து திருதராஷ்டிரனின் இடப்பக்கம் நிற்கச் செய்தார். மீண்டும் வாழ்த்தொலிகள் பெருகி அலையடித்தன.

குந்தி பத்மையிடம் "இளையவன் எங்கே?" என்றாள். "வந்து கொண்டிருக்கிறார் அரசி" என்றாள் பத்மை பதற்றத்துடன் தேர்கள் வரும் வழியை நோக்கியபடி. வெளியே போர் ஒன்று வெடித்ததுபோல ஒலியெழுந்தது. மக்கள்பரப்பில் நெரிசலெழுவது அலையலையாகத் தெரிந்தது. கிழக்குவாயில் தேர்ச்சாலையில் சிறிய ஒற்றைக்குதிரை தேர் ஒன்று நுழைந்தது. சிலகணங்களில் அப்பகுதியே புயலில் கொந்தளிக்கும் கடல் என வெறிகொண்டு துள்ளி எழுந்து ஆர்ப்பரித்தது. சால்வைகளையும் தலைப்பாகைகளையும் கழற்றி வானில் எறிந்து, கைகளை வீசி, தொண்டைபுடைக்கக் கூவி துள்ளிக் குதிக்கும் வீரர்களையும் நிலையழிந்து கைகளைத் தூக்கி வளையல்கள் உடைய ஓங்கித் தட்டியபடி கூவும் பெண்களையும் குந்தி திகைத்த விழிகளுடன் நோக்கியிருந்தாள்.

அர்ஜுனன் தேரிலிருந்து இறங்கியதும் அவன் அன்றி அங்கே மானுடர் எவருமில்லை என்ற உணர்வு ஏற்பட்டது. மாலினியின் கைகளிலிருந்து அவனை வீரர்கள் தூக்கிக்கொண்டனர். பல்லாயிரம் கைகள் வழியாக அவன் மேகங்களில் ஊர்ந்துவரும் தேவனைப்போல வந்தான். செம்பட்டு ஆடையும் வைரக்குண்டலங்களும் செம்மணியாரமும் அணிந்து நெற்றியில் புரிகுழலைக் கட்டி நீலமணியாரத்தைச் சுற்றியிருந்தான். சொற்களற்ற முழக்கமாக எழுந்த அவ்வொலியின் அலைகளே அவனை அள்ளியெடுத்து வந்தன. அவன் தேவர்களுக்குரிய புன்னகையுடன் அச்சமேயற்ற விழிகளுடன் அமர்ந்திருந்தான்.

"இந்திரனின் மைந்தர்!" என்றாள் பத்மை. "ஐயமே இல்லை அரசி. கருமைக்கு இத்தனை ஒளியுண்டு என்பதை இம்மக்கள் இன்றுதான் அறிந்திருப்பார்கள். இன்று இந்நகரில் பல்லாயிரம் பெண்கள் கருவறை கனிந்து சூல்கொள்வார்கள்." குந்தி உதடுகளை அழுத்திக்கொண்டு தன்னை கட்டுப்படுத்த முயன்றாலும் அவளையறியாமலேயே கண்ணீர் உதிரத்தொடங்கிவிட்டது. முகத்திரையை இழுத்துவிட்டு அவள் தன்னை மறைத்துக்கொண்டாள்.

பார்த்தன் அருகே வந்ததும் திருதராஷ்டிரர் கைநீட்டி அந்தரத்திலேயே அவனை வாங்கிக்கொண்டார். தன் முகத்துடன் அவனைச்சேர்த்து முத்தமிட்டு ஒற்றைக்கையால் சுழற்றித்தூக்கி தன் தோள்மேல் வைத்துக் கொண்டார். அவன் குனிந்து காந்தாரியின் தலையைத் தொட அவள்

கைநீட்டி அவன் சிறிய கையைப்பற்றி தன் உதடுகளில் வைத்து முத்தமிட்டாள். இளையகாந்தாரிகள் அவனை நோக்கிக் கைநீட்டி அழைக்க அவன் சிரித்துக்கொண்டே பெரியதந்தையின் தோள்மேல் அமர்ந்திருந்தான்.

இந்திரவிலாசத்தின் நடுவே பொன்மூங்கிலில் இந்திரத்துவஜம் பசுந்தளிராக எழுந்திருந்தது. அதன் வலப்பக்கம் ஏழு கபிலநிறக் குதிரைகள் கட்டப்பட்டிருந்தன. சூழ்ந்து எழுந்த குரல்களைக் கண்டு அவை செவிகூர்ந்து மூக்கை விடைத்து விழியுருட்டி நோக்கி, குளம்புகளை உதைத்தபடி சுற்றிவந்தன. இடப்பக்கம் ஏழு வெள்ளைக்காளைகள் திமில் புடைத்துச்சரிய கழுத்துத்தசைமடிப்புகள் உலைய கனத்த கொம்புகளும் மதம்பரவிய விழிகளுமாக கால்மாற்றி குளம்புகளால் உதைத்தும் செருக்கடித்தும் நின்றிருந்தன.

நூற்றெட்டு வைதிகர்கள் கங்கையில் இருந்து பொற்குடங்களில் கொண்டுவந்த நீரைக்கொண்டு இந்திரனை நீராட்டினர். நூற்றெட்டு பொற்குடங்களில் மஞ்சள்நீர் இந்திரனின் முன்னால் வைக்கப்பட்டது. இந்திரனுக்கும் இந்திராணிக்கும் வான்புரவிக்கும் மலரும் மணியும் தூபமும் தீபமும் காட்டினர். மங்கல வாத்தியங்கள் இசைக்க சங்குகளும் முழவுகளும் கொம்புகளும் முரசங்களும் சூழ்ந்து முழங்க பல்லாயிரம் குரல்கள் இந்திரனை வாழ்த்தின. பூசெய்கை முடிந்ததும் பூசகர் அந்த நூற்றெட்டு குடங்களிலும் பூசைமலர்களையும் குங்கிலியத்தையும் பசுங்கற்பூரத்தையும் போட்டு வணங்கி அவற்றை இந்திரவீரியமாக ஆக்கினார்.

மங்கல வாத்தியங்கள் சூழ நூற்றெட்டு வைதிகர் அந்தப் பொற்குடங்களைக் கொண்டுசென்று இந்திரத்துவஜத்தருகே வைத்து சூழ்ந்து அமர்ந்துகொண்டனர். கைகளில் பவித்ரம் கட்டப்பட்டது. அவர்கள் இணைந்து ஒற்றைப்பெருங்குரலில் வேதநாதமெழுப்பினர்.

> வலதுகையில் மின்னல்படை கொண்டவனை
> கபிலநிறப்புரவிகளை விரையச்செய்து
> வினைகளை முடிப்பவனை
> இந்திரனை போற்றுகிறோம்!
> பொன்னிறத் தாடி அலைபாய
> அவன் மேலெழுகிறான்
> தன் படைக்கலங்களால் வெல்கிறான்
> வழிபடுவோருக்கு செல்வங்களை அருள்கிறான்
> வேள்விகளில் செல்வங்களாகின்றன
> இக்கபிலநிறக் குதிரைகள்!

செல்வங்களுக்கு அதிபன்
விருத்திரனைக் கொன்றவன்
ஒளிவிடுபவன் வலுமிக்கவன்
ஆற்றல்களனைத்துக்கும் அதிபன்
மகத்தானவன்
அவன் பெயர்சொல்லி வீழ்த்துகிறேன்
என் எதிரியை!

வேதம் ஓதிமுடித்ததும் இந்திரவீரியத்தைச் சுமந்தபடி அவர்கள் ஏழுமுறை இந்திரத்துவஜத்தை சுற்றிவந்தனர். பின்னர் அக்குடங்களை எட்டுதிசைகளிலாக விலக்கி வைத்தனர். அவற்றை பெண்கள் குரவையிட்டபடி சூழ்ந்துவர இளைஞர்கள் எடுத்துக்கொண்டு ஓடிச்சென்று இந்திரவிலாசத்தின் எல்லைகளில் கங்கையில் இருந்து கரையேற்றி வைக்கப்பட்டிருந்த நூற்றுக்கணக்கான பெரிய படகுகளில் கலந்துவைக்கப்பட்டிருந்த மஞ்சள்நீரில் ஊற்றினர்.

வைதிகர்கள் குதிரைகளின் கழுத்தில் பெண்குதிரைகளின் மதநீரில் நனைத்து கோரோசனை கலக்கப்பட்ட மஞ்சள்துணிகளைச் சுற்றினர். எருதுகளின் கொம்புகளில் பசுக்களின் மதநீரில் நனைக்கப்பட்ட கோரோசனைத்துணிகள் கட்டப்பட்டன. குதிரைகளும் எருதுகளும் காமம்கொண்டு உடல்சிலிர்த்தும் சீறியும் செருக்கடித்தும் நிலையழிந்து சுற்றிவந்தன. எருதுகள் முன்கால்களால் நிலத்தை உதைத்து புழுதிகிளப்பி கொம்பு தாழ்த்தி பின்தொடை விதிர்க்க விழியுருட்டி நின்றன. குதிரைகள் முன்னங்கால்களைத் தூக்கி வானிலெழுபவை போல எம்பிக்குதிக்க அவற்றைக் கண்டு பெண்கள் வாய்பொத்தி கூவிச்சிரித்தனர்.

வைதிகமுதல்வர் ஒருவர் வந்து திருதராஷ்டிரரிடம் குனிந்து "அரசே தாங்கள் எருதுகளை அவிழ்த்துவிடவேண்டும்" என்றார். திருதராஷ்டிரர் நகைத்தபடி "இந்த நாள் என் கருமுத்துக்குரியது. இந்திரனின் மைந்தன் இருக்கையில் வேறுயார் வேண்டும்?" என்றபின் "இளைய பாண்டவா, குதிரைகளை கட்டறுத்துவிடு" என்று சொல்லிச் சிரித்தபடி அவனை இறக்கிவிட்டார். நிலத்தில் நின்று கால்களை சரிசெய்துகொண்டிருந்தபோது சகுனி சிரித்தபடி கைகாட்டி ஒரு வீரனிடம் அம்பும் வில்லும் கொண்டுவரச்சொன்னான்.

வில்லை வாங்கி அர்ஜுனன் நாணேற்றியபோது அந்தப் பெருமுற்றமெங்கும் வாழ்த்தொலிகள் எழுந்தன. வில்லை அவன் எடுப்பது தெரிந்தது. என்ன நடந்தது என முதல் குதிரை தன் கட்டு அறுபட்டு, துள்ளி எழுந்து கால்தூக்கி கனைத்தபோதுதான் அனைவரும் அறிந்தனர். அதனருகே நின்றவர்கள் சிதறிப்பரந்து ஓடினர். அர்ஜுனன் அம்புகளைத் தொடுத்து

ஏழு குதிரைகளையும் ஏழு காளைகளையும் கட்டறுத்துவிட்டபின் வில்லைத் தாழ்த்தினான். சகுனி சிரித்தபடி அவனை அள்ளித் தன் கையில் எடுத்து, தோளிலேற்றிக்கொண்டான்.

குதிரைகளும் எருதுகளும் விடைத்த காமத்துடன் கூட்டத்துக்குள் நுழைய அவைசென்ற வழி வகிடுபோல விரிந்துசென்றது. பெண்கள் சிரித்துக்கொண்டும் கூவிக்கொண்டும் ஓடிச்சென்று படகுகளில் அலையடித்த மஞ்சள்நீரை அள்ளி ஆண்கள் மேல் துரத்தித் துரத்தி வீசினார்கள். நீரில் நனைந்த உடல்களுடன் ஆண்கள் பெண்களை துரத்திச்சென்று தூக்கி உடலுடன் தழுவிக்கொண்டனர். சிலகணங்களில் அங்கே அனைத்துக் கட்டுப்பாடுகளும் மறைந்து பல்லாயிரம் மானுட உடல்கள் மட்டுமே இருந்தன.

உத்தர கங்காபதத்திலிருந்து வந்திருந்த மலைவணிகர்கள் அங்கே வாங்கிக்கொண்டுவந்து ஈரநிழலில் பாதுகாக்கப்பட்ட ஃபாங்கத்தின் தளிரிலைகளை பெரிய செக்கிலிட்டு மாடுகட்டி அரைத்து அதனுடன் சப்த சிந்துவிலிருந்து கொண்டுவரப்பட்ட பாதாம் பருப்பைக் கலந்து ஆட்டி விழுதாக்கி உருட்டி எடுத்து வாழையிலைகளில் வைத்தனர். அருகே பெரிய கலங்களில் நெய்முறுகிய பசும்பால் அடியிலிட்ட அனலால் இளஞ்சூடாக குமிழிவெடித்துக்கொண்டிருந்தது. ஃபாங்கம் இந்திரனுக்குரிய இனிய மது. இந்திரபானம் என்று அதைச் சூதர்கள் பாடினர்.

நிரைநிரையாக இளைஞர்கள் வந்து அதைக்கேட்டு வாங்கி அருந்தினர். மூங்கில் குவளைகளில் பாலை அள்ளி அதில் ஃபாங்கத்தின் உருளைகளைப்போட்டுக் கலக்கி தேனோ கரும்புவெல்லமோ சேர்த்து ஆற்றி இளஞ்சூடாக அளித்தனர் வணிகர். இளைஞர்கள் மீண்டும் மீண்டும் வந்து குடித்துக்கொண்டிருந்தனர். மூங்கில்குழாய்களில் வாங்கிக்கொண்டு தங்கள் தோழிகளுக்குக் கொடுத்தனர். சூதர்கள் இடைவெளியின்றி குடித்தனர். யாழையும் முழவுகளையும் அடகுவைத்து மீண்டும் கேட்டனர். ஃபாங்கமும் வெயிலும் அனைவர் விழிகளையும் குருதிக்கொப்புளங்களாக ஆக்கியது. வெள்ளியுருகி வழிந்துபரவிய வெயிலில் பொன்னிறமும் வெண்ணிறமும் இளநீலநிறமுமாக ஒளிவிட்ட சிறகுகளுடன் பறந்தலைவதாக உணர்ந்தனர் நகர்மக்கள்.

நகரமெங்கும் ஆணும்பெண்ணும் ஒருவரை ஒருவர் துரத்திக்கொண்டிருந்தனர். மஞ்சள் நீர்க்குடங்களை ஏந்திய பெண்கள் கூட்டம் கூட்டமாக ஆண்களைத் துரத்தி நீராட்டினர். சிலர் இல்லங்களில் இருந்து மலைமிளகின் தூளையும் சுக்குச்சாறையும் கொண்டுவந்து அந்நீரில் கலக்கி வீச கண்கள் எரிந்து இளைஞர்கள் அலறியபடி ஓடி

ஒளிந்தனர். அவர்களின் பாதச்சுவடுகளைக்கொண்டு தேடிப்பிடித்து இழுத்துவந்தனர் பெண்கள். அவர்களின் ஆடைகளைக் களைந்து வெற்றுடலாக்கி தெருநடுவே நிறுத்தி சுற்றிவந்து கூவிச்சிரித்தனர்.

நூற்றுக்கணக்கான பெண்கள் கூவிச்சிரித்தபடி ஈர உடைகளில் துள்ளும் முலைகளும் தொடைகளும் நிதம்பங்களுமாகத் திரண்டுவந்து கூச்சலிட்டபடி ஒரு ஃபாங்கவணிகனின் கடையைக் கைப்பற்றினர். “விலகுங்கள்! விலகுங்கள்!” என்று பெண்கள் கூச்சலிட ஆண்கள் பதறி ஓடினர். அவர்கள் ஃபாங்கம் கலக்கப்பட்ட பால்குடங்களை தலைமேல் தூக்கிக்கொண்டு ஓடினர். தனித்துச்சென்ற இரு ஆண்களை துரத்திச்சென்று தூக்கியது ஒரு பெண்படை. ஃபாங்க வணிகன் “இந்திரனின் வல்லமை அளப்பரியது!” என்றான்.

நேரம் செல்லச்செல்ல ஃபாங்கத்தின் களிவெறியில் அவர்கள் ஒவ்வொருவரும் தனியராயினர். காட்டில் அலையும் விடாய்கொண்ட வேங்கையென அவர்களின் உடல்கள் துணைதேடி எழுந்தன. குலங்களும் முறைகளும் மறைந்தன. நெறிகளும் விதிகளும் அழிந்தன. உடல்கள் மட்டுமே இருந்தன. உடல்களில் எரிந்த எரி இன்னும் இன்னும் என தவித்தது. காலத்திரைக்கு அப்பாலிருந்து ஆயிரம் பல்லாயிரம் மூதாதையர் மறுபிறப்பின் கணத்துக்காக எம்பி எம்பித்தவித்தனர்.

நகரம் முழுக்க இளையவர்கள் கைகளுக்குச் சென்றது. முதியவர்கள் தங்கள் இல்லங்களுக்குச் சென்று சாளரங்களை சாத்திக்கொண்டு அரையிருளில் அமர்ந்தனர். “இந்திரனெழுந்துவிட்டான். இன்று இந்நகரில் கற்பாறைகள் கூட கருவுறும்” என்றார் ஒரு கிழவர். “சும்மா இருங்கள். வயதுக்கேற்றபடி பேசுங்கள்” என அவரது கிழவி அவரைக் கையில் அடித்தாள். “இந்திரனால்தான் நீயும் கருவுற்றாய்” என்றார் கிழவர். கிழவி சினந்து பழுத்த முகத்துடன் எழுந்து செல்ல கிழவர் உடல்குலுங்க நகைத்தார்.

மதியவெயில் எரியத்தொடங்கும்போது நகரமே முற்றமைதியில் இருந்தது. ஒலித்தடங்கி அமைந்திருக்கும் பெருமுரசுபோல. வெயிலையும் நிழல்களையும் அலைபாயச்செய்தபடி காற்றுமட்டும் கடந்துசென்றது. நகரத்தெருக்களில் எங்கும் ஒருவர் கூட தென்படவில்லை. ஃபாங்கம் சித்தத்தை மீறிச்சென்ற சூதர்கள் சிலர் தங்கள் யாழையும் முழவையும் அணைத்தபடி தெருவோரங்களில் விழுந்துகிடந்தனர். நகரத்தின் மேல் பறந்த செம்பருந்துகள் வெயிலின் அலைகளில் எழுந்தமைந்துகொண்டிருந்தன.

இந்திரவிலாசத்திலிருந்து அரசத்தேர்கள் ஒவ்வொன்றாகக் கிளம்பிச் சென்றன. அர்ஜுனன் வண்டியின் திரையை விலக்கி குந்தியிடம்

“அன்னையே, நான் தங்கள் வண்டியில் வருகிறேன்” என்றான். “நீ இன்று இளைஞனாகிவிட்டாய் பார்த்தா. பெண்களின் வண்டியில் வரலாகாது” என்றாள் குந்தி. “சற்றுநேரம் நகுலனுடன் விளையாடிக்கொண்டு வருகிறேன்” என்று அர்ஜுனன் சொன்னான். பத்மை “இளவரசர் மூடிய வண்டியிலேயே வரட்டும் அரசி” என்றாள். குந்தி “ஏறிக்கொள்” என்றாள்.

வண்டியில் ஏறி குந்தியின் அருகே அமர்ந்திருந்த நகுலனுக்கு அப்பால் அமர்ந்துகொண்டான் அர்ஜுனன். நகுலனை நோக்கிப் புன்னகை செய்தான். நகுலன் “நானும் வில்லை வளைப்பேன்” என்று சொல்லி கையை விரித்துக்காட்டினான். குந்தி புன்னகையுடன் குனிந்து அவனை முத்தமிட்டாள். அவள் அணிகலன்கள் எதையும் அணியாமலேயே பேரழகியாக இருப்பதாக அர்ஜுனன் எண்ணினான். அணிகலன்கள் வழியாக அவளைப்போல அழகியாவதற்குத்தான் மற்ற அனைத்துப்பெண்களும் முயல்கிறார்கள். விளையாட்டில் மெல்ல கையை நீட்டுவதுபோல நீட்டி அவன் குந்தியின் ஆடைநுனியைத் தொட்டு தன் கைகளால் பற்றிக்கொண்டான்.

மூடுவண்டி நின்றது. வண்டியின் திரைக்கு அப்பால் “வணங்குகிறேன் அரசி” என்று விதுரரின் குரல் கேட்டது. அர்ஜுனன் அரைக்கணம் திரும்பி குந்தியின் விழிகளைப் பார்த்தான். “அமைச்சரின் செய்தி என்ன?” என்றாள் குந்தி. “இளையபாண்டவர் பீமன் சமையலறையில்தான் இருந்திருக்கிறார். அனகை அவரைக் கண்டுபிடித்துவிட்டாள். இந்திரவிழாவுக்காக பெருமளவு உணவு சமைக்கிறார்கள். அவரும் சமையலில் ஈடுபட்டிருக்கிறார்” என்றார் விதுரர்.

குந்தி “ஆம், அதை நானும் எண்ணினேன். இந்தக் கூட்டத்தில் அவனுக்கென்ன வேலை?” என்றாள். “மூத்தவன் தங்களுடன் இருக்கிறான் அல்லவா?” என்றாள். “ஆம் அரசி. நான் அவருக்கு அறநூல்களைப் பயிற்றுவிக்கிறேன்.” குந்தி “நன்று” என்றபின் பத்மையிடம் வண்டி செல்லலாம் என கைகாட்டினாள். தேரோட்டி குதிரையைத் தட்ட அது காலெடுத்ததும் வண்டி சற்றே அசைந்தது. அக்கணம் குந்தியின் கைபட்டு திரைச்சீலை விலக வெளியே நின்றிருந்த விதுரரின் முகம் தெரிந்தது. அவர் விழிகள் அர்ஜுனன் விழிகளை ஒருகணம் சந்தித்து திடுக்கிட்டு விலகின.

வண்டி சென்றபோது அர்ஜுனன் தனிமைகொண்டவனாக திரைச்சீலையை நோக்கியபடி வந்தான். பத்மை “விளையாட வந்ததாகச் சொன்னீர்கள் இளவரசே” என்றாள். அர்ஜுனன் அவளை நோக்கிவிட்டு பார்வையை விலக்கிக்கொண்டான். பின் அவன் கைகளால் திரையை

விலக்கி வெளியே நோக்கினான். “வெளியே பார்க்கலாகாது இளவரசே” என்று பத்மை அவன் கைகளைப் பிடிக்கவந்தாள். குந்தி “அவன் பார்க்கட்டும். விரைவிலேயே அவன் ஆண்மகனாகட்டும்” என்றாள். அர்ஜுனன் திரையை விலக்கி வெளியே தெரிந்த மானுட உடல்களைப் பார்த்தபடியே சென்றான்.

பின்மதியம் நகரம் எங்கும் நீராவி நிறைந்து வீட்டுக்குள் இருந்தவர்களை மூச்சடைக்க வைத்தது. சாளரங்களைத் திறந்த முதியவர்கள் தங்கள் இளையவர்களைப்பற்றி எண்ணி பெருமூச்சுவிட்டனர். வானின் ஒளி மங்கலடைந்தும் ஒளிகொண்டும் மாறிக்கொண்டிருக்க பறவைக்கூட்டங்கள் கலைந்து காற்றில் சுழன்று கூவிக்கொண்டிருந்தன. வெயிலின் நிறம் மாறியிருப்பதை ஒரு முதியவள் கண்டு தன் துணைவனிடம் சொன்னாள். அந்தக் காட்சி நகரத்தில் மெல்ல ஒலியை எழுப்பியது. உப்பரிகைகளிலும் திண்ணைகளிலும் வந்து நின்று அந்த வண்ணவெயிலை அனைவரும் நோக்கினர்.

வெயில் முறுகி காய்ச்சப்பட்ட நெய்யின் நிறம் கொண்டது. பின் தேன் நிறமாக ஆயிற்று. பின்னர் அரக்குப்பாளத்தினூடாகப் பார்ப்பதுபோல நகரம் காட்சிகொண்டது. இல்லங்களின் உள்ளறைகள் இருள தீபங்கள் ஏற்றப்பட்டன. காற்று முற்றிலும் நின்று இலைநுனிகளும் கொடிகளும் திரைச்சீலைகளும் தீபச்சுடர்களும் முற்றிலும் அசைவிழந்தன.

கீழ்த்திசையில் இந்திரனின் முதற்பெருங்குரல் எழுந்தது. ‘ஓம் ஓம் ஓம்’ என்றன மேகங்கள். இந்திரனின் மின்னல்படைக்கலம் சுடர்க்கொடியாக எழுந்து, வேர்வேராக விரிந்து, விழுதுகளாக மண்ணிலூன்றியது. ‘ஓம் லம் இந்திராய நமஹ!’ என்று இல்லத்து முகப்புகளில் நின்று கைகூப்பி வாழ்த்தினர் மக்கள். இந்திரன் அவர்களின் கண்களை ஒளியால் நிறைத்து காதுகளை ஒலியால் மூடினான். கருத்தில் சிலகணங்கள் ஓங்காரம் மட்டுமே இருக்கச்செய்தான்.

அறைக்குள் தேங்கியிருந்த இருள் மறைவதை அவர்கள் கண்டனர். தூண்களுக்கு வெவ்வேறு வண்ணங்களில் பலநிழல்கள் விழுந்து அவை ஒன்றுடனொன்று கலந்தவை போலத் தோன்றின. சாளரத்துக்கு வெளியே மென்சிவப்பு வண்ணம் கொண்ட பட்டுத்திரை தொங்குவதுபோலிருந்தது. அவர்கள் எட்டி வெளியே பார்த்தபோது செந்நிற ஒளி நிறைந்திருந்த தெருக்களில் செம்பளிங்குத் துருவல்கள் போல மழைவிழுந்துகொண்டிருந்தது. நகரமே ‘ஓம் லம் இந்திராய நமஹ!’ என்று குரல்கொடுக்க அனைவரும் கிழக்கே நோக்கினர். மிகப்பெரிய இந்திரவில் வானை வளைத்து நின்றிருந்தது.

வானின் ஒளி முழுக்க மழைத்துருவல்களாக விழுந்து மறைந்ததுபோல மழைபெய்யப்பெய்ய இருள் வந்து மூடியது. சற்றுநேரத்திலேயே இருட்டி மூடி மின்னல்களும் இடியுமாக பெருமழையின் வருகை துலங்கியது. பேரோசையுடன் வானம் அதிர்ந்து காட்சிகள் துடிதுடித்தடங்கின. அனைத்தையும் அள்ளிக்கொண்டுசெல்ல விழைவதுபோல காற்று நகரை மோதியது. கலங்கள் கூட கவிழ, வெண்கலப்பொருட்கள் நிலத்தில் உருள, கதவுகள் அடித்துக்கொள்ள, மழை வந்து சுவர்களை அறைந்தது. மரங்கள் சுழன்று வெறிநடனமிட்டு நீராடின.

நனைந்து வழிந்த உடல்களும், ஒட்டிய குழல்களும், சேறுபரவிய ஆடைகளுமாக பெண்கள் ஒவ்வொருவராக வீடு திரும்பினர். பித்திகள் போல, அணங்கு அமைந்தவர்கள் போல, விழி வெறித்து கனவில் நடந்து வந்த அவர்களை அன்னையரும் செவிலியரும் அழைத்துச்சென்று உள்ளங்கணத்தில் அமரச்செய்து மஞ்சள்நீரில் நீராட்டி தலைதுவட்டி புத்தாடை அணியவைத்து கொண்டுசென்று படுக்கச்செய்தனர். அவர்கள் அணிந்துவந்த ஆடைகளைச் சுருட்டி மஞ்சள்துணியில் சுற்றி கங்கையில் ஒழுக்குவதற்காக கொல்லைப்பக்கம் வைத்தனர்.

அன்றிரவு முழுக்க மழை நின்றுபெய்தது. அதிகாலையில் மழை நின்றுவிட நகரம் பெருமூச்சுடன் துளிகளை உதிர்க்கத் தொடங்கியது. நீரோடைகள் வழியாக செந்நிறநீர் வழிந்தோடி தெளிந்து தூயநீராக மாறி புராணகங்கையை அடைந்தது. காலையில் வாயில் திறந்து முற்றத்துக்கு வந்த முதுபெண்கள் முற்றமெங்கும் நீர்வரிகள் மேல் மலர்கள் பரவியிருப்பதைக் கண்டார்கள். நீர்சொட்டி வடிந்து வழிந்த நகரில் குளிர்ந்த காற்று மலர்மணத்துடன் சுழன்றுகொண்டிருந்தது.

இந்திரன் ஆலயத்துக்கு கங்கை நீருடன் வந்த வைதிகர் ஏழு பிங்கலக் குதிரைகளும் ஏழு வெண்ணெருதுகளும் மழை கழுவிய உடல் காற்றில் உலர்ந்து சிலிர்க்க, தலைகுனிந்து தங்கள் கட்டுத்தறிகளின் அருகே நின்றிருப்பதைக் கண்டு புன்னகை செய்தார்.

3

பயிற்சிக்களம் புகுவதற்கான ஆடையுடன் அர்ஜுனன் கூடத்தில் வந்து காத்து நின்றபோது மாலினி “வில்வித்தையில் இனி தங்களுக்கு யார் பயிற்சியளிக்க முடியும் இளவரசே? பாவம் கிருபர், அவர் தங்களைப் பார்த்துத் திகைத்துப்போயிருக்கிறார்” என்றாள். அர்ஜுனன் “பயிற்சி என்பது கற்றுக்கொள்வதற்காக அல்ல” என்றான். மாலினி “வேறெதற்கு?” என்றாள். “நான் வேறெதையும் விளையாட விரும்பவில்லை” என்றான் அர்ஜுனன்.

“ஏன்?” என்று அவள் மீண்டும் வியப்புடன் கேட்டாள். “விளையாட்டு இரண்டுவகை. கைகளால் விளையாடுவது ஒன்று. என் தமையன்கள் பீமனும் துரியோதனனும் ஆடுவது அது. இன்னொன்று கண்களால் விளையாடுவது. அதில்தான் என் மனம் ஈடுபடுகிறது.” சற்று தலைசரித்து சிந்தித்துவிட்டு அர்ஜுனன் சொன்னான் “கண்களால் ஆடப்படும் பிற எல்லா விளையாட்டுகளும் வில்விளையாட்டின் சிறியவடிவங்கள்தான்.”

எப்போது அவன் பெரியவர்களைப்போல பேசுவான் என மாலினி அறிந்திருந்தாள், வில்லைப்பற்றிப் பேசும்போது மட்டும். புன்னகையுடன் “இனி நீங்கள் யாரிடம் போரிடமுடியும் இளவரசே?” என்றாள். “பரசுராமர் அழிவில்லாமல் இருக்கிறார். மலையுச்சியில் சரத்வான் இன்னும் இருக்கிறார். அக்னிவேசரும் இருக்கிறார். ஏன் நம் பிதாமகர் பீஷ்மரும் இருக்கிறார்.”

மாலினி நகைத்தபடி “அதாவது நீங்கள் களமாட பிதாமகர்களும் குருநாதர்களும் மட்டுமே உள்ளனர் இல்லையா?” என்றாள்.

அர்ஜுனன் சிந்தனையால் சரிந்த இமைகளுடன் "அவர்களைப்பற்றி நமக்குத் தெரிகிறது, அவ்வளவுதான். எனக்கு நிகரான வில்வீரர்கள் இப்போது எங்கோ இரவுபகலாக வில்பயின்றுகொண்டிருப்பார்கள். நாணொலிக்க அவர்கள் என் முன் வந்து நிற்கையில்தான் நான் அவர்களை அறியமுடியும். ஒவ்வொரு கணமும் அப்படி ஒருவனை எதிர்பார்த்துக்கொண்டிருக்கிறேன்."

"அப்படி ஒருவன் இருக்க முடியாது இளவரசே" என்றாள் மாலினி. "நிச்சயமாக இருப்பான். ஏனென்றால் வில்லை ஏந்தும்போது என்னுள் உருவாகும் ஆற்றல் என்பது என்னுடையது அல்ல. அதே ஆற்றலை காற்றிலும் வெயிலிலும் நெருப்பிலும் நீரிலும் என்னால் பார்க்கமுடிகிறது. அந்த ஆற்றல் இங்கே இயற்கையில் எல்லாம் உள்ளது. அதைத்தான் கிருபரும் சொன்னார். இதை மூலாதாரவிசை என்று சொன்னார். மனிதனின் மூலாதாரத்தில் குண்டலினி வடிவில் உள்ளது இந்த ஆற்றல். இயற்கையிலும் பாதாளத்தில் கருநாகவடிவில் உள்ளது என்று தனுர்வேதம் சொல்வதாகச் சொன்னார். அப்படியென்றால் இந்த ஆற்றல் இங்கெல்லாம் உள்ளது. எனக்குக் கிடைத்ததைப் போலவே பிறருக்கும் கிடைத்திருக்கும்."

"நீங்கள் இந்திரனின் மைந்தர் அல்லவா?" என்றாள் மாலினி. அவனுடைய முதிர்ந்தபேச்சு அவளை அச்சத்துக்குள்ளாக்கியது. தன் கைகளில் வளர்ந்த சிறுவன் விலகிச்செல்வதாக உணர்ந்து அவள் முலைகள் தவித்தன. "ஆம், நான் இந்திரனின் மைந்தன். இடிமின்னலின் ஆற்றலைக் கொண்டவன். ஆனால் சூரியனும் இந்திரனுக்கு நிகரானவனே. வருணனும் அஸ்வினிதேவர்களும் மாருதியும் எல்லையற்ற ஆற்றல்கொண்டவர்கள்தான். விண்ணில் தேவர்களே இன்னும் வெற்றிதோல்விகளை முடிவுசெய்யவில்லை. மண்ணில் எப்படி முடிவுசொல்லமுடியும்?" என்று அவன் சொன்னான். தலையைச் சரித்து "கிருபர் என்னிடம் அதைத்தான் சொன்னார். நான் வில்விஜயன் என்ற எண்ணத்தைத்தான் நான் வென்றபடியே இருக்கவேண்டும் என்று..."

"அதைத்தான் நானும் நினைத்தேன். என் அம்புகளால் இந்திரமிருகங்கள் கட்டவிழ்ந்தபோது அத்தனைபேர் குரலெழுப்பினார்கள். மறுநாள் என்னிடம் மூத்ததமையனார் சொன்னார், அத்தனைபேரும் என்னை வெல்லும் ஒருவனைப்பற்றிய கனவுடன்தான் திரும்பிச்சென்றிருப்பார்கள் என்று. அவர்கள் அனைவரும் என் தோல்விக்காகக் காத்திருக்கிறார்கள். அவர்களின் கண்களுக்கு முன்னால் தோல்வியின்றி இறுதிநாள்வரை நின்றிருப்பேன் என்றால் மட்டுமே நான் வென்றவன்."

சட்டென்று அர்ஜுனன் சிரித்து "மூத்த தமையனார் சொன்னார், நான் தோற்று மடிந்தேன் என்றால் இதே மக்கள் குற்றவுணர்வுகொண்டு

என்னை மாவீரன் என்று கொண்டாடுவார்கள். எனக்காக சூதர்கள் கண்ணீர்க் கதைகளை உருவாக்குவார்கள். வாழ்விலும் புராணங்களிலும் ஒரே சமயம் வெற்றிகொண்டு நிற்பது தேவர்களாலும் ஆகாதது என்றார் தமையனார்.”

“நீங்கள் வில்வீரர். எதற்காக உங்கள் தமையனாரின் வெற்றுத் தத்துவங்களுக்கு செவிகொடுக்கிறீர்கள்?” என்று மாலினி சினத்துடன் சொன்னாள். “அவரால் இன்னமும்கூட வேலும் வாளும் ஏந்தமுடியவில்லை. எந்நேரமும் அமைச்சர்களுடன் அமர்ந்து ஓலைகளை வாசித்துக்கொண்டிருக்கிறார். இதற்குள்ளாகவே தோள்கள் கூன்விழுந்துவிட்டன.” அர்ஜுனன் “அவர் ஏன் படைக்கலம் பயிலவேண்டும்? அவரது இருகைகளாக நானும் இளையதமையனும் இல்லையா என்ன?” என்றான்.

“ஆம், உங்களனைவருக்கும் வஞ்சமாகவும் விழைவாகவும் அன்னையும் இருக்கிறார்கள். நீங்கள் அவர்கள் நினைப்பதை நடத்தினால் மட்டும்போதும்” என்றபடி மாலினி எழுந்தாள். தன் எல்லைவிட்டுப் பேசிவிட்டோமோ என்ற ஐயம் அவளுக்கு வந்தது. ஆனால் அர்ஜுனன் நகைத்தபடி “ஆம், அன்னை முப்பது வருடங்களுக்குப்பின் நிகழப்போவதைக்கூட நிகழ்த்திவிட்டார்கள். அவை நிகழவே வேண்டாம். ஒரு நல்ல சூதனிருந்தால் நேரடியாகவே காவியமாக்கிவிடலாம் என்று தமையனார் சொன்னார்” என்றான்.

இடைநாழியில் தருமன் குரல் கேட்டது. “தேரைத் திருப்பி நிறுத்து.” அவன் பாதக்குறடு ஒலிக்க உள்ளே வந்து “விஜயா, கிளம்பிவிட்டாயா? நான் கிளம்பும்நேரம் மறைந்த உக்ரசேனரின் புதல்வர்கள் வஜ்ரசேனரும் சக்ரபாணியும் வந்துவிட்டார்கள். இருவருமே நம் படைப்பிரிவுகளில் துணைத்தளபதிகளாக இருக்கிறார்கள்” என்றான்.

அர்ஜுனன் “நான் நெடுநேரமாகக் காத்திருக்கிறேன்” என்றான். தருமன் “வா... தேரில் விதுரரும் இருக்கிறார். கிருபரைக் காண வருகிறார்” என்றான். அர்ஜுனன் முகத்தைச் சுளித்து “அவர் எதற்கு?” என்றான். “அவரது தேரில் செல்கிறோம். அவரது நேரம் மிக அருமையானது. தேரில் செல்கையில் நகரைச்சுட்டிக்காட்டி நமக்கு நிறைய புதியவற்றைச் சொல்வார். கிளம்பு!”

அர்ஜுனன் “நான் அவருடன் வரமாட்டேன்” என்றான். தருமன் திகைத்து மாலினியைப் பார்த்துவிட்டு “ஏன்?” என்றான். “நான் வரமாட்டேன்... நான் இன்றைக்கு பயிற்சிக்குச் செல்லவில்லை” என்று அர்ஜுனன் சென்று பீடத்தில் அமர்ந்துகொண்டான். “விஜயா, நீ சிறுவன் அல்ல. இளவரசர்கள் ஒவ்வொரு சொல்லையும் தெரிந்து சொல்லவேண்டும்” என்று தருமன் சற்றுக் கடுமையான குரலில் சொன்னான்.

“நான் வரமாட்டேன். நான் அவருடன் வரமாட்டேன்” என்று அர்ஜுனன் கூவினான். தருமன் “ஏன்? அதைச்சொல்” என்றான். கண்களில் கண்ணீர் தேங்க அர்ஜுனன் “நான் அவரை வெறுக்கிறேன்” என்றான். தருமன் கண்கள் இடுங்கின. “ஏன் என்று நீ சொல்லியாகவேண்டும்!” “எனக்கு அவரைப் பிடிக்கவில்லை” என்றான் அர்ஜுனன் மீண்டும்.

தருமன் மாலினியைப் பார்த்து “என்ன நடந்தது?” என்றான். மாலினி “நான் ஏதுமறியேன். முன்பு இந்திரவிழாவின்போது அரசியுடன் வண்டியில் வந்தார். வந்து இறங்கியதுமே விதுரரை வெறுத்துப்பேசத் தொடங்கிவிட்டார். அன்றுமுதல் அப்பெயர் சொன்னாலே சினந்து எழுகிறார்” என்றாள். “உம்” என்ற தருமன் “விஜயா, நீ இப்போதே வந்து தேரில் ஏறவேண்டும். விதுரரிடம் உரியமுறையில் முகமனும் நற்சொற்களும் பேசவேண்டும். நீ அவரை விரும்பவில்லை என்பதை அவர் அறியலாகாது. எப்போதுமே அறியக்கூடாது. இது என் ஆணை” என்றான்.

அர்ஜுனன் எழுந்து “ஆணை மூத்தவரே” என்று தலைவணங்கிவிட்டு, தலைகுனிந்து கண்களை சால்வையால் துடைத்தபடி நடந்தான். தருமன் “மூடா, கண்களைக் கட்டுப்படுத்துகிறாய் என்று அறிந்தேன். கண்ணீரைக் கட்டுப்படுத்தக் கற்கவில்லையா நீ?” என்றான். அர்ஜுனன் தலைகவிழ்ந்து நடந்தான்.

வெளியே நின்ற தடம் அகன்ற தேரில் இருவரும் ஏறிக்கொண்டதும் அர்ஜுனன் “வணங்குகிறேன் அமைச்சரே” என்றான். விதுரர் “வெற்றியுடன் இரு” என்று வாழ்த்தினார். அர்ஜுனனின் உடலசைவு வழியாகவே அவன் உணர்ச்சிகளை விதுரர் அறிந்துவிட்டதுபோலத் தோன்றியது. அவர் உடலிலும் ஓர் இறுக்கம் உருவானது. தேர் அஸ்தினபுரியின் வீதிகள் வழியாகச் சென்றுகொண்டிருந்தபோது விதுரர் ஒரு சொல்லும்பேசாமல் தெருக்களையே நோக்கிக்கொண்டிருந்தார். தருமன் சில கேள்விகள் கேட்டபோது சுருக்கமான பதிலை அளித்தார்.

கிழக்குவாயில் முன் இருந்த அந்தப் பெரிய கதாயுதத்தைப் பார்த்ததும் தருமன் “அது அனுமனின் கதாயுதம் என்கிறார்களே?” என்றான். “ஆம். உத்தர கங்காபதத்தில் மாருதர்களின் நாடுகள் முன்பு இருந்திருக்கின்றன. அவர்களின் குலதெய்வம் மாருதியாகிய அனுமன். அனுமனின் பெரும் சிலைகளை அவர்கள் அங்கே நிறுவியிருக்கிறார்கள். அச்சிலைகளில் ஒன்றின் கையில் இருந்த கதாயுதம் இது என நினைக்கிறேன்” என்றார் விதுரர். “துரியோதனனைக் கொல்பவன் எவனோ அவன் அதைக் கையிலெடுப்பான் என்று ஒரு சூதன் பாடக்கேட்டேன்” என்றான் தருமன். விதுரர் “சூதர்கள் ஆற்றலுள்ளவனை வெறுக்கிறார்கள். அவன் வீழ்வதற்காக சொற்களுடன் காத்திருக்கிறார்கள்” என்றார்.

அர்ஜுனன் அவ்வப்போது ஓரக்கண்ணால் விதுரரையே நோக்கிக் கொண்டிருந்தான். விதுரர் அப்பார்வையை உணர்ந்துகொண்டுமிருந்தார். தருமன் "நான் சிலநாட்கள் மார்திகாவதிக்குச் சென்று தங்கியிருக்கலாமென எண்ணுகிறேன் அமைச்சரே. முதுதந்தை குந்திபோஜர் என்னை அங்கே வரும்படி அழைத்துக்கொண்டிருக்கிறார். அவர்கள் பார்த்தனையும் பார்த்து நெடுநாட்களாகின்றன" என்றான். விதுரர் "சென்று வரவேண்டியதுதான். நான் யாதவ அரசியிடம் பலமுறை சொன்னேன், ஒருமுறை மார்த்திகாவதிக்கு சென்றுவரலாமே என்று. அஸ்தினபுரியை விட்டு எங்கும் செல்வதாக இல்லை என்று சொல்லிவிட்டார்கள்" என்றார்.

அர்ஜுனன் உரக்க "அவர்களுக்கு ஆலோசனை சொல்லுமிடத்தில் எவரும் இல்லை. அவர்களுக்கே எல்லாம் தெரியும்" என்றான். விதுரரின் முகம் சிவந்தது. ஆனால் அதை உடனடியாக வென்று "மன்னிக்கவேண்டும் இளவரசே, அரசிகளுக்கு ஆலோசனை சொல்வதுதான் அமைச்சரின் பணி" என்றார். "நீங்கள் பெரிய தந்தையின் அமைச்சர் அல்லவா?" என்றான். தருமன் உரக்க "பார்த்தா, நீ என்ன பேசுகிறாய்?" என்றான். அர்ஜுனன் தலைகுனிந்து "பொறுத்தருள்க மூத்தவரே" என்றான்.

விதுரர் "அவர் சொல்வது ஒருவகையில் சரியே" என்றார். "அரசி என்னிடம் எதுவும் கேட்பதில்லை. நான் சொல்வதைக் கருத்தில் கொள்வதுமில்லை. ஆகவே நான் ஏதும் சொல்லாமலிருப்பதே உகந்தது." தருமன் "அவன் சிறுவன். அவனுக்கு ஏதோ மனக்குழப்பம். அதை நீங்கள் பெரிதுபடுத்தவேண்டாம்" என்றபின் அர்ஜுனனிடம் "பார்த்தா, இனிமேல் நீ பெரியவர்களின் பேச்சுக்குள் நுழையாதே" என்றான். "ஆணை மூத்தவரே" என்று அர்ஜுனன் தலைகுனிந்தான்.

அதன்பின் தேர் ஓடும்போது விதுரர் ஏதும் பேசவில்லை. தருமனும் பேசவில்லை. அர்ஜுனனும் விதுரரும் அந்தச் சிறிய தேர்த்தட்டின் மீது முடிந்தவரை இடைவெளிவிட்டு விலகி நிற்பதை அவன் கண்டான். அவனுக்கு அது முதலில் திகைப்பையும் பின்பு புன்னகையையும் உருவாக்கியது.

கிருபரின் குருகுலத்தில் மாணவர்கள் ஏற்கெனவே கூடியிருந்தனர். கௌரவர்கள் கதைபழகிக்கொண்டிருக்க கிருபர் ஒரு சிறிய மேடையில் அமர்ந்து பார்த்துக்கொண்டிருந்தார். தேர் நின்றபோது விதுரர் இறங்கி சற்றுத்திரும்ப அவர் விழிகளும் அர்ஜுனன் விழிகளும் சந்தித்து விலகிக்கொள்வதை தருமன் கண்டான்.

விதுரர் கிருபரை வணங்கி அருகே செல்ல தருமன் "பார்த்தா, உன்னிடம் நான் கூடுதல் ஏதும் சொல்லவில்லை. நீ வில்விஜயன். மண்ணில் உனக்கு

நிகரான எவருமில்லை. எனவே நீ என்றென்றும் தனிமையிலேயே வாழக் கடன்பட்டவன். அதை மறக்காதே" என்றான். அர்ஜுனன் "நான் எவரையும் நாடவில்லை" என்றான். "நாடுகிறாய்... நீ முதலில் விழைவது நம் அன்னையின் அன்பை. ஆனால் அவள் உன்னை வில்விஜயனாக மட்டுமே பார்க்கிறாள்."

"எந்தப் பெண்ணையும் நான் பெரிதாக நினைக்கவில்லை. அன்னையையும்" என்றான் அர்ஜுனன் உரக்க. தருமன் "நீ அந்தப்புரத்தில் கைக்குழந்தை போல இருப்பாய் என்று எனக்குத் தெரியும். நீ கேட்டதை எல்லாம் மாலினி என்னிடம் சொல்லவும் செய்தாள்" என்றான் தருமன். "நான் அவளிடம் ஒன்றும் சொல்லவில்லை. அவள் பொய் சொல்கிறாள். நான் அரண்மனைக்குச் சென்றதுமே லட்சுமணன் போல அவள் முலைகளையும் மூக்கையும் அறுப்பேன்" என்று அர்ஜுனன் கூவினான்.

சிரித்தபடி நடந்த தருமன் பின்னால் ஓடிவந்து அவன் சால்வையைப் பற்றியபடி "நான் பெண்களை வெறுக்கிறேன். பெண்கள் எல்லாருமே பசப்புகிறார்கள். பொய் சொல்கிறார்கள்... அவர்கள்..." என்று அர்ஜுனன் மூச்சிரைத்தான். "பெண்கள்மேல் பெரும் மோகம் கொண்டவர்கள் எல்லாருமே பெண்களை வெறுப்பவர்கள்தான்" என்று தருமன் நகைத்தான். "இல்லை... எனக்குப் பெண்களைப் பிடிக்கவில்லை. நான் வெறுக்கிறேன்" என்றான் அர்ஜுனன். "பார்த்தா, நீ பெண்களின் நாயகன். அதை நிமித்திகர்கள் சொல்லிவிட்டார்கள்" என்று தருமன் சிரித்தான்.

"நான் அன்னையை வெறுக்கிறேன்" என்றான் அர்ஜுனன் நின்று உதடுகளைக் குவித்தபடி. அவன் கண்களில் கண்ணீர் நிறைந்திருந்தது. "இல்லை. உன் வாழ்நாள் முழுக்க நீ அவளை வழிபடுவாய். பிறிதொரு பெண்ணையும் அவள் இடத்திலே வைக்கமாட்டாய். நாம் ஐவரும் அப்படித்தான். சக்ரவர்த்தினிகளுக்கு மைந்தர்களாகப் பிறந்ததன் விளைவு அது" என்றான் தருமன். "ஆனால் நீ ஒன்றை உணரவேண்டும், அன்னையரும் பெண்கள்தான்."

அர்ஜுனன் கண்கள் சுருங்கின. தருமன் விழிகளைத் திருப்பி "கங்கையை மதிப்பிடும் அளவுக்கு கரைமரங்களுக்கு வேர்கள் இல்லை என்று கற்றிருக்கிறேன். அதைத்தவிர நான் ஒன்றும் சொல்வதற்கில்லை" என்றான். அர்ஜுனன் ஏதோ சொல்லவந்தபின் தணிந்தான்.

கிருபர் அவர்களை நோக்கிக் கைநீட்டி அழைத்தார். தருமன் அவர் அருகே சென்று வணங்கினான். அர்ஜுனன் பின்னால் சென்று நின்று மெல்லியகுரலில் "வணங்குகிறேன் ஆசிரியரே" என்றான். "வெற்றியும் நல்வாழ்வும் அமைக" என்று வாழ்த்திய கிருபர் விதுரரிடம் "நானே

மாலையில் சென்று பீஷ்மபிதாமகரைக் கண்டு வணங்குகிறேன். அவரது ஆணைப்படி செய்யலாம்” என்றார்.

விதுரர் கிருபரை வணங்கிவிட்டு தருமனிடம் “நான் பீஷ்மபிதாமகரைச் சந்திக்கச் செல்கிறேன் தருமா. உனக்குரிய தேரை அனுப்புகிறேன்” என்றார். அவர் செல்கையில் அர்ஜுனனை அணுகும்போது காலடிகள் மெல்லத் தயங்குவதை தருமன் கண்டான். அர்ஜுனன் தன் கையிலிருந்த வில்லை நோக்கிக் குனிந்திருந்தாலும் உடலால் அவரைப் பார்த்துக்கொண்டிருந்தான். அவனைத் தாண்டிச்சென்றபோது விதுரரின் நடை தளர்ந்தது. அவர் சென்று தேரில் ஏறிக்கொண்டார். தேர் திரும்பும்போது மீண்டும் அவர் பார்வை வந்து அர்ஜுனனைத் தொட்டுச் சென்றது.

விதுரர் விலகிச் சென்றபின் கிருபர் மெல்ல நகைத்தபடி “பீஷ்மபிதாமகர் வனவாசம் முடிந்து வந்திருக்கிறார். மைந்தர்களின் கல்வி முறைப்படி அமைந்துள்ளதா என்று அறிய விரும்புகிறார்” என்றார். “அரசர்களுக்குப் படைக்கலக் கல்வியே முதன்மைக் கல்வி. அவர்கள் கற்கும் அரசு சூழ்தலும் மதிசூழ்தலும் உறவுசூழ்தலும் படைக்கலங்களின் வழியாகவே கற்கப்படவேண்டும். அக்கல்வியை முழுதளிக்கக்கூடிய ஆற்றல் எனக்கில்லை என்றே உணர்கிறேன். அதை பிதாமகரே முன்வந்து செய்யவேண்டும்.”

“அவர் இப்போது மிக விடுபட்ட நிலையில் இருக்கிறார். எதையும் அவர் அறிந்துகொள்ள விழையவில்லை. எங்கும் வருவதுமில்லை. தன் படைக்கலப்பயிற்சியைக்கூட விட்டுவிட்டார்” என்றான் தருமன். “சொல்லப்போனால் மைந்தர்களின் பெயர்களைக்கூட அவர் அறிந்திருக்கவில்லை.” கிருபர் நகைத்து “கௌரவர் நூற்றுவரின் பெயர்களை நானுமறியேன்” என்றார்.

அர்ஜுனன் கிருபரை வணங்கி வில்லை எடுத்து நாணேற்றினான். கிருபர் “இலக்கு சூழ்ந்து அம்பு தொடு” என்றபின் அவனருகே சென்று அவன் பின்னால் நின்றபடி சொன்னார் “தனுர்வேதம் சதுஷ்பாதம் என்று அழைக்கப்படுகிறது. தேர், யானை, குதிரை, காலாள் என்னும் நான்கு வகைப் படைப்பயிற்சிகளுமே சதுஷ்பாதம் எனப்படுகின்றன. வில்லேந்தியவன் நான்குவகை படைகளைப்பற்றியும் அறிந்திருக்கவேண்டும் என்பது நெறி.”

“ஏனென்றால் படைக்கு ஒரு வில் தேவையாகிறது” என்றார் கிருபர். “தேரேறியவனை எதிர்கொள்ளும் வில்லில் ஒரேசமயம் நான்கு நாண்கள் கட்டப்பட்டிருக்கவேண்டும். நான்குதொலைவுகளில் தேர்

ஒரேசமயம் இருக்கமுடியும். யானைப்படையை எதிர்கொள்ளும் வில்லோ ஓங்கியதாகவும் கனத்த யானைத்தோல் நாண்கொண்டதாகவும் இருக்கவேண்டும். யானையின் மத்தகத்தைப் பிளக்கும் அம்புகளை அதுவே செலுத்த முடியும்.”

“குதிரைப்படையை குறுகிய விரைவான வில்லாலும் காலாள்களை வானிலிருந்து பொழியும் அம்புகளாலும் எதிர்கொள்ளவேண்டும். அனைத்துப் படைகளையும் அறிந்தவன் எடுக்கும் வில்லே ஆற்றல்மிக்கது என்றார்கள் முன்னோர். பார்த்தா, நாணை மாற்று” என்றபடி கிருபர் தருமனிடம் “வில்லில் அம்புகோர்க்கும் விரைவில் நாண்மாற்றுபவனையே தனுஷ்மான் என்கின்றன நூல்கள்” என்றார். அதற்குள் அர்ஜுனன் தன் வில்லில் நாணை மாற்றிவிட்டான். அவனைப்பார்த்தபின் தருமன் கிருபரை நோக்கிப் புன்னகைசெய்தான். கிருபர் “வில் கருணைகாட்டாத தெய்வம். ஒவ்வொருநாளும் அவியளிக்காதவனை அது துறக்கிறது. நீ இங்கிருந்து சென்றபின் வில்லைத் தீண்டுவதேயில்லை” என்றார். தருமன் பார்வையை விலக்கிக் கொண்டான்.

“தனுர்சாஸ்திர சம்ஹிதை படைகளை ஐந்துவகையாகப் பிரிக்கிறது” என்றார் கிருபர். “யந்திரமுக்தம், பாணிமுக்தம், முக்தசந்தாரிதம், அமுக்தம், பாகுயுத்தம். இவற்றில் பாணிமுக்தம் யந்திரமுக்தம் ஆகிய இரண்டிலும் அம்புகள் உள்ளன. கைகள் ஏந்திய வில்லால் தொடுக்கப்படுவது பாணிமுக்தம். பொறிகள் விடுக்கும் அம்புகள் யந்திரமுக்தம். இயற்கைவிசைகளான காற்றையும் நீரையும் அனலையும் போருக்குப் பயன்படுத்துவது முக்தசந்தாரிதம். கையிலேந்திய கதையும் வில்லும் அமுக்தம். மற்போரே பாகுயுத்தம் எனப்படுகிறது. அனலையும் நீரையும் காற்றையும்கூட அம்புகளால் ஆளமுடியும் என்று சொல்கின்றனர் தனுர்வேதஞானிகள். எந்தை சரத்வான் அதில் வித்தகர் என்று அறிந்திருக்கிறேன்.”

“குருநாதரே, அதை நான் எப்போது கற்பேன்?” என்றான் அர்ஜுனன். “அதை நான் கற்பிக்கமுடியாது. அதற்குரிய ஆசிரியரை நீயே கண்டடையவேண்டும்” என்றார் கிருபர். அர்ஜுனன் அவரைக் கூர்ந்து நோக்கினான். “அந்த ஆசிரியர் உன்னையும் ஏற்றுக்கொள்ளவேண்டும். மேலான கல்வி என்பது இரு தெய்வங்கள் ஒன்றையொன்று கண்டு கொள்ளும் தருணத்தில் நிகழ்வது. தயை என்னும் தெய்வம் குருவையும் சிரத்தை என்னும் தெய்வம் சீடனையும் ஆள்கிறது. அவர்கள் இணையும் தருணத்தில் வித்யை என்னும் தெய்வம் ஒளியுடன் எழுகிறது.”

சிந்தனையில் மூழ்கி வில்லுடன் நின்ற அர்ஜுனனை நோக்கிக் கிருபர் சொன்னார். “அஸ்திரம் சஸ்திரம் என்னும் இருபெரும்பிரிவுகளாக

படைக்கருவிகளைப் பிரிக்கிறார்கள். விலகிச்செல்பவை அஸ்திரம். அவற்றுக்கு ஒற்றை இலக்கு. கையிலிருப்பவையும் கைவிட்டு திரும்பி வரும் சக்கரம் போன்றவையும் சஸ்திரம். அவற்றுக்கு இலக்குகள் பல. இலக்கை நோக்கிக் கிளம்பிவிட்ட படைக்கலங்களைத் தவிர்ப்பதும் தடுப்பதுமே வில்லாளியின் பணி. சஸ்திரங்கள் என்றால் அவை மீண்டும் வரும் வழியையே முதலில் கருத்தில்கொள்ளவேண்டும்.”

தன் இடையிலிருந்து ஒரு சிறிய சக்கராயுதத்தை எடுத்து வீசி “அதைத் தாக்கு” என்றார் கிருபர். காற்றில் மிதந்து சுழன்று சென்ற சக்கரம் வளைந்து கூரிய முனை ஒளியுடன் சுழல அர்ஜுனனை நோக்கி வந்தது. அவன் தன் அம்பை அதை நோக்கி எய்ய அது அம்பில் பட்டு விலகிச்சுழன்று அவனை நோக்கியே வந்தது. கிருபர் அவனை அது அணுகுவதற்குள் கையை நீட்டி அதைப் பிடித்துக்கொண்டார். “சஸ்திரத்தின் இயல்பு அது. அஸ்திரத்தில் அதைத் தொடுக்கையில் வில்லாளியின் அகம் எழுந்த அக்கணம் மட்டுமே உள்ளது. சஸ்திரத்தில் அதை ஏந்திய போராளி எப்போதும் இருந்துகொண்டிருக்கிறான். நீ இதை எப்படித் தடுப்பாயென அறிந்தே இதை வீசினேன். என்னை அறியாமல் நீ இதை வெல்லமுடியாது.”

மீண்டும் அவர் அதை வீசினார். சக்கரம் திரும்பிவந்தபோது அர்ஜுனன் அதை அம்பால் அடித்து அது திசைதிரும்பியதும் இன்னொரு அம்பால் அடித்தான். அது சுழன்று மண்ணில் இறங்கி வெட்டிச்சரிந்து நின்றது. “ஆம், அதுவே வித்தை. ஓடும் மானுக்கு ஒருமுழம். பறக்கும் கொக்குக்குப் பத்துமுழம்” என்றபடி கிருபர் சென்று அந்தச் சக்கராயுதத்தைக் கையில் எடுத்தார்

“இன்னுமொரு பிரிவினையும் உண்டு. தனுர்வேதஞானிகள் சிலர் ருஜு, மாயை என்று அதை இரண்டாகப் பிரிக்கிறார்கள். அம்புகளால் தாக்குவது ருஜு. அம்புகளைக்கொண்டு மாயத்தோற்றங்களை உருவாக்குவது மாயை. மழை இடி மின்னல் காற்று என்னும் அனைத்து மாயைகளையும் அம்புகளால் உருவாக்கமுடியும்” என்றார் கிருபர்.

அர்ஜுனன் சிந்தனையுடன் “ஆசிரியரே, ருஜு, மாயை என்றால் அதுவல்ல என்று நினைக்கிறேன்” என்றான். கிருபர் சுருங்கிய புருவங்களுடன் திரும்பி நோக்கினார். “நான் அம்பை என் வில்லில் தொடுக்கும் கணத்துக்கு முன்னரே என் அகம் அந்த இலக்கைத் தாக்கிவிடுகிறது. மறுகணம் அம்பு அதைத் தாக்குகிறது. அகம் தாக்கும் விசையில் பாதியைக்கூட அம்பு அடைவதில்லை. அகம் நிகழ்கிறது, அம்பு அதை நடிக்கிறது. அகத்தை ருஜு என்றும் அம்பை மாயை என்றும் நூலோர் சொல்கிறார்கள் என எண்ணுகிறேன்” என்றான் அர்ஜுனன்.

தன் முன் கையில் வில்லுடனும் அம்புடனும் நின்றிருந்த அர்ஜுனனைக் குனிந்து நோக்கிய கிருபர் சிலகணங்கள் கழித்தே உயிர்ச்சலனம் கொண்டார். "பார்த்தா, இனி நான் உனக்குக் கற்பிப்பதற்கென ஏதுமில்லை. நீ கற்கவேண்டிய குருநாதர்களைத் தேடிச்செல்" என்றபின் தருமனை நோக்கி "நாளைமுதல் நீ மட்டும் வா" என்றார். தருமன் "குருநாதரே, மாணவனின் பொறையின்மையை குருநாதரல்லவா பொறுத்தருளவேண்டும்..." என அவரிடம் ஏதோ சொல்லப்போக கிருபர் புன்னகையுடன் "நான் அவன் குருநாதரல்ல. அவன் ஒருபோதும் என்னை அவ்வாறு அழைத்ததில்லை" என்றார்.

தருமன் திகைத்து நிற்க கிருபர் அர்ஜுனன் தலையில் கைவைத்து "நீ உலகை வெல்வாய்" என்று வாழ்த்திவிட்டுத் திரும்பிச் சென்றார். தருமன் சினத்துடன் முன்னால் வந்து "மூடா, குருநாதரிடம் எப்படிப் பேசுவதென்று நீ அறிந்ததில்லையா என்ன? நீ இப்போது பேசியது எத்தனை பெரிய குருநிந்தனை!" என்றான். "நான் என் எண்ணங்களைச் சொல்லக்கூடாதா?" என்றான் அர்ஜுனன். "எண்ணங்களைச் சொல்ல நீயா குருநாதர்? நீ கற்க வந்தவன்" என்றான் தருமன். "நான் கற்கும்பொருட்டே சொன்னேன்" என்று அர்ஜுனன் சொல்ல சினம் ஏறிய தருமன் தன் கையிலிருந்த வில்லால் அர்ஜுனன் காலில் அடித்து "நெறிகளை நீ கற்காவிட்டால் நான் கற்பிக்கிறேன். மூடா..." என்று கூவினான்.

தலைகுனிந்து நின்ற அர்ஜுனனைக் கண்டு மேலும் ஓங்கிய வில்லை கீழே போட்டு "அடக்கமின்மை அனைத்து ஞானத்தையும் அழித்துவிடும் பார்த்தா. அவர் ஞானி. ஆகவே வாழ்த்திச்செல்கிறார். முனிந்து தீச்சொல்லிட்டிருந்தால் என்ன ஆகும்?" என்றான் தருமன். அர்ஜுனன் தலைகுனிந்து அசையாமல் நின்றான். "குடிலுக்குச் சென்று அவர் காலடியில் தலைவைத்து விழுந்து பொறுத்தருளும்படி கேள்... போ" என்றான் தருமன். அர்ஜுனன் தலைவணங்கி "தங்கள் ஆணை" என்று சொல்லி காலடி எடுத்து வைத்ததும் "நில்!" என்றான் தருமன். "நீ வில்விஜயன். நாளை இந்த பாரதவர்ஷம் பாடப்போகும் காவியநாயகன். நீ எங்கும் தலைவணங்கலாகாது. குருநாதர்களின் முன் மட்டுமல்ல, மூதாதையர் முன்னும் தெய்வங்கள் முன்னும்கூட. நான் சென்று அவரிடம் இறைஞ்சுகிறேன்."

அர்ஜுனன் "மூத்தவரே, என் குருநாதர் என்னைத் தேடிவருவார் என்று நிமித்திகர்கள் சொல்லியிருக்கிறார்கள். ஆகவேதான் நான் கிருபரை அவ்வாறு அழைக்கவில்லை" என்றான். "என் பொருட்டு நீங்கள் தலைவணங்குவதை நானும் ஏற்கமாட்டேன். நீங்கள் பாரதவர்ஷத்தின்

சக்ரவர்த்தி. உங்களுக்குக் காவலாக நிற்க பெற்றெடுக்கப்பட்டவர்கள் நாங்கள்.” தருமன் பெருமூச்சுடன் “என்ன இருந்தாலும் நீ அப்படிச் சொல்லியிருக்கலாகாது பார்த்தா” என்றான். “அதை நான் இன்னும் பிழையென எண்ணவில்லை மூத்தவரே. குருநாதர்களும் மாணவர்களும் பிறந்து இறந்துகொண்டே இருப்பார்கள். வித்யாதேவி என்றென்றும் வாழ்வாள். அவள் வெல்லவேண்டும், பிறர் அனைவரும் தோற்றாலும் சரி” என்றான்.

“சிலசமயம் நீ குழந்தை. சிலசமயம் நீ ஞானி. உன்னைப் புரிந்துகொள்ள என்னால் ஆவதில்லை” என்று தருமன் பெருமூச்சுவிட்டான். “நீ சொன்ன அந்த குருநாதர் உன்னைத்தேடி வரட்டும். காத்திருப்போம்.”

4

அர்ஜுனன் அரண்மனைக் கட்டடங்களின் நடுவில் சென்ற கல்வேயப்பட்ட பாதையில் ஓடி மடைப்பள்ளிகள் இருந்த பின்கட்டை நோக்கிச்சென்றான். சரிந்து சென்ற நிலத்தில் படிகளை அமைப்பதற்குப் பதிலாக சுழன்றுசெல்லும்படி பாதையை அமைத்திருந்தார்கள். கீழே மரக்கூரையிடப்பட்ட மடைப்பள்ளியின் அகன்ற கொட்டகைகளின்மேல் புகைக்கூண்டுகளில் இருந்து எழுந்த புகை ஓடைநீரிலாடும் நீர்ப்பாசி போல காற்றில் சிதறிக்கரைந்துகொண்டிருந்தது. அங்கிருந்து நூற்றுக்கணக்கான பாத்திரங்கள் உரசிக்கொள்ளும் ஒலியும் பேச்சொலிகளும் கலந்த இரைச்சல் கேட்டது.

அவன் மடைப்பள்ளியின் மையக்கொட்டகையை அணுகித் தயங்கி நின்றான். அதுவரை அந்த இடத்துக்கே அவன் வந்ததில்லை. அவன் ஒருபோதும் காணாதவற்றாலானதாக இருந்தது அப்பகுதி. மிகப்பெரிய செம்புநிலவாய்கள் அரக்கவாய்கள் திறந்து சாய்த்துவைக்கப்பட்டிருந்தன. காதுகள் கொண்ட வெண்கல உருளிகள் ஒன்றன்மேல் ஒன்றாக அடுக்கப்பட்டு பெரிய தூண்போல நின்றன. செம்புக்குட்டுவங்கள், செம்புத்தவலைகள், பித்தளைப்போணிகள், மண்வெட்டிகளைவிடப் பெரிய மிகப்பெரிய கரண்டிகள், கதாயுதங்களைப் போன்ற சட்டுவங்கள்...

"யார்?" என்று கையில் பெரிய சட்டுவத்துடன் சென்ற ஒருவர் கேட்டார். "அண்ணா?" என்று அர்ஜுனன் தயங்கியபடி சொன்னான். "அண்ணாவா? அண்ணாவின் பெயரென்ன?" என்று அவர் முகத்தைச் சுருக்கி அவனைக் கூர்ந்து பார்த்தபடி கேட்டார். "பீமசேனன்" என்றான் அர்ஜுனன். "பீமசேனனா? அப்படி எவரும் இல்லை... ரிஷபசேனன் என்று ஒருவர் இருக்கிறார். சமையற்காரர்" என்றார் அவர். அருகே

வந்த இன்னொருவன் உடனே அர்ஜுனனை அடையாளம் கண்டுகொண்டான். “இளவரசே, தாங்களா?” என்ற பின் “இளவரசர் இளையபாண்டவர்...” என்று மற்றவரிடம் சொல்லிவிட்டு “வணங்குகிறேன் இளவரசே” என்றான். “என் பெயர் நாரன்... இவர் பிருகதர்... தாங்கள் இங்கே எதற்காக வந்தீர்கள்?”

“அண்ணாவைப் பார்க்க வந்தேன்” என்றான் அர்ஜுனன். “பீமசேனர் தானே? வாருங்கள், நானே காட்டுகிறேன்” என்று அவன் அழைத்தான். “பார்த்து வாருங்கள் இளவரசே, இங்கெல்லாம் வழுக்கும்.” அந்தப் பெரிய முற்றத்தில் விரவிக்கிடந்த பலவகையான பாத்திரங்கள் வழியாக அவர்கள் சென்றார்கள். “இவை ஏன் இங்கே வைக்கப்பட்டிருக்கின்றன?” என்றான் அர்ஜுனன். “இரவில் கழுவி இங்கே வைத்துவிடுவோம். வெயிலில் நன்றாகக் காய்ந்தால் பாசிபிடிக்காது... எந்தப் பாத்திரத்தையும் ஒருநாள் வெயிலில் காயவைக்காமல் எடுக்கக்கூடாதென்பது தலைமை பாசகரின் ஆணை. அவரைத் தாங்கள் சந்திக்கலாம். அவர் பெயர் மந்தரர். இப்போது நூற்றியிருபது வயதாகிறது. இன்று அவர்தான் பாரதவர்ஷத்திலேயே பெரிய பாசகநிபுணர்.”

அந்த முற்றம் அத்தனை பெரிதாக இருக்குமென அர்ஜுனன் எண்ணியிருக்கவில்லை. ஆயிரக்கணக்கான பெரியபாத்திரங்கள் அங்கே வானம் நோக்கி வாய்திறந்து வெயில்காய்ந்தன. “மதியவெயில் ஏறியபின் மிகக் கவனமாக வரவேண்டும். பாத்திரங்கள் சூடாகிப் பழுத்திருக்கும். காலில் பட்டால் கொப்பளித்துவிடும்... வாருங்கள். காலை, பார்த்து வைக்கவேண்டும்” என்று நாரன் உள்ளே அழைத்துச் சென்றான். நூற்றுக்கணக்கான தூண்கள் காடுபோல செறிந்து நின்ற விரிந்த கொட்டகைக்குள் ஏராளமானவர்கள் அமர்ந்து வேலை செய்து கொண்டிருந்தனர். அவனை யாரோ கண்டு “இளைய பாண்டவர்” என்றதும் அங்கே ஒலித்துக்கொண்டிருந்த பேச்சொலிகள் அவிந்தன. கண்கள் அர்ஜுனனைச் சூழ்ந்தன.

“இங்கே சாதாரணமாக ஆயிரம்பேர் வேலைசெய்வார்கள் இளவரசே” என்றான் நாரன். “காய்கறிகளை நறுக்குவது, மாவு பிசைவது. வெல்லம் நுணுக்குவது என்று ஏராளமான வேலைகள் உண்டு. இங்கே பெரும்பாலும் பெண்கள்தான். சமையல் கற்றுக்கொள்ள வருபவர்களையும் வயதானவர்களையும் இங்கே அமரச்செய்வோம்...” அவர்கள் அங்கே என்னென்ன செய்துகொண்டிருக்கிறார்கள் என்று கணக்கிடவே முடியாது என்று அர்ஜுனன் எண்ணினான். ஒரு பெண் பருப்பை சிறிய துளைத்தட்டு ஒன்றில் போட்டு அரித்துக்கொண்டிருந்தாள். அதை அவன் பார்ப்பதைக் கண்டதும் “பெரிய பருப்பையும் சிறியபருப்பையும்

இருவகை அரிப்புகளால் களைந்துவிட்டால் ஒரே அளவுள்ள பருப்புகள் எஞ்சும். அவையே சுவையானவை" என்றான் நாரன்.

தரைமுழுக்க ஏதோ ஒரு பசைத்தன்மை இருந்தது. "மாலையில் சுண்ணம் போட்டு உரசிக்கழுவுவோம். ஆயினும் காலையில் சற்றுநேரத்திலேயே ஒட்டத் தொடங்கிவிடும்" என்று நாரன் சொன்னான். "ஏதோ ஒன்று சொட்டிக்கொண்டே இருக்கும். தேன், வெல்லப்பாகு, அரக்கு, காய்கறிகளின்பால் ஏதாவது... வழுக்கும்." விதவிதமாகக் காய்கறிகளை வெட்டினர். நீள்துண்டுகளாக, கீற்றுகளாக, சதுரங்களாக. அவர்களின் கைகளில் இருந்த விரைவு வில்லாளியின் விரல்களுக்கு நிகரானது என அர்ஜுனன் எண்ணினான். அவர்கள் பேசிக்கொண்டும் சிரித்துக்கொண்டும் வேறெங்கோ பார்த்துக்கொண்டும் மிகக் கூர்மையான கத்திகள் நடுவே விரல்களைச் செலுத்தி நறுக்கிக்கொண்டிருந்தனர்.

புளித்தவாடை எழுந்த ஒரு கூடத்துக்குள் நுழைந்தனர். பெரிய யானைக்குட்டிகள் போல கரிய கலங்கள் அங்கே இருந்தன. "இங்கே மோர் உறைகுத்துகிறோம். அவையெல்லாம் பீதர்களின் களிமண்கலங்கள்..." என்றான் நாரன். "இங்கே ஒருநாள் வேலைசெய்பவர் பின் வாழ்நாளில் எப்போதுமே மோரும் தயிரும் உண்ணமாட்டார்..." அகன்ற இடைநாழிக்கு இருபக்கமும் பெரிய கூடங்களுக்கான வாயில்கள் திறந்தன. "இது நெய்யறை. பீதர்கலங்களில் நெய்யை வைத்திருக்கிறோம். இப்பக்கம் அக்காரப்புரை. மூன்று வகையான வெல்லங்கள் வைக்கப்பட்டிருக்கின்றன. கரும்புவெல்லம், ஈச்சம்பனைவெல்லம், யவனர்களின் கிழங்குவெல்லம்." அர்ஜுனன் முகத்தைச் சுளித்து "மதுவாசனை எழுகிறது" என்றான். "ஆம் இங்கே ஒரு கலத்தை சற்றே மறந்துவிட்டுவிட்டால் தூயமதுவாக அது மாறிவிடும்" என்று நாரன் நகைத்தான்.

உலோக ஒலிகள் கேட்கத் தொடங்கின. நாரன் "இது மணப்பொருட்களுக்கான அறை. சுக்கு, மிளகு, சீரகம் என ஐம்பத்தாறு வாசனைப் பொருட்களை இங்கே வைத்திருக்கிறோம். அஹிபீனாவும் ஃபாங்கமும் கூட இங்கே சமையல்பொருட்கள்தான். பீதர்நாட்டு வேர்கள் சில உள்ளன. விபரீதமான வாசனைகொண்டவை. ஆனால் மதுவுடன் உண்ணும் சில உணவுகளுக்கு அவை இன்றியமையாதவை" என்றான். அப்பாலிருந்து வெம்மையான காற்று வந்தது. "அடுமனைக்குள் செல்கிறோம். தங்கள் தமையனார் அங்குதான் இருக்கிறார்" என்றான் நாரன்.

பெரிய முற்றம்போல விரிந்துகிடந்த அடுமனையின் கூரையை மிக உயரமாகக் கட்டியிருந்தனர். இரண்டடுக்குக் கூரையின் நடுவே பெரிய கூம்புகள் உள்நோக்கிச்சென்று புகைபோக்கியில் முடிந்தன. கீழே இரண்டாமடுக்குக் கூரைக்கு நடுவே இருந்த பெரிய இடைவெளி வழியாக வெளிக்காற்று உள்ளே வந்தது. நான்குபக்கமும் விழிதிருப்பிய

இடங்களில் எல்லாம் தீக்கொழுந்துகள் சீறி எழுந்து துடிக்க, பெரிய கலங்களையும் உருளிகளையும் நிலவாய்களையும் ஏந்திய அடுப்புகள் அருகே தோலால் ஆன அடியாடை மட்டும் அணிந்த சமையற்காரர்கள் பணியாற்றிக்கொண்டிருந்தனர். "வாருங்கள் இளவரசே" என்றான் நாரன்.

அடுப்புகள் பன்னிரண்டு நீண்ட வரிசைகளாக இருந்தன. ஒவ்வொரு வரிசைக்கு முன்னாலும் பாத்திரங்களையும் பொருட்களையும் கொண்டு வருவதற்கான உந்துவண்டிகள் வந்துபோவதற்கான கருங்கல்தளம் இருந்தது. அடுப்புகளுக்குப் பின்பக்கம் அதேபோன்ற இன்னொரு பாதையில் விறகுவண்டிகள் உருண்டுவந்தன. அடுப்பின் இருபக்கமும் மண்ணால் ஆன நாலைந்து படிகள் மேல் ஏறிச்சென்று நிற்பதற்கான பீடங்கள். அவற்றுக்கு அருகே கரண்டிகளை நாட்டி நிறுத்துவதற்கான மரத்தாலான நிலைகள். எல்லா அடுப்புகளின் இருபக்கமும் இரும்பாலான தூண்கள் நடப்பட்டு நடுவே இரும்புச்சட்டகம் பதிக்கப்பட்டிருந்தது.

பீடங்களில் ஏறி நின்றவர்கள் மரத்தாலான பிடி போட்ட செம்புச் சட்டுவங்களால் உருளிகளில் வெந்துகொண்டிருப்பனவற்றைக் கிளறினர். கரண்டிகளாலும் அரிப்பைகளாலும் புரட்டினர். சகட ஓசையுடன் விறகுவண்டிகளும் பொருள் வண்டிகளும் வந்து அவற்றை இறக்கிச் சென்றன. அடுப்பின் பின்பக்கம் எரிகோளன் நின்று நெருப்பைப் பேணினான். அடுப்பின் முன்பக்கம் அடுநாயகங்கள் நின்று சமையலை நிகழ்த்தினர். எல்லா அடுப்புகளும் சர்ப்பங்கள் போல சீறிக்கொண்டிருந்தன. "ஏன் சீறுகின்றன?" என்றான் அர்ஜுனன். "அவற்றுக்கு அடியில் குழாய் வழியாகக் காற்று வருகிறது. வெளியே பத்து யானைகள் நின்று சக்கரத்துருத்திகளைச் சுழற்றிக்கொண்டே இருக்கின்றன. அவற்றில் இருந்து காற்று வந்து விறகை வெண்ணிறத்தழலாக எரியச்செய்கிறது" என்றான் நாரன்.

அர்ஜுனன் பீமனைக் கண்டுவிட்டான். எதிர்மூலையில் பெரிய மண்குதிர் ஒன்றின் முன் பீமன் நின்றிருந்தான். அர்ஜுனன் அருகே சென்று "அண்ணா" என்றான். பீமன் திரும்பிப் பார்த்து கண்களால் நகைத்துவிட்டு இரு என கைகை காட்டினான. அவன முன் இருந்தது பெரிய சிதல்புற்று என்றுபட்டது. சிவந்த மண்ணால் ஆன கூம்பில் பல இடங்களில் வட்டமான துளைகள் இருந்தன. அவையெல்லாமே கனத்த மண்தட்டுகளால் மூடப்பட்டிருந்தன. பீமன் ஒரு மண்தட்டை அதன் மரத்தாலான பிடியைப்பிடித்து எடுத்து வைத்துவிட்டு மரப்பிடி போட்ட நீண்ட செம்புக்கம்பியின் முனையில் இருந்த கொக்கியால் உள்ளிருந்து சுடப்பட்ட அப்பங்களை எடுத்து பெரிய மூங்கில்கூடையில் போட்டான்.

“உள்ளே அவற்றை அடுக்கி வைத்திருக்கிறீர்களா?” என்றான் அர்ஜுனன். “இல்லை, உள்ளே கம்பிகள் இருக்கின்றன. அவற்றில் ஒட்டி வைத்திருக்கிறேன். அவற்றில் நேரடியாக அனல் படக்கூடாது. இவை உறையடுப்புகள். இவற்றின் மண்சுவர்கள் மிகச்சூடானவை. அந்தச்சூடு காற்றில் வந்து இவற்றைச் சமைத்துவிடும்.” வெளியே நீட்டிக்கொண்டிருந்த மரக்கைப்பிடியைப் பிடித்து இழுத்து ஒவ்வொரு கம்பித்தடுப்பாக விலக்கிப் பின்னிழுத்து மேலும் கீழே சென்று அங்கிருந்த கம்பி அடுக்குளில் வெந்த அப்பங்களை எடுத்தான். அவன் ஒரு துளைக்குள் இருந்த அப்பங்களை எடுத்துமுடித்ததுமே அந்தக் கூடையை அவ்வழியாக வந்த வண்டியில் தூக்கிவைத்துக் கொண்டுசென்றார்கள். “அங்கே போஜனமந்திரத்தில் நான்காயிரம்பேர் சாப்பிட்டுக்கொண்டிருக்கிறார்கள்” என்றான் பீமன்.

மீண்டும் கீழிருந்தே கம்பித்தடுப்புகளை உள்ளே தள்ளி நீள்வட்டமாக தேன்தட்டு போல பரப்பப்பட்ட கோதுமைமாவை அந்தக் கம்பியால் எடுத்து உள்ளே அடுக்குவதை அர்ஜுனன் கண்டான். நூறு அப்பங்களை அடுக்கி முடித்ததும் மூடிவைத்துவிட்டு “இது பொறுமையாகச் செய்யவேண்டிய பணி. அம்புவிட்டு மனிதர்களைக் கொல்வது போல எளிதல்ல. கண்ணும் காதும் மூக்கும் நாக்கும் கையும் ஒன்றாகவேண்டும். சித்தம் அந்த ஐந்து புரவிகளையும் நடத்தவேண்டும்” என்றான்.

“இதோ இந்த அடுப்பில் பன்னிரண்டு அடுகலங்கள் உள்ளன. பன்னிரண்டிலும் பன்னிரண்டு பதங்களில் அப்பங்கள் வெந்து கொண்டிருக்கின்றன. மூக்கைக்கொண்டு எந்த அடுகலம் வெந்துவிட்டது என்று அறியவேண்டும். உடனே இந்தத் தட்டை விலக்கி அனல் வாயை மூடிவிட்டு மூடியைத் திறந்துவிடவேண்டும். சற்று தாமதித்தாலும் அப்பம் கருகிவிடும்” என்றான். “கூடவே அடுகலங்களின் மேலே பார்த்துக்கொண்டும் இருக்கவேண்டும். சில அடுகலங்கள் அதிக வெப்பம்கொண்டு சிவந்துபழுத்துவிடும்.” அர்ஜுனன் “நீங்கள் சாப்பிட்டுப் பார்ப்பீர்களா?” என்றான். “சமைக்கும்போது சாப்பிடக்கூடாது. வயிறு நிறைந்தால் உணவின் வாசனை பிடிக்காமலாகும். நாவில் சுவையும் மறக்கும். சுவையறிவது மூக்கைக்கொண்டுதான். ஆனால் நாக்குதான் மூக்குவழியாக அச்சுவையை அறிகிறது.”

பக்கத்தில் ஒரு பெரிய பித்தளை உருளியை இருகாதுகளிலும் கனத்த சங்கிலிகளை மாட்டி மேலிருந்த இரும்புச்சட்டத்தில் கட்டினார்கள். பின்னர் அச்சங்கிலியுடன் இணைந்த சக்கரத்தைச் சுற்ற உருளி மேலெழுந்தது. ஒருபக்கம் அதை மெல்லப்பிடித்து அப்படியே அசைத்து முன்னால் வந்து நின்ற வண்டியில் அமரச்செய்து அதன் காதுகளை வண்டியின் கொக்கிகளுடன் இணைத்தபின் பெரிய செம்பு மூடியால் அதை மூடித் தள்ளிக்கொண்டு சென்றனர். “எந்தப்

போர்க்கலையைவிடவும் நுட்பமானது இது. சற்று பிசகினாலும் உருளி கவிழ்ந்துவிடும். அங்கிருக்கும் அனைவரும் வெந்து கூழாகிவிடுவார்கள்" பீமன் சொன்னான்.

"நீங்கள் போர்க்கலையை வெறுக்கத் தொடங்கிவிட்டீர்கள் அண்ணா" என்றான் அர்ஜுனன். "ஆம், மனிதர்களைக் கொல்வதைப்போல இழிசெயல் ஒன்றுமில்லை. இங்கே நின்று அன்னம் எழுவதைக் கண்ட ஒருவன் உடல் என்பது எத்தனை மகத்தானது என்பதை உணர்வான். ஒரு தலையை கதையால் உடைக்க சிலநொடிகள் போதும். அந்தத் தலையை அதன் தாய் பெற்று உணவூட்டி வளர்த்து எடுக்க எத்தனை நாட்களாகியிருக்கும். எத்தனை அடுமனையாளர்களின் உழைப்பால் அந்த உடல் வளர்ந்து வந்திருக்கும்!" பீமன் அடுத்த அடுகலத்துக்குள் இருந்து அப்பங்களை எடுக்கத் தொடங்கினான். "மூடர்கள். வெற்று ஆணவம் கொண்ட வீணர்கள். படைக்கலம் ஏந்தி நிற்கும் மனிதனைப்போல கீழ்மகன் எவனும் இல்லை."

"பிதாமகர் பீஷ்மர் கூடவா?" என்றான் அர்ஜுனன். "ஆம், அவரும் அப்படித்தான் இருந்தார். இந்த அடுமனை வழியாக நான் அடைந்த மெய்யறிவை பாரதவர்ஷம் முழுக்கச் சுற்றி அவர் இப்போதுதான் அடைந்திருக்கிறார்" என்றான் பீமன். "நான் இந்த அடுமனையில் அனல்முன் நிற்கையில் மட்டும்தான் மானுடனாக உணர்கிறேன். என் கையால் அன்னம் பிறந்து வரும்போது என் உடல் சிலிர்க்கிறது. இதோ பன்னிரண்டு கருவறைகள். பன்னிரண்டு கருவாய்கள். உள்ளிருந்து நான் எடுப்பவை சின்னஞ்சிறு மதலைகள். புத்தம்புதியவை. அவை சற்றுநேரத்திலேயே மானுட உடலாகின்றன. மண்ணில் வாழத்தொடங்குகின்றன."

"நீங்கள் மாறிவிட்டீர்கள் அண்ணா" என்றான் அர்ஜுனன். "வளர்ந்து விட்டேன். அன்னையிடமும் பெரியதந்தையிடமும் சொல்லி விட்டேன். நான் சமையல்பணியை மட்டும்தான் செய்யவிருக்கிறேன். என் குருநாதர் மந்தரர்தான். அவரைப்போல அன்னம் வழியாக பிரம்மத்தை அறிந்தேன் என்றால் நான் முழுமைகொண்டவன்" பீமன் சொன்னான். "நீயும்தான் வளர்ந்துவிட்டாய். உன்னிலிருந்த அந்தச் சிறுவன் இந்த ஒன்றரை வருடங்களில் மறைந்துவிட்டான். எப்போது நீ கல்விச்சாலையை விட்டு விலகினாயோ அப்போதே ஆண்மகனாக ஆகத்தொடங்கிவிட்டாய்." அர்ஜுனன் புன்னகையுடன் "அன்னை என்ன சொன்னார்கள்?" என்றான். "சிரித்துக்கொண்டு பேசாமலிருந்தார்கள். ஆனால் பெரியதந்தை எழுந்து நின்று கைகளைத் தட்டிக்கொண்டு நடனமிட்டு சிரித்துக் கொண்டாடினார். சரியான முடிவு மைந்தா என்று என்னை அணைத்துக்கொண்டார். விழிகளிருந்தால் நான் செய்திருக்கக்கூடிய

பணி அதுவே. அன்னமே பிரம்மம் என்கின்றன உபநிடதங்கள். அடுமனை பிரம்மலீலை நிகழும் இடம். அது ஒரு தவச்சாலை என்றார்" என்று பீமன் சொன்னான்.

சிரித்தபடி "அவர் உணவை இங்குவந்து மல்யுத்தவீரர்களுடன் அமர்ந்து உண்ணவே விரும்புவார். அவருக்கு உணவு பரிமாற இங்கே உள்ளவர்கள் முந்துவார்கள். நான் அந்த வாய்ப்பை எவருக்கும் அளிப்பதில்லை. உணவும் உண்பவனும் ஒன்றாகும் இருமையற்ற பெருநிலை அவர் உண்ணும்போதுதான் நிகழும்" என்றான் பீமன். "நான் அங்கே உணவறையை உனக்குக் காட்டுகிறேன். பல்லாயிரம் கைகள் வாய் என்னும் வேள்விகுண்டத்துக்கு அவியிடுவதைக் காணலாம். உள்ளே எரியும் நெருப்பு பிரம்ம ரூபனாகிய வைஸ்வாநரன், புடவியெங்கும் ஆற்றலை அன்னமாக்குபவன். அன்னத்தை ஆற்றலாக்குபவன். அன்னத்தை தன் ஊர்தியாகக் கொண்ட காலரூபன்." பீமன் அங்கே வந்த ஒருவரிடம் "பீஜரே, இதைப்பார்த்துக்கொள்ளும்" என்றபின் அர்ஜுனனிடம் "வா" என்று சொல்லி நடந்தான்.

பெரிய இடைநாழிகளில் வண்டிகள் செல்வதற்கான பன்னிரண்டு கல்பாதைகள் போடப்பட்டிருந்தன. எட்டுபாதைகளில் வண்டிகளில் உணவு சென்றுகொண்டிருந்தது. நான்குபாதைகளில் ஒழிந்த வண்டிகள் வந்துகொண்டிருந்தன. ஆவியெழும் அப்பங்கள், சோறு, வஜ்ரதானியக் களி, நெய்மணம் எழுந்த பருப்பு, கீரை... "பின்காலையில் இருந்தே அங்கே மதியஉணவுப் பந்திகள் தொடங்கிவிடும். பின்மதியம் வரை அவை நீடிக்கும்." அர்ஜுனன் சிரித்து "பந்திக்கு முந்துபவர்கள் இருப்பார்களே?" என்றான். "சுவையறிந்தவன் முந்தமாட்டான்" என்றான் பீமன். "முந்திவந்து உண்பது ஒரு சுவை என்றால் பிந்திப்பசித்து வந்து உண்பது வேறொரு சுவை. இரண்டுமே பேரின்பம்."

பெரிய வண்டி ஒன்றை சுட்டிக்காட்டி பீமன் சொன்னான் "அஷ்டஃபலம். எட்டு காய்கறிகள். பூசணிக்காய், கும்பளங்காய், வெள்ளரிக்காய், வழுதுணங்காய், புடலங்காய், வாழைக்காய், கருணைக்கிழங்கு, முக்கிழங்கு. எட்டும் எட்டுவகைக் காய்கள். பூசணிக்காய், கும்பளங்காய், வெள்ளரிக்காய் மூன்றும் நீர்த்தன்மை கொண்டவை. வழுதுணங்காய், புடலங்காய் இரண்டும் விழுதுத்தன்மைகொண்டவை. பிற மூன்றும் மாவுத்தன்மை கொண்டவை. ஒவ்வொன்றும் ஒவ்வொரு சுவை, ஒவ்வொரு வாசனை. அவை வேகும் நிலையும் வேறு வேறு. அதற்கேற்ற அளவுகளில் நறுக்கவேண்டும். அதற்கேற்ற சரிநிலைகளில் கலக்க வேண்டும். அஷ்டஃபலம் அமைந்து வருவதென்பது ஒரு மகத்தான இசை நிகழ்வதுபோல என்று பெரியதந்தையார் சொன்னார். நான் சமைத்த

அஷ்டாஃபலத்தை உண்டுவிட்டு, ‘நீ பிரம்மத்தை நெருங்குகிறாய் குழந்தை!’ என்று என்னை வாழ்த்தினார்.”

முதல் அன்னமண்டபத்தில் இரண்டாயிரம்பேர் உண்டுகொண்டிருந்தனர். ஓசையிலாது ஓடும் வெண்கலத்தாலான சக்கரங்கள் கொண்ட வண்டிகளில் கொண்டுசெல்லப்பட்ட உணவை பரிசாரகர்கள் விளம்பிக்கொண்டிருக்க பந்திக்கு இருமுனையிலும் இரு சாலைப் பிள்ளைகள் நின்று அன்னவரிசையை மேற்பார்வையிட்டு ஆணைகள் கொடுத்துக்கொண்டிருந்தனர். “இங்கே திங்கள் கிழமையும் வெள்ளிக் கிழமையும் ஊனில்லாத சாத்வீக உணவுதான். பிறநாட்களில் ஊனும் ஊன்நெய்யும் கொண்ட ராஜச உணவு” என்றான் பீமன். “சாத்வீக உணவுண்ணும் நாட்களில்தான் இத்தனை பேச்சுக்குரல் இருக்கும். மற்றநாட்களில் வாயின் ஒலி மட்டும்தான்.”

உண்ணும் முகங்களை நோக்கியபடி அர்ஜுனன் நடந்தான். விழித்த கண்கள், உணவை நோக்கி குனிந்த உடல்கள், உண்ணும்போது ஏன் இத்தனை பதற்றமாக இருக்கிறார்கள், ஏன் இத்தனை விரைவுகொள்கிறார்கள்? அஸ்தினபுரியில் ஒருநாளும் உணவில்லாமலானதில்லை. ஆயினும் உணவு அந்த விரைவைக் கொண்டுவருகிறது. எல்லா விலங்குகளும் ஆவலுடன் விரைந்து உண்கின்றன. உணவு அற்றுப்போய்விடும் என அஞ்சுபவர்களைப்போல. அதையே பீமன் சொன்னான் “அவர்கள் அத்தனை பேருமே விரைந்து உண்கிறார்கள். தீ அப்படித்தான் அன்னத்தை அறிகிறது. இங்கிருந்து நான் பார்த்துக்கொண்டிருப்பேன். எனக்கு இது ஒரு பெரும் வேள்விக்கூடமென்று தோன்றும்.”

பந்திகளுக்கு ஓரமாக அர்ஜுனனை அழைத்துச்சென்று சிறிய ஓர் அறையை அடைந்தான் பீமன். “இதுதான் குருநாதர் இருக்குமிடம். அவரால் இப்போது நடமாடமுடியாது. பத்தாண்டுகளுக்கு முன்புவரை அடுகலம் முன்னால் அவரே நிற்பார். அவரைச் சந்தித்ததும் நீ அவரது பாதங்களைப் பணிந்து வணங்கவேண்டும். உனக்கும் என்றாவது மெய்யறிதல் கிடைக்கலாம்.” அர்ஜுனன் “அவர் சூதர் அல்லவா?” என்றான். “நீ நோயுற்றிருக்கிறாய் என்பதற்கான சான்று இந்தக் கேள்வி. உனக்கு மருத்துவன் தேவை. ஞானம் தீ போன்றது. அது பிறப்பைப் பார்ப்பதில்லை. அறிவை நமக்களிப்பவன் இறைவன். அவன் பாதங்களின் பொடிக்கு நிகரல்ல நால்வேதங்களும்” என்றான் பீமன்.

“நிகரற்ற சமையல்ஞானி அவர். அவரைப்பற்றி இப்போதே நூற்றுக் கணக்கான புராணங்கள் உலவுகின்றன. அவர் சமைக்காத ஊனுணவைத் தொடமாட்டேன் என்று துர்க்கையே சன்னதம் வந்து சொன்னாள் என்று சென்ற மாதம் ஒரு சூதர் சொல்லிக்கொண்டிருந்தார்” என்றான் பீமன். “நான் அவரைப்பற்றி பெரியதந்தையிடமிருந்துதான் அறிந்தேன்.

பணியாளன் சுக்குநீரைக் கொண்டுவரும்போதே மந்தரர் கைபட்ட சுக்குநீர் என்று சொல்லிவிட்டார். வெறும் சுக்குநீர். அதில் ஒருவரின் கைநுட்பம் இருக்குமென்றால் அவர் மனிதனல்ல தேவன் என்று தெளிந்தேன்.

“ஞானியின் கைபட்டால் எதுவும் தெய்வமாகும் என அவரைக் கண்டபின்புதான் அறிந்தேன். அவர் பாதங்களைப் பணிந்து எனக்கு மெய்மையை அருளுங்கள் தேவா என்று கேட்டேன். என்னை அணைத்து என் தலையில் கைகளை வைத்தார். பின்னர் வெற்றிலையில் களிப்பாக்குடன் சற்றே வெல்லமும் சுக்கும் இரண்டு பாதாம்பருப்புகளும் வைத்துச் சுருட்டி அளித்தார். அதற்கிணையான சுவையை இன்றுவரை நான் அறிந்ததில்லை. ஒவ்வொருநாளும் அதை நானே செய்துபார்க்கிறேன். அது தெய்வங்களுக்கு அருகே நின்றுகொண்டிருக்கிறது. என் கையில் மானுடச் சுவையே திகழ்கிறது” பீமன் சொன்னான்.

“ஆனால் ஒருநாள் அவரை நானும் சென்றடைவேன் என்று உணர்கிறேன். அந்தச் சுவை என் நாவில் அழியாமல் பொறிக்கப்பட்டிருக்கிறது. கவிஞன் நாவில் எழுத்தாணியால் பொறிக்கப்பட்ட ஓங்காரம் போல. அது என்னை வழிநடத்தும். ஒருவேளை நான் இன்னும் கனியவேண்டியிருக்கலாம். ஆனால் குருவருள் எனக்குண்டு. ஏனென்றால் இருபதாண்டுகளாக அவர் எவருக்கும் நேரடியாகக் கற்பிப்பதில்லை. என்னை அவரது பாதங்களுக்குக் கீழே அமரச்செய்து கற்றுத் தந்தார். என்னை அவர் தேர்ந்தெடுத்தார் என்று இங்கே பிற சூதர்கள் சொன்னார்கள். அப்படியென்றால் நான் இப்பிறவியிலேயே பிரம்மத்தை அறிவேன். வீடுபேறு பெறுவேன்.”

சிறிய அறையில் ஈச்சை நாரால் ஆன சாய்வுநாற்காலியில் மந்தரர் சாய்ந்து படுத்திருந்தார். அங்கிருந்து பார்க்கையில் மொத்தப் பந்தியும் தெரிந்தது. அவர் கைகளை மார்புடன் அணைத்துக்கொண்டு தொங்கிய கீழ்தாடையுடன் தளர்ந்த இமைகளுடன் அரைத்துயில்கொண்டவர் போல உணவுண்பவர்களைப் பார்த்துக்கொண்டிருந்தார். “அவருக்கு மைந்தர்களும் சிறுமைந்தர்களும் உள்ளனர். நான்கு தலைமுறை மைந்தர்கள் சமையல்செய்கிறார்கள். அத்தனைபேருக்கும் இல்லங்கள் உள்ளன. ஆனால் அவர் இங்கே பகலெல்லாம் உணவுண்பவர்களை நோக்கி அமரவே விரும்புவார். இது அவரது தவம்” என்றான் பீமன் மெல்லிய குரலில்.

உள்ளே சென்று அவர் முன் நின்றபோதும் அவர் அசையவில்லை. பீமன் “வணங்குகிறேன் குருநாதரே” என்றான். அவரது விழிகள் திரும்பின. பழுத்த நெல்லிக்காய் போல அவை நரைத்திருந்தன. சுருக்கங்கள் செறிந்து செதிலாகிவிட்டிருந்த உடலிலும் முகத்திலும் புன்னகை ஒளியுடன் எழுவதை அர்ஜுனன் கண்டான். மோவாய் விழுந்து பல்லே இல்லாத

வாய் திறந்து உதடுகள் உள்ளே மடிந்து ஆடின. அமரும்படி கை காட்டி அர்ஜுனனை நோக்கி இது யார் என்று சைகையால் கேட்டார். “இவன் என் தம்பி, இளையபாண்டவனாகிய அர்ஜுனன்” என்றான் பீமன். அர்ஜுனன் குனிந்து அவர் பாதங்களைத் தொட்டு வணங்க அவர் அவன் தலையில் கையை வைத்து சொல்லின்றி வாழ்த்தினார்.

பீமன் அவரது கால்களின் கீழ் அமர்ந்துகொண்டு அவரது பாதங்களைப் பிடித்து தன் மடிமேல் வைத்துக்கொண்டு விரல்களை மெல்ல இழுத்து நீவத்தொடங்கினான். “இன்றுதான் இவன் சமையலறைக்குள் வருகிறான் குருநாதரே. சமையல் என்பது ஒரு ஞானமார்க்கம் என்று சொல்லிக்கொண்டிருந்தேன்” என்று உரத்த குரலில் சொன்னான். அவர் உதடுகள் இலைநுனிகள் போலப் பதற ஏதோ சொன்னார். அர்ஜுனன் பீமனை நோக்க “எல்லா செயலும் ஞானமார்க்கமே என்று சொல்கிறார்” என்றான் பீமன்.

வெளியே பந்திமுடிந்து அனைவரும் எழுந்துகொள்ளும் ஒலி கேட்டது. அவர் தலைதூக்கி இலைகளைப் பார்த்தார். “சமைப்பவன் எப்போதும் எச்சில் இலைகளைப் பார்க்கவேண்டும் என்று சொல்வார். எவை எஞ்சுகின்றன எவை உண்ணப்பட்டுள்ளன என்பதுபோல அவனுக்கு அறிவை அளிக்கும் இன்னொன்றில்லை என்பார். ஒருமுறைகூட அவர் எச்சில் இலைகளை பார்க்காமலிருந்ததில்லை” என மெல்லிய குரலில் பீமன் சொல்லிவிட்டு அவரிடம் உரக்க “அஷ்டஃபலம் இன்று நன்றாக வந்திருக்கிறது” என்றான். அவர் சொன்னதை உடனே அர்ஜுனனிடம் “ஆனால் கருணைக்கிழங்கில் பாதிக்குமேல் நீர் தேங்குமிடங்களில் விளைந்தவை என்கிறார்” என்றான்.

புன்னகையுடன் அவர் ஏதோ சொன்னார். “சுவையை மனிதர்கள் இழந்துவருகிறார்கள். ஏராளமான உணவு சுவையை அழிக்கிறது என்கிறார்” என்றபின் பீமன் “குருநாதரே, இவனுக்கும் தாங்கள் மெய்மையை அருளவேண்டும்” என்றான். அவர் புன்னகையுடன் திரும்பிப்பார்த்தபின் கையைத் தூக்கி வாழ்த்துவதுபோல சொன்னார். “மெய்யறிவை அடையும் நல்வாய்ப்புள்ளவன் நீ என்கிறார். உன் கண்களில் அது தெரிகிறதாம். உன் ஞானாசிரியன் உன்னைத் தேடிவருவான் என்கிறார்.” அவர் சிரித்துக்கொண்டே ஏதோ சொல்ல பீமன் “உன்னைப்போன்றே பெருங்காதலன் ஒருவனே உனக்கு ஞானமருள முடியும் என்றும் அவன் உனக்கு தோள்தழுவும் தோழனாகவே இருக்கமுடியும் என்றும் சொல்கிறார். தோழன் வடிவில் குருவை அடைபவன் பெரும் நல்லூழ் கொண்டவன் என்கிறார்” என்றான் பீமன்.

5

மூத்தயானையாகிய காலகீர்த்தி நோயுற்றிருப்பதாகவும் பீமன் அங்கே சென்றிருப்பதாகவும் மாலினி சொன்னதைக் கேட்ட அர்ஜுனன் அவளிடம் கிருபரின் ஆயுதசாலைக்குச் செல்வதாக சொல்லிவிட்டு தேரில் ஏறிக்கொண்டதும் “வடக்குவாயிலுக்கு” என்றான். “இளவரசே...” என்றான் தேரோட்டி. “வடக்குவாயிலுக்கு...” என்று அர்ஜுனன் மீண்டும் சொன்னதும் அவன் தலைவணங்கி தேரைக் கிளப்பினான். அர்ஜுனன் பீடத்தில் நின்றபடி தெருக்களைப் பார்த்துக்கொண்டிருந்தான். காவல்மாடங்கள் முன்னால் ஆயர்பெண்களுடன் சொல்லாடிக்கொண்டு நின்ற வீரர்கள் தேரை வியப்புடன் திரும்பிப்பார்த்தனர்.

தேர் அரண்மனையின் கிழக்கு அந்தப்புரத்தைக் கடந்துசென்றபோது அர்ஜுனன் நிமிர்ந்து அங்கே இருந்த உப்பரிகை நீட்சியைப்பார்த்தான். அங்கே சிற்றன்னை சம்படை அமர்ந்து சாலையையே நோக்கிக்கொண்டிருந்தாள். சாலையில் நிகழும் அசைவுகளுக்கேற்ப அவளுடைய விழிகள் அசைவதை அர்ஜுனன் கண்டிருக்கிறான். மற்றபடி அவள் எதையாவது காண்கிறாளா என்று ஐயமாக இருக்கும். காலையில் சேடிகள் அவளை குளிப்பாட்டி ஆடையணிவித்து உணவூட்டி அங்கே கொண்டு அமரச்செய்வார்கள். சிலசமயம் இரவெல்லாம்கூட அவள் அங்கேயே அமர்ந்திருப்பாள். அவளாகவே எழுந்து செல்வதில்லை. கொண்டுசென்று படுக்கவைத்தால்கூட திரும்ப வந்துவிடுவாள்.

காந்தாரத்துச் சிற்றன்னையர் அனைவருமே சுண்ணத்தால் ஆனவர்கள் போல வெளிறிய முகத்துடன் குழிவிழுந்த கண்களுடன் இருப்பார்கள் என்றாலும் சம்படை உயிரற்றவள் போலவே தோன்றுவாள். மூச்சு ஓடிக்கொண்டிருப்பதை கழுத்தின் குழியில் பார்க்கமுடியும்

என்பதே வேறுபாடு. அவளுடைய மைந்தர்களான சுவர்மாவும் காஞ்சனதுவஜனும் அவளை அணுகுவதேயில்லை. அவர்களுக்கு அவள் யாரென்றுகூடத் தெரியாது. “அவள் அணங்கு” என்று சுட்டுவிரலைக் காட்டி சுவர்மா சொன்னான். “அருகே செல்லக்கூடாது. பெரியன்னை சொல்லியிருக்கிறார்கள்.”

சம்படைக்கு அணங்குபீடை என்றான் தருமன். அந்தப்புரத்தில் எப்போதும் அணங்குகொண்ட பெண்கள் இருப்பார்கள் என்றான். “அணங்குகொண்ட ஆண்கள் உண்டா?” என்றான் அர்ஜுனன். “மூடா, ஆண்களைப் பிடிப்பவை மூன்று தெய்வங்களே. ஆயுதங்களில் குடிகொள்ளும் ஜஹ்னி, செல்வத்தில் குடிகொள்ளும் ரித்தி, மண்ணில்குடி கொள்ளும் ஊர்வி. அவர்கள் ஆண்கள் வெளியே செல்லும்போதுதான் கவ்விக்கொள்கிறார்கள். வீட்டுக்குள் அவர்கள் வருவதில்லை.” அர்ஜுனன் “ஆண்களைப் பிடிப்பவை என்னசெய்யும்?” என்றான். “பெண்களைப் பிடிக்கும் அணங்குகள் அவர்களை அமரச்செய்கின்றன. ஆண்களைப் பிடிப்பவை அவர்களை அலையச்செய்கின்றன. இரண்டுமே சிதைநெருப்பின் புகை வழியாக மட்டுமே வெளியேறுகின்றன என்கிறார்கள்” தருமன் சொன்னான்.

வடக்குவாயிலை நெருங்கும்போதே அர்ஜுனன் அங்கே சிறிய கூட்டத்தை பார்த்துவிட்டான். அங்கே கொண்டு நிறுத்தும்படி சொல்லிவிட்டு இறங்கி களம் வழியாக ஓடி அந்தக் கூட்டத்தை அடைந்தான். காந்தாரத்துக் காவல்வீரர்கள் ஓய்வுநேரத்தில் யானைகளைப் பார்க்க வந்துகூடுவது வழக்கம். காலகீர்த்தி உடல்நலம் குன்றியிருந்ததனால் எப்போதும் அவர்களின் கூட்டம் இருந்தது. கூட்டத்தின் கால்கள் வழியாக அர்ஜுனன் எட்டிப்பார்த்தான். யானையின் கால்கள் தெரிந்தன. அவன் கால்களை விலக்கி மறுபக்கம் சென்றான். அங்கே யானைவைத்தியர் பிரபாகரரும் யானைக்கொட்டிலுக்கு புதிய அதிபராக வந்திருந்த சந்திரசூடரும் நின்றிருக்க பத்துப் பதினைந்து உதவியாளர்கள் வேலைசெய்துகொண்டிருந்தனர். அர்ஜுனன் அவர்களுள் பீமனைப் பார்த்தான்.

முதிய பிடியானையாகிய காலகீர்த்தியின் முகத்தில் கன்ன எலும்புகளும் நெற்றிமேடுகளும் புடைத்து நடுவே உள்ள பகுதி ஆழமாகக் குழிந்து அதன் முகம் பிற யானைகளின் முகங்களில் இருந்து முற்றிலும் மாறுபட்டிருந்தது. துதிக்கை கலங்களை ஒன்றன்மேல் ஒன்றாக அடுக்கியதுபோல முண்டுமுண்டாக இருந்தது. அதன் கருமைநிறமே வெளிறி சாம்பல்பூத்திருக்க, நெற்றியிலும் முகத்திலும் காதுகளிலும் செம்பூப்படலம் நரைத்து வெண்மைகொண்டிருந்தது. சிறிய தந்தங்கள்

பழுத்து மரத்தாலானவைபோல துதிக்கையின் அடியில் தெரிந்தன. அதன் நான்கு கால்களும் நான்குபக்கமும் வளைந்து விலகியிருக்க தூண்கள் சரிந்த கல்மண்டபம் போல கோணலாக நின்றுகொண்டிருந்தது.

அங்கே நின்றிருந்தவர்கள் யானையின் கால்களுக்கு அடியில் அதன் வயிற்றின் எடையைத் தாங்கும்பொருட்டு ஒரு மரமேடையை வைத்துக்கொண்டிருந்தனர். அதில் அடுக்கடுக்காக புல்லை வைத்து மெல்ல தூக்கினர். யானையின் வயிறு அதன்மேல் அமைந்ததும் அதன் கால்கள் எடையை இழந்து ஆறுதலடைவதைக் காணமுடிந்தது. ஆனால் காலகீர்த்தி அதை ஐயத்துடன் பார்த்து துதிக்கையை நீட்டி தட்டி விடமுயன்றது. பிரபாகரர் "தாயே... வேண்டாம். அது உன் வசதிக்காகத்தான்" என்றார். அதன் துதிக்கையை கைகளால் தட்டி ஆறுதல்படுத்தினார். யானை மெல்ல அமைதியடைந்து துதிக்கையை அவரது தோள்வழியாக சரியவிட்டது.

கிழவர் ஒருவர் "அந்தக் காலத்தில் வடக்குக்கொட்டிலிலேயே பெரிய யானை இவள்தான். ஒரு குரல் வந்தால் மற்ற எல்லா யானைகளும் அடங்கிவிடும். துள்ளித்திரியும் குட்டிக்களிறுகள் கூட துதிக்கையைத் தாழ்த்திக்கொண்டு சென்று ஒடுங்கி நின்றுவிடும். யானைக்கொட்டிலுக்கே அரசி அல்லவா? இப்போது உயரமே பாதியாகிவிட்டது" என்றார். "அதெப்படி யானை உயரம் குறையும்?" என்றான் ஒரு காந்தார வீரன். "யானை மட்டுமல்ல, மனிதர்களும் உயரமிழப்பார்கள். அதுதான் முதுமை" என்று முன்னால் நின்ற ஒருவர் திரும்பி நோக்கிச் சொன்னார்.

மரப்பீடத்தை அமைத்ததும் பீமன் வந்து "பக்கவாட்டில் சரிந்துவிடுமா ஆசாரியரே?" என்றான். "பக்கவாட்டில் சரிய வாய்ப்பில்லை. அவர்கள் விவேகியான மூதாட்டி. அவர்களுக்கே தெரியும்" என்றார் பிரபாகரர். அதற்கேற்ப காலகீர்த்தி பலவகையிலும் உடலை அசைத்தபின் தன் எடையை வசதியாக மேடைமேல் அமைத்து முன்னங்காலை முற்றிலும் விடுவித்துக்கொண்டது. "கால்களுக்கு ரசகந்தாதிதைலம் பூசுங்கள். எந்தக்காலை தூக்கிக் காட்டுகிறார்களோ அந்தக்காலுக்கு மட்டும்" என்றபின் பிரபாகரர் "உணவளிக்கலாம்" என்றார். செவிகளை ஆட்டியபடி காலகீர்த்தி திரும்பிப்பார்த்தது. உணவு என்னும் சொல் அதற்குத் தெரிந்திருப்பதைக் கண்டு அர்ஜுனன் வியந்தான்.

பெரிய குட்டுவங்களில் செக்கிலிட்டு அரைக்கப்பட்ட புல்லும் கஞ்சியும் கலந்து வைக்கப்பட்டிருந்தது. அதை அள்ளி பெரிய தோல்பைக்குள் விட்டு அதை காலகீர்த்தியின் வாய்க்குள் விட்டு அழுத்தி உள்ளே செலுத்தினார்கள். அதன் கடைவாயில் சற்று கஞ்சி வழிய எஞ்சியதை உறிஞ்சிக் குடித்தது. சுவையை விரும்பி தலையை ஆட்டி துதிக்கையால்

உணவூட்டிய உதவியாளரின் தோளை வருடியது. “பற்களை இழந்தபின் நான்குவருடங்களாகவே அரைத்த புல்லைத்தான் உண்கிறாள்” என்றார் ஒருவர். “கஞ்சியும் மருந்துகளும் கொடுக்கிறார்கள். நூற்றிஎட்டு வயது என்பது யானைக்கு நிறைவயதுக்கும் அதிகம்... அவளுடைய தவஆற்றலால்தான் இத்தனைநாள் உயிர்வாழ்கிறாள்.”

பீமன் கைகளைக் கழுவியபடி வந்தபோது முன்னால் அர்ஜுனன் நிற்பதைப் பார்த்தான். “விஜயா, நீ கிருபரின் பாடசாலைக்குச் செல்லவில்லையா?” என்றான். “அவர் வேறு குருநாதரை காத்திருக்கும்படி சொன்னார்” என்றான் அர்ஜுனன். “அன்னையிடம் அதைச் சொல்லவேண்டியதுதானே?” என்றான் பீமன். “அன்னை அந்த ஆடிப்பாவைகளைக் கொஞ்சிக்கொண்டே இருக்கிறார்கள். நான் எப்படி அவர்களிடம் பேசுவது?” என்றான் அர்ஜுனன். அன்னையைப்பற்றிப் பேசும்போது மட்டும் அவன் பேதைச்சிறுவனாக ஆகிவிடுவான் என்பதை அறிந்திருந்த பீமன் புன்னகை செய்தான். “அதாவது அன்னையிடம் பொய் சொல்லிவிட்டு இங்கே வந்திருக்கிறாய்?” என்றான். “பொய் சொல்லவில்லை” என்றான் அர்ஜுனன். “அப்படியென்றால்?” என்றான் பீமன். “உண்மையையும் சொல்லவில்லை” என்று அர்ஜுனன் புன்னகையுடன் சொன்னபோது பீமன் உரக்க நகைத்தான்.

“அன்னை காலகீர்த்திதான் நம் கொட்டிலிலேயே மூத்தவர்கள். முன்னர் இவர்களுக்கு மூத்தவராக இருந்தவர் உபாலன். அவர் நூறு வயதில் மறைந்தார். அவர் மறைந்த அன்று அவருக்காக வெட்டப்பட்ட குழியில் தான் நம் கோட்டையின் கிழக்குமுகப்பிலிருக்கும் அனுமனின் கதை கிடைத்திருக்கிறது” என்றான் பீமன். “பிரபாகரர் சொல்கிறார், அன்னை அதிகநாள் வாழ வாய்ப்பில்லை என்று. அவர்களுக்கு இறப்புக்கான வேளை வரவில்லை. கீழே படுத்துவிட்டார்களென்றால் உடலில் புண் வந்துவிடும். அதற்காகவே நிற்கச்செய்கிறோம்.” “காலகீர்த்திக்குக் குட்டிகள் உண்டா?” என்றான் அர்ஜுனன். “பொதுவாக யானைகள் நகர்வாழ்க்கையில் அதிகம் பெற்றுக்கொள்வதில்லை. காலகீர்த்தி பேரன்னை. பதினெட்டு குழந்தைகளைப் பெற்றிருக்கிறார்கள். மிகமிக அரிதானது” பீமன் சொன்னான்.

“நான் அடுமனைக்குச் செல்கிறேன். பசிக்கிறது” என்றான் பீமன். “உங்களிடம தேர் உள்ளதா?” என்று அர்ஜுனன் கேட்டான். “இந்தச் சிறிய நகருக்குள் செல்வதற்கு எதற்கு தேர்? உன் தேர் செல்வதற்குள் நானே சென்றுவிடுவேன்” என்றபடி பீமன் நடந்தான். அனுமன் ஆலயத்துக்கு அருகே சிறுவர்களின் கூச்சல் கேட்டது. ஒரு மரப்பந்து காற்றில் எழுந்து விழுந்து உருண்டோடி வர அதைத் துரத்தியபடி

சிறுவர்கள் வந்தனர். முன்னால் ஓடிவந்த குண்டாசி கரிய உடலை வளைத்தபடி நின்று அவர்கள் இருவரையும் பார்த்தான். பின்னர் தலைகுனிந்து சென்று பந்தைக் கையில் எடுத்துக்கொண்டு மீண்டும் ஓரக்கண்ணால் பார்த்தபின் ஓடிப்போனான். சற்று அப்பால் காத்திருந்த பிரமதனும் சுவீரியவானும் கூச்சலிட்டபடி அவனிடமிருந்து பந்தைப் பிடுங்கிக்கொண்டு ஓடினார்கள்.

“இந்தக் கௌரவ காந்தாரர்கள் அனைவருமே ஒன்றுபோலிருக்கிறார்கள். எவரிலுமே காந்தாரச் சாயல் இல்லை. அத்தனைபேரும் பெரியதந்தை போல கரிய பெரிய உடல்கொண்டவர்கள்” என்றான் அர்ஜுனன். “ஆமாம். ஆகவேதான் அவர்களைப் பார்ப்பது எனக்குப் பேருவகை அளிக்கிறது. பெரியதந்தையையோ மூத்தகௌரவரையோ நம்மால் கையில் எடுத்துக் கொஞ்சமுடியுமா என்ன?” அர்ஜுனன் நகைத்தபடி “இவனை மட்டும் கொஞ்சிவிட முடியுமா?” என்றான். “ஏன்? நான் இவனை ஒற்றைக்கையில் எடுத்துக் கொஞ்சுவேன்” என்றான் பீமன். “ஆனால் அவர்கள் சமீபகாலமாக என்னை அஞ்சுகிறார்கள். ஏன் என்று தெரியவில்லை!”

மீண்டும் பந்து அவர்களுக்கு மிக அருகே வந்தது. அதை எடுக்க குண்டாசியே வந்தான். அவன் ஓடிவந்து பின் விரைவிழந்து தயங்கி ஓரக்கண்ணால் பார்த்துக்கொண்டு நிற்பதைப் பார்த்ததுமே அவன் அதை வேண்டுமென்றே அடித்து அங்கே வரவழைத்திருப்பதைப் புரிந்துகொண்டான் அர்ஜுனன். குண்டாசி அந்தப் பந்தை எடுத்ததும் அர்ஜுனன் “குண்டாசி, யானைக்கருப்பா” என்றான். குண்டாசி வெட்கிச் சிரித்துக்கொண்டு பந்துடன் விலகிச்சென்றான். அர்ஜுனன் ஒரு கல்லை எடுத்து அந்தப் பந்துமேல் எறிய அது கீழே விழுந்து உருண்டது. அர்ஜுனன் ஓடிச்சென்று அதைக் காலால் உதைத்தான். பந்து உருண்டோடியதும் குண்டாசி கூச்சலிட்டுச் சிரித்தபடி “அர்ஜுனன் அண்ணா! அர்ஜுனன் அண்ணா!” என்று கூவினான். மற்ற இளம் கௌரவர்களும் கூச்சலிட்டபடி வந்து கூடிக்கொண்டனர்.

அர்ஜுனன் பந்தை வானில் எழச்செய்தபின் அது விழப்போகும் இடங்களிலெல்லாம் முன்னரே சென்று நின்றுகொண்டான். ஒருமுறை குண்டாசி முந்திச்செல்ல விட்டுவிட்டான். குண்டாசி பந்தை இருமுறை அடித்ததும் இரு கைகளையும் விரித்து நடனமிட்டு “அடித்தாயிற்று அடித்தாயிற்று” என்று கூவினான். பெரியதந்தை நடனமிடுவதைப்போலவே இருந்ததை அர்ஜுனன் வியப்புடன் கண்டான். கௌரவர்கள் அனைவரிலுமே பெரியதந்தையின் உடலசைவுகளும் முகபாவனைகளும் இருந்தன. அதனாலேயே ஒருகணம் அவர்கள் அனைவருமே விழியிழந்தவர்கள் என்ற எண்ணமும் எழுந்தது.

மீண்டும் பந்து கிழக்குப்பக்கமாகச் சென்றபோதுதான் அங்கே பீமன் அமர்ந்திருப்பதை அர்ஜுனன் கண்டான். பந்தை எடுக்கப்போன குண்டாசி தயங்கி நின்றான். பீமன் பந்தை உதைத்து அனுப்பிவிட்டு திரும்பப்போன குண்டாசியைப் பிடித்து தன் தலைக்குமேல் வீசி பிடித்தான். சிரிப்பில் மூடிய விழிகளும் சுருங்கிய முகமுமாக குண்டாசி வானில் இருப்பதை அர்ஜுனன் ஒரு கணம் கண்டான். உடனே சுவர்மாவும் அப்ரமாதியும் விராவீயும் பிரமதனும் பந்தை விட்டுவிட்டு பீமனருகே ஓடி கைகளைத் தூக்கியபடி “நான் நான்!” என்று குதிக்கத்தொடங்கினர். பீமன் குண்டாசியை விட்டுவிட்டு அப்ரமாதியைப் பிடித்துக்கொண்டதும் அவன் கூவிச்சிரித்தான்.

அர்ஜுனன், பந்தை பிற கௌரவர்களுக்கு விட்டுக்கொடுத்தான். கண்டியும் தனுர்த்தரனும் துராதாரனும் திருதஹஸ்தனும் பந்தை மாறிமாறி கொண்டுசென்றனர். அவர்களைச் சுற்றி பந்து நாய்க்குட்டிபோல துள்ளிச்சென்றது. அவர்களை ஒரு முனையில் எதிர்கொண்ட அர்ஜுனன் பந்தை அடித்து மறுஎல்லைக்கு விரட்டினான். “பாசி, விடாதே... பிடி” என தனுர்த்தரன் கூச்சலிட்டான். நிஷங்கி பாசியைத் தாண்டிசென்று பந்தைத் தொட்டுத் திருப்பிவிட்டான். “மூடன்! மூடன்!” என தனுர்த்தரன் வசைபாடியபடி ஓடினான். நிஷங்கியின் கைகளில் இருந்து பந்தை சோமகீர்த்தி எடுத்துக்கொண்டான்.

கரியகால்களின் புதர்கள் நடுவே ஓடிக்கொண்டே இருந்தது பந்து. அதற்கே ஓர் இச்சையும் இலக்கும் இருந்ததுபோல. அத்தனைபேரையும் அது வைத்து விளையாடுவதுபோல. ஒருகணத்தில் பந்து நகைப்பதுபோல அர்ஜுனனுக்குப்பட்டது. அது இவர்களை விளையாடுகிறது என்றால் எத்தனைபெரிய வியப்பு. ஒரு பருப்பொருள். ஆனால் பருப்பொருட்கள் அனைத்துக்குள்ளும் அதற்கான தெய்வங்கள் குடியிருக்கின்றன. மூத்தவரிடம் கேட்டால் பந்தில் காண்டுகை என்ற தேவதை குடியிருப்பதாகச் சொல்லியிருப்பார். அர்ஜுனன் சிரித்துக்கொண்டே ஓடி பந்தை எடுத்துக்கொண்டான். அவன் அகம் சற்று விலகியிருந்தமையால் உடனே சுஹஸ்தன் அதைப் பெற்றுக்கொண்டான்.

“அர்ஜுனனை நான் வென்றேன்! அர்ஜுனனை நான் வென்றேன்!” என்று சுஹஸ்தன் கூவியபடியே பந்துடன் ஓடினான். அர்ஜுனன் “அர்ஜுனனை வென்ற சுஹஸ்தனை பாடுக சூதர்களே” என்று கூவியபடி துரத்திச்சென்றான். அத்தனை கௌரவர்களும் கைகளைத் தூக்கி வெறிக்கூச்சலிட்டபடி துள்ளிக்குதித்தனர். பீமனருகே நின்றிருந்த குண்டாசியும் கூச்சலிட்டபடி வந்து சேர்ந்துகொண்டான். சின்னஞ் சிறிய மரப்பந்து. அது இத்தனை உவகையை அளிக்கிறது. நாய்க்குட்டிகள் கூட சிறிய பந்து கிடைத்தால் இதே ஆடலை ஆடுகின்றன. பந்தில்

உண்மையிலேயே தெய்வம் குடியிருக்கிறதா என்ன? நம்மைச் சூழ்ந்துள்ள அனைத்திலும் தெய்வங்கள் வாழ்ந்துகொண்டிருக்கின்றனவா? மனிதர்களுடன் அவை விளையாடுகின்றனவா? பல்லாயிரம் பொறிகள் கைநீட்டி நிற்பதுபோல.

“ஆ!” என பல குரல்கள் அப்பால் கேட்டன. விசாலாக்ஷன் கொண்டுசென்ற பந்தை துரத்திச்சென்ற பிற கௌரவர்கள் அவனை வீழ்த்தி பந்தைக் கைப்பற்றினர். நாகதத்தன் தன் காலால் ஓங்கி அதை உதைக்க பந்து எழுந்து அப்பால் விழுந்து உருண்டோடி அங்கே திறந்திருந்த பழைய கிணற்றில் விழுந்தது. குண்டாசி ஓடிவந்து “நாகதத்தன் பந்தை கிணற்றில்போட்டுவிட்டான். ஜேஷ்டாதேவி கோயிலில் இருக்கும் கிணறு. ஆழமான கிணறு. இறங்கவே முடியாது... உள்ளே இருட்டு” என்றான். “நான் பார்க்கிறேன்” என்றான் அர்ஜுனன். அவன் நாகதத்தனை வசைபாடவில்லை என்றதும் குண்டாசி “பீமன் அண்ணா, நாகதத்தன் என்ன செய்தான் தெரியுமா...” என்று கூவியபடி ஓடினான்.

உண்மையிலேயே ஆழமான கிணறுதான். அர்ஜுனன் உள்ளே எட்டிப்பார்த்தபோது ஆழத்தில் வட்டமான கரியநீர்ப்பரப்பு அலையடிப்பதும் அதில் பந்து மிதப்பதும் தெரிந்தது. “ஒரு கயிறு இருந்தால் அதில் கழிகளைக் கட்டி உள்ளே விட்டு எடுத்துவிடலாம்” என்றான் அர்ஜுனன். “கயிறு இங்கே இல்லை. யானைக்கொட்டிலில் இருக்கும்... குண்டாசி, நீ ஓடிப்போய் கயிறை வாங்கிக்கொண்டு வா” என்றான் நாகதத்தன். “சுவர்மா ஓடிப்போய் கொண்டுவருவான்” என்றான் குண்டாசி.

மறுபக்கம் சாலையில் இருந்து கரியசிற்றுடலும் கலைந்து காற்றில்பறக்கும் குழல்களும் புழுதிபடிந்த தாடியும் மரவுரியாடையும் அணிந்த ஒருவர் அருகே வந்து “என்ன பார்க்கிறீர்கள்?” என்றார். “ஒரு பந்து விழுந்துவிட்டது... நீங்கள் யார்?” என்றான் நாகதத்தன். “என் பெயர் துரோணன். உங்கள் ஆசிரியர் கிருபரின் மைத்துனன். அவர் என்னை வரச்சொல்லி செய்தியனுப்பியிருந்தார். நான் உங்களுக்கு தனுர்வேதம் சொல்லித்தர வந்திருக்கிறேன்” என்றார் அவர். “தனுர்வேதமா? உமது கையில் தர்ப்பை அல்லவா இருக்கிறது? தனுர்வேதம் சொல்லி புரோகிதம் செய்வீரா?” என்றான் நாகதத்தன். கௌரவர் நகைத்தனர். ஆனால் அவரது கைவிரல்களைக் கண்டதுமே அவர் மாபெரும் வில்லாளி என அர்ஜுனன் அறிந்துகொண்டான்.

விசாலாக்ஷன் “இதோ, இவன் எங்கள் இளவல், விஜயன். இவனுக்கு தனுர்வேதத்தை இனி பரசுராமர் மட்டும்தான் கற்பிக்கமுடியும்” என்றான். வீரபாகு “முதலில் எங்கள் இளவல் விஜயனுக்கு நிகராக வில்லுடன்

நிற்கமுடியுமா நீர்? பத்துநொடி நின்றுபாரும். ஓர் அம்பையாவது அவனுக்கு எதிராகத் தொடுத்துப்பாரும். நாங்கள் உம்மை ஆசிரியர் என ஏற்றுக்கொள்கிறோம்” என்றான். கௌரவர்கள் அனைவரும் கைகளைத் தூக்கி ஓ என்று உரக்கக் கூச்சலிட்டனர். துரோணர் அதைப் பொருட்படுத்தாமல் கிணற்றுக்குள் எட்டிப்பார்த்தார். திரும்பி அருகே நின்ற அடிகனத்த பெண் தர்ப்பைத்தாள்களைப் பிடுங்கினார். “மந்திரத்தால் பந்தை எடுக்கப்போகிறார். தர்ப்பைக்கு பயந்து பந்தை எடுத்துத்தர கந்தர்வர்கள் வரப்போகிறார்கள்” என்றான் நாகதத்தன்.

அவர் அந்த தர்ப்பைத்தாளை எறிந்ததும் அது பந்தில் குத்தி நின்றதை அர்ஜுனன் கண்டான். அது பட்டு அசைந்த அடுத்த கணம் அதன் அடித்தாளில் அடுத்த தர்ப்பையின் கூர்நுனி பக்கவாட்டில் துளைத்துக் கிழித்து நின்றது. உடனே அடுத்த தர்ப்பை அதன் அடிப்பக்கத்தில் தைத்தது. மிகச்சரியாக கிணற்றின் ஆழத்துக்கே அவர் தர்ப்பைத்தாள்களைப் பிடுங்கியிருந்தார். மேலே அதன் முனை வந்ததும் அதைக் கையால் பற்றி மெல்ல இழுத்து பந்தை மேலே இழுத்தார். பந்தை மேலே எடுத்ததும் அதை மேலே சுழற்றி வீசி கையிலெடுத்த தர்ப்பையை வீசினார். தர்ப்பை பந்தைத் தட்டி வானில் நிறுத்தியது. மேலும் மேலும் கிளம்பிச்சென்ற தர்ப்பைகள் பந்தை அசைவற்றதுபோல வானில் நிறுத்தின.

மேலே பார்க்காமலேயே தர்ப்பையை வீசியபடி “விஜயன் நீதானா?” என்றார் துரோணர். அர்ஜுனன் அவரது காலடிகளைத் தொட்டு வணங்கி “குருநாதரே, எளியவன் உங்கள் அடிமை. உங்களுக்கு பாதபூசை செய்யும் வாய்ப்பளியுங்கள். எனக்கு தனுர்ஞானத்தை அளியுங்கள்” என்றான். பந்து கீழிறங்கி வர, அதைக் கையால் பற்றி அப்பால் வீசிவிட்டு “உன் பணிவு உனக்கு ஞானத்தை அளிக்கும். வாழ்க!” என்றார் துரோணர். எழுந்த அர்ஜுனன் கைகூப்பி “என் குருநாதர் என்னைத் தேடிவருவார் என்று காத்திருந்தேன் பிராமணோத்தமரே, என் கனவுகளில்கூட தங்கள் பாதங்களைத்தான் பார்த்துக்கொண்டிருந்தேன்” என்றான்.

துரோணர் அவனை நோக்கி “நீ வில் கற்றிருக்கிறாயா?” என்றார். “ஆம்” என்றான் அர்ஜுனன். “வில் என்பது என்ன?” என்றார் துரோணர். “உத்தமரே, வில் என்பது ஒரு சொல். அம்பு என்பது இன்னொரு சொல்” என்றான் அர்ஜுனன். கௌரவர் ஒருவரை ஒருவர் நோக்கிக்கொண்டனர். “அச்சொற்களின் பொருள் என்ன?” என்றார் துரோணர் கண்களைச் சுருக்கியபடி. “சொல் என்பது தாமரை இலை உத்தமரே. அதன்மேல் கணநேரம் நின்று ஒளிரும் நீர்த்துளிகளே பொருள்கள்” என்றான் அர்ஜுனன். “இக்கணம் அது குருவருள் என்று பொருள் அளிக்கிறது.”

துரோணர் மலர்ந்த முகத்துடன் “என்னை பிராமணன் என எப்படி அறிந்தாய்?” என்றார். “உங்கள் உதடுகளிலுள்ள காயத்ரியால்” என்று

அர்ஜுனன் சொன்னான். அவரது உடலே கிளர்ந்தெழுந்தது. "வா, நீ என் முதல் மாணவன். நான் கற்றதெல்லாம் உனக்கு அளிப்பதற்காகத்தான் என்று இக்கணம் அறிகிறேன். என் வாழ்வின் நிறைவு உன்னால்தான்" என்று கூவியபடி தன் கைகளை விரித்தார். அவரது சிறிய மார்பு விம்மித்தணிந்தது. கைகள் நடுங்கின. அர்ஜுனன் அவர் அருகே செல்ல அவனை அள்ளி தன் மார்புடன் இறுக அணைத்துக்கொண்டார்.

அவன் உடல்வாசனையால் கிளர்ந்தவர் போல அவன் குழலை முகர்ந்தார். அவன் கன்னங்களை கைகளால் வருடி, தோளுக்கு இறக்கி, புயங்களைப்பற்றிக்கொண்டு விழிகளில் நீர் திரண்டிருக்க உற்று நோக்கினார். ஏதோ சொல்லவருவது போல சிலகணங்கள் ததும்பிவிட்டு மீண்டும் அவனை இழுத்து மார்புடன் அணைத்துக்கொண்டார். "நீ என் மகன். என் மாணவன். என் குரு" என்றார். "உன் கைகளால் முக்தியை நான் அடையவேண்டும்" என்று அடைத்த குரலில் சொன்னார்.

பின்பு தன்னுணர்வுகொண்டு பெருமூச்சுடன் அவனை விட்டுவிட்டு "நான் பீஷ்மரை சந்திக்கச் செல்கிறேன். நீங்கள் விளையாடுங்கள்" என்றார். "நான் துணைவருகிறேன் குருநாதரே" என்றான் அர்ஜுனன். "இல்லை, நீ இன்னும் என் மாணவன் ஆகவில்லை. உன் பிதாமகர் என்னை ஏற்கட்டும் முதலில்" என புன்னகை செய்தார்.

அப்பால் காலகீர்த்தியின் உரத்த குரல் கேட்டது. "அங்கே என்ன நிகழ்கிறது?" என்றார் துரோணர். நாகதத்தன் "முதியயானை காலகீர்த்தி இறந்துகொண்டிருக்கிறது உத்தமரே" என்றான். இயல்பாக "ஓ" என்றபின் "நான் நாளை உங்களைச் சந்திக்கிறேன்" என்று அவர் திரும்பிச்சென்றார்.

பீமன் "விஜயா, நான் உணவுண்ணவில்லை. காலகீர்த்தி அன்னைக்கு மீண்டும் உடல்நிலை பழுதாகியிருக்கிறது" என்றான். அர்ஜுனன் "என்னசெய்கிறது?" என்றபடி அருகே ஓடிச்சென்றான். "அவர்களுக்கு உடலுக்குள் வலி இருக்கிறது. எளிய வலிகளை அவர்கள் வெளிக் காட்டுவதில்லை" என்றபடி பீமன் விரைந்தான். அர்ஜுனனும் கௌரவர்களும் பின்னால் சென்றனர்.

காலகீர்த்தியின் வயிறு பீடத்தில் நன்றாகவே அழுந்தியிருந்தது. அதன் துதிக்கை பிரபாகரரின் தோள்மேல் தவித்து அசைந்தது. "என்ன செய்கிறது பிரபாகரரே?" என்று பீமன் கேட்டான். "வலி இருக்கிறது. கடுமையான வலி. பின்பக்கம் கோழையும் வருகிறது" என்ற பிரபாகரர். "ஏனோ இறப்பதில்லை என்று முடிவெடுத்து நின்றிருக்கிறார்கள். அவர்களுக்கு என்ன விழைவு என்று தெரியவில்லை. அவர்கள் விரும்பிய அனைத்து

உணவுகளையும் அளித்துவிட்டோம்” என்றார். சந்திரசூடர் “அவர்கள் உணவை பெருவிருப்புடன் அருந்துவதைப் பார்த்திருக்கிறேன். இப்போது உணவில் அவர்களுக்கு ஈடுபாடே இல்லை” என்றார்.

பீமன் “மைந்தர்களை அவர்களுக்கு அருகே கொண்டுவருவோமே?” என்றான். சந்திரசூடர் “ஆம், அதுதான் வழி” என்று திரும்பி தன்னருகே நின்றிருந்த உதவியாளனிடம் மெல்லியகுரலில் “எத்தனை இளைய யானைகள் உள்ளன?” என்றார். பீமன் “அனைத்துக்குட்டிகளையும் கொண்டுவரவேண்டியதில்லை அமைச்சரே. இறுதியாகப் பிறந்த இளம் மகவு மட்டும் போதும்” என்றான். சந்திரசூடர் மெல்லிய குரலில் ஆணையிட உதவியாளன் விரைந்து ஓடினான். சற்று நேரத்தில் அன்னை யானை ஒன்று அழைத்துவரப்பட்டது. மலர்பரவிய பெரிய செவிகளை ஆட்டியபடி அது பெருங்காலெடுத்து வைத்து வர அதன் முன்காலுக்கு அடியில் சிறியதுதிக்கையை நீட்டியபடி தள்ளாடி வந்தது அதன் குட்டி.

“பிறந்து எட்டுநாட்களாகின்றன. பிடி. ஆகவே பசிதாளமுடியாமல் சுற்றிச்சுற்றி வருகிறது. யானைப்பால் அதற்கு போதவில்லை” என்றார் சந்திரசூடர். யானைக்குட்டி அன்னையின் கால்களால் தட்டுப்பட்டு நான்குபக்கமும் அலைக்கழிந்தது. அன்னை யானையான சுநாசிகை காலகீர்த்தியைப் பார்த்ததும் நின்றுவிட்டது. குட்டி தன் ஆர்வம் மிக்க சிறிய துதிக்கையை நீட்டியபடி முன்னால் வர அன்னை அதைத் துதிக்கையால் தட்டி பின்னால் தள்ளியது. அதன் பாகன் குட்டியை மெல்ல தள்ளி முன்னால் செலுத்தினான். ஒரு பாகன் குட்டியின் கழுத்தில் கட்டப்பட்ட கயிற்றைப் பிடித்தபோது சினத்து ன் சுநாசிகை துதிக்கையையும தலையையும் அசைத்தபடி ஒரு கால் எடுத்து வைத்தது. பாகன் அதன் முகத்தில் தட்டி அமைதிப்படுத்தினான்.

நார்கள் படர்ந்த காட்டுகிழங்கு போல உடலெங்கும் கூரிய முடியுடன் இருந்த குட்டி துதிக்கையைத் தூக்கியபடி ஆடிக்கொண்டே பாகனுடன் வந்து, பின் பாகனை இழுத்தபடி முன்னால் விரைந்து அதே போக்கில் பக்கவாட்டில் வளைந்து அங்கே காலகீர்த்திக்கு ஊட்டி எஞ்சிய உணவு இருந்த குட்டுவங்களை நோக்கிச்சென்றது. இன்னொரு பாகன் நகைத்து அந்தக் கூழை அள்ளி அதன் துதிக்கை அருகே காட்டினான். அது துதிக்கையால் அள்ளி வாய்க்குள் கொண்டுபோகும் வழியில் கூழைச்சிந்திவிட்டு வெறும் மூக்கை உள்ளே விட்டு சுவைத்து தலையை ஆட்டியது. கூழ் இருந்த கையை நீட்டியபடி பாகன் செல்ல அது துதிக்கையை நீட்டியபடி பின்னால் சென்றது.

காலகீர்த்தி குழந்தையைக் கண்டு தன் துதிக்கையை நீட்டி மெல்ல உடலுக்குள் பிளிறியது. சற்றே அளவுபெரிய முன்னங்கால்களைப்

பரப்பி நின்று கண்களை மேலே தூக்கி கிழவியை நோக்கிய குட்டி பின்பு ஆவலாக துதிக்கையை நீட்டியபடி அதன் நான்கு கால்களுக்கு நடுவே இருந்த மேடைக்கும் காலுக்கும் இடையேயான இடைவெளிக்குள் புக முயன்றது. தலையை உள்ளே விடுவதற்கு முட்டியபின் ஏமாற்றத்துடன் திரும்பி கிழவியின் முன்னங்கால்களுக்கு நடுவே துதிக்கையால் தடவியது. காலகீர்த்தி தன் துதிக்கையால் குட்டியின் பின்பக்கத்தை மெல்ல அடித்தது. ஒவ்வொரு அடிக்கும் குட்டி முன்னால் சென்று காலகீர்த்தியின் கால்களிலேயே முட்டிக்கொண்டது. மரப்பட்டை உரசுவதுபோல அவற்றின் கருந்தோல்கள் ஒலித்தன. காலகீர்த்தி உரக்கப் பிளிற அப்பால் சுநாசிகையும் பிளிறியது.

பிரபாகரர் “ஆம், இதைத்தான் அன்னை விரும்பியிருந்தார்கள். இன்று மாலையே சென்றுவிடுவார்கள் என எண்ணுகிறேன்” என்றார். “அன்னை விரும்புவது வரை இவள் இங்கே நிற்கட்டும்” என்றார் சந்திரசூடர். பிரபாகரர் “இவள் பெயரென்ன?” என்றார். குட்டியின் மயிரடர்ந்த மண்டையை அடித்து “எட்டு நாட்களுக்கென்றால் மிக உயரம். அன்னையைவிட உயரமான பெரும்பிடியாக வருவாள்” என்றார். “ஆம், இவள்தான் இதுவரை இங்கே பிறந்தவற்றிலேயே பெரிய யானைக்குட்டி” என்றார் சந்திரசூடர். “என்ன பெயர் இவளுக்கு?” என்றார் பிரபாகரர். “இன்னும் பெயரிடவில்லை” என்றார் சந்திரசூடர். “என்ன தயக்கம்? இவள் பெயர் காலகீர்த்தி. மூதன்னையர் மறையக்கூடாது. அவர்கள் அழிவற்றவர்கள்” என்று பிரபாகரர் சொன்னார்.

6

“தந்தையும் தாயும் நம் பிறப்பால் நாமடையும் குருநாதர்கள். அனல், ஆத்மா, ஆசிரியன் மூவரும் நாம் கண்டடையவேண்டிய குருநாதர்கள். குருநாதர்கள் வழியாகவே ஞானம் முழுமையடைய முடியும். ஏனென்றால் மானுடஞானம் என்று ஒன்று இல்லை. அது இயற்கையிலுள்ள விலங்குகள் புழுபூச்சிகள் உள்ளிட்ட அனைத்தையும் உள்ளடக்கிய மெய்ஞானமே. அந்த மெய்ஞானமோ ஏழுலகிலுமுள்ள ஞானங்களின் சிறுபகுதி. ஏழுலகங்கள் பிரம்மத்தின் துளிக்கணங்கள். மானுடஞானம் என்பது துமி. உயிர்களின் ஞானமென்பது துளி. பிரம்மாண்ட ஞானம் என்பது அலை. பிரம்மஞானமென்பதே கடலாகும்” துரோணர் சொன்னார்.

கங்கையில் அவர் இடையளவு நீரில் குளித்துக்கொண்டிருந்தார். கரையருகே தன் இடையளவு நீரில் அர்ஜுனன் குளிரில் நடுங்கியபடி கைகட்டி நின்றிருந்தான். ஒவ்வொருநாளும் கங்கையில் குளிக்கவேண்டுமென்பதற்காக குருகுலத்தை கங்கைக்கரையில் இருந்த பலாசவனம் என்னும் சோலையில் அமைத்துக்கொண்டிருந்தார் துரோணர். சோலையின் நடுவே இருந்த மேட்டில் புதர்களை வெட்டி அவருக்கான பெரிய குடில் அமைக்கப்பட்டது. அதைச்சுற்றி மாணவர்கள் தங்குவதற்கான சிறியகுடில்கள் அமைந்தன. பீஷ்மர் அவரை கௌரவர்களுக்கும் பாண்டவர்களுக்கும் ஆசிரியராக அமைத்தார். ஆனால் துரியோதனனும் துச்சாதனனும் பீமனும் வில்வித்தையில் ஆர்வம் காட்டவில்லை. மூவரும் பீஷ்மரின் ஆணையின் பொருட்டு அவ்வப்போது வந்து சிலநாட்கள் தங்கிவிட்டுச் சென்றனர். இளம்கௌரவர்களும் ஒவ்வொருநாளும் தேரில் வந்துசென்றனர். அங்கே முழுநேரமும் தங்கி துரோணருடன் கூடவே இருந்தவன் அர்ஜுனன் மட்டும்தான்.

“தனுர்வேதம் உபவேதம் எனப்படுகிறது. அதர்வவேதம் என்னும் பசுவின் கன்று அது என்று மூதாதையர் சொல்கிறார்கள். ஆயிரம் பல்லாயிரம் ஊழிக்காலம் பிரம்மத்திலும் காற்றிலும் கருத்திலும் இருந்த அதர்வவேதத்தை முனிவர்கள் மொழியாக்கினார்கள். அதை வேதவியாசர் தொகுத்தார். வியாசர் அதர்வவேதத்தை சுமந்துவுக்குக் கற்பித்தார். சுமந்து அதை தன் மாணவராகிய கபந்தனுக்குக் கற்பித்தார். கபந்தன் அதை இரண்டாகப் பிரித்து தேவதர்சனர், பத்யர் என்னும் இரு மாணவர்களுக்கு அளித்தார். தேவதர்சனர் அதிலுள்ள பூதயாகங்களைக் கற்றார். பத்யர் அதிலுள்ள உபாசனைகளைக் கற்றார்.”

“தேவதர்சனர் தன் அதர்வத்தை தன் மாணவர்களாகிய மேதர், பிரம்மபலர், ஸௌல்காயனி, பிப்பலாதர் ஆகியோருக்குக் கற்பித்தார். பத்யருக்கு மாணவர்களாக ஜாபாலி, குமுதாதி, ஸௌனகர் என்னும் முனிவர்கள் அமைந்தனர். அவர்களெல்லாருமே அதர்வவேதத்துக்கு சம்ஹிதைகளை உருவாக்கினார்கள். ஸௌனகர் தன் அதர்வவேத சம்ஹிதையை இரண்டாகப் பிரித்து பஃப்ருவுக்கும் சைந்தவருக்கும் அளித்தார். சைந்தவரில் இருந்து கற்ற முஞ்சிகேஸர் அதை முதலில் இரண்டாகவும் பின்னர் மூன்றாகவும் பிரித்தார். அதர்வவேதத்தின் ஐந்து சம்ஹிதைகளான நட்சத்திரகல்பம், வேதகல்பம், சம்ஹிதாகல்பம், ஆங்கிரசகல்பம், சாந்திகல்பம் ஆகியவை அவரால் உருவாக்கப்பட்டன.”

“சம்ஹிதாகல்பத்தில்தான் குதிரைகள், யானைகள், எருதுகளைப்பற்றிய வேதமந்திரங்கள் உள்ளன. சம்ஹிதாகல்பத்தை அடிப்படையாகக்கொண்டு முனிவர்கள் உருவாக்கியது தனுர்வேதம். அவர்கள் அடைந்த பத்துலட்சம் சூத்திரங்களை மாமுனிவரான பிரசேதஸ் பிரவேசாஸ்திரபிரகாசம் என்னும் நூலில் மூன்றுலட்சம் சூத்திரங்களாகத் தொகுத்தார். அவற்றை அவரது மாணவர்களான அகத்தியரும் காசியபரும் கற்றனர். அகத்தியமுனிவரின் குருமரபில் வந்தவர் பரத்வாஜர். அவரது மாணவர் அக்னிவேசர். அக்னிவேசரின் மாணவனாகிய எனக்கு நீ மாணவன் என்பதனால் நீ அகத்திய குருமரபில் வந்தவன் என்று சொல்லப்படுவாய்” என்றார் துரோணர். அர்ஜுனன் கைகூப்பினான்.

ஈர மரவுரியை உடுத்தபின் துரோணர் இருளிலேயே நடந்தார். மாமரம் தளிர்விடத் தொடங்கிய சைத்ரமாதம். காற்றில் அதன் கறைவாசனை இருந்தது. அர்ஜுனன் அவர் சொல்லும் ஒவ்வொரு சொல்லையும் பெற்றுக்கொண்டு இருளில் மின்னும் விழிகளுடன் நடந்தான். “வில் என்பது ஒரு சொல் என்று நீ அறிந்த கணமே உண்மையில் தனுர்வேதத்துக்குள் நீ நுழைந்தாய். பிறர் இங்கே கற்பது வில்வேதத்தை அல்ல, வில்வித்தையை மட்டுமே. அது கொல்லும், வெல்லும். ஆனால் கொண்டுசெல்லாது. எது உன்னில் இருக்கிறதோ அதை வளர்க்கும். உன்னை விடுதலைசெய்யாது.

வேதமெனப்படுவது விடுதலையை அளிக்கவேண்டும். துயரறுத்து முழுமை நோக்கிக் கொண்டுசெல்லவேண்டும். தனுர்வேதம் அதைச்செய்யும் என்பதை நான் என்குருநாதரில் கண்டேன்.”

“வில் என்பது ஒரு சொல். அம்பு என்பதும் சொல்லே. மிகச்சரியான முழுமையான சொல்லை அடைந்துவிட்டால் நம் கல்வி முடிந்தது. சொல்லை கையில் இருக்கும் மூங்கிலிலோ தர்ப்பையிலோ நிகழ்த்துவது என்பது மிகமிக எளிய செயல். அந்தத் திறனை ஒரே வருடத்தில் அடைந்துவிடலாம். ஆனால் வாழ்நாளெல்லாம் தவம்செய்தே சொல்லில் முழுமையை அடையமுடியும்” என்றபடி துரோணர் நடந்தார். ஒற்றையடிப்பாதையில் புதருக்குள் ஒரு பாம்பு தலையெடுத்ததை ஓரக்கண்ணால் அர்ஜுனன் கண்டான். துரோணர் “அந்தப் பாம்புக்கு அருகே எத்தனை முட்டைகள் கிடந்தன?” என்றார். அர்ஜுனன் திகைத்து “பார்க்கவில்லை” என்றான்.

“ஏழு” என்றார் துரோணர். “மனிதனின் விழி வளைந்தது. பிறைமுக அம்புபோல. பிறைமுக அம்பில் ஓரத்தைத்தான் கூரியதாக்குவோம். ஏனென்றால் நடுப்பகுதி அதன் விசையாலேயே உள்ளே சென்றுவிடும். விளிம்பு கூரியதாக இல்லையேல் அம்பு, வெட்டும் பணியைச் செய்யாது. நம் விழிகளின் நேர்முன்பகுதி நம் சித்தத்துடன் தொடர்புள்ளது. அது காண்பதை நாமும் காண்போமென்பது உறுதி. வளைந்த ஓரக்கண்கள் ஆன்மாவுடன் நேரடியாகத் தொடர்புடையவை. அவற்றைத் தீட்டி வைத்துக்கொள்பவனே வில்ஞானி. அதையே மூன்றுகண்பெறுதல் என்கிறது தனுர்வேதம்.”

“தோல் மற்றொரு கண் என உணர்க. அந்தப் பாம்பு தலைதூக்கியதும் உன் உடலில் நீ அறிந்த உணர்வு மிகமெல்லியது. மிக மழுங்கியது. அந்த உணர்வை தீட்டித்தீட்டி உன் தோலால் பார்க்க முடியும். உன் பின்பக்கம் ஓர் அம்புவந்தால் அதை நீ காணமுடியும்” என்றபடி துரோணர் நடந்தார். “அகத்தில் இருக்கும் சொல்லைத் தீட்டும் கலையைத்தான் நான் உனக்குக் கற்பிக்கவேண்டும். உன் கைகளால் நீ அடையக்கூடிய திறன் என ஏதும் இனி எஞ்சவில்லை.” அவர்கள் குடிலை அடைந்தனர். துரோணரின் மரவுரியை வாங்கி கொடியில் காயப்போட்டான் அர்ஜுனன். அவர் வேற்றுடை அணிந்துகொண்டிருக்கையிலேயே பலகையை எடுத்துப்போட்டு புலித்தோலை அதில் விரித்தான். பூச்சிகள் அணுகாமலிருக்க அனல் கொண்டு வைத்து அதில் குங்கிலியத்தூளைத் தூவி நறும்புகை எழச்செய்தான்.

துரோணர் பத்மாசனத்தில் அமர்ந்துகொண்டு கண்களை மூடினார். அவரது பெருவிரல்கள் பிற விரல்களை தொட்டுத்தொட்டு விலகிக்கொண்டிருந்தன. உதடுகள் மிகமெல்ல அசைந்தன. அர்ஜுனன்

மெல்ல ஓசையின்றி உள்ளே சென்று அப்பாலிருந்த சிறியகுடிலுக்குள் சிக்கிமுக்கிக் கல்லை உரசி அடுப்பை பற்றவைத்தான். விடியற்காலையில் துரோணர் எழுவதற்கு முன்னரே எழுந்து கறந்து வைத்திருந்த பாலை அடுப்பில் ஏற்றிவிட்டு திரும்பிவந்து குங்கிலியம் புகைகிறதா என்று பார்த்துக்கொண்டான். பால் கொதித்ததும் அதில் வறுத்து சிறிதாக உடைக்கப்பட்டிருந்த வஜ்ரதானியத்தையும் போட்டு கொதிக்கச்செய்தான். கரிக்கட்டைகளை அடுக்கி அதில் நெருப்பை மூட்டி அனல் செய்தான். இன்கிழங்குகளை அவற்றின்மேல் பரப்பி வைத்தான்.

பால் கொதித்து வஜ்ரதானியம் வெந்த வாசனை எழுந்ததும் இறக்கி வைத்தான். ஓடிப்போய் குங்கிலியத்தைப் பார்த்தபடியே கிழங்குகளைச் சுட்டு எடுத்து வாழையிலையில் வைத்தான். மீண்டும் சென்றபோது துரோணர் கண்விழித்து வணங்கியபடி எழுந்தார். அர்ஜுனன் “வணங்குகிறேன் குருநாதரே, உணவு ஒருங்கிவிட்டது” என்றான். அவர் “உம்” என்றதும் ஓடிச்சென்று பால்கஞ்சியில் மூங்கில்குழாயிலிருந்த மலைத்தேனை விட்டுக் கலக்கி மண்கலத்தில் எடுத்துக்கொண்டுவந்து அவர் முன் வைத்தான். கிழங்குகளை எடுத்து உடைத்து தோல் உரித்து ஆவியெழ அருகே வாழையிலையில் பரிமாறினான்.

துரோணர் வணங்கிவிட்டு அமைதியாக உண்ணத்தொடங்கினார். அர்ஜுனன் கைகட்டி அருகிலேயே நின்றிருந்தான். அவர் ஏதோ சிந்தனையுடன் திரும்பியபோது குனிந்து அவர் சொல்லப்போவதற்காகக் காத்திருந்தான். அவர் அதைப் பார்க்காமல் உண்டு முடித்து எழுந்தார். அவர் கைகழுவிக்கொண்டிருக்கையில் எச்சில் பாத்திரங்களை உள்ளே கொண்டுசென்று வைத்துவிட்டு திரும்பி வந்து அவர் பீடத்தில் அமர்ந்ததும் அருகே நின்று தாம்பூலத்தைச் சுருட்டி அளித்தான். அவர் வழக்கமாக தாம்பூலம் மென்றபடி சற்றுநேரம் அமர்ந்திருப்பார். அந்நேரத்தில்தான் அவன் சென்று உணவருந்தி வர முடியும். ஆனால் அன்று அவர் உடனே பேசத்தொடங்கினார்.

வேதங்களை ஆறு வேதாங்கங்களைக்கொண்டு பயிலவேண்டும் என்பது நெறி. சிக்ஷா, கல்பம், வியாகரணம், நிருக்தம் சந்தஸ், ஜோதிடம் என அவற்றை மூதாதையர் வகுத்திருக்கின்றனர். இப்புவியில் உள்ள உயிர்க்குலங்களின் வகைகளையும் செயல்பாடுகளையும் தொகுத்தும் பிரித்தும் அறிவதே சிக்ஷா. உயிர்க்குலங்கள், பொருட்தொகைகள், விசைகள் என மூன்றால் ஆனது இப்புடவி. அவை சாத்விகம், ராஜஸம், தமஸ் என்னும் முக்குணங்களாலும் ஓசை, வாசனை, சுவை, வடிவம், எடை, வண்ணம், எழுதல், வீழ்தல், உருமாறுதல் என்னும் ஒன்பது இருத்தல்கூறுகளாலும் ஆனவை. இது இது எனத் தொட்டு ஒவ்வொன்றாய்

அறிந்து இவை என்றறிந்து பின் இது என்னும் முழுமையை அறிபவனே சிக்ஷாஞானி.

பகுத்தும் தொகுத்தும் அறியப்படும் அனைத்தும் அறிவாகி அகத்தில் நிறைகின்றன. அவ்வறிதலை பகுத்தும் தொகுத்தும் வகுப்பதை கல்பம் என்கின்றனர் மூதாதையர். ஞானம் என்பது முற்றிலும் தனித்தனியான கோடானுகோடித் துளிகளால் ஆனது. அத்துளிகள் ஒவ்வொன்றையும் தனியாகவே அறியவேண்டும். ஆனால் அவை இணைந்து மழையாகப் பெய்வதையும் அறிந்தாகவேண்டும். கல்பஞானி முழுமையில் தனித் தன்மைகளையும் தனித்தன்மைகளில் முழுமையையும் அறிபவன்.

அறிவு என்பது மொழியிலமைவதே. உயிர் உடலில் அமைவதைப்போல. உடலை ஓம்புதல் உயிரை ஓம்புதலென்பதுபோல சரியான மொழி என்பதே சரியான அறிவு. மொழியைத் தெளிவாக வரையறை செய்து கொள்வதும் அதன் இயங்குவிதிகளை வகுத்துக்கொள்வதும் வியாகரணம் எனப்படும். இலக்கணமே ஒலியை பொருளுடன் பிணைத்து அதை சொல்லாக்குகிறது. சொற்களை இணைத்து அறிவாக்குகிறது. அறிவை உடைத்துச் சொற்களாக்குகிறது. சொற்கள் என்பவை தேனீக்கள். இலக்கணமே சிறகு. தேன் என்பது பொருள்.

சொல்லில் நிற்கும் பொருள் என்பது உடலில் நிற்கும் உயிர் போல ஒரு தற்காலிக லீலை. இங்கே இப்போது இச்சொல்லில் இப்பொருள் நிற்கிறது என்ற வகுத்தறிவை நிருக்தம் என்றனர் முன்னோர். ஒவ்வொரு சொல்லும் பொருள்குறித்ததுவே என நிருக்தத்தின் முதல்விதியை அகத்தியமாமுனிவர் சொன்னார். எங்கு எப்படி சொல்லில் பொருள் தங்குகிறதென்றறிந்தவன் மொழியை அறிந்தவனாகிறான். மொழியை அறிந்தவன் அறிவையும் அறிவை அறிந்தவன் அகிலத்தையும் அறிந்தவனாகிறான்.

சொல்லென்பது ஒலி. செவிணரும் ஒலி அகமுணரும் ஒலியாலேயே இணைக்கப்பட்டுள்ளது. ஒலிகளை இணைப்பதன் அறிவையே சந்தஸ் என்றனர் முன்னோர். தவளைமுட்டைகளை அன்னையின் கருவறைப் பசை இணைத்திருப்பதுபோல சொற்களை சந்தஸ் இணைக்கிறது. ஓடும் சித்தம் எனும் ஓடையில் ஆடி அலைந்து ஒன்றாய் நிற்க அவற்றுக்கு உதவுவது சந்தஸே. அவை ஒவ்வொன்றும் தன்னை தானறிந்து உயிர்கொண்டெழும்போது சந்தஸை மீறிச்செல்கின்றன. சந்தஸில்லாத சொல் என்பது வானமில்லாத விண்மீன் வெளி என்றே அறிக.

சொல்லில் அமர்ந்திருக்கும் பொருள் ஒவ்வொன்றும் விதைகள். அவற்றை முட்டித்திறக்கும் தியானத்தையே ஜோதிடம் என்றனர் முன்னோர். சித்தமறியும் சொல்லை சித்தம் பறந்துகிடக்கும் சின்மயப் பெருவெளியால்

அறிவதே ஜோதிடம். ஜோதிடம் சொற்களை முளைக்கச்செய்கிறது. ஒவ்வொரு சொல்லிலும் உறைந்துள்ள சித்தத்தை வகுத்துச் சொல்லும் வேதாங்கம் அது.

மகேஸ்வரனின் சிக்ஷா சம்ஹிதையும் அதற்கு நாரதர் எழுதிய உரையும் சிக்ஷையின் முதல்நூல்கள். தேவியின் வியவஸ்தானுபவம் கல்பத்தின் முதல்நூல். விஷ்ணுவின் சந்தோர்ணவம் சந்தஸின் முதல்நூல். நிருக்தத்துக்கு கணேசனின் நிருக்தகோசமும் அதற்கு சேஷனின் பாஷ்யமும் முதல்நூல்கள். வியாகரணத்துக்கு மகேஸ்வரனின் வியாகரண சூத்ரமும் நாரதரின் உரையும் முதல்நூல்கள். ஜோதிடம் சூரியனின் பிரகதாங்க பிரதீபத்தை முதல்நூலாகக் கொண்டுள்ளது.

"உபவேதங்கள் என ஐந்தை வகுத்தனர் முன்னோர். அவை ஆயுர்வேதம், தனுர்வேதம், கந்தர்வவேதம், காரண உபவேதம், காமசாஸ்திரம். வேதங்களைப் பயில்வதற்கு வேதாங்கங்கள் எப்படி இன்றியமையா தனவோ அப்படி வேதாங்கங்களுக்கு அவை இன்றியமையாதவை" என்றார் துரோணர். "வில் எனும் பொருளை அறிய நீ சிக்ஷையை அறியவேண்டும். முதலையின் வாலிலும் தவளையின் நாவிலும் நீ அதைக் கண்டுகொள்ளமுடியும். வில் எனும் நிகழ்வை நன்கறிய வெளியென இயங்கும் விசைகளை அறிந்தாகவேண்டும்."

பேசியபடியே துரோணர் எழுந்து நடக்க அர்ஜுனன் பின்னால் சென்றான். "வில்லை எடு" என்றார் துரோணர். அவன் வில்லை எடுத்ததும் அவர் அதன் வளைவைத் தன் கையால் அழுத்தினார். விட்டபோது அது எம்பிக்குதித்தது. "இங்கு நின்று துள்ளும் இச்சொல்லின் பொருள் என்ன?" என்றார் துரோணர். "இதன் கொலைவல்லமை அந்தப் பொருளில் உள்ளது. அதை அறிந்தவனே இதை முற்றிலும் கையாளமுடியும்.

"வில் எனும் அறிவை வகுத்துரைப்பது கல்பம். ஓர் அம்பில் விரையும் ஆற்றல் எங்கிருந்து வருகிறது? காற்றில் எழுந்து மண்ணை உண்டு வளரும் மூங்கிலில் இருந்தது அது. அதன் நாணாக இறுகிய தோலை அளித்த எருமை பல்லாயிரம்கோடி புல்லிதழ்களில் இருந்து அதை உருவாக்கிக் கொண்டது. காற்றில் மிதக்கும் அந்த அம்பின் சமநிலையை புல் அசைந்தாடி அசைந்தாடி ஆயிரமாயிரம் ஆண்டுகளாக மெல்லக் கண்டெடுத்தது. அவ்வறிதல்களை பகுத்தும் தொகுத்தும் அறிய உனக்கு உதவுவதே கல்பம். அவ்வறிதல்களை மந்திரங்களாக்கி அகத்திலுறையச்செய்தனர் முன்னோர்.

"அத்தனை தனுர்வேதமந்திரங்களும் மொழியில் அமைந்தவை என உணர்ந்துகொள். மொழியாகவே அவை உனக்களிக்கப்படுகின்றன. மொழியில் இருந்து அவற்றை நீ முளைக்கவைத்து பொருளாக்கிக்

கொள்ளவேண்டும். மொழியின் விதியான வியாகரணத்தைக் கல்லாதவனுக்கு மந்திரங்கள் அறிவாக ஆவதில்லை. சொல்லுக்கும் பொருளுக்குமான உறவை நிருக்தம் வழியாக அறிந்தவன் சொல்லை கைவில்லாக்குகிறான்.

“மந்திரங்கள் மொழியாலானவை மட்டுமல்ல. ஒலியாலானவையும்கூட. ஒலியை அடையாமல் மந்திரங்களை மனம் ஏற்காது. சந்தஸை அறியாதவனுக்கு மந்திரங்கள் வெறும் ஒலிகள். அவற்றை இசையாக்கி எழச்செய்யும் சந்தஸ்சாத்திரத்தை கற்றாகவேண்டும். ஒவ்வொரு சொல்லையும் ஆடிமாத வயல் என அவன் அகம் ஏற்று முளைத்தெழச்செய்யவேண்டும். அதற்கு அவனுக்கு ஜோதிடம் உதவவேண்டும்.

“பார்த்தா, வேதாங்கங்களுடன் இந்த வேதத்தை நீ கற்றறிவாயாக. இது உன்னை வானாகவும் மண்ணாகவும் சூழும். உறவாகவும் மூதாதையராகவும் உன்னுடன் இருக்கும். உன்னை ஒருநிலையிலும் கைவிடாது. எதிர்ப்படும் அனைத்தையும் இதன் வழியாக நீ கடந்துசெல்லமுடியும். எளிய சிலந்தி பட்டுவலைச்சரடை நீட்டிப் பயணம்செய்வது போல இதன் வழியாக நீ செல். உன்னை இறுதியில் தனுவை ஏந்திய பிரம்மம் புன்னகையுடன் வந்து எதிர்கொள்ளும். ஆம், அவ்வாறே ஆகுக!”

குறுங்காட்டில் அவன் அவருடன் சென்றுகொண்டே இருந்தான். அவர் பேசியபடியே சென்றார். கற்றவை அனைத்தும் அவன் ஒருவனுக்குச் சொல்வதற்குத்தான் என்பதுபோல. அவருடைய ஒவ்வொரு சொல்லையும் அவன் வாங்கிக்கொண்டிருந்தான். அவரது பாதங்கள் பதிந்துசென்ற அந்த ஈரமண் அவன் அகமாக இருந்தது. ஒவ்வொரு பாதச்சுவடையும் அவன் அகம் பணிந்தெழுந்து பணிந்தெழுந்து அவரைத் தொடர்ந்து சென்றது. பசியையும் விடாயையும் இரவையும் பகலையும் இருப்பதையும் இல்லாமலிருத்தலையும் அவனறியவில்லை. அறிதல் மட்டுமே இருந்தது, அவன் இருக்கவில்லை.

“விசும்பின் துளி விழுந்த கதிர் என புல்லைச் சொல்கிறார்கள் மூதாதையர். புல்லின் அதிதேவதையான குசை மேகங்களின் குழந்தை. மின்னல்கள் வானிலெழும்போது புல் அவற்றை வாங்கிக்கொள்கிறது என்கின்றனர். மண்ணில் இந்திரனுக்கு மிக அணுக்கமானவள் குசை நீ இந்திரனின் மைந்தன் என்றனர் நிமித்திகர். உன்னிடம் அம்புகளை ஆளும் குசை என்றும் அன்புடன் இருப்பாள்” என்றார் துரோணர். “எனக்கு தங்கள் அருளன்றி வேறேதும் தேவையில்லை குருநாதரே” என்றான் அர்ஜுனன்.

துரோணர் “மைந்தா, நான் குசையின் புதல்வன்” என்றார். “என் அன்னை கங்கைக்கரை குகர்களைச் சேர்ந்தவள். அவளுடைய கோத்திரம் குசம் எனப்பட்டது. ஆண்கள் படகோட்டுகையில் பெண்கள் தர்ப்பைப்புல் கொய்து கூடைகளும் பெட்டிகளும் முடைவார்கள். குசம் என்னும்

தர்ப்பைப்புல் மண்டிய அவர்களின் ஊர் குசவனம் எனப்பட்டது. குசப்புல் வெட்டச்சென்றிருந்தபோதுதான் என் அன்னை என் தந்தையைக் கண்டு என்னைக் கருவுற்றாள்" என்றார் துரோணர். "இளமையில் என்னை வளர்த்த விடூகர் அதைச் சொன்னதும் என் அன்னையின் ஆடைநுனியைப் பற்றுபவன் போல நான் தர்ப்பையைப் பற்றிக்கொண்டேன். அவள் என் அன்னையாகி வந்து என்னுடன் இருக்கிறாள்."

அவர்கள் கங்கைக்கரையின் பெரிய தர்ப்பைக்காட்டைச் சென்றடைந்தனர். துரோணர் அமர்ந்துகொண்டதும் அவரது கால்களில் ஒட்டியிருந்த நெருஞ்சிமுட்களையும் சிறியவிதைகளையும் தன் மரவுரியாடையின் நுனியால் அர்ஜுனன் துடைத்தான். அவர் அலையடிக்கும் தர்ப்பையின் வெண்ணிறமான பூக்கொத்துக்களை பார்த்துக்கொண்டிருந்தபோது ஓசையின்றி விலகிச்சென்று பெரிய இலைபறித்துக்கோட்டி சிற்றோடை நீரை அள்ளிவந்து அவருக்குக் கொடுத்தான்.

துரோணர் மெல்ல கால்நீட்டிப் படுத்துக்கொண்டு "தர்ப்பைக்காட்டில் நான் அன்னைமடியை அறிகிறேன்" என்றார். "நெடுநாளாயிற்று நான் நன்றாகத் துயின்று. என்னுள் இருக்கும் அனல் என்னை இமைகளை அணையவிடுவதில்லை. இன்று நீயும் என் அன்னையும் அருகே இருக்கையில் மணிமாலையில் இரு மணிகளுக்கு நடுவே உள்ள கண்ணி போல உணர்கிறேன். இதைவிட நிறைவான ஒன்று என் வாழ்க்கையில் நிகழப்போவதில்லை. இங்கே சற்று கண்ணயர்கிறேன்" என்றார்.

அவரது பாதங்களை அழுத்தியபடி அர்ஜுனன் அமர்ந்திருந்தான். அவர் ஆழ்ந்து உறங்கினார். மாலைவந்து இருண்டபோதும் அவர் துயின்றுகொண்டிருந்தார். அர்ஜுனன் மெல்ல எழுந்துசென்று இரு அம்புகளை உரசி நெருப்பேற்றி அருகே குவித்த விறகுகளைப் பற்றவைத்தான். அந்த அனலின் வெம்மையில் அவர் அருகே பறந்துவந்த பூச்சிகளை விரட்டியபடி பாம்புகளும் விலங்குகளும் அணுகாமல் காத்தபடி விழியிமை மூடாமல் அகம் சலிக்காமல் வில்லேந்தி அமர்ந்திருந்தான். விடியலின் இருளில்தான் துரோணர் கண்விழித்தார். கனன்றுகொண்டிருந்த கணப்பை நோக்கியபின் பெருமூச்சுடன் எழுந்து நடந்தார். அவர் பாதச்சுவடுகளை அர்ஜுனன் தொடர்ந்தான்.

இயல்பாக விட்ட இடத்திலிருந்து துரோணர் சொல்லத்தொடங்கினார். "சனகரின் சக்ரானுவேசம் ஆயுர்வேதத்தின் முதல்நூல். நாரதரின் ஸ்ரானுவாதம் கந்தர்வவேதத்தின் முதல்நூல். காரண உபவேதத்துக்கு அஸ்வினீகுமாரரின் சித்தாந்தோபன்யாசம் முதல்நூல். காமசாஸ்திரம் புலஸ்தியமுனிவரின் தேஹிதானுபவத்தை முதல்நூலாகக் கொண்டுள்ளது..."

7

கங்கைக்கரை புல்வெளியில் குறுங்காட்டின் விளிம்பில் நின்றிருந்த சிறிய குதிரைக்கூட்டத்தைச் சுட்டிக்காட்டி துரோணர் சொன்னார் “மண்ணிலுள்ள உயிர்க்குலங்களை கடல் என்று கொண்டோமென்றால் புரவி அதன் நுரை. உயிர்க்குலங்களை அனல் என்று கொண்டோமென்றால் புரவி அதன் புகை. உயிர்க்குலங்களை ஒரு விராடமானுட உடல் என்று கொண்டோமென்றால் புரவி அதன் கண்ணிமை. தேவர்கள் அமரும் பீடத்தை பிறப்பிலேயே தன் முதுகில்கொண்டு மண்ணுக்குவரும் ஒரே உயிர் அதுதான்.”

எட்டு இளங்குதிரைகள் கொண்ட அக்குழுவில் கபிலநிறமான உடலும் சிறிய வெண்ணிறக்கொடி விழுந்த முகமும் கொண்ட குதிரை சற்று விலகி நின்று புல்கடித்தது. அவர்களின் காலசைவை உணர்ந்து தலைதூக்கி அவர்களை நோக்கியது. அவர்களின் வாசனையை உணர்ந்ததும் அதன் உடலின் தொடைப்பகுதி சிலிர்ப்பதை அங்கிருந்தே காணமுடிந்தது. மிகமெல்ல அது சொன்ன சொல்லைக்கேட்டு மற்ற குதிரைகள் தலைதூக்கி நோக்கின. செந்நிறமான குட்டிக்குதிரை ஒன்று ஆவலுடன் மூக்கை நீட்டி சில காலடிகள் எடுத்துவைத்தது.

துரோணர் அருகே வலப்பக்கம் அர்ஜுனன் நின்றிருந்தான். கையில் தோலால் ஆன கடிவாளப் பட்டைகள் இருந்தன. அர்ஜுனன் தோலாடைக்குமேல் கச்சையை இறுக்கிக் கட்டி ஒரு சிறிய குத்துவாளை மட்டும் செருகியிருந்தான். குழலை இறுக நாரால் கட்டி கொண்டையாக்கியிருந்தான். கண்களை குதிரைமேல் ஊன்றி. தன் கையில் இருந்த தோல்பட்டையை மெல்லச்சுழற்றிக்கொண்டு அந்த கபிலநிறக்குதிரையின் கண்களை நோக்கினான். மெல்லியகுரலில்

துரோணர் சொன்னார் “முன்னால் நின்றிருக்கும் அந்த கபிலநிறக் குதிரையின் ஒலியைத்தான் நாம் நேற்று கேட்டோம். அதன் தேவன் நம்மை அழைக்கிறான்.”

கங்கைக்கரைக் காடுகளிலேயே இயற்கையாக வளரவிடப்பட்டிருந்த குதிரைக்கூட்டம் அது. அஸ்தினபுரியில் ஐந்து மங்கலங்களில் எதையேனும் ஒன்றைக்கொண்டு பிறக்கும் குட்டிக்குதிரைகள் போருக்குரியவை என்று வகுக்கப்பட்டதும் மூதாதையின் பெயர்சூட்டி அங்கஅடையாளங்கள் குறிக்கப்பட்டு பிறவிநூல் கணிக்கப்படும். அவை அன்னையிடம் பால் குடிக்கும் நான்குமாதம் முடிந்ததும் கொட்டில்மாற்றம் என்னும் சடங்கு நடக்கும். முதுசூதர் தலைமையில் அவை அன்னையிடமிருந்து பிரிக்கப்பட்டு காட்டுக்குள் கொண்டுசென்று விடப்படும். அவற்றின் மூக்கில் கோரோசனை பூசப்பட்டு கண்கள் மூடப்பட்டு கொண்டுசெல்லப்படுவதனால் அவற்றால் திரும்பும் வழியை கணிக்கமுடியாது. காடு அவற்றைச் சூழ்ந்துகொள்ளும்.

அவை இருக்குமிடத்தை சூதர்கள் அறிந்திருப்பார்கள் என்றாலும் அவை அங்கே காட்டுக்குதிரைகளாகவே வளரும். புத்தம்புதிய காட்டில் அவை தங்கள் உணவை தாங்களே தேடி, ஓநாய்களிடமிருந்தும் சிறுத்தைகளிடமிருந்தும் உயிர்தப்பி, பிறகுதிரைகளை ஓடிவென்று ஏதோ ஒருகணத்தில் ‘ஆம் நான் குதிரை! விண்ணவருக்குரியவன்’ என உணர்ந்துகொள்ளும். தன் முதுகின்மேல் அமர்ந்திருக்கும் தேவனை குதிரை அறியும் தருணம் அது. அதை அஸ்வமுகூர்த்தம் என்றன நூல்கள். அப்போது விண்ணில் அஸ்வினிதேவர்கள் எழுவார்கள், இளங்காற்றில் யக்ஷர்கள் பறப்பார்கள், மலர்மரங்களில் தாகினிகள் தோன்றி அசைவார்கள் என்றன சூதர்பாடலகள்.

ஒவ்வொரு குதிரைக்கும் அதற்குரிய அஸ்வபதி உண்டு. இறந்த குதிரையின் பிடரிவிட்டிறங்கும் அஸ்வபதி காற்றுவெளியில் தன் அடுத்த குதிரையைத் தேடி அலைந்துகொண்டிருக்கிறான். வளைந்தாடும் மூங்கில்கழையிலும், துள்ளும் அருவியின் வளைவிலும், எழும் பறவையின் சிறகிலும் அவனை கணநேரம் கண்டறியமுடியும் என்பார்கள் சூதர்கள். தன்னை தான் உணர்ந்து திமிறெழுந்து பிடரி சிலிர்க்கும் குட்டிக்குதிரைமேல் பாய்ந்தமர்ந்துகொண்டு அவன் களிக்கூச்சலிடுகிறான். அது நான்கு கால்களையும் காற்றில் எழுப்பி துள்ளிக்குதிக்கிறது. வெறிகொண்டு கூவியபடி பாய்ந்தோடிச் சுழல்கிறது.

அஸ்வபதி அமர்ந்த முதல் சிலநாட்கள் குதிரை உணவும் நீருமின்றி ஓடிக்கொண்டே இருக்கும். பின்னர் வியர்த்த உடல் சொட்ட வாயில் நுரைதொங்கி வழிய மரத்தில் சாய்ந்து தலைகுனிந்து நின்று வால்குலைத்து

உடலை சிலிர்த்துக்கொண்டே இருக்கும். துயில்கனத்து எச்சில் வழிய தலை தாழ்த்தும். அதன்பின் அதன் நடை மாறிவிடும். எதற்கும் அஞ்சா விழிகளுடன் கழுத்தைத் தூக்கி பிடரிகுலைத்து நோக்கி, தாடைதொங்கி அசைய, கனைக்கும் குதிரையைக் கண்டு சிறுத்தைகள் பின்னங்கால் மடித்து அமர்ந்து, மூக்கைச்சுளித்து வெண்பற்களைக் காட்டி, கண்களில் அச்சம் எழ, உறுமும். ஓநாய்கள் அவற்றின் காலடிகளைக்கேட்டே புதர்களுக்குள் சுருங்கிச்சென்றுவிடும்.

ஓடையில் நீர் அருந்துகையில் தன் அழகை தானே கண்ட குதிரை காமம்கொண்டு பெருமூச்சுவிட்டு அலைகிளப்பும். நீரருகிலேயே ஒளி மங்குவது வரை மீளமீள நோக்கி நின்றிருக்கும். நீரில் அது நோக்கும் அதன் உடல்பகுதி காற்றுபட்ட தர்ப்பைப்படர்ப்பு போல் சிலிர்த்து அசையும். கால்களால் நீரைத் தட்டியும் மூக்கால் முகர்ந்தும் தன் உருவத்தை உயிர்பெறச்செய்து விலகி வெருண்டு நோக்கி மீண்டும் அருகணையும். குதிரை தன்னுருவை அன்றி வேறெந்த உருவின் மீதும் காமம் கொள்வதில்லை. தன் உருவை நிகர்க்கும் இன்னொரு குதிரைமேல் காமம் எழுந்து புணர்ந்ததுமே சினம்கொண்டு அதை கடித்து உதைத்துத் துரத்திவிட்டு மீண்டும் நீர்நிலை நோக்கி ஓடிவந்துவிடும்.

தன்னருகே இன்னொரு குதிரை நிகராக நிற்பதை ஒருபோதும் இளங்குதிரை ஒப்பாது என்றன சூதர்களின் அஸ்வபுராணங்கள். முன்னங்காலால் நிலத்தை உதைத்து தன்னுடன் ஓடும்படி அறைகூவல் எழுப்பும். ஓடவராத குதிரையை அணுகி மூக்கோடு மூக்குரசி வாசனை அறிந்தபின் கழுத்தை வளைத்து கழுத்தில் ஓங்கி அறைந்து போருக்கு அழைக்கும். கனைத்து குதித்துப் கால்களால் உதைத்தும் கழுத்தை வளைத்து அறைந்தும் இரவும் பகலும் அவை போரிடும். வென்றகுதிரை உடலைச் சிலிர்த்துக்கொண்டு மேடேறி நின்று தலைதூக்கிக் கனைத்து தன் அஸ்வபதியிடம் சொல்லும் ‘தேவா, இதோ நான்!’ அதன்மேலிருக்கும் தேவன் புன்னகைசெய்வான்.

காட்டில் பிறகுதிரைகளைக் கண்டடைந்து குழுக்களாக ஆனாலும் ஒவ்வொரு குதிரைக்குமேலும் அதன் அஸ்வபதி தனித்தே இருப்பான். காட்டின் கட்டற்ற வெளியில் அஸ்வபதி அதை கணமும் அமைதிகொள்ள விடுவதில்லை. அதை தனக்கான படைக்குதிரையாக ஆக்கும் வரை அவன் ஓய்வதுமில்லை. பெண்குதிரைகள் மூன்றுவருடங்களிலும் ஆண்குதிரைகள் நான்குவருடங்களிலும் பிடரி கனதது, உடலில் கோரோசனை மணம் எழ இளமையின் திமிருடன் காட்டுக்குள் செருக்கடித்து அலையத் தொடங்கும். பிற குதிரைகளிடம் பூசலிட்டும் மதம்கொண்டு நெற்றிமுட்டி மரங்களை சிதைத்தும் பிற உயிரினங்களை

அஞ்சவைக்கும். விரிந்த வெளிகளில் குளம்புகள் முரசறைய வெறிகொண்டோடும். ஈரப்புதுமண்ணில் குளம்புகளால் உழுதுபுரட்டி விழுந்து புரண்டு துள்ளும். இரவுகளில் துயிலின்றி காடுகளை வகுத்து ஓடியும் துள்ளிக்குதித்தும் குரலெழுப்பும். அவற்றின் பெருங்குரல் கனைப்பு அறைகூவல் என நகரை அடையும்.

குதிரை விளைந்துவிட்டதென்று அக்கனைப்புவழியாக அறிந்ததும் சூதர்கள் பெரிய குழுவாகக் கூடி குதிரைகளில் ஏறி அதை காட்டுக்குள் துரத்திச்சென்று பாறைமடிப்புகளில் மடக்கிச் சூழ்ந்துகொண்டு கண்ணி வடங்களால் கட்டி இழுத்து வருவார்கள். கொட்டடியில் அடைத்து வென்று வசப்படுத்தி அவற்றின் முதுகில் ஒழிந்துகிடக்கும் தேவபீடம் மீது மானுடன் ஏறியமர்ந்துவிட்டால் அது அவனுடையதாகும். அச்சமேயற்ற படைக்குதிரையாக மாறி அவன் வாழ்வெங்கும் துணைவந்து களத்தில் அவனுடன் மறையும். குதிரையை வென்ற மறவனுக்கு மன்னர் தன் கைகளாலேயே அரசமுத்திரைகொண்ட உடைவாளை அளிப்பார். அவன் அஸ்தினபுரியின் முத்திரைமறவன் என்றழைக்கபப்டுவான். அவனே நூற்றுவர்தலைவனாக ஆகமுடியும். அங்கிருந்து படிகளை ஏற முடியும்.

குதிரைமறம் கொள்ள வீரர்கள் எப்போதும் ஆவலுடன் இருப்பதை அர்ஜுனன் கண்டிருந்தான். வடங்களால் கட்டப்பட்டு குதிரைவீரர்களால் இழுத்துக்கொண்டுவரப்படும் குட்டி திமிறிக்குதித்து கீழே விழுந்து பட்ட மண்ணும் சேறும் அப்பியிருக்க, உடம்பெங்கும் வடம் உரசிய புண்ணுடன், சின விழிகள் விழித்து உருள, நாசி விரிந்து மூச்சு சீற கால்பரப்பி நிற்கும். தடாகத்து நீர்ப்பரப்பு போல சுற்றிலுள்ள ஒவ்வொரு அசைவும் அதன் தோலில் அலையசைவை உருவாக்கும். அதனருகே செல்லும் எவரையும் உதைத்தும் முட்டியும் கடித்தும் தாக்கும். குதிரைமறம் கொள்ளும்போது இளையோர் உயிர்நீப்பது அன்றாடம் நிகழ்வது.

வெற்றுக்குதிரையை வெறும்கைகளுடன் அணுகும் மறவன் தன் முன் நிற்பது வெற்றியை தன் உடலின் ஒருபக்கமும் இறப்பை மறுபக்கமும் கொண்ட அந்த மாயத்தெய்வம் என்றே உணர்வான். கருவறைதிறந்து வெளிவந்து கண் திறந்து அழும்போது பொன்மோதிரத்தில் மண்ணையும் தேனையும் தொட்டு நாவில் வைக்கும் குலமூதாதையருக்கு அருகே நின்று புன்னகைத்த அந்த தெய்வத்தை அதன்பின் அவன் கனவுகள் தோறும் பார்த்திருப்பான். அதன் இருள்ஒளி ஆடல் வழியாகவே அவன் வாழ்க்கை முன்னால் சென்றிருக்கும். என்றோ ஒருநாள் களத்தில் குருதிகொட்ட வீழும்போது அது புன்னகையுடன் கைநீட்டித் தூக்கி மேலேற்றிச்செல்லும் என அவன் அறிந்திருப்பான்.

அது ஒரு கணம். அதை வென்று முன்னால் செல்வது எளிதல்ல. அப்போது பின்வாங்கிவிடும் வீரன் பின்னர் தன் வாழ்நாள் முழுக்க ஏவல்வீரன்தான். அவனுக்கு குலமில்லை, கோல் இல்லை, நடுகல் இல்லை. அக்கணத்தை வென்று அதன்பிடரியைப் பற்றிக்கொண்டு மேலேறி எறிதிரை எனத் துள்ளும் குதிரைமேல் அமர்ந்துவிட்டான் என்றால் அவன் வீரனென்றாகிவிட்டான். அவன்குலத்தவர் கைதூக்கி வாழ்த்தொலி எழுப்புவார்கள். அவன் தந்தை பெரிதுவந்து தன் கையிலிருக்கும் குலமுத்திரைக்கோலை மேலே தூக்குவான்.

சினம்கொண்ட அஸ்வபதியுடன் அவன் போரிட்டு வெல்லவேண்டும். அதில் கீழே விழுந்து முதுகெலும்பு முறிந்து படுக்கையில் வீழ்பவனை குலமூதாதையர் கூடி நள்ளிரவில் சப்பரம் கட்டித் தூக்கி மயானத்துக்குக் கொண்டுசென்று குழியின் புதுமண் மேட்டில் பத்மாசனத்தில் வடக்குநோக்கி அமரச்செய்து கூரிய வாளை கையில் கொடுப்பார்கள். அவன் தன் குரல்வளையை அறுத்துக்கொண்டு குருதியுடன் குழியில் சரிந்ததும் விபூதி கொட்டி மூடி அடக்கம்செய்வார்கள். அவன் மேல் நவகண்ட சித்திரத்துடன் நடுகல் ஒன்று நாட்டப்படும். வருடம் தோறும் அந்நாளில் அவனுக்கு நெய்ப்பந்தம் ஏற்றி, சிறுமுழவொலிக்க, தூபம் காட்டி, ஊன்பலிகொடுத்து வணங்குவார்கள்.

அஸ்வபதி அவனை ஏற்றுக்கொண்டான் என்றால் இருவரும் ஒன்றாகிறார்கள். தன்னுள் இருந்து குதிரையுடன் ஓயாது பேசிக் கொண்டிருக்கும் அஸ்வபதியை அவ்வீரன் அறியமுடியும். புரவியை வென்றவன் பின்னர் சிலநாள் இரவும்பகலும் அதன் மேலேயே இருப்பான். அதை குதிரைமாயை என்று சொல்லி மூத்தார் நகைப்பார். உணவின்றி துயிலின்றி குதிரைமேல் இருப்பவன் களைத்து இறங்கி வீட்டுக்குள் நுழைந்தால் அவனைப்பிரிய முடியாத குதிரை வீட்டுவாயில் வழியாக பாதி உடலை உள்ளே நுழைத்துக் குரல்கொடுக்கும். இரவில் துயின்றுகொண்டிருப்பவனை எழுப்ப முற்றத்தில் வந்து நின்று பெருங்குரல் எழுப்பும்.

குதிரை அதன்பின் தனித்திருக்காது. அவன் தன் மேலிருந்து இறங்கியதுமே அது வெறுமையை உணர்ந்து கால்களை மண்ணில் தட்டி பொறையழித்து கட்டுத்தறியில் சுற்றத்தொடங்கிவிடும். அதன்மேல் தன் மேலாடை ஒன்றை போட்டுவிட்டுத்தான் அவன் தன் இல்லத்துக்குச் செல்லமுடியும். பின்னர் வாழ்நாள் முழுக்க அது அவனுடன் இருக்கும். குதிரைமறவன் நடந்துசெல்லும்போதும் அவன் கால்களுக்கு அடியில் குதிரை இருப்பதை அறியமுடியும். அவன் துயில்கையில் கைகள் குதிரையை செலுத்திக் கொண்டிருப்பதைக் காணலாம். குதிரைமறவனுக்கு என்றும் முதல்

உறவு அதுவே என்று சூதர் சொன்னார். "அன்னை? தந்தை?" என்று அர்ஜுனன் கேட்டபோது "குதிரைமறவனின் துணைவி தானும் ஒரு குதிரை என்றே உணர்வாள் இளவரசே" என்று சொல்லி சூதர் நகைக்க உடனிருந்த தாளக்காரர்களும் நகைத்தனர்.

"ஆதிபுராணத்தின்படி மண்ணில் வாழும் உயிர்களில் மானுடர் தெய்வங்களை அறியும் ஆற்றல் கொண்டமையால் வானவர்களுள் சேர்க்கப்படுபவர்கள். பிற விலங்குகள் ஏழுவகை. நாவால் உண்ணுபவை. அவற்றை பொதுவாக நாய்க்குலத்தைச் சேர்ந்தவை என்பார்கள். சத்வகுணம் கொண்ட நாயும் ரஜோகுணம் கொண்ட சிம்மமும் தமோ குணம்கொண்ட கழுதைப்புலியும் அவற்றில் உண்டு" துரோணர் சொன்னார். "அவையனைத்துமே வேட்டையாடக்கூடியவை, நக்கி உண்ணும் குணம் கொண்டவை. குட்டிகளை வாயால் கவ்விச்செல்பவை. அவற்றை ஸ்வானகோத்ரம் என்கின்றன நூல்கள்."

குதிரையை விட்டு விலகாத விழிகளுடன் மெல்லியகுரலில் துரோணர் தொடர்ந்தார் "இரண்டாம் வகை உயிரினங்களை குளம்புகள் கொண்டவை என்கிறார்கள். குர கோத்ரம் என நூல்கள் சொல்கின்றன. சத்வகுணம் கொண்ட பசுவும் குதிரையும் தமோகுணம்கொண்ட பன்றியும் அவற்றில் உண்டு. அவை முதல்வகைக்கு உணவாகும் விதிகொண்டவை. மூன்றாம் உயிர்வகையை துதிக்கை கொண்டவை என்கிறார்கள். கரநாசிக குலம். அவற்றில் இன்றிருப்பது யானை மட்டுமே"

அர்ஜுனன் குதிரையையே நோக்கிக்கொண்டிருந்தாலும் அவன் ஒவ்வொரு சொல்லையும் கேட்டுக்கொண்டிருந்தான். விழித்திருக்கும் நேரமெல்லாம் துரோணர் அவனுடன் பேசிக்கொண்டிருந்தார். அவன் தன் அகச்சொல்லோட்டத்தை முற்றிலும் அகற்றி அங்கே அவரது சொற்களை அமைக்க கற்றுக்கொண்டிருந்தான். அவனுள் அவரது சொல்லே அகமாக நிகழத்தொடங்கியபின் நினைவுகொள்ளல் நினைவுகூர்தல் என்னும் இருசெயல்களும் பொருளிழந்தன.

"நான்காம் வகை, வாலைக் கையாக்கக்கூடியவை. கரபுச்ச கோத்ரம். அவற்றில் குரங்குமட்டுமே மண்ணில்வாழ்கிறது. ஐந்தாம் வகை உயிர்கள் சிறகுகள் கொண்டவை. அவற்றை பக்ஷ கோத்ரம் என்கிறோம். அவற்றில் புறாக்களும் வண்ணத்துப்பூச்சிகளும் சத்வகுணம்கொண்டவை. ஊனுண்ணும் கழுகுகளும் உதிரமுண்ணும் கொசுவும் ரஜோகுணம் கொண்டவை. மலினமுண்ணும் காகமும் ஈயும் தமோ குணம்கொண்டவை" துரோணர் சொன்னார்.

"ஆறாம்வகை ஊர்வன. அவற்றை சர்ப்ப கோத்ரம் என்கிறோம். மண்புழுக்களும் நாகங்களும் அவற்றிலுண்டு. ஏழாம் வகை நீந்துவன.

அவற்றை தரதி கோத்ரம் என்கிறோம். நீர்ப்பாம்பும் ஆமையும் மீனும் தவளையும் அவற்றிலுண்டு. அவற்றில் மீன்கள் சிறகுகொண்டிருப்பதனால் நீருலகின் பறவைகள்" துரோணர் சொன்னார். "இந்த ஏழ்வகை உயிர்களாலான இந்தப்பூமி ஒவ்வொருநாளும் தன்னைத்தானே கொன்று உண்டுகொண்டிருக்கிறது. மண்ணிலுள்ள உடல்களனைத்தும் அன்னம் எனப்படுகின்றன. ஏனென்றால் அவை அனைத்துமே என்றோ எங்கோ எதற்கோ உணவாகக்கூடியவை."

துரோணர் அசையாமல் நின்று சொன்னார் "மண்ணிலுள்ள ஏழு உயிர்க்குலங்களுக்கும் அவற்றுக்கான கணதேவர்கள் உண்டு. எல்லா உயிருக்கும் அவற்றுக்கான தேவர்கள் உண்டு. தேவர்களால் காக்கப்படாத சின்னஞ்சிறு பூச்சியோ புழுவோ கூட இல்லை என்று உணர்ந்த வீரன் ஒருபோதும் எவ்வுயிரையும் குறைத்து மதிப்பிடமாட்டான். வாளேந்தி களம்காணும் மாவீரன் முட்டை விரிந்து வெளிவரும் சிறு புழுவின் நஞ்சால் உயிர்விடக்கூடும். சிம்மத்தைக் கொல்லும் ஈக்களும் இவ்வுலகில் உண்டு. விலங்கை எதிர்கொள்கையில் நாம் ஒரு தேவனை எதிர்கொள்கிறோம். தேவா, உன்னைப் பணிந்து இந்த ஆடலுக்கு உன்னை அழைக்கிறேன். இது உன்னை மகிழ்விப்பதாக என்று சொல்லிக்கொண்டு முன்னகர்பவனே விவேகி."

"அந்த தேவன் நீ வெல்வதை ஒப்புக்கொள்ளாவிட்டால் ஒருபோதும் நீ வெல்லமுடியாது என்றறிக. தேவர்கள் ஆற்றலை விரும்புகிறார்கள். ஆற்றல் மூலம் அவர்களை மகிழ்விப்பவர்களை ஏற்றுக்கொள்கிறார்கள். இதோ நம் முன் நின்றுகொண்டிருப்பது விரைவின் அதிபனாகிய அஸ்வபதி. பிரம்மனுக்கு மரீசியில் பிறந்த மைந்தரான காசியப பிரஜாபதி தட்சனின் மகள்களாகிய அதிதி, திதி, தனு, காளிகை, தாம்ரை, குரோதவசை, மனு, அனலை என்னும் எட்டு நாகங்களை மணந்தார். அவர்களில் குரோதவசை பெற்ற பத்து நாகங்களில் சுரபி என்பவள் ரோகிணி, கந்தர்வி என்னும் இரு நாகங்களைப் பெற்றாள். ரோகிணி குளம்புள்ள மிருகங்களில் முதல்மிருகமான மிருகியைப் பெற்றாள். கந்தர்வி முதல் அஸ்வபதியைப் பெற்றாள். அஸ்வபதி மண்ணில் அஸ்வததைத் தனக்கெனப் படைத்துக்கொண்டார்."

"குதிரையில் உள்ள நாகத்தைக் கண்டுகொள்பவனே அதை அணுகமுடியும். அதன் சீறும் மூச்சில், நீளும் கழுத்தில், அது பாய்ந்தோடுகையில் உடல் அம்பாக மாறும் அசைவில் வாழ்கிறது அதன் மூதாதைநாகமான கந்தர்வி. நாகததை முகமமுன் நின்று எதிர்கொள்ள பூனையின் கால்விரைவோ, கீரியின் நாவிரைவோ, குரங்கின் கைவிரைவோ ஆற்றல்கொண்டவை அல்ல. குதிரையும் அவ்வண்ணமே" என்ற துரோணர் அர்ஜுனனிடம் செல்லும்படி கைகாட்டினார்.

அர்ஜுனன் கடிவாளப்பட்டையைச் சுருட்டிக் கையில் வைத்தபடி குனிந்து புல்லின் அடுக்குகளுக்குள் உடல் மறைத்து முன்னால் சென்றான். அவன் நெருங்குவதை தொலைவிலேயே கபிலநிறக்குதிரை கண்டுகொண்டது. தலையைத் தூக்கி விழிகளை உருட்டி அது மெல்லக் கனைத்தது. அதன் வளைந்த முதுகிலும் விலாவிலும் தோல் விதிர்ப்பதை அவன் கண்டான். திரும்பி காட்டுக்குள் ஓடப்போகிறது என அவன் எண்ணிய கணம் அது கால்களை மெல்லத் தட்டி தலைகுனிந்து பிடரியைச் சிலுப்பியபடி புல்கடிக்கத் தொடங்கியது.

அவன் மேலும் முன்னால் சென்றபோது பிறகுதிரைகள் வெருண்டு கலைந்து பின்னால் நகர்ந்தன. ஒருகுதிரை மெல்லிய கனைப்பொலியால் பிறவற்றை அழைத்தபின் காட்டுக்குள் சென்றது. குட்டிக்குதிரை ஒன்று செல்வதா வேண்டாமா என்று சிந்தித்தபின் தானும் சென்றது. கபிலநிறக் குதிரை அங்கே நிகழ்வது எதையும் அறியாததுபோல புல்கடித்துக் கொண்டிருந்தது. முகத்தைச் சுற்றும் சிறுபூச்சிகளை முன்னங்காலால் தட்டியும் தலையை உலுக்கியும் அது மேய்ந்துகொண்டே செல்ல அர்ஜுனன் மிக அருகே சென்றான். மூன்று கை தொலைவில் அது அவனே அங்கு இல்லை என்பதுபோல நின்றது.

அர்ஜுனன் கைகளை மெல்ல நீட்டியபடி முன்னால் சென்றான். அது எப்போது நிமிரும் என அவன் அகம் எதிர்நோக்கிக்கொண்டிருந்தது. நாணேற்ற வளைக்கப்பட்ட வில் அது என அதன் உடலை நோக்கியபோது எண்ணிக்கொண்டான். மேலும் ஓர் அடி அவன் வைத்ததும் குதிரை சுழன்று தலைதிருப்பி அவனை நோக்கியது. அக்கணத்தில் அவன் அதனுள் வாழ்ந்த நாகத்தைக் கண்டான். அதன் விழித்த கண்களில் இருந்த மதத்தை அவன் விழிகள் சந்தித்ததும் இருண்டவானில் எரிந்தணையும் கொள்ளிமீன் என அவன் அச்சத்தை அடைந்தான். “தேவா, நான் அர்ஜுனன். இந்திரனின் மைந்தன். இந்திரனுடன் ஆட எழுந்து வருக!” என்றபடி அவன் மேலும் முன்னகர்ந்தான்.

அவன் அணுகும் ஒவ்வொரு அடியும் குதிரையின் உடலில் அதிர்வுகளாகத் தெரிந்தது. அதன் விழிகள் இரு பெரிய முத்துக்கள் போல கருமையாகவும் நீலமாகவும் கபிலநிறமாகவும் ஒரேசமயம் நிறம் காட்டி காட்டை எதிரொளித்தபடி அசைந்தன. அது கழுத்தைத் தூக்கி வாயைத் திறந்து அகன்ற பற்களைக் காட்டி சீறி முன்னங்கால்களால் நிலத்தைத் தட்டியது. எதிர்பாராத கணத்தில் முன்னால் பாய்ந்து கழுத்தை வளைத்து ஓங்கி அறைந்தது. அவன் பயின்ற தனுர்வேதம் அவன் உடலை அவனை அறியாமலேயே வளைத்து அதிலிருந்து தப்பவைத்தது. சுழற்சியில் சற்று நிலையழிந்த குதிரை, திரும்பி தன் பின்னங்கால் குளம்பால்

அவனை உதைத்தது. அதை அவன் எதிர்பார்த்திருந்தமையால் விலகிக்கொண்டான்.

பிளந்த வாயுடன் அவனைக் கடிக்கவந்த குதிரையில் இருந்து அவன் விலகிக்கொண்டு அதன் கழுத்தைத் தோல்பட்டையால் அடித்தான். அதன் அடிகளையும் உதைகளையும் தவிர்க்கையிலேயே என்னசெய்வதென்று அவன் கண்கள் கண்டுகொண்டன. தோல்ப்பட்டையை வீசி வீசி குதிரையை சினம்கொள்ளச்செய்து பின்பக்கமாக நகரச்செய்து அங்கே அணைத்துக்கொண்டு நின்றிருந்த இரு மரங்களை நோக்கிக் கொண்டுசென்றான். குதிரையின் பின்பக்கம் மரத்தை முட்டியதும் அது மூர்க்கமான சினத்துடன் சீறி திரும்பமுனைந்தது. அக்கணத்தில் அவன் பாய்ந்து அதன் பிடரிமயிரைப்பிடித்துக்கொண்டு அதன் முன்னங்கால் முட்டில் தன்காலைவைத்து எம்பி, காலைச் சுழற்றி மேலேபோட்டு அதன் தேவபீடத்தில் அமர்ந்துகொண்டான்.

அங்கே முன்னரே இருந்த அஸ்வபதியை அவனால் நன்குணரமுடிந்தது. தன் எட்டுபெருங்கைகளால் அவன் அர்ஜுனனைப்பிடித்து உலுக்கித் தள்ளினான். வானில் தூக்கி வீசமுயன்றான். பிடரிமயிரை கைகளால் பற்றி, கால்களால் விலாவைக் கவ்வி, குதிரையின் முதுகில் படுத்து இறுக்கிக்கொண்டான். அஸ்வபதியின் கைகள் அவனை குதிரைமேலிருந்து பிடுங்கி எறிய, ஆழ்ந்த சிரிப்போசையை அவன் கேட்ட மறுகணம் தெறித்து புல்செறிந்த மண்ணில் மல்லாந்து விழுந்திருந்தான். கனத்த பெரிய குளம்புகள் தன்னை நோக்கிப் பாய்ந்து வருவதைக் கண்டதும் துள்ளி உருண்டு அந்த இரட்டை மரங்களுக்கு அப்பால் சென்றுவிட்டான். அவன் கிடந்த இடத்தை குளம்புகள் மிதித்துச்சிதைப்பதையும் குதிரையின் விரிந்த மார்பு எழுந்து வந்து அந்த மரத்தை முட்டுவதையும் கண்டான். மரம் அதிர்ந்து சருகுகள் உதிர்ந்தன.

கனைத்துக்கொண்டு ஓடிய குதிரை திரும்பி மீண்டும் விரைவுகொண்டு அவனைத் தாக்க வந்தது. அதன் குளம்புகள் மண்ணில் அறைபடுவதன் அதிர்வை அவன் பற்றியிருந்த மரத்திலேயே உணரமுடிந்தது. அவன் சுழன்று திரும்பி மீண்டும் மரத்தின் இடுக்குக்குள் புகுந்துகொள்ள அது தன் தலையால் மரத்தை மோதிக் கடந்து சென்றது. அப்பால் துரோணரின் குரல் கேட்டது. குதிரை நின்று வெருண்டு கனைத்தபின் திரும்பி திமிர் அசையும் புட்டங்களுடன் நடந்து புதர்களில் மறைந்தது.

துரோணர் சிரித்தபடி அருகே வந்தார். “அஸ்வபதி உன்னை ஏற்கவில்லை பார்த்தா” என்றார். அவருக்குப்பின் தன்னளவேயான வெண்ணிறமான சிறுவன் ஒருவன் தலையில் குஞ்சியாகக் கட்டப்பட்ட குழலும் தோலாடையுமாக புன்னகைத்தபடி நிற்பதை அர்ஜுனன் கண்டான்.

“இவன் என் மைந்தன் அஸ்வத்தாமன்” என்று துரோணர் சொன்னார். “தூதர்களை உத்தரகங்காபதத்துக்கு அனுப்பி என் மனைவியையும் இவனையும் கூட்டிவரச்சொன்னேன். இன்றுதான் வந்திருக்கிறார்கள்” என்றார். அஸ்வத்தாமன் “வணங்குகிறேன் இளையபாண்டவரே” என்றான். உடலெங்கும் சிராய்ப்புகள் எரிய வந்த அர்ஜுனன் புழுதியையும் புல்தும்புகளையும் உடலில் இருந்து தட்டியபடி “வணங்குகிறேன் அஸ்வத்தாமரே” என்றபோது அவன் எதையோ தன்னுள் உணர்ந்து அகம் முழுக்க தீப்பற்றிக்கொண்டதுபோல உணர்ந்தான்.

துரோணர் “அஸ்வத்தாமா, உன்னால் அக்குதிரையை வெல்லமுடியுமா?” என்றார். “தங்கள் ஆசியுடன் அதற்கு முயல்கிறேன் தந்தையே” என்றான் அஸ்வத்தாமன். “செல்க” என்றார் துரோணர். அஸ்வத்தாமன் முன்னால் வந்து அர்ஜுனன் கையில் இருந்து அந்த கடிவாளப்பட்டையை வாங்கி கண்ணியாக ஆக்கிக் கொண்டான். குனிந்தபடி முன்னால் சென்றான். அப்போதுதான் புதருக்கு அப்பால் அவர்களை நோக்கியபடி குதிரை நிற்பதை அர்ஜுனன் கண்டான். அஸ்வத்தாமனைக் கண்டதும் அது மூக்குவிடைக்க சீறியது. அதன் விழிகள் உருண்டன. முன்னங்காலை தரையில் தட்டியபடி தலையைக் குனித்து பிடரியை சிலிர்த்தது. அஸ்வத்தாமன் அதை சீரான காலடிகளால் நெருங்கிச்சென்றான்.

அவன் நெருங்குவது வரை காத்து நின்ற குதிரை தலையை ஆட்டியபடி அவனைநோக்கி வந்தது. அவன் மிகமெல்ல குதிரை கனைப்பதுபோல ஓர் ஓசையை எழுப்பினான். தன் சிறிய செண்பகஇலைச் செவிகளைக் குவித்து குதிரை அவனை நோக்கியது. மெல்லக் கனைத்தபடி அஸ்வத்தாமன் அதை நெருங்கிச்சென்றான். குதிரை பெருங்குரலில் கனைத்தபடி அவனைநோக்கிப் பாய்ந்து வந்து கழுத்தைச் சுழற்றி அறைந்தது. அவன் விலகிக்கொண்டு அதேகணத்தில் அந்தப் பட்டையை வீசி அதன் கண்ணியை குதிரையின் மூக்கில் போட்டுவிட்டான். பட்டையைப்பற்றியபடியே ஓடி ஒரு மரத்தில் காலூன்றி எம்பி குதிரையின் பிடரிமேல் தொற்றிக்கொண்டான்.

குதிரை பின் இருகால்களில் எம்பிக்குதித்து சுழன்றுவந்து அப்படியே முன்னங்கால்களை ஊன்றி பின்னங்கால்களை உதறியது. காற்றில் எழுந்து கால்கள் மண்ணை அறைய கீழே வந்தது. அவன் அட்டைபோல அதன் உடலில் ஒட்டிக்கிடந்தான். அது அவனைச் சுமந்தபடி புதர்க்காட்டுக்குள் புகுந்தது. அவன் தன்மேல் வருடிச்செல்லும் கிளைகளைத் தவிர்க்க, குனிந்து அதன்மேல் குப்புறப்படுத்துக்கொண்டு சென்றான். புதர்களுக்குள் குதிரை மறைந்தபின் இலைகள் கொந்தளிப்பது மட்டும் தெரிந்தது. கனைப்போசை எழுந்தபடியே இருந்தது.

பின்னர் திரும்பிவந்தபோது குதிரையின் முகத்தில் கடிவாளம் சரியாக மாட்டப்பட்டிருப்பதை அர்ஜுனன் கண்டான். குதிரைபோலவே கனைத்து அதனுடன் பேசிக்கொண்டே இருந்தான் அஸ்வத்தாமன். துரோணர் புன்னகையுடன் “அவனை அஸ்வபதி ஏற்றுக்கொண்டுவிட்டார்” என்றான். குதிரை பெருநடையிட்டு வந்து அவர்கள் முன் நின்றது. கடிவாளத்தைப்பற்றித் திருப்பிய அஸ்வத்தாமன் “என் சொற்களை அறிகிறது தந்தையே” என்றான். துரோணர் “அது அஸ்வபதியின் சொற்களை மட்டுமே கேட்கும். அவர் உன்னுள் நுழைந்துவிட்டார்” என்றார்.

அஸ்வத்தாமன் உரக்க நகைத்தபடி குதிரையைத் திருப்பி வலப்பக்கம் சரிந்து இறங்கிய புல்வெளி நோக்கிச்சென்றான். கால்களை அதன் விலாவில் அணைத்து அதன் காதருகே குனிந்து அவன் குதிரைக்குரலில் ஆணையிட குதிரை அருவி நுரைத்து இறங்குவதுபோல, பீலி பறக்கும் அம்புபோல, சிறகு குவித்த பருந்துபோல புல்வெளியில் பாய்ந்து இறங்கிச்சென்றது. அதன் குளம்புகளின் அடிப்பகுதிகள்கூட தெரிந்து மறைவதை அர்ஜுனன் நோக்கி நின்றான்.

8

குடிலுக்கு முன் எரிந்த நெருப்பைச்சுற்றி மாணவர்கள் தரையில் அமர்ந்திருக்க நடுவே துரோணர் பீடத்தில் அமர்ந்திருந்தார். அவருக்கு முன் அர்ஜுனன் அமர்ந்திருந்தான். அவரது காலடியில் அஸ்வத்தாமன் அமர்ந்திருக்க அவர் பிரமதத்தை விட்டு தான் வந்ததைப்பற்றி சொல்லிக்கொண்டிருந்தார். இரவு சென்றுவிட்டபின்னரும் காற்றில் நீராவி நிறைந்திருப்பதுபோல புழுங்கியது. மரங்கள் அனைத்தும் ஓசையும் அசைவும் இன்றி இருளுக்குள் நின்றிருந்தன.

"பீஷ்மபிதாமகரிடம் நான் பிரமதத்தில் எளிய ஆசிரியனாக இருந்ததையும், அங்கிருந்து வெளியேற நேர்ந்ததையும் பற்றிச் சொன்னேன். என் மைந்தனையும் மனைவியையும் இந்நகருக்கு அழைத்துவரும்படி கோரினேன். அவர் ஒருபடகில் வீரர்களை அனுப்பியிருக்கலாம். ஆனால் என் ஆன்மா கோருவதென்ன என்று அவர் அறிந்துகொண்டார். இளைஞர்களே, தன் குடிகளில் எளியவனின் உள்ளத்தைக்கூட அறிந்துகொள்பவனையே சத்ரபதி என்கின்றனர் சான்றோர்" என்றார் துரோணர்.

"சில நாட்களுக்கு முன் பிரமதத்தின் சின்னஞ்சிறு துறையில் அஸ்தினபுரியின் அமுதகலசக்கொடி பறக்கும் பொன்முகப்புள்ள அரசப்பெரும்படகு பன்னிரு துணைப்படகுகளுடன் சென்று நின்றது. அதிலிருந்து இறங்கிய பேரமைச்சர் சௌனகர் அங்கிருந்த அனைவருக்கும் அஸ்தினபுரியின் பொற்பரிசுகளை அளித்து அஸ்தினபுரியின் அரசகுருவை அங்கே பதினெட்டாண்டுகள் பேணியமைக்கு நன்றி சொன்னார். இளைஞர்களே, எங்களுக்கு பதினெட்டாண்டுகள் அவர்கள் அளித்த ஊதியம் ஆயிரம் மடங்காக திருப்பியளிக்கப்பட்டது. ஊர்த்தலைவர்களும் வணிகர்களும்

முதலில் அஞ்சினர். பின்னர் திகைத்து கண்ணீர்மல்கினர். அவர்களில் ஒரு முதியவர் பதினெட்டாண்டுகாலம் வைரக்கல்லை அருமையறியாது சிக்கிக்கல்லாகப் பயன்படுத்திய பேதைமைக்காக அவர்கள் ஊரை மன்னிக்கும்படி என்னிடம் சொல்லவேண்டும் என்று சொல்லி கைகூப்பி அழுதார்."

"என் மைந்தனையும் மகனையும் பொற்படகில் ஏற்றிக் கொண்டுவந்தார். என் துணைவி நகர்வந்து இறங்கியபோது அவளை எதிர்கொண்டு அழைத்துச்செல்ல அஸ்தினபுரியின் மங்கலைகளான மூன்று அரசியர் அரண்மனை வாயிலுக்கே வந்தனர். சத்ரமும் சாமரமுமாக அவளை வரவேற்று முகமன் சொல்லி பேரரசியின் சபைக்கு ஆற்றுப் படுத்தினர். பேரரசி எழுந்து வந்து மார்போடணைத்து இத்தேசம் அவளுடையதாகவேண்டும் என்றார்." துரோணரின் குரல் இடறியது. "இளைஞர்களே, இன்று அவளுக்கு பணிவிடைசெய்ய பன்னிரண்டு சேடியர் இருக்கிறார்கள். அரசகுலத்துப் பெண்களுக்கே உரிய மங்கலத்தட்டு ஏந்தும் அகம்படி உரிமை அவளுக்கும் அளிக்கப்பட்டுள்ளது."

"நான் போகங்களை விழைபவன் அல்ல. இந்தக் கைப்பிடி தர்ப்பையுடன் எங்கும் எவ்வகையிலும் என்னால் வாழமுடியும். ஆனால் நான் துறவியும் அல்ல. இம்மண்ணில் நான் விழைவது எனக்கான மதிப்பை மட்டுமே. இளைஞர்களே, என் வாழ்நாளில் நான் இருக்கவேண்டிய இடத்தில் இருக்கிறேன் என உணர்ந்தது இங்கே அஸ்தினபுரியில் மட்டும்தான்." பெருமூச்சுடன் அவர் தன்னை சமநிலைப்படுத்திக்கொண்டார். "அஸ்தினபுரியின் படகுகள் சென்று பிரமதத்தில் இறங்கிய செய்தியைக் கேட்டபோது என்னையறியாமலேயே என கணகள் நீர்வடிப்பதை உணர்ந்தேன். பிராமணனாகிய நான் என் தர்மத்துக்கன்றி வேறெதற்கும் கடன்பட்டவன் அல்ல. எந்த மண்ணுக்கும் அரசுக்கும் என் மேல் உரிமையும் இல்லை. ஆனால் இன்று இச்செயலுக்காக நான் பீஷ்மருக்கு வாழ்நாள் கடன்பட்டிருக்கிறேன். அவரது நாடே எனது நாடு. அவரது அரசின் கடைக்குடிமகன் நான். அவரது நட்பும் பகையும் என்னுடையவை. அவருடன் இருந்து அவருக்காகவும் அவரது வழித்தோன்றல்களுக்காகவும் உயிர்கொடுத்தலே என் அறம். அதற்கப்பால் என்றும் எச்சிந்தனையும் எனக்கில்லை. இதோ என் மைந்தனுக்கும் அக்கடமையை விதிக்கிறேன்."

மெல்லிய குரலில் சொன்னபடி துரோணர் கைநீட்டி அஸ்வத்தாமனின் தலையைத் தொட்டார். அக்கணம் தன்னுள் எரிந்தெழுந்த சினத்தை அறிந்ததும் அர்ஜுனன் அஸ்வத்தாமனைக்கண்ட முதல்கணம் தன் உடல் ஏன் எரிந்தது என்றறிந்தான். என் மைந்தன் என்று சொல்லும்போதெல்லாம்

இயல்பாக துரோணரின் கை சென்று அஸ்வத்தாமனின் தலையையோ தோளையோ தொட்டது. பின் அதை வருடிக்குழைந்தது. ஏதோ ஒருகணத்தில் அவர் தன்னை உணர்ந்து கைகளை விலக்கிக்கொள்வது வரை அங்கேயே இருந்தது. அர்ஜுனன் அஸ்வத்தாமனின் தலையிலிருந்து தோளில் இறங்கி அமர்ந்த துரோணரின் நீண்ட விரல்கள் கொண்ட மெல்லிய கைகளையே பார்த்துக்கொண்டிருந்தான். கணுவற்ற பிரம்பு போன்ற வில்லாளியின் விரல்கள். ஒன்றுடனொன்று இடைவெளியே இல்லாமல் முற்றிலும் செறிந்தவை. நீள்நகங்கள் கொண்டவை. எப்போதாவது அம்பு பிழைத்தால் மட்டும் அவன் தோளை வந்து மெல்லத் தொட்டுச்செல்பவை.

"இன்று குதிரையை எதிர்கொண்ட அர்ஜுனன் செய்த பிழை என்ன?" என்றார் துரோணர். அனைவரும் அர்ஜுனனை நோக்கியபின் குருநாதரை நோக்கினர். "அர்ஜுனா, நீ சொல்" என்றார் துரோணர். "நான் அதன் கண்களைச் சந்தித்தேன், அப்போது கணநேரம் அஞ் சிவிட்டேன். அதன் பிடரிமீதிருக்கையில் அவ்வச்சத்தை வெல்வதைப்பற்றி மட்டுமே எண்ணினேன்" என்றான் அர்ஜுனன். "அதுவல்ல. மேலும் குறிப்பாகச் சொல்... அஸ்வத்தாமா, நீ சொல்" என்றார் துரோணர். "இன்று இளையபாண்டவர் அக்குதிரையை எதிர்கொள்கையில் தன்னைப்பற்றி எண்ணிக்கொண்டார். ஆகவேதான் அதன் விழிகளைக் கண்டதும் அஞ்சினார். அவர் எண்ணியிருக்கவேண்டியது அக்குதிரையைப்பற்றி மட்டும்தான்" என்றான் அஸ்வத்தாமன்.

"ஆம், அதுவே உண்மை. பார்த்தா, வில்லெடுத்து களம்நிற்கையில் உன்னை நினைக்காதே. கலை எதுவானாலும் அது ஊழ்கமே. தன்னை இழத்தலையே நாம் ஊழ்கம் என்கிறோம்" துரோணர் எழுந்து வணங்கினார். மாணவர்கள் "குருவே பிரம்மன், குருவே விஷ்ணு, குருவே மகேஸ்வரன். குருவே உண்மையான பரம்பொருள். அத்தகைய குருவை வணங்குகிறோம்" என்று சேர்ந்து முழங்கி அந்தச் சபையை முடித்தனர். ஆசிவழங்கியபின் துரோணர் விரைந்து நடந்து தன் குடிலைநோக்கிச் செல்ல அஸ்வத்தாமன் அவர் கூடவே ஓட்டமும் நடையுமாகச் சென்றான்.

அர்ஜுனன் விரைந்து தன் குடிலுக்குச் சென்று குருநாதரை விசிறவேண்டிய மயிற்பீலி விசிறியும் அவரது அறைக்குள் போட வேண்டிய குங்கிலியப்பொடிகொண்ட சம்புடமுமாக திரும்பி வந்து குடில் வாயிலிலேயே தயங்கி நின்றுவிட்டான். உள்ளே தரையில் போடப்பட்ட மஞ்சப்பலகையில் மரவுரி விரித்து அதன்மேல் துரோணர் படுத்திருக்க அஸ்வத்தாமன் காலடியில் அமர்ந்து அவர் கால்களைப்

பிடித்துக்கொண்டிருந்தான். அவர் அவனிடம் மெல்லிய குரலில் பேசிக்கொண்டிருக்க அவன் சிரித்தான். அர்ஜுனன் வந்திருப்பதை அவன் திரும்பிச்செல்ல முயன்ற அசைவுவழியாக துரோணர் அறிந்தார். “வருக பார்த்தா, அமர்க” என்றார். அர்ஜுனன் தளர்ந்த பாதங்களுடன் வந்து சுவர் அருகே நின்றான்.

“இவன் மரவுரி விசிறியால் எனக்கு விசிறினான். நான் உன் மயிற்பீலி விசிறியைப்பற்றிச் சொன்னேன்” என்றார் துரோணர். “அதை அஸ்வத்தாமனிடம் கொடு!” அர்ஜுனன் விசிறியை அவனிடம் அளித்தான். “சிறுவயதில் இவன் துயில்வதற்கு நெடுநேரமாகும். நான் இவன் காதைப் பற்றி மெல்ல வருடிக்கொண்டிருப்பேன். எச்சில் என் மடியை நனைக்கையில்தான் இவன் துயின்றிருக்கிறான் என்பதை அறிவேன்” என்றார் துரோணர் சிரித்துக்கொண்டே. “குதிரையின் எச்சில் போலவே அது கனமானது. அஸ்வத்தாமன் என்று சரியாகத்தான் பெயரிட்டேன் என்று சொல்லிக்கொண்டிருந்தேன்.” அர்ஜுனன் “ஆம், குதிரைகளுடன் அவர் பேசுகிறார்” என்றான்.

“எந்தக் கலையும் அனைத்துக்கலைகளுடனும் தொடர்புடையதே. தனித்த கலை என ஒன்றில்லை. இசையறியாத நல்ல ஓவியன் இருக்கமுடியாது. ஓவியத்தை அறியாத சூதனும் இல்லை. வில்லியல் ஒரு கலை. எனவே வாழ்வின் அனைத்துக் கலைகளும் வில்லவனுக்கு உதவியானவையே. அறுபத்துநான்கு கலைகள் உண்டு என்கின்றன நூல்கள். எண், எழுத்தில் தொடங்கி பெண்ணைவெல்வது வரை செல்லும் அந்த அறுபத்துநான்கு கலைகளும் வில்வித்தையுடன் தொடர்புடையனவே. வில்லறிவன் மெய்ப்பவன் அவையனைத்தையும் உப்பக்கம் கண்டவன. பார்த்தா, நடனமாடாதவன் நல்ல வில்லவன் அல்ல. பெண்ணாகத் தன்னை ஆக்கிக்கொள்ளமுடியாதவன் நல்ல நடனக்காரனும் அல்ல. குதிரையை வெல்லாதவன் வில்லை அறிவதில்லை. குதிரையை வெல்பவன் பெண்ணையும் வெல்வான்.”

“அனைத்துக் கலைகளையும் நீ வெல்லவேண்டும். இங்கே நீ என்னிடம் விற்கலையைக் கற்றுக்கொள். அரண்மனையில் அத்தனை கலைகளையும் நீ கற்றுக்கொள்ள ஆசிரியர்களை அமைக்கச் சொல்லியிருக்கிறேன். பொன்னையும் மண்ணையும் மணியையும் முத்தையும் மதிப்பிடக் கற்றாகவேண்டும். யானையையும் செம்பருந்தையும் அறியாதவனால் ஒருநாளும் அம்பையும் வில்லையும் முற்றறிய முடியாதென்றறிக. அஸ்வத்தாமா, சொல்! பொன்னையும் மண்ணையும் வில்லாளி மதிப்பிடுவது எப்படி? மணியையும் முத்தையும் அவன் எப்படி அறியவேண்டும்?”

அஸ்வத்தாமன் அரைக்கணம் ஏறிட்டு அர்ஜுனனை நோக்கியபின்பு "பொன்னையும் மண்ணையும் வண்ணத்தால். மணியையும் முத்தையும் ஒளியால்" என்றான். துரோணர் விழிகளைத் தூக்கி "சொல்" என்று அர்ஜுனனிடம் சொன்னார். "பொன்னும் மண்ணும் நிறம் மாறாமையின் விதிகளால் மதிப்பிடப்படவேண்டும். மணியும் முத்தும் மாறும் வண்ணங்களின் முறையால் மதிப்பிடப்படவேண்டும்." துரோணர் புன்னகையுடன் "கேட்டாயா, மூடா. அவன் வில்விஜயன். அவன் அருகிலிருக்கும் நல்லூழை உனக்களித்திருக்கின்றனர் என் மூதாதையர்" என அஸ்வத்தாமனை காலால் மெல்ல மிதித்தார். அவன் சிரித்துக்கொண்டே அர்ஜுனனைப் பார்த்தான்.

"சொல் அஸ்வத்தாமா, அவ்வண்ணமென்றால் யானையிலும் செம்பருந்திலும் வில்லாளி அறியவேண்டுவதென்ன?" அஸ்வத்தாமன் மெல்லியகுரலில் "யானையின் துதிக்கை மண்ணிலேயே வல்லமை கொண்ட வில்நாண். கீழிறங்கும் பருந்தே தெய்வங்கள் சமைத்த மாபெரும் அம்பு" என்றான். "நன்றாகச் சொன்னாய். ஆனால் இதைச்சொல்ல எதற்கு வில்லாளி? சூதனே தன் யாழைமீட்டி இதைப்பாடுவானல்லவா? பார்த்தா..." என்றார் துரோணர். "குருநாதரே, மூங்கிலின் குருத்து இலையைக் கிள்ளியெடுக்கும் யானையின் துதிநுனியின் கூர்மையைக் கொள்ளவேண்டும் எந்தப் பேரம்பும். மண்ணில் பாய்ந்து இரைகவ்வி, கவ்வியபின் சிறகடித்தெழும் பருந்தைப்போலாகவேண்டும் எந்த வில்லின் விசையும்" என்றான் அர்ஜுனன். "ஆம், நீ வில்லவன். நீ சொல்லாமலிருந்தால்தான் வியப்பு" என்றார் துரோணர்.

"அஸ்வத்தாமா, இதோ என் ஆணை. இவனே என் மாணவர்களில் தலையாயவன். இவனிடத்தில் எத்தருணத்திலும் எந்த மானுடனையும் நான் வைக்கப்போவதில்லை. குரு தன் முதல்மாணவனை தன் குருபரம்பரையாக எண்ணி வணங்கவேண்டும் என்கின்றன நூல்கள். அவ்வண்ணம் நான் வணங்கப்போவது இந்த இளையபாண்டவன் பெயரையும் இவனுடைய வில்லேந்திய கைகளையுமேயாகும்" என்றார் துரோணர். அர்ஜுனன் கைகளைக் கூப்பி அப்படியே அமர்ந்துவிட்டான். கூப்பியகைகளில் அவன் முகம்சேர்த்தபோது கண்ணீர் வழிந்து விரல்கள் நனைந்தன. "மூடா, வில்லவன் ஒருபோதும் விழிநீர் சிந்தலாகாது" என்றார் துரோணர் கடுமையாக. "நீ என்னை வணங்குவதாக இருந்தால் ஓர் அம்புநுனியை என் பாதங்களை நோக்கிச் செலுத்து. வில்லவன் அளிக்கவேண்டிய வணக்கம் அதுவே."

அர்ஜுனன் சுவரில் தொங்கிய வில்லை நடுங்கும் கைகளில் எடுத்துக் கொண்டான். படுத்தபடியே துரோணர் "உம்" என்றார். அவன்

அம்பறாத்தூணியில் இருந்து மூன்று அம்புகளை எடுத்துக்கொண்டான். அஸ்வத்தாமன் எழுந்து அவனையே நோக்கி நின்றிருந்தான். அர்ஜுனன் முதல் அம்பை உருவி தன் சென்னியில் வைத்து வணங்கி துரோணரின் பாதங்களை நோக்கிச் செலுத்தினான். அம்பு அவர் காலடியில் மண்ணில் தைத்து நின்று ஆடியது. அக்கணம் வானிலெழுந்த மின்னலில் அந்த அம்பின் புல்லால் ஆன பீலி ஒளிவிட்டது. "மழைவரப்போகிறது" என்றார் துரோணர். இரண்டாவது அம்பை தன் கண்களில் வைத்து அவர் காலடியில் நிறுத்தினான். மூன்றாவது அம்பை தன் நெஞ்சில் வைத்துத் தொடுத்தான். இரண்டாவது மின்னலில் அறையே வெண்மையாகி அணைந்தது.

வெளியே இடியின் ஒலி எழுந்து அமைந்தது. "வானம் ஒலிக்கும் அச்சொல் தத்வமசி" என்றார் துரோணர். "அது நீயே. நிகரற்ற புகழுடன் இருப்பாய். இப்புவியில் உனக்கு நிகரான வில்லவன் எவனும் பிறக்கவில்லை, இனி பிறக்கப்போவதுமில்லை. இந்த மலைகளெல்லாம் இடிந்து பொடியாகும் காலத்திலும் வில் எனில் உன் பெயரே மானுடர் நாவில் திகழும். என் குருநாதர்களின் வாழ்த்து உனக்குண்டு. என் வாழ்த்துக்களும் உனக்கே!"

கூரைமேல் மணல்பொழிவதுபோல் ஒலியெழுந்தது. குளிர்ந்தகாற்று உள்ளே வந்தபோது அதில் நீர்த்துளிகள் இருந்தன. "நீ சென்று துயிலலாம் பார்த்தா. இவன் இன்றுதான் வந்திருக்கிறான். நான் இவனிடம் சற்று பேசிக்கொண்டிருக்கிறேன்" என்று துரோணர் சொல்லி அஸ்வத்தாமனிடம் 'அமர்ந்துகொள்' என்று கைகாட்டினார். அவன் அவரது தலைமாட்டில் அமர்ந்துகொள்ள அவன் கைகளைப் பற்றிக்கொண்டு "பிரமதத்தில் உன் தோழர்களிடம் விடைபெற்றுக்கொள்கையில் என்ன சொன்னாய்?" என்றார். அஸ்வத்தாமன் நகைத்தபடி "யாருக்கெல்லாம் பசுக்கள் தேவை, எத்தனை பசுக்கள் தேவை என்று சொல்லுங்கள் என்றேன்" என்றான். துரோணர் உரக்க நகைத்தார்.

அர்ஜுனன் குங்கிலியச் சம்புடத்தை அனல்சட்டிக்கு அருகே வைத்துவிட்டு மெல்ல வெளியேசென்று குடிலின படலைச சாத்தினான். இருளில் வானில் வேரோடிப்பரவி அணைந்த மின்னலில் மரக்கூட்டங்களின் இலைப்பரப்புகள் ஈரத்துடன் பளபளப்பதைப் பார்த்தான். குடிலின் படியில் படலில் முதுகைச்சாய்த்துக்கொண்டு அமர்ந்துகொண்டான். உள்ளே துரோணர் சிரித்துப்பேசிக்கொண்டிருப்பதும் அஸ்வத்தாமன் பதில் சொல்வதும் மெல்லிய ஒலிகளாகக் கேட்டுக்கொண்டிருந்தன. பின்னர் மழை பெருகிவந்து அவனை அறைந்தது. அவன் உடல்வழியாக நீர்த்தாரைகள் வழியத்தொடங்கின. அவன் அசையாமல் மின்னலில்

ஒளிவிடும் மழைத்தாரைகளையும் மேகங்களையும் பார்த்துக்கொண்டு அமர்ந்திருந்தான்.

மழை சற்றுத்தணிந்து இலைகள் சொட்டும் ஒலியாக மாறியது. உள்ளே இருமூச்சுகளாக அவர்கள் துயில்வது கேட்டது. அவன் எழுந்து உள்ளே பார்த்தான். துரோணரின் மார்பின் மீது தலைவைத்து அஸ்வத்தாமன் துயின்றுகொண்டிருந்தான். அவன் தலைமேல் வைத்த துரோணரது கைகள் நழுவி முதுகில் சரிந்திருந்தன. மீண்டும் மழை எழுந்து அவன் முதுகை அறைந்தது. மழைக்குள் நின்றுகொண்டு அவன் ஒவ்வொரு மின்னல் வெளிச்சத்திலும் அவர்களைப் பார்த்துக்கொண்டிருந்தான்.

கரிச்சான் குரலெழுப்பியபோது துரோணர் மெல்லியகுரலில் "அன்னையே!" என்றார். அர்ஜுனன் ஓடி தன் குடிலுக்குச் சென்று ஆடையை மாற்றிவிட்டு விரைவுடன் துரோணர் குளிப்பதற்கான எண்ணெய்யையும் ஈஞ்சை மரப்பட்டையையும் எடுத்துக்கொண்டான். திரும்ப அவன் குடிலுக்கு வந்தபோது துரோணர் அஸ்வத்தாமனுடன் கங்கைக்கரைப்பாதையில் சென்றுகொண்டிருந்தார். சிலகணங்கள் கால்களை அசைக்கமுடியாதவனாக நின்றபின் அர்ஜுனன் அவர் பின்னால் ஓடி அருகே சென்றான். அவன் காலடிகளைக் கேட்டு திரும்பிய துரோணர் புன்னகையுடன் "உன் துயிலைக் கலைக்கவேண்டாமென எண்ணினேன்" என்றார். "இவனுக்கு ஆறுமாதமிருக்கையிலேயே என் தோளிலேற்றி கங்கைக்குக் கொண்டுசெல்வேன். அப்போதே இவன் தனுர்வேதத்தைக் கேட்டுக்கொண்டிருந்தான். அஸ்வத்தாமா, சொல்!"

அஸ்வத்தாமன் தனுர்வேதத்தைச் சொல்லிக்கொண்டே சென்றான்.

> காற்றை அறிவதனால்
> காற்று அறிவதனால்
> அலகுகொண்டிருப்பதனால்
> கூட்டில் அணைவதனால்
> கிளையால் தொடுக்கப்படுவதனால்
> அம்பும் பறவையே என்றனர் கவிஞர்
> அவர்கள் வாழ்க!
> சின்னஞ்சிறியது சிட்டு
> தாவிச்சென்று இலக்கை முத்தமிட்டு
> கொஞ்சி விலகுவது
> சுனாரம் எளியது
> ஆகையால் வல்லமை மிக்கது
> கூர்ந்திறங்கும் மீன்கொத்தி
> சூரியக்கதிர் போல

நீரில் பாய்கிறது
உயிரைக் கவ்வி எழுகிறது
விரைவையே வல்லமையாகக் கொண்ட
குத்தகத்தை வாழ்த்துக!
உயிருள்ள வெண்தாமரையை
வாத்து என்றனர் முன்னோர்
அது நீரை ஆள்கிறது
ஏனென்றால் நீரிலிருந்தாலும்
அதில் நீர் ஒட்டுவதில்லை
வாருணம் மழையை அறியும் அம்பு
அது வானின் அம்புகளால்
இலக்கை இழப்பதில்லை
வட்டமிடும் பருந்து
செம்மின்னலெனப் பாய்கிறது
ஆயிரம் இறகுகள் காற்றை அள்ளி
அதன் அலகைக் கூர்மையாக்குகின்றன
கருடன் கொலைவல்லவன்
மீட்டு அழைக்க முடியாத தூதன்.

கங்கையில் இறங்கியதும் துரோணர் அஸ்வத்தாமனின் தோள்களைப் பற்றித் தூக்கிச் சுழற்றி நீரில் எறிந்தார். அவன் கூச்சலிட்டு நகைத்தபடி குளிர்ந்த நீரில் விழுந்து நீந்தி அவர் அருகே வந்தான். அவனை அள்ளி எடுத்து கரையில் நிறுத்தி அவன் தோள்களைத் தொட்டு “இனி உன் தோள்கள் மெலிந்திருக்கலாகாது. அவற்றில் ஆற்றல் நிறையவேண்டும். இதோ பார்த்தனைப் பார். அவன் தோள்கள் ராஜநாகத்தின் படம் போலிருக்கின்றன” என்றார். “பார்த்தா, அந்தக் குளியல்பொடியை எடு!”

அர்ஜுனன் குளியல்பொடி அடங்கிய சம்புடத்தை அவரிடம் கொடுத்தான். மஞ்சளும் வேம்பின்காயும் சந்தனமும் பயறும் கலந்து அரைக்கப்பட்ட குளியல்பொடியை விரல்களால் அள்ளி அஸ்வத்தாமனின் தோள்களில் வைத்துத் தேய்த்து கைகள் வழியாக உருவியபடி “நீ வாரத்தில் ஐந்து நாட்கள் இரு. இரண்டுநாட்கள் அரண்மனையில் உன் அன்னையுடன் இரு. உன்னை முற்றிலும் பிரிவது அவளுக்குத் துயர் அளிப்பதாக இருக்கும்” என்றார். “ஆம் தந்தையே, எப்போது திரும்பி வருவேன் என்றுதான் அன்னை கேட்டுக்கொண்டே இருந்தார்கள்” என்றான் அஸ்வத்தாமன்.

அர்ஜுனன் சற்று விலகிச்சென்று நீராடினான். துரோணர் அஸ்வத்தாமனிடம் பேசிக்கொண்டே இருந்தார். “அரண்மனையில் இருக்கையில்

உன் அன்னையுடன் இருக்கவேண்டும். அவளை மகிழ்விக்கவேண்டியது உன் வேலை. அன்னையால் மகிழப்படும் மைந்தனை விண்ணிலிருக்கும் மூதன்னையர்கள் வாழ்த்துகிறார்கள்" என்றார். "மேலும் நீ அனைத்து அரசக்கல்வியையும் பெறவேண்டும். நாடாளும் மன்னன் அறிந்த அனைத்தும் நீயும் அறிந்தாகவேண்டும்" என்றார் துரோணர். "தந்தையே, நான் வேதம் கற்கப்போவதில்லையா?" என்று அஸ்வத்தாமன் கேட்டான். "இல்லை, நீ ஷத்ரியன். உனக்குரியது அதர்வமும் அரசநீதியும் அம்புத்தொழிலுமே" என்றார் துரோணர். இருளுக்குள் அவரது கண்களை நோக்க அர்ஜுனன் முயன்றான். துரோணர் தாடியை வருடியபடி திரும்பி நீரில் மூழ்கினார்.

உரத்த பேச்சொலிகளுடன் கௌரவர்கள் கங்கைக்கு வந்தனர். "வணங்குகிறேன் குருநாதரே" என்று கூவியபடி அவர்கள் எருமைக் கூட்டங்கள் போல கங்கைக்குள் இறங்கினர். துரோணர் நீராடி முடித்து எழுந்ததும் அர்ஜுனன் அவருக்கான மரவுரியை நீட்டினான். அவர் அதைக்கொண்டு அஸ்வத்தாமனின் தலையையும் உடலையும் துவட்டினார். பின்னர் திரும்பி "நான் சொன்னபடி குடங்களைக் கொண்டுவந்தீர்களா?" என்றார். "ஆம், குருநாதரே" என்று அவர்கள் தாங்கள் கொண்டுவந்திருந்த குடங்களைக் காட்டினர்.

துரோணர் "பார்த்தா, நீயும் அஸ்வத்தாமனும் இவர்களுடன் இருங்கள். அந்தக் குடங்களில் வெறும் கையால் கங்கைநீரை அள்ளிவிட்டு நூற்றெட்டுமுறை நிறைத்து மேலே சென்று தர்ப்பைக்கு ஊற்றிவிட்டு வந்து என்னிடம் சொல்லுங்கள்" என்றபின் கரையேறி நடந்துசென்றார். "வெறும் கைகளுடனா? எதற்கு" என்று துர்மதன் கேட்டான். "விரல்கள் முற்றிலும் இணைவதற்கான பயிற்சி அது. நீராடி எழுங்கள்" என்றான் அஸ்வத்தாமன்.

கௌரவர் நீராடி எழுந்ததும் ஈர உடையுடன் குடங்களை எடுத்துக் கொண்டார்கள். அஸ்வத்தாமன் "விரைந்து அள்ளுங்கள்" என்று சொல்லிக்கொண்டே நீரை வெறுங்கையால் அள்ளி மண்குடத்தில் விட்டு நிறைத்துக்கொண்டு அதை எடுத்து மேலே சென்றான். "குடத்துக்குள் ஒரு சொட்டு நீர் கூடச் செல்லவில்லையே" என்றான் மகாதரன். அர்ஜுனன் தன் கைகளைக் குவித்து நீரை அள்ளிவிட்டாலும் கூட குடம் நிறைவதற்குள் அஸ்வத்தாமன் இரண்டுமுறை சென்று மீண்டுவிட்டான்.

சற்றுநேரத்திலேயே அஸ்வத்தாமன் குடத்தை வைத்துவிட்டு "விரைவில் வாருங்கள்" என்று சொல்லிக்கொண்டு மேடேறிச்சென்று மறைந்தான். முப்பதாவது குடத்தைக் கொண்டுசென்று ஊற்றிவிட்டு நிமிர்ந்து அப்பால்

செல்லும் அஸ்வத்தாமனைக் கண்டதும், அவன் தன் தந்தையுடன் இருக்கும் தருணங்களை அர்ஜுனன் எண்ணிக்கொண்டான். அக்கணமே அவனுக்கு என்ன செய்வதென்று தெரிந்தது. சுற்றிலும் நோக்கியபின் கல்லை எடுத்து மரக்கிளையில் தொங்கிய தேன்கூட்டை அடித்தான். அது அறுந்து விழுந்ததும் ஓடிச்சென்று எடுத்து அதைத் தன் கைகளில் வைத்துக் கசக்கிப் பூசிக்கொண்டு குடத்துடன் இறங்கி கங்கையை நோக்கி ஓடினான்.

ஈர உடையுடன் கங்கைப்பாதையில் ஓடி புதர்கள் வழியாக குறுக்காக ஏறி அவன் குருகுலத்தை அடைந்தபோது அங்கே அஸ்வத்தாமன் கையில் வில்லுடன் அப்பால் தெரிந்த மரத்தைக் குறிநோக்கி நின்றிருப்பதைக் கண்டான். அவன் முதுகைக் கைகளால் அணைத்துக்கொண்டு குனிந்து செவியில் ஏதோ சொல்லிக்கொண்டிருந்தார் துரோணர். அவன் மிகமெல்ல அருகே சென்றான். அவர்கள் என்னசெய்கிறார்கள் என்று தெரியவில்லை. அஸ்வத்தாமன் விட்ட அம்பு திசைதவறியது. அவன் ஏதோ சொல்ல துரோணர் அவன் தோளைத்தட்டி ஆறுதல்சொன்னார்.

அந்த வில்லை தன் கையில் வாங்கிய துரோணர் வில்லில் இரு அம்புகளைத் தொடுத்து மரத்தை நோக்கி ஓர் அம்பை விட்டார். அந்த அம்பு எழுந்ததுமே இன்னொரு சின்னஞ்சிறு அம்பால் அதன் வாலை மிக மெல்லத் தட்டினார். சிட்டுக்குருவி பருந்தின் வாலை முத்தமிடுவதுபோல. அம்பு திடுக்கிட்டதுபோலத் திரும்பி பக்கவாட்டில் பாய்ந்து அருகே நின்ற இன்னொரு மரத்தைத் தாக்கிக் குத்தி நின்றது.

புன்னகையுடன் வில்லைத் தந்து திரும்பிய துரோணர் அர்ஜுனனைக் கண்டார். ஒருகணம் அவரது இருபுருவங்களும் சந்தித்துக்கொண்டன. பின்னர் "நூற்றெட்டுகுடத்தையும் கைகளால் நிறைத்தாயா?" என்றார். "ஆம், குருநாதரே" என்றான் அர்ஜுனன். "எப்படி?" என்றார் துரோணர், பார்வையைத் திருப்பிக்கொண்டு. "நாம் செல்லும்போது தனுர்வேதத்தைப் பாடிக்கொண்டே சென்றோம். வாருணாஸ்திரத்தைப்பற்றிய வரிகளை அப்போது நினைவுகூர்ந்தேன். வாருணமாகிய வாத்து தன் உடலில் ஊறும் மெழுகு ஒன்றை தன் இறகுகளில் பூசிக்கொள்கிறது. ஆகவேதான் அதன் உடலில் நீர் ஒட்டுவதில்லை. மெழுகுபூசப்பட்ட பீலி கொண்ட வாருணாஸ்திரம் மழையின் தாரைகளால் வழிதவறுவதில்லை என்பது அப்பாடலின் பொருள். அதேபோல தேன்மெழுகால் என் கைகளை நீர் ஒட்டாமல் ஆக்கிக்கொண்டேன்."

துரோணர் தலையை அசைத்து "ஒரு சொல்லும் வீணாகாத உள்ளம் உன்னுடையது" என்றபின் "இந்த அம்புமுறையை நீ அறிந்திருப்பாய். இனி நீயும் இவனுடன் வந்து கற்றுக்கொள்" என்றார். அர்ஜுனன்

“தங்கள் அருள் குருநாதரே” என்று தலைவணங்கினான். துரோணர் மறுசொல் சொல்லாது வில்லைக் கீழே போட்டுவிட்டு தலைகுனிந்து நடந்து விலகிச்சென்றார். அர்ஜுனன் குனிந்து கீழே கிடந்த வில்லையும் அம்பையும் கையில் எடுத்தான்.

அஸ்வத்தாமன் அசையாத உடலுடன் அவனை நோக்கிக்கொண்டு நின்றிருந்தான். அவன் பார்வையை உணர்ந்தபோது தன் உடலெங்கும் எழும் வஞ்சத்தின் உவகையை அர்ஜுனன் அறிந்தான். தோள்களில் புயங்களில் எல்லாம் தசைகள் கொப்பளித்து இறுகின. இரு அம்புகளைப் பொருத்தி பெரிய அம்பைச் செலுத்தியதுமே சிறிய அம்பால் அதன் வாலைத்தட்டி துரோணரின் அம்பு நின்றிருந்த அதே மரத்தில் தன் அம்பையும் தைக்கச்செய்தான். வில்லைத் தாழ்த்தி, திரும்பி அஸ்வத்தாமனின் முகத்தை நோக்கிப் புன்னகை செய்தான்.

கண்கள் வெறுப்பில் சுருங்க வெண்பற்களைக் கடித்தபடி “நீ எண்ணுவதென்ன?” என்றான் அஸ்வத்தாமன். அந்த சினம் அர்ஜுனனை மேலும் உவகை கொள்ளச்செய்தது. விரிந்த புன்னகையுடன் “எஞ்சுவது ஏதுமின்றி கற்றல். வேறென்ன?” என்றான். “என்றோ ஒருநாள் உன்னெதிரே நான் களத்தில் வில்லுடன் நிற்பேன். ஆம், இது உறுதி” என்றான் அஸ்வத்தாமன். புன்னகை குறையாமல் அர்ஜுனன் நோக்கி நிற்க திரும்பி கால்களை ஓங்கி ஊன்றி அஸ்வத்தாமன் நடந்துசென்றான்.

9

"புரவியின் முதுகில் 'அமர்க' என்னும் அழைப்பு அமர்ந்திருக்கிறது. யானையின் முதுகிலோ 'அமராதே' என்னும் அச்சுறுத்தல். குதிரைமேல் ஏறுவது கடினம், ஏறியமர்ந்தபின் அந்தப்பீடத்தை மானுட உடல் அறிந்துகொள்கிறது. ஒரேநாளில் குதிரை தன்மீது அமர்பவனை அறிந்து கொள்கிறது. அமர்ந்தவன் உடலாக அது மாறுகிறது. தன்மேல் எழுந்த இன்னொருதலையை குதிரை அடைகிறது. அதன் சிந்தனையை, சினத்தை, அச்சத்தை அதுவும் நடிக்கிறது. குதிரை மனிதனால் முழுமைகொள்கிறது. மாவீரர்கள் தங்கள் புரவிகளுடன் விண்ணுலகேறுகிறார்கள்" துரோணர் சொன்னார்.

அவர் அருகே கௌரவர்களும் அர்ஜுனனும் அஸ்வத்தாமனும் நின்றிருந்தனர். பன்னிரு களிறுகள் அணிகளின்றி அவர்கள் முன் நின்று செவியாட்டி உடல் ஊசலாட்டி துதிக்கை நெளித்து நிகழ்ந்து கொண்டிருந்தன. நான்கு யானைகள் மண்ணில் செழித்திருந்த தழைச் செடிகளைப் பிடுங்கி மண்போக முன்னங்காலில் மெல்ல அடித்து வாய்க்குள் செருகி மென்று உள்ளேசெலுத்தியபின் வேர்ப்பகுதியைக் கடித்து உமிழ்ந்தன. மூன்று யானைகள் மரக்கிளைகளை நோக்கி துதிக்கை செலுத்தி வளைத்து ஒடித்து எடுத்து உதறி வாய்க்குள் வைத்தன. இரண்டு யானைகள் துதிக்கையை நிலத்தில் ஊசலாடவிட்டு நிற்க, ஒன்று ஒரு குச்சியை எடுத்து காதை சொறிந்துகொண்டது. ஒரு யானை இன்னொரு யானையின் காலை நோக்கி துதிக்கையை நீட்டி அது விலகியதும் திரும்ப எடுத்துக்கொண்டது. அர்ஜுனன் அவற்றை நோக்கியபடி சொற்களைக் கேட்டுக்கொண்டிருந்தான்.

“யானைமீதோ ஏறுவது எளிது. ஏறியமர்ந்தபின் எப்போதும் யானையின் புறம் மானுட இருக்கையாவதில்லை. ஒவ்வொரு அசைவிலும் அது மனிதனை வெளியே தள்ளிக்கொண்டுதான் இருக்கிறது. யானை ஒருபோதும் தன்மேல் அமர்ந்தவனை அறிவதில்லை. யானையேற்றம் என்பது யானையாக மானுடன் ஆவதுதான். யானையின் உள்ளத்துடன் அவன் அகம் கலந்துவிடுவது. அதன் சினத்தை, சிந்தனையை, அச்சத்தை அதன்மேலிருந்து அவன் அகம்தான் பகிர்ந்துகொள்ளவேண்டும். யானை மானுடனை அறிவதேயில்லை. அதன் அகவெளியில் தொலைவில் கேட்கும் சின்னஞ்சிறு குரலே மானுடனுக்குரியது” துரோணர் சொன்னார். “யானையுடன் களம் பட்ட மாவீரர்கள் விண்ணகம்செல்லும்போது அங்கே தங்கள் யானைகளைக் காண்கிறார்கள். அவை அவர்களை அறிவதில்லை என்றறிந்து திகைக்கிறார்கள்.

“எனவேதான் குதிரையேற்றமும் யானையேற்றமும் இருவேறு கலைகளாக தனுர்வேதத்தில் சொல்லப்பட்டுள்ளது” என்று துரோணர் தொடர்ந்தார். “குதிரையை வென்றெடுங்கள். யானையிடம் உங்களை ஒப்படையுங்கள். குதிரையின் கண்ணைப் பாருங்கள். ஒருபோதும் யானையின் கண்களை சந்திக்காதீர்கள். குதிரை ஓர் அழகிய நதி. யானை காரிருள் போர்த்தி நிற்கும் சிறிய காடு. யானைக்குள் வாழும் காட்டில் காட்டாறுகள் சீறிப்பாய்கின்றன. ஓடைகள் சுழித்தோடுகின்றன. மரங்களும் செடிகளும் செறிந்த பசுமைக்குள் காற்று ஓலமிடுகிறது. யானையின் வயிற்றில் காதுகொடுப்பவன் அந்த ஓசையைக் கேட்கமுடியும்.

“பிரம்மாவின் மைந்தராகிய காசியப பிரஜாபதி தட்சனின் மகள்களான பெருநாகங்களை மணந்துகொண்டார். அவர்களில் குரோதவசை என்னும் நாகம் மிருகி, மிருகமந்தை, ஹரி, பத்ரமதை, சார்த்தூல்கி, ஸ்வேதை, சுரபி, சுரசை, மாதங்கி, கத்ரு என்னும் பத்து நாகங்களைப் பெற்றாள். கரிய பெரும்பாறைகளால் ஆன மலைத்தொடர்போலக் கிடந்த பெருநாகமான மாதங்கி கருமேகங்களைக் காமுற்று அவற்றின் இடியோசையைக் கருத்தரித்து ஆயிரம் முட்டைகளை ஈன்றாள். அவை ஆயிரம் மலைப்பாறைகளாக பன்னிரு லட்ச வருடகாலம் மண்ணில் அடைகாத்துக் கிடந்தன” துரோணர் சொன்னார்.

“மேகங்களின் அதிபனாகிய இந்திரன் அவற்றை ஒவ்வொருநாளும் பார்த்துக்கொண்டு கடந்துசென்றான். மண்ணிலெழுந்த மேகக்கூட்டமென அவற்றை எண்ணியிருந்தான். அவை மாதங்கியின் முட்டைகள் என்றும் அவற்றிலிருந்து பெருநாகங்கள் எழப்போகின்றன என்றும் அவன் தேரோட்டி மாதலி சொல்லக்கேட்டபோது அவன் சினம்கொண்டு தன் வஜ்ராயுதத்தால் அம்முட்டைகளை உடைத்தான். அவற்றுக்குள் இருந்து

தலைமட்டும் முற்றுருவான நாகக்கருக்கள் வெளியே வந்து விழுந்தன. நாகங்களின் உடல்கள் சற்றே வளர்ந்து நெளிந்துகிடந்தன.

“சினம் கொண்ட மாதங்கி வானில் மாபெரும் கருமேகமாகச் சீறியெழுந்தாள். இடியோசை எழுப்பி இந்திரனுடன் போர் புரிந்தாள். திசைகள் இருண்டு மின்னல்கள் அதிர நடந்த அந்தப் போரின் இறுதியில் மாதங்கியை இந்திரன் பெரிய உருளையாகச் சுருட்டி இருண்ட மேற்குத்திசைவெளியின் எல்லை நோக்கி உருட்டிவிட்டான். பெரிய கருங்கோளமாக உருண்டு சென்று விழுந்த மாதங்கி ‘இந்திரனே நான் உன் குடி. எனக்கு நீதியை அளிப்பாயாக!’ என்றாள். இந்திரன் கனிந்து ‘நீ இட்டமுட்டைகள் வளர்ந்த தலையும் வளராத உடலும் கொண்டு கால்கள்எழுந்து ஒரு மிருகமாகும். மண்ணில் முதன்மையான ஆற்றல்கொண்டவையாக அவை திகழும். விண்ணவர்க்கு உகந்தவை அவை. தெய்வங்கள் ஏறும் பீடங்கள் கொண்டவை’ என்றான்.

“அவ்வாறாக யானை பிறந்தது என்பது புராணசம்ஹிதையின் கூற்று” என்றார் துரோணர். “யானையின் துதிக்கையில் வாழ்கிறது அழியாத நாகம். நாகநாசா என்று யானையை நூல்கள் சொல்கின்றன. யானையில் உள்ள அந்த நாகத்தைக் காணாதவனால் யானையை அணுகமுடியாது. யானையின் உடலெங்கும் ஒவ்வொரு கணமும் நெளிந்துகொண்டிருப்பது நாகத்தின் நிலையின்மை. அதன் மூச்சில் எப்போதும் சீறிக்கொண்டிருக்கிறது நாகத்தின் சினம். கரியபேருருவம் கொண்டதென்றாலும் யானை நாகத்துக்கிணையான விரைவுடன் திரும்பும். பெருங்கால்கள் கொண்டிருந்தாலும் யானை நாகத்தைப்போல காட்டை ஊடுருவிச்செல்லும்” துரோணர் சொன்னார்.

“இளைஞர்களே, இந்த மாபெரும் தசைவடிவுக்குள் இருக்கும் தேவனை கஜபதி என்கிறார்கள். கன்னங்கரிய கருங்கல் ஆலயத்துக்குள் கோயில்கொண்டிருக்கும் அவன் ஒருபோதும் காட்டைவிட்டு வெளியேறுவதில்லை. எந்தப் பெருநகரிலும் அவன் அடர்வனத்தின் தனிமையில் இருக்கிறான். முரசெழுந்து ஒலிக்கும் பெரும்போரிலும் அவன் கானகத்தின் அமைதியை கேட்டுக்கொண்டிருக்கிறான். யானை மேல் அமர்ந்திருப்பவன் மானுடக்கண்களோ கால்களோ படாத கானகத்தின்மீது அமர்ந்திருக்கிறான் என்பதை உணர் வானாக!” என்று துரோணர் சொன்னார். “கானகத்தில் புயலெழும் போது அதன் ஒவ்வொரு மரக்கிளையும் பித்துகொள்கிறது. காட்டாறுகளில் பெருவெள்ளமெழும்போது பெரும்பாறைகள் கொலைவெறி கொள்கின்றன.”

“யானைமீது ஏறும் வழிகள் ஐந்து. வலப்பக்கமும் இடப்பக்கமும் முன்காலை மிதித்து காதைப்பற்றி மத்தகம் மீது ஏறும் இருவழிகள்

அரசனுக்குரியவை. பின்னங்காலை மிதித்து முதுகின்மேல் ஏறியமரும் இருவழிகள் ஏவலர்க்குரியவை. துதிக்கை மீது மிதித்து தந்தத்தில் ஏறி மத்தகத்தில் அமரும் வழி தேவர்களுக்குரியது. தேவர்களின் வழியே செல்பவனே யானைக்கு உவப்பானவன். அதுவே மாவீரர்களின் பாதை.

"யானைக்குமேல் அமர்ந்திருப்பவன் தன் ஆணைகளைக் கால்களாலும் கைகளாலும் யானைக்கு அறிவிக்கவேண்டும். தன் கண்கள் மீது இருப்பவற்றை யானை தன் கற்பனையால் நோக்குகிறது. அக்கற்பனையுடன் அங்கிருப்பவனின் சொற்கள் உரையாடவேண்டும். நூற்றெட்டு தொடுகைகளும் நூற்றெட்டு சொற்களும் யானைகளுக்குக் கற்பிக்கப்பட்டுள்ளன. அச்சொற்கள் வழியாக யானை அறிந்தது எதை என்பதை, அது என்ன செய்கிறது என்பதிலிருந்தே நாம் அறிந்து கொள்ளமுடியும். யானையின் அறிதலை அறிந்து மேலும் சொல்லி அதை வழிநடத்துவது, மலையிறங்கும் காட்டாற்றை பாறைகளிட்டு திருப்பிச் செல்வதுபோல. அதன் முந்தையசெயல் நம் அடுத்த சொல்லைத் தீர்மானிக்கவேண்டும்."

இரு கைகளையும் தூக்கி துரோணர் ஆணையிட்டார் "கற்றவை நினைவிருக்கட்டும்... ஏறிக்கொள்ளுங்கள்!" கௌரவர்கள் பன்னிருவர் ஓடிச்சென்று யானைகளை நெருங்கினர். அவர்கள் அருகே வருவதை ஒரு யானை மட்டும் துதிக்கை நீட்டி நோக்கியது. பிறயானைகள் விழிகளை உருட்டி மிகத்தொலைவிலேயே அவர்களைக் கண்டுவிட்டிருந்தபோதிலும் பொருட்டாக எண்ணவில்லை. அவர்கள் யானைகளை அணுகி அவற்றின் முன்னங்கால்களுக்கு அருகே சென்று நின்று காதுகளைப்பற்றிக்கொண்டனர். யானையிடம் கால்களைத் தூக்கும்படி சொன்னார்கள்.

ஐந்து யானைகள் மட்டும் காலைத் தூக்கின. வாலகியும் பலவர்த்தனனும் சித்ராயுதனும் நிஷங்கியும் ஏறிக்கொள்ள விருந்தாரகன் யானையின் மடிந்த முன்னங்கால்மேல் தன் காலைவைத்து ஏறப்போகும்போது அது காலை எடுத்துவிட்டு துதிக்கையால் அவனை அறைந்தது. அவன் அலறியபடி காற்றில் எழுந்து புதரின்மேல் விழுந்து புரண்டு இன்னொரு யானையின் முன் விழுந்தான். அது காலெடுத்து பின்னால் வைத்து ஆவலுடன் அவனைத் தொடவந்தது. அவன் அலறியபடி புரண்டு எழுந்து ஓடி விலகினான். அதைக்கண்ட மற்ற கௌரவர்களில் பீமபலனும் சுவர்மனும் பின்னகர்ந்தனர்.

"அஞ்சுவதற்கு தண்டம் உண்டு" என்று துரோணர் சொன்னதும் அவர்கள் முன்னால் சென்றனர். கிருதனனும் சுஹஸ்தனும் யானைகளிடம்

மீண்டும் மீண்டும் கெஞ்சிக்கொண்டிருக்க சேனானி யானையின் காதைப்பற்றி மூட்டில் கால்வைத்து ஏறமுயன்றான். யானை மெல்ல உறுமியதும் பிடியை விட்டுவிட்டுப் பின்னகர்ந்தான். வாதவேகனின் யானை காலைத் தூக்கிவிட்டது. அவன் அதில்பற்றி மேலேறியதும் யானை முன்னால் செல்லத்தொடங்கியது. யானையின்மேல் அமர்ந்தபடி அவன் கூவினான். வாலகி அமர்ந்த யானை புதர்கள் நடுவே சென்று குறுங்காட்டை அடைந்தது. அவன் யானையின் முதுகில் ஒட்டிக்கொண்டான். யானையின் மேல் உரசிச்சென்ற கிளை அவனை அடித்துக் கீழே வீழ்த்தியது.

சித்ராயுதனும் நிஷங்கியும் யானைமேல் அமர்ந்து மெல்லியகுரலில் பேசிக்கொண்டிருந்தனர். யானைகள் புல்வெளி நடுவே சென்றதும் ஒன்றையொன்று துதிக்கையால் முகர்ந்து நோக்கின. ஒரு யானை உரக்கக் குரலெழுப்ப மேலே அமர்ந்திருந்த நிஷாங்கி கூச்சலிட்டான். யானைகள் துதிக்கைகளைப் பிணைத்துக்கொள்ள நிஷாங்கி யானைமுதுகு வழியாகச் சறுக்கி பின்னால் குதித்து ஓடிவந்தான். பிற கௌரவர்கள் திரும்ப வந்துவிட யானைமேல் அமர்ந்த சித்ராயுதனும் பலவர்தனனும் அசையாமல் அமர்ந்திருந்தனர். யானைகளிடம் திரும்ப வரும்படி துரோணர் மெல்லிய சீழ்க்கையால் சொன்னார். அவை திரும்ப வந்து நின்றுகொள்ள சித்ராயுதனும் பலவர்தனனும் இறங்கினர். தரையில் கால்கள் பட்டதுமே சமநிலை இழந்து ஆடி புதரைப்பற்றிக்கொண்டனர். பின்னர் கூவிச்சிரித்தபடி ஓடினர்.

“நீங்கள் செய்த பிழைகள் என்ன?” என்றார் துரோணர். “யானையின் செவி உங்கள் செவியை விட நூறுமடங்கு பெரியது. நீங்கள் முணுமுணுப்பதே அவற்றுக்குக் கேட்கும். யானையை நோக்கிக் கூச்சலிடாதீர்கள். உங்கள் இயல்பான மொழியில் சொல்லுங்கள். நீங்கள் இங்கிருந்து கிளம்பும்போதே யானை உங்களைப் பார்த்துவிட்டிருக்கும். உங்கள் எடையும் மணமும் அதற்குத் தெரியும். எனவே இங்கிருந்தே நீங்கள் அதனுடன் பேசிக்கொண்டு செல்லுங்கள். யானை உங்களை ஏற்றுக்கொள்ள வேண்டுமென்றால் உங்கள் சொல்லில் உங்கள் அகம் திகழவேண்டும். உங்கள் அகத்தை யானையின் அகம் கண்டடையவேண்டும்.

“இறுதியாக, அஞ்சாதீர்கள். அஞ்சுபவனை அதனுள் வாழும் தேவன் வெறுக்கிறான். அஞ்சும்போது அதன் கண்களை நீங்கள் பார்த்து விடுகிறீர்கள். யானையின் விழிகள் வழியாக மட்டுமே அதன் இருளுக்குள் நம்மால் பார்க்கமுடியும். தன் இருண்ட தனிமையில் வாழும் கஜபதி பார்க்கப்படுவதை விரும்புவதில்லை. யானையின் செவிகளுடனும் துதிமூக்குடனும் மட்டும் உரையாடுங்கள்” என்ற துரோணர் “நீங்கள்” என்று கைகாட்டினார்.

அஸ்வத்தாமனும் அர்ஜுனனும் பத்து கௌரவர்களும் ஓடிச்சென்றனர். அர்ஜுனன் அணுகிய களிறு அவனைநோக்கித் தன் துதிக்கையை நீட்டியது. அவன் அசையாமல் நின்று மெல்லிய குரலில் அதை கால்நீட்டும்படி சொன்னான். "ஊரு" என்றான் அர்ஜுனன். யானை தயங்கியது. மீண்டும் மீண்டும் அவன் அச்சொல்லைச் சொல்லிக்கொண்டிருந்தான். 'ஊரு ஊரு' அச்சம் விலகிய குருவி கைகளில் வந்தமர்ந்து தானியத்தைக் கொத்துவதுபோல அச்சொல்லில் அவன் அகம் அமர்ந்தது. யானை தன் செவிகளைப் பின்னுக்கு மடித்து உடலுடன் ஒட்டிக்கொண்டு துதிக்கை அசைவிழக்க ஒருகணம் அவனை அறிந்தது. அதன் முன்னங்கால் உயர்ந்து மடிந்தது.

யானையின் காலை மிதித்து காதுகளைப் பற்றி மேலேறிக்கொண்டான். பலமுறை அவன் யானைமத்தகம் மேல் அமர்ந்ததுண்டு. பாறைக்கு உயிர் வரும் விந்தையை அறிந்ததுமுண்டு. ஆனால் கீழே பாகனின்றி அணியில்லாத யானைமேல் அமர்ந்திருப்பது அவன் வயிற்றை முரசுத்தோல் என அதிரச்செய்தது. "சச்ச" என்று அதன் மத்தகத்தைத் தட்டினான். யானை உறுமியது. "சச்ச சச்ச" என்று மீண்டும் தட்டினான். யானை மெல்ல காலெடுத்து வைத்து புல்வெளியில் நடக்கத் தொடங்கியது. துதிக்கையை நீட்டி நீட்டி மண்ணைத்தொட்டபடி கால்களைத் தூக்கிவைத்து விரைந்தது.

சச்ச என்பது எந்த மொழிச்சொல் என்று அர்ஜுனன் எண்ணிக் கொண்டான். ஸஜ்ஜ என்ற செம்மொழிச்சொல்லின் மருவு போலிருந்தது. அல்லது தொல்குடிமொழியில் இருந்து செம்மொழிக்கு மருவி வந்ததா? யானை நேராகக் காட்டைநோக்கிச் சென்றது. "மந்த" என்றான். யானை விரைவுகுறைந்து மரங்களை அணுகி இரு பெரிய மரங்களுக்கு நடுவே நுழைந்தது. அப்போதுதான் அஸ்வத்தாமன் தன்னருகே இன்னொரு யானையில் வருவதை அர்ஜுனன் கண்டான். பிற கௌரவர்கள் எவரும் இல்லை. அவர்கள் விழிகள் சந்தித்துக்கொண்டதும் அஸ்வத்தாமன் பார்வையைத் திருப்பிக்கொண்டான்.

காட்டுக்குள் இரு யானைகளும் ஊடுருவிச்சென்றன. அவை காட்டை மிக அணுக்கமாக அறிந்திருப்பதை அர்ஜுனன் உணர்ந்தான். முட்செடிகளை அவன் கண்டகணமே யானை அவற்றை விலக்கிச் சென்றது. காட்டுக்குள் பாறைகளில் அலைத்துவந்து புதருக்குள் சென்ற நீரோடையில் யானைகள் சென்று உருவான தடம் செந்நிறமாகக் குறுக்கே சென்றது. நீருக்குள் காலை நீட்டி நீட்டி வைத்து மறுபக்கம் சென்ற யானை பின்னால் வந்த யானைக்கு ஒரு சொல்லில் ஏதோ அறிவுறுத்தியது. யானையின் உடலுக்குள் காற்றில் உலையும் காட்டுமரங்களை, ஒலிக்கும்

அருவிகளை அவன் உடல் உணர்ந்தது. அங்கே இருண்ட ஆழத்தில் தனித்து விழித்திருக்கும் கஜபதியை அவன் அண்மையில் காண்பதுபோல ஒருகணம் உணர்ந்தான்.

காட்டிலிருந்து கங்கைக்கரையை நோக்கமுடிந்தது. உருண்டபாறைகள் சிதறிக்கிடந்த தர்ப்பைப்புல்லடர்ந்த சரிவு கங்கையின் கரைமேட்டை அடைந்து எழுந்து பின் சேற்றுச்சரிவாக மாறி மணல்விளிம்பைச் சென்றடைந்தது. கிளைகள் அசைய அஸ்வத்தாமன் அவனருகே வந்து நின்றான். அவனைத் திரும்பிப்பார்க்கும் விருப்பை அர்ஜுனன் அடக்கிக் கொண்டான். அஸ்வத்தாமன் “பிரக!” என்று சொன்னதும் அவன் யானை பாறைகள் உருண்டு சிதறிக்கீழிறங்க தர்ப்பைப்புற்கள் சிதைந்து வழிவிட அச்சரிவில் இறங்கிச்சென்றது. அர்ஜுனன் தன் யானையையும் முன்னால் செல்லும்படி ஆணையிட்டான். அங்கே இறங்கியதும்தான் ஏன் அஸ்வத்தாமன் அவ்வாறு இறங்கினான் என்பதை அர்ஜுனன் உணர்ந்தான். தொலைவில் துரோணரும் பிறரும் அவர்களைப் பார்க்கமுடிந்தது.

அர்ஜுனன் தன் யானையின் மத்தகத்தைத் தட்டி “ஜூ! ஜூ!” என்று ஆணையிட்டான். யானை தனக்கு முன்னால்சென்ற யானையை நோக்கியபின் அவன் சொல்வதென்ன என்பதைப் புரிந்துகொண்டது. புற்களை மிதித்துச்சிதைத்தபடி கற்கள் உருண்டு தெறித்து கீழிறங்க விரைவு கொண்டு முன்னால் சென்றது. அஸ்வத்தாமன் ஏறிய யானை வளைந்து செல்வதற்குள் அது முந்திச்சென்றுவிட்டது. பின்னால் அஸ்வத்தாமன் “ஜூ ஜூ” என்று கூவிக்கொண்டிருப்பதை அர்ஜுனன் கேட்டான். அவனுடைய அந்த அகவிரைவை அந்த யானை பொருட்படுத்தவில்லை. அர்ஜுனன் ஒன்றும் செய்யாமல் அமர்ந்திருக்க அவன் யானை விரைந்து மீண்டும் துரோணர் முன் வந்து நின்றது.

“ஊரு” என்று அர்ஜுனன் சொன்னதும் யானை தன் பின்னங்காலைக் காட்டியது. அர்ஜுனன் இறங்கிக்கொண்டு துரோணர் அருகே சென்று வணங்க “அவ்வளவுதான்” என்று அவர் புன்னகை செய்தார். “யானையை அறிவது மிக எளிது. ஏனென்றால் யானை மிக எளிதாக நம்மை அறிந்துகொள்கிறது.” பின்னால் வந்திறங்கிய அஸ்வத்தாமன் அருகே வந்து தந்தையை வணங்கியபின் ஒன்றும் சொல்லாமல் விலகி நின்றான். துரோணர் “நீராடி வாருங்கள். ஓய்வுக்குப்பின் இன்றைய ஸ்வாத்யாயம்” என்று சொன்னதும் அனைவரும் தலைவணங்கிக் கலைந்து சென்றனர்.

பயிற்சிக்காகக் கொண்டுவந்த விற்களுடன் கங்கை நோக்கிச் சென்றபோது பின்னால் வந்த அஸ்வத்தாமன் உரக்க “அரசகுலத்தவருக்குப்

பணிசெய்ய குருநாதர்களுக்கும் தெரியும். விரைந்தோடும் வேழத்தை அவர்களுக்கே அளிப்பார்கள்" என்றான். கௌரவர்கள் அவனை நோக்கியபின் அர்ஜுனனைப் பார்த்தனர். சிலர் புன்னகை செய்தனர். அர்ஜுனன் நிமிர்ந்த தலையுடன் கேட்காதவனைப்போல நடந்தான். "ஆண்மகனுக்குரிய வெற்றி என்பது தன் தோள்வல்லமையால் பெறப்படுவது. அரியணையால் பெறப்படுவது அல்ல" என்றான் அஸ்வத்தாமன் மீண்டும்.

அர்ஜுனன் தலை திருப்பாமலேயே நடந்தான். அஸ்வத்தாமன் மேலும் அருகே வந்து "பேடியாகிய பாண்டு பேடியை அன்றி எவரைப் பெறமுடியும்?" என்றான். சினத்துடன் தன்னையறியாமலேயே அர்ஜுனன் திரும்பியதும் அஸ்வத்தாமன் தன் வில்லை எடுத்து "வில்லை எடு கோழையே... இங்கேயே முடிவுசெய்துவிடுவோம், பாரத்வாஜ குருமரபின் முதன்மை வீரன் எவன் என்று" என்றான்.

அர்ஜுனன் புன்னகையுடன் "அதுதான் உன் அகத்தில் எரிகிறதா?" என்றான். சீற்றத்துடன் "ஆம், அதுதான் எரிகிறது. எந்தைக்கு இங்கு வருவதுவரை நான் ஒருவன் மட்டுமே மைந்தனாக இருந்தேன்" என்று கூவினான் அஸ்வத்தாமன். "அவர் அகத்தில் நீ இருப்பதைக்கூட நான் பெரிதாக எண்ணவில்லை. ஆனால் அவர் பாதங்களை இரவும்பகலும் எண்ணிக்கொண்டிருக்க உரிமைகொண்டவன் நான். அதில் எனக்கு நிகராக இன்னொருவனை ஒருபோதும் ஏற்கமாட்டேன்."

அர்ஜுனன் தன்னுள் அதுவரை இல்லாதிருந்த சினம் நெய்யில் தீ என பற்றிக்கொள்வதை உணர்ந்தான். "நானும்தான் எரிந்துகொண்டிருக்கிறேன். உன் குழலில் அவரது கைகள் அமைந்த ஒரே காரணத்துக்காகவே உன் தலையை நான் வெட்டி எறியவேண்டும். அவரை முற்றிலும் சொந்தம்கொண்டு நீ சொன்ன இச்சொற்களுக்காகவே உன் குருதியில் என் அம்புகள் நனையவேண்டும்" என்றபடி அவன் தன் வில்லில் நாணேற்றினான். அவனுடைய வில் விம்மலோசையுடன் எழுந்தது. அவன் கை நாகபடமென வளைந்து அம்பறாத்தூணியைத் தொட்டது.

கௌரவர்களில் இளையவனாகிய பிரமதன் "அண்ணா, வேண்டாம். அவர் குருவின் மைந்தர்" என்றான். மகோதரன் "உனக்கு இதில் என்ன வேலை? விலகு" என்று பிரமதனின் தோளை அடித்தான். அதற்குள் அஸ்வத்தாமன் தொடுத்த அம்பு அவனை நோக்கி வர அதை எதிர் அம்பால் முறித்தபின் அர்ஜுனன் அம்பை விடுத்தான். அம்புகள் வானில் பாய்ந்து சண்டையிடும் பனங்கிளிகள் போல ஒன்றை ஒன்று முறித்தன. இரு நாரைகள் கால்தூக்கி ஆடும் நடனம் போலிருந்தது அந்தப் போர். தெறிக்கும் நீர்த்துளிகளைப்போல அம்புகள் மின்னிச்சென்றன.

அவர்களைச்சுற்றி மண்ணிலும் மரத்தடிகளிலும் அம்புகள் தைத்து நின்று நடுங்கின.

“நீ ஒருபோதும் இந்த அம்பைப் பார்த்திருக்க மாட்டாய் பார்த்தா” என்று கூவியபடி அஸ்வத்தாமன் அம்பை விட்டான். பக்கவாட்டில் சென்று பிறையென வளைந்து அவனை நோக்கி வந்தது அந்த அம்பு. அர்ஜுனன் திரும்புவதற்குள் அவன் குடுமியை வெட்டிச்சென்றது. கௌரவர்கள் சேர்ந்து குரலெழுப்பினர். மீண்டும் அஸ்வத்தாமனின் அம்பு வளைந்து வர அர்ஜுனன் விலகி ஓடி மறுபக்கமிருந்த சேற்றுப்பரப்பில் குதித்தான். வெறியுடன் நகைத்துக்கொண்டு அஸ்வத்தாமன் அவனை துரத்திச்சென்று அம்புகளைத் தொடுத்தான். ஒவ்வொரு அம்பிலிருந்தும் குதித்து விலகித் தப்பி அர்ஜுனன் பின்வாங்கிக்கொண்டே இருந்தான். அதுதான் சுனாராஸ்திரம் என்று அர்ஜுனன் அறிந்தான். சிட்டுக்குருவிகளைப்போல காற்றையே உதைத்து அவை எம்பி வந்தன.

அஸ்வத்தாமன் விட்ட அம்பு ஒன்று மேலேறி மீன்கொத்தி போல செங்குத்தாக இறங்கி அவன் தோளில் பதிந்தது. அவன் மேலும் பின்வாங்கிச்சென்றபோது மீண்டுமொரு குத்தகாஸ்திரம் அவனை நோக்கி இறங்கியது. அவன் குருதிகொட்டும் தோளுடன் விலகிக்கொண்ட கணம் அஸ்வத்தாமன் நின்றிருக்கும் மண்ணைக் கண்டான். வில்லை வளைத்து அம்பைத் தொடுத்து அந்த மண்ணைத் தைத்தான். கால்மண் இளக அஸ்வத்தாமன் நிலைதடுமாறி சரியும்போது பெரிய அம்பொன்றால் அடித்து அவன் வில்லை ஒடித்தான் அர்ஜுனன். திகைத்துப்போய் நிலையழிந்த அஸ்வத்தாமன் சேற்றில் குதித்து ஓடி கங்கையை நோக்கிச் சென்றான். அர்ஜுனன் கண்களை மறைத்த சினத்துடன் உரக்கச் சீறியபடி அவன் கழுத்தைவெட்டுவதற்காக பிறைவடிவ அம்பைச்செலுத்த கௌரவர்கள் ஒரே குரலில் ‘ஆ!’ என்று கூவினர்.

அக்கணம் நீருக்குள் இருந்து எழுந்த யானைக்குட்டி ஒன்று அஸ்வத்தாமனுக்கு குறுக்காகவர அம்பு அதன் மேல் பட்டது. பிளிறியபடி அது எழுந்து நீர் சொட்ட சேற்றில் ஓடி துதிக்கையை வீசியபடி கோரைப்புல சரிவில் ஏறி புல்வெளியை அடைந்து மீண்டும் அலறியபடி ஓடியது. அப்பால் அதன் அலறல் ஓசை கேட்டுக்கொண்டிருந்தது. நிஷங்கி “தம்பி வேண்டாம். அவன் தோற்றுவிட்டான். அவனை நீ கொன்றுவிட்டாய்” என்றான். அர்ஜுனன் வில்லைத்தாழ்த்தி தலைகுனிந்து நின்றான். “அவனுக்குரியதை அந்த யானை பெற்றுக்கொள்ளவேண்டுமென்பது ஊழ். நிறுத்து” என்றான் சராசனன்.

அஸ்வத்தாமன் தலைகுனிந்து அமர்ந்திருந்தான். அர்ஜுனன் தன் வில்லை வீசிவிட்டு தலைகுனிந்து சென்று கங்கையில் இறங்கி நீரில் மூழ்கி எழுந்து

ஈரம் சொட்டச்சொட்ட நடந்து மேலேறினான். அவன் சென்றபாதையில் யானையின் குருதி புல்லிதழ்களிலும் இலைப்பரப்புகளிலும் சொட்டி, சிறிய கட்டிகளாக மாறி கருமைகொள்ளத் தொடங்கியிருந்தது.

துரோணரின் குடிலைக் கண்டதும் அர்ஜுனன் ஒரு கணம் நின்றான். அவன் கால்கள் தளர்ந்தன. பின்னர் திரும்பி காட்டுக்குள் புதர்களை விலக்கி நடக்கத்தொடங்கினான். திசையுணர்வில்லாமல் நடந்துகொண்டே இருந்தபின் மலைச்சரிவில் விரிந்து நின்ற அரசமரம் ஒன்றின்கீழ் பரவிய சருகுப்பரப்பின்மேல் சென்று படுத்துக்கொண்டான். கண்களை மூடிக்கொண்டபோது அந்தத் தரை கீழிறங்கி விழுந்துகொண்டே இருப்பதைப்போல் தோன்றியது.

10

யானை ஒன்று பிறையம்பால் மத்தகம் பிளக்கப்பட்டு இறந்து கிடப்பதை அர்ஜுனன் கண்டான். அது ஒரு படுகளம். குருதி தெறித்த கவசக்கால்கள் சூழ்ந்து நின்றிருக்க அப்பால் அப்போதும் நடந்துகொண்டிருந்த பெரும்போரின் ஓசைகள் கேட்டுக்கொண்டிருந்தன. யானை உடலின் கருமையில் மறைந்து வழிந்த குருதி சிவந்து சொட்டி, மண்ணை நனைத்து, ஊறி மறைந்துகொண்டிருந்தது. இறுதியாக எஞ்சிய துதிக்கைத் துடிப்பு அடங்கியபின்னர் அந்தவ சிவந்த சிறிய அம்புத்துளைகளில் ஈக்கள் சென்றமர்ந்தன.

"அஸ்வத்தாமா, என் மகனே!" என்ற பெருங்குரல் எழுந்தது. அனைவரும் திகைத்து திரும்பிப்பார்க்க துரோணர் கைகளை விரித்துக் கதறியபடி ஓடிவந்து வந்த விரைவிலேயே முழங்கால் மடித்து விழுந்து அந்த யானையின் கனத்த துதிக்கையைத் தூக்கி தன் மார்போடணைத்துக்கொண்டார். "மகனே! அஸ்வத்தாமா!" என்று கூவியபடி அதைக்கொண்டே தன் மார்பை ஓங்கி அறைந்துகொண்டு கதறியழுதார். அவ்வலறலைக் கேட்டு கால்கள் தளர்ந்து கையில் இருந்த வில்லை கீழே போட்டு மெல்ல பின்னடைந்தான் அர்ஜுனன். அவர் சிவந்த கண்களில் கண்ணீர் வழிய நிமிர்ந்து நோக்கி விழிகளால் அவனைத் தேடினார். அவன் பீமனின் பேருடலுக்குப்பின் மறைய முயன்றும் அவரது கண்களை அவன் கண்கள் சந்தித்துவிட்டன.

உடல் நடுநடுங்க அர்ஜுனன் விழித்துக்கொண்டான். சுற்றிலும் இருட்டு பரவியிருக்க அவன் உடலில் கொசுக்கள் மொய்த்திருந்தன. அவன் சற்று அசைந்ததும் அவை ஆவியெழுவதுபோல மேலெழுந்தன. வாயில் புகுந்த கொசுக்களைத் துப்பிக்கொண்டு கைகால்களைத் தட்டியபடி

அவன் எழுந்தான். எங்கிருக்கிறான் என்று உணர்ந்ததுமே அக்கனவும் நினைவுக்கு வந்தது. பெருமூச்சுடன் சற்று நேரம் நின்றபின் திரும்பி நடந்தான்.

காட்டைமுழுக்க மூடித் தழுவியிருந்த இருட்டுக்குள் கங்கையின் நீர்ப்பரப்பு இருளுக்குள் தெரியும் வாள்பட்டை போல ஒளிவிட்டது. குடில்களின் வெளிச்சத்தை மட்டும் அடையாளமாகக்கொண்டு இருளுக்குள் நடந்து குருகுலத்தை அடைந்தான். குருகுலத்தின் இடப்பக்கமிருந்த அகன்ற புல்வெளியில் பந்த ஒளியும் நிழலாட்டமும் தெரிந்தது. அவன் தயங்கிய காலடிகளுடன் அருகே சென்றான். கூட்டத்தின் நடுவே இருந்த பந்தவெளிச்சம் மனித நிழல்களை பூதங்களாக்கி மரங்களின் மேல் எழச்செய்திருந்தது. மறுபக்கமிருந்த பந்தங்களின் ஒளியில் மிகப்பெரிய நிழலாக யானை தெரிந்தது. நிழலிலேயே அது எந்த யானை என்று தெரிந்து அவன் அகம் அதிர்ந்தது.

இரு மாதங்கர்கள் யானையின் அருகே நின்று அதன் துதிக்கையைத் தட்டி ஆறுதல் சொல்ல முதியமாதங்கர் அதன் முன்னங்காலுக்குமேல் புண்ணில் இருந்த கட்டை அவிழ்த்துக்கொண்டிருந்தார். யானை அர்ஜுனனைக் கண்டதும் வெருண்டு துதிக்கை தூக்கிப் பிளிறியபடி விலகி ஓட முயன்றது. ஒரு மாதங்கன் அவன் அருகே ஓடி வந்து “இளவரசே, தாங்கள் அருகே வரவேண்டாம். அவன் மிகவும் அஞ்சியிருக்கிறான். எட்டுவயதே ஆன விளையாட்டுச் சிறுவன். படைக்கலங்களையோ புண்ணையோ இதுவரை அறியாதவன்” என்றான். அர்ஜுனன் நின்று விட்டான். “புண் பெரிதா?” என்று மெல்லிய குரலில் கேட்டான். “இல்லை இளவரசே, ஆறுவாரங்களில் புண் முழுதும் ஆறிவிடும். தினம் இருவேளை புண்ணை அவிழ்த்து மருந்திட்டால்போதும்” என்றான் மாதங்கன்.

இன்னொரு மாதங்கர் அருகே வந்து “மதலையாக இருந்த நாள்முதல் மானுடரில் இருந்து அன்பை மட்டுமே அறிந்திருக்கிறான். அவனைக் காண்பவர்கள் அனைவருமே இனிய உணவு அளித்து கொஞ்சவே செய்திருக்கிறார்கள். ஒரு மனிதன் தன்னை வருத்தியதை அவனால் நம்பமுடியவில்லை. மானுடர் அனைவரையுமே அஞ்சி விலகி ஓடுகிறான். புண்ணுடன் ஓடிச்சென்று காட்டுக்குள் புதர்களுக்குள் ஒளிந்து நடுங்கிக்கொண்டிருந்தான். நாங்கள் குருதித்தடம் தேடிச்சென்று அவனைக் கண்டடைந்தோம். புதர்களுக்குள் இருந்து வெளிவர மறுத்துவிட்டான். மாதங்கர்கள் பகல் முழுக்க அவனிடம் பேசி அழைத்துக்கொண்டு வந்தோம்” என்றார்.

அர்ஜுனன் “அந்த யானையின் பெயரென்ன?” என்றான். “பிறந்ததும் குதிரைக்குட்டிபோல ஒலியெழுப்பியமையால் முதுமாதங்கர் இவனுக்கு

அஸ்வத்தாமா என்று பெயரிட்டிருக்கிறார்” என்றான் மாதங்கன். அர்ஜுனன் தன் படபடப்பை மறைக்க ஒளியை விட்டு முகத்தை விலக்கிக்கொண்டான். இருட்டுக்குள் பதுங்கி நின்று அச்சொற்களைக் கேட்டான். “இனியவன். அழகியவன். சொல்வதற்குள்ளேயே புரிந்துகொள்ளும் நுண்ணியன். நல்லூழால்தான் உயிர்பிழைத்தான். ஒரு விரல்கடை மேலே அம்பு தைத்திருந்தால் காலை இழந்திருப்பான். இந்த விபத்து அவனுக்கொரு இறப்பு. இன்று மீண்டும் பிறந்திருக்கிறான்.”

“நான் என்ன பிழையீடு செய்யவேண்டும் மாதங்கரே?” என்றான் அர்ஜுனன். “யானைக்கு இழைத்த தீங்குக்கு சிவகுமாரனாகிய கணபதிக்கு முன் காப்புகட்டி மூன்றுநாள் உண்ணாநோன்பிருக்கவேண்டும் என்பது வழக்கம்” என்றான் மாதங்கன். “யானைக்குள் குடிகொள்ளும் கஜபதி உங்களை ஏற்றுக்கொள்ளவேண்டும். எப்படி இச்செய்தியை யானைகள் பகிர்கின்றன என்றறிய முடியாது. ஆனால் அவையனைத்துமே இப்போது தங்களை அறிந்திருக்கும். ஓர் அன்னையானை தங்களை ஏற்றுக்கொண்டதென்றால் தாங்கள் மன்னிக்கப்பட்டீர்கள் என்று பொருள்.”

அர்ஜுனன் நெடுமூச்சுடன் “ஆம், அவ்வாறே செய்கிறேன்” என்று திரும்பி நடந்தான். அவனுக்குப் பின்னால் அஸ்வத்தாமா அச்சத்துடன் உறுமியது. மிகத்தொலைவில் இன்னொரு களிறு பதிலுரைத்தது. மேலும் அப்பால் இன்னொன்றின் மெல்லிய குரல் காற்றில் எழுந்தது. ‘அஸ்வத்தாமன்’ அச்சொல் இப்போது தன் வாழ்க்கையில் எத்தனை முதன்மையானதாக ஆகிவிட்டது என்று எண்ணிக்கொண்டான். அப்போதுகூட அஸ்வத்தாமன் மீதான சினம் நெஞ்சுக்குள் எரிந்துகொண்டே இருப்பதை உணர்ந்தான்.

அர்ஜுனன் தன் குடிலுக்கு வந்து உணவேதும் அருந்தாமல் இருளிலேயே சென்று ஈச்சம்பாயை விரித்துத் படுத்துக்கொண்டான். இரவிலேயே கிளம்பி அஸ்தினபுரிக்குச் சென்றுவிடவேண்டும் என்றும் இல்லை கங்கையை நீந்திக்கடந்து மறுகரை சென்று அப்படியே மறைந்துவிடவேண்டும் என்றும் எண்ணிக்கொண்டான். அவ்வாறு செல்வதைப் பற்றி விரிவாகத் திட்டமிட்டான். நூறுமுறை அவ்வழிகளில் சென்று சென்று சலித்தான். பின் ஓர் அம்புடன் சென்று துரோணரின் குடில்கதவைத் தட்டித் திறந்து கழுத்தைவெட்டிக்கொண்டு குருதிவழிய அவர் காலடியில் விழுந்து துடித்தான். அவர் அவனை அள்ளி மார்போடணைக்க அவரது கைகளை உணர்ந்தபடி உயிர்விட்டான்.

கண்களிலிருந்து கன்னம் வழியாக வழிந்த வெப்பமான கண்ணீரை உணர்ந்தபடி இரவெல்லாம் படுத்திருந்தபின் விடியற்காலையில்

அர்ஜுனன் துயிலில் விழுந்தான். துயிலில் இருளில் இருந்து பேருடலுடன் பிளிறியபடி எழுந்து வந்த அஸ்வத்தாமா துதிக்கையைத் தூக்கியது. அதில் ஒளிவிடும் நீண்ட அம்பு இருந்தது. அம்பு எங்கோ பட்டு கணீரென்று ஒலித்தது. அவன் அலறியபடி எழுந்துகொண்டபோது துரோணரின் குடிலில் கலங்கள் முட்டிய ஒலிகள் கேட்டன. அவ்வொலியிலேயே அது துரோணரின் கை என்று உணர்ந்த அவன் அகம் அதிர்ந்து அவனை முற்றிலும் எழுப்பிவிட்டுவிட்டது.

ஒரு கணம் எங்கிருக்கிறோம் என்று அறியாதவனாகத் திகைத்தபின் எழுந்து வெளியேசென்று தொட்டிநீரில் முகம் கழுவிவிட்டு வெளியே ஓடினான். துரோணர் அஸ்வத்தாமனுடன் கங்கைப்பாதையில் நடந்துகொண்டிருந்தார். அவன் தன்னையறியாமலேயே ஓடியபின்னர் முந்தையநாள் நிகழ்வுகள் நினைவிலெழ, நின்றுவிட்டான். காலடியோசை கேட்டுத் திரும்பிய துரோணர் புன்னகையுடன் அவனைநோக்கி தலையசைத்தார். அவன் அருகே சென்றதும் அவர் இயல்பாக பேசத்தொடங்கினார். நேற்று பேசியவற்றின் தொடர்ச்சிபோல.

"கைக்கோள் படைகள் அம்பு, கதை, பட்டீசம், வாள், பிராசம், குந்தம், சக்கரம், காசம், கவசம் என்று ஒன்பதுண்டு என்கிறது சுக்ரநீதி. அம்பை பறவை என்றே நூல்கள் சொல்கின்றன. பிரம்மனின் மைந்தனாகிய காசியபபிரஜாபதி தட்சனின் மகள்களான பெருநாகங்களை மணந்தார். அவர்களில் தாம்ரை என்னும் செந்நிறமான சிறகுகள் கொண்ட நாகத்தில் கிரௌஞ்சி, ஃபாசி, ஸ்யோனி, திருதராஷ்ட்ரி, சுகி என்னும் நாகப்புதல்வியரை அவர் பெற்றெடுத்தார். அவர்களில் ஸ்யோனி வன்வடிவம் கொண்ட பருந்துகளையும் கழுகுகளையும் ஈன்றாள். திருதராஷ்ட்ரி மென்மையான அன்னப்பறவைகளையும் சக்ரவாகங்களையும் ஈன்றாள். இவ்விரு பறவைக்குலமும் ஒன்றை ஒன்று கலந்து தங்களை மண்ணிலுள்ள பறவைக்குலங்களாகப் பெருக்கிக் கொண்டன. பிற ஒவ்வொரு பறவையிலும் இவ்விரு பறவைக்குணங்களும் கலந்திருக்கும் என்கிறது புராணம்.

"பறவையில் வாழும் நாகம் அதன் கழுத்துகளில் தன்னைக் காட்டுகிறது" என்றார் துரோணர். "பறக்கும் நாகங்களே பறவைகள் என்கிறார்கள் முன்னோர். பறப்பதனால் அம்புகளும் பறவையினமே. ஆகவேதான் அம்பின் கூர்முனை கோணம் எனப்பட்டது. அம்பின் அலகு பறவையின் அலகுகளைப்போலவே எண்ணற்ற வடிவங்கள் கொண்டது. அவற்றை ஆறுவகையாகப் பிரித்திருக்கின்றனர். சிட்டுக்குருவி போல சிற்றலகுகொண்டவை நரம்புகளை தாக்கக்கூடியவை. காகம்போல அலகு கொண்டவை எளிய நேர்த்தாக்குதல்களுக்குரியவை. கொக்குபோல நீள்

அலகுகொண்டவை எலும்புவரை குத்திச்செல்லக்கூடியவை. தசைகளை வாளென வெட்டுபவை நாரையின் அலகுகள். குத்தியபின் வெளியே எடுக்கமுடியாதவை பருந்தின் அலகுகள். வாத்துகளைப்போன்ற அலகுகொண்டவை கவ்விக்கொள்பவை.”

கங்கைக்கரையின் பாதையில் அவர்களின் காலடிகள் மட்டும் ஒலித்துக்கொண்டிருந்தன. “பறவையின் உடல்போன்றது அம்பின் உடல். அதை தேஹ என்கின்றன நூல்கள். அதன் அளவும் எடையும் அம்பின் அலகைச் சார்ந்தது. உயர்ந்த புல்லால் ஆனதும் இரண்டுமுழம் நீளமுள்ளதும் எடையற்றதுமான அம்பே சிறந்தது என்கிறது சுக்ரநீதி. சிட்டுக்குருவியின் அலகு கொண்ட அம்புகளுக்கு ஐந்துவிரல் நீளமே போதுமானது. வாத்துக்களின் அலகுகொண்ட அம்பு நான்குமுழம் நீளமில்லாவிடில் வெட்டாது” என்று சொன்னபடி துரோணர் நடந்தார்.

கங்கையில் இறங்கி குடுமியை அவிழ்த்து தோளில் பரப்பி நீராவி பரவிய மென்வெம்மைகொண்ட நீரில் அலையிளக இறங்கி மூழ்கி எழுந்து தாடியில் நீர்சொட்ட துரோணர் தொடர்ந்து சொன்னார் “அம்பின் சிறகுகளை பக்ஷம் என்கின்றன நூல்கள். அவற்றிலும் பறவைகளின் இலக்கணங்களையே வைத்துள்ளனர். சிட்டுக்குருவியின் சிறிய இறகுகள் முதல் கழுகின் முறச்சிறகு வரை அனைத்துவகை அம்புப்பீலிகளும் உண்டு. ஈ, கொசு, வண்டு, தட்டாரப்பூச்சி என அனைத்துவகை சிறகுகளில் இருந்தும் அம்புகளின் சிறகுகளை அடைந்திருக்கிறது வில்லியல். ஐந்தடுக்குகள் கொண்ட பீலிகள் உண்டு. எண்கோண வடிவு கொண்டவையும் புரிவடிவம் கொண்டவையும் உண்டு. அம்பின் சிறகுகளின் இணைவுகளும் வடிவுகளின் எல்லையற்றவை.”

“சிறகுகள் அம்பின் அலகின் எடையை சமன்செய்கின்றன. காற்றில் மிதக்கவைக்கின்றன. ஏறவும் இறங்கவும் செய்கின்றன. அசைவின் அடிப்படையில் அவை பன்னிரு வகைகளாகப் பிரிக்கப்பட்டிருக்கின்றன...” துரோணர் தொடர்ந்தார். “அம்புகளை சுகோண:சுதேஹ:சுபக்ஷ: எனறு குறிப்பிடுகின்றன நூல்கள். இம்மூன்று இயல்புகளும் பொருந்திய அம்புகள் பொருத்தப்பட்டதும் வில் மகிழ்கிறது. நன் மகவை இடையில் ஏற்றிக்கொண்ட அன்னைபோல. இனிய ஓசையை அடைந்த சொல்போல. வேதத்தை ஏற்றுக்கொண்ட அக்னி போல.”

அவர் சொல்லிக்கொண்டே இருக்க நீரில் நின்றபடி அர்ஜுனனும் அஸ்வத்தாமனும் கேட்டுக்கொண்டிருந்தனர். அஸ்வத்தாமன் ஒவ்வொரு வரிக்கும் அவனையறியாமலேயே தலையை அசைத்துக் கொண்டிருந்தான். துரோணர் இருவரையும் பார்க்கவில்லை. தன்

சொற்களில் மூழ்கியவராக சொல்லிக்கொண்டே சென்றார். “ஆகவே பறவைகளைப் பார்த்துக்கொண்டிருங்கள். தனுர்வேதமே புல்லில் இருந்தும் பறவைகளில் இருந்தும் முன்னோர்களால் கற்கப்பட்டது. புல்லும் பறவைகளும் அந்த ஞானத்தை லட்சம் கோடி வருடங்களாக காற்றில் இருந்து கற்றுக்கொண்டன. புல்நுனிகளும் பறவைச்சிறகுகளும் காற்றைக் கையாளும் விதங்களில் உள்ளன, வில்வேதத்தின் அனைத்துப் பாடங்களும்.”

மூதாதையருக்கு நீர் படைத்து வணங்கிவிட்டு ஈரமரவுரியுடன் துரோணர் மேடேறிச்செல்ல இருவரும் பின்னால் சென்றனர். துரோணர் “வில்வேதமென்பது உண்மையில் எதை அறிகிறது? எவ்வழியில் அது மீட்பளிக்கிறது? எல்லா ஞானமும் பிரம்மத்தையே அறிய முயல்கின்றன. பிரம்மசாக்ஷாத்காரமே ஞானமெனும் அம்பின் இலக்கு. வில்வேதமோ காற்றாகி வந்த பிரம்மத்தை அறிய முயல்கிறது. காற்றை ‘நமஸ்தே வாயோ த்வமேவ ப்ரத்யக்ஷம் ப்ரம்மாஸி’ என்கின்றது வேதம். வாயு நேரிலெழுந்த பிரம்மம். ‘வாயுர்மே ப்ராணே ஸ்ரிதஹ. ப்ராணோ ஹ்ருதயே’. அந்த காற்றே உயிராக நம்முள் நிறைந்துள்ளது. நம் அகமாக நம்மை ஆள்கிறது. அதை வணங்குக!”

அன்றும் தொடர்ந்த நாட்களிலும் அர்ஜுனனின் அகம் அவரது கண்களின் ஆழத்தை நோக்க முயன்றபடியே இருந்தது. அவர் ஒருசொல்கூட கேட்கப்போவதில்லை என்று தெரிந்தது. ஆனால் எங்கோ ஒரு பார்வையில் ஒரு சொல்லின் ஓர் உடற்குறிப்பில் அவர் வெளிப்படுவார் என்று அவன் எதிர்நோக்கிக்கொண்டே இருந்தான். அம்புப்பயிற்சியில், கானுலாவில், ஸ்வாத்யாயத்தில், பணிகளில் எங்கும் அவன் அகப்புலன் ஒன்று விழித்துக் காத்திருந்தது. ஆனால் அவர் முற்றிலும் தன்னை உள்ளிழுத்துக்கொண்டுவிட்டிருந்தார். கற்பிக்கையில் முற்றிலும் கல்வியாக மட்டுமே மாறிவிடும் யோகத்தை அவர் அறிந்திருந்தார். விறகு தழலாக மாறி நிற்பதுபோல அவரது ஞானம் மட்டுமே அவன் முன் நின்றது. அதில் விறகின் வடிவோ வாசனையோ இருக்கவில்லை.

குறுங்காட்டில் மாலையில் பறவைகளைப் பார்ப்பதற்காக துரோணர் அனைவரையும் அழைத்துச்சென்றிருந்தார். புதர்களுக்குள் அமர்ந்து ஓசையும் அசைவும் இன்றி பறவைகளைளீ கூர்ந்து நோக்கும்படி சொன்னார். “வந்தமர்தல், எழுந்துசெல்லல், சமன்செய்து அமர்ந்திருத்தல், நேர்படப்பறத்தல், விழுதல், எழுதல், வளைதல், மிதந்துநிற்றல், காற்றில் பாய்தல், வட்டமிடுதல், சிறகு குலைத்து காற்றை எதிர்கொள்ளல், உறவாடல் என்னும் பன்னிரு அசைவுகளால் ஆனது பறவை. ஒவ்வொரு பறவையும் அதன் எடைக்கும் வடிவுக்கும் ஏற்ப ஒவ்வொரு அசைவையும்

அடைந்துள்ளது” ஒரு பறவை எழுந்து மறைந்தபின் மெல்லிய குரலில் துரோணர் சொன்னார். “ஒவ்வொரு அசைவையும் தனித்தனியாக உற்றுநோக்குங்கள். பறவையை ஓர் அம்பு என்று பார்ப்பதும் அம்பை ஒரு பறவை என்று பார்ப்பதும் தனுர்வேதத்தின் கற்றல்முறையாகும்.”

தன்னைத்தான் தொடுத்துக்கொள்ளும் அந்த அம்புகளை நோக்கி அவர்கள் புதர்களுக்குள் தவமிருந்தனர். பறவைகள் சேக்கேறத்தொடங்கி அந்தி மயங்கியதும் துரோணர் எழுந்து “இன்றைய ஸ்வாத்யாயம் இங்கேயே ஆகட்டும். உணவை இங்கே கொண்டுவரச்சொல்” என்றார். அவர்கள் கங்கை தெரியும்படி புல்வெளியில் வட்டமாக அமர்ந்துகொண்டனர். “கிளைவிட்டெழும் பறவைகள் குரலெழுப்புகின்றன. வில்விட்டு எழும் பறவைகள் குரலற்றவை. ஆனால் அவற்றைக் கேட்க முடியும். ஒவ்வொரு அம்புக்கும் ஒலியுண்டு. அதை பக்ஷாரவம் என்கின்றது வில்லியல். வில்லில் இருந்து கிளம்பிய அம்பை கண்கள் அறியாது. காதுகள் அறியமுடியும். சிறகுகளின் ஒலியைக் கேட்பதே விற்கலையின் உச்சஅறிவு.”

“ஏழுவகை நுட்பங்களால் ஆனது அம்பின் சிறகோசை. அம்பு வில்விட்டெழும்ஒலி, காற்றைக்கீறும் ஒலி, சிறகுப்பீலிகள் மிதக்கும் ஒலி, காற்றில் எழும்—விழும் ஒலி, அணுகும் ஒலி, புரிசிறகு சுழலும் ஒலி, கடந்துசெல்லும் ஒலி. ஒவ்வொரு ஒலியையும் தனித்தனியாகக் கேட்கப்பழகவேண்டும். ஒலியை வைத்தே அம்பு எத்திசையிலிருந்து எத்தனை விரைவில் எந்தக்கோணத்தில் வந்துகொண்டிருக்கிறது என அறிந்து அறிந்தகணமே நம் கையில் நம் எதிரம்பு நிகழுமென்றால் நம்மை எந்த அம்பும் தீண்டாதென்று அறிக!

“ஒலியை அகம் கேட்காமலாக்குவது எது? நம்முள் உறையும் வேட்டை மிருகத்துக்கு ஒலி மிகமிக இன்றியமையாதது. நாம் ஒலியைக்கேட்டே கூடுதல் அஞ்சுகிறோம். ஒலி சார்ந்தே எச்சரிக்கை கொள்கிறோம். எனவே ஒலியில் நம் கற்பனையை ஏற்றிவைத்திருக்கிறோம். அந்த எடையை ஒலியில் இருந்து இறக்கி வைத்துவிடுங்கள். கற்பனை கலவாத தூய ஒலியை நம் கணிதபுத்தி எதிர்கொள்ளட்டும். ஒலியை அறிதலென்பது வில்வேதத்தின் ஒரு கலை. அதை சப்தயோகம் என்கின்றன நூல்கள்.”

இருட்டி வந்தது. உக்ராயுதனும் பீமவேகனும் சுளுந்துகளைக் கொளுத்தி நட்டு ஒளியேற்றினர். “விலங்குகள் பூச்சிகளைப் பிடிக்கும் கலையைக் கண்டு இதை கற்றறிந்தனர் ஞானிகள். தவளை நாநீட்டி ஈயைப்பற்றுகிறது. நா கிளம்பும்போதே ஈ எத்தனை தொலைவு பறந்திருக்கும் என தவளை கணக்கிட்டுவிட்டிருக்கிறது. வில்லவன் காதால் காண்பவன். காதுகளைத் திறக்கையில் நம்மைச் சூழ்ந்திருக்கும் ஒலிகளாலான பெருவெளியை நாம் அறியமுடியும். உயிர் என்றும் பொருள் என்றும் அண்மையென்றும்

சேய்மை என்றும் அருவென்றும் பருவென்றும் நம்மைச் சூழ்ந்திருப்பவை அனைத்துமே ஒலிகளாகவும் இருந்துகொண்டிருக்கின்றன.”

“காதுகளைத் திறந்து கண்மூடி அமர்ந்திருங்கள்” என்றார் துரோணர். அவர்கள் கண்களை மூடிக்கொண்டார்கள். “ஒலிகளை மட்டும் கேளுங்கள். ஒலிகளுடன் உங்கள் சித்தவிருத்தி இணைந்துகொள்ளலாகாது. ஒலிகளைக் காட்சிகளாக ஆக்கிக்கொள்ளலாகாது. ஒலிகள் ஒலிகளாக மட்டுமே ஒன்றுடன் ஒன்று இணையட்டும்.” அவர்கள் ஒலிகளை கேட்டுக் கொண்டிருந்தனர். மிக அப்பால் இளங்களிறான அஸ்வத்தாமா உரக்க ஓலமிட்டது. அதைக்கேட்டு காட்டுக்குள் ஏதோ யானை மறுமொழி எழுப்பியது. வௌவால்கள் கூட்டமாகச் சிறகடிக்க, தேங்கிய நீர் என காற்று ஒலித்தது. மரக்கிளைகள் முனகிக்கொள்ள இலைகளை அலைத்துக்கொண்டு காற்று சுழன்றுசென்றது. கலைந்த பறவைகள் உதிரிச்சொற்களுடன் காற்றிலேறி மீண்டும் அமைந்தன.

ஒவ்வொரு ஒலியும் வெவ்வேறு இடங்களில் வெவ்வேறு அழுத்தங்களில் தனித்து ஒலித்தன. பின்னர் அவை ஒன்றோடொன்று கலந்து ஒரு படலமாக ஆயின. அப்படலம் பூமியை போர்த்திமூடியிருந்தது. அருகே குறுகிய ஒரு குருவிக்குஞ்சும் நெடுந்தொலைவில் பிளிறிய ஒரு யானையும் புதர்களில் சலசலத்தோடிய கீரியும் யாரோ ஒருவரின் தும்மலும் இணைந்து உருவான ஒற்றைப்பெரும்படலம் பூமியிலிருந்து எழுந்து அதன் ஆவிபோலப் பரந்துகிடந்தது.

துரோணர் ‘ஓம் ஓம் ஓம்’ என்றபோது அவர்கள் கண்களைத் திறந்தனர். “ஒலியை தவம்செய்யுங்கள். ஒலியை உள்ளூர உணர்வதை சப்தபுடம் என்கின்றன நூல்கள். ஒலிகளால் உலகை அறிவது சப்தஞானம். ஒலியைக் கேட்பதை விடுத்து ஒலிப்பரப்பின் ஒருதுளியாக நம் அகம் மாறுவதே சப்தயோகம். வில்வேதமென்பது மூன்றுவகை யோகங்களால் நிகழ்வதாகும். கைகளால் வில்லையும் அம்பையும் தொட்டறியும் ஸ்பர்சயோகம். இலக்குகளை கூர்ந்தறியும் அக்ஷயோகம். அம்புகளின் ஒலியை அறியும் சப்தயோகம். திரியோக சமன்வயி என்று வில்வேதத்தின் நூல் ஒன்று தன்னை அழைத்துக்கொள்கிறது.”

புல்நிரப்பப்பட்ட கூடைகளில் வைக்கப்பட்ட கலங்களில் சூடான உணவைச் சுமந்தபடி ஏவலர்கள் மேடேறிவந்தனர். கீழே அவர்களின் குடில்கள் பந்த ஒளியில் செந்நிற திரைச்சித்திரங்கள் போல அலையடித்தன. அனைவரும் வட்டமாக அமர்ந்துகொள்ள பாளைத் தொன்னைகளில் சூடான அப்பங்களையும் கீரைக்கூட்டையும் சுட்ட கிழங்கையும் ஏவலர் பரிமாறினர். துரோணர் உணவுத்துதியைச் சொன்னதும் அனைவரும் உண்ணத்தொடங்கினர். உண்ணும் ஒலிகள்

மட்டும் கேட்டுக்கொண்டிருந்தன. உணவின் வெம்மை, பந்தங்களைச் சுற்றிப் பறந்த பூச்சிகளை அழைக்க அவை கனல்ஒளிரும் சிறகுகளுடன் பறந்து அருகே வந்து தட்டைச்சுற்றிப் பறந்தன. அவர்கள் இடக்கையால் வீசியபடி வலக்கையால் உண்டனர்.

கீழிருந்து சருகுகளை அள்ளி எழுந்து வந்த காற்றில் ஐந்து பந்தங்களும் ஒரேசமயம் அணைந்தன. "பொறுங்கள்" என்று துரோணர் இருளுக்குள் சொன்னார். வினைவலர் சிக்கிமுக்கிகளை உரசத்தொடங்க அனல் மின்னி மின்னித் தெறித்தது. துரோணர் உரக்க "அர்ஜுனா, என்ன செய்கிறாய்?" என்றார். அர்ஜுனன் "மன்னிக்கவேண்டும் குருநாதரே. உணவுண்டேன்" என்றான். "அல்ல, நீ இடக்கையால் என்ன செய்தாய்?" அர்ஜுனன் தயங்கி "பூச்சிகளை பிடித்துப் போட்டேன்" என்றான். "பூச்சிகளை எப்படிக் கண்டாய்?" சற்றுநேர அமைதிக்குப்பின் "அவற்றின் ஒலியைக் கண்டேன்" என்றான் அர்ஜுனன்.

முதல் பந்தம் எரிந்த ஒளியில் தாடிமயிர்கள் தழலெனப் பறக்க, ஒளிப்பொட்டுகள் அசைந்த விழிகளுடன் துரோணர் கேட்டார் "இவை மிக விரைவாகச் சுழலும் பூச்சிகள். இவற்றின் ஒலியைக்கொண்டு எப்படி அண்மையை அறிந்தாய்?" அர்ஜுனன் "குருவே, தாங்கள் சற்றுமுன் சொன்னவற்றை நான் என் நெஞ்சுக்குள் பல்லாயிரம் முறை சொல்லிக்கொண்டேன். கண்மூடி ஒலிகளைக் கேட்டிருக்கையில் என்னைச்சூழ்ந்து பறந்த பூச்சிகளின் ஒலிகள் வழியாக அவற்றைக் காணமுயன்றேன்" என்றான். துரோணர் மூச்சு ஒலிக்கும் ஒலியில் மெல்ல "கண்டாயா?" என்றார். "ஆம்" என்றான் அர்ஜுனன். துரோணர் தலையை மட்டும் அசைத்தார்.

உணவுண்டபின் துரோணர் எழுந்து மேலும் காட்டுக்குள் இருளில் கூட்டிச்சென்று வௌவால்களைக் காட்டினார். இருளில் அவை மரங்களை முட்டாமல் வளைந்து பறப்பதை சுட்டிக்காட்டிச் சொன்னார் "விழி என்பது சித்தத்தின் ஓர் ஊர்தி மட்டுமே. ஊர்தியின்றி தூய சித்தம் பறக்க முடியும். அந்நிலையில் இருப்பவை இவை. விழிகளால் அவை ஒளியைப் பார்க்கின்றன. அகவிழியால் இருளைப் பார்க்கின்றன. அவற்றுக்கு அவ்வாற்றலை அளிப்பது அவை பகல்முழுக்கச் செய்யும் தலைகீழ்ப்பெருந்தவம். ஒலியைத் தவம்செய்வதென்பது ஒளியாலான நம் உலகிலிருந்து நாம் கொள்ளும் முழுவிலகல். ஆகவே வில்லவன் இருளில் இருக்கவேண்டும். இரவைப் பயிலவேண்டும்."

நள்ளிரவில் அவர்கள் திரும்பிவந்தனர். திரும்பும்போதும் கற்பித்தபடியே வந்த துரோணர் விடைகொடுக்கும் கணத்தில் "பார்த்தா, நீ என் குடிலுக்குள் வா" என்றபின் உள்ளே சென்றார். அஸ்வத்தாமனை

நோக்கியபின் அர்ஜுனன் உள்ளே சென்றான். துரோணர் குடிலின் படலை மூடியபின் திரும்பி கனத்த குரலில் "உன் குருவாக என் ஆணை இது. நீ என்றென்றும் இதற்குக் கட்டுப்பட்டவன்" என்றார். "ஆணையிடுங்கள் குருநாதரே" என்றான் அர்ஜுனன். "ஒருதருணத்திலும் நீ என் மைந்தனைக் கொல்லலாகாது. எக்காரணத்தாலும்" என்றார் துரோணர். மறுகணமே "ஆணை" என்றான் அர்ஜுனன். துரோணர் நடுங்கும் குரலில் "அவன் ஒருவேளை மானுடர் கற்பனைக்கே அப்பாற்பட்ட பெரும் அறப்பிழையைச் செய்தாலும்" என்றார். "ஆம், அவ்வாறே" என்றான் அர்ஜுனன்.

அவனருகே வந்து சற்று குனிந்து உதடுகள் நடுங்க துரோணர் சொன்னார் "நாளை உன் குலத்துக்கும் உனக்கும் பெரும்பழியை அவன் அளித்தாலும்... உன் பிதாமகர்களையும் அன்னையரையும் உடன்பிறந்தாரையும் மைந்தர்களையும் உன் கண்ணெதிரே அவன் கொன்றாலும் உன் கை அவனை கொல்லக்கூடாது." அர்ஜுனன் "ஆம் குருநாதரே. மூதாதையரும் மும்மூர்த்திகளும் ஆணையிட்டாலும் அவ்வண்ணமே" என்றான். பெருமூச்சுடன் உடல்தளர்ந்த துரோணர் அவன் தலையில் கை வைத்து "மானுடரில் உன்னை எவரும் வெற்றிகொள்ளமாட்டார்கள்" என்றார். பின்பு கதவைத் திறந்தார்.

அர்ஜுனன் வெளியே வந்தபோது கௌரவர்களும் சற்று முன்னால் அஸ்வத்தாமனும் குடிலின் வாயிலை நோக்கியபடி நிற்பதைக் கண்டான். ஒருகணம் திகைத்தபின் அவன் தலைகுனிந்து முன்னால் நடந்தான். குடில்வாயிலில் தோன்றிய துரோணர் உரத்த குரலில் "கேளுங்கள் இளைஞர்களே! என் முதல்மாணவன் இவன். பாரத்வாஜ—அக்னிவேச குருகுலங்களில் முதல்வன் இளையபாண்டவனாகிய பார்த்தன். ஒருபோதும் இவனுக்கு நிகராக இன்னொருவனை நான் வைக்கப்போவதில்லை. இவனை இனி என் வடிவமாகவே கண்டு வணங்குங்கள். இவனுக்கு எதிராகச் சொல்லப்படும் ஒவ்வொரு சொல்லும் என்னை நோக்கியே. இவன் மேலெழும் ஒவ்வொரு வில்லும் எனக்கு எதிராகவே" என்று சொல்லி "ஆம், அவ்வாறே ஆகுக" என்றார். பின்னர் திரும்பி உள்ளே சென்றார்.

அர்ஜுனன் அஸ்வத்தாமனின் விழிகளை நோக்காமல் தளர்ந்த கால்களுடன் தன் குடிலை நோக்கிச் சென்றான். உவகையில் சிறகுகள் முளைக்கவேண்டிய தருணம். ஆனால் உள்ளம் குளிர்ந்து கனத்து உடலை அழுத்தியது. அனைத்தையும் இழந்துவிட்டதுபோன்ற வெறுமையுணர்வு கண்ணீராக வந்து இமைகளை நிரப்பியது.

11

அஸ்தினபுரியின் எல்லைக்குள் நுழைந்தபோது ஏற்பட்ட உவகையை அர்ஜுனன் வியப்புடன் அறிந்தான். அந்நகரம் ஒருபோதும் அவனுக்குப் பிடித்தமானதாக இருந்ததில்லை. மிக இளமையில் அன்னையுடன் அந்த நகரின் கோட்டைவாயிலைக் கடந்து உள்ளே வந்தபோது அங்கே ஒலித்த முரசொலியும் முழவொலியும் கொம்புகளின் பிளிறல்களும் இணைந்து அவனைப் பதறச்செய்தன. அதன்பின் பிறந்ததுமுதல் அவன் அறிந்திருந்த சதசிருங்கத்துக் காட்டின் அமைதியையே அவன் எண்ணிக்கொண்டிருந்தான். அவனை ஏற்றிச்சென்ற அந்தத் தேர், கைகளைவீசிக் கூச்சலிட்ட மக்கள்திரள், மலர்மழை அனைத்தும் அவனை சினம் கொள்ளச்செய்தன. ஒவ்வொரு இடத்திலும் இருந்த ஆசாரங்களையும், நெறிகளையும் தருமன் அவனுக்கு சொல்லிக்கொண்டே இருந்தான். அதைக்கேட்கும்தோறும் அவன் சினம் கூடிவந்தது.

அந்தப்புரத்தின் அறைகளில் இருந்து தருணம் கிடைக்கையில் எல்லாம் அவன் ஓடிப்போகத் தொடங்கினான். இடைநாழிகள் வழியாக வழிதவறிச்சென்று புதிய அறைகளில் சென்று நுழைவான். சூதர்பெண்கள் அமர்ந்து ஓய்வெடுக்கும் இடங்களில் நுழைந்து அவர்களை வியந்துகூவச்செய்வான். பின்பக்கம் அவர்களின் உபகூடங்களுக்குள் சென்று அவர்கள் தங்கும் இடுங்கிய சிற்றறைகளை, குளிக்கும் மூடுகுளங்களை, உடைமாற்றிக்கொள்ளும் ஈரமான இடைக்கழிகளை, கூடி உணவுண்ணும் ஓசைமிக்க அன்னசாலைகளைப் பார்ப்பான். ஒவ்வொரு இடத்திலிருந்தும் அவனை மீட்டுக்கொண்டு வருவார்கள். அதன்பின் அவனுடன் எப்போதுமே சேடிகள் இருக்கத் தொடங்கினர். அவன் அவர்களின் விழிகளையே நோக்கிக்கொண்டிருப்பான். அவர்கள்

சற்று திரும்பும்போது நழுவிச்சென்றுவிடுவான். அவனுக்காக அவர்கள் தண்டம் பெற்று, அதைச்சொல்லிக் கண்கலங்குகையில் இனிமேல் செல்லக்கூடாதென்றே எண்ணுவான். ஆனால் ஒரேநாளில் அந்தப்புரம் அவனை திணறச்செய்யும்.

சற்று கால்கள் வளர்ந்ததும் அந்தபுரத்தைவிட்டு வெளியே சென்று அரண்மனை வளாகத்தைத் சுற்றிவரத் தொடங்கினான். மிகச்சில மாதங்களிலேயே அரண்மனை சலித்து நகரத்தைச் சுற்றிவந்தான். சிலநாட்களிலேயே நகரமும் சலித்தது. “என்னுடன் காட்டுக்கு வா, அது சலிக்கவே சலிக்காத பேருலகம்” என்றான் பீமன். ஆனால் சிலநாட்களிலேயே காடும் அவனுக்கு சலித்தது. “பார்த்தா, நீ தேடுவது வெற்றிகொள்வதற்கான உலகை. வெற்றிகொள்ளப்பட்டதுமே சலித்துப் பொருளிழப்பது அது. நான் என்னை அர்ப்பணிக்கும் களங்களை நாடுகிறேன். காடு என் தெய்வத்தின் கருவறையின் படிக்கட்டு” என்றான் பீமன்.

பீமன் சொன்னது உண்மை என்று அறிந்தது வில்லியல் கற்கும்போதுதான். ஒவ்வொருநாளும் கற்கவேண்டியவை திறந்துகொண்டே இருந்தன. முடிவற்ற போர்க்களங்களின் நிரை. ஒன்றில் வென்ற படைக்கலங்கள் எவையும் அடுத்த களத்தில் பயனுறவில்லை. வெற்றி மேலும் பெரிய அறைகூவலை நோக்கித் தள்ளியது. ஒருகணமும் சித்தம் சலிப்புறமுடியாது. கண்ணிமை மூடினால் தலைக்குமேல் தேர்ச்சக்கரங்கள் உருண்டுசென்றுவிடும். துரோணரிடம் கல்வி கற்பதற்காக அவன் சென்றபின் ஒருமுறை கூட அஸ்தினபுரிக்கு மீண்டுவரவில்லை. ஒருகணம்கூட அந்நகரையோ அங்குள்ளவர்களையோ நினைக்கவுமில்லை. துரோணர் மட்டுமே அவனைச்சூழ்ந்து அவன் வானமாக இருந்தார். அவரது சொற்களை அள்ளுவதென்பது மழைத்துளிகளை வானிலேயே பற்றிக்கொள்வதுபோல. ஆனால் அவன் ஒரு சொல்லையும் கைநழுவவிடவில்லை.

துரோணரின் சாலைக்கு துரியோதனனும் பீமனும் தருமனும் அவ்வப்போதுதான் வந்தனர். பீமனுக்கும் துரியோதனனுக்கும் துரோணர் தனுர்வேதத்தின் கதைப்போர் நுட்பங்களைக் கற்பித்தார். ஒருபோதும் அவர்களிருவரும் சேர்ந்து வரவில்லை. அதை எப்படி அறிகிறார்கள் என்ற வியப்பு எழுந்ததுமே அவர்கள் ஒருவரை ஒருவர் மிகநன்றாக அறிந்திருப்பார்கள் என்ற எண்ணமும் அவனுக்கு உருவாகியது. தருமன் பெரும்பாலும் காலையில் வந்து மாலையிலேயே திரும்பிச்சென்றான். அவனுக்கு அடிப்படைப் போர்க்கலையை மட்டுமே துரோணர் கற்பித்தார். அர்ஜுனனிடம் தருமன் “பார்த்தா, நீ ஒவ்வொரு நாளும் மாறிக்கொண்டிருக்கிறாய். தளிர் இலையாகும் விரைவுக்கு நிகராக

ஏதுமில்லை. இளமையின் அனைத்து ஆற்றலும் இளமையைக் கடப்பதற்கே என்கிறது சுக்ரநீதி" என்றான்.

அர்ஜுனன் புன்னகைசெய்தபோது "ஏன் சிரிக்கிறாய்?" என்றான். "நூல்களில் இல்லாத எதையாவது உங்கள் சொற்களில் தேடிக்கொண்டிருக்கிறேன் மூத்தவரே" என்றான் அர்ஜுனன். "இங்கு நீ கற்பதும் நூலைத்தானே?" என்றான் தருமன். "ஆம். ஆனால் நூல்களை நான் நூல்களாக நினைவில்கொண்டிருக்கவில்லை. நூல்களைப்பற்றிய என் அறிதல்களையே கொண்டிருக்கிறேன்" என்றான் அர்ஜுனன். "ஆம், அது உன் கலை. நெறிநூல்களைப்பொறுத்தவரை மிகச்சரியான வார்த்தைகளில் அவற்றை நினைவுகூர்பவனே அவற்றைக் கையாளமுடியும். நெறிகள் ஏற்கப்படுவது அவை மூதாதையர் சொல் என்பதற்காகவே" என்றான் தருமன். அர்ஜுனன் உரக்கநகைத்து "அப்படியென்றால் உங்கள் சொற்கள் ஏற்கப்படவேண்டுமென்றால் நீங்கள் மறைந்தாகவேண்டும்" என்றான். தருமன் "இது நகைப்புக்குரியதல்ல பார்த்தா" என்றான்.

ஒவ்வொன்றும் மாறியிருக்க அஸ்தினபுரி மாறாமலிருந்தது. கோட்டைக் காவலர்கள், காவல்மாடங்களின் வண்ணங்கள், கொடிகள், முரசுத் தோல்கள், மரங்களின் இலைகள் அனைத்தும். அதற்கப்பால் அஸ்தினபுரி மானுடனுடன் உரையாடாது விண்ணை நோக்கி விரிந்திருந்தது. அவன் உள்ளே நுழைந்தபோது அவனை எதிர்கொள்ள பெருமுரசுகள் முழங்கின, பழகிய யானை உறுமுவதுபோல. அதன் துதிக்கை அசைவுபோல காவலர்குழு ஒன்று எதிர்கொண்டு வரவேற்று உள்ளே அழைத்துச்சென்றது. நகருக்குள் நுழைந்து சாலைகள் வழியாகச் சென்றபோது நகர்மக்கள் சாளரங்களிலும் உப்பரிகைகளிலும் வந்து நின்று அவனை வாழ்த்திக் குரலெழுப்பினர். திரும்பிவருகையில் மட்டும் இந்நகரம் எனக்கு உவப்பளிக்கிறது என அவன் எண்ணிக்கொண்டான். திரும்பி வருவதற்காகவே ஒவ்வொரு முறையும் பீஷ்மபிதாமகர் நகர்நீங்கிச்செல்கிறாரா என்று தோன்றியதும் புன்னகை புரிந்தான்.

அரண்மனையில் சூதர்கள் இசைக்க மங்கலக் கணிகையர் வாழ்த்த அமைச்சர் சௌனகர் வந்து அவனை வரவேற்றார். "நகருக்கு வருக இளவரசே! இரண்டாண்டுகளில் முதல்முறையாக வந்திருக்கிறீர்கள்" என்றார். "ஆம், மூன்றுநாட்கள் குருநாதர் பேசாநோன்புகொண்டிருக்கிறார். அவரே என்னை சென்றுவரும்படி ஆணையிட்டார்" என்றான் அர்ஜுனன். "முறைப்படி தங்கள் பெரியதந்தையைச் சந்தித்து வணங்கிச் செல்லலாமே" என்றார் சௌனகர். அர்ஜுனன் "ஆம், அவரைச் சந்திக்க நானும் விழைகிறேன்" என்றான்.

இடைநாழியில் நடக்கையில் சௌனகர் நகரில் என்னென்ன நடந்தது என்று சொல்லிக்கொண்டிருந்தார். நகுலசகதேவர்களை கிருபரின்

படைக்கலச்சாலைக்கு அனுப்பியிருந்தனர். இளையகௌரவர்கள் ஐவரும் அவர்களுடன் சென்றனர். சௌனகர் புன்னகையுடன் “கௌரவர்கள் நூற்றொருவர் என்பதை நினைவில்கொள்ளுங்கள் இளவரசே. சூதர்மகளான பிரகதியில் தங்கள் பெரியதந்தைக்குப் பிறந்த ஒரு மைந்தனும் இருக்கிறான். அவன் பெயர் யுயுத்சு” என்றார். “அவனை நான் பார்த்ததே இல்லையே” என்று அர்ஜுனன் புன்னகையுடன் சொன்னான்.

“காந்தார அரசியரின் கடும்சினத்தை அஞ்சி சூதஅரசியை வடக்குவாயிலருகே தனி அரண்மனைக்கு அனுப்பிவிட்டார் விதுரர். இசைநிகழ்வுகளுக்கு மட்டும் அவர்கள் மூடுதேரில் இங்கே வந்துசெல்வார்கள். அவர்களுக்குப்பிறந்த மைந்தனே பாண்டவ கௌரவர்களில் வயதில் இளையவன்” என்றார் சௌனகர். “யுயுத்சுவை எங்கே கல்விக்கு அனுப்புவதென்று சூதஅரசியார் என்னிடம் கேட்டார். சூதர்களுக்குரிய இசைக்கோ புரவிப்பயிற்சிக்கோ அவனை அனுப்புவதில் அவர்களுக்கு இசைவில்லை. அவன் பேரரசரின் மைந்தன். அவ்வண்ணமே அவன் வாழவேண்டும் என்றார். ஆனால் காந்தார அரசியர் ஒருபோதும் அவனை அரசகுலத்தவனாக ஏற்கமாட்டார்கள் என்று அவர் அறிந்திருந்தார். பேரரசரிடம் அதைச் சொல்லவேண்டும் என்று என்னிடம் கோரினார்.”

“என்ன செய்தீர்கள்?” என்று அர்ஜுனன் புன்னகையுடன் கேட்டான். “சென்ற கொற்றவைபூசனைக்கு மைந்தனுடன் வரும்படி சூதஅரசியிடம் சொன்னேன். கொற்றவைபூசனைக்கு மட்டுமே பேரரசரும் காந்தார அரசியர் அனைவரும் எழுந்தருள்கிறார்கள். பலிமுடிந்து பூசனைநிகழ்ந்துகொண்டிருக்கையில் சூதஅரசியை வந்திறங்கும்படி சொன்னேன். அவர் வந்ததை எவரும் அறியவில்லை. மைந்தனை நானே அழைத்துச்சென்று அவன் காதில், நேராக விழிமூடி அமர்ந்திருந்த பேரரசியை நெருங்கிச்செலும்படி சொன்னேன். அவன் யாரெனக்கேட்டால் பேரரசரின் குருதி, பிரகதியின் மைந்தன் என்று சொல்லும்படி சொன்னேன். அவ்வாறு சொன்னால் பேரரசி அவனுக்குப் பிடித்தமான வெண்குதிரைப்பாவை ஒன்றை அளிப்பார்கள் என்றேன்.”

அர்ஜுனன் நின்றுவிட்டான். “மைந்தன் இயல்பாகப் பேரரசியை நெருங்கி அருகே சென்று அவரது பட்டாடையைப் பற்றிக்கொண்டான். அவர்கள் குனிந்து அவன் கைகளைத் தொட்டதும் மைந்தன் என உணர்ந்து தன்னருகே இழுத்துக்கொண்டு அணைத்து முத்தமிட்டார்கள். உடனே அவர் முகம் மாறுவதைக் கண்டேன். அவர் அவனில் பேரரசரின்

வாசனையைக் கண்டுகொண்டார். நீ யார் என்று கேட்டதும் மைந்தன் நான் சொன்னதையே சொன்னான். பிறகாந்தார அரசியர் திகைக்க பேரரசி அவனை மார்புறத்தழுவிக்கொண்டு “கௌரவர்கள் பெருகுக” என்று சொல்லி முத்தமிட்டார். அவர் முத்தமிட்டதுமே பிற அரசியரும் முகம் மலர்ந்து அவனை அள்ளிக்கொண்டனர். முத்தங்கள் நடுவே அவன் அமர்ந்திருந்தான்” என்று சிரித்த சௌனகர் “ஆயினும் ஒருகணம்கூட சூத அரசியை நோக்கி முகம் திருப்பவில்லை அந்த அரசியர்” என்றார்.

அர்ஜுனன் உரக்க நகைத்து “முத்தை எடுத்தபின் முத்துச்சிப்பி குப்பைதான் என்பார்களே” என்றான். “ஆம், அதுதான் உண்மை. பேரரசரின் ஆற்றலையும் அன்பையும் கொண்ட மைந்தர்கள் உள்ளனர். அவரில் நிறைந்துள்ள இசையை அடைந்தவன் யுயுத்சுவே என்று பேரரசி சொன்னதாக அறிந்தேன். மைந்தன் இப்போது பெரும்பாலும் அந்தப்புரத்திலேயே இருக்கிறான். இளையபாண்டவர்களுடன் கிருபரின் குருகுலத்தில் அவனுக்கு ஷத்ரியர்களுக்குரிய கல்வி அளிக்கப்படுகிறது” என்றார் சௌனகர்.

புஷ்பகோஷ்டத்தில் அணுக்கப்பணியாளராகிய விப்ரர் அர்ஜுனனைக் கண்டதும் புன்னகையுடன் எழுந்துவந்தார். “இளவரசே, நேற்றுகூட தங்களைப்பற்றி பேரரசர் கேட்டார். தங்களை அழைத்துவரச்சொல்லலாமா என்று கேட்டேன். இல்லை, கல்வியில் மூழ்குவது போன்ற பேரின்பம் ஏதுமில்லை. அந்த நல்லூழ் என் மைந்தனுக்கு அமையட்டும் என்றார்” என்றார். அர்ஜுனன் “என்ன செய்கிறார்?” என்று கேட்டான். “இசைதான். வேறென்ன?” என்றார் விப்ரர். உள்ளே எழுந்த யாழின் இசையை அர்ஜுனன் கேட்டான்.

இசைக்கூடத்தில் ஏழு சூதர்கள் யாழும் குழலும் இசைத்துக்கொண்டிருக்க பீடத்தில் சாய்ந்தவராக திருதராஷ்டிரர் கிடந்தார். அவர் அருகே தரையில் அமர்ந்திருந்த சிறுவன்தான் யுயுத்சு என அர்ஜுனன் உய்த்துணர்ந்துகொண்டான். ஓசையின்றிச் சென்று அவன் அமர்ந்துகொண்டதும் யுயுத்சு பெரிய விழிகளால் நோக்கி வெட்கி உடல்வளைத்து புன்னகைசெய்தான். சூதர்கள் இசையை நிறைவுசெய்து எழுந்து வணங்கி பரிசில் பெற்றுச்சென்றதும் சௌனகர் சென்று “இளையபாண்டவர் வந்திருக்கிறார்” என்றார். “பாண்டு! அவனைத்தான் சற்றுமுன் நினைத்தேன். இந்தப்பாடல் எனக்கு அவனாகவே அகத்தில் பதிந்திருக்கிறது” என்று திருதராஷ்டிரர் கைகளை விரித்தார். அர்ஜுனன் அருகே சென்று பாதங்களை வணங்குவதற்குள் அப்படியே மார்புடன் அணைத்து மேலே தூக்கிக்கொண்டார். அவனுடைய தலையையும் தோள்களையும் முத்தமிட்டு முகர்ந்தார்.

"இவன் வாசனையே மாறிவிட்டது. கல்வியின் வாசனை." மீண்டும் முகர்ந்தபின் உரக்க நகைத்து "இல்லை, துரோணாசாரியாரின் வாசனையா அது?" என்றார் திருதராஷ்டிரர். சௌனகர் சிரித்துக்கொண்டு "ஒவ்வொரு அம்புவழியாகவும் மைந்தர் வளர்கிறார் அல்லவா?" என்றார். "ஆம்... வளர்ந்துவிட்டான். வில்லாளியாகிவிட்டான். எங்கே உன் விரல்களைக் காட்டு" என்றார். விரல்களைப்பற்றி "கணுவற்ற விரல்கள்... யாழில் விளையாடும் விரல்களைப்போல. வில்லும் ஒரு யாழ்" என்றபின் திரும்பி "யுயுத்சு, இதோ உன் தமையன்..." என்றார். அர்ஜுனன் யுயுத்சுவை நோக்கிச் சிரிக்க, அவன் பார்வையைத் திருப்பிக்கொண்டு வளைந்தான். "உன் இளையவன். இசைகற்கவேண்டியவன். ஷத்ரியன் மைந்தனாதலால் வில்கற்கச்செல்கிறான். அவன் நாடாள்வான் என்று நிமித்திகர் சொல்கிறார்கள்" என்றார்.

வாயிலில் நிமித்தப்பணியாளன் வந்து வணங்கி "முதல் அமைச்சர் விதுரர்" என்றான். திருதராஷ்டிரர் அமர்ந்துகொண்டு "வரச்சொல்" என்றார். "பேரமைச்சரே, என்ன புதிய இக்கட்டு? என்னைக் காண ஏன் இளையவன் வருகிறான்?" என்றார். "மாளவத்தின் இளையமன்னர் மகேந்திரசிம்மன் மறைந்தபின்னர் அவர் மைந்தர் இந்திரசேனன் பட்டத்துக்கு வந்திருக்கிறார் அரசே. அவரிடமிருந்து பட்டமேற்பு விழாவுக்கான அழைப்புடன் இன்று தூதர்கள் வந்திருக்கிறார்கள்" என்றார் சௌனகர். திருதராஷ்டிரர் "அதற்கென்ன? நம் பிரதிநிதி ஒருவரை அனுப்பவேண்டியதுதானே? தீர்க்கவியோமரையோ சோமரையோ அனுப்பலாமே" என்றார்.

விதுரர் உள்ளே வந்ததும் முதலில் அவரது கண் தன் விழிகளைத்தான் சந்தித்தது என அர்ஜுனன் உணர்ந்தான். அவர் சற்றுப் பதற்றத்துடன் விழிகளை விலக்கிக்கொண்டதைக் கண்டு வியப்புடன் எண்ணியபோதுதான் பழைய நினைவுகள் வந்தன. விதுரர் மேல் கொண்ட அந்த வெறுப்பின் தடம்கூட அவனுள் இருக்கவில்லை. ஏன் என்று எண்ணிக்கொண்டான். அவன் உள்ளத்தில் குந்தியும் மிகவிலகி எங்கோ சென்றுவிட்டிருந்தாள். ஆனால் அஸ்தினபுரிவிட்டு விலகிச்சென்றது அவன்தான். அவர் இன்னும் அதே நகரில் அதே அரண்மனையில்தான் இருக்கிறார். அர்ஜுனன் புன்னகைசெய்துகொண்டான்.

விதுரர் திருதராஷ்டிரரை முறைப்படி வணங்கியபின் மீண்டும் ஒருகணம் அர்ஜுனனை நோக்கிவிட்டு "மாளவத்தில் இருந்து புதிய அரசரின் பட்டமேற்புக்கு அழைப்பு வந்துள்ளது" என்றார். "ஆம், அதை சௌனகர் சொன்னார். நம் அமைச்சர்களில் ஒருவரை அனுப்பவேண்டியதுதானே?" என்றார் திருதராஷ்டிரர். "அரசே, வந்திருப்பவர் அங்குள்ள மிக

இளைய அமைச்சர். அமைச்சர்களில் அவரது இடமென்ன என்று ஒற்றர்களிடம் கேட்டேன். பன்னிரண்டாவது இடம்” என்றார் விதுரர். “அதிலென்ன இருக்கிறது? அவருக்குத்தான் அஸ்தினபுரியின் தாசிகளைப் பிடித்திருந்ததோ என்னவோ?” என்று திருதராஷ்டிரர் நகைத்தார். “அரசே, அவர்களின் இரண்டாம்நிலை அமைச்சர் மகதத்துக்குச் சென்றிருக்கிறார். கலிங்கத்துக்கும் வங்கத்துக்கும் சென்றவர்கள்கூட இவரை விட உயர்ந்த படியில் உள்ள அமைச்சர்களே” என்றார் விதுரர்.

“ஏன் நமக்கு அவன் அப்படி ஓர் அவமதிப்பைச் செய்யவேண்டும்?” என்று திருதராஷ்டிரர் கேட்டார். “நமக்கும் அவர்களுக்கும் என்ன பகை?” அர்ஜுனன் அசைய திருதராஷ்டிரர் திரும்பி “மைந்தா, நீ உன் அன்னையைப் பார்க்கவில்லை அல்லவா? செல்க. மீண்டும் மாலை சந்திப்போம்” என்றார். அர்ஜுனன் வணங்கி வெளியே சென்றான். விப்ரர் “அன்னையைப் பார்த்துவிட்டு மாலையில் வாருங்கள் இளவரசே. மாலையில் அரசர் எந்த அலுவலகப் பணியையும் மேற்கொள்வதில்லை” என்றார். “வருகிறேன்” என்றான் அர்ஜுனன். யுயுத்சு ஒரு பணியாளனுடன் வெளியே வர அர்ஜுனன் திரும்பி அவன் அருகே குனிந்து “உன் பெயர் யுயுத்சுவா?” என்றான். “ஆம்” என்றபடி அவன் நெளிந்தான். “ஆம் மூத்தவரே என்று சொல்லவேண்டும். நான் உன் தமையன்” என்றபடி அவன் தலையின் குழல்கற்றையைப் பிடித்தான் அர்ஜுனன்.

“ஆம் மூத்தவரே” என்று மிகத்தாழ்ந்த குரலில் சொல்லி யுயுத்சு வெட்கிச்சிரித்து தலைகுனிந்தான். “நீ என்ன வில்லியலா படிக்கிறாய்?” என்றான் அர்ஜுனன். “இல்லை” என்றான் யுயுத்சு. சிறுவர்களுக்கே உரியவகையில் அகவிரைவால் திக்கும் சொற்களுடன் “நான்... நான் அங்கே பெரிய அம்பை... இப்படியே கையால் பிடித்து... பிடித்து” என்றான். “அம்பைப் பிடிப்பதுதான் வில்லியல்... நீ வீரனாகிவிட்டாய்” என்றான் அர்ஜுனன். “நான் யானையை அம்பால் அடிப்பேன்” என்றான் யுயுத்சு கைகளை விரித்து. “பெரிய அம்பால் அடிப்பேன்” எம்பிக்குதித்து “அவ்வளவு பெரிய அம்பு!” என்றான்.

“வா, யானையை அம்பால் அடிப்போம்” என்று அர்ஜுனன் அவனை அப்படியே தூக்கிக்கொண்டான். “நாளைக்கு! நாளைக்கு!” என்று அவன் கூவியபடி கால்களை உதைத்து கீழே குதிக்க முயன்றான். “இப்போதே யானையைப் பார்ப்போம்...” என்றபடி அர்ஜுனன் அவனைத் தூக்கிக்கொண்டு படியிறங்கி தேரில் ஏறிக்கொண்டான். “யானை வேண்டாம்... யானை நாளைக்கு” என்று யுயுத்சு கூவியபடி தேரின் சட்டத்தைப் பிடித்துக்கொண்டான். “வடக்குக் கொட்டிலுக்குச் செல்” என்றான் அர்ஜுனன். “நாளைக்கு நாளைக்கு” என்று யுயுத்சு அழத்தொடங்கினான்.

“அங்கே பீமன் அண்ணா இருக்கிறார்” என்றான் அர்ஜுனன். “அவர் யானைகளைப் பிடித்து நிறுத்திவிடுவார்...” யுயுத்சு கண்ணீர் வழிந்த முகத்துடன் அப்படியா என்று பார்த்தான். “உனக்கு பீமன் அண்ணாவைப் பிடிக்குமா?” என்றான் அர்ஜுனன். ‘ஆம்’ என்று அவன் தலையை அசைத்தான். அர்ஜுனன் அவன் கண்ணீரைத் துடைத்தான். “மூத்தவர் எனக்கு நிறைய அப்பங்கள்...” என்று யுயுத்சு மீண்டும் அகளமூச்சி கொண்டான். கைகளை விரித்து “மூத்தவரின் கைகள் பெரியதாக... அப்பங்களை நிறைய தின்று... ஆனால் நான் மூன்று அப்பங்கள்...” அவன் பத்து விரல்களையும் விரித்துக்காட்டினான். “மூன்று அப்பங்களை நானே தின்று... பெரியவனாகி...” மூக்கை கையால் துடைத்தபின் “அவ்வளவு அப்பங்கள்... மூன்று அப்பங்கள்” என்றான். அவன் உலகில் மூன்றுதான் மிகப்பெரிய எண் என்று அர்ஜுனன் அறிந்தான்.

தேர் வடக்குக்கோட்டையை நெருங்கியது. யுயுத்சு இயல்பாக அர்ஜுனன் மடியில் ஏறி அமர்ந்து அவன் கைகளைப்பிடித்துக்கொண்டு “நகுலன் என்னை அடிக்கிறான். அவனை நான் கூட்டிக்கொண்டு போகமாட்டேன். சகதேவன் சிவப்பாக இருக்கிறான். அவன்... அவன்... அவன்...” என்று பேசிக்கொண்டே வந்தான். வடக்குவாயிலில் யானை ஒன்று பிளிறும் ஒலி கேட்டது. பாகர்களின் குரலும் பலர் கூச்சலிட்டபடி ஓடுவதும் தெரிந்தது. அர்ஜுனன் தேரை நிறுத்தும்படி சொன்னான். அவனைக் கடந்து ஓடிய ஒரு பாகனை நிற்கச்சொல்லி “என்ன ஓசை அங்கே?” என்றான்.

அவன் வணங்கி “மீண்டும் இளைய யானை ஒன்று சினம்கொண்டிருக்கிறது இளவரசே” என்றான். அக்கணமே அனைத்தும் தெளிவடைந்ததுபோல உணர்ந்தாலும் அர்ஜுனன் “எந்த யானை?” என்றான். “இளம்யானை. பத்து வயதே ஆகிறது இரண்டாண்டுகளுக்கு முன்பு அதை கங்கைக்கரை காட்டில் கானுலாவுக்குக் கொண்டுசென்றனர். அப்போது வில்வித்தை பயில்பவர்களில் எவருடைய அம்போ அதன் மேல் தைத்துவிட்டது. புண் ஆறுவாரங்களில் ஆறிவிட்டாலும் அதன் பின் யானை அகம்திரிந்து விட்டது. முன்பு இனியசிறுவனாக இருந்தது. இப்போது எப்போதும் சினத்துடன் இருக்கிறது. இதற்குள் இரண்டுபாகன்களை அடித்து இடையை ஒடித்துவிட்டது. மாதங்கர்களுக்குத் தெரிந்த அனைத்து மருத்துவமும் செய்துவிட்டார்கள். பலவகையில் அதை அமைதிப்படுத்தி பயிற்சிகொடுக்க முயல்கிறார்கள். அது அடங்கமறுக்கிறது.”

கூச்சல்கள் உரக்க ஒலித்தன. “சாலைக்குச் செல்கிறது! சாலைக்கு!” என்ற கூச்சல் கேட்டது. அறுபட்ட சங்கிலிகள் உடலில் தொங்கி ஆட அஸ்வத்தாமா வடக்குக்கோட்டைவாயிலுக்கு அப்பாலிருந்த

யானைமுற்றத்தில் ஏறிவருவதை அர்ஜுனன் கண்டான். துதிக்கையைச் சுழற்றியபடி தலைகுலுக்கி சினத்துடன் வந்த யானை, அந்த விரிந்த வெளியில் நின்று எப்பக்கம் செல்வது என்று தெரியாமல் தடுமாறி, துதிக்கையை வீசி திரும்பித் திரும்பி நோக்கியது. பின்னாலிருந்து கூவியபடி வந்த பாகன்களைக் கண்டதும் தலையைக் குலுக்கியபடி அவர்களை நோக்கிச் சென்றது. அவர்கள் கூச்சலிட்டு சிதறி ஓடினர். அவர்களில் ஒருவன் இரண்டு மரங்கள் முதுக்குப்பின்னால் வர அவற்றில் முட்டி ஒருகணம் திகைத்து நின்றுவிட்டான்.

யானை பாய்வதை அர்ஜுனன் அப்போதுதான் பார்த்தான். மத்தகத்தைக் குனிந்து உடலைக்குறுக்கி ஒரு பாறை உருண்டு செல்வதுபோல சென்ற அது அவனை அந்த மரத்துடன் வைத்து முட்டியது. அவனுடைய அலறல் ஏதோ அறியாத மிருகத்தின் குரல்போல ஒலித்து அடங்கியது. அவன் அப்போதே இறந்திருப்பான் என்பதை யானை அவன் கையை துதிக்கையால் சுழற்றித் தூக்கியபோது தெரிந்தது. வைக்கோல்பாவை போல அவன் அதன் துதிக்கையில் இழுபட்டான். அவனைத் தூக்கி மேலாடையைப் போல தன் தோளில் போட்டது அஸ்வத்தாமா. அவ்வுடல் நழுவிச்சரிய தன் காலால் இருமுறை எத்தியது. பின்னர் இடையை வளைத்துத் தூக்கி தன் சிறிய தந்தங்கள் மேல் வைக்கமுயன்றது. உடல் நழுவிச்சரிந்தபோது சினம்கொண்டு சின்னம் விளித்தபடி திரும்பி ஓடி அங்கிருந்த மரத்தை முட்டியது.

அதற்குள் நான்கு கொம்பன் யானைகள் மேல் ஏறியபாகர்கள் வடங்களுடன் அதைச் சூழ்ந்தனர். முதலில் வந்த பெரிய யானை தன் துதிக்கையால் அதை ஓங்கி அறைந்ததும் அஸ்வத்தாமா பின்னால சென்று சரிந்து விழுந்துவிட்டது. பின்னர் பிளிறியபடி மகாமுற்றத்தைக் கடந்து தேரை நோக்கி ஓடிவந்தது. யானைகள் அதை வலைபோலச் சூழ்ந்துகொண்டு துரத்திவந்தன. குதிரைகள் அஞ்சி காலெடுத்துவைக்க தேர் குலுங்கியது. யுயுத்சு அஞ்சுகிறானா என்று அர்ஜுனன் குனிந்து நோக்கினான். அவன் கையை நீட்டிச் சுட்டிக்காட்டி “யானை!” என்றபின் அர்ஜுனன் மோவாயைத் தொட்டுத் திருப்பி “அதை துரத்திவருகிறார்கள்” என்று விளக்கினான். “அது பாகனைக் கொன்றுவிட்டது” என்றான் அர்ஜுனன். “ஆம், பாகன் அலறினான்” என்றான் யுயுத்சு.

யானை நெருங்கியபோது அதன் உடலின் தசைகள் குலுங்குவதும் விரைவுநடையில் சுருங்கிவிரியும் கரிய தோலும் நன்கு தெரிந்தது. அர்ஜுனன் தன் வில்லை எடுத்துக்கொண்டான். அப்போது மகாமுற்றத்தின் மறுமுனையில் இருந்து பெரிய கபிலநிறப்புரவியில் பீமன் விரைந்து வருவதை அர்ஜுனன் கண்டான். யுயுத்சு எம்பிக்குதித்துக்

கைகளை விரித்து “பீமன்! மூத்தவர்!” என்று கூவினான். பீமனின் குதிரை யானையை மறித்தது. பீமன் குதிரையிலிருந்து இறங்கி யானையின் முன் கால்களை விரித்து நின்றான். அவன் உடலின் ஒவ்வொரு தசையிலும் தெரிந்த தன்னுறுதியை அர்ஜுனன் கண்டான். யானை அப்பால் நின்றுவிட்டது. அதற்குப் பின்னால் வந்த யானைகளில் ஒன்று பிளிறியபோது அது நான்கடி முன்னால் வைத்து மீண்டும் காதுகளை பின்னால் சரித்து துதிக்கையை நீட்டி மோப்பம் பிடித்தபடி நின்றது.

பீமன் அசையாமல் நின்றுகொண்டிருந்தான். யானை அவனை நோக்கியபடி நின்று தலையைக் குலுக்கியது. அச்சுறுத்துவது போல நான்கடி முன்னால் வந்தது. அவன் அசையாததைக் கண்டு பின்பக்கமாகத் திரும்பியது. முன்னால் வந்த பெரிய கொம்பனைக் கண்டதும் அஞ்சி உரக்கக் குரலெழுப்பியது. பெரிய யானைமேல் இருந்த பாகர்கள் வடங்களை அஸ்வத்தாமா மேல் வீசினார்கள். வடம் விழுந்ததும் யானை அதை உதறுவதற்காக உடலை உலுக்கியபடி அசைந்ததும் அடுத்த வடம் விழுந்தது. வடங்கள் தன்மேல் விழுந்துவிட்டன என்று உணர்ந்ததும் அஸ்வத்தாமா மத்தகம் தாழ்த்தி துதிக்கையை தரையில் ஊன்றியது.

பீமன் மீண்டும் புரவியில் ஏறி அவர்களை நோக்கி வந்தான். அருகே வந்து “நீ இளையவனை தூக்கிக்கொண்டு வந்தாய் என்று அரண்மனையில் சொன்னார்கள். நான் பின்னால் வந்தேன்” என்றான். யுயுத்சு “மூத்தவரே, அந்த யானையை அடியுங்கள்... ஓங்கி அடியுங்கள்” என்றான். பீமன் புன்னகையுடன் அவன் கையைப்பிடித்து காற்றில் சுழற்றித் தூக்கி தன் குதிரைமுன் வைத்துக்கொண்டான். கூவிச்சிரித்தபடி யுயுத்சு பீமனைப்பற்றிக்கொள்ள “அரண்மனைக்கு வா பார்த்தா. அன்னை உன்னை எதிர்பார்த்திருக்கிறாள்” என்று பீமன் குதிரையைத் தட்டினான்.

அவர்கள் அரண்மனையை அடைந்தபோது அங்கே தருமன் அவர்களுக்காகக் காத்து நின்றிருந்தான். “பார்த்தா, நீ நேராக அன்னையைச் சென்று பார்த்திருக்கவேண்டும். அதுதான் முறை” என்றான். அர்ஜுனன் “ஆம் மூத்தவரே. முறை அதுதான்” என்றான். அவன் தன்னை நகையாடுகிறானா என்ற ஐயத்துடன் தருமன் யுயுத்சுவிடம் “உன்னை உன் அன்னையிடம் கொண்டுசென்று சேர்க்க பணியாளர்களிடம் சொல்லியிருக்கிறேன். செல்க” என்றான். யுயுத்சு வணங்கிவிட்டு இடைநாழியில் ஏறிக்கொண்டான். “வா...” என்றபடி தருமன் நடக்க பீமனும் அர்ஜுனனும் உடன் சென்றனர்.

“அந்த யானையைப் பழக்க, செய்யமுடிந்தவற்றை எல்லாம் செய்துவிட்டார்கள். அது எப்போதும் சீற்றத்துடன் இருக்கிறது. அதற்குள்

பெருங்குரோதம்கொண்ட ஏதோ காட்டுதெய்வம் குடியேறிவிட்டது என்கிறார்கள்" என்றான் தருமன். "ஆனால் அதற்கும் ஒரு பயன் இருக்கிறது. நம்மை அவமதித்த மாளவமன்னன் இந்திரசேனனுக்கு அந்தக் களிறை பரிசாக அளிக்க விதுரர் ஆணையிட்டிருக்கிறார். பரிசுடன் துணைத்தளபதி விக்ரமர் இன்று கிளம்புகிறார்." புன்னகையுடன் "யானை சென்றுசேர்ந்த மறுநாளே நம் பரிசின் பொருள் அவர்களுக்குத் தெரிந்துவிடும்" என்றான்.

"ஆனால் என்றோ ஒருநாள் அது தன் ஆறாப்பெருஞ்சினத்துடன் நம் களத்துக்குத் திரும்பி வரும்" என்றான் அர்ஜுனன். "ஏன்?" என்றான் தருமன். "அதுவே இயற்கையின் நெறி" என்று அர்ஜுனன் சொன்னபோது தருமன் விளங்காமல் திரும்பி நோக்கினான். ஆனால் ஒன்றும் சொல்லவில்லை.

12

“கலிங்கர்களுக்கு முன் இந்நகருக்கு கூர்மபுரி என்று பெயர்” என்றார் சூதரான அருணர். “கூர்மகுலத்து மன்னர்கள் நூற்றுவர் இந்நகரை ஆண்டிருப்பதாக இங்குள்ள காச்சபாமர்கள் என்னும் பழங்குடியினர் சொல்கிறார்கள். அவர்களின் மொழியில் இது காச்சபாமனூரு எனப்படுகிறது. வம்சதாராவின் பெருக்கு வந்துசேரும் கடல்முனையில் இருக்கும் இந்த நகரம்தான் கலிங்கக்கடற்கரையிலேயே தொன்மையானது. ஒருகாலத்தில் மிகஉயர்ந்த கயிறுகளுக்காக பீதர்கலங்கள் இங்கே வந்துகொண்டிருந்தன.”

அவர்களின் படகில் இரண்டு பாய்கள்தான் இருந்தன. அதைச் செலுத்துபவர்களில் இருவர் பெரிய கயிற்றுமூட்டைகளின்மேல் படுத்து துயின்றுகொண்டிருக்க ஒருவர் கழி ஏந்தி தொடுவானை நோக்கி அமர்ந்திருந்தார். அவர்களைச்சுற்றி ஏராளமான சிறியபடகுகள் வாத்துக்கூட்டங்கள் போல கயிற்றுப்பொதிகளுடன் அலைகளில் எழுந்தாடி வந்துகொண்டிருந்தன. எழுந்தமர்ந்த கழிகளுடன் அவை உணர்கொம்புகளை ஆட்டியபடி வரும் நத்தைகள் போலத்தெரிந்தன. இரவெல்லாம் பாடிக்கொண்டிருந்த படகோட்டிகள் காலையில் துயிலத் தொடங்கி இன்னும் விழித்திருக்கவில்லை.

ராஜமகேந்திரபுரியில் இருந்து வணிகர்களுடன் கிளம்பிய இளநாகன் மலைப்பாதைகள் பொட்டல்நிலச்சாலைகள் வழியாக ஒன்பது மாதம் பயணம் செய்தான். பாறைகள் உடைந்து சிதறிப்பரந்த ஆந்திரநிலத்தின் வறண்ட பொட்டல்களில் எங்கும் மானுடவாழ்க்கை இருப்பதாகவே தெரியவில்லை. விரிந்துகிடக்கும் வெந்து சிவந்த வெறும் மண்வெளியில் பாறைகளின் வடிவங்களை பாடல்களாக நினைவிலிருந்து எடுத்து உரக்கச் சொல்லி அடையாளம் கண்டு செல்லும் வண்டிநிரை,

மிகத்தொலைவில் பெரிய அரசமரம் ஒன்றின்மேல் மஞ்சள்நிறமான கொடி பறந்துகொண்டிருப்பதைக் கண்டதும் ஆர்ப்பரிக்கும். கூச்சலுடன் அதைநோக்கி வணிகர் வண்டிகள் செல்லும்.

அங்கே பனையோலைவேயப்பட்ட கொட்டகைக்குள் மண்ணுருவங்களாக ஐந்து அருகர்கள் ஊழ்கத்தில் அமர்ந்த அறச்சாலை ஒன்றிருக்கும். அருகே ஆழத்தில் நீர் நலுங்கும் கிணறு. மரத்தாலான பெரிய சகடத்துடன் இணைக்கப்பட்ட தோலுறையால் நீரை இறைப்பதற்காக கயிற்றுக்கு மறுநுனியில் காத்து நின்றிருக்கும் கொம்பில்லாத ஒற்றைக்காளை. கல்தொட்டியில் அள்ளி ஊற்றப்பட்டிருக்கும் குளிர்ந்த நீர். கருங்கல்மேல் வைக்கப்பட்ட மரச்சட்டங்கள் மேல் ஏறியமர்ந்திருக்கும் சிறிய வைக்கோல்போர்கள். காளைகளைக் கட்டுவதற்காக அரசமரத்தடியில் அறையப்பட்ட கட்டுத்தறிகள். கொட்டகைக்கு முன்னால் பெரிய பந்தலில் அமர்வதற்காக கல்பீடங்கள் போடப்பட்டிருக்கும்.

அறச்சாலையை எப்போதும் ஒரு சிறிய குடும்பம்தான் நடத்திக்கொண்டிருக்கும். அவர்களுக்கு வணிகர்கள் வருவதென்பது ஒரு களியாட்டம். கொட்டகைக்குள் இருந்து சிறுவர்களும் அறச்சாலையை நம்பிவாழும் நாடோடிகளும் கூச்சலிட்டபடி ஓடிவந்து வண்டியைப்பற்றிக்கொண்டு 'எந்த ஊர்? எந்தகுலம்?' என்று கேட்பார்கள். வரும்போதே பெரிய குடங்களில் குளிர்ந்த நீர்மோருடன் வருபவர்களும் உண்டு. வண்டிகளை அவிழ்த்து காளைகளை நீர்காட்டிக் கட்டியதும் வணிகர்கள் கொட்டகைகளில் கல்பீடங்களில் கால்சலித்து அமர்ந்துகொள்வார்கள். அவர்களுக்கு குளிர்மோரும் பழையசோறும் கொண்டுவருவார்கள் அறச்சாலையினர்.

அறச்சாலை நாடோடிகளில் சிலர் உடனே நூலேணிவழியாக அரச மரத்தின் உச்சிக்கிளையில் இருக்கும் சிறிய ஏறுமாடத்திற்குச் சென்று எண்ணெய்ப்பந்தத்தைக் கொளுத்தி வானை நோக்கி எரியம்புவிட்டு அங்கே கட்டிவைக்கப்பட்டிருக்கும் பெருமுரசை அறையத்தொடங்குவார்கள். சற்று நேரத்தில் உடைந்துசிதறிய கற்குவியல்களாகத் தெரியும் மலையின் மடிப்புகளுக்குள் மறுமொழியாக முரசுகள் ஒலிக்கத்தொடங்கும். வணிகர்கள் நீராடி உணவருந்தி ஓய்வெடுத்து எழும்போது தொலைவில் முழவுகளை ஒலித்தபடி மலையிறங்கி வருபவர்களைக் காணமுடியும். கழுதைகளிலும் அத்திரிகளிலும் ஒற்றைக்காளைகளிலும் தலைச்சுமையாகவும் மலைப்பொருட்கள் வந்துகொண்டிருக்கும். சற்றுநேரத்திலேயே அங்கே பெரிய சந்தை கூடிவிடும்.

மலைத்தானியங்கள், பருப்புகள், தேன், கஸ்தூரி, கோரோசனை, மூலிகைகள், தோல்கள், உலர்ந்த ஊன் என பலவகையான மலைப்பொருட்களை வாங்கிக்கொண்டு உப்பையும் இரும்புக்கருவிகளையும் துணிகளையும்

விற்பார்கள். சிறிய வணிகப்பொருட்களுக்காக முட்டிமோதும் மக்களை இளநாகன் வியப்புடன் நோக்கி நிற்பான். பீதர்களின் வெண்களிமண் சம்புடங்களை நாலைந்து புலித்தோல்களைக் கொடுத்து பெற்றுக்கொண்டார்கள். எலும்புப்பிடிகொண்ட குத்துவாட்களுக்காகவும் இரும்பாலான ஈட்டிமுனைகளுக்காகவும் ஆண்கள் விலைபேசாது பொருட்களைக் கொடுத்தனர். நிகர்மதிப்பு என்பதே அச்சந்தைகளில் இல்லை என்பதை இளநாகன் அறிந்தான். மக்கள் தாங்கள் விரும்புவதைப்பெற எதையும் கொடுத்தனர். எனவே குறைவாகப் பொருட்களைக் கொண்டுவருவதே அதிக பொருளீட்டும் வழியாக இருந்தது.

வண்ணஆடைகளைச் சூழ்ந்து நின்று கண்களும் பெரிய பற்களும் பளபளக்க நோக்கிய மக்களைப் பார்த்தாவாறு சந்தைகளில் சுற்றிவந்தான் இளநாகன். கழுத்திலும் கைகளிலும் சங்குபோழ்ந்த வெண்வளையங்களை நெருக்கமாக அடுக்கிய கரியமக்கள். பெரிய உதடுகளும் ஈரக்கருங்கல் போல ஒளிவிடும் கண்களும் கொண்டவர்கள். மரப்பட்டைத் துண்டுகளைக் கோத்து ஆடைகளாக அணிந்தவர்கள். சிறியவிதைகளை மணிகளாகக் கோத்த மாலைகளை மட்டுமே ஆடையாக அணிந்த கரியமலைக்குடிகளை அங்கே கண்டு இளநாகன் திகைத்து விழிகளை விலக்கிக்கொண்டான். இடையில் அமர்ந்த குழந்தைகளுடன் உரக்கப் பேசிநகைத்தபடி ஆடையற்ற பெண்கள் சந்தைகளில் சுற்றிவந்துகொண்டிருந்தனர்.

சந்தை ஒவ்வொருநாளும் விரிந்துகொண்டே சென்றது. இரவுகளில் சந்தைமுற்றத்திலேயே திறந்த வானின் கீழ் படுத்துக்கொண்டு முழவுகளை இசைத்துப் பாடிக்கொண்டிருந்தனர். முதல்கதிர் அங்கெல்லாம் முன்னதாகவே எழுந்தது. பறவையொலிகள் கூடும்போதே சந்தையும் எழுந்துகொண்டது. மலைகளில் இருந்து தலைச்சுமையாக பெரிய குடங்களில் மஹுவாமலரிட்டு காய்ச்சப்பட்ட மலைக்கள் இறங்கி வந்தது. சுவையற்ற வெறும் நீர்போன்று இருந்த அதை பெரிய கலங்களில் நிரையாக வைத்து சந்தைகளில் விற்றனர். சுரைக்காய் அகப்பைகளில் அதை அள்ளி மூங்கில் கோப்பைகளிலும் இலைத்தொன்னைகளிலும் மண்குடுவைகளிலும் ஊற்றி விற்றார்கள்.

“அது கள்ளே அல்ல. மஹுவா என இவர்கள் சொல்லும் மதூக மலர் ஒரு நச்சுச்செடி. அதை அருந்தும்போது மலைத்தெய்வங்கள் நம்முள் குடியேறுகின்றன” என்றார் வணிகரான பிருஹதர். மஹுவாவைக் குடித்த மலைக்குடிகளில் சிலர் கண்களில் நீர்வழிய சிரித்துக்கொண்டு எங்கே செல்வதென்றறியாமல் சுற்றிவந்தனர். சிலர் கைகளை ஆட்டி சொன்னதையே சொன்னபடி சந்தை நடுவே நின்றிருந்தனர். கதறி

அழுதபடி சிலர் மண்ணில் முகம்புதைத்துப் படுத்தனர். ஓர் இளைஞன் கருங்கல்தூண் ஒன்றை கெட்டியாகப்பற்றிக்கொண்டு தலையை முடியாது முடியாது என்று ஆட்டிக்கொண்டிருக்க இரு பெண்கள் அவனைப் பிடித்து இழுத்தபடி அழுதனர். இளைஞன் திடீரென்று பிடியை விட்டுவிட்டு வலிப்புவந்து வாயில் நுரைதள்ள துடிக்கத் தொடங்கினான்.

மஹுவா சுவையற்றிருந்தது. குடித்துமுடித்ததும் ஊமத்தை வேரின் வாசனை வாயில் எதிர்த்து வந்தபடியே இருந்தது. இளநாகன் சந்தையில் நடந்துகொண்டிருந்தபோது மொத்தச்சந்தையும் கவிழும் மரக்கலம்போல சரிந்து தெரியத்தொடங்கியது. விழுந்துவிடுவோம் என்று அவன் தன்னை சமன்படுத்திக்கொள்ள மறுபக்கம் சாய்ந்தான். ஏன் இப்படி சந்தையே சரிகிறது என்று வியந்தபோது அவனுக்குச் சிரிப்பு வந்தது. அனைவரும் சாய்ந்தே நடந்தார்கள். காகங்கள் உலர்ந்த ஊன் விற்கும் கடைகளுக்குள் சாய்ந்தே பறந்தன. அவனை நோக்கியவர்கள் சிரித்தபடி சாய்ந்து நடந்துசென்றனர்.

இளநாகன் ஊக்க தமிழில் பாடத்தொடங்கினான். பல்வேறுபாடல்களைக் கலந்து பாடிக்கொண்டிருக்கிறோம் என உணர்ந்தாலும் அவனால் நிறுத்தமுடியவில்லை. திடீரென்று மொத்தச்சந்தையும் தலைகீழாகியது. அவன் கால்களுக்குக் கீழே வானம் தெரிந்தது. விழுந்துவிடாமலிருக்க அவன் அருகில் இருந்த ஒரு கூடையைப்பிடித்துக்கொண்டான். அது மண்ணில் வலுவாக ஒட்டியிருந்தது. அவன் தலைக்குமேல் பறக்கும் கால்களுடன் மனிதர்கள் நடந்துசென்றார்கள்.

மூன்றாம்நாள் வணிகர்கள் கிளம்பிச்சென்றபோதுதான் அவன் விழித்துக்கொண்டான். வணிகர்கள் அவனை நகையாடிக்கொண்டே இருந்தனர். “களவும் கற்று மறத்தல் நன்று” என்றான் இளநாகன். வறண்ட நிலத்து வணிகர்கள் மலையடிவாரம் வரை வந்து திரும்பிக்கொள்ள, அங்கிருந்து அவன் மலைவணிகர்குழு ஒன்றுடன் காடுகளுக்குள் நுழைந்தான். காட்டை வகுந்து சென்ற பாதைகளில் நடந்து மரங்களுக்குள் புதைந்து பதுங்கியிருந்த சின்னஞ்சிறு வேடர்குடிகளை அடைந்தான். அவர்களிடம் ஃபாங்கமும், மஹுவாவும், மூலிகைகளும், புலிப்பல்லும், தோல்களும் வாங்கிக்கொண்டார்கள்.

நீள்தாடியும் பயணத்தால் மெலிந்து கருகிய உடலுமாக அவன் வம்சதாராவின் கரையில் அருணரைச் சந்தித்தான். அவர் படகில் அமர்ந்து யாழை தன் மடியில் வைத்திருந்தார். அவன் அருகே சென்று “வடபுலச் சூதரே, அஸ்தினபுரியின் கதையைப் பாடுங்கள்” என்றான். “யாழ் வீணே பாடாது இளைஞரே” என்றார் அவர். “நீர் தமிழ்நிலத்தார் என உய்த்தறிகிறேன்.” இளநாகன் தன் ஊரையும் குலத்தையும் சொல்லி “நான் உங்கள் குலத்தைப்பற்றி தமிழில் ஒரு பாடலைப் பாடுகிறேன்.

அதைப்பயின்றுகொள்ளும், நீர் திருவிடத்தைக் கடந்தால் அப்பாடலே உம்மை ஆற்றுப்படுத்தும்" என்றான். மகிழ்ந்து போன அருணர் "பாடுக பாணரே" என்றார்.

இளநாகன் பாடியபாடலுக்கு நிகராக அவர் அஸ்தினபுரியின் கதையைச் சொன்னார். "அகத்தில் பேராற்றல்கொண்டவர்கள் பெரிய இலக்குகள் கொண்டிருக்கவேண்டும் பாணரே. இல்லையேல் அந்த வெற்றிடத்தை முழுக்க பெரும் பகைமை வந்து நிரப்பிக்கொள்ளும். மானுடனின் ஆன்மாவின் இறுதித்துளியையும் நெய்யாக்கி நின்றெரிவது பகைமை. பகைமையையும் வஞ்சத்தையும் கொண்டே ஊழ் தன் அனைத்து ஆடல்களையும் நிகழ்த்துகிறது." இளநாகன் தன் தலையை கைகளில் ஏந்தி நெடுநேரம் அமர்ந்திருந்தபின் எழுந்து பெருமூச்சுவிட்டான்.

எட்டுநாட்கள் வம்சதாரா வழியாகவே அவர்கள் வந்தனர். வம்சதாராவின் கரைகளில் இருந்த எல்லா துறைகளில் இருந்தும் கயிறுதான் படகுகளில் ஏறிக்கொண்டிருந்தது. தேங்காய்நார் கயிறு அல்ல அது என்று இளநாகன் கண்டான். கயிறு பளிங்குவெண்மையுடன் இருந்தது. "கற்றாழைநாரை கைகளால் சீவி எடுத்து நீரில் கழுவி உலரச்செய்து இந்தக் கயிற்றைச் செய்கிறார்கள். உப்புநீரிலும் மட்காதிருக்கும் வல்லமைகொண்டது இது. பீதர்கள் இந்த நாரை வாங்க கலிங்கபுரிக்கே வந்துகொண்டிருந்தனர். இப்போது பீதர்கள் வருவதில்லை" என்றார் அருணர்.

"ஏன்?" என்று இளநாகன் கேட்டான். "கலிங்கபுரியின் துறைமுகப்பில் மணல் சேர்ந்துகொண்டே இருக்கிறது. அதற்கு ஏற்ப பீதர்கலங்கள் பெரியதாகிக்கொண்டே செல்கின்றன" என்றார் அருணர். "இங்கிருந்து சிறிய கப்பல்களில் வாங்கிச்சென்று ராஜமகேந்திரபுரிலும் தாம்ரலிப்தியிலும் கொண்டுசென்று விற்கிறார்கள். கலிங்கபுரி சென்ற காலங்களின் துயரம்மிக்க நினைவாக எஞ்சியிருக்கிறது."

கடலை நெருங்குவதனாலா அந்த வெம்மை என்று இளநாகன் சிந்தித்தான். அவன் தலைக்குள் இருந்து வியர்வை பெருகி கழுத்திலும் முதுகிலும் வழிந்தது. புருவத்தில் சொட்டி நின்றாடியது. தலைப்பாகையை அவிழ்த்து முகத்தைத் துடைத்துக்கொண்டான். படகோட்டி திரும்பி சிரித்துக்கொண்டு வானைச்சுட்டிக்காட்டி "மழை!" என்றான். இளநாகன் தலைதூக்கி நோக்கியபோது வெளிறி வெயில் நிறைந்துக்கிடந்த கண்கூசும் வானையே கண்டான். "மழை வந்துகொண்டிருக்கிறது. இப்போது அங்கே கிழக்குக் கடலில் இருக்கிறது" என்றான் படகோட்டி.

"கடலோரங்களில் மழை மிக எளிதில் வந்து சூழும். அதிலும் கலிங்கம் மழைப்புயல்களின் நாடு" என்றார் அருணர். "இங்குள்ளவர்கள் மழைப்புயலை காளி என்றுதான் சொல்கிறார்கள். வானம் கருமை

கொள்ளும்போது முற்றத்தில் இலை விரித்து சிறிய ஊன்பலிகொடுத்து காளியை வணங்குகிறார்கள். வளத்தையும் அழிவையும் ஒருங்கே அளிக்கும் அன்னையிடம் கருணையுடன் வரும்படி கோரும் சடங்கு அது.”

பறவைகள் கூட்டம்கூட்டமாக கடலில் இருந்து கரைநோக்கிவந்து கொண்டிருப்பதை இளநாகன் கண்டான். படகோட்டிகள் தேன்மெழுகிட்ட பாய்களை விரித்து கயிற்றுப்பொதிகளை மூடி இறுக்கிக் கட்டினார்கள். பாய்களை எல்லாம் கீழிறக்கிவிட்டார்கள். நதியின் நீரில் வானில் சென்றுகொண்டிருக்கும் பறவைகளின் படிமம் வெண்ணிறமான மீன்கூட்டம் செல்வதுபோலத் தெரிந்தது. “அவை கடற்பறவைகள்... பெருமழை வரும் என்றால் மட்டுமே அவை கரைதேரும்” என்றான் படகோட்டி. “நாம் அதற்குள் கலிங்கபுரியை அடைந்துவிடுவோமா?” என்று இளநாகன் கேட்டான். வானைநோக்கியபின் “முடியாது” என்று படகோட்டி புன்னகைசெய்தான்.

நதிநீரில் தெரிந்த உருளைக்கல் பரப்பில் அசைவு தெரிவதைக் கண்டு அதிர்ந்த இளநாகனின் சித்தம் அவையனைத்தும் ஆமைகள் என்று கண்டுகொண்டது. நீரின் தரைப்பரப்பு போல முழுமையாகவே நிறைந்து அவை கரைநோக்கிச் சென்றுகொண்டிருந்தன. கரையில் தெரிந்த கூழாங்கல்சரிவு ஆமைகளாலானது என்று அதன்பின்னரே அவன் கண்டறிந்தான். “இத்தனை ஆமைகள் எங்கிருந்து வருகின்றன?” என்றான். “அவை எங்கள் தெய்வங்களால் அனுப்பப்படுபவை. கடலில் இருந்து வந்தபின் கடலுக்கே திரும்பிச்சென்றுவிடுகின்றன. அவை இங்கு வருவதனால்தான் இந்த நகரம் கூர்மபுரி என்று அழைக்கப்படுகிறது” என்றான் படகோட்டி.

ஆமைகளின் ஓட்டுமுதுகுகளின் விதவிதமான வடிவங்களை நோக்கிக்கொண்டு மலைத்து அமர்ந்திருந்தான் இளநாகன். “அவை ஒவ்வொன்றின் முதுகிலும் ஒவ்வொரு சொல் எழுதப்பட்டிருக்கிறது என்பது பீதர்களின் நம்பிக்கை. அவர்களில் உள்ள பூசகர்கள் அச்சொற்களை வாசிக்கமுடியும் என்கிறார்கள். அச்சொற்கள் இணைந்து சொற்றொடர்களாகவும் பெருநூலாகவும் ஆகும் என்று ஒரு பீதவணிகன் சொன்னான்.” அருணர் ஆமைகளை நோக்கிப் புன்னகைத்தார். “கடலுக்குள் நிறைந்திருக்கும் மாகாவியமொன்றின் சொற்களில் சில சிதறி கரைககு வருகினறன. முட்டையிட்டு தங்களை பெருக்கிக்கொள்கின்றன. தன்னைத்தானே வளர்த்துக்கொள்ளும் அழியாப்பெருநூல். அதில் எழுதப்பட்டிருப்பது என்ன?”

“முடிவற்ற சொற்களால் சொல்லப்படவேண்டிய ஒன்றுதான் உள்ளது” என்று இளநாகன் சொன்னான். “பிரம்மம்.” அருணர் “ஆம்” என்று

நகைத்தார். படகோட்டி மேலே சுட்டிக்காட்டினான். வானில் மேகக்குவியல் ஒன்றின் விளிம்பு தெரிந்தது. இளநாகன் அத்தனை கன்னங்கரிய மழைமேகத்தைப் பார்த்ததே இல்லை. மின்னல்கள் இல்லாத இடியோசை இல்லாத கரிய குழம்பு போல அது வழிந்து வானை மூடிக்கொண்டிருந்தது. சற்றுநேரத்தில் ஒலிகளெல்லாம் மாறுபடுவதை இளநாகன் கேட்டான். நீரின் வண்ணம் ஆழ்ந்தது. காற்றின் நிறம் மங்கலடைந்து பாயின் வெண்மையில் நீலம் ஏறியது. குளிர் ஏறிக்கொண்டே சென்றது. ஆனால் காற்று வீசவில்லை. காதுமடல்களிலும் மூக்கு நுனியிலும் உணரமுடிந்த குளிர், பின்னர் மூச்சுக்குள் நுழைந்து உடல்சிலிர்க்கச் செய்தது.

மழை மிகப்பெரிய துளிகளாக நீரில் விழுந்தது. மழைத்துளி விழுந்து நீர்ப்பரப்பில் பள்ளம் விழுவதை இளநாகன் முதன்முதலாகக் கண்டான். தெறித்த துளிகளே படகை வந்தடைந்தன. சிலகணங்களில் மழை படகை முழுமையாகச் சூழ்ந்து மூடிக்கொண்டது. அருவி ஒன்றின் நேர்க்கீழே நிற்பதுபோலிருந்தது. திசைகளற்ற, மேல்கீழற்ற நீர். இளநாகன் முழுமையான தனிமையை உணர்ந்தான். நீருக்குள் மூழ்கி அடியாழத்திற்குச் சென்றுவிட்டவனைப்போல. அவனறிந்த உலகம் மேலே எங்கோ மறைந்துவிட்டதைப்போல.

மழைக்குள் கலங்கரை விளக்கின் ஒளிச்சட்டம் நீண்ட வாள் போல வானில் சுழன்று சென்றது. நீர்த்தாரைகள் செம்பளிங்குவேர்களாக ஒளிவிட்டு அணைந்து சற்று நேரம் கழித்து மீண்டும் பற்றிக்கொண்டன. படித்துறையை அடைந்தபோது படகுகளில் இருந்த விளக்குகளைக்கொண்டே அவற்றைக் காணமுடிந்தது. விரைவிழந்து சென்று துறைமேடையை அணுகியதும் நீருக்குள் எழும் மீன்களைப்போல கரிய உடல்கொண்ட வினைவலர் வந்து அதைப் பற்றிஇழுத்துக்கட்டினர். “இறங்குவோம்” என்றார் அருணர். “மழையிலா?” என்று ஒரு கணம் இளநாகன் தயங்கினான். “இங்கே மழை வெயில் போல ஓர் அன்றாடப்பொழிவு” என்றார் அருணர்.

மழைக்குள் இறங்கியதும் குளிர்ந்த நீரில் உடல் வெம்மையை இழந்து நடுங்கத் தொடங்கியது. மழைநீர் கொப்பளித்து வழிந்த படிக் கட்டுகள் நீரால் ஆனவை போலிருந்தன. மேலே நகரத்தின் உயரமற்ற கோட்டை மேல் மீன்நெய்விளக்குகளின் ஒளிகள் செந்நிறமாக மழையில் கலங்கிவழிந்துகொண்டிருந்தன. மழைக்குள்ளேயே மனிதர்கள் உடலைக் குறுக்கியபடி இயல்பாக நடமாடிக்கொண்டிருக்க மழையில் நனைந்த எருமைகள் அசைபோட்டுக்கொண்டு அசையாமல் நின்றன. “கடலடி நகரம் ஒன்றில் மீனாக மாறி உலவுவதுபோலிருக்கிறது” என்றான் இளநாகன்.

வணிகவீதியில் நடக்கும்போது இளநாகன் “இந்நகரம் முழுக்க இடிந்து கிடப்பதுபோலிருக்கிறது” என்றான். மிகப்பெரும்பாலான கட்டிடங்கள் இடிந்த சுவர்கள் மீது மரத்தாலும் மண்ணாலும் வேறு சுவர்களை

எழுப்பி கட்டப்பட்டிருந்தன. பனையோலைக்கூரைகளில் இருந்து அருவிபோல மழை கொட்ட உள்ளே பெருந்திரி விளக்குகளின் ஒளியில் பெரும்பாலும் உலர்ந்த மீன்களும் சிப்பிஊனும் எளிய மரவுரிகளும் பனையோலைக்கூடைகளும் மரப்பொருட்களும்தான் விற்பனைக்காகப் பரப்பப்பட்டிருந்தன. நனைந்து வழிந்த வெண்புரவி ஒன்றில் உடல்குறுக்கி அமர்ந்த காவல் வீரன் விளக்கொளி சுடர்ந்த நுனி கொண்ட வேலுடன் கடந்துசென்றான். நகரின் ஓசைகள் அனைத்தையும் மழை முற்றிலுமாக மூடியிருந்தது.

நகரச்சாலை பேராறுபோல முழங்கால்வரை செந்நீர் வழிய நெளிந்துகொண்டிருந்தது. பனந்தடிகளை ஊன்றி மேலே கூரையிட்டு மரப்பட்டைகளால் சுவர்கள் அமைக்கப்பட்ட வீடுகள். "இங்கே வீட்டுச் சுவர்களில் மழைநீர் நிற்காது ஒழுகவேண்டுமென்று மீன்மெழுகையும் தேன்மெழுகையும் பூசுவதுண்டு. வெயில்காலத்தில் வீடுகளெல்லாம் உருகிவழியும் மணம் எழும்" என்றார் அருணர். இருபக்கமும் இருந்த மாளிகைகள் அனைத்துமே உயரமற்றவை. அவற்றின் முகப்பில் பந்தவெளிச்சத்தில் வேலுடன் காவல்நின்றிருந்தவர்கள் தங்களுக்குள் பேசிக்கொண்டிருக்கும் ஒலி கேட்காமல் அவர்கள் மீன்கள்போல வாய்திறந்து மூடுவதாகத் தோன்றியது.

"இப்போது கடல்பொங்கி நகருள் நுழைந்தால்கூட அதை மழையென்றே எண்ணுவார்கள்" என்றான் இளநாகன். "சொல்லாதீர் பாணரே. அடிக்கடி இங்கே கடல்நுழைவதுண்டு. உமது சொல் கவிஞனின் சொல்" என்று அருணர் நகைத்தார். "இருநூறாண்டுகளுக்கு முன் இந்நகர்மேல் பேரலை ஒன்று எழுந்து வந்து மூடியதாம். பெரும்பாலான மாளிகைகள் அன்றே இடிந்துவிட்டன. இங்கிருந்தவர்களும் மறைந்தனர். மீண்டும் நூறாண்டுகள் கழித்துத்தான் இந்நகர் உயிர்கொண்டெழுந்தது. சரிந்த மரத்தில் முளைத்த காளான். கிழக்கின் முதற்கதிரை ஏந்துவதற்காக வைக்கப்பட்ட பொற்கலம் என்று கவிஞர் பாடிய கலிங்கபுரி அன்றே மறைந்துவிட்டது" என்றார் அருணர்.

மழை அலையலையாக வந்து அறைவதைத்தான் இளநாகன் தென்னகத்தில் கண்டிருக்கிறான். வானின் உறுமலும் மின்னலுமின்றி அவன் மழையைக் கண்டதுமில்லை. ஆனால் கலிங்கபுரியின் மழை ஆழ்ந்த ஊழ்கமந்திரம் போல குன்றாமல் குறையாமல் நின்றொலித்து நீடித்தது. "இப்போது பொழுதென்ன?" என்று அவன் அருணரிடம் கேட்டான். "நாம் வந்த நேரத்தை வைத்துநோக்கினால் பின்மதியம்... ஆனால் வானமில்லாதபோது பகலென்ன இரவென்ன?" என்றார் அருணர். விளக்கொளி செந்நிறமாகப் பரவிய சாளரங்களுடன் ஒரு பல்லக்கு சென்றது. "மெல்லியதோலால் ஆன அச்சாளரங்களுக்குள் நீர்புகுவதில்லை" என்றார் அருணர்.

அவர்கள் நீர்த்திரையை விலக்கி விலக்கி நடந்து சத்திரத்தை அடைந்தனர். பனைத்தூண்களின்மீது எழுந்த பெரிய ஓலைக்கூரை கொண்ட கட்டடத்தின் முன்னால் அத்திரிவண்டிகள் அவிழ்த்துப் போடப்பட்டிருந்தன. வலப்பக்கம் கொட்டகைக்குள் நின்ற அத்திரி ஒன்று குரல்எழுப்பியது. அவர்கள் உள்ளே நுழைந்தபோது அங்கே மிகச்சில வணிகர்களைத்தான் கண்டனர். பாணர்கள் எவருமிருக்கவில்லை. அனைவரும் வரிசையாகப் போடப்பட்ட கயிற்றுக்கட்டில்களில் மரவுரிப்போர்வை போர்த்தி படுத்திருந்தனர்.

வாசலில் நின்றபடி "பயணிகள்... சூதர்கள்" என்றார் அருணர். உள்ளிருந்து கைவிளக்கை அணையாமல் பொத்தியபடி வந்த தடித்த நடுவயதுப்பெண்மணி "வருக சூதர்களே... தங்களிடம் உலர்ந்த ஆடைகள் இல்லை என்று எண்ணுகிறேன்" என்றாள். "ஆம், இல்லை" என்றார் அருணர். "வருக, எங்களிடம் சில மரவுரியாடைகள் உள்ளன" என்று அவள் அழைத்துச்சென்றாள். உள்ளறைகளில் விளக்குகள் எரிந்தன. தூண்நிழல்கள் கூரைமேல் வளைந்தாடின. "இது தென்கிழக்குமழை. நாலைந்துநாள் நீடிக்கும்" என்றாள் அவள். "என்பெயர் காஞ்சனை. நானும் என் மைந்தர்களும் இச்சத்திரத்தை நடத்துகிறோம்."

உலர்ந்த மரவுரியாடை அணிந்து தலைதுவட்டிவிட்டு உணவுக் கூடத்திற்குச் சென்று அமர்ந்துகொண்டபோது குளிரத் தொடங்கியது. சற்றுநேரத்தில் உடல் நடுங்கி அதிர்ந்தது. காஞ்சனையின் மைந்தன் பெரிய மண்கலம் நிறைய பனைவெல்லமிட்ட கொதிக்கும் தினைக் கஞ்சியைக் கொண்டுவந்து கொடுத்தான். அதன் வாசனையில் அறிந்த பசியை இளநாகன் எப்போதுமே அறிந்ததில்லை. அதில் முற்றாத பனங்கொட்டைத்துருவலைப் போட்டிருந்தனர். மென்று குடித்தபோது பனைவெல்லம் நெஞ்சுக்குள் உருகி மூக்கில் நிறைந்தது. குடித்துமுடித்தபின்னர் ஏப்பத்தில் அந்த வாசனை கிளர்ந்தபடியே இருந்தது.

மீண்டும் முதற்கூடத்துக்கு வந்தபோது அவர்களுக்கான கயிற்றுக்கட்டிலில் மரவுரியும் நார்த்தலையணையும் வைக்கப்பட்டிருந்தது. வணிகர்கள் உரக்கப் பேசிக்கொண்டிருந்தனர். அருகமரபுக்குரியவகையில் தலைமுடியை மழுங்க மழித்து நீள்காது வடித்திருந்த ஒருவர் "அழியாதது, என்றுமிருப்பது என்று இவற்றை அறிபவன் முதலில் உணர்வது தன்னுடைய அழிவையே. அருகமரபு அதையே முதல்ஞானமாக முன்வைக்கிறது. இத்தனை சொற்களுக்கு அப்பாலும் நீங்கள் அறிந்துகொள்ளாதது அது வைசேடிகரே. புடவியின் அகாலஇருப்பை தன் காலத்தைக்கொண்டே மானுட அகம் உணர்ந்துகொள்ளமுடியும்" என்றார்.

அப்பால் நீண்டகுழலை தோளில் அவிழ்த்துப்போட்டு கரியதாடியுடன் இருந்தவர்தான் வைசேடிகர் என்று இளநாகன் எண்ணிக்கொண்டான். “எது அழியக்கூடியது சாரங்கரே? எதுவும் அழிவதில்லை, அனைத்தும் உருமாறுகின்றன என்று உணர்வதே வைசேடிக மெய்யியலின் முதல்படி. இவ்வுடலை எரித்தால் சாம்பலாகும். காற்றில் பறக்கும். நீரில் கரையும். மண்ணில் கலக்கும். வேர்களில் உரமாகும். காயாகக் காய்த்து கனியாகக் கனிந்து உணவாக ஊறி இன்னொரு உடலாகும். எங்கு செல்கிறது அது? இங்குள அனைத்திலிருந்தும் அது எழுகிறது. இங்குள அனைத்திலும் மீண்டு செல்கிறது. பருப்பொருளுக்கு அழிவில்லை.”

“ஆனால் உயிர்?” என்று இருளுக்குள் எவரோ கேட்டனர். “உயிரென்பது ஓர் அறிதலே. வெற்றிலையும் சுண்ணமும் பாக்கும் கலந்து செந்நிறம் பிறப்பதுபோல இப்பருப்பொருட்களின் கூட்டால் உயிர் பிறக்கிறது. வெற்றிலைச்சாற்றை உமிழ்ந்து அது வெயிலில் காய்ந்தால் அச்செந்நிறம் எங்கே செல்கிறது? அது பிறிதொன்றாக மாறிவிடுகிறது. உயிரென்பது உடலின் ஒரு நிலை. இன்னொரு உடலின் அறிதல். உயிர் என்றால் என்ன என்று நான் கேட்டேனென்றால் நீங்கள் சொல்லும் அனைத்து விடைகளும் உயிரை இன்னொரு உயிரான நாம் அறியும் முறைகளைப்பற்றியதாகவே இருக்கும்.

“முன்பொருநாள் கடலோடி ஒருவன் ஆழ்கடலில் கலம் உடைந்து நீந்தி மணிபல்லவம் என்னும் தீவுக்குச் சென்றான். அந்த மாயத்தீவுக்குச் செல்லும் முதல் மானுடன் அவன். அங்கே அவன் தாவரங்களுக்காக, பூச்சிகளுக்காக, பறவைகளுக்காக, மிருகங்களுக்காகத் தேடினான். பாறைகள் மட்டுமே இருந்த அந்தத் தீவில் உயிர்கள் இல்லை என்று எண்ணி ஏங்கி அவன் மடிந்தான். அவனை அழைத்துச்செல்ல வந்த தேவர்களிடம் ‘உயிர்களில்லா வெளிக்கு என்னைக் கொண்டுவருமளவுக்கு நான் செய்த வினை என்ன?’ என்றான். ‘இங்கே உயிர்களில்லை என நீ எப்படி எண்ணினாய்? இங்குள்ள பாறைகள் அனைத்தும் நீ அறியாத இயல்புகொண்ட உயிர்களே. உயிர் என நீ கொண்ட அறிதலின் எல்லையால் நீ இறந்தாய். வினை என்பது அறியாமையே’ என்றனர் தேவர். ஆம் வணிகர்களே, உயிரென்பது பருப்பொருளில் நாமறியும் ஒரு நிலை மட்டுமே.

“அவ்வண்ணமே நாமறியும் இப்பருப்பொருள்வெளி என்பதும் ஓர் அறிதல்மட்டுமே என உணரும்போதே அறிதலின் பயணம் தொடங்குகிறது. இங்குள்ள ஒவ்வொன்றும் சொற்கள். அச்சொற்களால் சுட்டப்படுவதாக நிற்பதே பரு. அதையே பதார்த்தம் என்கின்றது வைசேடிக மெய்யியல். தென்மொழியாகிய தமிழிலேயே அதற்கு மிகச்சரியான சொல்லாட்சி

உள்ளது. பொருள் என்னும் சொல்லுக்கு அவர்கள் அர்த்தம் என்றும் வஸ்து என்றும் பொருள்கொள்கிறார்கள்” வைசேடிகர் சொன்னார். “பருப்பொருள் வெளி கோடானுகோடி பதார்த்தங்களால் ஆனது.

“அம்முடிவின்மையை ஒன்றொன்றாய்த் தொட்டு அறிய, முடிவில்லா காலமும் அகமும் தேவை. ஆகவே அவற்றை நாம் அறிவதில் உள்ள நெறிகளை மட்டுமே வகுத்துக்கொள்கிறது வைசேடிகமெய்யியல். பொருண்மை, குணம், செயல், பொதுத்தன்மை, தனித்தன்மை, இணைவுத்தன்மை என்னும் ஆறு வெளிப்பாடுகளால் இப்பருவெளி நம்மை வந்தடைகிறது. இங்குள்ள ஒவ்வொரு பொருளும் இவ்வெளிப்பாடுகளில் காட்டும் சிறப்புத்தன்மையாலேயே தன்னை தனித்துக்காட்டுகிறது. ஆகவேதான் எங்கள் மெய்யியலை வைசேடிகம் என்கிறோம்.”

“பருப்பொருள் முதலியற்கையால் ஆனது என்று சொல்லும் சாங்கியர்களும் உங்களவர்களா?” என்று ஒரு குரல் கேட்டது. “இல்லை. அவர்கள் முதற்பொருளை உணர்ந்தவர்கள். ஆனால் தெளிந்தவர்கள் அல்ல. மூவாமுதலா பேருலகின் பொருண்மையை அவற்றில் எது அறியற்பாலதோ அதைக்கொண்டல்லவா அறியவேண்டும்? கரும்பாறையை உடைத்தால் தூளாகிறது. நீரை உடைத்தால்?” வைசேடிகர் சொன்னார். “நீர் நம் கண்ணுக்குத்தெரியாத அணுக்களாக ஆகிறது. அவ்வணுக்களின் படர்தலைத்தான் நாம் ஈரம் என்கிறோம்.

“ஒன்றின் மிகச்சிறிய அலகே அணு. அதற்குமேல் பகுக்கமுடியாதது எதுவோ அதுவே அணு. இங்குள்ள ஒவ்வொரு பருப்பொருளும் அதன் நுண்ணணுக்களால் ஆனது. நீர் நீரின் அணுக்களால். நெருப்பு நெருப்பின் அணுக்களால். அவற்றின் தனித்தன்மைகள் அனைத்தும் அந்த அணுக்களின் இயல்புகளாக உள்ளவைதான். அணுக்கள் ஆறு நெறிகளால் ஆடும் ஆடலே இப்புடவி.”

இருளுக்குள் எவரோ அசைந்து அமர்ந்தனர். அவருக்குள் ஓடும் வினா அந்த அசைவில் தெரிந்தது. பலர் குறட்டைவிட்டுக்கொண்டிருந்தனர். “வணிகர்களே, அணு அண்டமாவதெப்படி என உங்கள் அகம் திகைக்கிறது. பாருங்கள், இதோ இந்தக் கூடத்தில் விளக்கொளியில் புகைபோலப் பறக்கும் நுண்ணிதின் நுண்ணிய நீர்த்துமிகளே அதோ வெளியே விண்ணையும் மண்ணையும் மூடிப்பொழிந்துகொண்டிருக்கின்றன. அதற்கப்பால் முடிவிலாது கொந்தளித்துக்கொண்டிருக்கின்றன” என்றார் வைசேடிகர். இருளில் அக்கணத்தில் அனைத்தையும் முழுமையாகக் கண்டுவிட்டதுபோல இளநாகன் உடல் சிலிர்த்துக்கொண்டது.

பகுதி எட்டு

கதிரெழுநகர்

1

கலிங்கக் கடலோரமாக இருந்த ஆலயநகரமான அர்க்கபுரிக்கு அருணரும் இளநாகனும் பின்னிரவில் வந்துசேர்ந்தனர். அர்க்கபுரிக்குச்சென்ற பயணிகளுடன் நடந்து கடற்காற்று சுழன்று வீசிக்கொண்டிருந்த சிறுநகரின் இருண்ட தெருக்கள் வழியாக நடந்தனர். கருங்கற்களால் கட்டப்பட்ட உயரமற்ற சுவர்களின்மேல் கற்பலகைகளைக் கூரையாக்கி எழுப்பப்பட்ட வீடுகள் நிரைவகுத்த சாலைகளிலும் கற்பலகைகள் பதிக்கப்பட்டிருந்தன. கற்களில்லாத நிலம் முழுக்க மணலே தெரிந்தது. கற்பாதையின்மேல் மணல் கடற்காற்றில் ஆவியெழுவதுபோலச் சுழன்று பறந்துகொண்டிருந்தது.

பயணிகளுக்கான சத்திரத்தில் தங்கிய இளநாகன் சாளரங்களின் இடுக்குகள் வழியாக பீரிட்டுவந்த காற்றிலும் மணல்துகள்கள் இருப்பதைக் கண்டான். "பூமியின் அணுக்கள்" என்று சொல்லி அருணர் நகைத்தார். "வைசேடிகர்கள் பொதுவாக சாங்கியர்களிடம் மட்டுமே பூசலிடுகிறார்கள். வேதாந்திகளிடம் சற்றே குன்றிவிடுகிறார்கள்." இளநாகன் "அவர்கள் சொல்வது தர்க்கபூர்வமானது என்றே எண்ணுகிறேன்" என்றான். "இளம்பாணரே, இவர்களின் சிந்தனைகள் பலநூறு வருடம் பழையவை. பேசிப்பேசி தீட்டப்பட்டவை. அவற்றைக் கேட்கையில் அவை உண்மை என்ற எண்ணமே நம்மைப்போன்றவர்களுக்கு ஏற்படும்" என்றார் அருணர்.

"அவை தேவையில்லை என்கிறீர்களா?" என்றான் இளநாகன். "சிந்தனையை தேவையில்லை என்று சொல்வது எப்படி? அவை நிகழ்ந்துகொண்டேதான் இருக்கும். இந்த மணல்காற்றைப்போல. கண்ணுக்குப்பட்ட அனைத்துடனும் மோதிக்கொண்டிருக்கும்.

ஆனால் மெய்மை என்பது அவற்றால் தீண்டப்படுவதா என்றுதான் எனக்கு ஐயமாக இருக்கிறது?" "அவை பொய் என்கிறீர்களா?" என்று இளநாகன் கேட்டான். "பொய் என்று சொல்லமாட்டேன். மெய்யின் துளிகள் அவை. ஒரு துளி மெய் கையில் கிடைத்ததும் மானுடர் குதித்துக்கொண்டாட்டமிடுகிறார்கள். அதைக்கொண்டு எஞ்சிய மெய்யை அறிந்துவிடலாமென எண்ணுகிறார்கள். ஆனால் எஞ்சிய மெய் அதற்கு மாற்றானதாகவே எதிரே வருகிறது. எனவே எஞ்சியவற்றை மறுப்பதில் ஈடுபடுகிறார்க்ள். அவர்களின் ஞானம் தேங்கி அகங்காரம் பேருருவம்கொள்ளத் தொடங்குகிறது" என்றார் அருணர். "மெய்மை என்பது மாற்றிலாததாக, முழுமையானதாக இருக்கும். அதை அறிந்தவனுக்கு விவாதிக்க ஏதுமிருக்காது என்றே எண்ணுகிறேன்."

ஏழு மாதங்களுக்கு முன் கலிங்கபுரியில் இருந்து படகில் கிளம்பி ருஷிகுல்ய நதிக்கரையில் இருந்த துறைநகரமான மணிபுரம்சென்று அங்கிருந்து வண்டிச்சாலையில் சிற்றூர்கள் வழியாக பயணம்செய்து சிலிகை ஏரிக்கரையை அடைந்தனர். கடலின் குழந்தைபோல நீல அலைகளுடன் திசைநிறைத்துக்கிடந்த சிலிகையில் படகிலேறி கரையோரச் செம்படவர் கிராமங்கள் வழியாகப் பயணம் செய்தனர். சிலிகையின் மேல் நாணல் அடர்ந்த சிறிய தீவுகள் வெண்காளான் பூத்ததுபோல நாரைகளும் கொக்குகளும் சூழ்ந்து தங்கள் தலைகீழ் நிழல்களுடன் வானில் மிதக்கும் கோளங்கள் போலத் தோன்றின. நடுவே இருந்த பெரிய தீவில் இருந்த இந்திரபஸ்த ஆலயத்தில் தங்கினார்கள்.

பூசகர் துருவரும் அவர் மனைவியும் மட்டுமே அங்கே இருந்தனர். "முன்பு இது கடலாகவே இருந்தது" என்றார் துருவர். "கலிங்கநாட்டின் தலைநகரமான சிசுபாலபுரி இன்று இவ்வேரியின் வட எல்லையில் உள்ளது. முன்பு அது மேற்கே தயை நதியின் கரையில் இருந்தது. இன்றைய மன்னரின் மூதாதையான ஆதிசிசுபாலரால் அமைக்கப்பட்ட பெருநகரம் அது. அதைப்பற்றி அறிந்து கடலுக்கு அப்பாலிருந்த ரக்தபானு என்ற அசுரமன்னன் தன் ஆயிரம் மரக்கலங்களுடன் படையெடுத்துவந்தான். சிசுபாலபுரியை நேரடியாகத் தாக்கச்சென்றால் மக்கள் படகிலேறித் தப்பிவிடுவார்கள் என்பதனால் தன் மரக்கலங்களை இந்த இடத்தில் இருந்த ஆழமான கடல்வாய்க்குள் கொண்டுவந்து நாணல்காடுகளுக்குள் ஒளித்துவைத்தான்."

"ஆனால் தாக்குதலுக்கு அவன் ஆணையிட்டபோது படகுகள் அசையவில்லை. அவற்றுக்குக் கீழே நீர் கடலுக்குள் திரும்பிச் சென்றுகொண்டிருந்தது. நூறுபாய்களையும் விரித்தும் அவனால் கப்பல்களை அசைக்கமுடியவில்லை. அவனுடைய நிமித்திகர்

குறிதேர்ந்து சிசுபாலமன்னரின் குலதெய்வமான ரத்னாகரை என்னும் கடல்தெய்வம் அவர்களைக் கட்டிவைத்திருப்பதாகச் சொன்னார்கள். உடனே தன் படைகளை கப்பல்களில் இருந்து படகுகளில் இறங்கி சிசுபாலநகரியை நோக்கிச்செல்ல ரக்தபானு ஆணையிட்டார். அவர்கள் நகருக்குள் சென்றபோது அங்கே கைவிடப்பட்ட மரவீடுகளைத்தவிர எதுவுமே இல்லை. அனைவரும் படகுகளில் ஏறி காட்டுக்குள் சென்றுவிட்டிருந்தனர்.

சினம்கொண்ட ரக்தபானு நகரைக் கொளுத்தி அழிக்க ஆணையிட்டான். நகர்நடுவே இருந்த பேராலயம் பெருங்கடல்களின் அரசனாகிய வருணனுடையது. அதை எரித்து அழித்துவிட்டு படைகள் திரும்பிவந்து கப்பல்களில் ஏறிக்கொண்டன. மீண்டும் கடலுக்குச் செல்ல ரக்தபானு ஆணையிட்டபோது இருபக்கமிருந்தும் நிலம் எழுந்துவந்து கடலைப்பிரித்து ஏரியாக ஆக்கியது. உள்ளே அகப்பட்டுக்கொண்ட கப்பல்கள் மணலில் தரைதட்டி அமிழ்ந்தன. கப்பல்களைக் கைவிட்டு படகுகளில் கடலில் இறங்கிய ரக்தபானுவை அலைகள் நாநீட்டி உண்டன" என்றார் துருவர். "அதன்பின்னர்தான் சிசுபாலபுரி கடலோரமாக வடக்கே அமைந்தது. சிலிகையில் இருந்து தயை ஆறுவழியாகச் சென்று மகாநதியை அடையலாம். அதன் வழியாகச் செல்லும் படகுகள் அர்க்கபுரிக்கும் சிசுபாலபுரிக்கும் செல்கின்றன."

படகில் மகாநதிவழியாகச் செல்லும்போது அருணர் "அர்க்கபுரிக்குச் செல்வோம்" என்றார். "இது சூரியன் உச்சத்தில் இருக்கும் சைத்ர மாதம். அர்க்கார்ப்பண விழா தொடங்கவிருக்கிறது. இதோ நதியில் செல்லும்படகுகளில் இருக்கும் மக்கள் பெரும்பாலும் அர்க்கபுரிக்குத்தான் செல்கிறார்கள்." இளநாகன் அவர்களை நோக்கி "எப்படித்தெரியும்?" என்றான். "அவர்கள் கைகளில் இலைவிரித்த செங்கரும்பும் தாளுடன் மஞ்சள்கிழங்கும் மாந்தளிர்களும் கொன்றைமலர்களும் புதுக்கலங்களும் இருக்கின்றன. அவர்கள் சூரியநோன்புக்காகவே செல்கிறார்கள்" என்றார் அருணர். "அனைவருமே வேளாணகுடிமக்கள். தங்கள் வயல்சூழ்ந்த ஊர்களில் இருந்து படகுகள் வழியாக கடல்நோக்கிச் செல்கிறார்கள்."

"விஷுவ ராசியில் சூரியன் நுழையும் முதல்நாளை விஷு என்கிறார்கள். விஷுவராசியில் சூரியன் உத்தராயணத்துக்கும் தட்சிணாயணத்துக்கும் சரியான மையத்தில் இருக்கிறான். அந்நாளில் ஐந்துமங்கலங்களுக்கு முன் முதல்கண் விழித்து கையில் மஞ்சள் காப்புகட்டி அர்க்கநோனபைத் தொடங்குவார்கள். பரணி நட்சத்திரத்தின் மூன்றாம் பாதம் முதல் கிருத்திகை நட்சத்திரம் வரை அனலோனுக்குரிய நாட்கள். அப்போது அர்க்கபுரிக்குச் சென்று அங்குள்ள செங்கதிரோன் ஆலயத்தில்

கடல்நீராடி வழிபட்டு மீள்வது நெறி" என்றார் அருணர். "அர்க்கபுரியை வேதரிஷிகளும் வாழ்த்தியிருக்கிறார்கள். கிழக்கே எழும் சூரியனின் முதல் கதிர் பாரதவர்ஷத்தில் படும் இடம் இதுவென சோதிடவேதாங்க ஞானிகள் கண்டடைந்தனர்."

"பாரதஞானமரபின் முதல் சோதிடநூலான பிரஹதாங்கப்பிரதீபம் சூரியதேவரால் இயற்றப்பட்டது. அவர் வாழ்ந்தது கலிங்கத்தில் என்கிறார்கள். சூரியனின் மைந்தர் அவர். அவர் கதிரோனின் முதற்கதிர் தொடும் இடத்தை இக்கடற்கரையில் தொட்டுக்காட்டினார். அங்கே அவர் நட்ட நடுகல்லையே நெடுங்காலம் மக்கள் சூரியனாக வழிபட்டனர். பின்னர் முதல் கலிங்கமன்னராகிய ஆதிசிசுபாலர் அங்கே சுதையாலான கோயில் ஒன்றைக் கட்டி ஏழுகுதிரைகளுடன் சூரியனை எழுந்தருளவைத்தார். அவரது மைந்தர்களின் காலகட்டத்தில் அவ்வாலயம் விரிவாக்கம் செய்யப்பட்டது. இன்று பாரதவர்ஷத்திலேயே பெரிய சூரிய ஆலயங்கள் இரண்டு. மூலஸ்தான நகரியில் உள்ள பேராலயமே அளவில் பெரிது. இது சிறப்பில் முதன்மையானது."

பெரியபடகொன்று அருகில் வந்தது. "சூதர்களே, தாங்கள் அர்க்கபுரிக்கா செல்கிறீர்கள்?" என்று தலைப்பாகை அணிந்த ஒருவர் கேட்டார். "ஆம். உங்களின் வழிதான்" என்றார் அருணர். "எங்கள் படகுக்கு வருக பாணர்களே. உங்கள் சொற்களால் எங்கள் அகமும் ஒளிபெறட்டும்" என்றார் அவர். "மகாநதிக்கரையின் பீஜமூலம் என்னும் சிற்றூரின் வேளாண் குலத்தலைவனாகிய என் பெயர் விபாகரர்." அருணர் எழுந்து "அவ்வண்ணமே" என்றார். "சொற்கள் அவற்றைக் கேட்பவர்களை நாடிச்செல்கின்றன, பக்தர்களை நாடிச்செல்லும் தெய்வங்கள் போல" என்றபடி அந்தப்படகில் கால்வைத்து ஏறினார். இளநாகனும் ஏறிக்கொண்டான்.

அப்படகில் முழுக்கமுழுக்க கிராமத்தினர் நிறைந்திருந்தனர். பலவயதினரான பெண்கள் கரியமுகத்தில் மின்னும் வெள்ளி அணிகளுடன், வண்ணம்பூசப்பட்ட மரவுரிச்சேலைகளுடன், மடியில் சிவந்த புதுக்கலங்களை வைத்து அமர்ந்திருந்தார்கள். சிறுகுழந்தைகள் பெரிய விழிகளுடன் அன்னையரின் தொடைகளைத் தொட்டபடி நின்றும் மடியில் அமர்ந்தும் நோக்கினர். வெயிலில் நின்று பழுத்துச்சுருங்கிய முகம்கொண்ட முதியவர்கள் கைகூப்பினர். "கண்கண்ட தெய்வத்தை, கதிரோனைப் பாடுக சூதரே" என்றார் விபாகரர். அருணர் தன் யாழை இறுக்கி சுதிசேர்த்து பாடத்தொடங்கினார்.

"பிரம்மத்திலிருந்து விஷ்ணுவும் விஷ்ணுவிலிருந்து பிரம்மனும் பிரம்மனில் இருந்து மரீசியும் மரீசியிலிருந்து காசியப பிரஜாபதியும் பிறந்தனர்.

காசியபருக்கு தட்சனின் மகளான அதிதியில் ஆதித்யர்களும் வசுக்களும் ருத்ரர்களும் பிறந்தார்கள். அவர்களில் முதன்மையானவர்கள் பன்னிரு ஆதித்யர்கள். தாதா, ஆரியமா, மித்ரன், சுக்ரன், வருணன், அம்சன், பகன், விவஸ்வான், பூஷா, சவிதா, த்வஷ்டா, விஷ்ணு என்பது அவர்களின் பெயர்கள். விவஸ்வாவின் மைந்தனே உயிர்த்துளியாக முளைத்த வைஸ்வாநரன். இன்று இதோ என்னில் இருந்து அவனைப்பாடும் வைஸ்வாநரன் வாழ்க!

"ஒன்பதாயிரம் யோஜனை நீளமுள்ளது சூரியனின் தேர். அவன் சக்கரம் பன்னிரு ஆரங்கள் கொண்ட காலவடிவம். காயத்ரி, பிருஹதி, உஷ்ணிக், ஜகதி, திருஷ்டுப்பு, அனுஷ்டுப்பு, பக்தி என்னும் ஏழு குதிரைகள் ஏழு நடைகளில் அதை இழுத்துச்செல்கின்றன. நான்குவேதங்களும் அவன் நெஞ்சின் கவசங்களாக ஒளிவிடுகின்றன. கந்தர்வர்கள் அவன் ஊர்வலத்தில் மங்கல இசை பெய்து முன் ஏந்திச்செல்கிறார்கள். அப்சர கன்னியர் மங்கலத்தாலமேந்துகிறார்கள். அரக்கர்கள் அவன் நிழலாகச் சென்று காவல் காக்கிறார்கள். அவன் தேரை பெருநாகங்கள் ஒருக்குகின்றன. அவன் கடிவாளத்தில் யக்ஷர்கள் அமர்ந்திருக்கிறார்கள். பாலர்களும் கில்யர்களும் அவன் கொடியேந்துகிறார்கள். அழிவற்றவனாகிய அவனே பிரம்மத்தின் வடிவமாக நின்று இவ்வுலகைப் புரக்கிறான்."

அர்க்கபுரியில் இளநாகன் இரவில் சற்றுநேரம்தான் கண்ணயர்ந்திருப்பான், அவனுடன் வந்த வேளாண்குடிகள் சத்திரத்தின் கூடம் முழுக்க படுத்து அகக்கிளர்ச்சியுடன் பேசிக்கொண்டே இருந்தது நெடுநேரம் கேட்டுக் கொண்டிருந்தது. விபாகரர் "சூதரே, தாங்கள் துயிலவில்லையா?" என்றார். "இல்லை" என்றார் அருணர். "வெங்கதிரோனை வென்றவர் என எவரும் உண்டா?" என்றார் விபாகரர். "ஆம், முன்பு இலங்கையை ஆண்ட அரக்கர்குலத்தரசன் இராவணனால் சூரியன் வெல்லப்பட்டான்" என்றார் அருணர். அங்கே பேசிக்கொண்டிருந்தவர்கள் அனைவரும் அமைதியாயினர். "அக்கதையை நான் கேட்டதேயில்லை" என்றார் விபாகரர்.

"கேளுங்கள் வேளிர்களே. தன்னைப்படைத்த காசியபபிரஜாபதியிடம் சென்று இளஞ்சூரியன் கேட்டான் 'எந்தையே, ஒளியே என் அழகும் ஆற்றலுமாக உள்ளது. ஒளியாலேயே நான் அறியப்படுகிறேன், ஒளிக்காகவே நான் துதிக்கப்படுகிறேன். இவ்வொளி குறையாதிருக்க நான் என்ன செய்யவேண்டும்?' அவர் சொன்னார் 'மைந்தா, தோன்றியதெல்லாம் அழியும். உன்னைப்போல பல்லாயிரம் கோடி ஆதித்யர்கள் தோன்றிமறைந்திருக்கிறார்கள். அவர்களைப் பிறப்பித்த பல்லாயிரம் கோடி பிரஜாபதிகளும் அப்பிரஜாபதிகளைப் பிறப்பித்த

பிரம்மன்களும் மறைந்திருக்கிறார்கள். தோன்றாதது பிரம்மம் ஒன்றே. குன்றாததும் மறையாததும் அதுவே.’ ஒளிவிடும் இளையவனின் தலையை வருடி காசியபர் சொன்னார் ‘பிரம்மத்தின் நிழலே காலம். அதன் படிமங்களே தேய்வும் குறைவும் இறப்பும். அவற்றை வெல்லவே முடியாது.’

“சூரியக்குழந்தை அதை ஏற்கவில்லை. ‘நான் குன்றவோ மறையவோ விரும்பவில்லை தந்தையே. ஒருவனை வாழச்செய்வது எது என்று மட்டும் சொல்லுங்கள், அதையே நான் செய்கிறேன்’ என்றது. ‘மைந்தா வாழச்செய்வது வாழ்த்துகளே. ஒருவனை அகங்கனிந்து வாழ்த்தும் ஒருகுரல் ஒலித்துக்கொண்டிருக்கையில் மட்டும் தேய்வும் குறைவும் இறப்பும் விலகி நிற்கின்றன.’ சூரியன் ‘அப்படியென்றால் என்னை ஒவ்வொரு கணமும் அகம்கனிந்து வாழ்த்தும்குரல்கள் எழுந்துகொண்டிருந்தால் நான் அழிவற்றவன் அல்லவா?’ என்றான். ‘ஆம் அவ்வண்ணம் நிகழுமென்றால்’ என்றார் காசியபர். ‘அவ்வண்ணமே ஆகும்’ என்று சொல்லி சூரியன் விண்ணிலெழுந்தான்” அருணர் சொன்னார்.

“விண்பாதையில் தேரேறிவந்த சூரியன் தன் அகத்தை கனிவாலும் கருணையாலும் நிறைத்தான். கொடை என்னும் ஒற்றைச்சொல்லன்றி தன் அகத்தில் எச்சொல்லும் எழாமலாக்கினான். அச்சொல் அவனில் பல்லாயிரம் கோடி ஒளிக்கைகளாக எழுந்தது. அவனை நோக்கி எழுந்த ஒவ்வொரு உயிர்த்துளியையும் பருப்பொருளையும் அவன் தன் கைகளால் தொட்டான். மண்ணில் பூத்துவிரிந்த ஒவ்வொரு மலரையும் அவன் தொட்டு வண்ணம் கொள்ளச் செய்தான். ஒவ்வொரு இலையையும் வருடி பசுமைகொள்ளச் செய்தான். ஒவ்வொரு சிறுபூச்சியும் தன் சிறகுகளை ஒளிகொள்ளச்செய்யும் அவன் கைகளை அறிந்தது. நீருள் வாழும் மீன்களும் மண்ணுக்குள் வாழும் புழுக்களும் அவன் கொடையால் வாழ்ந்தன. வேளிர்களே, இப்புவியில் ஒவ்வொருவரையும் தேடிவந்து கொடுக்கும் கைகள் கொண்டவன் அவன் ஒருவனே.

“அதோ, இருளில் ‘ரீ’ என்றொலிக்கும் பூச்சி. அது சூரியனை தவம் செய்கிறது. இந்நேரம் தண்டின் உறைக்குள் இருந்து மெல்லவெளிவரும் குருத்து அவன் கனிந்த புன்னகையை எண்ணிக்கொள்கிறது. அடைகாக்கும் முட்டைக்குள் வாழும் குஞ்சுக்கு அவன் ஒளியை கனவாக ஊட்டுகின்றது தாய்ப்பறவை. அன்னையின் குருதிவழியாக அவன் செம்மையை அறிந்து புன்னகைசெய்கிறது கருக்குழந்தை. அவன் ஒளிமுகத்தை அறியாமல் எவ்வுயிரும் மண்ணுக்கு வருவதில்லை. இரவு என்பது சூரியனுக்கான தவம். பகலென்பது சூரியனைக் கொண்டாடுதல். சூரியக்கொடை இப்பூமி. இங்கே ஒவ்வொருகணமும் அவனை ஏத்தும் உயிர்க்குலங்களின் பலகோடிக் குரல்கள் எழாமலிருந்ததில்லை.

“ஆகவே அவன் தேய்ந்ததே இல்லை. அள்ளிக்கொடுக்கும்தோறும் அவன் நிறைந்தான். எரியும்தோறும் பொலிந்தான். அவன் பிறந்தபின் ஆயிரம்கோடி இந்திரர்கள் வந்துசென்றனர். பல்லாயிரம்கோடி வருணர்களும் குபேரர்களும் எமன்களும் பிறந்து மறைந்தனர். பிரம்மம் அவனை நோக்கிப் புன்னகைசெய்கிறது. அழிவின்மையென்பது அவனே என்று தேவர்கள் மகிழ்ந்தாடுகின்றனர். பிரம்மத்தின் கைக்குழந்தையை முனிவர்கள் ஒவ்வொருநாளும் மூன்றுவேளை வணங்குகிறார்கள். அவன் செங்கதிரால் விளைகின்றது மண். அம்மண்ணின் அவிகளை உண்டு வானக தேவர்கள் வாழ்கிறார்கள்.

“புலஸ்தியகுலத்தில் விஸ்ரவசுவின் மைந்தனாக சுமாலியின் மகள் கைகசியின் வயிற்றில் பிறந்த ராவண மகாப்பிரபு அரக்கர்குலத்தின் முதன்மைப்பெருவீரனாக இருந்தான். அவன் குபேரனை வென்று அவனுடைய புஷ்பகவிமானத்தைக் கைப்பற்றினான். மயனை வென்று அவனைக்கொண்டு தனக்கொரு தலைநகரை உருவாக்கினான். அந்த இலங்கைபுரியில் வருணனையும் எமனையும் காவல்தெய்வங்களாக்கினான். இந்திரன் அவனுக்கு அஞ்சி ஒளிந்துகொண்டான். இறுதிவெற்றிக்காக அவன் சூரியனை வெல்ல எண்ணினான்.

“சூரியனின் முதல்கதிர் எழும் அர்க்கபுரிக்கு வந்த ராவணன் காலையில் தன் கதையுடன் கடலருகே நின்றான். கீழ்த்திசையில் தன் கோடிகோடி பொற்கைகளை விரித்து செம்பிழம்பாக எழுந்த சூரியனின் ஒளியால் அவனும் பொன்னுருவானான். சூரியனின் ஏழுவண்ணக்குதிரைகளின் குளம்படிகள், மலரிதழ்கள் நலுங்காமல் இளந்தளிர்பொதிகள் அவிழாமல் தடாகத்து நீர்ப்படலம் அசையாமல் ஒவ்வொரு பருப்பொருளிலும் ஊன்றிச்சென்றன. மலர்கள் வெடித்துப் புரியவிழ்ந்து மணம் எழுப்பி ‘மண் மண்’ என்றன. கோடானுகோடி பூச்சிகள் ஒளிகொண்டு சுழன்றெழுந்து ‘காற்று காற்று’ என்றன. சிறகுகள் விரித்த பறவைகள் ‘வான்! வான்!’ என்றன. மேகங்கள் ஒளியுடன் செஞ்சாமரங்களாகி ‘வெளி! வெளி!’ என்றன. பல்லாயிரம் நதிக்கரைகளில் பல்லட்சம் முனிவர்களின் தவம் கனத்த கைகள் நீரள்ளி வீழ்த்தி ‘எங்கோ வாழ்!’ என்றன.

“தன்னருகே நின்றிருந்த அமைச்சர் பிரஹஸ்தரிடம் ராவணன் சொன்னான். ‘இதோ அரக்கர்குலத்தலைவனாகிய ராவணேசன் வந்திருக்கிறேன். திசையானைகளை நொறுக்கிய மார்பும் திசைமூர்த்திகளை வென்ற கைகளும் மகேசனின் மாமேருவை அசைத்த தோள்களும் கொண்டு இதோ நிற்கிறேன். சூரியனை என் பாதம் பணிந்து என் வெற்றியை ஏற்று மேல்செல்லும்படிச் சொல். இல்லையேல் அவன் தன் ஒளிக்கைகளுடன் என்னுடன் போருக்கெழட்டும்.’

“தன் தேர்க்காலின் முன் நிற்கும் அரக்கனை சூரியன் குனிந்து நோக்கி தன்னருகே நின்ற துவாரபாலகர்களான தண்டி, பிங்கலன் இருவரிடமும் ‘அவனுக்கென்ன தேவை என்று கேளுங்கள்’ என்றான். தண்டி ‘விண்ணரசே, அவன் தங்கள் மீதான வெற்றியைக் கோருகிறான்’ என்றான். ‘அவ்வண்ணமே அளித்தேன். அவன் வாழ்க’ என்று அருள் செய்து ‘எழுக புரவி’ என்றான் ஒளிவடிவோன். பிரஹஸ்தர் வந்து வணங்கி ‘அரசே தாங்கள் சூரியனை வெற்றிகொண்டுவிட்டீர்கள்’ என்றான். கைகளை விரித்து கதையைச் சுழற்றி ‘வென்றேன் விண்ணொளியை!’ என்று கூவியபடி அவன் இலங்கைநகரம் மீண்டான்.” அருணர் சொன்னார்.

இருளுக்குள் நகைப்பொலிகள் எழுந்தன. விபாகரர் “ஆம், அவன் கொடைமடம் மட்டுமே கொண்டவன். தன் அழிவை ஒருவன் கோருவானென்றால் அதையும் அளிப்பவன். ஆகவே அழிவற்றவன்” என்றார். “சூரியனே வாழ்க! பெருங்கருணையின் ஒளிகொண்டவனே வாழ்க! அழிவற்றவனே வாழ்க!” என்று கூடியிருந்தவர்கள் வாழ்த்தொலி எழுப்பினர். இளநாகன் கண்களை மூடியபோது விழிகளுக்குள் எழுந்த ஒளியைக் கண்டான். ஒவ்வொருநாளும் வந்து முடிவிலாது அளிப்பவன் அவனுடைய கேளாதளிக்கும் கொடையினாலேயே எளியவனாகிவிட்டனா என்ன? ஆனால் அவன் அளியை அறியாத எவ்வுயிரேனும் மண்ணிலிருக்க முடியுமா என்ன? அவன் சூரியனைப் பற்றிய பழந்தமிழ்ப் பாடலொன்றை எண்ணிக்கொண்டான். அவன் தந்தை நீர்க்கரையில் நிறுத்தி கைகூப்பச்சொல்லி கதிரைக்காட்டிக் கற்றுத்தந்த பாடல்.

காலையில் இருள் அகல்வதற்குள்ளேயே அனைவரும் எழுந்துவிட்டனர். துயிலவேயில்லை என்ற எண்ணம் இளநாகனுக்கு ஏற்பட்டது. அருகே படுத்திருந்த அருணர் எழுந்து பின்பக்கம் கிணற்றடியில் பல்தேய்த்துக் கொண்டிருந்தார். விளக்குகள் கடற்காற்றுக்காக ஆழ்ந்த பிறைகளுக்குள் வைக்கப்பட்டிருக்க அவற்றின் ஒளி பெரிய முக்கோணங்களாக எதிர்ச்சுவற்றில் விழுந்து சுடர்ந்தது. ஒளிப்பட்டைகளைத் தாண்டி ஓடி விரைந்து காலைக்கடன்களை முடித்துக்கொண்டபோது அருணர் வேளிர்களுடன் கிளம்பிவிட்டிருந்தார்.

கடற்கரையில் கூட்டம்கூட்டமாக மக்கள் கலங்களுடனும் பூசனைப் பொருட்களுடனும் சென்றுகொண்டிருந்தார்கள். கடலின் ஓசை மிக அருகே கேட்க அலைநுரை இருளுக்குள் தெரியும் கடலின் புன்னகை என அப்பால் தெரிந்தது. சிறுகுழந்தைகள் சிணுங்கி அழுது கடற்காற்றுக்கு முகத்தை அன்னையரின் தோள்களில் புதைத்துக்கொண்டன. சிறுவர்கள் உடைகள் சிறகுகளாகப் படபடக்க, கூவியபடி அன்னையரின்

கைப்பிடியில் நின்று குதித்தனர். கடற்கரை மணலில் கால்கள் புதைய, ஆடைகளைக் கைகளால் பற்றியபடி நடந்தவர்கள் வாய்க்குள் சென்ற மணல்துகள்களைத் துப்பிக்கொண்டிருந்தனர்.

மணல்மேட்டில் ஏறியதுமே அப்பால் பெரிய சக்கரங்களுடன் தேர்வடிவில் அமைக்கப்பட்டிருந்த சூரியனின் செங்கல்கோயில் தெரிந்தது. அதைச்சுற்றி பந்தங்களேதும் இல்லை என்றாலும் கடல்நீர்ப்பரப்பின் வெளிச்சத்தில் நிழலுருவங்களாக பல்லாயிரம் மக்களைக் காணமுடிந்தது. அருகே செல்லச்செல்ல கோயில் பெரிதாகியபடியே வந்தது. அங்கே கூடியிருந்தவர்கள் ஒருவரை ஒருவர் கூவி அழைத்தபடி அங்குமிங்கும் அலைந்துகொண்டிருந்தனர். மேலும் நெருங்கியபோதுதான் அவர்கள் அனைவரும் மணல்வெளியில் சிறிய கல்லடுப்புகளைக் கூட்டி அவற்றில் கலங்களை வைத்துக்கொண்டிருக்கிறார்கள் என்று தெரிந்தது. விறகுகளையும் பூசைப்பொருட்களையும் அவர்கள் பகிர்ந்து கொண்டார்கள். நடுவே ஓடிய குழந்தைகளைக் கடிந்து கூவினார்கள். ஆண்களை பெண்கள் கூச்சலிட்டு வேலை ஏவினர். ஆண்கள் தடுமாறி அங்குமிங்கும் அலைமோதினர்.

இளநாகன் அருணருடன் சென்று வெண்ணிற நுரையிதழ்களுடன் கிடந்த இருண்ட கடலில் இறங்கி நீராடினான். காலைநதிகள்போல வெம்மையுடன் இராமல் கடல் குளிர்ந்து உடலை நடுங்கச்செய்தது. ஈர ஆடையுடன் கோயிலை நோக்கி ஓடியபோது சிலகணங்களிலேயே தலையும் உடலும் காய்ந்தன. கோயில் முகப்பை அடைந்தபோது உடைகளும் காய்ந்து பறக்கத் தொடங்கின.

கடலுக்குப் புறம்காட்டி ஓங்கி நின்றிருந்த பேராலயத்தின் சிறிய மதில்சுவர் வாயிலில் கலிங்கமன்னர்களின் இலச்சினையாகிய கால்தூக்கிய சிம்மங்கள் இருபக்கமும் எழுந்து நின்றன. வாயிலின் கற்கதவம் புது மாந்தளிர்களாலும் கொன்றை மலர்களாலும் அணிசெய்யப்பட்டிருந்தது. உள்ளே பன்னிரு ஆரங்கள் கொண்ட ஆலயத்தேரின் சக்கரங்களுக்கும் செஞ்சந்தனமும் மஞ்சளும் பூசப்பட்டு மலர்மாலை சூட்டப்பட்டிருந்தது. கருவறைக்குள் இருளில் வைதிகபூசகர் மலரணி செய்துகொண்டிருந்தார்.

கருவறைக்கு நேர் முன்னால் இருந்த கல்மண்டபத்தில் பெரிய உலோகக் குழியாடி அமைக்கப்பட்டிருந்தது. வலப்பக்கம் மங்கலவாத்தியங்களுடன் பாணர்களின் நிரை நின்றிருக்க இடப்பக்கம் வைதிகர்கள் நிறைகுடங்களும் மாவிலையும் தர்ப்பையுமாக நின்றனர். ஆலயமுகப்பின அர்த்த மண்டபத்தில் மலர், பொன், மணி, அரிசி, ஆடி, கனிகள், நிறைகுடம், வெண்சங்கு என எட்டுமங்கலங்கள் பரப்பி வைக்கப்பட்டிருந்தன.

அனைவரும் உதயவேளைக்காகக் காத்திருந்தனர். உதயம் நிகழும் கணமே அவர்களுக்குத் தெரிந்திருந்தது என்று அவர்களின் செயல்கள் காட்டின. நிமித்திகர் ஒருவர் கையைத் தூக்கியதும் பாணர்கள் தங்கள் வாத்தியங்களைத் தூக்கிக்கொண்டனர். கிழக்குச்சரிவில் முதல் மேகம் செந்நிறத்தீற்றல் கொண்டபோது கடற்கரை முழுக்க ஓங்காரம்போல ஓசையெழுந்தது. அத்தனை பேர் அங்கே பரவியிருப்பதை இளநாகன் அப்போதுதான் கண்டான்.

மேகங்கள் பற்றிக்கொண்டே இருந்தன. ஒன்றிலிருந்து ஒன்றுக்கு செம்மை பரவி பொன்னிறமாகிக்கொண்டிருந்தது. சற்றுநேரத்தில் கிழக்குவெளியே பொன்னுருகிப் பரவியது போலாயிற்று. நிமித்திகர் கையைத் தூக்கிய கணத்தில் கடலின் நீராலான தொடுவான் கோட்டில் சூரியனின் முதல்கதிர் எழுந்தது, உலோகக்குழியாடியின் மையத்தில் அக்கதிர்விழுந்து அது அனல்போலச் சுடர்ந்தது. அருணர் தன்னைத் தொட்டபோதுதான் இளநாகன் ஆலயக்கருவறைக்குள் நோக்கினான். ஆடியின் ஒளி விழுந்து கருவறையில் சூரியனின் சிலை பொன்னிறமாகச் சுடர்ந்தது.

சூதர்களின் வாத்தியங்களும் வேதகோஷமும் எழுந்து சூழ்ந்தன. பல்லாயிரம் தொண்டைகள் ‘எங்கோ வாழ்!’ என்று வாழ்த்திய ஒலி கடலோசையை விஞ்சியது. எட்டுகைகளில் இருமேல்கைகளிலும் மலர்ந்த தாமரைகள் ஏந்தியிருந்த சிலை சமபங்கமாக நின்ற கோலத்தில் தெரிந்தது. கைகளில் தூபம் மணி கமண்டலம் விழிமாலை அஞ்சல்அளித்தல் முத்திரைகளுடன் நின்ற சூரியதேவனின் சிலை ஒளிகொண்டபடியே வந்தது. வெண்மலர்மாலைகள் சூட்டப்பட்டிருந்தன. மஞ்சள்நிறமலர்கள் பாதங்களில் பரப்பப்பட்டிருந்தன. ஒளி எழுந்து கண்களைக் கூச வைத்தது.

கருவறை தீபத்தில் இருந்து கொளுத்தப்பட்ட தீயை பூசகர் கொடுக்க, அதைக்கொண்டு முதல் அடுப்பு பற்றவைக்கப்பட்டது. ஒன்றிலிருந்து ஒன்றாக நெருப்பு பெருகிச்செல்ல எண்ணெய்விறகுகளில் தழல்கள் எழுந்து கதிர்ஒளியில் மலரிதழ்கள் போல ஆடின. கலங்களில் நீர்விட்டு புத்தரிசியும் வெல்லமும் போட்டுப் பொங்கலிட்டனர். புதுக்கலங்களுக்கு முன்னால் விரிக்கப்பட்ட மஞ்சள்மரவுரியில் கொன்றைமலரும் மந்தாரமலரும் மஞ் சள்கிழங்கும் கணுக்கரும்பும் படைக்கப்பட்டிருந்தன.

அனைத்து வாத்தியங்களும் ஓய்ந்தன. நீண்ட வெண்தாடியும் தோளில் புரண்ட நரைகுழலும் விரிந்த கருவிழிகளும் கன்னங்கரிய மேனியும் கொண்ட குலப்பாடகர் ஒருவர் எழுந்து நின்று கைகளை விரித்து உரத்தகுரலில் பாடத்தொடங்கினார்.

மென்மொட்டுகளை விரியச்செய்பவனே
என்னை எழுப்புக!
என்னை எழுப்புக தேவா என்னை எழுப்புக!
நீர்க்குமிழிகளில் வானத்தை விரிப்பவனே
என்னை வாழ்த்துக!
என்னை வாழ்த்துக தேவா என்னை வாழ்த்துக!
வெண்புழுக்களை ஊடுருவிச்செல்பவனே
என்னை அறிக!
என்னை அறிக தேவா என்னை அறிக!
வேர்களில் வெம்மையாகச் செல்பவனே
என்னைக் காத்தருள்க!
என்னைக் காத்தருள்க தேவா என்னைக் காத்தருள்க!
மேகங்களை பொன்னாக்குபவனே
என்னை விடுவித்தருள்க!
என்னை விடுவித்தருள்க தேவா என்னை விடுவித்தருள்க!

சூரியவட்டத்திலிருந்து கரைநோக்கி ஒரு பொன்னிறப்பாதை எழுவதை இளநாகன் நோக்கி நின்றான். கைகூப்பி நின்ற கூட்டத்திலிருந்து வாழ்த்தொலி ஒரேசமயம் பொங்கி எழுந்தது. கலங்களை நிறைத்துப் பொங்கியது அன்னத்தின் நுரை.

2

கங்கை வழியாகவும் மாலினி வழியாகவும் அங்கநாட்டின் சிற்றூர்களில் இருந்தெல்லாம் மக்கள் படகுகளில் சம்பாபுரிக்கு வந்து இறங்கிக்கொண்டே இருந்தனர். சைத்ரமாதத்துக் கொடும்வெயில் காரணமாக எல்லாப் படகுகளிலும் ஈச்சைமரத்தட்டிகளாலும் மூங்கில்தட்டிகளாலும் கூரையிட்டிருந்தனர். அவற்றில் செறிந்திருந்த மக்கள், கைகளைத் தட்டிக்கொண்டு சூரியதேவனை துதித்துப்பாடிக்கொண்டிருந்தனர். அவற்றில் பறந்த கொடிகளில் அங்கநாட்டுக்குரிய யானைச்சின்னமும் மறுபக்கம் இளஞ்சூரியனின் சின்னமும் பொறிக்கப்பட்டிருந்தது. பாடிக்கொண்டு சென்ற படகுகள் ரீங்காரமிட்டுச்செல்லும் வண்டுகள் போலத் தோன்றின.

தேரோட்டியான அதிரதன் மாலினியில் பெண்குதிரைகளான உஷ்ணியையும் ரஸ்மியையும் இறக்கிக் குளிப்பாட்டிக்கொண்டிருந்தார். கால்கள் மூழ்க நீரில் நின்றிருந்த குதிரைகள் நீரில் மிதந்துவந்த சருகுகளையும் மலர்களையும் கண்டு விழிகளை உருட்டி வெருண்டு மூச்சுவிட்டு காதுகளைக் குவித்து நோக்கி பின் கழுத்தை வளைத்தன. அதிரதன் அவற்றின் நீண்ட கழுத்தைத் தட்டி ஆறுதல்படுத்தினார். உஷ்ணி திரும்பி தன் நீலமோடிய கனத்த நாக்கால் அவர் கைகளை நக்கியது. நீரை அள்ளி அதன் பிடரியில் விட்டபோது சிலிர்த்துக்கொண்டு பின்னால் நகர்ந்தபின் வாலைத்தூக்கி மஞ்சள்பச்சை நிறமாக சிறுநீர் கழித்தது. நீரில் அதிரதனுக்குப் பிடித்தமான வாசனை பரவியது.

ஆற்றுமேட்டில் நின்ற அத்திமரத்தடியில் கர்ணன் அர்க்கனையும் மிகிரனையும் பிடித்தபடி தோன்றினான். இரண்டு புரவிகளும் வரும் வழியில் கவ்விக்கொண்ட புல்லைத் தலையாட்டி மென்றபடி கனத்த

குளம்புகளை எருமைகளும் பசுக்களும் குதிரைகளும் மிதித்து படிகளாக ஆக்கிய மண்சரிவில் எடுத்து வைத்து இறங்கிவந்தன. உஷ்ணியின் சிறுநீர் வாசத்தை அறிந்த அர்க்கன் மூக்கைச் சுளித்தபடி மெல்ல கனைத்து நீரிலிறங்கி அதைநோக்கிச் சென்றது. உஷ்ணி நீருக்குள்ளேயே காலைத்தூக்கி அதை உதைப்பதுபோல வீசிவிட்டு விலகிச்சென்றது. மிகிரன் இறங்கி வந்து நீரில் வாய்வைத்து இழுத்துக்குடிக்கத் தொடங்கியது. “நீ ஏன் வருகிறாய்? நானே வந்திருப்பேனே?” என்றார் அதிரதன்.

கர்ணன் “விழா தொடங்கவிருக்கிறது, குதிரைகளை உடனே கொண்டு வரும்படி ஸ்தானிகர் வீட்டுக்கே வந்து சொன்னார்” என்றான். “அன்னை உடனே இவற்றையும் கொண்டுவரச்சொன்னார்கள்.” அதிரதன் அர்க்கனையும் மிகிரனையும் கடிவாளத்தைப்பற்றி நீரில் இறக்கினார். “நீ சென்று உன் களமாடல்களைச் செய். நான் இவற்றை கொண்டுவருகிறேன்” என்றார். “இல்லை தந்தையே, நானும் குளிப்பாட்டுகிறேன்” என்றபடி கர்ணன் நீரில் இறங்கினான். “குதிரைகளை நீராட்டுவதுபோல் இனிய பணி பிறிதில்லை.” அதிரதன் நகைத்து “உண்டு, குழந்தைகளை நீராட்டுவது” என்றார். கர்ணனின் முதுகை உஷ்ணி தன் நாக்கால் நக்க அவன் ‘ஆ’ என அலறியபடி துள்ளிவிட்டான். “அவள் நாக்கில் அரம் இருக்கிறது. ஆகவேதான் நக்குவதற்காக அலைகிறாள்” என்று அதிரதன் சிரித்தார்.

குதிரைகள் பிடரியில் நீர் விழுவதை மட்டும் விரும்பவில்லை. நீர் விழ விழ குடைந்து உதறிக்கொண்டே இருந்தன. அதிரதன் படகுகளை நோக்கிக்கொண்டு “வந்துகொண்டே இருக்கிறார்கள். ஒவ்வொரு வருடமும் கூட்டம் கூடியபடியேதான் செல்கிறது” என்றார். “கூட்டம் கூடக்கூட வணிகர்கள் வருகிறார்கள். வணிகர்கள் வருவதனால் மேலும் கூட்டம் வருகிறது.” கர்ணன் படகுகளை ஏறிட்டுநோக்கி “அங்கநாடே சம்பாபுரிக்கு வந்துவிடும்போலிருக்கிறது” என்றான். “ஆம். இங்கே சித்திரையில் மட்டும்தான் வேளாண்மைப்பணிகள் இல்லை. மழை இல்லாமலிருப்பதனால் படகுப்பயணமும் எளிது. திறந்தவெளிகளில் இரவு துயில்வதும் ஆகும்” என்றார் அதிரதன்.

கர்ணன் நீர்விட்டு நனைத்தபின் குதிரைகளை வைக்கோலால் உரசித்தேய்த்துக் கழுவினான். குதிரைகளின் முடி சரிந்திருக்கும் திசைநோக்கியே தேய்ப்பதென்பது சற்றுப்பழகவேண்டிய கலை. எத்தனை பழகினாலும் அதில பிழைவரும். ஒவ்வொரு குதிரைக்கும் சுழி ஒவ்வொரு வகையானது. அதிரதனிடமிருந்த நான்கு குதிரைகளையும் கர்ணன் குட்டிகளாக இருந்த நாள்முதல் அறிந்திருந்தான். அவை அவனுடன் சேர்ந்தே வளர்ந்தவை.

குதிரைகள் அடிவயிற்றில் நீர் வழிய தலைகளை உலுக்கியபடி மேலேறின. அவற்றை புதர்களில் கட்டிவிட்டு அதிரதன் நீரில் இறங்கி நீராடினார். கர்ணன் நீரில் பாய்ந்து சற்றுதூரம் நீந்திவிட்டுத் திரும்பிவந்தான். “மாலினியின் நீரில் ஒரு சேற்றுவாசனை இருக்கிறது. கங்கையில் அது இல்லை” என்றான். “கங்கையில் வருவது கைலாயத்தின் நீர் என்கிறார்கள். மாலினி மழைநீரைத்தான் கொண்டுவருகிறது” என்று அதிரதன் சொன்னார். “நான் இளவயதில் கங்கையை நீந்திக் கடந்திருக்கிறேன்.” கர்ணன் சிரித்து “அதை என்னிடம் பலநூறு முறை சொல்லியிருக்கிறீர்கள்” என்றான். “ஆமாம். குகர்கள் அன்றி பிறர் கங்கையை நீந்திக்கடக்க முடியாது. நான் யமுனையில் படகுகளை ஓட்டிப் பழகியிருந்தமையால் எனக்கு நீச்சலில் நல்ல பழக்கம் இருந்தது.”

“நீங்கள் யமுனைக்கரையில் உத்தரமதுராபுரியில் இருந்தீர்கள் அல்லவா?” என்றான் கர்ணன். “ஆம்... அங்குதான் நீ பிறந்தாய். மதுராபுரியில் கம்சர் பட்டத்துக்கு வந்தபோது குடிகள் பலர் ஊரைவிட்டே புறப்பட்டுச்சென்றனர். நானும் வந்துவிட்டேன். குதிரைத்தொழில் தெரிந்த சூதனுக்கு எங்கும் சோறு உண்டு” என்றார் அதிரதன். “நான் யமுனையை நினைத்துக்கொள்வதுண்டு... மாலினி அளவு பெரிய நதியா?” என்றான் கர்ணன். “இதைவிட ஐந்துமடங்கு பெரியது. நீர் கருமையாக இருப்பதனால் காளிந்தி என்று பெயர்.” கர்ணன் அருகே நீந்தி வந்து “நாம் அங்கே செல்லமுடியுமா தந்தையே?” என்றான். “உன் நாடு அங்கம். நீ வளர்ந்தபின் எங்குவேண்டுமானாலும் செல்லலாம்” என்றார் அதிரதன்.

நீராடி தலைதுவட்டிக்கொண்டிருக்கையில் “நான் இளைஞனாக இருக்கையில் மூன்றுமுறை இங்கே சூரியவிழாவின் தேர்ப்போட்டிகளில் வென்றிருக்கிறேன்” என்றார் அதிரதன். கர்ணன் “அன்னை சொன்னார்கள். அந்தப் போட்டிகளில் எப்போதும் எட்டு தேர்கள் மட்டும்தான் பங்கெடுத்தன என்று...” என்று புன்னகையுடன் சொன்னான். “ஏன் எட்டு தேர்கள் பங்கெடுத்தால் அது போட்டி இல்லையா? அவளா சொல்வது எது போட்டி எது போட்டி அல்ல என்று? அந்தப்போட்டிகளில் வென்று நான் அடைந்த பொன் மோதிரங்கள்தான் அவளிடமிருக்கும் ஒரே பொன்நகைகள்... அவற்றைத்தான் இதோ இன்றுகூட அவள் விழாவுக்குப் போட்டுக்கொண்டு போகப்போகிறாள்...”

கர்ணன் சிரித்துக்கொண்டு “நான் வேடிக்கைக்காகச் சொன்னேன் தந்தையே” என்றான். “என்ன வேடிக்கை? அவள் சொல்வதைத்தான் நீயும் கேட்கிறாய்... இங்கே ஷத்ரியர்கள்தான் தேர்ப்போட்டி நடத்துகிறார்கள். நாங்கள் சூதர்கள் எங்களுக்காக சிறிய அளவில்

நடத்திக்கொள்கிறோம். அதிலென்ன பிழை? அதில் நகைக்க என்ன இருக்கிறது?" என்றார். கோபத்துடன் உஷ்ணியின் தொடையில் ஓங்கி அறைந்து "போ, மூடக்குதிரையே. இந்நேரத்தில்தான் உனக்கு புல்தின்னவேண்டியிருக்கிறதா?" என்றார்.

அவர் இருபெண்குதிரைகளுடன் முன்னால்செல்ல கர்ணன் பிற குதிரைகளுடன் பின்னால் சென்று "நான் நகையாடலுக்காகச் சொன்னேன் தந்தையே" என்றான். "இது நகையாடல் அல்ல. இது அவமதிப்பு. எனக்கு மட்டுமல்ல, சூதர்குலத்துக்கே அவமதிப்பு" அதிரதன் மூச்சு சீற கண்கள் கலங்கக் கூவினார். "சூரியவிழாவின் சூதர்களின் தேர்ப்போட்டியை மன்னரே அழைத்துப் பாராட்டினாரே அது பொய்யா? எனக்கு அவர் அளித்த பொன்னூல்சால்வை அப்படியே பெட்டிக்குள் இருக்கிறது. எடுத்துக் காட்டட்டுமா உனக்கு?"

கர்ணன் அவர் தோளைச்சுற்றி கைபோட்டு தன்னுடன் அணைத்துக் கொண்டான். "என்ன சினம் தந்தையே? என்னிடமா சினம்?" என்று சொல்லி அவர் காதில் தன் மூக்கால் உரசினான். அவர் அவன் தலையை தன் கையால் சுற்றி "நீ புரிந்துகொள்ளக்கூடியவன். நாமெல்லாம் ஆண்கள். அந்த சமையலறைக்கிழவிக்கு என்ன தெரியும்? ஆண்களைப்பற்றி எப்படிப்பேசுவதென்று தெரியவேண்டாமா?" என்றார். "நான் வேடிக்கைக்காகத்தான் சொன்னேன்" என்றான் கர்ணன். "ஆம், அது தெரிகிறது எனக்கு. நீ என்னை கேலிசெய்யமாட்டாய். ஆனால் அவள் சொன்னது அத்தனையும் நஞ்சு... நான் இப்போது சென்றதுமே அவளை இழுத்து நிறுத்தி கேட்கத்தான் போகிறேன்."

"கேட்போம்... கிழவிகளை நாம் வெறுமனே விடக்கூடாது" என்றான் கர்ணன். அதிரதன் ஓரக்கண்ணால் ஐயத்துடன் பார்த்தார். "ஆம் தந்தையே, கூப்பிட்டுக் கேட்போம்" என்றான் கர்ணன். அதிரதன் "அவள் அப்படியெல்லாம் ஒப்புக்கொள்ள மாட்டாள். பெரிய காளி..." என்றார். கர்ணன் மெல்ல "நமக்குள் என்ன? சொல்லுங்கள் தந்தையே, அந்தப் போட்டி எப்படி நடந்தது?" என்றான். "எப்படி என்றால்?" என்றார் அதிரதன். "போட்டியில் அனைவருமே உங்கள் நண்பர்கள் அல்லவா?" என்று கர்ணன் கேட்டான். "ஆம், நண்பர்கள்தான்." "அவர்கள் எப்படி நீங்கள் வெல்வதை ஒப்புக்கொண்டார்கள்?" அதிரதன் சற்று தயங்கி "அவர்கள் வெல்வதை நான் அடுத்தவருடம் ஒப்புக்கொள்ளவேண்டும் என்பதுதானே பேச்சு?" என்றார். இருவர் விழிகளும் சந்தித்தன. கர்ணன் சிரிப்பை அடக்கமுயன்றான். அதிரதன் பீறிட்டு நகைக்கத் தொடங்க அவனும் சேர்ந்தே நகைத்தான்.

இருவரும் நகைத்தபடியே வருவதை வீட்டின் முன் நின்ற ராதை பார்த்தாள். "கர்ணா, உன்னைத்தான் தேடிக்கொண்டிருந்தேன். எங்கு

சென்றாய்?” என்று கூவினாள். “நீ எப்போது தேடாமலிருந்தாய்?” என்றார் அதிரதன் மெல்ல. கர்ணன் நகைத்தான். “என்ன நகைப்பு? தந்தையும் மைந்தனும் தோள்தழுவி வந்தால் என்ன சொல்வார்கள்?” என்று கடுகடுத்தாள். “என்ன சொல்வார்கள்? இந்த நாட்டிலேயே உயரமான மைந்தனைப் பெற்றிருக்கிறான் என்பார்கள். பன்னிரண்டு வயதுச்சிறுவன் தந்தையைவிட உயரமாக இருப்பது எப்படி என்று நிமித்திகரிடம் கேட்பார்கள்... அதாவது...” என்று தொடங்கிய அதிரதனை ராதை “போதும்... ஸ்தானிகரின் ஆள் வந்து கூவிவிட்டுச் சென்றான். குதிரைகள் இன்னும் அரைநாழிகைக்குள் கோயில்முன் சென்றுசேரவில்லை என்றால் குதிரைக்காரரைக் கொண்டுசென்று அங்கே தண்டில் கட்டுவோம் என்றான்.”

“குதிரைக்காரர்கள் மேல் இளம்தாசிகள் பயணம்செய்வார்கள் என்றால் நல்லதுதானே?” என்றார் அதிரதன். “வயதானபிறகு என்ன பேச்சு இது? அவன் சிறுவன் அல்ல. உங்கள் தலைக்குமேல் உயர்ந்துவிட்டான்” என்றபின் “வேலையை முடித்துவிட்டு விரைந்து வாருங்கள். நான் இனிப்புக்கூழ் செய்திருக்கிறேன்” என்றவாறு ராதை உள்ளே சென்றாள். “என்ன பெண் இவள்? உன்னைப்போன்ற பேரழகனை மைந்தனாகப் பெற்று என்ன பயன்? இன்றுவரை ஒருநாள்கூட உன்னிடம் அவள் அன்பாக ஒரு சொல் சொல்லி நான் கேட்டதில்லை. ஊனுணவு கிடைத்த நாய் போலத்தான் எப்போதுமிருக்கிறாள். எவரோ எக்கணமும் வந்து பிடுங்கிக்கொண்டு சென்றுவிடுவார்கள் என்று ஐயுறுபவள்போல.”

“உண்மையிலேயே அந்த ஐயம் அன்னைக்கு இருக்கிறது தந்தையே” என்றான் கர்ணன். “சினமெழுந்தால் அவர்கள் என்னிடம் சொல்வதே அவர்களை நான் விட்டுவிட்டுச் சென்றுவிடுவேன் என்றுதான்...” என்றான். அதிரதன் ஓரக்கண்ணால் அவனைப் பார்த்தார். அவனுக்கு அவனுடைய பிறப்பு பற்றி என்ன தெரியும் என்று எண்ணிக்கொண்டார். ராதை எதையாவது உளறிவைத்துவிட்டாளா என்ன? “ஆம், அவள் முதியவயதில் அல்லவா உன்னைப்பெற்றாள்?” என்றார். கர்ணன் கண்கள் கனிந்தன. “ஆம், அறிவேன். அன்னைக்கு என்னை காலனோ கள்வனோ கொண்டுசென்றுவிடுவார்கள் என்றே எப்போதும் ஐயம். அவர்கள் விழியும் அகமும் என்மீதிருந்து விலகவே விலகாது.”

குதிரைகள் நன்றாகக் காய்ந்திருந்தன. அவற்றை தறிகளில் கட்டி இருவரும் இரு பக்கங்களிலாக அமர்ந்து நாய்த்தோலால் உடலை உருவித்தேய்க்கத் தொடங்கினர். குதிரை தோலை சிலிர்த்துக்கொண்டு அசையாமல் நின்றது. உஷ்ணி நாக்கால் கொட்டிலின் மரச்சட்டத்தை நக்கத் தொடங்கியது. “எத்தனை குதிரைகள் தேவை இவர்களுக்கு?” என்றான் கர்ணன். “இந்த

நாள் பரத்தையருக்குரியது. அவர்கள் இப்போது கலிங்கத்திலிருந்தும் மச்சநாட்டிலிருந்தும்கூட வந்துகொண்டிருக்கிறார்கள்... குதிரையில் ஏறி அரசகுலத்தவருக்கு நிகராகச் செல்வதென்றால் அது எளியநிகழ்வா என்ன?”

“நெடுங்காலம் முன்பு இந்த நாடு வெறும் தர்ப்பைமண்டிய சதுப்பாக இருந்தது. பலியின் மைந்தனான அங்கன் என்னும் இளவரசர், தான் ஆள்வதற்கான நாட்டைத் தேடி கங்கை வழியாக வரும்போது இந்தச் சதுப்பில் ஒரு மான்கூட்டம் குட்டிகளுடன் நிற்பதைக் கண்டார். குட்டிகளுடன் நிற்கும் மான்கூட்டம் சிறிய ஓசை கேட்டாலே அஞ்சி ஓடும். ஆனால் மன்னரின் படைவரும் ஒலி கேட்டும் மான்கூட்டம் ஓடாமல் தலைதூக்கி நோக்கியபடி நின்றது. இந்த மண் வளம் மிக்கது, ஆகவே இங்கே உயிர்கள் எந்த அச்சமும் இன்றி வாழ்கின்றன என்று நினைத்த அரசர் படகுகளை கரையடுக்கச் செய்து இறங்கினார். அங்கேயே தர்ப்பைகளால் குடில்கள் கட்டிக் குடியேறினார். மாலினியின் அன்றைய பெயர் சம்பா. சம்பாநதிக்கரையில் இருந்தமையால் இது சம்பாபுரி என்று சொல்லப்பட்டது.”

கர்ணன் இளமைமுதல் நூற்றுக்கணக்கான முறை கேட்ட கதை. அதிரதன் மிகச்சில கதைகளையே மீண்டும் மீண்டும் சொல்வார். ஒரேவகையான சொற்களில் ஒரேவகையான உணர்ச்சிகளுடன். ஆனால் அவருக்கு அவனிடம் பேசிக்கொண்டிருப்பது விருப்பமானது. அந்தப் பேச்சு அறிவுசார்ந்ததாக இருக்கவேண்டுமென்றும் அவர் எண்ணினார். “பெண்களுக்கு என்ன தெரியும்? எந்நேரமும் சமையலறைப்பேச்சு... நாம் பேசிக்கொண்டிருப்போம்” என்பார். “அங்கனால் அமைக்கப் பட்டமையால் இது அங்கநாடு என்றழைக்கப்பட்டது. அங்கனுக்கு மைந்தர் இல்லாமையால் புத்ரகாமேஷ்டியாகம் செய்தார். அந்த வேள்வியில் படைக்கப்பட்ட இனிப்புணவை அவரும் பட்டத்தரசி சுனீதையும் உண்டனர். அவர்களுக்கு வேனன் என்னும் மைந்தர் பிறந்தார்.

“வேனன் தீய நடத்தை கொண்டவராக இருந்தார். ஆகவே அங்கன் அகம் நொந்து காட்டுக்குச் சென்றுவிட்டார். எட்டு மாதம் அவர் திரும்பி வராமலானபோது மக்கள் வேனனை அரசராக்கினர். வேனன் தன் தீயநடத்தையால் மக்களைக் கொடுமைப்படுத்தினார். மக்கள் சூரியதேவனை வணங்கி வேண்டிக்கொண்டனர். சூரியதேவனின் சினத்தால் ஒருநாள் வேனனின் அரண்மனை தீப்பற்றி எரிந்தழிந்தது. அதில் துயின்ற வேனன் தன் எட்டு மனைவியருடன் சாம்பலானார். அங்கனின் குலவரிசையைச் சேர்ந்த நூற்றெட்டு மன்னர்கள் அங்கநாட்டை

ஆண்டனர். அவர்களில் அங்கஃபூ, திரவிரதர், தர்மரதர், ரோமபாதர், லோமபாதர், சதுரங்கர், பிருலாக்ஷர், பிருஹத்ரதர், பிருஹன்மனஸ், ஜயத்ரதர், விஜயர், திடவிரதர், ஆகிய மன்னர்கள் அதிராத்ர வேள்வியும் ராஜசூயவேள்வியும் செய்தவர்கள்."

அதிரதர் புன்னகையுடன் "நான் இந்நாட்டுக்கு வந்து பத்தாண்டுகளே ஆகின்றன. ஆனால் அத்தனை மன்னர்களின் பெயரையும் என்னால் ஒரேமூச்சில் சொல்லமுடியும். வேறெந்தத் தேரோட்டியும் சொல்லமுடியாது. ஏனென்றால் வரலாறு இன்றியமையாதது என்று எனக்குத் தெரியும். மனிதர்கள் இருவகை. வரலாற்றை அறிந்தவர்கள், அறியாதவர்கள்" என்றார். "இந்தப்பெயர்களை உன்னாலும் முழுமையாகச் சொல்லமுடியும் என்று நினைக்கிறேன்" கர்ணன் "ஆம் தந்தையே" என்றான். "ஞானம் எப்போதும் நம்முடன் இருக்கவேண்டும். இன்று என்னை இந்நகரின் சிறந்த தேரோட்டி என்று சொல்கிறார்கள் என்றால் அதற்கு வழிவகுத்தது என் ஞானமே" அதிரதர் சொன்னார்.

உருவிவிடப்பட்ட குதிரை கால்களை உதைத்துக்கொண்டும் தும்மிக் கொண்டும் விலகிச்சென்றது. அதன் கபிலநிற உடல் மாந்தளிர் போல மின்னிக்கொண்டிருந்தது. கர்ணன் உஷ்ணியை அழைத்தான். உஷ்ணி ஆவலுடன் தாடையை அசைத்துக்கொண்டு அருகே வந்து நின்றது. அவர்கள் அதை உருவிவிடத்தொடங்கினர். ராதை அப்பால் வந்து நின்று "கிளம்புகிறீர்களா இல்லையா? என் மைந்தனை பேசிப்பேசியே உணவருந்தவிடாமல் செய்கிறீர்கள்" என்று கூவினாள். கர்ணன் திரும்பி புன்னகைசெய்து "அங்கநாட்டு வரலாற்றைச் சொல்கிறார்" என்றான். "என்ன வரலாறு? குடுக்கைக்குள் போய்விட்ட காசு போல சில மன்னர்களின் பெயர்கள்... அதைத்தான் காலம்முழுக்க சொல்லிக் கொண்டிருக்கிறாரே... நீ வந்து உணவருந்து. அவர் அந்தப் பெயர்களை குதிரைக்கே சொல்லிக்கொடுக்கட்டும்" என்றாள் ராதை.

அதிரதன் மிகமெல்ல "அறிவின் மதிப்பு தெரியாதவள்... அவள் தந்தை சமையற்காரர் தெரியுமா? சமையல்செய்பவனுக்கு என்ன ஞானம் இருந்திருக்கும்?" என்றார். "அங்கே என்ன சொல்வீர்கள் என்று எனக்குத் தெரியும். நான் சமையற்காரன் மகள். குதிரைமேய்ப்பவனை விட அது ஒன்றும் குறைந்தது அல்ல... கர்ணா, நீ வருகிறாயா இல்லையா?" கர்ணன் "இதோ" என்று எழுந்து "இதற்குமேல் தாளாது தந்தையே" என்று மெல்லியகுரலில் சொன்னபின்பு சென்றான்.

அவன் கையைக் கழுவிவிட்டு உள்ளே செல்ல அவள் "கையைக் கழுவினாயா, இல்லை குதிரைமுடியுடன் உள்ளே வந்துவிட்டாயா?" என்று கடுகடுத்தாள். கைகளை விரித்துக்காட்டியபின் கர்ணன் தரையில்

அமர்ந்துகொண்டான். “தரையிலா அமர்கிறாய்? இதோ மணைப்பலகை... எழுந்திரு” என்றாள் ராதை. “எதற்கு மணை? நான் தரையிலேயே வசதியாக அமர்ந்துகொள்கிறேனே” என்றான் கர்ணன். “எழுந்திரு... நீ தரையில் அமர்ந்து உண்ணலாகாது...” என்று மணைப்பலகையைக் கொண்டுவந்து போட்டு அதட்டினாள். “நீங்கள் நாயைப் பழக்குவதுபோல என்னிடம் பேசுகிறீர்கள்” என்றபடி மணையில் அமர்ந்துகொண்டான்.

அவள் இனிப்புக்கூழை அவனுக்கு இலைத்தொன்னையில் கொண்டுவந்து வைத்தாள். “ஏன் இலைத்தொன்னை செய்கிறீர்கள்? கலத்திலேயே உண்ணுகிறேனே?” என்றான் கர்ணன். “கலம் எச்சிலாகக்கூடியது. நீ அதில் உண்ணலாகாது...” கர்ணன் கூழைக் கையிலெடுக்க “அன்னத்தை வாழ்த்தாமலா உண்கிறாய்? என்ன பழக்கம் இது?” என்றாள். “நான் என்ன ஷத்ரியனா பிராமணனா? மந்திரம் சொல்லி உண்பதற்கெல்லாம் நேரமில்லை” என்றான் கர்ணன். “சொல்வதைக் கேள். மந்திரம் சொன்னபின் உண்டால்போதும் நீ” என்று ராதை சினத்துடன் சொன்னாள். கர்ணன் “இங்கே உண்பது குதிரைக்கலை கற்பதற்கு நிகர்” என்று சொல்லி விரைந்து மந்திரத்தைச் சொல்லி கூழை குடிக்கத்தொடங்கினான்.

ராதை அவன் முன் அமர்ந்து அவனை நோக்கினாள். “சூரியவிழாவில் ஏராளமான பெண்கள் வருவார்கள்” என்று அவள் சொன்னபோது கர்ணன் அவள் கண்களை நோக்க அவள் பார்வையை விலக்கிக் கொண்டாள். “இந்த ஊரில் பெண்கள் கடிவாளமிழந்து அலைகிறார்கள். நீ சிறியவன் என்றாலும் இங்குள்ள இளைஞர்களை விட உயரமானவன்... அந்தப் பெண்கள்...” என்று எதையோ சொல்லவந்த அவள் நிறுத்திக் கொண்டாள். “நான் அந்தப் பெண்களுடன் பேசக்கூடாது, அவ்வளவு தானே?” என்றான் கர்ணன். “சரி சரி, உணவுண்ணும் நேரத்தில் என்ன பேச்சு? உண்டுமுடித்துக் கிளம்பு” என்றாள் ராதை.

வெளியே குரல்கள் கேட்டன. “வந்துவிட்டார்கள் இந்த மூடரிடம் எத்தனைமுறை சொல்வேன்” என்று ராதை பதறி வெளியே ஓடினாள். கர்ணன் பின்னால் சென்றான். நான்கு வீரர்கள் இடையில் வாட்களும் கைகளில் வேல்களுமாக வந்திருந்தனர். நடுவே நின்ற குதிரையில் அமர்ந் திருந்தவன் “குதிரைகள் ஏன் இன்னும் வரவில்லை என்று கேட்டார் ஸ்தானிகர். நீ இங்கே என்ன செய்கிறாய்?” என்று சினத்துடன் கூவினான். “உன்னிடம் சாட்டையால்தான் உரையாடவேண்டும்... மூடா!” என்று சவுக்கைத் தூக்கினான். தாக்கப்படுகையில் அனைத்துச்சூதர்களும் செய்வதுபோல அறியாமலேயே மார்பின்மேல் கைகளைக் கட்டிக் கொண்டு தலையை குனிந்துகொண்டார் அதிரதன்.

“நூற்றுடையோரே” என்று கர்ணன் உரக்கக் கூவினான். சாட்டையைத் தழைத்து குதிரைவீரன் திரும்பிப் பார்த்தான். கர்ணன் அவன் விழிகளை நோக்கியபடி அசையாமல் நின்றான். அவன் தலை குடிலின் கூரைவிளிம்புக்குமேல் இருந்தமையால் சற்று குனிந்திருந்தான். குதிரைவீரன் தன் வீரர்களின் கண்களை நோக்கியபின் “இவன் உன் மைந்தனா?” என்றான். “ஆம் வீரரே… வசுஷேணன் என்று பெயர். நாங்கள் அன்பாக கர்ணன் என்று அழைக்கிறோம்.” அவன் இன்னொருமுறை நோக்கியபின் “குதிரைகள் உடனே ஆலயவளாகத்துக்கு வந்தாக வேண்டும்” என்றுகூறி தன் குதிரையைத் தட்டி முன்னால் செல்ல அவன் வீரர்கள் பெருநடையாக அவனுக்குப்பின் சென்றனர்.

“மைந்தா, என்ன செய்துவிட்டாய்? நீ சூதன். சூதர்களுக்குரிய முறையில் நடந்துகொள்ளாவிட்டால் நீ இங்கே வாழமுடியாது” என்று சொன்னபடி அதிரதன் அவனை நோக்கி ஓடிவந்தார். “நூற்றுக்குடையோரிடம் பூசலிடு மளவுக்கு நாம் வல்லவர்கள் அல்ல… அவரது வஞ்சம் நம்மை என்ன செய்யுமென்றே தெரியவில்லை.” ராதை உரக்க “என்ன செய்யும்? நம் மைந்தனை அவனால் ஒன்றும் செய்யமுடியாது. அவன் சூரியனின் மைந்தன்…” என்றாள். கர்ணன் திரும்பி நோக்கி “அப்படியா? நான் அதிரதரின் மைந்தன் என்றல்லவா எண்ணினேன்? உங்கள் கற்பு குறைவுபட்டதா?” என்று சிரித்தான்.

அதிரதன் “ஏதோ நிமித்திகன் சொல்லியிருக்கிறான். கூடை தானியத்தை அப்படியே தூக்கிக் கொடுத்துவிட்டாள்… இன்னொரு கூடை தானியம் கொடுத்திருந்தால் நீ விஷ்ணுவின் அவதாரம் என்றே சொல்லியிருப்பான்” என்றார். “சீ, மூடா. உமக்கென்ன தெரியும்? சுவடிகளை நோக்கிக் குறிசொன்னபோது அந்த நிமித்திகர் பரவசத்தால் புல்லரித்ததை நான் இப்போதும் நினைவுகூர்கிறேன். மைந்தனின் பாதங்களை சென்னியில் சூடி அவர் அழுதார்.”

“அது நல்ல தானியமாக இருக்காது. அதை எண்ணி அழுதிருப்பார்” என்றார் அதிரதன். ராதை சினத்துடன் கீழே கிடந்த மூங்கில்குடுவையை எடுத்து “மூடா, நீதான் என் பெருஞ்சுமை… செத்து ஒழி” என்று கூவி அதிரதன் மேல் எறிந்தாள். “ஊர்வழியாகச் செல்லும் அத்தனை நிமித்திகர்களும் நேராக இங்கே வந்துவிடுவார்கள். முதல் நிமித்திகர் அடுத்தவரிடம் சொல்லியனுப்புவார் போலும். அனைவருமே அய்யய்யோ இவன் சூரியமைந்தன் அல்லவா என்று கூவுவார்கள். இவள் உடனே ஓடிப்போய் தானியத்தை அள்ளத்தொடங்கிவிடுவாள்” என்றார்.

“ஆம் சூரியமைந்தனேதான்… எல்லா இலக்கணங்களும் உள்ளன” என்றாள் ராதை. அதிரதன் “சூரியமைந்தன் சூதர்குலத்திலா பிறக்கவேண்டும்?”

“முத்து சிப்பியில்தான் பிறக்கும்” என்றாள் ராதை. “நீ முத்துச்சிப்பியா? நத்தை மாதிரி இருக்கிறாய்” ராதை மீண்டும் குனிந்து எதை எறியலாம் என்று பார்க்க அதிரதன் வெளியே சென்று முற்றத்தில் நின்று “என் மீது பட்டால் அக்கணமே குதிரைச்சவுக்கை உருவிவிடுவேன்” என்றார். கர்ணன் “போதும், சூதர்கலகம் கள்ளில் முடியும் என்பார்கள். கள்ளை வரும்போது வாங்கிவருகிறோம்” என்றான்.

3

சம்பாபுரியின் சூரியனார் கோயிலின் முன்னால் வண்ணங்கள் அலையடிக்கும் கடல் என மக்கள் கூடியிருந்தனர். பெருங்கூட்டத்தின் ஓசை அனைத்து இல்லங்களின் அறைகளுக்குள்ளும் சொல்லற்ற பெருமுழக்கமாக நிறைந்திருந்தது. சம்பாபுரியின் அனைத்துத்தெருக்களும் மாலினியிலிருந்தும் கங்கையிலிருந்தும் தொடங்கி நகர் நடுவே இருந்த சூரியனார் ஆலயத்தையே சென்றடைந்தன.

மாபெரும் சிலந்திவலை ஒன்றின் நடுவே அமைந்ததுபோன்ற சூரியனார்கோயில் மரத்தாலான தேர்போல ஏழடுக்கு கோபுரத்துடன் கூட்டத்தின் நடுவே எழுந்து நின்றது. அதன் சக்கரங்களின் அச்சுக்கும் கீழேதான் யானைகள் தெரிந்தன. மரத்தால்செய்யப்பட்ட சூரியனின் ஏழு குதிரைகளும் கால்களைத் தூக்கி கூட்டத்தின்மேல் பாய்ந்துசெல்பவை போலத் தோன்றின. கோயிலின் படிக்கட்டுகள் முழுக்க வேலேந்திய வீரர்கள் கவசங்கள் காலையொளியில் மின்ன நின்றிருந்தனர். விழாமுற்றத்தில் தோளோடுதோள் செறிந்து நின்றிருந்த மக்கள்திரள் அசைவிழந்து அங்கேயே ததும்பிக்கொண்டிருக்க ஆற்றுத்துறைகளில் வந்துநின்ற படகுகளில் இருந்து மக்கள் மேலும் மேலும் இறங்கிவந்துகொண்டே இருந்தனர்.

குதிரைகளுடன் கூட்டத்தை ஊடுருவுவதற்குரிய வழி குதிரைகளை முன்னால் விடுவதுதான் என்று கர்ணன் சொன்னான். உஷ்ணி மனிதர்களிடம் எப்போதுமே அன்பானவள். தன் நீளமுகத்தை கூட்டத்தில் ஒட்டி நின்றிருக்கும் இரு புயங்கள் நடுவே செலுத்தி மெல்ல மூச்சுவிடும்போது மரவுரியாடையில் ஊசி நுழைவதுபோல எளிதாக அவளுக்கு வழிகிடைக்கும். அவ்வழியாக பிறகுதிரைகளை

அனுப்பிவிட்டு பின்னால் கர்ணன் அதிரதன் இருவரும் சென்றனர். காவல்மேடையில் நின்ற ஒரு வீரன் உரக்க “அடேய் மூடச்சூதா, குதிரையின் கடிவாளத்தைப்பிடி நாயே. அது கட்டின்றி ஓடினால் உன்னை தூணில் கட்டிவைத்து தோலை உரிப்பேன்” என்று அதிரதனை நோக்கிக் கூவினான். அதிரதன் “பிடித்திருக்கிறேன் வீரரே... இதோ பிடித்திருக்கிறேன்” என்றார்.

சூரியனார் கோயில்முன் படிவரைக்கும் மக்கள் நெருக்கியடித்துக் கொண்டிருக்க, இடதுபக்கம் குதிரைக்கொட்டகைகள் இருந்தன. அவர்கள் அத்தனை விரைவுபடுத்தியிருந்தபோதிலும் அங்கே அப்போதுதான் குதிரைகள் வந்துகொண்டிருந்தன. குதிரைகளை வீரர்கள் கடிவாளத்தைப்பற்றி கொண்டுசென்று தறிகளில் கட்டிக் கொண்டிருந்தனர். குதிரைச்சூதர்கள் அவற்றின் அருகிலேயே சம்மட்டிகளுடன் நின்றிருந்தனர். அதிரதன் குதிரைகளைக் கொண்டு சென்றதும் அங்கிருந்த நூற்றுக்குடையோன் சினத்துடன் நோக்கி “நான்குமுறை ஆளனுப்பினால்தான் நீ வருவாய் இல்லையா?” என்று சவுக்கை ஓங்கினான். அதிரதன் கைகளை முன்னால்கொண்டுவந்து உடலைக்குறுக்கி “பொறுங்கள் வீரரே, பொறுங்கள்” என்றார். “குதிரைகளைக் கொண்டு கட்டு. காலையில் அவற்றை நீராட்டி உருவி விட்டாயா இல்லை கள்மயக்கில் உறங்கிவிட்டாயா?” என்றான் நூற்றுவர் தலைவன். “குளிப்பாட்டிவிட்டேன் வீரரே” என்று அதிரதன் சொல்லி குதிரைகளைக் கொண்டுசென்று கட்டினார்.

பெருமுரசுகள் ஒலிக்கத் தொடங்கின. சூரியனார்கோயிலின் வெ[illegible]க் கத்தில இருந்து இருபது யானைகள் நிரையாக வர மக்கள்திரள் கூச்சலிட்டபடி அழுந்தி, ததும்பி விலகியது. யானைகள் கரிய கைகள் தானியப்பரப்பை அள்ளி ஒதுக்குவதுபோல கூட்டத்தை விலக்கி விரிந்த முற்றத்தை மீட்டெடுத்தன. அவை வளைந்த கோட்டைமதில்போல நின்று மீண்டும் மக்கள் அங்கே வராமல் காத்தன. ஒதுங்கிய மக்களின் [illegible] முற்றத்தின் அனைத்து விளிம்புகளிலும் அலையடித்து ஏறியது. குதிரைக்கொட்டகைக்குள் ஏறிய மக்களை வீரர்கள் வேல்களால் உந்தி வெளியே தள்ளினார்கள்.

முரசுகளும் கொம்புகளும் பெருமுழக்கமாக ஒலிக்கத் தொடங்கின. மக்கள்த்திரளின் வாழ்த்தொலி எழுந்து அதை மூடியது. முழுதணிக்கோலத்தில் வந்த பட்டத்துயானையின் மீது அங்கநாட்டரசன் சத்யகர்மன் மணிமுடியும் செங்கோலுமாக அமர்ந்திருந்தான். அவனுக்குமேல் வெண்கொற்றக்குடை நிழல் கவிக்க அதன் பொன்மணிகள் குலுங்கின. தொடர்ந்து வந்த யானைகளின் மீது

அம்பாரிகளில் அரசியர் மூவர் அணிசூடி அமர்ந்திருந்தனர். யானைகள் வந்து முற்றத்தில் மண்டியிட்டதும் அரசனும் அரசியரும் இறங்கினர். வாழ்த்தொலி எழுப்பிக்கொண்டிருந்த மக்களை வணங்கிவிட்டு சூரியனார்கோயிலுக்குள் சென்றனர்.

"இன்னும் சற்றுநேரத்தில் மன்னர் அவைமேடைக்கு வருவார். பரத்தையர் அணிநிகழ்வு தொடங்கும்" என்று ஒரு நூற்றுக்குடையோர் சொன்னார். "நான் மச்சநாட்டிலிருந்து வருகிறேன்... ஷத்ரியனாகிய என்பெயர் விகர்த்தனன். இங்கே பரத்தையரைத் தேரேற்றும் நிகழ்ச்சி நடக்கிறதென்றார்கள்" என்றார் ஒரு கிழவர். "பாரதவர்ஷத்தில் வேறெங்கும் பரத்தையர் விழாவில் தேரேறும் வழக்கம் இல்லை" என்றார். குதிரைக்கொட்டில் காவலர் "ஆம். இங்கு மட்டுமே உள்ளது. மாமன்னர் லோமபாதர் உருவாக்கிய விழாச்சடங்கு அது. பரத்தையருக்கு இந்நகரம் அளிக்கும் நன்றிக்கடன் அது."

அதிரதன் "வீரரே, அந்த வரலாற்றை நான் அறிவேன்... தாங்கள் விரும்பினால் சொல்கிறேன்" என்றார். "நீர் சூதரா?" என்றார் விகர்த்தனர். "ஆம், ஆனால் குதிரைக்காரச் சூதன்" என்றார் அதிரதன். "குதிரைக்காரர்களும் கதைசொல்லத் தொடங்கிவிட்டீர்களா? சரி சொல்லும்" என்றார் விகர்த்தனர். அதிரதன் பெருமிதத்துடன் அங்கிருப்பவர்களை கண்சுழற்றி நோக்கிவிட்டு "அங்கநாடு பலியின் மைந்தரான அங்கனின் காலம் முதலே அன்னம் குறையாதது என்று புகழ்பெற்றிருந்தது. பசித்தவர்கள் தேடிவரும் நாடென்று இதைசூ சூதர்கள் பாடினார்கள்" என்று தொடங்கினார்.

"முன்பு அங்கநாட்டை மன்னர் லோமபாதர் ஆண்டுவந்தபோது அங்கநாட்டில் அன்னசாலைகளில் பயணிகளுக்கு அன்னதானம் செய்யப்பட்டு வந்தது. ஒருநாள் நள்ளிரவில் பலநாள் பசியுடன் பிராமணன் ஒருவன் வந்து அன்னசாலைமுன் நின்றான். "பயணியாகிய பிராமணனுக்கு அன்னமிடுங்கள்" என்றான். அன்னசாலைக் காவலன் அன்று மதுவருந்தியிருந்தமையால் அன்னமில்லை என்று சொல்லி கதவை மூடிவிட்டான். மழைபெய்துகொண்டிருந்த நேரம். ஆகவே அத்தனை வீடுகளும் மூடப்பட்டிருந்தன. பசிக்களைப்புடன் நடந்த பிராமணன் அரண்மனை வாயிலுக்கும் சென்றான். அங்கே காவலர் அவனை வெளியே தள்ளிவிட்டனர்."

அதிரதன் தொடர்ந்தார் "பசி தாளமுடியாத பிராமணன் அங்கே ஒரு நாய் உண்டுகொண்டிருந்த ஊன்மிச்சிலை பிடுங்கி உண்டான். பசி நீங்கியதும் தன் நெறியை தானே மீறியதை உணர்ந்து 'இனி இந்த நாட்டில் வாழ்பவர்கள் அந்தணர் அல்ல' என்று தீச்சொல்லிட்டுவிட்டு

கங்கையில் குதித்து உயிர்துறந்தான். மறுநாள் காலையில் அக்னிகாரியம் செய்ய எரிகுளம் எழுப்பிய மறையவர்கள் மூன்று நெருப்பும் எழவில்லை என்பதைக் கண்டனர். அவர்கள் அனைவரும் அங்கநாட்டில் அவர்கள் ஈட்டிய அனைத்தையும் விட்டுவிட்டு கங்கையில் நீராடி உடையையும் களைந்து இலைகளை அணிந்துகொண்டு அங்கநாட்டை விட்டு விலகிச் சென்றனர்.

“அதன்பின் அங்கநாட்டில் மேகங்கள் பொய்த்தன. மழை நின்று மண் வறண்டது. லோமபாதர் நாடெங்கும் சென்று அந்தணரை அழைத்துவந்தார். அவர்கள் அங்கநாட்டுக்குள் நுழைந்தபின் எரியை எழுப்பமுடியவில்லை. அமைச்சர் உத்தானகர் நிமித்திகர்களை வரவழைத்து நோக்கியபோது மண்ணின் பாவங்களால் தீண்டப்படாத தூய பிராமணன் ஒருவனின் பாதங்கள் படுமென்றால் மட்டுமே அங்க நாட்டில் மழைவிழும் என்று சொன்னார்கள். நிமித்திகர் கணித்துச் சொன்ன அந்த பிராமண இளைஞனின் பெயர் ரிஷ்யசிருங்கன். விபாண்டகரின் தவச்சாலையில் அவன் வாழ்ந்துவந்தான்.” என்றார் அதிரதன்.

“காசியப குலத்தைச் சேர்ந்தவரும் காமவிலக்கு நெறிகொண்டு தவம்செய்து வந்தவருமான விபாண்டக முனிவர் தன் தவம் கலைக்கவந்த ஊர்வசியைக் கண்டு காமம் கொண்டமையால் பிறந்தவன் அவன். விபாண்டகர் தான் அடைந்த காமத்தை அவன் ஒருபோதும் அறியலாகாது என்று எண்ணி வளர்த்தார். மானின் விழிகொண்டிருந்த அவனை நான்குபக்கமும் மலைகளையும் புயல்களையும் சிம்மங்களையும் நச்சுநாகங்களையும் காவல் நிறுத்தி மானுடர் எவரும் காணாமல் தவச்சாலையில் மான்களுடன் இன்னொரு மானாக வளர்த்தார். அவனுக்கு மான்களே பாலூட்டின. வேதங்களை மட்டுமே மொழியென அறிந்திருந்தான். தந்தையை மட்டுமே அவன் மானுடராகக் கண்டிருந்தான்.

“ரிஷ்யசிருங்கரை அழைத்துவருவதற்காக வைசாலி என்னும் தாசியை தன் படைகளுடன் லோமபாதர் காட்டுக்கு அனுப்பினார். அவர்கள் கங்கை வழியாக நாற்பத்தொரு நாள் படகில் சென்று காட்டுக்குள் பன்னிருநாட்கள் பயணம்செய்து விபாண்டகரின் குருகுலம் இருந்த காட்டைச் சென்றடைந்தனர். விபாண்டகரின் எல்லைகளை அவர்களால் கடக்க முடியாதென்பதனால் அவள் பெண்மானின் கோரோசனையை உடலில் பூசிக்கொண்டு காட்டின் விளிம்பில் நின்றாள். அந்த வாசனையை அறிந்த ஆண்மான்கள் அங்கே வந்தன. அவற்றைத் துரத்திக்கொண்டு ரிஷ்யசிருங்கனும் அங்கே வந்தான்.

“வைசாலி புலஸ்திய ரிஷி எழுதிய காமநூலான தேஹிதானுபவத்தைக் கற்றுத்தேர்ந்தவள். அவள் தன் மனங்கவர் கலையால் ரிஷ்யசிருங்கரைத்

தன்னிடம் வரவழைத்தாள். மானுடரையே காணாதிருந்த அவருக்கு அவள் காமத்தின் சுவையை அளித்தாள். வெளியே விரிந்திருக்கும் பேருலகம் காமத்தாலானது என்று அவரை நம்பவைத்தாள். அவர் புல்கற்றையைக் கண்டு பின்னால் வரும் இளமான் போல அவளுடன் வந்தார்.”

“இவரே நல்ல கதைசொல்லிதான் போலிருக்கிறது” என்றார் விகர்த்தனர். “எல்லாம் கேள்விஞானமே” என்று அதிரதன் மகிழ்ந்த புன்னகையுடன் அடக்கமாகச் சொன்னார். “ரிஷ்யசிருங்கர் அங்கநாட்டில் காலெடுத்துவைத்தபோது மன்னரின் வேள்விச்சாலையில் எரிகுளத்தில் தென்னெரி தானாகவே பற்றிக்கொண்டது. அந்தப் புகை சென்று மேகங்களைத் தொட்டதும் வானம் உடைந்து மழை பெருகிவிழத்தொடங்கியது. குளங்கள் நிறைந்தன. கழனிகள் செழித்தன. ரிஷ்யசிருங்க மாமுனிவர் மன்னரின் மகளான சாந்தையை மணந்தார். அவருக்கு சதுரங்கர் பிறந்தார். அங்கநாட்டுக் களஞ்சியங்களும் தொட்டில்களும் நிறைந்தன.

“தன் வருகைநோக்கம் முடிந்ததும் ரிஷ்யசிருங்கர் விபாண்டகரின் தவச்சாலைக்கே திரும்பிச்சென்றார்” என்றார் அதிரதன். “அந்த தாசியின் பணிக்காக அவர்கள் குலத்துக்கு லோமபாதர் அரச மரியாதைகளை வழங்கினார். அவர்கள் பல்லக்கில் ஏறவும் ஆலயங்களில் முதல்முகப்பில் நின்று வழிபடவும் சூரியனார்விழாவில் தேரேறி நகர்வலம் வரவும் உரிமை அளிக்கப்பட்டது.” விகர்த்தனர் “அந்த தாசி என்ன ஆனாள்?” என்றார். “அவள் எல்லா தாசிகளையும் போல மூப்படைந்து நோயுற்று இறந்திருப்பாள். இதென்ன வினா?” என்று நூற்றுவர்தலைவர் நகைத்தார்.

“உன் மைந்தன் வந்தானே, அவன் எங்கே?” என்றான் நூற்றுவர்தலைவன். “இதோ நிற்கிறான் வீரரே” என்று அதிரதன் கர்ணனை அழைத்து அருகே நிற்கச்செய்தார். “இவன் பெயர் என்ன?” அதிரதன் பணிந்து “வசுஷேணன்... நாங்கள் கர்ணன் என்று அழைக்கிறோம்” என்றார். “உன்னைவிட உயரமாக இருக்கிறான்... இவனுக்கு என்ன வயதாகிறது?” என்றான் நூற்றுவர்தலைவன். “இப்போது பன்னிரண்டு ஆகிறது...” என்றார் அதிரதன். “பன்னிரண்டா? இருபது வயதானவன் போலிருக்கிறானே. அடேய், நீ சம்மட்டியை ஏந்துவாயா?” கர்ணன் ஆம் என தலையசைத்தான். “இம்முறை தேரை நீயே ஓட்டு” என்றான் நூற்றுவர்தலைவன்.

திகைத்து “வழக்கமாக நான் ஓட்டுவேன்” என்றார் அதிரதன் பணிவுடன். “நீ இங்கே நில்... உன் மைந்தன் இளைஞனாக இருக்கிறானே” என்று நூற்றுவர்தலைவன் சொல்லி “டேய், உன் சம்மட்டியுடன் வந்து குதிரையருகே நில்” என்றான். அதிரதன் “அவனால் நன்றாகத் தேரோட்ட

முடியாது. இன்னமும் சிறுவன்...” என்றார். “அவன் உடல் இளைஞனைப் போலிருக்கிறதே... ஓட்டட்டும்” என்று சொன்ன நூற்றுவர்தலைவன் “டேய், தேரோட்டும்போது மெதுவாகச் செல். விழாவில் தேர்சரிவது பெரிய தீக்குறி. உன் முதுகுத்தோல் உரிந்துவிடும்... புரிந்ததா?” என்றான். கர்ணன் தலையை அசைத்தான். “சம்மட்டியை ஏதோ போர்வில்லை பிடித்திருப்பதுபோல அல்லவா பிடித்திருக்கிறான்? சூதனுக்கு இத்தனை உயரம் எதற்கு?” என்றார் விகர்த்தனர்.

மன்னரும் பட்டத்தரசியும் ஆலயத்தை விட்டு வெளியே வர, மீண்டும் வாழ்த்தொலிகள் உரக்க எழுந்தன. அவர்கள் நடந்துசென்று அவை மேடையில் போடப்பட்டிருந்த சிம்மாசனங்களில் அமர்ந்தனர். மேடையில் நின்றிருந்த ஸ்தானிகர் கைகளைக் காட்டியதும் மறுபக்கம் மூங்கில்மேல் அமைக்கப்பட்டிருந்த உயரமான திறந்த மேடையில் சூதர்கள் எழுவர் கையில் வாத்தியங்களுடன் தோன்றினார்கள். முழவுகளை மீட்டியபடி சீரான அசைவுகளுடன் ஆடி அரங்குசூழ்ந்தனர். அவ்வொலியில் மெல்லமெல்ல அங்கிருந்த மொத்தக்கூட்டமும் விழிவெளியாக மாறியது.

முத்திரைகள் மட்டுமேயான நடனமாக இருந்தது அந்த நாடகம். முதலில் ஏழு நடிகர்கள் மான்செவி முத்திரைகாட்டி முகம் சுளித்து நோக்கி துள்ளித்துள்ளி அரங்குக்கு வந்தனர். ஓசைகேட்ட திசைநோக்கி வெருண்டு நோக்கி கழுத்துவளைத்தனர். பின்னர் துள்ளி ஓடி செவிகூர்ந்தனர். அவர்களைத் துரத்தியபடி கையில் தர்ப்பையுடன் மான்தோலாடையும் தலையில் புரிமான்கொம்பும் மார்பில் மலர்மாலையும் அணிந்த ரிஷ்யசிருங்கன் வந்தான். அம்மான்களை நோக்கி, ‘அவர்கள ஓடுவதென்ன?’ என்று கேட்டான். அப்போது வைசாலி இடையொசிய நடைதளர நீண்ட கூந்தல் காற்றிலாட ஆடைநெகிழ்ந்து உடலொளி எழ வந்து அவன் முன் நின்றாள். தன் காலின் சலங்கைகளைக் குலுக்கி அவனை நோக்கிச் சிரித்தாள்.

அவன் வெருண்டு விலகியோடினான். பின்னர் நின்று ‘இவ்வொலியை நான் அறிவேன், இதை நான் கேட்டிருக்கிறேன்’ என்றான். ஓடையின் நீரொலியா? புள்ளொலியா? வாகைநெற்றொலியா? இல்லை, இது என் கனவில் நான் கேட்ட ஒலி. அவன் திரும்பிவந்து அவள் பாதங்களை நோக்கிக் குனிந்தான். தாமரை மொட்டுகள் தரைக்கு வந்ததென்ன? முயல்களுக்கு பங்கயம் வந்தது செந்நிறம்? அவன் அவள் கால்களை நோக்கி விழிகளை ஏறிட்டான். சிவந்தும் சிரித்தும் விழிமயங்கியும் சொல்குழைந்தும் வியர்த்தும் வெருண்டும் அவள் அவனை எதிர்கொண்டாள்.

மலைவாழைத்தண்டுகள் வெம்மைகொண்டதெப்படி? இளம்பிடியின் துதிக்கை வெண்ணிறமானதெப்படி? மலைப்பாம்புகள் இரண்டு ஒட்டி நெளியும் நடனம். கங்கைப்பளிங்குப்பாறைகள் இணைந்திருக்கும் அமைதி. நதியோடிய பாறைவளைவின் குழைவு. அவன் அவளை வியந்து நோக்கி ஒவ்வொன்றுக்கும் தன்னுள் சொற்களைக் கண்டடைந்தான். மென்மணல் குழைவு. மழைமணல்கீற்று. வெண்பனிக்குமிழி. அல்லிவட்டச்சிறுகுழி. செந்தாமரை மொட்டுக்கள். ஒளிரும் கருவண்டுகள். பொன்மூங்கில் தண்டுகள். மாணைக்கொடியின் மங்கலச்செம்மை. துள்ளும் பொன்னிற மீன்கள். ஊமத்தைமலர்கள். இளமான்விழிகள் பத்து. பொற்குடக் கழுத்து. நீள்வட்டச்செந்நிலா. குங்குமச்சிமிழில் வெண்மணி வரிசை. நீலக்குவளையில் ஆடும் நீர்த்துளிகள். குருத்துப்பாளையின் இளவரிகள். தாழைமலரின் பொற்கீற்று. கருமைகொண்ட தழல்நெளிவு!

'நீ யார்?' என்று அவன் கேட்டான். 'உங்களைப்போல ஓர் இளமுனிவன்' என்றாள் அவள். 'உன் முகத்தின் ஒளி எப்படி வந்தது? உன் கூந்தலின் நறுமணம் எது? உன் உடலின் மென்மையை எப்படி அடைந்தாய்? உன் உடலில் தாமரைகள் எப்படிப் பூத்தன? உன்னைக்கண்டு ஏன் தென்றல் சுற்றிவருகிறது? மானுட உடலை மலராக்கிக்கொண்ட தவம்தான் என்ன?' என்று அவன் கேட்டான்.

'இளமுனிவரே, உண்டும் உயிர்த்தும் கண்டும் கேட்டும் தொட்டும் அறிவதற்கே ஐம்புலன்கள் அளிக்கப்பட்டுள்ளன. அறியாததை அறிய அதுவே இயற்கை அளித்த வழி' என்று சொல்லி அவள் நகைத்தாள். ஆம் என்று தலையசைத்து அவன் அவளை அறியத்தொடங்கினான். இரு தாமரைகள் காற்றிலாடுவதுபோல இரு பறவைகள் காற்றிலாடுவதுபோல இரு மான்கள் கழுத்துபிணைப்பதுபோல இரு யானைகள் துதிக்கைசுற்றுவதுபோல இரு பாம்புகள் ஒன்றாவதுபோல அவர்கள் மேடையில் இணைந்து அசைந்தனர்.

கூட்டம் ஒற்றைவிழியாக ஒரே சித்தமாக மாறி நின்றிருக்க ஸ்தானிகரின் கொடி அசைந்தது. தேரோட்டிகள் தங்கள் குதிரைகளுடன் சென்று வடக்குமூலையில் நிரைவகுத்தனர். அணித்தேர்கள் ஒவ்வொன்றாகக் கொண்டுவந்து நிறுத்தப்பட அவற்றில் குதிரைகளைப் பூட்டினர். உஷ்ணியையும் அர்க்கனையும் ஒருபக்கத்திலும் ரஸ்மியையும் மிகிரனையும் மறுபக்கத்திலும் கர்ணன் கட்டினான். அமரத்தில் ஏறியமர்ந்துகொண்டு சவுக்கால் மெல்ல குதிரைகளைத் தட்டினான். நுகம் ஏறியதுமே குதிரைகள் பொறுமையிழந்து கால்களால் மண்ணைத்தட்டி குனிந்து மூச்சு சீறின.

'நீங்கள் செய்தது எளிய மானுடத்தவம் முனிகுமாரரே. நான் செய்தது புல்லும் புழுவும் மீனும் பறவையும் மிருகமும் மனிதரும் தேவரும்

தெய்வங்களும் செய்யும் தவம். இதை காமம் என்றனர் முன்னோர். காமமே மண்ணை அழகாக்குகிறது. விண்ணை ஒளியாக்குகிறது. எண்ணங்களை இனிதாக்குகிறது. ஆன்மாவை எளிதாக்குகிறது. அந்தத் தவத்தைச் செய்யுங்கள். அது நம்மை வீடுபேறுகொள்ளச்செய்யும்' என்றாள் அவள். அவன் அவளை வணங்க அவள் அவன் செவியில் காமனின் மந்திரத்தைச் சொன்னாள். அவன் கைகூப்பி அதைத் தவம்செய்ய, வலப்பக்கம் வெண்குதிரை மீதேறியவனாக கையில் கரும்புவில்லுடன் மன்மதன் தோன்றினான். மறுபக்கம் அன்னம் மீதேறி ரதி வந்தாள்.

மதனனின் அம்புகள் அவன் உடலில் மலர்களாக விரிய அவன் வசந்தம் வந்த காடானான். அதில் தென்றலாக அவள் பரவினாள். அவர்கள் தழுவி இணைந்து நடமிட்டுச் சென்று மறைந்தனர். இருபக்கத்திலிருந்தும் மான்கூட்டங்கள் எழுந்து துள்ளிவந்தன. மயில்கள் வந்து தோகைவிரித்தன. நாகங்கள் நெளிந்து பிணைந்தாடின. காமத்தின் பெருங்களியாடல் அரங்கில் நிறைந்தது. நிமித்திகன் தோன்றி "அனங்கனின் அங்கம் விழுந்த அங்கமண் வாழ்க. சூரியனின் பெருந்தேரோடும் நகரம் வாழ்க. சூரியமுடி சூடும் அங்கமன்னர் வாழ்க" என்றான்.

'வாழ்க வாழ்க வாழ்க' என்று முற்றம் வாழ்த்தொலிகளால் நிறைந்தது. ஸ்தானிகர் மேடையேறி தன் வெள்ளிக்கோலைத் தூக்கி மும்முறை அசைக்க மகாமுற்றம் ஒரு பெருமுரசாக ஒலித்து எழுந்தது. பட்டும் பொன்னும் மணியும் மலரும் அணிந்த பரத்தையர் நகைத்துக்கொண்டும் கூவிக்கொண்டும் ஓடிவந்து தேர்களில் ஏறிக்கொண்டனர். 'விரைக! விரைக!' என்று அவர்கள் கூச்சலிட்டனர். தேர்கள் கிளம்பி மக்கள் விலகி உருவான பாதையில் சகடங்கள் ஒலிக்க விரைந்தோடின.

கர்ணனின் தேரில் ஏறிக்கொண்ட பரத்தையர் அவன் தோளைத் தழுவி அவன் குடுமியை அவிழ்த்து அவன் காதுகளைப்பிடித்து இழுத்து கூவிச்சிரித்தனர். 'செல்! செல்!' என்றனர். "அவன் சிறுவனடி... மீசையே முளைக்கவில்லை" என்றாள் ஒருத்தி. "மீசை எதற்கு?" என்றாள் இன்னொருத்தி. அவர்கள் சிரித்துக் கைகொட்டினர். ஓர் இளம்பரத்தை கர்ணனின் தோள்களில் கால்தூக்கி வைத்து அமர்ந்துகொண்டாள். அவன் சம்மட்டியை அசைத்ததும் புரவிகள் குளம்புகளை வீசி ஓடிச்சென்றன. பரத்தையர் தங்கள் கைகளை வீசியும் மேலாடைகளைப் பறக்கவிட்டும் கூவினர். இருபக்கமும் நின்ற இளையோர் கைகளை வீசி எதிர்க்குரலெழுப்பினர். அவர்கள் மேல் மலர்களை அள்ளி வீசினர். மலர்களைப் பிடித்து திருப்பி வீசினர் பரத்தையர்.

தேர்கள் வந்து நின்றதும் பரத்தையர் குதித்து கைகளைக் கொட்டி சிரித்துக்கூவியபடி ஓடிச்செல்ல வேறுபரத்தையர் வந்து தேரில்

ஏறிக்கொண்டார்கள். ‘சூதரே, விரைக விரைக’ என்று கூச்சலிட்டு அவன் குடுமியைப்பிடித்து ஆட்டினர். புரவிகள் கனைத்து தலைதூக்கி விரைந்து சென்றபோது பக்கவாட்டில் கூட்டம் பிதுங்கி அலையடிக்க முன்னால் நின்றிருந்த ஒருவன் தடுமாறி தேரின்முன் விழுந்தான். கர்ணன் கடிவாளங்களைப்பிடித்து இழுத்து அதேவிரைவில் தன் கால்களால் பின்கட்டையை மிதித்து தேரை நிறுத்தினான். சகடமும் கட்டையும் ஒலிக்க தேர் நின்றது. புரவிகள் தலைதூக்கி கால்களைத் தூக்கி மிதித்து பக்கவாட்டில் திரும்பி கனைத்தன. பின்னால் வந்த தேர்கள் ஒன்றுடன் ஒன்று முட்டி நின்றன.

மீண்டும் கர்ணன் தேரை எடுத்தபோது கூட்டம் கைகளை விரித்துக் கூவி ஆர்ப்பரித்தது. அவன் தேரைக் கொண்டுவந்து நிறுத்தியபோது பரத்தையர் அவனைத் தழுவி முத்தமிட்டு விலகிச்சென்றனர். பன்னிருமுறை அவன் முற்றத்தைச் சுற்றிவந்தான். ஒவ்வொருமுறையும் மக்கள் அவனைக்கண்டு கூவி ஆர்ப்பரித்து வாழ்த்தினர். வெயில் சரிந்து சிவக்கத்தொடங்கியது. கள்வெறியும் களிவெறியும் கொண்ட இளையோர் களைப்படைந்து ஆங்காங்கே விழுந்துவிட்டனர். இறுதிச்சுற்றில் தேரில் முதுபரத்தையர் சிலரே இருந்தனர்.

தேர்கள் நிலையடைந்ததும் ஸ்தானிகர் தன் கொடியை அசைத்தார். நூற்றுவர்க்குடையோர் ஒருவர் வந்து “சூதர்கள் சென்று பரிசில்களைப் பெற்றுக்கொள்ளுங்கள்” என்றார். அதிரதன் ஓடிவந்து கர்ணனின் தேரைப்பிடித்துக்கொண்டு “உனக்கு அரசர் சிறப்புப் பரிசில் அளிப்பார். ஐயமே இல்லை. இன்று உன்னை அங்கநாடே வாழ்த்தியது” என்றார். கர்ணன் சம்மட்டியை சுருட்டிக் கையில் வைத்துக்கொண்டு நடந்தான். “செல்... நீ யார் என்று அவர் கேட்டால் அதிரதன் மைந்தன் என்று சொல். எனக்கு எட்டு வருடம் முன்பு அரசரின் பரிசாக ஒரு மோதிரம் கிடைத்திருக்கிறது. தேரோட்டியதற்காக அளிக்கப்பட்டது. அதையும் சொல்... போ” என்று தோளைப்பிடித்துத் தள்ளினார் அதிரதன்.

அவைமேடையில் அரசனும் தேவியரும் எழுந்து நின்றனர். முதலில் காவியச்சூதரும் இசைச்சூதரும் நடிகர்களும் நடிகப்பரத்தையரும் சென்று அரசரிடமிருந்து பரிசில் பெற்றுச்சென்றனர். அதன் பின் அணிப்பரத்தையரும் அரண்மனை வாத்தியக்காரர்களும் பரிசில்பெற்றனர். தலைக்கோலிகளுக்கும் முதுபரத்தையருக்கும் பரிசில் அளித்ததும் அரசன் கைகூப்பி வணங்கி அவைமேடையிலிருந்து இறங்கிச் சென்றான். அவனுடைய சந்தன மிதியடியை ஒரு தாலத்தில் வைத்து மேடையில் வைத்தனர். குதிரைச்சூதர்கள் மேடையேறியபோது அந்தத் தாலத்தில் இருந்த மிதியடியால் பரிசில்களைத் தொட்டு அவர்களுக்கு

அளித்தனர். அவர்கள் அதை வாங்கி கண்களில் ஒற்றிக்கொண்டு இறங்கினர்.

கர்ணன் மேடையேறியபோது ஸ்தானிகர் “உன் புரவித்திறன் நன்று. உனக்கு சிறப்புப் பயிற்சி அளிக்க ஆணையிடுகிறேன்” என்றபின் பொன்மோதிரமொன்றை எடுத்து பாதுகையால் தொட்டபின் அவனுக்கு அளித்தார். அவன் அதை வாங்கிக்கொண்டு ஒரு சொல் பேசாமல் தலைகுனிந்து திரும்பி நடந்தான். அவன் வந்ததும் அதிரதன் பாய்ந்து மோதிரத்தைப் பிடுங்கிக்கொண்டு “சொன்னேனே? மோதிரம்தான். பொன் மோதிரம்... கேட்டீரா விகர்த்தனரே, இத்துடன் என் வீட்டில் மூன்று பொன் மோதிரங்கள் உள்ளன” என்றார்.

விகர்த்தனர் “நல்ல பெண்ணாகப் பாருங்கள் சூதரே” என்றார். அதிரதன் “பெண்ணா, இவனுக்கு பன்னிரண்டு வயதே ஆகிறது. இளமையிலேயே மிக உயரமானவன். பாரதவர்ஷத்திலேயே உயரமானவன் இவன் என்று ஒரு நிமித்திகர் சொன்னார். அஸ்தினபுரியின் பிதாமகரான பீஷ்மர்கூட இவனைவிட உயரம் சற்றுக்குறைவாம்.” “அத்தனை உயரம் சூதனுக்கு எதற்கு? அது அவனுக்கு ஷத்ரியர்களின் பகையை மட்டுமே கொண்டுவரும்” என்றார் விகர்த்தனர்.

கூட்டம் கலைந்த விரைவு கர்ணனை வியக்கச்செய்தது. புரவிகளை அவிழ்த்து தொட்டிக்குக் கொண்டுசென்று நீர் காட்டிக்கொண்டிருந்தபோதே பெருங்களமுற்றம் ஒழியத் தொடங்கியது. “கள்வெறியில் அனைவரும் விழுந்துவிட்டார்கள்” என்றார் அதிரதன். “வா... அங்கே ராதை இதற்குள் உன்னைத் தேடத்தொடங்கியிருப்பாள்.” கர்ணன் “நான் கங்கைக்குச் சென்று நீராடிவிட்டு வருகிறேன் தந்தையே” என்றான். “மாலினியில் நீராடுவோமே...” “இல்லை. இன்று கங்கையில் நீராடவிழைகிறேன்” என்றான் கர்ணன். “சரி நான் புரவிகளுடன் செல்கிறேன். நீ உடனே வந்துவிடு” என்றார் அதிரதன். “இல்லை தந்தையே. நான் புரவிகளை நீராட்டி அழைத்துவருகிறேன்” என்றான் கர்ணன். அதிரதன் அவனைச் சற்றுக் குழப்பமாக நோக்கியபின் தலையசைத்து “அந்த மோதிரத்தை எங்காவது விட்டுவிடாதே” என்றார்.

அதிரதன் சென்றபின் அவன் புரவிகளுடன் கங்கைகரைக்குச் சென்றான். களைத்துப்போன புரவிகள் மெல்ல காலடி எடுத்துவைத்து நடந்தன. நீர்க்கரை முழுக்க ஆயிரக்கணக்கான சிறுகுடில்கள் முளைத்து அவற்றில் எல்லாம் விளக்குகள் ஏற்றப்பட்டிருந்தன. சமைப்பதற்காக அடுப்புகளை கூட்டத்தொடங்கியிருந்தனர். கங்கைநீரில் தலைகள் நிறைந்திருந்தன. சம்பாபுரியின் பெரும்படித்துறையில் நிலையழிந்து ஆடிய படகுகளை நோக்கியபடி கர்ணன் அமர்ந்திருந்தான். இருள் நன்றாக மூடியபின்

எழுந்து திரும்பி நடந்தான். களைப்பில் உடலின் எடை பலமடங்கு கூடிவிட்டதுபோலத் தோன்றியது. புரவிகள் இருளில் மெல்ல காலடி எடுத்துவைத்து நடந்தன.

எதிரே தன் மைந்தனை இடையில் அமரச்செய்து வந்த வேளாண் பெண் ஒருத்தி அவனைக்கண்டு புன்னகை செய்தாள். "மைந்தனின் பெயரென்ன?" என்றான் கர்ணன். "அஸ்வன்" என்று அவள் சொன்னாள். "நீளாயுளுடன் இருப்பான்" என்று வாழ்த்திய கர்ணன் அந்த மோதிரத்தை அதன் கையில் வைத்து தலையைத் தொட்டுப் புன்னகை புரிந்தபின் நடந்துசென்றான். அவள் திகைப்புடன் பின்பக்கம் பார்த்து நிற்பதை அவன் உணர்ந்தான்.

4

ராதை திண்ணையில் அகல்விளக்கை ஏற்றிவைத்து உணவை வைத்துக்கொண்டு காத்திருந்தாள். அதிரதன் "அவன் வருவான்... இன்று அவன் மேல் எத்தனை கண்கள் பட்டிருக்கும் தெரியுமா? கண்ணேறு என்பது சுமை. அது நம்மைக் களைப்படையச்செய்யும். நான் முன்பு தேர்ப்போட்டியில் வென்றபோது கண்ணேறின் சுமையால் என்னால் நான்குநாட்கள் நடக்கவே முடியவில்லை" என்றார். "வாயை மூடாவிட்டால் அடுப்புக்கனலை அள்ளிவந்து கொட்டிவிடுவேன்" என்றாள் ராதை. "அன்றெல்லாம் நீ என்னிடம் அன்பாகத்தான் இருந்தாய்" என்றபடி அவர் கயிற்றுக்கட்டிலில் படுத்துக்கொண்டு கண்களை மூடிக்கொண்டார்.

அவரது சீரான மூச்சொலி கேட்கத்தொடங்கியது. இரவின் ஒலிகள் மாறிக்கொண்டே இருந்தன. அவள் வழியையே நோக்கிக்கொண்டு அசையாமல் அமர்ந்திருந்தாள். விளக்கில் எண்ணெய் தீர்ந்தபோது எழுந்துசென்று எண்ணெய் விட்டுவந்தாள். மெல்லிய குளம்படிகள் மிகத் தொலைவில் கேட்டதும் அவள் நெஞ்சைத்தொட்டு கொற்றவைக்கு நன்றி சொல்லிவிட்டு எழுந்து நின்றாள். அவள் கைவிளக்கு எழுப்பிய நிழல்கள் பின்னால் ஆட குதிரைகளின் முகங்கள் தெரிந்தன. அவற்றுக்குப்பின்னால் கர்ணன் எண்ணத்தில் மூழ்கியவன் போல நடந்துவந்தான்.

அவன் கொட்டிலில் குதிரைகளைக் கட்டிக்கொண்டிருந்தபோது அவள் அவன் வந்த வழியையே கூர்ந்து நோக்கினாள். அவனுக்குப்பின்னால் அவள் பலமுறை பார்த்ததுதான் அது. அவள் நெஞ்சு படபடத்தது. அதன்பின் அவள் இருளுக்குள் நெளிந்து சென்ற பெரிய அரசநாகத்தின் உடலைப் பார்த்தாள். கர்ணன் குதிரைகளைக் கட்டிவிட்டு வந்து

“உணவை எடுத்து வைத்துவிட்டு துயின்றிருக்கலாமே?” என்றான். “இந்த இருளில் என்ன செய்கிறாய்? ஊரெங்கும் குடித்துவிட்டுக் கிடக்கிறார்கள். நீ இன்னமும் சிறுவன். மனம்போனபடி வாழும் வயது உனக்கு ஆகவில்லை...” என்று ராதை கடுகடுத்தாள். “இரவில் இந்தப் பாதையில் நாகங்கள் உலவுகின்றன. சரி, நீ பார்த்து நடந்து வந்தாய். குதிரைகள் எதையாவது மிதித்தால் என்ன ஆகும்? நம்மை முக்காலியில் கட்டி சாட்டையால் அடிப்பார்கள்.”

“உணவு இருக்கிறதா?” என்றான் கர்ணன். “இப்போது வந்து கேட்டால் உணவுக்கு எங்கே போவது? எந்நேரம் வந்தாலும் உனக்கு சமைத்த உணவு ஒருக்கமாக இருக்க நீ என்ன இந்த நாட்டுக்கு அரசனா? சூதன் சூதனாக இருக்கவேண்டும். உயரம் இருப்பதனால் நீ ஒன்றும் ஷத்ரியன் ஆகிவிடப்போவதில்லை” என்று முகத்தைச் சுருக்கியபடி அவள் சொன்னாள். கர்ணன் பெருமூச்சுடன் “உணவு இல்லை என்றால் படுத்துக்கொள்கிறேன்” என்றான். “படுத்துக்கொள்கிறாயா? ஏன் படுக்கமாட்டாய்? நான் இந்த இரவில் பூச்சிக்கடியில் விளக்கை வைத்துக் கொண்டு விழித்து அமர்ந்திருப்பதெல்லாம் உனக்கு ஒரு பொருட்டே அல்ல” என்று அவள் மீண்டும் வசையாடத் தொடங்கினாள். கர்ணன் “சரி அப்படியென்றால் உணவை எடுங்கள்” என்றான்.

“சற்று நேரம் பொறு... நான் சென்று அப்பத்தைச் சுட்டு எடுக்கிறேன். முன்னதாகச் சுட்டால் ஆறிவிடும். பருப்புக்கூட்டையும் சூடு செய்து தருகிறேன்” என்றாள். “சூடெல்லாம் செய்யவேண்டாம்... அப்படியே சாப்பிடுகிறேன்” என்றான் கர்ணன். “நான் சொன்னதை நீ கேட்டால் போதும். எந்தக் காலத்தில் நீ நான் சொன்னதைக் கேட்டிருக்கிறாய்? அன்னை என்ற மதிப்பு இருந்தால் அல்லவா? என்னை நீ ஒரு வேலைக்காரியாகத்தான் நினைக்கிறாய்” ராதை பேசிபடியே சென்று அடுப்பைப் பற்றவைத்து குழலால் ஊதத்தொடங்கினாள். கரி செந்நிறம் கொள்ளும்போது குடிலுக்குள் ஒளியெழுந்தது. அவள் காலை வெளிச்சத்தில் நிற்பவள் போலத் தோன்றினாள்.

“உனக்கு ஏதோ மோதிரம் கொடுத்தார்களாமே... எங்கே அது?” என்றாள் ராதை. “அதை நான் ஓர் ஏழைக் குழந்தைக்குக் கொடுத்துவிட்டேன்” என்று கர்ணன் சொன்னான். ராதை திரும்பி நோக்கி “ஏழையா?” என்றாள். “ஆம்” என்றான் கர்ணன். “உன் தந்தை இங்கே துள்ளிக்கொண்டிருந்தாரே. நாளை அவரது தோழர்களை வரச்சொல்லியிருக்கிறாராம், மோதிரத்தைக் காட்டுவதற்கு” என்றாள். கர்ணன் ஒன்றும் சொல்லவில்லை. “ஏழை என்றால் கொடுக்கவேண்டியதுதான்” என்றாள் ராதை. “நீ அதை கொண்டுவந்திருந்தால்தான் வியந்திருப்பேன்.” எரிதணலில் அவள்

கோதுமை அப்பங்களைச் சுட்டுக்கொண்டிருந்தாள். மரங்களில் எழும் காளான்குடை போல அப்பம் அனலில் வெந்து உப்பி எழுந்தது.

அடுப்பில் அகன்ற பானையில் சூடாகிக்கொண்டிருந்த பருப்புக்குழம்பை எடுத்துக்கொண்டுவந்து அவள் அவன் அருகே வைத்து அப்பங்களை இலைத்தொன்னையில் போட்டாள். அவன் சாப்பிடத்தொடங்கினான். "நீ எதற்காக தேரோட்டச் செல்கிறாய்?" என்றாள் ராதை. "உனக்கு தேரோட்டும் வயதாகவில்லை என்று சொல்லவேண்டியதுதானே?" கர்ணன் "அது நூற்றுக்குடையோரின் ஆணை. தந்தை அதை மீறமுடியாது" என்றான். "ஏன் மீறினால் என்ன? வாய் கிடையாது. குரல் எழுவது முழுக்க இங்கே குடிலுக்குள் வந்தால்தான். ஒரே கதையை நாள்தோறும் சொல்லிக்கொண்டு... இதெல்லாம் எனக்குப் பிடிக்கவில்லை. தந்தையும் மைந்தனும் தெருவில் கொஞ்சுவதைக் கண்டு எந்தத் தீவிழியாவது பட்டுவிட்டால் அதன் பின் கணிகனுக்கும் நிமித்திகனுக்கும் யார் அள்ளிக்கொடுப்பது?"

"போதும்" என்றான் கர்ணன். ராதை சினம்கொண்டு "போதுமா? ஐந்து அப்பத்தைச் சுடவா நான் இங்கே அமர்ந்திருந்தேன்... சாப்பிடுகிறாயா இல்லையா?" என்று கூவினாள். கர்ணன் சலிப்போசையுடன் மீண்டும் அமர்ந்துகொண்டான். "பரத்தையருக்கெல்லாம் எதற்காக விழா? வணிகர்கள் அவர்களுக்கு அள்ளிக்கொடுக்கிறார்கள். தேனும் நெய்யுமாக உண்கிறார்கள். பட்டு அணிகிறார்கள். பரத்தையருக்கு நீ தேரோட்டப் போனதை நினைத்து என்னால் இங்கே அமர்ந்திருக்கவே முடியவில்லை. என் உடலே எரிந்துகொண்டிருந்தது" கர்ணன் "தேரோட்டுவதென்றால் அனைவருக்கும்தான் ஓட்டவேண்டும்" என்றான்

"நீ அரசனுக்கு ஓட்டு. இந்த அற்ப அங்கநாட்டரசனுக்கு உன்னைத் தேரோட்டியாகக் கொள்ளும் தகுதி இல்லை. நீ மகதத்துக்கு போ. அங்கே பிருகத்ரத மன்னருக்கு பெருவல்லமை கொண்ட இளவரசன் பிறந்திருக்கிறான் என்கிறார்கள். ஜராசந்தன் எட்டு கைகள் கொண்டவன் என்று சூதர்கள் இங்கே பாடினார்கள். கொடிமரம்போல உயரமாக இருக்கிறானாம். அவனைப்போன்ற இளவரசனுடன் நீ சென்று சேர்ந்துகொள். இந்த அங்கநாட்டில் உன்னை எவருக்குத் தெரியும்?" கர்ணன் "என்ன தெரிந்துகொள்ளவேண்டும்?" என்றான். "உன்னருகே நின்றால் உன் தோள்வரைக்குமாவது மன்னனுக்கு உயரம் இருக்க வேண்டாமா?" என்றாள் ராதை.

கர்ணன் தன் கட்டிலில் பாயை விரித்து மல்லாந்து படுத்துக்கொண்டு கண்களை மூடிக்கொண்டான். "நீ விடிகாலையில் எழவேண்டியதில்லை. குதிரையை உன் தந்தையே நீராட்டுவார். களைப்பிருந்தால் அப்படியே

துயில்கொள்” என்றாள் ராதை. கர்ணன் பேசாமல் படுத்திருந்தான். அவன் துயின்றுவிட்டானா என்று பார்த்துவிட்டு ராதை மெல்ல உள்ளே சென்று விளக்கை அணைத்துவிட்டுப் படுத்தாள்.

விண்மீன்கள் செறிந்த வானையே நோக்கிக்கொண்டு கர்ணன் படுத்திருந்தான். அவன் அகம் விம்மிக்கொண்டே இருந்தது. எந்த எண்ணமும் சிந்தனையாகத் திரளவில்லை. ஒன்றுடன் ஒன்று முட்டிக் கொண்டு நதிநீரில் செல்லும் மரத்தடிகள் போல அவை சென்றன. சற்றுநேரத்தில் வானை நோக்குவதுதான் அமைதியின்மையை அளிக்கிறது என்று உணர்ந்தான். அகம் விரிந்து விரிந்து எல்லையில்லாமல் பரவியது. எழுந்து அமர்ந்துகொண்டு குனிந்து தரையை நோக்கினான். அப்போது அகம் குவிந்து இரும்புக்குண்டு போல எடைகொண்டது.

தலைநிமிர்ந்தபோது குடிலின் படியில் ராதை அமர்ந்திருப்பதைக் கண்டான். சிலகணங்கள் அவள் விழிகளை நோக்கியபின் அவன் தலைகுனிந்தான். அவள் ஏதாவது கேட்பாள் என அவன் நினைத்தான். ஆனால் அவள் அசைவில்லாமல் அப்படியே அமர்ந்திருந்தாள். தன் அமைதியின்மை எப்படி அவளுக்குத் தெரிகிறது என்று அவன் வியந்தான். அத்தனை அணுக்கமாக அவள் அவனுடன் வந்துகொண்டிருக்கிறாள் என்றால் அவளறியாத எதுவுமே அவனுக்கிருக்க வாய்ப்பில்லை. அவன் நிமிர்ந்து “இன்று அரசர் அவரது பாதுகையால் எனக்குப் பரிசில் அளித்தார்” என்றான்.

“சூதர்களுக்கு அவ்வாறு அளிப்பது வழக்கம்” என்று ராதை சொன்னாள். “அரசரின் பாதுகம் பட்ட பரிசிலே கிடைத்துவிட்டது என்று உன் தந்தை மகிழ்ந்து கொண்டாடிக்கொண்டிருந்தாரே!” கர்ணன் அவரைத் திரும்பி நோக்கினான். அவர் வாய்திறந்து மூக்கின் முடிகள் தெரிய உரக்க குறட்டை விட்டுத் துயின்றுகொண்டிருந்தார். “அவரைப்போல இருக்க விழைகிறேன் அன்னையே. என்னால் இயலவில்லை” என்றான். அவள் பெருமூச்சுவிட்டாள். “என்னை அவர்கள் அடேய் என அழைக்கும்போது என் அகம் நாகம்போலச் சீறி எழுகிறது. என்னை நோக்கி ஒருவன் கையை ஓங்கினால் அக்கணமே என் கைகளும் எழுந்துவிடுகின்றன” என்றான் கர்ணன். “தந்தையும் பிறரும் அவர்களை நோக்கி கையோங்கப்படுகையில் அவர்களை அறியாமலேயே கைகளை மார்போடு கட்டிக் குனிந்து நிற்கிறார்கள். என் நெஞ்சு விரிந்தெழுகிறது.”

ராதை ஒன்றும் சொல்லவில்லை. கர்ணன் “நான் ஏன் இப்படி இருக்கிறேன் என்று தெரியவில்லை அன்னையே. என் உயரமே என்னை சூதனாக அல்லாமல் ஆக்குகிறது. நான் இன்னும் வளர்வேன். அப்போது என்னை நோக்கி மேலும் குதிரைச்சவுக்குகள் எழும்” என்றான். ராதை “ஆம்”

என்றாள். பின்பு “நீ எங்கிருந்தாலும் அன்னையையும் தந்தையையும் மறந்துவிடக்கூடாது மைந்தா” என்றாள். கர்ணன் திடுக்கிட்டு அவளை இருட்டுக்குள் நோக்கி “உங்களை மறப்பதா?” என்றான். “இப்புவியில் என்றும் எனக்கு முதல் தெய்வம் நீங்கள்தான். நான் வாழும் வரை கண்விழித்து எழுகையில் உங்கள் முகமே என் அகத்தில் எழும்.”

ராதை மெல்ல இருட்டுக்குள் விசும்பினாள். “ஏன் இந்தப் பேச்சு? என்னை நீங்கள் அறியமாட்டீர்களா?” என்றான் கர்ணன். “அறிவேன். உன் சொல் சூரியனின் சொல். இதோ இந்தக் கிழவரையும் ஒருநாளும் மறக்காதே. உன் அருளை முற்றிலும் பெற நாங்கள் தகுதியற்றவர்கள். ஆனால் சூரியக்கதிரைப் பெற புல்லுக்கும் உரிமை உண்டு அல்லவா?” என்றாள் ராதை. “அவர் என் மூதாதையரின் வடிவம். இவ்வாழ்நாளில் அவரது பாதங்களையன்றி பிறிதொன்றை என் சென்னி சூடாது” என்றான் கர்ணன். ராதை தலைகுனிந்து அமர்ந்திருந்தபின் கண்களை அழுத்திக்கொண்டாள். “ஏன் அன்னையே? என்ன எண்ணுகிறீர்கள்? ஏன் இந்தத் துயரம்?”

“உனக்காகத்தான் மைந்தா. நீ மாமனிதன். இந்தப் புவி யுகங்களுக்கொருமுறைதான் உன்னைப்போன்ற ஒருவனை பெறுகிறது என்று நிமித்திகர்கள் சொன்னார்கள். எல்லா மாமனிதர்களும் கண்ணீர் வழியாகவே கடந்துசெல்கிறார்கள். நான் கேட்ட கதைகளெல்லாம் அப்படித்தான். பார்கவ ராமரும் ராகவ ராமரும் கண்ணீரையே அறிந்தனர். சமந்த பஞ்சகம் பார்கவரின் விழிநீர். சரயூநதி ராகவரின் கண்ணீர்.” அவள் மூச்சை இழுத்து தன்னை திடப்படுத்திக்கொண்டாள். “உன் கண்ணீர் எங்கே தேங்கும் என்று எனக்குத் தெரியவில்லை. தெரிந்தால் இப்போதே அங்கே சென்று ஒரு குடில்கட்டி வாழ்வேன்.”

கர்ணன் அவளையே நோக்கிக்கொண்டு அமர்ந்திருந்தான். அவளுடைய கடுகடுப்பென்பது ஒரு வேடம் என அவனுக்குத்தெரியும். அவளுடைய ஆழத்துக்குள் எவரும் சென்றுவிடக்கூடாதென்பதற்காக அவள் அதைத் தன்னைச்சுற்றி அமைத்திருந்தாள். நினைவறிநத நாள்முதல் அவள் அவனை அருகே அழைத்ததில்லை. அணைத்ததோ உணவூட்டியதோ கதை சொன்னதோ இல்லை. அவன் எப்போதும் அதிரதனின் தோளில்தான் இருந்தான். அவர்தான் அவனுக்கு திரும்பத் திரும்ப ஒரே கதைகளைச் சொல்லிக்கொண்டிருந்தார். குதிரைக்கொட்டிலில் கொண்டுசென்று குதிரைமேல் அமரச்செய்தார். சவுக்கை கையில் கொடுத்து நுகம் உடைந்த தேர்களின் அமரத்தில் அமரவைத்து விளையாடச்செய்தார்.

அவள் அவனை எப்போதும் எதற்கும் வசைபாடினாள். அவனுடன் பேசுவதற்காகவும் விளையாடுவதற்காகவும் அதிரதனைக் கண்டித்தாள்.

ஆனால் வசையாடும்போதுகூட அவள் விழிகள் அவனுடைய இருதோள்களைத்தான் மாறிமாறித்தொட்டு அலைபாய்ந்து கொண்டிருக்கும். அவன் அருகே சென்றால் ஏதோ ஒன்றைச் சொல்லி வசைபாடியபடி அவன் உடலைத் தொடுவாள். "அழுக்காகத்தான் இருப்பாயா? போ, போய்க்குளி" என்பாள். "குதிரையைத் தொட்டபின் அப்படியே வீட்டுக்குள் வராதே என்றால் கேட்கமாட்டாயா?" என்று சீறுவாள். சற்று வளர்ந்தபின் அவன் அறிந்தான். எப்போதும் எதையும் கேட்டுப்பெறும் நிலையில் அவன் இருந்ததில்லை, அவை முன்னரே அவனுக்காக அவளால் ஒருக்கப்பட்டிருக்கும். ஒருபோதும் அவன் தன் அகத்தை அவளுக்கு விளக்கநேர்ந்ததில்லை. அவன் சொல்வதற்குள்ளாகவே அவள் அறிந்திருந்தாள்.

கர்ணன் "அன்னையே, மாமனிதர்கள் என்பவர்கள் ஏன் கண்ணீர் விடநேர்கிறது?" என்றான். ராதை சிலகணங்கள் இருளை நோக்கி இருந்துவிட்டு "அவர்கள் மனிதர்களைவிட மிகப்பெரியவர்கள் மைந்தா. மனிதர்கள் எலிகளைப்போல. வளைகளுக்குள் பிற எலிகளுடன் கூடியும் ஊடியும் வாழ்கிறார்கள். மாமனிதர்கள் மத்தகம் எழுந்த பெருங்களிறுகள். அவர்களுக்கு இவ்வுலகம் மிகச் சிறியது" என்றாள். பின் பெருமூச்சுவிட்டு "ஆகவேதான் அவர்கள் வெளியேறிச்சென்றுகொண்டே இருக்கிறார்கள். பரசுராமர் பாரதம் முழுக்கச் சுற்றினார். ராகவராமர் காட்டுக்குள் அலைந்தார்" என்றாள்.

"ஆகவேதான் நானும் சென்றுவிடுவேன் என அஞ்சுகிறீர்கள் இல்லையா?" என்றான் கர்ணன். "ஆம், நீ சென்றுவிடுவாய் என்பதில் ஐயமே இல்லை. ஆனால் நீ இன்னமும் சிறுவன். உன் உடல் வளர்ந்திருக்கும் அளவு உள்ளம் வளரவில்லை. உனக்கு நல்ல கல்வியை அளிக்கவும் எங்களால் இயலவில்லை" என்றாள் ராதை. "இன்னும் சற்றுப்பொறு. நீ வெளியேறவேண்டிய நேரம் வரும்வரை காத்திரு... அதைத்தான் அன்னை உன்னிடம் சொல்வேன்."

"அன்னையே, நான் ஆபத்துகளில் அகப்பட்டுக்கொள்வேன் என்றா அஞ்சுகிறீர்கள்?" என்றான் கர்ணன். ராதை "இல்லை மைந்தா. உனக்கு எந்நிலையிலும் ஆபத்துகள் வராது. நடைபழகும் குழந்தைக்குப் பின்னால் பதறிய கைகளை விரித்துக்கொண்டு அன்னை செல்வது போல உன் பின்னால் என்றும் அறத்தேவதை வருவாள். உன்னைக் குனிந்து நோக்கி உன் தந்தை சூரியதேவன் புன்னகைசெய்வார்" என்றாள். "நான் அஞ்சுவது நீ அவமதிக்கப்படுவாய் என்றுதான். உன் பொருட்டல்ல. எங்கள் பொருட்டு. நாங்கள் எளிய சூதர்கள். தலைமுறை தலைமுறையாக குதிரைச்சாணத்தின் வாசனை படிந்த உடல்கொண்டவர்கள்."

“அன்னையே, உங்கள் பொருட்டு நான் அவமதிக்கப்படுவேன் என்றால் அதுவே எனக்கு என் தெய்வங்கள் அளிக்கும் மாபெரும் வெகுமதி. அத்தனை எளிதாக பெற்றோருக்கான கடனில் ஒரு துளியையேனும் திருப்ப முடியும் என்றால் அதைவிட என்ன வேண்டும்? ஆனால் என் முன் எந்தையை ஒருவன் அவமதிப்பதை இனி நான் பொறுக்கமுடியாது” என்றான் கர்ணன். ராதை ஒன்றும் சொல்லாமல் புன்னகை செய்தாள். பின்னர் திரும்பி வாயை சப்புக்கொட்டியபடி திரும்பிப்படுத்த அதிரதனை நோக்கி முகம் விரிந்து நகைத்து, “எளியசூதன். அவனுடன் விளையாடுகிறது காலம். அவன் பெயரையும் முடிவின்மை வரை இப்பாரத வர்ஷம் நினைக்கவேண்டுமென விழைகின்றன தெய்வங்கள்” என்றாள்.

கர்ணன் திரும்பி தந்தையைப் பார்த்துவிட்டு பேசாமல் அமர்ந்திருந்தான். இருவரும் இருளுக்குள் நெடுநேரம் இருந்தனர். அரண்மனைக் கோட்டைவாயிலில் விடியலுக்கான சங்கு முழங்கியது. சூரியனார்கோயிலின் மணியோசை சேர்ந்தெழுந்தது. “நான் நீராடி வருகிறேன்” என்றான் கர்ணன். “துயிலவில்லையா?” என்று ராதை கேட்டாள். “துயில் வரவில்லை. நீராடிவந்து உணவுண்டால் துயில் வரலாம்” என்று எழுந்து மரவுரியை எடுத்துக்கொண்டு கர்ணன் நடந்தான். தான் காலெடுத்து வைக்கும் பாதையாக விரிந்தது அவள் விழிகளே என உணர்ந்தான்.

கங்கைக்கரை மரத்தடி ஒன்றில் அவன் ஒளித்துவைத்திருந்த மூங்கில் வில்லையும் அம்பறாத்தூணியையும் எடுத்துக்கொண்டான். கருக்கிருட்டுக்குள் மரங்கள் காற்றில் உலையும் ஒலி எழுந்துகொண்டிருந்தது. கரிச்சானின் முதற்குரல் கேட்டு வானை நோக்கினான். எங்கோ முதல்பறவை சிறகடித்து இரவு உதிரத்தொடங்குவதை உணர்ந்தது. கால் தளர்ந்த நடையுடன் அவன் கங்கையின் கரையை அடைந்தான். நீரில் இறங்கத் தோன்றாமல் கரையில் நின்று இருளுக்குள் மங்கலான ஒளியலைகளாகச் சென்றுகொண்டிருந்த கங்கையை நோக்கிக்கொண்டிருந்தான். நடுப்பெருக்கில் பாய்களை விரித்து பெரும்படகுகள் செந்நிறவிழிகள் நீரில் பிரதிபலிக்க ஒன்றுடன் ஒன்று முட்டும் வாத்துக்கூட்டங்கள் போல நிரைத்துச் செறிந்து சென்றுகொண்டிருந்தன.

பின்னர் ஒரு வேப்பங்குச்சியை ஒடித்துக்கொண்டு படித்துறையில் இறங்கி பணிந்துவணங்கிவிட்டு நீரில் இறங்கினான். இளவெம்மை கொண்டிருந்த கரையோரத்து நீரில் மூழ்கி கைவீசி நீந்தி குளிர்ந்த கனத்த நீர் ஓடும் மைய ஒழுக்கை அடைந்து திரும்பி நீந்தி வந்தான். மூழ்கி ஆழத்தில் ஓடிக்கொண்டிருந்த ஓசையற்ற நீரிருளைக் கண்டு நெடுந்தூரம் சென்று

பின் எழுந்து திரும்ப வந்தான். நீரில் நீந்தும்தோறும் நெஞ்சுக்குள் செறிந்திருந்தவை கரைந்து செல்வதை, உடல் எடையிழப்பதை அறிந்தான். சற்றுநேரத்தில் நீரில் விளையாடும் உடல் மட்டுமேயாக அவன் இருந்தான்.

மூச்சுவாங்க நீர் வழியும் உடலுடன் அவன் படிக்கட்டை அடைந்து ஏறியபோது இருளே உடலாக ஆனவன் போல படிக்கட்டின் மீது ஒருவன் நிற்பதைக் கண்டான். அவன் “இந்த முன்னிருளில் ஒரு மானுடனை இங்கே காண்பேன் என்றே எண்ணவில்லை” என்றான். கர்ணன் புன்னகையுடன் “நீர் மானுடரல்லவா?” என்றான். அவன் சிரித்தபடி தன் கைகளை விரிக்க மாபெரும் காகம் ஒன்று சிறகு விரிப்பது போல அடுக்கடுக்காகக் கைகள் விரிந்தன. “என்பெயர் சஹஸ்ரபாகு” என்றான். “கருக்கிருட்டின் தெய்வம் நான்”

கர்ணன் “நான் அங்கநாட்டு தேரோட்டி அதிரதனின் மைந்தன் வசுஷேணன்” என்றான். “இக்கணமே இங்கிருந்து விலகிச்செல். நான் ஒளியின் அரசனின் வருகையை அறிவிப்பவன். அவனுடைய பாதையை நான் தூய்மைசெய்யும்போது மானுடர் எவரும் காணலாகாது என்பதற்காகவே கருக்கிருட்டை உருவாக்குகிறேன். உன் விழிகள் என்றும் இவ்விருளிலேயே நிலைக்கச்செய்ய என்னால் முடியும்” என்றான் சஹஸ்ரபாகு. “நான் எவருடைய எல்லையையும் மீறவிரும்பவில்லை. ஆனால் என் பாதங்கள் தொட்ட மண்ணை இன்னொருவர் ஆணைக்கேற்ப விட்டுவிட்டு விலகமாட்டேன்.”

“என்னுடன் போருக்கெழுக!” என்று கூவியபடி சஹஸ்ரபாகு மேலும் கைகளை விரித்து இருளில் எழுந்தான். இருளுக்குள் பரவிய கரிய கைகள் முடிவில்லாமல் பெருகின. கர்ணன் தன் வில்லை எடுத்து நாணேற்றி அம்பு தொடுத்து எதிர்த்து நின்றான். அவனைச்சூழ்ந்திருந்த இருள் மேலும் செறிந்து நிறைய, முற்றிலும் விழிகளை இழந்து அகம் ஒன்றேயாக அங்கே நின்றான். சஹஸ்ரபாகுவின் சிறகோசையை மட்டுமே இலக்காகக்கொண்டு அம்புகளைத் தொடுத்தான். இருளாக வந்த சகஸ்ரபாகுவின் கைகள் அவனை அறைந்து தெறிக்கச்செய்தன. விழுந்த கணமே புரண்டு எழுந்து மீண்டும் அம்புகளை விட்டான்.

அவன் தொடுத்த அம்புகள் கரிய உடலில் தைத்து செங்குருதியாக வழிவதைக் கண்டான். அம்புதேடிச்சென்ற வலக்கை ஒழிந்த தூளியைக் கண்டதும் அவன் அருகே இருந்த நாணலைப்பிடுங்கி அம்புகளாக்கினான். குருதி வழியும் சஹஸ்ரபாகுவின் உடல் மேலும் செந்நிறம் கொண்டது. பின்பு அச்செந்நிறம் ஒளிகொண்டது. குருதி பெருகப்பெருக அவன் ஒளி ஏறியபடியே வந்தது. அச்செவ்வொளியில் அவன் ஆடைகளும் குழலும்

பொன்னிறம் கொண்டன. பொன்வடிவாக மாறி ஆயிரம் பொற்கைகளை விரித்து “என்னை ஹிரண்யபாகு என்றும் சொல்வார்கள்” என்றான்.

கர்ணன் கைகளைக்கூப்பி “எந்தையே” என்றான். உடலெங்கும் தைத்த அம்புடன் சூரியன் “மைந்தருடன் தந்தை ஆடும் சிறந்த ஆடல், போரே” என்றான். வில்லை நிலம் தாழ்த்தி கர்ணன் சூரியதேவனை வாழ்த்தினான். வானம் பொன்வெளியாக விரிந்திருக்க பின்னால் கங்கையில் அவ்வொளி எதிரொளித்து பொற்பெருக்காக வழிவதை அவன் அறிந்தான். “இந்தக் குருதி போல இனிதாவது ஏதுமில்லை” என்றான் சூரியன். “எந்தையே, தங்களை நோக்கி விழிநிறைக்கும் பெரும்பேறை அடைந்தேன்” என்றான் கர்ணன்.

“இது ஹிரண்யவேளை எனப்படுகிறது. இக்கணம் நான் தொடும் அனைத்தும் பொன்னாகும். என் மைந்தனாகிய உனக்கு நான் இப்பரிசை அளிக்கிறேன்” என்று சூரியன் திரும்பி அங்கே கிடந்த ஒரு கனத்த கருங்கல்லை நோக்கினான். அக்கணமே அது பொன்னொளியுடன் சுடரத் தொடங்கியது. “இந்தப்பொன்னால் ஒரு தேரையே செய்யமுடியும். இதைக்கொண்டு நீ உன் வாழ்க்கையை நிறைவடையச்செய்யலாம். கொள்க!” என்றான்.

கர்ணன் அதை ஒரு கணம் நோக்கியபின் புயங்கள் தெறிக்க குதிகால்கள் அதிர அதைத்தூக்கிக்கொண்டு படிகளில் இறங்கி அங்கே நின்றிருந்த படகொன்றில் வைத்து அதன் கயிற்றை அவிழ்த்தான். படகு அலைகளில் ஆடியபடி செல்லத்தொடங்கியது. கர்ணன் நீரைத்தொட்டு “கங்கையே, வாழ்நாளெல்லாம் பிறர் பசியைப்பற்றி மட்டுமே எண்ணுபவன் ஒருவன் இன்றுகாலை உன்னில் நீராடுவான் என்றால் அவன் கையில் இதைக்கொண்டுசென்று கொடு. இதை அளித்த கர்ணன் அந்த மாமனிதனின் பாதங்களில் மும்முறை பணிந்தெழுந்து இதை அவனுக்குக் காணிக்கையாக்கினான் என்று சொல். ஆணை! ஆணை! ஆணை!” என்று சொல்லி ஒரு துளி எடுத்து சென்னியில் விட்டுக்கொண்டு திரும்பினான். “எந்தையே, பெருஞ்செல்வத்தைக்கொண்டு நிறைவடையும் வழி இது ஒன்றே.”

சூரியன் புன்னகை புரிந்தபோது அவன் பொன்னொளி வெள்ளிப் பெருக்காக மாறியது. “ஆம், நீ என் மைந்தன். நீ இதை மட்டுமே செய்யமுடியும்” என்றான். புன்னகையுடன் படிகளில் இறங்கி வந்து சூரியன் கர்ணனின் தோள்களில் கையை வைத்தான். கர்ணன் உடலும் ஒளிகொண்ட படிகம் போல சுடரத் தொடங்கியது.

சூரியன் “உன் நாவில் பிறிதொன்று எழாதென்று அறிவேன். நீ நான் கொண்ட சிறப்பெல்லாம் மானுடவடிவமென்றானவன்” என்று சொல்லி

கர்ணனை ஆரத்தழுவிக்கொண்டான். “ஒவ்வொரு கணமும் உன்னை வாழ்த்தும் ஒரு சொல் எங்கோ எழுந்துகொண்டிருக்கும். எனவே ஒருபோதும் நீ தோல்வியடையமாட்டாய்” என்று அவன் செவிகளில் சொன்னான். வைரம் வழியாக ஒளி கடந்துசெல்வதுபோல அத்தழுவலில் அவன் மைந்தன் உடலினூடாக கங்கையை சுடரச்செய்து, மறுகரை மரங்களை பசும்பேரொளியாக்கி, மேகங்களை பளிங்குவெளியாக்கி, எழுந்து மறைந்தான்.

கர்ணனின் கூந்தலில் இருந்து வழிந்து செவிமடல்களில் சொட்டி நின்ற இரு நீர்த்துளிகள் ஒளிகொண்டு வைரக்குண்டலங்களாக மாறின. அவன் மார்பில் படிந்திருந்த ஈரம் பொற்கவசமாக மாறியது. அவன் தன் கைகளைத் தூக்கி நோக்கியபோது அவை செந்தாமரை இதழ்கள்போலச் சிவந்திருப்பதைக் கண்டான். திகைப்புடன் சுற்றுமுற்றும் நோக்கி அவையனைத்தும் கனவா என்று எண்ணினான். காலையொளியின் முழுமையில் திளைத்து நின்றன மரக்கூட்டங்களும் நாணல் கொண்டைகளும் புதர்மலர்களும் கூழாங்கற்களும் நீரலைகளும்.

அவன் குனிந்து கங்கையின் நீரைக் கண்டான். அதில் காதுகளில் மணிக்குண்டலங்களும் மார்பில் பொற்கவசமும் கொண்ட அவனுடைய தோற்றம் தெரிந்தது. அவன் தலைமுடியில் இருந்து விழுந்த நீர்த்துளியில் அந்த நீர்ப்பாவை புன்னகையுடன் அசைந்து நெளிந்தது.

5

காலையில் கர்ணன் அதிரதனுடன் அமர்ந்து குதிரைகளை உருவிவிட்டுக் கொண்டிருக்கும்போது அரண்மனையிலிருந்து தேர்ச்சாலைக் காவலரான சத்ரபாகுவே நேரில் குதிரையில் வந்தார். அவருடன் எட்டு வீரர்களும் வந்தனர். அணுகி வரும் குதிரைகளின் குளம்படிச்சத்தம் கேட்ட அதிரதன் “குதிரைகளின் காலோசையிலேயே அவற்றை உணரத்தெரிந்தவனே அஸ்வசாஸ்திரம் தெரிந்தவன். இப்போது வரும் குதிரைகளை என் அகக்கண்ணாலேயே என்னால் காணமுடியும்” என்றார்.

“இடமுகமும் வலமுகமும் சற்றே வேறுபட்டிருக்கும் பிரமரம் ஓடும்போது பெருங்கழியும் சிறுகழியும் மாறிமாறி முட்டும் முரசென ஒலிக்கும். பூரணானந்தம் நெற்றியில் இருசுழிகளும் தலைநடுவே ஒரு சுழியும் உடையது. இது வருகையில் ஒற்றைக்கழியால் முரசை ஒலிப்பதுபோலிருக்கும். நான்கு குளம்புகள் இரண்டாக மாறிச்செல்வதுபோல கண்ணுக்குத்தோன்றும். விண்ணவர் விரும்பும் அரசப்புரவிகள் இவ்வகையைச் சேர்ந்தவை” என்றார். கர்ணன் முதல்முறை கேட்பவனைப்போல தலையை அசைத்தான்.

“ஆற்றல் கொண்ட சூரியன் முதுகெலும்பில் சுழிகொண்டது. இதன் காலடியோசை முரசில் கோலை அடித்து அழுத்தியதுபோல் ஒலிக்கும். எடைதூக்கும் வலுக்கொண்ட இப்புரவியை மற்போர் வீரர் விரும்புவர். இரு கன்னங்களிலும் ஒற்றைச்சுழிகொண்ட சர்வநாமத்தை வண்டிகளிலேயே கட்டுவார்கள். நான்கு கால்களின் ஓசைகளையும் தனித்தனியாகக் கேட்கமுடியும். வலப்பக்கக் கன்னத்தில் ஒற்றைச்சுழிகொண்ட சிவம் இறைவாகனங்களை இழுக்கத்தக்கது. அதன் ஓசை மிகமெல்லவே கேட்கும்.

காலடிகள் நடுவே சீரான இடைவெளி இருக்கும். செவிகளுக்கடியில் சுழிகள் கொண்ட இந்திராக்ஷம் கொட்டிலை வளம்பெறச்செய்வது. இது எப்போதும் தாவியே செல்லும்.

“இப்போது சென்றுகொண்டிருப்பவை சூரியவகைப் புரவி ஒன்று, சர்வநாமப்புரவிகள் எட்டு. ஆகவே தலைவர் ஒருவர் எட்டு பணியாளர்களுடன் செல்கிறார். பெரும்பாலும் அவர் கங்கைக் கரைக்குச் செல்கிறார் என எண்ணுகிறேன்” என்று அதிரதன் சொல்லிக் கொண்டிருக்கையிலேயே புரவிகள் அவர்களின் வீட்டுக்குமுன் வந்து நிற்க பணியாளர்கள் கைவேல்களுடன் இறங்கினர். அதிரதன் உடல் நடுநடுங்க வாய்குழற “நம் இல்லத்துக்குத்தான் வந்திருக்கிறார்கள். ஆம், நான் எண்ணினேன். நீ அரசர் அளித்த பரிசை கொடையளித்திருக்கலாகாது...” என்றார். பதறும் குரலில் விரைவாக “எவர் கேட்டாலும் நீ வாயே திறக்கவேண்டியதில்லை. என்னை அவர்கள் எவ்வகையில் தண்டித்தாலும் நீ வாளாவிருக்கவேண்டும்” என்றார். கர்ணன் “தந்தையே” என்றான். “இது என் ஆணை” என்றார் அதிரதன்.

ஒருவீரன் முன்னால் வந்து “இது தேரோட்டி அதிரதனின் இல்லமா?” என்றான். அதிரதன் “ஆம், வீரரே. அரசின் பணிசெய்யும் எளியவன் நான். எப்பிழையும் செய்யாதவன். நெறிகளையும் செங்கோலையும் அஞ்சுபவன்” என்றார். “நேற்று சூரியத்தேர் ஓட்டியவன் உன் மைந்தன் என்றார்கள். இவனா அவன்?” அதிரதன் “ஆம், இவன்தான். பரிசிலை என்னிடம் கொண்டுவந்து தந்தான். சற்று கடன் இருந்தமையால் நான் அதை உடனே விற்றுவிட்டேன். அவன் தடுத்ததையும் நான் பொருட் படுத்தவில்லை” என்றார். குதிரைமேல் இருந்த சத்ரபாகு “டேய் சூதமைந்தா, உன்னைக்கூட்டிவரும்படி அரசரின் ஆணை” என்றார். அதிரதன் “மாவீரரே, உடையோரே, அந்த மோதிரத்தை விற்றவன் அடியேன்” என்றார்.

“எந்த மோதிரம்?” என்றான் வீரன் குழப்பமாக சத்ரபாகுவை நோக்கியபடி. “டேய், அரசர் வேட்டைக்குச் செல்கிறார். இவன் அவரது தேரை ஓட்டவேண்டுமென விழைகிறார்” என்றார் சத்ரபாகு. அதிரதன் வாயைத்திறந்து மாறிமாறி நோக்கி “ஆனால் அவன்... அவன் வயது...” என பேசத்தொடங்க குதிரையை உதைத்துத் திருப்பியபடி “இது அரசாணை” என்றார் சத்ரபாகு. கர்ணன் “நான் இதோ கிளம்புகிறேன் தளகர்த்தரே” என்று சொல்லிவிட்டு குடிலுக்குள் சென்று தன் மேலாடையை எடுத்தான். அரையிருளில் வந்து நின்ற ராதையின் விழிகளை ஒருகணம் சந்தித்துவிட்டு “வருகிறேன்” என்றான். வெளியே வந்து ரஸ்மியில் ஏறிக்கொண்டு அவர்களுடன் சென்றான்.

அங்கநாட்டின் அரண்மனையின் பெருமுற்றத்தை அடைந்ததும் சத்ரபாகு குதிரையில் இருந்து இறங்கி “சூதமைந்தனுக்கு அரசரின் தேரைக் காட்டுங்கள். இன்னும் சற்றுநேரத்தில் அரசர் வருவார். அதற்குள் அவரது தேர் ஒருங்கியிருக்கவேண்டும்” என்றார். கர்ணன் அரசத்தேரை நோக்கிச் சென்று அதன் அச்சாணியையும் குடத்தையும் நோக்கினான். அதனருகே நின்றிருந்த குதிரைக்காவலன் “இரண்டுமே பிரமர இனத்துக் குதிரைகள் இளையவரே” என்றான். கர்ணன் தலையை அசைத்தான்.

அரண்மனைக்கூடத்தில் மங்கல வாத்தியங்களும் வாழ்த்தொலிகளும் எழுந்தன. சத்ரபடங்களும் சூரியபடங்களுமாக நான்கு வீரர்கள் வெளியேவர கோலேந்தி வந்த நிமித்திகன் “பிரஜாபதியான தீர்க்கதமஸின் குலத்தில் வந்தவரும், சுதேஷ்ணையின் குருதிவழிகொண்டவரும், மாமன்னர் பலியின் கொடிவழியினரும், மாமன்னர் திடவிரதரின் மைந்தரும் பதினாறு மகாஜனபதங்களில் ஒன்றாகிய அங்கநாட்டின் பேரரசருமான சத்யகர்மா எழுந்தருள்கிறார்” என்று கூவ வெண்சங்குகளும் கொம்புகளும் ஒலித்தன. அரசன் முற்றத்தை அடைந்தபோது காவல்மேடைகளின் பெருமுரசுகள் அதிரத்தொடங்கின.

அரசனின் மெய்க்காவல்படைத் தலைவரான பிருகதர் கர்ணன் நின்றிருந்த அரசத்தேரருகே வந்து நின்று அவனை நோக்கி “நேற்று தேரோட்டியவன் நீ அல்லவா?” என்றார். பணிந்து வணங்கி “ஆம் உடையோரே” என்றான் கர்ணன். “இன்று நாம் சிம்ம வேட்டைக்குச் செல்கிறோம். உன் திறனைக் காட்டு” என்றார் பிருகதர். “செல்லும் சாலை மேடுபள்ளமானது. தேர் நலுங்காமல் ஓடவேண்டும். சென்றமுறை ஓட்டிய தேரோட்டிக்கு என்ன ஆயிற்று தெரியுமா?” கர்ணன் பேசாமல் நின்றான். “தேர் சரிந்து மன்னர் விழுந்தார். அந்தத் தேரோட்டியை கால்களைக் கட்டி தேரின் பின்னால் இழுத்தபடி திரும்ப நகரம் வரை ஓட்டிவந்தோம். அவன் உடலில் தோல் என்பதே இல்லாமலாயிற்று. பன்னிரண்டுநாள் துடித்து உடல் வெடித்து சீழ்கட்டி இறந்தான்.”

தலைப்பாகையும் மணியாரமும் அணிந்திருந்த சத்யகர்மா நோாகத் தேரை நோக்கி வந்தான். பிருகதர் தலைவணங்கி “நல்ல நேரம் அரசே” என்றார். தேரில் அமர்ந்துகொண்ட சத்யகர்மா “செல்!” என ஆணையிட்டான். இருபக்கமும் உப்பரிகைகளில் வந்து நின்ற மக்கள் மலரும் மஞ்சளரிசியும் தூவி வாழ்த்திக் கூவ, அரசவீதிகள் வழியாகச் சென்ற தேர் கோட்டை முகப்பிலிருந்த கொற்றவை ஆலயம் முன்பு சென்று நின்றது. அரசன் இறங்கி கொற்றவையை வணங்கி நெற்றியில் குருதிக்குறி தீட்டி வந்து தேரில் அமர்ந்துகொண்டான்.

அங்கநாடு கங்கைக்கரையை நோக்கிச் சரிந்து வந்த நிலம். கங்கைக்கரையில் மரத்தாலான பெரிய காற்றாடிகள் கனத்த இரட்டைத்தூண்களில்

நின்றபடி கங்கைவழியாகச் சென்ற காற்றில் கிரீச்சிட்டபடி சுழன்று இரவெல்லாம் நீரை அள்ளி ஓடைக்குத் தள்ளிக்கொண்டிருந்து. விடிந்தபின் காற்று தணிய, தாங்களும் சோர்வடைந்து மெல்லச் சுற்றி ஓசையிட்டுக்கொண்டிருந்தன. இருபக்கமும் செம்மண்ணில் ஊறி மேலெழுந்த ஓடைகள் வழியாகச் சென்றிருந்த நீர் காலையில் வற்றி படிகமணிமாலை போல சிறிய தொடர்த் தேக்கங்களாக வானம் ஒளிர்ந்து கிடந்தது.

அந்நீரோடைகள் சென்று புகுந்த தோட்டங்களில் கோடையில் வெள்ளரி பயிரிட்டிருந்தார்கள். ஏறிச்சென்ற கொடிகள் பந்தலில் அடர்ந்துபரவி பச்சை முதலைக்குட்டிகள் போல பாகற்காய்களைக் கொண்டிருந்தன. காலையில் எழுந்துவந்த காகங்களும் சிட்டுக்குருவிகளும் பச்சை இலைகளுக்குள் எழுந்தும் அமர்ந்தும் கூவிக்கொண்டிருந்தன. அரசத்தேரைக் கண்டு தோட்டங்களில் மண்வெட்டிகளுடன் நின்றவர்கள் எழுந்து கைகூப்பி வாழ்த்தொலி எழுப்பினர்.

கங்கையிலிருந்து விலகும்தோறும் தோட்டங்கள் குறைந்தன. ஏற்றக்கிணறு களுக்குச் சுற்றும் செடிகளும் மரங்களும் செறிந்த தோட்டங்கள் கொண்ட ஊர்களும் மெல்ல பின்னகர்ந்தபின்பு சாலை இறுகிய செம்மண்ணில் கூழாங்கற்கள் செறிந்ததாக மாறியது. தேர்ச்சக்கரங்கள் கடகடவென ஒலிக்க குதிரைகள் வியர்வை வழிய மூச்சிரைத்து நுரை உமிழ்ந்தன. தேர்ந்த தேரோட்டியால் மட்டுமே அவ்வழியாகத் தேரைக் கொண்டுசெல்லமுடியும் என்று கர்ணன் உணர்ந்தான். சாலையிலேயே உருண்டுகிடந்த பெரிய உருளைக்கற்கள் மீது சக்கரங்கள் ஏறாமல் திருப்பித்திருப்பி அவன் ஓட்டிச்சென்றான். பின்னால் அமர்ந்திருந்த அரசன் உரக்க “விரைவு… விரைந்துசெல் மூடா. நீ என்ன மாட்டுவண்டியா ஓட்டுகிறாய்? விரைவாக ஓடவில்லை என்றால் உன் முதுகைச் சாட்டையால் கிழிப்பேன்” என்று கூச்சலிட்டுக்கொண்டே இருந்தான்.

மெல்ல சாலை மறைந்தது. இருபக்கமும் கருகிய பாறைகள் மட்டும் பரவியமர்ந்திருந்த சிவந்த மேட்டுநிலம் ஆங்காங்கே வெயிலில் செந்தழல் போல மின்னிய காய்ந்த புல்கூட்டங்களுடன் தெரிந்தது. குதிரைகள் தலையைத் தூக்கி மூக்கால் வாசனை பிடித்து மிரண்டு கனைத்தபடி கால்களை பின்னால் தூக்கி வைக்க தேர் பின்னகர்ந்தது . கர்ணன் கடிவாளத்தை இழுத்துத் தேரை நிறுத்த, சத்யகர்மா இறங்கிக் கொண்டான். பின்னால் வந்த மூன்று தேர்களையும் நிறுத்தி குதிரைகளைத் தறியில் கட்டினர். குதிரைகள் உடலைச்சிலிர்த்துக்கொண்டே இருந்தன. தேர்களில் இருந்து யானைத்தோல் கூடாரங்களை இறக்கி கீழே பரப்பினர். ஒரு தேரில் உணவுப்பொருட்களும், மதுப்புட்டிகளும் இருந்தன.

சத்ரபாகு அருகே வந்து வணங்கி "இதுதான் எல்லை அரசே" என்றார். சத்யகர்மா தலையை அசைத்து கண்களால் ஆணையிட பின்னால் வந்த குதிரைகளில் இருந்து வீரர்கள் இறங்கி இரும்பாலான கவசங்களை அவனுக்கு அணிவித்தனர். தன் வில்லையும் அம்பறாத்தூணியையும் தோளில் ஏற்றிக்கொண்டு "செல்வோம்" என்றான். அவனைச் சூழ்ந்து சத்ரபாகுவும் பிற மெய்க்காவல் வீரர்களும் சென்றனர். அவர்கள் கூர்ந்த விழிகளும் சித்தம் குவிந்த கால்களுமாக நடந்துசென்று அப்பால்தெரிந்த பாறைகளுக்கு மறுபக்கம் மறைந்தனர்.

கர்ணனிடம் இன்னொரு தேரோட்டி "இதற்குமேல் புரவிகள் செல்வதில்லை சூதரே. யானைகளும் இங்கே அச்சம்கொள்கின்றன. நடந்துசென்றுமட்டுமே வேட்டையாட முடியும்" என்றான். கர்ணன் குதிரைகளின் அருகே நின்றுகொண்டான். வெயில் ஏறி ஏறி வந்து உடல் வியர்வையில் நனைந்தது. அப்பகுதியெங்கும் நிழலே இருக்கவில்லை. வெயிலொளி கூடியபோது செம்மண்ணின் நிறம் மங்கலாகியது. மண்ணையும் விண்ணையும் நோக்கமுடியாமல் கண்கள் கூசியது. குதிரைகள் ஏன் நிலையழிந்திருக்கின்றன என்று அவனுக்கு தெரியவில்லை. அவை விழிகளை உருட்டியபடி உடல் சிலிர்த்து மூச்சு சீறியபடியே இருந்தன.

குதிரைகள் அனைத்தும் ஒரே சமயம் வெருண்டு கனைத்தபடி கால்களைத் தூக்கிய பின்புதான் கர்ணன் தொலைவில் கேட்ட ஓசைகளைப் புரிந்துகொண்டான். சிம்மங்களின் கர்ஜனை. அருகே நின்றிருந்த சூதன் அச்சத்துடன் "பல சிம்மங்கள் உள்ளன போலத் தோன்றுகிறது" என்றான். கர்ணன் ஒன்றும் சொல்லவில்லை. மிக அருகே செம்புக்கலம் ஒன்றை சரலமண்ணில் இழுத்தது போல ஒரு சிம்மத்தின் பெருங்குரல் எழுந்தது. சூதர்கள் மூவரும் அவிழ்த்துப்போடப்பட்ட தேர்களில் ஏறிக்கொள்ள குதிரைகள் திரும்பி கட்டுத்தறியில் சுற்றிவந்தன. குதிரைகளின் உடம்பு மயிர்சிலிர்த்து நடுங்குவதையும் அவற்றின் விழிகள் உருள்வதையும் கர்ணன் கண்டான். ஆனால் சிம்மக்குரல் அகன்று சென்றது.

குதிரைகளை தட்டிக்கொடுத்துக்கொண்டு கர்ணன் நின்றான். சூதர்கள் இறங்கி "என்ன ஆயிற்று? நெடுந்தொலைவுக்குச் சென்றுவிட்டார்களா என்ன?" என்றார்கள். மிகத்தொலைவில் சிம்மங்களின் குரலும் மனிதக் குரல்களும் மெலிதாகக் கேட்டன. அந்த மெல்லியஓசையினாலேயே அவை மேலும் அச்சமூட்டுவதாக இருந்தன. மீண்டும் நெடுநேரம் எந்த ஓசையும் எழவில்லை. வெயில் உச்சம் கொண்டபோது குதிரைகள் விடாய் எழுந்து நாக்கை நீட்டி இருமல்போல ஒலியெழுப்பின. "அந்தப்பக்கம் ஊற்று உள்ளது. ஆனால் எப்படிச் செல்லமுடியும்? ஊற்றருகேதான் எப்போதும் சிம்மங்கள் கிடக்கும்?" என்றான் சூதன்.

கர்ணன் மரத்தாலான குடங்களை இருபக்கமும் காவடியாகக் கட்டிக்கொண்டு அத்திசைநோக்கிச் சென்றான். ஊற்று இருக்கும் இடத்தை எளிதாகவே கண்டுகொள்ளமுடிந்தது. அதைநோக்கிச்செல்லும் நூற்றுக்கணக்கான குளம்புத்தடங்களும் நகத்தடங்களும் செம்மண்ணில் பதிந்திருந்தன. பாறை இடுக்குகள் வழியாகச் சென்ற சிறிய பாதை பலமுறை சுழன்று இறங்கிச்சென்று செக்கச்சிவந்த புண்போலத் தெரிந்த குட்டையை அடைந்தது. பாறையிடுக்குகளில் இருந்து ஊறி ஓடிவரும் நீரின் ஓசையைக் கேட்கமுடிந்தது. அந்த ஊற்றுகளால் அப்பகுதியின் பாறைகள் எல்லாமே குளிர்ந்திருக்க அங்கே காற்று இதமான குளிருடன் வீசியது.

பாறையிடுக்குகளில் வேர்நீட்டி நின்றிருந்த அத்திமரங்களும் மகிழமரங்களும் அப்பால் எழுந்து விரிந்து நின்ற இளைய ஆலமரமும் அவ்விடத்தை மேலும் குளிர்கொண்டவையாக ஆக்கின. வேர்களில் கால்வைத்து இறங்கி குட்டையைச் சூழ்ந்திருந்த செம்மண்களிம்பை நோக்கிச் சென்றபோது கர்ணன் ஏதோ உள்ளுணர்வால் ஏறிட்டு நோக்கினான். குட்டையின் மறுபக்கம் ஆலமரத்தின் அடியில் பிடரி விரிந்த ஆண் சிம்மம் ஒன்று படுத்திருந்தது. கர்ணனின் உடல் சிலிர்த்தது. அவன் சிம்மத்தையே நோக்கியபடி அசைவிழந்து நின்றான். அது தன் முகத்தைச்சுற்றிப்பறந்த ஈக்களை விரட்டுவதற்காக தலையை சிலுப்பியது. அதன் மயிர்செறிந்த காதுகள் முன்னால் கூர்ந்திருந்தன.

கர்ணன் அசைவில்லாமல் நின்றான். சிம்மம் அவன்மேல் ஆர்வமிழந்தது போல வாய்திறந்து கனத்த நாவை மடித்து கொட்டாவி விட்டபடி மல்லாந்து படுத்து நான்குகால்களையும் மேலே தூக்கி முதுகை மண்ணில் அரக்கிக்கொண்டு மறுபக்கமாகத் திரும்பிப் படுத்தது. அவன் மெல்ல சதுப்பில் இறங்கி குடத்தை நீரில் முக்கினான். நீர் நிறையும் ஒலி கேட்டு சிம்மம் எழுந்து காதுகளைக் கூர்ந்து, சிப்பி போன்ற கண்களால் அவனை நோக்கியது. அதன் வால் பின்பக்கம் சுழன்றது. பின்பு அப்படியே மீண்டும் படுத்துக்கொண்டது. நீர்க்குடங்களுடன் திரும்பி நடக்கும்போது கர்ணனின் விழிகள் முதுகில் இருந்தன. சிறிய சருகோசையும் அவன் உடலை விதிர்க்கச்செய்தது.

மரத்தொட்டியில் நீரை ஊற்றி குதிரைகளுக்குக் கொடுத்தான். மீண்டும் நீருக்காக வந்தபோது சிம்மத்தை காணவில்லை. பிறகுதான் புதர்க்குவைக்கு அப்பால் அது ஒருக்களித்துப் படுத்துக்கிடப்பதைக் கண்டான். அதன் வயிறு ஏறி இறங்க காதுகள் அசைந்தன. அவனை அது அறியுமென அவ்வசைவு காட்டியது. மும்முறை நீரை ஊற்றியதும் சூதன் “நான் சென்று சற்று நீர் அருந்திவருகிறேன்” என்றபடி காவடியை

எடுத்தான். “அங்கே ஆலமரத்தடியில் ஓர் ஆண்சிம்மம் கிடக்கிறது” என்றான் கர்ணன். அவன் திகைத்து வாய் திறந்து சற்று நேரம் கழித்து “ஆண் சிம்மமா?” என்றான். கர்ணன் ஆம் என தலையசைத்தான்.

அவன் தோளில் இருந்த குடங்கள் ஆடத்தொடங்கின. அடைத்த குரலில் “இங்கா?” என்றான். “ஆம்” என்றான் கர்ணன் புன்னகையுடன். குடத்தை அப்படியே விட்டுவிட்டு ஓடிச்சென்று தேரில் ஏறிக்கொண்டான். “குதிரைகள் நடுங்கிக்கொண்டே இருப்பதைக் கண்டு நான் அப்போதே ஐயப்பட்டேன்” என்றான் இன்னொரு சூதன். அப்பால் பேச்சொலி கேட்டது. அவர்கள் எழுந்து நோக்க வில்லுடன் வீரர்கள் ஓடிவந்தனர். அவர்கள் உடம்பெங்கும் புழுதியும் குருதியும் கலந்திருந்தன. கர்ணன் “என்ன ஆயிற்று? அரசர் எங்கே?” என்றான். அவர்களால் பேசமுடியவில்லை. நெடுந்தொலைவுக்கு ஓடிவந்தவர்களாகத் தெரிந்தனர். ஒருவன் கைகளை ஆட்டி மூச்சுவாங்கி “அங்கே... மூன்றுபாறை உச்சியில்... அரசர்...” என்றான். இன்னொருவன் “எதிர்பாராதபடி மிக அருகே வந்துவிட்டன” என்றான்.

“சிம்மங்களா?” என்றான் கர்ணன். “ஆம்... நிறைய சிம்மங்கள் பன்னிரண்டுக்குமேல் இருக்கும்... அவை தளகர்த்தர் சத்ரபாகுவையும் ஐவரையும் கொன்றுவிட்டன. அரசர் பாறை உச்சியில் தப்பி ஏறிவிட்டார். நாங்கள் திரும்பி ஓடிவந்தோம். எங்களிடமிருந்த அம்புகளெல்லாம் தீர்ந்துவிட்டன. ஒரே ஒரு சிம்மம் மீது மட்டுமே அம்புகள் பட்டன...” கர்ணன் அவர்களில் ஒருவனின் வில்லை பிடுங்கிக்கொண்டான். தேரில் இருந்த நிறைந்த அம்பறாத்தூணியை எடுத்தபடி ஓடினான். “எங்கே ஓடுகிறான் சூதன்?” என யாரோ கேட்டார்கள். “மூடச்சூதன், வீரத்தைக்காட்டி உயிர்விடப்போகிறான்!”

செம்மண்பாதை பாறைகளின் இடுக்குகள் வழியாக வளைந்து திரும்பிச் சென்றது. அவன் காய்ந்த புல்லிதழ்கள் காலை அறுக்க தாவித்தாவிச் சென்றான். ஆங்காங்கே பசுங்குடைகள் போல நின்ற சாலமரங்களும், நீரோடைகள் செல்லுமிடத்தில் சிறிய கூட்டமாகத் தெரிந்த உயரமற்ற பாயல் மரங்களும் அன்றி அங்கே பசுமையே தெரியவில்லை. எருமைக்கூட்டங்கள் போல விரவிய சிறிய பாறைகளுக்கு அப்பால் அடுப்புக்கல் போல செங்குத்தாக உயர்ந்து நின்ற மூன்று பெரும்பாறைகளைக் கண்டான். அவற்றை நோக்கி அவன் ஓடத்தொடங்கினான்.

அருகே செல்லும்போதே அவன் சிம்மங்களின் அறைகூவலைக் கேட்டுவிட்டான். ஓடியபடியே வில்லில் நாணேற்றிக்கொண்டான். மூன்றுபாறைகளுக்கு அருகே அவன் இரண்டு சிம்மங்களைக் கண்டான்.

இரண்டுமே பெண் சிம்மங்கள். அவற்றில் ஒன்று பெரும்பாறையை ஒட்டியிருந்த ஒரு சிறுபாறைமேல் ஏறி நின்று மேலும் தொற்றி ஏற முயன்றுகொண்டிருந்தது. இன்னொன்று தரையில் நின்று வாலைச்சுழற்றி மேலே நோக்கி முழங்கிக்கொண்டிருந்தது. அவன் நெருங்கும்போது பாறைக்கு அப்பாலிருந்து சிவந்த பிடரியுடன் ஒரு ஆண்சிம்மம் எழுந்து அவனை நோக்கியது.

கர்ணன் நின்று சிம்மங்களில் இருந்து விழிகளை விலக்காமலேயே காலால் காய்ந்த தைலப்புல்லை சரித்துப்பிடித்துக்கொண்டு அதன் நடுவே இருந்த பாறைக்கல்லில் அம்புகளில் ஒன்றை எடுத்து உரசினான். புல் பற்றிக்கொண்டு புகைந்து எழுந்ததும் அவனுக்கு மிக அருகே புல்லுக்குள் வயிறு பதித்து அவனைத் தாக்க வந்துகொண்டிருந்த பெண்சிங்கம் ஒன்று பேரொலியுடன் எழுந்து வால் சுழற்றி தாவி விலகிச்செல்வதை கண்டான். தைலப்புல்லை வேருடன் பிடுங்கி அந்த நெருப்பில் பற்றவைத்து அம்பில் கோத்து அவன் அந்த ஆண்சிங்கத்தை நோக்கித் தொடுத்தான். அது வெருண்டு பின்னங்கால்களில் அமர்ந்தபின் உரத்த அறைதலோசையுடன் பாய்ந்து மறுபக்கம் குதித்தது.

அவன் காலடியில் தைலப்புல் புகையுடன் எரிந்து படரத் தொடங்கியது. புல்கற்றைகளைப் பிடுங்கி பற்றவைத்து தொடுத்தபடி அவன் நெருங்கிச் சென்றான். அவன் அணுகுவதைக் கண்டு சிம்மங்கள் பற்களைக் காட்டி முகம் சுளித்துச் சீறி, பின்வாங்கிச்சென்றன. அப்போதுதான் அவன் பாறை இடுக்குகளில் மேலுமிரு சிம்மங்களை கண்டான். புகையுடன் வந்து அருகே விழுந்த நெருப்பைக் கண்டு அவை கர்ஜித்தபடி பாறைகள் மேல் ஏறிக்கொண்டன. அவன் அணுகியபோது அவை அவனை எச்சரிக்கும்பொருட்டு சேர்ந்து உரக்கக் குரலெழுப்பின. அவன் நெருங்கிக்கொண்டே இருந்தபோது திரும்பி பாறைகளில் தாவி பக்கவாட்டில் விலகிச் சென்றன.

வேலமரங்கள் செறிந்த முப்பாறையின் அடிவாரத்தை அடைந்தபோது கர்ணன் அங்கே ஆழமான சுனையைச்சுற்றி செம்மண்சரிவில் மூன்று சடலங்களைக் கண்டான். கிழிந்து சிதறிய உடைகளுடன், உடல் திறந்து குடல்கள் நீளமாக இழுபட்டுக்கிடக்க, செம்மண்ணில் ஊறி கருமை கொள்ளத் தொடங்கிய குருதியுடன் அவை கிடந்தன. கைகள் இயல்பல்லாத கோணங்களில் ஒடிந்தும் மடிந்தும் இருக்க விழிகள் திறந்து வாய் அகன்று அவை ஏதோ சொல்லவருபவை போலிருந்தன. அந்தச் சுனை வட்டவடிவில் மிகத்தெளிந்த நீருடன் நிழல்களாடக் கிடந்தது. சுற்றிலும் உயரமில்லாத முட்செடிப்புதர்கள் இடைவெளி விட்டு நின்றிருந்தன. அவற்றுக்கு அடியில் மேலும் இரு சடலங்கள் இழுக்கப்பட்டிருப்பதைக் கண்டான்.

கர்ணன் சுற்றும் எழுந்த புல்நெருப்பின் புகை நடுவே நின்று விழிகளை ஓட்டி நோக்கினான். அவன் உள்ளுணர்வு அவனை விதிர்க்கச்செய்த கணம் மிக அருகே பாறைக்கு அப்பாலிருந்து அந்த ஆண்சிங்கம் அவன் மேல் பாய்ந்தது. அவன் விலகிக்கொண்டு தன் வில்லால் அதை ஓங்கி அடித்தான். அடி அதன் முகத்தில் பட அவன் சமநிலை இழந்து கால்களை ஊன்றி திரும்பி நின்றான். அது பின்னங்கால்களில் அமர்ந்து கைகளை வீசியபடி சீறி பற்களைக் காட்டியது.

அது மீண்டும் பாய்வதற்குள் அவன் அருகே எரிந்த புல்பத்தையைத் தூக்கி அதன் மேல் வீசினான். அது வெருண்டு பாய்ந்து விலகி ஓடியது. சிலகணங்கள் சுற்றிலும் நோக்கியபின் கர்ணன் பெரும்பாறைக்குமேல் தொற்றி ஏறி "அரசே!" என்று கூவினான். "ஆம், இங்கிருக்கிறோம்" என பாறைகளின் உச்சியில் இருந்து சத்யகர்மா குரல் கேட்டது. "இறங்கி வரலாம்... சிம்மங்கள் சென்றுவிட்டன" என்றான் கர்ணன் . இன்னொரு குரல் "சத்ரபாகு உயிருடன் இருக்கிறாரா?" என்றது. "இல்லை, அவர் கொல்லப்பட்டுவிட்டார்" என்று கர்ணன் கூவினான். அப்போது ஒரு கணத்தில் அத்தனை சடலங்களிலும் இருந்த பொதுத்தன்மை அவன் கருத்தில் எழுந்தது. அனைத்துமே கழுத்து முறிக்கப்பட்டிருந்தன.

பாறையின் விரிசல்களில் தொற்றியபடி சத்யகர்மாவும், மெய்க்காவலர் தலைவர் பிருகதரும் எட்டு மெய்க்காவல் வீரர்களும் இறங்கி வந்தனர். சத்யகர்மா வந்தபடியே "மிக அண்மையில் வந்து சூழ்ந்துகொண்டன. பாறைகளுக்குள் இத்தனை சிம்மங்கள் இருக்குமென எண்ணவேயில்லை" என்றான். கீழே குதித்து, குனிந்து சடலங்களை நோக்கி "இவர்களை அவை பிடித்தமையால் நாங்கள் தப்பமுடிந்தது" என்றான். பிருகதர் கர்ணனிடம் "நீ தேரோட்டி அல்லவா?" என்றார். "ஆம்" என்றான் கர்ணன். "சூதன் அல்லவா?" என்று அவர் மீண்டும் கேட்டார். "ஆம்" என்றான் கர்ணன்.

வீரர்களிடம் திரும்பி "இச்சடலங்களை சிம்மங்கள் உண்டால் அவை மானுடஊனின் சுவையை அறிந்தவையாகிவிடும். அவற்றை பிறகு நாம் வெல்லமுடியாது" என்று பிருகதர் சொன்னார் "சடலங்களை அவற்றுக்கு எட்டாதபடி பாறைமேல் ஏற்றி வையுங்கள்" என்று ஆணையிட்டு சடலங்களை குனிந்து நோக்கி "அனைத்துமே கழுத்து முறிக்கப்பட்டிருக்கின்றன. ஓர் அறைக்குமேல் தாங்க மனிதத்தலையால் முடிவதில்லை" என்றார். கர்ணன் நிலத்திலும் மரங்களிலுமாக தைத்துநின்ற அம்புகளைப் பிடுங்கி அம்பறாத்தூணிகளை நிறைத்தான்.

சத்யகர்மா அங்கிருந்த பாறை ஒன்றில் அமர்ந்துகொண்டான். புல் எரிந்த தீ விலகிச்சென்று அப்பால் சிறிய புழுதிக்காற்றுபோல தெரிந்தது. சத்யகர்மா

தன் கால்களை நீட்டிக்கொண்டு “விரைந்து ஏறியபோது என் கால்கள் உரசிப்புண்ணாகிவிட்டன” என்றான். “நல்லவேளையாக இவர்கள் சுனைக்குள் விழவில்லை. நீர் தெளிந்தே இருக்கிறது...” அவன் சொல்வதை புரிந்துகொண்ட பிருகதர் நீரில் இறங்கிச்சென்று தன் இடையில் இருந்த தோல்பையில் நீரை அள்ளிக்கொண்டு வந்து அரசனிடம் கொடுத்தார். அவன் நீரைக் குடித்துமுடித்து பையை நீட்டினான்.

சடலங்களை மேலே கொண்டுசென்று வைத்துவிட்டு வந்த வீரர்கள் கீழே குதித்ததும் பிருகதர் “கண, சஸ்த்ர ஹஸ்த!” என்று உரக்க ஆணையிட்டார். அவர்கள் தங்கள் விற்களையும் அம்பு நிறைத்த தூளிகளையும் எடுத்துக்கொண்டு உடல் விரைத்து நின்றனர். கர்ணனும் வில்லை எடுத்துக்கொள்ள குனிந்தபோது பிருகதர் “நீ ஆயுதத்தை எடுக்கவேண்டியதில்லை. நீ சூதன்” என்றார். கர்ணன் வில்லைக் கீழே போட்டான். “விலகி நில்” என்றார் பிருகதர். அவன் வில்லில் இருந்து விலகி நின்றான்.

அவனை சுருங்கிய விழிகளுடன் கூர்ந்து நோக்கி “நீ ஆயுதக்கலையை எப்படிக் கற்றாய்?” என்றார். “சூத்திரர்கள் தாங்களாகவே படைக்கலத் தொழிலைக் கற்றுக்கொள்ளலாம் என்று நெறியிருக்கிறது தலைவரே. நான் கங்கைக்கரை மரமொன்றை என் குருவாகக்கொண்டு கற்றுக்கொண்டேன்” என்றான் கர்ணன். “இக்கட்டுகளில் சூத்திரர்கள் பிராமணர்களையும் ஷத்ரியர்களையும் காக்கவேண்டுமென்றும் நெறி சொல்கிறது. அவ்வண்ணமே செய்தேன்.”

“ஆக நெறிநூல்களும் உனக்குத்தெரியும்” என்றார் பிருகதர் வெறுப்பில் சுருங்கிய முகத்துடன். அவரது வில் எழுந்து அதில் அவரது கைகள் இயல்பாக அம்பேற்றின. தன்னைச்சுற்றி விற்களில் எல்லாம் அம்புகள் ஏறும் அசைவுகளை கர்ணன் கண்டான். “அரச நெறிநூல்களில் முதன்மையானது பிருஹத்சத்ரரின் சத்ரசாமர வைபவம். அதன்படி அரசனின் உயிரை ஒரு சூத்திரன் காப்பாற்றுவான் என்றால் அக்கணமே அவனைக் கொன்றுவிடவேண்டும். அரசனின் உயிரை காப்பாற்றிய வனாக அவன் அறியப்பட்டால் அவ்வரசனின் பெருமை குன்றும். அந்தச் சூத்திரனை பிற சூத்திரர்கள் தங்கள் தலைவனாக ஏற்றுக்கொள்வார்கள். அவன் காலபோக்கில் நிலத்தை வென்று தன்னை ஷத்ரியனாக அறிவித்துக்கொள்வான். அரசனுடன் போருக்கு எழுவான்.”

கர்ணன் அவர் விழிகளை நோக்கினான். அவை இடுங்கி உள்ளே சென்றிருந்தன. கழுத்தில் நீலநரம்பு எழுந்திருந்தது. அவன் திரும்பி அரசனை நோக்கினான். அவன் எழுந்து வில்லை நாணேற்றிக்கொண்டு புன்னகையில் சற்றே இழுபட்ட உதடுகளுடன் நிற்பதைக் கண்டான்.

கர்ணன் தன் உடலை இலகுவாக்கிக்கொண்டு “நான் என் கடமையை மட்டுமே செய்தேன்...” என்று பொதுவாகச் சொன்னான். பிருகதர் கைகாட்ட வீரர்கள் வில்லில் அம்புடன் காலெடுத்துவைத்து அவனைச் சூழ்ந்துகொண்டனர். “நான் அரசரின் அறத்தை நம்பி இங்கே நிற்கிறேன்” என்று கர்ணன் மீண்டும் சொன்னான். “சூதனே, அரசன் நெறிகளால் ஆக்கப்பட்டவன். நெறிகளை மீறும் மன்னனை அவை அழிக்கும்” என்றார் பிருகதர்.

அவரது கை அசைந்த அக்கணத்தில் கர்ணன் வலப்பக்கமாகப் பாயும் அசைவை அரைக்கணம் அளித்து, அதைநோக்கி அத்தனை வீரர்களின் அம்புகளும் திரும்பிய மறுகணம் இடப்பக்கம் பாய்ந்து, ஒரு வீரனைப் பிடித்து அவனுடன் பின்னால் சரிந்து மல்லாந்து விழுந்து உருண்டு அவனைத் தன் கவசமாக்கிக்கொண்டான். அவ்வீரனின் உடலில் மூன்று அம்புகள் பாய அவன் அலறினான். கர்ணன் அவ்வீரனின் கையிலிருந்த வில்லுடன் அம்புகளை அள்ளியபடி சிறிய பாறை ஒன்றுக்கு அப்பால் பாய்ந்து முற்றிலும் தன் உடலை மறைத்துக்கொண்டான். அவன் முன் நின்ற வீரர்கள் அவனுடைய வில்வன்மையை மதிப்பிட முடியாதவர்களாகத் திகைத்து முட்டிமோத, அவர்களின் அர்த்தமற்ற சில அம்புகள் பாறையை மெல்லிய உலோக ஒலியுடன் முட்டி உதிர, சிலகணங்களுக்குள் அவர்கள் நெஞ்சு துளைக்கப்பட்டு நிலத்தில் வீழ்ந்தார்கள்.

அம்பு பட்ட நெஞ்சுடன் பிருகதர் பாறை ஒன்றில் விழுந்து கைநீட்டி “அரசே!” என்று கூவினார். சத்யகர்மா தன் வில்லுடன் எழுந்தோடி இடையளவு எழுந்து நின்ற பாறை ஒன்றுக்கு அப்பால் பதுங்கிக்கொண்டு கர்ணனை நோக்கி அம்புகளைத் தொடுத்தான். காற்றில் சீறி வரும் ஒலியிலேயே அம்புகளை அறிந்த கர்ணன் இயல்பாக உடலை வளைத்துத் தப்பியபடி நான்கு அம்புகளில் சத்யகர்மாவின் வில்லையும் அம்பறாத்தூணியையும் உடைத்தெறிந்து இடைக்கச்சையையும் தலைப்பாகையையும் கிழித்தான். அம்புடன் எழுந்து முன்வந்து “அரசரே, எழுந்து நில்லுங்கள். நீங்கள் உயிர்தப்பமுடியாது” என்றான் “திரும்பி அந்தத் தடாகத்தைப் பாருங்கள். உங்களை நான் நன்றாகவே பார்க்கிறேன்” என்றான்.

சத்யகர்மா திடுக்கிட்டு திரும்பி நீர்ப்பரப்பில் தெரிந்த கர்ணனின் படிமத்தைப் பார்த்தான். அவன் விழிகளும் கர்ணன் விழிகளும் தொட்டுக்கொண்டன. மறுகணம் சத்யகர்மா திகைத்து தன் வில்லை கீழே போட்டான். கைகால்கள் பதற உடைந்த குரலில் “நீ யார்?” என்றான். கர்ணன் வாய் திறப்பதற்குள் “நீ சூதன் அல்ல... இதோ இந்த நீர்ப்படிமத்தில்

நீ மணிக்குண்டலங்களும் பொற்கவசமும் அணிந்திருக்கிறாய்” என்று அச்சத்துடன் கூவினான்.

கர்ணன் “நான் சூரியனின் மைந்தனாகிய கர்ணன்” என்றான். “நீ என் அரசுக்குள் எப்படி வந்தாய்?” என்று சத்யகர்மா பதறிய குரலில் கூவினான். “இது உங்கள் அரசு அல்ல. இதோ உங்கள் வில் என் பாதங்களில் கிடக்கிறது. உங்கள் அரசை நான் வென்றுவிட்டேன்” என்றான் கர்ணன். “சூதன் நாடாள்வதா? இங்கே ஷத்ரியகுலம் அற்றுப்போகவில்லை... நீ என்னைக் கொல்லலாம். ஆனால் இங்கு ஐம்பத்தாறு ஷத்ரிய தேசங்கள் உள்ளன” என்று சத்யகர்மா கூவினான்.

“அற்பா, என்னிடம் தோற்றதுமே அம்பால் உன் கழுத்தை அறுத்துக்கொண்டிருந்தால் நீ வீரன். அற்பனாகிய உன் நாட்டை நான் விரும்பவில்லை” என்றபின் வில்லுடன் கர்ணன் திரும்பி நடந்தான். தேர் அருகே வந்து அங்கே நின்ற வீரர்களிடம் “செல்லுங்கள். முப்பாறை அருகே உங்கள் அரசர் நின்றிருக்கிறார்” என்றபின் புரவியில் ஏறிக்கொண்டு கற்கள் தெறிக்க விலகிச்சென்றான்.

6

அஸ்தினபுரியின் கோட்டைமுகப்புக்கு அவர்களின் ஒற்றைக்காளை வண்டி வந்தபோது அதிகாலை. இருள் விலகாத குளிர்ந்த வேளையில் பொறுமையிழந்து கழுத்து அசைக்கும் காளைகளின் மணியோசைகளும், சக்கரங்களில் அச்சு உரசும் ஓசைகளும், மெல்லிய பேச்சொலிகளுமாக மாட்டுவண்டிகள் நுகக்குடங்களும் பின்கட்டைகளும் உரச. காத்து நின்றிருந்தன. நுகத்தில் இருந்து இறங்கி கால்களை உதறிக்கொண்ட கர்ணன் திரும்பிப்பார்த்தபோது மறு எல்லை தெரியாமல் வண்டிகளில் எரிந்த விளக்கொளிப்புள்ளிகள் தெரிந்தன. அனைத்துவண்டிகளும் இரவெல்லாம் புழுதிபடிந்த சாலைகள் வழியாக வந்தவை. காளைகளின் வியர்வை நெடி நிறைந்த காற்று அசைவில்லாமல் அவர்களைச் சூழ்ந்திருந்தது.

வண்டிக்குள் வைக்கோலில் அமர்ந்திருந்த ராதை கர்ணனிடம் “வெள்ளி எழுந்துவிட்டதா?” என்றாள். கர்ணன் “இல்லை” என்றான். ராதை “அது மூன்றுமுழம் எழுந்ததும்தான் கோட்டைவாயில் திறக்கும்” என்றபின் முனகியபடி கால்களை நீட்டிக்கொண்டாள். வண்டியின் முன்பக்கம் ஒடுக்கிச் சுருட்டப்பட்டது போல அதிரதன் துயின்றுகொண்டிருந்தார். ராதை புன்னகையுடன் “தேர்த்தட்டில் மடிந்து தூங்கிப் பழகியிருக்கிறார்” என்றாள். கர்ணன் அவரது காலை மெல்ல இழுத்து நுகத்தின்மேல் நீட்டி வைத்தான். அவர் “வணங்குகிறேன் வீரரே” என்றபடி மீண்டும் கால்களை மடித்து கைகளை நெஞ்சில் கட்டிக்கொண்டார்.

கர்ணன் அஸ்தினபுரியின் கோட்டைமுகப்பை ஏறிட்டு நோக்கினான். அமுதகலச முத்திரைபொறிக்கப்பட்ட பெரிய கதவுகள் மூடியிருக்க கோட்டைமேல் எரிந்த பந்தங்கள் காற்றில் சிதறிச்சிதறி தீக்கிழிசல்களாகப்

பறந்தன. கோட்டைக்காவலர்கள் செந்தழல் ஒளிரும் வேல்நுனிகளுடன் நடைமாற்றிக்கொண்டனர். அப்பால் யானைகளின் பிளிறல்கேட்டது. அங்கிருந்த அனைவரும் கோட்டை வாயிலையே நோக்கிக் கொண்டிருந்தனர். சிலவண்டிகளில் குழந்தைகள் விழித்துக்கொண்டு அழ அன்னையரின் குரல்கள் கேட்டன. வண்டிகளுடன் வந்த நாய் ஒன்று தன் வண்டியருகே வந்த இன்னொருநாயை மேலுதடு வளைத்து சீறி முன்னால் வந்து எச்சரிக்க, அதன் உரிமையாளன் அதை மெல்ல அதட்டி அருகழைத்தான்.

பிரம்ம முகூர்த்தத்தில் கருக்கிருட்டு மேலும் அடர்ந்தது. வானின் பகைப்புலத்தில் உருவம் கொண்டிருந்த மரங்களும் வீடுகளும் கரைந்து மறைய கண்கள் பார்வையை இழப்பது போல அனைத்தும் இருண்டுகொண்டே சென்றன. அஞ்சி எழுந்த பறவைக் குஞ்சு ஒன்று எழுப்பிய குரல் மிக அருகே ஒலித்தது. அனைவரும் காத்து நின்றனர். இருளில் அவர்கள் செவிப்புலன்களில் குவிந்த சித்தம் மட்டுமாக இருந்தனர். வண்டிகளில் இருந்து ஓசை எழுந்தபோதுதான் கர்ணன் விடிவெள்ளியைக் கண்டான். அது அசைவற்று வானில் நின்றது. ஆனால் பார்த்துக்கொண்டிருக்கையிலேயே அது மூன்றுமுழம் மேலே வந்திருந்தது.

காஞ்சனம் மிக அப்பால் இனிய ரீங்காரமாக ஓசையெழுப்பியதும் பலநூறு குரல்கள் 'ஒளியே காக்க!' என்று முனகின. இருளுக்குள் ஆயிரக்கணக்கான கைகள் ஒளிக்காக வணங்கின. அரண்மனைப் பெருமுரசு ஒலிக்கத்தொடங்கியதும் காவல்மாடத்துப் பெருமுரசுகளும் இடித்தொடர் என தொடர்ந்து முழங்கின. கோட்டைமேல் இருந்த பெருமுரசு ஒலித்ததும் அனைவரும் கயிறுகளை இழுக்க காளைகள் கால்மாற்றிக்கொண்ட அசைவு வண்டிகள் உயிர்கொள்வதைப்போல் தெரிந்தது. மனித அகத்தின் ஆவலையும் தயக்கத்தையும் பொறுமையின் மையையும் ஜடப்பொருள்களான வண்டிகள் வெளிப்படுத்துவதை கர்ணன் வியப்புடன் நோக்கிக்கொண்டிருந்தான்.

கோட்டைமேலிருந்த கண்டாமணியான சுகர்ணம் ஒலித்ததும் கோட்டைக்கு அப்பால் இயந்திரங்கள் சங்கிலிகளை இழுக்க கவந்த வாயின் உதடுகள் போல, ஒற்றைப்பெரும் சொல் என கோட்டைவாயில்கள் திறந்தன. கோட்டைக்கு அப்பால் தேங்கியிருந்த பந்த வெளிச்சம் அந்த வாயின் செந்நிற நாக்கு என்றே தோன்றியது. கொம்பு ஏந்திய வீரன் ஒருவன் ஒரு சிறிய மேடைக்குமேல் ஏறி நின்று அதை முழக்கினான். பெரிய பறவை ஒன்றின் இனிய அகவல் போல அது ஒலித்தடங்கியதும் கோட்டைவாயிலில் தோன்றிய காவலர்கள் கைகாட்ட வண்டிகள் அசைந்து முன்னகர்ந்தன.

வண்டிகள் ஓசையிட்டபடி உள்ளே செல்ல, காவலர்கள் ஒவ்வொரு வண்டியாக நோக்கி அவற்றின் முகப்பில் முத்திரை பொறிக்கப்பட்ட சிறிய துணியைக் கட்டி உள்ளே அனுப்பினர். எளிய வினாக்களுக்கு ஒவ்வொரு வண்டியோட்டியும் விடை சொன்னார்கள். அதிரதன் அப்போதும் வண்டிக்குள் துயின்றுகொண்டிருக்க ராதை தலைநீட்டி “உள்ளே செல்லும்போது என்ன கேட்கிறார்கள்?” என்றாள். “எங்கு செல்கிறோமென்று கேட்கிறார்கள் என நினைக்கிறேன்” என்றான் கர்ணன். “அங்கநாட்டுசூதன், இங்கே தேரோட்டியாக வேலைதேடி வந்திருக்கிறேன் என்று மட்டும் சொல்” என்றாள். கர்ணன் தலையசைத்தான்.

சிங்கவேட்டையில் இருந்து அவன் புரவியில் குடில்முன் வந்து இறங்கியதைக் கண்டதுமே ராதை ஏதோ நடந்திருக்கிறதென்று உய்த்து அறிந்துகொண்டாள். விரைந்து அவனருகே வந்து “எவரேனும் கொல்லப்பட்டார்களா?” என்றாள். திண்ணையில் இருந்த அதிரதன் “யார்? யாரைக்கொன்றார்கள்?” என்று உரக்கக் கூவியபடி வந்தார். “நீ சென்று நம் உடைமைகள் அனைத்தையும் கட்டி எடுத்துக்கொள் கிழவா” என்று ராதை ஆணையிட “எதற்கு?” என்றார் அதிரதன். “நான் சொன்னதைச் செய்... போ” என்று அவள் கைநீட்டிச் சொன்னதும் “யாரைக் கொன்றார்கள் என்று தெரியாமல்...” என்று முனகியபடி அதிரதன் உள்ளே சென்றார்.

கர்ணன் விரைந்து நடந்ததைச் சொன்னான். ராதை “அவர்கள் திரும்பி வந்துசேர இன்னும் சற்றுநேரமாகும். அதற்குள் நாம் கங்கையைக் கடந்து மச்சர்நாட்டுக்குள் நுழைந்துவிடவேண்டும்” என்றாள். “ஆம் அன்னையே, நாம் இனி இங்கிருக்க முடியாது” என்றான் கர்ணன். ராதை உள்ளே ஓடிச்சென்று மூலையில் அடுக்கி வைக்கப்பட்டிருந்த பானைகளை எடுத்து இறக்கி பொருட்களை எடுக்கத் தொடங்கினாள். மரவுரியாடைகளையும் தோல் கச்சைகளையும் மூட்டையாகக் கட்டிக்கொண்டிருந்த அதிரதன் “பானைகளை என்ன செய்வது?” என்றார். “பானைகளா? அவை ஏதும் தேவை இல்லை. ஆடைகள் மட்டும் போதும்” என்றாள் ராதை. “நாம் எங்கே செல்கிறோம்?” என்றார் அதிரதன். “சொல்கிறேன்... நீ கிளம்பு” என்று ராதை சினத்துடன் சொன்னாள்.

“எதற்கு சினமென்றே புரியவில்லை” என்று சொல்லி அதிரதன் வெளியே சென்று புரவிகளை அவிழ்க்கத் தொடங்கினார். வெளியே தோல் மூட்டையுடன ஓடிவந்த ராதை “என்ன செய்கிறாய் மூடக்கிழவா?” என்று கூவினாள். “குதிரைகளையும் சேணங்களையும் நாம் குதிரை மேலாளரிடம் கொண்டுசென்று ஒப்படைக்கவேண்டுமல்லவா? அவற்றை நாம் கொண்டுசென்றுவிட்டோம் என்று எண்ணினால் நம்மைப்

பிடித்து தண்டிப்பார்கள்." ராதை பொறுமை இழந்து "கிளம்புகிறாயா இல்லையா?" என்றாள். "குதிரைகள்?" என அதிரதன் வாய் திறந்தார். "குதிரைகளை அவர்கள் பார்த்துக்கொள்வார்கள்... நீ உடனே கிளம்பு." உடனே அவளுக்கு மறு எண்ணம் தோன்றி "அவற்றை அவிழ்த்துவிடு கர்ணா" என்றாள்.

கர்ணன் குதிரைகளை அவிழ்த்துவிட்டதும் அவை ஒருமுறை சுற்றிவந்தபின் பசுமை நோக்கிச் சென்றன. "அய்யோ, குதிரைகள் எங்காவது சென்றுவிடும்" என்று அதிரதன் பின்னால் ஓடப்போனார். "கிழவா, நீ வருகிறாயா இல்லையா?" என்று ராதை கூவினாள். "அவர்கள் நம்மைத் தேடிவந்தால் குதிரைக்குளம்புகளைத் தேடிச்செல்வார்கள். அது நமக்கு இன்னும் சற்று நேரத்தை அளிக்கும்..." என்று கர்ணனிடம் சொன்னாள். "யார்?" என்று கேட்ட அதிரதனை அவள் பொருட்படுத்தவில்லை.

கங்கைக்கு வந்து படகில் ஏறிக்கொள்வது வரை ராதை பதற்றமாகவே இருந்தாள். அதிரதன் "குதிரைகளை அவிழ்த்துவிடுவது பெருங்குற்றம். சேணங்கள் மதிப்பு மிக்கவை" என்று சொன்னார். எவரும் தன்னை பொருட்படுத்தவில்லை என்று கண்டதும் "அந்தப் பிழையை நான் செய்யவில்லை" என்றபடி படகின் முனையில் நின்ற குகனின் அருகே சென்று அமர்ந்துகொண்டு தன் தாம்பூலப்பையை விரித்து வெற்றிலையையும் பாக்கையும் எடுத்து குகனிடம் வேண்டுமா என்று கேட்டுப் பகிர்ந்துகொண்டு மெல்லத் தொடங்கினார். சம்பாபுரியின் துறை மரக்கூட்டங்களும் மாளிகைமுகடுகளுமாக மிதந்து விலகிச்சென்றது.

படகு நீரில் சென்றதும் கர்ணன் "நாம் தென்னாட்டுக்குச் சென்று விடலாம் அன்னையே" என்றான். "இங்கு ஷத்ரியர்நாடுகள் எதிலும் நம்மை விடமாட்டார்கள். ஷத்ரியனைக் கொன்ற சூதன் அக்கணமே கொல்லப்பட்டாகவேண்டும் என்பது அவர்களின் நெறி. நம்மைத் தொடர்ந்து ஒற்றர்கள் வருவார்கள்." ராதை பெருமூச்சுடன் படகின் பலகையில் சாய்ந்து அமர்ந்துகொண்டு "இல்லை, நாம் அஸ்தினபுரிக்குச் செல்கிறோம்" என்றாள். கர்ணன் "அஸ்தினபுரிக்கா?" என்றான். "அன்னையே, தாங்கள் அறியாமல் பேசுகிறீர்கள். அங்கம் அஸ்தினபுரியின் நட்புநாடுகளில் ஒன்று. சமந்தர்களும்கூட" என்றான்.

"ஆம், அறிவேன். ஆனால் அங்கே உனக்கு ஓர் இடமுண்டு" என்றாள். கர்ணன் அவள் விழிகளை நோக்கி "ஏன்?" என்றான். அவள் தன் ஆடையில் இருந்து ஒரு பொன்மோதிரத்தை எடுத்து அவனிடம் அளித்து "இது அஸ்தினபுரியின் அரசமுத்திரை கொண்டது. இது உன் இடத்தை அங்கே அளிக்கும்" என்றாள். கர்ணன் அந்த மோதிரத்தை வாங்கிக்கொண்டு அவள் விழிகளை நோக்கி "இது எப்படி உங்களிடம்

வந்தது?" என்றான். "நீ இளையவனாக இருக்கையில் உன்னைப் பார்க்கவந்த ஒரு நிமித்திகர் இதை அளித்தார்." கர்ணன் வெறுமனே நோக்கி அமர்ந்திருந்தான். "நீ எப்போதும் அஸ்தினபுரியின் ஒற்றர்களால் சூழப்பட்டிருந்தாய்" என்றாள் ராதை.

கர்ணன் உதடுகளைப் பிரித்ததுமே "இனிமேல் ஒருசொல்லும் நாம் பேசிக்கொள்ளவேண்டியதில்லை" என்றாள் ராதை. "ஆணை அன்னையே" என்று சொல்லி அந்த மோதிரத்தை கர்ணன் தன் கச்சையில் வைத்துக்கொண்டான். "அஸ்தினபுரியில் உனக்காகக் காத்திருப்பவை என்ன என்று அறியாமல் நீ அங்கு செல்லவேண்டாமென எண்ணினேன். ஆனால் உன்னை ஷத்ரியர்கள் எவரும் பொறுத்துக்கொள்ளமாட்டார்கள் என இன்று அறிந்தேன். உனக்கு அஸ்தினபுரியன்றி வேறு இடமில்லை. இம்முத்திரைமோதிரமே உனக்குக் காப்பாகட்டும்." கர்ணன் தலையசைத்தான்.

அவர்களின் வண்டி கோட்டைமுகப்பை அடைந்ததும் ஒரு காவலன் காளையின் கழுத்துக்கயிற்றைப் பிடித்துக்கொண்டு "எங்கிருந்து வருகிறீர்கள்? எங்கே செல்கிறீர்கள்?" என்றான். வண்டியுடன் நடந்த கர்ணன் வணங்கி "அங்கதேசத்துச் சூதர்கள். இங்கே தேரோட்டிகளாகப் பணிபுரிய வந்திருக்கிறோம். என் தந்தை அதிரதன். நான் வசுஷேணன்" என்றான். 'செல்க' என அவன் கைகாட்ட வண்டி உள்ளே செல்ல அதன் பின்சட்டத்தைப்பற்றியபடி கர்ணன் நுழைந்தான். கோட்டையின் பெருங்கதவ எல்லையை அவன் கடந்ததும் அவனுக்குப் பின்னால் பெருந்தீ எழுந்ததுபோல கண்கூசும் செவ்வெளிச்சம் எழுந்தது. பெருங்கூரலெழுப்பியபடி பறவைகள் கலைந்தெழுந்தன. கூச்சலிட்டபடி காவலர்கள் அங்குமிங்கும் ஓடினார்கள்.

"என்ன? என்ன?" என்று கேட்டபடி காவலர் இருவர் அவனைக் கடந்து ஓடிச்சென்றனர். "சூரிய வெளிச்சம்! பிரம்மமுகூர்த்தத்திலேயே சூரியன் எழுந்திருக்கிறான்" என்றான் ஒருவன். "சூரியனா? அதெப்படி?" என்று யாரோ கூவ "எப்படி என்று நிமித்திகர் சொல்வார்கள். எழுந்து வானில ஒளிவிடுவது சூரியன்... வேண்டுமென்றால் சென்று பார்" என்றான் இன்னொருவன். அவனைக் கடந்து ஓடிச்சென்றவர்கள் கூடி நின்று வானைநோக்கி கூச்சலிட்டனர். கர்ணன் திரும்பி நோக்கியபோது வானில் உருகி எரியும் பொன்னிறமான முழுவட்டமாக சூரியன் எழுந்து மேகச்சாமரங்களுடன் நின்றிருந்ததைக் கண்டான்.

"ஆம், சூரியனேதான்" என்று குரல்கள் கூவின. "இவ்வேளையில் எப்படி எழுந்தான் அர்க்கன்? யார் அவனைத் துயிலெழுப்பியது?" என்று ஒரு சூதர் கூவிச் சிரித்தார். நகருக்குள் முகமுற்றத்திலும் அப்பால்

தெரிந்த மாளிகைகளின் உப்பரிகைகளிலும் அத்தனை மக்களும் கூடி சூரியனை நோக்கி திகைப்பும் களிப்புமாகக் கூவி பேசிக்கொண்டனர். குழந்தைகளைத் தூக்கி வந்து சூரியனைக் காட்டினர். "ஒரே கணத்தில் எப்படி சூரியன் இத்தனை மேலெழ முடியும்?" என்றார் ஒருவர். அவருடன் சென்ற இன்னொருவர் "இது சைத்ரமாதம். சூரியனுக்குரிய காலம் இது" என்றார். "நிமித்திகரே, இப்படி நிகழ்ந்ததுண்டா?" என எவரோ கூவ ஒருவர் "உத்தராயணம் தொடங்கும் நாள் இது. சூரியன் முன்னதாகவே எழுவதும் பிந்தி அணைவதும் வழக்கம். ஆனால் பிரம்ம முகூர்த்தத்தில் சூரியன் எழுவது நூல்களிலும் இல்லை" என்றார்.

அஸ்தினபுரியின் சாலைகள் முழுக்க மக்கள் நெருங்கி தோளோடு தோள் ஒட்டி நின்று வானைநோக்கிக்கொண்டிருக்க வண்டியோட்டிகள் வண்டிகளை ஓட்டியபடியே திரும்பிப்பார்த்தனர். வீரர்கள் குதிரைகளில் வந்து "வண்டியைச் சாலைகளில் நிறுத்தாதீர்... வழிவிட்டு விலகி நில்லுங்கள்" என்று கூவினர். மரக்கூட்டங்களில் இரவணைந்திருந்த அனைத்துப் பறவைகளும் சிறகடித்தெழுந்து வானில் கூட்டமாகச் சுழன்றன. அந்த அற்புதத்தைப்பற்றி பேசப்பேச அது வளர்ந்துகொண்டே இருந்தது அவர்களுக்குள். சற்றுநேரத்தில் நகரம் பெரும் போர்க்களம்போல ஒலியெழுப்பிக் கொந்தளித்துக் கொண்டிருந்தது.

ராதை வண்டியின் பின்பக்கமாக சூரியனை நோக்கியபடியே வந்தாள். அவள் முகம் செவ்வொளியில் பற்றி எரிவதுபோலத் தெரிந்தது. ஓசைகேட்டு எழுந்த அதிரதன் "நான் எங்கே வந்திருக்கிறோம்? விடிவதற்குள் அஸ்தினபுரி வந்துவிடும் என்றார்களே" என்றார். "அஸ்தினபுரி நாளைதான் வரும். படுத்துக்கொள்" என்று ராதை எரிச்சலுடன் சொல்ல அப்படியே அதைப் பொருள்கொண்டு அதிரதன் மீண்டும் படுத்துக்கொண்டு "சாலைகளில் இப்படி நின்றால் எப்படி போய்ச்சேர்வது?" என்றபடி மரவுரியை எடுத்துப் போர்த்திக்கொண்டார்.

கர்ணன் நகரத்தை நோக்கியபடியே நடந்தான். இருபக்கமும் எழுந்த ஏழடுக்கு மாளிகைகளின் தாமரைமொட்டு போன்ற வெண்குவை மாடங்களில் கொடிகள் பறந்துகொண்டிருந்தன. கல்பதிக்கப்பட்ட அகன்ற தெருக்களின் இருபக்கமும் மழைநீர் வழிந்தோடுவதற்கான ஓடைகள். வழிப்பந்தங்கள் எரிவதற்கான பெரிய கல்தூண்கள். தலைக்குமேல் எழுந்து நின்ற காவல்மாடங்களில் நிலவுவட்டங்கள் எனத் தெரிந்த பெருமுரசுகள். கவச உடைகள் ஒளிர அவற்றில் நின்றிருந்த வீரர்களின் முகங்கள் சிரித்துக்கொண்டிருந்தன. ஒவ்வொரு குதிரையும் அக்கணம் பிறந்துவந்ததுபோல இருந்தது. சங்கிலிகளைத் தூக்கிக்கொண்டு ஓய்வாக நடந்து சென்ற யானைகள் முதுகெலும்புப் புடைப்பே தெரியாமல் பருத்து உருண்டிருந்தன.

கர்ணன் ஒவ்வொரு முகமாகப் பார்த்துக்கொண்டே நடந்தான். அனைவரும் அந்த வான்நிகழ்வின் களியாட்டத்தில் இருந்தனர். கண்முன் எழுந்துவந்த தெய்வத்தை நோக்குவதுபோல பொருளில்லாமல் கூவியபடி சிரித்தபடி நிலைகொள்ளாமல் உடலை அசைத்தும் கைகளை வீசியும் எக்களித்தனர். எங்கும் உவகையன்றி ஏதும் கண்ணுக்குப்படவில்லை. ஆனால் தன்னுள் கூண்டுக்குள் அலைமோதும் புலி போல அகம் தவிப்பதையே அவன் உணர்ந்தான். ஏன்? எதனால்? இந்நகரில் ஒருபோதும் நான் மகிழ்ச்சியை அடையமுடியாது. இது என் மண் அல்ல. இங்கே என் அகம் சிறகுமடித்து அமரவேபோவதில்லை. ஆனால் ஏன்?

கண்களை இயல்பாகத் திருப்பியபோதுதான் அவன் அந்த மாபெரும் கைவிடுபடைப்பொறியைக் கண்டான். ஒருகணம் அதிர்ந்த அவன் சித்தம் அதன்பின்னரே அது என்ன என்று கண்டுகொண்டது. நூறு பேரம்புகள் இறுகிய இரும்புவில்லில் ஏற்றப்பட்டு உடல்தெறிக்கக் வான்நோக்கிக் காத்திருந்தன. அப்பால் இன்னொரு கைவிடுபடைப்பொறி மேலும் நூறு அம்புகளுடன். கிழக்கு வாயிலுக்குள் கண்ணெட்டும் தொலைவுவரை கூரிய முனைகள் ஒளிவிட ஆயிரக்கணக்கான அம்புகள் செறிந்த கைவிடுபடைப்பொறிகள் வீற்றிருந்தன.

சற்றுநேரம் கழித்து மெல்லிய புன்னகையுடன் கர்ணன் எளிதாகிக் கொண்டான். இந்நகரம் எதை அஞ்சுகிறது? எதற்கு எதிராக படைகொண்டு நின்றிருக்கிறது? வானுக்கு எதிராகவா? முடிவிலியில் இருந்து இறங்கிவரும் எதிரி. ஊழ் என்று அதைத்தான் சொல்கிறார்கள் போலும். மீண்டும் அந்த கைவிடுபடைப்பொறிகளை நோக்கியபோது அவன் உள்ளம் வியப்பால் விரிந்துகொண்டே சென்றது. யார் என்று அறியாத, எங்கிருந்து வருகிறான் என்றறியாத எதிரிக்காக இப்போதே அம்பு நாணிலேறிவிட்டிருக்கிறது. அது தெய்வங்களாக இருக்கலாம். மூதாதையராக இருக்கலாம். தந்தையராகவும் குருநாதர்களாகவும் உடன்பிறந்தாராகவும் இருக்கலாம். ஆனால் கொலை ஆன்மாவின் களத்தில் செய்யப்பட்டுவிட்டது. குருதி காலத்தின் பரப்பில் சிந்தப்பட்டுவிட்டது. சூழ்ந்திருக்கும் பருவெளி அங்கே சென்றுசேரவேண்டும் என்பது மட்டுமே இனி நிகழவேண்டியது.

எதிரே வீரர்கள் உரக்க "விலகுங்கள்... வழிவிடுங்கள்" என்று கூவியபடி புரவிகளில் வந்தனர். நேர்முன்னால் வந்த அரசத்தேரில் நின்றபடி வந்த கரிய சிறுவன் விழிகளை கர்ணன் விழிகள் சந்தித்தன. மக்கள் சூரியனைப்பார்த்த பரவசத்தில் அரசத்தேரைக் கருத்தில் கொள்ள வில்லை. அவனும் சூரியனையே நோக்கியபடி சென்றான். முன்னால் சென்ற வண்டியோட்டி "இளையபாண்டவராகிய அர்ஜுனர்.

துரோணாச்சாரியாரிடம் வில்வேதம் பயில்கிறார்” என்றான். கர்ணன் திரும்பி நோக்கிய கணம் அர்ஜுனன் விழிகளும் வந்து அவனைத் தொட்டுச்சென்றன.

கர்ணன் அகம் சற்று அசைந்தது. மிக அண்மையான ஒருவனை, முன்னர் எப்போதோ கண்டு மறந்த ஒருவனைக் கண்டதுபோல உணர்ந்த அதேகணம் அதிரதன் எழுந்து கைநீட்டி “ராதை, நம் மைந்தன் அதோ அரசத்தேரில் செல்கிறான்!” என்று அர்ஜுனனைக் கைகாட்டினான். “நான் சொன்னேனே, அவன் ஏதோ அரசகுமாரன் என்று? அவனை அஸ்தினபுரியில் அரசத்தேரில் ஏற்றிக்கொண்டு செல்கிறார்கள்” என்றான். “கனவு கண்டிருப்பாய் கிழவா, பேசாமல் உறங்கு” என்றாள் ராதை. அதிரதன் குழப்பத்துடன் கர்ணனை நோக்கியபடி “இங்குதான் தான் வருகிறானா? அப்படியென்றால் அவன் யார்?” என்றான். “அது அஸ்தினபுரியின் இளவரசர் அர்ஜுனர்” என்றாள் ராதை. “அப்படியா? அதை நானும் சிந்தித்தேன். உயரம் குறைவாக இருக்கிறான். நம் மைந்தனின் தோள்விரிவும் இல்லை” என்றார் அதிரதன்.

சூரியனின் ஒளி விரைந்து செந்நிறத்தை இழந்துகொண்டிருக்க அனைத்து நிழல்களும் செம்மை இழந்து கருமைகொண்டன. அவர்கள் முதல் காவல்மாளிகையை அடையும்போது வெண்வைரம் ஒளிகொண்டதுபோல கண்கூசச் சுடர்விட்டது நகரம். மெல்லமெல்ல இயல்புநிலையை நோக்கி திரும்பியது. அகளமுச்சியுடன் பேசியபடி மக்கள் திரள் கலைய, கலத்திலிட்டு குலுக்கப்பட்ட பாலில் எஞ்சிய வெண்ணைத்திவலைகள் ஒட்டியிருப்பது போல சிறிய குழுக்கள் தெருக்களில் எஞ்சின. அவர்களில் சிலர் திரும்பி கர்ணனை சிறிய அதிர்ச்சியுடன் நோக்கி அவன் கடந்துசென்றதும் ஏதோ பேசிக்கொண்டனர். அவனை எதிர்கொண்ட எல்லா விழிகளிலும் முதற்கணம் ஒரு சிறிய துணுக்குறல் நிகழ்ந்ததை கர்ணன் கண்டான்.

கர்ணன் காவல் வீரனிடம் தேர்ச்சூதர்களுக்கான தெருவுக்கு வழி கேட்டு கோட்டையின் தெற்கு வாயில் நோக்கிச் சென்றான். வணிகர் தெருக்களுக்கு அப்பால் விஸ்வகர்மர் சாலைகளும் அவற்றுக்கு அப்பால் இசைச்சூதர்களின் தெருக்களும் இருந்தன. இசைச்சூதர்களின் நான்கு தெருக்கள் கூடும் முனையில் சிற்றாலயம் ஒன்றின் முன்னால் மஞ் சள் உடைகளுடன் சூதர்கள் முழவுகளும் யாழ்களுமாகக் கூட்டமாக நின்றிருந்தனர். ஆலயத்துக்குள் சூதர்களின் குருதெய்வமான ஹிரண்யாக்ஷர் மண்ணால் செய்யப்பட்ட கரியமேனியுடன் கையில் யாழுடன் அமர்ந்திருந்தார். அவரது இருவிழிகளும் பொன்னால் செய்யப் பட்டு பதிக்கப்பட்டிருந்தன. அவருக்கு மலர்மாலைகள் சூட்டப்பட்டு இருபக்கமும் நெய்தீபங்கள் ஏற்றப்பட்டிருந்தன.

மூன்றுவயதான சூதக்குழந்தை ஒன்றுக்கு யாழ்தொடும் சடங்கு நடந்துகொண்டிருந்தது. கரிய சிற்றுடல் கொண்ட குழந்தை மஞ்சள்பட்டு அணிந்து செம்பட்டுக் கச்சைகட்டி, குடுமியில் மலர் அணிந்து தர்ப்பைப்புல்மேல் அமர்ந்திருக்க முதியசூதர் அதன் கைகளில் தர்ப்பையை கட்டிக்கொண்டிருந்தார். முன்னால் விரிக்கப்பட்ட வாழையிலைகளில் பொரியும், மலரும், கனிகளும் பரப்பப்பட்டிருந்தன. மூன்று நிறைகுடங்களில் நீர் மஞ்சள் கலந்து வைக்கப்பட்டிருந்தது. பழைய யாழ் ஒன்றை முறுக்கி நாண் நிறைத்துகொண்டிருந்தார் ஒருவர். பெரிய கட்டுக்குடுமி வைத்த முதியநாவிதர் ஒருவர் குந்தி அமர்ந்து படிகக்கல்லில் தன்னுடைய கத்தியைத் தீட்டிக்கொண்டிருந்த ஒலி சிட்டுக்குருவியின் குரல் போல சிக் சிக் என ஒலித்தது.

கர்ணன் வண்டியை நிறுத்திவிட்டு வணங்கியபடி அருகே சென்றான். ஒரு வயோதிகர் அவனை நோக்கித் திரும்பியதும் அவர் விழிகளிலும் முதல் அதிர்வு எழுந்தது. பிற விழிகளும் அவனை நோக்கின. கர்ணன் "நான் அங்கநாட்டு குதிரைச்சூதர் அதிரதனின் மைந்தன் வசுஷேணன்..." என்றபின் ஆலயத்தை நோக்கி வணங்கினான். முதியவர் "அஸ்தினபுரிக்கு வருக சூதர்களே. இது எங்கள் குலத்துக்குரிய மூத்தார் தெய்வம் சுவர்ணாக்ஷர். இங்குதான் யாழ்தொடும் சடங்குகளை நாங்கள் செய்கிறோம். இன்று மிக அரிதாகவே செய்யப்படும் அங்குலிச்சேதனச் சடங்கு நடக்கிறது" என்றார்.

"நானே பெரியவரை நேரில் அறிந்திருக்கிறேன். என் முதுதாதரின் வயது அவருக்கு.நூற்றிருபது வயது வாழ்ந்தார். அவரது இயற்பெயர் தீர்க்கசியாமர். பீஷ்மபிதாமகருக்கே அவர்தான் குருநாதர். பேரரசரையும் அவர்தான் பயிற்றுவித்தார். அவரது இறுதிநாளுக்கு பேரரசரே சூதர்குடிலுக்கு வந்திருந்தார்... அவரது சிதை எரிந்தபோது பொன்னிறமான புகை எழுந்தது. பொற்சிறகுகளுடன் வந்த தேவர்கள் அவரை விண்ணுக்குக் கொண்டுசென்றனர். அங்கே அவருக்கு பொன்னாலான விழிகள் அமைந்தன. கலைமகளை அவ்விழிகளால் நோக்கியபடி அவள் சபையில் அமர்ந்திருக்கிறார். அவருக்கு விண்ணுலகில் சுவர்ணாக்ஷர் என்று பெயர்" என்றார் வயோதிகர்.

பிற சூதர்கள் அனைவரும் திகைத்த விழிகளுடன் அவனையே நோக்கிக்கொண்டிருந்தனர். கர்ணன் வழிகேட்க வாயெடுக்கையில் சூதக்குழந்தை கர்ணனை நோக்கி முகத்தை ஏறிட்டது. அதன் விழிகள் இரு கூழாங்கற்கள் போல ஒளியற்றிருப்பதைக் கர்ணன் கண்டான். அது அவனை நோக்கி தன் விரல்களைச் சுட்டி தெய்வச்சிலைகளுக்குரிய புன்னகையுடன் "பொற்கவசம்! மணிக்குண்டலம்!" என்றது. கர்ணன் திகைத்து சுற்றுமுற்றும் நோக்கினான்.

வயோதிகர் “பிறப்பிலேயே விழியிழந்த குழந்தை. ஆனால் அவன் நாவிலும் விரல்களிலும் கலைமகள் குடியிருக்கிறாள். அவன் தவழ்ந்துசென்று தொட்டதுமே யாழ் பாடத்தொடங்கிவிட்டது. குலகுருவான தீர்க்கசியாமரே அவன் வடிவில் வந்திருக்கிறார் என்று நிமித்திகர்கள் சொன்னார்கள். ஆகவே அவனுக்கும் தீர்க்கசியாமன் என்றே பெயரிட்டோம். மூன்றுவயதானதால் இன்று அவனுக்கு அங்குலிச் சேதனச் சடங்கைச் செய்கிறோம்” என்றார். கர்ணன் என்ன என்பதுபோல நோக்க அவர் “அவன் கட்டைவிரல்களுக்கும் பிறவிரல்களுக்கும் நடுவே உள்ள தசை கிழிக்கப்படும். அதன்பின் அவனால் பேரியாழை முற்றறிய முடியும்” என்றார்.

“இன்று விண்ணவர்கள் வாழ்த்தும் நாள் என்றனர் நிமித்திகர்” என ஒருவர் அகஎழுச்சியுடன் முன்னால் வந்து திக்கும் குரலில் சொன்னார். “இன்று இம்மைந்தனுக்காகவே பிரம்மமுகூர்த்தத்தில் சூரியன் எழுந்திருக்கிறான். நூற்றைம்பதாண்டுகளுக்கு முன் தீர்க்கசியாமர் யாழ்தொட்ட நாளில் பகலில் முழுநிலவு எழுந்திருக்கிறது என்கின்றன நூல்கள். பார்த்தீர்களல்லவா? இதோ இங்கே யாழ்தொடவிருப்பது எங்கள் குலத்தின் மாமுனிவர்களில் ஒருவர், ஐயமே இல்லை.” இன்னொருவர் “அவனுக்குச் சான்றாக விண்ணில் எழுந்திருக்கிறான் அர்க்கன்” என்றார்.

குழந்தை மீண்டும் கர்ணனை நோக்கி பார்வையற்ற விழிகள் உருள “சூரியன்!” என்றது. வயோதிகர் “அவன் சொற்களை நம்மால் அறியவே முடியாது இளைஞரே” என்றார். கர்ணன் “குதிரைச்சூதர்களின் தெரு எங்கிருக்கிறது?” என்றான். அவர்களில் ஒருவர் வந்து கைசுட்டி வழிசொன்னார். அவன் வணங்கிவிட்டு வந்து காளையின் கழுத்தைப் பற்றிக்கொண்டான். திரும்பி நோக்கியபோது ஒளியற்ற விழிகளால் அவனை நோக்கி கைநீட்டி விழியிழந்த விழிகளால் சுட்டி “கதிர்” என்றது.

7

குதிரைச்சூதர் தெரு தெற்கே சூதர்களின் பயிற்சி முற்றத்துக்கு மேற்காக இருந்தது. மரப்பட்டைக்கூரை கொண்ட சிறுவீடுகள் தோள்தொட்டு நிரை வகுத்திருந்தன. ஒவ்வொரு குடிலைச்சுற்றியும் கொட்டில்களில் குதிரைகள் நின்றிருக்க அவற்றுக்கு உடல் உருவிவிட்டபடி முதிய சூதர்கள் அமர்ந்திருந்தனர். இளைய சூதர்கள் தங்கள் குதிரைகளை பயிற்சிகொடுப்பதற்கு அழைத்துச்சென்றுகொண்டிருந்தனர்.

சிவந்தமண் குதிரைக்குளம்புகளால் புழுதிக்குளமாக ஆக்கப்பட்டிருந்த பெருங்களமுற்றத்தில் நூற்றுக்கணக்கான குதிரைகள் சுற்றிவந்து கொண்டிருந்தன. செம்புழுதி தொடர வெண்மேகக்குவை போல வந்த ஒரு குதிரைக்கூட்டம் குளம்படிகள் அதிர கடந்துசென்றபோது அவற்றின் வியர்வைத்துளிகள் சிதறி அவர்கள் மேல் பட்டன. தொடர்ந்து செம்மேகக் கூட்டம் போல ஒரு கபிலநிறக் குதிரைத்திரள். ஓசைகளைக் கேட்டு அதிரதன் வெளியே பார்த்து பரவசத்துடன் கைகூப்பினார். “இறை எழுந்ததுபோல் இருக்கிறதே! அற்புதமான குதிரைகள்!” என்றபடி இறங்கினார். “மாமரக்காடு பூத்தது போனறிருக்கிறதே...” என்று மலர்ந்த முகத்துடன் சொன்னார்.

அவர்கள் குதிரைவெளியைத் தாண்டிச்சென்றபோதும் குதிரைகள் வந்தபடியே இருந்தன. கடிவாளத்தை மென்றபடி வந்த குதிரைகள் அவர்களின் அயல்வாசனையை உணர்ந்து திரும்பி நோக்கி மூக்கைச்சுளித்துச் சீறின. மைந்தர்களுடன் பேசியபடி குதிரைகளுடன் சென்ற சூதர்களில் ஒருவர் “யார்?” என்றார். “நாங்கள் அங்கநாட்டவர். குலமூத்தாரை காணச்செல்கிறோம்” என்றார் அதிரதன். அவர் கைநீட்டி குலமூத்தாரின் இல்லத்தைச் சுட்டிக்காட்டினார். கடந்துசென்ற சிறுவன்

ஒருவன் தன் தந்தையிடம் "அந்த அண்ணா மிக உயரம் இல்லையா தந்தையே?" என்று கேட்க அவர் தாழ்ந்த குரலில் ஏதோ சொன்னார்.

குலமூத்தாரான பிரீதர் அவரது வீட்டு முன்முற்றத்தில் குட்டிக்குதிரை ஒன்றை சூதர்கள் இருவர் சோதனையிடுவதைப் பார்த்துக்கொண்டு அமர்ந்திருந்தார். கபிலநிறமான குட்டி கடிவாளத்தையோ சேணத்தையோ அறியாதது. அதன் கழுத்தில் கட்டப்பட்டிருந்த பட்டையையே அது விரும்பாமல் துள்ளிக்குதித்து சுற்றிவந்து நான்கு கால்களில் இழுத்து மூக்கைவிடைத்து கழுத்து இறுகி நின்றது. "நன்று... குதிரையின் தரமென்பது முதற்கடிவாளத்தை அது எதிர்க்கும் விதத்தைக்கொண்டே முடிவாகிறது" என்றார் பிரீதர். அவரது பேச்சைக்கேட்க சூதர்களின் அகம் திரும்பியபோது அவர்களின் பிடி தளர குதிரைக்குட்டி துள்ளிப்பாய்ந்தது. பட்டையைப் பற்றியிருந்த சூதர் தடுமாறி குப்புற விழ இன்னொருவர் முழுபலத்தாலும் இழுத்துக்கொண்டே ஓடினார். சற்று நேரத்தில் அவரது பிடியும் விலக குதிரைக்குட்டி துள்ளிக்குதித்து பின்னங்கால்களைக் காற்றில் உதறியபின் குளம்புகள் மண்ணில் மழைத்துளி விழுவதுபோல் ஒலிக்க, புதர்க்குவைகளைத் தாவிக்கடந்து வால்சுழற்றி மறைந்தது.

பிரீதர் நகைத்தபடி "முதல் வடுவை அளித்துவிட்டது. நன்று! நன்று!" என்றபின் திரும்பி அவர்களைப் பார்த்ததுமே திகைத்து, ,எழுந்து வணங்கி "வணங்குகிறேன் இளவரசே" என்றார். கர்ணன் தயங்கி "என்னை பிழையாகப் புரிந்துகொண்டிருக்கிறீர்கள் குலமூத்தாரே. நான் சூதன். அங்கநாட்டு குதிரைச்சூதரான அதிரதனின் மைந்தன்" என்றான். பிரீதர் அதற்குள்ளாகவே தெளிந்து "முதற்கணம் தாங்கள் இளையபாண்டவர் என்றே எண்ணிவிட்டேன். அவர் தங்கள் அளவு உயரமும் இல்லை. தோள்களும் தங்களை விடச் சற்று சிறியது" என்றார். "உங்கள் மைந்தனா?" என்று அதிரதனிடம் கேட்டார். "ஆம், எனக்கும் என் மனைவி ராதைக்கும் பிறந்தவன். இவன் பெயர் வசுஷேணன். இளமைமுதலே நாங்கள் இவனை கர்ணன் என அழைக்கிறோம்" என்றார் அதிரதன்.

ராதை மெல்லியகுரலில் "இந்த முத்திரைமோதிரத்தை தங்களிடம் காட்ட விழைகிறோம் குலமூத்தாரே" என்று சொல்லி மோதிரத்தை எடுத்து நீட்டியதும் பிரீதரின் முகம் மாறியது. மீண்டும் கர்ணனைப் பார்த்துவிட்டு மோதிரத்தை வாங்கி அதை இருமுறை உற்று நோக்கினார். அதிரதன் "அதிரதன் என்று சொன்னால் அங்கநட்டில் அறிவார்கள். நீங்களும் ஒருவேளை கேட்டிருக்கலாம். நான் மும்முறை தேர்ப்போட்டியில் வென்றிருக்கிறேன். அங்கநாட்டரசரே எனக்கு மோதிரம் பரிசாக அளித்திருக்கிறார். அப்பரிசிலை நாங்கள் வைத்திருக்கிறோம்.

காட்டுகிறேன்” என்று ராதையிடம் “எடு அதை” என்றார். ராதை அவரைச் சீறி நோக்க அவர் பார்வையை திருப்பிக்கொண்டார்.

பிரீதர் “நீங்கள் என் இல்லத்திலேயே தங்கி இளைப்பாறலாம். நான் உங்களை இன்றே அரண்மனைக்கு அழைத்துச்செல்கிறேன். அரண்மனையில் இருந்து உங்களுக்கு வீடு அளிப்பார்கள் என நினைக்கிறேன்” என்றார். “ஆம், என்னுடைய தேர்த்திறனை ஒற்றர்கள் வழியாக அரண்மனை அறிந்திருக்கும்” என்றார் அதிரதன். பிரீதர் புன்னகைத்தபின் கர்ணனை நோக்கி “நீராடி வந்தால் நான் உணவுக்குச் சொல்கிறேன்” என்றார்.

குலத்தலைவரின் பெரிய இல்லத்துக்குள் சென்று அவரது பணியாளன் காட்டிய அறையில் தங்கள் மூட்டைகளை வைக்கும்போது அதிரதன் “என்னைப்பற்றி அவருக்குத் தெரிந்திருக்கிறது. அவரது மொழியும் பார்வையும் மாறிவிட்டிருக்கிறது” என்றார். ராதை உற்று நோக்கிவிட்டு “நான் சமையலறைக்குச் சென்று அங்கேயே நீராடிக்கொள்கிறேன்...” என்று திரும்பிச்சென்றாள். “என்னை இவர்கள் மதிப்பது கிழவிக்குப் பிடிக்கவில்லை. நானே பலமுறை உன்னிடம் சொல்லியிருக்கிறேன். தேர்ப்போட்டியில் வென்று பெறும் மோதிரங்கள் மதிப்பு மிக்கவை. நீ அந்த மோதிரத்தைக் கொடையளித்திருக்கக் கூடாது” என்றார் அதிரதன் “ஆம் தந்தையே, திறனுடையவருக்குச் சென்றவிடமெல்லாம் சோறு என்பதை இப்போதுதான் அறிந்தேன்” என்றான் கர்ணன். அதிரதன் அஹ் அஹ் அஹ் என்று உடல் குலுங்கச் சிரித்தார். நரைத்து தொங்கிய மீசையை நீவியபடி “எங்கே குதிரையுண்டோ அங்கே சூதனுக்கு இடமுண்டு” என்றார்.

அவர்கள் நீராடி வரும் போது குதிரைக்குட்டி உடல் முழுக்க மண்ணும் வியர்வை வாசனையுமாக இல்லத்தின் முன் வீட்டுக்குள் நோக்கியபடி நின்றிருந்தது. அதை நோக்கி புன்னகை செய்து “ஏன் திரும்பிவந்தது?” என்று கேட்டான். பிரீதர் நகைத்தபடி “இவ்வயதில் ஒரு முடிவை ஏன் எடுக்கிறோம் என தெரியுமா என்ன?” என்றார். அது வாலைச்சுழற்றி காலால் தரையைத் தட்டி குனிந்து தரையில் கிடந்த ஒரு மாவிலையை வாயில் கவ்வி இருமுறை மென்றுவிட்டு துவர்ப்பை உணர்ந்து கீழே போட்டு நாக்கை நீட்டி தலையை ஆட்டியது. பிரீதர் நகைத்து “தான் ஒரு சின்னக்குழந்தை, தனக்கு மாவிலை கசக்குமென்றுகூட தெரியாது என்று நடிக்க விரும்புகிறது...” என்று அதனருகே சென்று அதன் கழுத்தைத் தடவினார். உடனே அது பூனைபோல தன் மொத்த உடலையும் அவர்மேல் உரசியபடி பக்கவாட்டில் நகர்ந்தது. “குட்டிகள் சிலசமயம் வளரவிரும்புகின்றன. சிலசமயம் குட்டியாகவே நீடிக்க விரும்புகின்றன” என்றார் பிரீதர்.

அதிரதன் தலைப்பாகையை நன்றாகச் சுற்றிக்கட்டிவிட்டு உலோக ஆடியில் தன் படிமத்தைத் திரும்பத்திரும்ப நோக்கினார். நெற்றியில் தன் குலக்குறியை வரைந்து அதை பலமுறை சீரமைத்தார். “செல்வோம் அதிரதரே” என்றார் பிரீதர். “ஆம், செல்வோம்” என்றபடி அதிரதன் தன் சால்வையை எடுத்துப் போட்டுக்கொண்டார். “நான் இளவயதில் தோலால் ஆன மிதியடிகளை அணிவதுண்டு. இங்கு வரும் வழியில் எடுக்க மறந்துவிட்டேன்” என்றார். பிரீதர் “இங்கே வேறு மிதியடிகள் கிடைக்கும்” என்றார். “ஆம், வாங்கிக்கொள்ளலாம். கொம்புப்பிடிபோட்ட சவுக்குகளை இங்குள்ள குதிரைச்சூதர் சிலர் வைத்திருப்பதைக் கண்டேன். எனக்கும் ஒன்று வேண்டும்.”

அரண்மனைக்குச் செல்லும் வழி முழுக்க அதிரதன் கர்ணனின் கைகளைப் பற்றி தாழ்ந்த குரலில் அறிவுரைகள் சொல்லிக்கொண்டே வந்தார். “அரசர்களிடம் எவ்வளவு பணிகிறாயோ அவ்வளவுக்கு நீ அவர்களால் விரும்பப்படுவாய். சூதர்களும் சூத்திரர்களும் அவர்கள் நடக்கும் மண். குழிந்து வளையும் மண் அவர்களின் காலுக்கு இதமானது. அவர்கள் உன்னை நகையாடும்போது மட்டுமே நீ நகைக்கவேண்டும். அவர்கள் ஒருவரோடொருவர் பேசும்போது நீ அங்கில்லை என்றே அவர்கள் எண்ண வேண்டும்.”

“ஷத்ரியர்களின் விழிகளை ஒருபோதும் சந்திக்காதே. நீ அவர்களிடம் பேசுகையிலும் அவர்கள் உன்னிடம் பேசுகையிலும் உன் விழிகள் குனிந்தே இருக்கட்டும். ஒருபோதும் மறந்தும் மறுப்பாக ஏதும் சொல்லிவிடாதே. அவர்கள் சொல்வது எதுவாக இருப்பினும் முதலில் அதை ஒத்துக்கொள். மிகப்பிழையாக அவர்கள் ஏதேனும் சொல்லிவிட்டால் அவர்களுக்கு கீழே இருப்பவர் எவரோ அவரிடம் தனியாக அப்பிழையைச் சுட்டிக்காட்டு” என்றார் அதிரதன்.

மைந்தனின் தோளைத் தொட்டு அதிரதன் தொடர்ந்தார் “மறுக்கப்படுவது ஷத்ரியர்களை சினம் கொள்ளச்செய்கிறது. பிழையாக நீ மறுத்தாயென்றால் கூட அது தவறாகாது. உன்னை எள்ளிநகையாடி சிறுமைப்படுத்தி மகிழவே அத்தருணத்தை பயன்படுத்திக்கொள்வார்கள். சரியாக மறுத்தாயென்றால் அது நீ அவர்களை வென்றதாகவே அவர்களுக்குப் பொருள் படும். உன்னை உடனே வென்று செல்ல அவர்களின் ஆணவம் படம் விரித்தெழும். உன்னை அவர்கள் எதுவும் செய்யமுடியும். உன் தலையை வெட்டி காலுக்குப் பந்தாக்கிக்கொள்ள முடியும் என்பதை மறக்காதே. அவர்களிடம் பேசும்போது ஒருபோதும் அவர்களை எதிர்த்து எதையும் நினைக்காதே. அவர்களை இழிவாக எண்ணிக்கொள்ளாதே. அவர்களைக் கடந்து எதையுமே சிந்திக்காதே.”

அதிரதன் தொடர்ந்தார் "மனித உடலில் அவர்களின் சிந்தனைகள் புதரசைவில் காற்றுபோல இயல்பாக வெளிப்படுகின்றன என்பார்கள் முன்னோர். உடல் நம்மை காட்டிவிடும். உள்ளத்தை எந்த அளவுக்கு மறைக்க முயல்கிறோமோ அந்த அளவுக்கு உடல் இன்னும் தெளிவாக அதைக் காட்டும். அத்துடன் ஷத்ரியர் எப்போதும் சூத்திரர்களைப் பார்த்துக்கொண்டே இருக்கிறார்கள். பணிவின் மொழி என்ன என அவர்களுக்கு நன்றாகவே தெரியும். மிக எளிதில் அவர்கள் அகம் ஒப்பிட்டு அறிந்துவிடும். அவர்கள் முன் நாம் ஆடையின்றி நின்றுகொண்டிருக்கிறோம் என்பதை ஒருபோதும் மறவாதே. நம் உடலை ஊடுருவி ஆன்மாவைக் காண அவர்களால் இயலும்."

"அவ்வண்ணம் நினைக்காமலிருக்க ஒரே வழி நாம் உண்மையிலேயே நம் தலைவர்களை விரும்புவதுதான். அவர்களை அகம்நிறைந்து மதிப்பதுதான். நம் ஆன்மாவிடம் நாம் மீண்டும் மீண்டும் சொல்லிக்கொள்ளவேண்டும். நான் இவரை மதிக்கிறேன், இவரை விரும்புகிறேன், இவரை வழிபடுகிறேன் என்று. இவரது பாதங்கள் என் மேல் படுவதை என் வீடுபேறென நினைக்கிறேன், இவரது தண்டங்களை அருளென்று கொள்கிறேன், இவரால் இழிவுபடுத்தப்பட்டால் அதை என் புகழென்றே எண்ணுவேன் என்று நினை. அதுவே சூதன் புகழ்பெறுவதற்கான வழி" அதிரதன் சொன்னார்.

"ஆன்மா ஒரு குதிரை என்பதை மறவாதே. குதிரையிடம் சில சொற்களை திரும்பத்திரும்ப சொல்லி அதன் ஆன்மாவுக்கு அச்சொற்களைப் பழக்குகிறோம். எச்சொல்லுக்கும் அப்பாற்பட்ட காட்டின் துளி ஒரு குதிரைக்குட்டி. ஆனால் மீளவே முடியாத கட்டளைச்சொற்களை அது தன் ஆன்மாவில் கடிவாளமாக அணிந்துகொண்டு நம்மை அதன் மேல் ஏற ஒப்புக்கொடுக்கிறது. அதைப்போல நான் சூதன், என் பணி தலைவனுக்கு பணி செய்தல், என் வீடுபேறு அவனுடைய நிறைவிலேயே உள்ளது என்று உன் ஆன்மாவை ஒப்புக்கொள்ள வைத்தால் நீ வெற்றிபெற்றாய்."

அரண்மனையின் கோட்டைவாயிலில் நின்று தலைதூக்கி நோக்கி அதிரதன் சொன்னார் "இது அஸ்தினபுரி. பாரதவர்ஷத்தின் தலைநகர். அங்கநாடு குதிரைக்கு நீர் வைக்கும் தொட்டி என்றால் இது பெருங்கடல். இங்கே உனக்கொரு இடம் அமையும் என்றால் அதை விட உன் எளிய தந்தைக்கு நீ அளிக்கும் பெருங்கொடை பிறிதில்லை என்றுணர்." நடுங்கும் கைகளைக் கூப்பி "ஹஸ்தியின் பெருநகரம். அதிகாரம் கருவறையில் அமர்ந்திருக்கும் ஆலயம். நாம் அதன் எளிய பக்தர்கள்" என்றார். ஒரு படைவீரனிடம் பிரீதர் பணிந்து தங்களைப்பற்றிச் சொன்னார். அவன் தலையாட்டிவிட்டுச் சென்றான்.

புஷ்பகோஷ்டத்தில் அவர்கள் குதிரைமுற்றத்தின் மூலையில் காத்து நின்றனர். பிரீதர் கைகளை மார்புடன் கட்டி உடல் வளைத்து நின்றார். அதிரதன் கையசைவால் கர்ணனிடம் 'இன்னும் சற்று உடலை வளை, இன்னும் சற்று குனி' என்று சொல்லிக்கொண்டே இருந்தார். கர்ணன் உடலை முடிந்தவரை குனித்துக்கொண்டான். இடைநாழிவழியாக சென்ற அலுவலர்கள் அவர்களை அரைக்கணத்தில் நோக்கிச் சென்றனர். காவலர் அவர்களைக் கூர்ந்து நோக்கிச் சென்றனர். ஆனால் அனைத்து நோக்கிலும் சூதர்களுக்கு அவர்களின் கண்களுக்கு அப்பால் இடமில்லை என்பது தெரிந்தது. முதலில் அவர்கள் பேசிய அதே படைவீரன் முற்றிலும் அடையாளமறியா விழிகளுடன் வந்து மீண்டும் "யார்?" என்றபோது அதை கர்ணன் மீண்டும் உறுதியாக அறிந்தான்.

வீரன் சென்று செய்தியறிவித்தபின்னரும் நெடுநேரம் அவர்கள் காத்து நின்றனர். உள்ளிருந்து மாமன்னரின் அணுக்கப்பணியாளனாகிய விப்ரர் வருவதைக் கண்டதும் பிரீதர் "விப்ரர், அணுக்கப்பணியாளர். நமக்கு அவர்தான் தலைவர்" என்று மெல்லியகுரலில் சொன்னார். ஆனால் விப்ரர் அவர்களைக் கடந்து சிந்தனையிலாழ்ந்தபடி சென்றார். அவர் சென்று மறைவதுவரை பிரீதர் கைகளைக்கூப்பியபடியே நின்றார். அவர் மறைந்ததும் கர்ணன் கைகளைத் தாழ்த்தினான். "மூடா, கைகளைத் தாழ்த்தாதே. எப்போதும் அவ்வெல்லையில் ஆடிபோன்ற உலோகப்பரப்பு ஒன்று இருக்கும். அதில் நம்மை அவர்கள் பார்ப்பார்கள். முதுகுக்குப்பின் நாம் என்ன செய்கிறோம் என்பதைக்கொண்டே நம்மை அளவிடுவார்கள்" என்று அதிரதன் சொன்னார்.

விப்ரர் மெல்ல நடந்து வந்து அவர்களைக் கண்டதும் ஒருகணம் திகைத்து "யார் இந்த இளைஞன்?" என்றார். பிரீதர் "அடியவன் இவரை அழைத்துவந்தேன். இவர்கள் நம் ஒற்றர்தலைவர் சித்ரகரின் முத்திரை மோதிரத்தை வைத்திருக்கிறார்கள். இவர் பெயர் அதிரதன். இவரது மைந்தனாகிய இவனை வசுஷேணன் என்று அழைக்கிறார்கள்" என்றபின் முத்திரைமோதிரத்தை நீட்டினார். விப்ரர் சில கணங்கள் நோக்கி சொல்லின்றி நின்றபின் "இவனுடைய அன்னை?" என்றார். "என் மனைவி ராதை. இப்போது குலத்தலைவர் குடிலில் இருக்கிறாள்" என்றார் அதிரதன். "அவள் பெற்ற மைந்தனா?" என்று விப்ரர் மீண்டும் கேட்டார். "ஆம் உடையவரே" என்றார் அதிரதன்.

"இந்த முத்திரை மோதிரம் இருந்தால் மன்னரை நேரில் பார்க்க வேண்டுமென்றே பொருள்" என்றார் விப்ரர். "மாமன்னரிடம் என்ன சொல்லப்போகிறீர்கள் என்று தெளிவிருக்கிறதா?" அதிரதன் "அடியவர்கள் என்ன கேட்கப்போகிறோம் உடையவரே? மூன்றுவேளை

உணவும் ஒடுங்க ஒரு குடிலும் தேவை என்று கேட்போம். குதிரைவேலை செய்பவர்கள் நாங்கள். குதிரைகளைக் கொடுத்தால் குழந்தைகள் போலக் காப்போம்" என்றார். விப்ரர் குழப்பத்துடன் மோதிரத்தையும் கர்ணனையும் நோக்கி "உம்" என்றார்.

அப்பாலிருந்து ஒரு நடுவயதுச்சேடி வருவதை கர்ணன் கண்டான். "யாதவப் பேரரசியின் சேடி மாலினி... உங்களை நோக்கியே வருகிறார்கள்" என்றார் விப்ரர். மாலினி கர்ணனை விழிகொட்டாமல் நோக்கியபடி அருகே வந்து, பின் விப்ரரை நோக்கி "இவர்கள்தான் அங்கநாட்டிலிருந்து வந்தவர்களா?" என்றாள். "ஆம், முத்திரைமோதிரம் கொடுக்கப்பட்டிருக்கிறது" என்றார் விப்ரர்.

"இவர்கள் மாமன்னரைச் சந்திக்கட்டும். இவர் மாமன்னரின் தேரோட்டிகளில் ஒருவராகப் பணிபுரியவேண்டுமென பேரரசி ஆணையிட்டிருக்கிறார். இவ்விளைஞர் நாளை முதல் கிருபரின் படைக்கலச்சாலையில் பயிலவேண்டும் என்றும் ஆணை" என்று மாலினி சொல்வதற்குள் விப்ரர் திகைப்புடன் "கிருபரின் படைக் கலச்சாலையிலா?" என்றார். "ஆம். நாளும் அரண்மனைக்கு வந்து அவரே இளையபாண்டவர்களை அழைத்துக்கொண்டு கிருபரின் படைக்கலச்சாலைக்குச் செல்லவேண்டும். அங்கே அவருக்கு ஷத்ரியர் களுக்குரிய பயிற்சிகள் அளிக்கப்படவேண்டும்." மாலினி ஒருகணம் குரலைத்தாழ்த்தி "அனைத்துப்பயிற்சிகளும்" என்றாள். விப்ரர் "ஆணை" என்று தலைவணங்கினார்.

அவள் மீண்டும் ஒருமுறை கர்ணனை நோக்கிவிட்டுத் திரும்பிச்சென்றாள். விப்ரரின் உடல்மொழி மாறிவிட்டிருப்பதை கர்ணன் கண்டான். "வருக இளைஞரே" என்று அழைத்து அதிரதனிடமும் பிரீதரிடமும் "நீங்களும் வருக" என்றார். அவர்கள் நீண்ட இடைநாழியில் நடந்து சென்று திருதராஷ்டிரரின் இசைக்கூட வாயிலை அடைந்ததும் விப்ரர் "இங்கே நில்லுங்கள். நான் சென்று அறிவித்ததும் நீங்கள் உள்ளே செல்லலாம்" என்றார். அவர் சென்று சொல்லிவிட்டு வந்து "உள்ளே வருக" என்று சொல்லி ஆற்றுப்படுத்தி அழைத்துச்சென்றார்.

உள்ளே இசைக்கூடத்தில் யாழிசைத்துக்கொண்டிருந்த இரண்டு சூதர்களுக்கு முன்னால் அமர்ந்திருந்த திருதராஷ்டிரரின் உயரத்தையும் தோள்களின் விரிவையும் கண்டு கர்ணன் திகைத்து நின்றான். இசைக்கு ஏற்ப அவரது கைகள் அசைந்துகொண்டிருந்தன. எங்கிருந்து ஒலிப்பதென்றறியாமல் அந்தக்கூடம் முழுக்க இசை நிறைந்திருந்தது. இசை ஓய்வதுவரை அவர்கள் காத்து நின்றனர். அந்த இசை ஏதோ இறைஞ்சுவதுபோல ஒலித்தது. திரும்பத்திரும்ப ஒற்றை வரியில் அது எதையோ கேட்டது, மன்றாடியது, பிடிவாதம் பிடித்தது.

இசை ஓய்ந்ததும் சூதர்கள் வணங்கி யாழை நீக்கி வைத்தனர். திருதராஷ்டிரர் மெல்லிய குரலில் பாராட்டினார். சூதர்கள் எழுந்து அவரை வணங்க, அருகே நின்றிருந்த பணியாளன் அளித்த பரிசுகளை திருதராஷ்டிரர் அவர்களுக்கு அளிக்க, சூதர்கள் தொழுதுபெற்று விலகினர். விப்ரர் அவர்களிடம் மெல்லியகுரலில் "அருகே சென்று முறைப்படி வணங்குங்கள்" என்றார்.

"குதிரைச்சூதர் பிரீதர்" என விப்ரர் அறிவிக்க பிரீதர் திருதராஷ்டிரரின் அருகே சென்று சூதர்களுக்குரிய முறையில் ஒருமுழம் இடைவெளிவிட்டு "அடியவன் சென்னி அடிபணிகிறது பேரரசே" என்றார். திருதராஷ்டிரர் கைகளை நீட்டி "உமது மைந்தனா முத்திரை மோதிரத்துடன் வந்தவன்?" என்றார். அதிரதன் முன்னகர்ந்து அடிபணிந்து "அடியேன் தேரோட்டியான அதிரதன் அங்கநாட்டிலிருந்து வந்தவன். தேரோட்டுதலில் பரிசுகள் பெற்றவன். இவன் என் மைந்தன் வசுஷேணன். மாமன்னரின் பாதப்பொடி அவன் தலையில் படவேண்டும்" என்றார்.

திருதராஷ்டிரர் கைகளை நீட்டி "எங்கே? எங்கே அவன்?" என்றார். கர்ணன் சென்று ஒரு முழம் தூரம் விட்டு அவர் கால்களுக்கருகே நிலம் தொடக் குனிந்ததும் அவர் திகைத்தவரைப்போல "நீ குண்டலங்கள் அணிந்திருக்கிறாயா?" என்றார். "இல்லை அரசே" என்றார் விப்ரர். "குனிந்தபோது குண்டலங்கள் அசையும் ஒலியைக் கேட்டேன். ஆம்..." என்றபடி அவர் கைகளை நீட்டி அவனைத் தொட்டார். தொடுகையில் அவன் உடல் சற்று குன்றியது, பின்பு அவன் தன்னையறியாமலேயே கண்ணீர் விடத்தொடங்கினான். அதைக் கட்டுப்படுத்த முயன்றபோது அவன் தொண்டையில் இருந்து ஓர் ஒலி எழுந்தது.

அவன் விசும்பல் ஒலியைக் கேட்ட திருதராஷ்டிரர் ஒரு கணம் அசைவற்றபின் அப்படியே அவனைப்பற்றி தூக்கி நெஞ்சோடணைத்துக் கொண்டார். அவன் அவரது தோளளவு இருந்தான். அவனை இறுக்கி தலையின் குழலை முகர்ந்தபடி "இளையோன்... இளமையின் வாசனை" என்றார். "விப்ரரே, இவன்..." என்று ஒருகணம் தயங்கி "இவன் இந்நாட்டின் அரசமைந்தர்களுக்கு நிகரானவன். இது என் ஆணை" என்றார். விப்ரர் கைகளைக் குவித்து "ஆணை" என்றார்.

பரவசத்துடன் அவன் உடலை நீவிக்கொண்டே இருந்தார் திருதராஷ்டிரர். அவனுடைய கைகளை நீவி "யாரிடம் வில்வித்தை பழகுகிறாய்?" என்றார். அதிரதன் "அவன் எளிய சூதமைந்தன் பேரரசே. அவை சம்மட்டி பிடிக்கும் கைகள்" என்றார். திருதராஷ்டிரர் உரக்க நகைத்து "சம்மட்டியா?" என்றார். "மூடா, உன் மைந்தன் கண்ணைமூடி வானில் பறக்கும் பறவையை வீழ்த்துபவன். இவை சவ்யசாஜியின் கைகள். இவன்

கையின் பெருவிரலை என்றாவது தொட்டு நோக்கியிருக்கிறாயா நீ?" என்றார். அதிரதன் திகைத்து "அடியேன் எப்போதும் பற்றும் விரல்கள் அவை அரசே" என்றார்.

திருதராஷ்டிரர் அவன் தோள்களைத் தழுவி கைகளை மீண்டும் பிடித்தார். "உன் குருநாதர் யார்?" என்றார். கர்ணன் உதடுகளை இறுக்கி தன்னை மீட்டு எடுத்து தொண்டை அடைத்த மெல்லியகுரலில் "குரு என நினைத்து கங்கைக்கரை மரம் ஒன்றை முன்வைத்து நானே பயின்றேன்" என்றான். திருதராஷ்டிரர் மீண்டும் அவனைத் தழுவி "ஆம், வில்லாளிகள் வித்தையுடன் மண்ணுக்கு வருகிறார்கள்" என்றார். "மைந்தா, உனக்கு வில் அடிபணியும். ஆனால் நீ கதையும் பயிலவேண்டும். என்றாவது ஒருநாள் கதைப்போரில் நாம் கைகோர்க்கவேண்டும். பாரதவர்ஷத்தின் மாவீரன் ஒருவனிடம் நானும் கைகோத்தேன் என்று சூதர்கள் பாடவேண்டுமல்லவா?" என்றார். "ஆகா!" என்று கைகளைத் தூக்கி "அதை என்னால் இப்போதே உணரமுடிகிறது... விப்ரரே, இவன் என்னைவிடவும் உயரமானவன். பீஷ்மபிதாமகருக்கு நிகரானவன்" என்றார்.

வாயிற்பணியாளன் வந்து தலைவணங்கி "விதுரர்" என்றான். திருதராஷ்டிரர் தலையசைக்க அவன் வெளியே சென்றதும் விதுரர் உள்ளே வந்தார். அவர் வரும்போதே அனைத்தையும அறிந்திருப்பதை கால்களின் தயக்கமும் உடலின் சரிவுமே காட்டின. அவர் விழிகள் தன் மீதே நிலைத்திருப்பதை கர்ணன் கண்டான். அவன் விழிகளைச் சந்தித்ததும் விதுரரின் விழிகள் தடாகத்துச் சிறுமீன்கள் போலத் திடுக்கிட்டு விலகிக்கொண்டன.

திருதராஷ்டிரர் நகைத்தபடி "வா வா, உன்னைத்தான் எண்ணிக் கொண்டிருந்தேன். வில்லுக்கு விஜயன் மட்டுமல்ல விதுரா. இதோ இன்னொருவன். கங்கைக்கரை மரத்திலிருந்தே வில்வேதம் பயிலும் மாவீரன்" என்றார். விதுரர் மெல்ல உதட்டை மட்டும் வளைத்து "வீரம் அனைத்து விவேகங்களுடனும் இணையட்டும்" என்றார். திருதராஷ்டிரர் "இவன் நீ மார்புறத்தழுவிக்கொள்ளும் இன்னொரு மைந்தன் அஸ்தினபுரியை மூதாதையர் வாழ்த்திக்கொண்டே இருக்கிறார்கள். நம் தோள்கள் நிறைந்தபடியே உள்ளன" என்றார். விதுரர் சங்கடம் தெரியும் உடலசைவுடன் "ஆம்" என்றார்.

"மைந்தா, உன் மூத்தாரான பேரமைச்சரை வணங்கு" என்றார் திருதராஷ்டிரர். "அவரை என்றும் உன் தந்தையின் இடத்தில் வைத்திரு" என்றார். கர்ணன் திகைத்து திருதராஷ்டிரரை நோக்கினான். அவரது கரிய பெருமுகம் சற்று கோணலாகத் திரும்பியிருக்க, பார்வையற்ற

விழிகள் உருள அச்சிரிப்பு குழந்தையின் சிரிப்பு போலிருந்தது. கர்ணன் விதுரரை ஏறிட்டு நோக்கிவிட்டு, சென்று விதுரரை அணுக அவரது உடல் மிகமெல்லிய அசைவாகப் பின்னடைந்தது. கர்ணன் அவர் காலைத்தொட்டு வணங்க அவர் ஒரு சொல்லும் சொல்லாமல் கையைத் தூக்கி வாழ்த்தினார். பின்னர் விப்ரரிடம் "நான் அரசரிடம் பேசவேண்டும் விப்ரரே" என்றார்.

விப்ரர் செல்லலாம் என தலையசைக்க பிரீதரும் அதிரதனும் தலைவணங்கி வெளியேறினர். "விடைகொள்கிறேன் அரசே" என்று குனிந்த கர்ணனை திருதராஷ்டிரர் "நலமும் வெற்றியும் புகழும் திகழ்க!" என வாழ்த்தி "இவன் குனியும்போதெல்லாம் குண்டலங்கள் அசையும் மெல்லியஒலியைக் கேட்கிறேன். வியப்புதான்" என்றார். விதுரர் "இன்று நிகழ்ந்த விந்தையான வான்நிகழ்வு இந்த யுகத்தில் இதுவரை நிகழ்ந்ததில்லை என்கிறார்கள் நிமித்திகர்கள். பிரம்மமுகூர்த்ததில் சூரியன் எழுவதென்பது ஒரே ஒருமுறைதான் நிகழ்ந்துள்ளது என்று பிரஹதாங்கப்பிரதீபம் சொல்கிறது..." என்று பேசத்தொடங்க அவர்கள் ஓசையின்றி வெளியேறினார்கள்.

இடைநாழியில் செல்கையில் விப்ரர் "நீங்கள் செல்வதற்குள் அரண்மனை ஆணைகள் வரும். அதிரதரே, நீங்கள் மாமன்னரின் பன்னிரு தேரோட்டிகளில் ஒருவராக அமர்த்தப்பட்டிருக்கிறீர்கள். உங்களுக்கான இல்லமும் பிறவும் இன்றே ஒருங்கமைக்கப்படும். நாளை முதல் இளையோன் அரண்மனைக்கு வந்து இளவரசர்கள் நகுல சகதேவர்களை அழைத்துக்கொண்டு கிருபரிடம் செல்லட்டும்" என்றார். பிரீதர் தலைவணங்கி "ஆணை" என்றார்.

மீண்டும் முற்றத்துக்கு வந்தபோது தேரோட்டி ஒருவன் வந்து வணங்கி "தங்களை இல்லத்துக்குக் கொண்டுவிடும்படி விப்ரரின் ஆணை" என்றான். பணிவுடன் விலகி "ஏறிக்கொள்ளுங்கள் குலமூத்தாரே" என்றான் கர்ணன். "தாங்கள் ஏறுக இளையோரே" என்று பணிந்த குரலில் பிரீதர் சொல்லி விலகி கைகளைக் காட்டினார்.

8

பிரம்மமுகூர்த்தத்திற்கு முன்னதாகவே எழுந்து கர்ணனைத் துயிலெழுப்புவது அதிரதன் வழக்கம். "நீ இன்று கிருபரின் மாணவன். சூதர்குலத்தில் இருந்து கிருபரின் மாணவனாகச் செல்லும் முதல் சிறுவன் நீ... உன்னால்தான் சூதர்குலத்துக்கு இந்த மதிப்பு கிடைத்தது. நீ என் மைந்தன் என்பதனால் உன்னை இன்று இந்த இடத்தில் வைத்திருக்கிறார்கள். இது என்வாழ்நாள் முழுக்க நான் ஈட்டிய நற்பெயருக்கான பரிசு. நீ செய்யும் ஒவ்வொரு பிழைக்கும் நான் பொறுப் பேற்றுக்கொள்ளவேண்டியிருக்கும்... கிளம்பு. ஒருநாளும் சீடனுக்காக குரு காத்திருக்கக் கூடாது" என்று சொல்லி அவனை மேற்குவாயில் ஏரியில் நீராட அழைத்துச்செல்வார்.

"இந்நகரத்தில் இதன் நகரதெய்வங்கள் அனைத்தும் துயின்று கொண்டிருக்கும் வேளை இது. அவர்கள் பெருமுரசின் ஒலியால் விழிமலரும்போது நீ அவர்கள் முன் தூயவனாக நின்றிருக்கவேண்டும். இந்நகரம் உன்னில் அன்புடன் இருக்கிறது. மண்ணில் எந்தச் சூதனும் பெறமுடியாத இடத்தை இதுவே உனக்களித்தது என்பதை மறவாதே" என்று சொல்லிக்கொண்டே அவரும் நீராட வருவார். "அஸ்தினபுரியின் அரசர்களுக்காக வாழ்வதும் வீழ்வதும் உன் கடன் என்று கொள்!"

கருமையின் ஒளியுடன் அலையடித்துக்கிடக்கும் ஏரியில் நீராடுகையில் "பிரம்ம முகூர்த்தத்துக்குப் பின் நீராடும் சூதனை தெய்வங்கள் பொறுத்துக்கொள்வதில்லை என்று நான் இளவயதாக இருக்கையில் என் ஆசிரியர்கள் சொல்வார்கள். பிரம்ம முகூர்த்தம் என்பது என்ன? இவ்வுலகத் தோற்றமென்பது மாயை. சூரியனால் எழுதப்படும் ஓவியம் அது. இரவில் அதை அவன் கலைத்துவிட்டுச் செல்கிறான். அதிகாலையில் அவன் ஒவ்வொன்றாக மீண்டும் வரைந்து எழுப்புகிறான். மேகங்களுடன்

வானும் நீரொளியுடன் கடலும் பசுமையொளியுடன் மண்ணும் உருவாகி வருகின்றன. மானுடரின் சித்தமும் அவ்வாறே ஒவ்வொருநாளும் இரவில் முற்றிலும் அழிந்து காலையில் புதியதாகப் பிறந்தெழுகிறது.

“வானும் கடலும் மண்ணும் உருவாகிவரும்போதே சித்தமும் மனமும் ஆன்மாவும் உருவாகின்றன. அவை உருவாகும் கணத்தில் துயின்று கொண்டிருப்பவன் அவற்றில் முழுமையை அடையவே முடியாது. கடந்தகாலமென்பது நேற்றைய மோரிலிருந்து இன்றைய பாலுக்குள் விடப்படும் உறை மட்டுமே. இன்றை அது திரியச்செய்கிறது. மாலையில் புளித்து நுரைக்கச்செய்கிறது. பிரம்மமுகூர்த்தத்தில் படைப்பின் முதற்கணத்துக்கு முன்னரே எழுந்து வெறும்கலத்தை நன்றாகக் கழுவித் தூய்மையாக்குபவன் சூரியனின் கொடையை சிந்தாமல் பெறுகிறான்.”

அவரைவிடப் பெரிய உடல்கொண்டிருந்தாலும் கர்ணனை தன் கைகளாலேயே நீராட்ட விரும்பினார். அவன் நீரில் மூழ்கிக் கரையேறும் போது “இன்னொரு முறை மூழ்கி எழு!” என்று சொல்லி அவன் குழலைத் தொடுவார். அவன் நார்ச்சுருளால் உடலைத் தேய்த்துக்கொள்கையில் இயல்பாகப் பேசியபடி அதை வாங்கி அவன் முதுகைத் தேய்ப்பார். அவரே நீரள்ளி அவன் மேல் ஊற்றுவார். “தூய்மை என்பது என்ன என்று என் ஆசிரியர் சொல்வார். தூய்மை என்பது விடுதலை. நேற்றிலிருந்து விடுதலை. கடந்த காலத்தில் இருந்து விடுதலை. தூய்மை செய்துகொண்டதுமே நாம் புதியதாகப் பிறந்துவிடுகிறோம். அப்படியென்றால் பிறப்பதென்பதே ஒரு குளியல்தான்.”

திரும்பிவரும்போதும் அவர் பேசிக்கொண்டே இருப்பார். அனைவரிடமும் பேசிக்கொண்டே இருக்கும் இயல்புடையவர் என்றாலும் அவர் அவனிடம் பேசும்போது தன்னை மேலும் மேலும் பெருக்கிக்கொண்டே செல்வார். “என் குருநாதர் சொல்வதுண்டு. பிராமணர்களின் ஆற்றல் சொல்லில். ஷத்ரியர்களின் ஆற்றல் தோளில். சூதர்களின் ஆற்றல் அவர்களின் செவியில் என்று. கேட்டுக்கொண்டே இரு. ஒரு சொல் கூட உன்னைக் கடந்துசெல்லக்கூடாது என எண்ணிக்கொள். நீ கற்பவை கதிர்கள். யானை உண்ட கவளத்தின் மிச்சிலை உண்ணும் எறும்புகள் அடையும் விருந்து. யானையின் கால்கள் நடுவே ஊரும் எறும்புகளுக்கு தலைக்குமேல் அத்தனை பெரிய உருவம் நடந்து செல்வது தெரிவதே இல்லை. அவை அதை அறியாததனாலேயே பேருவகையுடன் இருக்கின்றன. சூதனுக்கு அறியாமையே பெரும் கவசம். அறிவு அக்கவசத்துடன் அவன் ஏந்தும் சிறிய வாள் மட்டுமே.”

ஒவ்வொருநாளும் முதற்கதிர் எழுவதற்குள்ளாகவே கர்ணன் சென்று அரண்மனை வாயிலில் இறங்குவான். அரண்மனை தேர்ச்சாலைக்குச்

சென்று அங்கு ஒருக்கப்பட்டிருக்கும் தேரைக்கொண்டுவந்து அந்தப்புரத்தின் பெருமுற்றத்தில் காத்து நிற்பான். மாலினி நகுலனையும் சகதேவனையும் கொண்டுவந்து அவனுடைய தேரில் ஏற்றியதும் கிளம்பி இருள் விலகாத தெருக்களினூடாக கிருபரின் குருகுலம் நோக்கிச் செல்வான். ஆடிப்பாவைகள் போலத் தெரியும் இரு குழந்தைகளும் அரைத்துயிலிலேயே வந்து பீடத்தில் அமர்ந்ததும் ஒருவர்மீதொருவர் சாய்ந்து துயில் கொள்வார்கள். அவன் தேர்த்தட்டில் அமர்ந்து திரும்பி நோக்கி புன்னகை செய்வான். இருவருமே துயிலில் ஆழ்ந்ததும் எச்சில் வழியும் வாயுடன் இருபக்கமாக ஆடிக்கொண்டு தேரின் குலுக்கலில் அவ்வப்போது விழித்து திரும்பவும் துயில்கொள்வார்கள்.

கிருபரின் குருகுலமுகப்பில் இளம்கௌரவர்களைக் கொண்டுவந்த தேர்கள் நின்றிருக்கும். தேர் நின்றதும் கர்ணன் இருவரையும் தூக்கி மண்ணில் நிற்கச்செய்வான். இருவரும் ஒரே போல திகைத்து விழித்துக்கொண்டு விடிவெள்ளி எழுந்த வானையும் குளிர்காற்று வீசும் சூழலையும் நோக்கி மிரள விழித்து, பின் வாயைத் துடைத்துக்கொள்வார்கள். முதல்நாள் அவர்களை அவன் கிருபரிடம் கூட்டிச்சென்றபோது நகுலன் “குருநாதரே, இன்று எனக்கு உடல்நலமில்லை. என் கால்கள் வலிக்கின்றன” என்றான். புன்னகையுடன் “ஏன்?” என்றார் கிருபர். நகுலன் “இவர் புதிய தேரோட்டி... புரவிகள் மேல் கட்டின்றி ஓட்டுகிறார். தேரில் வந்தபோது என் முழங்கால் முன்பலகையில் முட்டிக்கொண்டது” என்று தன் முழங்காலைக் காட்டினான். “ஆம் குருநாதரே, என் முழங்காலிலும் முட்டியது” என்று சகதேவனும் தன் முழங்காலைக் காட்டினான்.

கிருபர் சிரித்தபடி குனிந்து “ஆம், மூட்டில் அடிபட்டிருக்கிறது. அதை சரிசெய்தபின்னர் நாம் பயிற்சிகளைத் தொடங்குவோம். சுசரிதரே!” என்று தன் முதன்மைச்சீடனை அழைத்தார். அவர் வந்து பணிந்து நிற்க “இளவரசர்களை முற்றத்தைச் சுற்றி எட்டுமுறை ஓடவையுங்கள். மூட்டுகளின் வலி குறைந்தபின் நாம் பயிற்சிகளைத் தொடங்குவோம்” என்றார். திரும்பி கர்ணனிடம் “உனது பெயர்தான் வசுஷேணன் என நினைக்கிறேன்” என்றார். கர்ணன் அவர் பாதங்களை வணங்கி “ஆம் குருநாதரே. அங்கநாட்டு அதிரதனின் மைந்தன் நான்” என்றான். “அரண்மனையின் ஆணை வந்தது. இக்குருகுலம் பேரரசரின் ஆணையையே நெறியாகக் கொண்டது” என்றார் கிருபர்.

சுசரிதர் இரு இளவரசர்களையும் இடையில் கச்சை கட்டச்செய்து களமுற்றம் நோக்கி கூட்டிச்சென்றார். அவர்களின் விழிகள் கர்ணன் விழிகளை ஒருகணம் சந்தித்தபோது இருவரும் பார்வையை விலக்கி தலைகுனிந்து செல்ல கர்ணன் புன்னகைசெய்தான். கிருபரும் அவர்களை நோக்கிச் சிரித்து “ஒவ்வொரு பறவையும் கூட்டின் வெம்மையை இத்தனை

நாள்தான் அடையவேண்டுமென நெறியிருக்கிறது. மேலும் சிலநாள் கூட்டில் இருந்துவிட்ட பறவைகள் பிறகொருபோதும் இயல்பாகப் பறப்பதில்லை” என்றார். கர்ணன் “அன்னையின் மடியிலேயே இருப்பதை விட வேறென்ன வேண்டும்?” என்றான்.

தேர்களில் வந்து இறங்கிய இளம்கௌரவர்கள் ஒவ்வொருவராக வணங்கி களம் சென்றபின் “இங்கே உன்னை அரண்மனையில் இருந்து அனுப்பியிருக்கிறார்கள் என்பது அனைவருக்கும் வியப்பளிக்கும் செய்தி. இக்குருகுலம் அஸ்தினபுரியின் அரசுக்குக் கட்டுப்பட்டது” என்ற கிருபர் மிக இயல்பாக “எந்நிலையிலும் உன் கைகள் அஸ்தின புரிக்கு கட்டுப்பட்டவையே என உன் குலநெறி வகுத்துள்ளது என்று நினைக்கிறேன்” என்றார். “அல்லது நீ அந்தச் சூளுரையை எடுத்திருக்கிறாய்.”

கர்ணன் “இல்லை குருநாதரே” என்றான். கிருபர் வியந்து திரும்பிநோக்கி “நீ அஸ்தினபுரியின் அரசமரபுக்கு எவ்வகை உறவு?” என்றார். கர்ணன் “எவ்வுறவும் இல்லை” என்றான். அவர் சிலகணங்கள் அவனையே நோக்கியபின் “மாமன்னரே ஆணையிட்டிருக்கிறார் என்றால் நான் சொல்வதற்கேதும் இல்லை” என்றார். “நான் நெறிகளுக்குக் கட்டுப் பட்டவன் என்பதை நீ உணர்ந்துகொள்வாய் என எண்ணுகிறேன். இது ஷத்ரியர்களுக்குரிய குருகுலம். அவர்களுடன் உன்னை இணையாகச் சேர்த்து நிறுத்திக் கற்பிப்பது என்னால் இயலாது. உனக்கு நான் தனியாக கற்பிக்கிறேன்” என்றபின் “உன் விரல்களைக் கண்டேன். நீ விற்கலையை முன்னரே கற்றிருக்கிறாய். எவரிடம் கற்றாய்?” என்றார்.

கர்ணன் சொன்னதை இமைக்காமல் நோக்கியபின் “ஐந்துவகை குருநாதர்களில் ஆன்மாவை நான்காவதாகச் சொல்கிறார்கள். ஏனென்றால் கல்லுக்குள் அனல் உறங்குவதுபோல ஆன்மாவுக்குள் ஞானம் குடிகொள்கிறது. அதை அறியும் ஒருவன் தன் தவம் மூலம் ஆன்மாவிலிருந்தே அனைத்தையும் கற்றுக்கொள்ளமுடியும். ஆன்மாவையே குருவாக்கியவனுக்கு, பிற குருநாதர்கள் எதையும் கற்றுத்தரவேண்டியதில்லை” என்றார் கிருபர். “இந்த வில்லை எடுத்து விண்ணில் செல்லும் ஒரு பறவையை வீழ்த்திக்காட்டு” என்றார்.

கர்ணன் கிருபரை வணங்கியபின் வில்லை எடுத்து கணத்தில் நாணேற்றி அந்த இருண்ட வானில் இளைய கௌரவன் ஒருவனால் செலுத்தப்பட்ட நீண்ட அம்பை அடித்து வீழ்த்தினான். அம்புகள் மண்ணில் வந்து தைத்ததும் கிருபர் அவனை நோக்கித் திரும்ப கர்ணன் “அம்பும் ஒரு பறவை அல்லவா குருநாதரே?” என்றான். கிருபர் “ஆம், சுபக்ஷ, சுகோண, சுதேஹ என்று அம்பைச் சொல்கிறது வில்வேதம்” என்றபின்

“அம்பை ஏன் வீழ்த்தவேண்டுமென எண்ணினாய்?” என்றார். “இது கருக்கல்கரையும் வேளை. முதலில் விண்ணிலெழும் பறவைகள், குஞ்சுக்கு இரைதேடச் சென்றுகொண்டிருக்கும் அன்னையராகவே இருக்கும்...” என்றான் கர்ணன். கிருபர் சிலகணங்கள் அவனை நோக்கியபின் “நீ கற்கவேண்டியது வில்வித்தை அல்ல. வில்வேதம் மட்டுமே. என்னுடன் இருந்துகொண்டிரு” என்று சொல்லிவிட்டு திரும்பிச்சென்றார்.

அன்று திரும்புகையில் நகுலனும் சகதேவனும் அவர்களாகவே தேர்த்தட்டில் ஏறி அமர்ந்துகொண்டனர். கர்ணன் அவர்களை நோக்காமல் அமரத்தில் ஏறி அமர்ந்து கடிவாளத்தைச் சுண்டி தேரைச் செலுத்தினான். தேர் சாலைகள் வழியாகச் செல்லும்போது இரு சிறுவர்களும் ஒன்றுமே பேசாமல் அமர்ந்திருந்ததை அவன் புன்னகையுடன் கருத்தால் நோக்கிக்கொண்டிருந்தான். தேர் கொற்றவை ஆலயத்தருகே வளைந்தபோது சற்று விரைவிழந்தது. நகுலன் “சூதரே” என்றான். கர்ணன் “சொல்லுங்கள் இளவரசே” என்றான். “மூட்டில் கட்டை பட்டுவிட்டது என்று சொல்லலாம் என்று இவன்தான் என்னிடம் சொன்னான்” என்றான் நகுலன். சகதேவன் சினம்கொண்டு “நீதான் சொன்னாய்! நீதான் சொன்னாய்!” என்று சொல்லி நகுலனை அடித்தான்.

“நீதான் சொன்னாய்! சூதரே இவன்தான் சொன்னான்” என்று நகுலன் கூவ இருவரும் மாறிமாறி கூவி சண்டையிடத் தொடங்கினர். கர்ணன் தேரை நிறுத்தி “நிறுத்துங்கள்” என கனத்த குரலில் சொன்னதும் இருவரும் திகைத்து கைகளை எடுத்துக்கொண்டனர். நகுலன் மெல்லிய குரலில் “இவன்தான்” என்றான். “இருவருமே சொன்னீர்கள்” என்றான் கர்ணன். சகதேவன் கண்ணீர் மல்க குரலைத் தாழ்த்தி “இனிமேல் சொல்லமாட்டோம்” என்றான். கர்ணன் புன்னகையுடன் “இனிமேல் சொன்னால் இருவரையும் தூக்கி தேரின் மேலே போட்டுக்கொண்டு ஓட்டுவேன்” என்றான். அதற்கு மீண்டும் “இவன்தானே சொன்னான்?” என்றான் சகதேவன். “நீதான் சொன்னாய் வெள்ளைப்பூனை” என்று நகுலன் கூவினான். “போதும்” என கர்ணன் மீண்டும் குரலெழுப்ப நகுலன் “இனிமேல் சொல்ல மாட்டோம்” என்றான். “நீங்கள் சொல்ல மாட்டீர்கள் இளவரசே, நீங்கள் நல்ல குழந்தை” என்றான் கர்ணன். “நான்?” என சகதேவன் ஆவலுடன் கேட்டான். “இருவரும் நல்ல குழந்தைகள்...” என்றான் கர்ணன். “சரி, இருவரும் சண்டை போடாமல் அமர்ந்திருக்கவேண்டும்...” என்று சொல்லி தேரைக் கிளப்பினான்.

அரண்மனை முற்றத்தில் தேர் நின்றபோது நகுலன் இருகைகளையும் விரித்து, தூக்கும்படி சொன்னான். அவனைத் தூக்கிக்கொண்டதும்

சகதேவனும் கைகளை நீட்டினான். கர்ணன் இருவரையும் இரு புயங்களில் தூக்கிக்கொள்ள அவர்கள் உரக்க நகைத்தனர். “ஸ்வேதா, இவர் பீமன் அண்ணாவை விட உயரமானவர்” என்றான் சகதேவன். “ஆம்... இவரது கைகள் நீளமானவை” என்றான் நகுலன். கர்ணன் “உங்கள் பெயர்தான் ஸ்வேதனா?” என்றான். “ஆம். அவன் கருமையாக இருப்பதனால் சாரதன். என் நிறம் வெள்ளையாக இருப்பதனால் நான் ஸ்வேதன்... எங்கள் அன்னை அவ்வண்ணம்தான் அழைக்கிறாள்” என்றான் சகதேவன். “நான் ஆடியில் என்னைப்பார்த்தால் அவன் தெரிகிறான். அவன் கெட்டவன். ஆகவே நான் ஆடியில் பார்ப்பதே இல்லை...”

அவர்களை அரண்மனை இடைநாழியில் நின்ற மாலினி வந்து வாங்கிக் கொண்டாள். “என்ன கற்றீர்கள் இளவரசே?” என்று அவள் கேட்க நகுலன் “காலில் தேர் இடிக்கவேயில்லை...” என்றான். சகதேவன் அவள் தலையைப் பிடித்துத் திருப்பி “என் காலிலும் இடிக்கவேயில்லை தெரியுமா?” என்றான். கைகளைத் தூக்கி “நாளைக்கும் இடிக்கவே இடிக்காது... அதனால் நான் நாளைக்கு முற்றத்தில் ஓடவே மாட்டேன்” என்றான். மாலினி திரும்பி கர்ணனை நோக்கி புன்னகை செய்துவிட்டுச்சென்றாள். நகுலன் “காட்டுக்குள் செல்லும்போது குழந்தைகளை ஓடவே சொல்லக்கூடாது. ஓடினால் குழந்தைகளுக்கு கால்கள் வலிக்கும் தெரியுமா? அவை எல்லாம் சின்னக்குழந்தைகள்தானே?” என்று சொல்லிக்கொண்டே சென்றான்.

கர்ணன் திரும்பி தேர் நோக்கிச்செல்லும்போது உப்பரிகையில் ஒரு வெண்ணிற அசைவைக் கண்டு விழிதூக்கினான். முகத்தை மூடிய வெண்ணிற ஆடையுடன் உப்பரிகை வழியாக நடந்து செல்பவள்தான் யாதவப்பேரரசி என்று அந்த அசைவிலேயே கண்டுகொண்டான். அவன் அவளைப்பற்றி எண்ணிக்கொண்டே தேரில் சென்றான். அன்று ராதையிடம் “இன்று நான் யாதவப் பேரரசியைப் பார்த்தேன். வெண்ணிற ஆடையில் உப்பரிகை வழியாகச் சென்றார்கள்” என்றான். ராதை ஆவலுடன் “அழகியா?” என்றாள். “அவர்களின் ஆடைமூடிய பக்கவாட்டு முகத்தையே நோக்கினேன். நிமிர்ந்த உயரமான தோற்றம் கொண்டவர்கள்...” என்றான்.

ராதை “பேரழகி என்று சொல்கிறார்கள் இங்கே... அவர்களின் அழகை மைந்தர்களில் எவரும் அடையவில்லை என்கிறார்கள்” என்றாள். அதிரதன் உரக்க “இந்த அஸ்தினபுரியில் அவர்கள்தான் உண்மையில் அரசி. இங்கே வீரர்கள் அனைவரும் அவர்களின் பெயர் சொன்னாலே பணிகிறார்கள்” என்றார். “பாரதவர்ஷத்தின் சக்ரவர்த்தினி அவர்கள்தான் என்று ஒரு சூதன் பாடியதும் வீரர்கள் வாழ்த்துக்கூவியபடி செம்புநாணயங்களை அள்ளி அவனுக்குப்போட்டார்கள்...” என்றார். ராதை “ஆம் அது

எவருக்குத் தெரியாது?” என்றாள். அதிரதன் ஆர்வத்துடன் அருகே வந்து “ஆனால் காந்தார அரசியை அனைவருமே வெறுக்கிறார்கள். இங்கே இரு அரசியரின் மைந்தர்களில் எவர் அரியணை ஏறுவதென்று ஒரு பூசல் இருக்கிறது தெரியுமா?” என்றார்.

ராதை “வெளியே போ கிழவா. நான் என் மைந்தனிடம் பேசிக்கொண்டிருக்கிறேனல்லவா?” என்று சீற அதிரதன் “சமையற்காரிக்கெல்லாம் என்ன அரசியல் தெரியும்” என்று முணுமுணுத்தபடி வெளியே சென்றார். ராதை “மறுமுறை அவர்களைப் பார்க்கையில் அவர்களின் பாதங்களைத் தொட்டு வணங்கு. அல்லது அப்பாதங்கள் பட்ட மண்ணைத் தொட்டுத் தலையில் வைத்துக்கொள்” என்றாள். கர்ணன் “ஏன்?” என்றான். “அவர்கள் கொற்றவையின் வடிவம்” என்றாள் ராதை.

கர்ணன் எழுந்துகொண்டு “அன்னையே நான் இப்பிறவியில் உங்களிருவரின் பாததூளியன்றி எதையும் அணியமாட்டேன்” என்றான். ராதை சினத்துடன் “நான் சொல்வதை நீ கடைப்பிடிக்கவேண்டும்...” என்றாள். “இன்னொருவரை பணியும்படி நீங்கள் ஆணையிட்டால் அதை நான் ஏற்கமுடியாது. இன்னொருவரைப் பணியும்போது உங்களை மட்டுமே பணிவதன் பேரின்பத்தை இழந்தவன் ஆவேன்” என்றபின் எழுந்து வெளியே சென்றான்.

மறுநாள் இரு இளவரசர்களையும் தேரில் ஏற்றிக்கொள்கையில் நகுலன் “மூத்தவரே, இன்றைக்கும் நான் ஓடவேண்டுமா?” என்று ஏக்கத்துடன் கேட்டான். “இல்லை, இன்றைக்கு ஓடச்சொல்லக்கூடாது என்று நான் சுசரிதரிடம் சொல்லிவிடுகிறேன்” என்றான். சகதேவன் “அன்னை உங்களை சூதரே என்று அழைக்கக்கூடாது என்று சொன்னார்கள். மூத்தவரே என்றுதான் அழைக்கவேண்டும் என்றார்கள். நீங்கள் மூத்தவர்தானே? அதனால்தானே நீங்கள் அவ்வளவு உயரமாக இருக்கிறீர்கள்?” என்றான். சகதேவன் “நீங்கள் வில் தொடுப்பதை நான் பார்த்தேன்...” என்றபின் எழுந்து கைகளை விரித்து “அவ்வளவு பெரிய அம்பு” என்று சொல்லி தேரின் ஆட்டத்தில் தமையனுடன் மண்டையை மோதிக்கொண்டான்.

கர்ணனின் கண்கள் அலைந்து இடைநாழிகளைத் துழாவி மீண்டன. எதைத் தேடுகிறேன் என்று அவன் உள்ளூர எண்ணிக்கொண்டான். யாதவப்பேரரசியையா? அவர்களை ஏன் அவன் நோக்கவேண்டும்? அவளை முதலில் பார்த்ததும் அவனுள் எழுந்த அந்த படபடப்புக்கு என்ன பொருள்? எங்கோ அவன் அவளை எண்ணிக்கொண்டிருக்கிறான். அவன் அகம் அறிந்த உண்மை ஒன்றுண்டு, அவள் அவனை அறியாமல் நோக்கிக்கொண்டிருக்கிறாள். அவனுக்குச் சுற்றும் சதுரங்கக் காய்களை நீக்கிக்கொண்டிருப்பவள் அவள்தான். மாலையில் அவர்களைக்

கொண்டுவிடும்போதும் அவன் விழிகளால் துழாவினான். ஒவ்வொரு நாளும் அந்தப் பரபரப்பு இருந்தது. ஆனால் அதன்பின் அவன் அவளைப் பார்க்கவில்லை.

பின்பு அவ்வரண்மனையே அவளாக மாறியது. அதன் சாளரங்கள் அனைத்தும் விழிவிரித்து அவனை நோக்கின. அதன் வாயில்கள் இதழ்திறந்து அவனைநோக்கி ஏதோ கூறின. அதன் ஓசைகள் அவனிடம் அறியாத மொழியில் பேசிக்கொண்டிருந்தன. அவ்வரண்மனையைக் காண்பதே அவன் நெஞ்சை கோல்கொண்ட முரசென ஒலிக்கச்செய்தது. ஒவ்வொரு நாளும் அவ்வரண்மனையின் முற்றத்தை எண்ணியபடி காலையில் கண்விழித்தான். கனத்துக் குளிரும் கால்களுடன் அங்கே வந்து தேருடன் காத்து நின்றான். “மூத்தவரே!” என்று கூவியபடி உருவும் நிழலும் ஒருங்கே வருவதுபோல வந்த இரட்டையரை அள்ளி தேரில் ஏற்றும்போது எங்கோ தன்னை எவரோ நோக்கிக்கொண்டிருப்பதை உணர்ந்தான்.

அன்று அவன் தேர்முற்றத்தை அடைந்தபோது அங்கே முன்னரே மூடுதிரையிட்ட அரசத்தேர் ஒன்று நின்றிருந்தது. இரண்டு காவல் வீரர்கள் வேலுடன் நிற்க அப்பால் இன்னொரு தேர் நின்றது. தன் தேருடன் வந்த கர்ணன் சற்றுத் தயங்கி முற்றத்தின் ஓரமாக நின்றுகொண்டான். மூடுதிரையிடப்பட்ட தேரில் மார்த்திகாவதியின் யாதவர்களுக்குரிய சிம்மக்கொடி பறந்துகொண்டிருந்தது. நெஞ்சு படபடக்க கர்ணன் கைகளைக் கட்டிக்கொண்டு காத்து நின்றான். உள்ளே இடைநாழியில் மங்கல இசையும் வாழ்த்தொலிகளும் எழுந்தன. முதற்கோலி முன்னால் வந்து தன் வெள்ளிக்கோலைத் தூக்கி “யாதவப் பேரரசி வருகை” என்று அறிவித்ததும் கோட்டைமேலிருந்த பெருமுரசம் மெல்ல அதிர்ந்தது. கொம்பும் சங்கும் பிளிறியடங்கின.

மங்கலப்பரத்தையரும் அணுக்கச்சேடியரும் இருபக்கமும் வர குந்தி வரும் ஆடையோசையை கர்ணன் கேட்டான். விழிகளைத் தூக்கி அவன் நோக்கியபோது இரு வெண்பாதங்கள் பட்டுமிதியடிகளைக் கவ்வியபடி வருவதைக் கண்டான். அவற்றுக்குமேல் பட்டாடையின் பொன்னூல்விளிம்பு உலைந்து குலைந்து நெளிந்தது. மான்விழிகள் என ஒளிவிட்ட பத்து நகங்களும் அவனை நோக்கிப் புன்னகைத்தன. மண்ணைத் தொட்டுத்தொட்டு ஆசியளித்துச் சென்றன அவை. படிகளில் இறங்கி முற்றத்து செங்கல்பரப்பில் நடந்து பட்டுமெத்தையிட்ட தேரின் படிகளில் ஏறி செம்பட்டுத்திரைச்சீலைக்குள் மறைந்தன. தேர் குலுங்கித் திரும்பியபோது அவன் நீள்மூச்சுடன் அம்பு சென்ற வில்லெனத் தளர்ந்தான்.

“மூத்தவரே!” என்றுகூவியபடி இளவரசர்கள் இடைநாழியைக் கடந்து அவனை நோக்கி ஓடிவந்தனர். அவன் அவர்களைத் தூக்கி தேர்த்தட்டில் அமரச்செய்தான். அவர்களுக்குப் பின்னால் வந்த வெண்மஞ்சள் நிறமான பேருடல் கொண்டவன் தன் தேரை அணுகியபின் திரும்பி அவனையே நோக்கினான். அவர்கள் விழிகள் சந்தித்ததும் அவன் திரும்பி தேரில் ஏறிக்கொண்டான். கர்ணன் தன் தேரைக் கிளப்பினான்.

“அதுதான் எங்கள் மூத்தவர் பீமசேனர். உலகிலேயே ஆற்றல்மிக்க தோள்கள் கொண்டவர்” என ஆரம்பித்த நகுலனின் கைகளைப் பிடித்துத் தடுத்து சகதேவன் முந்தி வந்து “அவர்… அவர் அவ்வளவு பெரியவர்” என்றான். நகுலன் இடைமறித்து “யானையையே அவர் அடித்து வீழ்த்திவிடுவார். கதாயுதத்தை…” என சொல்ல அவனைப் பிடித்துத் தள்ளிய சகதேவன் “போடா… போடா… யானையை இல்லை… குதிரையை… பெரிய குதிரையை” என்றான். “போடா, யானையை. நான் பார்த்தேன்” என்று நகுலன் அவனை அடித்தான். “சண்டைகூடாது” என்று கர்ணன் உரக்கச் சொல்ல நகுலன் “இவன்தான் பொய் சொல்கிறான் மூத்தவரே” என்றான். “போடா, நீதான்” என்றான் சகதேவன். “இருவரும் உண்மைதான் சொல்கிறீர்கள்” என்றான் கர்ணன் சிரித்துக்கொண்டே.

“மூத்தவர் பீமசேனர் அங்கே வடக்கே பால்ஹிகநாட்டில் கதைபயிலச் செல்கிறார்” என்றான் நகுலன். சகதேவன் “பால்ஹிகநாட்டில் இருந்து அவர் எங்களுக்கு மூன்று…” என்று கையைக் காட்டி அவ்விரல்களை நோக்கியபின் அதை தலையை ஆட்டி அழித்து “…இல்லை நான்கு பெரிய யானைக்குட்டிகளை கொண்டுவந்து தருவார்” என்றான். “அவர் எப்போது பால்ஹிக நாட்டுக்குச் சென்றார்?” என்றான் கர்ணன் “நாங்கள் சின்னக்குழந்தைகளாக இருக்கும்போது” என்றான் நகுலன். “அதன்பின் இப்போதுதான் வருகிறார்… இனிமேல் நாங்கள் பெரியவர்களாக ஆனபின்னர்தான் வருவார்.” சகதேவன் “யானைகளை கொண்டுவருவார்” என்றான்.

தன் முகம் புன்னகையில் மலர்ந்திருப்பதை கர்ணன் சற்றுக்கழித்துதான் உணர்ந்தான். உடனே மேலும் நகைத்துக்கொண்டு புரவியின் மீது பவுக்கால் தட்டினான். அறியாமலேயே தன் நாவில் எழுந்த சொற்கள் எப்போதோ அங்கநாட்டில் பஞ்சமகாதேவி பூசையன்று கேட்டவை என்று அறிந்தான். ‘மும்மூர்த்திகளின் தலைகள்மேல் வைக்கப்பட்ட ஒளிரும் பாதங்களே, பிரம்மம் என்று உங்களைச் சொல்கிறார்கள் ஞானியர்.’ பின் அந்த ஈரடிகளின் முன்னும் பின்னுமாகச் சென்று அந்த வரிகளை முழுக்க நினைவில் மீட்டுக்கொண்டான். ‘நீ துர்க்கை! நீ லட்சுமி! நீ சரஸ்வதி! நீ சாவித்ரி! நீயே ராதை! அன்னையே, அகிலத்தை ஒளிபெறச்செய்யும் ஐந்துமுகம் கொண்ட அணையா விளக்கல்லவா நீ?’

கிருபரின் குருகுலத்தில் அவர் அருகே நின்று அவர் கற்பிப்பதைக் கண்டுகொண்டிருக்கையிலும் அவனுள் அச்சொற்களே ஓடிக் கொண்டிருந்தன. சுசரிதர் நகுலனுக்கும் சகதேவனுக்கும் வாளேந்தக் கற்றுக்கொடுத்துக்கொண்டிருந்தார். இருவரும் அவர் சொல்வதை சுருங்கிய விழிகளுடன் நோக்கி நின்றனர். கர்ணன் அருகே சென்றான். இளையவர்கள் சுசரிதரை கண்களைச் சுருக்கி நோக்கியபடி அரை மண்டியில் நின்றனர்.

“அங்குஷ்டம், குல்ஃபம், பாணி, பாதம் என நான்கும் ஒன்றுடன் ஒன்று இணைந்துள்ள நிலையை சமபதம் என்கிறார்கள். சமபதத்தில் உடல் இரு எடையும் முற்றிலும் நிகராக உள்ள தராசுத்தட்டின் முள் போல நிற்கிறது. அந்நிலையில் மானுடனால் அதிகநேரம் நிற்கமுடியாது” என்றார் சுசரிதர். “ஏன்?” என்றான் சகதேவன். “ஏனென்றால் சமபதத்தில் இயல்பாக நிற்கும் உயிர்களே மண்ணில் இல்லை” என்றார் சுசரிதர். “ஏன்?” என்று சகதேவன் மீண்டும் கேட்டான். “அது உடலின் இயல்பல்ல என்பதனால்தான்” என்று சுசரிதர் சொன்னார். “ஏன்?” என்று சகதேவன் மீண்டும் கேட்க சுசரிதர் “அவ்வாறு நூலில் சொல்லப்பட்டிருக்கிறது” என்றார். “ஏன் நூலில் அவ்வாறு சொல்லப்பட்டிருக்கிறது?” என்றான் சகதேவன்.

கர்ணன் புன்னகையுடன் அருகே வந்து குனிந்து “ஏனென்றால் மானுடனின் அகம் பலதிசைகளிலும் பீரிட்டுக் கொண்டிருக்கிறது. ஆகவே தராசுத்தட்டு அலைபாய்ந்துகொண்டே இருக்கிறது. ஒவ்வொரு திசைவேகத்தையும் தன் சித்தத்தால் அடக்கியபடியே மானுடன் சமபதத்தில் நிற்கிறான். அவன் அகம் அவ்வாறு அகத்தை அடக்கியிருக்கையில் மட்டுமே சமபதம் நீடிக்கும். அகம் சற்றே விலகினாலும் உடல் அதைக் காட்டும்” என்றான். “வாளை எடுங்கள் இளவரசே!”

இருவரும் வாள்களை எடுத்துக்கொண்டார்கள். “சமபதத்தில் நில்லுங்கள்” என்று அவன் சொல்ல இருவரும் சமபதத்தில் வாளை முன்னால் நீட்டி நின்றனர். “வாள்நுனியை மட்டும் கருத்தில்கொள்ளுங்கள்... நீங்கள் எண்ணும் திசை எதுவோ அத்திசை நோக்கி உங்கள் வாள் அசைவதைக் காண்பீர்கள்” என்றான் கர்ணன். அவர்கள் அசையாமல் நிற்க அப்பால் தேர் ஒன்று வரும் ஒலி கேட்டது. அவர்கள் இருவரின் வாள்களும் ஒரேசமயம் அத்திசை நோக்கித் திரும்பின. நகுலன் “மூத்தவர், பீமசேனர்!” என்றான். அதேகணம் கர்ணன் அவன் வாளை தன் வாளால் அடித்தான். “ஒவ்வொரு விழிவிலகலும் உயிரைப்பறிக்கும்” என்றான்.

நகுலன் தன் வாளைச்சுழற்றி கர்ணனின் வாளைத் தாக்க சகதேவனும் வீசியபடி முன்னால் வந்தான். கர்ணன் இருவாள்களையும் தன் வாளால் தடுத்துக்கொண்டு முன்னேறினான். கர்ணன் தனக்குப்பின்னால் பீமன்

வந்துவிட்டதை உணர்ந்து திரும்புவதற்குள் பீமன் உரக்க “டேய் சூதா... நிறுத்து...” என்று கூவினான். கையில் வாளுடன் கர்ணன் திகைத்து நிற்க அப்பால் பயிற்சியில் இருந்த இளங்கௌரவர்களும் கிருபரும் திரும்பி நோக்கினர். “சுசரிதரே, இளையவர்களை அழைத்துச்செல்லுங்கள்” என்று பல்லைக்கடித்துக்கொண்டு சொன்ன பீமன் “நீ சூதன் அல்லவா?” என்று கர்ணனிடம் கேட்டான்.

கர்ணன் “ஆம்” என்றான். பீமனின் கண்கள் நீர்ப்படலத்துடன் சிவந்திருந்தன. அவன் கழுத்தின் நரம்புகள் இழுபட்டு தோள்தசைகள் உருண்டு அசைந்தன. “நீசா, ஷத்ரியர்களுக்கு எதிராக வாளேந்த எப்படித் துணிந்தாய்?” என்றான் பீமன். கிருபர் “பீமா, வேண்டாம். நில்! நான் சொல்வதைக்கேள்!” என்று கூவியபடி ஓடிவந்தார். “கர்ணா, நீ எதிர்க்காதே... என் ஆணை” என்றார்.

“இது எளிய பயிற்சிதான் வீரரே” என்று கர்ணன் சொல்வதற்குள் பீமன் “சீ, இழிபிறவியே, எந்த நெறிநூல் உனக்கு வழிகாட்டியது?” என்றான். கர்ணன் “இது வெறும் பயிற்சி என்பதனால்...” என்று மீண்டும் சொல்வதற்குள் பீமன் கர்ணனின் முகத்தில் ஓங்கியறைந்தான். நிலைதடுமாறிச் சரிந்து உடனே அனிச்சையாகச் சுழன்று எழுந்த கர்ணனின் வாள் ஒளிர்ந்து எழ “கர்ணா, என் ஆணை, எதிர்க்காதே” என்று கூவியபடி அருகே வந்தார் கிருபர்.

பீமன் மீண்டும் கர்ணனை ஓங்கி அறைந்தான். உதட்டிலும் பற்களிலுமாகப் பட்ட அடியின் விசையில் கர்ணன் மண்ணில் பின்னால் சாய்ந்து விழுந்தான் “இழிமகனே, இனி நீ ஷத்ரியர் முன்னால் படைக்கலத்துடன் நிற்பதைக்கண்டால் அக்கணமே உன் தலையை வெட்டி வீசுவேன். சென்று சம்மட்டியை எடுத்துக்கொள்... போடா” என்று சொன்னபடி எட்டி கர்ணனின் மார்பில் உதைத்தான் பீமன். மண்ணில் தலை பட மல்லாந்து விழுந்து கிடந்த கர்ணனின் முகத்தின்மேல் காறித்துப்பிவிட்டு பீமன் திரும்பி நடந்தான்.

கிருபர் அவன் பின்னால் ஓடிவந்தபடி “இளவரசே, இவர் இங்கே பயில வேண்டுமென்பது மாமன்னரின் ஆணை” என்றார். சினத்துடன் திரும்பிய பீமன் “அப்படியென்றால் மாமன்னரிடம் நான் போரிடுகிறேன். அவர் கையால் தலை உடைந்து இறக்கிறேன். ஆனால் இந்த இழிமகன் இனி இங்கே பயிலலாகாது. இனி இவன் ஷத்ரியர்களுக்கு இணையாக நின்று வாளேந்தலாகாது. இது என் ஆணை...” என்றபின் சென்று தன் தேரில் ஏறிக்கொண்டான்.

9

அதிகாலையில் கங்கைக்குச் சென்றுகொண்டிருந்த துரோணரின் இருபக்கமும் அர்ஜுனனும் அஸ்வத்தாமனும் நடந்துகொண்டிருக்க அவர்களுக்குச் சற்று பின்னால் கர்ணன் நடந்துசென்றான். "ஸ்மிருதிகள் என்பவை நினைத்திருக்கப்படவேண்டியவை. ஏனென்றால் நினைத் திருக்கப்பட்டால் மட்டுமே அவை நீடிக்கின்றன. மண்ணில் எவருமே நினைத்திருக்காவிட்டாலும் நீடிக்குமென்றால் மட்டுமே அவை சுருதிகள் எனப்படும்" துரோணர் சொன்னார். "பதினெண்மர் மானுடருக்கு ஸ்மிருதிகளை அருளியிருக்கிறார்கள். முதல் நெறிநூல் முதல்மூர்த்தியான விஷ்ணுவால் ஆக்கப்பட்டது என்பார்கள். அத்ரி, ஹரிதர், யாக்ஞவால்கியர், அங்கிரஸ், யமன், ஆபஸ்தம்பர், சம்விரதர், காத்யாயனர், பிரஹஸ்பதி, பராசரர், வியாசர், சங்கர், லிகிதர், தக்ஷர், கௌதமர், சதபதர், வசிஷ்டர் எனும் வரிசையில் இறுதி ஸ்மிருதி மனுவால் ஆக்கப்பட்டது.

"ஸ்மிருதிகளனைத்தும் சொல்வது ஒன்றே. அதை அறம் எனலாம். சொல்லும் கோணங்களும் செல்லும் வழிகளுமே மாறுபடுகின்றன என்பார்கள். ஒவ்வொரு யுகத்துக்கும் உரிய ஸ்மிருதிகள் வேறு. மாறுவதனாலேயே ஸ்மிருதிகள் வாழ்கின்றன, மாறாத தன்மையால் சுருதிகள் வாழ்கின்றன. ஸ்மிருதிகளை சுருதிகளுக்கு நிகராக்குபவன் மாறா இருளை அடைகிறான்" துரோணர் சொன்னார். "ஸ்மிருதிகள் ஆடலுக்காக வகுக்கப்பட்ட களங்கள். அவை ஆடலை நெறிப்படுத்துகின்றன. ஆடலுக்குப்பின் அவை அழிக்கப்பட்டாகவேண்டும்." கங்கையை அடைந்ததும் அவர் நின்று விட அர்ஜுனன் அவர் கையில் இருந்த மரவுரியாடையை வாங்கிக்கொண்டான். அவர் இருகைகளையும் கூப்பி வணங்கினார்.

அவர் நீரில் இறங்கியதும் அர்ஜுனன் தானும் நீரில் இறங்கினான். அஸ்வத்தாமன் இறங்கி தந்தையின் அருகே நின்றுகொண்டான். கர்ணன் படிகளில் கால்வைக்காமல் பக்கவாட்டில் நாணல்புதர்கள் வழியாக இறங்கி நீர் விளிம்பை அடைந்து நீரில் கால்படாமல் கால்மடித்து அமர்ந்துகொண்டான். மூழ்கி எழுந்து நீர் சொட்ட நின்று கைகளில் நீர் இறைத்து நுண்சொல் உரைத்து மூதாதையரையும் தெய்வங்களையும் வணங்கியபின் மீண்டும் மூழ்கி எழுந்த துரோணர் முந்தைய சொற்களின் தொடர்ச்சியாக பேசத்தொடங்கினார்.

“உயிர்க்குலங்களுக்குள் உள்ளுறைந்திருக்கும் பிரம்மத்தின் ஆணைகளை அறிந்து மானுடவாழ்க்கையை ஆளும் நெறிகளை வகுத்தளித்தனர் ஸ்மிருதிகளை இயற்றிய முன்னோர். பறவைகளிலிருந்தும் பூச்சிகளில் இருந்தும் மிருகங்களிலிருந்தும் புழுக்களிலிருந்தும் நெறிகள் கண்டடையப் படுகின்றன. ஒவ்வொரு காலத்திலும் ஸ்மிருதிகள் மாறிக்கொண்டிருப்பது அதனால்தான். முன்பு கிருதயுகத்தில் மானுடருக்கு அளிக்கப்பட்டவை பறவைகளின் ஸ்மிருதிகள். அவர்கள் உணவுண்ணவும் கூடுகட்டவும் இரவணையவும் மட்டுமே மண்ணுக்கு வந்தனர். அவர்கள் வாழ்ந்த வானம் இடங்களென்றும் திசைகளென்றும் பிரிக்கப்படாததாக இருந்தது. மானுடர் அவர்களின் சிறகுகளினாலேயே அளவிடப்பட்டனர். அவர்கள் விண்ணிலெழும் உயரத்தினாலேயே மதிக்கப்பட்டனர்.

“திரேதாயுகத்தில் பூச்சிகளிலிருந்து நெறிகள் எடுக்கப்பட்டன. சிறகுகள் குறுகினாலும் அவர்களும் வானில்தான் இருந்தனர். இசையே அவர்களின் மொழியாக இருந்தது. சேற்றிலும் அழுகலிலும் பிறந்து புழுக்களாக நெளிந்தாலும் தவம் செய்து அவர்கள் ஒளிரும் சிறகுகளைப் பெற்றனர். ஆயிரம் கண்களுடன் விண்ணிலெழுந்து முடிவிலியில் திளைத்தனர். உறவின் பெருவல்லமை அவர்களைக் காத்தது. அன்று மானுடர் ஒற்றைப்பெரும் சித்தமாக இப்பூமியை மும்முறை சூழ்ந்து நிறைந்திருந்தனர்.”

துரோணர் தொடர்ந்தார் “இந்த துவாபரயுகத்தில் மிருகங்களிடமிருந்து நெறிகள் கண்டடையப்பட்டுள்ளன. ஒவ்வொரு மிருகமும் மண்ணைத் தன்னுடையதென எல்லைவகுத்துக்கொண்டிருக்கிறது. நிறைவில்லாது சுற்றிவந்து தன் எல்லைகளைக் காக்கிறது, பிற எல்லைகளுக்குள் நுழைவதைக் கனவுகாண்கிறது. மிருகங்களின் கண்கள் பிறமிருகங்களைக் கூர்ந்தறியும் திறன்கொண்டவை. அவற்றின் நகங்கள் பிற மிருகங்களுடன் சமராடுவதற்குரியவை. அவற்றின் கால்கள் வெல்லவும் தப்பவும் வடிவம் கொண்டவை. மிருகம் மிருகத்தின் மீதான அச்சத்தாலேயே தன் அகத்தையும் புறத்தையும் அடைந்திருக்கிறது. ஆனால் தன்

தனிமையில் அமர்ந்து அது வானை நோக்கி ஏங்குகிறது. சிறகுகளைக் கனவுகாண்கிறது.

“கலியுகத்தின் நெறிகள் புழுக்களிலிருந்து கண்டடையப்பட்டுள்ளன. எதில் பிறந்தார்களோ அதையே உண்டு அதிலேயே மடிவார்கள் மனிதர்கள். ஒருவரை ஒருவர் தழுவிக்கொண்டு ஒற்றைப்பேருடலாக நெளிந்தாலும் எவரும் பிறரை அறியமாட்டார்கள். சிறியதைப் பெரியது உண்ணும். பசியெடுத்தால் மைந்தரைப் பெற்றோரும் பெற்றோரை மைந்தரும் உண்பார்கள். விழியிருந்தாலும் அவர்களால் வானைப் பார்க்கவே முடியாது” துரோணர் சொன்னார். நீராடி முடித்து மரவுரியால் தலைது வட்டிவிட்டு அர்ஜுனன் கையில் கொடுத்துவிட்டு நடந்தார். மரவுரியை விரைந்து நீரில் தோய்த்துப் பிழிந்துகொண்டு துரோணர் பின்னால் ஓடினான் அர்ஜுனன். புதருக்குள் இருந்து எழுந்து அவரைத் தொடர்ந்து சென்றான் கர்ணன்.

அவனை அங்கு வரச்சொன்னவள் ராதை. கிருபரின் குருகுலத்தில் பீமனின் தேர் சகட ஒலியுடன் தெருவிற்குச் சென்றபின்னர்தான் கர்ணன் எழுந்தான். இரும்புக்குண்டுகளை உடலில் கட்டித்தொங்கவிடப்பட்டதுபோல கால்களைத் தூக்கிவைத்து தளர்ந்து நடந்தான். எவர் விழிகளையும் பார்க்காமல் வெளியே சென்று தேர்ச்சாலையை அடைந்து கால்களாலேயே செலுத்தப்பட்டு நடந்தான். கிருபரோ பிறரோ அவனை நோக்கி வரவில்லை. மக்கள் நெரிந்து கொண்டிருந்த அஸ்தினபுரியின் சாலைகள் வழியாக நடந்துவந்து வடக்குவாயிலை அடைந்திருப்பதைக் கண்டான். நெடுமூச்சுடன் வெளியே சென்று காந்தாரத்தினரின் குடில்நிரைகள் வழியாகச் சென்று புராணகங்கைக்குள் நுழைந்தான்.

நான்குநாள் அவன் புராணகங்கையின் காட்டுக்குள் சென்றுகொண்டே இருந்தான். எங்கிருக்கிறோமென உணராதவனாக, ஓடைகளிலும் சுனைகளிலும் முகம் தெரியும்போதெல்லாம் அமிலத்தைக் கழுவுபவன் போல நீரை அள்ளி அள்ளிவிட்டு முகத்தைக் கழுவிக்கொண்டு சென்றபடியே இருந்தான். நான்காம்நாள் இளங்கதிர்வேளையில் காட்டுச்சுனை ஒன்றில் குனிந்து முகம் கழுவிக்கொண்டபோது அவன் தன் நீர்ப்படிமத்தைக் கண்டான். விண்மீன்கள் எனச்சுடர்ந்த தன் மணிக்குண்டலங்களையும் பொன்னொளிர்ந்த கவசத்தையும் திகைப்புடன் நோக்கிப் பின்னகர்ந்தான். பின் மீண்டும் வந்து அதை நோக்கி ஊழ்கத்திலென அமர்ந்திருந்தான்.

அன்று இரவு அவன் தன் இல்லத்துக்குத் திரும்பிவந்த போது அகல்விளக்கின் சுடர்முத்துடன் திண்ணையில் அமர்ந்திருந்த ராதையைக் கண்டான். அவன் ஒன்றும்பேசாமல் அவளருகே அமர்ந்துகொண்டான்.

அவள் எழுந்து சென்று அவனுக்கு அப்பங்களையும் கீரைப்பருப்புக் கூட்டையும் எடுத்துவந்தாள். அவன் ஒருசொல்கூட பேசாமல் உண்டுவிட்டு திண்ணையிலேயே படுத்துக்கொண்டான். ராதை வந்து அவன் தலைமாட்டில் அமர்ந்தாள். அவன் கண்களை மூடி அவளை உணர்ந்துகொண்டிருந்தான்.

“கருமணம் மாறாத உன்னைக் குளிப்பாட்டிக்கொண்டிருந்தேன்” என்று ராதை இருளில் மெல்ல பேசத்தொடங்கினாள். “காலையிளவெயில் உன்மேல் பட்டுச் சுடர்ந்தபோது உன் மீது பரவிய நீர்த்துளிகள் காதுகளில் ஒளிக்குண்டலங்கள் போல் தோன்றின. மார்பில் சுடரெழும் கவசங்களாக இருந்தன. நீ அவற்றுடன் பிறந்தவன்.” கர்ணன் பெருமூச்சுவிட்டான். “உன்னை நீராட்டும்போதெல்லாம் அதைக் கண்டிருக்கிறேன். நீ சூதனல்ல, விண்ணுலாவும் சூரியனின் மைந்தன். ஆகவே ஷத்ரியன்.”

கர்ணன் சொல்லமுற்படுவதற்குள் ராதை சொன்னாள் “நீ துரோணரிடம் சென்று சேர்ந்துகொள். உனக்கு வில்வேதம் கற்பிக்கும் நல்லூழ் அவருக்கிருக்குமென்றால் அவர் உனக்கு ஆசிரியராவார். ஆனால் ஒன்றை உணர்ந்துகொள். உனக்குரிய ஆசிரியன் உன்னைக் கண்டடைவான். வில் உன் கையில் முழுமை பெறும். அதில் எனக்கு ஐயமே இல்லை.” கர்ணன் பெருமூச்சுவிட்டான். “நாளையே கிளம்பு” என்றாள் ராதை.

அன்று இரவு அவன் துரோணரின் குருகுலத்தில் அவரது குடில்வாயிலில் வந்து அமர்ந்துகொண்டான். அவனுடைய சித்தத்தின் அழைப்பை தன் கனவுக்குள் கண்டு அவர் எழுந்துகொண்டார். குடிலின் படலைத் திறந்து வெளியே வந்து வாயிலில் நின்று கண்கள் இருளில் மின்ன அவனை நோக்கினார். கர்ணன் தன் இரு கைகளையும் விரித்து “கல்வியை ஈயுங்கள் ஆசிரியரே!” என மெல்லிய குரலில் சொன்னான். துரோணர் அசைவில்லாமல் அங்கேயே நின்றிருந்தார். அவரது குழல்கற்றை காற்றில் பறந்துகொண்டிருந்தது. அவன் தன் விரித்த கைகளுடன் அசையா நிழலென அமர்ந்திருந்தான்.

அவர் திரும்பி உள்ளே செல்லப்போனார். பின்னர் திரும்பி அருகே வந்து “நீ யார்?” என்றார். “நான் அங்கநாட்டு குதிரைச்சூதர் அதிரதனின் மைந்தன், என் பெயர் வசுஷேணன்” என்றான் கர்ணன். “இங்கே நான் ஷத்ரியர்களுக்கு மட்டுமே வில்வித்தை கற்பிக்கிறேன்” என்று சொல்லிவிட்டு துரோணர் திரும்பினார். கர்ணன் “நான் சூதனின் உடலுக்குள் வாழும் ஷத்ரியன் குருநாதரே” என்றான். துரோணரின் உடலில் காற்றுச்சுடரென ஓர் அசைவு சென்றுமறைந்தது. சினத்துடன் திரும்பி “மூடா, உனக்கெதற்கு வில்வேதம்? அதைக்கொண்டு நீ செய்யப் போவதென்ன?” என்றார்.

“என் ஆன்மா எரிந்துகொண்டிருக்கிறது குருநாதரே. அவமதிப்பை அடைந்த ஆண்மை கொண்டவன் அறியும் நரகத்துக்கு நிகரென எதையும் தெய்வங்கள் படைக்கவில்லை.” துரோணர் உரக்க “ஆம், ஒவ்வொருவருக்கும் அவர்களுக்குரிய நரகத்தைப் படைத்தே மண்ணுக்கனுப்புகின்றன தெய்வங்கள். அந்நரகத்தில் இருந்து மானுடன் எதனாலும் தப்ப முடியாது. உன் சிதையில் நீ எரிந்தடங்கியாகவேண்டும் என்பதே உன் விதி... செல்” என்றார். அவரது உடல் பதறிக்கொண்டிருந்தது. “அவமதிக்கப்பட்டவனுக்கு இன்பம் இல்லை, வெற்றி இல்லை, ஞானமும் வீடுபேறும் இல்லை. மூடா, அவன் அடையும் அனைத்தும் அந்த அடியற்ற இருண்ட பிலத்தில் விழுந்து மறைந்துகொண்டே இருக்கும்... போ, இனி என் கண்முன் வராதே” என்றபின் குடிலுக்குள் திரும்பிச்செல்ல முயன்றார்.

“குருநாதரே, இனி என்னால் ஒருகணமேனும் துயிலமுடியாது. என் முகத்தில் வழிந்த அவமதிப்பின் எச்சிலை பல்லாயிரம் முறை கழுவிவிட்டேன். அது அங்கே கற்செதுக்கு போலப் பதிந்துவிட்டது. ஆறாப்புண் என என் அகம் சீழ்கட்டி அழுகிக்கொண்டிருக்கிறது. இவ்வுடலையே ஒரு பெரும் மலக்குவியலாக உணர்கிறேன். ஒருவன் தன் உடலையே அருவருப்பானென்றால் அவனால் எப்படி உணவுண்ண முடியும்? எப்படி மைந்தர்களையும் மலர்களையும் தீண்டமுடியும்? எப்படி நான் என தன் நெஞ்சைத் தொட்டு எண்ண முடியும்? குருநாதரே, உடலெனில் உடல், உயிரெனில் உயிர், ஏழ்பிறவிக்கடனெனில் அது, தங்கள் பாதங்களில் வைக்கிறேன். என்னை ஏற்றருளுங்கள். என்னை விடுவியுங்கள்.”

துரோணர் சிலகணங்கள் அசைவின்றி நின்றுவிட்டு பெருமூச்சுடன் திரும்பியபோது அவரது குரல் மாறிவிட்டிருந்தது. ஏளனத்தில் வளைந்த உதடுகளுடன் “மூடா, அந்த அவமதிப்பில் இருந்து நீ வில்வேதத்தால் மீளமுடியுமா என்ன? நான்குவேதங்களையும் கற்றாலும் இவ்வுலகையே வென்றாலும் அந்த அவமதிப்பின் நாற்றம் உன் ஆன்மாவிலிருந்து நீங்குமா?” என்றார். கர்ணன் கண்ணீர் வழியும் விழிகளுடன் தலைதூக்கி நோக்கினான். துரோணர் “நீங்காது. நான் சொல்கிறேன் கேள், ஒருபோதும் நீங்காது. நீ செய்யக்கூடுவது ஒன்றே. சென்று இக்காட்டில் ஒரு சிதை கூட்டு. எரிதழலில் ஏறு. சாம்பலும் வெள்ளெலும்புகளுமாக எஞ்சு. உன் ஆன்மா விண்ணிலெழும்போது மட்டுமே நீ விடுதலை அடைவாய்” என்றார்.

அடைத்த குரலைச் செருமியபடி துரோணர் சொன்னார் “ஏனென்றால் இவையனைத்தும் இம்மண்ணில் எழுந்தவை. மண்ணின் அனைத்து

மலினங்களையும் எரித்து நீறாக்க நெருப்பால் மட்டுமே முடியும்." கர்ணன் "ஆம்" என்று எழுந்தான். "உன் உடல் எரிந்து நிணமுருகும்போது உன்மேல் இந்த விதியைச் சுமத்தியவர் எவரோ அவர் மீது ஆயிரம்பிறவியின் தீச்சொல் சென்று விழும்... அவர்கள் விதைத்தவற்றை அவர்கள் நூறுமேனி அறுவடைசெய்வார்கள். செல்க!" என்றார் துரோணர். கர்ணன் திகைத்துத் திரும்பி "குருநாதரே, அது நிகழலாகாது" என்றான். "ஏன்?" என்றார் துரோணர். கர்ணன் தலைகுனிந்து "எவர் மேலும் தீச்சொல்லாக நான் மாற விரும்பவில்லை" என்றான்.

துரோணர் கையைத்தூக்கி ஏதோ சொல்லவந்தபின் தாழ்த்திக்கொண்டார். கர்ணன் திரும்பிச்செல்வதை நோக்கிக்கொண்டிருந்தார். பின்னர் "வசுஷேணா, நில்!" என்றார். "உன்னை நான் மாணவனாக ஏற்கிறேன்" என்றார். கர்ணன் திரும்பி மலர்ந்த முகத்துடன் நோக்கினான். "நீ இங்கே இருக்கலாம். சூதர்களுக்கு நான் நேரடியாக கற்பிக்க முடியாது. என் சொற்களை நீ கேட்டறிவதற்குத் தடையில்லை" என்றார். கர்ணன் அவர் அருகே வந்து அவரது பாதங்களைத் தொட்டு வணங்கினான்.

மறுநாள் துரோணர் தன் மாணவர்களைக் கூட்டி தென்நெருப்பை வளர்த்து அதைச்சுற்றி அவர்களை அமரச்செய்தார். எரியைச் சான்றாக்கி கர்ணன் "எந்நிலையிலும் அஸ்தினபுரியின் முடிக்கும் கோலுக்கும் என் வில் குடிமை செய்யும். ஆணை! ஆணை! ஆணை!" என்று சூளுரைத்தான். "இனி இக்குருகுலத்தின் சூதனாக இவன் இருப்பான். குருகுலத்தின் அனைத்து ஏவல்பணிகளையும் செய்ய இவன் கடமைப்பட்டவன். நான் சொல்லும் அனைத்துச் சொற்களையும் செவிமடுக்கும் உரிமையை இவனுக்களிக்கிறேன்" என்றார் துரோணர்.

குடிலை அடைந்ததும் துரோணர் ஈர ஆடைகளைக் களைந்து உலர்ந்தவற்றை அணிந்தபடியே பேசிக்கொண்டிருந்தார். "யோகநூல் அஷ்டமனோகுணங்களால் ஆனதே இப்புடவி என்கின்றது. பரத்வம், அபரத்வம், சங்கியா, பரிமாணம், பிரதக்த்வம், சம்யோகம், விபாகம், வேகம் என்பவை அவை. புறஇருப்புதான் நாம் பொருட்களில் அறியும் முதல் இயல்பு. அகஇருப்பு என்பது அதன் நீட்சி. அவையே பரம், அபரம் என்றாகின்றன. பொருள்நிரையை நம் சித்தம் தொடும்போது எண்ணிக்கை உருவாகிறது. அவற்றை நம் விழியும் கையும் தொட்டறிவதே பரிணாமம். அவை முடிவிலியில் இருந்துகொண்டிருப்பதே பிரதக்த்வம். அவை இணைவது சம்யோகம், பிரிவது விபாகம், அவைகொள்ளும் அசைவே வேகம்.

"புறப்பொருளாக விரிந்துள்ள இப்புடவி இந்த எட்டு இயல்புகளால் ஆனது. இவ்வெட்டையும் மானுடனின் அகஇயல்புகள் என்று யோகம்

வகுக்கிறது. ஆனால் வில்வேதம் ஒன்பது மனோகுணங்களை வகுக்கிறது" என்றார் துரோணர். "அந்த ஒன்பதாவது மனோகுணம் என்ன என்று சொல்லமுடியுமா?" உடையை அணிந்தபடி அவர் வந்து திண்ணையில் அஸ்வத்தாமன் போட்ட மரவுரியில் அமர்ந்துகொண்டார். அர்ஜுனன் அவரது பாதங்களை மரவுரியால் துடைத்தபடி வெறுமனே நோக்கினான். அஸ்வத்தாமன் ஓரக்கண்ணால் அர்ஜுனனை நோக்கியபின் "தெரியவில்லை தந்தையே" என்றான். கர்ணனை நோக்காமல் "பிறரும் சொல்லலாம்" என்றார் துரோணர்.

முற்றத்தில் அமர்ந்திருந்த கர்ணன் மெல்லியகுரலில் "அஃபாவம்" என்றான். துரோணர் புன்னகையுடன் தாடியை நீவியபடி "ம்ம்?" என்றார். "இன்மையும் ஒரு மனோகுணம். அதுவும் பருப்பொருளின் இயல்பாக வெளியே திகழும்." துரோணர் தலையை அசைத்து "எப்படி அதை அறிந்தாய்?" என்றார். கர்ணன் "கங்கைக்கரையின் நாணல்காட்டில் பன்றி கிடந்த இடம் நாணலால் ஆன குகைபோல ஆகி, தொலைவில் நிற்கையில் இருண்ட பன்றியாகவே தெரிவதைக் கண்டிருக்கிறேன்" என்றான். துரோணர் அஸ்வத்தாமனிடம் "அறியப்படும் அனைத்தும் இங்கே உள்ளன. இயற்கையைவிட பெரிய குரு எவருமில்லை. விழிகளையும் செவிகளையும் திறந்துகொள்ளுங்கள்" என்றபின் கண்களை மூடிக்கொண்டார்.

அர்ஜுனன் ஓசையின்றி எழுந்து சமையல் குடில் நோக்கிச் சென்று அடுப்பில் துரோணருக்கான உணவை ஒருக்கத்தொடங்கினான். கர்ணன் எழுந்து சென்று விறகுச்சுள்ளிகளைக் கொண்டுவந்து சமையல்குடிலுக்கு அருகே குவித்தான். அர்ஜுனன் கர்ணனின் விழிகளைச் சந்திப்பதை தவிர்த்து விரைவாகப் பணியாற்றிக்கொண்டிருக்க அவன் சித்தம் தன் ஒவ்வொரு அசைவையும் தொடர்வதை கர்ணன் உணர்ந்துகொண்டிருந்தான். வெளியே வந்த அர்ஜுனன் "பாளை" என்று சுருக்கமாகச் சொல்லிவிட்டு உள்ளே செல்ல கர்ணன் திரும்பி குறுங்காட்டுக்குள் ஓடி அங்குநின்ற பாக்குமரத்தில் பழுத்துநின்ற பாளையை கயிற்றை வீசிப்பிடித்து வெட்டி எடுத்துக்கொண்டு ஓடிவந்தான். அதைக் கழுவி தொன்னையாக்கி அதில் கொதிக்கும் வஜ்ரதானியக் கஞ்சியை அள்ளி வைத்தான் அர்ஜுனன்.

அஸ்வத்தாமன் தந்தையின் மிதியடிகளைத் துடைத்து எடுத்து வைத்தபின் அவரது வில்லையும் அம்புகளையும் எடுத்துவைத்தான். துரோணர் விழிதிறந்ததும் அர்ஜுனன் பணிந்து நிற்க அவர் கையசைத்தார். திரும்பி கர்ணனை நோக்கியபின் அர்ஜுனனிடம் "சூதமைந்தன் உணவருந்தட்டும்" என்றார். அர்ஜுனன் விழிகள் கர்ணனை வந்து தொட்டுச்சென்றன. அவன் குடிலுக்குள் சென்று பாளைத்தொன்னையில் கஞ்சியை எடுத்து

வெளியே வைத்தான். கர்ணன் விரைந்து அதைக்குடித்து ஓடைநீரில் கைகளையும் வாயையும் கழுவி விட்டு வந்தபோது துரோணர் கஞ்சியைக் குடித்துவிட்டு குடிலுக்கு முன் கயிற்றுக்கட்டிலில் கால்களை நீட்டிப் படுத்திருந்தார். உணவருந்திவிட்டு வந்த அஸ்வத்தாமன் அவர் அருகே அமர்ந்து சுவடி ஒன்றை வாசிக்க அர்ஜுனன் அவருக்கு விசிறியால் வீசிக்கொண்டிருந்தான்.

கர்ணன் அப்பால் மகிழமரத்தடியில் காத்து நின்றான். துரோணர் கண்விழித்து அவனை நோக்கி "என் கால்நகங்கள் வளர்ந்துவிட்டன" என்று சொல்லிவிட்டு கண்களை மூடிக்கொண்டார். கர்ணன் முகம் மலர்ந்து அருகே வந்து மண்ணில் மண்டியிட்டு கூரிய அம்பொன்றை எடுத்து அவரது கால்களின் நகங்களை வெட்டத்தொடங்கினான். நீரோடையில் கல்விழுந்ததுபோல அஸ்வத்தாமனின் வாசிப்பு ஒருகணம் வளைந்து செல்வதை கர்ணன் உணர்ந்தான். ஒருகால் நகத்தைவெட்டியபின் அம்பு நுனியால் கூர்மையாக்கி வாயால் ஊதி தூள்களைக் களைந்துவிட்டு அடுத்த காலை குழந்தையை எடுப்பதுபோல எடுத்து மார்பருகே வைத்துக்கொண்டு அவன் நிமிர்ந்தபோது அர்ஜுனனின் சினம்நிறைந்த விழிகள் அவன் விழிகளை சந்தித்துச் சென்றன. அவன் திகைப்புடன் அஸ்வத்தாமனை நோக்க அவன் விழிகளிலும் அம்புநுனிகளைக் கண்டான்.

கர்ணன் வந்த முதல்நாள் துரோணர் மதிய உணவுக்குப்பின் கண்ணயர்ந்ததும் கர்ணன் எழுந்து காட்டுக்குள் சென்றபோது அர்ஜுனன் அவன் பின்னால் வந்தான். கைகளைத் தூக்கியபடி "நில்!" என நெருங்கி வந்து "யார் நீ?" என்றான். "நான்..." என கர்ணன் சொல்லத்தொடங்க "நீ எளிய சூதன் அல்ல. உன்னை நான் முதலில் கண்ட கணத்தை நினைவுகூர்கிறேன். உன் தலைக்குப்பின் சூரியவட்டம் மணிமுடிபோல அமர்ந்திருந்தது. அவ்வொளியில் நீ காதுகளில் மணிக்குண்டலங்களும் மார்பில் பொற்கவசமும் அணிந்தவன் போலிருந்தாய்" என்றான் அர்ஜுனன். கர்ணன் பணிந்த குரலில் "நான் சூதன். என் அகம் வில்வேதத்தை நாடுவதனால் இங்கு வந்தேன்" என்றான்.

"இல்லை, நீ சூதனல்ல. உன்னைக் காணும் எவரும் அதைச் சொல்ல முடியும். சொல், உன் நோக்கம் என்ன?" என்றான் அர்ஜுனன். கர்ணன் "மன்னிக்கவேண்டும் இளவரசே" என்று சொல்லத்தொடங்க அர்ஜுனன் "நீ ஏதோ இளவரசன் அல்லது கந்தர்வன். உன் நோக்கம் என்ன? ஏன் சூதனென்று சொல்கிறாய்? சொல்! இல்லையேல்..." என்று சினத்துடன் முன்னால் வந்தான். கர்ணன் அவன் விழிகளை நோக்கி "பாரதவர்ஷத்தின் நிகரற்ற வீரனாவதற்காக..." என்றான். அர்ஜுனன்

திகைத்து விரிந்த வாயுடன் நிற்க கர்ணன் கசப்பு நிறைந்த புன்னகையுடன் "ஆம், அதற்காக மட்டும்தான்..." என்றபடி திரும்பி நடந்துசென்றான்.

அதன்பின் ஒருமுறைகூட அர்ஜுனன் அவன் கண்களை நோக்கிப் பேசியதில்லை. ஆனால் ஒவ்வொரு கணமும் கண்ணாலும் கருத்தாலும் அவனையே நோக்கிக்கொண்டிருந்தான். துயிலிலும் அர்ஜுனனின் பார்வையை கர்ணன் தன்மேல் உணர்ந்தான். அப்பார்வையை நோக்கியபடி மெல்ல நடந்து அவனருகே சென்றபோது அவனுடைய கனவுக்குள் தான் இருப்பதை உணர்ந்தான். அர்ஜுனனின் உடலின் ஒவ்வொரு மயிர்க்காலும் ஒவ்வொரு அசைவும் அவன் முகத்தின் அத்தனை உணர்வசைவுகளும் தன்னுள் பல்லாயிரம்கோடி சித்திரங் களாகப் பதிந்திருப்பதை கர்ணன் உணர்ந்தான். அர்ஜுனன் எண்ணும் போதே அவன் வில்லை எடுப்பதை இவன் அறிந்தான். அவன் வில்குலைக்கும்போதே அவன் தொடவிருக்கும் அம்பை இவன் சித்தம் தொட்டது. அம்புக்கு முன் அவ்விலக்கை இவன் விழிகள் தொட்டன. தானறியாத எதுவும் அவனுள் நிகழமுடியாதென்று உணர்ந்தபோதே ஒன்றையும் அறிந்துகொண்டான், அவனறியாத ஏதும் தனக்குள்ளும் இல்லை.

ஆடிப்பாவைகள் போல ஒருவரை ஒருவர் நோக்கிக்கொண்டிருந்தனர் அவர்கள். ஒருவர் வாழ்க்கையை இன்னொருவர் அகத்தே நடித்தனர். ஒருவர் விழிகள் இன்னொருவர் விழிகளைத் தொட்டதுமே அவை ஊடுருவிச்செல்லும் தடையின்மை இருவரையும் அச்சுறுத்த பதறி விலகிக்கொண்டனர். துரோணர் அர்ஜுனனுக்குப் பயிற்சி அளிக்கையில் அப்பால் நின்றிருக்கும் கர்ணனும் ஒவ்வொரு சொல்லையும் அசைவையும் எண்ணத்தையும் கற்றுக்கொண்டிருந்தான். அவன் அருகே வந்து நின்ற அஸ்வத்தாமன் "அவனைவிட நீ கற்றுக்கொள்கிறாய்" என்றான். கர்ணன் திகைப்புடன் திரும்பி நோக்கி "நான் பார்த்துக்கொண்டிருக்கிறேன்" என்றான். அஸ்வத்தாமன் மேலும் விரிந்த புன்னகையுடன் "எதிரியே நம்மை முற்றறிந்தவன்" என்றான்.

"எதிரியா? நான் எளிய சூதன்" என்றான் கர்ணன். "நீ சூதன் அல்ல. எளியவனும் அல்ல. என்றோ ஒருநாள் அவனை கொலைவேலுடன் களத்தில் எதிர்கொள்ளப்போகிறவன் நான்தான் என எண்ணியிருந்தேன். இப்போது அறிகிறேன், அது நீதான். அவன் தலை களத்தில் விழுமெனில் அது உன் அம்பினாலேயே." கர்ணன் மூச்சுத்திணற "இல்லை" என்றான். அஸ்வத்தாமன் புன்னகையுடன் "ஆம், அதுதான் ஊழ்" என்றான். "இல்லை, நான் அதற்கென வரவில்லை..." என்றான். "ஆம் நான் அதை அறிவேன். உன்னைப்பற்றி நான் கிருபரின் குருகுலத்தில் கேட்டறிந்தேன்.

நீ ஷத்ரியனாக வாழ விழைகிறாய். ஒரு மண்ணைவென்று முடிசூடி மன்னர்நிரையில் நிற்க விழைகிறாய். ஆனால் அவ்விழைவை உன்னுள் நட்டு வளர்க்கும் ஊழ் நினைப்பது பிறிதொன்று…"

துரோணர் திரும்பி அஸ்வத்தாமனை அழைக்க அவன் புன்னகையுடன் எழுந்து சென்றான். அர்ஜுனன் வந்து சற்று அப்பால் வில்லுடன் நின்றுகொண்டான். கர்ணன் அவன் நிற்பதை உணர்ந்தபடி நோக்கி நின்றான். அர்ஜுனன் எதிர்பாராதபடி "துரோணாசாரியாரின் முதல்மாணவன் நானே என்று அவர் சூளுரைத்திருக்கிறார். எனக்கு அளிப்பவற்றை முழுக்க உனக்கு அளிக்கமாட்டார்" என்றான். கர்ணன் திரும்பியபோது அர்ஜுனன் தூரத்தில் விழிநாட்டி கண்களைச் சுருக்கி நின்றிருந்தான். "இளவரசே, குருநாதர் ஒரு கனிமரம். நாம் மூவரும் அதில் அமர்ந்திருக்கிறோம்… அதிலிருந்து எழுந்து எத்தனை தொலைவுக்குச் சிறகடிக்கிறோம் என்பது நம் ஆற்றலைப் பொருத்தது. பார்ப்போம்" என்றான்.

அர்ஜுனன் சினத்துடன் திரும்பி "ஒருநாள் உன் தலையை நான் களத்தில் உருட்டுவேன்" என்றான். கர்ணன் புன்னகையுடன் "அஸ்தினபுரியில் நாணேற்றி நிறுத்தப்பட்ட கைவிடுபடைப்பொறிகள் நாமனைவரும். அத்தனை அம்புகளும் எதிர்காலம் நோக்கியே நிலைகொள்கின்றன இளவரசே" என்றான். அர்ஜுனன் அச்சொற்களை முற்றிலும் வாங்கிக் கொண்டு திரும்பி அவனை நோக்கினான். "இப்போது உணர்கிறேன், என்னை நிகரற்ற வில்லாளியாக்கும் பொருட்டு உருவாக்கப்பட்டவன் நீ" என்றான். கர்ணன் புன்னகையுடன் "ஆம், நானும் அதையே உணர்கிறேன்" என்றான்.

துரோணர் விழித்தெழுந்து 'ஓம்' என்று சொல்லி கைகளை நோக்கியபடி அக்கணமே பேசத்தொடங்கினார் "அஷ்டகரணங்கள் அறிவாயில்களை நூல்கள் வகுத்துரைக்கின்றன. மனம், புத்தி, சித்தம், அகங்காரம், சங்கல்பம், நிச்சயம், அபிமானம், அவதாரணம். நாமறியும் உண்மை என்பது ஒன்றன்பின் ஒன்றாக எட்டு நிலங்களைக் கடந்து வரும் நீரோடை போன்றது. நாம் உண்ணும் ஒவ்வொரு வாய் நீரிலும் எட்டுநிலங்களின் உப்பு கரைந்துள்ளது." மூவரும் செவிகளாகி நிற்க துரோணர் எழுந்து மரவுரியை தோளில் இட்டு இடையில் கச்சையை இறுக்கியபடி குறுங்காட்டை நோக்கிச் சென்றார்.

"இதோ என தொட்டறிவது மனம். அறிந்தவற்றை அடுக்குவது புத்தி. அடுக்கியதை தொகுத்துக்கொள்வது சித்தம். அதில் வேண்டியதை குறித்துக்கொள்வது அகங்காரம். அதைக்கொண்டு வருவதை வகுப்பது சங்கல்பம். அதற்கெனக் கொள்ளும் உறுதியே நிச்சயம். அதன்மூலம் எழும்

தன்முனைப்பே அபிமானம். இவ்வேழு கரணங்களாலும் நம்முள் வந்த உண்மையை நமது உண்மையாக நாம் ஆக்கிக்கொள்வதை அவதாரணம் என்கின்றன நூல்கள்.” குறுங்காட்டில் எட்டு நீரோடைகள் ஓசையின்றி ஒளியாக வழிந்து சென்றுகொண்டிருந்த இடத்தை அடைந்து நின்றார்.

“வில்லெடுங்கள்!” என்றார் துரோணர். மூவரும் வில்லெடுத்து நாணேற்றியதும் “விழிதூக்காமல் மேலே செல்லும் பறவைகளில் ஒன்றை வீழ்த்துக!” என்றார். நீரோடையில் தெரிந்த பறவைநிழல்களைக் கண்டு குறிபார்த்து மூவரும் அம்புகளைத் தொடுத்தனர். கர்ணனின் அம்புமட்டும் பறவையுடன் கீழே வந்து விழுந்தது. விழுந்த வேகத்தில் கழுத்து ஒடிந்த நாரை இருமுறை எம்பியபின் அடங்கியது. துரோணர் திரும்பி அர்ஜுனனிடம் “என்ன பிழை செய்தாய் என்று அறிவாயா?” என்றார். அர்ஜுனன் திகைப்பு நிறைந்த விழிகளுடன் நின்றான். “சூதமைந்தா, நீ சொல்!” என்றார் துரோணர்.

கர்ணன் “மேலே செல்லும் பறவைகளின் நிழல் ஓடைகளில் வரிசையாகத் தெரிந்துசெல்லும் முறையை வைத்து மூவருமே அவற்றின் பறத்தல் விரைவை கணித்தோம். ஆனால் ஐந்து ஓடைகளில் ஒன்றில் ஓடுவது கலங்கல் நீர். அது நீர்ப்படிமத்தை சற்றே வளைத்துக்காட்டும். அச்சிறு வேறுபாடு வானின் வெளியில் நெடுந்தொலைவு. அதை அவர்கள் கணிக்க மறந்துவிட்டனர்” என்றான்.

துரோணர் புன்னகையுடன் “ஆம், அதன்பெயரே அவதாரணப்பிழை” என்றார். “மனம் எனும் அறிதலில் இருந்து சங்கல்பம் எனும் பிழை. புத்தியில் இருந்து நிச்சயம் எனும் பிழை. அகங்காரத்தில் இருந்து அபிமானம் என்னும் பிழை. சித்தத்தில் இருந்து அவதாரணம் என்னும் பிழை. நான்கு அறிவாயில்களுடன் அவை உருவாக்கும் நான்கு பிழைகளையும் சேர்த்து கரணங்கள் எட்டு என்றவன் மெய்ஞானி. இளையோரே, இப்புடவி என்பதே ஒரு மாபெரும் பிழைத்தோற்றமன்றி வேறல்ல.

“அம்புடன் களம்நிற்பவன் தான் ஒரு மாபெரும் கனவிலிருப்பதை உணர்வான். விரிகனவை எதிர்கொள்கிறது கூர்கனவு. கனவைப் பகுக்க கனவின் விதிகளையே கண்டறிந்தனர் வில்வேத ஞானியர். அவர்கள் வாழ்க!” துரோணர் அந்த நாரையைக் கைகாட்டிவிட்டு காட்டுக்குள் நடந்து சென்றார். அஸ்வத்தாமன் மட்டும் அவர் பின்னால் சென்றான்.

10

இறந்த நாரையைத் தூக்கிக்கொண்டு கர்ணன் நடக்க அர்ஜுனன் பின்னால் சென்றான். மலைச்சரிவில் அதை ஒரு பாறைமேல் வைத்துவிட்டு கர்ணன் கைகளைக் கூப்பி சரமமந்திரத்தைச் சொன்னான் “இந்த உடலுக்குரிய ஆன்மாவே, என் செயலைப் பொறுத்தருள்க. இக்கொலையினால் நான் அடையும் பாவத்தை அறத்துக்காக நான் இயற்றும் நற்செயல்களால் மும்மடங்கு ஈடுகட்டுகிறேன். என் அம்புகளுக்குக் கூர்மையும் என் விழிகளுக்கு ஒளியும் என் நெஞ்சுக்கு உறுதியுமாக உன் அருள் என்னைச் சூழ்வதாக. ஆம், அவ்வாறே ஆகுக!” பறவையைத் தொட்டு வணங்கிவிட்டு அவன் மெல்ல பின்னகர்ந்து வந்து நின்றான்.

அர்ஜுனன் மெல்லியகுரலில் “உன்திறனை ஏற்கிறேன், அதை சிலநாட்களிலேயே நான் கடந்தும் செல்வேன்” என்றான். “ஆனால் நீ என் குருநாதருக்கு பாதசேவை செய்வதை ஏற்கமாட்டேன். இனி உன் கைகள் அவர் பாதங்களைத் தொடுமென்றால் அதை வெட்டி எறிவேன்” என்றான். கர்ணன் திரும்பி அவனை நோக்கி “அதை நீங்கள் குருநாதரிடம் சொல்லவேண்டும். அவரது ஆணையை நான் மறுக்க முடியாது” என்றான். அர்ஜுனன் உரக்க “அவர் அருகே நீ வரலாகாது. அவர் ஆணையிடும் இடத்தில் நீ இருக்கலாகாது” என்றான். கர்ணன் திடமாக “இளவரசே, நான் இங்கே அவரிடம் மாணவனாக இருக்கிறேன். அவரது சொற்களைக் கேட்குமிடத்திலேயே நான் இருக்கமுடியும்” என்றான்.

அர்ஜுனன் திரும்பி கண்களில் நீருடன் முகம் சுழித்து பற்கள் தெரிய “சூதா, நீசப்பதரே, இனி நீ குருநாதரின் அருகே வந்தால் உன்னை அங்கேயே

கொல்வேன்...” என்றான். “ஆம், அதைச் செய்ய நீங்கள் முயலலாம்” என்று மெல்லிய ஏளனப்புன்னகையுடன் கர்ணன் சொன்னான். “நீ சூதன்... உன்னை என் படைகளைக்கொண்டு கட்டி இழுத்துச்சென்று கழுவிலேற்றுவேன்... இக்கணமே அதைச்செய்ய என்னால் முடியும்” என்றான் அர்ஜுனன். “ஆம், முடியும் இளவரசே. அதற்கான காரணத்தையும் உங்களால் குருநாதரிடம் சொல்லமுடியும்” என்றான் கர்ணன். “ஆனால், அப்படியொரு பொய்யைச் சொன்னபின்னர் உங்கள் அம்பில் அறம் திகழுமென்றால் அவ்வண்ணமே ஆகட்டும்!”

என்னசெய்வதென்றறியாமல் அர்ஜுனன் உடல் தவித்து பின்பு கால்களைத் தூக்கிவைத்து திரும்பி விலகிச்சென்றான். சற்று நடந்தபின் திரும்பி வெறியுடன் “மூடா, உன்னைக் கொல்ல எனக்குக் காரணம் தேவை. ஆனால் உன் தந்தையைக் கழுவிலேற்றலாம். அதற்கான காரணத்தை அவனே ஒவ்வொருநாளும் உருவாக்கிக்கொள்வான்” என்றான். கர்ணன் உடலெங்கும் அதிர்ந்தெழுந்த கடும் சினத்துடன் தன் வில்லை எடுத்தபோது அதன் நாண் அதிர்ந்தது. உரத்தகுரலில் “பேடியின் மகனே, என் அன்னைக்கோ தந்தைக்கோ சிறு தீங்கிழைக்கப்பட்டால்கூட இந்த குருகுலமுற்றத்தில் உன் தலையை வெட்டி வீழ்த்தி என் காலால் உருட்டுவேன்” என்றான்.

தன்னிலையிழந்த அர்ஜுனன் குனிந்து தன் மரப்பாதுகையை எடுத்து கர்ணன் மேல் வீசினான். “சீ, விலகு இழிமகனே. நீயா என்னுடன் வில்கோர்ப்பது?” என்றான். தன்னருகே வந்த பாதுகையை விலகித் தவிர்த்துவிட்டு கர்ணன் பற்களைக் கடித்து கைநீட்டி “ஆம் நான்தான். நான் கர்ணன். சூதன்மகன். நான் உன்னை அறைகூவுகிறேன். நீ ஆண்மகன் என்றால் வந்து என்னுடன் வில்முகம் கொள். நீ தோற்றாயென்றால் இதோ நீ வீசிய இந்தப் பாதுகையை உன் தலையில் ஏந்தி என்னிடம் பொறுத்தருளக் கோர வேண்டும்... இல்லையேல் நீ பேடியின் மைந்தன் மட்டுமல்ல, பேடியும்கூட” என்றான்.

அர்ஜுனன் சிலகணங்கள் அசையாமல் நோக்கி நின்றான். அவன் விழிகளைக் கண்ட கர்ணன் அவ்வெறுப்பின் வெம்மையைக் கண்டு ஒரு கணம் அஞ்சினான். அது அவனைப் பற்றிய அச்சமல்ல என்றும் மானுட உள்ளத்தில் வெறுப்பெனக் குடியேறும் அந்த மாபெரும் தெய்வத்தைப்பற்றிய அச்சம் என்றும் மறுகணம் அறிந்தான். “உன் அறைகூவலை ஏற்றுக்கொள்கிறேன். உன்னைக் கொல்லாமல் அல்லது சாகாமல் இத்தருணத்தை என்னால் கடக்கமுடியாது” என்றான் அர்ஜுனன். “நீ வந்த நாள்முதல் நான் ஒருபோதும் முழுமையாகத் துயின்றதில்லை. எண்ணக்கொதிப்பின்றி தனிமையில் அமர்ந்ததுமில்லை. இன்றே அந்தப் பெருவதை முடிவுக்கு வரட்டும்!”

“இடம்?” என்றான் கர்ணன். “இதே இடம். மதியம் குருநாதர் துயின்ற பின்னர்” என்றான் அர்ஜுனன். “ஆம், அறிக தெய்வங்கள்” என்றான் கர்ணன். இருவரும் அச்சொற்களைக் கேட்டதுமே ஒரு மெல்லிய சிலிர்ப்பை அடைந்தனர். தெய்வங்கள் அறிகின்றனவா? மாபெரும் அடிமரங்களென மண்ணில் காலூன்றி தலைக்குமேல் ஓங்கி மேகங்களில் தலையுரச தெய்வங்கள் அவர்களைச் சூழ்ந்து நிற்கின்றனவா? அவற்றின் பார்வைக்கு முன் இரு சிற்றுயிர்களென அவர்கள் களமாடுகிறார்களா என்ன?

அதை அச்சமென்று சொல்வதா என்று கர்ணன் மீண்டும் மீண்டும் சிந்தித்தான். அச்சமில்லை. அச்சமென்றால் இறப்புக்கு, அவமதிப்புக்கு, இழப்புக்கு அஞ்சவேண்டும். இல்லை, இதுவும் அச்சம்தான். ஆனால் ஏனென்றறியாத அச்சம். இருத்தலின் அடியிலா ஆழத்தைக் காண்கையில், இன்மையின் முடிவிலியை எதிர்கொள்கையில், சிந்தனை காலப் பெருவெறுமையைச் சென்று முட்டுகையில், தனிமையில் உருவாகும் அச்சம். உயிரென்பதால், மானுடனென்பதால் எழும் அச்சம். தன் சின்னஞ்சிறுமையை உணரும்போது எழும் உணர்வு.

அந்த அச்சத்திலிருந்து விடுபட்டதும் அங்கே சொன்ன சொற்களில் வந்து விழுந்தது சித்தம். ஒவ்வொரு சொல்லும் அனல்கோளமென அவன் மேல் வந்து விழுந்து அகம்பதறச் செய்தது. அக்கணமே வில்லுடன் எழுந்து அவன் தலையை வெட்டி உருட்டவேண்டுமென்று வெறியூட்டியது. அவற்றிலிருந்து எண்ணத்தை விலக்கும்தோறும் அவற்றை நோக்கியே சென்று விழுந்துகொண்டிருந்தான். ஒவ்வொரு முறையும் அந்த வலி கூடிக்கூடி வந்தது. ஒரு கட்டத்தில் அந்த வலியை விரும்பியே அகம் அங்கே சென்றுகொண்டிருக்கிறதா என்று எண்ணினான். வதைகளைப் போல ஈர்ப்பு மிக்க வேறேதுமில்லை. துன்பத்தைச் சுவைக்கும் ஏதோ ஒரு புலன் உயிர்களின் அகத்தில் குடியிருக்கிறது. நக்கிநக்கி புண்ணை விரிவாக்கிக் கொள்கிறது விலங்கு. அனலை நாடியே சென்று விழுகின்றன பூச்சிகள்.

கண்களை மூடி அமர்ந்திருக்கையில் தசையும் எலும்பும் வலிகொண்டு தெறிப்பதைப்போலவே அகமும் வலிப்பதை அறியமுடிந்தது. பற்களைக் கடித்து கைகளை முட்டிபிடித்து இறுக்கி அவ்வலியை அறிந்தான். வலியை உயிர்கள் விழைகின்றன. மானுடமே வலியை விரும்புகிறது. ஏனென்றால் வலி அகத்தையும் புறத்தையும் குவியச் செய்கிறது. சிதறிப்பரந்துசெல்லும் அனைத்தையும் தன்னை மையம் கொள்ளச்செய்கிறது. வலிகொண்டவன் பொருளின்மையை உணர முடியாது. வெட்டவெளியில் திகைக்கமுடியாது. வெறுமையில் விழமுடியாது. அவனுக்குத் தனிமையில்லை. வலி, பொருளும் மையமும் சாரமும் அருளுமாக அவனுடன் இருந்துகொண்டிருக்கும். வலியை

வாழ்த்துகிறேன். வலியாகி வந்திருக்கும் இந்த வஞ்சப்பெருந்தெய்வத்தை வணங்குகிறேன்...

வலியின் ஒரு கட்டத்தில் அதை உதறி திமிறிமேலெழுந்து மூச்சிழுக்கையில் வரவிருக்கும் அக்கணம் ஓங்கி நிற்கக் கண்டான். அந்த அச்சத்தை சிலந்திவலையில் விழுந்த இரும்புக்குண்டு போல உணர்ந்தான். இதோ, இன்னும் சற்றுநேரத்தில். அவ்வச்சத்தை சிலகணங்களுக்குமேல் எதிர் கொள்ளமுடியாது. உடனே திரும்பி அந்த வலியை நோக்கிச் சென்றான். வலியில் மூழ்கி நீந்தித் திளைத்து, வலியை பீடமாக்கி அமர்ந்து தவம்செய்து, வலியின் பெரும்பாறையைச் சுமந்து நசுங்கி, வலியின்றி பிறிதொன்றிலாதாகி, வலி வலி வலி என்னும் சொல்லேயாகி, வலித்துமர்ந்து எழுந்து விழிசிவந்து உலகை நோக்கினான். சொற்களைப்போல கூரியவை எவை? கருணையின்மையின் அக்கொடூரத்தெய்வம் சொற்களில் மட்டுமே அமரக்கூடியது...

அன்று பகலெல்லாம் கடும் வெம்மையும் புழுக்கமும் இருந்தது. உடல்கள் உருகி வழிவதுபோல வியர்வை வழிந்தது. துரோணர் முன்னதாகவே வகுப்பை முடித்துக்கொண்டு படுத்துக்கொள்ள அர்ஜுனன் மயிலிறகு விசிறியால் விசிறினான். துரோணர் துயிலத்தொடங்கியதும் திரும்பி கர்ணனின் விழிகளை ஒருகணம் நோக்கிவிட்டு எழுந்து தன் வில்லை மெல்ல எடுத்துக்கொண்டு விலகிச்சென்றான். சிலகணங்கள் கழித்து கர்ணன் தன் வில்லை எடுத்துக்கொண்டு அவனைத் தொடர்ந்தான். காட்டில் இருந்து குருகுலம் நோக்கிச் சரிந்துவந்த மண்ணில் அவர்கள் ஏறிச்சென்றனர். சிலகணங்களுக்குப்பின் கர்ணன் வியப்பூட்டும் உண்மையொன்றை அறிந்தான். அந்த அச்சமும் வலியும் முற்றிலும் விலகிச்சென்றுவிட்டிருந்தன. இனிய எதிர்பார்ப்பு ஒன்று மட்டுமே நெஞ்சில் நிறைந்திருந்தது. அவன் எதிர்கொள்ளப்போகும் முதல் எதிரி. அவன் செய்யப்போகும் முதல்போர்...

அவர்கள் மீண்டும் அந்த மலைச்சரிவுக்கு வந்து நின்றனர். கீழே ஓடிக் கொண்டிருந்த எட்டு ஓடைகளில் நீர் மதியவெயிலில் வெண்தழல்களாக நெளிந்தது. வானில் பறவைகள் எவையும் பறக்கவில்லை, ஆனால் அப்பால் மரக்கூட்டங்களில் அவை வழக்கத்துக்கு மாறாகக் கலைந்து எழுந்து அமர்ந்து கூச்சலிட்டுக்கொண்டிருந்தன. காற்று நீராவியால் கனத்து அசைவின்றி இருந்தது. அர்ஜுனன் தன் மான்தோல் மேலாடையைக் கழற்றி கீழே வீசினான். இடைக்கச்சையை இறுகக் கட்டிக்கொண்டு கூந்தலை தோல்பட்டையால் சுற்றிக்கொண்டான். அச்செயல்கள்மூலம் அவன் தனக்குள் உறுதியை நிறைத்துக்கொள்வதாக கர்ணன் எண்ணினான். அவனுக்கும் முதல்போர் அதுவாக இருக்கும், அவனுடைய முதல் எதிரி.

அர்ஜுனனுடைய அசைவுகளை கூர்ந்து நோக்கிக்கொண்டு கால்பரப்பி நின்றிருந்த கர்ணன் விந்தையான ஓர் உணர்வை அடைந்தான். எதிரில் நின்றிருப்பதும் அவனே. அக்கரிய தோள்கள், இறுகிய சிறு வயிறு, சிறுமயிர்க்கற்றை பரவிய நடுமார்பு. தன்னுள் எழுந்த புன்னகையை உணர்ந்ததுமே அவனுள் அக்கணம் வரை இருந்த பரபரப்பும் அகன்றது. மறுகணம் பெரும் வெறுமை ஒன்றை உணர்ந்தான். களத்தைக் காண சித்தம்பெற்ற சதுரங்கக் காயின் வெறுமை. சூழ்ந்து நின்றிருக்கும் தெய்வங்கள் எவை? பசுமைகொண்ட மண்ணாக, சுழன்றுசெல்லும் காற்றாக, ஒலிக்கும் நீராக, பறவைக்குரலாக, மேகக்குவைகளாக அவர்கள் நோக்கிக்கொண்டிருந்தனர்.

அர்ஜுனன் தன் வில்லை எடுத்துக்கொண்டு வந்து களத்தில் நிற்க எதிரே கர்ணன் நின்றான். இருவரும் கால்களைச் சற்று வளைத்து ஸ்வஸ்திகம் செய்து மண் தொட்டு வணங்கி பின்னகர்ந்தபோது கர்ணனின் பின்பக்கத்திலிருந்து குளிர்ந்த காற்று வந்து அவர்களின் குழல்களையும் கச்சை நுனிகளையும் அசைத்தபடி கடந்துசென்றது. அர்ஜுனன் கொக்கு போல இயல்பாகக் காலெடுத்துவைத்து பின்னகர்ந்தான். கால்முனைகளை ஊன்றி முட்டுகளை இறுக்கி வைசாகத்தில் அர்ஜுனன் நிற்க கர்ணன் அவன் விழிகளை நோக்கியபடி தன் கால்களை அன்னப்பறவைபோல அகற்றி மண்டலத்தில் நின்றான். இருவர் விழிகளும் ஒன்றுடனொன்று பின்னிக்கொண்டன, இரு ஆன்மாக்களும் ஒன்றைஒன்று ஆழத்தில் தொட்டுக்கொண்டன. அர்ஜுனன் வில் நாணேறிய ஒலியைக் கேட்டதுமே கர்ணனின் வில் நாணேற்றிக்கொண்டது.

கர்ணன் அர்ஜுனனின் பாதங்களின் ஒழுங்கையும் அவன் தோள்களின் இறுக்கத்தையும் நோக்கியபடி மெல்ல காலெடுத்துவைத்து சுற்றிவந்தான். அவர்களைச் சூழ்ந்திருந்த ஒளியின் நிறம் மாறியது. அர்ஜுனனின் அம்புநுனியில் மின்னிய வெண்சுடர் பொன்னிறமாயிற்று. அவன் கூந்தல்பிசிறுகள் செந்நிறக் கொடித்தளிர்ச் சுருள்களாக மாறின. அர்ஜுனன் தன் கைத்தசை ஒன்றை அசைக்க எண்ணிய அக்கணமே அதை அறிந்த கர்ணன் கைத்தசையும் அசைய இரு வில்களும் பொறுமையிழந்து அசைந்துகொண்டன. அலையடித்த குளிர்காற்றில் சிறிய ஒளிப்பிசிறுகளாக விழுந்தது புல்விதைகள் என கர்ணன் முதலில் எண்ணினான். அவை உடல்முடிகளின்மீது ஒளித்துகள்களாக அமைந்த போதுதான் மழை என உணர்ந்தான்.

மிக அப்பால் வானம் உறுமியது. அந்த எதிரொலி எங்கெங்கோ ஒலித்து ஒலித்து அடங்க மிக அருகே உரத்த ஓசையுடன் இடி எழுந்தது. தன் தலைக்குப்பின்னால் சூரியன் இருந்தமையால் அர்ஜுனனின் தலைக்குப்பின்னால் வானவில் ஒன்று எழுவதை கர்ணன் கண்டான்.

இருவரும் அக்கணத்தின் இருபக்கங்களிலாக மிகமெல்ல நடனமிட்டனர். ஒருவரை ஒருவர் நிரப்பி, ஒருவரை ஒருவர் பெருக்கி. பகையற்ற, வஞ்சங்களற்ற, சொற்களற்ற, இருப்பேயற்ற ஒரு கணம். விம்மலோசையுடன் வந்த அர்ஜுனனின் அம்பை உடலைத்திருப்பி தவிர்த்தகணம் கர்ணனின் அம்பு சென்று அர்ஜுனனை கொடியென வளையச்செய்தது. அக்கணம் உடைந்து நூறுநூறாயிரம் கணங்களாக, யுகங்களாக சிதறிப் பரவியது.

விம்மிக்கொண்டே இருந்த விற்களில் இருந்து எழுந்த அம்புகள் இருவரையும் கடந்துசென்று மண்ணில் ஊன்றி அதிர்ந்தன. ஒவ்வொரு அம்பும் ஒரு சொல்லாக இருந்தது. வஞ்சமென, பகையென, காழ்ப்பென, பொறாமையென சொல்சுமந்த அம்புகள் அனைத்தும் சென்று முடிந்தபின் பொருளின் சுமையற்ற அம்புகள் ஒலியற்ற சொற்களென பறந்துகொண்டிருந்தன. ஊடும் பாவுமென ஓடும் தறிபோல அவர்களை இணைத்து ஒரு படலமென அவை வெளியை நிறைத்தன. ஒவ்வொரு அம்பும் இன்னொருவர் சித்தத்தை அடைந்தது. சித்தத்தைச் சுமந்தெழுந்து பறந்தது. பின் அவர்கள் நடுவே அம்புப்படலமாக அவர்களின் சித்தம் பருவடிவுகொண்டிருந்தது. அதற்கு இருபக்கமும் யாருடையதோ என இரு தனியுடல்கள் நடனமிட்டுக்கொண்டிருந்தன.

அந்தக் களிமயக்கில் அவர்கள் காலத்தை மறந்தனர். அம்புமேல் அம்பாக, சொல்மேல் சொல்லாக அவர்களறிந்த ஞானமெல்லாம் எழுந்து திகழும் தருணம். உடலால் ஆளப்பட்ட வில் உடலை ஆளும் தருணம். இதுவதுவுதுவென விரிந்த வெளி முழுக்கச் சுருங்கி இறுகி அவர்களைச் சூழ்ந்து அதிரும் வேளை. வாழ்வும் இறப்பும் விழைவும் துறப்பும் வெற்றியும் வீழ்ச்சியும் என அறிந்த ஒவ்வொன்றும் பொருளிழந்து வெளித்த வெளியில் இருவர் மட்டும் நின்று ஒருவரை ஒருவர் முடிவிலாது நோக்கிக்கொண்டிருந்தனர்.

பீமனின் குரல் வெடித்தெழுவது வரை அவர்கள் அவன் வருவதை அறியவில்லை. “பார்த்தா, நிறுத்து... நிறுத்து சூதா!” என்று கூவியபடி மேடேறிவந்த பீமன் தன் கீழே கிடந்த பெரிய கல் ஒன்றை எடுத்து வீச, அதைச் சுழன்று தவிர்த்த கர்ணனை நோக்கி ஓடிவந்து, அதே விசையால் ஓங்கி அறைந்து வீழ்த்தினான் பீமன். முழங்கும் குரலில் வெறுப்பில் சுருங்கிய முகத்துடன் “நீசப்பிறவியே, உன்னை நான் எச்சரித்தேன். ஷத்ரியரிடம் வில்கோர்க்கும் தகுதி உனக்கெப்படி வந்தது?” என்றான். தன் வில்லை எடுத்தபடி எழுந்த கர்ணன் “தன்னை அறைகூவும் எவருடனும் மானுடன் போரிடலாமென்பது நெறி, மூடா!” என்றான்.

“இழிமகனே, உன்னிடம் நெறிநூலை விவாதிக்கவேண்டுமா நான்? போ, சென்று குதிரைநெறி கற்றுக்கொள்... போடா!” என்று கையை ஓங்கியபடி பீமன் முன்னால் வந்தான். அர்ஜுனன் “மூத்தவரே, அவனை

அறைகூவியவன் நான்" என்றான். சினந்து திரும்பி "வாயை மூடு மூடா. சூதனை எதற்கு போருக்கு அறைகூவுகிறாய்? அவன்மேல் உனக்கு சினமிருந்தால் கழுவிலேற்ற ஆணையிடு... அவன் குலத்தையே கருவறுக்கச் சொல். சூதனிடம் வில்கோர்க்கவா நீ வில்வேதம் கற்றாய்?" என்றான். அர்ஜுனன் மேலும் ஏதோ சொல்ல வர "பேசாதே, இன்னொரு சொல் பேசினால் உன் தலையை பிளப்பேன்" என்று பீமன் கூவினான்.

கர்ணன் தன் வில்லை எடுப்பதற்குள் "நில்லுங்கள்!" என துரோணரின் குரல் கேட்டது. சரிவில் அஸ்வத்தாமன் மேலேறி ஓடிவந்தான். "நிறுத்துங்கள்... குருநாதரின் ஆணை" என்றான். அவனுக்குப் பின்னால் துரோணரும் கௌரவர்களும் ஓடிவந்தனர். துரோணர் "வில்லைக் கீழே போடுங்கள். இது யாருடைய போர்? யார் அறைகூவியது?" என்றார். அர்ஜுனன் "நான் அறைகூவினேன் குருநாதரே, இவ்விழிமகன் உங்கள் மாணவனாக அமைய நான் ஒருபோதும் ஒப்பமாட்டேன்" என்றான். விழிகள் கரைய இடறிய குரலில் "எனக்கு நிகராக இவனும் தங்கள் பாதம் தீண்டுவதைப் பார்ப்பதை விட உயிர்துறக்கவே விழைவேன்" என்றான். அவன் விழிகளைக் கண்ட துரோணர் ஏதோ சொல்லவருவதுபோல கர்ணனை நோக்கினார்.

கர்ணன் திடமான குரலில் "இளையபாண்டவரே, இதோ என் வில். இவ்வில்லால் நான் உங்கள் ஷத்ரியகுலத்தையே அறைகூவுகிறேன். சூதனாகிய நான் வில்லேந்தி உன் நாட்டை கைப்பற்றுகிறேன். என்னை ஷத்ரியன் என்று அறிவிக்கிறேன். முடிந்தால் நீயும் உன் தம்பியரும் என்னை எதிர்கொள்ளுங்கள்... என்னைக் கொல்லமுடிந்தால் கொல்லுங்கள்" என்று சொல்லி தன் வில்நாணை அடித்து விற்பேரோசையை எழுப்பினான். "கையில் வில்லேந்தக் கற்றவன் அதை ஏந்தும் தகுதிகொண்டவன் என்பதே பிரஹஸ்பதி ஸ்மிருதி சொல்லும் நெறி. அது பொய் என்றால் குருநாதர் சொல்லட்டும்."

அனைவர் கண்களும் துரோணரை நோக்க அவர் "ஆம், பிரஹஸ்பதி ஸ்மிருதியின் ஆணை அதுவே" என்றார். கௌரவர்கள் உரக்க 'ஆகா' என குரலெழுப்பினர். பீமன் உதடுகள் ஏளனமாக வளைந்தன. "ஆம், அப்படி ஒரு நெறி உள்ளது. குலசேகரனாகிய எவனும் வில்லேந்தி மண்கொள்ள முடியும். மண்ணைக் காக்கமுடிந்தால் அவன் ஷத்ரியனே" என்றான். "ஆனால் முதல் விதி அவன் குலமுடையவனாக இருக்கவேண்டும். குலமிலிக்கு எவ்வுரிமையும் இல்லை. சொல் உன் குலமென்ன?" கர்ணன் "நான் சூதர்குலத்தைச் சேர்ந்தவன். அதிரதனின் மைந்தன்" என்றான்.

"அவ்வண்ணமென்றால் இதோ ஓடும் நீரைத் தொட்டுச் சொல், உன் தந்தை அதிரதன் என்று. நீர் உனக்குச் சான்றுரைக்கட்டும்" என்றான் பீமன். கர்ணன் கையில் எழுந்து நின்ற வில் தாழ்ந்தது. கால்கள் பதற அவன்

துரோணரை நோக்கினான். அவன் உலர்ந்த உதடுகள் மெல்லப்பிரியும் ஒலி அனைவருக்கும் கேட்டது. "சொல், நீரைத்தொட்டுச் சொல். உன் தந்தை சூதனாகிய அதிரதனே என்று" என்று கூவினான் பீமன். கர்ணன் தன் கால்கள் மண்ணில் வேரூன்றியது போல நின்றான். "இல்லை என்றால் உன் குலம் என்ன? உன் தந்தை யார்?" என்றான் பீமன். அதே சினத்துடன் திரும்பி "குருநாதரே, ஒரு குலமிலிக்கு வில்வேதம் கற்பிக்க உங்கள் நெறிகள் ஒப்புகின்றனவா?" என்றான். துரோணர் விழிகளைத் தாழ்த்தி நின்றார்.

"கீழ்மகனே, உன் தந்தையின் பெயரைச்சொல்லி வில்லை எடு..." என்று பீமன் மீண்டும் சொன்னதும் கர்ணன் தோள்கள் தளர்ந்தன. விழப்போகிறவன் போல மெல்லிய அசைவொன்று அவன் உடலில் கூடியது. திரும்பிச்செல்வதுபோல ஓர் அசைவு துரோணர் உடலில் எழுந்தது. மறுகணம் அவர் திரும்பி கர்ணனை நோக்கி கைநீட்டி "இனியும் ஏன் இங்கே நிற்கிறாய்? மூடா, போ! சென்று சிதையேறு! இந்த இழிபிறவியை எரித்தழித்து விண்ணடை... இதற்குமேல் என்ன வேண்டுமென இங்கே நிற்கிறாய்? இதைவிட வேறென்ன கிடைக்குமென எண்ணினாய்?" என்று கூவினார். அவரது நீட்டிய கை பதறியது. "நீ உன்னை ஆக்கிய தெய்வங்களாலேயே இழிவுசெய்யப்பட்டவன். உன்னை இழிவுசெய்து அவர்கள் தங்களை இழிமகன்களாக்கிக் கொண்டார்கள். சென்று நெருப்பில்குளி... போ!" என்று கூவியபின் திரும்பி சரிவில் ஓடுபவர் போல இறங்கிச் சென்றார். அஸ்வத்தாமன் அவருக்குப் பின்னால் ஓடினான்.

வில்லை கீழே போட்டுவிட்டு கர்ணன் அங்கேயே நின்றான். பீமன் "அனைவரும் குருகுலத்துக்குச் செல்லுங்கள்" என்று கௌரவர்களை நோக்கி ஆணையிட்டான். அவர்கள் கர்ணனை நோக்கியபின் தலைகுனிந்து விலகி நடந்தனர். "பார்த்தா, வா" என்று அர்ஜுனன் தோளைப் பிடித்தான் பீமன். அர்ஜுனன் உடல் திமிறுவது போல அசைந்தது. "வா!" என்று அழுத்தமான மெல்லியகுரலில் அழைத்து அவனைத் தள்ளிக்கொண்டு சென்றான் பீமன்.

கர்ணனை நோக்கிவிட்டு தலைகுனிந்து சென்ற அர்ஜுனன் "அவன் இங்கே பயிலட்டும். அவனை நான் களத்தில் எதிர்கொள்கிறேன்" என்றான். "பேசாதே!" என்று பீமன் உறுமினான். "அவனை நான் அஞ்சவில்லை" என்றான் அர்ஜுனன். "மூடா!" என்று அவனை ஓங்கி அறைந்தான் பீமன். மண்ணில் விழுந்து கன்னத்தைப் பற்றியபடி அர்ஜுனன் திகைத்து நோக்க "மூடா! மூடா! மூடா!" என்று பீமன் உடலே நரம்புகளால் இறுகப்பின்னப்பட்டிருக்க, பல்லைக் கடித்தபடி சொன்னான்.

பகுதி ஒன்பது

பொன்னகரம்

1

நீந்தும் நெளியும் வளையும் துடிக்கும் பல்லாயிரம் கோடிப் புழுக்களே, இப்புவியின் வலியனைத்தையும் அறிபவர்கள் நீங்கள். வலியறியும் அக்கணமே வாழ்வென்றானவர்கள். மிதித்து மிதித்துச் செல்லும் உயிர்க்குலங்களுக்குக் கீழே நெளிந்து நெளிந்து வாழ்ந்து இறந்து பிறந்து இறந்து நீங்கள் அறிந்ததென்ன?

சொல்லாத நாக்கு. உணர்வறியா நரம்பு. அறையாத சாட்டை. சுடாத தழலாட்டம். ஒழுகாத நீர்நெளிவு. முளைக்காத கொடித்தளிர். கவ்வாத வேர்நுனி. சுட்டாத சிறுவிரல். எழாத நாகபடம். கொல்லாத நஞ்சு. புழுவாகி வந்ததுதான் என்ன?

நீந்தி நெளிந்து வளைந்து துடிக்கும் பல்லாயிரம்கோடிப் புழுக்களே, இப்புவியின் உயிரானவர்கள் நீங்கள். விழியின்மையில், செவியின்மையில், சிந்தையின்மையில், இன்மையில் திளைத்துத் திளைத்து நீங்களறியும் முடிவின்மையும் நெளிந்துகொண்டிருக்கிறது.

ஆழத்தில் காத்திருக்கிறீர்கள். குடல்மட்டுமேயான பெரும்பசியாக பறப்பவையும் நடப்பவையும் நீந்துபவையும் அனைத்தும் வந்துவிழும் உதரத்தின் ஆழ்நெருப்பு.

எரியும் ஈரம். நிலைத்த பயணம். பருவடிவக் கிரணம். தன்னைத் தான் தழுவி நெளியும் உங்களால் உண்ணப்படுகின்றன அனைத்தும். உங்களையே நீங்கள் உண்கிறீர்கள். வளைந்து சுழிக்கும் கோடுகளால் பசியெனும் ஒற்றைச் சொல்லை எழுதி எழுதி அழிக்கிறீர்கள்.

வைஸ்வாநரனே, உன் விராடவடிவுக்குமேல் குமிழிகளாக வெடித்தழிகின்றன நகரங்கள், நாடுகள், ஜனபதங்கள். வந்து, நிகழ்ந்து, சென்று,

சொல்லாகின்றன மானுடக்கோடிகள். சொல் நெளிந்துகொண்டிருக்கிறது. தன்னைத் தான் சுழித்து. சுழி நீட்டிக் கோடாக்கி. ஒன்று கோடியாகி கோடி ஒன்றாகி எஞ்சுவது இருப்பதுவேயாகி. ஈரத்தில் நெளிகிறது சொற்புழுவெளியின் பெருங்கனல்.

'ஓம்! ஓம்! ஓம்!' மீட்டிமுடிந்த முழவு அதிர்ந்து அடங்கியது. சிவந்த விழிகளுடன் ரௌம்யர் எவரையும் பார்க்காமல் சிலகணங்கள் விழித்தபின் கண்களை மூடிக்கொண்டார். சில கணங்கள் கழித்தே இளநாகன் தன்னைச் சூழ்ந்திருந்த காட்டின் முழக்கத்தைக் கேட்டான். பெருமூச்சுடன் கால்களை நீட்டிக்கொண்டு அருகே எரிந்த தழல்குவையின் வெம்மையை உடலில் வாங்கிக்கொண்டான். மெல்ல முனகியபடி ரௌம்யர் தழலின் செவ்வெளிச்சத்துக்கு அப்பால் விரிந்த இருளுக்குள் மூழ்கி விலகினார்.

நீள்மூச்சுடன் பூரணர் முன்னகர்ந்து எரியும் தாடியுடன் ஒளியிலெழுந்தார். இளநாகன் அவரை நோக்கிக்கொண்டு அசைவிலாது கிடந்தான். அர்க்கபுரியில் அருணரைப்பிரிந்து அவன் சிசுபாலபுரிக்கு வந்து அங்கிருந்து கரைவணிகர்களுடன் மேதினிபுரிக்கு வந்தான். வழியெங்கும் மஹுவாவின் பித்து நிறைந்த கள்ளை அருந்திக்கொண்டே இருந்தான். குமட்டும் மலர்வாசனை மெல்லமெல்ல நறுமணமாகியது. அவன் உடலில் ஊறி குருதியில் ஓடி வியர்வையிலும் அது நிறைந்தது. அதன் பின் எங்கும் எப்போதும் அவனுக்கு அதுவே கிடைத்தது. அவனைக் கண்டதுமே இலைத்தொன்னையில் மஹுவாவை ஊற்றி 'செல்' என்று சொல்லி அனுப்பினர்.

"இத்தனை எளிதாகக் குடைசாயக்கூடியதா இவ்வுலகு?" என்று அவன் பொங்கி இருமி நகைத்தான். அவனுடன் இருந்த ரௌம்யரை அவன் உத்தர தோசாலியில் கண்டுகொண்டிருந்தான். "இளைஞனே, இப்புவி என்பது என்ன? விண்ணில் பறந்துசென்றுகொண்டிருந்த ஒரு பெரும் யானையின் தசைத்துண்டு இது. தெய்வங்களின் போரில் வெட்டுண்டு கீழே விழுந்து வெட்டவெளியில் நின்றது. அவர்கள் போர் முடிந்து இதை நோக்கும்போது இது பூசணம் நிறைந்து புழுத்து அடர்ந்து நெளிவதைக் கண்டனர்." இருமி கோழையைத் துப்பி அவர் சிரித்தார் "புழுவெளி! ஆஹ்!"

ஆசுரநாட்டுக்கான பயணத்தில் பூரணர் அவர்களுடன் சேர்ந்துகொண்டார். "பாடுக பாடல். வென்றவனின் மறத்தையும் வீழ்ந்தவனின் திறத்தையும் தெய்வங்களின் அறத்தையும். பாட்டெல்லாம் கள்ளே. கள்ளெல்லாம் கதையே" என்று சொல்லி பூரணர் நகைத்தார். "புழுக்களனைத்தையும் தின்ற ஒரு பெரும்புழுவின் கதையை நான் அறிவேன். இறுதிப்புழுவையும்

தின்றபின் அது திகைத்து நின்றது. உண்ணப்புழுவில்லாமல் முடிவிலாது கிடந்த அது தன் வாலை, தான் விழுங்கியது. ஓம் ஓம் ஓம்!”

பொருளின்மையின் விளிம்பில் நின்று இப்பாலும் அப்பாலுமென தத்தளிக்கும் பாடல்களையே ரௌம்யர் பாடினார். வெறும் வார்த்தைகள். எதையும் சுட்டாத விவரணைகள். பிறந்து அக்கணமே காற்றில் கரைந்து மறைந்தது. தெளியத்தெளிய மதுவருந்தியபடி மலைக்குடிகள் வாழ்ந்த காடுகளின் வழியாகச் சென்றனர். “சித்தம் ஒரு பெரும்புழு. அதை உலரவிடக்கூடாது. வற்றும்தோறும் கள்ளூற்றுவோம்” என்று ரௌம்யர் கூவ, பெரிய மரக்குடுவையில் மஹுவாக்கள்ளை வைத்திருந்த மலைக்குடிப்பெண் வாயைப்பொத்தி நகைத்தாள். “புழுக்களே, சிறகின்மைக்காக குடியுங்கள். காலின்மைக்காக குடியுங்கள். சொல்லின்மைக்காக குடியுங்கள். எஞ்சுவதேதுமில்லாதவர்களே அந்த விடுதலையை மஹுவாவால் கொண்டாடுங்கள்!”

காட்டுச்சாலையின் ஓரம் தெரிந்த பாறையின்மேல் சுள்ளி அடுக்கி கல்லுரசி நெருப்பிட்டு சூழ்ந்து அமர்ந்ததும் ரௌம்யர் பாடத்தொடங்கினார். “வென்றவனைப் பாடும் சூதர்களே, உங்கள் சொற்களில் பொன் விளைக. உங்கள் மனைவியரில் மைந்தர் விளைக. உங்கள் கன்றுகளில் அமுது எழுக. உங்கள் நிலங்களில் பசுமை நிறைக. வீழ்ந்தவனைப் பாடும் சூதர்களே, உங்கள் சொற்களில் குருதி விளைக. உங்கள் மனைவியரில் வஞ்சம் கருவுறுக. உங்கள் கன்றுகளில் குருதி ஊறுக. உங்கள் நிலங்களில் நடுகற்கள் எழுக!

“வென்றவனையும் வீழ்ந்தவனையும் தழுவி நின்றாடும் வெற்றுக் காலத்தைப் பாடும் சூதர்களே, உங்கள் சொற்களில் இருள் நிறைக. உங்கள் மனைவியரில் மறதியும் கன்றுகளில் காயும் நிலங்களில் பாழும் விளைக. உங்கள் கள்குடங்களோ என்றும் வற்றாதிருப்பதாக! ஆஹாஹ்ஹா!” ரௌம்யர் வெடித்து நகைத்துக்கொண்டு நடுநடுங்கும் கைகளை விரித்தார். காறித்துப்பி தவழ்ந்துசென்று தன் புழுவை படுத்தார். “காலரூபிகளே, கனிவறியா புழுக்களே! இதோ என் பாடல்!”

இளநாகன் தன்னை நோக்கி இறங்கி வந்த விண்மீன்களை நோக்கினான். அவை இறங்கி தாழ்ந்து மிக அருகே வந்தன. அவன் பொங்கிப்பொங்கி நகைத்துக்கொணடு அவற்றைக் கையால் அள்ளப்போனான். அவை ஒளிரும் புழுக்களென்று அறிந்தான். கரியசதைச்சதுப்பின் அழுகலில் அவை நெளிந்து திளைத்தன. சிரித்துக்கொண்டு அவன் அவற்றை அள்ளப்போக அவை விலகின. அவன் மேலும் மேலும் கைநீட்ட அவன் படுத்திருந்த பூமி பெரும் படகுபோலச் சரிந்தது.

அவன் நகைத்தபடி அதைச் சரித்துச் சரித்துக்கொண்டு செல்ல அது முற்றிலும் கவிழும் கணத்தில் அவனுக்கு மறு எல்லையில் நெடுந்தொலைவில் இடி என ஒரு முழவோசை விழுந்தது. அவனிருந்த பூமி அதிர்ந்தது. மேலும் மேலும் முழவொலிகள் பெரிய கற்பாறைகள் போல விழுந்துகொண்டே இருந்தன. அவற்றின் அதிர்வை ஏற்று ஏற்று பூமி சமன் பட்டது. அப்பால் அந்த முழவோசைகள் பெரிய மலைபோல எழுந்து நின்றன. அதன் அடிவாரத்தில் நெருப்பிட்டு பூரணர் அமர்ந்திருந்தார். அவன் எழுந்து அவர் அருகே சென்று புன்னகைத்தான். அமர்ந்துகொள் என அவர் கைகாட்டினார். அவன் புன்னகை செய்தான்.

“இது மகாபலி ஆண்ட மண் என்கிறார்கள்” என்றார் பூரணர். “ஆசுரநாடு என இதைப் புராணங்கள் சொல்கின்றன. மகாபலியின் மகோதயபுரம் இங்குதான் இருந்தது என்கிறார்கள். இன்று ரிக்ஷக மலையிலும் அதைச்சுற்றிய காடுகளிலுமாக நூற்றெட்டு மலைக்குடிகள் வாழ்கின்றன. அவர்களனைவருக்கும் முதல்மூதாதையென மகாபலி குடிமையங்கள் தோறும் மண்ணுருவாக அமர்ந்திருக்கிறார். ஆவணிமாதம் திருவோண நாளில் அவருக்கு ஊனும் மஹுவாக் கள்ளும் படைத்து குலம்கூடி வணங்குகிறார்கள்.

“மகாபலி மண்ணின் ஆழத்தை நிறைத்து விரிந்திருப்பதாக அவர்கள் சொல்வார்கள். மண்ணை அகழ்ந்துசென்றால் அவரது பாறையாலான உடலில் சென்று தொடமுடியும். மாபெரும் கிழங்குபோல அவர் மண்ணுக்கடியில் முடிவில்லாது விரிந்துகிடக்க அவரது உடலில் இருந்தே அனைத்து மரங்களும் பாறைகளும் மலைகளும் முளைத்தெழுந்திருக்கின்றன. மரங்களில் செம்மலர்களாகவும் பாறைகளில் செம்பாசியாகவும் மலைகளில் செம்முகில்களாகவும் எழுவது அவரது குருதி. மரங்களின் கனிகளும் பாறையின் ஊற்றும் மேகங்களின் மழையும் அவரது கருணை.”

இளநாகன் விழுந்துகொண்டே இருப்பதாக உணர்ந்தான். இருள் பசைபோல அவனை உள்ளிழுத்துச் சூழ்ந்து அழுத்தி மேலே பொழித்து விழுங்கி விழுங்கிக்கொண்டு சென்றது. கல்லால் ஆன மடியொன்றில் அவன் விழுந்தான். அது தசையின் வெம்மைகொண்டிருந்தது. அவன் புரண்டு அதில் முகம்புதைத்துக்கொண்டபோது ‘தூங்கு குழந்தாய்’ என்னும் குரலைக் கேட்டான். தெரிந்த குரல். ‘நீங்கள் யார் எந்தையே?’ என்றான். ‘நான் ஏழ்பனைநாட்டு மருதூர் சாத்தன் பெரும்பாணன்’ என்றது குரல்.

மறுநாள் வெயிலெழும்போதே அவர்களும் எழுந்தனர். மலைச்சுனையில் நீராடி குடுவையில் எஞ்சிய மஹுவாவை அருந்தி காட்டுக்கிழங்குகளையும்

காய்களையும் பறித்து உண்டு நடக்கத் தொடங்கினர். ரௌம்யர் தன்னுள் ஆழ்ந்து தலைகுனிந்து நடக்க பூரணர் சொல்லிக்கொண்டே வந்தார் "ஆசுரநாட்டின் எல்லைக்குள் ஷத்ரியர் நுழையமுடியாது. அவர்களின் கால்கள் இங்கே படுமென்றால் இங்குள்ள அனைத்துப் பூச்சிகளுக்கும் நச்சுக்கொடுக்குகள் முளைக்கும், அனைத்து நதிகளிலும் நச்சு பெருக்கெடுக்கும், காற்றில் நச்சுமூச்சு பறக்கும் என்கிறார்கள்."

"மண்ணில் நுழைந்த மகாபலி மாமன்னரின் ஆணை அது" என்றார் பூரணர். "விண்ணெழுந்து செல்பவர்கள் மானுடரின் மூதாதையர். அசுரகுலத்து மூதாதையர் சருகுகள்போல விதைகள்போல மண்புகுகிறார்கள். விண்ணுலகமென்பது அவர்களுக்கில்லை. வேர்களும் புழுக்களும் வாழும் கீழுலகமே அவர்களுக்குள்ளது. எனவே நெருப்பல்ல, நீரே அவர்களின் தூதன். வேள்வித்தீயில் அவர்கள் அவியிடுவதில்லை. ஓடும் நீரில் பலியைக் கரைக்கிறார்கள். துயரெழுந்தால் விண்நோக்கி அவர்கள் கைவிரிப்பதில்லை, மண்மேல் முகம்பொத்தி வீழ்ந்துவிடுகிறார்கள். ஆசுரம் விண்ணற்ற நாடு. வானவர் குனிந்து அஞ்சிநோக்கும் பெருங்காடு."

மகாபலியின் கதையை பூரணர் சொன்னார். "ஆழத்தில் நெளியும் புழுக்கள் அன்றொருநாள் மண்ணிலிறங்கி வந்த ஒருவனைக் கண்டன. கோடிக் குவிநுனிகள் அவன் உடலைத் தொட்டும் வருடியும் முகர்ந்தும் அவனை அறிந்தன. 'யார் நீ?' என்றான் புழுக்களின் விராட ரூபன். 'நான் மண்ணிலிறங்கிய இன்னொரு புழு. இனி உங்கள் பேருலகில் முடிவிலிவரை நெளிவேன்' என்றான் அவன். 'உன் பெயரென்ன? இங்கு எவரும் உயிருடன் வருவதில்லை? உணவை உண்ணும் வாய் எங்களுக்கில்லை' என்றான் விராடன்.

'என் பெயர் பலி. என் எல்லையற்ற வல்லமையால் என்னை மகாபலி என்றனர் மண்ணோர்' என்று அவன் சொன்னான். 'பிரம்மனில் பிறந்த மரீசியின் மைந்தனாகிய காசியபபிரஜாபதிக்கு திதியில் பிறந்தவர்கள் தைத்யர்கள். எங்களை அசுரர்கள் என்றனர் விண்ணோர். அசுரகுலத்து உதித்த ஹிரண்யகசிபுவின் மைந்தர் பிரஹலாதர். அவரது மைந்தர் விரோசனரின் மைந்தன் மகாபலியாகிய நான். அசுரகுலத்தின் பேரரசன். விண்ணோர் அஞ்ச மண்ணாண்டவன். மூத்தோர் கண்ட சொற்கமெல்லாம் என் மாண்பு கூறவே என்றானவன்.' மகாபலி தன் கதையைச் சொல்ல விராடன் முடிவிலா நெளிவாகக் கேட்டிருந்தான்.

பூரணர் சொன்னார் "சாக்ஷுஷ மன்வந்தரத்தில் மகோதயபுரத்தை தலைநகராக்கி ஆண்ட அசுரகுலத்து மாமன்னனை மகாபலி என்றனர். அசுரகுலத்து பேராசான் சுக்ரர் அவன் அவையிலமர்ந்தார். நூறு மலைகளைக் கோட்டைகளாகக் கொண்ட மகோதயபுரம் பொன்னாலான

மாளிகைகளில் மணிகளே ஒளிவிளக்குகளாக அமைய விண்ணவர் வந்து இமையாவிழியால் நோக்குவதாக இருந்தது. இந்திரனின் அமராவதி அதன் முன் மணிமுன் உப்பென ஒளியிழந்தது.”

சுக்ரரின் நெறியுறுத்தலை ஏற்று நூறு அஸ்வமேத வேள்விகளைச் செய்தான் மாமன்னன் மகாபலி. அந்நூறு வேள்விகளின் செல்வத்தையும் குவித்து விஸ்வஜித் என்னும் பெருவேள்வியைச் செய்து முடித்தான். அவனை இந்திரனுக்கு நிகரானவனாக அரியணை அமர்த்தினார் சுக்ரர். வேள்விதெய்வம் நெருப்பிலெழுந்து அவனுக்கு இந்திரனின் வியோமயானத்துக்கு நிகரான உக்ரயானம் என்னும் தேரையும் வஜ்ராயுதத்தையும் வெல்லும் உக்கிரம் என்னும் வில்லையும் ஒருபோதும் அம்பொழியாத இரு அம்பறாத்தூணிகளையும் காலைச்சூரியனின் ஒளிகொண்ட பிரபை என்னும் கவசத்தையும் அளித்தது.

அவன் தாதனாகிய பிரஹலாதன் எப்போதும் வாடாத சோபை என்னும் மலர்மாலையையும் குரு சுக்ரர் பர்ஜன்யம் என்னும் பெருசங்கையும் பிரம்மன் அக்ஷம் என்னும் ஒளிமிக்க மணிமாலையையும் அளித்தார்கள். அவற்றைச் சூடி அவன் அரியணையமர்ந்தபோது அவன் அழகைக்கண்டு அவன் அன்னை உடலெங்கும் விழிநீர் வழிய ஒரு மாமலையாக மண்ணில் எழுந்தாள். அவள்மேல் ஆயிரம் அருவிகள் ஓசையிட்டிறங்கின.

விஷ்ணுவிடம் முரண்பட்டு தேவர்கள் வலிகுன்றியிருந்த காலத்தைக் கண்டறிந்த சுக்ரர் தேவருலகை வெல்ல மகாபலியிடம் சொன்னார். நால்வகைப் படைகளுடன் மேகப்படிக்கட்டில் ஏறிச்சென்று மகாபலி விண்ணவரை போரில் வென்று இந்திரபுரியை வென்றான். அவனை பிரஹலாதரும் சுக்ரரும் சேர்ந்து மணிமுடியும் செங்கோலும் அளித்து இந்திரனின் சிம்மாசனத்தில் அமரச்செய்தனர். அறமழிந்தால் அசையும் இந்திரனின் அரியணை அவன் அமர்ந்தபின் காலத்தை அறியாத பெரும்பாறைபோல் அமர்ந்திருந்தது.

மகாபலியின் சினத்துக்குத் தப்பிய இந்திரனும் தேவர்களும் விண்ணகத்தின் எல்லைகளுக்கே ஓடினர். செவ்வொளி சிந்தும் பிரபையை மார்பிலணிந்து இடியோசை எழுப்பும் உக்கிரமெனும் வில்லை ஏந்தி உக்ரயான தேரில் ஏறி பர்ஜன்யமெனும் சங்கை ஊதியபடி மகாபலி அவர்களைத் துரத்திவந்தான். தப்ப வழியில்லாத தேவர்கள் மும்மூர்த்திகளையும் கூவியழைத்து அழுதனர். பின் தங்கள் அன்னையாகிய அதிதியை அழைத்தபடி கைகூப்பினர். தேவமாதாவாகிய அதிதி ஒரு பெட்டைக்கோழியாகி வெளியை நிறைக்கும் வெண்பெருஞ்சிறகுகளால் தன் மைந்தரை அள்ளி அணைத்து உள்ளே வைத்துக்கொண்டாள்.

அவள் முன் வந்து நின்று மகாபலி அறைகூவினான். ‘இக்கணமே தேவர்களை விடவில்லை என்றால் உன் சிறகுகளை வெட்டுவேன்’

என்று முழங்கிய அவன் குரலைக்கேட்டு எரிகடல் எனச் சுடர்ந்த செந்நிற அலகைக் குனித்து விண்மீன் விழிகளால் நோக்கி அதிதி தன் இறகொன்றை உதிர்த்தாள். பல்லாயிரம்கோடி யோசனை தொலைவுக்கு விரிந்தகன்ற வெண்முகிலென விழுந்த அந்த இறகின் காற்று பெரும்புயலாக மகாபலியைச் சுழற்றிக்கொண்டு வந்து மண்ணில் வீழ்த்தியது.

மைந்தருக்கு இரங்கிய அன்னை அதிதி தன் கணவரான காசியப பிரஜாபதியிடம் மகாபலியை வெல்லும் மைந்தனைப் பெறவேண்டும் என்று கேட்டாள். 'மகாபலியை வெல்பவன் விண்ணுருவோன் மட்டுமே. அவன் உன் மைந்தனாகுக' என்றது திசைகளாகி விரிந்துகிடந்த காசியபரின் இடிக்குரல். அவ்வண்ணம் அதிதி கருவுற்று ஒரு சிறு வெண்முட்டையை ஈன்றாள். அதைத் திறந்து வெண்ணிறச் சிற்றுருகொண்ட மைந்தன் வெளிவந்தான். மூன்றடி உயரமே இருந்த அவனைக் குனிந்து நோக்கி, புன்னகைத்து அன்னை வாமனன் என்றழைத்தாள்.

தன்னை வெல்ல ஒருமைந்தன் பிறந்திருப்பதை சுக்ரர் கணித்த சுவடிகளிலிருந்து அறிந்தான் மகாபலி. மண்ணிலிறங்கி தன் அன்னை பூத்து நிறைந்திருக்கும் இந்த மலையடிவாரத்தை அடைந்து சுக்ரர் முன்னிற்க இறப்பை வெல்லும் மிருத்யுஞ்சய வேள்வியைத் தொடங்கினான். தன் அரியணையை, செங்கோலை, கருவூலத்தை, நாட்டை, உறவுகளை, வெற்றியை, புகழை அவ்வேள்வியில் மூதாதையருக்கு பலியாக்கினான். இறுதியில் எடுத்த தர்ப்பையால் தானெனும் உணர்வை பலியாக்கும்கணம் அங்கே கூனுடலும் குறுநடையும் சிறுகுடையுமாக வந்த பிராமணன் ஒருவனைக் கண்டான்.

'நாடிலாதவன். குடியிலாதவன். நிற்கவோர் மண்ணிலாதவன். நால்வேதமறிந்த வைதிகன். எனக்கு கொடையளித்து வேள்வி நிறைவு செய்க' என்றான் வாமனன். வேள்விநிறைவுசெய்யும் அக விரைவில் 'எதுவேண்டுமென்றாலும் சொல்' என்று மகாபலி உரைக்க 'என் குற்றடி தொட்டளக்கும் மூவடி மண் அளிப்பாயாக!' என்றான் வாமனன். 'அவ்வண்ணமே ஆகுக!' என்று சொல்லி நிறைகுடுவை நீருடனும் தர்ப்பையுடனும் கிழக்கு நோக்கி நின்றான் மகாபலி. நீட்டிய வாமனனின் கையில் நீரூற்றி 'அளித்தேன் மூன்றடி மண்ணை' என்றான்.

கிழக்கு நோக்கி நின்று கைகூப்பிய வாமனன் 'ஓம்' என்று ஒலித்தான். அவ்வொலி பல்லாயிரம் இடியோசையென எழுந்து திசைசூழ இமய முடியென அவன் உடல் எழுந்து விண்முட்டுவதை மகாபலி கண்டான். 'ஓம்' என மேகங்கள் ஒலிக்க அவன் தலை வானாகி விரிவதை அறிந்தான். 'ஓம்' எனும் ஒலி தன்னுள்ளே ஒலிக்க அவன் வெளியாகி நிறைவதை உணர்ந்தான். 'முதலடியால் மண்ணளந்தேன். அடுத்த அடியால்

விண்ணளந்தேன். இதோ என் மூன்றாம் அடி. அதைவைக்க இடமெங்கே?' என்ற குரலை தன் அணுக்க மந்திரம் போல ஆழத்தில் கேட்டான்.

'பரம்பொருளே, இந்தத் தலை மட்டுமே இனி என்னுடையது' என்று மகாபலி முழந்தாளிட்டுத் தலைகவிழ்த்தான். அதிலமர்ந்த பாதங்களுக்கு அப்பால் குரல் ஒன்று கேட்டது 'முழுமையின் தொடுகை இது. இனி விண்ணுலகம் உனக்குரியது.' கைகூப்பி மகாபலி சொன்னான் 'நான் என் மூதாதையர் உறங்கும் மண்ணுக்குள் புகவே விழைகிறேன்.' அவன் தலைமேல் அழுந்திய வானம் 'அவ்வாறே ஆகுக' என்றது. அவன் இருளில் அமிழும் ஒளிக்கதிர் என மண்ணுக்குள் மூழ்கிச்சென்றான்.

"ஆயிரம்கோடிப் புழுக்கள் துதிக்கை மட்டுமான யானைகளென அவனை வாழ்த்தின. அவனுடலைத் தழுவிய பல்லாயிரம் கோடி வேர்கள் அவன் உடலின் மயிர்க்கால்கள் தோறும் இறங்கி அவன் குருதியை உண்டன. அவற்றில் எல்லாம் அவன் அகம் அனலாக ஊறி ஏறி தண்டுகளில் வெம்மையாகி மலர்களில் வண்ணமாகி கனிகளில் சுவையாகியது. தன் கோடானுகோடிமைந்தரின் கால்களை காலம்தோறும் மார்பில் ஏந்திக்கொண்டிருக்கும் பெரும்பேறு பெற்றவனானான் மகாபலி."

அன்று மாலை அவர்கள் ஓங்கிய மரங்கள் சூழ்ந்த அஹோரம் என்னும் மலைக்கிராமத்தைச் சென்றடைந்தனர். மரவுரியில் ஓடிய தையல்நூல் என புதர்களை ஊடுருவிச்சென்ற சிறுபாதையின் ஓரம் நின்றிருந்த மரத்தின் பட்டையில் ஒரு செதுக்கடையாளத்தைக் கண்ட ரௌம்யர் சுட்டிக்காட்ட பூரணர் அதை நோக்கியபின் "அவ்வழியில் ஒரு மலைக்குடி உள்ளது" என்றார். "அவர்கள் அயலவரை ஏற்பார்களா?" என்றான் இளநாகன். "பாணரை ஏற்கா பழங்குடி இல்லை" என்ற பூரணர் மேலும் அடையாளத்தை நோக்கி முன்னால் நடந்தார்.

பன்னிரு அடையாளங்களுக்குப்பின் அவர்கள் அஹோரத்தின் முகப்பில் நடப்பட்ட குடிமரத்தைக் கண்டனர். பன்றித்தலைகளும் மலர்க் கொடிகளும் பின்னிச்செல்வதுபோல செதுக்கப்பட்ட தேவதாருவின் தடி பாதையோரமாக நடப்பட்டிருந்தது. அதனருகே நின்ற ரௌம்யர் தன் முழவை எடுத்து மீட்டத்தொடங்கினார். அப்பால் மலைக்குடியின் அருகே மரத்தின் மீது கட்டப்பட்ட ஏறுமாடத்தில் முழவொலி எழுந்தது. பின் ஊருக்குள் முழவொலித்தது.

தோலாடைகளும் கல்மாலைகளும் அணிந்து, உடலெங்கும் நீறுபூசி, நெற்றியில் முக்கண் வரைந்த மூன்று மலைக்குடிமக்கள் புதர்களுக்குள் எழுந்து அவர்களை நோக்கினர். அவர்களில் முதியவர் அவர்களிடம் ஆசுரமொழியில் "யார் நீங்கள்?" என்றார். ரௌம்யர் "புழுக்கள்" என்றார்.

முதியவர் புன்னகைசெய்து "வருக!" என்றார். பிற இருவரும் அருகே வந்து வணங்கி அவர்களை ஊருக்குள் கொண்டுசென்றனர்.

அந்த மலைக்குடியின் அனைத்துக் குடில்களும் மரங்களுக்குமேல் அமைந்திருந்தன. வீடுகளை இணைத்தபடி சுற்றிவந்த கயிற்றுப்பாலங்கள் வானத்துத் தெருக்களென தோன்றின. மாலையில் மேய்ச்சலில் இருந்து திரும்பிய செம்மறியாடுகளை பரணில் ஏற்றி கயிற்றால் இழுத்து மேலேற்றி மரங்களுக்குமேல் அமைக்கப்பட்டிருந்த தொழுவங்களுக்குக் கொண்டுசென்றுகொண்டிருந்தனர். குடில்களுக்குக் கீழே தூபச்சட்டியில் தைலப்புற்களை அடுக்கிக்கொண்டிருந்தனர் சிலர். தலைக்குமேல் எழுந்த குழந்தைகள் கைகளைத் தூக்கிக் கூச்சலிட்டன.

அசுரர்களின் நூற்றெட்டு குலங்களில் ஒன்றான வராககுலத்தின் தந்தர் குடியின் தலைவராகிய பூதரின் குடிலில் அன்றிரவு அவர்கள் தங்கினர். குடில்களுக்கு நடுவே எழுப்பப்பட்ட உயர்ந்த மண்பீடத்தில் களிமண் குழைத்துச்செய்த பேருருவாக மகாபலி படுத்திருந்தார். அவர் உடலின் மீது பசும்புற்கள் முளைத்து நரம்புகள் என வேர்கள் அவர்மேல் பின்னிச் செறிந்திருந்தன.

அந்தி எழுந்ததும் அவர் முன் எண்ணெய்ப்பந்தம் ஏற்றி ஊனுணவும் கள்ளும் படைத்து வணங்கினர். பூதரின் குடில்முன் மரப்பலகை முற்றத்தில் அமர்ந்து உணவுண்டு மதுவருந்திக்கொண்டிருந்தபோது இளநாகன் மரங்கள் வழியாக விரிந்துபின்னிய சாலையில் ஓடிவிளையாடிக்கொண்டிருந்த குழந்தைகளை புன்னகையுடன் நோக்கிக்கொண்டிருந்தான். அவர்களிருந்த மலைவிளிம்புக்கு அப்பால் பெரும்பள்ளமாக இறங்கிச்சென்ற மலைச்சரிவு இருளில் மறைந்து பின் ஒரு மலையாக எழுந்து மரங்கள் சூடி பெரும்பாறைகளை ஏந்தி நின்றது.

இளநாகன் அந்த மலையில் ஒரு மெல்லிய உறுமல் கேட்டதைப்போல் உணர்ந்தான். அவன் நோக்கியிருக்க உச்சிமலைப்பாறை ஒன்று அசைந்து கீழிறங்கி நின்றது. திகைத்து அவன் எழுந்தபோது பூதர் நகைத்து "அது மண்ணுக்குள் எங்கள் முதல்மூதாதை மகாபலி அசைந்தெழும் அதிர்வு" என்றார். குளிர்ந்த காற்று ஒன்று அவர்களைக் கடந்துசென்றபோது "அது அவரது நெட்டுயிர்ப்பு. எங்கள் நூற்றெட்டு குலங்களின் ஆயிரத்தெட்டு குடிகளும் அளித்த பலியை அவர் உண்டு மகிழ்கிறார்" என்றார்.

இளநாகன் "ஆம், மைந்தர்களை சிலநாள் தாதையர் உணவூட்டுகிறார்கள். பின்னர் மைந்தர்கள் முடிவிலிவரை அவர்களுக்கு உணவூட்டுகிறார்கள்" என்றான். பூதர் நகைத்து "எந்தை இம்மண்ணுக்குள் பரவி விரிந்திருக்கிறார்.

மிக ஆழத்தில் எங்கோ அவர் இருக்கிறார். ஆனால் அவரை மிக அருகே உணரும் தருணமொன்றுண்டு. உறவாலும் சுற்றத்தாலும் தேற்றமுடியாத, ஒளியாலும் காற்றாலும் நீராலும் ஆற்றமுடியாத, எச்சொற்களும் தொட்டுவிடமுடியாத பெருந்துயரை ஒருவன் அடைந்தான் என்றால் அவன் இந்த மண்ணில் முகம்சேர்த்துப் படுக்கும்போது எந்தையின் குரலைக் கேட்பான்" என்றார்.

"மாற்றிலாத பெருந்துயர் மனிதனை புழுவாக்குகிறது. தன்னைத்தான் தழுவிச் சுருளச்செய்கிறது. நெளிதலும் குழைதலும் துடித்தலுமே இருத்தலென்றாக்குகிறது. பல்லாயிரம்பேர் நடுவே தனிமை கொள்கிறான். தழலாக நீராக தவிக்கும் விரலாக அவன் ஆகிறான். அவன் குரல் அவிகிறது. வெட்டவெளியும் ஒளியும் அவனை வதைக்கின்றன. ஒளிந்துகொள்ளவும் ஒடுங்கிக்கொள்ளவும் அவன் தவிக்கிறான். புதைந்து மறைய அவன் விழைகிறான்."

இளநாகன் "அத்தகைய பெருந்துயர் எது மூத்தாரே?" என்றான். "பெருந்துயர்கள் மூன்று. நோய், இழப்பு, அவமதிப்பு" என்றார் பூதர். "அவற்றில் முதலிரண்டும் காலத்தால் ஆற்றப்படுபவை. காலமே காற்றாகி வந்து வீசி எழுப்பிக்கொண்டிருக்கும் கனல் போன்ற பெருந்துயர் அவமதிப்பே." குவளையில் எஞ்சிய மஹுவாமதுவை நாவில் விட்டுவிட்டு பூதர் பெருமூச்சுவிட்டார். "அத்தகைய பெருந்துயர் கொண்ட ஒருவன் ஒருமுறை இவ்வழிச்சென்றான். உயிருடன் தோல் உரித்து வீசப்பட்ட சாரைப்பாம்பு போல அவன் விரைந்தான். பின்பு மண்ணில் விழுந்து புழுவெனச் சுருண்டுகொண்டான்."

"அப்போது எந்தை மண்கீறி எழுந்து ஒரு சாலமரமாக அவனருகே நின்று அவன் தலைமேல் தன் கைகளை வைத்தார். கலங்கியழியும் கண்களுடன் அவன் நிமிர்ந்து அந்தக் கைகளைப் பற்றிக்கொண்டான். அவன் நெஞ்சுலைய எழுந்த விம்மலால் இக்கானகம் விதிர்த்தது. எந்தையின் பெருஞ்சொல் பாறையுருளும் ஓசையாக எழுந்து மலையடுக்குகளில் எதிரொலித்தது. அவன் கண்களைத் துடைத்துக்கொண்டு எழுந்து தென்திசை நோக்கிச் சென்றான்" பூதர் சொன்னார். "அவனை வழியில்கண்டு வினவிய எங்கள் குலத்தவரிடம் அவன் பெயர் கர்ணன் என்றான்."

2

ஹிரண்யவாகா நதியின் கரையில் இருந்த ஹிரண்மயம் என்ற ஊருக்கு இளநாகன் பூரணருடன் சென்றுகொண்டிருந்தான். ரௌம்யர் வழியிலேயே பிரிந்து சென்றுவிட அவனுடன் பூரணர் மட்டுமே இருந்தார். ஆசுர வனதேசத்தின் தலைநகரமான ஹிரண்மயம் பற்றி வராகதந்தர் குடித்தலைவரான பூதர்தான் முதலில் சொன்னார். "நீலமலைக்குத் தெற்கே நிஷதமலைக்கு வடக்கே இன்றிருக்கும் ஹிரண்மயம் ஒருகாலத்தில் மேகங்களால் சூழப்பட்டு விண்ணில் மிதந்துகொண்டிருந்தது. நெடுங் காலம் முன்பு அசுரகுலத்து மூதாதையரான ஹிரண்யாக்ஷனும் ஹிரண்யகசிபுவும் இணைந்து நாடாண்டபோது அவர்களுக்காக மயன் உருவாக்கிய பெருநகர் அது."

ஆயிரம் அரச மாளிகைகளும் ஆயிரம் அரசபாதைகளும் ஐந்தாயிரம் குடித்தெருக்களும் ஆயிரம் காவல் மாடங்களும் கொண்டது. அதன் மையத்தில் அசுரர்களின் அன்னைதெய்வமான திதியின் ஆலயம் இருந்தது. அதைச்சுற்றி அசுரகுல மூதாதையான விருத்திராசுரன், பஸ்மாசுரன், மகிஷாசுரன், நரகாசுரன் ஆகியோருக்கான ஆலயங்கள் அமைந்திருந்தன.

நூறு அஸ்வமேத வேள்விகளாலும், அந்நூறு வேள்விகளின் செல்வத்தைக்கொண்டு செய்யப்பட்ட விஸ்வஜித் வேள்வியாலும் அந்நகரை மண்ணிலிருந்து மேலெழச்செய்தார்கள் ஹிரண்யாக்ஷனும் ஹிரண்யகசிபுவும். ஒவ்வொரு அஸ்வமேதவேள்வி முடியும்போதும் நகரம் மண்ணிலிருந்து அடித்தளங்களுடன் பத்தடி மேலெழுந்தது. முதலில் அதிலிருந்து மண்ணுக்கு இறங்க படிக்கட்டுகளைக் கட்டினார்கள். பின்னர் மர ஏணிகளை அமைத்தனர். பின்னர் அவை நூலேணிகளாயின. பின்னர் அசுரர்கள் தங்களால் அதிலிருந்து இறகுபோல பறந்திறங்கமுடிவதைக்

கண்டுகொண்டனர். அவர்கள் கைகளை விரித்து விண்ணில் பறக்கத் தொடங்கினர். மானுடநகரங்களுக்கு மேலாக அசுரர்கள் பறந்தலைந்தனர். இரவில் அவர்கள் பறவைகள் கூடணைவதுபோல ஹிரண்மயத்தில் இருந்த தங்கள் இல்லம்சேர்ந்தனர் என்றார் பூதர்.

ஹிரண்யவாகா நதிக்கரையில் அந்நகரம் இன்றுமிருப்பதாக பூதர் சொன்னார். தன் இளமையில் அந்நகருக்குச் சென்றிருப்பதாகவும் அங்கே பொன்மயமான பெருமாளிகைகளைக் கண்டதாகவும் சொன்னார். "அப்படியென்றால் அதைக் காண்பதே அடுத்த இலக்கு" என்றார் பூரணர். ரௌம்யர் "சென்றகாலத்து நகரங்களைக் காண்பதில் எனக்கு ஆர்வமில்லை. மதுவிளையும் வாழும் நகரங்களையே நான் விழைகிறேன்" என்றார்.

பூதர் குறித்தளித்த குறிகளை மலைப்பாறைகளிலும் ஓடைகளிலும் மரங்களிலும் தேர்ந்து அவர்கள் யானைகள் சென்று உருவான காட்டுப்பாதையில் நடந்தனர். இரவில் மரங்களில் துயின்றும் பகலில் காட்டுணவும் ஓடைநீரும் உண்டும் சென்று ஹிரண்யவாகா நதியைக் கண்டனர். பாறைகளில் அறைந்து நுரையெழுப்பிச் சென்றுகொண்டிருந்த ஆற்றின் கரையில் நாணல்கள் அடர்ந்த சதுப்பை ஒட்டி வடக்கு நோக்கிச் சென்றனர். செல்லும் வழியில் பூரணர் ஹிரண்மயத்தின் தொல்கதையை சொல்லிக்கொண்டு வந்தார்.

பேரன்னை திதிக்கு காசியபரில் பிறந்த இரட்டையர் ஹிரண்யாக்ஷனும் ஹிரண்யகசிபுவும். மயானருத்ரர்கள் விண்ணில் உலவும் மூவந்திநேரத்தில் அன்னை திதி அவர்களைக் கருவுற்றாள். ஆகவே எல்லையற்ற ஆற்றலும் ஆறாப்பெருஞ்சினமும் கொண்டவர்களாக அவர்கள் பிறந்துவந்தனர். காசியப பிரஜாபதி விண்ணில் ஆயிரம் பொன்னிறக் குதிரைகளை திசையெங்கும் செலுத்தி ஆற்றிய அஸ்வமேதவேள்வியில் பொன்னிருக்கையில் அமர்ந்திருக்கும்போது அவ்விரு மைந்தர்களும் பிறந்தமையால் அவர்களுக்கு காசியபர் ஹிரண்யாக்ஷன் ஹிரண்யகசிபு என்று பெயரிட்டார்.

அவர்களின் பிறப்பைக் கண்டு அசுரகுலத்து மூதாதையர் மண்ணில் பெருமரங்களாக எழுந்து காற்றில் கிளைகளை அசைத்து மலர்தூவினர். அவர்களுக்கு வஜ்ராங்கன் என்னும் தம்பியும் சிம்ஹிகை என்னும் தங்கையும் பிறந்தனர். சிம்ஹிகை விப்ரசித்தியை மணந்தாள். மைந்தர்கள் அன்னையின் முலையுண்டு ஆற்றல்கொண்டு வளர்ந்தனர். மழைக்கால மேகம் பெருகுவதுபோல அவர்களின் உடல் பெருகிப் பரவியது.

அக்காலத்தில் அசுரர்கள் மண்ணில் மரங்களைப்போல வேரூன்றி ஆழத்தில் ஓடும் நீரையும் நெருப்பையும் உறிஞ்சி உடலாக்கும் வல்லமை கொண்டிருந்தனர். கோடானுகோடிப் புழுக்களாக மண்ணுக்குள் நெளிந்துகொண்டிருக்கும் அசுரகுலத்து மூதாதையர்

அவர்கள் வேர்களைத் தழுவிப்பின்னி அவர்களை வாழ்த்தினர். நீரையும் நெருப்பையும் கலந்து அவர்கள் மலர்களையும் தளிர்களையும் படைத்துக்கொண்டனர். மண்ணில் இரு பேராலமரங்களாக விரிந்து கிளைபரப்பி ஆயிரமாண்டுகாலம் தவம்செய்த ஹிரண்யாக்ஷனும் ஹிரண்யகசிபுவும் நிகரற்ற தோள்வலிமை கொண்டனர். அவர்களின் கைகள் கிளைகளாக விரிந்தன. விரல்கள் விழுதுகளாகப் பரவின. அவர்கள் குலத்தில் அவர்களைப் போலவே ஆற்றல்கொண்ட பல்லாயிரம் அசுரவீரர்கள் தோன்றினர்.

தங்கள் பெரும்படையுடன் ஹிரண்யாக்ஷன் ஹிரண்யகசிபு இருவரும் மண்ணுலகை முழுதும் வென்றனர். ஐம்பத்தாறு மன்னர்களின் மணிமுடிகளை அவ்வரசர்களின் தலைகளுடன் கொய்துவந்து அடுக்கி அதன்மேல் தங்கள் அரியணையை அமைத்தனர். ஹிரண்யாக்ஷன் வருணனின் தலைநகரமான சிரத்தாவதியை அடைந்து அவனை போருக்கு அறைகூவினான். அஞ்சிநடுங்கிய வருணனை காட்டுக்கொடிகளால் தன் தேர்க்காலில் கட்டி இழுத்துவந்து தன் நகருக்குள் ஒரு குளிர்நதியாக ஓடும்படி ஆணையிட்டான். சூரியனை வென்று அவனை தன் நகர்மேல் ஒளியாக நிறையவேண்டுமென்று ஆணையிட்டான். இந்திரனும் யமனும் அவன் நகரில் காவலர்களாக நின்றனர்.

விண்ணையும் மண்ணையும் வென்று நிகரற்றவனாக அலைந்த ஹிரண்யாக்ஷன் ஒருமுறை விண்கடல்மேல் ஒளித்தேரில் செல்லும்போது எதிரில் இருண்ட பெருஞ்சுழி ஒன்றைக் கண்டான். அவன் விழிகளுக்கு அது ஒரு பெரும்பன்றி என்று தோன்றியது. அதன் சுழிமையம் பன்றியின் கண்கள் போல மதம்பரவிய இருளொளியாக மின்னியது

அமைச்சன் சுவாகன் அது முன்பு சுவாயம்புவமனுவின் காலகட்டத்தில் பூமி நிலையழிந்து விண்வெள்ளத்தில் மூழ்கி மறைந்துபோனபோது பிரம்மனின் கோரிக்கையை ஏற்று கரியபேருருவாக எழுந்து வந்த பெருமாளே என்று சொன்னான். ‘பன்றிவடிவெடுத்த முதற்பொருள் பூமியை தன் ஆற்றல்மிக்க மூக்கால் தோண்டி எடுத்து ஒளிநோக்கிக் காட்டியது. அதில் அழிந்துபட்ட உயிர்க்குலங்கள் மீண்டும் முளைத்தெழ பூமிக்கோளம் சிலிர்த்துக்கொண்டது. இப்பன்றியின் ஆற்றல் எல்லையற்றது. ஒளியனைத்தையும் பெறும் அன்னையின் கருவறை வாயிலே இருளின் சுழி’ என்றான் சுவாகன்.

‘நான் வேட்டைக்கு வந்தவன். மிருகத்தைக் கண்டு அஞ்சி விலகுவது ஆண்மையல்ல. இக்கணமே இதை வெல்வேன். அன்றி வீழ்வேன்’ என்று சொல்லி தன் கதையைச் சுழற்றியபடி அப்பன்றியை எதிர்கொண்டான் ஹிரண்யாக்ஷன். அதை நெருங்கியபோது ஆயிரம் கோடி இடியோசைகள் என பன்றி தன் வயிற்றுக்குள் உறுமியது. அதன் கரிய முடிமுட்கள்

சிலிர்த்தெழுந்தன. மதவிழிகளின் சுழிக்குள் ஓர் ஒளி மின்னி அணைந்தது. கூவியபடி அதன்மேல் பாய்ந்த ஹிரண்யாக்ஷன் அவ்விழிகளே பெருவெளியாக எழுவதைக் கண்டான். அவ்விழிச்சுழியின் முடிவிலா ஆழத்துக்குள் சென்று மறைந்தான். 'ஓம்!' என்ற ஒலியுடன் பன்றி மீண்டும் தன் பெருந்தவத்துக்குள் அமிழ்ந்தது.

ஹிரண்யாக்ஷன் மறைந்த செய்தியை ஹிரண்யகசிபு அறிந்து உடன்பிறந்தானைக் கொன்றது யாரென்று நிமித்திகம் நோக்கி அறிந்தான். விண்ணும் மண்ணுமான பெருமாளே வென்றவன் என்றறிந்து 'எவ்வண்ணம் அவனைத் தடுப்பது?' என்று அசுரகுரு சுக்ராசாரியாரிடம் கேட்டான். 'அழைப்பவருக்கு அருள எழுவது அவன் தொழில். அவன் அறிதுயில் கலைக்கும் அழைப்பெதுவும் உன் நாட்டில் எழாவிட்டால் அவன் வரமுடியாது' என்றார் சுக்ரர். தன் தேசத்தில் எவரும் நாராயண நாமத்தைச் சொல்லலாகாது என்று ஹிரண்யகசிபு ஆணையிட்டான். அசுரகுலத்து மெய்ஞான நூல்களையே அனைவரும் கற்கவேண்டும் என்றான். ஒருவருக்கும் ஒருகுறையும் இன்றி மண்ணையும் விண்ணையும் அவன் ஆண்டான்.

பன்றிவடிவெடுத்து தன் தமையனைக் கொன்ற லீலையை ஹிரண்யகசிபு அறிந்தான். அழியா வரம் கோரி இருள்நிறைந்த வனத்துக்குள் ஆயிரம் விழுதுகள் ஆடும் ஒரு பேராலமரமாக மாறி அவன் ஊழ்கத்திலமர்ந்தான். அவன் உடலெங்கும் பூக்கள் நிறைந்தன. கனிகள் எழுந்து கிளைதொய்ந்தன. அவற்றில் பறவைக்குலங்கள் கூடணைந்து பல்லாயிரம் மொழிகள் பேசின. இலைநாநுனிகளால் ஒற்றை மந்திரத்தைச் சொல்லி அவன் தன்னுள் ஆழ்ந்திருந்தான்.

அத்தவத்தால் கனிந்த பிரம்மன் அவனுக்கு வரமளித்தான். அழியா வரம் பெறும் வல்லமை மானுடர்க்கும் அசுரருக்கும் இல்லை என்றான் பிரம்மன். அவ்வண்ணமென்றால் மானுடனோ மிருகமோ என்னைக் கொல்லலாகாது என்று வரம் கேட்டான் ஹிரண்யகசிபு. வீட்டிலோ வீதியிலோ தன் இறப்பு நிகழலாகாது. பகலிலோ இரவிலோ தன் உயிர் பிரியலாகாது என்றான். அவ்வாறே ஆகுக என்று வரம் அளித்தான் பிரம்மன்.

ஹிரண்யகசிபு ஹிரண்மயத்தில் இல்லை என்றறிந்த தேவர்கள் இந்திரன் தலைமையில் கூடி படைகொண்டுவந்தனர். மண் தொடாது காற்றில் மிதந்து நின்ற நகரைச்சூழ்ந்து தங்கள் அம்புகளால் தாக்கினர். ஹிரண்மயத்தின் கோட்டைகள் இடிந்தன. சோலைகள் கருகின. மாடக்கூடங்களின் முகடுகள் எரிந்தன. 'ஓம் ஹிரண்யாய நம:' என்று கூவியபடி அசுரர்கள் விண்ணில் பறந்து தேவர்களை தாக்கினர். ஏழுநாட்கள் நடந்த பெரும்போரில் அசுரர்கள் தேவர்களை வென்று

துரத்தினர். தோற்றோடிய இந்திரன் தன் வஜ்ராயுதத்தால் தாக்கி ஹிரண்யகசிபுவின் அரசி கயாதுவை மயக்கி அவளைத் தன் தேரில் ஏற்றிக்கொண்டு விண்ணுலகம் சென்றான்.

விண்ணுலகில் சென்ற தேரில் நின்று கதறிய கயாதுவின் குரல் கேட்டு அங்கே வந்த நாரதர் இந்திரனைத் தடுத்தார். 'இவள் இன்று கருவுற்றிருக்கிறாள். கருவுற்றமிருகத்தை வேட்டையாடுதலே அறமல்ல என நூல்கள் விலக்குகின்றன. இவளை நீ சிறைப்பிடித்தது பெரும்பிழை' என்றார். முனிவருக்கு இணங்கி இந்திரன் கயாதுவை அவரிடம் கையளித்தான். நாரதர் 'மகளே, நீ உன் கணவனிடம் செல்' என்றார். 'என் நகரத்திலிருந்து நான் சிறைபிடிக்கப்பட்டு கொண்டுவரப்பட்டேன். என்னை என் தலைவன் வந்து மீட்டழைத்துச் செல்லலே முறை' என்று கயாது சொன்னாள். 'உன் கணவன் தவம் விட்டு மீளும் வரை நீ என் குடிலில் தங்குக' என்று சொல்லி நாரதர் வைகுண்ட வனத்தில் இருந்த தன் தவச்சாலைக்கு அவளை அழைத்துச்சென்றார்.

நாரதரின் குடிலில் கயாதுவின் வயிற்றில் பிரஹலாதன் பிறந்தான். இளமையின் ஒளிகொண்ட மைந்தனை கையிலேந்திய நாரதர் அவனுக்கு விஷ்ணுவின் ஆயிரம் பெயர்களைக் கற்பித்தார். மைந்தனுக்கு ஏழுவயதிருக்கையில் தவம் விட்டெழுந்த ஹிரண்யகசிபு தன் நகரத்தை அடைந்து செய்தியை அறிந்து சினம்கொண்டு விண்ணகம் புகுந்தான். அவன் வருவதைக்கண்டு இந்திரனும் தேவர்களும் ஓடிமறைந்தனர். ஹிரண்யகசிபு இந்திரனின் அமராவதியை தன் கதையாலேயே அடித்து நொறுக்கி கற்குவியல்களாக ஆக்கினான். சுதர்மை எனும் சபையை உடைத்தழித்தான். நந்தனம் என்னும் தோட்டத்தைத் தீவைத்துக் கருக்கினான்.

ஹிரண்யகசிபு பட்டத்தரசி கயாதுவையும் மைந்தன் பிரஹலாதனையும் மீட்டு ஹிரண்மயத்துக்கு அழைத்துவந்தார். கயாது மீண்டும் கருவுற்று சம்ஹ்லாதனையும் அனுஹ்லாதனையும், சிபியையும், பாஷ்கலனையும் பெற்றாள். மைந்தரால் பொலிந்த ஹிரண்யகசிபு தானே நிகரற்றவன் என்று எண்ணி அரியணை அமர்ந்தார். மேலும் நூறு அஸ்வமேதங்களையும் விஸ்வஜித் வேள்விகளையும் செய்து தன் நகரத்தை விண்ணில் எழுப்பி மேகங்கள் நடுவே நிறுத்தினார்.

கல்விமுடித்து பிரம்மசரியநெறியை முழுமைசெய்து அரண்மனை மீண்ட பிரஹலாதன் தன் தந்தையின் காலடி தொட்டு வணங்கியபோது 'நீ கற்றவற்றை எல்லாம் ஒற்றைச் சொல்லில் சொல்' என்றார் ஹிரண்யகசிபு. 'நால்வேதங்களும் ஆறுமதங்களும் ஆறுமுழுநோக்குகளும் மூன்று தத்துவங்களும் ஓம் நமோ நாராயணாய என்ற சொற்களில் அடங்கும்' என்றான் பிரஹலாதன். திகைத்தெழுந்த ஹிரண்யகசிபு 'என் நகரில்

என் பெயரன்றி இன்னொரு பெயர்வாழ்த்து ஒலிக்கலாகாது என்று சொல்லியிருக்கிறேன். என் ஆணையை எப்படி நீ மீறலாம்?' என்று கூவினார். 'மெய்யறிவை எவரும் ஆணையிட்டுத் தடுக்கமுடியாது தந்தையே' என்றான் பிரஹலாதன்.

அசுரகுருநாதர்கள் அனைவரையும் அழைத்து அசுரஞானம் அனைத்தையும் மைந்தனுக்குக் கற்பிக்க ஹிரண்யகசிபு ஆணையிட்டார். நீரிலும் நெருப்பிலும் நின்று தவம்செய்தும் முள்ளில் அமர்ந்து தவம்செய்தும் பிரஹலாதன் அனைத்து நூல்களையும் கற்றுத்தேர்ந்தான். ஏழாண்டுகால கல்விக்குப்பின் மைந்தனை சபைக்கு வரவழைத்து 'நீ கற்றதென்ன?' என்று ஹிரண்யகசிபு கேட்டார். 'ஓம் நமோ நாராயணாய என்ற சொல்லில் அனைத்தையும் அடக்குவதே எளிது' என்று மைந்தன் விடை சொன்னான். 'என்னுடன் சபைகூடி நீ அறிந்தவற்றைச் சொல்லி நிறுவு' என்று தந்தை மைந்தனுக்கு ஆணையிட்டார்.

"அசுரகுலத்துப் பேரறிஞர்கள் ஆயிரம்பேர் கூடிய ஞானசபையில் மைந்தனும் தந்தையும் எதிரெதிர் பீடங்களில் அமர்ந்தனர். அசுரமெய் ஞானத்தின் முதல்ஞானி நான்குவேதங்களுக்கும் அதிபதியாகிய பிரஹஸ்பதி. பிரம்மனின் அனல்வடிவமாக எழுந்த மைந்தர் அங்கிரசுக்கும் வசுதைக்கும் பிறந்த எட்டு மைந்தர்களில் அசுர மெய் ஞானத்தை அறிந்து புகழ் கொண்டவர் பிரஹஸ்பதி. அதை அவர் தன் மாணவர்களாகிய சுக்ரருக்கும் கணாதருக்கும் கற்பித்தார். அவர்கள் தங்கள் மாணவர்களாகிய பரமேஷ்டிக்கும் பிருகுவுக்கும் அதைக் கற்பித்தனர். அவர்கள் தங்கள் மாணவர்களான ஜாபாலிக்கும் பஞ்சசிகனுக்கும் கற்பித்தனர். அசுரஞானம் அழியாத குருமரபு வழியாக இன்றும் வாழ்கிறது" பூரணர் சொன்னார்.

அசுரஞானத்தை பிரஹஸ்பத்யம் என்றும் ஜடவாதம் அல்லது பூதவாதம் என்றும் சொல்வார்கள். இப்புடவி ஐந்து அடிப்படைப் பருப்பொருட்களால் ஆனது என்பதே ஜடவாதம். மண், நீர், காற்று, தீ, வானம் என்னும் ஐந்தும் ஐந்து பெருநிகழ்வுகள்" என்றார் பூரணர். இவ்வைந்தின் முடிவற்ற முயங்குநிலைகளே இப்புடவியை இயற்றியுள்ளன என்பதும் இவ்வைந்துக்கும் அப்பால் ஆறாவதாக ஒன்றில்லை என்பதும் ஜடவாதத்தின் அறிதல்கள். இவ்வியக்கத்தின் அனைத்து வினாக்களுக்கும் ஐம்பொருளிணைவிலேயே விடைதேடவேண்டும் என்றும் ஆறாவதாக ஒன்றை உருவகிப்பது அறியமுடியாமையை முன்வைப்பதே என்றும் பிரஹஸ்பதி கூறினார்.

பொருண்மையின் ஐந்துநிலைகளையே ஐம்பூதங்கள் என்கிறோம். பருவுடலால் தொடப்படுவதும், பலநூறாயிரம் இணைவுகளின் சமநிலையால் ஆனதும், அடைந்த தன்னிலையில் மாற்றமற்றிருக்கும்

விழைவுகொண்டதும் ஆன பொருள்நிலையே மண். விண்ணிலும் வெளியிலும் உள்ள கோடானுகோடி பொருள்நிலைகளில் இப்புவி மட்டுமே நாமறிவதாக உள்ளது. ஆகவே இதை இம்மொழியில் மண் என்கிறோம்.

ஒழுகுவதும், நிறைவதும், வழிவதுமான அனைத்தையும் நீர் என்கிறோம். விண்ணிலுள்ள முடிவிலாப் பெருவெள்ளங்களைப்பற்றி வேதங்கள் சொல்கின்றன. மண்ணிலுள்ள ரசங்களனைத்தும் நீரே. விண்ணிலுள்ள வழிதல்களனைத்தும் நீரே. இன்மையை நிறைக்கும் விரைவே நீர். சூழ்ந்துகொள்ளும் விசையே நீர். கரைத்தழிக்கும் விழைவே நீர். அது ஒளியை தன்னுள் நிறைத்துக்கொள்கிறது. மண்ணை நிறைக்கவும் கரைக்கவும் முயல்கிறது.

வீசுவதெல்லாம் காற்றே. பெருகுவதும் சுருங்குவதும் வழிவதும் சீறுவதும் அதன் இயல்புகள். மண்ணிலுள்ள அனைத்து வாயுக்களும் காற்றே. விண்ணிலுள்ள அனைத்து வீசுதல்களும் காற்றே. காற்று வானை நிறைக்கும் விழைவு கொண்டது. இன்மையை பொறுக்காதது. அது ஒளியை அறியாதது. மண்ணையும் நீரையும் நெருப்பையும் அள்ளி விளையாடுவது. வாசனையாக அவற்றைத் தன் மேல் சூடிக்கொண்டு செல்வது.

எரிவதெல்லாம் தீயே. அனைத்திலும் உறையும் வெம்மையே தீ. மண்ணிலுள்ள அனைத்திலும் அனல் உறைகிறது. கற்பாறைகளிலும் மலர்க்குருத்துகளிலும் தசைத்துளிகளிலும் உள்நின்றெரிகிறது. வானில் செம்பெருக்காக அது நிறைந்து வழிகிறது. வானகத்தை நிறைத்துள்ள ஒளிகள் அனைத்தும் அனலே. அவ்வனலின் பொறிகள் சிதறிப்பரந்துருவாகின்றன அனைத்துலகங்களும். அனைத்துக்குள் ஊறும் கொதிக்கும் வெம்மையென அது வாழ்கிறது.

நான்கு பருப்பொருட்களும் நான்காகப் பகுக்கப்பட்டிருப்பது அவற்றுக்கிடையே இடைவெளி விழமுடியும் என்பதனாலேயே. அவ்விடைவெளியை நிறைக்கும் வெளியே வானம். வானம் பருப்பொருட்களுக்கு விளிம்புவகுத்து வடிவம் கொடுக்கிறது. நாற்பெரும் பருக்களும் அமர மேல்கீழற்ற பீடமாகிறது. அனைத்தும் அமர்ந்த பின் எஞ்சியிருக்கும் இடத்தில், தான் அமர்ந்துகொண்டு தன்னை நிறைத்துக்கொள்கிறது. எனவே முடிவிலி என தன்னை அறிகிறது.

இங்குள்ளவை அனைத்தும் பருப்பொருட்களின் இணைவு, பிரிவு, நிலைநிற்றல் என்னும் மூன்று செயல்களின் விளைவாக உருவாகின்றன. ஜடவாத மெய்ஞானத்தில் அமர்ந்த முனிவராகிய பிருகு அதை இவ்வாறு கூறுகிறார். ‘பருப்பொருள் அழிவற்றது. உயிர்க்குலங்கள் அவற்றிலிருந்து பிறக்கின்றன. பருப்பொருட்களின் விதிகளால் அவை வாழ்கின்றன.

இறந்து பருப்பொருட்களில் மறைகின்றன' என்றார் ஹிரண்யகசிபு. அவர் சபை அதை ஆம் ஆம் ஆம் என ஒப்புக்கொண்டு வாழ்த்தியது.

ஐந்து பருப்பொருட்களையும் ஐந்து புலன்கள் அறிகின்றன. தீ கண்ணால் அறியப்படுகிறது. வானம் காதால் அறியப்படுகிறது. காற்று நாசியால் அறியப்படுகிறது. நீர் உடலால் அறியப்படுகிறது. மண் சுவையால் அறியப்படுகிறது. அப்பருப்பொருட்களில் புலன்களறியும் தனித்தன்மைகளே அவை. அதைப்போல உயிர் உயிரையும் ஆன்மா ஆன்மாவையும் அறிகிறது. அவையனைத்தும் பருப்பொருட்களின் சில தனியியல்புகள் மட்டுமே.

அசுரமெய்ஞானம் இரண்டு பெருங்கிளைகள் கொண்டது. ஸ்வபாவ வாதம், யாதஸ்ச்சிகவாதம். தன்னியல்புவாதம் ஐந்துபருப்பொருட்களும் அவற்றின் தன்னியல்பை சாரமாகக்கொண்டு திகழ்பவை என்கிறது. பருப்பொருளின் அனைத்து இயக்கங்களும் அவற்றில் உள்ளுறைந்துள்ள இயல்புகளின் விளைவாகவே நிகழ்கின்றன என விளக்குகிறது. தற்செயல்வாதமோ இவையனைத்தும் என்றோ எங்கோ நிகழ்ந்த ஒரு தற்செயல் நிகழ்வின் தொடரியக்கமாகச் சென்றுகொண்டிருக்கும் தற்செயல்களே என்கிறது.

'இவ்விரு ஞானமுறைமைகளையும் ஆக்கிய ரிஷிகள் கேட்ட வினாவையே இங்கே முன்வைக்கிறேன். ஐந்து பூதங்களும் ஊடும்பாவுமாக ஓடிப் பின்னி விரிக்கும் இப்புடவிப் பெருவெளியில் எங்குள்ளது நீ சொல்லும் பிரம்மம்? அப்பிரம்மத்தை நீ அறியும் வடிவான நாராயணன் எங்கே?' என்று ஞானசபையில் ஹிரண்யகசிபு வினவினார். 'உண்டெனில் எங்கே உள்ளான்? இப்பின்னலில் அவன் ஆற்றும் பணி என்ன? அவனன்றி இது நிகழாதென்றால் அதன் நெறி என்ன?' சூழ்ந்திருந்த அசுரகுருநாதர்கள் 'ஆம் ஆம் ஆம்' என்று அதை ஒப்புக்கொண்டு குரலெழுப்பினர்.

கைகூப்பி சபையை வணங்கிய பிரஹலாதன் சொன்னான் 'நான் தற்செயல்வாதத்தை நிராகரிக்கிறேன் தந்தையே. அதை ஏற்போமென்றால் எதற்கும் பொருளில்லாமலாகும். ஞானமென்று ஒன்றில்லாமலாகும். நாம் இங்கு பேசுவதே வீண் என்றாகும். அது அறிஞர்களின் பாதை அல்ல. தன்னியல்புவாதமே என் அறிதலின் முதல்படி. இங்கு ஒவ்வொன்றிலும் அதன் தன்னியல்பு உள்ளுறைகிறது. நீருக்குள் நீரியல்பும் நெருப்புக்குள் நெருப்பியல்பும் உண்டென நாம் அறிவோம். ஆம், பருப்பொருளின் சாரமென்பது அதிலுறையும் தன்னியல்பே.'

'ஆனால் நாம் அதை தன்னியல்பு என்று வகுப்பது எதைக்கொண்டு? நாமறியும் அவற்றின் இயல்புகள் மாற்றமில்லாதவை என்பதைக் கொண்டு அல்லவா? ஆனால் ஒவ்வொரு பருப்பொருளும் தன்

தன்னியல்பைக்கொண்டு ஏதோ ஒன்றை நிகழ்த்திக்கொண்டிருக்கிறது. நீர் நீர்மையை நிகழ்த்த எரி எரிதலை நிகழ்த்துகிறது. தன்னியல்புகளின் இணைவும் பிரிவுமாக நிகழ்ந்தோடும் இச்செயல்பாட்டின் நோக்கமென்ன? திசை என்ன?' பிரஹலாதன் கேட்டான்.

'சபையோரே, ஒவ்வொன்றிலும் உறையும் அந்த நோக்கத்தை நான் நியதி என்கிறேன். நியதி ஒருபோதும் தானே உருவாவதில்லை. அதை உருவாக்கும் சித்தம் ஒன்று அதற்குப்பின்னால் உண்டு. இந்த ஞானசபை விவாதத்தின் நியதிகளால் ஆனது. அதை உருவாக்கியவர் அசுரஞானத்தின் முதல்குருவான பிரஹஸ்பதி. நீர் குளிரும் நெருப்பு சுடும். நெருப்பை நீர் அணைக்கும். நீரை நெருப்பு ஆவியாக்கும். அத்தகைய கோடானுகோடி நியதிகளாக ஒவ்வொரு பொருளுக்குள்ளும் பிரம்மத்தின் விருப்பு உறைந்துள்ளது.

'மூத்தோரே, பிரம்மம் என்பது என்ன? எண்வகை அறியமுடியாமைகளால் மட்டுமே சொல்லப்பட சாத்தியமானது அது. மானுடஞானம் ஒருபோதும் அதை அறியமுடியாது. ஹிரண்மயத்தில் வாழும் ஈயும் எறும்பும் ஹிரண்யகசிபுவின் ஆணையால் வாழ்பவை. ஆனால் அவற்றால் அவரது கோலையும் முடியையும் அரியணையையும் ஒருபோதும் அறிந்துகொள்ள முடியாது' பிரஹலாதன் சொன்னான். 'நாமறிவது பொருட்களின் உள்ளே வாழும் பிரம்மத்தின் ஆணையை மட்டுமே.'

தன் இடையில் இருந்து ஒரு சிற்றோலையை எடுத்து அருகே இருந்த பணியாளனை அழைத்து அளித்தான் பிரஹலாதன். சிலகணங்களிலேயே அமைச்சர் பத்ரபாகு அவைக்கு ஓடிவந்தார். 'சபையினரே, இவ்வோலை சிறு நறுக்கு. இதில் பொறிக்கப்பட்டிருக்கும் அரசாணையே பணியாளனை விரையச் செய்தது. அமைச்சரை அவைபுகச்செய்தது. அது இவ்வோலையின் தன்னியல்பு அல்ல. ஓலையின் உள்ளடக்கம் என்பது அதில் எழுதப்பட்டிருக்கும் வாசகமும் அதன் கீழே இடப்பட்ட முத்திரையுமே. இங்குள்ள ஒவ்வொரு பொருளும் பிரம்மத்தின் ஆணையும் முத்திரையும் கொண்டவையே.

'சான்றோரே, இப்புடவியே பிரம்மத்தின் ஆணைபொறிக்கப்பட்ட சிற்றோலை மட்டுமே. புடவிச் சாரமென்றிருக்கும் பிரம்மம் என்பது தன்னைத் தான் நிகழ்த்தும் ஓர் ஆணை மட்டுமே என்றால் இவையனைத்திலும் உறையும் அவ்வாணையும் பிரம்மமே. கடலும் ஒரு நீர்த்துளியே. அது இது உது என சிந்தையால் நாம் தொட்டறியும் அனைத்தும் பிரம்மமே. அவ்வறிதலும் பிரம்மமே. அவ்வறிவும் அதுகுடிகொண்ட நம் சித்தமும் பிரம்மமேயாகும்.' கைகூப்பி 'அஹம் பிரம்மாஸ்மி' என்றான் பிரஹலாதன்.

தந்தையும் மைந்தனும் அறுபத்துமூன்று நியாயமுறைகளில் தங்கள் அறிதலை முன்வைத்து விவாதித்தனர். ஹிரண்யகசிபு சொன்ன ஒவ்வொன்றையும் பிரஹலாதன் வென்று முன் சென்றான். பகல் முழுக்க நீண்ட அவ்விவாதம் மாலையை நெருங்கியும் முடியவில்லை. அறுபத்துமூன்றாவது நியாயமான தூம—ஹிம நியாயத்தையும் பிரஹலாதன் வென்றபோது சபையினர் சொல்லிழந்து அமர்ந்திருந்தனர். 'புகையா பனியா என்பது அண்மையாலும் உடலாலும் அறியப்படுவது. தோலாடைபோர்த்தி தொலைவிலிருப்பவருக்கு அவை ஒன்றே. ஆனால் பனி துளித்த நீரை உண்ணும் சிற்றுயிர்களுக்கு அந்த ஐயமே எழுவதில்லை. அவை தங்கள் விடாயாலேயே புகையைக் கடந்து பனியை அறியும்' என்றான் பிரஹலாதன்.

சினத்துடன் தலையை அசைத்த ஹிரண்யகசிபு 'இது வெறும் மனமயக்கு. அறியாமை வாதத்தை முன்வைப்பதற்கு மாற்றாக அறிவிறத்தல்வாதத்தை முன்வைத்தல் மட்டுமே' என்றார். 'இதுவே வேதத்தின் இறுதிமெய்மை. இதை வேதாந்தம் என்றனர் அறிவோர்' என்றான் பிரஹலாதன். 'அப்படியென்றால் இங்குள்ளவை அனைத்தும் பிரம்மம் உறைபவையா?' என்றார் ஹிரண்யகசிபு. 'ஆம், ஈஸோவாஸ்யம் இதம் சர்வம்' என்றான் பிரஹலாதன். தன் அரியணையிலிருந்து எழுந்து அருகே வந்த ஹிரண்யகசிபு 'இதோ இங்குள்ள இந்தத் தூணுக்குள் உள்ளதா உனது பிரம்மம்?' என்றார்.

'ஆம், தந்தையே. அந்தத் தூணிலும் தங்கள் மலர்மாலையிலிருந்து உதிர்ந்து காலடியில் கிடக்கும் அத்துரும்பிலும் உள்ளது அளவிறந்த அகால பரப்பிரம்மம்' என்றான் பிரஹலாதன். 'சொல், இதிலுறையும் பிரம்மத்தின் சேதி என்ன?' என்று மீசையை நீவியபடி ஏளனமாக நகைத்துக்கொண்டே நடந்து அதை அணுகினான் ஹிரண்யகசிபு. பிரஹலாதன் 'அதை பிரம்மமே அறியும். முக்காலப்பிரிவினையை முழுமையறிவால் வென்று சென்ற முனிவர்களும் அறிவார்கள்' என்றான்.

உரக்க நகைத்து ஹிரண்யகசிபு கேட்டார் 'ஞானிகளுக்குரிய மொழிகளைச் சொன்னாய். நீ ஞானியல்லவா? நீ வழிபட்டறிந்த நாராயணநாமம் உன்னை ஞானியாக்கியுள்ளதல்லவா? உன் ஞானத்தை அகழ்ந்து சொல், இந்தத் தூணில் பொறிக்கப்பட்டுள்ள பிரம்மத்தின் ஆணை என்ன?' அக்கணம் தன் அகம்திறந்து காலத்தின் மூன்றுபட்டையையும் ஒரே நோக்கில் கண்ட பிரஹலாதன் கூவினான் 'தந்தையே, அதிலிருப்பது தங்கள் இறப்பு. விலகுங்கள்.' ஹிரண்யகசிபு வெடித்து நகைத்து 'இறப்பா? எனக்கா?' என்றபடி அந்தத் தூணை தன் கதாயுதத்தால் அறைந்தார்.

பூரணர் சொன்னார் "அந்தத் தூணிலிருந்து சிம்மமுகமும் மானுட உடலும் கொண்டு பேருருவம் ஒன்று எழுந்ததாகச் சொல்கிறது புராண

மாலிகை. அனல் வண்ணம் கொண்டது. தழலென தாடிபறப்பது. இடியோசையென முழங்கி கூர்உகிர்கள் காட்டி அவரை சிறுமகவென அள்ளி எடுத்துக்கொண்டது. அது இரவும் பகலுமல்லாத அந்தி நேரம். தெருவும் சபையும் சந்திக்கும் வாசல்நடையில் அமர்ந்து வெறுங்கைகளால் அவர் உதரத்தைக் கிழித்து குடல்மாலையை அணிந்து முழங்கியது. அதன் அனல்வெம்மையில் சபையின் அனைத்துத் தூண்களும் உருகி வழிந்தன.

“அப்பேருருவம் விண்ணுடைய பெருமானே என்று அவையோர் அறிந்தனர் என்கின்றன புராணங்கள். ஹிரண்யகசிபு மண்மறைந்ததும் ஹிரண்மயத்தை விண்ணில் நிறுத்தியிருந்த ஹிரண்யகசிபுவின் தவவல்லமையும் அசுரகுலத்தின் மெய்ஞானமும் சிதைந்தன. ஹிரண்மயம் மண்ணில் விழுந்து சிதறியழிந்தது ஹிரண்யவாகாவின் கரையில். அச்சிதறல்களை அசுரகுலத்தில் வந்த நூற்றெட்டுகுடிகளும் சென்று வணங்குகின்றனர்” பூரணர் சொன்னார்.

“ஹிரண்யகசிபுவுக்குப்பின் அவன் மைந்தன் பிரஹலாதன் மகோதயபுரம் என்னும் நகரை அமைத்து அசுரர்களுக்கு அரசனானான். ஆனால் மெய்ஞானத்தை மட்டுமே உகந்த அவன் நெஞ்சம் அசுரர்களை ஆளத்தலைப்படவில்லை. தன் பெரியதந்தை ஹிரண்யாக்ஷனின் மைந்தன் அந்தகனை அரசனாக்கியபின் பதரிஆஸ்ரமத்துக்குச் சென்று அவன் தவம்செய்து முழுமை பெற்றான். பிரஹலாதனின் மைந்தர்கள் விரோசனன், கும்பன், நிகும்பன் என மூவர். அந்தகனுக்குப்பின் விரோசனன் அசுரர்களின் மன்னரானான். விரோசனனின் மைந்தனே பெரும்புகழ்கொண்ட மகாபலி.

“ஹிரண்யாக்ஷன், ஹிரண்யகசிபு, பிரஹலாதன், சம்லாதன், அனுஹ்லாதன், சாகி, பாஷ்கலன், விரோசனன், கும்பன், நிகும்பன், பலி, பாணன், மகாகாளன், விப்ரசித்தி, சம்பரன், நமுசி, புலோமா, விஸ்ருதன், அசிலோமன், கேசி, துர்ஜயன், அயசிரஸ், அஸ்வசிரஸ், அஸ்வன், சங்கு, மகாபலன், கர்கன், மூர்த்தா, வேகவான், கேதுமான், ஸ்வர்பானு, அஸ்வபதி, விருஷபர்வன், அசகன், அஸ்வக்ரீவன், சூக்ஷ்மன், துகுண்டன், ஏகபாத், ஏகசக்ரன், விரூபாக்ஷன், ஹராகரன், சந்திரன், குபடன், கபடன், பரன், சரபன், சலபன், சூரியன், சந்திரமஸ் என்னும் அசுரமன்னர்களை வாழ்த்துவோம். அழியாத அசுரமெய்ஞானத்தை வாழ்த்துவோம். அவர்கள் புகழ் என்றுமிருப்பதாக. ஓம்! ஓம்! ஓம்!” பூரணர் தலைமேல் கைகூப்பி வணங்கினார்.

3

ஹிரண்மயத்தின் மேல் மழை பெய்து ஓய்ந்து துளிசொட்டும் தாளம் பரவியிருந்தது. செந்நிறவெள்ளம் காற்றில் பறக்கும் பட்டுச்சேலைபோல நெளிந்து சுழித்துக்கொண்டிருந்த ஹிரண்யவாகா ஆற்றின் கரையோரமாக ஏழுநாட்கள் நடந்து வந்து ஓர் இடத்தில் காட்டின் செறிவினால் முற்றிலும் தடுக்கப்பட்டு இளநாகனும் பூரணரும் நின்றுவிட்டனர். மீண்டும் வந்த தொலைவெல்லாம் சென்று வேறுவழி தேடவேண்டும் என்று இளநாகன் சொன்னான். “இளைஞரே, நீர் இன்னும் வாழ்க்கையை அறியவில்லை. முற்றிலும் வழிமுட்டி நிற்கையில் ஏற்படும் பதற்றம் எப்போதும் தவறான முடிவையே எடுக்கச்செய்கிறது. ஏதேனும் ஒருவழி திறக்கும் என்று காத்து சிலநாட்கள் இருக்கலாம். அப்படிக் காத்திருப்பதில் ஓர் அழகு உள்ளது. அதை தெய்வங்கள் விரும்பும்” என்றார் பூரணர்.

இளநாகன் வாதாடியதை பூரணர் பொருட்படுத்தவில்லை. “இங்கே ஊழ் என்ன நினைக்கிறதென்பதைப் பார்ப்போமே” என்றார். இரண்டு நாட்கள் அங்கேயே காத்திருந்தனர். இளநாகன் உச்சிப்பாறை ஒன்றின்மேல் ஏறிப் பார்த்துவிட்டு “இவ்வழியாக மேலே செல்லமுடியாது. ஆழ்ந்த சதுப்புநிலம் உள்ளது. ஆற்றிலிறங்குவதும் முடியாது. கரைமுழுக்க முதலைகள் தெரிகின்றன” என்றான். “தெய்வங்கள் விளையாடுகின்றன” என்று சிரித்த பூரணர் ஒரு மூங்கிலை வெட்டி அதை புல்லாங்குழலாக ஆக்கி வாசிக்க முயன்றார். ஓசை எழாது போக அது ஏன் என்று துளைகளில் கைவைத்துப் பார்த்து ஆராய்ந்தார். “மேலும் இங்கிருப்பது வீண். நாம் வானரங்கள் அல்ல” என்றான் இளநாகன்.

அதைக் கேளாத பூரணர் மூங்கிலிலேயே தன் சித்தத்தை நாட்டி முழுநாளும் இருந்தார். பின்மதியத்தில் அதில் இசையெழுந்தது. “இசை!” என்று அவர்

கூவினார். “ஹிரண்யவாகா நதிக்கரை மூங்கில்களே, இதோ உங்களில் ஒருவருக்கு வாய் திறந்திருக்கிறது. உங்கள் தலைமுறைகள் அறிந்தவற்றை எல்லாம் பாடுங்கள்” என்றார். அதன்பின் எந்நேரமும் அவரது குழல் பாடிக்கொண்டே இருந்தது. “இது எப்போது ஓயும்?” என்று இளநாகன் கேட்டான். “இப்போதுதான் ஒரு மூங்கில் பாடத் தொடங்கியிருக்கிறது. காடே எஞ்சியிருக்கிறதே!” என்றார் பூரணர். இளநாகன் சலிப்புடன் ஒரு மரத்தின்மேல் ஏறி அமர்ந்துகொண்டு பெருகிச்சென்ற ஆற்றையே நோக்கிக்கொண்டிருந்தபோது அதில் ஒரு படகைக் கண்டான்.

“படகு! படகு!” என அவன் கூவியபடி கீழிறங்கி ஓடிவந்தான். பாறைமேல் அமர்ந்திருந்த பூரணர் “அதில் இத்தனை துள்ள என்ன இருக்கிறது? படகு என்றால் அது ஹிரண்மயத்துக்கு மட்டுமே செல்லும். வேறெந்த இடமும் இங்கில்லை” என்றார். இளநாகன் கரையில் நின்று கூச்சலிட்டுத் துள்ளினான். பூரணர் அவர் துளைபோட்டு வைத்திருந்த இன்னொரு பெரிய மூங்கிலை எடுத்து உரக்க சீழ்க்கையடித்தார். படகில் சென்ற ஒருவன் அவர்களைக் கண்டுகொண்டான். படகு நெருங்கி வந்தது. அதிலிருந்த மலைக்குடியைச்சேர்ந்த முதியவர் அவர்களை நோக்கிக் கைநீட்டினார். படகு அணுகி நீரிலேயே நின்றது.

முதியவர் “இங்கிருந்து படகிலேற முடியாது அயலவர்களே. கரைமுதலைகள் படகைத் தாக்கக்கூடும். அந்தப் பாறைமேல் ஏறி மறுபக்கமாக இறங்கி வருக” என்றார். இளநாகன் பாய்ந்து முன்னால் ஓடினான். அவன் கால்சறுக்கி விழ பூரணர் அமைதியாக நடந்து பாறைமேல் ஏறி படகில் இறங்கினார். இளநாகன் காலை நொண்டியபடி பாறைமேல் ஏறி படகில் இறங்கிக்கொண்டதும் “இந்தக்காட்டில் இருந்து மீளவே முடியாதென எண்ணிக்கொண்டேன் பூரணரே” என்றான். “மீளாவிட்டாலும்தான் என்ன என நான் எண்ணிக்கொண்டேன். அதுவே வேறுபாடு” என்றார் பூரணர். “அயலவர்களே, நீங்கள் செல்வழி எது?” என்று முதியவர் கேட்டார். பூரணர் ஹிரண்மயத்துக்குச் செல்வதைப்பற்றி சொன்னார்.

மகிஷகுலத்தைச் சேர்ந்த குடித்தலைவரான அவர் தன்னை சம்பர் என்று அறிமுகம் செய்துகொண்டார். அவரும் படகிலிருந்த பிற மூவரும் ஹிரண்மயத்து தெய்வங்களுக்கு குடிப்பலி ஒன்றை நிறைவேற்றுவதற்காகச் சென்றுகொண்டிருந்தனர். “ஹிரண்மயம் மண்ணில் விழுந்து நூற்றுப் பன்னிரண்டாயிரம் ஆண்டுகளாகின்றன என்பது எங்கள் குலக்கணக்கு. அதன் பின் இந்தக் காடடில் நூற்றுப்பன்னிரண்டு ஆலமரக் குலங்கள் பிறந்து அழிந்திருக்கின்றன” என்றார் சம்பர். “ஹிரண்மயம் மண்ணில் விழுந்த அதிர்வில் நூறு குளங்கள் இங்கே உருவாயின. அவற்றில் நாங்கள் எங்கள் முன்னோர்களுக்கான நீர்க்கடன்களைச் செய்கிறோம்.”

படகு ஹிரண்யவாகாவின் நடுப்பெருக்கிலேயே சென்றது. கரையோரமாக பாறைகளும் முதலைகளும் உண்டு என்றார் சம்பர். “படகு கவிழுமென்றால் கணநேரம்கூட உயிர்தரிக்க இயலாது. நீருக்குள் வளர்ந்துள்ள நீர்க்கொடிகள் மேலும் வஞ்சம் மிக்கவை.” இளநாகன் பூரணரிடம் “இவர்கள் வராவிட்டால் நாம் வந்திருக்கவே முடியாது” என்றான். “ஆம், நம்முன் இவர்களைக் கொண்டுவருவதற்காகவே அங்கே காடு செறிந்திருந்தது” என்றார் பூரணர். இளநாகன் பதற்றம் விலகிய உவகையில் “விடையில்லா வினாக்களுக்கு ஊழ் போல எளிய விளக்கம் வேறில்லை” என்று நகைத்தான்.

ஆறு கிடைமட்டமாக விழும் அருவி என்று தோன்றியது இளநாகனுக்கு. அதன் மேல் படகு சுழல்காற்றில் பறந்துசெல்லும் சருகுபோலச் சென்றது. நதிக்குள் இறங்கி கூந்தலை நீரிலாடவிட்டு நின்றிருந்த பெரிய ஆலமரம் ஒன்றின் அருகே சென்று படகு அணைந்தது. அதன் கொடிகளைப்பற்றி கிளையில் ஏறி மரத்தின் வழியாகச் சென்று உலர்ந்த நிலத்தில் இறங்கி மேலே சென்றனர். அடர்ந்த புதர்களைக் கத்தியால் வெட்டி வழிசெய்து அவர்கள் முன்னால் செல்ல இளநாகனும் பூரணரும் தொடர்ந்தனர்.

காடு முழுக்க நீராவி நிறைந்து மூச்சடைக்கச் செய்தது. புருவங்கள் மழை ஓய்ந்த கூரைவிளிம்பு போல சொட்டின. காடெங்கும் தவளைக்கூச்சல் நிறைந்திருந்தது. யானைக்காது போல செம்புள்ளிகளுடன் அகன்று நின்ற இலைகளில் அமர்ந்திருந்த செவ்வண்ணத்தவளையின் கழுத்து எழுந்து எழுந்து அதிர்வதை அவன் கண்டான். பச்சைப்பாம்புகள் இலைத்தண்டுகளுடன் பிணைந்து விழியசையாமல் நின்றிருந்தன.

பின்னர் மழைகொட்டத் தொடங்கியது. காட்டின் ஓலத்தை அருவி ஒன்று நெருங்கி வருகிறதென அவன் பிழையாக விளங்கிக்கொண்ட கணத்திலேயே ஈர வைக்கோல்கட்டுகளை அள்ளி அவர்கள்மேல் குவித்து மலையென எழுப்பியதுபோல மழை அவர்களை மூடியது. இலைகள் கொந்தளிக்க கிளைகள் சுழன்றாட பாறையிடுக்குகளில் வெண்ணிறமாக நீர் பெருகிக்கொட்ட வான்நீர்ப்பெருக்கு பொழிந்தது. மரங்களின் தடிகளில் அலையலையாக நீர் வழிந்து அவற்றை ஓடும் பாம்புகள் போலக் காட்டியது. அதேவிரைவில் மழை நின்று காடு நீர்சொட்டும் ஒலியாக மாறியது. இலைப்பரப்புகள் பளபளத்து நீர் உதிர்த்து அசைந்தன. நீர்த்துளிகளை அள்ளி இலைகள் மேல் வீசியது காற்று.

அப்பால் தெரிந்த ஏதோ ஒன்றை சுட்டிக்காட்டி சம்பர் “ஹிரண்மயம்” என்றார். இளநாகன் எதையும் காணவில்லை. “எங்கே?” என்று அவன் கேட்டான். அதற்குள் பூரணர் கண்டுவிட்டார். அவரது வியப்பொலியை இளநாகன் கேட்டு மேலும் பதற்றம் கொண்டான். அவன் விழிகள் ஈரம்

ஒளிவிட்ட இலைவெளியை துழாவின. அதன்பின் அவன் மிக அருகே அதைக் கண்டுகொண்டான். மஞ்சள்நிறமான மென்பாறையாலான வட்டவடிவமான ஒரு கட்டடத்தின் அடித்தளம். அவன் அதைத் தொட்டு சுற்றிவந்தான். அக்கட்டடத்தின் எல்லாப் பக்கமும் முழுமையாக மூடியிருந்தது. "இதற்குள் செல்லும் வழி எங்கே?" என்று கேட்டதுமே அவன் அறிந்துகொண்டான், அது ஒரு மாபெரும் தூணின் அடிப்பக்கம் என.

"அசுரர்குலத்தவர் மனிதர்களை விட நூறு மடங்கு பெரிய உடல்கொண்டவர்கள் இளைஞரே" என்றார் சம்பர். "ஆகவே இங்குள்ள ஒவ்வொன்றும் நூறுமடங்கு பெரியது. யானைக்கூட்டத்தின் காலடியில் திரியும் எறும்புகளெனவே நாம் இங்கு நம்மை உணர முடியும்." சொட்டும் மரங்கள் செறிந்த பசுமைக்குள் இன்னொரு பெருந்தூணின் அடிப்பகுதியை இளநாகன் கண்டான். அத்தகைய நூற்றுக்கணக்கான தூண்களுக்கு நடுவே பேருருவில் கற்பலகைகள், உத்தரங்கள் பாதிமண்ணில் புதைந்து பரவிக்கிடந்தன.

அருகே மண்ணில் பாதி புதைந்து கொடிகள் படர்ந்து காலில் மிதிபட்டது பெருஞ்சிலை ஒன்றின் மூக்கு என்று அறிந்து கீழே குதித்தான். அவன் கால்கள் பதறத்தொடங்கின. எங்கு கால்வைத்தாலும் அங்கே உடைந்த சிற்பங்களின் உறுப்புகளே தெரிந்தன. சரிந்த அடிமரம் போலத்தெரிந்த ஒன்று ஒரு முழங்கை. இரண்டாள் உயரமான சிதல்குவியலென செடிகள் மூடித்தெரிந்தது ஒரு கொண்டை. நீர்தேங்கிய கல்குளமெனத் தெரிந்தது பெருஞ்சிலை ஒன்றின் உந்தி.

இளநாகன் ஓடத்தொடங்கினான். பூரணர் "பாணரே, நில்லுங்கள்... நில்லுங்கள்" என்று கூவிக்கொண்டிருக்க அவன் காட்டுச்செடிகளும் கொடிகளும் அடர்ந்த அந்த பாறைச்சிற்பங்களுக்குமேல் தாவித்தாவி சென்றான். கைகளை விரித்து சொல்லிழந்து விம்மினான். கால்வழுக்கி விழுந்து உடலெங்கும் சேறுடன் மீண்டும் ஓடினான். பின் மூச்சிரைக்க உடலில் பட்ட அடிகளால் எலும்புகள் தெறிக்க அவன் நின்றான். அவன் முன் ஒரு சிறு தடாகம் போல ஒற்றைக்கண் ஒன்று மல்லாந்திருந்தது, அதன் விழிவளைவில் ஈரம் பளபளத்தது. கன்னச்சரிவினூடாக அவன் நடந்து சென்று மேலெழுந்து நின்ற கூர்மூக்கின் கீழ்வளைவில் தொற்றி ஏறி நுனிமூக்கில் நின்று அப்பால் தெரிந்த மறுவிழியை நோக்கினான். கீழே உதடுகள் மேல் புதர் அடர்ந்திருந்தது. பளபளப்பான கல்திண்ணை என நெற்றிமேடு ஈரத்தில் ஒளிவிட்டது.

அந்தப்பெருங்கனவு தன்னை என்னசெய்கிறதென்று போதம் தெளியத்தெளிய அவனுக்குத் துலங்கி வந்தது. அவன் அகம் அளவுகளால்

ஆனது. சிறிதென்றும் பெரிதென்றும் அண்மையென்றும் சேய்மையென்றும் அவ்வளவுகளையே அது புறம் என அறிந்துகொண்டிருக்கிறது. அந்த இடம் அனைத்தையும் சிதறடித்துவிட்டது. விழுந்துகிடந்த பெண்சிலை ஒன்றின் இடமுலை மண்ணில் புதைந்த மாளிகையொன்றின் மாடக்குவை போலிருந்தது. அவள் பொன்னிற முகம் அப்பால் எழுந்து தெரிய மூக்கின் துளை ஒன்றுக்குள் இரு சிறு நரிக்குட்டிகள் ஒண்டியிருப்பதைக் கண்டான். மூக்கின் வளைவில் அமர்ந்துகொண்டு தன் தலையை கைகளால் தாங்கிக்கொண்டான். தலை சுழல்வதுபோலவும் குமட்டலெழுவதுபோலவும் இருந்தது. அக்கணம் அங்கிருந்து விடுபட்டு தன் இயல்பான அளவைகளால் ஆன உலகுக்குத் திரும்பிவிடவேண்டும் என்று அகம் தவித்தது. ஒருமுறை உலுக்கிக்கொண்டால் அக்கனவிலிருந்து நனவுநோக்கி எழுந்து பிளந்து வெளியேறிவிடலாமென்று பட்டது.

கீழே நின்று சம்பர் நகைத்தார். “இளையவரே, இங்கு வந்து மனம்பிறழ்ந்து வெளியேற முடியாமல் மறைந்தவர்கள் பலர். எதையும் நோக்காமல் எங்கள் தெய்வங்களை மட்டுமே வணங்கி மீள்வதே எங்கள் வழக்கம்” என்றார். பூரணர் “பாணரே, ஏன் அனைத்தையும் பார்க்கிறீர்கள்? ஒன்றை மட்டும் பாருங்கள். அதிலிருந்து அனைத்தையும் அகத்தே கட்டி எழுப்புங்கள். யானைகளை கைகளில் எடுத்து விளையாடும் அசுரர்குல மைந்தர்களை நீங்கள் கண்டுவிடுவீர்கள்” என்றார்.

இளநாகன் அவர்கள் பேசுவதை பொருளில்லாமல் கேட்டுக்கொண்டிருந்தான். “பாணரே, இறங்கி வாருங்கள், அனைத்திலிருந்தும்” என்றார் பூரணர். அவன் இறங்கிச்சென்று அவருடன் நடந்தான். தலையை அசைத்தபடி பெருமூச்சுகளாக விட்டபடி அவன் தள்ளாடிக்கொண்டிருந்தான். கண்களை மூடியபோது பேருருவ முகம் ஒன்று விழிதிறந்து இதழ்விரித்து அவனை நோக்கியது. அவன் அதிர்ந்து நின்றுவிட்டான். “முகங்கள் உயிர்கொள்ளும். எனக்கும் நிகழ்ந்தது” என்று பூரணர் நகைத்தார்.

“மஞ்சள்பாறைகளினால் ஆன நகர் இது பாணரே. ஆகவேதான் இது ஹிரண்மயம் என அழைக்கப்பட்டிருக்கிறது. இங்கே ஹிரண்யசிருங்கம் என்னும் மஞ்சள் பாறைகளாலான மலைத்தொடர் இருந்திருக்கிறது. அந்த மலைகள் அனைத்தையும் குடைந்து குடைந்து இப்பெருநகரை உருவாக்கியிருக்கிறார்கள் இங்கு வாழ்ந்த மக்கள். பல்லாயிரம் வருடம் அவர்கள் சிதல்கள் புற்றெழுப்புவது போல இந்நகரை அமைத்துக்கொண்டே இருந்திருக்கிறார்கள். அவர்களின் அகம் முழுக்க இந்நகராகவே வெளிப்பட்டிருக்கிறது.”

“இதன் அளவைக்கொண்டு நோக்கினால் இங்கே லட்சக்கணக்கானவர்கள் பல்லாயிரமாண்டுகாலம் வாழ்ந்திருக்கவேண்டும். அவர்களுக்கு இதை

அமைப்பதன்றி வேறு தொழிலே இருந்திருக்காது. இந்நகருக்கு எதிரிகளே இல்லை என எண்ணுகிறேன். நகரின் கட்டடங்கள் மலைமலையாக இருந்திருக்கின்றன. ஆனால் சுற்றிலும் கோட்டை என ஏதும் தென்படவில்லை” சுற்றிலும் நோக்கியபடி பூரணர் செம்மொழியில் சொன்னார்.

“ஏன் இத்தனை பெரிய கட்டடங்கள்? இத்தனை பெரிய சிலைகள்?” என்று இளநாகன் கேட்டான். பூரணர் “சம்பர் சொன்னது ஒருவகையில் சரி. அவர்கள் மாபெரும் மக்கள். உடலால் அல்ல, உள்ளத்தால். சென்றகால மக்கள் அமைத்த எதுவுமே சிறியதாக இல்லை என்பதைப் பாருங்கள். தங்களால் முடிந்தவரை பெரியதை அமைக்கவே அவர்கள் எப்போதும் முயல்கிறார்கள். நான் பல தொல்நகரங்களைக் கண்டிருக்கிறேன். அவையனைத்தும் பெரியவை. அவற்றை அமைத்த மக்களின் உடலளவால் அவை வடிவமைக்கப்படவில்லை, உள்ளத்தளவுக்கேற்ப உருவாகி வந்தன. எவையும் கட்டிமுடிக்கப்படவுமில்லை. அவற்றை கட்டிக்கொண்டிருக்கையிலேயே அவர்களின் வரலாறு முடிந்துவிட்டது” என்றார்.

இளநாகன் பெருமூச்சுடன் “ஆம், தென்மதுரைக்கு அப்பால் இன்னொரு தென்னகர் இருந்தது என்பார்கள். அங்கே இருந்த குமரியன்னையின் பெருஞ்சிலை சரிந்து விழுந்து அந்நகர் அழிந்தது என்கின்றன தொல் நூல்கள். இன்று கடலுக்குள் அச்சிலை விழுந்து கிடக்கிறது. முத்துக்குளிக்க அங்கே இறங்கும் பரதவர் அன்னையின் கண்களில் இருந்து உதடுக்கு நீந்திச்செல்வார்களாம்” என்றான். “வெறும் பழங்கதை என எண்ணினேன். இன்று அச்சிலை அங்கே உள்ளது என்று உறுதி கொள்கிறேன்.”

சம்பர் இடிந்து சரிந்து கிடந்த மாபெரும் கல்வளையங்கள் மேல் ஏறிச்சென்றார். அது பற்பலமாடங்கள் கொண்ட ஒரு கட்டடத்தின் குவியலென இளநாகன் அறிந்துகொண்டான். மேலே செல்லச்செல்ல ஹிரண்மயத்தை கீழே விரிவுக்காட்சியாகக் காணமுடிந்தது. பூரணர் சொன்னதைக்கொண்டு நோக்கியபோது அந்நகரின் அமைப்பு மேலும் தெளிவடைந்தது. அந்த பன்னிரு அடுக்கு மாடம் நகரின் மையத்தில் இருந்தது. அதைச்சுற்றி நூற்றுக்கணக்கான மாடங்கள் சரிந்து நொறுங்கிக் கிடந்தன. ஹிரண்யவாகாவின் பெருக்கு பலமுறை சூழ்ந்து வற்றியமையால் அனைத்தும் மென்சதுப்புக்குள் பாதி புதைந்திருந்தன. சரிந்து கிடந்த சிற்பங்கள் பெரும்பாலும் படைக்கலங்களைக் கையில் ஏந்தி நின்றிருந்தவை என்று தெரிந்தது.

விண்ணிலிருந்து விழுந்த மாநகர் விண்ணில் மேகம் போல எடையற்றதாக இருந்தது. மண்ணிலிறங்கியதுமே எடையற்றவற்றுக்கு

அளவுகள் பொருட்டாக இருந்திருக்காது. இந்த மாபெரும் யக்ஷியை ஒரு தென்றல் காற்று பறக்கவைத்திருக்கும். இந்த யானையை அங்கு ஓர் அசுரக்குழந்தை அசைத்திருக்கும். மண்ணுக்கு வந்ததும் அவை அசைவிழந்தன. காலம் அவற்றுக்குமேல் பெருகிச்சென்ற வண்டலில் அவை மெல்ல அமிழ்ந்துகொண்டிருக்கின்றன. அங்கு நின்றபோது நீரில் மூழ்குவது போல அவை மண்ணில் மூழ்குவதைக் காணமுடியும் என்று தோன்றியது. மண்ணுக்குள் அள்ளிப்பற்றும் வேர்கள் அவற்றை இழுத்துக்கொண்டிருக்கின்றன. மெல்ல அவை மண்ணின் அடியாழத்தை அடையும். பிறகொருபோதும் அவற்றை மானுடர் பார்க்கப்போவதில்லை.

ஆனால் மொழியில் அந்நகர் இருந்துகொண்டிருக்கும் என இளநாகன் எண்ணிக்கொண்டான். சூதர்பாடல்களில் எவையும் மூழ்கி மறைவதில்லை. அனைத்தும் மிதந்துகொண்டிருக்கும் ஓர் அலைப்பரப்பு அது. அடித்தட்டு என ஏதுமில்லாதது. அல்லது அடித்தட்டுக்குச் சென்றுவிட்டவற்றால் மட்டுமேயான மேல்பரப்பு. சொல்லலைகள் தாலாட்டுகின்றன. அங்கே எவற்றுக்கும் எடையில்லை. ஏனென்றால் அனைத்தும் அங்கு நீர்நிழல்களே. அங்கே இந்தப் பேருருவ அரக்கனை அந்த முதலை கவ்வ முடியும். அந்த உடைந்த மதனிகையை கிளி கொத்திச்செல்லமுடியும். அவன் அந்தப் பொருளில்லாத சிந்தனைகளைக் கண்டு திடுக்கிட்டான். உடைந்தும் சிதைந்தும் கிடப்பவை அகத்தையும் அதேபோல சிதறச்செய்யும் மாயம்தான் என்ன!

அந்தப் பெரிய மாளிகை இடிபாட்டின் மறுபக்கம் காடு மேலும் அடர்ந்திருந்தது. சம்பர் தங்கள் தெய்வங்களின் ஆலயம் இருக்கும் இடத்தை சுட்டிக்காட்டினார். அது ஒரு கரிய பெரும்பாறை. இருளுக்குள் செறிந்த இருளென அது நின்றுகொண்டிருந்தது. அதன் உடலின் குளிரை அங்கிருந்தே உணரமுடிந்தது. சம்பர் “அசுரர்களுக்கும் முன்னால் இங்கு வாழ்ந்த எங்கள் மூதாதையரால் அமைக்கப்பட்டது இவ்வாலயம். அசுரர் களால் அவர்கள் வழிபடப்பட்டனர். இன்று நாங்கள் வழிபடுகிறோம். ஒவ்வொரு குலமும் வருடத்தில் ஒருமுறையேனும் இங்கு வந்து அன்னைக்கு மலரும் நீரும் அளித்து பலிகொடுத்து வணங்கவேண்டும் என்பது நெறி” என்றார்.

அவர்கள் இறங்கிச்சென்று சரிந்த கல்வடிவங்கள் நடுவே நீர் ஓடி உருவான பாதை வழியாக அந்தக் கரும்பாறையை அடைந்தனர். அங்கே ஆலயமேதும் இளநாகன் கண்களுக்குப்படவில்லை. சம்பர் “இப்பாறைக்குள் அமைந்திருக்கிறது அன்னையின் ஆலயம்...” என்றபடி புதர்கள் நடுவே அமர்ந்தார். அப்போதுதான் இயற்கையாக உருவான

குகைபோல இடைவரை உயரம் கொண்ட ஒரு குடைவு அந்தப் பாறையில் இருப்பதை இளநாகன் கண்டான். உள்ளே இருள் நிறைந்திருந்தது. சம்பர் "அன்னைக்கு பெயர் இல்லை. ஏனென்றால் அன்னையை எங்கள் மூதாதையர் நிறுவியபோது மொழி என ஒன்று உருவாகியிருக்கவில்லை. அதன் பின் உருவான எந்த மொழியையும் தன் மேல் சூட அன்னை மறுத்துவிட்டாள்" என்றார்.

"மிகச்சிறிய ஆலயம்" என்றான் இளநாகன். சிக்கிமுக்கியை உரசி பஞ்சை எரியச்செய்து அரக்குபூசிய சுளுந்தைக் கொளுத்தியபடி சம்பர் "ஆம். அன்று எங்கள் மூதாதையர் மிகச்சிறியவர்களாக இருந்தனர். இன்றைய மனிதர்களில் நூறிலொருபங்கு உயரம் கொண்டவர்கள் அவர்கள். அவர்கள் தங்கள் குலங்களும் குடிகளுமாக உள்ளே சென்று வழிபடுமளவுக்கு பெரியதாக இருந்தது இவ்வாலயம்" என்று சொன்னபடி ஒளியை உள்ளே காட்டினார். உள்ளே நன்றாகக் குனிந்து செல்லும்படி இருந்தது. சம்பர் சுளுந்தை ஆட்டிக்காட்டினார். உள்ளே இருந்த கல்வடிவங்களை இளநாகன் கண்டான். மடியில் மகவை வைத்து அமர்ந்திருக்கும் அன்னை போல மழுங்கலாக கருங்கல்லில் செதுக்கப்பட்ட மிகச்சிறிய வடிவம். அச்சிலைக்குக் கீழே அதே கல்லால் செய்யப்பட்டவை போல பன்னிரண்டு சிறிய குழந்தைச்சிலைகள் கால்குவித்து அமர்ந்திருப்பதுபோன்ற வடிவில் இருந்தன.

சிலைகளின் கருங்கல் பந்த ஒளியில் உலோகம் போல மின்னியது. "எங்கள் மூதாதையர் சின்னஞ்சிறியவர்களாக இருந்தாலும் நம்மை விட நூறு மடங்கு எடைகொண்டவர்கள்" என்றார் சம்பர். "இந்தச்சிலைகளைக் கண்டால் அவற்றை அறியலாம். கைக்குள் அடங்கக்கூடிய இந்தச்சிறிய மைந்தர் சிலைகளை நாம் இருவர் சேர்ந்தாலும் தூக்கிவிடமுடியாது" அவர் உள்ளே சென்று அந்தப் பந்தத்தை நாட்டினார். மெல்லமெல்ல அக்கற்கள் சுடர்விடத் தொடங்கின. சம்பர் பந்தத்தை வெளியே கொண்டுவந்தார். சிலைகளின் ஒளியே குகைக்குள் நிறைந்திருந்தது.

சம்பர் அன்னைக்கு நன்னீராட்டி மலர்மாலை சூட்டி முன்னால் வாழையிலை விரித்து அதில் பொரியுணவும் மூங்கில்குவளையில் தேனும் படைத்தார். சொற்களேதுமின்றி கையசைவுகளாலேயே பூசனை செய்தார். அவருடன் வந்தவர்கள் கைகூப்பி நின்றனர். இளநாகனும் பூரணரும் வணங்கினர். பூசனை முடிந்து சம்பர் வெளியே வந்ததும் ஒவ்வொருவராக உள்ளே சென்று வணங்கினர். "எங்கள் குலத்தவரன்றி பிறர் உள்ளே நுழையலாகாது. எவரும் அன்னையை தீண்டலாகாது" என்றார் சம்பர். "காட்டுமிருகங்கள் இக்குகைக்குள் செல்லாது. ஏனென்றால் இப்புவியின் ஆழத்தை நிறைத்திருக்கும் அணையாப்பெருநஞ்சால் ஆனது அவள் உடல்.

“அன்னையை நீராட்டிய நீர் கடும் நஞ்சு. அந்நீர் வழியும் இடங்களில் எல்லாம் செடிகள் கருகுவதை நாளைக் காலையில் காணலாம். அன்னையின் முன் வைத்த உணவும் தேனும் நஞ்சாகிவிடும். அன்னையை நெருங்கி அவளைத் தொடும் கைகளும் நஞ்சேறும். அவளை அணுகியமையாலேயே என் உடலில் நாளை கொப்புளங்கள் வெடித்தெழும். என் நாவும் கண்ணிமைகளும் வெந்து புண்ணாகும். ஒருமாதம் பசும்பால் மட்டும் அருந்தி நான் மீண்டெழும்போது என் உடலின் தோல் வெந்து உரிந்து விலகி புதுத்தோல் முளைத்திருக்கும். கைநகங்கள் நீலமாகி உதிர்ந்து முளைக்கும். முடி முழுக்க உதிர்ந்து மீண்டு வரும். நான் மீண்டும் பிறந்தவனாவேன்” என்றார் சம்பர்.

“இதைப்போன்ற ஓர் அன்னைவடிவத்தை நான் தென்தமிழ்நாட்டில் கண்டிருக்கிறேன்” என்று இளநாகன் சொன்னான். “பாரதவர்ஷம் முழுக்க தொன்மையான அன்னைவடிவங்கள் பல்லாயிரக்கணக்கில் உள்ளன” என்றார் பூரணர். “மகவுடன் அமர்ந்த அன்னையையே பழங்குடிகள் வணங்குகிறார்கள். மானுடன் கண்ட முதல் தெய்வம் அன்னையே. அவளையே முதற்பேராற்றல் என்று அவன் அறிந்தான்” என்றார் பூரணர். “வெல்லமுடியாதவள், ஏனென்றால் எதிர்க்காதவள். ஆற்றல் மிக்கவள், ஏனென்றால் எப்போதும் எஞ்சுபவள். மனிதர்களை எறும்புகளாக்கும் இந்தப் பெருநகர் கூட அவள் உள்ளங்கையின் சிறு கூழாங்கல்லுக்கு நிகர்.”

ஹிரண்மயத்தில் இருந்து வெளியேறும்போது சம்பர் பேசா நோன்பு கொண்டிருந்தார். அவர்கள் ஹிரண்யவாகாவின் கரையை அடையும்போதே அவருக்கு கடும் வெப்புநோய் வந்திருந்தது. இரு கைகளையும் நெஞ்சுடன் சேர்த்து கட்டிக்கொண்டு உடலைக் குறுக்கி நடுங்கிக்கொண்டிருந்தார். படகை அடைந்தபோது அவரால் நடக்க முடியவில்லை. அவர் ஒருமுறை மெல்லத் தள்ளாடியபோது இளநாகன் அவர் கைகளைப் பற்றப்போனான். ஒரு வீரன் தொடவேண்டாம் என்று விலக்கினான். ஒரு மூங்கிலை வெட்டி அதை இருவர் பிடித்துக்கொண்டு செல்ல அவர் அதைப்பற்றிக்கொண்டு நடந்தார். படகில் ஏறிக்கொண்டதும் அவர் முனகியபடி படுத்துக்கொள்ள அவரது விழிகள் செக்கச்சிவப்பாக இருப்பதைக் கண்டு இளநாகன் திகைத்தான்.

படகு திரும்பியதும் படகோட்டிகளில் ஒருவன் “தாங்கள் எங்கு செல்லவேண்டும் அயலவரே?” என்றான். பூரணர் “எங்கு உணவும் மதுவும் கிடைக்கிறதோ அதுவே சூதர்களின் ஊர்” என்றார். அவன் நகைத்துக்கொண்டு “அப்படியென்றால் எங்கள் குலத்தவரின் எந்த ஊரும் உங்கள் ஊரே” என்றான். “அடுத்த ஊர் ஹிரண்யகட்டம் என

அழைக்கப்படுகிறது. அங்கே உங்களுக்கு விருப்பமான அனைத்தும் உண்டு.” பூரணர் சிரித்துக்கொண்டு “சூதர்களின் தேவைகளை தெய்வங்களும் நிறைவேற்றிவிடமுடியாது... சூதர்கள் தெய்வங்களையே கோரக்கூடியவர்கள்” என்றார்.

ஹிரண்யவாகா விரைவழியத் தொடங்கியது. வலப்பக்கம் பெரிய மரத்தடிகளை நீருள் நிறுத்தி எழுப்பப்பட்ட படகுத்துறை தெரிந்தது. படகை அங்கே கொண்டுசென்று நிறுத்திய வீரர்கள் “இது ஹிரண்யபதம் என்னும் நகரம். எங்களில் ஒருவராயினும் இதன் மன்னர் மகதத்தின் சிற்றரசர்களில் ஒருவர். படைநிறைவும் கருவூலநிறைவும் கொண்டவர்” என்றான். இளநாகன் அவர்களை வணங்கி கண்மூடி நடுங்கிச்சுருண்டுகிடந்த சம்பரைத் தொழுது படித்துறையில் இறங்கினான். படகு ஆற்றின் எதிரோட்டத்தைத் தாவிக்கடக்கத் தொடங்கியது. பூரணர் தன் யாழுடன் படித்துறையில் நின்று “உருவாகி வரும் ஒரு வணிகநகரம்” என்றார். இளநாகன் “ஆம், இன்னும் பெரும்படகுகள் வரவில்லை” என்றான்.

படைவீரன் ஒருவன் “அயலவரே, நீங்கள் யார்?” என்றான். இளநாகன் “இங்கே சூதர்களும் வரத்தொடங்கவில்லை” என்றான். பூரணர் தங்களை சூதர்கள் என்று அறிமுகம்செய்துகொண்டு அங்குள்ள சத்திரத்துக்கு வழிகேட்டார். முதல் வீரனுக்கு உதவியாக மேலும் ஐவர் வந்து சேர்ந்துகொண்டனர். அவர்கள் சத்திரம் என்றால் என்ன என்பதைப்பற்றியே அறிந்திருக்கவில்லை. பலவகையில் பேசி விளங்கச்செய்து அங்குவரும் அயலவர்கள் எப்படி வரவேற்கப்படுவார்கள் என்று பூரணர் தெரிந்துகொண்டார். அனைத்து அயலவர்களும் நேரடியாக அரண்மனைக்கே அழைத்துச்செல்லப்பட்டு அரசனுடன் தங்கவைக்கப்படுவார்கள் என்று தெரிந்துகொண்டார். திரும்பி “மலைக்குடித்தலைவரா அரசரா என்று அவர் தன்னைப்பற்றி இன்னும் முடிவுசெய்யவில்லை பாணரே” என்றார்.

இளநாகன் தொடக்கம் முதலே தன்னை உறுத்திக்கொண்டிருந்தது ஏது என்று கண்டான். அவர்கள் அனைவருமே வலக்கையில் நான்கு விரல்கள் மட்டும் கொண்டிருந்தனர். கட்டைவிரல் வெட்டப்பட்டிருந்தது. இளநாகன் “வீரர்களே, கட்டைவிரலை வெட்டிக்கொள்ளும் குலவழக்கத்தை இங்குதான் காண்கிறேன்” என்றான். “ஏகலவ்ய அரசில மட்டுமே காணப்படும் வழக்கம் இது அயலவரே. நாங்கள் நான்குவிரலால் ஆன வில்லியல் ஒன்றை கற்றுத்தேர்ந்துள்ளோம்” என்றான் வீரர்தலைவன்.

4

ஹிரண்யபதத்தின் சந்தையில் மலைக்குடிகள் கெழுமி தோளோடு தோள்முட்டி நெரித்து கூச்சலிட்டு மலைப்பொருட்களை விற்று படகுப்பொருட்களை வாங்கிக்கொண்டிருந்தனர். விற்பவர்களுக்கு மேலாக வாங்குபவர்கள் கூவிக்கொண்டிருந்தனர். விற்பதற்காகவோ வாங்குவதற்காகவோ அவர்கள் கூவவில்லை, அங்கே இருப்பதை உணரும் கிளர்ச்சிக்காகவே கூவினர். விளையாடும் பறவைகளைப்போல.

காட்டின் தனிமைசூழ்ந்த இருளுக்குள் வாழும் மலைமக்களுக்கு சந்தை என்பது அவர்களின் உடல் ஒன்றிலிருந்து பலவாகப் பெருகிப் பரவும் நிகழ்வு. ஊற்று வெள்ளப்பெருக்காவதுபோல. சந்தைக்கு வரும் மலைக்குடிமகன் தன் உடல் பல்லாயிரம் கைகளாக பல்லாயிரம் தலைகளாகப் பெருகி எழுந்துவிட்டதை உணர்ந்தான். தன் குரல் அருவி போல பேரொலி எழுப்புவதைக் கேட்டான். அந்தக் களியாட்டத்தில் தன்னை மறந்து கலந்துவிடுவதற்காகவே அவன் மஹுவாக் கள்ளை மூக்குவரை அருந்தித் ததும்பினான். அவ்வப்போது தானெனும் உணர்வு எழுந்தபோது சிலர் இரு கைகளையும் மேலே தூக்கிக் கூச்சலிட்டபடி எம்பிக்குதித்தனர். நீரிலிருந்து துள்ளி எழும் மீன்கள் என தம்மை உணர்ந்தபின் நீரிலேயே வீழ்ந்து மூழ்கிச்சென்றனர்.

ஏகலவ்யன் கைக்குழந்தையாக இருக்கையிலேயே அன்னையுடன் சந்தைக்கு வரத்தொடங்கியிருந்தான். அது சந்தை என அறிவதற்குள்ளாகவே அந்த இடம் களியாட்டத்துக்குரியது என்று அவன் அறிந்திருந்தான். அவனையும் அன்னையையும் மூங்கில் பல்லக்கில் ஏற்றி இருவர் சுமந்துகொண்டு வருவார்கள். அன்னைக்காக போடப்பட்ட மூங்கில் பந்தலில் அவள் அமர்ந்திருப்பாள். அருகே வேல்களுடன்

பெண்கள் காவலிருப்பார்கள். வணிகர்கள் வந்து அன்னைக்கு நகரத்து வண்ண ஆடைகளையும் மின்னும் அணிகளையும் புதியகருவிகளையும் காட்டுவார்கள். அன்னை அவளுக்குப்பிடித்தவற்றை வாங்கிக்கொண்டு கைகாட்ட அவளுடன் வந்திருக்கும் வீரர்கள் அவற்றுக்குரிய விலையை அளிப்பார்கள்.

ஏகலவ்யனின் தந்தை சோனர் சந்தைக்கு அப்பால் இருந்த பெரிய சதுக்கத்தில் ஒன்பது அன்னையரின் ஆலயங்கள் நடுவே இருந்த முன்றிலில் தன் பீடத்தில் அமர்ந்திருப்பார். பின்னால் நிற்கும் அடைப்பக்காரன் இடைவெளி இல்லாமல் வெற்றிலையைச் சுருட்டி அவருக்கு அளித்தபடியே இருப்பான். வலப்பக்கம் குலமூத்தாரான சீதர் அமர்ந்திருப்பார். ஒவ்வொரு சந்தைநாளிலும் நூற்றுக்கணக்கான வழக்குகள் தந்தைக்கு முன் வரும். இரு தரப்பும் அழுதுகொண்டும் ஆவேசமடைந்தும் தங்கள் வாதங்களைச் சொல்ல, அவர் தாம்பூலம் மென்றபடி அரைக்கண்மூடி கேட்டுக்கொண்டிருப்பார்.

அவர் இரு தரப்பையும் பேசவிட்டுக் கேட்டு வினாக்கள் தொடுத்து விசாரித்துவிட்டு குலமூத்தாரிடம் ஓரிரு சொற்கள் பேசிக் கலந்துவிட்டு தீர்ப்பளிப்பார். அவர் தீர்ப்பைச் சொன்னதும் அவர் அருகே நின்றிருக்கும் முழவுக்காரன் தன் முழவை அறைந்து ஒலியெழுப்பி அந்தத் தீர்ப்பை உரக்கக் கூவி அறிவிப்பான். இருசாராரும் தலைவணங்கி தீர்ப்பை ஏற்று பின்னகர்ந்ததும் அடுத்த வழக்குக்காரர் வாழையிலையில் வெற்றிலையும் பாக்கும் வைத்துப் பணிந்து வழங்கி தன் தரப்பைச் சொல்லத் தொடங்குவார்.

ஏகலவ்யன் சந்தைக்கு வந்ததுமே அன்னை மடியில் இருந்து இறங்கத்தான் முயன்றுகொண்டிருப்பான். அவள் அவனை அதட்டியும் செல்லமாக அடித்தும் தடுத்துக்கொண்டே இருப்பாள். “தந்தையிடம் செல்கிறேன்” என்று அவன் சிணுங்கிக்கொண்டே இருக்க ஒரு கட்டத்தில் அவள் “சரி செல்” என எரிச்சல்கொண்டு இறக்கிவிடுவாள். அது அவள் தன் விருப்புக்குரிய வண்ண ஆடைகளை நோக்கும் தருணமாகவே இருக்கும். ஏகலவ்யன் இறங்கி கால்களாலான காட்டுக்குள் நுழைவான்.

மாக்காட்டுக்குள் நுழைவதை வி அவனுக்கு அது கிளர்ச்சியளித்தது. ஒவ்வொரு கணமும் மாறிக்கொண்டே இருக்கும் அதன் அடர்வும் விலகலும், தலைக்குமேல் வீசும் கைகளின் சுழற்சிகளும், ஓயாத ஓசைகளும். அவனை ஏதேனும் வீரன் தேடிப்பிடித்து கையில் தூக்கிச் சுழற்றி தலையில் ஏற்றிக்கொள்வான். அப்போது அதுவரை தெரிந்த காடு காலுக்கடியில் இறங்கி மிதக்கும் நெற்றுகள் அலையடிக்கும் நீர்ப்படலமாக ஆகிவிடும்.

அவன் சந்தையை ஒருமுறைகூட தவறவிட்டதில்லை. சற்றே கால்கள் வளர்ந்தபோது அவனைப்போன்ற சிறுவர்களுடன் கூடிச்சிரித்து குறுங்காட்டில் வேட்டையாடிய பொருட்களுடன் சந்தைக்கு வந்து விற்று தனக்குப்பிடித்தவற்றை வாங்கத் தொடங்கினான். வண்ணமரவுரிகளும் மென்மையான ஆடைகளும் செதுக்கப்பட்ட மரப்பாவைகளும் செம்புப்பொருட்களும் குத்துவாட்களும் வாளுறைகளும் விரைவிலேயே சலித்துவிட்டன. அவன் ஆர்வம் அம்புகளுக்கும் வில்லுக்கும் திரும்பியது. அவன் அறிந்த வில்வித்தை முழுக்க அந்தச் சந்தையில் கிடைத்த கருவிகள் வழியாகவே. ஒவ்வொரு வில்லையும் அடுத்த சந்தைக்குள் அவன் முற்றிலும் பயின்று தேறியிருப்பான்.

அவனுடைய வில்திறன் சந்தையில் விரைவிலேயே முதன்மையான கேளிக்கையாக ஆகியது. சந்தை கூடியதுமே அவனைத்தான் அனைவரும் கேட்டுக்கொண்டிருப்பார்கள். ஹிரண்யவாகா நதியில் அலைகளில் மிதந்துசென்ற நூறு நெற்றுகளை அவன் நூறு அம்புகளால் அடித்த அன்று அவன் குலத்தைச்சேர்ந்த ஆயிரம் கைகள் அவனைத் தூக்கித் தலைக்குமேல் வீசிப் பிடித்து ஆரவாரமிட்டன. அதன்பின் எப்போதும் கைகளில் மிதந்துதான் அவன் சதுக்கத்தை அடைந்தான். நீருக்குள் சென்ற மீன்களை அம்புகளால் துளைத்து மிதக்கச்செய்தான். அரசமரத்தின் இலைகளில் ஒன்றை மட்டும் அம்பெய்து கொய்துவந்தான்.

வானில் வீசப்பட்ட மூன்று நெற்றுகளை ஒற்றை அம்பில் அவன் அடித்து வீழ்த்திய அன்று அவனைச் சுற்றியிருந்தவர்களின் ஆரவாரம் மெல்ல அடங்கி அமைதி நிலவியது. திகைத்த விழிகள் மீன்கூட்டங்கள் போல அவனைச்சூழ்ந்து இமைத்து ஒளிவிட்டன. மூச்சொலிகள் மட்டும் எழுந்தன. அவன் குலமூத்தாரான பரமர் அவனை அணைத்து அவன் குடுமித்தலையில் முத்தமிட்டு “நீ நம் குலத்தின் நிகரற்றவீரன். பாரதவர்ஷத்தின் மாபெரும் வில்லாளிகளில் ஒருவன்... இறைவிளையாட்டால் இங்கு வந்து பிறந்திருக்கிறாய்” என்றார்.

அவனை அப்படியே தூக்கி தோளிலேற்றி ஒன்பது அன்னையர் அமர்ந்த ஆலயத்தின் முகப்பில் கொண்டுசென்று நிறுத்தி அன்னையின் காலடியின் பொன்னிற மண்ணை எடுத்து அவன் நெற்றியில் இட்டு “அன்னையே, எங்கள் குலக்கொழுந்துக்கு நீயே காப்பு” என்றார் பரமர். அதை ஏற்று பல்லாயிரம் தொண்டைகள் அவனுக்காக வேண்டிக்கொண்டன. அவனுக்காக அன்னையின் பாதங்களில் கனிகளும் மலர்களும் படைக்கப்பட்டன.

சந்தையில் அஸ்தினபுரியின் வணிகன் ஒருவனிடம் மூன்று நாணும் ஆறு அம்புத்தடமும் கொண்ட வில் ஒன்றை முதன்முறையாகப்

பார்த்தபோதுதான் அவன் திகைத்தான். அதை கையில் எடுத்தபோதே பெரும் எடையுடன் பிடியிலிருந்து நழுவி காலில் விழுந்து கட்டைவிரலை நசுக்கியது. வலியுடன் காலை எம்பியபடி அவன் அதைக் கீழே போட்டான். அதை வைத்திருந்த வணிகன் நகைத்துக்கொண்டு “அது இரும்பாலானது. எளிய இரும்பல்ல, தூய வெட்டிரும்பு. உறையடுப்பில் உருக்கி நெடுநாள் குளிரச்செய்து அதைச் செய்கிறார்கள்” என்றான். “அதன் நாணும் தோலால் ஆனதல்ல. இரும்பாலானது. கை தவறினால் கழுத்தை அறுத்துவிடும். இதன் பெயர் திரிகரம்.”

ஏகலவ்யன் மீண்டும் அதைக் கையிலெடுத்துப்பார்த்தான். “இதை யார் வாங்குகிறார்கள்?” என்றான். “மலைக்குடித்தலைவர்கள் வாங்கி அணிகள் போல வைத்துக்கொள்கிறார்கள். இதைக்கற்க அவர்களுக்கு ஆசிரியர்கள் இல்லை. இங்கே மலைக்குடிகளில் ஏகலவ்யன் என்ற வில்வீரன் இருக்கிறான் என்றார்கள். அவனுக்காகவே கொண்டுவந்தேன்” என்றான். ஏகலவ்யன் “என் பெயர் ஏகலவ்யன்” என்றான். “எடுத்துக்கொள்ளுங்கள் இளவரசே... இது உங்களுக்குரியது...” என்றான் வணிகன். ஏகலவ்யன் அதை வாங்கி கையிலெடுத்துக்கொண்டதும் பின்னால் வணிகர்களில் ஒருவன் “அதைக் குடிலில் மாட்டி வைத்துக்கொள்ளலாம். பேய்கள் நெருங்காது” என்றான். வணிகர்கள் நகைத்தனர்.

ஏகலவ்யன் அதை அந்த மாதம் முழுக்க ஒவ்வொருநாளும் காலைமுதல் இரவுவரை பயின்றான். அதைப்பயில முயன்ற அவன் தோழர்களில் ஒருவனின் கட்டைவிரலை அதன் நாண் அறுத்துவீசியது. இன்னொருவனின் கழுத்து நரம்பு அறுபட்டு அவன் கீழே விழுந்து குருதி வழியத் துடித்து இறந்தபோது பிறர் அஞ்சி “வேண்டாம் இளவரசே, இதில் நகர்க்குடிகளின் ஏதோ தீயதெய்வம் குடியிருக்கிறது...” என்றார்கள். ஆனால் ஏகலவ்யன் அதன்பின் ஒருகணமும் அதையன்றி பிறிதொன்றை எண்ணமுடியாதவன் ஆனான். களைத்துச் சோர்ந்து அப்படியே விழுந்து இரவு துயில்கையில் அவனருகே அது கிடந்தது. காலையில் கனியாத தெய்வமென அவனருகே அது விழித்திருந்தது.

அதன் ஒவ்வொரு நாளிலும் அம்பேற்றி மரங்களில் காய்த்த கனிகளை வீழ்த்தி அவை நிலம் தொடுவதற்குள் அடுத்த அம்பினால் அடித்து மீண்டும் மரத்துக்கே ஏற்றினான் ஏகலவ்யன். அதை வந்து கண்ட அவன் தந்தை ஹிரண்யதனுஸ் விழியிமைப்பு மறந்து நின்றபின் “இவன் மண்மறைந்த அசுரமூதாதையரில் ஒருவன் அமைச்சர்களே” என்றார். அவர்கள் “ஆம், ஹிரண்யாக்ஷனின் விழிவிரைவும் ஹிரண்யகசிபுவின் நாண் விரைவும்கொண்டவன்” என்றார்கள். ஆனால் அவன் அறிந்திருந்தான், அந்த வில் தன்னை நோக்கி விடுக்கும் அறைகூவலை.

ஒவ்வொருநாளும் இரவு வென்றுவிட்டோமென விழிமயங்கி காலையில் இல்லை அனைத்துமே எஞ்சியுள்ளன என்று விழித்துக்கொண்டான்.

மறுசந்தைக்கு அவ்வணிகன் வந்திருந்ததைக் கண்டு ஏகலவ்யன் மூச்சிரைக்க அவன் முன் வந்து நின்று கண்ணீருடன் “சொல்லுங்கள் வணிகரே, இவ்வில்லை நான் பயில்வது எப்படி?” என்றான். அவன் “நான் வணிகன் மட்டும்தான் இளவரசே. இவ்வில்லை அஸ்தினபுரியில் வாங்கினேன். தாங்கள் இதன் மூன்று நாணிலும் தொடர்ச்சியாக அம்பேற்றுவதாக சொன்னார்களே?” என்றான். “இல்லை, அதுவல்ல வித்தை. அந்தச் சிறிய தேர்ச்சிக்காக இதை அமைத்திருக்கமாட்டார்கள்…” என்றான். “மூன்று தனிவிற்களாகவும் மூன்று தனி அம்புகளாகவுமே இவை எனக்கு இன்று உள்ளன… இவற்றின் பொருள் அது அல்ல.” வணிகன் கைகூப்பி “நான் அறியேன் இளவரசே” என்றான்.

அன்றுமாலை ஏகலவ்யன் ஊர் திரும்பவில்லை. ஹிரண்யவாகா நதியின் படகொன்றில் வணிகர்கள் அறியாமல் ஏறி பொதிகளுக்குள் ஒளிந்துகொண்டான். மறுநாள் காலை மச்சநாட்டின் சுஹரிதம் என்னும் நகரை வந்தடைந்தான். மச்சநாட்டரசர் விராடரின் தம்பியான மதிராக்ஷன் ஆண்ட சுஹரிதம் கங்கைக்குச்செல்லும் பெரும்படகுகள் வந்தணையும் துறை கொண்டிருந்தது. சுஹரிதத்தின் படகுத்துறையில் அலைந்து தன் அணிகளில் ஒன்றை விற்று உணவுண்டபின் ஏகலவ்யன் தலைநகரான விராடபுரிக்குச் செல்லும் படகில் ஏறிக்கொண்டான். சுபர்ஸை ஆற்றின் கரையில் மாபெரும் படகுத்துறையுடன் அமைந்திருந்த விராடபுரியில் அவன் கையில் திரிகரம் என்னும் அந்த வில்லை ஏந்தி நடந்தபோது பார்த்தவர்கள் திகைத்து வழிவிட்டனர்.

மச்சர்களின் விராடபுரி அப்போதுதான் துறையும் சந்தைகளுமாக எழுந்து வந்துகொண்டிருந்த நகரம். அது எப்போதும் மகதத்தை அஞ்சிக்கொண்டிருந்தமையால் நகரைச்சுற்றி கற்களாலும் மண்ணாலும் பெரிய கோட்டையைக் கட்டி எழுப்பிக்கொண்டிருந்தனர். நதிமுகத்தில் கொடிகள் பறக்கும் காவல்மாடங்களுடன் இருந்த கோட்டை மறுபக்கம் சிற்பிகளாலும் மண்வேலைக்காரர்களாலும் கட்டப்பட்டுக்கொண்டிருந்தது. உள்ளே மாளிகைகளும் பெரும்பாலும் புதியதாக கட்டப்பட்டவையாகவும், கட்டிமுடிக்கப்படாதவையாகவும்தான் இருந்தன. நதிவழியாக வந்த மரத்தடிகளை அடுக்கி தேர்ப்பாதைகளை அப்போதுதான் அமைத்துக்கொண்டிருந்தனர். எங்கும் வேலேந்திய வீரர்கள் கடுமையான நோக்குடன் சுற்றிவந்தனர்.

ஏகலவ்யன் கையில் வில்லுடன் நகரத்தைச் சுற்றிவந்தான். விராடபுரிக்கு நிஷாதர்கள் அயலவர்கள் அல்ல என்று தெரிந்தது. மலைப்பொருட்களை

விற்பதற்கும் பொருட்களை வாங்குவதற்கும் அவனைப்போன்றே தோற்றமளித்த நிஷாதர்கள் பலர் வந்திருந்தனர். சாம்பல்பூசிய உடலும் தோலாடையும் நெற்றியில் எழுதிய முக்கண்ணுமாக அவர்கள் தெருக்களில் சுற்றிவந்தனர். அப்பங்கள் விற்பவர்களிடம் வாங்கி உண்டபடியும் யவன மது விற்கப்படும் கடைகள் முன் அமர்ந்து குடித்துக்கொண்டு கரியபற்களைக் காட்டி விக்கி விக்கி நகைத்தபடியும் இருந்தனர்.

விராடபுரியின் சதுக்க மையத்தில் உயர்ந்த தூண் ஒன்றில் சுழன்று கொண்டிருந்த கூண்டு ஒன்று அமைக்கப்பட்டிருந்தது. அதன் வெளியே பன்னிரு பாவைக்கிளிகள் இருந்தன. கூண்டுக்குள் மூன்று பாவைக்கிளிகள் நிழலாகத் தெரிந்தன. வெளியே தெரிந்த பாவைக்கிளியை அம்பால் வீழ்த்துபவர்களுக்கு பத்து பொற்காசுகளும் உள்ளே இருக்கும் கிளிகளை வீழ்த்துபவர்களுக்கு நூறு பொற்காசுகளும் பரிசளிக்கப்படும் என்ற அறிவிப்பு அங்கே வைக்கப்பட்டிருந்தது. எப்போதும் எவரோ அதை வேடிக்கையாக வெல்ல முயன்று பிறரது நகைப்புக்கு ஆளாகியபடியே இருந்தனர்.

அந்தத் தூணருகே வந்து நின்று ஏறிட்டு நோக்கிய ஏகலவ்யன் அது அம்புப்பயிற்சிக்கான பாவைத்தூண் என புரிந்துகொண்டான். அங்கே வெல்பவர்களை உருவாகி வந்துகொண்டிருந்த விராடநாட்டின் படைக்குச் சேர்த்துக்கொள்வதற்கான அமைப்பு அது என்று அவன் அறியவில்லை. நாணொலி எழுப்பி அவன் வில்லைத் தூக்கியதும் அப்பகுதிகளில் நின்றிருந்த வீரர்கள் நகைத்தபடி ஏறிட்டு நோக்கினர். “நிஷாதச்சிறுவன் அவற்றை மாமரத்துக்கனிகள் என நினைத்துக்கொண்டான்போல” என ஒரு குரல் எழுந்தது. “அவன் கையிலிருப்பது திரிகரம்... அதை எளியோர் ஏந்தமுடியாது” என மூத்தவர் ஒருவர் சொல்ல பலர் ஆவலுடன் எழுந்தனர்.

கூண்டுக்கு வெளியே இருந்த பன்னிரு பாவைக்கிளிகளும் சிதறடிக்கப் பட்டு மரச்சிம்புகளாகச் சிதறி மண்ணில் விழுந்தபோது கூட்டம் ஆரவாரமிட்டபடி வந்து சூழ்ந்துகொண்டது. ‘அவனா!’ என்ற வியப்புகள் ‘யார்? யார்?’ என்ற திகைப்புகள். ஏகலவ்யன் அடுத்த அம்பை எடுத்துக் குறி நோக்கியபோது “நிஷாதன் அத்துமீறிச்செல்கிறான்!” என்றது ஒரு குரல். ஆனால் அதை எவரும் ஏற்று ஒலியெழுப்பவில்லை. கூண்டுக்குள் நுழைந்த அம்பு பாவைக்கிளி ஒன்றை உடைத்து எடுத்து மறுபக்கம் சென்றபோது பெரும் ஆரவாரம் எழுந்தது. இரண்டாவது கிளியை அது உடைத்தபோது குரல்கள் அமைந்தன. மூன்றாவது கிளி சிதறியபோது அவனைச் சுற்றி களிமண் பாவைகள் போல மக்கள் சொல்லிழந்து நின்றிருந்தனர்.

பின்னர் ஓசைகள் வெடித்துக்கிளம்பின. அவனைச்சூழ்ந்துகொண்ட வீரர்கள் அவன் ஈட்டியிருக்கும் பெரும் செல்வத்தைப்பற்றி சொன்னார்கள். அதைப் பெறுவதற்காக அவனைக் கூட்டிக்கொண்டு பெருங்கூட்டமாக விராடரின் அரண்மனை நோக்கிச் சென்றனர். அவன் சென்று சேர்வதற்குள்ளாகவே அவனைப்பற்றிக் கேட்டறிந்து விராடரே அரண்மனையின் முகப்புமண்டபத்துக்கு வந்திருந்தார். உச்சியில் குடுமியை தோல்பட்டையால் கட்டி, கரிய உடம்பெங்கும் சாம்பல்பூசி, தோலாடை அணிந்து மெல்லிய கைகால்களுடன் வந்த சிறுவனைக்கண்டு விராடர் திகைத்தார். அவர் அருகே நின்றிருந்த அமைச்சர் “இது பயின்றுவரும் கலையல்ல அரசே, சிலருக்கு கலையை தெய்வங்கள் கையில்கொடுத்து மண்ணுக்கு அனுப்புகின்றன” என்றார்.

“இளையோனே, உனக்குரிய பொற்பரிசிலை அளிப்பதில் மச்சநாடு பெருமைகொள்கிறது. உன் பெயரென்ன? குலமென்ன?” என்றார் விராடர். “ஹிரண்யபதத்தின் கருடகுலத்தின் தலைவரான சோனரின் மைந்தன் நான். என் பெயர் ஏகலவ்யன்” என்றான் அவன். “உன் பரிசிலை நீயே பெற்றுக்கொள்கிறாயா?” என்றார் விராடர். ஏகலவ்யன் பொருள் விளங்காமல் நோக்க, அம்புகளைத் தவிர்த்த அனைத்திலும் அவன் மலைமகனாகிய சிறுவனே என்று உணர்ந்த விராடர் புன்னகையுடன் “இது பெரும்பரிசில்… உன்னால் அத்தனை பொன்னைத் தூக்கவும் முடியாது” என்றார். ஏகலவ்யன் அதற்கும் பொருளில்லாமல் விழித்த விழிகளுடன் நின்றிருந்தான்.

“இளையோனே, இப்பரிசிலுடன் நீ இந்நாட்டில் தங்கலாம். மச்சர் அரசின் படைத்தலைவர்களில் ஒருவனாக நீ இருந்தால் அதை இந்நகரும் என் அரசும் கொண்டாடும்” என்றார் விராடர். “என் தந்தை மகதத்தின் சிற்றரசர். அவருக்கு ஹிரண்யதனுஸ் என்று அங்கே அவைப்பெயர். அவர் ஒப்புக்கொள்ளாத எதையும் நான் செய்யமுடியாது” என்றான் ஏகலவ்யன். விராடர் முகம் மாறியது. “ஆம், நீ இங்கு சேர்ந்தால் அதை மகதம் ஒப்பாது. மகதமும் நாங்களும் ஏழுதலைமுறைகளாகப் போர் புரிகிறோம். உன் தந்தையின் ஆணையை மீறி இங்கே நீ இருந்தால் அவரையே நீ களத்தில் சந்தித்தலும் ஆகும்” என்றார். அந்த இக்கட்டுகளை எல்லாம் ஏகலவ்யன் விளங்கிக்கொள்ளாமல் அதே விழித்த நோக்குடன் அங்கு நின்றவர்களை மாறி மாறி நோக்கினான்.

“இளையோனே, நீ விழைவது என்ன?” என்றார் விராடர். “இவ்வில்லை எனக்குக் கற்பிப்பவர் எவர் என அறியவிழைகிறேன்… தங்கள் அரசின் வில்வேத அறிஞர்களில் எவரேனும் என்னை மாணவராக ஏற்பார்கள் என்றால் இங்கிருந்து கற்கவே விழைகிறேன்” என்றான்

ஏகலவ்யன். விராடரின் அருகே நின்றிருந்த அவரது வில்வித்தை ஆசிரியரான தீர்க்கநாசர் “இளையோனே, இது திரிகரம் என்னும் வில். இதன் மூன்றுநாண்களையும் ஒரேசமயம் கையாள்வதென்பது எவராலும் இயலாதது. நீ இதை கையாள்வதைக் கண்டே நான் திகைத்துப்போயிருக்கிறேன்” என்றார்.

“இதை எவரிடம் நான் கற்கமுடியும் மூத்தாரே?” என்று ஏகலவ்யன் கேட்டான். தீர்க்கநாசர் “நானறியேன். பாரதவர்ஷத்தின் மாபெரும் வில்ஞானிகள் ஐவர். பரசுராமர், சரத்வான், பீஷ்மர், அக்னிவேசர், துரோணர். அவர்களுக்குத் தெரிந்திருக்கும்” என்றார். “அவர்கள் எங்கிருக்கிறார்கள்?” என்று ஏகலவ்யன் கேட்டான். “இளையோனே, அவர்களில் பரசுராமரும் சரத்வானும் புராணங்களில் வாழ்பவர்கள். அவர்கள் உண்மையில் இருக்கிறார்களா என்றே சொல்லமுடியாது. அக்னிவேசகுருகுலம் உத்தரகங்காபதத்தில் உள்ளது. பீஷ்மரும் துரோணரும் அஸ்தினபுரியில் வாழ்கிறார்கள்.” ஏகலவ்யன் உடனே “அஸ்தினபுரி எங்கிருக்கிறது?” என்றான்.

விராடர் புன்னகைசெய்து “அஸ்தினபுரி இங்கிருந்து நெடுந்தொலைவு. நீ தனியாக அத்தனைதூரம் செல்லமுடியாது. உன் நாட்டுக்குத் திரும்பிச் செல். உன் கைகளும் கால்களும் வளர்ந்தபின் தந்தையிடம் ஒப்பம் பெற்று உரிய காணிக்கைகளுடன் சென்று துரோணரைப் பார்த்து கற்றுக்கொள்” என்றார். “நான் இன்றே அஸ்தினபுரிக்குச் செல்கிறேன்” என்று ஏகலவ்யன் திரும்பி நடக்கத் தொடங்கினான்.

“இன்றா? இன்று நீ எங்கள் பரிசில்களை ஏற்று இங்கிருக்கவேண்டும்” என்றார் விராடர் “நான் இப்போதே கிளம்புகிறேன்” என்று ஏகலவ்யன் வில்லுடன் திரும்பிவிட்டான். விராடர் “நில்! இளையோனே, உன் பரிசிலை பெற்றுக்கொள்” என்று கூவினார். விராடரின் கருவூல அமைச்சர் மரப்பெட்டகத்தில் பொற்கழஞ்சுகளைக் கொண்டுவந்து வைக்க அவன் வழக்கமான பொருள் உருவாகாத விழித்த பார்வையுடன் அவற்றை நோக்கியபின் ஒரு கைப்பிடி மட்டும் அள்ளிக்கொண்டு கிளம்பினான்.

“இப்பரிசில் உனக்குரியது” என்றார் விராடர். ஏகலவ்யன் பேசாமல் மண்டபப் படிகளில் இறங்க “நீ வந்து கேட்பதுவரை இவை இங்கேயே இருக்கும்” என்றார். ஏகலவ்யன் கூட்டத்தை நோக்கிச்சென்றபோது உலர்ந்த புல்வெளியை கனல்துளி எரித்துச்செல்வது போல வழி உருவானது. நேராக அவன் மீண்டும் விராடபுரியின் படித்துறைக்கே வந்தான். படகிலேறிக்கொண்டு “அஸ்தினபுரிக்குச் செல்க” என்றான். படகிலிருந்த வணிகன் “இப்படகு மகதத்துக்குச் செல்வது இளையோனே. அங்கிருந்து கலிங்கத்துக்கு” என்றபோது கைப்பிடிப்பொன்னை அப்படியே நீட்டி “அஸ்தினபுரிக்கு” என்று ஏகலவ்யன் மீண்டும் சொன்னான்.

நான்குநாட்களுக்குப்பின் அவன் அஸ்தினபுரியின் படித்துறைக்கு வந்திறங்கினான். அங்கேயே பீஷ்மர் நகரில் இல்லை, எங்கென்றறியாமல் வழக்கமான கானுலா சென்றுள்ளார் என்றறிந்தான். மறுசொல்லாகவே துரோணரின் குருகுலத்தை அறிந்துகொண்டு ஒரு கணம் கூட அஸ்தினபுரியை ஏறிட்டு நோக்காமல் திரும்பி கங்கைக்கரைவழியாக நடந்து சென்றான்.

மாலைவெயிலில் குருகுலத்தை நோக்கி அவன் செல்லும்போது எதிரே தோளில் வில்லுடன், நடுங்கும் உடலும் துடிக்கும் உதடுகளும் கலங்கிய கண்களுமாக வந்த ஒருவனைக் கண்டான். அவன் சூழ்ந்துள்ள எதையும் பார்க்காமல் எங்கிருக்கிறோமென உணராமல் சென்றான். அவன் உடல் தன் உடலைக் கடந்துசென்ற கணத்திலேயே அவன் உடல் கொதித்துக்கொண்டிருப்பதை ஏகலவ்யனால் உணரமுடிந்தது. ஓர் இறுகியநாண் விம்முவதுபோல ஓர் ஒலி கேட்டதாக அவனுக்குத் தோன்றியது.

அவன் சென்றபோது அவனருகே புதர்களில் நீரோடை ஒன்று செல்லும் ஓசையைக் கேட்ட ஏகலவ்யன் குனிந்து நாசியைச் சுளித்து வாசமெடுத்தான். பெரிய அரசநாகம் ஒன்று நெளிந்துசெல்லும் அம்புபோல அவனுக்குப் பின்னால் சென்றுகொண்டிருப்பதைக் கண்டான். அவனை அது தீண்டப்போகிறது என நினைத்து ஏகலவ்யன் திரும்பினான். அதற்குள் அவன் நெடுந்தொலைவு சென்றிருந்தான். அந்த அரசநாகம் அவனை பாதுகாக்கவே தொடர்ந்து செல்கிறது என்று எண்ணிக்கொண்டான். விழித்த வெண்விழிகளுடன் அவன் சென்ற திசையை நோக்கி சிலகணங்கள் நின்றபின் அவன் நடந்தான்.

இருளத்தொடங்கும்போது இருவர் கைகளில் வில்லுடன் அவனெதிரே வந்தனர். ஒருவன் “நிஷாதனே, கௌரவ இளவரசனாகிய என் பெயர் வாலகி. இவன் சித்ராயுதன். எங்கள் தோழன் கர்ணன் என்பவன் இவ்வழிச்செல்வதைக் கண்டாயா?” என்றான். ஏகலவ்யன் “ஆம், ஒருவன் தீப்புண்பட்ட பன்றிபோலச் சென்றான் இவ்வழியே…” என்றான். “அவன்தான்!” என்றபடி அவர்கள் விரைந்தனர்.

மேலும் சற்றுநேரத்தில் மூன்று கௌரவர்கள் வந்து கர்ணனைப்பற்றிக் கேட்டுவிட்டு ஓடினர். ஏகலவ்யன் செல்லும் வழி முழுக்க கர்ணனைப் பற்றியே எண்ணிக்கொண்டு சென்றான். நெடுந்தொலைவில் வந்த அவனைப் பார்ப்பதற்குள்ளாகவே அவன் கண்ணீரை தான் அறிந்து விட்டிருந்ததை உணர்ந்து ஒருகணம் நின்றுவிட்டான். பெருந்துயர் கொண்டவனின் உடல் அத்துயராகவே மாறிவிடுவதன் விந்தை அவன் அகத்தை பாம்பைக்கண்ட புரவி என விரைத்து நின்று நடுங்கச் செய்தது.

ஏகலவ்யன் தன் எதிரே புரவிகளில் கரிய இளவரசன் ஒருவனும் பேருடல் கொண்ட இன்னொரு இளவரசனும் வருவதைக் கண்டு புதர்களுக்குள் மறைந்தான். அவர்களின் புரவிகள் பெருநடையிட்டு வந்து அவனைக் கடந்துசென்றபோது மூக்கை சுளித்து ஒருகணம் தயங்கின. பேருடல்கொண்டவன் 'ஜூ' என்றதும் புரவி முன்னால் ஓடியது. கரிய இளவரசன் தலைகுனிந்து அமர்ந்திருப்பதை ஏகலவ்யன் கண்டான். ஏகலவ்யன் மீண்டும் ஓர் அக அசைவை அறிந்தான். அந்தக் கரியவனும் கடும்துயர்கொண்டிருந்தான். அவனுடைய தோள்களிலும் கைகளிலும் எல்லாம் துயர் நிறைந்திருந்தது, இலைநுனியில் தேங்கிய மழைத்துளி போல. அத்துயரை அவன் குதிரையும் தன்னுடலில் நிறைத்துக்கொண்டிருந்தது.

ஏகலவ்யன் துரோணரின் குருகுலத்தை அடைந்தபோது இருளாகிவிட்டது. அவன் குருகுலத்துக்குள் நுழைந்தபோது எங்கோ ஒரு யானை உரக்கக் குரல்கொடுக்க நாலைந்து யானைகள் விடையிறுத்தன. "சிறுத்தை நுழைந்திருக்கிறது போலும்... பார்" என்று யாரோ சொன்னார்கள். பந்தங்களுடனும் விற்களுடனும் வீரர்கள் வருவதைக் கண்டதும் ஏகலவ்யன் இயல்பாக ஒரு மரத்திலேறி உச்சிக்குச் சென்று மறைந்தான். அவர்கள் நாற்புறமும் நோக்கி "இல்லையே" என்றார்கள். "யானை சிறுத்தை என்றுதான் சொன்னது. நான் நன்றாகவே அதன் மொழியை அறிவேன்" என்றான் ஒருவன். அவர்கள் குடில்களை அடைந்து தரையைக் கூர்ந்து நோக்கினார்கள். அவர்களின் பந்தங்கள் வழியாகவே அந்த இடத்தை நன்கறிந்துகொண்டான்.

அவர்கள் சென்றபின் ஏகலவ்யன் மெல்ல இறங்கி வந்தான். ஓசையற்ற காலடிகளுடன் முற்றத்தை அணுகி நான்குபக்கமும் நோக்கிவிட்டு மண்திண்ணையில் ஏறி சாளரம் வழியாக உள்ளே நோக்கினான். உள்ளே படுத்திருந்த கரிய சிற்றுரு கொண்ட மனிதரைக் கண்டதுமே அவன் அகம் அவரை அறிந்துகொண்டது. முகம் மலர்ந்து கைகூப்பியபடி முகமும் மார்பும் தோள்களும் மண்ணில்பதிய அவன் விழுந்து வணங்கினான். அவன் உடல் மழைக்கால நதிப்பரப்பு போல சிலிர்த்துக்கொண்டே இருந்தது. மெல்ல எழுந்தமர்ந்தபோது தன் கண்களில் இருந்து கண்ணீர் பெருகி மார்பை நனைப்பதை உணர்ந்தான். கைகளால் துடைக்கத் துடைக்க கண்ணீர் ஊறி வழிந்தபடியே இருந்தது. நெஞ்சை அடைத்து அடக்கமுயன்ற மூச்சின் தடையை மீறி வெளிவந்த விசும்பல் ஒலியைக் கேட்டு அவன் உடலே அதிர்ந்தது.

பின் பெருமூச்சுடன் எழுந்து துடைக்கமறந்த விழிநீர்த்தாரைகளுடன் சாளரம் வழியாக நோக்கினான். குடிலின் ஓரத்தில் அவனிடமிருந்தது

போன்ற திரிகரம் என்னும் வில் சாய்த்து வைக்கப்பட்டிருந்தது. அதனருகே வெண்ணிற உடல்கொண்ட சிறுவன் ஒருவன் ஈச்சம்பாயில் மரத்தலையணை வைத்துப்படுத்திருந்தான். அவனுடைய சீரான மூச்சொலி கேட்டுக்கொண்டிருந்தது. அப்போதுதான் ஏகலவ்யன் துரோணர் துயிலவில்லை என்பதை உணர்ந்தான். அவரது உடல் துயிலுக்குரிய நெகிழ்வுடன் இருக்கவில்லை. நீரில் ஊறி விரைத்த சடலம் போல அவர் அசைவற்று இறுகிக் கிடந்தார். இருளுக்குள் கூர்ந்து நோக்கிய ஏகலவ்யன் அவரது கண்கள் திறந்து கூரையைநோக்கிக்கொண்டிருப்பதைக் கண்டான். அவர் விழிகள் இலையில் தேங்கித் தத்தளிக்கும் மழைநீர்த்திவலை போல அலைபாய்ந்தன.

5

துரோணர் நள்ளிரவில் எழுந்து வெளியே வந்ததுமே ஏகலவ்யனை நோக்கினார். வில்லாளிக்குரிய நுண்ணுணர்வால் அவன் முற்றத்துக்கு வந்ததுமே அவர் அறிந்திருந்தார். சாளரம் வழியாக அவன் முகம் தெரிந்ததையும் தன்னெதிரே இருந்த இரும்புநாழியின் வளைவில் கண்டுவிட்டிருந்தார். அந்தச் சிறுவன் யாரென்று அரைக்கணம் எண்ணிய அவரது சித்தத்தை அதற்குள் சுழன்றடித்த சுழல்காற்றுகள் அள்ளிக்கொண்டு சென்றன. பின்னர் தன்னுணர்வுகொண்டதும் அவர் வெளியே அவன் அமர்ந்திருப்பதை உணர்ந்து எழுந்து வந்து கதவைத் திறந்தார். அவன் எழுந்து கைகூப்பி நின்றான். அவர் பார்வையிலும் உடலிலும் அசைவேதும் எழவில்லை. “யார் நீ?” என்றார்.

ஏகலவ்யன் பணிந்து “நான் நிஷாதன். ஆசுரநாட்டு கருடகுலத்து அரசன் ஹிரண்யதனுஸின் மைந்தன். என் பெயர் ஏகலவ்யன்” என்றான். “ம்ம்?” என்று துரோணர் கேட்டார். “தங்கள் பாதங்களைப் பணியும் உரிமையை அளிக்கவேண்டும்” என்றான் ஏகலவ்யன். துரோணர் பேசாமல் நின்றார். ஏகலவ்யன் குனிந்து அவர் பாதங்களைத் தொடப்போனபோது விலகி “நில்! எதற்காக வந்தாய்?” என்றார். ஏகலவ்யன் தன் வில்லை எடுத்துக்காட்டி “இதை தங்களிடம் கற்கவந்தேன்” என்றான். “இது மலைவேடர்களுக்குரியதல்ல... நீ செல்லலாம்” என்றார் துரோணர். “உத்தமரே...” என ஏகலவ்யன் தொடங்க “மூடா, வில்வேதம் தேர்ந்தவர்கள் மட்டுமே தீண்டத்தக்கது இது... செல்!” என்று துரோணர் உரக்கச் சொன்னார். முதல் பார்வைக்குப்பின் அவர் அவனை நோக்கி ஒருகணம்கூட பார்வையை திருப்பவில்லை.

ஏகலவ்யன் வில்லின் நாணை இழுத்தபோது அவர் உடலில் அந்த ஒலி எழுப்பிய அசைவைக் கண்டான். அவனுடைய முதல் அம்பு

காற்றிலெழுந்ததும் அடுத்த அம்பு அதைத் தைத்தது. மூன்றாவது அம்பும் முதலிரு அம்புகளுடன் மண்ணிலிறங்கியது. “ம்ம்” என்று துரோணர் உறுமினார். “மலைவேடனுக்கு இதுவே கூடுதல். செல்!” என்றார். “உத்தமரே, இந்த வில்லின் தொழில் இதுவல்ல என அறிவேன். மூன்று அம்புகளும் ஒரே சமயம் எழும் வித்தை இதிலுள்ளது. அதை நான் கற்கவேண்டும். தாங்கள் அதை எனக்கு அருளவேண்டும்” என்றான். துரோணர் சினத்துடன் “வேடனுக்கு எதற்கு வில்வேதம்? இனி ஒரு கணமும் நீ இங்கிருக்கலாகாது... செல்!” என்றார்.

“நான் வித்தையுடன் மட்டுமே இங்கிருந்து செல்வேன். இல்லையெனில் இங்கேயே மடிவேன்” என்றான் ஏகலவ்யன். துரோணர் பல்லைக்கடித்து “சீ!” என்றபின் உள்ளே சென்று கதவைமூடிவிட்டார். ஏகலவ்யன் அங்கேயே அமர்ந்திருந்தான். காலையில் அஸ்வத்தாமன் எழுந்ததும் அவனைப் பார்த்துவிட்டான். இரவில் நடந்த உரையாடலை அவன் கேட்டிருந்தான் என்பதை அவனுடைய பார்வையிலேயே ஏகலவ்யன் உணர்ந்தான். துரோணர் எழுந்து வெளியே வந்ததும் அஸ்வத்தாமன் அவர் பின்னால் சென்றான். ஏகலவ்யன் இடைவெளிவிட்டு அவர்களைத் தொடர்ந்தான்.

ஒரு சொல்கூடப்பேசாமல் தலைகுனிந்து துரோணர் நடந்தார். அவர் நீராடி எழுந்து திரும்பும்போதும் ஏகலவ்யன் பின்னால் இருந்தான். அவர் குடிலுக்கு மீண்டதும் அஸ்வத்தாமன் அவருக்கு உணவை எடுத்து வைத்தான். அவர் அந்தத் தாலத்தையே சற்றுநேரம் நோக்கிவிட்டு எழுந்துகொண்டார். அஸ்வத்தாமன் ஓடிச்சென்று அவருக்கு புலித்தோலை எடுத்துப்போட்டான். அவர் அதன் மேல் அமர்ந்துகொண்டு கண்களை மூடிக்கொண்டார்.

அவர்மீது காலைவெளிச்சம் பரவியது. அவரது நரையோடிய கூந்தலும் தாடியும் ஒளிவிட்டன. அப்பால் கைகளைக் கட்டியபடி அஸ்வத்தாமன் அவரையே நோக்கியபடி நின்றுகொண்டிருந்தான். நேர்முன்னால் ஏகலவ்யன் காலைமடக்கி நாய்போல அமர்ந்து அவரை நோக்கிக் கொண்டிருந்தான். காலையொளி எழும் தடாகம்போலிருந்தார் துரோணர். அவரது சருமம் செவ்வொளிகொண்டிருந்தது. ஆனால் உதடுகள் நடுங்குவதையும் கைவிரல்கள் அதிர்வதையும் ஏகலவ்யன் கண்டான். மூடிய கண்களுக்குள் கருவிழி உருண்டுகொண்டே இருந்தது.

சற்றுநேரத்தில் தலையை அசைத்து அவர் பல்லைக்கடித்து தன் கைகளை நோக்கியபின் எழுந்து நேராக காட்டுக்குள் சென்றார். அஸ்வத்தாமன் அவர் பின்னால் செல்ல ஏகலவ்யன் தொடர்ந்து சென்றான். அவர்

விரைந்த நடையுடன் காட்டுக்குள் சென்றுகொண்டே இருந்தார். புதர்களை ஊடுருவிச்சென்று அடர்ந்த இலைத்தழைப்புக்குள் நுழைந்து தர்ப்பைக்காடு நோக்கிச் சென்றார். அருகே கங்கை பெருகிச் சென்று கொண்டிருக்க தர்ப்பைக்காட்டில் காற்றும் அலைகளுடன் ஒழுகியது.

துரோணர் தர்ப்பைக்காட்டுக்குள் சென்று புல்லில் முகம் அழுத்தி குப்புறப்படுத்துக்கொண்டார். அவர் முழுமையாகவே புல்லுக்குள் மறைய அவர் இருக்குமிடம் ஒரு வெற்றிடமாகவே தெரிந்தது. சிறிய மைனாக்கள் இரண்டு புதருக்குள் இருந்து எழுந்து அவரை நோக்கி வந்து சுற்றிச்சுற்றிப் பறந்து குரலெழுப்பின. பின்னர் அப்பால் கிளையில் சென்று அமர்ந்துகொண்டன. ஏகலவ்யன் அங்கே நின்றபடி அவரையே நோக்கிக்கொண்டிருந்தான். அவனருகே நின்ற அஸ்வத்தாமன் அவனை ஒரு கணம் கூட திரும்பிநோக்கவில்லை. அவ்வப்போது ஒலியெழுப்பியபடி காற்று வந்து அஸ்வத்தாமனின் ஆடையைச் சுழற்றி கடந்துசென்றது.

துரோணர் “அன்னையே” என்று முனகியபடி புரண்டுபடுத்தார். அஸ்வத்தாமன் பல்லைக்கடித்து ஒரடி எடுத்துவைத்தபின் அப்படியே நின்றான். “அன்னையே!” என்று துரோணர் மீண்டும் குரலெழுப்பினார். வரும்வழியில் வில்லுடன் ஓடியவனைத்தான் ஏகலவ்யன் எண்ணிக்கொண்டான். அவன் உடலில் தைத்த அந்த நச்சு அம்புதான் இவருடலிலும் என்று எண்ணிக்கொண்டான். அதை எடுத்து குளிர்ந்த பச்சிலைச்சாறால் அந்தப் புண்ணை ஆற்றமுடிந்தால் நன்று. அவனுடைய மலைக்குடிகளில் ஆழ்ந்த புண்ணையும் ஆற்றும் குலமருத்துவர்கள் உண்டு. அவன் தன் கற்பனைகளில் அவரது கலைந்த தலையை தன் மடிமேல எடுதது வைததுககாணடான. அவரது காலகளை தன மார்போடணைத்துக்கொண்டான். “என் உயிரை எடுத்துக்கொள்ளுங்கள் குருநாதரே, தங்கள் வலியனைத்தையும் எனக்களியுங்கள் உத்தமரே” என்று கூவிக்கொண்டான்.

மாலைவரை அங்குதான் கிடந்தார் துரோணர். இரவு கனத்துவர அஸ்வத்தாமன் திரும்பி அவனை நோக்கியபின் சிலகணங்கள் தயங்கிவிட்டு குருகுலத்தை நோக்கிச் சென்றான். மீண்டு வரும்போது அவன் கையில் ஒரு பந்தம் இருந்தது. அதைக்கொண்டு அவன் ஒரு சிறிய நெருப்பை உருவாக்கினான். ஏகலவ்யன் அந்தத் தழலை நோக்கிக் கொண்டு அப்படியே நின்றிருந்தான். அந்தத் தழல்செம்மையில் தர்ப்பையின் இதழ்களும் தழல்கள் போலத் தெரிந்தன. அதன் மீது அவர் எரிந்துகொண்டே இருப்பதாகத் தோன்றியது. நெருப்பு கனலாகியது. அஸ்வத்தாமன் அதனருகே வில்லுடன் நின்றுகொண்டே இருக்க ஏகலவ்யன் அசைவில்லாது நின்றிருந்தான். காலைக்குளிர் எழுந்தது.

விடிவெள்ளி கட்டித் தொங்கவிடப்பட்டதுபோல தெரிந்தது. கரிச்சான் காட்டுக்குள் இருந்து ஒலித்தபடி காற்றில் எழுந்து இருளில் நீந்தியது.

துரோணர் எழுந்து அவர்கள் இருவரையும் பார்க்காதவர் போல கங்கை நோக்கிச் சென்றார். தர்ப்பைத்துகள்களும் மண்ணும் படிந்த கரிய குறிய உடலுடன் அவர் ஒரு நிஷாதனைப்போலத் தோன்றினார். அவரைக் கண்ட முதற்கணமே எழுந்த அக எழுச்சிக்கான காரணம் அதுவா என ஏகலவ்யன் எண்ணினான். அவர் ஒரு பிராமண குருநாதரல்ல, ஆசுரநாட்டின் ஒரு குலமூத்தார் என அவன் அகம் எண்ணிக்கொண்டதா? அவனைக் கண்டதும் அவரது அகமும் அதைத்தான் நினைத்ததா? அவன் அவரைப் பின்தொடர்ந்து சென்றான். அவனுக்கு முன்னால் அஸ்வத்தாமன் சென்றுகொண்டிருந்தான்.

துரோணர் நீரில் இறங்கியதும் எங்கு வந்தோம் என்ன செய்கிறோம் என திகைத்தவர் போல சிலகணங்கள் அசையாமல் நின்றார். குனிந்து நீரைநோக்கினார். நீரிலாடும் அவரது படிமத்தின் விழிகள் ஏகலவ்யன் விழிகளைச் சந்தித்தன. அலையிலாடிய அவர் முகம் எதையோ சொல்ல வாயெடுப்பதுபோல, புன்னகையில் வாயும் கன்னமும் விரிவதுபோலத் தோன்றியது. ஏகலவ்யன் அவனை அறியாமலேயே புன்னகைசெய்தான்.

சினந்து திரும்பிய துரோணர் “நான் உன்னிடம் சொன்னேனே, உனக்கு என்னால் கற்பிக்கமுடியாதென்று. சென்றுவிடு... இக்கணமே சென்றுவிடு” என உரத்த உடைந்த குரலில் கூவினார். “நீசா, நிஷாதா, நீ வில்வேதம் கற்று என்ன செய்யப்போகிறாய்? குரங்குவேட்டையாடப்போகிறாயா?” அவர் மூச்சிரைப்பதை, நீட்டிய அவரது கை நடுங்குவதை ஏகலவ்யன் கண்டான். “உன் நாடு மகதத்தின் சிற்றரசு. நீ நிஷாதன். அஸ்தினபுரியின் எதிரி நீ. அஸ்தினபுரியின் ஊழியனாகிய நான் உனக்குக் கற்பிக்கமுடியாது.”

“உத்தமரே, நான் தங்கள் ஆணைக்குக் கட்டுப்படுகிறேன். தாங்கள் சொல்லும் ஒவ்வொன்றையும் என் வேதமாகவே கொள்கிறேன்” என்றான் ஏகலவ்யன். “சீ! இழிபிறவியே, உன்னிடம் நான் சொல்கோர்ப்பதா? விலகு. உனக்கு நான் அளிக்கும் ஞானம் என்றேனும் அஸ்தினபுரிக்கும் ஷத்ரியர்களுக்கும் எதிராகவே எழும்... ஒருபோதும் உனக்கு நான் கற்பிக்கமுடியாது” என்றார் துரோணர்.

ஏகலவ்யன் கூப்பிய கைகளுடன் கலங்கி வழிந்த கண்களுடன் நின்றான். அவனை நடுங்கும் தலையுடன் நோக்கிய துரோணர் குனிந்து கங்கையில் ஒரு கைப்பிடி நீரை அள்ளி “இதோ கங்கையில் ஆணையிடுகிறேன். உனக்கு நான் குருவல்ல... போ” என்றார். ஏகலவ்யன் திகைத்து அந்த

நீர்ப்படிமத்தை நோக்கினான். அதற்குள் ஒளிவிடும் ஒரு வில்லை அவனை நோக்கி நீட்டியபடி அவர் நின்றுகொண்டிருந்தார்.

அவன் அவரை நோக்கி "உத்தமரே" என்றான். "போ! போ!" என்று துரோணர் மீண்டும் கூவினார். "செல்கிறேன் குருநாதரே... இனி தங்கள் முன் வரமாட்டேன். என் பிழைகளை பொறுத்தருள்க!" என்று சொல்லி நிலம் தொட்டு வணங்கி ஏகலவ்யன் திரும்பி கங்கைமேட்டில் ஏறி தர்ப்பை மண்டிய கரைக்குள் நுழைந்தான்.

நெடுநேரம் அவன் சென்றுகொண்டே இருந்தான். எங்கு செல்கிறோம் என்ற உணர்வே இல்லாதவன் போல. பின்பு மூச்சுவாங்க நின்றபோது அவன் தனக்குள் துயரமோ வஞ்சமோ இல்லை என்பதை, ஒரு வியப்பு மட்டுமே இருப்பதை உணர்ந்தான். அப்படியே ஒரு சாலமரத்தடியில் சென்று அமர்ந்துகொண்டான். கங்கை அசைவேயற்றதுபோலக் கிடந்தது. அதன்மேல் பாய்கள் புடைத்த படகுகள் மேகங்கள் போல அசைவறியாது சென்றுகொண்டிருந்தன. தலைக்குமேல் காற்றிலாடும் மரங்களின் இலைத்தழைப்பை, பறவைக்குரல்களை கேட்டுக்கொண்டிருந்தான். பின்னர் அப்படியே படுத்து கண்களை மூடிக்கொண்டு துயிலத் தொடங்கினான்.

துயின்று எழுந்தபோது மதியமாகிவிட்டிருந்தது. பசியை உணர்ந்தவனாக அவன் எழுந்து கீழே நின்ற ஒரு நாணலைப் பிடுங்கி வீசி ஒரு பறவையை வீழ்த்தினான். அம்பை கல்லில் உரசி நெருப்பெழச்செய்து அதை வாட்டி உண்டான். கைகழுவுவதற்காக கங்கைக்குச் சென்று குனிந்தபோது தன் நிழல் நீளமாக விழுந்துகிடப்பதை வியப்புடன் நோக்கியபடி எழுந்தான். நிழல் அவனுடைய அசைவைக் காட்டவில்லை. அலைகளின் வளைவுகள் சீர்பட்டதும் அவன் அப்படிமத்தைக் கண்டான், அது துரோணர்தான். கனிந்த புன்னகையுடன் அவர் அவனை நோக்கினார். அவனும் புன்னகையுடன் மிகமெல்ல "குருநாதரே" என்றான்.

அவர் மூன்றுவிரல்களைக் காட்டி ஏதோ சொன்னார். அவன் "குருநாதரே" என்று சொன்னதுமே அவர் சொல்லவருவதைப் புரிந்துகொண்டான். "ஆம், ஆம் குருநாதரே!" என்று கூவியபடி துள்ளி ஓடி மேடேறி தன் வில்லை எடுத்தான். விரல்களுக்கிடையே மூன்று அம்புகளை எடுத்துக்கொண்டு கட்டைவிரலால் பெரிய நாணையும் சுட்டுவிரலால் நடுநாணையும் சிறுவிரலால் சிறுநாணையும் பற்றி மூன்றையும் ஒரேசமயம் இழுத்து அதேகணம் வில்லை வலக்காலால் மிதித்து வளைத்து மூன்றுநாணிலும் மூன்று அம்புகளையும் ஏற்றி ஒரே விரைவில் தொடுத்தான். மூன்று அம்புகளும் அவற்றின் எடைக்கும் நீளத்திற்கும் ஏற்ப ஒன்றின் பின் ஒன்றாகச் சென்றன.

சற்று தயங்கியபின் மீண்டும் அம்புகளைத் தொடுத்து வில்லை பக்கவாட்டில் சாய்த்து மேலே தெரிந்த கனி ஒன்றை நோக்கி விட்டான். கனமான முதல் அம்பு சென்று கனியை வீழ்த்தியது. கனி சற்றுத் தள்ளி பறந்துகொண்டிருக்கையிலேயே இரண்டாம் அம்பு அதை மேலும் முன்கொண்டு சென்றது. மூன்றாம் அம்பு மேலும் முன்னால் கொண்டுசென்றது.

மீண்டும் அம்புகளைச் செலுத்தி ஒரே இலக்கை மூன்று தொலைவுகளில் மூன்று காலங்களில் மூன்று அம்புகளால் அடிக்கும் வித்தையைத் தேர்ந்துவிட்டு ஏகலவ்யன் வில்லைத்தாழ்த்தி வானைநோக்கி தலையைத் தூக்கி அவனுடைய குலத்துக்குரிய வெற்றிக்குரலை எழுப்பினான். விடாய் அறிந்து ஓடிவந்து கங்கைநீர் நோக்கிக் குனிந்தபோது நீருக்குள் புன்னகையுடன் தன்னை நோக்கிய துரோணரைக் கண்டான்.

ஊர்கள் வழியாக மூன்று மாத காலம் பயணம்செய்து ஹிரண்யவாகாவை அடைந்து அதன் வழியாக அவன் ஹிரண்யபதத்துக்கு மீண்டபோது அவன் கலைந்த தலையும் அழுக்குடையுமாக பித்தன்போல தனக்குள் பேசிக்கொண்டிருந்தான். அவனுடைய குலத்தைச் சேர்ந்த ஒரு வீரன்தான் அவனை முதலில் அடையாளம் கண்டுகொண்டான். திகைத்து வாய்திறந்து நின்ற அவன் திரும்பி இருகைகளைவீசி கூச்சலிட்டபடியே ஓடினான்.

சிலகணங்களுக்குள் சந்தைவெளியே அவனைச்சுற்றிக் கூடிவிட்டது. எவராலும் பேசமுடியவில்லை. அவன் பாதங்கள் மண்ணில் பதிகின்றனவா என்றுதான் அவர்கள் விழிகளனைத்தும் பார்த்தன. அவன் கங்கையில் விழுந்து முதலைகளால் உண்ணப்பட்டுவிட்டான் என்று ஹிரண்யபதத்தில் எண்ணியிருந்தனர். அவனுக்கான அனைத்து இறுதிச்சடங்குகளும் செய்யப்பட்டுவிட்டிருந்தன.

திரும்பி வந்த அவனை குலமூத்தார் எதிர்கொண்டழைத்து ஒன்பது அன்னையரின் ஆலயத்தில் அமரச்செய்து, வெட்டப்பட்ட கோழியின் புதுக்குருதியால் அவனை முழுக்காட்டி , ஹிரண்யவாகா நதியின் நீரால் அவனை ஒன்பதுமுறை நீராட்டி அவனுக்கு ஹிரண்யாஸ்திரன் என்று புதியபெயரிட்டு குலத்துக்குள் மீட்டனர். அவனைத் தூக்கிக்கொண்டு முழவுகளும் முரசுகளும் கொம்புகளும் முழங்க நடனமிட்டபடி மாளிகைக்குக் கொண்டுசென்றனர்.

ஒற்றைமைந்தனை இழந்ததாக எண்ணிய அவன் தந்தை அவன் மறைந்த மறுநாளே படுக்கையில் விழுந்து மெலிந்து உருமாறியிருந்தார். அவன் வந்த செய்தியைக் கேட்டதும் அவன் அன்னையின் முகம் சுருங்கி கண்கள்

அதிர்ந்தன. அவள் திடமான காலடிகளுடன் ஹிரண்யவாகா கரைக்கு வந்தாள். ஆலயத்து முகப்பில் அமர்ந்திருந்த அவனைக் கண்டதும் ஏனோ அவள் திகைத்து வாய்பொத்தி நின்றுவிட்டாள். மைந்தனை நெருங்கவோ தீண்டவோ ஒருசொல்லேனும் பேசவோ அவள் முற்படவில்லை. அவள் விழிகள் சற்று சுருங்கின, பின்னர் திரும்பி நடந்துவிட்டாள். அவள் குடியில் பெண்கள் அழுவதில்லை.

அவனுடைய தந்தையை கட்டிலில் இருந்து தூக்கிக்கொண்டுவந்து திண்ணையில் அமரச்செய்திருந்தனர். அவனைக் கண்டதும் அவர் நடுங்கும் கைநீட்டி ஓசையின்றி அழுதார். அவரது உடல் அதிர்ந்துகொண்டிருந்தது. அருகே சென்று அவர் பாதங்களைப் பணிந்த மைந்தனை அவர் குலுங்கி அழுதபடி மெலிந்த கைகளால் மார்புடன் அணைத்துக்கொண்டார். அவனிடம் அவர் "எங்கு சென்றாய்?" என்றார். "குருநாதரைத்தேடி" என்று அவன் சொன்னான். "கண்டுவிட்டாயா?" என்று அவர் கேட்டார். "ஆம், அவரை என்னுடன் அழைத்துவந்துவிட்டேன்" என்றான் ஏகலவ்யன். அவர் திகைப்புடன் அங்கே நின்ற மற்றவர்களை நோக்கினார். அவர்களும் திகைத்துப்போயிருந்தார்கள்.

மீண்டு வந்தவன் சென்றவன் அல்ல என்று அவன் தந்தை ஐயுற்றார். அவனுள் அறியாத வேறேதோ ஆன்மா குடியேறி வந்திருக்கிறது என்று அனைவருமே எண்ணினார்கள். அவன் ஒருநாள் கூட மாளிகையில் தங்கவில்லை. தன் பழைய தோழர்கள் எவரையும் தன்னிடம் நெருங்கவிடவில்லை. அன்னையிடமும் தந்தையிடமும் ஓரிரு சொற்களை மட்டுமே சொன்னான். அவன் விழிகள் அலைந்துகொண்டே இருக்க காற்றில் பறந்தெழ விழையும் துணிபோலத்தான் அப்போது அவர்களுடன் இருந்தான்.

எந்நேரமும் அவன் ஹிரண்யவாகா நதிக்கரையின் குறுங்காட்டிலேயே இருந்தான். அவன் தனக்குத்தானே பேசிக்கொண்டு வில்பயிற்சி செய்துகொண்டிருக்கிறான் என்றனர் அவன் தோழர்கள். அவனுடன் கண்ணுக்குத் தெரியாத எவரோ இருக்கிறார், அவரை அவன் நீருக்குள் பார்க்கிறான் என்றார்கள். அவனைக்காண அவன் குலத்தவர் கூடி வந்து மரங்களில் மறைந்து நின்று பார்த்து மீண்டனர். அவனைப்பற்றிய பேச்சே காடுகளெங்கும் இருந்தது.

முதலில் அவனைப்பற்றிய வியப்பும் அச்சமும் இருந்தது. பின்னர் அவனை அவ்வண்ணமே அனைவரும் எடுத்துக்கொண்டனர். ஹிரண்யபதம் தன் வழக்கமான தாளத்துக்குத் திரும்பியது. அவன் ஆடியில் தன்னைக் கண்ட குருவிபோல மீளமுடியாத வளையம் ஒன்றுக்குள் சென்றுவிட்டான் என்று அவன் தந்தை உணர்ந்தார். ஆனால்

அவன் மானுடர் எவருக்கும் கைவராத வில்திறன் கொண்டிருந்தான். பறக்கும் பறவையின் அலகில் இருக்கும் சிறிய புழுவை மட்டும் அம்பால் பறித்தெடுக்க அவனால் முடிந்தது. அவன் அனுப்பிய அம்பு கங்கை நீரில் மிதந்த மீன்களில் பன்னிரண்டு மீன்களைக் கோத்து எடுத்து மேலே வந்து மிதந்தது. அம்பினால் அவன் செய்யமுடியாதது ஏதுமில்லை என்றனர் குலப்பாடகர்.

அவனுக்காக செய்யப்பட்ட பூசனைகளும் ஒழிவினைகளும் பயனற்றன வாயின. மலைத்தெய்வங்கள் அவனுடலில் கூடியிருந்த வில்தெய்வத்திடம் தோற்றுப் பின்வாங்கின. அவனுக்கு அம்பும் வில்லும் சலிப்படையும் நாளுக்காக ஹிரண்யதனுஸ் காத்திருந்தார். ஒவ்வொருநாளும் அவனுடைய விரைவு கூடிக்கூடிச்செல்வதைக்கண்டு அவரது குலமூத்தார் அவன் அம்பில் தேர்ச்சிகொள்ளும்போதே அவனை ஆளும் அந்த கண்ணுக்குத்தெரியாத தெய்வம் விலகிச்செல்லும் என்றனர்.

நாட்கள் மாதங்கள் வருடங்கள் என காலம் செல்லச்செல்ல அவன் தன் வில்லுடன் மட்டுமே வாழ்ந்தான். உடலெங்கும் மண்ணும் அழுக்குமாக, நீண்டு வளைந்த நகங்களும் மட்கிய சடைமுடிக்கற்றைகளுமாக காட்டிலேயே இருந்தான். அவன் பார்வையிலும் தெய்வங்களுக்குரிய கடந்த நோக்கு குடியேறியது. அவன் இதழ்களில் தெய்வங்களுக்குரிய அனைத்தையும் அறிந்த மானுடரை எண்ணாத பெரும்புன்னகை விரிந்தது.

ஒவ்வொருநாளும் அவனைப்பற்றிய செய்திகளை அவன் தோழர்கள் வந்து ஹிரண்யதனுஸிடம் சொல்லிக்கொண்டிருந்தனர். அவர் அமைதியிழந்து சினமும் கொந்தளிப்பும் கொண்டவரானார். காலையில் தன் அவைக்கு வந்த அரசியிடம் "உன் மைந்தன் அரசு சூழ்தலைக் கற்கவேண்டிய காலம் வந்துவிட்டது. இன்று அவனை பித்தன் என்று நம் குலமூத்தாரின் சபை எண்ணுகிறது. அவனை விலக்கிவிட்டு இன்னொரு குலமைந்தனை என் வழித்தோன்றலாக நீராட்டவேண்டும் என்று அவர்கள் எண்ணுகிறார்கள்" என்றார்.

தவிப்புடன் "எக்கணமும் அதை என்னிடம் வந்து முறைப்படி அறிவிப் பார்கள். அவர்களின் ஆணையை என்னால் மீறமுடியாது" என்றார். "அவன் நான்குவருடங்களில் ஒருநாள் கூட இங்கே வந்ததில்லை. நம் முகத்தை ஏறிட்டுநோக்கியதில்லை. நம் குலமும் நகரும் இங்கிருப்பதையே அவன் அறிந்திருக்கிறானா என்று ஐயமாக இருக்கிறது..."

அரசி தலைகுனிந்து சாளரம் வழியாக வெளியே நோக்கி அமர்ந்திருந்தபின் பெருமூச்சுடன் "அவர்கள் சொல்வது முறைதானே?" என்றாள். ஹிரண்யதனுஸ் திகைத்து "என்ன சொல்கிறாய்? அவன் நம் மைந்தன்"

என்று கூவினார். “ஆம், ஆனால் நம் மைந்தனைவிட நமது குலம் நமக்கு முதன்மையானது. இவன் பித்தன் என்பதில் என்ன ஐயம்? இவனிடம் இக்குலத்தின் தலைக்கோலை எந்த நம்பிக்கையில் நீங்கள் அளிக்கமுடியும்?” என்றாள்.

மேலும் சினத்துடன் ஏதோ சொல்லவந்த ஹிரண்யதனுஸ் மறுகணம் அவள் சொன்னதன் முழுப்பொருளையும் உள்வாங்கி தளர்ந்து நின்றபின் சென்று பீடத்தில் அமர்ந்துகொண்டார். அவர் விழிகளில் இருந்து நீர்வழியத்தொடங்கியது. உதடுகளை அழுத்தியபடி அவர் ஏதோ சொல்லமுற்பட்டு கையை மட்டும் அசைத்தார். அவர் நெஞ்சிலோடும் எண்ணங்களை அரசி சொல் சொல்லாக அறிந்துகொண்டாள்.

“அவர்களின் ஆணைப்படி செய்யுங்கள்” என்று அரசி மீண்டும் சொன்னாள். “அவன் இறந்துவிட்டிருந்தால் எத்தனை துயர் இருந்திருக்கும். நம் தெய்வங்கள் நம் மீது அருளுடன் இருக்கின்றன. இதோ கண்ணெதிரே நம் மைந்தன் உயிருடன் இருந்துகொண்டிருக்கிறான். அதுவே நமக்குப்போதும்.” ஹிரண்யதனுஸ் துயரத்துடன் தலையை ஆட்டி “இதற்கு அவன் இறந்திருக்கலாம். இறப்பின் துயரிலிருந்து நாம் மீண்டிருப்போம், இவனை இப்படிப் பார்க்கும் துயரத்தில் இருந்து நமக்கு மீட்பே இல்லை” என்றார். அரசி பெருமூச்செறிந்தாள்.

“நாம் இக்கட்டில் இருக்கிறோம். நேற்றுமாலை மகதத்தில் இருந்து தூதர் கிளம்பிவிட்டார் என்றார்கள். தளபதி அஸ்வஜித்தே நேரில் வருகிறார் என்றால் அது சிறியசெய்தி அல்ல” என்றார் ஹிரண்யதனுஸ். “அவர் என்னிடம் குருதிதொட்டு வில்மேல் வைத்து ஆணையிடும்படி கோருவார். மகதத்தின் ஆணையை ஹிரண்யபதம் மீறமுடியாது. ஆசுரம் ஒரு செத்த யானை. இதை இன்று எறும்புகள் எடுத்துச்செல்கின்றன... நம் முன்னோர்கள் விண்ணவர்களை ஆண்டகாலத்தில் அம்புகூட்டத்தெரியாமல் நிலக்காடுகளில் வாழ்ந்த பேதைகள் இன்று நமக்கு ஆணைகளுடன் மலையேறி வருகிறார்கள்.”

“அவரது நோக்கம் என்ன?” என்று அரசி கேட்டாள். “மகதம் உலைமேல் வைத்த நீர்க்கலம் போல கொதித்துக்கொண்டே இருக்கிறது என்கிறார்கள் ஒற்றர்கள். ஒவ்வொருநாளும் ஒவ்வொரு செய்தி வந்துகொண்டிருக்கிறது. மாமன்னர் பிருஹத்ரதர் முதுமை எய்திவிட்டார். அவரது மைந்தர் ஜராசந்தருக்கு இளவரசுப்பட்டம் கட்ட விழைகிறார். அதற்கு அங்கே அரசசபையில் எதிர்ப்பிருக்கிறது” என்றார் ஹிரண்யதனுஸ். “ஏன்?” என்று அரசி எழுந்து அருகே வந்தாள். “அவர்தானே மணிமுடிக்குரிய முதல் மைந்தர்?” என்றாள். ஹிரண்யதனுஸ் “ஆம், ஆனால் என்றும் எங்கும் குலம்நோக்கும் முறைமை என ஒன்றிருக்கிறதே?” என்றார் .

“அவர் காசிநகரத்து அரசிக்கு பிரஹத்ரதரின் குருதியில் பிறந்தவர் அல்லவா?” என்றாள் அரசி. “ஆம். ஆனால் அவரை வளர்த்தவள் நம் குலத்தைச்சேர்ந்த ஜராதேவி. அவளுடைய குடிப்பெயராலேயே அவர் ஜராசந்தன் என்று அழைக்கப்படுகிறார். அசுரகுலத்துக் குடிப்பெயர் கொண்ட ஒருவனை ஏற்கமுடியாதென்று அங்கே ஷத்ரியர் சொல்கிறார்கள். ஷத்ரிய இளவரசியருக்குப் பிறந்த பிருஹத்ரதரின் பிற மைந்தர்கள் மூவர் இணைந்து போர்தொடுக்கவிருக்கிறார்கள். வைதிகர் சிலரும் அவர்களுடன் சேர்ந்துகொண்டிருக்கிறார்கள். ஆகவேதான் நம்முடைய நூற்றெட்டு குலங்களும் தன்னுடன் இருக்கவேண்டும் என்று ஜராசந்தர் விரும்புகிறார்” என்றார் ஹிரண்யதனுஸ்.

“ஆம், அதுதானே முறை. அவர் எவ்வகையிலானாலும் நம் குலத்துக்குக் கடன்பட்டவர். நாம் அவரது குலம்” என்றாள் அரசி. “ஆனால் மகதத்தில் ஜராசந்தர் ஆட்சிக்குவருவதை அஸ்தினபுரி விரும்பவில்லை. ஜராசந்தர் ஆற்றல்மிக்கவர், அவருக்கு நூற்றெட்டு அசுரர்குலத்து ஆதரவும் இருக்குமென்றால் அவரை வெல்லமுடியாது என்று அஸ்தினபுரியை ஆளும் விதுரர் எண்ணுகிறார். ஒருமாதம் முன்னரே ஜராசந்தருக்கு ஆதரவாக ஹிரண்யபதத்தின் படைகள் செல்லக்கூடாது என்று சொல்லி ஆணை வந்திருக்கிறது.”

“ஆணையா?” என்றாள் அரசி. “ஆம், ஆணைபோல. ஆசுரநிலத்தின் தனிமையை அஸ்தினபுரி மதிக்கிறது என்றும் தொல்புகழ்கொண்ட ஹிரண்யாக்ஷரின் நாடு அவ்வண்ணமே திகழவேண்டும் என்றும் விதுரர் எழுதியிருந்தார். அதன்பொருள் நாம் மகதத்துக்கு படைகளனுப்புவது அஸ்தினபுரிக்கு எதிராகப் போர்தொடுப்பதாகும் என்பதுதான். ஆகவேதான் நான் மகதத்துக்கு ஓலை அனுப்ப சற்று தயங்கினேன். அதனால் ஜராசந்தர் அவரது தளபதியையே நேரில் அனுப்புகிறார்...”

“நாம் செய்யவேண்டியது ஒன்றே. மகதத்தின் தூதரை நம் குலக்குடியினர் அனைவரும் கூடிய அவையில் வரவேற்போம். அவர் தன் தூதை அங்கே சொல்லட்டும். அங்கிருக்கும் குலமூத்தார் என்ன சொல்கிறார்களோ அதை நாம் செய்வோம்” என்றாள் அரசி. “ஆம், அதுவே சிறந்த வழி...” என பெருமூச்சுவிட்ட ஹிரண்யதனுஸ் தெளிந்து “எப்போதுமே சரியான வழியை சொல்கிறாய்... நீ இல்லையேல் நான் இந்த முடியை தலையில் ஏந்தியிருக்கமாட்டேன்” என்றார்.

அவள் புன்னகையுடன் “நம் மைந்தன் படைகளை நடத்துவான் என்று அங்கே அவையில் சொல்லுங்கள். அவர்கள் அவனிடம் சென்று அதைக் கோருவார்கள். அவன் ஏற்காவிட்டால் அவர்களே அவனை குலநீக்கம் செய்வார்கள். நம் மைந்தனை நாமே குலநீக்கம் செய்தபழிக்கு ஆளாகவேண்டாம்” என்றாள்.

“அதுவும் சிறந்த வழிதான்” என்று சொன்ன ஹிரண்யதனுஸ் எழுந்து வெளியே தெரிந்த இளவெயிலை நோக்கியபடி “நம் மைந்தன் ஒருவேளை வில்லுடன் போர்முகப்பில் நிற்பான் என்றால் அதன்பின் மகதமும் அஸ்தினபுரியும் நம்மைக் கண்டு அஞ்சும்... ஒருவேளை ஹிரண்யபதம் இந்த பாரதவர்ஷத்தையே ஆளும்” என்றார்.

அரசி மெல்லிய புன்னகையுடன் “மைந்தர்களைப் பெற்றவர்களின் கனவுகள் முடிவதே இல்லை” என்றாள். “ஆம், கனவுகள்தான். இவனை மடியில் இருத்தி நான் கண்ட கனவுகளை நினைக்கையில் எனக்கே வெட்கம் வந்து சூழ்கிறது” என்றார் ஹிரண்யதனுஸ். அவள் முகம் கனிந்து “அனைத்தும் நிகழும். தெய்வங்கள் நம்முடன் இருக்கும்” என்றாள்.

6

அஸ்தினபுரியின் படை ஒன்று ஆசுரநாட்டுக்குக் கிளம்பியிருக்கும் செய்தியை ஹிரண்யதனுஸின் ஒற்றர்கள் வந்து தெரிவித்தபோது அவர் நம்பமுடியாமல் “படையா?” என்றார். திரும்பி தன் குலமூத்தார் ஹரிதரை நோக்கிவிட்டு “படையா வருகிறது?” என்று மீண்டும் கேட்டார். “ஆம் அரசே, படைகள் என்றுதான் நேரில்கண்ட ஒற்றன் பருந்துச் செய்தி அனுப்பியிருக்கிறான்” என்றார் துறைக்காப்பாளர். “அவ்வளவு தொலைவுக்கு ஒரு படைச்செலவை எப்படி அவர்கள் உடனடியாக நிகழ்த்த முடியும்? நடுவே பாஞ்சாலம் இருக்கிறது. எட்டு சிறியநாடுகள் இருக்கின்றன” என்றார் ஹிரண்யதனுஸ்.

அரசி சுவர்ணை மெல்லியகுரலில் “படைகளை போருக்குக் கொண்டு வந்தால்தானே அந்தத் தடைகள்? அவர்கள் வேட்டைக்கென வரலாமே?” என்றாள். அச்சொல்லைக் கேட்டதுமே அனைத்தையும் புரிந்துகொண்ட ஹிரண்யதனுஸ் உளஎழுச்சியால் இருக்கையில் இருந்து எழுந்து நின்றுவிட்டார். “ஆம், அதுவே அவர்களின் வழிமுறை” என்றார். அரசகுடிகளின் பயணத்துக்கும் வேட்டைச்செலவுகளுக்கும் தூதுக் குழுக்களுக்கும் நாடுகளின் எல்லைகள் திறந்து வழிகொடுக்கவேண்டும் என்ற நெறி கங்காவர்த்தத்தின் ஷத்ரியர்கள் நடுவே இருந்தது. “அவர்கள் கங்கை வழியாகவே வந்துவிட முடியும்... சிலநாட்களிலேயே ஹிரண்யவாகாவை அடைவார்கள்” என்று ஹரிதர் சொன்னார்.

“ஆனால் வேட்டையாட வருபவர்கள் நம்முடன் போரிடமுடியாது” என்று துறைக்காவலரான சித்ரகர் சொன்னார். “அவர்கள் போரிட வரவில்லை” என்று சுவர்ணை சொன்னாள். “அவர்கள் இங்குள்ள காட்டில் வேட்டையாடிவிட்டுத் திரும்பிச்செல்வார்கள். நம்முடன்

அரசியல் எதையும் பேசமாட்டார்கள். நம்மை அவர்கள் சந்திப்பதுகூட நிகழாதுபோகலாம். அவர்களின் தூதர் ஒருவர் மட்டுமே நம்மைச் சந்திப்பார்.” அனைவரும் அவளையே நோக்கினர். ஹிரண்யதனுஸ் “அப்படியென்றால் ஏன் இத்தனைதொலைவுக்கு அவர்கள் வரவேண்டும்?” என்றார்.

“அவர்கள் இங்கு வேட்டையாடுவதே அவர்களின் வலிமையை நமக்குக் காட்டிவிடும். நூறுபேர்கொண்ட சிறிய குழு வந்து சென்றதுமே நம்முடைய வீரர்கள் அனைத்து ஊக்கத்தையும் இழந்துவிடுவார்கள். நாம் மலைக்குடிமக்கள். வில் நமக்கு பசியைப்போல. நம் கையையும் வாயையும் அது இணைக்கிறது. அவர்களின் வில் அவர்களின் பேராசை போல. அது அவர்களை ஒருகணமும் அமரவிடாமல் இட்டுச்செல்கிறது. நாம் அவர்களுடன் பொருதமுடியாது என நம்மிடம் சொல்கிறார்கள். ஆசுரநாட்டை முற்றிலும் வெல்ல வெறும் நூறு வில்வீரர்களே போதும் என்கிறார்கள். தேர்ச்சி கொண்ட நூற்றுவரே இங்கு வருவார்கள். அதில் அரசிளங்குமரர்களோ முதன்மைத் தளபதிகளோ இருக்கமாட்டார்கள்” என்றாள் சுவர்ணை.

அவள் சொல்லச்சொல்ல அனைத்தையும் தெளிவாகக் கண்முன் கண்டு ஹிரண்யதனுஸ் சிந்தையழிந்து தளர்ந்து பீடத்தில் அமர்ந்துவிட்டார். ஹரிதர் “நாம் என்னசெய்வது அரசி?” என்றார். “நாம் செய்வதற்கொன்றே உள்ளது. அதே நாளில் இப்பகுதிக்காட்டில் எங்காவது ஓரிடத்தில் மகதத்தின் ஒரு படைப்பிரிவும் வேட்டையாடட்டும்” என்றாள். ஹிரண்யதனுஸ் முகம் மலர்ந்து எழுந்து “ஆம், அதுவே சிறந்த வழி.. உடனே ஓலை அனுப்புவோம்” என்றார். “நாம் அவர்களை அழைக்கவேண்டாம். அது அவர்களை நாம் உதவிக்கழைப்பதாகப் பொருள்படும். இங்கே அஸ்தினபுரியின் படைகள் வேட்டையாட வரும் செய்தியை மட்டும் அனுப்புவோம். அவர்கள் இங்கு வரவிரும்புகிறார்களா என்று கேட்போம். வருவார்கள்” என்றாள் அரசி.

அன்றே ஹிரண்யபதத்தில் இருந்து எட்டுபேர்கொண்ட தூதர் குழு கங்கைவழியாக மகதத்துக்குச் சென்றது. அங்கிருந்து பறவைத் தூது வருவதற்காக ஹிரண்யதனுஸ் ஒவ்வொருகணமும் அகம் பதறக் காத்திருந்தார். மறுநாள் காலையில் அஸ்தினபுரியின் வேட்டைக் குழுவினரின் நான்குபடகுகள் கங்கைவழியாக ஹிரண்யவாகாவுக்குள் நுழைந்துவிட்டன என்று செய்திவந்தது. அன்றுமதியம் மகதத்தில் இருந்து வந்த செய்தி மன்னர் பிருஹத்ரதர் இறக்கும்நிலையில் இருக்கிறார் என்றும் தலைநகரில் தெருக்களெங்கும் படைகளும் மக்களும் பதற்றமாக அலைந்து கொண்டிருக்கிறார்கள் என்றும் சொன்னது.

மாலையில் அஸ்தினபுரியின் படைகள் நகரை நெருங்குகின்றன என்ற செய்தி வந்தது. இரவு மகதத்தில் இருந்து வந்த செய்தி மதுராவின் அரசர் கம்சர் தன் முழுப்படையுடன் மகதபுரிக்குள் நுழைந்துவிட்டார். அவர் இளவரசர் ஜராசந்தருக்கு உதவியாக வந்திருக்கிறார். அங்கமும் வங்கமும் விலகி நிற்கின்றன. அஸ்தினபுரியும் கலிங்கமும் நிகராற்றலுடன் இருபக்கமும் நின்றிருப்பதனால் மகதத்தின் மணிமுடியை ஜராசந்தர் கைப்பற்றுவது உறுதி என்றது. ஹிரண்யதனுஸ் தலையில் கைவைத்துக்கொண்டு மஞ்சத்தில் சாய்ந்துவிட்டார்.

அரசி "அஸ்தினபுரியின் படைகள் வரட்டும். நாம் எதையும் அறியாததுபோலிருப்போம். அவர்கள் சென்றதும் மகதத்தின் பெரும்படை ஒன்று இங்கே வந்து வேட்டையாடிச்செல்லட்டும்" என்றாள். "அவர்கள் நம்முடன் இருப்பதை உணர்ந்தால் நம் வீரர்கள் ஊக்கமடையக்கூடும்" என்றாள். "ஆம், இப்போது வேறுவழியேதுமில்லை" என்றபடி ஹிரண்யதனுஸ் பெருமூச்சுவிட்டபின் "நாம் ஏன் இத்தனை விரைவில் ஊக்கமழிகிறோம்?" என்றார். அரசி அவரை ஒருகணம் நோக்கியபின் "நம் மூதாதையரின் நகரம் மண்ணில் விழுந்து உடைந்து சிதறிவிட்டது. நாம் பொருளற்ற சிறு துண்டுகள் மட்டுமே" என்றாள். திடுக்கிட்டு அவளை நோக்கியபின் ஹிரண்யதனுஸ் பார்வையை விலக்கிக்கொண்டார்.

பெரிய பாய்களை விரித்து நாரைக்கூட்டம் போல வந்த அஸ்தினபுரியின் படகுகள் ஹிரண்யவாகா வழியாக வந்து முன்னதாகவே காட்டுக் கரையோரமாக நின்றுவிட்டன. அவற்றில் ஒரு சிறியபடகு மட்டும் இளந்தளபதி விஸ்ருதனின் தலைமையிலான ஏழுபேர்கொண்ட தூதுக்குழுவுடன் ஹிரண்யபதத்தின் துறையை அணுகியது. அவர்கள் திருதராஷ்டிர மாமன்னர் அளித்த பரிசில் அடங்கிய பேழையுடன் வந்திறங்க ஹிரண்யபதத்தின் பெருமுரசு முழங்கியது. அவர்களின் வருகையை முன்னரே அறிந்திருந்த நகரம் அஞ்சி உடல் சிலிர்க்கும் வனமிருகம் போலிருந்தது. சந்தைவெளியில் கூடியிருந்தவர்கள் ஓசையடங்கி, வந்தவர்களை நோக்கினர்.

அசுரத் தொல்குலத்தின் மூன்று குலப்பெரியவர்கள் ஹரிதர் தலைமையில் முழவுகளும் கொம்புகளும் முழங்க அவர்களை எதிர்கொண்டழைத்துச் சென்று ஹிரண்யதனுஸின் மாளிகையை அணுகினர். வந்திருந்த தளபதிகளில் தன்னைக் காண வந்திருப்பவனே இளையவன் என்பதை ஹிரண்யதனுஸ் முன்னரே அறிந்திருந்தார். இருப்பினும் அவரே மாளிகைமுகப்புக்கு தன் முதற்கோலுடன் வந்து அஸ்தினபுரியின் தூதரை தலைவணங்கி கோல்தாழ்த்தி வரவேற்று உள்ளே அழைத்துச்சென்றார்.

தூதனுக்காக ஹிரண்யபதத்தின் குலச்சபை, மாளிகை நடுவே இருந்த திறந்த அங்கணத்தில் கூடியிருந்தது. மரத்தாலான மணைகளில் குடித்தலைவர்களும் வனக்காவலர் தலைவர்களும் துறைக்காவலர்தலைவர்களும் பதினெட்டு பூசகர்களும் அமர்ந்திருக்க எதிரே உயரமான மரப்பீடத்தில் ஹிரண்யதனுஸ் அமர்ந்தார். அவருக்கு நிகரான பீடம் தூதனுக்கு அளிக்கப்பட்டது. முகமன் சொல்லி வாழ்த்துரைத்து தூதனை அமரச்சொன்னார் ஹிரண்யதனுஸ். அவை அவனையும் அஸ்தினபுரியையும் வாழ்த்தி ஒலித்தது. ஆசுரநாட்டு முறைப்படி செந்நிறமான மலர்மாலையையும் புலித்தோலால் ஆன தலையணியையும் அவனுக்கு அணிவித்து முதுபூசகர் வாழ்த்தினார். அவன் ஹிரண்யதனுஸை வணங்காமல் அமர்ந்துகொண்டான்.

பெரிய மரக்குடுவையில் கொண்டுவரப்பட்ட ஈச்சங்கள்ளை மூங்கில் குடுவைகளில் ஊற்றி முதலில் அரசனுக்கு அளித்தபின் தூதனுக்கு அளித்தனர். விஸ்ருதன் அதை ஒரு மிடறு அருந்திவிட்டு வைத்தான். “ஹிரண்யபதத்தின் அரசரும் நிஷாதகுலத்தலைவருமாகிய ஹிரண்யதனுஸை அஸ்தினபுரியின் மாமன்னர் திருதராஷ்டிரர் வாழ்த்துகிறார். அமைச்சர் விதுரரும் வாழ்த்துகளைத் தெரிவிக்கிறார். அஸ்தினபுரியின் நட்புநாடாக என்றும் ஹிரண்யபதம் நீடிக்குமென விழைவதாக விதுரர் தெரிவிக்கிறார். அந்த அன்பின் அடையாளமாக இப்பரிசை அவர் கொடுத்தனுப்பியிருக்கிறார்” என்றான் விஸ்ருதன்.

அஸ்தினபுரியின் அமுதகலச இலச்சினைகொண்ட ஒரு கங்கணத்தை திருதராஷ்டிர மன்னர் அனுப்பியிருந்தார். அதில் பன்னிரு செவ்வைரங்கள் பதிக்கப்பட்டிருந்தன. விஸ்ருதன் முறைமைச்சொற்களைப் பயின்று நினைவிலிருந்து சொல்வதைப்போல சொன்னான். ஹிரண்யதனுஸ் சொன்ன முறைமைச்சொற்களுக்கு கூத்துக்கலைஞன் போல உடல்மொழி காட்டி எதிர்வினைசெய்தான். அவன் மெல்ல பதறிக்கொண்டிருப்பதைக் கண்ட அவையினர் அனைவரும் அவனுக்கு அதுவே முதற்தூது என்று உணர்ந்துகொண்டனர்.

அவன் அவையில் பேசிக்கொண்டிருக்கையிலேயே அஸ்தினபுரியின் படை ஹிரண்யபதத்தின் காட்டுக்குள் வேட்டையைத் தொடங்கிவிட்ட செய்தியை காவலன் வந்து ஹிரண்யதனுஸ் காதில் சொன்னான். அவர் அதைக்கேட்டு முகம் சினத்தால் சிவக்க தன் இரு கைகளையும் இறுகப்பற்றிக்கொண்டு அதைக் கடந்தார். அவரது ஒப்புதலைப் பெற்று அதைத அவன் சென்று சொல்வதுவரைக்கும்கூட அவர்கள் காத்திருக்க வில்லை என்பதை அவையினர் அனைவருமே அறிந்ததை அங்கே உருவான உடலசைவு காட்டியது. அதை விஸ்ருதனும் உணர்ந்துகொண்டான் என்று அவன் பார்வையைக்கொண்டே ஹிரண்யதனுஸ் அறிந்தார்.

அந்த இறுக்கத்தை தன் புன்னகைநிறைந்த சொற்களால் கலைத்த சுவர்ணை “தூதர் மிக இளையோராக இருக்கிறார். பெருந்திறன் கொண்டவராகவும் இருந்தாலொழிய இப்பெரும்பொறுப்பை அளித்திருக்கமாட்டார்கள். இப்போதே அவர் நம்மிடம் வந்தது மகிழ்வளிக்கிறது. அவர் இன்னும் நெடுங்காலம் அஸ்தினபுரியில் பெரிய பதவிகளில் இருப்பார். அப்பொறுப்புகள் அனைத்தையும் நமக்கு உகந்த முறையில் அவர் கையாள்வார் என நினைக்கிறேன்” என்றாள். அந்த நேரடிப் புகழ்மொழியால் தடுமாறிய விஸ்ருதன் “ஆம், அது என் கடமை” என்று சொல்லி உடனே அது சரியான சொல்லாட்சியா அல்லவா என்ற ஐயத்தில் ஆழ்ந்தான்.

அஸ்தினபுரியின் தூதருக்காக வெளியே ஊண்முற்றத்தில் பெருவிருந்து ஒருங்குசெய்யப்பட்டிருந்தது. ஊண்நிறைவை பணியாளன் வந்து சொன்னதும் சித்ரகர் எழுந்து வணங்கி “அஸ்தினபுரியின் தூதர்கள் எங்களுடன் விருந்துண்டு எங்களை மகிழ்விக்கவேண்டும்” என்றார். விஸ்ருதன் “ஆம்... அவ்வாறே” என புன்னகையுடன் சொன்னபடி சால்வையை இழுத்துப் போட்டுக்கொண்டு எழுந்தான்.

அக்கணம் அந்த அசைவைக்கண்டு ஹிரண்யதனுஸ் கடும் கசப்பை தன்னுள் உணர்ந்தார். இந்த இளையமூடன் தான் எந்த ஆட்டத்தில் காய் என்று அறியாமல் அத்தருணத்தில் தன்னை ஓர் அரசனாக எண்ணிக்கொள்கிறான். இன்று இந்த தூதுக்கு அனுப்பப்பட்டமையை பின்னெப்போதாவது உணரநேர்ந்தால் தன் தோலெல்லாம் உரிந்துபோகும் அளவுக்கு நாணிக்கூசுவான் என்று எண்ணினார். மூடர்களை வைத்து விளையாடும் அறிவாணவம் அதைவிட கூசச்செய்தது அப்போது.

ஆனால் விஸ்ருதன் நிமிர்ந்த தலையுடன் புன்னகைச்சொற்களுடன் ஒவ்வொருவரையாக வணங்கி முறைமை காட்டி நடந்தான். சுவர்ணையின் விழிகள் ஹிரண்யதனுஸ் விழிகளை ஒருகணம் வந்து தொட்டுச்சென்றன. ஊண்முற்றத்தில் ஏழுவகை ஊனுணவுகளும் மூன்றுவகை கள்ளும் விளம்பப்பட்டிருந்தன. பழச்சாற்றில் வேகவைக்கப்பட்ட காட்டுக் கோழியையும் அனலில் சுடப்பட்ட மானிறைச்சியையும் விஸ்ருதனுக்குப் பரிமாறியபோது அவன் முகத்தில் இளையோருக்கே உரிய மகிழ்ச்சி வந்து நிறைவதை அவனால் தடுக்கமுடியவில்லை. சித்ரகரின் கண் வந்து ஹிரண்யதனுஸ் கண்ணைத் தொட்டு மீண்டது.

விஸ்ருதன் மெல்லமெல்ல அவனுடைய கட்டுப்பாடுகளை எல்லாம் இழந்துகொண்டே இருந்தான். பெரிய அரசுகளில் சிறிய பொறுப்பில் இருக்கும் எவரையும்போல அங்கே நிகழ்வன அனைத்துக்குமுள்ள அறியப்படாத பக்கங்களை தான் அறிந்திருப்பதாக அவன் நடிக்கத்

தொடங்கினான். எளிய வினாக்களுக்குக் கூட மிகப்பெரிய மந்தணச் செய்தியை மறைத்துவைத்திருப்பவன் போல புன்னகைசெய்து "அதைப்பற்றி நான் ஏதும் முறைசார்ந்து சொல்லமுடியாது" என்றான். வாய்த்தவறுதலாகச் சொல்வதுபோல அரண்மனைவம்பு ஒன்றைச் சொல்லி அதைச் சொல்லிவிட்டமைக்காக திகைத்து அது எவர் செவிக்கும் செல்லவேண்டியதில்லை என்று கோரினான்.

அவனுடைய பாவனைகளை அங்கிருந்த எளிய குடித்தலைவர்களும் பூசகர்களும் நம்பி உடல்பதறும் திகைப்புடனும் அடக்கமுடியா உவகையுடனும் கேட்டுக்கொண்டிருந்தனர். அவர்கள் ஒவ்வொருவர் அகத்திலும் அச்செய்தியை எப்படி தங்கள் உயர்மட்டத் தொடர்புகள் காரணமாக தாங்கள் மட்டுமே அறிந்திருப்பதாக பிறரிடம் சொல்வது என்ற எண்ணம் ஓடிக்கொண்டிருப்பதை ஹிரண்யதனுஸ் உணர்ந்தார். எளியமக்கள், அவர்களுக்குத் தேவை எளியமுறையில் புரிந்துகொள்ளத்தக்க உயர்மட்ட அரசியல். அதை இத்தகைய அடித்தளத்தவர் சமைத்து அளித்தபடியே இருக்கிறார்கள்.

விஸ்ருதன் குரலைத் தாழ்த்தி "அங்கே நிகழ்வனவற்றை சிலரே புரிந்து கொள்ளமுடியும். காந்தாரத்து அரசியின் மைந்தர் இப்போது கதாயுத்தம் கற்க யாதவநாட்டுக்குச் சென்றிருக்கிறார் என்கிறார்கள். யாதவ அரசி ஒவ்வொரு கணமும் காய்களை நகர்த்துகிறார். ஆனால் காந்தாரத்து அரசி அனைத்துச் செய்திகளையும் திரட்டிவிட்டார். நாளை யாதவ அரசி தன் மைந்தனுக்கு முடியுரிமை கோரினாரென்றால் அவருடைய மைந்தர்களின் குருதித் தந்தை யார் என்று அவர் கேட்பார்" என்றான்.

"யார்?" என்று ஒரு கிழவர் கண்களைச் சுருக்கியபடி கேட்டார். "மகிஷவர்த்தனத்தைச் சேர்ந்த ஓர் இடையன் என்கிறார்கள். அவன் ஆயிரம் எருமைக்கு உரியவனாகையால் அவனை தருமன் என்றார்கள். அப்பெயரையே இந்த இளவரசருக்கு வைத்திருக்கிறார்கள். இதெல்லாம் அரண்மனையில் சிலரே அறிந்த செய்திகள். ஆனால் நாளை இவை சபை ஏறும். அப்போது பாரதவர்ஷமே நடுங்கும்" என்றான் விஸ்ருதன். கூடியிருந்தவர்கள் அகக்கிளர்ச்சியுடன் முகம் கன்ற சிரித்துக்கொண்டனர்.

விருந்து நிகழ்ந்துகொண்டிருக்கும்போதே வேட்டைபற்றிய செய்திகள் வந்துகொண்டிருந்தன. அஸ்தினபுரியின் படைகள் காட்டுக்குள் சென்று யானைகளைக் கலைத்து மலைக்குடிகளின் ஊர்களுக்குள் செலுத்துவதாக முதற்செய்தி வந்தது. மான்களையும் காட்டுப்பன்றிகளையும் வெறுமனே கொன்று தூக்கி ஹிரண்யவாகாவில் போடுகிறார்கள் என்றும் வானில் பறக்கும் பறவைகளை அம்பெய்து ஊர்களுக்குள் வீழ்த்துகிறார்கள்

என்றும் அடுத்த செய்தி வந்தது. அஞ்சிய மலைக்குடிகள் ஹிரண்யபதம் நோக்கி வந்துகொண்டிருக்கிறார்கள் என்று மீண்டும் செய்தி வந்தது.

உணவும் தாம்பூலமும் முடிந்தபின்னர் விஸ்ருதனும் அவன் வீரர்களும் படகிலேறி ஹிரண்யவாகாவின் ஒழுக்கில் சென்றனர். "மூடன்!" என்று ஹிரண்யதனுஸ் கசப்புடன் சொன்னார். "ஆம், அவன் மூடனாக இருந்தால் மட்டும் போதாது, மூடனாகத் தெரியவும் வேண்டும் என விதுரர் எண்ணியிருக்கிறார்" என்றாள் சுவர்ணை. சித்ரகர் "ஆனால் அவர் கொடுத்தனுப்பிய பரிசில் மதிப்பு மிக்கது" என்றார். "ஆம், அதையே நானும் எண்ணிக்கொண்டிருந்தேன்" என்றார் ஹிரண்யதனுஸ். அரசி "அது வெறும்பரிசல்ல. அது வைரக்கங்கணம். அதை நீங்கள் அணியாமலிருக்கமுடியாது. அதில் அஸ்தினபுரியின் இலச்சினை உள்ளது. நீங்கள் அணியவில்லை என்றால் அதை அவர்கள் அவமதிப்பாகக் கொள்ளலாம்" என்றாள்.

அன்றுமாலையே அவர் திகைக்கும்படியான செய்தியுடன் ஒரு வீரன் ஓடிவந்தான். "அஸ்தினபுரியின் படை திகைத்து நிற்கின்றது அரசே" என்று அவன் சிரிப்பும் பதற்றமுமாகச் சொன்னான். ஹிரண்யதனுஸ் அவன் சொற்கள் விளங்காமல் ஏறிட்டு நோக்கினார். "அஸ்தினபுரிப்படை வேட்டைநாய்களைக்கொண்டு காட்டைக் கலைத்தபடி புதர்கள் வழியாகச் சென்றார்கள். அவர்களின் நாய்கள் இங்குள்ளவை அல்ல. காந்தாரத்தில் இருந்து கொண்டுவரப்பட்ட ஓநாய்களை இங்குள்ள நாய்களுடன் கலந்து உருவாக்கப்பட்டவை. மாந்தளிர்நிறமும் மயிரடர்ந்த வாலும் பெரிய செவிகளும் கூர்நாசியும் கொண்ட அவற்றின் குரல் செம்புக்கலத்தை அடித்ததுபோல ஒலிப்பது. அவ்வொலி கேட்டு யானைக்கூட்டங்களே வெருண்டு ஓடின" என்றான் அவன்.

"வேட்டைநாய்கள் செம்படவன் வலை போல விரிந்து காட்டைத் தழுவி அரித்துச்செல்பவை. அவற்றில் ஒன்று காட்டுக்குள் சென்றுகொண்டிருந்தபோது அங்கே ஒரு மரத்தடியில் வில்பயின்றுகொண்டிருந்த நம் இளவரசரை நோக்கிக் குரைத்தபடி கடிக்கச்சென்றிருக்கிறது. அவர் ஒரே நாணில் ஏழு சிற்றம்புகளை அதன் வாய்க்குள் செலுத்தி அதை வாய்மூடமுடியாமல் செய்துவிட்டார். ஓசையிழந்த நாய் திரும்பி ஓடி தன் படைகளிடம் சேர்ந்திருக்கிறது.

"முதலில் அதற்கு என்ன நிகழ்ந்தது என அவர்களுக்குப் புரியவில்லை. ஆனால் அவர்களில் இருந்த வில்லவன் ஒருவன் அதன் வாயில் நாணலால் ஆன சிற்றம்புகள் நிறைந்திருப்பதைக் கண்டான். நாய் ஒற்றை அம்பிலேயே தன் வாயை மூடிவிடும், எனவே ஒரே நாணில்தான் அத்தனை அம்புகளையும் விட்டிருக்க முடியும் என்று அவன் சொன்னபோது

அவர்கள் மெய்சிலிர்த்துவிட்டனர். அது எப்படி கூடும், அத்தகைய விற்கலையை அறிந்ததே இல்லையே என்று அவர்கள் வியந்தனர். அச்சத்தை வென்று அந்த வில்லவனை பார்த்தேயாகவேண்டுமென முடிவெடுத்தனர்.

"மீண்டும் நாயை அதன் வழியே அனுப்பி அந்த அம்புகள் எழுந்த இடத்துக்கு வந்துசேர்ந்தனர். அங்கே உடலெங்கும் புழுதியும் கிழிந்து மட்கிய தோலாடையும் சடைமுடிக்கற்றைகளுமாக நின்றிருந்த நம் இளவரசரைக் கண்டு அவர்களின் தலைவன் குழம்பினான். அவரை யாரோ முனிவரென அவன் எண்ணினான். அவரை நோக்கி அவன் தன் வில்லை எடுத்தகணமே இளவரசர் ஒற்றை நாணில் மூன்று அம்புகளைச் செலுத்தி அவன் இருகுண்டலங்களையும் குடுமியையும் வெட்டி வீழ்த்தினார். அத்தனைபேரும் அஞ்சிக் குரலெழுப்பியபடி தங்கள் விற்களையும் அம்புகளையும் வீசிவிட்டு மண்ணில் முழந்தாளிட்டு நெற்றி மண்பட வணங்கினர்.

"இளவரசரிடம் அவர்களின் தலைவன் 'இளையோரே, தாங்கள் யார்?' என்று கேட்டான். 'ஆசுரநாட்டைச்சேர்ந்த ஹிரண்யபதத்தின் அரசரும் கருடகுலத்தின் தலைவருமான ஹிரண்யதனுசின் மைந்தன் நான். என்பெயர் ஏகலவ்யன்' என்று அவர் விடையிறுத்தார். 'நிஷாத இளவரசே, தங்கள் வில்வேத ஆசிரியர் யார்?' என்று அவன் கேட்க இளவரசர் 'என் ஆசிரியர் வில்ஞானியாகிய துரோணர்' என்றார்" என்று வீரன் சொல்ல "உண்மையாகவா? அப்படியா சொன்னான்? அதை கேட்டவர் யார்?" என்று ஹிரண்யதனுஸ் கூவினார்.

"நம் வீரர்கள் காட்டின் மரங்களுக்குமேல் இலைத்தழைப்புக்குள் அமர்ந்து அனைத்தையும் அறிந்துகொண்டிருந்தனர் அரசே" என்றான் வீரன். "துரோணரின் மாணவர் என்றே நம் இளவரசர் சொன்னார்." ஹிரண்யதனுஸ் அரசியை நோக்கிவிட்டு "அவன் சிலமாதங்கள்கூட அங்கிருக்கவில்லையே" என்றார். சுவர்ணை "அதைத்தான் அவன் சொன்னான், குருநாதரை தன்னுடன் கொண்டுவந்திருப்பதாக... அவரது ஞானவடிவத்தை அவர் அவனுடன் அனுப்பியிருக்கக்கூடும்" என்றாள். "அதெப்படி?" என்று ஹிரண்யதனுஸ் கேட்க "அது நிகழ்ந்திருக்கிறது, அவ்வளவுதான்" என்றாள் அரசி.

"துரோணர் பெயரைக் கேட்டதும் அஸ்தினபுரியின் வீரர்கள் கைகளைக் கூப்பி சொல்லிழந்து நின்றுவிட்டனர்" என்றான் வீரன். "அத்துடன் அவர்கள் இளவரசை வணங்கி காட்டிலிருந்து திரும்பிச்சென்றனர். கங்கைக்கரை நோக்கி அவர்கள் செல்வதை நம் வீரர்கள் கண்டனர்." சற்று நேரத்தில் அடுத்த வீரன் வந்து "அரசே, அஸ்தினபுரியின் படை

திரும்பிச்செல்கிறது. படகுகள் ஹிரண்யவாகாவில் பாய்விரித்துவிட்டன" என்றான்.

"இளவரசன் எங்கே? அவனை அழைத்துவாருங்கள்" என்று ஹிரண்யதனுஸ் இருகைகளையும் தூக்கிக் கூவினார். "நகரம் விழவுகொள்ளட்டும். முழவும் முரசும் ஒலிக்கட்டும். கள்வெறியும் களிவெறியும் எழட்டும்!" வீரர்கள் காட்டுக்குள் ஏகலவ்யனை தேடிச்சென்றனர். பந்தங்களின் செவ்வொளி பரந்த சந்தைமுற்றத்தில் கள்பீப்பாய்கள் உருண்டு வந்து எழுந்து வாய்திறந்து நுரை எழுப்பின. ஊன் தீயில் வேகும் இன்மணம் எழுந்தது. நகைப்பொலியும் களிப்பொலியும் சேர்ந்த இரைச்சல் கரியதோல்பரப்பாக தலைக்குமேல் பரந்திருந்த வானை அதிரச்செய்தது.

முன்னிரவில் திரும்பிவந்த வீரர்கள் "அரசே, இளவரசர் அங்கே காட்டுக்குள் ஒரு மரப்பொந்தில் அமர்ந்திருக்கிறார். திரும்பி வர அவர் விரும்பவில்லை" என்றார்கள். அரசி "அவன் அங்கேயே இருக்கட்டும். அவன் எக்குலம் யாருடைய மைந்தன் என்று சொன்னானே, அதுவே போதும்" என்றாள். இரவெழுந்தோறும் களியாட்டம் கூடிக்கூடி வந்தது. முழவொலி ஹிரண்யவாகாவின் காற்றுவழியாகச் சென்று தொலைதூரத்து ஊர்களிலெல்லாம் கேட்டது.

பின்னிரவில் மகதத்தில் பிரஹத்ரதர் மறைந்தார் என்றும் ஜராசந்தர் முடிசூட்டிக்கொண்டார் என்றும் பறவைச்செய்தி வந்தது. "எரிபனை! எரிபனை எழுப்புங்கள்" என்று ஹிரண்யதனுஸ் ஆணையிட்டார். காய்ந்து இலைதொய்ந்து நின்றிருந்த முதிய குடைப்பனை ஒன்று வெட்டிக்கொண்டுவரப்பட்டு ஹிரண்யவாகாவின் கரையில் நடப்பட்டது. அதன் மேல் மீன்நெய்யும் ஊன் நெய்யும் பூசப்பட்ட மரவுரிகள் சுற்றப்பட்டன. எண்ணெய் நிறைந்த விதைகளைக் கோத்து அதன்மேல் கட்டினார்கள். அதைச்சுற்றி முழவுகளும் கொம்புகளும் துடிகளுமாக நகரமே வந்து கூடிக் கூச்சலிட்டது.

குலமூத்த முதியவர் ரம்பர் வந்து வணங்கி நடுங்கும் குரலில் "காசியபனின் குலத்து உதித்தவனே, சூரபதுமனின் மைந்தனே, அக்னிமுகனே உன் குடிகள் வணங்குகிறோம். உன் குருதி உன் முன் பணிகிறது. மைந்தர் நடுவே எழுக! எங்களை உன் தழல்கைகளால் வாழ்த்துக!" என்று சொல்லி எரிபனைக்குத் தீயிட்டபோது மெல்ல தயங்கி எழுந்த தழல் வெறிகொண்டு நெய்யை உண்டு மேலெழுந்தது. "வான் திரையில் பற்றிக்கொள்கிறது தீ" என்று ஒருவன் கூவினான். செந்நிறத் தழல்கோபுரம் என எரிபனை எழுந்தது. அதன் நிழல் நீருக்குள் நெளிந்தது. தன் காலடியில் எம்பிக் கைவிரித்து கூச்சலிட்ட சிறுமைந்தர்கள் நடுவே அசுரசக்ரவர்த்தியும் வானளாவ நின்றாடினான்.

அனைவரும் ஆடிக்கொண்டிருக்கையில் சுவர்ணை மட்டும் தனியாக இருளில் நடந்து காட்டுக்குள் சென்றாள். அவளுடைய கால்கள் நன்கறிந்திருந்த பாதையில் பாம்புகளும் கீரிகளும் ஓடிக்கொண்டிருந்த இருளுக்குள் சென்று ஏகலவ்யன் இருந்த மரப்பொந்தை அடைந்தாள். அவன் அதன் சிறிய முகப்பில் கால்களை மடித்து அமர்ந்து ஆழத்தில் தெரியும் நெருப்பை நோக்கிக்கொண்டிருந்தான். அவள் வந்து அவனை நோக்கியபடி நின்றாள். அவள் வந்ததை வில்லாளனாகிய அவன் நெடுந்தூரம் முன்னரே அறிந்திருந்தாலும் தலையைத் தூக்காமல் விழி திருப்பாமல் அமர்ந்திருந்தான்.

ஏதோ ஒரு கணத்தில் இருவரும் ஒரே பெருமூச்சின் இருமுனைகளில் நின்றபடி தங்களை உணர்ந்தகணம் விழிகள் சந்தித்துக்கொண்டன. ஏகலவ்யனின் உடல் சற்று அசைந்தது. அவன் எழுந்து விலகிச்செல்லப்போவதுபோலத் திரும்பினான். சுவர்ணை “அதோ தெரியும் நெருப்பில் உன் குலமூதாதை அக்னிமுகன் எழுந்தருளியிருக்கிறான் என்கிறார்கள்” என மெல்லிய குரலில் சொன்னாள். ஏகலவ்யன் தலைகுனிந்தே நின்றான்.

“மைந்தா, தன் முகத்தில் இருந்தும் பெயரில் இருந்தும் ஞானத்தில் இருந்தும் விடுதலைபெறக்கூடும். எவரும் தன் குருதியில் இருந்து விடுதலைபெறமுடியாதென்று அறி” என்றாள் சுவர்ணை. “மானுடர் தன்னை தனித்தறிவதையே மாயை என்கிறது சுக்ரநீதி. ஒரு சிதலோ காகமோ மானோ யானையோ அப்படி ஒருபோதும் உணர்வதில்லை. நீ மட்டும் சென்றடையும் முழுமை என்று ஒன்றில்லை என்றறியாமல் நீ முழுமை அடைவதுமில்லை” என்றாள்.

ஏதோ சொல்வதற்காக ஏகலவ்யன் முகத்தைத் தூக்க “ஆம், உன்னுள் எழும் ஞானத்துக்கான தவிப்பு உனக்குள் மட்டும் எழுவதே. நீ மட்டும் அறிவதே உன் ஞானம். ஆனால், காட்டில் ஒரே ஒரு மரத்தையே வானம் மின்விரலால் தீண்டுகிறது. காடே வெந்து வீடுபேறடைகிறது” என்றாள். ஏகலவ்யன் ஒளிரும் விழிகளுடன் திரும்பி அவளை நோக்கினான்.

7

ஹிரண்யவாகா நதிக்கரையின் காட்டில் சுவர்ணை தன் மைந்தன் ஏகலவ்யன் முன் இருளில் அமர்ந்து சொல்லலானாள். விழிகள் இருளில் இரு கருங்கல் உடைவுமுனைகள் போல மின்னித்தெரிய ஏகலவ்யன் கைகளை முழங்காலில் கோத்துக்கொண்டு அமர்ந்து அதைக் கேட்டுக் கொண்டிருந்தான்.

“மைந்தா, வேர்க்கிளையில் எழுந்து இலைக்கிளை விரித்து மண்ணையும் விண்ணையும் நிறைத்த நம் முதுமூதாதையரான அசுரர் குலத்து வரலாற்றை நீ அறிக. மண்ணிருக்கும் வரை, மண்ணில் நீர் இருக்கும் வரை, நீரை அறியும் வேர் இருக்கும் வரை, அழியாதது அசுரர் குலம். காட்டுத்தீயில் காடழியும், வேரழியாது என்றறிக. உயிர்க்குலங்கள் அழியும். மண்ணின் ஆழத்தில் அழியா நினைவென புழுக்களில் என்றும் நெளிந்துகொண்டுதான் இருக்கும். தேவர்கள் விண்ணில் இருந்து மண்ணுடன் விளையாடுவர். நாம் மண்ணிலிருந்து விண்ணுடன் ஆடுவோம்” என்றாள் சுவர்ணை.

“ஆதிமுதல் நாகமான தட்சகனுக்கு மகளாகப் பிறந்தவள் திதி. கரியபெருநாகமான அவள் எரிவிண்மீன் என மின்னும் செவ்விழிகளும் முடியா இரவென நீண்டு ஆயிரம்கோடிச் சுருள்களாக வெளியை நிறைத்த பேருடலும் கொண்டவள். அவள் காசியப பிரஜாபதியை மணந்து பெற்றவர்கள் அசுரகுலத்தின் முதல்மூதாதையர். ஆகவே அவர்களை தைத்யர்கள் என்று சொல்வது மரபு. அவர்களில் பெரும்புகழ்கொண்டவர் தாரகர். வித்யூபதம் என்னும் வான்நகரை படைத்து அங்கே ஆட்சிசெய்த தாரகர் தேவர்களை வென்று அடக்கினார். எனவே தேவசேனாபதியான கொல்வேல் குமரனால் அழிக்கப்பட்டார்.

“மண்ணாகி மறைந்த தாரகாசுரரின் மைந்தர்கள் மூவர். தாராக்ஷர், கமலாக்ஷர், வித்யூமாலி. தாரகாசுரரின் மறைவுக்குப்பின் அவரது பொன்னகரமான வித்யூபதம் சிதைந்து மண்ணில் விழுந்து அழிந்தது. அவருடைய மைந்தர்களான தாராக்ஷர், கமலாக்ஷர், வித்யூமாலி மூவரும் ஆயிரம் வருடம் காமகுரோதமோகங்களை அடக்கி கடுந்தவம் செய்தனர். மும்மலங்களையும் சுருக்கி ஒரு கடுகளவாக்கி கடுகை அணுவளவாக்கி அதை தங்கள் ஆன்மாவில் அடக்கி பிரம்மனை நோற்றனர். எழுந்துவந்த நான்முகனிலிருந்து படைப்பின் விதிகளனைத்தையும் கற்றனர்.

“பிரம்மனின் மைந்தனாகிய மயனை வரவழைத்து தங்களுக்கென ஒளிநகர் ஒன்றை அமைக்க ஆணையிட்டனர். ‘எவ்வகை நகர்?’ என்றான் மயன். ‘என்றுமழியாதது’ என்றார்கள் மூவரும். மயன் அவர்களுக்காக திரிசிருங்கம் என்னும் விண்ணில் பறக்கும் மலைகளின் மூன்று சிகரங்களுக்குமேல் திரிபுரம் என்னும் மாநகரை அமைத்தான். ஆயிரம் கோபுரங்களும் ஐம்பதாயிரம் மாளிகைகளும் ஐந்துலட்சம் இல்லங்களும் ஐந்து கோட்டைகளும் ஐம்பது அணிமுகப்புகளும் கொண்ட நிகரற்ற அந்த மாநகர் நன்மையனைத்தையும் உள்ளே இழுக்கும் வாயில்களும் தீமையனைத்துக்கும் தானே மூடும் கரியகதவங்களும் கொண்டிருந்தது.

“மூன்று மலையுச்சிகளில் மூன்று பிரிவுகளாக அமைக்கப்பட்ட அந்நகரின் முதல்புரம் காரிரும்பால் ஆனது. லோகபுரி என்றழைக்கப்பட்ட அதை வித்யூமாலி ஆட்சிசெய்தார். வெள்ளியாலான இரண்டாவது புரம் ரஜதபுரி என்றழைக்கப்பட்டது. அதை கமலாக்ஷர் ஆட்சி செய்தார். பொன்னிழைத்து எழுப்பப்பட்ட மூன்றாவது புரமான சுவர்ணபுரி தாராக்ஷரால் ஆட்சி செய்யப்பட்டது. அசுரகுலங்கள் அந்த விண்ணகரங்களில் மூப்படையற்ற உடலுடன் காலையில் பொன்னிறம்கொண்டும் இரவில் வெண்ணிறம் கொண்டும் வாழ்ந்தனர். ஒன்பது அன்னைதெய்வங்களின் ஆலயங்கள் அங்கே அமைந்தன. அவை ஒன்பது செந்நிற விண்மீன்கள் போல பகலிலும் இரவிலும் வானில் சுடர்விடக்கண்டனர் மண்வாழ் மக்கள்.

“மயன் அந்நகரங்களைப் பாதுகாக்கும் பொறி ஒன்றை அமைத்திருந்தார். அம்மூன்று புரங்களும் என்றும் தனித்தனியாகவே விண்ணில் மிதந்தலைய வேண்டும், ஒருபோதும் அவை ஒன்றையொன்று முட்டக்கூடாது. ஆயிரம் வருடங்களுக்கொருமுறை அவை ஒன்றாக இணைந்து ஒரே ஒருகணம் ஒற்றைப்பெருநகராக ஆகும். அப்போது மட்டுமே உடன்பிறந்தார் ஒருவரை ஒருவர் சந்திக்கவேண்டும். ஒருவரை ஒருவர் அவர்கள் விழிகண்டு மனம்தொட்டு மகிழ்ந்த மறுகணமே நகரங்கள் மீண்டும் பிரிந்து தனித்தனியாக மிதந்தலையும். அவை ஒன்றாக இருக்கையில் மட்டுமே அதை எவரும் வெல்லமுடியும் என்றார் மயன். தனித்தனியாக

இருக்கையில் எவர் அதிலொன்றைத் தாக்கினாலும் பிற இருநகரங்களும் எதிரியைவிட மும்மடங்கு பெரிதாகி அவரைச் சூழ்ந்துகொள்ளும்.

“சுவர்ணபுரியிலமர்ந்த தாராக்ஷர் விண்ணுலகையும் வென்று தன் அரசாக்க உளம்கொண்டார். அவரது படைகள் வெளி நிறைத்து மழையெழுந்ததுபோல மின்னியும் இடித்தும் ஒலித்தும் ஓங்கியும் தேவர்நாட்டைச் சூழ்ந்து அமராவதியை அழித்தன. எண்ணரிய செல்வங்கள் மண்டிய இந்திரனின் கருவூலத்தை உரிமைகொண்டன. ஐராவதமும் வியோமயானமும் நந்தகியும் பாரிஜாதமும் தாராக்ஷருக் குரியவை ஆயின. தப்பி ஓடிய இந்திரனும் சுற்றமும் சென்று சிவன் காலடிகளில் சரணடைந்தனர். ‘எங்களைக் காத்தருள்க தேவா’ என்றனர்.

“முக்கண் தழலெரிய மூலத்திசையில் ஒரு செம்பிழம்பாக எழுந்த ஆதிசிவன் தாராக்ஷரிடம் ‘எல்லைகளை எவரும் முடிவிலாது விரிக்கமுடியாது அசுரனே, திரும்பிச்சென்று உன் திரிபுரத்தை மட்டும் ஆட்சிசெய்’ என்று ஆணையிட்டார். ‘அரசன் என்பவன் ஆணைகளை ஏற்காதவன்’ என்று தாராக்ஷர் மறுமொழியுரைத்தார். ‘நீ அசுரன், நான் விண்ணாளும் தெய்வம். என் சொல் முக்காலத்தையும் ஆளும்’ என்றார் சிவன். ‘ஆம், ஆனால் நான் வாழ்வது மண்ணுக்குள் நெளியும் புழுக்களின் வேர்களின் அகாலவெளியில். என் தெய்வங்கள் முலைகளும் வயிறுகளும் கண்களும் கருணைச்சிரிப்புகளுமாக கோயில் கொண்ட மூதன்னையர் மட்டுமே’ என்றார் தாராக்ஷர்.

“சினமெழுந்து ‘எடு உன் படைக்கலத்தை’ என்று கூவி சிவன் தன் மும்முனைவேலை எடுக்க தன் அனல்வில்லுடன் தாராக்ஷரும் எழுந்தார். அவர்கள் இடியோசையில் வான் அதிர, திசைகள் மின்னல்களால் கிழிந்து துடிதுடிக்க விண்நிறைத்துப் போர் புரிந்தனர். தாராக்ஷரை சிவனால் வெல்லமுடியாதென்று உணர்ந்த அவர்தேவி அவருக்குத் தந்திரம் உரைத்தாள். அதன்படி சிவன் மயனை அழைத்து விண்ணில் மாகேஸ்வரம் என்னும் நகரை எழுப்பி அங்கே தன் பாடிவீடுகளை அமைத்தார். அங்கே தேவர்கள் அனைவரும் கூடி பெரும்போருக்கு ஒருக்கம் கொண்டனர். முப்புரம் ஒன்றாகும் ஒற்றைப்பெருங்கணத்திலேயே அதை அழிக்கமுடியுமென்றறிந்த சிவன் நாரதரின் உதவியை நாடினார்.

“விண்ணுலாவியான நாரதர் மூன்று அரசர்களின் இல்லங்களுக்கும் சென்று தேவியரைச் சந்தித்து அவர்கள் நெஞ்சில் ஆசையை உருவாக்கினார். தாராக்ஷரின் அரசியான சுரபி தன் கொழுநரிடம் அமராவதியை வென்ற அவர் முப்புரத்தையும் ஏன் ஒருகுடைக்கீழ் ஆளக்கூடாதென்று கேட்டாள். அவளை இகழ்ந்து பேசி விலக்கினாலும் ஒவ்வொருநாளும்

அவள் சினந்தும் நயந்தும் அழுதும் தொழுதும் அவரிடம் அதையே சொல்லிக்கொண்டிருந்தமையால் மெல்ல அகத்திரிபடைந்தார். அவ்வண்ணமே கமலாக்ஷரின் அரசி பிரபையும் வித்யூமாலியின் துணைவி விரூபையும் அவர்கள் உள்ளத்தைத் திரிபடையச்செய்தனர்.

“முப்புரத்தையும் ஒன்றாக இணைக்கவேண்டுமென தாராக்ஷர் தன் தம்பியருக்குத் தூதனுப்பினார். இனி மூன்றுபுரமும் தன்னாலேயே ஆளப்படும் என்றார். அவர்கள் சினந்தெழுந்து அவருடன் போருக்கு வந்தனர். மூன்று பேரரசர்களும் வில்குலைத்து தேர்களில் ஏறி விண்ணில் பறந்து போரிட்டனர். அசுரகுலத்தவரின் போரில் விண்வெளி குருதியால் நனைந்து சிவந்து வழிந்தது. மண்ணிலுள்ள ஆறுகளெல்லாம் குருதிப்பெருக்காயின. கோடானுகோடி இலைநுனிகளில் கொழுத்து சொட்டிய குருதிகளால் அரளியும் தெச்சியும் காந்தளும் என ஆயிரம் செந்நிற மலர்கள் விரிந்தன. வெட்டுண்டு விழுந்த நிணங்கள் செக்கச்சிவந்த மலைகளாக இன்றும் குவிந்து இறுகிக்கிடக்கின்றன.

“மாகேஸ்வரத்தில் சிவனும் தேவர்களும் தருணம் நோக்கியிருந்தனர். மூன்று உடன்பிறந்தாரும் போரிட்டுக்கொண்டிருக்கையில் மூன்று நகரங்கள் ஒன்றுடன் ஒன்று முட்டிக்கொண்டதை அவர்கள் அறியவில்லை. ‘இதோ இதோ’ என தேவர் துந்துபி எழுப்பி அறைகூவினர். ‘இக்கணம் இக்கணம்’ என்று அரியும் அயனும் எக்களித்தனர். மந்தரமலைத்தொடரை மண்ணில் இருந்து விண்ணுக்குத் தூக்கி வில்லாக்கி பாதாளத்தின் அரசனாகிய வாசுகியை எடுத்துநாணாக்கி மயன் அமைத்த சூரிய சந்திரர்களைப்போன்ற சக்கரங்கள் கொண்ட தேரில் ஏறி வந்த சிவன் தன் நெற்றிக்கண்ணின் நெருப்பை அம்பிலேற்றித் தொடுத்து முப்புரங்களையும் எரித்தழித்தார். மூன்று அசுரப்பேரரசர்களும் தங்கள் சுற்றமும் படையும் சூழ எரிந்தழிந்தனர்.

“எரிந்தது முப்புரம்... ஒப்புரவெனும் பாடத்தை அசுரர்குலத்துக்களித்த அதன் கதையை இன்றும் பாடுகின்றனர் நம்குடிப்பாடகர்கள்” என்றாள் சுவர்ணை “தந்தையை எரியில் இழந்த தாராக்ஷரின் மைந்தரான அசுரேந்திரர் மண்ணுக்கு வந்து நர்மதை நதிக்கரையின் காட்டுக்குள் எளிய குடில்களை அமைத்துக்கொண்டு வேட்டையாடி தன் குடிகளுடன் வாழ்ந்தார். அவரது துணைவி மங்கலகேசி நல்லறத்தில் அவரை வென்றவள். இருவருக்கும் மகளாக சுரசை என்னும் திருநாமத்துடன் பிறந்தவள் அசுரகுலத்து மூதன்னை மாயை. நம் ஊர்முகப்பில் கையில் மகவுடன் நூறு மைந்தர் சூழ்ந்திருக்க கோயில்கொண்டிருப்பவள் அவளே.

“இளமையிலேயே சுரசையை அசுரகுலத்து முதற்குரு சுக்ரரிடம் கல்விகற்கும்பொருட்டு அனுப்பினார் அசுரேந்திரர். அவளுக்கு மாயை

என்று மறுபிறவிப்பெயரிட்டு ஏற்றுக்கொண்டார் சுக்ரர். விண்ணெனும் மாயையையும் மண்ணெனும் உண்மையையும், அறிவெனும் பொய்யையும் அறிதலெனும் மெய்யையும், அடைதலெனும் கனவையும், ஆதலெனும் நனவையும் முறைப்படி ஆசிரியரிடமிருந்து அவள் கற்றுத்தேர்ந்தாள். அன்னையறியாத ஞானமென ஒன்றிலாமலாயிற்று. அவள் கருப்பையில் குடிகொண்டிருந்த வேட்கை அவளைப் பேரழகியாக்கிற்று.

“சீர்குலைந்துகிடந்த தன் குலத்தை மீட்டெடுக்க அன்னை உளம் கொண்டாள். குளிர்ந்த பசுங்காடு வடிவில் அவளைச் சூழ்ந்திருந்த அழிவற்ற முதற்காசியப பிரஜாபதியிடமிருந்தே விதைகொண்டு கருவுற்று கருநிறமும் எரிவிழியும் தடந்தோளும் தாள்தோய்க் கைகளும் சுரிகுழலும் அரிகுரலும் கொண்ட சூரபதுமரைப் பெற்றாள். சிங்கமுகன் யானைமுகன் என்னும் இரு இளையோரும் அஜமுகி என்னும் தங்கையும் அவள் வயிற்றில் பிறந்தனர். அசுரகுலத்தின் அனைத்து அன்னையரின் வயிறுகளையும் ஒன்றாக்கி அத்தனை மைந்தர்களையும் குருதிதொட்டு உடன்பிறந்தாராக்கி தன் முதல்மைந்தன் சூரபதுமரை லட்சம் கைகள் கொண்டவராக மாற்றினாள் மாயாதேவி.

“சூரபதுமர் தன் அன்னையையே குருவாகக்கொண்டு மெய்யறிதல் பெற்று, சுடலையமர்ந்த சிவனை தவம் செய்து அனைத்து ஆற்றல்களையும் அடைந்தார். அழியா வரம் கேட்ட சூரபதுமரிடம் சிவன் ‘அசுரகுலத்தரசே, விண்ணவரான தேவர்களுக்கு காமகுரோதமோகங்கள் இல்லை. ஆகவே அவர்களுக்கு அழியாவரம் அளிக்கப்பட்டிருக்கிறது. அசுரர்களை ஆள்வது பேராசையும் பெருஞ்சினமும் பேரன்பும் பெருங்கொடையும் என்றறிக. அவற்றை இழப்பாயென்றால் அழிவின்மையை அளிக்கிறேன்’ என்றார். ‘இறைவா, ஆயிரம் பல்லாயிரம் ஊழிக்காலம் என் மூதாதையரை ஆக்கிய நற்குணங்களை இழந்து அழிவின்மையைப்பெற்று நான் என்ன செய்வேன்? எக்குணங்கள் புல்லுக்கும் புழுவுக்கும் உள்ளதோ அக்குணங்களெல்லாம் எனக்கும் வேண்டும்’ என்றார் சூரபதுமர்.

“சிவன் ‘அவையனைத்தும் உன்னிலும் திகழ்க’ என்றார். ‘அவ்வண்ணமென்றால் என்னை ஐம்படைத்தாலி கழற்றப்படாத, மழலைச்சொல் மாறாத மைந்தனன்றி எவரும் கொல்லலாகாது என்று வரம் தருக’ என்றார் சூரபதுமர். ‘அவரது படைகளில் அன்னையர் மட்டிலுமே அமைக.’ ஆதிசிவன் ‘அவ்வாறே ஆகுக!’ என்று அருளி மறைய அந்தி வெளிச்சம் எஞ்சுவதுபோல விண்சரிவில் அவரது இறுதிப்புன்னகையே நிலைத்திருந்தது. வரம் பெற்று மீண்ட சூரபதுமர் மாயாதேவியின் பாதம் பணிந்து அவள் ஆணைப்படி மூதாதையரை முழுக்க அழைத்து குலவேள்வி ஒன்றுசெய்து தன் தம்பியரைப் பெருக்கினார். தானடைந்த அனைத்தும் தம்பியருக்கும் உரியதே என்றார்.

“மும்மூர்த்திகளும் நாணொலி கேட்டு அஞ்சும் இந்திரஞாலமென்னும் வில் கொண்ட சூரபதுமர் விண்ணேறிச்சென்று இந்திரனை வென்று அழிவின்மையின் அரியணையில் அமர்ந்தார். மாயையின் கால்தொட்டு வணங்கி மூவுலகங்களையும் வெல்லக்கிளம்பிய சூரபதுமர் மேகப்படிக்கட்டுகளில் ஏறிச்சென்று அமராவதியை அடைந்தார். அவரைக் கண்டதும் இந்திரனும் இந்திராணியும் குயில்களாக மாறி விண்ணின் ஆழத்தில் பறந்து மறைந்தனர். மீண்டும் அமராவதியும் இந்திரனின் சுவர்ணபுரி என்னும் மாளிகையும் அசுரர்வயமாகியது. தேவர்களை வென்று அடைந்த பெருஞ்செல்வத்தால் தென்னாட்டில் தென்குமரிக் கடலுக்குள் மகேந்திரமலைச் சிகரத்தின்மேல் வீரமாகேந்திரம் என்னும் பெருநகரை அமைத்தார். நூறு கோட்டைகள் சூழ்ந்த ஆயிரம் வாயில்கள் கொண்ட ஐம்பதாயிரம் காவல்மாடங்களும் ஐந்து லட்சம் மாளிகை மாடங்களும் கொண்ட அப்பெருநகரைப்போன்ற ஒன்றை மண்ணவரும் விண்ணவரும் முன்பு கண்டதில்லை. அங்கே தன் தம்பியர் யானைமுகத்துத் தாருகனும் சிங்கமுகனும் இருபக்கமும் நின்று தொண்டுசெய்ய இந்திரனையும் வெல்லும்படி ஆட்சி செய்தார்.

“தன் முதுதந்தை தாரகரும் தாராக்ஷரும் அமர்ந்த அவ்வரியணையில் தானும் அமர்ந்து மண்ணுக்குள் தீ நெளியும் ஆழத்தில் வாழ்ந்த அவர்களை உவகை கொள்ளச்செய்தார். அவர்களின் புன்னகையால் மண்ணிலெழுந்த காடுகளில் வெண்மலர்கள் விரிந்து காடு சிரித்தது.

“திசைத்தேவர்கள் நால்வரும் சூரபதுமரிடம் தோற்றோடினர். திசைநான்கும் அவனுடைய மயில்சின்னம் கொண்ட பொன்னிறக் கொடியே பறந்தது. மயனின் மகளாகிய பதுமகோமளையை மணந்த சூரபதுமருக்கு பானுகோபன், அக்னிமுகன், ஹிரணியன், வச்சிரபாகு என்னும் மைந்தர்கள் பிறந்தனர். தன் தம்பி சிங்கமுகனுக்கு ஆசுரம் என்னும் மாநகரை அமைத்தார் சூரபதுமர். அவர் விபுதை என்னும் அரசியை மணந்து மகாசூரன் என்னும் மைந்தனுக்குத் தந்தையானார். தாருகனுக்கு மாயாபுரம் என்னும் நகரை அமைத்தார். தாருகன் சவுரிதேவியை மணந்தார். அதிசூரன் என்னும் வீரமைந்தனைப் பெற்றார்.

“விண்ணவரைத் தன் ஏவலராகக்கொண்டு மூவுலகையும் ஆண்டார் சூரபதுமா. வருணன் அவருக்காக கடல்களில் மீன்பிடித்தான். இந்திரன் அவருக்காக காடுகளில் வேட்டையாடி ஊன்கொண்டுவந்து அளித்தான். எமன் அவருடைய அரண்மனை யானைகளை மேய்த்தான். அஸ்வினிதேவர்கள் குதிரைகளை மேய்த்தனர். வாயு அவரது அரண்மனை வாயிலில் காவல் இருந்தான். சோமன் அவருடைய அரண்மனையில் நீர்

இறைத்தான். அக்னி அவரது சமையற்காரனாக இருந்தான். சூரியனும் சந்திரனும் அவர் அரண்மனையை இரவும் பகலும் ஒளியாக்கினர். அவரது பாதங்களை தேவர்கள் பணிந்து ஏவல்செய்தனர்.

"அறம் நீர், அது பள்ளங்களை நிறைக்கிறது. மறம் அழல். அது தொட்டதனைத்தையும் தானாக்கிக் கொள்கிறது. வெற்றியிலிருந்து வெற்றிக்குச் சென்ற சூரபதுமர் அசுரர்குலமன்றி அனைவர் கருவாயில்களையும் மூடும்படி ஆணையிட்டார். மண்ணில் மானுடர் பெருகாதழிய விண்ணில் தேவர்களுக்கு அவி கிடைக்காதாயிற்று. மழைபொய்த்த காட்டின் மரங்களாக தேவர்கள் ஆயினர். அன்னை மாயை மைந்தரிடம் அது அறமல்ல என்றுரைத்த சொல்லை அவர்கள் செவிகொள்ளவில்லை. பெண்ணையும் நீரையும் காற்றையும் கடலையும் எவரும் உரிமை கொள்ளலாகாது என்று அன்னை சொன்னாள். மூவுலகிலுமுள்ள அனைத்தும் முற்றரசாகிய வீரமாகேந்திரத்துக்கே உரியது என்றார் சூரபதுமர்.

"விண்ணவர் சென்று சிவனிடம் முறையிட அவர் தன் மைந்தனிடம் செல்லும்படி அவர்களுக்கு ஆணையிட்டார். தேவர்குலத்தின் விழிநீர் தன் வாயிலை நனைப்பதுகண்டு சிவனின் இளமைந்தன் தன் சின்னஞ்சிறு வடிவேலேந்தி சிறுசேவடி எடுத்துவைத்து போருக்கெழுந்தான். அவன் மழலையழகு கண்டு விண்ணிலும் மண்ணிலும் வாழ்ந்த அத்தனை அன்னைதெய்வங்களும் படைக்கலம் ஏந்தி அவன் பின்னால் அணிவகுத்துவந்தனர். தென்கடல் ஓரத்தில் திருச்சீரலைவாய் படைவீட்டில் அன்னையர் கூடினர். அந்தப் பெரும்படை கிளம்பி வந்து வீரமாகேந்திரத்தைச் சூழ்ந்தது.

"பொங்கும் சினத்துடன் விண்பிளக்கும் ஒலியெழுப்பி தன் வில்லும் வாளுமேந்தி கோட்டைமுகப்பிற்கு வந்த சூரபதுமர் தன் முன் ஐம்படைத்தாலி கொண்ட மார்பும் கிண்கிணி ஒலிக்கும் கழலும் அரைநாணும் சிறுகுடுமியுமாக வந்து நின்ற குழந்தையையும் அவன் பின்னால் நிரை வகுத்து நின்ற அன்னையரையும் கண்டு திகைத்தார். அவ்வன்னையரில் தன் குலத்து மூதன்னையரும் நிறைந்திருக்கக் கண்டு செயலிழந்தார். போர்ச்சங்கை ஊதி முருகன் வீரமாகேந்திரத்தை நோக்கி படைகொண்டெழுந்தார்.

"தம்பியரும் தானைத்தலைவர்களும் அணிவகுத்து தன்பின் வர சூரபதுமர் இளமைந்தனுடன் போரிட்டார். முன்னர் வகுக்கப்பட்ட ஊழ் வந்து களத்தைக் கைக்கொண்டது. தம்பியரும் மைந்தரும் தலையறுந்து களம்படக் கண்ட சூரபதுமர் ஆயிரம் தடக்கைகளும் நூறு தலைகளுமாகப் பெருகிஎழுந்து வேலனை எதிர்த்தார். அவர் தலைகளை

வெட்டி வீழ்த்தி கைகளைக் கொய்தெறிந்து களத்தில் வீழ்த்தினான் சிவமைந்தன். அவரது குருதி வழிந்து ஓடிய ஆறு தென்பாரதநாட்டில் தாமிரநிறம் கொண்ட பேராறாக மலையிறங்கி சுழித்தோடியது.

"வீரமாகேந்திரத்தை இடிமின்னல்களால் தாக்கி அழித்தது தெய்வக் குழந்தை. மலையுச்சியில் மேகங்களைச்சூடி நின்ற மகாநகரம் இடிந்து புழுதியும் பேரோசையுமாக தன்மீது தானே விழுந்தது. அவ்வதிர்வில் மகேந்திரமலையின் பெரும்பாறைகள் உருண்டு கடலில் விழுந்து அலைகளாகி கரைகளை அறைந்தன. தன்னை தானே நீரில் அமிழச்செய்து குமரிக்கடலுக்குள் மறைந்தது மகேந்திரமலை.

"கரைநின்ற மானுடர்கள் கண்மாளா மாபெரும் திமிங்கலமொன்று நீரிலாழ்வதைக் கண்டனர். அதன் இறுதி மூச்சு ஆயிரம் மடங்கு பெரிய பளிங்குப் பனை போல வானிலெழுந்து நின்றொளிர்ந்ததையும் பின்னர் அந்த நீர்மரம் உடைந்து மழையென பொழிந்தமிழ்ந்ததையும் பார்த்தனர். அவர்களின் விழிகளில் எஞ்சிய அக்காட்சி பின் கனவாகி கவிதையாகி காவியமாகியது. அங்கே தென்கடலின் கரையில் அக்கனவு கல்லாகி இன்றும் நின்றிருக்கிறது.

"அசுரர் குலம் அன்றே அழிந்தது. இமயத்தில் எழுந்த அதன் பெருமை குமரியில் முடிந்தது" என்றாள் சுவர்ணை. "அதோ, கீழே அனல்வடிவாக நின்றாடிக்கொண்டிருப்பவன் சூரபதுமரின் மைந்தன் அக்னிமுகன். செந்தழல் நிறம் கொண்டவன். தழல்கரிப்பிழம்பென குழல் பறப்பவன். சுப்ரமணியனின் வேல் அவன் நெஞ்சைப்பிளந்தபோது ஒரு குரல் எழுந்தது. 'இறைவேலால் அழியும் பேறுபெற்றாய். விண்ணுலகடைவாய்' என்று. 'என் குலத்தோர் மகிழ்ந்து கொண்டாடும் விழாவிலெல்லாம் எழுந்தாடும் வரம் மட்டும் போதும், விண்ணுலகை வேண்டேன்' என்றான் அக்னிமுகன். இன்று நம் குலத்தோர் எங்கெல்லாம் முழவும் கொம்பும் கள்ளும் ஊனுமாக விழாக் கொண்டாடுகிறார்களோ அங்கெல்லாம் தழல்கைகளை நீட்டி கரிக்குழல் பறக்க அவன் நின்றாடுகிறான்."

ஏகலவ்யன் கீழே தெரிந்த அக்னிமுகனை நோக்கிக்கொண்டிருக்க அவன் கண்களுக்குள் அந்த செம்புள்ளிகளை அவள் கண்டாள். "மைந்தா, நான் முன்னரே அறிவேன். நம் குலத்தை ஆற்றல் மிக்கதாக ஆக்குவது நிகரற்ற விழைவே. வெல்லவும் கொள்ளவும் பெருகவும் நீளவும் நாம் கொள்ளும் பேராசையே நம்மை அழிவற்றவர்களாக்குகிறது. திரும்பி வந்த உன்னில் குடியிருந்தது தெய்வமோ பேயோ அல்ல, நம்குலத்து மூதாதையரின் அழியா வேட்கையே என்று நான் அறிந்தேன். அது உன்னை வெல்லற்கரிய வீரனாக ஆக்கும், உலர்காட்டில் விழுந்த எரித்துளியாக எழச்செய்யும் என்று நான் மட்டுமே உணர்ந்திருந்தேன். ஆகவே நான் காத்திருந்தேன்."

அவனை நோக்கி மெல்லிய குரலில் மந்திரமென அவள் சொன்னாள் "இதோ, இன்று நீ எழுந்துவிட்டாய். உன் கைகளால் உலர்ந்த காட்டின் விளிம்பைத் தீண்டிவிட்டாய். நீ அதை அறிந்திருக்க மாட்டாய். ஆனால் அவர்கள் அறிவார்கள். அவர்கள் இப்போதே எச்சரிக்கை கொள்வார்கள். உன்னை கட்டுப்படுத்தவும் அழிக்கவும் திரண்டெழுவார்கள்." அவள் குரல் மேலும் தழைந்து அவள் உதடுகளில் இருந்து காற்றிலேறாமல் நேராக அவன் செவிகளை அடைந்தது "மைந்தா, உன் மூதாதையரை ஆக்கிய முதற்பெரும் விசைகளே அவர்களை அழித்தன. கட்டற்றுப் பொங்கியெழும் உயிராற்றலே அசுரம் எனப்படுகிறது. அவ்விசையே எல்லையற்ற விழைவாக, கட்டற்ற சினமாக, கருத்தற்ற எழுச்சியாக அவர்களில் நிகழ்ந்தது.

"மைந்தா, அவற்றுக்கு நிகராக அவர்களை அழித்தது கரையற்ற அன்பும், அளவற்ற கொடையும், மதியற்ற கருணையும் என்று அறிக. படைமடத்தால் வீழ்ந்த அசுரர் சிலரே. கொடைமடத்தால் வீழ்ந்தவரோ பற்பலர்." அந்த இடத்தில் தன் சொற்களனைத்தும் முடிந்துவிட்டதை உணர்ந்து அவள் ஒருகணம் திகைத்தாள். எழுந்து "இக்குடியின் அனைத்து அன்னையரின் நாவிலும் முலையிலும் கருக்குழியிலும் மூதன்னை மாயாதேவி வாழ்கிறாள் என்பார்கள். இச்சொற்களைச் சொன்னவள் அவள். இவ்வண்ணமே அவள் சூரபதுமருக்கும் சொல்லியிருக்கக் கூடும்" என்றபின் கை தூக்கி "நீடுவாழ்!" என வாழ்த்தி இருளில் நடந்து சென்று மறைந்தாள்.

ஏகலவ்யன் நெடுநேரம் அங்கே அமர்ந்திருந்தான். தேனீக்கள்போல அவள் சொற்கள் அவனைச்சூழ்ந்து பறந்துகொண்டிருந்தன. இருளில் களிகொண்டு கூத்தாடிய அக்னிமுகனை விட்டு அவன் விழிகள் அசையவில்லை. குளிர்சூழ்ந்த காலையில் நகரின் ஒலிகளெல்லாம் அடங்கின. ஏகலவ்யன் எழுந்து மெல்லிய காலடிகளுடன் நடந்து நகருக்குள் வந்தான். ஹிரண்யவாகா நதிக்கரையில் வற்றிய ஏரியின் மீன்கூட்டம் போல அவன் குடி சிதறிக்கிடந்து துயின்றது. நடுவே செவ்வைரக்கற்களாலான குளம் போல அக்னிமுகனின் பீடம் கிடந்தது.

8

அஸ்தினபுரியின் கொடிபறக்கும் சிறிய படகு ஹிரண்யவாகாவின் அலைகளில் ஏறி அமிழ்ந்து சிறிய வாத்துபோல ஹிரண்யபதத்தின் படித்துறையில் வந்து நின்றது. அதிலிருந்து நரையோடிய குழலை குடுமியாகக் கட்டி நரைகலந்த தாடியுடன் கரிய உடல்கொண்ட மனிதர் இறங்கி துறைமேடையில் நின்றார். இடையில் கட்டப்பட்ட மான்தோல் ஆடையில் ஒருபிடி தர்ப்பையைச் செருகியிருந்ததைக் கண்டு அவர் பிராமணரோ என எண்ணிய துறையின் வினைவலர் மணிக்குண்டலங்களையும் மார்பில் கிடந்த செம்மணியாரத்தையும் கண்டு ஷத்ரியரோ என்றும் ஐயுற்றனர்.

துறைத்தலைவன் அவரைக் கண்டு பணிந்து "அடியேன் வினைவலர்த் தலைவன் தாம்ரன். தாங்கள் யாரென நான் அறியலாமா?" என்றான். "அஸ்தினபுரியின் படைக்கல ஆசிரியராகிய என் பெயர் துரோணர். நான் பரத்வாஜரின் மைந்தன். அக்னிவேசகுருகுலத்தைச் சேர்ந்தவன்" என்றார் அவர். தாம்ரன் அவரது பாதங்களைப் பணிந்து "ஆசாரியார் எழுந்தருளும் பேறுகொண்டது இந்தப் பழையநகரம். வருக!" என்று அழைத்துக்கொண்டு அரண்மனை நோக்கிச் சென்றான். ஒரு வினைவலனை துரோணர் வரும் செய்தியை அரசருக்கு அறிவிக்கும்படி சொல்லி அனுப்பினான்.

செல்லும் வழியிலேயே அவர் யாரென அனைவரும் அறிந்துகொண்டனர். பெரு அணிநிரை என அவருக்குப்பின் ஹிரண்யபதத்தின் மக்கள் திரண்டு வந்தனர். யாரோ ஒருவர் "துரோணர், நம் இளவரசரின் ஆசிரியர்..." என்றார். "நம் இளவரசரை வாழ்த்த வந்திருக்கிறார்" என்றது இன்னொரு குரல். அந்தத் திரள் அரண்மனை முற்றத்தை அடைந்தபோது

ஹிரண்யதனுஸ் கைகளைத் தலைக்குமேல் கூப்பியபடி இருபக்கமும் சித்ரகரும் பத்மரும் துணைவர வந்து பாதங்களைப் பணிந்து முகமன் சொல்லி வரவேற்றார். “இந்நகரம் இன்று அணிகொண்டது. எங்கள் குலம் பெருமைகொண்டது” என்றார். துரோணரை வரவேற்று தன் அவைக்களத்துக்குக் கொண்டுசென்றார்.

கருடகுடியின் அனைத்துக் குலமூத்தார்களும் தங்கள் குடிக்கோல்களுடன் புலித்தோலாடை அணிந்து செங்கழுகின் இறகுசூடிய தலையணியுடன் வந்து துரோணரை வணங்கினர். ஹிரண்யதனுஸ் அவரை புலித்தோல் விரிக்கப்பட்ட உயர்ந்த பீடத்தில் அமரச்செய்து பாதங்களை நறுநீரால் கழுவச்செய்து இன்சுவை நீரும் உணவும் அளித்தார். ஆனால் அரசி சுவர்ணை வந்து மெல்லியகுரலில் “குருநாதருக்கு நல்வரவு” என்று சொல்லிவிட்டு விலகி நின்றுகொண்டாள். துரோணர் வந்தது ஏகலவ்யனை வாழ்த்தத்தான் என்று குலமூத்தார் மெல்லியகுரலில் மாறிமாறி பேசிக்கொண்டனர்.

துரோணர் வந்தது முதல் இறுக்கமான முகத்துடன் மிகச்சில சொற்கள் மட்டுமே பேசி எவர் கண்களையும் சந்திக்காமல் இருந்தார். தாம்பூலம் அணிந்ததும் மெல்லியகுரலில் “நான் என் மாணவன் ஏகலவ்யனைப் பார்க்க விழைகிறேன்” என்றார். “அவன் இங்கில்லை குருநாதரே. மேலைக்காட்டிலேயே வாழ்கிறான். தங்கள் வரவை அறிவித்து அழைத்துவரச்சொல்லி வீரனை அனுப்பியிருக்கிறேன்” என்றார் ஹிரண்யதனுஸ். சற்றுநேரத்தில் ஏகலவ்யன் மூச்சிரைக்க ஓடி அரண்மனைக்கு வந்தான். “என் மைந்தன் அரண்மனைக்கு வந்து நான்கு வருடங்களாகின்றன குருநாதரே. தங்கள் அருளால் அவன் மீண்டு வந்திருக்கிறான்...” என்று விழிநீருடன் சொன்னார் ஹிரண்யதனுஸ்.

அரண்மனை வாயிலில் நின்று மூச்சிரைத்த ஏகலவ்யன் உள்ளே ஓடிவந்து தன் ஐந்து உடல்முகப்பும் மண்ணில் படிய விழுந்து வணங்கினான். துரோணர் “நலம்பெறுக! எழு” என்று சொல்லும் வரை அங்கேயே கிடந்தான். எழுந்தபோது அவன் விழிகளில் இருந்து கண்ணீர் வழிந்து மார்பில் படிந்திருந்த மண்ணைச் சேறாக்கி கோடுபோல வழிந்தது. சடைபிடித்த தாடியில் நீர்த்துளிகள் ஒட்டியிருந்து மின்னின. உதடுகள் துடிக்க நடுங்கும் கைகளைக் குவித்து அவற்றின்மேல் தன் நெற்றிசேர்த்து தோள்களைக் குறுக்கி அமர்ந்திருந்தான். விசும்புவதுபோன்ற ஒலியுடன் அவன் உடல் அவ்வப்போது அதிர்ந்தது.

“நீ என் மாணவன் என்று சொன்னதாக அஸ்தினபுரியின் வீரர்கள் வந்து உரைத்தனர்” என்றார் துரோணர். “உன்னை நான் திருப்பி அனுப்பினேன். நீ என் மாணவனல்ல என்றேன். உன் நிகரற்ற வீரம்

என்னிடம் பயின்றதையே காட்டுகிறது என்றனர். எனவேதான் கிளம்பி வந்தேன்." ஏகலவ்யன் மலர்ந்த முகத்துடன் "ஆம் குருநாதரே, நான் தங்கள் மாணவன். என் கலை தங்களுடையதே" என்றான். "அதைக் காட்டு" என்றார் துரோணர் புருவங்களைச் சுருக்கியபடி.

ஏகலவ்யன் திரும்பிநோக்கினான். கை நீட்டி அங்கிருந்த மூங்கில்தட்டியின் இரு நரம்புகளைக்கிழித்தெடுத்து ஒன்றை வானில் வீசி அதே விரைவில் நிமிர்ந்தே நோக்காமல் மறுநரம்பை வீசினான். முதல் நரம்பை இரண்டாம் நரம்பு கிழித்து இரண்டும் வந்து அவர்கள் முன் விழுந்தன. துரோணர் "அஸ்த்ரபுடம்" என்று சொன்னார். "ஆம், நான் மட்டுமே அதை உனக்குக் கற்பித்திருக்கமுடியும். இன்று என் மாணவன் அர்ஜுனனுக்கு மட்டுமே அதை நான் கற்பித்திருக்கிறேன்" என்றார். "நீ இதை எப்படிக் கற்றாய்?"

ஏகலவ்யன் "அன்று நான் தங்களைச் சந்தித்து மீண்டபோது தங்கள் படிமம் என்னுடன் வந்தது குருநாதரே. அது என்னை வழிநடத்தியது. நான் கோருவதனைத்தையும் எனக்குக் கற்பித்தது. தாங்கள் அறிந்த அனைத்தையும் நான் அவ்வண்ணம் அறிந்துகொண்டேன்" என்றான். "தங்களைப் பிரியலாகாதென்பதற்காக நான் ஒவ்வொரு கணமும் நதிக்கரையிலேயே வாழ்ந்தேன். தங்கள் விழிதொடும் தொலைவுக்கப்பால் தங்கள் மொழிதொடும் தொலைவுக்கப்பால் நான் ஒரு முறைகூட விலகிச்செல்லவில்லை."

துரோணர் திகைத்தவர் போல சில கணங்கள் அமர்ந்திருந்தபின் "ஒருமுறை நீ கூழாங்கல் ஒன்றை நோக்கி நாணலை எறிந்தபோது நான் கூழாங்கல்லின் சிறியமுனையையே தாக்கவேண்டும் என்று சொன்னேனா?" என்றார். "அப்போது உன்னருகே வெண்சிறகுகள் கொண்ட இரு காட்டுவாத்துகள் நின்றிருந்தன. அப்பால் மரக்கிளையில் இரு காகங்கள் நோக்கியிருந்தன. தொலைவில் ஒரு சந்தையில் எவரோ புதிய மீன் புதிய மீன் என்று கூவினர்." துரோணரின் முகமும் உடலும் பதறிக்கொண்டிருந்தன.

"ஆம், ஆம் குருநாதரே. நெடுங்காலம் முன்பு. அந்த நாளை நான் நனகு நினைவுறுகிறேன். அன்றுதான் நீங்கள் என் தோளைத் தொட்டீர்கள். உங்கள் பேரன்புப் புன்னகையை கண்டு நான் கண்ணீர் விட்டு அழுதேன்" என்றான் ஏகலவ்யன். "அப்படியென்றால் நீங்கள்தான் எனக்குக் கற்பித்தீர்கள். இங்கே வந்தீர்கள்... இங்கே வந்தீர்களல்லவா குருநாதரே?" துரோணர் பெருமூச்சுவிட்டு "ஆம், கனவில்" என்றார். "பலமுறை வந்திருக்கிறேன். பலமுறை உன்னை ஆரத்தழுவியிருக்கிறேன். உச்சி முகர்ந்திருக்கிறேன். உன்னைப்போல் ஒரு மாணவனைப் பெற்ற

நல்லூழுக்காக விழிநீர் சிந்தியிருக்கிறேன். நீயே என் முதல் மாணவன் என்றிருக்கிறேன்."

அவையினர் பேரொலி எழுப்பினர். ஹிரண்யதனுஸ் தன் நெஞ்சில் கைவைத்து விம்மி அழுதார். சுவர்ணை கூரிய விழிகளை துரோணர் மேல் நாட்டி அசையாமல் நின்றிருந்தாள். "தங்கள் வாழ்த்துகளால் நானும் என் மூதாதையரும் பெருமைபெற்றோம் குருநாதரே. மண்ணுக்குள் என் மூத்தார் மகாபலியும் ஹிரண்யகசிபுவும் இப்போது மெய்சிலிர்த்துக்கொள்கிறார்கள். அதோ, அந்த மரங்களெல்லாம் காற்றில் உலைவது அதனால்தான்" என்றான் ஏகலவ்யன். சுவர்ணை "மைந்தா, உன் குருநாதருக்கு இந்த நாட்டின் அனைத்து நிலத்திலும் மூன்றில் ஒருபங்கை குருகாணிக்கையாகக் கொடு" என்றாள்.

அவளைத் திரும்பி நோக்கிய ஹிரண்யதனுஸ் "குருகாணிக்கையை நாமா சொல்வது? ஆசிரியரே சொல்லட்டும்" என்றார். சுவர்ணை "மைந்தா, காணிக்கையை உன் நாவால் சொல்லிவிடு" என வழக்கத்துக்கு மீறிய உரத்தகுரலில் சொன்னாள். ஹிரண்யதனுஸ் சினந்து திரும்பி நோக்கி "பெண்புத்தியைக் காட்டாதே. சபை நடுவே பெண்கள் பேசுவதற்கு ஏன் ஷத்ரியர் ஒப்புக்கொள்வதில்லை என்று இப்போது தெரிகிறது... குருநாதர் அவரது காணிக்கையை அவர்நாவாலேயே சொல்லட்டும்" என்றார்.

துரோணர் "ஆம், நான் காணிக்கை பெறாமல் உன் கல்வி முழுமைபெறாது. நான் கோரும் காணிக்கையை நீ அளிக்கவேண்டும்" என்றார். "கேளுங்கள் குருநாதரே, நீங்கள் எதைக் கோரினாலும் அக்கணமே அளிப்பேன். ஆணை! ஆணை! ஆணை!" என்றான் ஏகலவ்யன். துரோணர் "நான் கோருவது..." என்று தயங்க "என் மைந்தன் தாங்கள் கோருவதை அளிப்பான் குருநாதரே" என்றார் ஹிரண்யதனுஸ். அவையினரும் உரத்த ஒருமைக்குரலில் "ஆம் ஆம் ஆம்" என்றனர்.

துரோணர் "சென்றவாரம் என் முதல்மாணவனாக நான் அறிவித்த அர்ஜுனன் என்முன் வந்தான்" என்றார் துரோணர். "அவனன்றி எனக்கு வேறு முதல்மாணவர் உள்ளனரா என்று கண்ணீருடன் கேட்டான். அவன் மட்டுமே அறிந்த போர்க்கலைகளை எல்லாம் எப்படி நான் பிறிதொருவனுக்குக் கற்பித்தேன் என்று கேட்டான். நான் எவருக்கும் கற்பிக்கவில்லை என்றேன். மலைவேடன் ஒருவனுக்கு நீங்கள் வில்வித்தை கற்பித்தீர்கள், வில்வேதத்தின் உச்சங்களில் ஒன்றாகிய சப்தசரம் என்னும் வித்தையை அவன் அறிந்திருக்கிறான். என் வீரர்களே அதற்குச் சான்று என்று சொல்லி அவன் கூவினான். அவன் உடன்பிறந்தார் இருவரும் அவனருகே நின்றிருந்தனர்."

“என் முதல் மாணவன் அவனே என்றும், அவனுக்கு மட்டுமே என் அம்புகள் அனைத்தையும் கற்பிப்பேன் என்றும் அஸ்தினபுரியின் உறவினருக்கும் தொண்டருக்கும் மட்டுமே வில்வித்தை கற்பிப்பேன் என்றும் ஆணையிட்டவன் நான். அச்சொற்களைக் கேட்டு திகைத்துச் சோர்ந்து நின்றேன். அவனுடன் வந்த அவனுடைய தமையனாகிய பீமன் நீயும் உன் குலமும் மகதத்தின் சிற்றரசர்கள் என்றும் அஸ்தினபுரிக்கு எதிராக வெல்லமுடியா வில்லொன்றை நான் ஒருக்கிவிட்டதாகவும் சொல்லி என்னைக் கடிந்தான். உண்ணும் நீர்மேல் இட்ட ஆணையை மீறிய நீர் எப்படி எங்கள் குருநாதராக முடியும் என்று கூவினான்.”

“பொறுத்தருள்க குருநாதரே... நான் அறியாமல் செய்தபிழை” என்றான் ஏகலவ்யன். “ஆம், என் கனவில் நானும் அப்பிழையைச் செய்தேன்” என்றார் துரோணர். “அதைச் சீர்செய்யவே நான் வந்தேன். என் முதல்மாணவன் என்றும் அர்ஜுனனே. அஸ்தினபுரிக்கு எதிராகவும் அர்ஜுனன் வில்லுக்கு எதிராகவும் என் கலை பயின்ற ஒரு வில் நிற்பதை நான் ஒப்ப மாட்டேன்” என்றார் துரோணர். “குருநாதரே, அவன் ஒருபோதும் அர்ஜுனன் முன் நிற்கமாட்டான், மகதத்தை ஏற்கமாட்டான். அவ்வுறுதிகளை இப்போதே குருகாணிக்கையாக அளிப்பான்” என்று சுவர்ணை கூவினாள். “மைந்தா, அந்தக் குடுவை நீரை எடுத்து உன் கைகளில் விட்டு அவ்வாக்குறுதியை குருநாதருக்கு அளி!”

“நீ சற்று பேசாமல் இரு” என்று சினத்துடன் ஹிரண்யதனுஸ் கூவினார். “குருநாதரே, தாங்கள் தங்கள் குருகாணிக்கையை கோருங்கள். இதோ என் மைந்தன், என் நிலம், என் குலம்.” துரோணர் நிமிர்ந்து ஏகலவ்யனை உற்று நோக்கி “உன் வலதுகையின் கட்டைவிரலை எனக்கு குருகாணிக்கையாகக் கொடு!” என்றார். ஹிரண்யதனுஸ் தீப்பட்டது போல பாய்ந்தெழுந்து “குருநாதரே!” என்றார். ஆனால் அக்கணத்திலேயே ஏகலவ்யன் “ஆணை குருநாதரே” என்றபடி அருகே நின்ற வீரன் ஒருவனின் வாளை எடுத்து தன் கட்டைவிரலை ஓங்கி வெட்டி தெறித்த துண்டை எடுத்து இருகைகளாலும் துரோணர் முன் நீட்டினான்.

சபைமுற்றத்தில் பசுங்குருதியின் நெடி எழுந்தது. ஊற்றுபோல குருதி தெறித்து முற்றமெங்கும் சொட்டி முத்துக்களாக உருண்டது. துரோணர் திரும்பி நோக்காமல் அந்த விரலை தன் இடக்கை விரலால் தொட்டு விட்டு எழுந்து “என்றும் புகழுடன் இரு. உன் விற்கலை வளரட்டும்” என்றார். ஹிரண்யதனுஸ் உரத்தகுரலில் “நில்லுங்கள் குருநாதரே. நீங்கள் செய்தது எந்த அறத்தின்பாற்படும்? இதென்ன ஷத்ரிய அறமா? பணிந்தவனைத் துறத்தலா ஷத்ரிய அறம்? இல்லை பிராமண அறமா? அளித்த ஞானத்தை திருப்பிக்கோரும் பிராமணன் போல் இழிமகன் எவன்?” என்றார்.

“இது கடன்பட்டோனின் அறம் அரசனே” என்று பற்களை இறுகக் கடித்து கழுத்து நரம்புகள் அதிர துரோணர் சொன்னார். “பிராமணனோ ஷத்ரியனோ அல்லாதவனின் அறம்.” ஹிரண்யதனுஸ் குரல் உடைந்தது. கண்ணீருடன் “ஏன் இதைச்செய்தீர்கள்? சொல்லுங்கள் குருநாதரே, இப்பெரும் பழியை இம்மண்ணில் சொல்லுள்ள அளவும் சுமப்பீர்களே? இப்பெரும் விலையை அளித்து நீங்கள் அடையப்போவதென்ன?” என்றார்.

“நானறிந்த நரக வெம்மையில் என் மைந்தன் வாடலாகாது. அது ஒன்றே என் இலக்கு. அதை நிகழ்த்துவது எதுவோ அதுவே என் அறம்... நான் புறந்தள்ளப்பட்ட பிராமணன். மண்ணாளாத ஷத்ரியன். நாளை என் மைந்தன் அப்படி வாழலாகாது. அவனுக்குக் கீழே அரியணையும் மேலே வெண்குடையும் இருக்கவேண்டும். எந்தச் சபையிலும் அவன் எழுந்து நின்று பேசவேண்டும். இதோ இந்தத் தோள்களில் இத்தனை வருடங்களாக இருந்துகொண்டிருக்கும் ஒடுக்கம் அவன் தோள்களில் வரக்கூடாது. ஆம், அதற்காக நான் எப்பழியையும் சுமப்பேன். எந்நரகிலும் எரிவேன்” துரோணர் உதடுகளைச் சுழித்து நகைத்தார். “நான் அறியாத நரகத்தழல் இனியா என்னை நோக்கி வரவிருக்கிறது?”

திரும்பி வாயிலை நோக்கிச் சென்ற துரோணரை சுவர்ணையின் குரல் தடுத்தது. “நில்லுங்கள் உத்தமரே” என்றாள் அவள். அவர் திரும்பி அவளுடைய ஈரம் நிறைந்து ஒளிவிட்ட விழிகளைப் பார்த்தார். அவர் உடல் குளிர்க்காற்று பட்டதுபோல சிலிர்த்தது. “இங்கு நீர் செய்த பழிக்காக என் குலத்து மூதன்னையர் அனைவரின் சொற்களையும்கொண்டு நான் தீச்சொல்லிடுகிறேன். எந்த மைந்தனுக்காக நீர் இதைச் செய்தீரோ அந்த மைந்தனுக்காக புத்திரசோகத்தில் நீர் உயிர்துறப்பீர். எந்த மாணவனுக்காக இப்பழியை ஆற்றினீரோ அந்த மாணவனின் வில்திறத்தாலேயே நீர் இறப்பீர். ஷத்ரிய வீரருக்குரிய இறப்பை அடையும் நல்லூழும் உமக்கிருக்காது.” துரோணர் உடல் நடுங்கத் தொடங்கியது.

சுவர்ணை உரக்கக் கூவினாள் “மீளாப் பெருநரகத்தில் உமது மைந்தனை நீரே அனுப்பியவராவீர். வாழையடி வாழையாக வரும் தலைமுறைகளின் எள்ளும் நீரும் உமக்குக் கிடைக்காது. உமது மைந்தன் சொற்களாலேயே நீர் பழிக்கப்படுவீர்.” துரோணர் கண்களில் நீருடன் கைகூப்பி “தாயே!” என்றார். “ஆம், இச்சொற்கள் என்றுமழியாதிருக்கட்டும். இச்சொற்களை தெய்வங்களும் மீறாதிருக்கட்டும். அதன்பொருட்டு இங்கே இச்சொற்களையே என் இறுதிச்சொற்களாக்குகிறேன். நவகண்டம்! நவகண்டம்! நவகண்டம்!”

அவையினர் குரல்கேட்டு உணர்ந்து எழுவதற்குள் அவள் தன் கையில் தோன்றிய ஒளிரும் குறுங்கத்தியால் தன் கழுத்தை வெட்டிக்கொண்டு

மூச்சும் குருதியும் கொப்புளங்களாகத் தெறிக்க கைகால்கள் இழுத்துக்கொள்ள தள்ளாடி முன்னால் சரிந்துவிழுந்தாள். "சுவர்ணை! என் தாயே!" என்று கூவியபடி ஹிரண்யதனுஸ் ஓடிச்சென்று அவளை அள்ளி மார்புடன் சேர்த்துக்கொண்டார். அவர் உடலில் அவளுடைய கொழுங்குருதி வழிந்தது. அவையினர் அவர்களைச் சுற்றி சூழ்ந்துகொள்ள ஏகலவ்யன் அங்கேயே அப்படியே குனிந்து குருதி சொட்டிய கட்டைவிரல் வெட்டுடன் அமர்ந்திருந்தான்.

சித்ரகர் மெல்லிய குரலில் "உத்தமரே, உங்கள் பணி முடிந்தது... நீங்கள் செல்லலாம்" என்றார். தாள்ளாடிய நடையுடன் வெளியே முற்றத்திற்கு இறங்கி கூடிநின்றிருந்த கூட்டம் நடுவே நடந்து சந்தைமுற்றத்தைக் கடந்து ஹிரண்யவாகா நதிக்கரையை அடைந்தார் துரோணர். அவர் வருவதைக் கண்ட படகுக்காரர்கள் ஏறிக்கொண்டார்கள். அவர் படகை நெருங்கி நீரில் மிதந்த அதன் கயிற்றைப்பற்றியபடி நடந்தபோது நீரைக் குனிந்து நோக்கினார். அதில் எழுந்த தன் படிமத்தைக் கண்டு பேரச்சத்துடன் குழறிக்கூவியபடி கைகள் இழுத்துக்கொள்ள பின்னால் ஓடி சேற்றில் மல்லாந்து விழுந்தார். அவர் உடலில் வலிப்பு கூடியது.

அவரைத் தூக்கி படகில் படுக்கச்செய்தனர். அவர் வாயில் வழிந்த நுரையுடன் தலையை ஆட்டியபடி பலகையில் கிடந்தார். கண்களில் இருந்து நீர் வழிந்து காதுகளை நிறைத்துக்கொண்டே இருந்தது. பற்கள் கடித்த உதடுகள் குருதி வழியக் கிழிந்திருந்தன. தேர் ஏறிச்சென்ற நாகம் போல அவர் நெளிந்துகொண்டே இருந்தார். பாய்விரித்து நதியில் எழுந்தது படகு.

அன்று மாலையே பதினெட்டு குலமூதாதையரும் அன்னையரும் கூடி முழவுகளும் கொம்புகளும் குழல்களும் இசைக்க வாழ்த்தொலிகளுடன் சுவர்ணையை ஹிரண்யவாகா நதிக்கரைக்குக் கொண்டுசென்று புதைத்தனர். அவளுடைய முகம் மண்ணில் புதைந்து மறையக்கண்டதும் "மூதன்னை வாழ்க! பேரன்னை மண்புகுக!" என்று அனைவரும் கண்ணீருடன் வாழ்த்தொலி எழுப்பிக் கூவினர். அன்னைக்கு முதற்பிடி மண்ணிட்ட ஏகலவ்யன் தலைகுனிந்து அசைவிழந்து நின்றிருந்தான்.

மூன்றாம் நாள் அன்னைக்கு அவளைப் புதைத்த மேட்டின்மேல் தன் கழுத்தை தான் வெட்டி நிற்கும் நவகண்டச்சிலை ஒன்றை அமைத்து பூசனைசெய்தனர் குலப்பூசகர். எரிபந்தம் நாட்டி கள்ளும் ஊனும் படைத்து செம்மலர் மாலை சூட்டி குறுமுழவை மீட்டி அவள் புகழ் பாடி அவளே என்றும் குலத்துக்குக் காப்பாகி நிற்கவேண்டும் என வேண்டினர். மூதன்னை மாயையுடன் அவளும் அருகமர்ந்து அருள்பொழியவேண்டுமென்று கோரினர்.

அவளுடைய பன்னிரண்டாம் நாள் பட்டினி நோன்பு வரை ஏகலவ்யன் ஒருசொல் கூட பேசாமல் மாளிகையின் திண்ணையில் தனித்து தலைகுனிந்து அமர்ந்திருந்தான். அவனை அனைவரும் தவிர்த்தே சென்றனர். பட்டினி நோன்பு முடிந்து அவைமுற்றத்தில் முழுக்குலமும் கூடி புளித்த கஞ்சியை பகிர்ந்து அருந்தியபோது இடக்காலும் கையும் செயலிழந்து படுக்கையில் வீழ்ந்து கிடந்த ஹிரண்யதனுஸை இருவர் தூக்கி அமரச்செய்தனர். கண்ணீர் வழிந்து மார்பில் சொட்ட அவர் கஞ்சியைக் குடித்தார்.

அப்போது குளித்து ஈரம் சொட்டும் குழலுடன் கனத்த மரவுரி உடையுடன் ஏகலவ்யன் உள்ளே வந்தான். அவன் கையில் பெரிய மூன்றுநாண்கொண்ட வில் இருந்தது. “இன்றுமுதல் இக்குலத்தின் அரசன் நான். அசுரகுலமாகிய நாம் மலரோ இலையோ கிளையோ தடியோ அல்ல, நாம் வேர். பறவையோ மிருகமோ மீனோ பாம்போ அல்ல. என்றுமழியாத புழுக்கள். இதோ என் ஆணை, இன்றுமுதல் நமது வில்வேதம் நான்குவிரல் கொண்டது. நம் குலத்துக்கு நானே குருநாதனுமாவேன்” என்றான்.

அக்கணமே அங்கிருந்த அத்தனை இளையோரும் தங்கள் கத்திகளை எடுத்து வலக்கையின் கட்டைவிரலை வெட்டி முற்றத்திலிட்டனர். பொருளிழந்த ஒற்றைவிழியுடன் கட்டைவிரல்கள் குருதி வழிய மண்ணில் விழுந்துகிடந்தன. குருதி பொங்கிய கைகளைத் தூக்கிய கருடகுடியினர் “மூதாதையர் வாழ்க! அழியாப்புகழ் அசுரகுலம் வாழ்க!” என்று கூவினர்.

பகுதி பத்து

மண்நகரம்

1

இளநாகன் நிஷாதகுலப் பாடகரான மிருண்மயருடன் சர்மாவதியின் கரையிலிருந்த நிஷாதநாட்டின் தலைநகரான மிருத்திகாவதிக்கு வந்துசேர்ந்தபோது அங்கே வசந்தகாலத் திருவிழாவான மிருத்திக லீலை நடந்துகொண்டிருந்தது. அவனுடன் ஆசுரநாடுவரை வந்த பூரணர்தான் அவ்விழாவைப்பற்றிச் சொன்னார். "சிராவண மாதம் திருவோண நட்சத்திரத்தில் நூற்றெட்டு மலைக்குடிகளும் கூடும் அவ்விழாவில் நூற்றெட்டு தொல்குடிகளும் ஒற்றை உடலாக ஆகின்றன. இளையவர்களிடம் விளையாட அசுர கணத்து மூதாதையர் அனைவரும் உருக்கொண்டு எழுந்து வருவார்கள்" என்றார்.

"மூதாதையரா?" என்று இளநாகன் கேட்டான். "ஆம், அது தெய்வங்கள் கூடும் விழா. நிஷாதர்களின் கதைகளின்படி சென்ற யுகத்தில் சர்மாவதியில் பெருவெள்ளம் வந்து வடிந்தபின் வருடத்தில் ஒருநாள் அங்கே தெய்வங்கள் மட்டுமே கூடினர். அன்று அவர்களைப் பார்ப்பதற்கு மலர்கள் விழிகளாக விரிந்த மரங்களுக்கு மட்டுமே அனுமதி இருந்தது. பின்னர் குலமூத்தாரும் அன்னையரும் ஏற்கப்பட்டனர். அன்னையர் இளையோரையும் ஒப்புக்கொண்டனர். இன்று நிஷாதர்களின் அத்தனை இளையோரும் தங்கள் தோழியரைக் கண்டுகொள்ளும் விழா அது" என்றார் பூரணர்.

"பாண்டியநாட்டிலும் சோழநாட்டிலும் இவ்விழாவை ஆடிப்பெருக்கு என்று கொண்டாடுகிறார்கள் என்று கேட்டிருக்கிறேன்" என்றார் பூரணர். "ஆம், பெருந்தென்னகத்து நதிகளில் ஆடியில் மழைபெய்து புதுநீர் பெருகி வருவதை ஊர்கூடிக் கொண்டாடுகிறார்கள். பூவாடை அணிந்து சந்தனச்சேறு பூசி இளைஞர்களும் கன்னியரும் புதுப்புனலாடுவார்கள்.

ஆற்றங்கரைகளில் அமர்ந்து ஆறுவகை அன்னம் சமைத்து உண்டு ஆடலும் பாடலும் கண்டு மகிழ்வார்கள். ஆனால் மலைச்சேரநாட்டு பேராறுகளில் ஆடிக்கு முன்னரே நீரெழுந்துவிடும். மலைச்சேறுடன் பெருநீர் கொந்தளித்தோடும். அந்நதிகளில் எவரும் நீராடவும் முடிவதில்லை. ஆகவே அந்தப் புதுப்புனல் வடிந்து ஆறுகளின் கரைகளில் புதுமணல் விரியும் ஆவணிமாதத்தை அங்கே புதுமணல்காணும் பெருவிழாவாகக் கொண்டாடுகிறார்கள்" என்றான் இளநாகன்.

பூரணரும் இளநாகனும் மிருத்திகாவதியை அடைந்து அங்கே பன்னிரு நாட்கள் தங்கியிருந்தனர். நான்குவிரல்கள்கொண்டு வில்குலைத்து நாணேற்றி அம்புகளை விண்ணில் நிறைக்கும் கருடகுலத்தவரின் திறன் கண்டு "இம்மண்ணில் இவர்களுக்கு நிகராக வில்லாளிகளே இல்லை!" என்று வியந்தான் இளநாகன். "ஆம், இன்று இம்மண்ணில் எவரும் மிருத்திகாவதி என்றால் வெல்லமுடியாத வில்லாளிகளின் நிலமென்றே அறிகிறார்கள். பிறர் வில்லை அறிகிறார்கள். வில்மூதாதையான ஏகலவ்யனை வில்லே அறிந்தது" என்றார் பூரணர்.

மிருத்திகாவதியின் துறையில் இருந்து கிளம்பி சேறுநுரைத்த ஆற்றைக்கடந்து சூக்திமதிக்கரையின் காடுகளில் அமைந்த வால்மீக நாட்டை அடைந்தனர். ஆதிகாவியத்தை இயற்றிய வால்மீகியின் குலத்தவரின் நாடு அது என்றார் பூரணர். கருடனின் மைந்தனாகிய வால்மீகியில் இருந்து தோன்றிய அந்த மலைவேடர்க்குலம் செம்பருந்தை தங்கள் குலமுத்திரையாகக் கொண்டிருந்தது. ஆதிகவியின் குலத்தவரான மலைவேடர்களால் ஆளப்பட்ட சித்ராவதி என்னும் மலையூரில் தங்கியிருந்த போது பூரணர் நோயுற்றார். காலையில் தன் குடிலில் எழுந்த இளநாகன் அருகே அவர் உடல் துள்ளி நடுங்கிக்கொண்டிருப்பதைக் கண்டான். அவன் அவர் உடலைத் தொட்டபோது கம்பிளிப்போர்வைக்குள் வெம்மை நிறைந்திருந்தது.

"இன்று காலை ஒரு கனவுகண்டேன்" என்றார் பூரணர். "இனிய கனவு. இளமை முதலே என் கனவில் வருபவை வெண்மேகங்கள். சிறகுகள் விரித்து அவை பறந்து வருவதைக் கண்டிருக்கிறேன். யானைகள் போல திரண்டு நிற்பதையும் பனிமலைமுடிகள் போல விரிந்திருப்பதையும் கண்டிருக்கிறேன். இன்று அவை அனைத்துக்கும் கண்கள் விரிந்திருப்பதைக் கண்டேன். நீலநிற விழிகள். கருணை கொண்ட புன்னகையுடன் என்னை நோக்கின அவை" என்றார். "நான் மருத்துவரை அழைத்து வருகிறேன்" என இளநாகன் எழுந்தான். "இல்லை, என் பயணம் தொடங்கிவிட்டது. நீ தொடர்ந்து செல்" என்றார் பூரணர்.

"பூரணரே..." என ஏதோ சொல்ல வாயெடுத்தான் இளநாகன். "இனிய நினைவுகள். நான் தென்தமிழகத்து மூதூர் மதுரைக்கு அருகே ஒரு

மலைப்பாதையில் கண்ட அழகிய விறலியை நேற்று நினைத்துக்கொண்டேன். துள்ளும் விழிகளும் மாறாப்புன்னகையும் கொண்டவள். அவள் இன்று எங்கோ என்னை எண்ணிக்கொண்டிருக்கிறாள் என்று தோன்றியது” என்ற பூரணர் நகைத்து “பெண்கள் காதலர்களை நினைப்பதே இல்லை. அவள் இந்நேரம் தன் மைந்தர்களை எண்ணிக்கொண்டிருப்பாள். காதலைப்போல கலையும் தன்மைகொண்டது மேகம் மட்டுமே” என்று சொல்லி கண்களை மூடிக்கொண்டார்.

இளநாகன் ஓடிச்சென்று மருத்துவரை அழைத்துவரும்போது பூரணர் கண்களை மூடி புன்னகையுடன் படுத்திருந்தார். தெய்வச்சிலைகளில் மட்டுமே தெரியும் அப்புன்னகையைக் கண்டதுமே இளநாகன் புரிந்து கொண்டான். மருத்துவர் குனிந்து அவரைத் தொட்டுப்பார்த்துவிட்டு “கிளம்பிவிட்டார்” என்றார். இளநாகன் கனமான எதையோ தன்னுள் உணர்ந்தான். மருத்துவர் திரும்பி அவனை நோக்கி “தங்கள் தந்தைக்குரிய கடன்களை இங்கே சூக்திமதியில் செய்யலாம். மூதாதையரை முடிவிலிக்குக் கொண்டுசெல்லும் புண்ணியப்பெருக்கு அவள்” என்றார். “நான் அவர் மைந்தனல்ல” என்றான் இளநாகன். “அவ்வண்ணமெனில் மைந்தனாக உங்களை தர்ப்பையைத் தொட்டு அமைத்துக்கொள்ளுங்கள். நீர்க்கடன் செலுத்த எவருக்கும் உரிமை உண்டு” என்றார் மருத்துவர்.

பூரணருக்கு நீர்க்கடன் செலுத்தியபின் இளநாகன் காடுகள் வழியாக வடமேற்காகப் பயணம் செய்து வேத்ராவதியின் பெருக்கைக் கடந்து அடர்காடுகள் வழியாகச் சென்று சர்மாவதியின் சதுப்புச் சமவெளி நோக்கிச் சென்றான். அந்தப் பாதையில் கிருதகட்டம் என்னும் மலைக் கிராமத்தில் மிருண்மயரை சந்தித்தான். பிடரிமூடி கனத்துத் தொங்கும் கரிய சடைக்கற்றைகளும் அனல்போன்ற செவ்விழிகளும் வெண்பற்கள் ஒளிவிடும் கன்னங்கரிய முகமும் கொண்டிருந்த மிருண்மயர் தன்னை நிஷாதர்களின் குலக்கதைப்பாடகன் என்று அறிமுகம் செய்துகொண்டார். “இன்றுமாலை இங்கே என் மக்கள் கூடிய சிற்றவையில் நான் பாடவிருக்கிறேன். தெற்கே தமிழ்நிலத்துப் பாணன் ஒருவன் என்னைக் கேட்பதை எண்ணி என் மூதாதையர் மகிழ்வார்கள்” என்றார்.

அன்றிரவு கிருதகட்டத்தின் முன்றிலில் மரவுரிப்போர்வைகளைப் போர்த்தியபடி கூடிய நிஷாதர்கள் நடுவே அமர்ந்து தன் குறுமுழவை இருவிரல்களால் மீட்டி மிருண்மயர் பாட்டுடன் கதை சொன்னார். வெண்விழிகள் மலர்ந்த கருமுகங்களை ஏந்தி நிஷாதர்களின் குழந்தைகள் அதைக் கேட்டிருந்தனர். “என்றுமுள்ளது மண். மண்ணிலுறங்குகின்றன மூன்று விழைவுகள். இருத்தலெனும் விழைவு. கரும்பாறைகளின் அசைவின்மையாக, மலைச்சிகரங்களின் ஒலியின்மையாக, சமவெளிகளின்

வெறுமையாக அதுவே வீற்றிருக்கிறது. அன்னை பூமியின் அழியா முதல்விழைவை வாழ்த்துவோம்” என்றார் மிருண்மயர்.

“அன்னை மண்ணின் இரண்டாம் விழைவு வளர்தல். அவ்விழைவே மண்ணுக்குள் புழுக்களாகியது. விதைகளுக்குள் உயிராகியது. ஆழ்நீரோட்டமாக ஊறிப்பரந்து நதிகளாக எழுந்து மண் நிறைத்தது. பாசிப்பூசணங்களாகவும் கொடிகளாகவும் செடிகளாகவும் மரங்களாகவும் மண்ணைச் சூழ்ந்தது. மீன்கள், பாம்புகள், நாய்கள், யானைகள் என உயிர்க்குலங்களாகப் பரந்தது. அன்னையின் மூன்றாம் விழைவு பறத்தல். காற்றில், அக்காற்றேற்றுத் துடிக்கும் இலைகளில், பறக்கும் விதைகளில், மிதக்கும் சிறகுகளில், உருமாறும் முகில்களில் வெளிப்படுகிறது அது. அவள் அழியாவிழைவுகள் வாழ்க!”

“அன்னையின் மூன்று விழைவுகளையும்கொண்டு உருவெடுத்தவன் மானுடன். இருத்தலும் வளர்தலும் பறத்தலும் அவன் இயல்புகளாயின. பறந்தவர் தேவர்கள். வளர்ந்தவர் அசுரர்கள். எஞ்சியவர்களை அன்னை தன் மடியில் அமரச்செய்து பேரன்புடன் தழுவி உச்சிமுகர்ந்து ‘அமர்க’ என்று சொன்னாள். ‘நிஷீத’ என்று அவள் சொன்ன அச்சொற்களால் அவர்கள் நிஷாதர்கள் என்றறியப்பட்டனர். அழியாத நிஷாதர்குலம் வாழ்க! அவர்கள் என்றும் அமர்ந்திருக்கும் வளம் மிக்க அன்னையின் மடி வாழ்க!” என்று மிருண்மயர் சொன்னதும் கூடியிருந்தவர்கள் கைகளைத் தூக்கி “என்றும் வாழ்க!” என்று கூவினர்.

“நிஷாதர்களின் முதல்பேரரசர் காலகேயரை வாழ்த்துவோம். அவரது புகழ்மிக்க மைந்தர் குரோதஹந்தரை வாழ்த்துவோம். அவர்களின் வழிவந்த நிஷாதர்களின் பெருமன்னர் நிஷாதநரேசரின் பாதங்களை வணங்கும் நம் படைக்கலங்களை வணங்குவோம்” என்றதும் நிஷாதர்கள் படைக்கலங்களைத் தூக்கி பெருங்குரலெழுப்பினர். அதன்பின் பன்றியூனும் ஈச்சங்கள்ளும் தினையப்பமும் தேனும் கொண்ட உண்டாட்டு நிகழ்ந்தது. நிஷாதகுலத்து இளைஞர்களும் இளம்பெண்களும் ஊனும் கள்ளும் அருந்தி கையில் வேலும் கோலும் ஏந்தி இரவெல்லாம் நடனமிட்டனர்.

உண்டு மகிழ்ந்து நிலவை நோக்கி குளிர்காற்றில் படுத்திருக்கையில் இளநாகன் கேட்டான் “தங்கள் பெயரின் பொருள் என்ன மிருண்மயரே?” கனைத்துக்கொண்டு திரும்பிய மிருண்மயர் “மிருண்மயம் என்றால் மண்ணாலானது என்று பொருள். மானுடன் மண்ணில் முளைத்தவன், மண்ணாலானவன், மண்ணில் மறைபவன். மிருண்மயமாவதே மானுடர் அறியும் விடுதலை” என்றார். உரக்க நகைத்து “நீங்கள் விண்ணைக் கனவுகண்டு மண்ணில் அமிழ்கிறீர்கள். நாங்கள் மண்ணை அறிந்து மண்ணில் அடங்குகிறோம்” என்றார். மிருண்மயம் என்று

சொல்லிக்கொண்டிருக்கையில் நெஞ்சில் குளிர்ந்த கற்பாறை ஒன்று தாக்கியதுபோன்ற ஓர் அதிர்வை இளநாகன் உணர்ந்தான்.

“என்ன?” என்றார் மிருண்மயர். “இல்லை, அச்சொல் என்னைத் தாக்கியது” என்றான் இளநாகன். “ஏன் என்று தெரியவில்லை. என் கைகால்கள் நடுங்குகின்றன. என் மெய்சிலிர்த்திருக்கிறது.” மிருண்மயர் ஒன்றும் சொல்லவில்லை. இளநாகன் “நான் அடைந்த வழிகாட்டிகளின் பெயர்களெல்லாம் நிரையாக என் முன் வருகின்றன. பெருங்காவியம் ஒன்றின் ஒற்றை வரி என” என்றான். மிருண்மயர் புன்னகையுடன் “அனைத்தையும் காவியமாக்காமல் உம்மால் மண்நிகழ முடியாது. நீர் பாணர்” என்றார்.

“நான் சர்மாவதிக்கரையில் இருக்கும் மிருத்திகாவதிக்குச் செல்வதாக இருக்கிறேன்” என்றான் இளநாகன். “ஆம், நானும் அங்குதான் செல்கிறேன். நானே உம்மை அழைத்துச்செல்கிறேன்” என்றார் மிருண்மயர். “மிருத்திகாவதி அழியாத பெருநகரம். அது மண்ணாலானது என்று அதற்குப்பொருள். முன்பு அசுரகுலத்து மகிஷராலும் பின்னர் நிஷாதகுலத்து நிர்பயராலும் ஆளப்பட்டது. இன்று பாரதவர்ஷத்தில் பன்னிரு மிருத்திகாவதிகள் உள்ளன. முதல்பெருநகர் அதுவே!”

மிருத்திகாவதி மலைக்கிராமங்களைப் போலன்றி மண்ணாலேயே கட்டப்பட்டிருந்தது. கூரைகளும் மண்பாளங்களால் ஆனவையாக இருந்தமையால் மண்ணே விழைவுகொண்டு குழைந்து எழுந்து ஒரு நகரானது போலத் தோற்றமளித்தது. மண் நிறம் கொண்ட மக்களனைவரும் மண்படிந்த மரவுரிகளே அணிந்திருந்தமையால் தொலைவிலிருந்து பார்க்கையில் மண்ணின் ஒரு பாவனை என்றே அந்நகரைக் கருதமுடிந்தது. நெடுந்தொலைவிலேயே நகரின் ஓசைகளும் மட்கிய மண்ணின் வாசனையும் எழுந்து வந்தடைந்தன.

நகரின் விலாவை ஒட்டிச்சென்றது சர்மாவதி. கங்கைவரை செல்லும் படகுகள் கிளம்பும் முதல் படகுத்துறையில் எடையற்ற சிறிய படகுகள் ஒன்றுடன் ஒன்று பிணைக்கப்பட்டு நாரில் கோக்கப்பட்ட மீன்களின் கொத்து போல ஆடிக்கொண்டிருந்தன. படகுத்துறையை ஒட்டி உயரமற்ற தன்வ மரங்களும் பாபுல மரங்களும் பரவிய பெரிய சந்தைவெளியும் அதன் வலப்பக்கம் பூமியன்னையின் களிமண்ணால் ஆன சிற்றாலயமும் இருந்தன. “சர்மாவதி என்னும் பெயரே இந்நதியில் ஓடும் தோணிகள் கொண்டுசெல்லும் தோலாலும் மரவுரியாலும் அமைந்தது” என்றார் மிருண்மயர்.

“இதன் ஊற்றுமுகத்தில் இருக்கும் ஹேகயநாடும் அவந்தியும் எல்லாம் ஆயர்களின் அரசுகள். அங்கிருந்து வரும் மாட்டின் தோல்களும் மலையிறங்கி

வரும் மரத்தின் பட்டைகளும் இங்குதான் பதப்படுத்தப்படுகின்றன. ஆகவேதான் இந்த ஆறு சர்மாவதி என்று அழைக்கப்படுகிறது. ஒவ்வொரு நாளும் ஆயிரம் படகுகள் தோல்பொதிகளுடன் சர்மாவதி வழியாக கங்கையைச் சென்றடைகின்றன. நிஷாதநாடு முழுக்க பெருந்தொழிலாக இருப்பது மரவுரியாடை அமைத்தலே. சர்மாவதியின் இருகரைகளிலும் நூற்றுக்கணக்கான சிற்றூர்களின் படித்துறைகளில் இருந்து படகுகள் மரவுரிப் பொதிகளை ஏற்றிக்கொண்டு செல்கின்றன" மிருண்மயர் சொன்னார்.

செல்லும் வழியெங்கும் சிறிய நீர்க்குட்டைகளில் காட்டுமரங்களில் இருந்து உரித்தெடுத்துக்கொண்டு வந்த பட்டைகளை ஊறப்போட்டிருந்தனர். செந்நிறக்குருதிக்குளங்களைப் போலிருந்த குட்டைகளைச் சுற்றி காகங்கள் கரைந்து எழுந்து சிறகடித்துக்கொண்டிருந்தன. மரவுரிகளை தலைச்சுமையாக ஏற்றிக்கொண்ட மலைமக்கள் மலைமடிப்புகளில் சுழன்று இறங்கும் கற்பாதை வழியாக யானைவிலாவில் ஊரும் உண்ணிகள் என வந்துகொண்டிருந்ததை இளநாகன் கண்டான். அவர்களின் சுமைகளில் இருந்து உதிர்ந்த மரப்பட்டைகள் மட்கிப் படிந்த பாதையெங்கும் தைலமணம் நிறைந்திருந்தது.

அழுகிய மரப்பட்டைகளைக் கோல்கொண்டு தள்ளி மேலெடுத்து அவற்றை நீர் உலர நிழலில் விரித்துப் போட்டிருந்தனர். சிறுகுடில்களின் முன்னால் தோள்திரண்ட ஆண்கள் அமர்ந்து பட்டைகளை கல்பீடங்களில் வைத்து உழலைத்தடிகளால் அடித்துத் துவைத்துக் குவித்தனர். அவற்றை பெண்களும் சிறுவர்களும் எடுத்துச்சென்று மரப்பீடத்தில் இட்டு இரும்புச்சீப்பால் சீவிச்சீவி சக்கை களைந்து செந்நிற நூல்களாக ஆக்கிக் குவித்தனர். அவற்றை மீண்டும் அள்ளிவந்து நீரோடைகளில் போட்டு மிதித்து கழுவி எடுத்து உதறி நிழல்களில் கட்டப்பட்டிருந்த கயிறுகளில் தொங்கவிட்டனர். இளஞ்செந்நிற மரவுரிநார்கள் குதிரை வால்முடி போல ஒளியுடன் காற்றிலாடின.

"மரவுரி நெய்தல்தான் மிருத்திகாவதியின் முதல்தொழில்" என்றார் மிருண்மயர். "கங்காவர்த்தம் முழுக்க அணியப்படும் மரவுரியில் பெரும்பகுதி நிஷாத நாட்டிலிருந்தே செல்கிறது. ஆயினும் இங்கே செல்வமேதும் சேரவில்லை. வணிக அறத்துடன் மன்னனின் மறமும் இணையாமல் செல்வம் சேர்வதில்லை." மரவுரியை நெய்யும் தறிகளின் ஓசை நிறைந்த சிறிய மண்வீடுகளைக் கடந்து அவர்கள் சென்றனர். "மிருத்திகாவதி அதோ தெரிகிறது" என்றார் மிருண்மயர். "எங்கே?" என்றான் இளநாகன். "அதோ" என்று அவர் சுட்டியபின்னரே மண்ணுடன் மண்ணாகத் தெரிந்த நகரை அவன் அறிந்தான்.

நெடுந்தொலைவிலேயே முழவின் ஓசை கேட்கத் தொடங்கியது. மிருத்திகாவதியை அணுகும் சாலைகளில் எருமைகள் பூட்டப்பட்ட வண்டிகள் சேற்றில் களகளாவென ஒலித்தபடி மெல்ல அசைந்துசெல்ல அவற்றில் நிறைந்திருந்த இளம்பெண்கள் கடந்துசெல்லும் ஒவ்வொரு வண்டியையும் நோக்கி கைகளை வீசி கூச்சலிட்டு சிரித்து வாழ்த்துரைத்தனர். முழங்கால்வரை புதையும் மழைச்சேறுமண்டிய அந்தச் சாலையில் எருமைகளன்றி பிற விலங்குகள் செல்லமுடியாது என்று இளநாகன் கண்டான். எருமைகள் இழுக்கும் வண்டிகளில் சக்கரங்களின் இடத்தில் மென்மரத்தாலான பெரிய உருளைகள் இருந்தமையால் அவை சேற்றில் மிதந்து உருண்டு சென்றன.

மிருத்திகாவதியை நெருங்கும்போது கூட்டம் கூடியபடியே வந்தது. நகரில் எழுந்த விழவொலி வானில் எழுந்து கேட்க அதைக்கேட்டு பாதைகளை நிறைத்துச் சென்றுகொண்டிருந்தவர்களும் கூச்சலிட்டனர். நகரத்துக்குள் நுழையும் வழிகளில் எல்லாம் மூங்கில்தட்டிக்கூரையிடப்பட்ட சிறிய கொட்டகைகளில் பயணிகளுக்கு இன்கூழ் கொடுத்துக்கொண்டிருந்தனர். நான்குவகை கிழங்குகளையும் மூன்றுவகை தானியமாவுகளையும் ஒன்றாகப்போட்டு வேகவைத்து வெல்லம் சேர்த்துக் காய்ச்சப்பட்ட கூழை கொதிக்கக் கொதிக்க அள்ளி கமுகுப்பாளை தொன்னைகளில் அளித்தனர். இளநாகன் முதலில் கிடைத்த கூழிலேயே வயிறு நிறைந்து “இனி நாளைக்கே உணவு” என்றான். மிருண்மயர் நகைத்தபடி “நான்குநாளுக்குத் தாங்கச்சொன்னால் வயிறு கேட்பதில்லையே” என்றார்.

மிருத்திகாவதியின் தெருக்களை அடைந்ததுமே வண்டிகளில் இருந்து குதித்த இளம்பெண்கள் கூவிச்சிரித்தபடி ஓடி பாதையோரத்து சிறுகுடில்களில் நுழைந்து உடைகளைக் கழற்றிவிட்டு மாந்தளிர்களும் ஈச்சைத்தளிர்களும் பலவகையான மலர்களுடன் சேர்த்து நெருக்கமாகக் கட்டப்பட்டு வைக்கப்பட்டிருந்த பூவாடைகளை அணிந்துகொண்டனர். எங்கும் பூவாடை அணிந்த இளையோர் சிரித்துக்கூவியும் கைகளை அசைத்து நடனமிட்டுக்கொண்டும் சென்றனர். ஒருவரை ஒருவர் துரத்தி ஓடினர். சற்றுநேரத்திலேயே அவர்களின் களியாட்டத்துக்கான காரணமென்ன என்று இளநாகன் கண்டுகொண்டான். சாலையோரங்களில் சிறிய கலங்களில் ஃபாங்கத்தின் உலர்ந்த சருகுகளை அனலில் போட்டு புகைஎழுப்பிக்கொண்டிருந்தனர். நகர் முழுக்க பனிப்படலம்போல அந்தப் புகை நிறைந்து கனத்திருந்தது.

“இனிய புகை. தாய்ப்பாலின் நிறமும் இனிய ஊன்மணமும் கொண்டது” என்றார் மிருண்மயர். சற்றுநேரத்தில் இளநாகன் சிரிக்கத்தொடங்கினான்.

அவன் கால்கள் இறகுகளால் ஆனவைபோல காற்றை அளைந்தன. கைகளை விரித்தபோது சிறகுகள் போல காற்றை ஏற்று அவை அவனை மேலே தூக்கின. ஆனால் சூழ்ந்திருந்த காற்று குளிர்ந்த நீர் போல கனத்து அவன் உடலை அழுத்தியது. மூச்சுக்குள் நுழைந்து நெஞ்சுக்குள் பாறாங்கல் போல அமர்ந்திருந்தது. அவன் கைகளையும் கால்களையும் துழாவி முன்னகரவேண்டியிருந்தது. சூழ நிறைந்திருந்த அத்தனைபேரும் அதேபோல காற்றில் நீந்திக்கொண்டிருந்தனர். ஒலிகளுக்கும் அவர்கள் உதடுகளுக்கும் தொடர்பிருக்கவில்லை. அனைத்து ஒலிகளும் வானிலிருந்து மெல்லிய மழைச்சாரலாகக் கொட்டிக்கொண்டிருந்தன. அந்த மழைச்சாரலை கண்ணால் பார்க்கமுடிந்தது.

இளநாகன் அவனும் மலராடை அணிந்து சர்மாவதியின் கரையில் அமர்ந்திருப்பதைக் கண்டான். அவனுக்கு யாரோ இன்கூழ் கொடுத்தார்கள். அவன் வாங்கி வாங்கி குடித்துக்கொண்டே இருந்தான். குடிக்கும்தோறும் பசி அதிகரித்துக்கொண்டே சென்றது. ஒரு கட்டத்தில் உடம்பு முழுக்க சுரைக்காய்க்குடுவை போல வெற்றிடமாகி பசிப்பதுபோலவும் கூழை ஊற்றி அதை நிறைத்துவிடவேண்டும் என்றும் தோன்றியது. கூட்டம் கூட்டமாக ஆண்களும் பெண்களும் சிரித்துக்கொண்டு வண்ணமீன்கள் போல பூவாடைகள் அசைய பறந்து சென்றனர். முழவுகளை மீட்டியபடி சிலர் நடனமிட்டுச்செல்ல நீலநிறக் கொப்புளங்களாக முழவின் தாளம் அவர்களின் தலைக்குமேல் வெடித்து வெடித்து அழிந்தது.

பார்வையால் அந்த வெளியை துழாவியபடி ஆடி நின்றிருந்த இளநாகன் ஒரு கணத்தில் தன் உடல் அஞ்சி அதிர, தெருவிலிருந்து சந்தைவெளி நோக்கி வந்த ஹிரண்யாக்ஷனைக் கண்டான். பொற்கதிர் விரியும் மாபெரும் மணிமுடியும் செம்பருந்துச் சிறகென விரிந்த அணிப்புயங்களும் சூடி மணிமாலைகளும் ஆரங்களும் பரவிய மார்புடன் தோள்வளையும் கங்கணங்களும் ஒளிவிட்ட கரிய கைகளுடன் குருதிவழியும் வேங்கைவாய் திறந்து ‘ஏஏஏஏ!’ என்று கூவியபடி அவன் பாய்ந்து நடனமிட்டுச் சுழன்றாடி வந்துகொண்டிருக்க அவனுக்குப் பின்னால் முழவுகளும் கொம்புகளும் முரசுகளும் மீட்டியபடி ஒருகூட்டம் களிவெறி நடனமிட்டு வந்தது.

ஹிரண்யாக்ஷனின் விழிகள் இரண்டும் பொன்னால் ஆனவையாக இருந்தன. அவனுக்கு அப்பால் ஹிரண்யகசிபு செங்கனல் என எரியும் விழிகள் கொண்டிருந்தான். செம்மணிகள் சுடரும் முடியுடன் தோளில் கதாயுதத்தை ஏந்தி நடனமிட்டு வந்தான். அவனுக்குப் பின்னால் வெண்ணிற முடியும் வெண்சிறகுப் புயங்களுமாக பிரஹலாதன். தொடர்ந்து பச்சைநிற முடியும் பசுந்தளிராடையுமாக மண்மறைந்த மகாபலி. நீலநிற முடியும் நீலம் எழுந்த ஆடையுமாக பாணாசுரன்.

சர்மாவதியை நெருங்கும்போது அங்கே நூற்றுக்கணக்கான அசுரர்களைக் கண்டு இளநாகன் நிலைமறந்து நின்றுவிட்டான். நூறு கைகள் கொண்ட துர்க்கமன். தழலெழுந்தது போல பிடரி சிலிர்த்த சிம்ஹிகன். முட்புதர்போல கருங்குழல் எழுந்த வராகன். அவனருகே பன்னிரு தலைகளுடன் நூற்றெட்டு பெருங்கைகள் விரித்து பெரும் சிலந்தியைப்போல வந்த சூரபதுமன். கூர் உகிர்கள் விரித்தாடிய தம்பி சிங்கமுகன், யானைமுகம் கொண்ட தாருகன், சுழன்றாடி வந்த அஜமுகி. தீப்பந்தமென தழலெழுந்தாட வந்த அக்னிமுகன், ஒளிவிடும் ஆடிகளில் சூரியனை அள்ளி அணிந்த பானுகோபன், விழியொளிர்ந்த தாராக்ஷன், தாமரை மாலை அணிந்த கமலாக்ஷன், மின்னலைப் பற்றியிருந்த வித்யூமாலி.

குகைவாய் விட்டெழும் புலிகள் போல அசுரர்கள் வந்துகொண்டே இருந்தனர். வெண்பற்கள் விரிந்த கவந்த வாய் திறந்த பகாசுரன், தழல் நின்றெரிந்த உள்ளங்கைகளை விரித்துச் சுழன்றாடிய பஸ்மாசுரன், இடையைச்சுற்றி முழவுகளைக் கட்டி அவற்றை முழக்கி நடமிட்டு வந்த சண்டாசுரன், மூன்றுயானைமுகங்கள் கொண்ட கஜாசுரன், எருமைத்தலைகொண்ட மகிஷன், பெரும்பாறைகளைத் தோளிலேற்றி பந்தாடிவந்த ஜடாசுரன், காக்கைச்சிறகுகளை முடியும் இறகுமாகச் சூடி கரிய நாசியுடன் வந்த காகாசுரன், வண்டின் ஒளிவண்ணங்களும் சிறகுகளும் கொண்ட மது, குருதி சொட்டும் நீள்நாக்குகளுடன் செந்நிற குடல்மாலைகள் அணிந்து ஆர்ப்பரித்து வந்த நரகாசுரன்.

குருதித்துளிகள் சொட்டிச்சிதற ஆடிவந்த ரக்தபீஜனை இளநாகன் கண்டான். விண்மீன்கள் ஒளிவிடும் மணிமுடியும் நீலப்பட்டாடையும் அணிந்த தாரகாசுரன் தொடர்ந்து வந்தார். ஆர்ப்பரித்து வேலேந்தி வந்தனர் சம்லாதனும் அனுஹ்லாதனும் சாகியும் பாஷ்கலனும் விரோசனனும். இணைந்து கைபிணைத்து சுழன்று வந்தனர் கும்பனும் நிகும்பனும். மகாகாளன், விப்ரசித்தி, சம்பரன், நமுசி, புலோமா, விஸ்ருதன், அசிலோமன், கேசி, துர்ஜயன், அயசிரஸ், அஸ்வசிரஸ், அஸ்வன், சங்கு, மகாபலன், கர்கன், மூர்த்தா, வேகவான, கேதுமான், சுவர்பானு, அஸ்வபதி, விருஷபர்வன், அசகன், அஸ்வக்ரீவன், சூக்ஷன், துகுண்டன், ஏகபாத், ஏகசக்ரன், விரூபாக்ஷன், ஹராகரன், சந்திரன், கபடன், பரன், சரபன், சலபன், சூரியன், சந்திரதமஸ் என் அவர்கள் பெருகி வந்தபடியே இருந்தனர்.

இறுதியில் ஐம்பது அசுரர்களால் தூக்கப்பட்ட விருத்திராசுரன் முதுமையில் சுருங்கிய கரிய முகமும் மண்ணைத் தொட்டிழைந்த நீள் சடைகளும் தலைக்குமேல் உயர்ந்த பெரும் சூலாயுதமும் கழுத்திலணிந்த மண்டையோட்டு மாலையுமாக வந்தார். அவருக்கு வலப்பக்கம் நீண்ட

வெண்ணிறத் தாடிபறக்கும் சுக்ரர் வந்தார். இடப்பக்கம் அசுரசிற்பியான மயன் கரிய தாடியும் கையில் உளியும் ஏடுமாக வந்தார்.

விழித்துத் தெறித்த விழிகள். இளித்து விரிந்த வாய்க்குள் எழுந்த வெண்பற்கள். ஒளிரும் மணிமுடிகள். அணியாடைகள். அவர்கள் இசைக்கேற்ப ஆட தாளம் நீலமும் மஞ்சளும் சிவப்புமாக ஒளிவிடும் வண்ணங்களில் நீண்ட நாடாக்களைப்போல அவர்கள் நடுவே பறந்து சுழன்றாடியது. அவர்கள் நெருங்க நெருங்க இளநாகன் உடல் சிறுத்துக் கொண்டே சென்றது. அவன் மண்ணோடு மண்ணாக ஆகி வானை நோக்குவதுபோல அவர்களைப் பார்க்க அவர்களின் கால்கள் காட்டு அடிமரங்கள் போல அவனைச் சூழ்ந்தன. மேகங்களில் செல்பவர்கள் போல வண்ண உடைகள் பறந்தாட அவர்கள் கடந்து சென்றனர். இளநாகன் அஞ்சி உடலை ஒடுக்கிக் குறுகிக்கொண்டு கண்களை மூடி நடுங்கினான்.

அவனை மிருண்மயர் பிடித்து உலுக்கியபோது விழித்துக்கொண்டான். அவரை முதலில் அவன் அடையாளம் காணவில்லை. அவரது முகம் திரையில் வரையப்பட்ட சித்திரம் போல அசைந்தது. “பாணரே எழுங்கள்!” என்று அவர் அவனை உலுக்கினார். அவன் அவரது குரலை அடையாளம் கண்டதும் அவரை பாய்ந்து பிடித்துக்கொண்டு “சூதரே!” என்று கூவினான். உடனே அவன் வயிறு குமட்டி மேலெழுந்தது. அவன் கக்கி முடிப்பது வரை அவர் அவனைத் தாங்கியிருந்தார். பின்பு “நன்று... வந்து சற்று இன்நீர் அருந்துங்கள்...” என்றார்.

அவர் தோளைப்பற்றிக்கொண்டு நடந்து அங்கே பெரிய மரத்தொட்டியில் ஒருவன் பரிமாறிக்கொண்டிருந்த சுக்குப்போட்ட தேன் கலந்த நீரை அருந்தியபோது கண்கள் சற்று தெளிவடைந்தன. “சூதரே, நான் அசுரர்களைக் கண்டேன்” என்றான் இளநாகன். “ஆம், அவர்கள் உடலின்மையில் இருந்து இன்று மீண்டெழுகிறார்கள்” என்றார் மிருண்மயர். இளநாகன் திரும்பி நோக்கியபோது அருகே சென்றுகொண்டிருந்த ஓர் அசுரவேடத்தைக் கண்டான். மென்மரத்தால் செய்யப்பட்டு பொன்வண்ணம் பூசப்பட்ட உயர்ந்த மணிமுடியும் மரத்தாலான நகைகளும் அணிந்து செந்நிறம் பூசப்பட்ட முகத்தில் பெரிய கண்களை வரைந்திருந்தான். பன்றிப்பல்லை வீரப்பல்லாக வாயில் பொருத்தி ஆட்டுத்தோலால் செய்யப்பட்ட நீண்ட நாக்கை தொங்கவிட்டிருந்தான். கமுகுப்பாளையாலும் மூங்கிலாலுமான பெரிய இடையாடையுடன் உயரமான மூங்கிலை காலாகக்கொண்டு தலைக்குமேல் எழுந்து கையில் நீண்ட வேலுடன் நடனமாடியபடி சென்றான்.

“மானுடன் தெய்வங்களை ஏந்துகிறான். சற்று நேரத்தில் அந்தத் தெய்வம் அவனை ஏந்திச் செல்கிறது” என்றார் மிருண்மயர். “அதோ செல்பவன் மானுட உடலேறி மண்காண வந்த நாகத்தலைகொண்ட குரோதவசன். அதோ வருணசபைவிட்டு வந்த தசாவரன். அதோ அகத்தியர் வயிற்றில் செரித்த வாதாபி. அதோ வான் நோக்கி காகளம் முழக்கும் துந்துபி. இன்று சர்மாவதியின் கரையில் அனைத்து அசுரமாவீரர்களும் மண்ணிறங்கிவிட்டிருக்கிறார்கள். இன்று அவர்களின் நாள். மண்ணின் வயிற்றில் இருந்து ஒளிச்சிறகுகள் கொண்டெழுகின்றன ஈசல்படைகள்.”

சேறுபரவிய சந்தைவெளியில் அவர்கள் ஓடினர். திரும்பும் திசையெங்கும் பேருருவ அசுரர்கள் நடனமிட்டுச்சென்றுகொண்டிருந்தனர். உயர்ந்து ஆடும் மணிமுடிகளைச் சூழ்ந்து பூவாடை அணிந்த இளையோர். அனைவரும் அந்தத் தாளத்தால் இணைக்கப்பட்டு ஒற்றையுடலாக, ஒற்றை உளமாக மாறிவிட்டிருந்தனர். அவர்கள் சர்மாவதி நதியை அடைந்ததும் தாளம் உச்சத்தை அடைந்து வெறிகொண்டெழுந்தது. புயல்புகுந்த காடுபோல எங்கு நோக்கினாலும் அசைவுகள் சுழன்றடித்தன. வண்ணங்கள் கொப்பளித்தன.

பூசகர்களில் ஒருவர் பெரிய மூங்கில் குழல் ஒன்றை ஊத ஆயிரக்கணக்கான தொண்டைகள் எழுப்பிய வாழ்த்தொலி காற்றை அதிரச்செய்தது. சர்மாவதிக்கரையில் நதியிலிருந்து அள்ளிய சேற்றை அள்ளிக்குவித்து தரித்ரி தேவியின் சிலை ஒன்றைச் செய்திருந்தனர். ஐந்து ஆள் உயரம் கொண்ட வண்டல்குவியலின் பெருங்கோளம் சூல்வயிறாக மண்ணில் அமர்ந்திருந்தது. வளைந்த பெருந்தொடைகள் நடுவே யோனிமுகம் எழுசுடர் வடிவில் செந்நிற வாய் திறந்திருக்க உள்ளிருந்து மகவொன்றின் தலை மட்டும் வெளிவந்திருந்தது. மென்மரத்தாலான பன்னிரு பெருங்கைகளில் கமண்டலமும் வாளும் கதையும் வில்லும் சூலமும் கேடயமும் பாசமும் அங்குசமும் வஜ்ராயுதமும் அன்னகலசமும் ஏந்தி அஞ்சலும் அருளும் காட்டி அன்னை அமர்ந்திருந்தாள்.

விழிமலர்ந்து இதழ்விரித்து அமர்ந்திருந்த அன்னையை நோக்கிக் கூவி ஆர்த்தபடி அணுகி அவள் பாதங்களில் தலையை வைத்தபின் சர்மாவதி நதியில் குதித்தார்கள் அசுரர்கள். ஒவ்வொரு அசுரராக நீரில் குதித்து மூழ்கி மறைந்தபின் விருத்திராசுரனும் குதித்து மூழ்கினான். பூவாடை அணிந்து நின்றவர்கள் அனைவரும் அன்னையை வணங்கியபின் நீரில் பாய்ந்து மூழ்கினர். தவளைக்கூட்டங்கள் நீரில் பாய்வதுபோல அவர்கள் நீரில் விழுந்துகொண்டே இருந்தனர்.

வேடங்களையும் பூவாடைகளையும் நீரிலேயே கழற்றி ஒழுக்கிவிட்டு அனைவரும் வெற்றுடலுடன் கலங்கிச்சென்ற நீரில் மூழ்கியும் எழுந்தும்

நீந்தியும் திளைத்தனர். இளநாகன் ஓடிச்சென்று நீரில் விழுந்ததும்தான் நீர் குளிர்ந்தும் கனமாகவும் இருப்பதை உணர்ந்தான். மலையில் இருந்து வந்த கலங்கல் நீர் சந்தனக்குழம்பு போலிருந்தது. ஆனால் சேறு கோடையில் வெந்த மண் புதுமழையில் எழுப்பும் வாசம் கொண்டிருந்தது. மூழ்கி விழிதிறந்தபோது ஒளிவிடும் சருகுகள் தங்கத்தகடுகள் போல சுழன்று செல்வதை, குமிழிகள் பொற்குண்டுகளாக மிளிர்ந்து எழுவதைக் கண்டான். நீருக்குள் அனைத்து உடல்களும் பொற்சிலைகள் போலிருந்தன.

இளநாகன் மூச்சுவாங்க நீந்திக் கரைசேர்ந்து சேற்றுப்பரப்பை அடைந்தான். அங்கே பொன்னிறச்சேற்றில் மெய்யுடல்களுடன் படுத்துப் புரண்டுகொண்டிருந்த உடல்கள் சேறு உயிர்கொண்டு உடல்கொண்டு எழுந்தவை போலிருந்தன. அவன் கால்தளர்ந்து விழுந்த இடத்தருகே இருந்த சேற்றுவடிவான பெண்ணுடல் அவனுடன் ஒட்டிக்கொண்டது. சேறு கையாகி அவனை அணைத்தது. சேறு தன் தோள்களாலும் தொடைகளாலும் இதழ்களாலும் யோனியாலும் அவனை அள்ளிக்கொண்டது.

“உன் பெயரென்ன?” என்று இளநாகன் கேட்டான். “அஸ்தினபுரத்தவளான என் பெயர் அவிலை” என்று அவள் சொன்னாள். இளநாகன் “அஸ்தினபுரியா? குருகுலத்தோர் ஆளும் நகரா?” என்றான். “இல்லை, அதைவிடத் தொன்மையான நகரம். அதை விட நூறுமடங்குப் பெரியது. விண்ணிலிருந்து விழுந்து உடைந்து காட்டை நிறைத்துப் பரவிக்கிடக்கிறது” என்று அவள் சொன்னாள்.

2

அதிகாலையிலேயே நகரைச் சுற்றிவிட்டு அரண்மனையை ஒட்டியகள முற்றத்துக்கு வந்த துச்சாதனன் துரியோதனனிடம் பணிந்து “களம் அமைந்துவிட்டது மூத்தவரே” என்றான். “நாளை படைக்கலப்பயிற்சிக்கு நாள்குறித்திருக்கிறார் பிதாமகர்” என்றான். “இப்போது அங்கே கொற்றவையை பதிட்டை செய்து குருதிப்பலி கொடுத்து களபூசை செய்துகொண்டிருக்கிறார்கள்.”

கதைப்பயிற்சியை நிறுத்தி மெல்லிய மூச்சுடன் “நாளைக்கா?” என்று துரியோதனன் கேட்டான். “ஆம், விழாவில் இந்நகரத்து மக்கள் மட்டும் கலந்துகொண்டால்போதும் என பிதாமகர் எண்ணுகிறார் என்றார்கள். முன்னரே நாள் குறித்தால் செய்திபரவி வேற்றுநாட்டவர் குவிந்துவிடுவார்கள் என்றாராம்.” துரியோதனன் புன்னகையுடன் “சூதர்களும் ஒற்றர்களும் நிறைந்த இந்நகரில் பாரதவர்ஷத்தின் அனைத்து தேசத்தின் விழிகளும் சூழ்ந்துள்ளன” என்றான்.

துச்சாதனன் புன்னகைசெய்து “இந்நிகழ்வில் விரும்பத்தகாதது எதுவோ நிகழுமென எண்ணுகிறார் பிதாமகர் என்று தோன்றுகிறது” என்றான. மீண்டும் கதாயுதத்தை எடுத்தபடி துரியோதனன் “ம்?” என்றான். “இந்தச் சிலவருடப் பயிற்சிகள் முடிவதற்குள்ளாகவே அனைத்து பகைமைகளும் முனைகொண்டுவிட்டன அல்லவா?” என்றான் துச்சாதனன். துரியோதனனின் கனத்த தசைகள் நெளிவதை எப்போதும்போல பெருவிருப்புடன் நோக்கியபடி “அஸ்தினபுரியில் என்றும் பேசப்படும் பேச்சென்பது நாறது சினங்களும் வஞ்சங்களும் மட்டுமே” என்றான்.

துரியோதனன் ஒன்றும் சொல்லாமல் கதாயுதத்தைச் சுழற்றிக் கொண்டிருந்தான். “நான் இந்திரவிழா முற்றத்தில் களத்தைச் சென்று

நோக்கினேன்” என்று சொன்ன துச்சாதனன் சற்று தயங்கி “வேங்கையின் வாய் போன்றிருக்கிறது அந்த மண்ணின் நிறம்” என்றான். கதாயுதத்தைச் சுழற்றிய துரியோதனன் அதை நிலத்தில் வைத்த உலோக ஒலி கேட்டது. அவன் திரும்ப அதைத்தூக்கியபடி புன்னகைசெய்தான்.

பயிற்சி முடிந்து நீராடி வெண்பட்டாடை அணிந்து துரியோதனன் அரண்மனைக்கு வெளியே வரும்போது நகரம் பெருமுரசு போல முழங்கிக்கொண்டிருப்பதைக் கேட்டான். “நிமித்திகர் செய்தியை அறிவித்துக்கொண்டிருக்கிறார்கள்” என்று துச்சாதனன் மெல்லிய குரலில் சொன்னான். “ஆம், முரசொலியைக் கேட்டேன்” என்றான் துரியோதனன். பின்பு முற்றத்தில் இறங்கி கையசைத்து சூதனை வரவழைத்து “எடு தேரை” என்றான்.

வெண்புரவிகளுடன் துரியோதனனின் அரசத்தேர் வந்து நின்றதும் ஏறிக்கொண்டு “நகரைச்சுற்றிவா” என்று ஆணையிட்டான். துச்சாதனன் அவனருகே நின்று “களமாடுதல் இங்கே பலமுறை நடந்துள்ளது. இவ்விழாவையும் எளிமையாகவே நிகழ்த்தவேண்டுமென பிதாமகர் எண்ணுகிறார்” என்றான். துரியோதனன் புன்னகையுடன் “அவர் அஞ்சுவது அழைக்கப்படாமலேயே வந்துசேரும் விருந்தாளியை...” என்றான்.

காவல்மாடம் ஒன்றின் கீழே யானைமேல் அமர்ந்த நிமித்திகன் உரத்தகுரலில் செய்தியை அறிவித்துக்கொண்டிருந்தான். அவன் பட்டுத்துணியில் எழுதப்பட்ட திருமுகத்தை வாசித்து முடித்ததும் பெருமுரசம் அதிர்ந்தது. கூடி நின்ற மக்கள் திகைத்தவர்கள் போல சில கணங்கள் சொல்லற்று நின்றனர். பின்பு அவர்களனைவரும் ஒரே குரலில் சேர்ந்துபேசும் ஒலி எழுந்தது. அவர்கள் முகங்கள் எதிலும் மகிழ்வோ களியாட்டமோ இல்லை என்பதை துரியோதனன் கண்டான். விரும்பத்தகாத செய்தி ஒன்றைக் கேட்ட நிலைகொள்ளாமையையே வெறித்த விழிகளும் அலையடித்த உடல்களும் சுளித்த முகங்களும் காட்டின.

துரியோதனனின் தேரைக் கண்டதும் கூட்டம் உருகிய மெழுகு உலர்ந்து இறுகுவதுபோல அமைதியடைந்தது. அவர்கள் நெருங்கியபோது அனைவரும் பிரிந்து பரவி தலைவணங்கி நின்றனர். துரியோதனன் நிற்கச்சொல்கிறானா என்று நோக்கியபின் தேரோட்டி தேரை முன்செலுத்தினான். அக்கூட்டமே அங்கில்லாதது போலிருந்தன துரியோதனனின் பார்வையும் உடலும். எப்போதும் எந்த இடத்திலும் அவ்விடத்துக்கு முற்றிலும் அப்பால் மலைச்சிகரங்கள் போல எழுந்து நிற்பவன் அவன் என துச்சாதனன் வியந்து எண்ணிக்கொள்வதுண்டு.

நகரெங்கும் மக்கள் உப்பரிகைகளிலும் தெருவோரங்களிலும் நின்று பதற்றமடைந்த நாரைக்கூட்டம் போல கைகளை அசைத்து ஓசையிட்டுக்கொண்டிருந்தனர். துரியோதனன் தலையைத் திருப்பாமல் மெல்லியகுரலில் "அங்கே என்ன நடக்கிறது?" என்றான். அவன் நாவும் உடலும் விழிகளும் பேசும் மொழியை அறிந்திருந்த துச்சாதனன் கண்களைத் துழாவி அரசப்பெருவீதியில் இருந்து பிரியும் சிறுவீதியில் தேர் ஒன்று நிற்பதைக் கண்டான். "தருமன் தேரிறங்கி மக்களிடம் பேசிக்கொண்டிருக்கிறான் மூத்தவரே" என்றான்.

துரியோதனன் "அதை நான் அறிவேன். மக்களில் எவர் அவனிடம் கூடுதல் ஆர்வத்துடன் பேசிக்கொண்டிருக்கிறார்கள்?" என்றான். துச்சாதனன் பார்த்துவிட்டு "மக்கள்..." என்றான். "படைவீரர்கள் விலகி நின்று நோக்கிக்கொண்டிருக்கிறார்கள்." துரியோதனன் புன்னகை புரிந்தான். "பொதுமக்களிலும் அவனிடம் பேசிக்கொண்டிருப்பவர்கள் பெரும்பாலானவர்கள் முதியவர்கள்" என்றான் துச்சாதனன். "அர்ஜுனன் வந்திருந்தால் இளையவர்களும் கூடியிருப்பார்கள்."

அவர்கள் வடக்குவாயிலை நோக்கிச் சென்றனர். தொலைவிலேயே அங்கு பாகர்கள் அனைவரும் எதற்காகவோ கூவிச் சிரித்துக்கொண்டிருப்பதைக் காணமுடிந்தது. யாரோ ஒருவன் சிரித்தபடி ஓடிவந்து அவர்களின் தேரைக் கண்டதும் சைகை காட்ட ஓசை அடங்கியது. "இரண்டாவது பாண்டவன் அங்கிருக்கிறான் மூத்தவரே" என்றான் துச்சாதனன். துரியோதனன் ஒன்றும் சொல்லவில்லை. "ஒன்று அடுமனையில். இல்லையேல் யானைக்கொட்டிலில். சூதர்களும் பாகர்களும் சேர்ந்து ஓர் அரசை அமைத்தால் அவனே அரசன்." துரியோதனன் திரும்பாமலேயே புன்னகை புரிந்தான்.

அவர்களின் தேர் அணுகியதும் யானைக்கொட்டில்களுக்குப் பொறுப்பாளரான கனகர் ஓடிவந்து தேரருகே நின்று வணங்கினார். துரியோதனன் அவர் பக்கம் பார்வையைத் திருப்பாமல் அமர்ந்திருக்க துச்சாதனன் "யானைகள் எவையேனும் நோயுற்றிருக்கின்றனவா?" என்றான். "இல்லை இளவரசே... அனைத்தும் நலமாகவே உள்ளன" என்றார் கனகர். "நாளை களத்துக்கு வரும் யானை எவை?" என்றான் துச்சாதனன். "நூறு களிறுகளை பிதாமகர் சுட்டியிருக்கிறார். சாமரகர்ணியும் காலகேயனும் அங்காரகனும் தீர்க்கநாசனும் சுஜாதனும் பட்டமணிந்து வரும் முதற்களிறுகள்" என்றார் கனகர்.

"களமிறங்கப்போகும் களிறுகளுக்கருகே களமிறங்கவிருக்கும் எவரும் செல்லலாகாது" என்றான் துச்சாதனன். கனகரின் உடலில் சிறிய மாறுதல் நிகழ்ந்தது. "ஆணை" என்றார். துச்சாதனன் "உம்" என்று சொல்ல

தேரோட்டி தேரைக் கிளப்பினான். தேர் புழுதிபடிந்த பெரியசாலைக்கு வந்து தெற்கு வாயில் நோக்கித் திரும்பியது. "களத்துக்குச் செல்லவா மூத்தவரே?" என்றான் துச்சாதனன். "வேண்டாம். மாதுலரைப் பார்த்துவருவோம்" என்றான் துரியோதனன். "ஆணை" என்று சொன்ன துச்சாதனன் "ம்" என தேரோட்டிக்கு ஆணையிட்டான்.

துரியோதனன் தேர் நின்றதும் அதை உப்பரிகையிலேயே கண்டுவிட்ட சகுனி இறங்கி கூடத்துக்கே வந்து கைவிரித்து எதிர்கொண்டு "அறிவிப்பு இன்று வந்துவிடுமென ஒற்றர்கள் சொன்னார்கள். அப்போதுமுதலே நோக்கியிருந்தேன்" என்றார். "நகரைச் சுற்றிவந்தேன்" என்றான் துரியோதனன். சகுனி புன்னகையுடன் "மக்கள் நிலையழிந்திருப்பார்களே?" என்றார். துரியோதனன் ஏறிட்டு நோக்க "சென்ற பதினைந்தாண்டுகளாகவே அவர்கள் அஞ்சிக்கொண்டிருக்கிறார்கள். ஒவ்வொரு நாளும் அந்த அச்சம் கூடிக்கூடி வருகிறது. ஏதோ நிகழவிருக்கிறது என்ற அச்சத்தின்மீதுதான் எளிய மக்கள் எப்போதும் அமர்ந்திருக்கிறார்கள்" என்று சொல்லி "வருக" என்று மாடத்துக்கு அழைத்துச்சென்றார்.

உப்பரிகையில் அமர்ந்ததும் அங்கே சகுனி ஏன் எப்போதும் அமர்ந்திருக்கிறார் என்பதை துச்சாதனன் மீண்டும் அறிந்து வியந்து கொண்டான். அங்கிருந்து நோக்கியபோது நகரின் கிழக்கு தெற்குக் கோட்டை முகப்புகளும் மூன்று அரசவீதிகளும் கண்ணுக்குத் தெரிந்தன. சகுனி அமர்ந்தபடி "இத்தனை அச்சத்துக்குப் பிறகும் ஏதும் நிகழாமல் போகுமென்றால் அனைவரும் ஏமாற்றம் கொள்வார்கள் என நினைக்கிறேன்" என்று மெல்ல நகைத்தார்.

தேன் கலந்து சுக்கு போட்டுக் குளிரச்செய்த இன்னீரை பணியாளன் கொண்டுவந்து வைத்தான். துரியோதனன் "என்ன நிகழுமென எண்ணுகிறீர்கள்?" என்றான். "அர்ஜுனனுக்கும் அஸ்வத்தாமனுக்கும் ஒரு விற்போர் நிகழலாம். ஆனால் அது எப்படி நிகழவேண்டுமென துரோணர் இன்றே வகுத்துவிட்டிருப்பார். அர்ஜுனன் வெல்வான்" என்றார் சகுனி. "உனக்கும் இரண்டாவது பாண்டவனுக்கும் ஒரு கதாயுத்தம் நிகழும். அது நிகர்நிலையில் முடியும்." உதடு கோணிய புன்னகையுடன் "பிறிதொருவகையில் அது நிறைவடைய முடியாது" என்றார். "ஆம்" என்றான் துரியோதனன்.

"அவ்வண்ணமென்றால் பாண்டவர்களுக்கும் கௌரவர்களுக்கும் இடையேயான சமநிலை இந்தப்போரில் குலையும்" என்றார் சகுனி. துரியோதனன் விழி தூக்கினான். "நீயும் பீமனும் நிகர். கௌரவர்களுக்கு பாண்டவர்கள் நிகர். ஆனால் இவ்வரசகுலத்து வீரர்களில் எவரும் அர்ஜுனனுக்கு நிகரல்ல அல்லவா?" துரியோதனன் தலையசைத்தான்.

“களத்தில் அர்ஜுனனின் வில்விரைவை வெளிப்படுத்தும் பயிற்சிகளை விரிவாக ஒருங்குசெய்திருப்பார் பிதாமகர். உறுதி” என்றார் சகுனி. சிலகணங்கள் நிலையற்று அமர்ந்திருந்துவிட்டு துரியோதனன் எழுந்தான். “ஆம், நாளையுடன் நாம் ஒருபடி கீழே இறக்கப்பட்டுவிடுவோம் மாதுலரே.”

“பீஷ்மர் அஞ்சுவது அதைத்தான். மைந்தரின் களம்புகுதல்விழாவை நிகழ்த்துவது பற்றி துரோணர் சென்று சொன்னபோது பிதாமகர் மூன்றுமுறை வெவ்வேறு காரணங்கள் சொல்லி ஒத்திப்போட்டார். மூன்றாம் முறை யாதவ அரசி சௌனகரை அழைத்து அவளுடைய கூரிய சொற்களை பீஷ்மரிடம் அனுப்பினாள். பீஷ்மரின் நல்லாசியுடன் களம்புகுதல் நிகழ்ச்சியை அவள் அவளுடைய தாய்வீடான மார்த்திகாவதியில் நிகழ்த்துவதாகவும் அவர் வந்தமர்ந்து தன் மைந்தர்களை வாழ்த்தவேண்டும் என்றும் அவள் சொன்னாள். அதிலுள்ள பொறியை பிதாமகர் உடனே உணர்ந்துகொண்டார். மைந்தர்களுக்கு களம்புகுதல் சடங்கை நிகழ்த்தக்கூட அஸ்தினபுரியில் அனுமதி இல்லை என்ற செய்தியாகவே அது மாறும்.”

சகுனி தொடர்ந்தார் “ஆனால் அரசு சூழ்தலில் எப்போதும் பிதாமகரை எவரும் கடந்து சென்றதில்லை. இன்றைய அரசர் திருதராஷ்டிர மன்னரே என்றும் அவரே முடிவெடுக்கவேண்டும் என்றும் சொல்லி அதை மன்னரின் அவைக்களத்துக்கு அனுப்பினார். திருதராஷ்டிரர் என்ன முடிவெடுப்பார் என்று பிதாமகருக்குத் தெரியும். அவர் களம்கூடவே ஆணையிடுவார். அது கௌரவர்கள் பாண்டவர்களுக்கு அளிக்கும் கனிவாகவே கொள்ளப்படும்.” புன்னகையுடன் சகுனி சொன்னார் “அவ்வண்ணமே நிகழ்ந்தது. நான் சென்று அவரிடம் சொன்னேன், இக்களத்தில் சமநிலை வெளிப்படாது, அர்ஜுனனே முன்னிலைப்படுவான் என்று. மகிழ்ந்து கைவிரித்து அவ்வாறெனில் அதுவே நிகழட்டும். நம் இளையமைந்தன் நம் கண்முன் வென்று நிற்பதைப்போல நமக்கு பெருமை ஏது என்றார்.”

“நேற்று என்னை பிதாமகர் அழைத்தார்” என்றார் சகுனி. “உன்னிடம் பேசவேண்டியதை எல்லாம் என்னிடம் சொன்னார். எந்தப் பூசலும் வெளித்தெரியாமல் இந்தக் களமறிதலை நிகழ்த்தி முடிக்கவேண்டும் என்றார். மகதத்தில் ஜராசந்தன் முடிசூட்டிக்கொண்டிருக்கிறான். அவன் குலத்து அசுரர்களும் நிஷாதர்களும் அவனைச் சூழ்ந்திருக்கிறார்கள். கம்சன் அவனுடைய வலக்கரமாகவும் காசிமன்னன் இடக்கரமாகவும் இருக்கின்றனர். இருவருமே நம்மால் புண்பட்டவர்கள். நம் ஆற்றலில் விரிசல் என்பது அவர்களை நம்பிக்கை கொள்ளச் செய்யும்.

அஸ்தினபுரியின் நலனுக்கு அது நல்லதல்ல என்றார். அதற்கு நானே பொறுப்பேற்றுக்கொள்ளவேண்டும் என்றார்."

"ஆனால்..." என ஏதோ சொல்ல வந்த துரியோதனனை கையமர்த்தி "ஆம், பிதாமகர் என் விழிகளை நோக்கிச் சொல்லும் எச்சொல்லும் எனக்கு ஆணையே. நான் அதை மீறமுடியாது" என்றார் சகுனி. "ஆகவே இந்தக் களம்புகுதலில் நாம் அடங்கித்தான் செல்லவேண்டியிருக்கிறது. நாம் நேருக்குநேர் மோதும் நிலையில் இல்லை என்பதும் உண்மை. இதை எவ்வகையிலும் நாம் மறுத்துக்கொள்ளவேண்டியதில்லை." பெருமூச்சுடன் துரியோதனன் அமர்ந்து கைகளைக் கோத்துக்கொண்டான். பின்பு சினத்துடன் "அவ்வாறெனில் ஒரே வழிதான்... நான் பீமனை களத்தில் கொல்கிறேன்" என்றான். "அது இப்போது உன்னால் முடியாது மருகனே" என்றார் சகுனி.

சினம் பற்றி ஏற கைகளை ஓங்கி ஒன்றுடன் ஒன்று அறைந்தபடி துரியோதனன் எழுந்தான். "ஏன்? என்னை புயவல்லமை இல்லாத பேதை என்கிறீர்களா? அவன் முன் நான் தோற்றுவிடுவேன் என்கிறீர்களா?" சகுனி அவனுடைய பெரிய கைகளை நோக்கிப் புன்னகை செய்து "திரைவிலக்கி உன்னிடம் திருதராஷ்டிர மாமன்னர் எழுவதைக் காண்பது உவகை அளிக்கிறது" என்றார். "ஆனால் உனக்கு விழியிருக்கிறது... அவன் தோள்கள் உன்னைவிடப் பெரியவை. அவன் கால்கள் உன்னைவிடவும் விரிந்தவை. இன்றையநிலையில் அவனை வெல்ல உன்னால் இயலாது. நிகர்நிலையில் போரை முடிப்பதே நமக்கு நல்லது." துரியோதனன் மீண்டும் தன் கைகளை ஓங்கி அறைந்துகொண்டான். உறுமியபடி அறைக்குள் ஒருமுறை சுற்றிவந்தான்.

"நான் சொல்வது உண்மை. உண்மையை உன்னிடம் நானாவது சொல்லவேண்டுமல்லவா?" என்றார் சகுனி. துரியோதனன் பற்களைக் கடித்து சுருங்கிய விழிகளுடன் நோக்கியபின் திரும்பி படிகளில் இறங்கி கூடத்தைக் கடந்து ஓடினான். துச்சாதனன் எழுந்தான் "அவரை சினப்படுத்திவிட்டீர்கள் மாதுலரே" என்றான். "ஆம், இல்லையேல் அவன் பீமனிடம் தோற்கவும் கூடும். போர் கொலைநோக்கு கொண்டிருக்கட்டும். அப்போது மட்டுமே உன் தமையனால் பீமனை எதிர்கொள்ள முடியும்" என்றார் சகுனி. "ஏனென்றால் பீமனின் ஆற்றலை தன் வஞ்சத்தாலும் சினத்தாலும் மட்டுமே துரியோதனன் நிகர்கொள்வான்."

வெளியே துரியோதனனின் தேர் கிளம்பிச்சென்றுவிட்டிருந்தது. இன்னொரு புரவியில் துச்சாதனன் அரண்மனைக்குச் சென்றபோது துரியோதனன் மீண்டும் பயிற்சிக்களத்தில் கதையைச் சுழற்றிக்கொண்டிருப்பதைக் கண்டான். கரியநெருப்பின் தழல்கள் போல அவன் உடலின் தசைகள்

நெளிந்தன. “புராணப்புகழ்கொண்ட அசுரர்களுக்கு நிகரானவன் அவன். எரிந்துகொண்டிருப்பது வரைதான் அவனுக்கு ஆற்றல். அவன் உயிர்விசையே காமமும் குரோதமும் மோகமும்தான்” என்று சகுனி சொன்னதை அவன் நினைத்துக்கொண்டான். நெருப்பைப் போலவே துரியோதனன் மூச்சொலி எழுந்தது.

இல்லை நாகமா? ஏதேனும் பாதாளநாகங்கள்தான் அவன் வடிவில் வந்திருக்கின்றனவா? சூதன் ஒருவன் பாடியதை துச்சாதனன் நினைவுகூர்ந்தான். விண்ணில் உலவும் மாநாகங்களான ராகுவும் கேதுவும்தான் துரியோதனன் தோளில் இரு பெருங்கைகளாக வந்துள்ளன என்றான் அவன். சினம்கொண்டு துரியோதனன் எழும்போது அவ்விரு கைகளும் புடைத்து எழுந்து ஒன்றுடன் ஒன்று மோதிக்கொள்ளும் பேரொலியைக் கேட்கையில் அது உண்மையோ என்று துச்சாதனன் அச்சம் கொண்டான். கொலைவல்ல பெருங்கைகள் எதற்காக மண்ணுக்கு வந்தன? எதற்காகக் காத்திருக்கின்றன?

பகல் முழுக்க துரியோதனன் தன் பயிற்சிக்களத்திலேயே இருந்தான். ஓய்வெடுக்கையில் பலகையில் படுத்து கண்களை மூடிக்கொண்டான். அவன் உதடுகள் எதையோ சொல்லிக்கொண்டிருப்பதுபோல அசைந்தன. இமைகளுக்குள் விழிகள் விழப்போகும் நீர்த்துளிகள் போல தத்தளித்தபடியே இருந்தன. அவனருகே நின்றிருந்த துச்சாதனன் அவனிடம் ஒரு சொல் பேசவும் அஞ்சினான். ஆணைகளுக்காக வந்த அனைவரையும் அவன் மெல்ல அழைத்துச்சென்று ஓரிரு சொற்கள் பேசி அனுப்பினான். அன்னை துரியோதனனை பார்க்கவேண்டுமென பணியாளனை அனுப்பியபோதும் “அவர் அந்நிலையில் இல்லை” என்று சொல்லி அனுப்பினான்.

இரவு இருள்வதுவரை துரியோதனன் பயிற்சிக்களத்திலேயே இருந்தான். பின்னர் நீராடிவிட்டுச்சென்று மஞ்சத்தில் படுத்துக்கொண்டான். சற்றுநேரத்திலேயே அவனுடைய குறட்டை ஒலி கேட்கத்தொடங்கியது. துச்சாதனன் அவன் காலடியிலேயே தன் மஞ்சத்தை ஓசையில்லாமல் விரித்துப் படுத்துக்கொண்டு எண்ணங்கள் மெல்ல விசையழிந்து ஒன்றுடன் ஒன்று கலந்து மூழ்கிக்கொண்டிருப்பதை உணர்ந்தபோதே துரியோதனன் ஏதோ முனகியபடி எழுந்துகொண்டான். மஞ்சத்தில் சிலகணங்கள் அமர்ந்திருந்துவிட்டு அவன் எழுந்து சென்று உப்பரிகையில் உலவத்தொடங்கினான்.

இருண்ட தூண் ஒன்றுக்கு இப்பால் நின்றபடி நோக்கிக்கொண்டிருந்தான் துச்சாதனன். விழுங்கிய இரையை உடைத்து நொறுக்க விழைபவை போல நெளிந்தன கரிய பெருநாகங்கள். காமம் கொண்டவை போல

தழுவிக்கொண்டன. வன்மம் எழுந்தவை போல பின்னி முறுகின. சினமெழுந்து ஓங்கி முட்டிக்கொண்டன. புண்பட்டவை போல வலியில் முறுகியும் இறுகியும் நெளிந்தன. தளர்ந்து நிலம் நோக்கியபின் மீண்டும் சீறி எழுந்தன.

இரவெல்லாம் அங்கே நின்று தமையனை நோக்கிக்கொண்டிருந்தான் துச்சாதனன். காஞ்சனத்தின் ஒலி எழுந்ததும் துரியோதனன் நின்று கீழ்வானை நோக்கினான். அங்கே ஒளியேதும் தோன்றியிருக்கவில்லை. காஞ்சனம் எழுந்ததுமே நகரம் சினம்கொண்டு எழுந்த களிறுபோல இருளாகவே எழுந்து கொண்டதைக் கேட்டான். பெருமுரசு வரிசைகளின் ஒலியை மீறி நகரத்தின் ஒலி எழுந்தது. இருளுக்குள் நூற்றுக்கணக்கான தீபங்கள் விழிதிறப்பதைக் காணமுடிந்தது.

நேற்று விழா அறிவிப்பைக் கேட்டபோது இருந்த அனைத்து ஐயங்களையும் தவிப்புகளையும் இரவுமுழுக்க பேசியும் எண்ணியும் மக்கள் கடந்து விட்டார்கள் என்று துச்சாதனன் எண்ணிக்கொண்டான். இனி இன்று நடப்பதெல்லாம் அவர்களுக்கு திருவிழாக்கொண்டாட்டங்கள் மட்டுமே. இதில் நகரமே அழிந்தாலும் அதுவும் கொண்டாட்டத்தின் பகுதியே. போரும் மக்களுக்கு ஒரு திருவிழாதான் என்று சகுனி சொன்னதை துச்சாதனன் நினைவுகூர்ந்தான். சாமானியரின் எதிரி சலிப்பு மட்டுமே என்பது சகுனியின் விருப்பமான சொற்றொடர்களில் ஒன்று.

கிழக்கு சிவப்பதற்குள்ளேயே அரங்கேற்றக் களத்தில் அஸ்தினபுரத்துக் குடிமக்கள் தேர்களிலும், குதிரைகளிலும், மூடுவண்டிகளிலும் வந்து குவிய ஆரம்பித்த ஒலி மழைபோல வந்து அரண்மனையைச் சூழ்ந்து கொண்டது. அரண்மனையில் முந்தையநாள் இரவே எழுந்த பரபரப்பு பெருகிப்பெருகி அதன் உச்சத்தில் ஒவ்வொருவரும் பிறரை மறந்து தங்கள் வேகங்களில் விரைய, முழுமுற்றான ஓர் ஒழுங்கின்மை எங்கும் நிறைந்திருந்தது. அரண்மனைகள் ஏழுபுரவிகள் பூட்டப்பட்ட தேர்கள் போல ஓடிக்கொண்டிருப்பதாகத் தோன்றியது.

துச்சாதனன் துரியோதனனிடம் களநிகழ்வுக்கு ஒருக்கமாகும்படி சொல்ல விழைந்தான். ஆனால் அவனால் தன் உடலுக்குள் இருளில் மறைந்துவிட்டிருந்த தன் குரலைக் கண்டுபிடிக்க முடியவில்லை. பெருமூச்சு எழ அதைத் தன் உடலுக்குள்ளேயே பரவவிட்டு மறைத்துக்கொண்டான். துரியோதனன் கருமையில் இருந்து செந்நிற கூர்நுனிகளுடன் எழுந்து வந்த மேகங்களை நோக்கியபடி நின்றிருந்தான்.

அப்போது சிரிப்பொலிகள் கேட்டன. துச்சாதனன் தன் அமைதியில் இருந்து மீள்வதற்குள் குண்டாசியும் சேனானியும் அபராஜிதனும்

இடைநாழிவழியாக ஓடி வந்து உப்பரிகைக்குள் பாய்ந்தனர். "நில்... இல்லையேல் உன் தலை உருளும்!" என்று கூவியபடி வந்த குண்டாசியின் கையில் ஒரு மூங்கில் இருந்தது. முன்னால் ஓடிய அபயன் துரியோதனனைக் கண்டு திகைத்து நிற்க, குண்டாசி ஓடிவந்து "பிடிபட்டான் திருடன்!" என்று கூவியபின் அபயனின் அமைதியைக் கண்டு திகைத்து துரியோதனனை நோக்கி "நான் காவலன், இவன்தான் திருடன்... அரண்மனையில் புகுந்து..." என்று தடுமாறி சொல்லத் தொடங்கினான். அதேகணம் உள்ளே பாய்ந்துவந்த யுயுத்ஸு "நான் வந்துவிட்டேன்" என்று கிளிக்குரலில் கூவிவிட்டு துரியோதனனைக் கண்டு "நான் வந்தேன்" என மெல்லிய குரலில் சொன்னான்.

துரியோதனனின் முகம் புன்னகையில் விரிந்தது. அரக்குப்பாவை அனலில் உருகுவதுபோல என்று துச்சாதனன் எண்ணிக்கொண்டான். "அனைவரும் களமாடலுக்கு ஒருங்கிவிட்டீர்களா?" என்று சொல்லி துரியோதனன் குனிந்து குண்டாசியின் தலையை வருடினான். அவன் வெட்கத்துடனும் பெருமிதத்துடனும் மற்றவர்களை நோக்கிவிட்டு "ஆம், மூத்தவரே... பட்டாடை அணிந்ததும் தேரில் ஏறிச்சென்றுவிடுவோம்..." என்றான். அபயன் "பட்டாடை அணியப்போகிறேன்" என்றான். யுயுத்ஸு "நான் பட்டாடை பட்டாடை!" என்று கையை விரித்து, திக்கினான்.

துரியோதனன் யுயுத்ஸுவை அப்படியே தூக்கிச் சுழற்றி தன் தோள்மேல் வைத்துக்கொண்டான். கௌரவர்களிலேயே அவன் மட்டும்தான் சிறிய உடல்கொண்டிருந்தான். அபயன் எம்பி எம்பி குதித்து "பாவை... பாவை போலிருக்கிறான்" என்றான். "அனைவரும் சென்று பட்டாடை அணிந்து வாருங்கள்" என்றான் துரியோதனன். "மூத்தவரே, நீங்கள் இன்று கதாயுதப்போர் புரிவீர்கள் அல்லவா?" என்றான் குண்டாசி. "ஆம்" என்றான் துரியோதனன். "நீங்களும் களம் ஏறவேண்டும்." மேலே இருந்த யுயுத்ஸு கைகளை விரித்து "நான் நான் நான் கதை கதையை...!" என்றான். "போடா, நீ பாவை... உனக்கு கதை கிடையாது" என்றான் குண்டாசி. "உண்டு... உண்டு" என்றான் யுயுத்ஸு. "உண்டு... நீயும் கதைப்போர் செய்யலாம்..." என்று சொல்லி அவனை துரியோதனன் இறக்கிவிட்டான்.

"அனைவரும் செல்க!" என்று சொன்ன துச்சாதனன் "மூத்தவரே, களம்புகும் நேரமாகிறது. உதயம் முதல் அஸ்தமனம் வரை முகூர்த்தம்... இன்னும் ஒருநாழிகைக்குள் விடிந்துவிடும்" என்றான். துரியோதனன் தலையை அசைத்தான். அவன் படியிறங்கி நீராட்டறைக்குச் சென்றபோது துச்சாதனன் ஓடிச்சென்று பிற கௌரவர்களை உடைமாற்றி அணிகொள்ளும்படி சொல்லிவிட்டு தான் நீராடி நீலப்பட்டாடை

அணிந்து வந்து துரியோதனனின் அணியறை வாயிலில் நின்றான். பணியாளர்களால் அணிசெய்யப்பட்டுக்கொண்டிருந்த துரியோதனன் "நேரமாயிற்றா?" என்றான். "ஆம், மூத்தவரே" என்றான் துச்சாதனன்.

துரியோதனன் வெளியே வந்தபோது துச்சாதனன் தன்னை அறியாமலேயே கைகூப்பினான். இளஞ்சிவப்புப் பட்டாடையை இடைக்கச்சமாக அணிந்து, பொற்பின்னல்கள் கொண்ட வெண்ணிற உத்தரீயத்தை தோளில் போட்டு, குழலை நேர்க்குடுமியாக நெற்றியில் கட்டி, அதில் மணியாரம் சுற்றி, காதில் தாரகுண்டலங்களும் மார்பில் செம்மணி ஆரமும் ஒளிவிட தோள்வளைகளும் கங்கணங்களும் அணிந்து வந்த துரியோதனன் ஓவியப்பாவையில் எழுந்த தெய்வம் போலிருந்தான். "தேர்கள் ஒருக்கமாயினவா?" என்று அவன் கேட்டபோது துச்சாதனன் "ஆம், மூத்தவரே... இதோ" என்றான்.

தேர்கள் நகர்வழியாகச் சென்றபோது நகரமே பால் பொங்கி நுரைத்த கலம் போல நிறைந்து வெளியே ததும்பிக்கொண்டிருப்பதை துச்சாதனன் கண்டான். தேர்ச்சாலைகளில் ஒளிரும் வேலேந்திய வீரர்கள் கொம்புகளை ஊதி மக்களை விலக்கி வழியமைத்தமையால் மட்டும்தான் செல்லமுடிந்தது. காவலர்களின் குதிரைகள் மக்கள் கூட்டத்தில் சுழலில் சிக்கிய சருகுகள் போல அலைக்கழிந்தன.

மெல்ல மெல்ல துரியோதனன் மீண்டும் அமைதியிழப்பதை துச்சாதனன் கண்டான். தேரில் அவனருகே நின்றபோது துரியோதனன் உடலில் இருந்து அனல் எழுந்து தன்மேல் படுவதைப்போல உணர்ந்தான். தமையனைச் சற்று குளிர்விக்கும் என்பதற்காக "மக்கள் மகிழ்கிறார்கள் மூத்தவரே" என அவன் சொன்னான். "ஆம், அனைவரும் நான் இன்று களத்தில் விழுந்து மாள்வேன் என எண்ணுகிறார்கள்..." என்றான் துரியோதனன் கசப்புடன் சிரித்து. "தலைக்குமேல் எழுந்தவை இடிந்துவிழுவதைப் பார்ப்பதுபோல எளியவனை கிளர்ச்சி கொள்ளச்செய்யும் காட்சி ஏதுமில்லை."

3

காஞ்சனம் எழுவதற்கு முன்னரே நீராடி ஈரம் சொட்டிய குழலுடன் தருமன் அரண்மனை இடைநாழியின் கருங்கல்தளம் வழியாக நடந்து உப சாலைக்குள் சென்றான். அங்கே இலக்குப்பலகையில் அம்பு தைக்கும் ஒலி கேட்டது. அவன் உள்ளே நுழைந்தபோதுதான் துரோணர் வில்லை தாழ்த்தியிருந்தார். அவன் வருகையை அவர் அறிந்திருந்தாலும் பொருட்டாக எண்ணவில்லை. “நம் கையிலிருந்து எழும் அம்பு தன் தன்மையை ஒருபோதும் உணரலாகாது. நம் ஆன்மா அதனுடன் பறந்துகொண்டிருக்கவேண்டும்” என்றார். “காற்றில் பறக்கும் அம்பில் அந்த வில்லாளி வாழ்ந்துகொண்டிருக்கிறான் என்பார்கள்” என்றபடி தான் மேலாடையால் முகத்து வியர்வையை ஒற்றிக்கொண்டார்.

அர்ஜுனன் உடலெங்கும் வியர்வை வழிய வந்து அவர் பாதங்களைப் பணிந்தபின் வில்லைக் கொண்டுசென்று கொக்கியில் மாட்டினான். “முன்பு ஒரு கதை சொல்வார்கள். வில்லில் இருந்து அம்பைத் தொடுத்த வில்லாளி ஒருவனின் தலையை அக்கணமே ஒருவாள் கொய் தெறிந்தது. அந்தத் தலை கொய்யப்பட்ட கணம் தீயது. விண்ணகம் கொண்டு செல்லாதது. அம்பு மேலும் பல கணங்கள் கழித்துத்தான் இலக்கை எட்டியது. அந்தக் கணம் மிக உயர்ந்தது. அவ்வீரனின் இறப்பை அம்பு தைத்த கணத்தைக்கொண்டே மதிப்பிடவேண்டும், அவன் விண்ணகம் செல்வான் என்றனர் நிமித்திகர். அதை அவர்கள் மூதாதையரை அழைத்து சொல்தேர்ந்து வினவியபோது, ஆம் ஆம் ஆம் என்றது இறப்புக்கு அப்பால் இருந்த மூதாதையரின் பெருவெளி…”

தருமன் துரோணரை வணங்கினான். அவர் மெல்லிய தலையசைப்பால் அவ்வணக்கத்தை ஏற்றுக்கொண்டு மேலும் பேசினார். “வில்லாளியின்

ஆன்மா விண்ணுலகுக்குச் செல்வது ஓர் அம்பின் வடிவில் என்கின்றன நூல்கள். நிறைவடைந்த போர்வீரனின் ஆன்மா வெண்ணிறமாக எழுகிறது. சினம் எஞ்சியிருக்க இறந்தவன் செந்நிறத்தில் எழுகிறான். வஞ்சம் எஞ்சியிருப்பவன் கரிய சிறகுள்ள அம்புகளாக எழுகிறான். வில்லாளி வில்லில் இருந்து தொடுக்கப்பட்டுவிட்ட அம்பு. அவனுடைய இயல்பான முடிவை நோக்கி அவன் சென்றுகொண்டிருக்கும் காற்றுவெளியே ஊழ் எனப்படும்.”

அவர் அர்ஜுனனிடம் பேசும்போது தனக்குத்தானே பேசிக்கொண்டிருப்பதாகவே தருமன் எண்ணிக்கொள்வான். சொற்களாக மட்டுமே அவர் அங்கிருப்பதாகத் தோன்றும். இத்தனை வருடங்களில் விழித்திருக்கும் கணமெல்லாம் அவர் அவனுக்குக் கற்பித்துக்கொண்டிருக்கிறார். ஆனால் முதன்மையான எதையோ விட்டுவிட்டதுபோல இறுதிக்கணத்தில் விரைந்து சொல்லிக்கொண்டிருக்கிறார். தருமன் புன்னகை செய்தான். களத்தில் அவன் தோற்றுவிடுவான் என்றா அவர் எண்ணுகிறார்?

ஆனால் துரோணர் பேசிக்கொண்டிருப்பதைக் கேட்டபோது அவர்கள் இருவர் நெஞ்சிலும் அன்றைய களம் பற்றிய எண்ணமே இல்லை என்று தருமன் உணர்ந்தான். “எந்த வில் தொடுத்தாலும் அம்புக்கு வானில் ஓர் எல்லை உள்ளது. அந்த எல்லை மானுடனுக்கு பிரம்மம் அளித்தது. வில்வேதம் சொல்கிறது, மும்மூர்த்திகளின் அம்புகளுக்கும் எல்லை உண்டு என. எல்லையற்ற அம்பு என்பது பிரம்மமே. ஏனெனில் அது தன்னைத் தானே அம்பாக்கித் தொடுத்துவிட்டிருக்கிறது.”

அஸ்வத்தாமன் அணிக்கோலத்தில் வந்து நின்றான். துரோணர் அவனை நோக்கியபடி “ஆம், இன்று களம்புகுதல் அல்லவா? நீ அணிக்கோலம் பூணவேண்டும்” என்று சொல்லி குனிந்து நிலம்தொட்டு வணங்கி அர்ஜுனன் தலையைத் தொட்டு “புகழுடன் இரு” என்று வாழ்த்தியபின் நடந்து சென்றார். அஸ்வத்தாமன் தருமனை நோக்கி மிகுந்த முறைமையுடன் தலைவணங்கி தந்தையுடன் சென்றான்.

தருமன் அங்கிருந்த மரப்பீடத்தில் அமர்ந்துகொண்டான். கச்சையை அவிழ்த்தபடி அர்ஜுனன் “மூத்தவரே, தங்கள் அகம் நிலையழிந்திருக்கிறதென எண்ணுகிறேன்” என்றான். “நான் நேற்று முழுக்க துயில்கொள்ளவில்லை” என்றான் தருமன். “ஏன்?” என்று அர்ஜுனன் இயல்பாகக் கேட்டான். “என் உள்ளுணர்வு சொல்கிறது, இந்தப் பயிற்சிக்களம் என்றோ எங்கோ ஒரு பெரும் போர்க்களமாக ஆகப்போகிறது என்று. தம்பி, ஆயுதங்களுக்கு தங்களுக்கென ஒரு திட்டம் உண்டு என்று எனக்கு படுகிறது. அவை தங்களுக்குள் குரலின்றி உரையாடிக்கொள்கின்றன. அவை நமக்குள் குரோதங்களையும்

பேராசைகளையும் ஐயங்களையும் நிரப்புகின்றன. நம்மை ஒரு பெரிய சமர்களம் நோக்கி மௌனமாக இட்டுச்செல்கின்றன.”

“தத்துவத்தில் இருந்து நீங்கள் கவிதை நோக்கி வந்து விட்டீர்கள் மூத்தவரே” என்றபடி அர்ஜுனன் உச்சியில் குடுமியாகக் கட்டியிருந்த குழலைக் கலைத்து தோளில் பரப்பிக்கொண்டான். சால்வையை எடுத்துப் போட்டுக்கொண்டு “நான் நீராடச் செல்கிறேன்” என்றான். “தம்பி, உண்மையிலேயே உனக்குத் தெரியவில்லையா? இங்கே நிகழவிருப்பது வெறும் பயிற்சிதானா? அதற்கு ஏன் இத்தனை வன்மம்? என்னைப்பார்த்துச் சொல், சுயோதனனின் கண்களைச் சந்தித்துப் பேசமுடிகிறதா உன்னால்?”

அர்ஜுனன் சினத்துடன் திரும்பி “ஆம், எந்தப் பயிற்சியும் போர்தான். அதை அறியாத ஷத்ரியன் இல்லை. ஆனால் இந்தப் பயிற்சியில் அவர்களுக்கு ஒன்று தெரிந்துவிடும். நம் வல்லமைக்கு முன்னால் அவர்கள் எதிர்நிற்க முடியாது. அப்படி ஒரு கனவு அவர்களிடமிருக்கும் என்றால் அது இன்று மாலையோடு கலைந்து விடும்” என்றான். “தங்களுக்கு படைக்கலம் என்றாலே என்ன என்று தெரியவில்லை மூத்தவரே. ஆகவேதான் அஞ்சுகிறீர்கள். தங்கள் நெஞ்சில் இருப்பது எந்த அறக்குழப்பமும் அல்ல. வெறும் அச்சம் மட்டுமே.”

பெருமூச்சுடன் தருமன் தலைகுனிந்து மண்ணைப் பார்த்தான். “என் வில்லிலும் பீமசேனரின் தோளிலும் ஐயம் கொள்கிறீர்களா அண்ணா?” என்றான் அர்ஜுனன். தருமன் நிமிர்ந்து “இல்லை தம்பி. உங்களுக்கிணையாக அவர்கள் தரப்பில் எவருமே இல்லை என்று நான் அறிவேன். ஆனால்...” அர்ஜுனனின் கண்களைப் பார்த்து சஞ் சலம்கொண்டு தவித்த கண்களுடன் தருமன் சொன்னான் “நான் அஞ்சுவது தோல்வியை அல்ல. இறப்பையும் அல்ல. ஆயுதங்களைத்தான் நான் அஞ்சுகிறேன் தம்பி. அவை மனிதன் மீது படர்ந்திருக்கும் பாதாளத்தின் ஆற்றல் என்று தோன்றுகிறது.”

நடுக்கமோடிய குரலில் தருமன் சொன்னான் “இரும்பு எத்தனை குரூரமான உலோகம்! மண்ணின் ஆழத்தில் இருந்து அது கிளம்பி வருகிறது. எதற்காக? அதன் நோக்கம்தான் என்ன? இத்தனை வருடங்களில் அந்த உலோகம் குடித்த குருதி எத்தனை ஏரிகளை நிறைக்கப்போதுமானது!” அவன் குனிந்து தன் தலையைப் பிடித்துக்கொண்டான். “என் அகம் நடுங்கிவிட்டிருக்கிறது இளையவனே. மனிதனை ஆள்வது விண்ணின் ஆற்றல்கள் அல்ல. மண்ணின் ஆழத்தின் வன்மமான இரும்புதான். வேறெதுவும் அல்ல. அதுதான் வரலாற்றைத் தீர்மானிக்கிறது. தர்ம அதர்மங்களை வரையறை செய்கிறது.”

“நீங்கள் சற்று பழரசம் பருகி ஓய்வெடுக்கலாம்” என்றான் அர்ஜுனன் சிறிய ஏளனத்துடன். “இந்த அச்சத்துக்குள் இருப்பது உங்கள் விழைவுகள் மட்டுமே. உள்ளூர நீங்கள் துரியோதனனை அஞ்சுகிறீர்கள். உங்கள் அரியணையை அவனிடமிருந்து பெறமுடியாமலாகுமோ என்ற ஐயம்...” தருமன் புண்பட்டு “இளையவனே!” என்றான். அர்ஜுனன் அதை நோக்காமல் “நீங்கள் அதை மறைக்க வேண்டாம் மூத்தவரே. ஆழத்தின் இச்சைகள் மீதுதான் நாம் அதிகமான சொற்களைப் போடுகிறோம். இன்று பயிற்சிக்களத்திற்கு வாருங்கள். என் அம்புகளின் ஆடலைக் கூர்ந்து நோக்குங்கள். உங்கள் அச்சம் இன்றோடு விலகும்” என்றான்.

அர்ஜுனன் செல்வதை பொருளற்றுப் பார்த்துக்கொண்டிருந்த தருமன் பெருமூச்சு விட்டான். அரண்மனைமுகப்பில் காஞ்சனம் ஒலித்தது. பெருமுரசொலி வழியாக உருண்டு உருண்டு நெருங்கி வந்த காலத்தை அவன் அச்சத்துடன் கண்டான். இடைநாழி வழியாக தவிப்புடன் நடந்துசென்று தன் அறைக்குள் நுழைந்தான். பட்டுநூலில் கட்டி வைக்கப்பட்டிருந்த ஏடுகளை பொருளின்றி புரட்டிக்கொண்டிருந்தபின் எழுந்து சென்று சதுரங்கப்பலகையை விரித்துக்கொண்டு காய்களைப் பரப்பி தனக்குத்தானே ஆட ஆரம்பித்தான். ஆட்டவிதிகள் வரையறை செய்யப்பட்ட இந்த ஆட்டம் வெளியே உள்ள மகத்தான சதுரங்கத்தில் இருந்து என்னை மீட்கிறது என்று தனக்குத்தானே சொல்லிக்கொண்டான். தன்னைத்தானே இருமுறை வென்றபோது அவன் முகத்தில் மெல்லிய புன்னகை விரிந்தது.

புலரிக்கான முரசுகள் ஒலிக்கத் தொடங்கின. தொலைவில் களமுற்றத்தின் பெருமுரசம் முழங்க ஆரம்பித்தது. அரண்மனையின் பெருமுற்றத்தில் காத்து நின்றிருந்த தேர்களில் ஏறி ஒவ்வொருவராக களம் நோக்கிச் செல்ல ஆரம்பித்தார்கள். முதலில் பணியாளர்கள். பின்னர் அதிகாரிகள். பின்னர் அமைச்சர்கள். பின்பு அரசகுலப்பெண்டிர். இறுதியாக குருகுலத்து இளவரசர்கள் சென்றனர். தருமன் செம்பட்டாடையும் இளமஞ்சள் மேலாடையும் மகர கங்கணமும் தோரணமாலையும் அணிந்து முற்றத்துக்கு வந்தான். உள்ளிருந்து விதுரர் இரு அமைச்சர்களும் பார்கவரும் உடன் வர மெல்லிய குரலில் உரையாடியபடியே வந்தார். தருமன் அவரைத் தலை வணங்கியபோது “எங்கே பீமனும் அர்ஜுனனும்?” என்றார். தருமன் “பீமன் நீராடிவிட்டு சற்று முன்னர்தான் வந்தான். அர்ஜுனன் இதோ வந்துவிடுவான்” என்றான்.

“பீமன் இரவு ஓய்வெடுத்தானா?” என்றார் விதுரர். தருமன் பேசாமல் நின்றான். “படைக்கலப்பயிற்சியும் எடுத்திருக்கமாட்டான். அடுமனையில் இருந்திருப்பான்” என்றார் விதுரர் சுருங்கிய கண்களுடன். “ஆம்,

அமைச்சரே. அவனை எவரும் வழிநடத்தமுடியவில்லை” என்றான் தருமன். “அவர் மாருதர். காற்றை எவர் வழிநடத்தமுடியும்?” என்று பார்கவர் சொல்ல விதுரர் சினத்தில் சுருங்கிய முகத்துடன் அவரை நோக்கிவிட்டு “இன்று நிகழவிருப்பது பயிற்சி அல்ல, போர்” என்றார்.

பீமன் இடைநாழி வழியாக நீர்த்துளிகள் பரவிய பேருடலுடன் எந்த அணிகளும் இல்லாமல் புலித்தோலாலான அந்தரீயம் மட்டும் அணிந்து வந்தான். அவனை எதிர்பாராத வீரர்களும் சூதர்களும் பதறி வாழ்த்தொலி எழுப்ப முயல அவன் கைகாட்டி நிறுத்தி “கிளம்புவோமே” என்றான். “மந்தா, நீ அணிகலன்கள் அணியவேண்டாமா?” என்றான் தருமன். “மூத்தவரே, நடக்கவிருப்பது மற்போர்... அதற்குரிய ஆடைகளை அணிந்திருக்கிறேன்...” என்றபின் சிரித்து “எனக்கும் சேர்த்து பெரியதந்தையார் அணிகலன்கள் சூடியிருக்கிறார்” என்றான்.

வாழ்த்துக்களும் மங்கல இசையும் எழ அர்ஜுனன் விரைந்து வந்தான். இளநீலப் பட்டாடையும் அணிகளில் ஒளிவிட்ட நீலவைரங்களுமாக அவன் விண்மீன்கள் செறிந்த வானம் என தோன்றினான். விதுரர் “களமுரசு ஒலிக்கத் தொடங்கிவிட்டது. நகரத்தெருக்களெங்கும் மக்கள் நெரிகிறார்கள். உடனே கிளம்பினால் மட்டுமே சென்றுசேரமுடியும்” என்றார். முற்றத்தில் குந்தியின் மூடுதேர் நிற்பதைக் கண்டதும் விதுரர் சற்று தயங்கி நின்றார். இடைநாழியில் வாழ்த்தொலிகளும் மங்கல இசையும் கேட்டன. நகுலனும் சகதேவனும் மஞ்சள்பட்டாடையும் மணிநகைகளுமாக ஓடிவந்து பீமன் மேல் பாய்ந்து கட்டிக்கொண்டனர். “மூத்தவரே, நான் இன்று வாட்போரிடப்போகிறேன்...” என்று நகுலன் கூவினான். “ஆம், நான் வாட்போர்! நானும் வாட்போர்” என்றான் சகதேவன். அப்பால் குந்தி வருவதைக் கண்டு விதுரர் தலைவணங்கி நின்றார்.

வெண்ணிற ஆடையால் முகம் மறைத்த குந்தி வந்து நின்றபோது தருமன் அருகே சென்று தலைவணங்கி “களம்புகவிருக்கிறோம் அன்னையே, வாழ்த்துங்கள்” என்றான். குந்தி தன் கையை அவன் தலைமேல் வைத்து “பீடு பெறுக!” என்று வாழ்த்தினாள். பீமனும் அர்ஜுனனும் அவளை வணங்கினர். அவள் மூடுதேரில் ஏறிக்கொண்டதும்தான் விதுரர் தலையைத் தூக்கினார். தேர் கிளம்பிச்சென்றதும் விதுரர் ஊழ்கத்தில் இருந்து விழித்தவரின் முகத்துடன் மெல்லிய குரலில் “நாமும் செல்வோம்” என்றார்.

ஐவரும் ஒரே தேரில் நகரத்தெருக்கள் வழியாகச் சென்றனர். தெருக்களெங்கும் ததும்பிய கூட்டம் அவர்களைக் கண்டு கைகளை விரித்து எம்பிக்குதித்து ஆர்ப்பரித்து வாழ்த்தொலி எழுப்பியது.

வாழ்த்தொலிகளும் முழவொலியும் முரசொலியும் சேர்ந்து அலையடிக்க அதன் மேலேயே தேர் ஊசலாடிச்செல்வது போலிருந்தது. அப்பால் செம்மண் விரிந்த களமுற்றம் கண்ணில் பட்டதுமே தருமன் உடல் சிலிர்த்தது. புதுநிலம் கண்ட புரவி போல அவன் தயங்கி பின்னால் நகர அர்ஜுனன் அவன் தோளை மெல்லத் தொட்டு "தலைநிமிர்ந்து செல்லுங்கள் மூத்தவரே, அஸ்தினபுரத்தின் அதிபர் யாரென இன்று தெரிந்துவிடும்" என்றான். களம் மாபெரும் குருதிக்குளமென தருமனுக்குத் தோன்றியது. அதற்கு மக்கள்திரளால் கரை அமைந்திருந்தது.

நீள்வட்டமாக விரிந்திருந்த களத்தின் மேற்கு எல்லையில் கிழக்கு நோக்கி பொன்மூங்கில்களாலும் மரப்பட்டைகளாலும் அமைக்கப்பட்டு பட்டுத்திரைகளாலும் பாவட்டாக்களாலும் அலங்கரிக்கப்பட்டிருந்த அரசமண்டபத்தின் நடுவே இருந்த அரியணையில் வேதகோஷங்கள் முழங்க வாழ்த்தொலிகள் அதிர, திருதராஷ்டிரர் வந்து அமர்ந்ததும் அரங்கவெளியைச் சுற்றி அமைக்கப்பட்டிருந்த பார்வையாளர் மேடைகளிலிருந்து வாழ்த்தொலிகள் பொங்கி எழுந்தன. மலர்களும் மஞ்சளரிசியும் அலைகளாக எழுந்து அரியணைமேல் பொழிந்தன. திருதராஷ்டிரருக்கு இடப்பக்கம் சகுனி அமர்ந்துகொள்ள பின்புறமாக சஞ்சயன் நின்றான். வலப்பக்கம் பீஷ்மர் வெண்தாடியுடனும் பொற்சரிகை வேலைப்பாடுகள் செய்த தூய வெள்ளாடையுடனும் வந்து அமர்ந்தார். அவருக்கு அப்பால் விதுரருக்கும் பிற அமைச்சர்களுக்கும் இருக்கைகள் போடப்பட்டிருந்தன.

சற்று அப்பால் பெண்களுக்கென அமைக்கப்பட்டிருந்த தனி மண்டபத்தில் அரசியாகிய காந்தாரியும் அவளைச்சூழ்ந்து காந்தாரத்து அரசியரும் அமர்ந்தனர். வெண்திரையால் முகத்தை மூடிக்கொண்ட குந்தி அரசியர் மண்டபத்தின் வலது ஓரத்தில் அமர்ந்தாள். அவளருகே மாலினி நின்றிருந்தாள். இரு மண்டபங்களுக்கும் நடுவே இருந்த பெரிய பந்தலில் களம் காணும் இளவரசர்களும் அவர்களின் பணியாளர்களும் நின்றிருந்தனர். துரோணர் இறுதி ஆணைகளை அளித்துவிட்டு கிருபருடன் மேலேறிச்சென்று அரங்கபூசனைமேடைமேல் நின்றார். ஒவ்வொருவரையும் மக்கள் திரள் வாழ்த்தொலி எழுப்பி வரவேற்றது. மக்களின் ஒலிகளைக்கேட்டு மகிழ்ந்த திருதராஷ்டிரர் இரு கைகளையும் கூப்பியபடி மலர்ந்த முகத்துடன் அமர்ந்திருந்தார்.

சங்குகளும் முரசுகளும் அதிர்ந்து அமைதிகொள்ள நிமித்திகன் ஒளிரும் செம்பட்டுத் தலைப்பாகையும் மஞ்சள் ஆடையும் அணிந்தவனாக எழுந்து கோல்பீடத்தில் ஏறி உரத்த குரலில் "ஜய விஜயீபவ! மங்கலம் நிறைக!" என்றான். "சந்திரனின் மைந்தரும், மாமன்னர் ஹஸ்தியின் கொடிவழி

வந்தவரும் குருகுலத்துத் தோன்றலும் மாமன்னர் விசித்திரவீரியரின் மைந்தரும் அஸ்தினபுரத்தின் மாமன்னருமாகிய திருதராஷ்டிரரை இந்த பாரதவர்ஷமும் என்னைப்போல் தலைபணிவதாக!" என்றான். வாழ்த்தொலிகள் எழுந்து அமைந்தன. பீஷ்ம பிதாமகரையும், சகுனியையும் வாழ்த்தியபின் அரங்குக்கு வந்திருந்த குடிமக்களுக்கு வாழ்த்து சொன்னான். "இங்கே எங்கள் இளவரசர்களைப் பயிற்றுவித்து போர்வீரர்களாக ஆக்கியிருக்கும் முதற்குருநாதர்களான கிருபரையும் துரோணரையும் எங்கள் சிரங்கள் பாதம் தொட்டுப் பணிவதாக!" என்று அவன் சொன்னபோது கூட்டம் ஆமோதித்துக் குரலெழுப்பியது. படைக்கலக்கல்வியில் முழுமையடைந்த குருகுல இளவரசர்களின் திறனை குடிகள் அனைவரும் காண அவ்விழா ஏற்பாடு செய்யப்பட்டிருப்பதாக அறிவித்தான். "தேவர்களும் மூதாதையரும் வந்து சூழ்க! மண்மறைந்த வீரர்கள் அனைவரும் வந்து விழியாகி நிற்கட்டும். நம் இளையோர் வீரத்தால் இம்மண்ணை, இக்கணத்தை, இனிவரும் காலங்களை அணிசெய்யட்டும்!"

"அவையோரே. மூன்றுவயதுமுதல் பிரம்மசரியக் கங்கணம் கட்டி, குலத்தையும் குடியையும் உற்றாரையும் உறவுகளையும் துறந்து ஆசிரியர் அடிகளில் அமர்ந்து அவர்கள் கற்ற கல்வி இன்று நிறைவுறுகிறது. நாளை கொற்றவை ஆலயத்தின் முகப்பில் நிகழும் பூசனையில் அவர்களுக்கு வீரகுண்டலங்களும் படைக்கச்சைகளும் முதற்பேராசிரியராகிய துரோணரால் வழங்கப்படுகையில், அஸ்தினபுரியை ஆளும் மாவீரர்களின் அடுத்த தலைமுறை எழும். அவர்களின் படைக்கலங்கள் இங்கு அறம் துலங்கச்செய்யும். செல்வம் பெருகச்செய்யும் இன்பம் நிலைக்கச்செய்யும். ஆம், அவ்வாறே ஆகுக!" கூடியிருந்த பெருங்கூட்டம் 'ஆம்! ஆம்! ஆம்!' என்று ஒலியெழுப்பியது.

திருதராஷ்டிரர் கையசைத்ததும் பெருமுரசம் மீண்டும் முழங்கி அமைந்தது. கிருபரின் களத்தின் ஆசிரியரான சுசரிதர் களத்துக்கு வந்து "அவையினரே, இங்கு மூப்புமுறைப்படி குருபூசனையுடன் படைக்கலப்பயிற்சியை தொடங்குகிறோம். வாழ்க!" என்று சொல்லி கையசைத்தார். தருமன் குடிமக்களின் வாழ்த்தொலிகள் அதிர களத்துக்கு வந்து, அரங்கின் தென்மேற்கு மூலையில் கொற்றவையைக் குடியமர்த்தியிருந்த அரங்க பூசனை மேடை மீது வெள்ளையாடையும் வெண்ணிறமான தாடியுமாக நின்ற துரோணரை அணுகி அவரது பாதங்களில் செம்மலர்களை அள்ளிப் போட்டு மும்முறை வணங்கினான். அவர் அவனை வாழ்த்தி நெற்றியில் கொற்றவையின் குருதிக்குறியைத் தொட்டணிவித்தார். கிருபரையும் வணங்கி வாழ்த்துபெற்று அவன் இறங்கிவந்து நின்றான்.

துரியோதனன் வணங்கியபடி களத்தில் நுழைந்தபோது கடலோசைபோல இடையறாது கேட்ட வாழ்த்தொலிகள் தொடர்ந்து துச்சாதனனும் விகர்ணனும் அரங்குக்கு வந்தபோதும் வேகம் தாழாமல் முழங்கின. ஆனால் தோலாடை மட்டும் அணிந்தவனாக பீமன் அரங்குக்கு வந்தபோது பிற எவருக்குமே எழாத அளவுக்கு வாழ்த்தொலி முழக்கங்கள் கேட்டன. களிவெறி கொண்ட நகரத்து இளைஞர்கள் மலர்களை வானில் வீசியபடி எழுந்து நின்று கைவீசி ஆர்ப்பரித்தனர். அர்ஜுனன் நுழைந்தபோது பெண்கள் கூட்டத்திலும் மகிழ்ச்சிக் குரல்களும் ஆரவாரச் சிரிப்புகளும் ஒலித்தன.

துரியோதனன் கண்கள் பீமனின் உடல்மேலேயே நிலைத்திருந்ததை தருமன் ஓரக்கண்ணால் பார்த்துத் திரும்பியபோது அர்ஜுனனின் பொருள்பொதிந்த புன்னகைத்த கண்கள் அவனை வந்து தொட்டன. நிமித்திகன் ஒவ்வொரு இளவரசனாக அறிமுகம் செய்து முடித்ததும் திருதராஷ்டிரர் கையை அசைக்க போர் முரசங்கள் முழங்கின. அரங்கில் மெல்ல ஒலிகள் அடங்கி அமைதி பரவியது. கொடிகளும் தோரணத்துணிகளும் காற்றிலாடும் ஒலி மட்டும் குதிரைகள் நாக்கைச்சுழற்றுவதுபோலக் கேட்டது.

முதலில் விகர்ணனும் மகாதரனும் புரிந்த கதைப்போர் அஸ்தினபுர வீரர்களுக்கு வெறும் குழந்தை விளையாட்டாகவே இருந்தது. சிரித்தபடி அவர்களை குரல்கொடுத்து ஊக்கினார்கள். பிறகு சகதேவனும் துர்முகனும் வேல்களால் போர் புரிந்தார்கள். நகுலனும் தனுர்த்தரனும் வாள்களுடன் அரங்குக்கு வந்தபோது பார்வையாளர் மத்தியில் விளையாட்டுமனநிலை அடங்கி ஆர்வம் பரவியது. தனுர்த்தரன் உயரமான மெல்லிய உடலும் நீண்ட கைகளும் கொண்டவன். வாட்போரில் அது எப்போதுமே உகந்தது. நகுலன் அழகிய சிறுவன் போலிருந்தான். அந்தக் காரணத்தினாலேயே போரில் யார் வெல்லவேண்டுமென பார்வையாளர் உடனடியாக முடிவெடுத்துவிட்டதாகப் பட்டது. இருவரும் கூர்ந்த பார்வைகள் எதிரியை அளவிட, சுற்றிச் சுற்றி வந்தனர். கொத்த யத்தனிக்கும் நாகங்கள் போல வாள்நுனிகள் நீண்டும் பின்வாங்கியும் அசைந்து ஒரு கணத்தில் கணீரென்ற ஒலியுடன் மோதிக் கொண்டன.

இரு பாம்புகளின் சண்டை போலிருந்தது அது. பாம்புகளின் நாக்குகள் போல வாள்கள். அவர்களின் மெல்லிய உடல்கள் மென்மையான கூரிய அசைவுகளுடன் நடனம் போல ஒருவர் அசைவுக்கு மற்றவர் அசைவு பதிலாக அமைய சுழன்று வந்தன. மெதுவாக தனுர்த்தரனின் விரைவு ஏறி ஏறி வர, நகுலன் மூச்சு சீறப் பின்வாங்கியபோது தனுர்த்தரனின் வாள்நுனி அவன் தோள்களில் கீறிச்சென்றது. நகுலனின் கரியநிறத்தோளில் ஒரு சிவந்த கோடு விழுந்து உதிரம் ஊறி மார்பில் வழிந்ததைக் கண்ட கூட்டம் வருத்தஒலி எழுப்பியது.

தன் குருதியைக் கண்ட நகுலன் சீறி முன்சென்று வெறியுடன் தாக்க ஆரம்பித்தபோது தனுர்த்தரனின் கை தளர்ந்து அவன் வாள் பலமுறை நகுலனின் வாளில் பட்டுத் தெறித்து விலகியது. நகுலன் வெகுவாக முன்னேறிச் செல்வதைக் கண்ட கூட்டம் ஆரவாரித்தது. நகுலனின் வாள் தனுர்த்தரனின் வாள்கையை எட்ட முயன்ற ஒரு கணத்தில் என்ன நடந்தது என எவருமறியாதபடி நகுலனின் வாள் தெறித்து ஒளியுடன் சுழன்று சென்று மண்ணில் விழுந்தது. தனுர்த்தரனின் வாள் அவன் கழுத்தைத் தொட்டு நின்றது.

மேலாடையால் முகத்தைத் துடைத்தபடி அரங்கை விட்டு இறங்கும்போது தனுர்த்தரன் “உன் உதிரத்தை உன் அகம் நோக்கிய அக்கணமே நீ தோற்றுவிட்டாய்” என்றான். நகுலன் “ஆம் அண்ணா, என்னை மறந்துவிட்டேன்” என்றான். சுசரிதர் அருகே வந்து “வாளுடன் அரங்கில் நின்ற முதற் கணமே உன் தோல்வி தீர்மானிக்கப்பட்டுவிட்டது நகுலா” என்றார். “அவன் உன் கண்களை மட்டுமே பார்த்தான். உன் பார்வையோ அவன் வாளில் இருந்தது.”

தொடர்ந்து இளம் கௌரவர்களின் கதைப்போர்கள் நடந்தன. அவர்கள் அனைவரும் ஒருவரைப்போல ஒருவர் இருந்தமையால் ஆடிப்பாவைகளே போர்புரிவதாகத் தோன்றியது. அக்காரணத்தாலேயே எவருடைய வெற்றியையும் முன்னரே சொல்லமுடியவில்லை. வெற்றிபெற்றவனும் தோற்றவனும் இணைந்து சென்று துரோணரையும் கிருபரையும் வணங்கி வாழ்த்துபெற்று பந்தலுக்கு மீண்டனர். பந்தலிலேயே உணவருந்தியபடி அவர்கள் அமர்ந்திருக்க இடைவெளியே இல்லாமல் போர்ப்பயிற்சி நடந்தது. கூடியிருந்த கூட்டம் அக்காரப்பானகத்தையும் இன்கள்ளையுமே உணவாகக்கொண்டு புயல் காற்றில் பறக்கும் கொடிகளைப்போல ஒருகணமும் துவளாமல் துடித்துக்கொண்டிருந்தது.

பீமன் களத்துக்கு வந்தபோது அவைக்களமெங்கும் முழுமையான அமைதி ஏற்பட்டது. அத்தனை விழிகளும் துரியோதனனை நோக்கின. துரியோதனன் மெல்ல தன் நகைகளைக் கழற்றி தம்பியர் கையில் தந்துவிட்டு [illegible] கலிங்கநாட்டு சிற்பியால் வடிவமைக்கப்பட்ட மிகப்பெரிய கதையை கையில் எடுத்துக்கொண்டான். கிருபரின் பார்வையைச் சந்தித்த துரோணர் தலையசைக்க கிருபர் கைகளைத் தூக்கி “இளையபாண்டவருக்கும் இளைய கௌரவராகிய துச்சாதனருக்கும் இப்போது கதைப்போர் நிகழும்” என்றார். துரியோதனன் திகைத்து கைகளைத் தூக்க கிருபர் அவன் விழிகளை நோக்கி “இது களத்துக்கு ஆசானாகிய என் ஆணை” என்றார். துரியோதனன் தன் கதையை தாழ்த்தினான். துச்சாதனன் அவனை நோக்கி அசைவில்லாமல்

நிற்க பெருமூச்சுடன் துரியோதனன் கதையை துச்சாதனன் கையில் கொடுத்தான்.

பீமன் தன் அருகே நின்ற மகாபாகுவின் கதையை வாங்கி ஒருமுறை சுழற்றிப்பார்த்துவிட்டு அரங்கிலேறினான். பெரிய கைகளில் கலிங்க கதாயுதத்துடன் துச்சாதனன் அரங்கிலேறி அவன் முன் நின்றான். முதலில் ஆர்வமழிந்து குரல் கலைந்த அவையினர் துச்சாதனன் உடலையும் அவன் கையில் சிறு பாவைபோலிருந்த கனத்த கதையையும் கண்டதும் மீண்டும் எழுச்சி கொண்டனர். பேச்சொலிகளும் பேசுபவர்களை அதட்டும் ஒலிகளும் எழுந்தன.

இருவரும் நிலம் தொட்டு வணங்கி கதைகளை நீட்டியபடி களம் நடுவே நின்றனர். காட்டில் உடலெல்லாம் மண்ணை அள்ளிப்பூசி ஒளிரும் சிறு கண்களுடன் கனத்த பாதங்கள் தூக்கிவைத்து கரிய பெருந்தசைகள் திமிறி அதிர மோதிக் கொள்ளும் கொம்பன் யானைகள் போல அவர்கள் சுற்றி வந்தார்கள். யானை முகத்து மதம் போல அவர்கள் உடலிலிருந்து வியர்வை வழிந்தது. தருமன் இருவரின் தோள்களின் தசைநெளிவை மட்டும் நோக்கியபடி கைகளை மார்பில் கட்டி நின்றான். சுழற்சியின் ஒரு கணத்தில் துச்சாதனனின் விழிகளைச் சந்தித்தபோது அவன் நெஞ்சு நடுங்கியது.

முதலில் யானைபோலப் பிளிறியபடி துச்சாதனன் கதாயுதத்தை வீசிப் பாய்ந்தான். பீமனின் கதை அதில் பேரொலியுடன் மோதியபோது அந்த அதிர்வை அங்கிருந்த அனைவரின் வயிறுகளும் உணர்ந்தன. புயல்காற்றில் சுழன்றுபறக்கும் ஆலமரக்கிளைகள் போல அவர்கள் கைகள் காற்றில் வீசின. அரக்கர்களால் தூக்கி வீசப்பட்ட மலைப்பாறைகள் போல கதாயுதங்களின் தலைகள் காற்றில் சுழன்று தீப்பொறி பறக்க முட்டித் தெறித்து சுழன்று வந்து மீண்டும் முட்டின. துச்சாதனனின் முதல் அடி பீமனின் கதையில் பட்டதுமே அவன் பயிற்சிக்காக கதைசுழற்றவில்லை என்பதை தருமன் உணர்ந்துகொண்டான். அதை பீமனும் உணர்ந்துகொண்டதை அவன் உடலசைவுகளில் வந்த மாறுதல் காட்டியது.

பீமனின் அடிகளின் வலிமை துச்சாதனனின் கதையில் இல்லை என்பதை தருமன் அறிந்தான். ஆனால் துச்சாதனனின் ஓர் அசைவு கூட வீணாகவில்லை. அடிக்கும் கணம் தவிர மற்ற தருணங்களில் அவன் கைகளின் ஆற்றல் கதைமீது செலுத்தப்படவேயில்லை. மலரைச்சுற்றிப்பறக்கும் கருவண்டு போல கதை இயல்பாகச் சுழன்றது. கதையின் சுழற்சிக்கு ஏற்ப அவன் கால்கள் மிக அளவாக இடம் மாறின. சென்றவருடங்களில் ஒவ்வொருநாளும் அவன் இந்த கணத்துக்காகப்

பயின்றிருக்கிறான் என்று தருமன் எண்ணிக்கொண்டான். மீண்டும் மீண்டும் அந்த கதைக்கோளம் பீமனின் தலையையே நாடிவந்தது. பேராவலுடன், வெறியுடன், உறுதியுடன், அதற்கெனவே பிறந்ததுபோல.

நேரம்செல்லச்செல்ல பீமனின் சக்தி மழைக்கால மலையருவி போல பெருகியபடியே இருந்தது. மறுபக்கம் துச்சாதனனின் உள்ளிருந்து அவன் ஆத்மாவின் இறுதி எழுச்சியும் விசையாக மாறி வெளிவந்தது தெரிந்தது. போர் முடிவேயில்லாமல் நீண்டு நீண்டு சென்றது. ஆரம்பகணங்களில் இருந்த பதற்றமெல்லாம் விலகிய பார்வையாளர்கள் இருவரில் எவர் வெல்வார்கள் என வாதுகூட்ட ஆரம்பித்தார்கள். ஒரு கட்டத்தில் தருமன் மேகங்கள் நடுவே மின்னல் என அவர்களுக்கிடையேயான வெளியில் தெறிக்கும் அனல்பொறிகளை மட்டுமே பார்த்துக்கொண்டிருந்தான். கதைகள் மோதும் இடியோசை அவனைச் சூழ்ந்து ஒலித்துக்கொண்டிருந்தது.

அரச மண்டபத்தில் திருதராஷ்டிரருக்கு போரை விளக்கிக் கொண்டிருந்த சஞ்சயன் பேச்சை நிறுத்தி விட, கனத்த தலையை கைகளில் தாங்கியபடி விழியற்ற மன்னர் பெருமூச்சுவிட்டு இடைவிடாத உலோக ஒலிகளை கேட்டுக் கொண்டிருந்தார். ஒலிகள் வழியாக அவருக்குள் மேலும் உக்கிரமாக ஒரு போர் நிகழ்வதை அவர் உடல் காட்டியது. யானைகள் மூழ்கித்திளைக்கும் கரிய ஏரிப்பரப்பு போலிருந்தது திருதராஷ்டிரரின் உடல். பெண்கள் அவையிலும் நூறு நாகங்கள் படமெடுத்து நிற்பதைப்போல பெருமூச்சுகள் ஒலித்துக் கொண்டிருந்தன.

இருவர் கால்களும் தழைந்தன. இருவர் உடலிலும் புழுதியைக் கரைத்து வியர்வை வழிந்தது. துச்சாதனனின் கதை பின்னால் சுழன்று முன்னால் வந்த கணத்தில் பீமன் அதை ஓங்கி அறைந்தான். கதை இரண்டாக உடைந்து அவன் கையிலிருந்து விழுந்தது. கைகளை விரித்து துச்சாதனன் திகைத்து நிற்க பீமன் கதாயுதத்தைத் தூக்கி அவன் நெற்றியை மெல்லத் தொட்டு புன்னகைசெய்து "போ" என்றான். துச்சாதனன் சிவந்த விழிகளும் மூச்சிரைப்புமாக நின்றான். "செல்க, இளையவனே" என்றான் பீமன் மேலும் விரிந்த புன்னகையுடன். "இத்தனை நேரம் என் முன் நின்றமைக்காக உன்னை பாராட்டுகிறேன். நீ மாவீரன்!" துச்சாதனனின் இறுகிய தோள்கள் மெல்ல நெகிழ்ந்தன. "நீ செய்த பிழைகள் என்னென்ன என்றறிய விரும்பினால் நாளை என் அவைக்களத்துக்கு வா!" என்றான் பீமன். மறுசொல் சொல்லாமல் தலைகுனிந்து துச்சாதனன் களத்தைவிட்டு விலகினான். ஆர்ப்பரித்த கூட்டத்தை நோக்கி கதைதாழ்த்தி வணங்கினான் பீமன்.

4

துரியோதனன் அவைக்களத்துக்கு கதையுடன் வந்தபோது துரோணர் சகுனியைக் களமிறங்கும்படி சொன்னார். புன்னகையுடன் வந்த சகுனி துரியோதனனுடன் அரைநாழிகைநேரம் தண்டுகோர்த்தான். அவன் கதை உடைந்து சிதறியபோது துரியோதனன் தன் கதையை அவன் தலையைத் தொடும்படி வைத்து எடுத்துக்கொண்டான். பின்னர் தம்பியர் துச்சகன், துச்சலன், ஜலகந்தன், சமன் ஆகிய நால்வரும் அவனை நான்கு திசைகளிலும் கதைகொண்டு தாக்கினர். அவன் அவர்கள் கதைகளை ஒரேசமயம் விண்ணில் தெறிக்கச்செய்தான். அதன்பின் விந்தன், அனுவிந்தன், சுபாகு, விகர்ணன், கலன், சத்வன், சித்ரன் ஆகிய எழுவரும் அவனை எதிர்கொண்டு அரைநாழிகைக்குள் தோற்று விலகினர். தலைதாழ்த்தி வணங்கி துரியோதனன் மீண்டான்.

துரோணர் மேடையில் எழுந்து நின்று தன் கைகளைத் தூக்கியதுமே அங்கிருந்த அனைவரும் என்ன நிகழவிருக்கிறதென்பதை உணர்ந்து கொண்டனர். அதைத்தான் அவர்கள் எதிர்நோக்கியிருந்தனர் என்பது அங்கே எழுந்த பேரொலியிலிருந்து தெரிந்தது. தருமனின் பதற்றத்தை அது உச்சம்நோக்கிக் கொண்டுசென்றது. பின்பு அறியாத ஒரு கணத்தில் மெல்லிய சரடு ஒன்று அறுபடுவதுபோல அந்தப் பதற்றம் முற்றாக விலக அவன் அகம் காற்றில் சுழன்றேறும் பட்டம்போல விடுதலை கொண்டது. அதை உணர்ந்ததும் அது ஏன் என்ற வியப்பும் அதன் காரணத்தை அறியவே முடியாதென்ற எண்ணமும் எழுந்தன.

துரோணர் மூன்று பக்கமும் கையைதூக்கிக்காட்டி, “அஸ்தினபுரியின் மாமன்னரையும் பிதாமகரையும் பணிகிறேன். பெருங்குடிகளை வணங்குகிறேன். இதோ என் முதல் மாணவன் அர்ஜுனன் அரங்கில்

தோன்றவிருக்கிறான். இந்த பாரதவர்ஷம் இன்றுவரை கண்டிராத வில்லவன் அவன். இப்போது இப்புவியில் அவனுக்கு நிகராக எவருமில்லை. இனி எப்போதும் வில்லுக்கு விஜயன் என்று அவன் பெயரையே நம் தலைமுறைகள் சொல்லவிருக்கின்றன” என்றார். களம் வாழ்த்தொலிகளுடன் கொந்தளித்தது.

“இங்கே அவன் வில்தொழில் மேன்மைகளைக் காணுங்கள். இந்நாளுக்குப்பின் அவனுக்கு எதிரிகள் இருக்கமாட்டார்கள். ஆகவே அவன் தன் கொலைவில்லுடன் தேரேறிப் புகும் களங்களே இனி இருக்காது” என்றார். அதைக் கேட்டு திருதராஷ்டிரர் கைகளை விரித்து நகைத்தார். தருமன் தன் உள்ளம் துள்ளிக்கொண்டிருப்பதை அறிந்தான். அறியாமலேயே எழுந்து நின்று கைவீசி ஆடிவிடுவோம் என அஞ்சினான்.

குடுமியாகக் கட்டப்பட்ட கரிய தலைமயிரில் நீர்த்துளிகள் போலச் சுடரும் மணிச்சரங்கள் அசைய, கைகளில் பொற்கங்கணத்தின் பதிக்கப்பட்ட வைரங்கள் ஒளிவிட, தோலுறையிட்ட கைகளைக் கூப்பியபடி, இளங்குதிரை என அர்ஜுனன் களம் நடுவே வந்தபோது எங்கும் வாழ்த்தொலிகளும் மகிழ்ச்சிக் குரல்களும் எழுந்தன. அவன் அரங்கபூசைக்கான மேடையில் ஏறி கொற்றவையையும் கிருபரையும் வணங்கினான். துரோணரை அவன் கால்தொட்டு வணங்கியபோது கூட்டத்தில் பலர் கண்ணீர் விட்டதை தருமன் கண்டான்.

சஞ்சயனின் வாய் அசைவதையும் திருதராஷ்டிரர் பரவசத்துடன் கைகளைத் தூக்கி தலையை அசைப்பதையும் கண்டபோதுதான் அக்காட்சியின் மகத்துவம் அவனுக்கே தெரிந்தது. பாரதவர்ஷத்தின் வரலாறு என்றென்றும் நினைத்திருக்கக்கூடிய தருணம். நிகழ்வை விட சொல் வல்லமை மிக்கதா என்ன? ஆம், நிகழ்வன வெறும் பருப்பொருளில் முடிந்துவிடுகின்றன. பொருளும் உணர்வும் சொல்லாலேயே ஏற்றப்படுகின்றன. சஞ்சயனின் சொற்களைக் கேட்க வேண்டுமென தருமனின் உள்ளம் விழைந்தது.

அர்ஜுனன் துரோணரிடமிருந்து வில்லையும் அம்பறாத்தூணியையும் வாங்கிக்கொண்டு படியிறங்கி அரங்கு நடுவே நின்று நிலம் தொட்டுத் தொழுது மெதுவாகச் சுழன்று, எதிர்பாராத நொடியில் விட்ட அம்பு சீறி மேலெழுந்து, செஞ்சுடராக தீப்பற்றி எரிந்தபடி பாய்ந்து போய் வானில் பெரிய ஒலியுடன் வெடித்து அதிலிருந்து நட்சத்திரங்கள் போல சுடர்கள் தெறித்தன. கூட்டம் ஆரவாரமிட்டது. எரிந்தபடியே கீழே வந்த அந்த அம்பின் எச்சத்தை அடுத்த அம்பு சென்று தொட்டு அணைத்து நீர்த்துளிகளாகத் தெறித்தது. கூட்டத்திலிருந்து ஆர்ப்பரிப்பு எழுந்தது.

அர்ஜுனனின் அம்புகள் வானில் பறவைகள் போல முட்டி மோதியும் இணைந்தும் பிரிந்தும் விளையாடின. முதல் அம்பை வானிலேயே அடுத்த அம்பால் அடித்து அதை மீண்டுமொரு அம்பால் அடித்து அம்புகளால் விண்ணில் ஒரு மாலை கோத்துக் காட்டினான். சுவர்மீது எய்யப்பட்ட அம்பு திரும்பித் தெறித்தபோது மறு அம்பு அதன் கூர்முனையில் தன் கூர்முனை தைத்து அதை வீழ்த்தியது. மண்ணில் பாய்ந்து இறங்கிச்சென்ற கனத்த இரும்பு அம்பின் பின்பகுதியின் துளைவழியாக மண்ணின் ஊற்று பீரிட்டது. தொலைவில் வாய் திறந்து மூடிக்கொண்டிருந்த இயந்திரப்பன்றியின் வாய்க்குள் தேனீக்கூட்டம் போல நூற்றுக்கணக்கான அம்புகள் சென்று நிறைந்தன.

பெண்கள் மண்டபத்தில் இரு கன்னங்களிலும் கைவைத்து கண்ணீர் வழிய குந்தி அர்ஜுனனைப் பார்த்திருப்பதை தருமன் கண்டான். ஒரு கணம் அவன் நெஞ்சில் நெய்யில் அனல் என பொறாமை எழுந்து அமைந்தது. அவள் அகத்தைத் தொட்ட ஒரே ஆண் அர்ஜுனன் மட்டுமே என தருமன் என்றும் அறிந்திருந்தான். பீமனே அவளுக்கு அனைத்துக்கும் உதவியான மைந்தன். தருமனை அவள் தன் வழிகாட்டியாக வைத்திருந்தாள். நகுலசகாதேவர்கள் அவளுக்கு வளரவே வளராத குழந்தைகள். அவளுக்குள் இருந்த பெண் தேடிக்கொண்டிருந்த ஆண் அர்ஜுனன்தான். தன் அகம் நிறைக்கும் காதலனை மகளிர் மைந்தனில் மட்டுமே கண்டுகொள்ள முடியும். அது அவன்!

அவள் ஒருபோதும் அவனை அணுகவிட்டதில்லை. அவள் உடலை அர்ஜுனன் தொடுவதை தருமன் கண்டதே இல்லை. அவன் விழிகளை நோக்கி பேச அவளால் முடிந்ததில்லை. மிகமிக ஆழத்தில் உள்ள ஒன்றை அவள் அவனிடமிருந்து ஒவ்வொரு கணமும் மறைத்துக்கொண்டிருந்தாள். அதற்கெனவே தன்னை விலக்கிக்கொண்டிருந்தாள். ஆனால் அப்போது அனைத்து போதங்களும் நழுவ குந்தி பேதைபோல கண்ணீர்விட்டுக்கொண்டிருந்தாள். அதை காந்தாரத்து அரசியர் முதலில் ஓரக்கண்ணால் நோக்கினர். அவள் அவர்களைப் பொருட்படுத்தவே இல்லை என்று உணர்ந்தபின் ஏளனம் நிறைந்த முகத்துடன் நோக்கினர். மாலினி அதைக்கண்டு பலமுறை மெல்ல குந்தியைத் தொட்டாள். ஆனால் அவள் அதையும் அறியவில்லை.

பயிற்சியாளர்களுக்கான பந்தலின் நடுவே துரியோதனன் யானை போல தோள்களை அசைத்தபடி, மூடியைத் தள்ளும் நீராவி நிறைந்த கலம் போல கனன்று நின்றான். அவனருகே நின்ற துச்சாதனனின் விழிகள் வந்து தருமனை தொட்டுச்சென்றன. தருமன் முதல்முறையாக அவன் விழிகளை நேருக்குநேர் சந்தித்தான். துச்சாதனன் பார்வையை

விலக்கிக்கொண்டான். அவன் தன் பார்வையால் நிலைகுலைந்துவிட்டதை அறிந்த தருமன் களத்தை நோக்கி புன்னகை புரிந்தான்.

அர்ஜுனனின் சரங்கள் பறவைமாலை போல விண்ணில் பறந்து தரையில் விழும்போது ஒன்றன் மீது ஒன்றாகத் தைத்து ஒரு கம்பமாக மாறி நின்றாடின. அடுத்த அம்பு எழுந்து பறந்து காற்றிலாடி நின்ற ஒரு நெற்றை உடைத்தபின் சுழன்று அவனிடமே வந்தது. அதை அவன் மீண்டும் தொடுத்தான். விரைவாக அவன் அந்த அம்பை மீளமீள அனுப்ப அவனுக்கும் அப்பாலிருந்த இலக்குகளுக்கும் நடுவே ஒரு நீள்வட்ட வெள்ளிவட்டக்கோடு போல அந்த அம்பு தெரிந்தது. ஏவப்பட்ட தெய்வம் போல அது அர்ஜுனனுக்கு பணிவிடை செய்தது. அவன் வில்லைத் தாழ்த்தியபோது அவனுடைய இலக்குகளாக இருந்த நெற்றுகள் அனைத்தும் அவன் காலடியில் குவிந்துகிடந்தன.

பெருமிதப்புன்னகையுடன் துரோணர் எழுந்தார். ஆரவாரிக்கும் கூட்டத்தை நோக்கி கைகளை விரித்தபடி அவர் ஏதோ சொல்லவந்தபோது தெற்கு முனையில் மக்களால் ஆன வளையத்தை உடைத்தபடி வில்லுடன் உள்ளே வந்து நின்ற கர்ணனைக் கண்டு சொல்மறந்தார். கர்ணன் தோலுறைக்கைகளும் நிறைந்த அம்புநாழியும் மார்புக்குக் குறுக்காக மான் தோல் உத்தரீயமும் இடுப்பில் பட்டுக்கச்சையும் அணிந்திருந்தான். விரிந்த தோளில் சரிந்த சுருள்குழலும் இளம் மீசையும் ஓங்கிய உடலுமாக வந்து களம் நடுவே நின்று நாணொலி எழுப்பினான். அவனை நோக்கி விரைந்த வீரர்கள் அவன் வில்லோசை கேட்டுத் தயங்கினர். அஸ்தினபுரியின் மக்கள் அனைவரும் அவனை அறிந்திருந்தனர். மெல்ல கூட்டமெங்கும் பரவிய அமைதியில் கர்ணனது கால்களின் இரும்புக்கழலின் மெல்லிய ஒலி கேட்டது.

கர்ணனை அர்ஜுனன் ஒரு கையில் வில்லும் இன்னொரு கையில் அம்புமாக, பாயும் தருணத்தில் உறைந்தது போலப் பார்த்து நின்றான். துச்சாதனன் மெல்லிய குரலில் துரியோதனனிடம் பேசிக்கொண்டிருக்கும் ஒலி, பட்டு கசங்குவதுபோலக் கேட்டது. அவனுக்கு நிகரான பேரழகனை அதுவரை பார்த்ததில்லை என்று தருமன் எண்ணிக்கொண்டான். முன்பு பார்த்த போதெல்லாம் அவனுள் ஏதோ ஒன்று எழுந்து விழிகளையும் சிந்தனையையும் அடைத்தது. கண்களை விலக்கி அக்கணமே அவனைப்பற்றிய எண்ணங்களையும் திருப்பிக்கொள்வான். உயரமின்மை போலவே உயரமும் அழகற்றது. ஒத்திசைவின்மையை உருவாக்குவது. வியக்கவைக்கும் உயரமிருந்தும் அளந்து செதுக்கியதுபோன்ற அங்கங்கள் கொண்டவர் என அவன் எண்ணியிருந்தது பிதாமகர் பீஷ்மரை மட்டுமே. ஆனால் நாகப்பழம்போல மின்னும் கன்னங்கரிய தோலும்,

இந்திரநீலம் சுடரும் விழிகளும் சினத்திலும் கருணை மாறா புன்னகையும் கொண்ட கர்ணன் மானுடன்தானா என்று வியக்கச்செய்யும் பேரழகு கொண்டிருந்தான். விழிகள் தோள்முதல் தோள்வரை மார்பு முதல் இடைவரை அலைந்துகொண்டே இருந்தன. அழகன் அழகன் அழகன் என அகம் அரற்றிக்கொண்டே இருந்தது.

கர்ணன் அரங்கு நடுவே நின்று உரத்த குரலில் "பார்த்தா கேள், நீயே உலகின் பெரும் வில்லாளி என்று உன் ஆசிரியர் சொன்னால் ஆகாது. அதை வித்தை சொல்லவேண்டும். அவைச்சான்றோர் ஒப்பவேண்டும். இதோ நீ செய்த அத்தனை வில்தொழில்களையும் உன்னைவிட சிறப்பாக நான் செய்யச் சித்தமாக இருக்கிறேன்" என்றான். எவரும் பேசுவதற்கு முன்னரே வில் வளைத்து அம்புகளை ஏவத் தொடங்கினான். அம்பெடுக்கும் கையை காணக்கூட முடியாத விரைவை தருமன் அப்போதுதான் கண்டான். அம்புகள் எழுந்து ஒன்றை ஒன்று விண்ணிலேயே தொட்டுக்கொண்டு உடல் கோத்துச் சுழன்றன. அம்புகள் செல்லச்செல்ல அச்சுழற்சியின் விரைவு கூடியது. விண்ணில் அம்புகளினாலான ஒரு சுழி உருவாகியது. பெரிய சக்கரம்போல அது அங்கே நின்றது.

அர்ஜுனனின் தோள்கள் தொய்வடைவதையும் வில் அவனை அறியாமலேயே கீழிறங்குவதையும் தருமன் கண்டான். அதுவரை கர்ணனின் தோற்றமும் வித்தையும் அளித்த களிப்பில் பொங்கிக்கொண்டிருந்த அவன் அகம் அக்கணமே சுருங்கி அமைந்தது. உடனே இருண்டு கனக்கத்தொடங்கி சிலகணங்களில் அதன் எடை தாளாமல் அவன் மெல்ல பீடத்தில் அமர்ந்துவிட்டான்.

பின்வரிசையிலிருந்து ஏதோ இளைஞன் திடீரென வெறிபிடித்தவன் போல எழுந்து கர்ணனுக்கு வாழ்த்துகூறிக் கூவ, அந்தக் காட்சியில் மெய்மறந்திருந்த கூட்டம் அதைக் கேட்டுத் திகைத்தது. சிலகணங்களில் அரங்கு மொத்தமாக வாழ்த்துக் கூக்குரல் எழுப்ப ஆரம்பித்தது. பின்பு அதுவரை கேட்காத உக்கிரம் கொண்ட வாழ்த்தொலிகளால் கண்டாமணிக்குள் இருப்பது போல செவி ரீங்கரித்தது. தருமன் "இவன் எங்கே கற்றான்?" என்று தனக்குத்தானே சொல்லிக்கொள்ள, அருகே இரு கைகளையும் கட்டி இறுகிய தாடையுடன் நின்றிருந்த பீமன் "அவனைப் போன்றவர்களுக்கு ஆசிரியர் தேவையில்லை மூத்தவரே. தேவை என்றால் தெய்வங்கள் இறங்கி வரும்" என்றான்.

கர்ணன் புன்னகையுடன் கூட்டத்தை நோக்கிக் கையசைத்து அமைதியை உருவாக்கிவிட்டு தன் வில்லைத் தூக்கி உரக்க "பார்த்தா, இது என் அறைகூவல். நீ வீரனென்றால் என்னுடன் விற்போருக்கு வா!" என்றான். அப்பால் கூட்டத்தில் ஒருவன் உரத்த குரலில் "ஆடிப்பாவைகளின் போர்!

விதியே, தெய்வங்களே!” என்று கூவ மார்பில் கட்டப்பட்டிருந்த பீமனின் கைகள் தோல் உரசிக்கொள்ளும் ஒலியுடன் இருபக்கமும் விழுந்தன. சினத்துடன் அவன் கூவியவனை நோக்கித் திரும்பினான்.

பெண்கள் மண்டபத்தில் கலவர ஒலிகள் எழுந்ததைக் கண்டு தருமன் “என்ன? என்ன அங்கே?” என்றான். குந்தியைச் சூழ்ந்து சேடிகள் நின்று குனிந்து ஏதோ செய்தனர். பணியாளன் ஓடிவந்து “அரசி வெயில் தாளாமல் சற்று தளர்ந்து விழுந்துவிட்டார்கள். ஒன்றுமில்லை. நீர் கொடுத்ததும் விழித்துக்கொண்டார்கள்” என்றான். “அவர்கள் அரண்மனைக்குச் செல்லட்டும்” என்றான் தருமன். “ஆணை” என்று பணியாளன் ஓடிச்சென்றான். இன்னொருபணியாளன் வந்து “அவர்கள் போக விரும்பவில்லை” என்றான். பீமன் “எப்படிப் போகமுடியும்?” என்றான். தருமன் “மந்தா, என்ன சொல்கிறாய்?” என்றான். பீமன் இல்லை என தலையாட்டினான்.

மேடையில் இருந்து இறங்கி இரு கைகளையும் விரித்தபடி கிருபர் கர்ணனுக்கும் அர்ஜுனனுக்கும் நடுவே வந்து நின்றார். “இரட்டையர் போருக்கு மரபு சில நிபந்தனைகளை விதித்துள்ளது இளைஞனே. நிகரானவர்கள் மட்டுமே கைகோத்தும் படைக்கலம் கோத்தும் போர் புரிய முடியும். இவன் சந்திரகுலத்தவன். குருகுலத்துப் பாண்டுவின் மைந்தன். யாதவ அரசி குந்தியின் மகன்...” என்றவர் கையை நீட்டி உரக்க “நீ யார்? உன் பெயர் என்ன? உன் குலம் என்ன? உன் ஆசிரியர் பெயர் என்ன?” என்றார்.

கர்ணன் உடல் வழியாகச்சென்ற துடிப்பை தொலைவிலிருந்தே தருமனால் காணமுடிந்தது. அவன் நிமிர்ந்த தோள்கள் தழைய வில் நிலம் நோக்கித் தாழ்ந்தது. தருமன் எழுந்து கைதூக்கி கிருபரை நோக்கி ஏதோ சொல்ல வாயெடுப்பதற்குள் அவன் அருகே இருந்து துரியோதனன் இரு கைகளையும் ஓங்கி அறைந்தபடி உரத்த குரலில் “நில்லுங்கள்!” என்று கூவினான். சினத்துடன் கைவிரித்துச் சிரித்துக்கொண்டு முன்னால் சென்று உரக்க “நல்ல மரபு குருநாதரே. போர்க்களத்தில் இலச்சினை மோதிரத்தைக் காட்டாத எவரிடமும் மோத ஷத்ரியன் மறுத்துவிடலாம்!” என்றான். கிருபர் திகைத்து “இளவரசே!” என்று ஏதோ சொல்ல முற்பட துரியோதனன் திரும்பி துரோணரை நோக்கினான்.

“குருநாதரே, உங்கள் சொற்களைத் திருத்திக் கொள்ளுங்கள். அர்ஜுனன் பாரதவர்ஷத்தின் வில்லாளியல்ல, இந்த அரண்மனையிலேயே பெரிய வில்லாளி, அவ்வளவுதான்” என்று அவன் சொன்னதைக்கேட்டு கூட்டத்தில் இருந்து சிதறிய சிரிப்பொலி எழுந்தது, “இது ரணகளமல்ல சுயோதனா. களத்தில் எவருக்கும் உரிய பாடத்தைக் கற்பிக்கும் தகுதி என்

சீடனுக்கு உண்டு. இது அரங்கேற்றக் களம். அரச மரியாதை இல்லாத எவரும் இங்கு அரங்கேற முடியாது” என்றார் துரோணர் .

அர்ஜுனன் தன் வில்லைத்தூக்கி நாணை ஒலித்தபடி “அவன் எவராக இருப்பினும் நான் இதோ போருக்குச் சித்தமாகிறேன்...” என்று கூவி களம் நடுவே வந்தான். கர்ணனை நோக்கி “எடு உன் வில்லை!” என்றான். அக்கணம் பந்தலில் இருந்து தாவி களத்தில் குதித்த பீமன் அங்கே நின்றிருந்த ஒரு வீரனிடமிருந்து குதிரைச்சவுக்கைப் பிடுங்கியபடி கர்ணனை நோக்கிச்சென்று அதை அவன் முகத்தை நோக்கி வீசினான். கர்ணனின் உடல் அதிர்ந்து அவன் தோள்கள் ஒடுங்கின. மூச்சுத்திணறுபவன்போல அவன் வாய் திறந்தது. “சூதன்மகனே, போ! உன் இடம் குதிரைக்கொட்டில். உன் படைக்கலம் சவுக்கு. சென்று உன் பணியைச் செய். ஷத்ரியர்களிடம் போருக்கு வராதே இழிபிறவியே” என்று கூவினான்.

களத்தை நிறைத்திருந்த மொத்த மக்கள்திரளும் அவன் சொன்ன ஒவ்வொரு சொல்லையும் கேட்டது. பல்லாயிரம் உடல்கள் அம்பு பாய்ந்த குதிரை போலத் திகைத்து நின்று சிலிர்த்தன. சிலகணங்களுக்குப்பின் பல்லாயிரம் பெருமூச்சுகள் ஒலித்தன. பல்லாயிரம் தோள்கள் தொய்ந்து கைகள் தளர்ந்தன. நீர் நிறைந்த விழிகளைத் தூக்கி துரோணரை நோக்கிய கர்ணன் உலர்ந்து ஒட்டிய உதடுகளை முழு ஆற்றலாலும் பிரித்து விலக்கி ஏதோ சொல்லப்போனான். அவன் தொண்டையில் சொல் குளிர்ந்து இறுகி கனத்து அசைவிழந்திருந்தது.

துரோணர் கைகளை நீட்டி “சூதன் மகனே, உன் குருதிக்குலத்தை விடுவோம். உன் குருகுலம் என்ன? உன்னை மாணவனாக ஏற்றுக்கொண்ட ஆசிரியர் யார்? எவர் பெயரை சபையில் சொல்ல உனக்கு ஒப்புதல் அளிக்கப்பட்டிருக்கிறது?” என்றார். கர்ணன் தலை அவனை அறியாமல் இல்லை என ஆடியது. “சீ, நீசா! நாணமில்லையா உனக்கு? குலமும் கல்வியும் இல்லாத வீண்மகனாகிய நீ எந்தத் துணிவில் களம்புகுந்தாய்? எந்த நம்பிக்கையில் ஷத்ரியனை நோக்கி அறைகூவினாய்?” என்று அவர் கூவினார்.

பீமன் உரக்க நகைத்து “உன் மேல் குதிரை மலம் நாறுகிறது அற்பா. உன் அம்புகளும் குதிரைமலம் பட்டவை... சென்று நீராடி வா... இப்பிறவி முழுக்க மும்முறை நீராடு. அடுத்த பிறவியில் வில்லுடன் வா... போ!” என்றான். கர்ணன் திரும்பி பீஷ்மரை நோக்கியபோது வில் காலடியில் நழுவ அவனையறியாமலேயே அவனுடைய இரு கைகளும் மேலே எழுந்தன. ஒருகணம் அவன் விழிகள் பீஷ்மரின் விழிகளைச் சந்தித்தன. பீஷ்மர் எழுந்து உரக்க “என்ன நடக்கிறது இங்கே? அவைக்களத்தில் நாம்

அறநூல்களை விவாதிக்கவிருக்கிறோமா என்ன?" என்றார். நீட்டப்பட்ட கர்ணனின் கைகள் சரிந்தன. அவன்தலை முதல்முறையாகக் குனிந்தது. இமைகள் இருமுறை அதிர விழிநீர்த்துளிகள் ஒளியுடன் சொட்டின. அவன் வெளியேறுவதற்காகத் திரும்பினான்.

"நில்!" என்று துரியோதனன் உரக்கக் கூவினான். இருகைகளையும் விரித்துக்கொண்டு "பிதாமகரே, குருநாதரே, இவன் மாவீரன். சிம்மம் தன் வல்லமையாலேயே காட்டரசனாகிறது. இவன் நுழையமுடியாத எந்த சமர்களமும் இப்புவியில் இருக்க இயலாது" என்றான்.

பீஷ்மர் "சுயோதனா, ஷத்ரியன் போரில் எக்குலத்தையும் எதிர் கொள்ளலாம். ஆனால் அவைக்களத்தில் ஒருவனுடன் போர் புரிந்தாலே அவனை தனக்கு நிகராக ஏற்றவனாகிறான். இந்தச் சூதன் அர்ஜுனனிடம் போரிட்டால் அக்கணமே அவனும் அரசகுலத்தவனே. அதன் பின் அவன் ஒரு படைதிரட்ட முடியும். மண்ணைக் கைப்பற்ற போர் தொடுக்க முடியும். தன் நாட்டில் பிறிதொரு மண்ணுரிமையை ஒருபோதும் அரசன் உருவாக்கக் கூடாது. உருவாகிவந்தால் அக்கணமே அதை வேருடன் பிழுதெறியவேண்டும்" என்றார். சற்று தளர்ந்த குரலில் "எந்த அரசுரிமைப்போரும் எளிய மக்களை வீணாகக் கொன்று குவிப்பதாகவே முடியும். அஸ்தினபுரியில் அப்படி ஒரு போர் நிகழ நான் ஒருபோதும் ஒப்பமாட்டேன்" என்றார்.

துரியோதனன் "இவன் மண்ணுரிமை கேட்பான் என அஞ்சுகிறீர்கள் இல்லையா? இதோ இங்கேயே இவனுக்கு நான் மண்ணுரிமை அளிக்கிறேன்... அமைச்சரே" என்று திரும்பினான். விதுரர் எழுந்து அருகே வந்து "இளவரசே" என்றார். "இவனை இக்கணமே நான் மன்னன் ஆக்க விழைகிறேன்" என்றான் துரியோதனன். "அங்கநாட்டு அரசன் சத்யகர்மன் கப்பம் முடக்கினான் என அவனுக்கு ஓலை அனுப்பியிருக்கிறோம்..." என்றார் விதுரர். "ஆம், அப்படியென்றால் அங்கநாடு... தம்பி" என்றான் துரியோதனன். "மூத்தவரே" என்றான் துச்சாதனன். "மூவேதியரும் குலமூதாதையரும் கங்கை நீரும் அரிசியும் மலரும் இப்போதே இங்கு வரட்டும்" என்றான் துரியோதனன். துச்சாதனன் தலைவணங்கியபின் திரும்பி ஓடினான். துரியோதனன் உரத்த குரலில் தன் மார்பில் கையால் முட்டியபடி "இம்முடிவை எதிர்க்கும் எவர் இருந்தாலும் அது என் தந்தையாகவே இருப்பினும் இப்போதே என்னிடம் போருக்கு வரச் சித்தமாகட்டும்" என்று அறைகூவினான்.

"இளவரசே, என்ன செய்கிறீர்கள்" என்று கிருபர் கூவினார். "எது என் தெய்வங்களால் ஆணையிடப்படுகிறதோ அதை. குருநாதரே, நாளை நான் விண்ணகம் செல்வேன் என்றால் அது இச்செயலுக்காகவே" என்றான்

துரியோதனன். துரோணர் "சுயோதனா, நீ ஷத்ரியன். உன்னிடமிருந்து பிராமணன் மட்டுமே கொடை பெறமுடியும். அவன் ஷத்ரியன் என்றால் நாட்டை வென்றடையவேண்டும்" என்றார். அக்கணமே ஒரு காலை மடித்து கர்ணன் முன் அமர்ந்த துரியோதனன் "இதோ, இந்த மாவீரன் முன் அஸ்தினபுரியின் இளவசரானாகிய நான் தோற்கிறேன். மாமன்னன் ஹஸ்தியின் குலம் இவன் முன் பணிகிறது. இனி என்றென்றும் நாங்கள் இவனிடம் தோற்றவர்களாகவே அறியப்படுவோம்" என்றான்.

கர்ணன் உடல் சிலிர்த்து இரு கைகளையும் கூப்பி கண்களை மூடியபடி அசையாமல் நின்றான். அவனால் அங்கு நிகழ்வது எதையுமே அறியமுடியவில்லை என்று தோன்றியது. தருமன் தன் மார்பில் கண்ணீர் கொட்டுவதை, தானும் கைகளைக் கூப்பியிருப்பதை அறிந்தான். துச்சாதனன் திரும்ப ஓடிவந்தான். அவனுடன் மஞ்சளரிசியும் மலரும் நிரம்பிய தட்டுகளையும் அபிஷேக நீர்க்குடங்களையும் ஏந்திய வைதிகர்கள் வந்தனர். விதுரர் ஒன்பது பொற்குடங்களில் கங்கைநீருடன் வந்த பணியாளர்களை களத்துக்குக் கொண்டுவந்தார். விகர்ணன் அவனே ஓர் அரியணையை தலைக்குமேல் தூக்கி வந்து களத்தில் போட்டான். வைதிகர்களில் மூவர் அங்கே ஒரு குழியைத் தோண்டி செங்கல் அடுக்கி எரிகுளம் அமைக்க இருவர் அரணிக்கட்டையைச் சுழற்றி நெருப்பை எழுப்பினர். வைதிகர் சூழ்ந்து அமர்ந்துகொண்டு வேதமோதத் தொடங்கினர். சூதர்கள் மங்கல வாத்தியங்களுடன் வந்தனர். அணிப்பரத்தையரும் சேடியரும் விரைந்து குழுமினர்.

துரியோதனன் இரு கைகளையும் விரித்துச் சென்று கர்ணனின் கரங்களைப் பற்றித் தழுவிக் கொண்டான். "விண்ணவர் அறிக! மூதாதையர் அறிக! இந்தக் கணம் முதல் நீ என் நண்பன். என் உடைமைகளும் உயிரும் மானமும் உனக்கும் உரியவை! என் வாழ்க்கையில் எந்தத் தருணத்திலும் உனக்கில்லாத வெற்றியும் செல்வமும் புகழும் எனக்கில்லை" என்றான். கர்ணன் பட்டு கிழிபடும் ஒலியுடன் விம்மியபடி, அன்னையை அடைக்கலம் புகும் குழந்தைபோல துரியோதனனை அள்ளி அணைத்துக்கொண்டு அவன் தோள்களில் முகம்புதைத்தான். தழுவல் தளர்ந்து அவன் மெல்ல சரியப்போக துரியோதனன் அவனைத் தூக்கி தன் மார்புடன் சேர்த்துக்கொண்டான். தருமன் தன் எல்லைகள் அழிய கைகளில் முகம் சேர்த்து கண்ணீர்விட்டு அழுதான்.

வைதிகர் மூவர் கர்ணன் மேல் நீர் தெளித்து வாழ்த்தியபின் அரியணையையும் கங்கைநீரால் புனிதப்படுத்தி அவனை அதில் அமர வைத்தனர். கர்ணனின் உடல் நடுங்கிக்கொண்டிருப்பதையும் சிலைத்திருப்பதையும் அனைவரும் கண்டனர். அரண்மனைக்

கருவூலத்தில் இருந்து எடுத்துவரப்பட்ட மணிமுடி ஒன்றை அமைச்சர் சௌனகர் தங்கத்தட்டில் கொண்டுவந்து நீட்ட அதை துரியோதனன் எடுத்து கர்ணனின் தலையில் வைத்தான். உரக்க “இவன் இன்றுமுதல் என் தமையன். என் தம்பியரனைவருக்கும் மூத்தோன். வசுஷேணனாகிய கர்ணன் இதோ மண்ணும் விண்ணும் சான்றுரைக்க அங்கநாட்டுக்கு அரசனாக மணிமுடிசூடுகிறான். தேவர்கள் அருள்க! குலதெய்வங்கள் அருள்க!” என்று கூவினான். சேடியர் குரவையிட சூதர்களின் மங்கல வாத்தியங்கள் ஒலித்தன. கூடிநின்றவர்கள் மஞ்சளரிசியும் மலரும் அள்ளி வீசி வாழ்த்தினர்.

நெடுநேரமாக அங்கே உள்ளமும் விழிகளும் மட்டுமாக இருந்த கூட்டம் உடலும் குரலும் பெற்று வாழ்த்தொலி எழுப்பியது. “அங்கநாட்டரசர் கர்ணதேவர் வாழ்க! அங்கநாட்டரசர் வசுஷேணர் நீணாள் வாழ்க!” வைதிகர் பொற்குடங்களில் ததும்பிய கங்கை நீரை கர்ணனின் தலைமேல் ஊற்றி அரசநீராட்டு செய்தனர். பின்னர் அங்கே எரிந்த ஆகவனீய நெருப்புக்கு அவனைக் காவலாக்கி ஏழுகணுக்கள் கொண்ட பொன்மூங்கிலை அவன் கையில் அளித்தனர். சிறிய செவ்விதழ்களை விரித்த மலர் போல தழைந்தாடிய ஆகவனீயாக்னியின் முன் கர்ணன் அமர்ந்துகொண்டான். வைதிகர் வேதம் ஓதி அளித்த ஏழுவகை அவிப்பொருட்களை நெருப்பிலிட்டு வேதமந்திரங்களைச் சொல்லி வணங்கினான். முதுவைதிகர் வேதமோதி வேள்விநெருப்பின் சாம்பலைத் தொட்டு அவன் நெற்றியில் மங்கலக் குறியணிவித்தார்.

ஒளிவிடும் மணிமுடியுடன் அவன் எழுந்தபோது மேகவாயிலைத் திறந்து வந்த மாலைச்சூரியனின் பொன்னொளிக்கதிர் அவன் மேல் பட்டுப் விழுந்தது. அவன் காதுகளில் இரு நீர்த்துளிகள் வைரக்குண்டலங்களாக ஒளிவிடுவதை, அவன் மார்பில் வழிந்த மஞ்சள்நீர் பொற்கவசம் என மின்னுவதை அங்கிருந்தோர் கண்டனர். வாழ்த்துரைக்கவும் மறந்து கூப்பியகைகளுடன் அவர்கள் விழிமலைத்து நின்றனர்.

சன்னதமெழுந்தவர் என உடல் துடிக்க முன்னால் வந்த முதுசூதர் ஒருவர் தன் கிணையை அகவிரைவெழுந்த விரல்களால் மீட்டி உரக்கப்பாடினார். “இதோ கைலாய முடிமேல் கதிரவன் எழுந்தான்! அரியணை அமர்ந்தான் கர்ணன்! கருணைகொண்டவனின் கருவூலத்தை நிறைக்கும் தெய்வங்களே இங்கு வருக! எளியவரின் கண்ணீரை அறிந்தவன் மேல் வெண்குடை விரிக்கும் அறங்களே இங்கு வருக! கொடுப்பதை மட்டுமே அறிந்தவன் தான் பெற்றுக்கொண்ட ஒரே தருணத்துக்கு நீங்களே சான்றாகுக!” என்றார். கூட்டம் கைகளைத் தூக்கி ‘வாழ்க! வாழ்க!’ என்றது. பல்லாயிரம் விழிகளில் இருந்து கண்ணீர் சொட்டும்

அதற்கிணையான ஒரு தருணம் அஸ்தினபுரியில் இனி நிகழாது என்று தருமன் எண்ணிக்கொண்டான்.

கர்ணன் அந்தப் பொன்மூங்கிலை ஏந்தி மீண்டும் அரியணையில் அமர்ந்தான். அர்ஜுனன் பந்தலுக்கு மீண்டு வந்து தருமனின் அருகே நின்றான். எதையும் பார்க்காமல் தலைகுனிந்து தன் காலடி மண்ணிலேயே விழிநாட்டியிருந்தான். தருமன் பொன்னுருகி வழிந்த அந்தி வெயிலில் கருவறையிலமர்ந்த சூரியதேவனைப் போல ஒளிவிட்டுக்கொண்டிருந்த கர்ணனையே நோக்கிக்கொண்டிருந்தான். அழகன் அழகன் அழகன் என ஓடிக்கொண்டிருந்த சொற்சரடை மீண்டும் கேட்டான். அத்தனைக்கும் நடுவே அச்சொற்கள் தன்னுள் ஓடிக்கொண்டிருப்பதை அறிந்து திகைத்தான். பொற்சிம்மாசனத்தை அழகாக்கும் பேரழகு கொண்ட இன்னொரு மன்னன் இனி மண்ணில் பிறக்கப்போவதில்லை. தெய்வங்களே, எவருடன் சதுரங்கம் ஆடுகிறீர்கள் நீங்கள்? எளிய மானுடர்களிடமா? இல்லை இவை உங்கள் எல்லைகளை நீங்களே அறியும் தருணங்களா?

அரசமேடையில் இருந்து திருதராஷ்டிரரும் பீஷ்மரும் சகுனியும் இறங்கி அருகே வந்தனர். திருதராஷ்டிரரைக் கைப்பற்றி அழைத்துவந்த சஞ் சயன் "அரசே, இதோ அங்கநாட்டுக்கு விண்ணவர் தேர்ந்த அரசர் கர்ணதேவர்" என்றான். திருதராஷ்டிரர் தலையை ஆட்டி உரக்க நகைத்து " இன்றுமுதல் அவன் என் முதல்மைந்தன். டேய், எழுந்து என் காலைப் பணி. என்றும் என் சொற்களுக்கு கடன்பட்டிரு" என்றார். கர்ணன் எழுந்து அவர் பாதங்களைப் பணிய அவர் அவனைத் தன் பெரிய கைகளால் அள்ளி மார்புடன் சேர்த்து அணைத்துக்கொண்டு "அழியாப் புகழுடன் இரு! வீரனை வெல்ல விதியால் முடியாதென்று இவ்வுலகுக்குக் காட்டு! என்றார். அவன் தோள்களை கைகளால் ஓங்கி அறைந்து "வில் ஒரு பொய்யான படைக்கலம். நீ கதை பழகு. நாம் ஒருமுறையேனும் களம் நிற்கவேண்டும்" என்றார்.

மக்களின் வாழ்த்தொலிகளால் அந்திவெளிச்சம் பொறப்பட்டுத்திரை போல அலையடித்துக்கொண்டிருப்பதாகத் தோன்றியது. பீஷ்மர் கர்ணனை அணுகியபோது அவன் திருதராஷ்டிரரின் பிடியில் இருந்து விலகி கைகூப்பி நின்றான். "அங்கநாட்டரசனாகிய ஷத்ரியனே, இன்று நீ பெற்றுள்ள நாடு உன் ஆன்மா தன் முழுமையைப் பெறுவதற்கான வழி என்று உணர்ந்துகொள். முனிவருக்கு தவச்சாலையும் வைதிகனுக்கு வேள்விச்சாலையும் போன்றது ஷத்ரியனுக்கு நாடு. இனி உன் நலன், உன் புகழ், உன் வெற்றி எதுவும் உனக்குப் பொருட்டாக இருக்கலாகாது. உன் குடிமக்களுக்கு நீ தந்தை. அவர்களைப் பேணுவதன்றி உனக்குப்

பிறிதொரு கடனும் இல்லை” என்றார். கர்ணன் அவரது பாதங்களைத் தொட்டு வணங்கியபோது அவர் “வெற்றியும் நிறைவும் திகழ்க” என்று வாழ்த்தினார்.

கிருபரும் துரோணரும் வந்து கர்ணனை மலரும் அரிசியுமிட்டு வாழ்த்தினர். கிருபர் “வெற்றி நிறைக!” என்று வாழ்த்தி “அரசனும் அரசும் முறைமைகளால் மட்டும் ஆனவை. ஒருபோதும் முறைமைகளை மீறாமலிரு” என்றார். துரோணர் அவனை வாழ்த்தி “முள்மேலிருப்பவனே நல்ல மன்னன் என்கிறது பிரஹஸ்பதியின் நூல். அவ்வண்ணமே ஆகுக! அறம்பிழைக்காமலிரு!” என்றார். சகுனி கர்ணனைக் கைவிரித்து ஆரத்தழுவிக்கொண்டு “தலைமுறைகள்தோறும் அங்கநாடு அஸ்தினபுரி என்னும் தேரின் சகடமாக அமையட்டும்” என்றார். கர்ணன் “ஆம்” என்றான்.

அப்போது குதிரைக்கொட்டிலுக்குச் செல்லும் பாதை வழியாக குதிரைச்சாணம் படிந்த அழுக்கு உடையும் கையில் சவுக்குமாக அதிரதன் பதறியபடி ஓடி வந்து கைகளை விரித்து “கருணை காட்டுங்கள்! உடையோரே, அவனைக் கொன்றுவிடாதீர்கள்!” என்று கூவினார். அவரது கரிய மெலிந்த உடலையும் கண்ணீரையும் கண்ட துச்சாதனன் முன்னால் சென்று “யார் நீர்?” என்றான். அதிரதன் அவன் கால்களை நோக்கிக் கைகூப்பியபடி குனிந்து “என் மைந்தனை விட்டு விடுங்கள் உடையவர்களே... இளமைத்துடிப்பால் பிழையாகப் பேசிவிட்டான். அவனைக் கொன்றுவிடாதீர்கள்... என்னைச் சிறையிலடையுங்கள். என்னைச் சாட்டையாலடியுங்கள். எல்லாம் என் பிழை... அவனை விட்டுவிடுங்கள்” என்று உரத்த குரலில் கதறிக் கைகூப்பினார்.

“யார் அது?” என்று பீஷ்மர் கேட்டார். கர்ணன் “இவர் என் தந்தை. அங்கநாட்டு தேரோட்டியான அதிரதர்” என்றான். “மைந்தா, இளைய கௌந்தேயருடன் நீ போர்புரியவிருப்பதாகச் சொன்னார்கள்... உன்னைக் கொன்றுவிடுவார்கள். வா, இப்போதே நாம் இங்கிருந்து சென்றுவிடுவோம்” என்று அதிரதன் கர்ணனின் கைகளைப் பற்றிக்கொண்டு அழுதார். “தந்தையே, இந்நாளில் உங்கள் மைந்தனை வாழ்த்துங்கள்” என்று கூறியபடி கர்ணன் நெற்றியும் மார்பும் தோள்களும் இடையும் காலும் என ஐந்து உறுப்புகளும் புழுதியில் பட அவர் முன் விழுந்து அவரது புழுதியும் சேறும் படிந்த முதிய கால்களை வணங்கினான். அவர் பதறி கைகளை நெஞ்சுடன் சேர்த்து நின்று நடுநடுங்கினார். அவரது பாதப்புழுதியை எடுத்து தன் நெற்றியில் அணிந்தபடி எழுந்த கர்ணன் “பிதாமகரே, என்றும் நான் இவரது மைந்தனாகவே அறியப்படுவேன். இவரது பாவபுண்ணியங்களுக்கே மரபுரிமை கொள்வேன்” என்றான்.

தன்னருகே நின்ற அர்ஜுனனின் மெல்லிய விம்மல் ஓசையை தருமன் கேட்டான். திரும்பி நோக்கியபோது அவன் விழிநீரையும் கண்டான். அதே கணம் திரும்பி அர்ஜுனனை நோக்கிய பீமன் இரு கைகளையும் சேர்த்து அறைந்துகொண்டு உரக்க "பிடாரி மயிர் சூடிய நாய் சிம்மமாகிவிடாது சுயோதனா" என்றான். கொம்புகுலைத்து எழும் மதகளிறு போல துரியோதனன் சினத்துடன் திரும்பி "இந்தச் சொற்களுக்கு நிகராக என்றோ ஒருநாள் நீயும் உன் உடன்பிறந்தாரும் களத்தில் குருதியை அளிப்பீர்கள். இது என் மூதாதையர் மேல் ஆணை!" என்றான். "ஆம், அவ்வாறெனில் களத்தில் காண்போம்" என்ற பீமன் திரும்பி "மூத்தவரே, கிளம்புங்கள்..." என்று தருமனின் கையைப்பற்றி எழுப்பினான். தருமன் ஏதோ சொல்ல வர "நாம் இனி இங்கிருக்கவேண்டியதில்லை... வாருங்கள். இளையவனே நீயும் வா" என்று அர்ஜுனனின் தோளையும் பற்றி இழுத்துக்கொண்டு சென்றான்.

தனக்குப் பின்பக்கம் கர்ணனுக்கு வாழ்த்துக்கூறி எழுந்த பேரொலியை தருமன் கேட்டான். அது அவனை அறைந்து வெளியே துரத்துவது போலக் கேட்டது. "நான் அவனை வாழ்த்தியிருக்க வேண்டும் மந்தா" என்றான் தருமன். "ஏன்? அவன் சூதமைந்தன். அர்ஜுனனுக்கு எதிராக ஒரு படைக்கலம் கிடைத்த களிப்பில் நாடகமாடுகிறான் சுயோதனன்..." என்றான் பீமன். அர்ஜுனன் "மூத்தவரே, அவனை நினைத்துக் கலங்காதீர்கள். அவன் அளிக்கும் தைரியத்தில் துரியோதனன் நம்மை எதிர்க்கலாம். ஆனால் என்றாவது அவனை நான் களத்தில் கொன்று வீழ்த்துவேன்" என்றான்.

தருமன் நின்று "ஆம் தம்பி, நாம் வெல்வோம்" என்றான். "இன்று எனக்கு அது தெரிந்தது. சுயோதனன் கர்ணனை நம்பி அத்துமீறுவான். அறம் பிழைப்பான். அதன் விளைவாக நம்மிடம் தோற்பான். ஆனால்..." அர்ஜுனன் எதிர்பார்ப்புடன் நின்றான். "தன் அறத்தால் இச்சூதன்மகன் நம்மை நிரந்தரமாக வென்று செல்வான் தம்பி" என்றான் தருமன். பார்வையை விலக்கி தலைகுனிந்து அவன் சொன்னான் "இன்று அந்த முதுசூதன் சம்மட்டியுடன் களத்துக்கு வந்தபோது அவன் இடத்தில் என்னை வைத்து நடித்துக்கொண்டிருந்த நான் ஆழத்தில் கூசிச்சுருங்கினேன். ஆனால் அவன் ஒருகணம் கூட அவரை நிராகரிக்கவில்லை. இந்தப் பேரவையில் அவன் பாதத்தூளியை தலையிலணிய சற்றும் தயங்கவில்லை. அஸ்தினபுரியின் இளவரசனாக அறிவிக்கப்பட்டவன் சூதனின் மைந்தனாகத் தன்னை முன்வைத்தான். அக்கணத்தில் விண்ணில் தேவர்கள் அவன் மேல் மலர் சொரிந்து விட்டார்கள்."

நிறைபொலி

சூதரே, மாகதரே, பாடுங்கள்! தேடுபவர்கள் எப்போதும் கண்டடைந்துவிடுகிறார்கள். ஏனென்றால் அவர்களின் வினாவிலேயே விடையும் அடங்கியுள்ளது. காட்டாற்று வெள்ளம்போல வினா அவர்களை இட்டுச்செல்கிறது. சரிவுகளில் உருட்டி அருவிகளில் வீழ்த்தி சமவெளிகளில் விரித்து கொண்டுசென்று சேர்க்கிறது. பெருங்கடலைக் காணும்போது ஆறு தோன்றிய இடமெதுவென அறிந்துகொள்கிறார்கள்.

இப்புடவிவெளியில் உண்மையில் வினாக்களே இல்லை, ஒற்றைப்பெரும் விடை மட்டுமே உள்ளது. வினாக்கள் என்பவை அதன் பல்லாயிரம் கைகள் மட்டுமே. அவை ஒவ்வொரு கணமும் துழாவிக்கொண்டிருக்கின்றன. அவற்றின் தளிர்முனைகள் உரியவர்களைக் கண்டுகொண்டு மெல்லச் சுற்றிவளைத்துக்கொள்கின்றன. அவர்களுக்கு பின் மீட்பில்லை.

சூதரே, மாகதரே, அவன் ஏழ்பனைநாட்டு மருதூர் சாத்தன் பெரும்பாணன் மகன் இளநாகன் எனப்பட்டான். தொல்மதுரை மூதூரிலிருந்து அவன் கிளம்பினான் என்கிறார்கள். தனித்தவன், பல்லாயிரம் பேர் உடனிருக்கையிலும் தான் என்று மட்டுமே உணர்ந்தவன். தான் தேடுவதென்ன என்று தனக்குத்தானே கூட ஒருமுறையேனும் சொல்லிக்கொள்ளாதவன்.

குருதிவாசம் ஏற்ற வேங்கை போல அவன் பாரதவர்ஷமெனும் பெருங்காட்டில் நுழைந்தான். வலசைப்பறவை போல தன் சிறகுகளாலேயே கொண்டுசெல்லப்பட்டான். அவன் தங்கிய ஒவ்வொரு ஊரும் அவனை வெளித்தள்ளியது. அப்பால் வெறும்பெயராக எழுந்த ஒவ்வொரு ஊரும் அவனை அழைத்தது.

அவன் தானறிந்தவற்றை எல்லாம் அக்கணமே கழற்றிவிட்டுச் செல்பவனாக இருந்தான். தான் தேடுவதைத்தவிர எதையும் தக்கவைக்காதவனாக இருந்தான். எனவே ஒவ்வொரு கணமும் வெறுமைகொண்டபடியே இருந்தான். ஒற்றைக்குறி பொறிக்கப்பட்ட அம்பு அவன். அவன்

குறித்த பறவை அவன் கிளம்புவதைக் கண்டு புன்னகையுடன் கனிந்து தன் முட்டைக்குள் நுழைந்துகொண்டு தவமிருந்தது. உடல்கொண்டு சிறகுகொண்டு கூரலகுகொண்டு வெண்ணிறச் சுவரை உடைத்து வெளிவந்து விழிதிறந்து இன்குரல் எழுப்பியது. அது செல்லவேண்டிய தொலைவை எண்ணி மென்சிறகை அடித்துக்கொண்டது.

தமிழ்நிலமும் திருவிடமும் வேசரமும் கலிங்கமும் கடந்து அவன் வந்தான். ஆசுரமும் நிஷாதமும் கண்டு அவன் சென்றான். காலைக்காற்றால் சுவடின்றி அழிக்கப்பட்டன அவனுடைய பாதைகள். அவன் அகமோ பறவை சென்ற வானம் என தடமின்றி விரிந்திருந்தது. இனிய ஒளிகொண்ட சிறிய சிலந்திபோல அவன் ஒளியே என நீண்ட வலைநூல்களில் ஒன்றைப்பற்றி ஊசலாடி பிறிதொன்றில் தொற்றிக்கொண்டான். அந்த மாபெரும் வலைநடுவே விழிதிறந்து நச்சுக்கொடுக்குடன் அமர்ந்திருந்தது முதல்முடிவற்ற அந்த விடை. அது வாழ்க!

சூதரே, மாகதரே, அவன் தேடிச்சென்ற அதற்கு அஸ்தினபுரி என்று பெயரிட்டிருந்தான். அஸ்தினபுரி ஒரு வண்ணக்கூடு. பாரதவர்ஷமெங்கும் பல்லாயிரம் சூதர்கள் தங்கள் தூரிகையால் அதை தொட்டுத்தொட்டு சொற்திரையில் தங்கள் சித்திரங்களை வரைந்துகொண்டிருந்தனர். அதோ அங்கே கிருஷ்ணவேணிக்கரையின் அக்கிராமத்துமேடையில் கர்ணன் இன்னும் பிறக்கவில்லை. இங்கே மாளவத்தின் மலையடிவாரத்துச் சத்திரத்தில் அவன் களம்பட்டு நடுகல்லாகி நிற்கிறான். திருவிடத்து ஆலயமுகப்பில் மகாப்பிரஸ்தானம் சென்று விண்ணேறும் தருமனை மகிஷநாட்டில் குந்தி கருவுற்றிருக்கிறாள்.

அஸ்தினபுரமென்று ஒன்றில்லை என்கிறான் ஒரு கவிஞன். அது மானுடக் கற்பனையில் மலர்ந்துகொண்டே இருக்கும் பூவனம் மட்டுமே என்கிறான். ஐயத்துடன் எழுந்து இன்னொரு கவிஞன் தேர்களோடிய களமுற்றத்தில் விழுந்திருக்கும் சகடச்சுவடுகளினாலான பெருங்கோலமொன்றைக் காண்கிறேனே அது என்ன என்கிறான். எஞ்சுவது பொருளற்ற சுவடுகளே, சுவடுகள் சொல்லாகும்போது காவியம் பிறக்கிறது என்று இன்னொரு கவிஞன் சொல்கிறான்.

நேற்று இன்று நாளையென்றில்லாத வெளியில் என்றும் நிகழ்ந்து கொண்டிருக்கிறது அஸ்தினபுரம். கொடிகளைப் பறக்கவிடும் காற்றைப் போல கதைகளை உயிர்பெறச்செய்யும் காலத்தை வாழ்த்துவோம் என்கிறான் சொல்கடந்து புன்னகையைச் சென்றடைந்த முதுசூதன். அவன் மங்கிய விழிகளிலும் சுருக்கங்கள் விரியும் புன்னகையிலும் தெய்வங்கள் தோன்றுகின்றன. தெய்வங்களே, நீங்கள் மானுடரை நோக்கிச் சிரிப்பதென்ன? உங்கள் எண்ணச்சுழலில் நீந்தித் திளைத்து மூழ்கும் எளிய உயிர்களை ஒருநாளும் நீங்கள் அறியப்போவதில்லை.

சூதரே, மாகதரே, அவ்வண்ணமென்றால் இளநாகன் சென்ற இடம் எது? அவன் கண்ட அஸ்தினபுரி எது? பாரதவர்ஷத்தில் நூற்றியொரு அஸ்தினபுரிகள் உள்ளன என்கிறது சூதர்சொல். ஒன்றிலிருந்து இன்னொன்று பிறக்கிறது. யுகங்களுக்கொரு அஸ்தினபுரி பிறந்துகொண்டிருக்கிறது. ஒவ்வொரு சட்டையையும் கழற்றிவிட்டு அஸ்தினபுரி நெளிந்து சென்றுகொண்டிருக்கிறது. உதிர்க்கப்பட்டவை காலத்தைச் சுமந்தபடி வானை நோக்கிக் கிடக்கின்றன.

சந்திரகுலத்து அரசன் சுகேதுவின் வழிவந்த பிருஹத்க்ஷத்ரனின் மைந்தன் அமைத்த அஸ்தினபுரிக்கு அப்பால் காட்டுமரங்களைச் சூடிக் கிடக்கிறது இக்ஷ்வாகு குலத்து சுவர்ணையின் மைந்தன் ஹஸ்தி கட்டிய அஸ்தினபுரம். நூறுமடங்கு பெரிய அந்நகரத்துக்கு அப்பால் வேர்களால் கவ்வப்பட்டு விரிந்திருக்கும் அஸ்தினபுரம் அதைவிட நூறுமடங்கு பெரியது. அதை அமைத்தவர்கள் காசியபரின் மைந்தர்களான ஹஸ்திபதன், ஹஸ்திபிண்டன், ஹஸ்திபத்ரன் என்னும் மூன்று பெருநாகங்கள்.

அதற்கும் அப்பால் கிடக்கிறது ஹஸ்திசோமையின் சேற்றுப்படுகைக்குள் தெய்வங்கள் அமைத்த மேலும் நூறுமடங்கு பெரிய சோமநகரம் என்னும் அஸ்தினபுரம். அதற்கும் ஆழத்தில் உள்ளது ஹஸ்திமுகன் என்னும் பாதாளத்து அரசன் அமைத்த அஸ்தினபுரம் என்னும் பெருநகரம். அதன் முற்றமளவுக்குத்தான் சோமநகரம் பெரிது. சூதர்களே, அதற்கும் அடியில் துயிலும் அஸ்தினபுரங்கள் எண்ணற்றவை.

அஸ்தினபுரம் என்பது ஒளிவிடும் நீர்த்துளி. ஓர் இலைநுனியில் ததும்பிச் சுடர்ந்து மண்வண்ணங்களும் வான்நீலமும் காட்டி திரண்டு திரண்டு திரண்டு முழுமையின் கணத்தில் உதிர்ந்து அடுத்த இலைமேல் விழுகிறது. அதற்கடுத்த இலை அதன் கீழே கைநீட்டி நின்றிருக்கிறது. அஸ்தினபுரி ஒரு துளி விண். ஒரு துளி கடல். ஒரு துளி பிரம்மம். அச்சொல் என்றும் வாழ்க!

சூதரே, மாகதரே, ஏழ்பனைநாட்டு மருதூர் சாத்தன் பெரும்பாணன் மகன் இளநாகன் சென்ற அஸ்தினபுரி எது? அதைப் பிறர் சென்றடைய முடியாது. ஒவ்வொருவரும் அவரவருக்குரிய அஸ்தினபுரியையே சென்றடைகின்றனர். செல்லும் வழியில் சிறகுதிர்ந்து விழுபவரும் அதிலேயே உதிர்கின்றனர். செல்லாது கருவறையிலேயே தங்கி விட்டவர்களும் அதையே உணர்கின்றனர்.

சூதரே, மாகதரே, காமகுரோதமோகங்களின் பெருவெளியை வாழ்த்துவோம்! தெய்வங்கள் ஆடும் சதுரங்கக் களத்தை வாழ்த்துவோம். மானுடரின் அழியாப்பெருங்கனவை வாழ்த்துவோம். ஆம், அவ்வாறே ஆகுக!

•••

சொல் விளக்கம்

அறுவை	–	துணி
அளியது	–	பரிதாபத்திற்குரியது
அம்பி	–	தோணி, தெப்பம், மரக்கலம்.
அமரமுகப்பு	–	படகின் குவிந்தமுனை முகப்பு
அத்திரி	–	கோவேறு கழுதை
அவி, அவிப்பொருள்	–	ஹவிஸ். வேள்வியில் அர்ப்பிக்கப்படும் உணவு.
அந்தரீயம்	–	கீழாடை, உடைமேல் கட்டும் மெல்லிய ஆடை.
அழல்	–	தீயின் கதிர்
ஆதுரம்	–	மருத்துவம்
ஆற்றிடைக்குறை	–	ஆற்றுநடுவே உள்ள மணல்திட்டு
இற்செறிப்பு	–	பருவம் வந்த பெண்கள் மணமாகும்வரை வீட்டுக்குள்ளேயே இருப்பது
இமிழ் ஓலி	–	முழக்கமுள்ள ஓலி
இழிந்து	–	இறங்கிவழிந்து
இளிவரல்	–	ஏளனம், அங்கதம்.
உகிர்	–	பறவை விலங்குகளின் கால் நகம்
உத்தரீயம்	–	மேலாடை
உலைந்து	–	மெல்ல அசைந்து
உண்டாட்டு	–	உணவுண்டு மகிழும் விழா, போருக்குப்பின் நிகழும் பெரு விருந்து.
ஊழ்கம்	–	தியானம்

ஊர்மன்று – ஊர் சாவடி

ஒளித்துமி – ஒளியின் மிகச்சிறிய துளி

ஓங்கில் – டால்பின்

ஃபாங்கர் – அபின் இலைகளை அரைத்து எடுக்கப்படும் ஒருவகை மது

கல்அளை – அளை என்றால் வளை, பொந்து.

கானீனமைந்தன் – முறையாக மணக்காமல் பிறக்கும் மைந்தர்களை பலவகையாகப் பிரித்து அங்கீகரிக்கிறது மகாபாரதம். அதில் ஒரு வகை மைந்தன். இவ்விவாதம் மழைப்பாடலில் வருகிறது.

கணிகாணுதல் – ஒரு பொருளில் காலையில் கண்விழித்தல், காணிக்கைப்பொருளைப் பார்த்தல்.

கறங்குபுள் – ஒலிக்கும் சிறிய பறவை

கலுழ்ந்து – அழுது, கலங்கி.

கபிலநிறம் – பழுப்பு நிறம்

கவை – ஒரு வகை மரக்கொம்பு

கரந்த – மறைந்த

காஞ்சனம் – பொன். இங்கே ஒரு மணியின் பெயர்.

கிணைப்பறை – கையால் வாசிக்கப்படும் சிறிய பறை

கோட்டல் – கொள்ளுதல், வளைத்துக்கொள்ளுதல்.

கைவிடுபடைப்பொறி – தானியங்கிப்பொறி

சுளுந்து – தீப்பந்தம் செய்யப் பயன்படும் ஒருவித மரம், சுள்ளி.

சமித்து – வேள்வியில் அர்ப்பிக்கப்படும் விறகு

சகடம் – சக்கரம்

சிதர் – நுணுக்கமான சிதறல்கள், துருவல்கள்.

சென்னி – தலை

செம்போத்து – கருப்பும் பழுப்பும் கலந்த குயில்வரிசைப் பறவை

சேடன் – ஆதிசேடன். நாகம்.

தளகர்த்தர் – தளபதி

தலைக்கோல்	–	கலைக்குழுவில் முதலில் வருபவர் ஏந்தியிருக்கும் கோல். சூதரின் முதல்வன் வைத்திருக்கும் கோல்.
தலைக்கோலி	–	கலைக்குழுவில் முதன்மையானவர். சூதரில் முதன்மையானவர்.
தாலம்	–	தாம்பாளம்
தெள்ளு	–	சிறிய பூச்சி, தெளிந்தது என்னும் பொருள் உண்டு.
தேறல்	–	கள்
நாகணவாய்	–	மைனாப் பறவை
நாவாய்	–	மரக்கப்பல்
நிலவாய்	–	வாய் குறுகலான பெரிய பாத்திரம்
பண்டி	–	வயிறு
பாண்டரங்கம்	–	ஒருவகை கூத்து. தாண்டவம். சிவன் ஆடுவது.
பிழுது	–	பிடுங்கி
பிடியானை	–	பெண்யானை
பிலம்	–	பாதாளம்
பீதர்கள்	–	மஞ்சள் நிறமானவர்கள். சீனர்கள். திபெத் லடாக் பகுதியினர்.
மகாமரியாதம்	–	பெரிய கோட்டை
மந்தணம்	–	ரகசியம், அந்தரங்கம்.
மதலை	–	குழந்தை
மதங்ககர்ப்பம்	–	யானை கர்ப்பம்
மஞ்சல்	–	துணியால் ஆன பல்லக்கு. தூளிப்பல்லக்கு.
மங்கலை	–	மங்கலமான பெண்
முதுநுளவர்	–	நுளவர் பரதவரில் ஒரு பிரிவு
முனம்பு	–	இயற்கையாக உருக்கொண்ட முனை, நிலம்.
ரஸ்மி	–	கதிர்
வள்ளம்	–	சிறிய நீரூர்தி
வினைவலர்	–	வேலையாள்கள், சேவகர்.

விராட ரூபன்	–	பிரம்மாண்ட வடிவம் கொண்டவன்
வெய்யநீர்	–	சுடு நீர்
ஜனபதம்	–	மக்கள் வாழும் நிலப்பகுதி. சிறிய சமூகக் கட்டமைப்பு.
ஸ்ருதி, சுருதி	–	மூலநூல். தத்துவத்தைச் சொல்லக்கூடியது. வேதங்கள், உபநிடதங்கள்.
ஸ்மிருதி	–	ஒழுக்கச்சட்டங்களைச் சொல்லக்கூடியது. மாறக்கூடிய நூல்.

ஜெயமோகனின் புத்தகங்கள்

நாவல்கள்

ரப்பர்
விஷ்ணுபுரம்
பின்தொடரும் நிழலின் குரல்
கன்யாகுமரி
காடு
அனல்காற்று
இரவு
கன்னிநிலம்
வெள்ளையானை
கொற்றவை

சிறுகதைத் தொகுப்பு

திசைகளின் நடுவே
மண்
ஆயிரங்கால் மண்டபம்
கூந்தல்
ஜெயமோகன் சிறுகதைகள்
ஜெயமோகன் குறுநாவல்கள்
ஊமைச்செந்நாய்
அறம்
ஈராறுகால்கொண்டெழும் புரவி
வெண்கடல்

ஆன்மிகம்/தத்துவம்

இந்திய ஞானம்
சிலுவையின் பெயரால்
இந்துமதம் சில விவாதங்கள்

அரசியல்

சாட்சிமொழி
இன்றைய காந்தி

பண்பாடு/வரலாறு

பண்படுதல்
தன்னுரைகள்
எதிர்முகம்
கொடுங்கோளூர் கண்ணகி (மொழியாக்கம்)

வாழ்க்கை வரலாறு

சுரா: நினைவின் நதியில்
முன்சுவடுகள்
கமண்டல நதி
லோகி (லோகிததாஸ் நினைவு)
கடைத்தெருவின் கலைஞன் (ஆ. மாதவன் பற்றி)

இலக்கிய அறிமுகம்

சங்கச் சித்திரங்கள்
மேற்குச்சாளரம் (மேலை இலக்கிய அறிமுகம்)
கண்ணீரைப் பின்தொடர்தல் (22 இந்தியநாவல்கள்)
பொன்னிறப்பாதை
விதிசமைப்பவர்கள்
சொல்முகம்
எழுதும் கலை

இலக்கிய விமர்சனம்

ஆழ்நதியைத் தேடி
நவீனத்துவத்துக்குப் பின் தமிழ் கவிதை - தேவதேவனை முன்வைத்து
உள்ளுணர்வின் தடத்தில் (கவிதை விமர்சனம்)

இலக்கிய முன்னோடிகள் வரிசை ஏழு நூல்கள்

- முதற்சுவடு
- கனவுகள் இலட்சியங்கள்
- சென்றதும் நின்றதும்
- மண்ணும் மரபும்
- அமர்தல் அலைதல்
- நவீனத்துவத்தின் முகங்கள்
- கரிப்பும் சிரிப்பும்

ஈழ இலக்கியம் ஒரு விமர்சனப்பார்வை

புதியகாலம் (இலக்கிய விமர்சனம்)

பூக்கும் கருவேலம் பூமணியின் படைப்புலகம்

ஒளியாலானது தேவதேவனின் புனைவுலகம்

எழுதியவனைக் கண்டுபிடித்தல்

இலக்கியவிவாதக் கட்டுரைகள்

அனுபவம்

நிகழ்தல் – அனுபவக்குறிப்புகள்

இன்று பெற்றவை (நாட்குறிப்புகள்)

ஜெ. சைதன்யாவின் சிந்தனை மரபு

நாளும்பொழுதும் (அனுபவக்குறிப்புகள்)

இவர்கள் இருந்தார்கள் (நினைவுக்குறிப்புகள்)

நாடகம்

வடக்கு முகம்

பயணம்

புல்வெளிதேசம் (ஆஸ்திரேலிய பயணக்கட்டுரை)

மொழிபெயர்ப்பு

தற்கால மலையாளக் கவிதைகள்

இன்றைய மலையாளக் கவிதைகள்

சமகால மலையாளக் கவிதைகள்

தொகைநூல்கள்

அசோகமித்திரன் (அறுபதாண்டு நிறைவுவிழா மலர்)

சுந்தர ராமசாமி (அறுபதாண்டு நிறைவுவிழா மலர்)

இலக்கிய உரையாடல்கள்

மலையாளம்

நெடும்பாதையோரம்

உறவிடங்கள்

நூறு சிம்ஹாசனங்கள்

பொது

நலம் (ஆரோக்கியக் கட்டுரைகள்)

வெண்முரசு (மகாபாரதம் நாவல் வடிவில்)

முதற்கனல்

மழைப்பாடல்

வண்ணக்கடல்

நீலம்

பிரயாகை

www.ingramcontent.com/pod-product-compliance
Ingram Content Group UK Ltd.
Pitfield, Milton Keynes, MK11 3LW, UK
UKHW041506041026
15589UKWH00019B/349